அகநானூறு

களிற்றியானை நிரை

மணிமிடை பவளம்

நித்திலக் கோவை

தெளிவுரை

புலியூர்க் கேசிகன்

ரிதம்

ரிதம் வெளியீடு

அகநானூறு – தெளிவுரை
புலியூர்க் கேசிகன் ©

Agananooru - Thelivurai
Puliyur Kesigan ©

1st Edition: Dec 2022
2nd Edition: Dec 2024
Pages: 920 Price: Rs. 899
ISBN: 978-93-93724-42-7

Published by:
Rhythm Veliyeedu
New No.58, Old No.26/1, 1st Floor,
Alandur Road, Saidapet,
Chennai - 600 015, Tamil Nadu, INDIA
Ph : (044) 2381 0888, 84285 12481
E-mail : senthil@rhythmbooks.in
Web : www.rhythmbooksonline.com

Book Layout & Cover Design
Visual Vinodh - 9500149822

பொருளடக்கம்

களிற்றியானை நிறை 5
மணிமிடை பவளம் 273
நித்திலக் கோவை 667

அகநானூறு

களிற்றியானை நிறை

அகநானூறு

களிற்றியானை நிரை

உணர்வுகள், அகத்துப் பொங்கி எழுவனவும், புறத்து நிகழ்ச்சி களைச் சார்ந்து தோன்றுவனவும் என்னும் இரு வகையின. அவற்றுள், அகத்தே முகிழ்த்துப் பொங்கி எழுந்து பெருகுவதாய்ப், புறத்தே பேச்சாகவும் வெளிப்பட்டுத் தோன்றுகின்ற உணர்வுகளின் தமிழ்ச் சொற்கோவையே, அகநானூற்றுக் களிற்றியானை நிரை என்னும் இந் நூலாகும். இது, நெடுந்தொகை என்னும் அகநானூற்றுள் முதற் பகுதியும் ஆகும்.

அகநானூற்றைத் தொகுத்தவர், உப்பூரிக்குடி கிழார் மகனார் உருத்திர சன்மர்; தொகுப்பித்து உதவியவன், பாண்டியன் உக்கிரப் பெருவழுதி. இப் பாண்டியனின் செய்யுள், மருதத்திற்குரிய 26 ஆம் செய்யுளாக இந் நூலுள் விளங்குதலைக் காணலாம்; இதனால், இவனும் தமிழறிந்த பெரும் புலமையாளன் என்பது விளங்கும்.

தாம் தொகுத்த தொகை நூல் என்றும் மறையாது தமிழர் பால் நிலைக்க, இதன் தொகுப்பாசிரியர் மேற்கொண்ட செய்யுள் வைப்பு முறை பெரிதும் பாராட்டற்கு உரியதாகும். ஒற்றை எண் பெறும் 1, 3, 5, 7, 9, எனவரும் செய்யுட்கள் பாலைத்திணையிலும், இரண்டும் எட்டும் பெறுவன குறிஞ்சித் திணையிலும், நான்கு எண் பெறுவன முல்லைத் திணையிலும், ஆறுஎண் பெறுவன மருதத் திணையிலும், பத்து எண் பெறுவன நெய்தல் திணையிலுமாக, முறையே செய்யுட்கள் ஒருவகை எண்முறை ஒழுங்கோடு தொகுக்கப் பெற்றுள்ளன.

பழந்தமிழரின் அகவொழுக்க நினைவுகளோடு மட்டுமே அமையாமல், அவர்களது பெருமையும், மறமும், ஒழுக்கமும், வளமை யும், பண்பும், மற்றும் பற்பல வாழ்வியல் நெறிச் செப்பங்களும் இத் தொகையினுள் பொதிந்து கிடக்கின்றன. இவை, நமக்கு, நம் முன்னோர் தம் வாழ்வியலிலே சிறந்து ஒளிர்ந்த செப்பத்தையும், பெருமிதத் தையும் நன்கு விளக்குகின்றன.

இந்நெடுந்தொகையின் பழைய உரையுடன் கிடைத்த எட்டுப் பிரதிகளுள் ஒன்று, திருநெல்வேலிச் சீமையிலுள்ள நாங்குனேரி வட்டத்துப் பெரும்பழஞ்சி (பெருமளஞ்சி என்று இந்நாளிலே வழங்கும்) என்பதும், அதன்கண் ''ஆறுநாட்டுக்குச் சேர்ந்த பெரும் பழனையிலிருக்கும் நல்லையப் புலவர் மகன் பொன்னையன் நெடுந் தொகை' எனக் காணப்பட்ட குறிப்பும், இதனைப் பேணிக்காத்த தென்பாண்டித் தமிழரின் தமிழன்பைக் காட்டுவதாகும். அதன்கண்

காணப்பெற்ற கொல்லம் 460 என்னும் குறிப்பு, அந்த ஏட்டுப் பிரதி படி செய்யப் பெற்ற காலத்தையே, இற்றைக்கு ஏழு நூற்றாண்டு கட்கும் முற்பட்டதென்றுகாட்டி, இந்நூலின் பழமையை வலியுறுத்தும்.

அகநானூற்றின் முதற்பகுதியாக இக் களிற்றியானை நிரை அமைந்து விளங்குகின்றது. இது 1 முதல் 120 முடியவுள்ள செய்யுட் களின் தொகையாகும். மும்மதக் களிறுகள் நிரையாகச் செம்மாந்து செல்லும் செவ்விப்போலச் சொற்கள் செம்மாப்புடன் செறிந்து, பொருள் நிறைவோடு முறையாக அமைந்த செய்யுட்கள் இவை என்றும் கூறலாம்.

நயமிக மலிந்த இச் செய்யுட்களைப் பாடிய சான்றோரினைப் பற்றியும், அவர்களாற் பாடப் பெற்ற தலைவர்களைப் பற்றியும், பிற்சேர்க்கையாக விளங்கும் பகுதிகளிற் சில செய்திகள் குறிப்பாகச் சொல்லப்பட்டுள்ளன. அதனைக் காணின், மேலும் எண்ணிறந்த நயங்கள் மலிந்தன இந்நூல் என்னும் பெருமிதவுணர்வு, ஆழ்ந்து கற்றும், எண்ணித் திளைத்தும், சிந்தித்து மகிழ்ந்தும் இன்புறும் தமிழன்பர்களுக்கு எல்லாம் தமிழூற்றாகச் சுரந்து பெருகி, அவர்களை மென்மேலும் ஆழ்ந்து கற்கத் தூண்டிக் களிப்பிலும், அறிவு நுட்பத் திலும் ஆழ்த்தும் எனலாம்.

செய்யுட்களின் மேலோட்டமான கருத்து வளத்தைத் தொட்டுக் காட்டிச் சென்று, அதன்மூலம், அகநானூற்றை ஆழந்து நுட்பமாகக் கற்று மகிழ்வதற்கான ஆர்வத்தை எழுப்புதல் வேண்டும் என்பதே. இந்தத் தெளிவுரை அமைப்பின் நோக்கமாகும். அதே அளவிலேயே, கருத்தைத் தெளிவுபடுத்தும் அளவில் இத் தெளிவுரை அமைந்து செல்கின்றது.

இந் 'நெடுந்தொகை' என்னும் அகநானூற்றை, முற்றவும் தேடி யெடுத்து ஆராய்ந்து, செம்மையாக வெளியிட்ட தமிழ்ப் பெரும்பணி யினாலேயே, என்றும் தமிழன்பரின் உளங்களில் நிலைப்பெற்ற புகழைத் தமதாக்கிக் கொண்டுள்ளவர், கம்பர் விலாசம், திருமிகு, இராஜகோபால அய்யங்கார் அவர்களாவர். இந்நூல் முழுவதற்கும் நல்லுரை அமைத்து அடுத்து வழங்கியவர்கள். கரந்தைக் கவியரசு எனப் பெரும் புகழ்பெற்றுள்ள பெரியார் **திரு. ரா. வேங்கடாசலம் பிள்ளையவர்களும், நாவலர் பண்டித ந.மு. வேங்கடசாமி நாட்டார்** அவர்களும் ஆவர்.

சங்க இலக்கியச் செய்யுட்களை எல்லாம் புலவர்களின் வரிசை யாக ஒழுங்குப்படுத்தி. அவர்களின் புலமைச் சிறப்பைப் புரிந்து போற்றுவதற்கேற்ற வகையிலே **பேராசிரியர். திரு. வையாபுரிப் பிள்ளையவர்கள்** தம் சங்க இலக்கியப் பதிப்பைச் சென்னைச் சைவ சித்தாந்த மகா சமாசத்தார் வழியாக வெளியிட்டனர். இதனால், தமிழன்பர் பெற்ற பெரும் பயனோ அளவிட்டு உரைத்தற்கும்

அரிதாகும். **மர்ரே கம்பெனியார்** முற்றவும் செய்யுட்களைச் சீர் பிரித்து, எளிதாகக் கற்றறிவதற்குரிய ஓர் பதிப்பினையும் இதன் பின்னர் வெளியிட்டுத் தமிழ் வளர்ச்சிக்கு உதவியுள்ளார். இவை இரண்டும் செய்யுட் பதிப்புக்கள்.

அகநானூற்றுச் செய்யுட்களை அகங்கனிய எடுத்துச் சொல்லியும், அதன் வளமைகளைப் பலவாக விரித்து உரைக்கும் தமிழ்வளம் பெருக்கிவரும் எண்ணற்ற தமிழ்ப் புலவர்கட்கும், தமிழ் அன்பர் கட்கும், யான் மிகமிகப் பெரிதும் நன்றியுடையேன்.

பொதுவாக, அகநானூற்றுச் செய்யுட்களைக் கற்பவர்கள், தம்மை அந்தந்தச் செய்யுட்களின் தலைவன் அல்லது தலைவி அல்லது பிறர் மனநிலைகளோடு முற்றவும் ஒன்று வித்தவர்களாக, தாமும் அவ் வுணர்வுகளிலே திளைப்பவர்களாகக் கலந்துவிடும் பொழுதுதான், இந்த இலக்கியததின் தமிழ்ச் செழுமையை உள்ளபடியே அறிந் துணர்ந்து பயனடைய இயலும். அங்ஙனம் கற்கும் போதுதான், பாடிய புலவர்களின் அறிவுச் செழுமையும், தமிழ் வளமும், பழம் தமிழக நலமும் விளங்கும்; தமிழ்ப்பற்றும் தமிழ் ஆர்வமும் முகிழ்த்து மலர்ந்து நாடெங்கும் மணக்கவும் தொடங்கும்.

தமிழ் உலகம், இதற்கு தமிழார்வத்தோடு இதனை விரும்பிக் கற்று மகிழும் என்று நம்புகிறேன்.

வாழ்க தமிழ்! வளர்க தமிழ்ப்பற்று!

- புலியூர்க் கேசிகன்

நூல் வரலாறு

பாயிரம்

நிலைப்பெற்ற அறநெறியினைப் பேணி வந்தவர்கள். எப்புறத்தும் வெற்றியுடன், சிறப்புற்ற ஆட்சிச்சக்கரத்தினை நடாத்தியவர்கள், யாதும் பழுதுஅற்ற சீரிய கொள்கையினை உடையவர்கள் வழுதியராகிய பாண்டியர்கள். அவர்களுடைய அவைக்கண்ணே, அறிவு குடிக்கொண்டிருக்கும் செறிவுடைய மனத்தவரும், வானளாவிய நற்புகழினை உடையவருமாகிய சான்றோர்கள் குழுமியிருந்து, அருமையுடைய முத்தமிழினையும் ஆராய்ந்து வந்தனர். அந்தக் காலத்தே-

ஆராய்ந்து சாலச் சிறந்தவையெனத் தெரிந்த சிறப்பினையுடைய இனிய தமிழ்பாடல்களுள், நெடியவாகி அடிகள் அதிகமாக விளங்கிய இன்பப் பகுதியினைச் சார்ந்த இனிய பொருள் அமைந்த பாடல்கள் நானூற்றை எடுத்து, நூல்களை ஆராய்ந்து சொல்லும் புலவர் பெருமக்கள் தொகுத்தனர்.

மும்மதங்களால் களித்தலையுடைய **களிற்றியானை நிரை**, மணியோடும் சேர்த்துக் கோர்த்த அழகு ஒளிரும் **மணிமிடை பவளம்**, சிறப்பான **நித்திலக்கோவை** என்றவிதமாக, அத்தகைய பண்பினோடு முத்திறம் உடையனவாகத் தொடுத்தற்கு நினைந்து தொகுத்தது, நல்ல நெடுந்தொகையாகும்.

அந் நெடுந்தொகைக்குக் கருத்து எனப் பண்பினையுடைய சான்றோர் முற்காலத்தே சொன்னவைகளை நாம் ஆராய்வோமானால், அருமையுடையவாகிய பொருளுடைமையினைக் கருத்தாகக் கொண்டு, எவ்விதக் கோணுதலும் இல்லாமல், பாட்டமைதியோடு பொருந்துமாறு, செய்யுள் தகைமையிற் சிறந்த அகவல் நடையினால், கருத்து இனிதாக இயற்றியோன், பரிகள் பூட்டிய தேரினையுடைய வளவர்கள் காத்துப் பேணும் வளமையான சோழ நாட்டினுள்ளேயும், நாடு எனச் சிறப்பித்துக் கூறப்படும் மிக்க பெருமையுடைய சிறப்பினையும், என்றும் வளங்கெடுதலில்லாத உயர்வினையும் உடைய இடையளநாட்டுத் தீதற்ற கொள்கையினர் வாழுகின்ற பழைமையான ஊர்கள்

பலவற்றுள்ளும் சிறந்த ஊர் என்ற புகழுடன் விளங்கிய, சீர்மை செழுமிய **மணக்குடி** என்னும் ஊரினனான, செம்மை நிரம்பிய **தேவன்** என்பவனாவன். அவன், தொன்மையாகவே சிறப்புடைய நன்மையாளர் மலிந்த தமிழ்க்குடியினனும் ஆவன்.

நின்ற நீதி வென்ற நேமிப்
பழுதில் கொள்கை வழுதியர் அவைக்கண்
அறிவுவீற் றிருந்த செறிவுடை மனத்து
வான்றோய் நல்லிசைச் சான்றோர் குழீஇ
அருந்தமிழ் மூன்றுந் தெரித்த காலை   5

ஆய்ந்த கொள்கைத் தீந்தமிழ்ப் பாட்டுள்
நெடிய வாகி அடிநிமிர்ந் தொழுகிய
இன்பப் பகுதி யின்பொருட் பாடல்
நானூ றெடுத்து நூல்நவில் புலவர்
களித்த மும்மதக் களிற்றியானை நிரை   10

மணியோடு மிடைந்த அணிகிளர் பவளம்
மேவிய நித்திலக் கோவை என்றாங்கு
அத்தகு பண்பின் முத்திறமாக
முன்னினர் தொகுத்த நன்னெடுந் தொகைக்குக்
கருத்தெனப் பண்பினோர் உரைத்தவை நாடின்   15

அவ்வகைக்கு அவைதாஞ் செவ்விய அன்றி
அரியவை யாகிய பொருண்மை நோக்கிக்
கோட்ட மின்றிப் பாட்டொடு பொருந்தத்
தகவொடு சிறந்த அகவல் நடையால்
கருத்தினிது இயற்றி யோனே- பரித்தேர்   20

வளவர் காக்கும் வளநாட் டுள்ளும்
நாடெனச் சிறந்த பீடுகெழு சிறப்பிற்
கெடலருஞ் செல்வத்து இடையள நாட்டுத்
தீதில் கொள்கை மூதூ ருள்ளும்
ஊரெனச் சிறந்த சீர்கெழு மணக்குடிச்   25

செம்மை சான்ற தேவன்
தொன்மை சான்ற நன்மை யோனே!

இத்தொகைக்குக் கருத்து அகவலாற் பாடினான். இடையள நாட்டு மணக்குடியான், பால்வண்ண தேவனான வில்லவ தரையன்.

இத்தொகைப்பாட்டிற்கு அடியளவு-சிறுமை பதின்மூன்று; பெருமை முப்பத்தொன்று. தொகுப்பித்தான் **பாண்டியன் உக்கிரப் பெருவழுதி;** தொகுத்தான் மதுரை உப்பூரிக்குடிகிழான் மகனாவான் உருத்திர சன்மன் என்பான்.

"வண்டு படத் ததைந்த" என்பது முதலாக, "நெடுவேள் மார்பின்" என்பதீறாகக் கிடந்த நூற்றிருபது பாட்டும் "களிற்றியானை நிரை";

இப்பெயர் காரணப் பெயர்; செய்யுட் காரணமோ பொருட்காரணமோ எனிற் பொருட் காரணம் உணர்க.

''நாணகையுடைய நெஞ்சே'' என்பது முதலாக, ''நாள்வலை'' என்பதீறாகக் கிடந்த நூற்றெண்பது பாட்டும் ''**மணிமிடை பவளம்**''; இப்பெயர் உவமையாற் பெற்ற பெயர்; செய்யுளும் பொருளும் தம்முள் ஒவ்வாமையால்.

''வறனுறு'' என்பது முதலாக ''நகை நன்று'' என்ப தீறாகக் கிடந்த பாட்டு நூறும் ''**நித்திலக் கோவை**''; இவை செய்யுளும் பொருளும் ஒக்குமாகலின்.

வியமெல்லாம் வெண்டேர் இயக்கங் கயமலர்ந்த
தாமரை யாறாகத் தகையபெறீஇக் காமர்
நறுமுல்லை நான்காக நாட்டி வெறிமாண்ட
எட்டும் இரண்டுங் குறிஞ்சியாக் குட்டத்து
இவர்திரை பத்தா இயற்பட யாத்தான்
தொகையின் நெடியதனைத் தோலாச் செவியான்
வகையின் நெடியதனை வைப்பு.

* * *

அகநானூறு

சிவபிரான் வாழ்த்து

(யாவராலும் அறிதற்கு அரியவன் சிவபெருமான். அவன் உயிர்களின் மீது கருணை கொண்டவனாகத், தன் உருவத் திருமேனி காட்டியும் வந்து அருள்வான். இது பொருளாக, அவனுடைய உயர்வையும், ஆற்றலையும், அவன் உமாமகேசனாகக் காட்சி தருகின்ற சிறப்பினையும் கூறி, அவனைப் போற்றுவது இது.)

கார்விரி கொன்றைப்; பொன்னேர் புதுமலர்த்
தாரன் மாலையன் மலைந்த கண்ணியன்;
மார்பி னஃதே மை இல் நுண்ஞாண்;
நுதலது இமையா நாட்டம்; இகல் அட்டுக்,
கையது கணிச்சியொடு மழுவே; மூவாய்

வேலும் உண்டு அத் தோலா தோற்கே;
ஊர்ந்தது ஏறே; சேர்ந்தோள் உமையே-
செவ்வான் அன்ன மேனி, அவ்வான்
இலங்குபிறை அன்ன விலங்குவால் வைஎயிற்று,
எரியகைந் தன்ன அவிர்ந்து விளங்கு புரிசடை,

முதிராத் திங்களோடு சுடரும் சென்னி,
மூவா அமரரும் முனிவரும் பிறரும்
யாவரும் அறியாத் தொன்முறை மரபின்,
வரிகிளர் வயமான் உரிவை தைஇய,
யாழ்கெழு மணிமிடற்று, அந்தணன்

தாவில் தாள்நிழல் தவிர்ந்தன்றால் உலகே.

கார்காலத்திலே கட்டவிழ்ந்து மலரும் கொன்றையின், பொன்னைப் போன்ற புதுமலர்களினால் சேர்ந்த தாரினை உடையவன்; கட்டிய மாலையினை உடையவன்; தொடுத்த கண்ணினையும் உடையவன். சிவபிரான். குற்றம் இல்லாத நுண்மையான பூணூல் அவன் மார்பினிடத்தே விளங்கும். அவன் நெற்றியிடத்தோ இமையாத கண்; அவன் கைகளில் விளங்குவனவோ குந்தாவியும் மழுவாயுதமும். அவை பகைவரை வென்ற சிறப்பும் உடையன. தோல்வியே அறியாதவன் அவன். அத்தகைய அவனுக்கு, முத்தலை வேலும் உண்டு. அவன் ஏறி ஊர்ந்தது ஆன் ஏறு; அவனில் ஒரு பகுதியாகச் சேர்ந்திருப்பவள் உமையம்மை!

செவ்வானத்தைப் போன்று ஒளியுடைய செந்நிறம் வாய்ந்தது அவனுடைய திருமேனி. அவ் வானத்திலே விளங்கும் பிறை

நிலவினைப் போன்ற வளைந்த வெண்மையான கூரிய பற்கள் அவனுடையவை. நெருப்புக் கப்புவிட்டு எரிந்தாற் போன்று விரிந்து, இடையீடுபட்டு விளங்குவது அவனுடைய முறுக்குண்ட செஞ்சடை. வளர்ந்து முதிராத இளந்திங்களுடன் கூடியதாக அவன் சென்னி ஒளிவீசும். மூப்பே இல்லாதவரான அமரர்களும் முனிவர்களும், மற்றையோரும், பிறர் யாவரும் அறிய முடியாத, அத்துணைப் பழமையான தன்மையினை உடையவனும் அவன்!

கோடுகளுடன் விளங்கும் வலிய புலியின் தோலினை உடுத்தவன்; யாழ் இசை முழங்குகின்ற நீலமணிக் கழுத்தினன்; உயிர்கள்பால் அளப்பருங் கருணையினை உடைய அந்தணன் அச் சிவபெருமான்! அவனுடைய, அழிதல் இல்லாத திருவடி நீழலையே உலகம் தனக்குக் காப்பாகக் கொண்டு என்றும் தங்கியிருக்கின்றது!

சொற்பொருள்: 2 தார் - சேர்ப்பது, விசேடமாக இடுவது. மாலை - கட்டுவது; அழகுக்கு இடுவது. கண்ணி - தொடுப்பது; போர்க்காலத்துச் சூடுவது. 5. கணிச்சி-குந்தாலி. மூவாய் வேல்-மூன்று முனைகளையுடைய முத்தலைச் சூல். 10. எரி அகைதல்-நெருப்பு கப்புவிட்டு எரிதல். அவிர்ந்து விளங்குதல்- விட்டு விட்டு விளங்குதல். 13. மரபு- தன்மை. 15. யாழ்கெழு மணிமிடறு-யாழிசையினும் இனிக்கப் பேசும் அருங்குரல் எழும் அழகிய கழுத்து சாமவேதம் பாடின மணிக கழுத்து; மணிக் கழுத்தாவது; நஞ்சுண்டு நீலநிறம் பெற்றதனால். 16. தவிர்ந்தன்று- தங்கிற்று. அதனால், உலகு இடையூறற்று வாழ்கின்றது என்பது கருத்து. இஃது உலகிற்குப் பயன்பட வாழ்த்தியது என்பர் பேராசிரியர்.

விளக்கம்: இதன்கண், ஊழிமுடிவிலே புவனபோகங்களை மீளவும் படைக்கத் திருவுள்ளங்கொண்ட இறைவன், ஆதி சக்தியுடன் இயைந்து நிற்கின்ற பெருங்கருணை வடிவமும் பெறப்படும்.

1. பிரியலம் என்ற சொல்!

பாடியவர்: மாமூலனார். **திணை:** பாலை. **துறை:** பிரிவிடை ஆற்றாளாய தலைமகள் தோழிக்குச் சொல்லியது.

(காதலன் பிரிந்து சென்றதனால் ஆற்றாமை மிகுந்தவள் ஆயினாள் தலைவி. அவள் தன் தோழிக்குத், தன் ஆற்றாமை மிகுதி புலப்படக் கூறியது இது. 'யான் வாடக்' காடு கடந்து செல்வந்தேடச் சென்றவர். தாம் முன் சொன்ன 'பிரியலம்' என்ற தம் உறுதிச் சொல்லையும் பொய்த்தனரே' என அவள் வருந்துகிறாள்.)

வண்டுபடத் ததைந்த கண்ணி, ஒண்கழல்,
உருவக் குதிரை மழவர் ஓட்டிய
முருகன் நற்போர் நெடுவேள் ஆவி,

அறுகோட்டு யானைப் பொதினி யாங்கண்,
சிறுகா ரோடன் பயினொடு சேர்த்திய

கல்போற் பிரியலம் என்ற சொல்தாம்
மறந்தனர் கொல்லோ- தோழி! - சிறந்த
வேய்மரும் பணைத்தோள் நெகிழச் சேய்நாட்டுப்
பொலங்கல வெறுக்கை தருமார் - நிலம்பக
அழல்போல் வெங்கதிர் பைதறத் தெறுதலின்,

நிழல் தேய்ந்து உலறிய மரத்த; அறை காப்பு,
அறுநீர்ப் பைஞ்சுனை ஆமறப் புலர்தலின்
உகுநெல் பொரியும் வெம்மைய; யாவரும்
வழங்குநர் இன்மையின், வௌவுநர் மடிய,
சுரம்புல் லென்ற ஆற்ற; அலங்கு சினை

நாரில் முருங்கை நவிரல் வான்பூச்
சூரலம் கடுவளி எடுப்ப, ஆருற்று,
உடைதிரைப் பிதிர்வின் பொங்கி, முன்
கடல்போல் தோன்றல-காடு இறந்தோரே?

தோழி! சிறப்புடைய மூங்கிலைப் போன்ற பணைத்த எம் தோள்களும் நெகிழுமாறு, எமக்குத் தொலைவிள்ள நாட்டுப் பொன்னணிகள் ஆகிய செல்வங்களைக் கொணர்ந்து தருவதற்காக, அவர் எம்மைப் பிரிந்து போயினரே!

தரையெங்கும் வெடிப்புக்கள் ஏற்படுமாறு, வெம்மையான கதிரவன் நெருப்பினைப் போல எங்கும் பசுமையற்றுப் போகுமாறு எரித்தலினால், தம் நிழல் தேய்ந்து உலறிப் போன மரங்களை உடையது; பாறைகளும் கொதிக்கும்படியாக நீரற்றுப் போன பசுஞ்சுனைகள், நீர்ப்பசையே அற்றுக் காய்ந்து போனதனால், சொரிந்த நெல் பொரியாகப் போகும் அளவுக்குக் கொடிய வெம்மையினையும் உடையது; யாவரும் அவ்வழியாக வருபவரும் தமக்கு ஏதும் கிடையாதாராகிப் பசியினால் மடிய, அச்சுரம் தன் அழகிழந்து போனதாகிக் கிடக்கின்றது. அசைகின்ற கிளைகளை யுடைய நாரற்ற முருங்கையின் உச்சியிலே இருந்த வெண்மையான பூக்கள், சூரைக் காற்றாகிய கடுங்காற்று எடுத்துச் சிதற எங்கும் உதிர்ந்து பரவிச் சிதறி, கரையிலே மோதி உடைந்து முகப்புப் போல, அக்காட்டின் முகப்பும் தோன்றும். அத்தகைய கொடிய காட்டையும் கடந்து அவர் சென்றனரே!

அப்படிச் சென்ற அவர், 'வண்டினம் மொய்த்துச் சிதறுமாறு, புதிய பூக்கள் தொடுத்த கண்ணியைச் சூடிக், கால்களிலே ஒள்ளிய வீரக்கழல்கள் ஒலி முழங்க, அஞ்சத்தக்க குதிரைகளை உடைய

மழவர்களை வெருட்டி ஓட்டிய, முருகப்பெருமானைப் போன்ற நல்ல பேராற்றலையுடைய நெடுவேள் ஆவியின், அறுத்துத் திருந்திய கொம்புகளையுடைய போர்யானைகள் மலிந்த பொதினி மலையினிடத்தே, 'சாணைக்கல் செய்யும் சிறுவன் அரக்கோடு சேர்த்து இயற்றிய கல்போல யாமும் என்றும் நின்னைப் பிரிய மாட்டோம்' என்று, தாம் முன்னர் எமக்குக் கூறிய அந்த உறுதிச் சொற்களையும் மறந்து விட்டனரோ, தோழி?

சொற்பொருள்: 1. ததைந்த- சிதறின; மலர்ந்த. 2. உருவக் குதிரை- உட்கத்தக்க குதிரை. 4. அறுகோடு- அறுத்துக் திருத்தின கோடு; சிங்கத்தை வென்ற கோடும் ஆம். பொதினி- ஆவியின் மலை. 5. காரோடன்- பணையான். பயின்- அரக்கு. 6. கல்- சாணை; அரக்குங் கல்லும் சேர்த்தியபின் பிரக்க ஒண்ணாது; அதுபோலச் சேர்ந்த யாமும் பிரியோம் என்றனன். 9. வெறுக்கை- செல்வம். 11. உலறிய - பட்டுப்போன. 14. வெளவுநர்- ஆறலைகள்வர். 17. சூரல் - சுழித்து அடித்தல். 18, 19. முன்கடல்- கடல்முன்.

2. கங்குல் வருதலும் உரியை!

பாடியவர்: கபிலர். **திணை:** குறிஞ்சி. **துறை:** பகற்குறிக் கண் செறிப்பு அறிவுறீஇத் தோழி வரைவு கடாயது. **சிறப்புற்றோன்:** பொதினித் தலைவன் நெடுவேள் ஆவி.

(தன் தலைவியைச் சந்திக்கப் பகற்குறியிடத்தே வருகின்றான் ஒரு தலைவன். அவனுக்குத் தலைவி இற்செறிக்கப்பட்ட செய்தியைக் கூறி, விரைய அவளை மணம் வேட்டு வருமாறு தோழி அறிவுறுத்துகின்றாள்.)

கோழிலை வாழைக் கோள்முதிர் பெருங்குலை
ஊழுறு தீங்கனி, உண்ணுநர்த் தடுத்த
சாரற் பலவின் சுளையோடு, ஊழ்படு
பாறை நெடுஞ்சுனை, விளைந்த தேறல்
அறியாது உண்ட கடுவன் அயலது
கறிவளர் சாந்தம் ஏறல் சொல்லாது,
நறுவீ அடுக்கத்து மகிழ்ந்து கண்படுக்கும்
குறியா இன்பம், எளிதின், நின் மலைப்
பல்வேறு விலங்கும், எய்தும் நாட!
குறித்த இன்பம் நினக்கெவன் அரிய?

வெறுத்த ஏஎர், வேய்புரை பணைத்தோள்,
நிறுப்ப நில்லா நெஞ்சமோடு நின்மாட்டு
இவளும், இனையள் ஆயின், தந்தை

அருங்கடிக் காவலர் சோர்பதன் ஒற்றிக்
கங்குல் வருதலும் உரியை; பைம்புதல்
வேங்கையும் ஒள்ளிணர் விரிந்தன;
நெடுவெண் திங்களும் ஊர்கொண் டன்றே!

வளமையான இலைகளையுடைய வாழையின் காய்கள் மிகுதியாக விளங்கும் பெருங்குலையில், தாமாகவே முதிர்ந்து பழுத்த இனிமையான வாழைக் கனிகள், உண்ணுபவர்களைத் தம் இனிமை மிகுதியினால் திகட்டச் செய்து, அதிகமாக உண்ணாதபடி தடுக்கும் சாரற்பலாவின் இனிய சுளைகள், முறைமைப்பட்ட பாறைக்கண் அமைந்த நெடிய சுனையின் நீர், நன்கு விளைந்த நறுந்தேன் ஆகியவற்றை எல்லாம், தன் அறியாமையினால் அடுத்தடுத்து உண்ட ஒரு ஆண் குரங்கானது, அதன் பக்கத்தே மிளகுக் கொடிகள் படர்ந்து வளர்ந்திருக்கும் சந்தன மரத்திலே ஏறுவதற்கும் முடியாதாகி, நறுமணமிக்க பூக்களாகிய படுக்கையிலே களிப்புடன் கிடந்து உறங்கும். இவ்வாறு, தாம் எதிர் பாராத இன்பத்தை நின் மலையகத்துப் பல்வேறு விலங்கினங்களும் எளிதாகப் பெற்று மகிழும். அத்தகைய மலைநாடனே! எதிர்பார்த்து வருகின்ற இன்பம் நினக்கு எவ்வாறு அரியதாகுமோ?

மிக்க அழகினை உடைய, மூங்கிலை நிகர்த்த பணைத்த தோள்களையுடைய இவளும், நிறுத்தவும் நில்லாது நின்னையே தொடர்கின்ற நெஞ்சத்தை உடையவளாக, நின்னிடத்தே இத்தகைய காதல் உடையவள் என்றால், இவளுடைய தந்தையின் அரிய காத்தல் தொழிலையுடைய காவலாளர் சோர்ந்திருக்கும் செவ்வியை மறைவாக அறிந்து, இரவிலே இரவுக்குறி நாடி வருதற்கும் நீ உரியவனாவாய்!

அல்லாமலும், பசுமையான புதர்கள் சூழந்த வேங்கை மரங்களும், ஒள்ளிய பூங்கொத்துக்கள் விரியப் பெற்றுள்ளன; மிக்க தண்மையான திங்களும் நிரம்புதலையுற்று இருக்கின்றது; அதனையும் நீதான் அறிவாயாக!

சொற்பொருள்: *1. கோழிலை-கொழுவிய இலை; கோள்-காய். 3. ஊழ்படு முறைமைப்பட்ட. 5. அறியாது உண்டல்- உண்பதனால் களிமயக்கம் ஏற்படும் என்பதறியாது உண்டல்.- 6. கறிவளர் சாந்தம் ஏறாதென்றது, அக்காட்டு வளமும் கூறியதாகும். 7. வீ அடுக்கம்- பூப்படுக்கை. 8. குறியா இன்பம்- முயற்சியும் உளப்பாடும் இன்றி வந்த இன்பம். 11. வெறுத்த- மிக்க. 14. சோர்பதன்- இகழ் பதம். 16. வேங்கை மலர்ந்தன என்றலால், தினை முற்றியதனால்*

தலைவி இற்செறிப்புண்டாள் எனப் பகற்குறி மறுத்ததாம். 14. காவலர் சோர்பதன் ஒற்றி என்றலால், அது அருமையாதலை உணர்த்தி இரவுக்குறியாகிய அதுவும் மறுத்து வரைவு கடாயதாயிற்று. 17. திங்கள் நிரம்பிற்று என்றது. வளர்பிறை அன்றிக் கல்யாண நாட்கொள்ளா ராகலின், அதுவும் ஆயிற்று என உணர்த்தி, வரைவு வேட்டதாகும்.

விளக்கம்: 'கடுவனின் அறியாமை போன்றே, நீயும் களவிலே கூடி, நின் அறநெறியையும் தப்பி இக்களவினை நீங்கி வரையவு மாட்டாது, இதன்பாலே மயங்கா நின்றனை' என்று, குறிப்பால் தலைவனின் செயலைச் சுட்டிக் கூறியது எனவும் கருதலாம். 'குறித்த இன்பம் நீ வரைந்து வரின் நினக்கு எங்ஙனம் அரியதாகும்?' என்று, தோழி, தலைவனுக்கு உறுதிகூறி விரைந்து வரத் தூண்டுகிறாள்.

3. பின்நின்று துரக்கும் நெஞ்சம்!

பாடியவர்: எயினந்தை மகனார் இளங்கீரனார். **திணை:** பாலை. **துறை:** முன் ஒரு காலத்து, நெஞ்சினால் பொருள் வலிக்கப் பட்டுப் பிரிந்தான் தலைமகன். பிரிந்து சென்றவன், இடைச்சுரத்தி னின்று அவள் நலம் நயந்து மீளலுற்ற நெஞ்சினைக் கழறிப் போய், பொருள் முடித்து வந்தான். அவன். பின்னும் பொருள் வலிக்கப்பட்ட தன் நெஞ்சிற்குச் சொல்லிச் செலவு அழுங்கியது இது.

(முன் ஒரு காலத்து நெஞ்சிலே பொருளார்வம் எழத் தலைவி யைப் பிரிந்து போயினான் ஒரு தலைவன். இடைவழியிலே, அவன் மனம் அவளுடைய எண்ணத்தைத் தூண்டி அவனை மீளுமாறு வற்புறுத்தியது, அதனை மீறிப்போய் பொருள் தேடி வந்தான். இப்போது, மீண்டும் அவன் நெஞ்சு பொருளாசை கொள்ளத் தொடங்கியது. அதன் பழைய நிலையைக் கருதி அவன் போகா திருந்தான். அவனுடைய காதல் மிகுதியும், அவளைப் பிரிய அவன் உள்ளம் ஒருப்படாத இணைந்த பாசமும் இதன்கண் புலப்படும்.)

இருங்கழி முதலை மேஎந்தோல் அன்ன
கருங்கால் ஓமைக் காண்பின் பெருஞ்சினைக்
கடியுடை நனந்தலை, ஈன்று இளைப்பட்ட,
கொடுவாய்ப் பேடைக்கு அல்கிரை தரீஇய
மான்றுவேட்டு எழுந்த செஞ்செவி எருவை-

வான்தோய் சிமைய விறல்வரைக் கவா அன்,
துளங்குநடை மரையா வலம்படத் தொலைச்சி,
ஒண்செங் குருதி உவற்றியுண்டு அருந்துபு;
புலவுப்புலி துறந்த கவவுக் கழிக் கடுமுடை
கொள்ளை மாந்தரின்- ஆனாது கவரும்

புல்லிலை மராஅத்த அகன்சேண் அத்தம்,
கலந்தரல் உள்ளமொடு கழியக் காட்டிப்
பின்நின்று துரக்கும் நெஞ்சம் நின்வாய்
வாய்போற் பொய்ம்மொழி எவ்வமென் களைமா-
கவிரிதழ் அன்ன காண்பின் செவ்வாய்,

அந்தீங் கிளவி, ஆயிழை மடந்தை
கொடுங் குழைக்கு அமர்த்த நோக்கம்
நெடுஞ்சேண் ஆரிடை விலங்கும் ஞான்றே?

பெரிய உப்பங் கழிகளிலேயுள்ள முதலைகளின் மேல் தோலைப் போன்று விளங்கும், கருத்த அடிமரத்தையுடைய ஓமை மரத்தின் காட்சிக்கு இனிய பெரிய கிளையில், பாதுகாவலையுடைய பரந்த ஓர் இடத்திலே, குஞ்சு பொறித்துக் காவல் இருந்த வளைந்த வாயினையுடைய தன் பேடைக்கு மிகுதியான இரையினைக் கொணர்ந்து தருவதற்காக மயங்கி, இரையை விரும்பி எழுந்தது, சிவந்த காதுகளையுடைய ஓர் எருவைச் சேவல்.

வானைத் தழுவும் முடிகளையுடைய சிறந்த அம்மலையின் சாரலில் ஒரு புறத்தே, அசைந்த நடையினையுடைய மரையாவை வலப்பக்கத்திலே வீழுமாறு அடித்து வீழ்த்தி, அதன் ஒள்ளிய செங்குருதியை உறிஞ்சிக் குடித்து அருந்தி விட்டுப், புலால் நாற்ற முடைய ஒரு புலியானது, அதனைக் கைவிட்டுச் சென்றது. மூட்டு வாய் கிழிந்து, மிகுந்த முடைநாற்றம் வீசிக்கொண்டிருந்த அந்த மரையாவின் தசையைக், கொள்ளைக் கூட்டத்தினரைப் போலக் கவர்ந்து கவர்ந்து சென்று கொண்டிருந்தது அந்தப் பருந்துச் சேவல். அத்தகைய காடு, இலைகளற்ற மரங்களை யுடையதாக அகன்று, நெடுந்தொலைவு பரந்தும் கிடக்கும்.

'என் தலைவிக்கு நல்ல கலன்களை ஈட்டிக் கொணர்ந்து தரல் வேண்டும்' என்ற உள்ளமுடன், அதனைக் கடந்து செல்லவும், என்னைப் பின் நின்று தூண்டிவிடுகின்ற என்னுடைய நெஞ்சமே!

முருக்கம்பூவின் இதழ்கள்போலக் காண்பதற்கு இனிய சிவந்த வாயிதழ்களையும், அழகிய இனிக்கின்ற பேச்சினையும், தெரிந்தெடுத்த ஆபரணங்கள் அணிந்த சிறப்பினையும் உடைய, என் மடந்தையின் வளைந்த காதணிகளுடன் பொருதுகின்ற அமர்த்த கண்களின் பார்வையானது, நெடுந்தொலைவிலேயுள்ள பாலைவழி இடத்தும், என் உள்ளத்தே என்பால் தோன்றி, என்னை மேற்செல்ல விடாது தடுக்கும் அல்லவோ?

வாய்மைப் போல நீ உணர்த்தும் பொய்ம்மொழிகள் அத்தகைய என் துன்பத்தினை எங்ஙனம் போக்குமோ? அதனைச் சொல்வாயாக!

சொற்பொருள்: 1. மேஎந்தோல் - மேவின தோல் 3. கடி - காவல். இளைப்பட்ட - காவற்பட்ட; வளைப்பட்ட 4. அல்கு இரை - மிக்க இரை. 5. மான்று - மயங்கி. விறல் - பெருமையால் பிற மலைகளை வென்ற சிறப்பு. 7. வலம்பட - வலத்தே வீழ: வெற்றி பட. உவறி உண்டு - உறிஞ்சிக் குடித்து; ஊற்றி உண்டு. 9. கவவு-மூட்டு வாய். 13. துரக்கும் - முடுக்கும்.

4. கவின் பெறு கானம்!

பாடியவர்: குறுங்குடி மருதனார். **திணை:** முல்லை. **துறை:** தோழி தலைமகளைப் பருவங்காட்டி வற்புறுத்தியது.

(தன்னைப் பிரிந்து தொழில்மேற் சென்ற தலைவனை நினைந்து நினைந்து உருகிக்கொண்டிருக்கிறாள் ஒரு தலைவி. 'அவன் குறித்து சென்ற கார்காலம் இதோ தொடங்கிவிட்டது; அவனும் விரைய வந்து விடுவான்' என்று பருவக்காலத்தைக் காட்டி, அவள் ஆற்றாமை யைப் போக்க முயல்கிறாள் அவளுடைய தோழி.)

முல்லை வைந்நுனை தோன்ற, இல்லமொடு
பைங்காற் கொன்றை மென்பிணி அவிழ,
இரும்பு திரித்தன்ன மாஇரு மருப்பின்,
பரலவல் அடைய, இரலை தெறிப்ப
மலர்ந்த ஞாலம் புலம்புபுறக் கொடுப்ப,   5

கருவி வானம் கதழுறை சிதறிக்
கார்செய் தன்றே, கவின்பெறு கானம்;
குரங்குளைப் பொலிந்த கொய்சுவற் புரவி,
நரம்பு ஆர்த்தன்ன, வாங்குவள்பு அரிய,
பூத்த பொங்கர்த் துணையொடு வதிந்த   10

தாதுண் பறவை போதுறல் அஞ்சி
மணிநா ஆர்த்த மாண்வினைத் தேரன்
உவக்காண் தோன்றும் குறும்பொறை நாடன்,
கறங்கிசை விழவின் உறந்தைக் குணாது,
நெடும்பெருங் குன்றத்து அமன்ற காந்தட்   15

போதவிழ் அலரின் நாறும் -
ஆய்தொடி அரிவை - நின் மாணலம் படர்ந்தே.

தெரிந்தெடுத்த அழகிய தொடிகளை அணிந்த அரிவையே!

முல்லையிலே கூர்மையான நுனியை உடைய அரும்புகள் தோன்றின. தேற்றாமரத்தின் முகைகளும், பசிய அடி மரத்தினை உடைய கொன்றைமரத்தின் மொட்டுகளும் மெல்லிய தம் பிணிப்பு

அவிழ்ந்து மலர்ந்தன. இரும்பினை முறுக்கினாற்போல பெரிய கருமையான கொம்புகளையுடைய ஆண்மான்கள், பரற் கற்களை யுடைய பள்ளங்களில் எல்லாம் துள்ளிக் குதிக்கின்றன. மலர்ச்சி பெற்ற நிலமெல்லாம், மழையற்ற தம் வறட்சியை விட்டொழித்து விட்டன. வானம் இடி முழங்கி, மழைத் துளிகளை விரைந்து சிதறிக் கார்ப்பருவத்தையும் தோற்றுவிக்கின்றது. அதனால், கானமும் புதியதோர் அழகினைப் பெறுகின்றது.

குறுமலை நாட்டினனான நின் தலைவன், ஆரவாரிக்கும் ஒலி மிகுந்த விழவினையுடைய உறந்தை மாநகருக்குக் கீழ்ப் பாலுள் ளதாகிய நீண்ட பெரிய மலையினிடத்தே, நெருங்கிய காந்தளின் இதழ்கள் கட்டவிழ்ந்து மலர்ந்தால், நின்னுடைய மாட்சிமையுடைய அழகினை அவ்விடத்தே நினைந்துவிடுபவன்!

வளைந்த தலையாட்டத்தினால் அழகு பெற்ற, கொய்த பிடரி மயிரினையுடைய குதிரைகளை இழுத்துச் செலுத்தும் கடிவாளம் நெகிழப், பூத்த சோலையிலே தம் துணையோடு வாழ்ந்த, யாழ் நரம்பு ஒலித்தாற்போல் முரலுகின்ற, தேனையுண்ணும் வண்டினங்கள் பேதுற்று மயங்குமோவென அஞ்சித்தன் தேர்மணிகளின் நாவை ஒலியாமற் கட்டுபவன் நின் தலைவன். தேரைச் செலுத்துவதிலே மாட்சிமைப்பட்டவனான அவன். விரைந்து தேரைச் செலுத்தி வந்து உவ்விடத்தே தோன்றுவான். அதனால், நின் வருத்தத்தைக் கைவிடு வாயாக!

சொற்பொருள்: 1. இல்லம்- தேற்றாமரத்தின் பூ. 2. பிணி- மொட்டு. அவல அடைய - பள்ளங்கள் எல்லாம். தெறித்தல் - துள்ளு தல். 6. புலம்பு- நீர் பெறாத வருத்தம். புறக்கொடுத்தல் -புறத்தே போதல். 8. குரங்குளை- வளைந்த தலையாட்டம். 11. தாதுண் பறவை- வண்டினம். பேதுறல் -மயக்கமுறுதல். 14. உறந்தைக் குணாது குன்றம்- உறையூர்க்குக் கீழ்ப்பாலதாகிய சிராப்பள்ளி மலை.

'துணை வண்டுகளின் பிரிவுக்கு அஞ்சுமவன் நின்னைப் பிரிய ஒவ்வான்; விரைய வருவான் என்பது கருத்து. கடிவாளம் நெகிழ என்றது குதிரைகளை வேகமாகச் செலுத்தும் என்றபடி.

5. பிழையலள் மாதோ?

பாடியவர் : பாலைபாடிய பெருங்கடுங்கோ. **திணை:** பாலை. **துறை:** பொருள்வயிற் பிரியக் கருதிய தலைமகன் தன் நெஞ்சிற்குச் சொல்லிச் செலவழுங்கியது.

(பொருள் வேட்கையானது உள்ளத்திலே மிக்கு எழத் தன் தலைவியைப் பிரிந்து செல்ல நினைத்தான். ஒரு தலைவன். அவன் பிரிவை அறிந்த அவளுடைய நிலைமையைக் கண்டான். அதனைத் தன் நெஞ்சிற்குச் சொல்லித்தான் போவதையும் நிறுத்திக் கொண்டான்.)

அளிநிலை பொறாஅது அமரிய முகத்தள்,
விளிநிலை கொள்ளாள், தமியள், மென்மெல,
நலமிகு சேவடி நிலம்வடுக் கொளாஅக்,
குறுக வந்துதன் கூர்எயிறு தோன்ற
வறிதகத் தெழந்த வாயல் முறுவலள்.

கண்ணிய துணரா அளவை, ஒண்ணுதல்,
வினைதலைப் படுதல் செல்லா நினைவுடன்-
முளிந்த ஓமை முதையலம் காட்டுப்,
பளிங்கத் தன்ன பல்காய் நெல்லி,
மோட்டிரும் பாறை ஈட்டுவட்டு ஏய்ப்ப,

உதிர்வன படூஉம் கதிர்தெறு கவாஅன்,
மாய்த்த போல மழுகுநுனை தோற்றி,
பாத்தி யன்ன குடுமிக் கூர்ங்கல்.
விரல்நுதி சிதைக்கும் நிரைநிலை அதர,
பரல்முரம்பு ஆகிய பயம்இல் கானம்

இறப்ப எண்ணுதிர் ஆயின் - 'அறத்தாறு
அன்று'என மொழிந்த தொன்றுபடு கிளவி
அன்ன ஆக என்னுநள் போல,
முன்னம் காட்டி, முகத்தின் உரையா
ஓவச் செய்தியின் ஒன்று நினைந்து ஒற்றி

பாவை மாய்த்த பனிநீர் நோக்கமொடு,
ஆகத்து ஒடுக்கிய புதல்வன் புன்தலைத்
தூநீர் பயந்த துணையமை பிணையல்
மோயினள் உயிர்த்த காலை, மாமலர்
மணிஉரு இழந்த அணியழி தோற்றம்

கண்டே கடிந்தனம், செலவே- ஒண்டொடி
உழையம் ஆகவும் இனைவோள்
பிழையலள் மாதோ, பிரிதும் நாம் எனினே!

கொஞ்சமே! நாம் அளிசெய்யும் நிலைமையையும் பொறாத வளாக, அதற்கு மாறுபட்ட முகத்தோற்றத்தினை உடையவளா யிருந்தனள். நாம் அழைத்த காலத்தும் அதனைக் கேளாதவள் போலிருந்தனள். அருகிலேயே நாமிருந்தும் தான் ஒரு தமியள் போலவே எண்ணினள். அழகு மிகுந்த அவளுடைய சிவந்த பாதங்கள் நிலத்தினை வழிப்படுத்துமாறு மெல்ல மெல்ல நடந்து, என் அருகேயும் வந்தனள். தன் கூர்மையான பற்கள் தோன்ற, வாடிய உள்ளத்திலே இருந்து எழுந்த வாய்மையற்ற போலிப் புன்முறுவலையும் செய்தனள். யாம் பிரிந்து செல்ல எண்ணியதைப் பற்றிய ஒரு முடிவினை, நாமே உணர்வதற்கு முன்னரே, ஒள்ளிய நுதலினையுடைய அவள், நாம் வினையின்கண் ஈடுபடுதல் கூடாது

என்ற எண்ணத்துடனேயே, அவ்வாறு எல்லாம் ஆயினள்.

பட்டுப்போன ஓமை மரங்களையுடைய பழமையான அழகிய காட்டிலே, பளிங்குகளைப் போன்று விளங்கும் நெல்லி மரத்தின் பல காய்கள், உயர்ந்த பெரிய பாறைகளின் மேலாகச் சிறுவர்கள் வட்டாடச் சேர்த்துவைத்த கழங்குகளைப் போல உதிர்ந்து கிடக்கும். கதிரவன் எரிபரப்பும் அத்தகைய மலைச்சாரல் அது. தீட்டி வைத்தவை போலத் தேய்ந்த தம் முனைகளுடன் விளங்கும். பகுத்து வைத்த குடுமிகளைப் போன்ற கூர்மையான கற்கள், அவ்வழி நடப்பவரின் விரல் முனைகளைச் சிதைக்கும் வண்ணம் நிரைநிரையாகக் கிடக்கும் பாதை அது. பரல்கள் நிரம்பிய வன்னிலமாகிய, எவ்வகைத் தாவரங்களும் தோன்றுதல் இல்லாத அத்தகைய கானத்தையும் கடந்து செல்ல எண்ணுவீர். ஆனால், ''காதலித்தாரைப் பிரிதல் அறநெறிப்பட்டதன்று, என்று சொல்லப்படுகின்ற பழமையான முதுமொழியானது. வெறும்பேச்சாகவே சொல்லப்பட்டுக் கழிக'' என்று சொல்பவளே போலக் குறிப்புகளால் முற்படக் காட்டினள். முகத்தோற்றத்தாலும் உரைத்தனள். அந்த ஒரு நினைவையே தன் உள்ளத்தில் மேற்கொண்டு ஓவியப்பாவை போல நின்றனள். கண்ணின் பாவையையும் மறைத்த கண்ணீர் நிரம்பிய பார்வையுடன், தன் மார்பகத்தே அணைத்திருந்த எம் புதல்வனது சிறு குடுமியிலே சூட்டியிருந்த, தூய்நீர் சொட்டிக்கொண்டிருந்த, இளைப் பூக்களால் தொடுக்கப் பெற்ற செங்கழுநீர் மாலையை மோந்தனள். மோந்து அவள் பெருமூச்சு விட்டபோது. அந்தப் பெரிய மலர்கள் பவளம் போன்ற தம் அழகிய உருவினை அந்நிலையை இழந்து போயின. பொலிவு அழிந்துவாடிய அவற்றின் தோற்றத்தையும் கண்டேன். அதன் மேல் போவதையும் விலக்கினேன். ஒள்ளிய தொடியணிந்த அவள், யாம் அருகிலே உள்ளபோதும் அங்ஙனமெல்லாம் வாடினாள். நாம் பிரிந்தோம் என்றால், பிழைத்திருக்கவே மாட்டாளே!

சொற்பொருள்: 1. பொறாது அமரிய - பொறாமையாலே மேவின. தமியள் - நாண் முதலாகிய குணங்கள் ஒழியத்தானேயாதலும் ஆம். 5. வறிது - சிறிது. 13. பாத்தி அன்ன - பகுத்து வைத்தால் ஒத்த. 14. நிரைநிலை அதர - கல்லொழுங்கு பட்ட நிலைமையையுடைய வழிகள். 19. முன்னம் - குறிப்பு. 21. பாவை - கண்ணிற் பாவை. 23. பிணையல் - செங்கழுநீர் மாலை.

6. கற்பின் புதல்வன் தாய்!

பாடியவர்: பரணர். **திணை:** மருதம். **துறை:** பரத்தையிற் பிரிந்துவந்த தலைமகனுக்குக் கிழத்தி கூறியது. **சிறப்புற்றோர்:** ஐயை என்பாளின் தந்தையான **உறையூர்த் தித்தனும்**, கழாஅர்த் தலைவனான **மத்தியும்.**

(ஒரு தலைவன், பரத்தை ஒருத்தியுடன் தொடர்பு கொண்டு கூடி இருந்துவிட்டு, மீண்டும் வீடு திரும்புகின்றான். அவன் இல்லக் கிழத்தி, அவனது செயலை வெறுத்தவளாக அவனுடன் ஊடிக் கூறுவதாக அமைந்தது இது.)

அரிபெய் சிலம்பின் ஆம்பலந் தொடலை,
அரம்போழ் அவ்வளைப் பொலிந்த முன்கை,
இழையணி பணைத்தோள், ஐயை தந்தை,
மழைவளம் தரூஉம் மாவண் தித்தன்
பிண்ட நெல்லின் உறந்தை ஆங்கண் -

கழைநிலை பெறாஅக் காவிரி நீத்தம்,
குழைமாண் ஒள்ளிழை நீ வெய் யோளொடு,
வேழ வெண்புணை தழீஇப், பூழியர்
கயம்நாடு யானையின் முகனமர்ந் தாங்கு,
ஏந்தெழில் ஆகத்துப் பூந்தார் குழைய,

நெடுநல் ஆடினை, புனலே; இன்று வந்து
'ஆக வனமுலை அரும்பிய சுணங்கின்,
மாசில் கற்பின், புதல்வன் தாய்' என,
மாயப் பொய்ம்மொழி சாயினை பயிற்றி, எம்
முதுமை எள்ளல்; அஃது அமைக்கும் தில்ல!

சுடர்ப்பூந் தாமரை நீர்முதிர் பழனத்து
அம்தூம்பு வள்ளை ஆய்கொடி மயக்கி;
வாளை மேய்ந்த வள்ளெயிற்று நீர்நாய்,
முள்ளரைப் பிரம்பின் மூதரில் செறியும்,
பல்வேல் மத்தி, கழாஅர் அன்ன எம்

இளமை சென்று தவத்தொல் லஃதே;
இனிமை எவன் செய்வது, பொய்மொழி, எமக்கே?

உள்ளிடு பரல்கள் பெய்த சிலம்பினையுடையவள்; நீராம்பலால் தொடுக்கப் பெற்ற மாலையினைப் அணிபவள்; அரத்தால் போழ்ந்து அழகிதாகச் செய்த வளைகளால் அழகுபெற்று விளங்கும் முன்கையினை உடையவள்; ஆபரணங்கள் அணிந்திருக்கும் பணைத்த தோள்களையும் உடையவள்; ஐயை என்பவள். அவனின் தந்தை, மழை வளத்தினைப் போல வரையாது வழங்குகின்ற பெருவண்மையினையுடைய **தித்தன்** என்னும் சோழ மன்னன் நெற்குவியல்கள் நிறைந்திருக்கின்ற அவனுடைய நோநகராகிய உறையூரினடத்தே:-

ஓடக்கோலும் நிலைபெறாத அளவுக்குப் பெருகியோடும் காவிரியின் புதுநீர்ப் பெருக்கிலே. மாட்சிமையுடைய குழையுடன் பிற ஒளிரும் ஆபரணங்களையும் அணிந்த வெய்ய தன்மையினளான

பரத்தை ஒருத்தியுடன் வேழக் கரும்பாலாகிய தெப்பத்திலே, பூழியர்களின் குளத்தினை விரும்பிச் செல்லுகின்ற யானையின் முகமலர்ச்சிபோல முகத்திலே களிப்புடையவனாக, அழகுமிகுந்த நின் மார்பகத்துக் கிடந்த பூந்தாரும் குழையுமாறு, அவளைத் தழுவியவனாக, நேற்று நீ புனலாடினை!

இன்றோ, இவ்விடத்தே வந்தனை; ''மதர்த்த கொங்கைகளையும், மார்பகத்துப் படர்ந்த தேமலினையும், குற்றமற்ற கற்பினையும் உடையவளே! எம் புதல்வனை ஈன்ற தாயே'' என்றெல்லாம், மாயமான பல பொய்மொழிகளை, மிகப் பணிவோடும் எம்பாற் சொல்லினை. எமது முதுமையினைச் சுட்டிப் பேசி ஏதும் நீ இகழ்தல் வேண்டாம். அஃது எமக்கு மிகவும் பொருந்துவதே யாகும்.

தீச்சுடர்போல விளங்கும் அழகிய தாமரை மலர்களையுடைய, நீர்வளம் மிகுந்த வயல்களிலே, அழகிய உள்துளையினையுடைய வள்ளைக் கொடிகளை உழக்கிக் கொண்டு, வாளை மீனைத் தின்னும் கூர்மையான பற்களையுடைய நீர்நாய். பின்னர், முட்கள் பொருந்திய தண்டினையுடைய பிரப்பஞ்செடியின் பழைய புதரிலே சென்று தங்கும். அத்துணை நீர்வளம் மிகுதியுடையது. மத்தி என்பானது வேல் வீரர் பெருக்கத்தினை உடைய 'கழார்' என்னும் ஊர். அந்த ஊரினைப் போன்று, எம்முடைய இளமையும் எம்மை விட்டுச் சென்று நாட்கள் பலவாயின. நின்னுடைய, இப்போதைய மொய்ம்மொழிகள்தாம், எமக்கு, இனி எங்ஙனம் இனிமை செய்யப்போகின்றன? எனவே, இங்கிருந்து அகன்று, அவளிடத்தேயே நீயும் போய்விடுக!

சொற்பொருள்: 2. வளைப் பொலிந்த - வளையால் அழகுற்ற. 6. கழை- ஓடக்கோல். வேழம்- வேழக் கரும்பு. 9. யானை எனவே, பிடியும் அடங்கும். அதுபோல, அவனையொத்தே அப்பரத்தையும் மகிழ்வுடன் புனலாடினாள் என்க. 14. மாயம் - வஞ்சனை. பயிற்றி- பலகாற் சொல்லி. 15. 'புதல்வன் தாய்' என்றதனைத் தன் முதுமையைக் காட்டி இகழ்வதாகக் கொண்டனள். 19. அரில்- பிணக்கம்.

விளக்கம்: பெண்மையின் சிறப்பைக் கூறுபவள், ஐயையால் சிறப்புற்ற தித்தன் என்றான் நீர்நாயின் உவமை, தாமரை மலர் போன்ற இனிதானதை விட்டு வாளைமீனை நச்சித் திரியும் அதன் இயல்புபோல, நீயும் நின் காதன் மனைவியான எம்மை விட்டுப் பரத்தையை நாடிச் சென்று இன்புற்று வருகின்றனை என்பதாம். வள்ளைக் கொடிகளை உழக்கியது போலப் பரத்தையின் தாய் முதலியோரை அவரறியாதே பரத்தையைக் கொள்வது மூலம் கலங்கச் செய்தனை என்பதாம். பிரப்பந்தூரிலே நீர்நாய் சென்று தங்குவது போல, நீயும் தங்குவதற்கு மாத்திரந்தானே இவண் வந்தனை போலும் என்பது, குறிப்பு.

7. வலை காண் பிணை!

பாடியவர்: கயமனார். **திணை:** பாலை. **துறை:** மகட்
போக்கிய செவிலித்தாய் சுரத்திடைப் பின்சென்று, நவ்விப் பிணாக்
கண்டு சொல்லியது.

(தலைவி ஒருத்தி, தன் தலைவனுடன் கூடியவளாக. உடன்
போக்கிலே அவனுடன் சென்றுவிட்டனள். அவளைத் தேடிச் சுரத்தி
னிடையே பின்தொடர்ந்து சென்றனள். அவளுடைய செவிலித்தாய்.
இடைவழியிலே. பெண்மான் ஒன்றைக் கண்டதும். தன் ஆற்றா
மையை அதனிடமுங் கூறி அவள் புலம்புகிறாள்.)

முலைமுகம் செய்தன; முள்ளெயிறு இலங்கின;
தலைமுடி சான்ற; தண்தழை உடையை;
அலமரல் ஆயமொடு யாங்கணும் படாஅல்;
மூப்புடை முதுபதி தாக்கு அணங்கு உடைய;
காப்பும் பூண்டிசின்; கடையும் போகலை;   5

பேதை அல்லை- மேதையம் குறுமகள்!
பெதும்பைப் பருவத்து ஒதுங்கினை, புறத்து' என,
ஒண்சுடர் நல்லில் அருங்கடி நீவி,
தன்சிதைவு அறிதல் அஞ்சி- இன்சிலை
ஏறுடை இனத்த, நாறு உயிர் நவ்வி! -   10

வலைகாண் பிணையின் போகி, ஈங்கு ஓர்
தொலைவில் வெள்வேல் விடலையொடு, என்மகள்
இச்சுரம் படர்தந் தோளே; ஆயிடை,
அத்தக் கள்வர் ஆதொழு அறுத்தென,
பிற்படு பூசலின் வழிவழி ஓடி,   15

மெய்த்தலைப் படுதல் செல்லேன், இத்தலை,
நின்னொடு வினவல் கேளாய்;- பொன்னோடு
புலிப்பல் கோத்த புலம்புமணித் தாலி,
ஒலிக்குழைச் செயலை உடைமாண் அல்குல்,
ஆய்சுனைப் பலவின் மேய்கலை உதிர்த்த   20

துயத்தலை வெண்காழ் பெறூஉம்
கல்கெழு சிறுகுடிக் கானவன் மகளே.

'நின் முலைகளும் முகம்கூட்டி நிரம்பியுள்ளன. கூர்மையான
நின் பற்களும் ஒளிபெற்றன. நின் கூந்தலும், முடித்தலுக்கு ஏதுவாக
நன்கு வளர்ந்துள்ளன. தண்மையான தழையாடையிணையும் நீ
உடுத்திருக்கின்றாய். நாற்புறமும் சுற்றிச் சுழன்று திரிகின்ற
நின்னுடைய ஆயத்தாருடன் கூடி இனிமேலும் எவ்விடத்தும் நீ

செல்லாதிருப்பாயாக. பழமை வாய்ந்த தொல்பதியான இவ்வூர்ப் புறங்கள் தாமே தாக்கி வருத்தும் பல அணங்குகளை உடையன. அதனால், நீ, இனிக் காவல் எய்தியவளாயினாய், வீட்டின் கடை வாயிலுக்கும் நீ போகாதிருப்பாயாக. அறிவுள்ளவளான எம் இளைய மகளே! நீ பேதைப் பருவத்தினளும் அல்லள். அதனைக் கடந்து பெதும்பைப் பருவத்தின் மலர்ச்சியிலே ஒதுங்கியவளாயுள்ளனை என்பதை அறிவாயாக' என்றேன்.

அதனைக் கேட்ட அவள், என் செய்தனள் தெரியுமோ?

நல்லொளி பரப்பும் சிறந்த எம் வீட்டின், அருமையுடைய காவலையும் எப்படியோ கடந்துவிட்டனள். தான் களவிலே ஒழுகி வரும் ஒழுக்கமான தன் சிதைவினை யாம் அறிந்து விட்டோமோ எனப் பயந்தனள் போலும்! இனிதாக முழங்கும் ஆண் மானை யுடைய மான் இனத்தினைச் சார்ந்த, நல்ல உயிர்ப்புடன் விளங்கும் இளம் பெண்மானே! கேளாய்: வலைக்கண்ட பெண்மான் வெருவி அயலே விரைந்து ஓடுவது போல இல்லினின்றும் வெளியேறிச் சென்றனள். இவ்விடத்து, ஒரு தோற்றமுமில்லாத வெள்ளிய வேலினை ஏந்திய இளைஞன் ஒருவனுடன் அவள், இந்தச் சுரத்தின் வழியாகவே வந்தனள்.

அந்த அளவே, அருஞ்சுரத்துக் கள்வர்கள் தொழுவங்களி னின்றும் பசுக்களைக் கவர்ந்து செல்ல, அவரைப் பின்தொடர்ந்து வெருட்டிச் சென்று போரிட்டு, அவற்றைப் மீட்க விரையும் அப் பசுக்களுக்கு உரிமையுடையவர் போல, அவளைப் பின்தொடர்ந்து, அவளை மீட்டுக் கொண்டு போகக் கருதியவனாக யானும் வந்தேன். ஆயின், இதுவரை அவளையான் அணுகவும் பெற்றிலேன்.

பொன்னோடு புலிப் பல்லும் கோத்த, ஒலிக்கும் மணிகளுடன் கூடிய தாலியினை அணிந்தவள்; தழைத்த அசோகின் தளிரினால் அமைந்த தழையாடையினை அணிந்தவள்; அதனால் மாட்சி பெற்று விளங்குகின்ற அல்குல் தேரினை உடையவள்; பலாப் பழத்தினது கொட்டைகளை விட்டு விட்டு அதன் சிறந்த சுளைகளை மட்டுமே உண்கின்ற குரங்கினங்கள் உதிர்த்த, தலையிலே ஆர்க்கினை யுடைய, வெண்மையான பலாக்கொட்டைகள் எம்மருங்கும் சிதறிக் கிடக்கும் இம்மலை நாட்டிலே, விளங்கும் சிறு குடியிருப்பினரான எம் கானவரின் மகள் அவள்!

இவ்விடத்து, நின்னிடம் யான் வினவுவதனைக் கேளாய்; அவள் இவ்வழியாகப் போயினதை நீதான் கண்டனையோ?

சொற்பொருள்: 1. முகஞ்செய்தல் - நிரம்புதல்; இலங்குதல் - விழுந்து எழுந்து ஒளிவிடுதல். 2. சான்ற - அமைந்தன. முடித்தலின்

பண்மை நோக்கிப் பன்மை கூறப் பெற்றது. 3. படால் - படாதே கொள். 4. முதுபதி - பழம்பதி; பெயரும் ஆம். 5. பூண்டி - பூண்டாய்; 'சின்' அசை. 8. சுடர்-விளக்கு. 9. தன் சிதைவு- தன் குற்றம்; இன்சிலை- இனிய சிலைப்பு. 10. நாறு உயிர்- தோன்றும் உயிர்ப்பு. 12. தொலைவு- தோல்வி. 15. வழிவழி ஓடி- அவர் சென்ற வழி யெல்லாம் தொடர்ந்து ஓடி. 19. ஒலித்தல்- தழைத்தல். செயலை- அசோகு. 20. கலை- முசு; குரங்கு. 21. துய்- ஆர்க்கு.

விளக்கம்: 'செவிலித் தாயார் கானவர் மகளைக் கண்டு அவளிடம் வினவியது இது' என, இதனை நச்சினார்க்கினியர் குறித்துள்ளனர். வலை கண்ட மான், அதனுட்பட விரும்பாது விரையக் கடந்து போவது போல, இச்செறிப்பிற்கு உட்பட்டு நலிய விரும்பாத கானவர் மகளும், உடன் போக்கிலே ஈடுபட்டனன். 'கானவர் மகள்' என்றது, மானோடு அடைவுபடுத்திக் கூறியது.

8. கங்குலும் அரிய அல்ல!

பாடியவர்: பெருங்குன்றூர் கிழார். **திணை:** குறிஞ்சி. **துறை:** தலைமகன் சிறைப்புறத்தானாகத், தோழிக்குச் சொல்லு வாளாய்த் தலைமகள் சொல்லியது.

(தலைவி, தலைவன்மேல் உள்ளங் கலந்த காதல் உடையவள். அவனைக் கணமும் பிரியப் பொறுக்காதவன் . அவள் மனம் தமக் குள் விரைந்து மணவினை நிகழ்வதை விரும்புகிறது. இரவுக் குறியிடத்தே அவனைத் தேடி வந்தவள்,அவ்வருகையின் அருமை புலப்படக் கூறித் தலைவனின் உள்ளத்தைத் திருமண ஏற்பாட்டிலே திருப்ப முயலுகின்றனன்.)

ஈயற் புற்றத்து ஈர்ம்புறத்து இறுத்த
குரும்பி வல்சிப் பெருங்கை ஏற்றைத்
தூங்குதோல் துதிய வள்உகிர் கதுவலின்,
பாம்பு மதன்அழியும் பானாட் கங்குலும்,
அரிய அல்ல-மன்-இகுளை! 'பெரிய

கேழல் அட்ட பேழ்வாய் ஏற்றைப்
பலாவமல் அடுக்கம் புலாவ ஈர்க்கும்
கழை நரல் சிலம்பின் ஆங்கண்,வழையொடு
வாழை ஓங்கிய தாழ்கண் அசும்பில்,
படுகடுங் களிற்றின் வருத்தம் சொலியப்
பிடிபடி முறுக்கிய பெருமரப் பூசல்
விண்தோய் விடரகத்து இயம்பும் அவர்நாட்டு,
எண்ணரும் பிறங்கல் மானதர் மயங்காது,
மின்னுவிடச் சிறிய ஒதுங்கி,மென்மெலத்
துளிதலைத் தலைஇய மணியேர் ஐம்பால்

சிறுபுறம் புதைய வாரி,குரல் பிழியூஉ
நெறிகெட விலக்கிய,நீயிர்,இச் சுரம்
அறிதலும் அறிதிரோ?' என்னுநர்ப் பெறினே.

தோழி! பிளந்த வாயினையுடைய ஆண்புலி ஒன்று, பெரிய பன்றியினைக் கொன்று வீழ்த்தியது.பலாமரங்கள் செறிந்த பக்க மலைச் சாரலில், எங்கும் புலால் நாற்றம் எடுக்க, அதனை இழுத்துச் சென்றது. அப்படிப் புலி செல்லுகின்ற, மூங்கில்கள் தம்முள் உரசி உரசி ஒலிசெய்கின்ற,மலை அது. அவ்விடத்திலே, சுரபுன்னையோடு வாழை மரங்களும் ஓங்கி வளர்ந்துள்ள பகுதி ஒன்று. அவ்விடத்தே, பள்ளமான நீர் அறாத ஒரு குழியிலே, கடுமையான இயல்பினை யுடைய களிற்றியானை ஒன்று வீழ்ந்துபட்டது. அதன் வருத்தத்தைத் தீர்க்கும் பொருட்டாக அதனுடைய பிடியானையானது, பெரிய பெரிய மரங்களைக் குழியினின்றும் களிறு ஏறி வருவதற்கு ஏற்ற படியாக, முறித்து முறித்துப் போட்டது. அப்போது எழுந்த மரம் முறிபடும் ஓசையானது, விண்ணைத் தழுவ விளங்கும் அம்மலை யின் குகைகளில் எல்லாம் எதிரொலித்தது. அத்தகையதான அவ ருடைய மலைநாட்டிலே, எண்ணற்கும் அரியவான மான்களின் செலவினால் ஏற்பட்ட காலடித்தடம் பதிந்து விளங்கும் வேறுபட்ட வழிகளுள் சென்று, யாம் மயங்கவில்லை. மின்னல் வழிகாட்டச், சிறுகச் சிறுக நடந்தோம். மெல்ல மெல்ல வந்து சேர்ந்தோம். இவ்விடத்து, ''மழைத் துளிகளைத் தம்மிடத்தே கொண்ட, நீலமணி போலும் அழகிய ஐவகையாக முடிக்கப்பெற்ற கூந்தலை, நும் பிடரியானது மறையுமாறு பின்புறமாக வாரி முடித்து, முடித்த அத் தொகுதியைப் பிழிந்துகொண்டே வருபவரே! முறையற்ற வகை யிலே வழிகள் பின்னிக்கிடக்கும் இச்சுரத்தின்கண் வருவதற்குரிய நேரிய வழியினை நீவிர் இதற்குமுன்பே அறியவும் அறிவீரோ'' என்று, நம்மீது பரிவுடன் கேட்கும் அன்புடையாரை மட்டும் யாம் பெற்றோமில்லை. பெற்றோமானால்,

''ஈபல்களையுடைய புற்றுக்களின் குளிர்ச்சி மேற்புறத்தே தங்கிய புற்றாஞ் சோறாகிய இறையினைப், பெரியகையினையுடைய ஆண் கரடியானது எடுக்கும்; அப்போது, அதன் தொங்கும் தோல் உரைக்குள் பொருந்தியிருக்கும் கூர்மையான நகங்கள் பற்றிக் கொள்ளுவதானல், அப்புற்றினுள்ளே இருக்கும் பாம்பும் தனது வலிமை அழிந்துபோம். அத்தகைய, இம் மழைக்காலத்து நள்ளிர வும், காட்டு வழியும், நமக்குக் கடந்து வருதற்குக்கூட அரியதன்று.

சொற்பொருள்: 3. துதிய உகிர்-உறைபுக்க நகம். 4. பானாள் - பாதிநாளாகிய இரவு, நள்ளிரவும் ஆம். 6. ஏற்றை - புலி ஏறு. 9. அசும்பு - மலையிலுள்ள சேற்றுக் குழி. பூசல் - மரத்து ஓசை.

12. விடரகம் - மலைக்குகை. 13. மான் அதர் - மான்கள் செல்லும் தடம் பதிந்த வழி. 14. மின்னுவிட - மின்னல் வழிகாட்ட.

உள்ளுறை பொருள்கள்: 1. கரடிக்குப் பாம்பை வருத்த வேண்டும் என்னும் கருத்துச் சிறிதும் இல்லை. எனினும், அது தன் காரியம் செய்யவே, அதன் நகங்கள் படுதலாற் பாம்பும் துயருற்றது. அதுபோல, அவரும் நம்மை வருத்தும் எண்ணம் உடையவரல்லர். எனினும், அவர் தமது காரியமாகிய களவின்ப நுகர்விலேயே ஒழுகுதலால், நாமும், இவ்வாறு எதிர்பாராத பல வருத்தங்களுக்கு உள்ளாகின்றோம்.

2. பலாப்பழத்தின் நாற்றமுடைய மலைச்சாரலிலே, பன்றியைக் கொன்று இழுத்துவருதல் மூலம், புலால்நாற்றம் எவ்விடத்தும் கமழச் செய்துவிட்டது புலி. அதுபோல, அவரும் தம் இன்ப நாட்டத்தால் நம்மைக் களவிலே கூடி,நம் சிறப்புடைய குடிக்கு ஊரின்கண் எழுந்த அலரினை உண்டாக்கி விட்டனர்.

3. வாழைக் காட்டிலே வாழையினை உண்ணவந்த களிறு, அதனையும் இழந்து, குழியுள்ளும் சிக்கியது. அதன் துயர் தீர்க்கப் பிடியானை மரங்களை முறித்துப் போட்டது. அது மரங்களை முறிக்கும் ஒலி எங்கும் கேட்டது. அதுபோல், அவரும் நமது நலம் நுகர விரும்பி வந்தார். களவு ஒழுக்கமாகிய குழியிலே சிக்கினார். அதனின்றும் கரையேற வழியறியாது மயங்கினார். அதனை விட்டு வரையவும் மாட்டாது, நம் வீட்டுக் காவலின் அருமையினால் நம்மை அடையவும் மாட்டாது துயருற்றார். அதனைப் போக்க, அறத்தொடு நிற்றல் முதலியவற்றால் நாமே வரைந்து மணந்து கொள்ள முயன் றாலோ, ஊர் எல்லாம் அலர் பெரிதாக எழுகின்றதே? இஃது என்னையோ?

9. நசைஇச் சென்ற நெஞ்சு!

பாடியவர்: கல்லாடனார். **திணை:** பாலை: **துறை:** வினை முற்றி மீண்ட தலைமகன் தேர்ப்பாகன் கேட்பச் சொல்லியது.

(தலைவியைப் பிரிந்து வினைமேற் சென்றனன் ஒரு தலைவன். அவள் நினைவை அவன் மனம் ஒருபோதும் மறக்கவே இல்லை. ஒருவாறாக வினையும் முடிந்தது. அவன் திரும்பிக் கொண்டிருக்கின்றான். அவன், 'தன் நெஞ்சம் தனக்கு முன்பே தன் காதலிபாற் சென்றுவிட்டது' என்பதனைத், தன் பாகனுக்கு மிகவும் நயமாக உரைக்கின்றான்.)

கொல்வினைப் பொலிந்த, கூர்ங்குறும் புழுகின்,
வில்லோர் தூணி வீங்கிப் பெய்த
அம்புநுனை ஏய்ப்ப அரும்பிய இருப்பை

செய்படர் அன்ன செங்குழை அகந்தோறு,
இழுதின் அன்ன தீம்புழல் துய்வாய்
உழுதுகாண் துளைய வாகி,ஆர் கழல்பு
ஆலி வானிற் காலொடு பாறித்,
துப்பின் அன்ன செங்கோட்டு இயவின்,
அத்தம் நண்ணிய அங்குடிச் சீறூர்
கொடுநுண் ஓதி மகளிர் ஓக்கிய
தொடிமாண் உலக்கைத் தூண்டுரல் பாணி
நெடுமால் வரைய குடிஞையோடு இரட்டும்
குன்றுபின் ஒழியப் போகி, உரந்துரந்து,
ஞாயிறு படினும், ‘ ஊர்சேய்த்து’ எனாது,
துனைபரி துரக்கும் துஞ்சாச் செலவின்
எம்மினும்,விரைந்து வல்எய்திப் பல்மாண்
ஓங்கிய நல்லில் ஒரு சிறை நிலைஇ,
பாங்கர்ப் பல்லி படுதொறும் பரவிக்,
கன்றுபுகு மாலை நின்றோள் எய்தி,
கைகவியாச் சென்று, கண் புதையாக் குறுகி,
பிடிக்கை அன்ன பின்னகம் தீண்டி,
தொடிக்கை தைவரத் தோய்ந்தன்று கொல்லோ-
நாணொடு மிடைந்த கற்பின், வாணுதல்,
அம்தீம் கிளவிக் குறுமகள்
மென்தோள் பெறநசைஇச் சென்றவென் நெஞ்சே?

கொல்லும் தொழிலிலே சிறந்ததும், கூர்மையான குறும் புழுகு எனப் பெயரியதும், வில் வீரர்களின் அம்பறாத் தூணிகளிலே மிகுதியாகப் பெய்திருக்கப் படுவதுமாகிய, குப்பிமுனைகளைப் போன்றது, இருப்பை மரத்திலே இருப்பை மொட்டுக்கள் அரும்பின. செப்புத் தகடுகள் போன்ற அதன் சிவந்த தளிர்களுக்கு உள்ளெல் லாம், நெய்போன்ற நிறமுடைய, இனிய துளையுள்ள பூக்கள் விளங்கின. அவை, தமது ஆர்க்குகள் கழன்று, காம்பினை நீக்கிக், காணக்கூடியதுளையினை உடையவாக, வானிலிருந்து பெய்யும் பனிக்கட்டிகளைப் போலக், காற்றாற் சிதறுண்டு தரையிலே வீழ்ந்தன. பவளம் போன்ற சிவந்த மேட்டுப்புறங்களிலே விழுந்து கிடக்கும் அப்பூக்கள், சிவப்பு நிணத்தின் மீது வெண்ணிறக் கொழுப்புப் படர்ந்திருப்பதைப் போலத் தோன்றும். பாலை நிலத்திலேயுள்ள, அழகிய குடிமக்களை உடைய, அத்தகைய எம்முடைய சிற்றூரினிடத்தே -

மென்மையான கூந்தலின் மயிர்கள் சுருண்டு சுருண்டு விளங்குகின்றவர் மகளிர். அவர், பூண் கட்டுதலால் மாட்சிமைப்

பட்ட உலக்கைகளை உயர்த்துத் தினை குற்றுவர். அப்போது, உரவின்கண் நின்றெழுகின்ற அவர்களின் உலக்கையொலியானது, நெடிய பெரிய மலைச்சாரலினின்றும் எழுகின்ற ஆந்தைகளின் ஒலியோடு கலந்து, ஒலியும் எதிரொலியும் போலே மாறிமாறி ஒலித்துக் கொண்டிருக்கும்.

குன்றுகளும் பிற்பட, அவற்றைக் கடந்து செல்கின்றோம்; தேரினை விரைவாகச் செலுத்துகின்றோம்; ஞாயிறானது மறைந்த போதும், 'ஊர் தொலைவிலே யுள்ளதே' எனக் கருதித் தேரினை நிறுத்தவும் எண்ணாது, ஏற்கனவே விரைந்து செல்லும் குதிரைகளை. மேலும் விரையச் செல்லுமாறு, முடுக்கி ஓட்டுகின்றோம். இவ்வாறு, மடிதல் இல்லாது வீடு நோக்கிப் போகின்றவர் யாம். எம்மினும்-

பல கட்டுக்களால் அமைந்த மாண்புடன் ஓங்கியது எமது நல்ல இல்லம். அதனிடத்து, ஒருபுறத்தே நிலையாக நின்று, நல்ல பக்கத்தே பல்லியானது ஒலிக்குந்தோறும் அதனைப் போற்றியவளாகக், கன்றுகள் வீடு திரும்புகின்ற மாலைவேளையிலே, எம் வரவுபார்த்து நிற்பவள் எம் தலைவி. நாணோடு செறிந்த கற்பினை உடையவள்; ஒளிருகின்ற நெற்றியினை உடையவள்; அழகிதான இனிய சொல்லினை உடையவள்; இளமைப் பருவத்தையும் உடையவள் அவள். அவளை அடைந்து, கைகளைக் கவித்துச் சென்று, அவளை நெருங்கி, அவள் கண்களைப் புதைத்து, பிடியானையின் துதிக்கை போன்ற அவளுடைய பின்னலிட்டுத் தொங்கும் கூந்தலைத் தீண்டி, அவளது தொடியணிந்த கைகள் பொருந்த, மென்மையான தோள்களை அடைவதற்கு விருப்பமுற்று, எமக்கு முன்னாகவே விரைந்து சென்ற எம் நெஞ்சமானது, அவளைத் தானும் சென்று தழுவியது கொல்லோ?

சொற்பொருள்: 3. அம்பென்றது, மெல்லிய முட்டை. 4. செப்படர் - செப்புத் தகடு 5.துய் - பஞ்சு, புழல் - துளை. 6. உழுது காண்டல் - துளை தாள் நீக்கிக் காணுதல். 7. ஆலி - பனிக்கட்டி. காலொடு - காற்றாற்சிதறுண்டு. 8. கோடு - மேடு. இயவு - வழி. 11. கொடுநுண் ஓதி - வளைந்த பனிச்சை. ஓங்கிய - எடுத்த. 14. உரந்துரந்து - வலியாற் செலுத்திய. 16. துனைபரி - விரைந்து செல்லும் குதிரை. துரத்தில் - முடுக்குதல். 22. பின்னகம் - பின்னின மயிர்.

விளக்கம்: தன் மனம் அவளை அடையத் துடிக்கும் நிலையைப் பாகனுக்கு அறிவிக்க விரும்புகின்றான் தலைவன். தன் தேர் வேகமாகப் போவது அவனுக்கும் தெரியும். மேலும், விரைவு படுத்துவதற்காகத், தனக்கு முன்னேயே சென்றுவிட்ட தன் நெஞ்சத்தைப் பற்றிப் பாகனிடம் கூறுகின்றான்.

'பாங்கர்ப் பல்லி படுதொறும்' என்பது, அதுகொண்டு தம் எண்ணம் நிறைவெய்தும் எனக் கருதும் மரபினைக் காட்டும்.

10. கொண்டு பெயர்தல் வேண்டும்!

பாடியவர்: *அம்மூவனார்.* **திணை :** *நெய்தல்.* **துறை:** *இரவுக் குறி வந்து, தலைமகளைக் கண்ணுற்று நீங்கும் தலைமகனை எதிர்ப்பட்டு நின்று தோழி கூறியது,* **சிறப்பிக்கப் பெற்றது:** *சேரர் கடற்றுறையாகிய தொண்டி.*

(தலைமகள், தலைமகனைப் பிரிதலால் படும் வேதனை மிகுதியைக் காணப் பெறாதவள் ஆயினாள் தோழி. அதனால், அவள் நலன் அழியாமல் என்றும் திகழவேண்டுமானால், அவளை என்றும் பிரியாதிருக்கும் வகையாக, விரையவந்து மணந்து, நின் ஊர்க்கு அவளை அழைத்துப் போய்விடுவாயாக' என்று தலைவனிடம் கூறுகின்றாள்.)

வான்கடற் பரப்பில் தூவற்கு எதிரிய,
மீன்கண் டன்ன மெல்லரும்பு ஊழ்த்த,
முடவுமுதிர் புன்னைத் தடவுநிலை மாச்சினைப்,
புள்ளிறை கூரும் மெல்லம் புலம்ப!
நெய்தல் உண்கண் பைதல கலுழப்
பிரிதல் எண்ணினை ஆயின், நன்றும்,
அரிது துற்றனையால்- பெரும! உரிதினின்
கொண்டு ஆங்குப் பெயர்தல்வேண்டும்- கொண்டலொடு
குரூஉத்திரைப் புணரி உடைதரும் எக்கர்ப்
பழந்திமில் கொன்ற புதுவலைப் பரதவர்
மோட்டுமணல் அடைகரைக் கோட்டுமீன் கொண்டி,
மணங்கமழ் பாக்கத்துப் பகுக்கும்
வளங்கெழு தொண்டி அன்ன இவள் நலனே.

பெரிய கடற்பரப்பிலே எழுகின்ற அலைகளின் திவலைகளை எதிரேற்றுக் கொண்ட, வானத்து மீன்களைக் கண்டாற் போன்ற, மென்மையான அரும்புகளை ஈன்றன முடம்பட்ட முதிர்ந்த புன்னை மரங்கள். அவற்றின், பெரிய நிலையினையுடைய கரிய கிளைகளிலே, கடற்பறவைகள் தங்கியிருக்கும். அத்தகைய மென் னிலமாகிய கடற்கரைப் பகுதியின் தலைவனே!

நெய்தல் பூவினைப் போன்றன மையுண்ட எம் தோழியின் கண்கள். அவை வருத்தமுற்றனவாகக் கலங்குமாறு, நீ அவளைப் பிரிந்து செல்வதையும் எண்ணினையோ? அங்ஙனம் எண்ணினை யானால், மிக்க நன்மையானதும், மிக்க அருமையானதுமான ஒன்றினை மேற்கொள்வாயாகுக! பெருமானே, இவளை நினக்கே உரிமை

யுடையவளாக மணந்துகொண்டு, விரைவாக நின்னூர்க்கே. இவளையும் நின்னுடன் அழைத்துப் போய்விடுவதனை உடனே செய்வாயாக.

கீழ்க்காற்றினால் விளக்கம் பொருந்திய கடலலைகள் மோதி உடைக்கும், மணல் மேட்டிற் கிடக்கும் பழமையாகிப் போன படகுகளைச் செப்பனிட்டுப் புதுக்கியிருந்தனர், புதிய வலையினையுடைய பரதவர்கள். உயர்ந்த மணலையுடைய அடைகரையிலே, அலைகளால் ஒதுக்கப்பட்டுவந்து கிடக்கும் சுறாமீனின் கொள்ளையினை அவர்கள் கண்டனர். மணம் நாறுகின்ற பாக்கத்தின்கண் உள்ள பிறருக்கும் அவற்றை அவர்கள் பகுத்துக் கொடுத்தனர். அத்தகைய கடல்வளம் மலிந்தது **தொண்டி** என்னும் கடற்கரைப் பட்டினம். அதைப் போன்று சிறப்புடன் விளங்குவது இவளுடைய பேரழகும் ஆகும். அது, நின் பிரிவினால் நலிதலுக்கு உட்படாமற் காப்பாயாக!

சொற்பொருள்: *1.* தூவல்- துவலையை. **2.** ஊழ்த்த - புறப்பட விட்ட, **4.** இறைகூரும் - தங்குதன் மிகும். **5.** பைதலகலுழ - வருத்தம் உடையவாய் அழ. *8.* கொண்டல்- கீழ்காற்று; வடக்கிழக்குப் பருவக் காற்று. **12.** பகுத்தல்- பலருக்கும் பகுத்துக் கொடுத்தல். புன்னை புள்ளினங்களுக்கு ஆதார மபினாற்போல, நீயும் எங்கட்கு ஆதாரமாவாய் என்றது உணர்க.

உள்ளுறை பொருள்: 'பரதவர், முறையாகக் கடல் மேற் சென்று முயன்று கடல்வளம் தேடுதலை விடுத்து, எதிர்பாராது காற்றால் ஒதுக்கப்பட்டுக் கிடைத்த சுறாமீன் கொள்ளையைப் பலருக்கும் பகுத்து வழங்கினர். நீவிரும் முறையாக வரைந்து வந்து மணந்து, இவளுடன் இன்புறுதலை விடுத்து, எதிர்பாராது வாய்த்த களவிலேயே மயங்கினீர்; அதனைப் பலரும் அறியச்செய்து, அவர் எழவும் காரணமாயினீர் என்பதாம்.

11. கைவர் முயக்கம்!

பாடியவர்: ஔவையார். **திணை:** பாலை. **துறை:** தலைமகன் பொருள்வயிற்பிரிந்தவிடத்து ஆற்றாளாய தலைமகள் வேறுபாடு கண்டு, ஆற்றாளாய தோழிக்குத், தலைமகள் ஆற்றுவல் என்பது படச் சொல்லியது.

(அவன் பிரிந்தான். பிரிவுத் துயரால் அவள் நலிந்தாள். அது கண்டு அவளுடைய தோழி மிகவும் வருத்தம் உடையவளாயினாள். தோழிக்குத், தான் அவன் வரும் வரை ஆற்றியிருப்பதாகக் கூறித் தலைவி அவள் வருத்தத்தைப் போக்க முயலுகிறாள். துயருற்றவரினும், அவருக்கு அன்புடையார் அதிகமாக வருந்துவர் என்னும் உலகியல் உண்மையும் இதனால் உணரப்படும்.)

வானம் ஊர்ந்த வயங்கொளி மண்டிலம்
நெருப்பபெனச் சிவந்த உருப்பவிர் அங்கட்டு,
இலையில மலர்ந்த முகையில் இலவம்
கலிகொள் ஆயம் மலிபுதொகுபு எடுத்த
அஞ்சுடர் நெடுங்கொடி பொற்பத் தோன்றி,

கயந்துகள் ஆகிய பயம்தபு கானம்
எம்மொடு கழிந்தனர் ஆயின், கம்மென,
வம்புவிரித் தன்ன பொங்குமணற் கான்யாற்றுப்,
படுசினை தாழ்ந்த பயிலிணர் எக்கர்,
மெய்புகுவு அன்ன கைகவர் முயக்கம்
அவரும் பெறுகுவர் மன்னே! நயவர,

நீர்வார் நிகர்மலர் கடுப்ப, ஓ மறந்து
அறுகுளம் நிறைக்குந போல, அல்கலும்
அழுதல் மேவல வாகிப்,
பழிதீர் கண்ணும் படுகுவ மன்னே!

வானத்திலே ஊர்ந்து செல்லுகின்ற தன்மையது விளங்கும் ஒளியினையுடைய ஞாயிற்று மண்டிலம். அது தீயெனச் சிவந்தது. அதனுடைய வெம்மையால் எரிக்கப் பட்டு விளங்குவது அழகிய காடு. அதனிடத்தே, இலையற்றுப் போயினவைகளாக மலர்ந் துள்ளன அரும்பு இல்லாத இலவம் பூக்கள். இலவம் அங்ஙனம் மலர்ந்திருக்கின்ற தன்மை, ஆரவாரத்தைக் கொண்ட மகளிர் கூட்டம், மகிழ்வுடன் கூடி எடுத்த அழகிய கார்த்திகை விளக்கீடு விழாவின் நெடிய விளக்கு ஒழுங்குபோலத் தோன்றும். அத்தகைய காட்டிலே, குளங்கள் நீரற்றுப் போய்ப் புழுதிபட்டுத் தோன்றும். அவ்வாறு வளம் தப்பிய காடு அது. அதனிடத்து, நன்மையும் உடன் கொண்டவராக, நம் தலைவர் சென்றனர் என்றால்-

மார்புக் கச்சினை விரித்து வைத்தாற் போல, மணல் மேடுகள் எழும்பியுள்ள காட்டாறினது, மிக்க பூங்கொத்துக்களையுடைய மரக்கிளைகள் தாழ்வாக விளங்குகின்றதொரு மணல்மேட்டிலே, உடல்கள் ஒன்றுடன் ஒன்று உட்புகுந்து விட்டாற் போன்று விரும் பும் முயக்கத்தினை, அன்பு தோன்ற, அவரும் எம்முடன் கூடி அடைவர்.

குற்றமற்ற எமது கண்களும், நீர்சோரும் ஒளி பொருந்திய நீர்க்குவளை மலரினைப் போல, ஒழிவே இல்லாமல், நீரற்று வறண்ட குளத்தினையும் பெருக்கி விடுவனபோல நாளும் நீர் சொரிந்து, அழுதலைப் பொருந்தாவாகும்; யான் துயிலவும் பெறு வேன்!

புலியூர்க் கேசிகன் 35

சொற்பொருள்: 2. சிவத்தல்- கோபித்தல். உருப்பு- வெப்பம். 4. ஆயம்-மகளிர் கூட்டம். 5. சுடர்-நெடுங்கொடி- விளக்கின் நெடிய வரிசை. 7. கம்மென- விரைய, 12. நிகர்-ஒளி.

12. இருதலைப் புள்ளின் ஓர் உயிர்!

பாடியவர்: கபிலர். **திணை:** குறிஞ்சி. **துறை:** பகற்குறிவாரா நின்ற தலைமகன், தோழியால் செறிப்பு அறிவுறுக்கப்பட்டு. 'இரவுக் குறிவாரா வரைவல்' என்றாற்கு, அதுவும் மறுத்து, வரைவு கடாயது.

(ஒத்த மனம் உடையவரான இரு காதலர்கள், தம்முள் கண்டு காதலித்துக் களவு ஒழுக்கத்திலும் ஈடுபட்டிருந்தனர். தினை முற்றி விட, அவள் புனங்காவலுக்கு வருவதும் நின்றது. அவளின் பருவ மலர்ச்சியை உணர்ந்த பெற்றோர், இற்செறிப்புச் செய்தனர். பகலிலே, அவர்கள் சந்திக்கும் இடத்திலே, அவன் வந்து ஆர்வமுடன் காத்திருந் தான். தலைவியினுடைய தோழி வந்து, தலைவி இற்செறிக்கப் பட்ட செய்தியைக் கூறுகின்றாள். அவன், இரவிலே வந்து சந்திக்க விரும்புகிறான். அவள் அதனையும் மறுத்துத் திருமணம் செய்து கொள்ள வற்புறுத்துகிறாள்.)

யாயே, கண்ணினும் கடுங் காதலளே
எந்தையும், நிலன்உரப் பொறாஅன்; 'சீறடி சிவப்ப,
எவன், இல! குறுமகள்! இயங்குதி! என்னும்;'
யாமே, பிரிவு இன்று இயைந்த துவரா நட்பின்,
இருதலைப் புள்ளின் ஓர் உயிரம்மே;
ஏனல்அம் காவலர் ஆனாது ஆர்த்தொறும்
கிளிவளி பயிற்றும் வெளில்ஆடு பெருஞ்சினை
விழுக்கோட் பலவின் பழுப்பயம் கொண்மார்,
குறவர் ஊன்றிய குரம்பை புதைய,
வேங்கை தாஅய தேம்பாய் தோற்றம்
புலிசெத்து, வெரீஇய புகர்முக வேழம்,
மழைபடு சிலம்பில் கழைபடப் பெயரும்
நல்வரை நாட! நீ வரின்,
மெல்லியல் ஓரும் தான் வாழலளே!

எம் தாயிருக்கின்றனளே, அவள், தன் கண்களினுங் காட்டில் இவள்மீது பெருங்காதல் செலுத்துகின்ற இயல்பினள். தந்தையும், இவள் தரையிலே அடிபொருந்தி நடக்க நேரினும், உள்ளம் பொறுக் காதவன். இவள் நடப்பதைக் காணின், 'ஏடி! எம் இளைய மகளே! நின் சிறிய அடிகள் சிவப்ப எதற்காகவோ செல்கின்றனை?' என்று கேட்பவன். யாங்களோ, பிரிவு என்பதே இல்லாமல் ஒன்றுபட்டதும், உவர்த்தலே இல்லாததுமான பெருநட்பினால், இருதலைப் பறவை போல, இரண்டு உடற்கும் ஓர் உயிரே என்னுமளவு எமக்குள்

பெருகிய காதலை உடையோம்.

தினைப்புனத்தினைக் காக்கின்ற குன்றவர் மகளிர்கள், ஓயாது குரலெழுப்பி ஆரவாரிக்கும் பொழுதெல்லாம், கிளிகளும் தம் இனத்தைக் கூவி அழைக்கும். பலாமரத்தின் பெரிய கிளைகளிலே, அணில்கள் ஆடிக்கொண்டிருக்கும். பெரிய காய்களைக் கொண்ட பழமாகிய பயன்களும் விளங்கும். அவற்றைக் கொள்ளுவதற்குக் குறவர்கள் குடிசை நாட்டியிருப்பர். அக் குடிசை மறையுமாறு தேன் பாயும் வேங்கை மலர்கள் அவற்றின் மேல் சொரிந்து பரந்திருக்கும். அந்தத் தோற்றத்தைப் 'புலியோ' என்று கருதிப் புள்ளிகள் பொருந்திய முகத்தினையுடைய யானையானது அஞ்சும். மேகங்கள் பொருந்திய பக்கமலைகளிலுள்ள மூங்கில்கள் முறிபடுமாறு, அந்த யானை விரைந்து பெயர்ந்து கடுகிச் செல்லும். அத்தகைய நல்ல மலைநாட்டிற்கு உரியவனே! அதனைக் கடந்து, நீ இரவு நேரத்தில் வருவதென்றால், மெல்லிய தன்மையினளான இவள் 'நினக்கு எத்தகைய ஊறு நேர்ந்ததோ?' என எண்ணித், தான் வருந்தி உயிர் வாழ்ந்திராள். இதனையும் நீ அறிவாயாக!

சொற்பொருள்: 1. யாய்- தாய்; காதலன்- அன்புடையான். 2. சீறடி- சிறியவான மெல்லடிகள். 3. இல - ஏடீ! குறுமகள்- இளைய மகள். 4. துவரா நட்பு - உவர்ப்பில்லாத என்றும் இனிக்கின்ற நட்பு. 5. இருதலைப்புள் - இரண்டு தலைகளையுடைய ஒரு பறவை. 7. வெளில்- அணில். 8. விழுக்கோட் பலவு - பெரிய காய்களையுடைய பலாமரம். 9. குரம்பை- குடிசை. 10. தேம் - தேன். புலிசெத்து - புலி என்று கருதி. 12. மழை- மேகம். கழை - மூங்கில். 16. ஓரும் : அசை.

தாய் தந்தையின் அன்பை உரைத்ததன் மூலம் இற்செறிப்பும், நீ வரின் மெல்லியல் வாழலள் என்பதனால் இரவுக் குறியின் ஏதத்திற்கு அவள் அஞ்சுதலையும் கூறினள். ஏனலங்காவலர் குறவர் எனவும் கொள்வார் சிலர்.

உள்ளுறை பொருள்: அஞ்சவேண்டாத குடிசைக்கு யானை அஞ்சும். தனக்கு உணவு ஆகப் பயன்படும் மூங்கில்களை அந்த அச்சத்தால். நாசஞ் செய்யும். அதுபோல, இவள்மேல் அன்புடையவரான இவள் பெற்றோர், இவள் கருத்துக்கு இசைந்து இவளை நினக்குத் தருவர் என அறியாது, நீ வீணே அஞ்சினை. வரைந்து கொள்ளவும் முயன்றாயில்லை. அதனால், நினக்கு இன்பந்தரும் எமக்கும் பிரிவுத் துன்பமாகிய ஊறுவிளைவித்தனை என்பதாம்.

13. புலம்பொடு வந்த வாடை!

பாடியவர்: பெருந்தலைச்சாத்தனார். **திணை:** பாலை. **துறை:** பொருள்வயிற் பிரியலுற்ற தலைமகனைத் தோழி செல

வழுங்குவித்தது; உடம்பட்டதூஉம் ஆம். **சிறப்புற்றோன்:** தென்னவன் மறவனான கோடைப்பொருநன் பண்ணி.

(பொருள் தேடிவருவதற்காகத் தன் தலைவியைப் பிரிந்து வேற்று நாடு செல்ல விரும்புகிறான் ஒரு தலைவன். 'அதனால், தலைவி தன் உயிரையே இழந்து விடவும் கூடும்' என்று கூறி, அவனைச் செல்லாது தடுக்கின்றாள் தோழி. அல்லது, 'யாம் துன்புற்றாலும் சகித்திருப்போம்; நின் முயற்சி நன்கு நிறைவுறுக' என, அவன் போதற்கு இசைகின்றாளும் ஆம்.)

தன் கடற் பிறந்த முத்தின் ஆரமும்,
முனைதிரை கொடுக்கும் துப்பின், தன்மலைத்
தெறல் அரும்மரபின் கடவுட் பேணிக்,
குறவர் தந்த சந்தின் ஆரமும்
இருபேர் ஆரமும் எழில்பெற அணியும்
திருவீழ் மார்பின் தென்னவன் மறவன் -
குழியில் கொண்ட மராஅ யானை
மொழியின் உணர்த்தும் சிறுவரை அல்லது,
வரைநிலை இன்றி இரவலர்க்கு ஈயும்,
வள்வாய் அம்பின் கோடைப் பொருநன் -
பண்ணி தைஇய பயம்கெழு வேள்வியின்,
விழுமிது நிகழ்விது ஆயினும்- தெற்குஏர்பு,
கழிமழை பொழிந்த பொழுதுகொள் அமையத்துச்,
சாயல் இன்துணை இவட்பிரிந்து உறையின்,
நோய் இன்றாக செய்பொருள்! வயிற்பட
மாசுஇல் தூமடி விரிந்த சேக்கை,
கவவுஇன் புறாமைக் கழிக - வள வயல்,
அழல்நுதி அன்ன தோகை ஈன்ற
கழனி நெல்லின் கவைமுதல் அலங்கல்
நிரம்புஅகன் செறுவில் வரம்புஅணையாத் துயல்வரப்,
புலம்பொடு வந்த பொழுதுகொள் வாடை,
இல்ங்குபூங் கரும்பின் ஏர்கழை இருந்த
வெண்குருகு நரல, வீசும்
நுண்பல் துவலைய தண்பனி நாளே!

தன்னுடைய தென்கடலிலே பிறந்த முத்தினைக் கோத்து அந்த ஆரத்தை அணிந்தவன்; பகைவர் பணிந்து திறை கொடுக்கும் ஆற்றலினையுடையவனும், தன்னுடைய பொதிய மலையினிடத்தே கோயில் கொண்டிருப்பவனும் பிறரால் வெற்றி கொள்ளப்படுவதற்கு அரியவனுமாகிய முருகக்கடவுளை வழிபட்டுக், குறவர்கள் கொணர்ந்து தந்த சந்தன ஆரத்தையும் அணிந்தவன்; அத்தகைய

பெருமையையுடைய இரண்டு ஆரங்களையும், அழகுற அணியும், திருமகள் விரும்பும் மார்பினையுடையவன், தென்னவனாகிய **பாண்டியன்.**

குழியிலே வீழ்த்திக் கைக்கொண்ட பழகாத யானைகளைத், தன் ஏவலினால் செயற்படும்படி உணர்த்துவிக்கன்ற சிறுபொழுது அல்லாமல், பிற பொழுதுகள் எல்லாம், ஒரு வரையறை ஏதும் இல்லாமல், இரவலர்களுக்கும் வாரி வாரி வழங்கிக் கொண்டே இருப்பவன்; கூர்மை வாய்ந்த அன்பினை உடையவன்; கோடைக்குத் தலைவன்; பாண்டியனின் படைத்தலைவன் பண்ணி என்னும் பெயரினன். அவன் இயற்றிய, பயன் மிகுந்த களவேள்வியினும் காட்டில், நீர் தேடி வருவதாகக் கூறும் பொருளால் சிறந்த பயன் நிகழுமாயின் -

மேகங்கள் தெற்கே சென்றனவாக, மிக்க மழையினைப் பொழிந்த, மழைக்காலத் தன்மையைக் கொள்ளும் கூதிர்க் காலத்துச், சாயலிற்சிறந்த இனிய துணைவியான இவளைப் பிரிந்து, வேற்று நாட்டிலே நீர் தங்குவீராயின், நீர் தேடுகின்ற பொருள்கள், எவ்வித இடையூறும் இல்லாது வந்து வாய்ப்பனவாக! தக்க இடத்திலே, குற்றமற்ற தூய விரிப்பு விரிக்கப் பெற்ற படுக்கையினிடத்தே, இவளைத் தழுவிப் பெறுகின்ற இன்பமானது, நுமக்கு வாயாமற் கழிந்து போயினும் போவதாக!

வளமுடைய வயல்களிலே, நெருப்பின் கொழுந்தினைப் போன்ற தோடுகளை ஈன்ற, வயல் நெல்லின் பலவாகக் கிளைத்த முதலிலிருந்து தோன்றிய நிரம்பிய நெற்கதிர்கள் அகன்ற வயலினிடத்து வரப்புக்களையே அணையாகக் கொண்டு கிடந்து அலையுமாறு, தனிமையாகிற துன்பத்தினை மேற்கொண்டு வருகின்ற தன்மையது. பனிக்காலத் தன்மையினைக் கொண்ட வாடைக் காற்று. அக்காற்றானது பூக்கள் விளங்கும் கரும்பினது ஓங்கின தண்டின் மீதிருக்கும் வெண்மையான நாரையானது ஒலிக்கும்படியாகவும் வீசும், அத்தகைய வாடை வந்து வருத்தும், நுண்மையான பல துளிகளைக் கொண்டு விளங்குவது குளிருகின்ற பனிக்காலம்!

சொற்பொருள்: 2. பேணி - பூசை பண்ணி. 7. மராஅ-மருவாத. 11. தைஇய - செய்த. வேள்வி - களவேள்வி. 13. பொழுது- காலத் தன்மை. 18. அழல் நுதி - அழற்கோடு. தோகை- நெற்றோடு; கடை கூர்த்துச் சிவந்திருந்தலினால் அவ்வாறு கூறினர்.

விளக்கம்: கூதிர்க் காலத்திலே, பிரிவின் வேதனை மிகுதியினால் அவள் பெரிதும் துயருற்று நலிவாள்; அதனால் நின் போக்கை நிறுத்துக என்று கூறியதாம். அன்றி, பிரிவுக்கு உடம்பட்டதாயின், அக்காலத்துக் கொடுமையைக் கூறி, அதற்குள் தவறாது வருக என்றதாகும்.

முத்தாரமும் சந்தின் ஆரமும் அணிந்த பாண்டியனைக் கூறியது முத்தாரமும் சந்தின் தொய்யிலும் விளங்கும் அவளுடைய மார்பகத்தையும் உணர்த்தும். 'தென்னவன் மறவன்' என்பதனைத் தென்னவனாகிய மறவன் எனவும் கூட்டிப் பொருள் கொள்வர். 'பிரிந்து உறையின் நோய் இன்றாகச் செய்பொருள்!' என்றது, அஃது வாய்ப்பதாகாது என்னும் உட்கருத்து உடைய சொற்களாகும். விளை வயலின் பயனான நெற்கதிர்களைத் துவளச் செய்வது போலப், பனிக்காலம் அவளையும் துவளச் செய்யும்: நீர்ப் பறவையான குருகும் குளிர் தாங்காது ஒவிக்குமாயின் அவள் புலம்பாது என் செய்வாள்? உவமைகளை இவ்வாறெல்லாம் பொருத்திக் காணுக.

14. யாங்கு ஆகுவம் கொல்?

பாடியவர்: ஒக்கூர் மாசாத்தனார். **திணை:** முல்லை. **துறை:** பாணன் தனக்குப் பாங்காயினார் கேட்பச் சொல்லியது.

(தலைவியைப் பிரிந்து சென்ற தலைவன் வர வேண்டிய நாள். அவள், அவன் வரவை எதிர்பார்த்து ஏங்கி வாயிலிலே நிலையாக நின்றனள். மாலைக்காலமும் மெல்லப் போய்க் கொண்டிருந்தது. 'இன்று மாலை அவர் வாரார் போலும்: காலையில் வருவார்' என்றனன் பாணன். 'மாலை வேளையிலே வர நினையாதவரானால் காலையிலே யாம் என்ன கதியாவோமோ? யாரறிவார்?' என்றாள் அவள். பாணன் பேச்சற்று நின்றுவிட்டான். 'கடவுளை வாழ்த்துவது ஒன்றுதான் அவனால் முடிந்தது. அவ்வேளை தலைவனின் தேரும் வந்துவிட்டது. உள்ளம் கவர்ந்த அந்த இனிய காட்சியை, அப்பாணன், தன் தோழர்க்கு உவப்புடன் சொல்லுகின்றான்.)

'அரக்கத்து அன்ன செந்நிலப் பெருவழி
காயாஞ் செம்மல் தாஅய், பலஉடன்
ஈயல் மூதாய் வரிப்பப், பவளமொடு
மணி மிடைந்தன்ன குன்றம் கவைஇய
அம்காட்டு ஆர்இடை, மடப்பிணை தழீஇத்,   5
திரி மருப்பு இரலை புல்அருந்து உகள,
முல்லை வியன்புலம் பரப்பிக் கோவலர்
குறும்பொறை மருங்கின் நறும்பூ அயரப்,
பதவு மேயல் அருந்து மதவுநடை நல்ஆன்
வீங்குமாண் செருத்தல், தீம்பால் பிலிற்ற   10
கன்றுபயிர் குரல், மன்றுநிறை புகுதரும்
மாலையும் உள்ளார் ஆயின், காலை
யாங்கு ஆகுவம் கொல்? பாண'' என்ற
மனையோள் சொல்எதிர் சொல்லல் செல்லேன்,
செவ்வழி நல்யாழ் இசையினென், பையெனக்   15

கடவுள் வாழ்த்திப், பையுள் மெய்ந் நிறுத்து,
அவர்திறம் செல்வேன் கண்டனென், யானே-
விடுவிசைக் குதிரை விலங்குபரி முடுகக்
கல்பொருது இரங்கும் பல்ஆர் நேமிக்
கார்மழை முழக்குஇசை கடுக்கும்,
முனைநல் ஊரன், புனைநெடுந் தேரே!

'செவ்வரக்கினைப் போன்று செந்நிலமாக விளங்குவது பெருவழி. அங்கே, காயாவின் பூக்கள் பரவிக்கிடக்கும். தம்பலப் பூச்சிகள் பலவும் ஒருங்கே வரிசை வரிசையாக ஊர்ந்து கொண் டிருக்கும். அதன்கண் விளங்கும் குன்றம், பவளத்தோடு நீலமணி யினைப் பொருந்தி வைத்தாற் போலத் தோன்றும். எங்கணும் இவ்வாறு சூழ்ந்து கிடக்கும் காட்டின் அகத்தேயுள்ள அரிய இடங் களில், மடப்பத்தினையுடைய தன் பெண்மானைத் தழுவிக் கொண்டதாக, இரும்பு திரித்து விட்டாற்போல விளங்கும் கொம்பு களையுடைய ஆண்மானானது, புல்லைத் தின்றவாறு தாவித் தாவிச் செல்லும். தம்முடைய பசு நிரைகளை கோவலர் முல்லை நிலத் திலே பரவிமேயவிட்டிருப்பர். அவர்கள் குன்றுகள் பக்கத்தே நறுமணப் பூக்களை எடுத்து அணிந்தும் மகிழ்ந்திருப்பர். அறுகம் புல்லாகிய உணவினை அருந்திய, வலிய நடையினவான நல்ல பசுக்களின் பருத்த மாண்பினையுடைய மடிகள் இனிய பாலைச் சொரிந்து கொண்டிருக்கும். அவை, தம் கன்றுகளை நினைந்து அழைக்கும் குரலினவாக மன்றுகளில் நிறையுமாறு வந்து சேர்ந்து கொண்டிருக்கும். இத்தகைய மாலைக் காலத்திலுங்கூட, எம் தலைவர் எம்மை நினையார் ஆயினர். அங்ஙனமாயின், நாளைக் காலை வேளைக்குள் யாம் எந்நிலை உறுவேமோ, பாணனே?'' என்று அவன் இல்லத்துத்தலைவியானவள் சொல்லினள்.

அதற்கு எதிராக எதுவும் சொல்லுவதற்கு இயலாதவனாயி னேன். என் நல்ல யாழிலே செவ்வழிப் பண்ணினை மெல்லென இசைத்தேன். கடவுளைப் போற்றினேன். அவளுடைய துன்பத்தை என் உடலுள்ளும் நிறுத்தியவனாக, யானும், அவளுடைய நிலைமை யாகிய துயருக்கே செல்லலானேன்.

தூண்டப் பெறும் வேகங்கொண்ட குதிரையின், எதிர்ப்படும் தடைகளாகிய அவற்றை விலக்கி, முன்செல்லும் செலவு மிகுதி யாகக், கற்களிலே மோதி ஒலிக்கும் பல ஆரங்களையுடைய தேருருளையின் ஒலியானது, கார்காலத்து மேகங்களின் இடி முழக்கினைப்போல ஒலிசெய்ய, முனையாகிய நல்லூரையுடையவன் வரும், அணிசெய்யப் பெற்ற நெடுந்தேரினை அவ்வேளையிற் கண்டேன். அவளும் தன் துயர் தீர்ந்தனள்.

சொற்பொருள்: 2. தாஅய்- தாவி. 9. மேயலருந்து- மேயலாக ஆர்ந்த. மேயல்- உணவு. மதவு-வலி. 10. செருத்தல்- பசுவின் மடி. பிலிற்ற - புறப்படவிட. 16. பையுண்- நோய்.

விளக்கம்: இரலை தன் பிணையைத் தழுவிச் செல்லும் காட்டு வழி வருபவராயிருந்தும் எம்மை மறந்தாரோ? இதன்கண் உட்பொதிந்துள்ள ஏக்கத்தை உணர்க. பாணன் கடவுளை வாழ்த்தியது, அவளுக்காக இரங்கி அருளுதலை வேண்டி என்க.

'கடவுள் வாழ்த்தி' என்பது காண்க. கடவுள் என்னும் இறைக்குரிய சொல்லின் ஆட்சி பழமையானது என்பதனையும் இதனால் அறிக. கடந்து நின்றும், உள் நிறைந்து நின்றும் உயிர்க்கு உதவுஞ் சக்தியையே 'கடவுள் என்றனர்.

15. காப்பு இகந்து போகி !

பாடியவர்: மாமூலனார். **திணை:** பாலை. **துறை:** மகட் போக்கிய தாய் சொல்லியது. **சிறப்பு:** கோசர்களின் துளு நாடு; பாழிமலைத் தலைவனான நன்னன்.

(தன்னுடைய மகள் களவிலே கூடி வருவதை, அவளுடைய உடலினும் செயலினும் காணப்பெற்ற புதுப்புது மாற்றங்களினால் உணர்ந்தாள் தாய். அவள் மனம் பெரிதும் வருந்தியது. தன் மகளை, வீட்டை விட்டு அயலே செல்லுதல் கூடாதெனத் தகைந்து இற்செறித்தாள். மகளோ, தன் காதலனுடன் கலந்த அன்பினள். அதனால், எப்படியோ கட்டுக் காவல்களை எல்லாம் கடந்து, அவனுடன் வெளியேறிப் போய்விட்டாள். அப்போது, தாய் சொல்லியது இது.)

எம்வெங் காமம் இயைவது ஆயின்,
மெய்ம்மலி பெரும்பூண், செம்மற் கோசர்
கொம்மையம் பசுங்காய்க் குடுமி விளைந்த
பாகல் ஆர்கைப் பறைக்கட் பீலித்
தோகைக் காவின் துளுநாட்டு அன்ன,
வறுங்கை வம்பலர்த் தாங்கும் பண்பின்
செறிந்த சேரிச் செம்மல் மூதூர்,
அறிந்த மாக்கட்டு ஆகுக தில்ல -
தோழி மாரும் யானும் புலம்பச்,
சூழி யானைச் சுடர்ப்பூண் நன்னன்

பாழி அன்ன கடியுடை வியன்நகர்ச்
செறிந்த காப்புஇகந்து, அவனொடு போகி,
அத்த இருப்பை ஆர்கழல் புதுப்பூத்
துய்த்த வாய, துகள்நிலம் பரக்க,
கொன்றை யம்சினைக் குழற்பழம் கொழுதி,

வன்கை எண்கின் வயநிரை பரக்கும் -
இன்துணைப் படர்ந்த கொள்கையோடு ஓராங்குக்,
குன்ற வேயின் திரண்ட என்
மென்தோள் அஞ்ஞை சென்ற - ஆறே!

அவளுடைய தோழிமார்களும் யானும் அவளைக் காணாது புலம்புகின்றோம். முகபடாம் அணிந்த போர் யானைகளையும், ஒளிசெய்யும் அணிகளையும் உடையவன் **நன்னன்.** அவனுடைய **பாழி** என்னும் ஊர் மிகுந்த கட்டுக் காவல்களை உடையது. அதைப் போன்று காவல் செறிந்து விளங்கிய, தந்தையினது பெரிய இல்லத்தின் காவலையும் கடந்து சென்று விட்டனள். அவள் காதலனான அவனோடும் உடன் போக்கிலே தானும் போய்விட்டனள்.

அருஞ்சுரத்து இருப்பையிலே ஆர்க்குக் கழன்ற புதிய பூக்கள் விளங்கும். அவ்விடத்தேயுள்ள கரடிகள், அப் புதுப் பூக்களைத் தின்னும். அங்ஙனம் தன் வாயினவாய், அவை நிலம் புழுதி பறக்கும்படியாகச் செல்லும். சென்று கொன்றை மரத்தின் அழகிய கிளைகளிலேயுள்ள குழல் போன்ற கொன்றைப் பழங்களைக் கோதும். வலியமைந்த கைகளையுடைய அக் கரடிகளின் வலிய கூட்டம் அங்ஙனம் பரந்து செல்லுகின்ற வழியிலே அவள் சென்று விட்டனள்! குன்றத்து மூங்கிலைப் போன்ற, திரண்ட மென்மையான தோள்களையுடைய எம் அன்னை, அங்ஙனம் போய்விட்டனள்!

மெய்ம்மையான மொழிகளால் சிறப்புற்றோர், பேரணிகளை உடைய செம்மல்கள், கோசர். அவருடைய துளு நாடு. தலையிலே ஆர்க்கினையுடைய, திரண்டு பசுமையான காய்கள் முற்றிப் பழுத்த பாகற் பழங்களைத் தின்னும், பறைபோல வட்டமான கண்களையுடைய தோகைகளைக் கொண்ட மயிலினங்கள் நிறைந்திருக்கும் சோலைகளை உடையது அத் துளு நாடு. அவர்கள் செல்லும் வழியிடையிலேயுள்ள நெருங்கிய சேரிகளைக் கொண்ட தலைமைப் பெற்ற ஊர்கள் எல்லாம். அது துளு நாட்டைப் போன்றே, பொருளற்று வரும் புதியவர்களைத் தாங்கிப் பேணும் பண்பினை அறிந்த, மக்கள் தொகையினை உடையவாகுக! எம்முடைய மிகுதியாக ஆர்வம் கைகூடுவதென்றால், அங்ஙனமே எல்லாம் ஆகுக!

சொற்பொருள்: 3. கொம்மை - பெருமை. அம் - சாரியை. குடுமி- தலையிலே ஆர்க்கு. 4. பறைக்கண் - வட்டமான கண். அறிந்த மாக்கள்-வழங்கும் பண்பினை அறிந்த மாக்கள்; முகமறிந்த மாக்கள்- என்பர். கொடையிலே மடம் பட்டவர் எனல்பற்றி 'மாக்கள்' என்றனர். 19. அஞ்ஞை- அம்மை மகளை, 'எம் அம்மை! என விளிப்பது, இன்றும் தமிழ் வழக்கு ஆகும். பாலி - ஓர் ஊர். நகர் - மாளிகை.

விளக்கம்: *அவர் சென்றவிடங்களில் எத்தகைய துன்பமும் இல்லாது நலமுடன் இருக்க வேண்டுமென விரும்பும் தாயுள்ளம் இங்ஙனம் விரும்புகிறது. கோசர் வாய்மையிற் சிறந்தவர் என்பது போல வண்மையிலும் சிறந்தவர் என்பதும் இதனால் விளங்கும். நன்னனின் பாழிக் காவல் போல விழிப்புடைய காவலைக் கடந்து சென்றனள் என்பது, தலைவியின் காதல் மிகுதியையும் அவளைத் தாய் தடைசெய்ய முயன்ற முயற்சியின் அளவையும், அது பலியாமற் போனமையையும் விளங்கும்.*

உள்ளுறை பொருள்: *''கரடி இருப்பைப் பூவின் இனிமையிலே செருக்குடையதாகிக் கொன்றைப் பழங்களைக் கோதிப் போனதுபோல, எம் மகளும், அவனிடம் கொண்ட தொடர்பின் இனிமைச் செருக்கினால், உடன் பழகிய தோழியரையும், பெற்று வளர்த்த எம்மையும் ஒதுக்கிப் போயினாளே!'' என்பதாம்.*

16. நீயும் தாயை இவற்கு!

பாடியவர்: *சாகலாசனார்.* **திணை:** *மருதம்.* **துறை:** *பரத்தையர் சேரியினின்றும் வந்த தலைமகன், 'யாரையும் அறியேன்' என்றனன்; அவனுக்குத் தலைமகள் கூறியது.*

(தன் கணவன் பரத்தை ஒருத்தியுடன் உறவு கொண்டிருந்ததனை அவன் மனைவியும் அறிந்தாள். வீடு வந்த அவனோ, தான் எவரையும் அறியேன் என்றான். தன் கணவனின் சாயலுடையவனாக இருந்த தன் புதல்வனை, அந்தப் பரத்தை ஒரு சமயம் காதலுடன் அணைத்து வாஞ்சை காட்டிய நிகழ்ச்சியைக் கூறி, அவனுடைய உறவைத் தானும் அறிந்திருப்பதை வெளியிடுகின்றாள் அந்த மனைவி.)

நாயுடை முதுநீர்க் கலித்த தாமரைத்
தாதின் அல்லி அவிர் இதழ் புரையும்.
மாசுஇல் அங்கை, மணிமருள் அவ்வாய்,
நாவொடு நவிலா நகைபடு தீஞ்சொல்,
யாவரும் விழையும் பொலந்தொடிப் புதல்வனைத்,
தேர்வழக்கு தெருவில், தமியோற் கண்டே,
கூர்எயிற்று அரிவை குறுகினள்; யாவரும்
காணுநர் இன்மையின், செத்தனள் பேணிப்,
பொலங்கலம் சுமந்த பூண்தாங்க இளமுலை,
'வருக மாள, என் உயிர்!' எனப் பெரிது உவந்து,
கொண்டனள் நின்றோட் கண்டு, நிலைச் செல்லேன்,
'மாசுஇல் குறுமகள்! எவன் பேதுற்றனை?

நீயும் தாயை இவற்கு?' என யான்தற்
கரைய, வந்து விரைவனென் கவைஇ,
களவு உடம்படுநரின் கவிழ்ந்து, நிலம்கிளையா

நாணி நின்றோள் நிலை கண்டு, யானும்
பேணினென் அல்லெனோ - மகிழ்ந! - வானத்து
அணங்குஅருங் கடவுள் அன்னோள், நின்
மகன்தாய் ஆதல் புரைவது - ஆங்கு எனவே!

நீர் நாய்களையுடைய பழைய நீர்த் தேக்கம் ஒன்று. அதன்கண் தாமரைகள் தழைத்திருக்கும் அத்தாமரைகளின் பூந்தாதாகிய அல்லியின் அயலே இருக்கும் மெல்லிய இதழினைப் போன்ற, குற்றமற்ற உள்ளங்கையினை உடையவன்; பவளத்துண்டுகள் போன்ற சிவந்த அழகிய வாயினை உடையவன்; நாவினாற் பயின்று பழகித் திருத்தமாகப் பேசப்படாததும், ஆனால் கேட்டார்க்கு மகிழ்ச்சியைத் தருவதுமாகிய, தேனினும் இனிக்கும் குதலைச் சொற்களைப் பேசுபவன்; காண்பவர் யாவரும் விருப்பமுறுகின்ற கவர்ச்சியினையுடையவன்; பொற்றொடி அணிந்தவன்; நம் புதல்வன்!

பொன் அணிகளைச் சுமந்து வருபவள்போல ஏராளமான நகைகளை அணிந்திருந்த, கூர்மையான பற்களையுடைய நின் காதற் பரத்தையானவள், அவன் சிறுதேர் ஓட்டி விளையாடிக் கொண்டு தெருவிலே தமியனாய் நின்றதைக் கண்டனள். நின்னைப் போன்று அவனும் தோற்றும் ஒப்புமையினைக் கருதிப் போற்றினள். எவரும் காண்பவர் இல்லாமையினால் துணிந்து அவனருகே சென்றாள். மிகவும் மகிழ்வினை உடையவளாக, 'என் உயிரே! என்னிடம் வருவாயாக' என்றாள். அவனும் செல்லப், பூண்களை அணிந்த தன் இளைய முலைகளிலே அவனை அணிந்துக் கொண்டாள். அதனை யானும் அன்று கண்டேன்.

நான் நின்ற நிலையிலிருந்து, அதனைக் காணாதவன் போலத் திரும்பிவிடவில்லை. விரைந்து போய், அவளை அணைத்துக் கொண்டேன். ''மாசற்ற இளைய மகளே! ஏன் மயங்குகின்றனை? நீயும் இவனுக்கு ஒரு தாய்தானே!'' என்று அவளிடம் கூறினேன்.

தாம் செய்த களவினைக் கண்டுகொண்டவர் முன்பாக களவு செய்தவர், தம் தவறை ஒப்புக் கொண்டு தலைகவிழ்ந்து நிற்பது போல, அவளும் என்முன் முகம் கவிழ்ந்து நின்றனள். நிலத்தைத் தன் கால்விரலாற் கீறினவளாக வெட்கியும் நின்றனள். வானத்துத் தெய்வமாக விளங்குகின்ற, அரிய கற்புக் கடவுளான அருந்ததியைப் போன்ற அவள், நின் மகனுக்குத் தாயாக ஆகுதல் பொருந்துவதே! எம் மகிழ்நனே! அப்படியே, யானும் அவளைப் போற்றினேன் அல்லனோ?

சொற்பொருள்: 3. மணி- பவள மணி. 4. நவிலல்- பழகுதல். யாவரும்- அனைவரும், பகைவரும். 6. தேர்- சிறு தேர்; தேர் வழங்கு தெரு, தலைவனின் தேர் செல்லுகின்ற தெருவுமாம்; அதன்கண் தமியனாய் நின்ற புதல்வன் என்க. 8. செத்தனள் பேணி - கருதிப் பேணி. செத்து - ஒப்பும் ஆம். 12. எவன் பேதுற்றனை என்றது, அவள் கொண்ட பதற்றங்கண்டு கூறியது. 18. அணங்கரும் கடவுள் - பிறரை தன் அழகால் வருத்துகின்ற எய்தற்கரிய தெய்வ மகள்; 'தாக்கணக்கு' என்னும் குறள்.

விளக்கம்: தான் அவளைத் தன் தங்கையாக உவந்து ஏற்றுக் கொண்டது போலக் கூறினும், அவளை எள்ளுதலே உட்கிடக்கை என்க. 'பூண்விளங்கு இளமுலை' என்றது. தன்னினும் இளமை நலன் உடையவள் அவள் எனக் கருதிக் காமுற்ற அவனைச் சுட்டி எள்ளுவது. 'வருக மாள என் உயிர்' என்றது, அப்பரத்தையும் நின் மையலிலேயே மூழ்கியுள்ளனள் எனக் கூறி, அஃது அவளுக்கு இயல்பன்மையென்று நகையாடியதாம்.

'நீயும் தாயை இவற்கு' எனக் கூறும் மரபினைச் சாத்தனார் மணிமேகலையுள், மணிமேகலையை, 'மாபெரும் பத்தினி மகள்' எனக் கண்ணகியின் மகளாக மாதவி கூறுவதாகக் கூறுவதனாலும் அறியலாம்.

17. சீறடி வல்ல கொல்!

பாடியவர்: கயமனார். **திணை:** பாலை. துறை: மகளைப் போக்கிய செவிலித்தாய் கூறியது.

(செல்வமாக வளர்ந்த கன்னி, இற் செறிப்பையும் கடந்து, காவலனுடன் சுரத்து வழியே சென்றனள். 'அவள் அடிகள் அந்தப் பாதைவழி நடக்கவும் வல்லதோ' என்று ஏங்கித் துயருறுகிறாள், அவளைப் பேணி வளர்த்த செவிலித்தாய். தாய்மையின் பாசமும், காதலின் சக்தியும் புலப்படத் தெளிவுபடுத்தும் பாடல் இது.)

வளம்கெழு திருநகர்ப் பந்து சிறிது எறியினும்,
இளந்துணை ஆயமொடு கழங்கு உடன் ஆடினும்,
'உயங்கின்று, அன்னை! என்மெய்' என்று அசைஇ,
மயங்கு வியர் பொறித்த நுதலள், தண்ணென,
முயங்கினள் வதியும் மன்னே! இனியே,

தொடி மாண் சுற்றமும் எம்மும் உள்ளாள்,
நெடுமொழித் தந்தை அருங்கடி நீவி,
நொதுமலாளன் நெஞ்சுஅறப் பெற்றஎன்
சிறுமுதுக் குறைவி சிலம்புஆர் சீறடி
வல்லகொல், செல்லத் தாமே-கல்லென -

ஊர்எழுந் தன்ன உருகெழு செலவின்,
நீர்இல் அத்தத்து ஆர்இடை, மடுத்த,
கொடுங்கோல் உமணர், பகடுதெழி தெள்விளி
நெடும்பெருங் குன்றத்து இமிழ்கொள இயம்பும்,
கடுங்கதிர் திருகிய வேய்பயில் பிறங்கல்,   15
பெருங்களிறு உரிஞ்சிய மண்அரை யாஅத்து
அருஞ்சுரக் கவலைய அதர்படு மருங்கின்,
நீள்அரை இலவத்து ஊழ்கழி பல்மலர்,
விழவுத் தலைக்கொண்ட பழவிறல் மூதூர்,
நெய்உமிழ் சுடரின் கால்பொரச் சில்கி,   20
வைகுறு மீனின் தோன்றும்
மைபடு மாமலை விலங்கிய சுரனே!

செல்வம் பொருந்திய அழகிய மாளிகையிடத்தே, சிறிது நேரம் பந்து எறிந்து ஆடினாலும், தன்னொத்த தோழியராகிய இளைய பெண்கள் கூட்டத்துடன் ஒருங்கிருந்து சிறிது நேரம் கழங்கு ஆடினாலும், 'அன்னாய்! என் உடல் தளர்கின்றது!' என்று கூறித் தளர்பவள் எம் மகள். வியர்வு அரும்பி நிறையும் நெறியினளாகத், தண்ணென்று எம் மேனி குளிர, வாஞ்சையுடன் அந்நிலையே வந்து எம்மைக் கட்டியும் கொள்பவள்! அங்ஙனம் அவள் வாழ்ந்த மென்மையெல்லாம் கழிந்ததே!

இப்பொழுதோ, தொடியணிந்து மாட்சியுற்ற தன் தோழியரையும், எம்மையும் நினையாதவளாயினாள்! மிக்க புகழினை உடைய தந்தையின் கடத்தற்கரிய காவலினையும் எப்படியோ கடந்து சென்றாள்!

நீர்ப்பசையற்ற சுரங்களின் அரிய இடங்களிலே, கொடுமை யான அடிக்கும் கோல்களையுடைய உப்பு வாணிகர், மேற்செல் லாது நின்ற எருமைக்கடாக்களை அடித்து உரப்பி ஓட்டுகின்ற தெளிவான ஒலிகள், ஊர் ஒருமிக்கத் திரண்டு எழுந்தாற் போன்ற ஆரவாரத்துடன் கேட்கும். அவை நெடிய பெரிய மலையிலே எதிரொலி உண்டாக வந்து இசைக்கவும் செய்யும். பக்க மலைகள். கடுமையான கதிரவனின் கதிர்கள் தாக்கி முறுகிய மூங்கில்கள் அடர்ந்தனவாக விளங்கும். தம் உடலிலே சேற்றினைப் பொருந்திய பெரிய களிறுகள் உரசுதலால், காய்ந்த மண்ணைப் பொருந்தியவாக விளங்கும் அடிமரங்களுடன் யாமரங்கள் தோன்றும், கவர்த்த வழிகள் பலவற்றையுடைய, கடத்தற்கு அரிய சுரம் அது. அதன் பக்கங்களிலே, நீண்ட அடிமரங்களை உடைய இலவ மரத்தின் முதிர்ச்சிமிக்க பலவாகிய பூக்கள், விழாவினை மேற்கொண்ட, பழைய ஆற்றலையுடைய முதிய ஊரிலே ஏற்றிவைத்த நெய் பெய்த

புலியூர்க் கேசிகன் 47

விளக்குகளின் சுடர் தெரித்து விழுவதுபோலக், காற்றுப் பொருதலால் சிதறி வீழும். மரத்தில் பூக்களும் மிகச் சில வாகிப்போம். விடியற்காலத்துத் தோன்றும் விண்மீன்களைப் போல அவை பின்னர் அருகித் தோன்றும். மேகங்கள் பொருந்தும் பெருமலைகள் குறுக்கிட்டுக் கிடக்கும் அத்தகைய சுரநெறியிலேயும் அவள் நடந்து சென்றனளே!

ஏதிலாளனான அவள் கதாலனது நெஞ்சத்தைத் தனக்கே உரியதாகப் பெற்ற, என் சிறிய மூதறிவுடைய மகளது, சிலம்பு விளங்கும் சிற்றடிகள்தாம், அவ்வழிச் செல்லுவதற்கும் வல்லனவாமோ? (‘ஆகாவோ’ என எண்ணி நைந்தது இது.)

சொற்பொருள்: 9. சிறுமுதுக் குறைவி - பருவத்து இளையளாயினும் அறிவினாலே மிகுந்திருப்பவள். 11. உரு-உட்கு. 13. தெழித்தல்-உரப்புதல். 12. மடுத்த - போகாது சண்டித்தனம் செய்த. 13. பகடு- எருமைக்கடா. 14. இமிழ்-இசை. 15. பிறங்கல்-மலைப்பக்கம். 18. ஊழ்கழி - முறைமை மிகுந்த.

விளக்கம்: பந்தாடுதலும் கழங்காடுதலும் தமிழகச் சிறுமியர் ஆடும் விளையாட்டுகளாம். அதற்கே உடல் வருந்திற்று என்பவள், எங்ஙனம் போயினாளோ எனப் புலம்புகிறாள். ‘‘பகடு மடுத்த நெறி, கடுங்கதிர் வேய் திருகிய நெறி, மண் அரை யாத்த நெறி, கவலைய அதர்படுநெறி, இலவத்துப் பன்மலர் கால்பொராச் சில்கிய நெறி’’ என, வழியின் வேனற் கொடுமையைக் கூட்டி உணர்க.

18. பகல் வரினும் வருக!

பாடியவர்: கபிலர். **திணை:** குறிஞ்சி. **துறை:** தோழி ‘இரவு வருவானைப் பகல் வர’ என்றது.

(ஒரு தலைவியை தான் களவிடத்தே கூடி இன்புற்ற ஒரு தலைவன், இரவுவேலையிலே வழியின் ஏதங்களையும் பொருட்படுத்தாமல் அவளை நாடி வருகின்றான். அதனைத் தலைவியால் பொறுக்க முடியவில்லை. ஒரு நாள் அவனுக்குத் துன்பம் என்றால் மறுநாள் அவள் வாழ்பவள் அல்லள். எனவே, தோழி, தன் தலைவியின் உள்ளத்தை உணர்ந்து, பகலிலேயே அவர்கள் சந்திக்கலாம் எனவும், அதற்கேற்ற இடம் எது எனவும் தலைவனிடம் கூறி, அவனது இரவு வருகையை நிறுத்த முயலுகிறாள்.)

நீர்நிறம் கரப்ப, ஊழுறுபு உதிர்ந்து,
பூமலர் கஞலிய கடுவரற் கான்யாற்று,
கராஅம் துஞ்சும் கல்உயர் மறிசுழி,
மராஅ யானை மதம்தப ஒற்றி,
உராஅ ஈர்க்கும் உட்குவரு நீத்தம் -

கடுங்கண் பன்றியின் நடுங்காது துணிந்து,
நாம அருந்துறைப் பேர்ந்து, யாமத்து
ஈங்கும் வருபவோ? - ஓங்கல் வெற்ப! -
ஒருநாள் விழுமம் உறினும், வழிநாள்,
வாழ்குவள் அல்லள், என் தோழி; யாவதும்   10
ஊறுஇல் வழிகளும் பயில வழங்குநர்
நீடுஇன்று ஆக இழுக்குவர், அதனால்,
உலமரல் வருத்தம் உறுதும், எம் படப்பைக்
கொடுந்தேன் இழைத்த கோடுஉயர் நெடுவரை,
பழம்தூங்கு நளிப்பிற் காந்தள்அம் பொதும்பில்,   15
பகல்நீ வரினும் புணர்குவை- அகல்மலை
வாங்குஅமைக் கண்இடை கடுப்ப, யாய்
ஓம்பினள் எடுத்த, தடமென் தோளே.

உயர்ந்த மலையினையுடைய தலைவனே! நீரின் நிறம் மறையுமாறு, முதிர்புற்று உதிர்ந்த அழகிய மலர்கள் நெருங்கிய காட்டாற்றிலே, முதலைகள் பல கிடக்கும். உயர்ந்த கல்லிலே மோதி மீளுகின்ற சுழிகளும் பல உள்ளன. தன் இனத்தோடு சேராது, தனித்துத் திரியும் களிற்று யானையை, அதன் மதம் அழியுமாறு மோதி, வலிமையுடன் இழுத்துச் செல்லும் அச்சந்தரும் வெள்ளமும் அதன்கண் செல்லும்.

அவ் வெள்ளமுடைய காட்டாற்றினையும், அஞ்சாமையை உடைய காட்டுப் பன்றியைப் போல, நீயும் நடுக்கமின்றிக் கடந்து வருகின்றனை. அணங்குகள் உறைவன என்பதனால் அச்சம் விளைகின்ற அரிய துறையினையும் கடந்து, நள்ளிரவின் நடு யாமத்திலே இவ்விடத்திற்கு வருபவரும் உளரோ? ஒருநாள் இரவு நீ துன்பம் உற்றனை என்றாலும், அடுத்து வரும் மறுநாட் காலையிலே, என் தோழி உயிரோடு வாழ்பவள் அல்லளே! எவ்விதமான இடையூறும் இல்லாத வழிகளானாலும், அங்குப் பலகாலும் போய் வருவாரும், நீடுதல் இலையாகத் தவறுதலும் செய்வரன்றோ? அதனால், நின் இரவு வருகை குறித்து யாங்கள் மனஞ்சுழலும் வருத்தத்தினையே அடைகின்றோம்.

அகன்ற மலையிலுள்ள வளைந்த மூங்கிலின் கணுக்களுக்கு இடைப்பட்ட இடத்தைப் போல, எம் தாய் போற்றி வளர்த்தவை அகன்ற மென்மையான என் தலைவியின் தோள்கள். எம் தோட்டத் தினை அடுத்துள்ள வளைந்த தேனிறால் வைக்கப் பெற்ற முகடுகள் உயர்ந்திருக்கும் நெடிய மலைக்கண், பழங்கள் தொங்குகின்ற மரச் செறிவினுள், காந்தள் செறிந்த அழகிய புதரினிடத்தே, பகற் போதிலே நீ வந்தாயானாலும், அவள் தோள்களைத் தழுவிப்

புலியூர்க் கேசிகன்

பொருந்துவை! (அதனால், இனிப் பகலிலேயே வருக என்றனள் என்க.)

சொற்பொருள்: 3. கல் உயர் மறி சுழி - உயர் கல் மறி சுழி. 4. மராஅ யானை-மதத்தாலே பிடியொடுங்கன்றொடும் மருவாத யானை. 9. விழுமம்- இடர். வழி நாள்- பின்னாள். விழுமம் அறிவது பின்னாள்; அந்நிலையே அவள் வாழாள் என்க. 12. நீடின்று- நீடுதல் இலையாக.

விளக்கம்: இனி, 'தேனிழைத்த நெடுவரை எனவும்' பழம் தூங்கும் நளிப்பின் எனவும், காந்தளம் பொதும்பு எனவும் பகற் குறியிடத்தைக் குறிப்பிடுவதனால்; தேன் எடுக்க வருவாரும், பழம் சேர்க்க வருவாரும், பூப்பறிக்க வருவாருமாகப் பகல்வேளை அவ்விடத்து மக்கள் நிறைந்திருப்பர் என்பது கொண்டு, பகற்குறியும் குறிப்பால் மறுத்து, வரைவுகடாயினாள் என்று கொள்ளுக.

19. எம்மே மறவல் ஓம்புமதி

பாடியவர்: பொருந்தில் இளங்கீரனார். **திணை:** பாலை. **துறை:** நெஞ்சினால் பொருள் வலிக்கப்பட்டுப் பிரிந்த தலைமகன், தலைமகளுடைய நலன் விரும்பி எண்ணிய, தன் நெஞ்சிற்குக் கூறியது.

(நெஞ்சில் பொருளாசை மிகுந்தது. அவன், தலைவியைப் பிரிந்து சென்றான். இடைவழியில், அவன் நெஞ்சிலே அவளுடைய நினைவு மிகுந்தது. அவளை அடையும் ஆசையும் அதிகமாயிற்று. தன்னைத் தூண்டிப் பிரியச் செய்த தன் நெஞ்சமே தனக்குத் துணை யற்று, அவளை நாடிப் பின் செல்வதனைக் கண்டு. அவன் தன் நெஞ்சிற்குச் சொல்லியதாக அமைந்தது இது.)

அன்றுஅவண் ஒழிந்தன்றும் இலையே; வந்துநனி
வருந்தினை- வாழி, என் நெஞ்சே! - பருந்து இருந்து
உயாவிளி பயிற்றும், யாஉயர் நனந்தலை,
உருள்துடி மகுளியின் பொருள் தெரிந்து இசைக்கும்.
கடுங்குரற் குடிஞைய நெடும்பெருங் குன்றம்,

எம்மொடு இறத்தலும் செல்லாய்; பின்நின்று,
ஒழியச் சூழந்தனை ஆயின், தவிராது,
செல்இனி; சிறக்க நின் உள்ளம்!வல்லே
மறவல் ஓம்புமதி; எம்மே - நறவின்
சேயிதழ் அனைய ஆகிக், குவளை

மாஇதழ் புரையும் மலிர்கொள் ஈர்இமை,
உள்ளகம் கனல உள்ளுதொறு உலறி,
பழங்கண் கொண்ட, கதழ்ந்துவீழ், அவிர்அறல்

வெய்ய உகுதர, வெரீஇப், பையென,
சில்வளை சொரிந்த மெல்இறை முன்கை
பூவிழ் கொடியின் புல்லெனப் போகி;
அடர்செய் ஆய்அகல் சுடர் துணைஆக,
இயங்காது வதிந்த நம் காதலி
உயங்குசாய் சிறுபுறம் முயங்கிய பின்னே!

எம் நெஞ்சமே! நீ வாழ்க! நாம் அவளைப் பிரிந்து வந்த அன்றே, அவ்விடத்தையே ஒழிந்து கிடந்தாயும் அல்லை. இவ்வளவு தொலைவு வந்து, இப்போது மிகவும் வருத்தமுற்றனை!

பருந்துகள் இருந்து, வழிச்செல்வோர் அஞ்சி வருந்தும் கூக்குரலைப் பலகாலும் எழுப்பும், யாமரங்கள், தம் உயர்ந்த அகன்ற கிளைகளிலே, உருள்கின்ற இழுகுபறையின் ஓசையைப் போலப், பொருள் தெரியுமாறு ஒலிக்கும், கடுமையான குரலினையுடைய ஆந்தைகள் உடையனவாக இருக்கின்றன. இத்தகைய நெடும் பெரும் குன்றத்தினை எம்மோடு சேர்ந்து நீயும் கடந்து செல்லாய் ஆயினை! பின்னே சென்று ஒழிந்துபோகவே கருதினாய்! ஆனால், தடையின்றி இப்போதே விரைந்து போய்விடுவாயாக! நின் உள்ளத்து எண்ணம் சிறப்பதாக!

முன்னர்க் குவளையினது கரிய இதழினை ஒப்பன அவள் கண்கள்; அவை நீர் மிகுதியுடையவாக மாறி, இமைகளும் நனைந்திருக்கும். அதனால், பின்னர் நறவம் பூவின் சிவந்த இதழ் போல் ஆகும். உள்ளத்தினுள்ளே கொதிப்பும் அதிகமாக, நினைக்கும் போதெல்லாம் வற்றித் துன்பம் கொள்வதற்கு ஏதுவான விரைந்து வீழும் கண்ணீர், வெப்பமுடையதாய்ச் சொரியும். பிரிவினால், அவள் உள்ளம் வெருவியிருப்பாள். சில வளைகள் சொரியப்பெற்ற மெல்லிய சந்தினையுடைய முன்கையினள் அவள். பூக்கள் ஒழியப் பெற்ற கொடிபோலப் பொலிவில்லாமலும், பையப் பையவும் அவள் செல்வாள். சென்று, பொற்றகட்டான் இயன்ற அகலிடத்துத் தான்ஏற்றிய அந்தி விளக்கே துணையாக, எங்கணும் செல்லவும் சக்தியற்றவளாகச் சோர்ந்திருப்பாள். அந்த நம் காதலியின், வருந்தி மெலிந்த பிடரினைத் தழுவிய பின்னராவது, எம்மை மறத்தலை நீக்கி விடுவாயாக!

சொற்பொருள்: *1.* வந்து - போந்து. *4.* உருள்துடி கடிப்பு- உருளுகின்ற இழுகு பறை. மகுளி- ஓசை. *4.* ஆந்தைக் குரல், 'குத்திப் புதை' என்றதோர் பொருள் தோன்ற இசைக்கும். *7.* சிறத்தல் - நினைத்தது பெறுதல்; *9-14* நறவின் சேயிதழ் செவ்வரிக்கு ஒப்பாக வும், குவளை கண் வடிவிற்கு ஒப்பாகவும் உரைப்பாரும் உளர். *14.* வெரீஇ - பிறர் தன் நிலை காண்பாரோ என அஞ்சி. *15.* சில்வளை

சொரிந்த என்றதனால், பல்வளை எல்லாம் முன்பே கழன்றோடின. சில்வளைகள் தாமும் பின்னர்ப் போயின என்க. 17. அடர் - பொற் றகடு. உயங்குபுறம் - மெலிந்த புறம்.

விளக்கம்: சிறுபுறம் முயங்கி என்றது, பின்னாக மறையச் சென்று, பின்னாகவே கட்டியணைத்து, அவளை வியப்பிலாழ்த்தி இன்புறல், 'பொருள்வயிற் பிரிந்த தலைமகன் இடைச்சுரத்தில் தன் நெஞ்சிற்குச் சொல்லியது எனவும், துறைபற்றிய வேறுபாடமும் உண்டு. 13. 'கதழ்ந்து வீழவிரறல்' என்பதனைக், கலிந்து வீழ விரறல்' எனவும் கொள்வர்.

20. கொடிது அறி பெண்டிர்!

பாடியவர்: உலோச்சனார். **திணை:** நெய்தல். **துறை:** பகற் குறிக்கண் வந்த தலைமகன் சிறைப்புறத்தான் ஆகத்தோழி, தலை மகட்குச் சொல்லுவாளாய்த் தலைமகன் கேட்பச் சொல்லியது.

(கானற்சோலையிலே ஒரு நாள், பகற்குறியிடத்தை நாடித் தலைவன் வந்திருக்கிறான். தனக்கு முன் வந்து அங்கிருக்கும் தோழி யும் தலைவியும் ஏதோ உரையாடிக் கொண்டிருப்ப, அயலே சற்று ஒதுங்குகின்றான். அவன் வந்ததும், அவன் பக்கத்திலே மறைந்து நிற்பதும் தோழி அறிந்தாள். ஊரலரும் இற்செறிப்பும் ஏற்பட்ட தனைத் தலைவிக்குக் கூறுபவள்போலத் தலைவனுக்கு உரைக் கின்றாள். அவன், விரைவிலே வந்து மணம் வேட்டல் வேண்டும் என்பது கருத்தாகும்.)

**பெருநீர் அழுவத்து எந்தை தந்த
கொழுமீன் உணங்கற் படுபுள் ஒப்பி,
எக்கர்ப் புன்னை இன்நிழல் அசைஇ
செக்கர் ஞெண்டின் குண்டுஅளை கெண்டி,
ஞாழல் ஓங்குசினைத் தொடுத்த கொங்கழித்
தாழை வீழ்கயிற்று ஊசல் தூங்கிக்
கொண்டல் இடுமணல் குரவை முனையின்
வெண்தலைப் புணரி ஆயமொடு ஆடி,
மணிப்பூம் பைந்தழை தைஇ, அணித்தகப்
பல்பூங் கானல் அங்கினம் வருதல்
கவ்வை நல்அணங்கு உற்ற, இவ்வூர்,
கொடிதுஅறி பெண்டிர் சொற்கொண்டு, அன்னை
கடிகொண் டனளே - தோழி:- பெருந்துறை,
எல்லையும் இரவும் என்னாது கல்லென
வலவன் ஆய்ந்த வண்பரி,
நிலவு மணல் கொட்கும்ஓர் தேர் உண்டு எனவே!**

தோழி! கடற்கரை மணல் மேட்டிலேயுள்ள புன்னை மரத்தின் இனிமையான நிழலிலே தங்கியிருப்போம். கடற்பரப்பினின்றும் நம் தந்தை கொணர்ந்து தந்த, கொழுமையான மீனின் வற்றலைக் கவரவரும் பறவைகளை ஓட்டியிருப்போம். சிவந்த நண்டின் ஆழமான வளைகளைத் தோண்டுவோம். புலி நகக் கொன்றை யின் உயர்ந்த சிளையிலே, கயிற்றிலே கட்டித் தொங்கவிடப்பட்ட ஊசலில் அமர்ந்து ஆடுவோம். கீழ்காற்றுக் கொணர்ந்து குவித்த மணலிலே ஆயத்தாருடன் கூடிக் குரவையாடுவோம். இவையும் வெறுத்தால், வெண்மையான மேற்பரப்பினையுடைய கடல் நீரிலே நம் தோழியருடன் கூடிக் கடல் நீராடுவோம். அழகிய பூக்களுடன் மேவிய பசுமையான தழை உடையினை அழகுபொருந்த உடுத்துக் கொள்வோம். பலகானறப் பூக்களையும் உடைய கடற்கரைச் சோலைக்கு இப்படி நாம் அடிக்கடி விளையாட வருதலைப் பற்றி, இவ்வூரிலே அவர் கூறுதல் ஒன்றினையே அறிந்தவரான பெண்டிர் களுள் சிலர் கூறும் சொற்களை, நம் அன்னையும் கேட்டனளே!

கேட்டுப் பகலும் இரவும் என்றில்லாது, பாகன் ஆராய்ந்து கொண்ட அழகிய குதிரைகள் பூட்டப்பெற்று, நிலவொளி போன்ற வெண்மணலில், 'கல்' என்னும் ஒலியுடனே சுழன்று வரும் தேர் ஒன்றும் உண்டு எனவும் எண்ணினளே! நம் வீட்டினிடத்தே காவலையும் மிகுதிப்படுத்தினளே! இனி, என் செய்வோம்? எப்படி வந்து நம் காதலனைச் சந்திப்போம்?

சொற்பொருள்: 1. அழுவம்- கடற்பரப்பு. 4. செக்கர்- சிவந்த. 16. கொட்கை- பரந்து திரிய விடுதல். 5-6. ஞாழலொடும் தாழையொடும் பிணித்த ஊசல் எனவும் கூறுவர். 11. கவ்வை நல்லணங்கு உறுதல்- அலராகிய பேய் பிடித்தல். இப்பாடலுக்குப் 'பொருந்தில் இளங்கீரனார் பாடியது' என வேறு பாடமும் உண்டு.

விளக்கம்: தலைவி தலைவனோடு பகற்குறியிடத்தே சந்திப்பதை அறிந்தபோதும், தோழி தாம் விளையாடுவதற்கெனவே வரவும், சிலர் அலர் உரைத்தனர். அவர், 'கொடிது அறி பெண்டிர்' எனக் கூறும் சொல்நயம் உணர்க. எனினும், தலைவன், தலைவி யின் களவுக் கூட்டத்தை அவள் தாய் அறிந்தனள் என உணர்வன்; உணர்ந்து, வந்து வரைந்து கொள்வன் என்பதும் கருத்தாகும். 'நல் அணங்கு' என்றது, இகழ்ச்சிக் குறிப்பு.

21. எழு! இனி வாழி!

பாடியவர்: காவன் முல்லைப் பூதனார். **திணை:** பாலை. **துறை:** பொருள் வலிக்கப்பட்டுப் பிரிந்த தலைமகன் இடைச்சுரத்து நின்று மீளலுற்ற நெஞ்சினைக் கழறியது.

(ஒரு தலைவன், பொருளாசை மீதூற முன்னர் ஒரு முறை தொலைநாடு நோக்கிச் சென்றனன். அவனுள்ளத்தே மிக்கெழுந்து அவனைச் செல்லத்தூண்டிய அந்த ஆர்வம், நெடுங்காலத்து அவன் உள்ளத்திலே நிலைபெறவில்லை. இடைவழியிலேயே அந்த நினைவு ஒழிய, அவன் காதலியின் நினைவே மிகவும் அதிக மாயிற்று. அப்போது அவன், தன் நெஞ்சிற்குச் சொல்லியதாக அமைந்தது இது.)

‘மனைஇள நொச்சி மௌவல் வால்முகைத்
துணை நிரைத்தன்ன; மாவீழ், வெண்பல்,
அவ்வயிற்று, அகன்ற அல்குல், தைஇத்
தாழ்மென் கூந்தல், தடமென் பணைத்தோள்
மடந்தை மாண்நலம் புலம்பச், சேய்நாட்டுச்

செல்லல் என்று யான் சொல்லவும், ஒல்லாய்
வினைநயந்து அமைந்தனை ஆயினை: மனைநகப்
பல்வேறு வெறுக்கை தருகம் - வல்லே,
எழுஇனி, வாழி என் நெஞ்சே! - புரி இணர்
மெல்அவிழ் அம்சினை புலம்ப: வல்லோன்

கோடுஅறை கொம்பின் வீஉகத் தீண்டி
மராஅம் அலைத்த மணவாய்த் தென்றல்,
சுரம்செல் மள்ளர் சுரியல் தூற்றும்,
என்றூழ் நின்ற புன்தலை வைப்பில்,
பருந்து இளைப்படூஉம் பாறுதலை ஓமை

இருங்கல் விடரகத்து. ஈன்று இளைப்பட்ட:
மென்புனிற்று அம்பிணவு பசித்தெனப், பைங்கட்
செந்நாய் ஏற்றை கேழல் தாக்க,
இரியற் பிணவல் தீண்டலில், பரீஇச்
செங்காய் உதிர்த்த பைங்குலை ஈந்தின்

பரல்மண் சுவல முரண்நிலம் உடைத்த
வல்வாய்க் கணிச்சி, கூழார் கோவலர்
ஊறாது இட்ட உவலைக் கூவல்,
வெண்கோடு நயந்த அன்பில் கானவர்
இகழ்ந்தியங்கு இயவின் அகழ்ந்தகுழி செத்து,

இருங்களிற்று இனநிரை தூர்க்கும்
பெருங்கல் அத்தம் விலங்கிய காடே.

‘வீட்டுத் தோட்டத்து இளைய நொச்சி மரத்திலேயுள்ள முல்லையின்கண் அரும்பியிருக்கின்ற, வண்டினம் விரும்பும் வெண்மையான முல்லையரும்புகளை, ஒத்தனவாக நிரைத்து வைத்தாற்போன்ற வெண்மையான பல் வரிசையினை உடையவள்;

அழகியதாக அமைந்த வயிற்றினள்; அகன்ற அல்குல் தேரினையும் உடையவள்; ஒப்பனை செய்யப்பெற்றுத் தாழ்ந்து தொங்கும் மென்மையான கூந்தலினையும் உடையவள்: மென்மையான பருத்த மூங்கிலைப் போல விளங்கும் தோள்களையும் உடையவள்; தலைவி 'இத்தகைய நம் தலைவியின் மாண்புற்ற நலன்கள் எல்லாம் வாடுமாறு தொலைவிலே உள்ள நாட்டினை நோக்கிச் செல்ல வேண்டாம்' என்று யான் அன்றே சொல்லவும், அதற்கு இசை யாய் ஆயினை! 'நம் மனைவியின் உள்ளம் களிப்புறும்படியாகப் பல்வேறு செல்வங்களையும் ஈட்டிக் கொணர்ந்து தருவோம்' என, அன்று பிரிந்து செல்லும் செயலையே மிகவும் விரும்பி அமைந் தனை. அஃது உண்மையானால், இப்பொழுதே எழுந்து என்னுடன் வருவாயாக, என் நெஞ்சமே. நீ வாழ்க!

வலம் சுரிந்த பூங்கொத்துக்கள் மெல்லென மலர்கின்ற அழகிய கொம்புகள், அப் பூக்களை இழந்தனவாக வருந்துமாறு, வல்லான் ஒருவன் அக்கொம்புகளை அடித்து உதிர்த்து விட விளங்கும் வெற்றுக் கொம்பினைப் போல, மாமரத்தை அதன் மலர்களும் முற்றும் உதிரு மாறு தாக்கி வருத்தும், மணத்தை தன்னிடத்தே உள்ள தென்றல் காற்றானது, சுரநெறியிலே செல்லும் மள்ளர்களது குழன்ற மயிரிலே அம்மலர்களைச் சொரியும். அத்தகைய வெம்மை நிலைப்பெற்றி ருக்கும் புன்மையான இடத்தையுடைய ஊர்களை இடையிடையே உடையது காடு.

பருந்துகள் ஈன்று காவற்படும், சிதறிய தலையினவாகிய ஓமை மரங்களையுடைய பெரிய மலையின் குகை ஒன்றிலே, ஈன்று காவற்பட்டது, மென்மையும் ஈன்றதன் அணிமையும் உடைய அழகிய பெண் நாய் ஒன்று. அது பசித்ததாக, பசுமையான கண்களை உடைய அச் செந்நாயினது ஏறானது, ஆண் பன்றியினைத் தாக்கியது அதனைக் கண்டதும், அச்சங்கொண்டு ஓடுகின்ற பெண்பன்றி மோதிச் செல்லுதலினால், பசிய குலைகளையுடைய ஈந்தினின் றும், அதன் செங்காய்கள் அறுபட்டு உதிரும். அப்படிப்பட்ட செங்காய்களுடன், பரற்கற்களும் நிறைந்த, மண்மேடாகிய வன்னிலத்தைக், கூழினை உண்ணும் கோவலராகிய கிணறு வெட்டு வோர், வலிய வாயினையுடைய குந்தாலியினால் உடைத்துக் கிணறு அகழ்ந்தனர். அகழ்ந்தும் நீர் ஊறாது போகவே, அவர்கள் கைவிட்டுச் சென்ற, தழை மூடிய அந்தக் கிணறுகள் காடுகளின் இடையிடையே விளங்கும்.

பெரிய களிற்று இனமாகிய யானைக் கூட்டம், தமது வெண்மையான தந்தங்களைக் கொள்ள விரும்பிய இரக்கமற்ற வேட்டைக்காரர்கள், தீங்கில்லை என நினைத்துக் கருத்தின்றிச் செல்லும் வழிகளினிடையிலே, தங்களை அகப்படுத்த அகழ்ந்து

மறைத்த குழிகளாக அக்கிணறுகளைக் கருதின. அவற்றைத் தூர்த்துக் கொண்டுமிருந்தன. அத்தகைய நிலைமையினையுடையது, பெருங் கற்களையுடைய வழிகள் குறிக்கிடும், நாம் செல்லுகின்ற காடு. நின்துணையின்றி யான் அதனைக் கடந்து செல்லவியலாது' (அதனால், என்னுடன் இப்பொழுதே எழுக என்பது கருத்து.)

சொற்பொருள்: 4. மா-வண்டு: திருவும் ஆம். 3. அவ்வயிறு- ஐதான வயிறு. தைஇ-கை செய்து. 6. ஒல்லாய்-அதற்கு இசையாய். 7. மனை- தலைவி; நக-மகிழ; அல்லது வீடுகளிப்புற. 8. தருகம்- தருவேம். 9. புரிஇணர்- வலஞ்சுரிந்த பூங்கொத்து. புலம்ப- கொம்பு மட்டுமேயாய் வாடித் தனிப்ப. 10. வல்லோன்- பூக்கொள்ள வல்லோனுமாம். சுரியல்-குழன்ற மயிர். 21. முரணிலம்- வன்னிலம். 25. இகழ்ந்தியங்கிய என்றது - இங்கோர் ஏதமும் இல்லை என்று பொருட்படுத்தாது திரியும் வழி.

22. நோய் தணி காதலர்!

பாடியவர்: வெறிபாடிய காமக்கண்ணியார். **திணை:** குறிஞ்சி. **துறை:** 1. வரைவிடை வைத்துப் பிரிந்த காலத்துத் தலைமகள் ஆற்றாளாகத், தோழி தலைமகனை இயற்பழிப்பத் தலைமகன் இயற்பட மொழிந்தது. 2. தலைமகன் இரவுக்குறி வந்து சிறைப்புறத்தானாகத் தோழியாற் சொல்லெடுக்கப்பட்டுத், தலைமகள் சொல்லியது.

(1. களவிலே கூடிவரும் காதலன் விரைவிலே திருமணம் வேட்டு வருவதாகவும், அதற்கான ஏற்பாடுகளுடன் திரும்புவதாக வும் கூறிப் பிரிந்து சென்றனன். அவனுடைய பிரிவு நீட்டிக்கவே தலைமகள் ஆற்றாமை உடையவளாயினாள். அவளுடைய வேதனை யைக் காணப்பெறாத தோழி, தலைவன் பாற் சென்றனள். சென்று, அவன் செயலைப் பழித்துக் குறை கூறினள். அவன், தான் விரை விலே வருவதாக இயற்பட மொழிந்து உறுதி கூறுகின்றனன். 2. தலைமகன் இரவுக்குறியிடத்தே வந்து சிறைப் புறத்தானாக இருப்ப, அதனைத் தோழி அறிந்தனள். தலைவியினிடம் அவளைப் பழித்துக் கூறினள். தலைமகள் அது பொறாது, அவனுடைய நேரிய காதலை உரைக்கின்றனள். இவர்கள் பேச்சினால், தலைமகன், இனியும் காலம் தாழ்க்காது தலைவியை வேட்டுவரல் வேண்டு மென்ற எண்ணம் உடையவனாகின்றான்.)

அணங்குடை நெடுவரை உச்சியின் இழிதரும்
கணம்கொள் அருவிக் கான்கெழு நாடன்
மணம்கமழ் வியன்மார்பு அணங்கிய செல்லல்
இதுஎன அறியா மறுவரற் பொழுதில்,
'படியோர்த் தேய்த்த பல்புகழ்த் தடக்கை

**நெடுவேட் பேணத் தணிகுவள் இவள்' என,
முதுவாய்ப் பெண்டிர் அதுவாய் கூற,
களம் நன்கு இழைத்துக் கண்ணி சூட்டி,
வளநகர் சிலம்பப் பாடிப் பலி கொடுத்து,
உருவச் செந்தினை குருதியோடு தூஉய்,**

**முருகுஆற்றுப் படுத்த உருகெழு நடுநாள்,
ஆரம் நாற, அருவிடர்த் ததைந்த
சாரற் பல்பூ வண்டுபடச் சூடி,
களிற்று-இரை தெரீஇய பார்வல் ஒதுக்கின்
ஒளித்து இயங்கும் மரபின் வயப்புலி போல,**

**நல்மனை, நெடுநகர்க் காவலர் அறியாமை
தன்நசை உள்ளத்து நம்நசை வாய்ப்ப,
இன்உயிர் குழைய முயங்குதொறும் மெய்ம்மலிந்து,
நக்கனென் அல்லெனோ யானே - எய்த்த
நோய்தணி காதலர் வர, ஈண்டு**

ஏதில் வேலற்கு உலந்தமை கண்டே?

நெடிய மலை உச்சிகள் தெய்வங்களை உடையன. அவ்விடத்திலே இருந்து, திரளான அருவிகள் இழிந்துவரும். அவற்றையுடைய காடு பொருந்திய நாட்டிற்கு உரியவன் நம் தலைவன். அவனுடைய அகன்ற மார்பு மணம் கமழ்வது. அதனைத் தழுவப் பெறாததனால் வருந்திய வருத்தம் உடையவர்களாயினோம். அதனை இதனால் உண்டாக்கியதென்று அறியாதே, எம் தாயும் பிறரும் கலக்க முயன்றனர்.

''வணங்காதவரைத் தேய்த்துப் பழித்த பலவாகிய புகழ்களைக் கொண்டவன்; பெரிய கையினையுடைய நெடுவேளாகிய முருகன். அவனைப் போற்றினால் இவள் துயரம் தணிவாள் என. அவ்வேளை அவர்கள் எண்ணினர். அறிவு வாய்த்தலை உடைய முதுபெண்டிர்களும், அதுவே உண்மையாம் என்று கூறினர். ஆகவே, வெறியாடும் களம் நல்ல முறையிலே அமைக்கப் பெற்றது. வேலினை நிறுத்தி அதற்குத் கண்ணியும் சூட்டினர். வளம் பொருந்திய கோயிலிலே ஆரவாரம் உண்டாகுமாறு, வேலனின் புகழையும் பாடினர். வேலனுக்குப் பலிக் கொடையும் இட்டனர். அழகிய செந்தினையைக் குருதியுடன் கலந்தும் தூவினர். இவ்வாறு, முருகனை அவர்கள் வரவழைத்தனர். அச்சம் பொருந்திய அந்த நாளின் நடு இரவிலே -

சந்தனத்தின் மணம் வீசவும், பக்கமலையிலே உள்ள அரிய முழைஞ்சுகளிலே செறிந்துள்ள பலவகையான பூக்களை வண்டுகள் மொய்க்கும்படியாகச் சூடியும், அவன் வந்தான். களிற்று யானையாகிய தனக்கு உரிய இரையினைத் தேர்ந்தெடுக்கும் பொருட்டாக,

வலிமையுடைய புலியானது, அந்தப் பார்வையோடு கூடியதாகப் பதுங்கிப் பதுங்கிச் செல்வது போல, நமது நல்ல மனையினைக் காத்து நிற்கும் காவலர்கள் அறியாதவாறு மறைந்து மறைந்து, நாம் மெலிதற்கு ஏதுவான இந்நோயைத் தணித்தற்கு உரிய, நம் காதலனும் வந்தான்!

தன்னை விரும்புதலை உடைய நம் உள்ளத்தின் விருப்பம் நிறைவேறும்படியாக நம் இனிய உயிரும் குழையும் படியாக, அவன் முயங்கினான். அப்படி அவன் நம்மைத் தழுவுந்தொறும் தழுவுந் தொறும், இவ்விடத்து நம்மவர், ஏதும் தொடர்பில்லாத வேலனுக்கு வெறியாட்டயர்ந்து தம் நெஞ்சு உலந்தமை கண்டு, யான் உடல் பூரித்துப் பூரித்துச்சிரித்தேன் அல்லனோ!

சொற்பொருள்: 4. மறுவரல்- சூழ்ச்சி. 5. பாடியோர் - வணங் காதாராகிய அசுரர். பல்புகழ்- பலவாகிய புகழ். 11. ஆற்றுப்படுத் தல் - மனையிற்கொண்டு புகுதல்; வழிப்படுத்தல்.

விளக்கம்: 1. வெறியாட்டயர்ந்தும் அவள் நோய் தீராத நிலை ஏற்பட்டுப், பின் அதுதான் மற்று யாவராலே வந்தது என்று தமர் கலங்கி ஐயுறாதபடி, அவன் வரைய வந்தனன். அத்தகைய காதல் உடைய அவனைப் பொல்லாங்கு சொல்லுகின்றனையோ எனத், தலைவி இயற்பட மொழிந்தமைக்கு இயைபுபடுத்துக.

2. தலைவி இயற்பட மொழிந்தனள் என்று வெறியாட்டு நிகழ்ச்சியைத் தலைவனுக்குச் சொல்லி அவனை விரைய வந்து வரையத் தூண்டுதல் பொருளாகத்தோழி இயற்பழித்தமைக்கு இயைபுபடுத்துக.

இரண்டானும் பயன், அவளை விரைந்து வந்து வரைந்து கொள்ளத்தூண்டுதலேயாகும். வேலனின் வெறியாடலை இவ்வாறு நயமுடன் பாடியவர் இப்புலவர். இந்தச் சிறப்புப் பற்றியே இவர். ‘வெறிபாடிய காமக் கண்ணியார்’ எனக் குறிக்கப் பெற்றனர் என்பர். ‘பழிதீர் முறுவல் சிறிதே தோற்றல்’ என்பதற்கு, இச்செய்யுளிலே தலைவி நகையாடிய நிலையை மேற்கோள் காட்டுவர். நச்சினார்க் கினியர்.

‘முருகாற்றுப்படுத்தல்’ என்பது, இவ்வாறு முருகனை வழிப் பட்டுத் தம்மிடத்திற்கு அழைத்துக் கொள்ளுதல் என்பதும் இதனால் அறியப்படும். முருகனிடம் மக்களை வழிப்படுத்தல் திருமுருகாற்றுப்படை; முருகனையே தம் இல்லத்திடத்து ஆற்றுப்படுத்திக் கொண்டு வேண்டிவழிபடல் இந்த வெறியாடும் பண்டைய வழி பாட்டு மரபு.

23. அனைய சொல் தோழி!

பாடியவர்: ஒரோடோகத்துக் கந்தரத்தனார். **திணை:** பாலை. **துறை:** தலைமகன் பிரிவின் கண் தலைமகள் தோழிக்குச் சொல்லியது.

(பொருள் வேட்டுத் தன் தலைவியைப் பிரிந்து சென்றான் ஒரு தலைவன். கார்காலத்துத் தொடக்கத்து வருவேன் என்றவன், அது தொடங்கியும் வந்து சேரவில்லை. கார்காலத்துத் தொடக்கத்தால் இயற்கையிலே எழும் பலப்பல நிகழ்ச்சிகளையும் காணக்காணத் தலைவியின் உள்ளத்திலே வேதனை மிக்குப் பெருகிற்று. அதனைக் காட்டித், தன் துயரைத் தன் தோழியினிடம் கூறிப் புலம்புகிறாள்.)

மண்கண் குளிர்ப்ப வீசித் தண்பெயல்,
பாடு உலந்தன்றே, பறைக்குரல் எழிலி;
புதல்மிசைத் தளவின் இதல்முட் செந்நனை
நெருங்குகுலைப் பிடவமொடு ஒருங்குபிணி அவிழக்,
காடே கம்மென் றன்றே; அவல,

கோடு உடைந்தன்ன கோடற் பைம்பயிர்,
பதவின் பாவை, முனைஇ, மதவுநடை
அண்ணல் இரலை அமர்பிணை தழீஇத்,
துண்அறல் பருகித் தாழந்துபட் டனவே;
அனையகொல் - வாழி, தோழி! - மனைய

தாழ்வின் நொச்சி, சூழ்வன மலரும்
மௌவல், மாச்சினை காட்டி,
அவ்வளவு என்றார், ஆண்டுச்செய் பொருளே!

பறையொலி போல இடிமுழக்கத்தினை உடைய மேகங்கள், மண்ணின் இடமெல்லாம் குளிருமாறு, குளிர்ந்த மழையைப் பெய்தன. அதனால் நிலத்தின் கோடை வருத்தமும் அடங்கிற்று. புதர்களின் மேலே, சிவல் முள்ளைப் போன்ற, சிவந்த முல்லையின் அரும்புகள் தோன்றின. நெருங்கிய குலையினை உடைய பிடாவின் அரும்புகளுடன் ஒன்றுகூடி, அச் செம்முல்லையின் அரும்புகளும் தம் பிணிப்பு அவிழ்ந்து, மலர்ந்தன. அதனால், காடும் கம்மென்ற நறுமணம் உடையதாயிற்று.

பள்ளங்களிலேயுள்ள, சங்குகள் உடைந்தாற் போலத் தோற்றம் வெண்கோடலது பசிய பயிரோடு, அறுகங் கிழங்கையும் தின்று தெவிட்டுதலின், மேலும் மேய்தலை வெறுத்து, மதர்த்த நடையினையும் தலைமையினையும் உடைய ஆண்மானானது, தான் விரும்பிக் காதலித்த தன் பெண்மானைத் தழுவியவாறே, குளிர்ந்த மழைநீரைப் பருகி, ஓரிடத்தே சேர்ந்து தங்கிவிட்டது.

மனையினிடத்தேயுள்ள முல்லை சூழ்ந்து மலருகின்ற இட மாகிய, குறுகிய நொச்சியது கருமையான கொம்பினைச் சுட்டிக் காட்டித், தாம் வேற்று நாட்டிலே இருந்து பொருள் ஈட்டித் திரும்பி வரும் காலத்தின் எல்லை, அந்த மௌவல் பூக்கத் தொடங்கும் காலத்தின் அவ்வளவே என்றனர் அல்லவோ? தோழி, நீ வாழ்க! இஃது அந்தக் காலந்தானோ? (அதனையுங் கடந்து விட்டதனை அறிவாயாக என்பது கருத்து.)

சொற்பொருள்: *1. மண்கண் - மண்ணிடம். வீசுதல் - கொடுத்தல். 2. பாடு - ஒலி. 5. கம் - அறுகரணம். 6. கோடு - சங்கு. அது பெயராகவுடைய பயிர்; கோடலைக் களையாகவுடைய வரகு முதலாயின எனினும் ஆம். 9. தாழந்து படுதல் - ஓரிடத்தே சேர்ந்து தங்குதல். 12. மாச்சினை - மௌவல் சூழ்ந்த நொச்சிக் கொம்பு.*

விளக்கம்: *'நிலத்தின் பாடு அடங்கிற்று. ஆயின் என் பாடு அடங்கவில்லை' என்பது கருத்து. சிவல்- கவுதாரியும் ஆம். 'மழை பெற்ற காவு கவின் பெற்றது; அவரைப் பெறாதேனாகிய யான் இன்னும் கவின் பெற்றிலேன் என்றனள்.*

24. கதிர் கரந்த வாடை!

பாடியவர்: *ஆவூர் மூலங்கிழார்.* **திணை:** *முல்லை.* **துறை:** *1. தலைமகன் பருவங் கண்டு சொல்லியது. 2. தலைமகன் தன் நெஞ்சிற்குச் சொல்லியது.*

(தலைமகன் வேந்தனின் படையணிகளோடு சென்று பாசறையிலே தங்கி இருக்கிறான். இரவு வேளை; அவன் உள்ளத்திலே அவனுடைய காதலியின் நினைவு மிகுதியாக எழுந்து விடுகிறது, கார்காலம் முடிந்த முன்பனிக்காலம் வேறு அவன் மனத்தை வாட்டுகிறது அவனுடைய காதல் வேதனையைத் தெளிவுபடுத்தும் சிறந்த உயிர் ஓவியம்.)

வேளாப் பார்ப்பான் வாளரந் துமித்த
வளைகளைந்து ஒழிந்த கொழுந்தின் அன்ன,
தலைபிணி அவிழா, சுரிமுகப் பகன்றை
சிதரல்அம் துவலை தூவலின், மலரும்
தைஇ நின்ற தண்பெயல் கடைநாள்,

வயங்குகதிர் கரந்த வாடை வைகறை,
விசும்பு உரிவதுபோல், வியல்இடத்து ஒழுகி,
மங்குல் மாமழை, தென்புலம் படரும்
பனிஇருங் கங்குலும் தமியள் நீந்தி,
தம்ஊ ரோளே, நன்னுதல்; யாமே

கடிமதில் கதவம் பாய்தலின், தொடிபிளந்து
நுதிமுகம் மழுகிய மண்ணை வெண்கோட்டுச்,
சிறுகண் யானை நெடுநா ஓண் மணி,
கழிப்பிணிக் கறைத்தோல் பொழிகணை உதைப்பு,
தழங்குகுரல் முரசமொடு முழங்கும் யாமத்து,

கழித்துஉறை செறியா வாளுடை எறுழ்த்தோள்,
இரவுத் துயில் மடிந்த தானை,
உரவுச்சின வேந்தன் பாசறை யேமே!

யாகம் பண்ணாத ஊர்ப் பார்ப்பான், கூர்மையான அரத்தினாலே அறுத்து எடுத்த வளைகள் போக, எஞ்சிய, சங்கின் தலையைப் போன்ற, கட்டுண்ட பிணிப்பு அவிழாத, சுரிந்த முகத்தினை உடைய பகன்றையின் அரும்புகள், சிதறுகின்ற அழகிய மழைத் துளிகள் வீழ்தலால், மலரும். அத்தகைய குளிர்ந்த பெயல் நின்று போன, தைத்திங்களாகிய முன்பனிக் காலத்தின் கடைநாளிலே, எழுகின்ற ஞாயிறும் பனிமூட்டத்தினுள் மறைந்திருக்கும், வாடையுடன் கூடிய புலர் காலை வேளையிலே-

இருண்டுவரும் பெருமழையானது, விசும்பு தோல் உரிவது போல அகன்ற வானிடத்தே இயங்கித், தென் திசைக்கண் போய்ச் சேருகின்ற, பனியுடன் கூடிய கரிய இரவின் வெள்ளத்தைச், சிறந்த நெற்றியினளாகிய நம்முடைய தலைவியானவள், தமியளாகவே நீந்திக்கொண்டு, தன்னுடைய ஊரினிடத்தே, நம்மைப் பிரிந்து இருக்கின்றனள்.

காவலை உடைய மதிற்கதவினைக் குத்திப் பாய்தலினால் பூண்பிளக்கப்பட்டுக், கூரிய முனை மழுங்கிய மொட்டையான வெள்ளிய கோட்டினையும், சிறிய கண்ணினையும் உடைய யானையின், நீண்ட நாவினையுடைய ஒளி பொருந்திய மணியின் ஓசைகள் கேட்கும். கழிகளுடன் பிணிக்கப்பட்ட கரிய தோலாகிய கேடகத்துப் பொழியும் அம்புகள் வந்து தைத்தலால் எழுகின்ற ஓசைகள் கேட்கும். இவை முழங்கும் ஓசையினையுடைய முரசொலியுடன் சேர்ந்து சதா ஒலித்துக்கொண்டேயிருக்கும். அத்தகைய நள்ளிரவு நேரத்திலே, உறையினின்றும் உருவி மீண்டும் உறையுள் இடாத உருவிய வாளினை ஏந்தியவலிய தோளினை உடையவனும், இரவிலே அயர்ந்து உறங்கும் சேனாவீரர்களைக் கொண்டவனுமாகிய மிக்க சினம் பொருந்திய நம் வேந்தனது பாசறையிடத்தே, யாம் அவளைப் பிரிந்து இருக்கின்றோம்! என் செய்வோம்?

சொற்பொருள்: *2. கொழுந்து- சங்கின் தலை. 4. சிதரலந் துவலை - சிதறுகின்ற அழகிய மழைத்துளிகள். 8. மங்குல் - இருள்.*

14. உதைப்பு- உதைப்பால் உளதாகிய ஓசை. கறைத்தோல்- கருங்கடகு. 16. கழித்து- உருவி. 12. மண்ணை வெண்கோடு- மழு மட்டையான கோடு.

விளக்கம்: *வேளாப் பார்ப்பனர். என்ற ஒரு சாரார். முன்னாள் சங்குகளைப் போழ்ந்து வளையல்கள் செய்யும் தொழிலை மேற்கொண்டிருந்தனர். 'வேளாப் பார்ப்பார்' என இவரைக் குறித்தது. முத்தீ வேட்டு வாழும் பார்ப்பாரும் மற்றொரு சாரார் இருந்தமை யாற் போலும்! இவரைப் பற்றிய செய்தியை சிலப்பதிகாரமும் கூறுதல் காண்க. 'இரவுத் துயில் மடிந்த தானை' என்றதனால்' சென்ற போரினைப் பலகால் இயற்றி, வினைமுடித்தபின் அமைதி யாகத் துயின்று கொண்டிருந்த தானை என்க. போர் முடிந்ததும் ஊர் திரும்ப வேண்டியவனுக்கு, அன்றொருநாள் பாசறை இருப்பும் வேதனையைத் தருகின்றது என்க. 'நீந்தி' என்றது, கரைசேர மாட்டாளாய்ச் சேரத் துடிதுடிக்கும் வேதனையுடன் கண் விழித்துக் காத்து இருக்கின்றனள் என்றற் பொருட்டு.*

25. வருவர், வாழி தோழி!

பாடியவர்: *ஒல்லையூர் தந்த பூதப் பாண்டியன்.* **திணை:** *பாலை.* **துறை:** *பருவம் கண்டழிந்த தலைமகளைத் தோழி வற்புறுத்தியது.* **சிறப்புற்றோன்:** *பொதியிற் செல்வனான திதியன்.*

(தலைவன் வருவதாகக் குறித்துச் சென்ற பருவமும் வந்தது. அவனோ வரவில்லை. அது கண்டு தலைவி மிகவும் ஆற்றாமை யுடையவளாயினாள். அவள் வருத்தத்தைக் கண்டு தோழி பருவத் தைக் காட்டி, அவன் தவறாது வருவான் என உறுதிகூறி, அவ ளுடைய ஆற்றாமையைப் போக்க முயலுகிறாள்.)

**''நெடுங்கரைக் கான்யாற்றுக் கடும்புனல் சாஅய,
அவர்அறல் கொண்ட விரவுமணல் அகன் துறைத்
தண்கயம் நண்ணிய பொழில்தொறும், காஞ்சிப்
பைந்தாது அணிந்த போதுமலி எக்கர்,
வதுவை நாற்றம் புதுவது கஞல,
மாநனை கொழுதிய மணிநிற இருங்குயில்
படுநா விளியா னடுநின்று, அல்கலும்,
உரைப்ப போல, ஊழ் கொள்பு கூவ,
இனச்சிதர் உகுத்த இலவத்து ஆங்கண்
சினைப்பூங் கோங்கின் நுண்தாது பகர்நர்
பவளச் செப்பில் பொன்சொரிந் தன்ன,
இகழுநர் இகழா இளநாள் அமையம்
செய்தோர் மன்ற குறி'' என, நீநின்**

பைதல் உண்கண் பனிவார்பு உறைப்ப
வாரா மையின் புலர்ந்த நெஞ்சமொடு,   15

நோவல், குறுமகள்! நோயியர், என்உயிர்!' என,
மெல்லிய இனிய கூறி, வல்லே
வருவர் வாழி- தோழி - பொருநர்
செல்சமம் கடந்த வில்கெழு தடக்கைப்
பொதியிற் செல்வன், பொலந்தேர்த் திதியன்.   20

இன்இசை இயத்தின் கறங்கும்
கல்மிசை அருவிய காடு இறந்தோரே!

நீண்ட கரையினைக் கொண்ட கான்யாற்றின், வேகம் மிக்க நீரானதும் அறவே அற்றுப்போயிற்று. விளங்கும் அறலாம் தன்மை யினைக் கொண்ட, விரவிய மணலையுடையவாயின, அகன்ற துறைகள். அவ்விடத்திலேயுள்ள பொழில்களில் எல்லாம், காஞ்சி மரத்தினது அழகிய தாதுக்களைக் கொண்டிருக்கின்ற பூக்கள் ஏராளமாக உதிர்ந்து கிடப்பனவாயின. மணல்மேடுகள், மண நாற்றத்தினைப் புதிதாக வீசிக்கொண்டிருந்தன. மாவின் தாதினைக் கோதிய, நீலமணியின் நிறத்தினையொத்த கரிய குயில், நாள்தோறும் சில கூறுவன போல, முறை கொண்டு, தனது நாவின் கூவுதலால் நடுநிலை மேவி ஒலிக்கும். பூக்கள் நிறைந்த கோங்கமரத்தின் கிளைகளின் மீதிருந்து, கூட்டமாகிய வண்டுகள், அவற்றின் நுண்ணிய தாதுக்களை உதிர்க்கும். அங்ஙனம் உதிர்ந்த தாதுக்கள் இலவம் பூக்களாகிய அவ்விடத்தே உதிர்ந்து கிடக்கும். பவளச் சிமிழிலே பொற்பொடியைச் சொரிந்து வைத்தாற் போல, அப்போது இலவம் பூக்கள் விளங்கும். பிரிவினால் எய்தும் துயரங்களைப் புறக்கணித்து பிரிபவரும்கூட, அங்ஙனம் இகழ்ந்து பிரிந்து செல்லு வதற்கு விரும்பாத இளவேனிற் காலத்தினாலன்றோ, இவை எல்லாம் நிகழ்கின்றவாயின!

தாம் மீண்டும் வருங் காலமாக இதனையே உறுதியாக அவர் குறிப்பிட்டுச் சென்றார். அதனையே நினைந்து நீ நின் நோதலை யுடைய மையுண்ட கண்களாலே நீர் வடித்துச் சொரிதல் வேண்டா. அவர் குறித்தபடி வராமையினால் வெறுப்புற்ற நெஞ்சுடன் வருந்து தலும் செய்யாதே.

போர்புரியும் பகைவர்கள் எதிர்ந்துவரும் போரினை வென்று, அவரை அழித்த வெற்றி வில்லினைத் தன் பெரிய கையிலே உடையவன்; பொதியில் மலைக்கு உரிய செல்வன்; பொன்னால் ஆகிய தேரினை உடையவன்; திதியன் என்பவன். அவனது இனிய வெற்றி முரசினைப் போல, மலையுச்சியினின்றும் விழும் அருவிகள் ஒலி முழங்குகிற காடுகளைத் தாண்டிப், பொருளீட்டச் சென்றோர் நம் தலைவர்!

'இளையவளே! நின்னை இங்ஙனம் துயருறச் செய்த என் உயிர் வருந்துவதாக' என்றாற்போல, மெல்லிய இனிமையான சொற்களைக் கூறிக் கொண்டு, நின் வருத்தத்தைப் போக்குவதற்கு விரைந்து வந்துவிடுவர் கண்டாய். (அதனால், நீயும் ஆற்றி இருப்பா யாக!)

சொற்பொருள்: 3. கயம்- மடு. 4. தாது மலர்ந்தபோது பூவுதிர்ந்த எக்கர். 7. படுதல்- ஒலித்தல். அடுநின்று- வருந்தாநின்று; நடுநிலை நின்று. 8. ஊழ்- முறைமை; பேடைகூவச் சேவல் கூவ என்க. 9. இதர்- வண்டு. 12. இகழ்ந்து பிரிவோரும் பிரிய ஒண்ணாத இளவேனிற் காலம் என்க.

விளக்கம்: இளவேனிற் காலத்துச் சோலைகளிலுள்ள மணல் மேடுகளில் இளையரும் கன்னியரும் இன்பமாகக் கூடி மகிழ்வர் ஆகலின், 'வதுவை மணம் கஞல' என்றனர்.

26. புலத்தல் கூடுமோ தோழி!

பாடியவர்: பாண்டியன் கானப்பேரெயில் தந்த உக்கிரப் பெருவழுதி. **திணை:** மருதம். **துறை:** தலைமகன் தோழியை வாயில் வேண்டி, அவளால் தான் பெறாது, ஆற்றாமையே வாயி லாகப் புக்குக் கூடியவனின் நீக்கத்துக்கண், புக்க தோழிக்குத் தலைமகள் சொல்லியது.

(தலைவன், ஒருகாலத்துத், தலைவி 'போதும் போதும்' எனத் தடுத்தும், அவளை அணைத்துக் கிடந்தனன். அவர்களுக்கு ஒரு செல்வனும் தோன்றின பின், அவன் பரத்தை வயத்தனாகித் திரிந் தான். ஆர்வமுடன் அவள் தழுவினால் அவள் மார்பகத்துப் பால் தன் மார்பில் படுமோ என்று அஞ்சினான். அது பொறாத அவள் தன் புதல்வனைக் கொஞ்சினாள். அவன் உள்ளம் நெகிழ்ந்தது. புதல்வனைப் போற்றும் வகையால் அவளை அணுகி அணைத்து நின்றான். தலைமகள் அந்நிகழ்ச்சிகளைத் தன் தோழியிடம் இப்படிக் கூறுகிறாள்:)

கூன்முள் முள்ளிக் குவிகுலைக் கழன்ற,
மீன்முள் அன்ன, வெண்கால் மாமலர்
பொய்தல் மகளிர் விழவுஅணிக் கூட்டும்
அவ்வயல் தண்ணியே வளம்கேழ் ஊரனைப்
புலத்தல் கூடுமோ - தோழி! - அல்கல்

பெருங் கதவு பொருத யானை மருப்பின்
இரும்புசெய் தொடியின் ஏர ஆகி,
'மாக்கண் அடைய மார்பகம் பொருந்தி
முயங்கல் விடாஅல் இவை' என மயங்கி,
'யான் ஓம்' என்னவும் ஒல்லார், தாம்மற்று

இவை பாராட்டிய பருவமும் உளவே; இனிய
புதல்வற் றடுத்த பாலொடு தடைஇத்
திதலை அணிந்த தேம்கொள் மென்முலை
நறுஞ் சாந்து அணிந்த கேழ்கிளர் அகலம்
வீங்க முயங்கல் யாம்வேண் டினமே;

தீம்பால் படுதல் தாம் அஞ்சினரே; ஆயிடைக்
கவவுக்கை நெகிழ்ந்தமை போற்றி, மதவுநடைச்
செவிலி கைஎன் புதல்வனை நோக்கி,
'நல்லோர்க்கு ஒத்தனிர் நீயிர்; இஃதோ
செல்வதற்கு ஒத்தனம் யாம்' என, மெல்லஎன்

மகன் வயின் பெயர்தந் தேனே; அதுகண்டு
'யாமும் காதலம், அவற்கு' எனச் சாஅய்,
சிறுபுறம் கவையின னாக, உறுபெயல்
தண்துளிக்கு ஏற்ற பலஉழு செஞ்செய்
மண்போல் நெகிழ்ந்து, அவற் கலுழ்ந்தே
நெஞ்சுஅறை போகிய அறிவி னேற்கே?

'பெரிய மதிற்கதவினைப் பாய்ந்து பிளந்த யானைகளின் தந்தங்களிலே பொருந்திய, இரும்பினால் செய்யப் பெற்ற பூணின் அழகினை உடையன, கருத்த கண்களை உடைய இவை என்று, என் மார்பகங்களைப் பாராட்டி, அவை அழுந்தப் பொருந்திக் கிடந்தனர். யான் விலக்கவும், 'முயங்குதலை 'விலக்கற்க' என்றனர். யான் வருந்தி 'ஒழிவீராக' என்னவும், தாம் அதற்கும் இசையாத வராகிப், பின்னும் இவைகளைப் பாராட்டிய காலங்களும் முன்பு உள்ளன.

இப்பொழுதோ, புதல்வன் உள்ளத்தைப் பிறிதொன்றின்மேற் செல்லாதவாறு தடுத்துக்கொண்ட பாலொடு, எம் மார்பகங்கள் சரிந்தன; தேமலை அணிந்தவையுமாயின. இனிமை கொண்ட இம் மென்முலைகள் விம்முறுமாறு, அவருடைய நறுஞ்சந்தனம் அணியப்பெற்ற நன்னிறம் விளங்கும் மார்பிலே முயங்குவதனை யாமே விரும்பினேம். அங்ஙனமாகவும், தமது மார்பிலே இனிமை யான பால்படுதலை அவர் அஞ்சியவராயினர்.

அவ்விடத்து, முன்னர் அணைத்தலைச் சற்றும் நெகிழ விடாத அவரது கைகள், இப்பொழுது நெகிழ்ந்தமையை யானும் கண்டேன். செவிலித்தாயின் கையிலேயிருந்த என் புதல்வனை நோக்கினேன். 'நீவிர் நும்முடைய அழகிய பரத்தையர்களுக்கு ஒத்த விருப்பம் உடையவராவீர். இதோ இந்தச் செல்வனுக்கு அன்பு பொருந்தியவர் யாம்' என்று அவரிடம் கூறிவிட்டு, மெல்ல என் மகனிடத்துச் சென்றேன்.

அதனைக் கண்ட அவரும், 'யாமும் அவனிடத்துக் காதல் உடையேம்' என்று கூறியவராகப் பணிந்து, என் முதுகினை வந்து அணைத்துக் கொண்டனர். மிக்க பெயலாகிய குளிர்ந்த மழையினை ஏற்றுக் ரொண்ட, பன்முறை உழுதிட்ட செம்மையான வயலின் மண்ணைப் போல, என் நெஞ்சமும் அவ்வளவில், அவர்பால், என்னை வஞ்சித்துத் தான் சென்றுவிட்ட அறிவினை உடையவள் ஆயினேன். அத்தகைய எனக்கு,

வளைந்த முள்ளிச் செடியின் குவிந்த குலைகளினின்றும் வீழ்ந்த, மீன் முள்ளைப் போன்ற வெண்மையான காம்புகளை உடைய கரிய மலர்களை, விளையாடும் மகளிர்கள், தாம் செய்யும் விழாவுக்கு அழகு செய்வதற்காகக் கூட்டுவர்: அத்தகைய, அழகிய வயல்கள் பொருந்திய வளமிக்க ஊரனாகிய என் தலைவனைப் புலத்தலுங் கூடுமோ? (தோழி! யான் யாது செய்வேனோ!?)

சொற்பொருள்: 7. தொடியின் நேரவாகி, தொடியினது அழகினை உடையவாகி, 8. அடைய - பொருந்த. 6. யானை மருப்பின் இரும்புப் பூணாவது 'சிம்புரி' என்க. 9. மயங்கி - வருந்தி 10. ஒமென்னவும். ஒழியும் என்னவும் 13. தேங்கொள் - இடங் கொள்; பால்பற்றி இனிமையும் ஆம்,17. கவவுக்கை- அகத்தீட்டு ஒழுக்கம். நெகிழ்தல் - நழுவுதல். 18.செவிக்கை- செவிலியிடம். 19. நல்லோர் - அழகியரான பரத்தையர். 23.. சிறுபுறம்-முதுகு.

உள்ளுறை: ''முள்ளியின் பக்கலிலே தோன்றி வாழும் பூவானது, அதனைவிட்டுப் பிறர்க்கு அழகு செய்யப் பயன்பட்டது: அதுபோல, நம்முடன் பிறந்த நெஞ்சு நம்மை விட்டு அவருடன் செல்லலாயிற்று. யாம் புலத்தல் கூடுமோ?'' என்பதாம்.

27. மடவை மன்ற நீயே!

பாடியவர்: மதுரைக் கணக்காயனார். **திணை:** பாலை. **துறை:** செலவுணர்ந்து வேறுபட்ட தலைமகட்குத் தோழி சொல் லியது. **சிறப்பு:** பாண்டியர்.

(''தோழி! நம் தலைவர் கானம் கடுமையானது எனவும், கருதார். நாம் அழுமாறு 'பொருள் விரும்பிச் செல்கின்றேன்' என்றனரே'' என்கின்றாய். நீ மிகவும் மடமையுடையவள். நின் கண்களின் மாறுபட்ட பார்வை எங்ஙனம் அவரைப் போகவிடும்? அவர் போகார்காண்! இவ்வாறு கூறித் தேற்றுகிறாள் தலைவியின் தோழி.)

''கொடு வரி இரும்புலி தயங்க, நெடுவரை
ஆடுகழை இருவெதிர் கோடைக்கு ஒல்கும்
காளம் கடிய என்னார், நாம்அழ,

நின்றதுஇல் பொருட்பிணிச் சென்றுஇவண் தருமார்,
செல்ப'' என்ப, என்போய்! நல்ல
மடமை மன்ற நீயே; வடவயின்
வேல்கடல் பயந்த வெண்கோட்டு யானை,
மறப்போர்ப் பாண்டியர் அறத்தின் காக்கும்
கொற்கைஅம் பெருந்துறை முத்தின் அன்ன
நகைப்பொலிந்து இலங்கும் எயிறுகெழு துவர்வாய்
தகைப்பத் தங்கலர் ஆயினும், இகப்ப
யாங்ஙனம் விடுமோ மற்றே - தேம்படத்
தெள்நீர்க்கு ஏற்ற திரள்காற் குவளைப்
பெருந்தகை சிதைத்தும், அமையா பருந்துபட
வேந்துஅமர்க் கடந்த வென்றி நல்வேல்
குருதியொடு துயல்வந் தன்னநின்
அரிவேய் உண்கண் அமர்தத நோக்கே?

நீண்ட மலைச்சாரலின்கண், அசையும் தண்டினையுடைய வலிய முங்கில்கள் மேல்காற்றினால் தளர்ந்து வளையும். அப்போது, அவற்றின் புதருட் கிடந்த வளைந்த கோடுகளையுடைய பெரிய புலிகள் வெளிப்பட்டுத் தோன்றும். அத்தகைய காட்டுப்பாதை கொடிதென்றும் அவர் எண்ணாராயினார். அவரைப் பிரிந்து நாம் அழுதிருக்க ஓரிடத்தும் நிலைபெற்று இருத்தல் இல்லாத பொருளின் மீது கொண்ட பற்றினால், நம்மைப் பிரிந்து அதனை இங்கு ஈட்டிவரச் செல்வர் என்று அயலவர் கூறுகிறார்கள்' என்று சொல்லு பவளே! நீ, உறுதியாக, நல்ல மடமையினையே உடையவளாவாய்!

வடதிசைக்கண் உள்ள வேங்கடமலைப் பக்கத்து மன்னர்கள் திறையாகக் கொடுத்த, கொம்புகளையுடைய யானைகளையுடையவர், வீரப்போரில் வல்லவரான பாண்டியர். அவர்கள் அறநெறி வழாமல் காக்கும் சிறப்புடையது கொற்கைப் பெருந்துறை. அதனிடத்தே பெறுகின்ற முத்துக்களைப் போன்று, முறுவலாற் சிறந்து விளங்கும் பற்களை உடையது. நின் பவளம் போன்ற சிவந்த வாய். அது தடுத்தலால் தடைப்பட்டு அவர் தங்காராயினும் -

தேன் உண்டாகத் தெளிந்த நீரினை ஏற்ற, திரண்ட தண்டினை உடையவை குவளைப் பூக்கள். அவற்றின் சிறந்த அழகினை வென்று கெடுத்தன நின் கண்கள். அத்துடனும் அமையாமல், பருந்துகள் வந்து சூழ, அரசர்தம் போர்களை வென்ற வெற்றி பொருந்திய நல்ல வேலானது, இரத்தம் தோய்ந்து பிறழ்வது போன்ற, நின்னுடைய செவ்வரி பரந்த மையுண்ட கண்களின் அமர்த்த பார்வை இருக்கிறதே, அது எங்ஙனம் அவரைப் பிரிந்து செல்ல விட்டு விடும்? (விடாது காண் என்பது கருத்து)

சொற்பொருள்: *1. தயங்க- விளங்க. 2. கழை - தண்டு. வெதிர்-திணி முங்கில். கோடை - மேல்காற்று. வெதிர் சாய்தலால் உள்ளே பதுங்கிக் கிடந்த புலி வெளியெ தோற்றும் என்பது கருத்து. 7. வேங்கடம் பயந்த - வேங்கட மலையிலே தோன்றிய எனலும் ஆம். 16. துயல்வருதல் - அரை வருதல்.*

விளக்கம்: *நிலைபெறாத செல்வத்தை விரும்பி நிலைபெறும் காதன் மனைவியைக் கலங்க விடுவாரோ? நின் வாய் தகைப்பத் தங்காராயினும் என்பது, நின் பேச்சுக்களால் தடுக்கப்பட்டு, அவர் தம் போக்கை நிறுத்தாராயினும் என்பாம். இரத்தம் தோய்ந்த வேல் போல விளங்கும் நின் அமர்ந்த கண்கள் நினக்கு வெற்றிதரும் என்பது குறிப்பு.*

'மறப்போர்ப் பாண்டியராயினும, அவர் நாடுகாவலை மறத்தினாற் காவாது அறத்தினாற் காத்தனர் எனக் கூறுவதனை, அறிந்து இன்புறல் வேண்டும்.

28. மெய்யில் தீரா மேவரு நாமம்!

பாடியவர்: *பாண்டியன் அறிவுடை நம்பி.* **திணை:** *குறிஞ்சி.* **துறை:** *தலைமகன் சிறைப்புறத்தானாகத், தலைமகட்குச் சொல்லு வாளாய்த் தோழி சொல்லியது. இது பகலே சிறைப்புறம்.*

(காதல் மீதூறத், தன் கிளியோப்பும் பணியையும் மறந்து, அவனே நினைவாக இருந்தாள் ஒருத்தி. அவள் நிலைகண்டு பதறிய தோழி, பகற்குறியிடத்தேதலைவன் கேட்குமாறு இதனைக் கூறுகிறாள். இதனால், விரைந்து அவன் தலைவியை வேட்டுவருவான் என்பது பயனாகும்.)

மெய்யின் தீரா மேவரு காமமொடு
எய்யாய் ஆயினும், உரைப்பல் – தோழி!
கொய்யா முன்னும், குரல்வார்பு, தினையே
அருவி ஆன்ற பைங்கால் தோறும்
இருவி தோன்றின பலவே; நீயே,

முருகு முரண்கொள்ளும் தேம்பாய் கண்ணி,
பரியல் நாயொடு பன்மலைப்படரும்
வேட்டுவற் பெறலொடு அமைந்தனை; யாழநின்
பூக்கெழு தொடலை நுடங்க, எழுந்து எழுந்து
கிள்ளைத் தெள்விளி இடைஇடை பயிற்றி,

ஆங்காங்கு ஒழுகாய்ஆயின், அன்னை,
'சிறு கிளி கடிதல் தேற்றாள் இவள்' எனப்,
பிறர்த் தந்து நிறுக்குவள் ஆயின்,
உறற்கு அரிது ஆகும், அவன் மலர்ந்த மார்பே.

ஒருவர் உடலினின்றும் ஒருவர் உடல் நீங்காதவாறு விழையும், பொருந்திய காமத்தினால் நீ வருவதை அறியாய். ஆயினும், அதனால் வரும் ஏதங்களை யான் அறிவேன். அதனை உரைப்பேன் கேட்பாயாக:

நீர் இல்லையாகிப்போன பசிய தண்டுகள் தோறும், தினைக் கதிர்கள் முதிரப் பெற்றன. அவற்றைக் கொய்வதன் முன்னரும் அவற்றுட் பல தட்டைகளாகத் தோன்றின. நீதான், ''வேறுபட்ட பல மணங்களும் கமழும், தேனொழுகும் கண்ணியினைச் சூடியவனாக வரும், விரைந்தோடும் வேட்டை நாய்களுடன் பல பல மலைகளையும் கடந்து செல்லும் வேட்டுவனை எய்தப் பெறுதல்'' என்ற அளவோடு, அமைந்துவிட்டனை.

நின், பூக்கள் பொருந்திய மாலையானது அசையுமாறு அடிக்கடி எழுந்து சென்று, கிளிகளை ஓட்டும் தெளிந்த ஓசைகளை இடையிடையே எழுப்பி, அங்கங்கே சென்று வருதல் வேண்டும். அங்ஙனம் நடக்காதிருந்தனையாயின், நம் அன்னை, 'சிறு கிளி ஓட்டுதலை இவள் அறியாள்' என எண்ணித் தினை காத்தலுக்குப் பிறரைக் கொணர்ந்து நிறுத்துவள். அப்படியானால், நீ விரும்பும் அவனுடைய பரந்த மார்பினைத் தழுவுவதற்கு நினக்கு வாய்ப்பதும் அருமையாகும்!

சொற்பொருள்: *4 அருவி - அருவிநீரும் ஆம். கால் - முதல், 21. தேற்றாள் - தெளிய அறியாள். காதலில் மூழ்கிக் கடமையை மறந்திருந்த தலைவிக்கு, இப்படி அறிவு கொளுத்துகிறாள் தோழி என்பதனை அறிக.*

29. நெஞ்சம் நின் உழையதுவே!

பாடியவர்: வெள்ளாடியனார். **திணை :** பாலை. **துறை:** வினைமுற்றி மீண்ட தலைமகன், 'எம்மையும் நினைத்து அறிதிரோ?' என்று தலைமகளுக்குக் கூறியது.

(பொருளாசையால் தன் காதலியைப் பிரிந்து, பிற நாட்டிற்குச் சென்றான் ஒருவன். அவள், அவன் நினைவினால் மெலிந்தாள். அவனும், தொழில் முடித்துப் பெரும் பொருளுடன் வீடு திரும்பினான். ஆர்வமுடன் தன் காதலி தன்னைக் கூடி மகிழ்வாள் என, அவன் எதிர்பார்த்தான். அவளோ, 'எம்மை நீர் நினைந்ததுண்டோ?' எனக் கேட்டு, அவனுடன் ஊடி நின்றாள். அப்பொழுது அவன், அவள் உள்ளத்தைத் தெளிவிக்கக் கூறியது).

''தொடங்கு வினை தவிர, அசைவில் நோன்தாள்,
கிடந்துஉயிர் மறுகுவது ஆயினும், இடம்படின்
வீழ்களிறு மிசையாப் புலியினும் சிறந்த

தாழ்வுஇல் உள்ளம் தலைத்தலைச் சிறப்பப்,
செய்வினைக்கு அகன்ற காலை, எஃகு உற்று
இருவேறு ஆகிய தெரிதகு வனப்பின்
மாவின் நறுவடி போலக், காண்தொறும்
மேவல் தண்டா மகிழ்நோக்கு உண்கண்
நினையாது கழிந்த வைகல், எனையதூஉம்,
வாழலென் யான்'' எனத் தேற்றிப், 'பல்மாண்
தாழக் கூறிய தகைசால் நன்மொழி
மறந்தனிர் போறிர் எம்' எனச் சிறந்தநின்
எயிறுகெழு துவர்வாய் இன்நகை அழுங்க
வினவல் ஆனாப் புனையிழை! - கேள் இனி -
வெம்மை தண்டா எரிஉகு பறந்தலை
கொம்மை வாடிய இயவுள் யானை
நீர்மருங்கு அறியாது, தேர்மருங்கு ஓடி,
அறுநீர் அம்பியின் நெறிமுதல் உணங்கும்
உள்ளுநர்ப் பனிக்கும் ஊக்குஅருங் கடத்திடை,
எள்ளல் நோனாப் பொருள்தரல் விருப்பொடு
நாணுத் தளைஆக வைகி, மாண்வினைக்கு
உடம்பு ஆண்டு ஒழிந்தமை அல்லதை,
மடம்கெழு நெஞ்சம் நின்உழை யதுவே!

தான் தொடங்கிய வினையைக் கைவிடாதது; தளர்ச்சி இல்லாத வன்மையான முயற்சியினை உடையது; பட்டினி கிடந்து உயிர் வருந்துவதேயானாலும், தான் வீழ்த்திய களிறு இடப்பக்க மாக வீழ்ந்தால் அதனைத் தின்னாதது; புலி. அதனினும் காட்டிலும் மேம்பட்டதும், என்றும் தாழ்வு மனப்பான்மை என்பதே இல்லா ததுமான உறுதியுடைய நும் உள்ளம் மென்மேலும் பொருள் ஆர்வத்தால் மிகுந்தது. அதன்மேல், பொருளீட்டும் வினைக்குப் போக எம்மைப் பிரிந்தும் நீர் சென்றீர். அந்தக் காலத்திலே -

''கத்தியினால் பிளக்கப்பட்டு, இரு பிளவாக விளங்கும் வனப்புடைய மாவின் நறிய வடுவினைப் போலக், காணுந்தோறும் காணுந்தோறும் உள்ளத்திலே களிப்பு மேவுதல் குறையாத நோக்கினைப் பெற்றவை மையுண்ட நின் கண்கள். அவற்றை நினையாது கழிந்த நாளிலே வேறு வருவதாம் யாதாயினும் யான் உயிர் வாழ்ந்திரேன் என என்னைத் தெளிவித்துப், பல மாண்பு களும் பணிவோடுங் கூறினீர். அழகுமிக்க அந்த நல்ல சொற்களை -

'எம்மிடத்து மறந்துவிட்டவராயினீர்?' என்று, நினது சிறந்த பற்கள் விளங்கும், பவளச் செவ்வாயின் இனிய சிரிப்பும் தோன் றுதல் இல்லாது கெட நின்று, எம்மைக் கேட்பதை நீங்காத அழகிய

அணிகளை அணிபவளே! இப்பொழுது, யான் சொல்லும் இதனை யும் கேட்பாயாக.

வெம்மையாற் குறையாததும், எரிபரக்கும் இயல்பினதும் ஆகிய அப்பாழிடத்தே, தம் பெருமை அனைத்தும் ஒழிந்து தளர்ந்து வழிச்செல்லுகின்ற யானையானது, நீருள்ள இடம் எதுவென அறியாமல், பேய்த்தேர் தோன்றும் இடமெல்லாம் அதனையே நீரென நினைந்து மயங்கி ஓடி, நீரற்ற ஆற்றிலே கிடக்கும் ஓடத்தைப்போல, வழியிடத்திலே வருந்திச் சோர்ந்து வீழ்ந்து கிடக்கும். நினைப்போரையே வருந்தும், கடப்பாரின் ஊக்கமும் அரிதாகுமாறு துன்பம் விளைவிக்கும், அத்தகைய கொடிய காட்டி னிடத்திலே -

பிறர் இகழ்வதனைப் பொறாது, பொருள் தேடிவரும் விருப் பத்துடன், மானமே தனக்கொரு கட்டுப்பாடாக அதன்கண் நிலைத் திருந்து, மாட்சிமையுடைய அவ்வினையின் பொருட்டாக, என் உடலானது நின்னைப் பிரிந்து அவ்விடத்துச் சென்றதே அல்லாமல், என் மடமை நிரம்பிய நெஞ்சம், நின்னிடத்திலே. இவ்விடத்துத் தானே இருந்தது! (இதனை அறியாமல் இங்ஙனம் வினவுதல் தான் முறையோ? என்கிறான்).

சொற்பொருள்: 2. மறுகுதல் - வருந்துதல். இடம்படின் - இடத்தே வீழின். 5. எஃகு - கத்தி. 6. தெரிதகு - ஆராயத்தக்க. 8. மேவல் தண்டா - பொருந்துதல் அமையா. 9. எனையதூஉம் - சிறிதும். 12. எம்மென - எம்மிடத்தென்று. பறந்தலை - பாழ்நிலம். 16. கொம்மை - பெருமை. இயவுள் - தலைமை. 18. அம்பி - ஓடம்.

விளக்கம்: தன் செய்வினையைத் திறம்பட நிறைவேற்று வதிலே அவன் உறுதியுடையவன் என்பது தோன்றப், ''புலியின் தொடங்குவினை தவிரா, அசைவினோன்றாள் கிடந்து உயிர் மறுகுவது ஆயினும், இடம்படின் வீழ்களிறு மிசையாப் புலி'' என்றனர். கொடிய துயர் நிறைந்த காட்டினிடத்தும் அதனை நினைந்து துயருறாது, நின்னையே நினைந்து வருந்தினேன் எனத் தனது அன்பின் மிகுதியையும் கூறினான். 'நின் கண்களின் பார்வை யிலே யான் இன்பக் கிளர்ச்சி யுடையவனாயினேன்' என்று போற்றி யவன், அவை கலங்கித் தம் இயல்பு கெடப் பிரிந்த வருத்த மிகுதி யும் காண்க.

30. பெருங்களம் தொகுத்த உழவர்!

பாடியவர்: முடங்கிக் கிடந்த நெடுஞ்சேரலாதன். **திணை:** நெய்தல். **துறை :** பகற்குறிவந்த தலைமகனுக்குத் தோழி சொல் லியது.

(கானற் சோலையிலே, தோழியுடன் இருந்த அவளைக் கண்டான். அவள் அவனுள்ளம் புகுந்தாள். அந்தக் காதல் அவளுள் ளத்திலும் நிலைபெற்றது. அதனால் அவள் மெலிந்தாள். அவள் மேனிவண்ணம் கெட்டது. அவன் பெருமிதம் அவனைத் தன் குறை யிரந்து காதலை வேண்டவும் விடவில்லை. இந்நிலையிலே தோழி அங்கே குறுக்கிடுகிறாள்.)

நெடுங்கயிறு வலந்த குறுங்கண் அவ்வலை,
கடல்பாடு அழிய, இனமீன் முகந்து,
துணைபுணர் உவகையர் பரத மாக்கள்
இளையரும் முதியரும் கிளையுடன் துவன்றி
உப்புஒய் உமணர் அருந்துறை போக்கும்
ஒழுகை நோன்பகடு ஒப்பக் குழீஇ
அயிர்திணி அடைகரை ஒலிப்ப வாங்கிப்,
பெருங்களம் தொகுத்த உழவர் போல,
இரந்தோர் வறுங்கலம் மல்க வீசி,
பாடுபல அமைத்துக் கொள்ளை சாற்றிக்
கோடுஉயர் திணிமணல் துஞ்சும் துறைவ!
பெருமை என்பது கொடுமோ – ஒருநாள்
மண்ணா முத்தம் அரும்பிய புன்னைத்
தண்நறுங் கானல் வந்து 'நும்
வண்ணம் எவனோ?' என்றனிர் செலினே?

அழகான வலைகள், நெடிதான கயிறு கட்டப்பெற்றுக், குறுக லான கண்களையும் உடையன. கடலின் பெருமை குறையுமாறு, அவ்வலைகளிலே, மீன் இனங்களை முகந்து பரதவர் கொணர்வர். தம் துணைவியருடன் கூடியவராகவும், மகிழ்ச்சியினை உடையவ ராகவும், அவர்கள், இளைஞர்களும் முதியவர்களுமாக குழுமி ஒன்று சேர்வர். உப்பு விற்கும் வணிகர்கள், அரிய கடற்றுறை களிலே ஓட்டி வரும் வண்டிகளிலே பூட்டப் பெற்றிருக்கும் வலிமையுடைய கடாக்களைப் போல், அவர்கள் செருக்குடன் கூடுவர். நுண்மணல் செறிந்த அடை கரையிலே, ஒலி முழக்கத் துடன், மீன் நிறைந்த வலைகளை இழுத்துக் கொணர்வர். பெரிய களத்திலே தம் செயல்களின் விளைபயனான நெல்லைத் தொகுத்த உழவர்களைப் போலத், தம்மிடம் வந்து இரந்தவர்களுடைய வறிய கலங்கள் எல்லாம் நிறையுமாறு, மீன்களை, வாரி வாரிச் சொரிவர். எஞ்சியவற்றைப் பலபல கூறுகளாக்குவர். அந்தக் கூறுகளை விலை கூறி விற்பர். அதன் பின்னர், கரை உயர்ந்த திண்மையான மணற் பரப்பிலே கிடந்து உறங்குவர். அத்தகைய நாட்டுத் துறைவனே! கேளாய்!

ஒருநாள், தூய்மை செய்யப் பெறாத முத்துக்கள் போல அரும்புகள் அரும்பியிருக்கும் புன்னை மரங்களை உடைய, குளிர்ச்சியான நறிய கானற் சோலையிலே நீயும் வந்து, 'நுங்கள் மேனியின் வண்ணம் எத்தகையதோ?' என, எங்களை அவ்விடத்தே வினவிவிட்டுச் சென்றாயானால், நின் பெருமைதான் என்ன கெட்டுவிடுமோ!

சொற்பொருள்: *2. பாடு-பெருமை. 6. ஒழுகை - சகடம், வண்டி. 10. பாடு - கூறு. 15. வண்ணம் கேட்கில், வரைவர் என்பது கருத்து. புன்னை அரும்பிய என்றதனால், பகற்குறி இடையீடு கூறியது.*

உள்ளுறை பொருள்: *(1) நுளையா பெருங்கடலுள் கிடந்த மீனை நீக்கி, அதன் உயிரைக் கொண்டு, பலருக்கும் வழங்கி, உயிரை வருத்தினோம் என்ற எண்ணமே சிறிதும் இல்லாமல், மணற்பரப்பிலே கிடந்து உறங்குவர். அதுபோலப், பெருங்குலத்துப் பிறந்த இவளை, உன் வசமாக அவர்கள் குடும்பத்தினின்றும் நீக்கி வருத்தி, அதனால் அவள் கொண்ட வேறுபாட்டால் பலரும் அவளைத் தூற்றுமாறு அலராக்கி, வரைந்து கொள்ள முற்படாமல் நீயோ வாளா நின்றனை!*

(2) களத்துக்கண் வருபவருக்கு இல்லையென்னாது வாரி வழங்கும் உழவர்போல, நின் நாட்டுப் பரதவரும் இனமீனை வாரி வழங்குவர். யாம் நின்னை வேண்டியும், நீ எமக்கு இரங்கி அருளினாயில்லை.

(3) இவர்களால் அவன் ஏங்கி நலியவும், அதனை அவன் பாலே குற்றஞ்சாட்டியவராகக் கூறுதலால், மாயஞ் செப்பியதற்கு இஃது உதாரணமாயிற்று.

31. சென்றார் என்பிலர்!

பாடியவர்: *மாமூலனார்.* **திணை:** *பாலை.* **துறை:** *'பிரிவிடை ஆற்றாள் ஆயினாள்' என்று. பிறர் சொல்லக் கேட்டு வேறுபட்ட தலைமகள், தோழிக்குச் சொல்லியது.*

(பிரிந்து வேற்றுநாடு சென்றான், தலைவன். அவள் பிரிவினால் நலிந்து உடல் மெலிந்தாள். 'பிரிவினால் இவள், இப்படி ஆயினள்' என்று கண்ட பலரும் பழி சொல்லினர். அதனைத் தலைவி கேட்டாள். 'என்னைக் குறை கூறுகின்றனரே அல்லாமல், யான் இங்ஙனம் தவிக்கப் பிரிந்து போன அவரைக் குறை கூறுகின்றனர் இலரே' எனத் தன் தோழியிடம் கூறி வருந்துகிறாள்.)

நெருப்புஎனச் சிவந்த உருப்புஅவிர் மண்டிலம்
புலங்கடை மடங்கத் தெறுதலின், ஞொள்கி,

'நிலம்புடை பெயர்வது அன்றுகொல், இன்று?' என
மன்உயிர் மடிந்து மழைமாறு அமையத்து,
இலைஇல ஓங்கிய நிலைஉயர் யாஅத்து
மேற்கவட்டு இருந்த பார்ப்பினங் கட்குக்
கல்லுடைக் குறும்பின் வயவர் வில்இட,
நிணவரிக் குறைந்த நிறத்த அதர்தொறும்,
கணவிர மாலை அடூஉக் கழிந்தன்ன
புண்உமிழ் குருதி பரிப்பக் கிடந்தோர்
கண்உமிழ் கழுகின் கானம் நீந்திச்,
'சென்றார்' என்புஇலர் – தோழி! – வென்றியொடு
வில்இலைத்து உண்ணும் வல்ஆண் வாழ்க்கைத்
தமிழ்கெழு மூவர் காக்கும்
மொழிபெயர் தேஎத்த பன்மலை இறந்தே.

''செந்தீயைப் போலச் சிவந்தது வெம்மையுடன் விளங்கும் ஞாயிற்று மண்டிலம். விளைநிலங்களிலேயுள்ள பயிர்கள் தீய்ந்து ஒழிய, அது அவற்றை எரித்து அழித்தது. அதனால், இன்று நில வுலகமும் வளங்கெட்டுக் குறைவுற்றது. மக்கள் நிலை பெயரும் காலமும் இதுவன்றோ'' என்று சொல்லும்படியாக, நிலைபெறும் உயிரினங்கள் வெப்பத்தால் மடிந்து கொண்டிருந்தன. மழை பெய் யாமற் போன அந்தக் கோடை காலத்திலே -

''இலைகளே இல்லாததாக, மிகவும் உயரமாக வளர்ந்திருந்த யாமரத்தின், மேற்கிளைகளிலே இருந்த தம் குஞ்சுகளுக்குக், கற்களையுடைய சிற்றூர்களிலேயுள்ள மறவர்கள் வில்லால் அம்பினை எய்தலினால் செவ்வலரிமாலை இடப்பட்டு இறந்து கிடந்தாற்போல நிண ஒழுங்கும் புண்கள் சொரியும் குருதியும் சூழக் காயம்பட்டுக் கிடந்தோரது கண்களைக் கவர்ந்து சென்று, கழுகினம் உமிழ்ந்து கொடுக்கும் அத்தகைய கொடிய கானகத்தை யும் தாண்டி -

விற்போரால் பகை கொண்டு எதிர்ப்பட்டோரை அழித்து, அவ் வெற்றியினால் எய்தும் திறைப்பொருள்களைப் பெற்றுத் துய்க்கும் வலிய ஆண்மையினை உடைய, தமிழ்நாட்டினையாளும் மூவர்களாலும் முறையே காக்கப் பெறும், வேற்றுமொழியினை உடைய தேசங்களிலுள்ள பலபல மலைகளையும் கடந்து, இவ ளுடைய தலைவர் சென்றனர்'' என்று சொல்ல மாட்டார்களோ? ஆயின், யான் மெலிவதும் நலிவதும் பற்றி என்னையே பலரும் பழிக்கின்றனரே?

சொற்பொருள்: *1. சிவந்த - கோபித்த. 2. புலக்கடை - புலங் கடை என நின்றது; புலத்திடம் என்பது பொருள். மடங்க - தீய.*

ஞொள்கி - குறைவுபட்டு. 4. மன்னுயிர் - ஆண்டு வாழும் மக்கள். மடிதல் - மரித்தல். 7. குறும்பு - குறும்பரிடம். 8. கணவிவரம் - செவ்வரலி. இடூஉக் கழிந்தன்ன - விழவிட்டு. 10. பரிப்ப - சூழ. புண் உமிழ் குருதி வாய்க்கொண்டு போய்ப் பார்ப்பிற்கு உமிழ்ந்து கொடுக்கும் எனலும் ஆம். 12. என்பிலர் - என்று சொல்லும் வார்த்தை அளவுகூட அன்பு இல்லாதவர்.

விளக்கம்: *''அவர் சென்றார் என்று சொல்ல மாட்டார்கள்; இவள் வருந்தி மெலிந்தாள் என்கின்றனரே'' எனத் தலைவி வருந்துகிறாள். பிரிவோடு காட்டின் ஏதத்திற்கும் அவள் அஞ்சியமை இதனால் பெறப்படும்.*

32. தோழி நாம் சென்மோ!

பாடியவர்: *நல்வெள்ளியார்.* **திணை:** *குறிஞ்சி.* **துறை:** *(1) பின்னின்ற தலைமகனுக்குக் குறை நேர்ந்த தோழி. தலைமகளுக்குக் குறைநயப்பக் கூறியது. (3) தோழிக்குத் தலைமகள் சொன்னதூஉம் ஆம்.*

(1) தலைவனின் காதலுக்கு இசையாத தலைவியிடம், அவனுக்காகப் பரிந்து பேசித் தோழி வேண்டுகிறாள். (2) தன் உள்ளம் நெகிழ்ந்த நிலையைத் தோழியிடம் கூறித் தலைவி அறத்தொடு நிற்கிறாள்.)

நெருநல் எல்லை ஏனல் தோன்றிச்,
திருமணி ஒளிர்வரும் பூணன் வந்து,
புரவலன் போலும் தோற்றம் உறழ்கொள,
இரவல் மாக்களின் பணிமொழி பயிற்றுச்,
சிறுதினைப் படுகிளி கடீஇயர், பன்மாண்

குளிர்கொள் தட்டை மதன்இல புடையாச்,
'சூரர மகளிரின் நின்ற நீமற்று
யாரையோ? எம்அணங்கியோய்! உண்கு' எனச்
சிறுபுறம் கவையினனாக, அதற்கொண்டு
இகுபெயல் மண்ணின் ஞெகிழ்பு, அஞர்உற்ற என்

உள்அவன் அறிதல் அஞ்சி, உள்இல்
கடிய கூடு, கைபிணி விடாஅ
வெரூஉம் மான் பிணையின் ஒரீஇ, நின்ற
என்உரத் தகைமையின் பெயர்த்து, பிறிதுஎன்வயின்
சொல்ல வல்லிற்றும் இலனே; அல்லாந்து

இனம்தீர் களிற்றின் பெயர்ந்தோன் இன்றும்
தோலாவாறு இல்லை - தோழி! நாம் சென்மோ,
சாய்இறைப் பணைத்தோட் கிழமை தனக்கே

மாசு இன் றாதலும் அறியான், ஏசற்று,
என்குறைப் புறனிலை முயலும்
அங்க ணாளனை நகுகம், யாமே!

அழகிய மணிகள் ஒளிவீசிக் கொண்டிருக்கும் பூணினை அணிந்தவன் ஒருவன், நேற்றைப் பொழுதிலே, தினைப் புனத்தினிடத்தே வந்து தோன்றினான். அரசனைப் போன்ற தனது தோற்றத்துடன் மாறுபட்டதாக, இரத்தல் செய்யும் எளிய மகனைப் போலப் பணிவான சொற்களையும் பலகாற் பேசினான். ''சிறிய தினைப் பயிரிலே வந்து படியும் கிளிகளை ஓட்டுமாறு, குளிருடன் கூடிய தட்டையாகிய கிளிகடி கருவிகள் வலியில்லாதன கொண்டு பலமுறையும் புடைத்துச் சூர்அர மகளிரினைப் போல நின்ற, நீர்தான் யாவிரோ? எம்மை வருத்தியவளே? நின்னை நுகர்வேன்'' என்று கூறினான். என் முதுகினை அணைத்துக் கொண்டும் நின்றான்.

அவன் உரையினையும் செயலினையும் மேற்கொண்டு, மழை பெய்யப்பெற்ற மண்ணினைப் போலே நெகிழ்வுற்று என் உள்ளமும் வருந்தியது. அந்த நிலையினை அவன் அறிந்துவிடுவானோ என நான் அஞ்சினேன். என் உள்ளத்துடன் படாத கடுமையான சொற்களைக் கூறினேன். என்னை அணைத்திருந்த அவன் கைகளை அகற்றினேன். பயந்து வெருவும் மானின் பிணையினைப் போல அவன் அணைப்பினின்றும் விலகி நின்றேன். என்னுடைய வன்மையான தகைமையைக் கண்டு அவன் கூசினான். தன் ஆர்வத்தையும் உள்ளடக்கிக் கொண்டான்.

அதன்பின், என்னிடத்து ஏதும் சொல்லுவதற்கு வலிமை அற்றவனானான். மிகவும் வருந்தி அயர்ந்தான். தன் இனத்தினின்றும் ஒதுக்கப்பட்ட களிறே போலத் தளர்வுடன் சென்றான். அவன், இன்றும் வந்து நமக்குத் தோல்வி அடையாமற் போவது இல்லை!

வளைந்த சந்தினை உடைய பணைத்த நம் தோள்களைத் தழுவுகின்ற உரிமை, குற்றமேதும் இல்லாமல், தன் ஒருவனுக்கே உள்ளது என்பதனையும் அவன் அறியான். வருந்தி, என்னால் அடையலாகும் காரியத்திற்கு, என்னையே இரந்து பின் நிற்றற்கும் முயல்வான். நம்முன் வருகின்ற, அத் தலைவனை நாமும் நகையாடி மகிழ்வோம். தோழி, நாம் செல்லுவோமோ!

சொற்பொருள்: புரவலன் - புரப்பவன், அரசன். தோற்றம் - பொலிவு. உறழ்கொள - மாறுகொள்ள, 6. குளிர் - ஈரம்; ஒரு கிளிகடி கருவி; மதன் - வலி. 3. உண்கென - உண்பேன் என்ன. 11. உள் அறிதல் - உள்ளத்து நெகிழ்வை அறிதல். 14. இன் - அசை. 18. சாய் இறை - வளைந்த சந்து. 18. ஏசற்று - வருத்தம் உற்று. 20. புறநிலை - பின்புறமாக நிற்றல்.

விளக்கம்: தோழி கூற்றாக உரைக்கும்போது, 'என் சிறு புறம் கவையினன்' என்பதைப் படைத்து மொழிதலாகவும், தலைவி கூற்றாகக் கொள்ளும்போது அறத்தொடு நிற்றலாகவும் கொள்க. 'இன்றும் தோலாவாறில்லை' என்பது, இன்றும் அவன் வருவான் என்பதாம். இதனால், தலைவனின் தகுதி மேம்பாடும் அறியப்படும்.

33. பிறர் நகு பொருளே!

பாடியவர்: மதுரை அளக்கர் ஞாழார் மகனார் மள்ளனார். **திணை:** பாலை. **துறை:** தலைமகன் இடைச்சுரத்துத் தன் நெஞ்சிற்குச் சொல்லியது. **சிறப்பு:** வெல்போர் வானவனின் கொல்லிமலை.

(தன் உள்ளத்து எழுந்த பொருள் வேட்கையினால், தன் காதல் மனைவியையும் பிரிந்து சென்றான் ஒருவன். இடை வழியிலே, அவன் நெஞ்சம், அவளை நினைத்து நினைத்து அழிந்தது. அப்போது, அவன் தன் நெஞ்சிற்குக் கூறியது இது.)

வினைநன் றாதல் வெறுப்பக் காட்டி,
மனைமாண் கற்பின் வாணுதல் ஒழியக்
கவைமுறி இழந்த செந்நிலை யாஅத்து
ஒன்றுஓங்கு உயர்சினை இருந்த வன்பறை,
வீளைப் பருந்தின் கோள்வல் சேவல்

வளைவாய்ப் பேடை வருதிறம் பயிரும்
இளிதேர் தீங்குரல் இசைக்கும் அத்தம்
செலவு அருங்குரைய என்னாது, சென்று, அவண்
மலர்பாடு ஆன்ற, மைஎழில், மழைக்கண்
தெளியா நோக்கம் உள்ளினை, உளிவாய்

வெம்பரல் அதரக் குன்றுபல நீந்தி,
யாமே எமியம்ஆக, நீயே
ஒழியச் சூழ்ந்தனை ஆயின் - முனாஅது
வெல்போர் வானவன் கொல்லி மீமிசை,
நுணங்குஅமை புரையும் வணங்குஇறைப் பணைத் தோள்,

வரிஅணி அல்குல், வால்எயிற் றோள்வயிற்
பிரியாய் ஆயின் நன்றுமற் றில்ல.
அன்றுநம் அறியாய் ஆயினும், இன்றுநம்
செய்வினை ஆற்றுற விலங்கின்
எய்துவை அல்லையோ, பிறர்நகு பொருளே?

நெஞ்சமே! பொருள் ஈட்டிக் கொணருகின்ற காரியமானது எத்துணை நன்மை தருவது என்பதனை, என் உள்ளமும் அதன் பால் ஈடுபடுமாறு மிகவும் எடுத்தெடுத்துக் கூறினாய். மாண்புற்ற

கற்பினை உடையவளும், ஒளிரும் நெற்றியினை உடையவளுமான என் மனைவியோ, வீட்டிலேயே தனித்து உள்ளாள்!

செவ்விய நிலையிலேயுள்ள யாமரம் ஒன்று, தளிரற்ற கிளை களை உடையதாயிருந்தது. கப்பின்றி, ஒன்றாக மிகவும் உயர்ந்து வளர்ந்திருந்தது அதன் ஒரு கிளை. அதன்பால் வன்மையுடன் பறக்கும் திறன் உடையதும், சிள்ளென்று ஒலி செய்வதும், இரை கொள்ளுதலிலே வல்லதும் ஆன பருந்துச் சேவல் ஒன்றும் இருந்தது. அது, வளைந்த வாயினையுடைய தன் பெட்டையினைத் தன்பால் வரும்படியாக அழைத்துக் கொண்டிருந்தது. 'இளி' என்னும் இசையொலி போன்று அதன் இனிய குரல் ஒலித்துக் கொண்டிருக்கும். அத்தகைய அரிய காட்டுவழியிலே -

செல்வதற்கு அருமையுடையது என்று அப்பொழுதே கூறாது, இத்துணையும் என்னுடன் போந்தனை! இப்போதோ, என் காதலி யாகிய அவளுடைய, மலரும் தன் பெருமையை இழத்தற்குக் காரணமாவது போன்ற மையுண்ட அழகிய குளிர்ச்சி பொருந்திய கண்களின் மயங்கிய நோக்கத்தினை நினைந்துவிட்டனை! உளி யின் வாயினைப் போன்று முனை கூர்மையான, வெம்மையினை யுடைய பரற்கற்கள் பொருந்திய வழிகளையுடைய குன்றுகள் பலவற்றையும் கடந்து வந்தோம். 'யானே தனியன்' என்று, யாரும் துணையற்றவனாக ஆகுமாறு, என் உள்ளமாகிய நீயே என்னைக் கைவிட்டுப் போகவும் நினைத்தனை; நீயே இவ்வாறானால்,

சென்ற போர்களில் எல்லாம் வெற்றிமாலை சூடுகின்றவன் சேரன். அச்சேரனது பழைமையாகிய கொல்லிமலையின் உச்சி யிலேயுள்ள சிறிய மூங்கிலையொத்த வளைந்த முன்கையினை உடைய பெரிய தோள்களை உடையவள்; தேமலை அணிந்த அல்குல்தேரினை உடையவள்; வெண்மையான பற்களை உடை யவள்; என் காதலி அவளிடத்திலிருந்து, அன்றே நீர் பிரியாதிருந் தனையால், மிகவும் நன்றாக இருந்திருக்குமே!

பிரிந்து புறப்பட்ட அன்று, என் இயல்பினை நீ அறிந்தா யில்லை. இப்பொழுது, நாம் செய்ய வேண்டிய இவ் வினையானது இடைவழியில் உற்ற அளவிலேயே விலக்குகின்றனை. அங்ஙனம் விலக்கினால், பிறர் நகையாடத்தக்க இகழ்ச்சியினை நீ அடைவாய் அல்லையோ? (அதனால், அங்ஙனம் விலக்காது, என்னுடனேயே அமைவாயாக.)

சொற்பொருள்: 1. வெறுப்பு மிக. 4. ஒன்று ஓங்கு உயர்சினை - கிளைகளின்றி ஒன்றாக ஓங்கிவளர்ந்த கொம்பு. 5. வீளை - சிள் ளென்ற ஓசை. 7. இளி என்னும் பண் என்றது, கேட்டார், விளிக்கும் குரல். 10. தெளியா நோக்கம் - வெருவின பார்வை 13. ஒழிய - ஊங்கே

போக. முனா அது - பழையதாக. 16. வரி - திதலை 19. விலங்கின் - விலக்குவையாயின்.

விளக்கம்: இங்கு வந்தபின் மீளல் ஆகாது என்றான், நெஞ்சுக்கு இவ்வாறு கூறுகின்றான். பருந்துச் சேவல்கூடத் தன் பெடையை அழைக்கும்போது, யான் எங்ஙனம் அவளை மறத்தல் சாலும் என்பது குறிப்பு. உள்ளம் துறந்த வழி வேறு துணையாவது மில்லை; ஆதலால் 'யாமே எமியம் ஆக' என்றனன்.

34. இன்று வரல் உரைமோ!

பாடியவர்: *மதுரை மருதன் இளநாகனார்.* **திணை:** *முல்லை.* **துறை:** *வினைமுற்றிய தலைமகன் தேர்ப்பாகனுக்குச் சொல்லியது.*

(தன் தலைவியைப் பிரிந்து சென்று, வினை முற்றிய பின் ஊர் திரும்பும் தலைவன், தேரினை விரையச் செலுத்துமாறு தன் பாகனிடம் கூறுகின்றான். அவனுள்ளத்துக் காதலின் மிகுதியை இது நன்றாக உணர்த்தும்).

சிறுகரும் பிடவின் வெண்தலைக்கு குறும்புதல்
கண்ணியின் மலரும் தண்நறும் புறவில்,
தொடுதோற் கானவன் கவைபொறுத் தன்ன
இருதிரி மருப்பின் அண்ணல் இரலை
செறிஇலைப் பதவின் செங்கோல் மென்குரல்
மறிஆடு மருங்கின் மடப்பிணை அருத்தித்,
தெள்அறல் தழீஇய வார்மணல் அடைகரை,
மெல்கிடு கவுள துஞ்சுபுறம் காக்கும்
பெருந்தகைக்கு உடைந்த நெஞ்சம் ஏமுறச்;
செல்க, தேரே - நல்வலம் பெறுந! -
பசைகொல் மெல்விரல், பெருந்தோள், புலைத்தி
துறைவிட் டன்ன தூமயிர் எகினம்
துணையொடு திளைக்கும் காப்புடை வரைப்பிற்,
செந்தாா்ப் பைங்கிளி முன்கை ஏந்தி,
'இன்றுவரல் உரைமோ, சென்றிசினோர் திறத்து' என,
இல்லவர் அறிதல் அஞ்சி, மெல்லென
மழலை இன்சொல் பயிற்றும்
நாணுடை அரிவை மாண்நலம் பெறவே!

குளிர்ந்த நறிய முல்லை நிலம்; சிறிய கரிய பிடாவின் குறும்புதர்; பிடா மலர்ந்து விளங்கும் அந்தப் புதரானது வெண்மை யான உச்சியுடன் கண்ணி சூடியிருத்தல் போலே மலர்ந்திருக்கும். செருப்பு அணிந்த பாதங்களையுடைய வேட்டுவனானவன் கவைக் கோலைச் சுமந்தாற் போலப் பெரிய முறுக்குண்ட கொம்பினை உடையவாகப், பெருமைதங்கிய ஆண்மான்கள் அங்கே விளங்

கும். அவை, இலை செறிந்த அறுகின் சிவந்த தண்டோடும் கூடிய மெல்லிய கொத்துக்களைப், பக்கத்திலே மறிகள் விளையாடிக் கொண்டிருக்கும் தன் இளைய பெண்மான்களை அருந்தச் செய்யும். தெளிந்த அறல்நீரானது தழுவிச் செல்லும் நெடிய மணல் சார்ந்த அடைகரைகளிலே, அசையாடுகின்ற கவுளினை உடையனவாய் அவை துயில, அந்த இடத்தை ஆண்மான்கள் காவல் காத்தும் நிற்கும். ஆண் மான்களினுடைய அத்தகைய பெருந்தன்மையினைக் கண்டதும், அவைபோலத் தலையளி செய்திலமே என்று என் நெஞ்சமும் தளரும். அப்படித் தளர்ந்த நெஞ்சம், மீண்டும் இன்புற வேண்டும். அதற்கு -

ஆடையிலே தோய்ந்த கஞ்சிப் பசையினைத் துடைத்துவிடும் மெல்லிய விரல்களை உடையவள்; பணைத்த தோள்களையும் உடையவள்; ஆடை ஒலிப்பவள். அவள் அந்தப் பசையினை துறையிலே அலசி விட்டாற் போன்ற, தூய வெண்மையான மயிரினை உடையவை அன்னங்கள். அவை, தம் பெடைகளுடன் கூடியவாய் அங்கே திளைத்திருக்கும். காவல் பொருந்திய மனையினது எல்லைக்கு உள்ளாகச், சிவப்பு மாலை அணிந்தது போன்ற கழுத்தினையுடைய பச்சைக் கிளியினைத் தன் முன் கையிலே ஏந்தியவளாக, இல்லத்து உள்ளவர் பிறர் அறிந்து விடுவார்களோ எனப் பயந்தவளாக, மெல்லென, 'நம்மைப் பிரிந்து சென்ற தலைவரைப் பற்றியதாக இன்று ஒன்று உரைப்பாராயின், அவர் இன்றே வருவார் என நீ உரைப்பாயாக' என்று, மழலையாகிய இனிய மொழியினை சொன்னவாறு இருக்கும். நாணத்தினை உடையவள் நம் தலைவி. அத்தகைய நம் தலைவியது, மாண்புற்ற நலத்தினைப் பெற வேண்டும். தேரைச் செலுத்தும் தொழிலிலே நல்ல ஆற்றல் பெற்றுள்ள பாகனே! நின் தேர் இனியும் விரைந்து செல்வதாக!

சொற்பொருள்: 2. கண்ணியின் - சூட்டும் கண்ணியைப் போல. 3. கவை - கவைக்கோல். பொறுத்தல் - சுமத்தல். 10. வலம் - கடுகச் செலுத்தவல்ல தொழில் வெற்றி. 11. கொல்லுதல் - ஆடை ஒலித்தல் 12. எகினம் - அன்னம். 13. திளைத்தல் - விளையாடல். வரைப்பு - மாளிகை. 6. 'மறியாடு மருங்கின் மடப்பிணை' - மறி வயிற்றிலே முழுகி விளையாடும் பக்கத்தினை உடைய பெண்மான்.

விளக்கம்: நம்மை இங்கே கலையும் பிணையும் வருத்து கின்றன; நம் ஊரிலுள்ள அவளை அன்னமும் அதன் துணையும் வருத்தும்; அதனால், தேரை விரையச் செலுத்துக என்றான்.

35. மார்பு துணையாகத் துயிற்றுக!

பாடியவர்: அம்மூவனார். **திணை:** பாலை. **துறை:** மகட் போக்கிய நற்றாய் தெய்வத்திற்கு பராஅயது. **சிறப்புற்றோன்:** மலைய மானாட்டுத் திருக்கோவலூர் மன்னனாயிருந்த திருமுடிக்காரி.

(தன் வீட்டின் காவலைக் கடந்து, தன் காதலனுடன் சென்று விட்டாள் ஒரு பெண். அவள் தாய், மிகவும் மனம் வருந்தினாள். எனினும், தன் மகள் போன இடத்திலே, அவள் காதலனால் மிகவும் அன்பாகப் பேணப்பட வேண்டும் எனவும் அவளை ஆசீர்வதிக் கின்றாள்.)

ஈன்று புறந்தந்த எம்மும் உள்ளாள்,
வான்தோய் இஞ்சி நன்னகர் புலம்பத் -
தனிமணி இரட்டும் தாளுடைக் கடிகை,
நுழைநுதி நெடுவேல், குறும்படை மழவர்
முனைஆத் தந்து முரம்பின் வீழ்த்த 5

வில்ஏர் வாழ்க்கை விழுத்தொடை மறவர்
வல்ஆண் பதுக்கைக் கடவுள் பேண்மார்;
நடுகல் பீலி சூட்டித்: துடிப்படுத்துத்,
தோப்பிக் கள்ளொடு துருஉப்பலி கொடுக்கும்
போக்குஅருங் கவலைய புலவுநாறு அருஞ்சுரம் 10

துணிந்து பிறள் ஆயினள் ஆயினும், அணிந்து அணிந்து,
ஆர்வ நெஞ்சமொடு ஆய்நலன் அளைஇத், தன்
மார்பு துணையாகத் துயிற்றுக தில்ல -
துஞ்சா முழவிற் கோவற் கோமான்
நெடுந்தேர்க் காரி கொடுங்கான் முன்துறை, 15

பெண்ணையம் பேரியாற்று நுண்அறல் கடுக்கும்
நெறிஇருங் கதுப்பின்என் பேதைக்கு,
அறியாத் தேஎத்து ஆற்றிய துணையே!

வான் அளாவிய மதிற்சுவரை உடைய நல்ல மாளிகை எமது. அவளின்றி, அதுவும் தனிமையுற்றுக் கிடக்கிறது. அவளைப் பெற்றுப் பேணி வளர்த்த எம்மையும் அவள் நினைத்தாளில்லை.

ஒப்பற்ற மணியானது மாறிமாறி ஒலிப்பதும், கடையாணி இட்ட காம்பினை உடையதும், கூர்மையான முனையை உடையது மாகிய, நெடிய வேலினை உடையவர் குறும்பினை உடையவரான மழவர்கள். வெட்சியாராகிய அவர், போர் முனையிலே வென்று பசுக்களை மீட்டனர். அவ் வெட்சியாரை, வில்லாண்மையே உழவாகக் கொண்ட வாழ்க்கையினையுடைய, சிறந்த அம்பினையு முடைய கரந்தையாராகிய வீரர்கள், மேட்டு நிலத்திலே வீழத்தித் தாம் வெற்றி கொண்டனர். தங்களுடைய ஆண்மையினால், அக் கரந்தையார்கள் பதுக்கைக் கடவுள் வழிபாடு செய்ய முனைந்தனர். களத்திலே பட்ட வீரர்களுக்கு நடுகல் நட்டு, அந் நடுகல்லுக்கு மயிலின் தோகைகளைச் சூட்டினர். துடியினை அடித்தனர். நெல் லால் ஆகிய சுள்ளோடு செம்மறி ஆட்டுக்குட்டியையும் பலி

புலியூர்க் கேசிகன் 81

கொடுத்தனர். நடந்து போவதற்கும் இயலாத கவர்த்த வழிகளை யுடைய, புலால் நாற்றம் வீசும், அத்தகைய அரிய பாலைநில வழி யிலே, அவளும் அவனுடன் செல்லத் துணிந்தாள். எம்மை மறந்து, யாரோ பிறள் ஒருத்தி என்பதாக அவள் தன் மனத்தும் ஆயினாளே!

முழவின் ஒலியானது என்றும் இடையறாது ஒலிக்கும் திருக்கோவலூரின் கோமான், நெடிய தேரினையுடைய திருமுடிக் காரி. அவனுக்கு உரியது கொடுங்கால் என்னும் ஊர். அவ்வூரின் முன் துறையிலேயுள்ள பெண்ணை என்னும் பேராற்றின் நுண்ணிய கருமணலைப் போன்ற, நெறிப்பட்ட கரிய கூந்தலினை உடை யவள், பேதைமை உடையவளான எம் மகள்.

அவளுக்கு, அவளை அறிபவர் பிறர் எவரும் இல்லாத நாட்டிலே, அவளை அழைத்துப் போகும் துணைவன், அன்பு மிக்க உள்ளத்தோடு, அவளைப் பலகாலும் அணிந்து அணிந்து போற்றி, அவளுடைய அழகிய நலனைத் துய்த்துத் துய்த்துத், தன் மார்பே துணையாக அவளைத் துயில்விப்பானாக!

சொற்பொருள்: 3. தாள் - கடையாணி. கடிகை - காம்பு. 4. குறும்படை மழவர், கோட்டை வீரரும் ஆம். 5. முனை ஆ-பகைப் புலத்தவாய நிரை. விழுத்தொடை - தப்பாத அம்பு. 9. தோப்பிகள் - நெல்லாற் செய்யும் கள். துரு - செம்மறிக்குட்டி. 15. கொடுங்கோல் என்பது ஊர்; இந்நூலில் கீழ்க்கொடுங்காலூர் என வழங்குவது.

விளக்கம் : ‘எம்மும்’ என்றது, தன்னுடன் ஆயத்தையும் பிற சுற்றத்தையும் சேர்த்துக் கூறியதாம். நெறி கூந்தல் - நெளிந்த கூந்தலும் ஆம். நடுகல் வழிபாடு பற்றிய பழைய வழக்கத்தை இங்கே உணர லாம்.

36. வீரர் ஆர்ப்பினும் பெரிதே!

பாடியவர்: மதுரை நக்கீரர். **திணை:** மருதம். **துறை:** தலைமகள், பரத்தையிற் பிரிந்து வந்த தலைமகனொடு புலந்து சொல்லியது. **சிறப்புற்றோர்:** தலையாலங்கானத்துச் செருவென்ற நெடுஞ்செழியன். அவன் வென்ற சேரன், சோழன், திதியன், எழினி, எருமையூரன், இருங்கோவேண்மான், இயல்தேர்ப் பொருநன் என்னும் எழுவர்.

(தலைவன், தன் மனைவியைப் பிரிந்து பரத்தை ஒருத்தி யுடன் கூடியபின் வீடு திரும்பி வந்தான். தலைவி, தலைமகனோடு அதனால் ஊடினாள், ‘தலையாலங்கானத்துச் செருவென்ற நெடுஞ் செழியனின் வெற்றி விழாவிலே திளைக்கும் போர் வீரர்களின் ஆரவாரத்தினுங் காட்டில் அவனுடைய பரத்தமையால் எழுந்த ஊரலர் பெரிதாயிருந்தது’ என, அவள் சொல்லுகிறாள்.)

பகுவாய் வராஅல் பல்வரி இரும்போத்துக்
கொடுவாய் இரும்பின் கோள்இரை துற்றி,
ஆம்பல் மெல்லடை கிழியக் குவளைக்
கூம்புவிடு பன்மலர் சிதையப் பாய்ந்து, எழுந்து,
அரில்படு வள்ளை ஆய்கொடி மயக்கித்

தூண்டில் வேட்டுவன் வாங்க வாராது,
கயிறுஇடு கதச்சேப் போல மதம்மிக்கு,
நாள், கயம் உழக்கும் பூக்கேழ் ஊர
வருபுனல் வையை வார்மணல் அகன்துறைத்,
திருமருது ஓங்கிய விரிமலர்க் காவில்,

நறும்பல் கூந்தற் குறுந்தொடி மடந்தையொடு
வதுவை அயர்ந்தனை என்ப அலரே,
கொய்சுவற் புரவிக் கொடித்தேர்ச் செழியன்
ஆலங் கானத்து அகன்தலை சிவப்பச்,
சேரல், செம்பியன், சினம்கெழு திதியன்,

போர்வல் யானைப் பொலம்பூண் எழினி,
நார்அரி நறவின் எருமை யூரன்,
தேம்கமழ் அகலத்துப் புலர்ந்த சாந்தின்
இருங்கோ வேண்மான், இயல்தேர்ப் பொருநன், என்று
எழுவர் நல்வலம் அடங்க, ஒருபகல்
முரைசொடு வெண்குடை அகப்படுத்து, உரைசெலக்,
கொன்று களம்வேட்ட ஞான்றை,
வென்றிகொள் வீரர் ஆர்ப்பினும் பெரிதே!

பிளந்த வாயினையும், மேலே பல கோடுகளையும் உடையது வரால்மீன். அதன் பெரிய ஆண் ஒன்று, வளைந்த வாயினையுடைய தூண்டில் முனையிலிருந்த தனக்கு எமனாகிய இரையை விழுங்கிற்று. விழுங்கியதும், ஆம்பலது மெல்லிய இலையானது கிழியுமாறு மேலெழுந்து துள்ளிற்று. குவளையின் கரும்பு மலர்ந்த பல மலர்களும் சிதையும்படியாக அவற்றினூடும் பாய்ந்தது. பிணக்கம் மேவிய, அழகிய வள்ளைக் கொடியினையும் கலக்கியது. தூண்டில் இட்ட வேட்டுவன் தூண்டிலை இழுக்கவும் வாராமல், கயிறிட்டுப் பிடிக்கும் சினமிக்க ஆனேறு திமிரிச் செல்வது போலச், செருக்கு மிகுந்ததாக, விடியற் காலத்தே குளங்களைக் கலக்கியது. அத்தகைய பூக்கள் நிரம்பிய குளங்களை உடைய ஊரனே!

என்றும் வற்றாது நீர் வந்து கொண்டிருப்பது வையை. மிக்க மணல் பொருந்திய அதன் அகன்ற துறையிலே, அழகிய மருதமரம் உயரமாக வளர்ந்திருக்கும் விரிந்த மலர்களையுடைய சோலையிலே, நறுமணம் கமழும் கூந்தலையும், குறியதான வளையல்களையும்

உடைய பரத்தையை, நீ மணம் செய்து கொண்டனை' என்று, ஊரார் சொல்லுவர்.

கொய்த பிடரி மயிரினை உடைய குதிரைகள் பூட்டியதும், மகரக்கொடி எடுத்ததுமான தேரினை உடையவன், பாண்டியன் நெடுஞ்செழியன். அவன், தலையாலங்கானம் என்னும் ஊரின் அகன்ற இடமெல்லாம், பகைவீரர்களின் குருதியால் செந்நிறம் அடையுமாறு போரியற்றினான். சேரன்; சோழன்; சினம் மிக்க திதியன்; போரிலே வல்ல யானைகளையுடைய பொற்பூண் அணிந்த எழினி; பன்னாடையினால் அரிக்கப்பெற்ற கள்ளினை யுடைய எருமையூர்க்குத் தலைவன்; மார்பிலே பூசிப் புலர்ந்த தேன்மணம் கமழும் சந்தனத்தையுடைய இருங்கோ வேண்மான்; செவ்விதின் இயன்ற தேரினையுடைய பொருநன் என்று கூறப்பட்ட, இந்த எழுவரது நல்ல ஆற்றல்களும் அறவே சாய்ந்து ஒழியுமாறு செய்தான். ஒருநாள் பகல் வேளைக்குள்ளேயே அவர்களது முரசு களுடன், வெண்கொற்றக் குடைகளையும் அவன் கைப்பற்றினான். தன் புகழ் பற்றிய பேச்சு எங்கும் சென்று பரவுமாறு, அவர்தம் படை களைக் கொன்று, அவன் களவேள்வியும் செய்தான். அப்பொழுது, வெற்றிகொண்ட அவன் வீரர்கள் ஆரவாரித்த ஆரவாரிப்பினும், இப்போது எழுந்த ஊரலர் பெரிதாக உள்ளதே!

சொற்பொருள்: 2. கோளிரை - கூற்றமாகிய இரை. 17. நார் - பன்னாடை. 4. மெல்லடை கிழிய எழுந்து குவளை மலர் சிதையப் பாய்ந்து எனக் கூட்டுக.

உள்ளுறை பொருள்: வேட்டுவன் தூண்டிலிற் கோத்த இரையை இலையின் கீழ்க் கிடந்த வாளை மீன் விழுங்கியது போல, நின் பாணனின் இனிய சொல்லிலே மயங்கி, நீ அப் பரத்தையைக் கூடினாய். அது இலைகிழிய மேலே எழுந்தாற் போல, அப்பரத்தையரின் தாய்மார் நெஞ்சு வருந்துமாறு அவ்விடத்தை விடாத அன்புடனே வெளிப்போந்தனை. குவளைப் பூ முறியப் பாய்ந்ததுபோல, யாம் வருந்த இங்கே வந்தனை, குவளையைச் சூழ்ந்த வள்ளையை மயக்கியது போல, என்னைச் சார்ந்த சுற்றத் தினர் வருந்துமாறும் செய்தனை. நாட்காலையில் பலருங் காண, அது குளத்தைக் கலக்குவது போல, ஊரவர் காண, நீயும் அனை வரையும் கலக்கமுறுமாறு செய்தனை அல்லையோ? எனக் கொள்ளுக.

விளக்கம்: 'நாட்காலை' என்றது, பலரும் துறைக்கு வரும் காலம் என்றதனால். அதனால், பலரும் அரிய நேர்ந்தது என்பதும் உணர்க. வரலாற்றுக் குறிப்பு உடைய சிறந்த பாடல் இது.

'வெற்றி வீரர் ஆர்ப்பினும் அலர் பெரிது' என்றது அதனை மிகைப்படுத்திக் கூறியதாகும். தலைவன் படைத்தலைவருள் ஒருவன் என்பதும் விளங்கும்.

37. நலம் நுகரும் துணை!

பாடியவர்: *விற்றூற்று மூதெயினனார்.* **திணை:** *பாலை.* **துறை:** *1. தலைமகள் தோழிக்கு வன்புறை எதிர் அழிந்து சொல்லியது. 2. பிரிவு உணர்த்திய தோழி சொல்லியது.*

(இளவேனிற் காலத்தும் அவன் வராமற் போகவே, தலைவி மிகவும் உள்ளம் நைந்தாள். அவன் வராமல் இரான் என்பது உண்மையாயினும் கூடி மகிழும் காலம் வந்தாயிற்றே என்கிறாள். 'நம்மை மறந்து அவர் இரார்' எனினும், துணையுடையோருக்கு இது சிறந்த காலம் என்றதால், அவர் பிரிவைத் தோழிக்கு உணர்த்துகிறாள்.)

மறந்து, அவண் அமையார் ஆயினும், கறங்கு இசைக்
கங்குல் ஓதைக் கலிமகிழ் உழவர்
பொங்கழி முகந்த தாஇல் நுண்துகள்,
மங்குல் வானின், மாதிரம் மறைப்ப,
வைகுபுலர் விடியல் வைபெயர்த்து ஆட்டித்
தொழிற் செருக்கு அனந்தர்வீட, எழில்தகை
வளியொடு சினைஇய வண்தளிர் மாஅத்துக்
கிளிபோல் காய கிளைத்துணர் வடித்துப்
புளிப்பதன் அமைந்த புதுக்குட மலிர்நிறை
வெயில்வெரிந் நிறுத்த பயில்இதழ்ப் பசுங்குடைக்,
கயமண்டு பகட்டின் பருகிக், காண்வரக்
கொள்ளொடு பயறுபால் விரைஇ, வெள்ளிக்
கோல் வரைந்தன்ன வால்அவிழ் மிதவை
வாங்குகை தடுத்த பின்றை ஓங்கிய,
பருதிஅம் குப்பை சுற்றிப், பகல்செல,
மருத மரநிழல், எருதொடு வதியும்
காமர் வேனில்மன் இது,
மாண்நலம் நுகரும் துணைஉடை யோர்க்கே!

தோழி! தம்முடைய மாண்புற்ற நலத்தினைத் துய்க்கும் துணையாயினவரைப் பிரியாத மகளிருக்கு -

வைகறை வேளையிலே, மிக்க களிப்புடையவரான உழவர்கள், ஆள் அழைக்கும் ஒலியினையுடைய ஆரவாரத்தை எழுப்புவர். இரவின் இருளானது புலர்கின்ற அவ்விடியலில், வைக்கோலைப் பெயர்த்துக் கடாவிட்டு அலைத்து எழுப்புவர், அவர்கள் தம் தூற்றாப் பொலியினின்றும் முகந்து தூற்ற, வலியற்ற நுண்மையான தூசுகள் மேகம்போல வானிலே படர்ந்து, திசை எங்கும் மறைக்கும். தொழிற்செருக்கினால் வந்த மயக்கம் ஒழியுமாறு.

தென்றற் காற்றினால் கிளைத்த அழகின் தகைமையினைக் கொண்ட வளவிய தளிர்களையுடைய மாமரத்தின் கிளி போன்ற பசுமையான காய்களைக், கிளைக் கொத்துக்களிலிருந்து கிள்ளி எடுப்பர். அவற்றோடு, புதுக்குடங்களிலே புளிக்கும் பதமும் சேர்த்து ஆக்கிய மிகப் பெய்த கள்ளை, வெயிலினிடத்துப் பின்புறம் தோன்ற நிறுத்தி வைத்துப் பதப்படுத்தி எடுத்ததாகிய பசிய குடைகளால் குளத்திலே மண்டிய எருமைக் கடாக்களைப் போலக் குடிப்பர். கொள்ளும் பயறும் அழகுடன் பொருந்தப், பாலுடன் கலந்து ஆக்கிய வெள்ளைக் கம்பியை ஓரளவாக நறுக்கி வைத்தாற் போன்ற, வெண்மையான அவிழ்க் கஞ்சியை வளைத்து உண்ட கைதடுக்கும் வரையும் உண்பர். அதன் பின்னர், வட்டமாய் உயர்ந்த ஞாயிறு போன்ற நெற்குவியலை, நெற்கூடாக்கிச் சுற்றுவர். அதன்பின் ஞாயிற்றின் வெப்பம் அகலுமாறு, மருத மரத்தின் நீழலிலே, தம் எருதுகளோடும் சென்று தங்கி இருப்பர். அத்தகைய, அனைவரும் விரும்பும், இளவேனிற் காலம் இதுவேயாகும்!

நம் தலைவர் நம்மை மறந்து அங்கே இருப்பவர் அல்லர். ஆயினும் - அந்தக் காலம் அவரின்றி வீணே கழிந்ததே நாம் பெற்றது தான் என்னையோ?)

சொற்பொருள்: 1-2. கறங்கிசைக் கங்குல் - பள்ளி எழுச்சிக் காலம். ஓதை - ஆரவாரம். 3. பொங்கழி - தூற்றாப் பொலி. தாவில் - வலியற்ற. துகள் - தும்பு தூசுகள். 5. வைகு புலர்விடியல் - இராப் பொழுது வைகின இருள் புலர்கின்ற விடியல். ஆட்டி - அலைத்து. 8. வடித்தல் - கிள்ளி எடுத்தல் 9. புளிப்பதன் - மாதுளங்காய் முதலாகிய சில்பதம் 10. இதழ் - தோடு; 13. மிதவை - கூழ்.

38. கூஉங் கண்ணஃது எம் ஊர்!

பாடியவர்: வடம வண்ணக்கன் பேரிசாத்தனார். **திணை:** குறிஞ்சி. **துறை:** 1. தோழி தலைமகன் குறை கூறியது. 2. பகலே சிறைப்புறமாகத் தோழி தலைமகட்குச் சொல்லுவாளாய்த் தலைமகன் கேட்பச் சொல்லியது. 3. தோழி குறிபெயர்த் திரட்டுச் சொல்லியது. 4. தொல்காப்பிய உரையாசிரியரான நச்சினார்க்கினியர், 'அவன் வரம்பிறத்தல்' என்னுஞ் சூத்திர உரையிலே, இது தலைவிகளஞ்சுட்டியதாகும் என உரைப்பர். 5. பாங்கி ஆடிடம் விடுத்துக் கொண்ட கல்லுக்கு இதனை மேற்கோள் காட்டுவர் அகப்பொருள் விளக்க உரையாசிரியர்.

(பகற் குறியிலே கூடிவந்த தலைவி. திணை அறுத்தபின், அவன் வந்து தன் ஊர்க்கு அணித்தாகிய இடத்திலே, இரவுக்குறி நேர்ந்து கூடுதற்கு ஏற்றவாறு, தன் ஊர் பற்றி அவனுக்கு முன்னரே கூறாததை நினைந்து வருந்துகிறாள்).

விரிஇணர் வேங்கை வண்டுபடு கண்ணியன்,
தெரிஇதழ்க் குவளைத் தேம்பாய் தாரன்,
அம்சிலை இடவதுஆக, வெஞ் செலற்
கணைவலம் தெரிந்து, துணை படர்ந்து உள்ளி;
வருதல் வாய்வது வான்தோய் வெற்பன்,   5

வந்தனன்ஆயின், அம்தளிர்ச் செயலைத்
தாழ்வுஇல் ஓங்குசினைத் தொடுத்த வீழ்கயிற்று
ஊசல் மாறிய மருங்கும், பாய்புஉடன்
ஆடா மையின் கலுழ்புஇல தேறி,
நீடுஇதழ் தலையிய கவின்பெறு நீலம்   10
கண்என மலர்ந்த சுனையும், வண்பறை
மடக்கிளி எடுத்தல் செல்லாத் தடக்குரல்
குலவுப்பொறை யிறுத்த கோல்தலை மருவி
கொய்துஒழி புனமும், நோக்கி; நெடிதுநினைந்து,
பைதலன் பெயரலன் கொல்லோ? ஐ.தேங்கு -   15

'அவ்வெள் அருவி சூடிய உயர்வரைக்
கூஉம் கணஃது எம்ஊர், என
ஆங்குஅதை அறிவுறல் மறந்திசின், யானே

  இதழ் விரிந்த பூங்கொத்துக்களையுடைய வேங்கையின், வண்டினம் மொய்க்கும் புதுப்பூக்களாகிய கண்ணியைத் தலையிலே சூடியவன்; ஆராய்ந்து எடுத்த இதழ்களையுடைய குவளை மலர்களினால் தொடுக்கப் பெற்றுள்ள தேன்பாயும் தாரினை மார்பிலே அணிந்தவன்; அழகிய வில்லானது அவனுடைய இடப் பக்கத்தே விளங்கும்; வேகமாகச் செல்லக்கூடிய அம்புகளை அவற்றின் ஆற்றல் தெரிந்து எடுத்துக் கொண்டிருப்பவன், அவன்! வானளாவிய மலைமுடிகளை உடைய மலைநாடனாகிய அவனே நம் தலைவன்! அவன், தன் துணையாகிய எம்மை நினைந்து வருந்திக் குறியிடத்திற்கு வருவது உண்மையாகும்.

  அங்ஙனம் அவன் வந்தான் ஆனால், அழகிய தளிர்களை உடைய அசோக மரத்தினது, தாழ்வாகவில்லாமல் உயரமாக இருக்கும் ஒரு கிளையிலே தொடுத்த, தொங்கும் கயிற்றினாலாகிய ஊசல் இல்லாது ஒழிந்த இடத்தை நோக்குவான். யாம் எம் தோழியருடன் ஒருங்கு பாய்ந்து நீராடுகை இல்லாமையினால், கலங்குதல் இலவாகத் தெளிந்து நீண்ட இதழ்கள் பொருந்திய அழகிய நீலப் பூக்கள், எம் கண்களைப் போல மலர்ந்திருக்கும் சுனையையும் அவன் காண்பான். அழகான சிறகுகளையுடைய இளைய கிளி யானது தூக்கிச் செல்லவும் முடியாத, பெரிய கதிராகிய வளைந்த பாரத்தை முறித், கோலாகிய உச்சிகளை உடைய கதிர்கள் கொய்து ஒழிந்த தினைப்புனத்தையும் நோக்குவான். எம்மை நீள நினைந்து

நினைந்து துன்புற்றவனாகப் பெயர்ந்து செல்லவும் மாட்டாதவனாக, அவன் வருந்துவான் அல்லனோ?

''சுனையினின்று வரும் வெள்ளிய அருவிகளைத் தன் உச்சியிலே கொண்டிருக்கும் உயர்ந்த மலையில், கூப்பிடு தூரத்தில் உள்ளதே எம்முடைய ஊர்'' என்று, அவனோடு இறுதியாகக் கூடிப் பிரிந்த அன்று, அவனுக்கு அதனை அறிவுறுத்துதலை யான் மறந்து விட்டேன். அத்தகைய தவறினால்தான் அவன் வாரானாயினான். அதனால், என் அழகு கெடுவேனாக!

சொற்பொருள்: 2. தெளிதல் - தீது கழித்தல். 4. துணை - தலைவி. படர்ந்தது உள்ளி - வருந்தி நினைந்து. 8. மாறுதல் - ஆடாது ஒழிதல். 7. வீழ் கயிறு - தாழ் கயிறு. 12. தடக்குரல் - பெரிய தினைக் கதிர். 13. குலவுப் பொறை - வளைந்த பாரம். கதிர்த்தலை போய்க் கோற்றலை ஆயிற்று தினை என்க.

விளக்கம்: 'வேங்கைப் பூக்களில் வண்டு மொய்க்கும்' என்று இப்பாடல் தெரிவிக்கிறது. திவாகரமோ வேங்கையை வண்டு உண்ணாத மலர் வகையுள் சேர்க்கிறது. தினைப் பயிரின் உச்சியிலே உருண்ட கொம்பு போலக் கதிர்க் காம்புகள் விளங்கும். அதனைக் 'கோல்' என்றனர். வந்தனன் ஆயின், பெயரலன், அவன் மறந்தனன் என்றும் கருதலாம்.

39. ஒழித்தது பழித்த நெஞ்சம்!

பாடியவர்: *மதுரைச் செங்கண்ணனார்.* **திணை :** *பாலை.* **துறை:** *பொருள் முற்றிய தலைமகன் தலைமகளைக் கண்டு கூறியது.*

(தலைவியைப் பிரிந்து பொருளீட்டி வரச் சென்ற தலைவன் வந்துவிட்டான். பிரிவினால் வாடியிருந்த அவள், அவன் வந்ததும் அவனோடு கூடி மகிழ்தல் இயல்பு. அவளோ ஊடினாள். காரணம், பிரிவுக் காலத்து அவள் கண்ட கனவிலே வந்த அவன், அவளைத் தழுவவில்லையாம். அவனும், அதையே கூறி அவள் ஊடலைத் தணிவிக்கிறான். மிகவும் சுவையான உள்ளப் படப்பிடிப்பு இந்தப் பாடல்).

'ஒழித்தது பழித்த நெஞ்சமொடு வழிப்படர்ந்து,
உள்ளியும் அறிதிரோ, எம்?' என, யாழநின்
முள்ளெயிற்றுத் துவர்வாய் முறுவல் அழுங்க,
நோய்முந் துறத்து நொதுமல் மொழியல; நின்
ஆய்நலம் மறப்பெனோ மற்றே? சேண்இகந்து
ஒலிகழை பிசைந்த ஞெலிசொரி ஒண்பொறி
படுஞெமல் புதையப் பொத்தி, நெடுநிலை

முளிபுன் மீமிசை வளிசுழற் றுறாஅக்
காடுகவர் பெருந்தீ ஓடுவயின் ஓடலின்,
அதர்கெடுத்து அலறிய சாத்தொடு ஓராங்கு
மதர்புலி வெரீஇய மையல் வேழத்து
இனம்தலை மயங்கிய நனந்தலைப் பெருங்காட்டு,
ஞான்று தோன்று அவிர்சுடர் மான்றால் பட்டெனக்,
கள்படர்ஓதி! நிற்படர்ந்து உள்ளி,
அருஞ்செலவு ஆற்றா ஆர்இடை, ஞெரேரெனப்
பரந்துபடு பாயல் நவ்வி பட்டென,
இலங்குவளை செறியா இகுத்த நோக்கமொடு,
நிலம்கிளை நினைவினை நின்ற நிற்கண்டு,
'இன்னகை! இனையம் ஆகவும், எம்வயின்
ஊடல் யாங்கு வந்தன்று?' என, யாழநின்
கோடுஏந்து புருவமொடு குவவுநுதல் நீவி,
நறுங்கதுப்பு உளரிய நன்னர் அமையத்து,
வறுங்கை காட்டிய வாய்அல் கனவின்
ஏற்று ஏக்கற்ற உலமரல்
போற்றாய் ஆகலின், புலத்தியால் எம்மே!

வண்டினம் மொய்க்கின்ற, இயற்கையிலேயே நறுமணம் பெற்ற, கூந்தலை உடையவளே! ''காதலுடையாரைப் பிரிதலாகாது என, ஆன்றோர் ஒழித்த கொள்கையைப் பழித்த உள்ளத்துடனே, நெடுந்தொலைவு சென்றீர்; எம்மை நினைத்தும் அறிந்தீரோ'' என, நின்னுடைய முள் போன்ற கூர்மையான பற்களை உடைய பவள வாயின் வழக்கமான முறுவலும் உள்ளடங்க, எனக்கு வருத்தமாகிய நோயைத் தோற்றுவித்தனை! என்பால் உண்மைக்கு மாறுபட்ட ஒன்றினைச் சொல்லி, இங்ஙனம் ஊடாதே! ஆராயப்படும் அளவுக்குச் சிறந்த நின்னுடைய அழகினை, யான் என்றேனும் மறப்பேனோ?

நெடுந்தொலை கடந்து சென்றோம். அங்கே, மூங்கில்கள் ஒன்றுடன் ஒன்று உரைசுதலால் ஒள்ளிய தீப்பொறிகளைச் சொரிந்தன. விழுந்த பொறிகளின் அருகே, மிகுதியாகக் கிடந்த சருகுகள் மறையும்படியாக நெருப்பு மூளத் தொடங்கியது. காற்றானது, நெடிய இடத்திலேயுள்ள உலர்ந்த ஊகம்புல்லின் மேலும், அந்நெருப்பைச்சுழற்றிப் பரவச்செய்தது. காட்டையே அழித்துவிடுவது போன்ற பெருநெருப்பும் சென்றவிடமெல்லாம் பரந்தது. மேலே செல்லுவதைக் கைவிட்டு விட்டு, வாணிகச் சாத்தும் அலறிற்று. செருக்குற்ற புலியைக் கண்டு வெருவிய மதமுடைய யானைக் கூட்டமானது, பலவிடத்தும் நிலை தடுமாறித் திரியத் தொடங்கிற்று. அத்தகைய, அகன்ற இடத்தையுடைய பெருங்காட்டிலே, ஒருநாள்:

மாலையிலே மறையும்போது, தாழ்வாக மேலை வானத்திலே தோன்றும் ஞாயிறும், மயங்கி மறைந்துவிட்டது. அரிது சென்ற செலவும் இயலாது ஒழிந்த அந்த அரிய வழியிலே, பரந்து கண்படும் பாயலின் கண்ணே, பொதுக்கென நின் நினைவிலே என் உள்ளம் சென்றது. என் பிரிவினால் மெலிவுற்றுக் கழன்று விழுகின்ற நின் வளைகளை மேலே ஏற்றிச் செறித்தவளாகத், தலைதாழ்ந்த நோக்குடன், நிலத்தைக் கால் விரல்களினாற் கீறியவாறே, பெண்மானைக் கண்டாற்போல நீ நிற்கக் கண்டேன். இனிய நகையினை உடையவளே! யாம் இங்ஙனம் நின் நினைவாகவே இருப்பவும், எம்மிடத்தே நினக்கு ஊடல் எப்படித்தான் வந்ததோ?' எனச் சொல்லி, நினது பக்கம் உயர்ந்த புருவத்துடன், திரண்டு சிறுத்த நெற்றியையும் துடைத்து விட்டேன். மணம் பொருந்திய நின் கூந்தலையும் கோதினேன். அந்த நல்ல சமயத்திலே, எல்லாம் வெறுமையாகி விட்ட, அந்த வாய்மையற்ற கனவினை ஏற்று, ஏக்கற்ற வருத்தத்தினையும் யான் அடைந்தேன். அதனை, நீ நின் அறிவிற் கொள்ளாய். ஆகலின், எம்மை வெறுத்து ஊடுகின்றாயோ?

சொற்பொருள்: 1. ஒழித்தது - பெண்கள் கணவருடன் வருத்தம் கொள்ளலாகாது என்று முன்னோர் கழித்தது. பழித்தல் - அதனை இகழ்தல். 6. பிசைதல் - தேய்த்தல். ஞெலி - கடையப் பெற்ற மூங்கில். 8. முளிபுல் - ஊகம்புல். 9. ஓடுவயின் ஓடல் - காற்றோடின இடமெல்லாம் ஓடுதல். 10. சாத்து - வாணிகர் கூட்டம். 15. ஞான்று - வீழ்கின்ற போது தாழ்ந்து. கள் - வண்டு. 21. கோடு - பக்கம். குவவுதல் - திரண்டு சிறுகுதல். 20-21. புலவிதீர, அவளது அளகமும் நுதலும் நீவினான் அவன் என்க.

40. மார்பிற் சென்ற நெஞ்சு!

பாடியவர்: குன்றியனார். **திணை:** நெய்தல். **துறை:** தலைமகன் பொருள்வயிற் பிரிந்த வழிக் கிழத்தி தோழிக்குச் சொல்லியது.

(தலைவன் பொருள்நாடிப் பிரிந்து சென்றான். அவ்வேளையிலே, பிரிவுத் துயருற்ற தலைவியானவள் தன் தோழிக்குச் சொல்லியது இது.)

கானல், மாலைக் கழிப்பூக் கூம்ப,
நீல்நிறப் பெருங்கடல் பாடுஎழுந்து ஒலிப்ப
மின்ஆர் குருகின் மென்பறைத் தொழுதி
குவைஇரும் புன்னைக் குடம்பை சேர,
அசைவண்டு ஆர்க்கும் அல்குறு காலைத்,

தாழை தளரத் தூக்கி, மாலை
அழிதக வந்த கொண்டலொடு கழிபடர்க்

காமர் நெஞ்சம் கையறுபு இனையத்
துயரம் செய்துநம் அருளார் ஆயினும் -
அறாஅ லியரோ அவருடையக் கேண்மை!

அளிஇன் மையின் அவண்உறை முனைஇ,
வாரற்க தில்ல - தோழி! - கழனி
வெண்ணெல் அரிநர் பின்றைத் ததும்பும்
தண்ணுமை வெரீஇய தடந்தாள் நாரை
செறிமடை வயிரின் பிளிற்றிப் பெண்ணை

அகமடல் சேக்கும் துறைவன்
இன்துயில் மார்பில் சென்றஎன் நெஞ்சே!

தோழி! மாலை வேளை; கானற் சோலையிலேயுள்ள சுழி களிலே நெய்தற்பூக்கள் குவிந்தன; நீல நிறத்தையுடைய பெரிய கடலானது பேரொலியுடன் ஒலித்தது; மீனை உண்ணும் மெல்லிய சிறகினையுடைய கடற்பறவை இனம், திரட்சி பொருந்திய பெரிய புன்னை மரத்திலேயுள்ள கூடுகளில் சேர்ந்தன; அசைகின்ற வண்டு கள் ஒலிக்கின்றன; இவ்வாறு, எல்லாமே ஓய்வு கொள்ளும் கால மாகிய மாலை வேளையிலே -

தாழைகள் தளருமாறு அசைந்து, பிரிந்திருப்பவர்கள் வருந்து மாறு வந்த கீழ்க்காற்றினால், மிகவும் துன்பங் கொண்ட அழகிய நெஞ்சம் செயலற்று வருந்த, நமக்குப் பிரிதலாகிய துன்பத்தினைச் செய்தனர். மீண்டும் வந்து அவர் நமக்கு அருளார் ஆயினும், அவ ருடைய நட்பானது நமக்கு என்றும் ஒழியாதிருப்பதாக!

வயல்களிலே வெண்நெல்லை அரிவோரது பின்பக்கமாக நின்று ஒலிக்கப்படும் பறை ஒலியினைக் கேட்டு, நீண்ட கால்களை உடைய நாரையானது அஞ்சும், செறிந்த மூட்டு வாயினையுடைய கொம்பினைப்போல ஒலித்தவாறே சென்று, பனை மரத்தின் அகமடலிலே சென்று தங்கும். அத்தகைய கடல் துறையினை உடை யவன் நம் தலைவன். அவனது இனியதும், யாம் துயிலுதற்கு உரியதுமான மார்பின் பொருட்டாக, என் நெஞ்சமானது அவ னிடத்தே சென்றது. அவன் அளி செய்திலன் என்று, அங்கே தங்கி யிருத்தலை விடுத்து, அது இவ்விடத்தே வாராதிருப்பதாக!

சொற்பொருள்: *2. பாடெழுந்து - ஒலிமிக்கு. 3. தொழுதி - தொகுதி. 4. குவை - திரட்டு. 5. அசைவண்டு - பூவுக்குப் பூ அசைந்து கொண்டிருக்கும் வண்டு. அல்குறுகாலை- எல்லாம் சென்று அடை யும் அந்திவேளை. 6. தளர - ஒல்க. தூங்கி - அசைந்து. 13. ததும்பும் - ஒலிக்கும். 15. மடை- மூட்டு வாய்.*

உள்ளுறை பொருள்கள்: *நெல் அரிபவர் தம் காரியம் செய்யப் பறை கொட்டினர். அதற்கு அஞ்சிய நாரை வேற்று*

நிலத்ததாகிய பெண்ணையிலே சென்று தங்கிற்று. தான் வாழ்தற்கு உரிய இடமாகிய மருத நிலத்தையும் மறந்தது. அதுபோலத் தம் காரியஞ் செய்ய நம்மை அவர் அலர் பிரிந்தார். நம்முடையதா யிருந்த நம் நெஞ்சமும் நம்மை விட்டுப் பிரிந்து, நமக்கு அயலவ ராகிய அவர் மார்பிலே சென்றது.

மேற்கோள்: 'நெய்தலுக்கு முடிதலும் கருவும் வந்து, உரிப் பொருளால் சிறப்பெய்தி முடிந்தது இது' என்பர், நச்சினார்க் கினியர்.)

41. காடணி கொண்ட பொழுது!

பாடியவர்: குன்றியனார். **திணை:** பாலை. துறை: தலைமகன் பொருள்வயிற் பிரிந்தவிடத்துக் கிழத்தியை நினைந்து சொல்லியது.

(பொருளாசை மிகுதியாகத் தலைவியைப் பிரிந்து வேற்று நாடு சென்ற ஒரு தலைவன் அவளை நினைந்து சொல்லியது.)

வைகுபுலர் விடியல், மைபுலம் பரப்பக்,
கருநனை அவிழ்ந்த ஊழுறு முருக்கின்
எரிமருள் பூஞ்சினை இனச்சிதர் ஆர்ப்ப,
நெடுநெல் அடைச்சிய கழனிஏர் புகுந்து,

குடுமிக் கட்டிய படப்பையொடு மிளிர,
அரிகால் போழ்ந்த தெரிபகட்டு உழவர்
ஓதைத் தெள்விளி புலந்தொறும் பரப்பக்,
கோழிணர் எதிரிய மரத்த கவினிக்,
காடுஅணி கொண்ட காண்தகு பொழுதில்,
நாம்பிரி புலம்பின் நலம் செலச் சாஅய்
நம்பிரிபு அறியா நலமொடு சிறந்த
நல்தோள் நெகிழ, வருந்தினள் கொல்லோ -
மென்சிறை வண்டின் தண்கமழ் பூந்துணர்
தாதுஇன் துவலை தளிர்வார்த் தன்ன
அம்கலுழ் மாமை கிளைஇய,

நுண்பல் தித்தி, மாஅ யோளே?

நெஞ்சமே!

மென்மையான சிறகினை உடையவை வண்டினம். அவை மொய்த்துக் கொண்டிருக்கும் குளிர்ந்த மணம் உடைய பூங்கொத் துக்கள்; அந்தப் பூங்கொத்துக்களிலே உள்ள தாதுடன் கூடிய தேன் துளிகள் தளிரிலே ஒழுகினால் எப்படியோ, அப்படிப்பட்ட அழகு ஒழுகும் மாமை நிறத்திலே, இளைத்துத் தோன்றும், சிறுசிறு தேமற்புள்ளிகளை உடையவள், நம் தலைவி.

தங்கிய இருளானது புலர்கின்ற விடியற் காலத்திலே, எருமைகள் மேய்ச்சல் நிலத்திலே பரந்து செல்லும். முருக்க மரத்தின் கிளைகளில் அரும்புகள் தம் முறுக்கு நெகிழ்ந்து நெருப்பைப் போன்ற பூக்களையுடையனவாக விளங்கும். வண்டினம் அங்கே ஒலித்துக் கொண்டிருக்கும். நெடிய நெற்பயிரினை நட்டு முடிந்த வயல்களிலுள்ள ஏர்களை, உழவர் தலைகுவிந்த கட்டிகளை உடைய தோட்டங்களிலே சேர்ப்பர். ஆராய்ந்த பகடுகளை உடைய உழவர்கள் சிலர், அரிதாளையுடைய நிலத்தைப் பிளந்து, மண் பிறழும்படியாக உழுவர். அவர்களது ஏர்மங்கல ஓசையாகிய தெளிந்த ஒலியானது, இடந்தோறும் பரக்கும் அழகுற்ற செழுமையான பூங்கொத்துக்களை உடைய மரங்கள் கொண்ட காடு இது. இக்காடு அழகுபெற்றுக் காட்சிக்கு இனிதாகத் தக்கவாறு விளங்குகின்ற இக்காலத்திலே -

நம் பிரிவு என்பதனையே அறியாத இயல்பான தன் அழகினோடு, மிகவும் சிறப்புடையனவாயிருந்த தன் நல்ல தோள்கள், நாம் பிரிந்துவிட்ட தன்மையினால் அவ்வழகு கெட, மிகவும் மெலிந்து நெகிழ்ந்திடலால், அவள் மிகவும் வருந்தியவளாக இருப்பாளோ?

சொற்பொருள்: *1. மை - எருமை. 13. வண்டின் - வண்டினையுடைய. 15. கிளைஇய - தோற்றின. பாடியவர், சேரமானந்தையார் எனவும் உரைப்பர்.*

விளக்கம்: கார்காலம் தொடங்கிய செய்தியை, வயலில் நடவு முடிந்த உழவர் தோட்டங்களை உழச் செல்வதும், நடாதவர் வயல்களை உழுது கொண்டிருப்பதும், மலர்கள் மலர்ந்ததும் பிறவும் உணர்த்தும். அதற்குள், வீடு திரும்ப வேண்டியவன், திரும்ப இயலாமையினால், அவளை நினைந்து இவ்வாறு கூறினான் என்க.

42. உவகை பெய்தற்றே!

பாடியவர்: கபிலர். **திணை:** குறிஞ்சி. **துறை:** தலைமகன் வரைவு மலிந்தமை தோழி தலைமகளுக்குச் சொல்லியது.

(தலைமகன் தான் விரைய வந்து தலைமகளை மணந்து கொள்வதாகத் தோழியிடம் உறுதி கூறினான். இற்செறிப்பிலே இருந்த தலைவியிடம், தோழி வந்து, அந்த நல்ல செய்தியை உவப்புடன் கூறுகின்றாள்.)

மலிபெயல் கலித்த மாரிப் பித்திகத்துக்
கொயல்அரு நிலைஇய பெயல்ஏர் மணமுகைச்
செவ்வரிந் உறழும் கொழுங்கடை மழைக்கண்

தளிர்ஏர் மேனி, மாஅ யோயே!
நாடுவறம் கூர, நாஞ்சில துஞ்சக்
கோடை நீடிய பைதுஅறு காலைக்
குன்று கண்டன்ன கோட்ட, யாவையும்
சென்று சேக்கல்லாப் புள்ள, உள்இல்
என்றூழ் வியன்குளம் நிறைய வீசிப்,
பெரும்பெயல் பொழிந்த ஏம வைகறை,
பல்லோர் உவந்த உவகை எல்லாம்
என்னுள் பெய்தந் தற்றே - சேண்இடை
ஓங்கித் தோன்றும் உயர்வரை
வான்தோய் வெற்பன் வந்த மாறே!

மாரிக் காலத்திலே பூப்பது 'பித்திகம்' என்னும் பிச்சி மலர். மிகுதியான மழை பெய்தலாலே, அங்ஙனம் தழைத்த பித்திகத்தின், கொய்தற்கும் அரிதாகுமாறு மட்டு இல்லாமல் விளங்கும், மழைக்கு எழுச்சிப் பெற்ற மணம் நிறைந்த அரும்பினது, சிவந்த பின்புறத்தைப் போன்ற, வளவிய செவ்வரி பரந்த குளிர்ந்த கண் களையும், தளிரை ஒத்த மேனியினையும், மாமை நிறத்தையும் உடையவளே!

நெடுந் தொலைவினிடத்தே உயர்ந்து தோன்றும் உயர்ந்த பக்க மலைகளையுடைய, வானளாவிய மலைக்கு உரியவனான நம் தலைவன், வரைவு மலிந்து வந்தனன், அவன் வருகை,

மழை பெய்யாது நாட்டிலே பஞ்சம் ஏற்படக், கலப்பைகள் அதனால் உழவின்றித் தூங்கக் கோடையானது நீண்ட, பசுமை அற்றுப்போன காலத்திலே, குன்றங்களைக் கண்டாற் போன்ற பெரிய கரைகளை உடையனவும், நீரில்லாமையினால் பறவை யினம் சென்று தங்குதல் இல்லாதனவும், உள்நீரும் இல்லாது வெப்பம் மிக்கனவுமாகிய அகன்ற குளங்கள் எல்லாம், நிறையு மாறு பெய்த பெரிய மழையானது பொழிந்த, இன்பமிக்க அந்த விடியற் காலத்திலே, பல்லோரும் உவந்த உவகை எல்லாம், ஒருசேர என்னுள்ளே பெய்து வைத்தாற் போலும் இருந்ததே!

சொற்பொருள்: 8. சேக்கல்- தங்கல். 9. வீசி-உதவி. 14. வந்த மாறு - வரையவந்தபடி. நின் மழைக்கண்ணும் தளிர்மேனியும் வேறுபட்டு விடாதபடி அவர் விரைவாக நின்னை மணக்க வந்தனர் என்க.

43. அளியரோ அளியர் தாமே!

பாடியவர்: மதுரையாசிரியர் நல்லந்துவனார். **திணை:** பாலை. **துறை:** தலைமகன் பொருள் கடைக்கூட்டிய நெஞ்சிற்குச் சொல்லியது.

(கார்காலம் தன் செழுமையைக் காட்டிக் கொண்டிருக்கிறது. தன்னுடைய மனைவியைப் பிரியாதிருக்கும் ஒருவன், தன் மனத்திலே பொருள் ஆசை எழத், தன் நிலைமையைத் தெளிவுபடுத்துகின்றான். அவனுடைய காதல் மிகுதியை உணர்த்துவது இச் செய்யுள்.)

கடல்முகந்து கொண்ட கமஞ்சூல் மாமழை
சுடர்நிமிர் மின்னொடு வலன்ஏர்பு இரங்கி
என்றூழ் உழந்த புன்தலை மடப்பிடி
கைமாய் நீத்தம் களிற்றொடு படீஇய,
நிலனும் விசும்பும் நீர் இயைந்து ஒன்றி,
குறுநீர்க் கன்னல் எண்ணுநர் அல்லது,
கதிர்மருங்கு அறியாது, அஞ்சுவரப் பாஅய்,
தளிமயங் கின்றே தண்குரல் எழிலி, யாமே
கொய்அகை முல்லை காலொடு மயங்கி,
மைஇருங் கானம் நாறும் நறுநுதல்,
பல்இருங் கூந்தல், மெல்இயல் மடந்தை
நல்எழில் ஆகம் சேர்ந்தனம்; என்றும்
அளியரோ அளியர்தாமே - அளிஇன்று
ஏதில் பொருட்பிணிப் போகித், தம்
இன்துணைப் பிரியும் மடமை யோரே!

கடலின் நீரை முகந்து, நிறைந்த சூல்கொண்டவைகளாயின, கரிய மேகங்கள். ஒளிமிக்க மின்னலுடன், வலமாக எழுந்து சென்று அவை முழங்கின. புற்கென்ற தலையினையும் மடப்பத்தினையும் உடைய பிடியானை ஒன்று கோடைக்காலத்தே, ஞாயிற்றின் வெம்மையினால் வாட்டம் அடைந்தது. அது, இப்போது, மேலே உயர்த்திய தன் துதிக்கையும் மறையத்தக்க ஆழ்ந்த வெள்ளத்திலே படிந்து, தன் களிற்றுடன் நீர்விளையாடத் தொடங்கிற்று. நிலமும் வானமும் மழைநீரால் பொருத்தப்பட்டு ஒன்றுபோலத் தோன்றின. குறிய நீரினை உடைய நாழிகை வட்டிலால் நாழிகையினைக் கணக்கிட்டு கூறுபவர் அல்லாமல், பிறர், ஞாயிறு இருக்கும் இடத்தினையே அறிய மாட்டாதவராக அச்சங் கொண்டனர். இவ்வாறு, எங்கும் பரந்து பெய்கின்ற பெருமழையோடு, தண்ணிய இடி முழக்கத்தைக் கொண்ட மேகங்களை மழை பெய்யும் கார்காலமானது விளங்கிற்று.

அவ்வேளையிலே, கொய்யப்படும் தழைத்த முல்லை மலர்கள் காற்றோடு சேர்ந்த மயங்குதலினால், கரிய பெருங்கானம் முல்லை மணம் நாறுவது போன்று, நறுமணங் கமழும் நறிய நுதலினையும்,

பலவகையாக முடித்தலையுடைய கருமையான கூந்தலையும், மென்மையாம் தன்மையினையும் உடைய நம் தலைவியினது நல்ல அழகுடைய மார்பினைப் பிரியாது சேர்ந்திருப்பவர்களா யிருக்கின்றோம், நாம்.

சற்றும் இரக்கம் இல்லாதவர்களாக - காதல் வாழ்விற்கு அயலதாகிய பொருட்பற்றினாற் சென்று, தம்முடைய இனிய துணைவியரைப் பிரிகின்ற மடமையை உடையவர்கள், எக்காலத்தும் மிகவும் இரங்கத்தக்கவர்களே யாவர்!

சொற்பொருள்: 2. சுடர் - ஒளி. 4. கைமாய் நீத்தம் - உயர்த்திய துதிக்கை மறையும் அளவுள்ள வெள்ளம். 6. குறுநீர் - நாழிகை வட்டிலின் அளவுபட்ட நீர். கன்னல் - கன்னலை, வட்டிலை. 7. கதிரவன் எங்குள்ளனன் என அறியாது வானம் இருண்டு கிடத்தலால் உலகம் அஞ்சிற்று என்க. 8. எழிலி - மேகம். 9. மயங்குதல் - நெருங்குதல். 10. மை-பசுமை. 12. சேர்ந்தனம் - சேர்ந்திருக்கிறோம். 13. அளியர் - அறிவற்றோர்.

4. 'கைமாய்' என்பதற்குக் கழைமாய் என்ற பாடங்கொண்டால், ஓடக்கோலும் நிலைகொள்ளாது மறையும் பெருவெள்ளம் என்க.

விளக்கம் : 'பிரியும் மடமையோர் அளியர்' என்றதால், பிரிவுக்குத் தூண்டிய தன் நெஞ்சைத் தடுத்தமையும்; பிடி களிற்றோடு நீராடும் என்றதால், தானும் இன்ப விளையாட்டிலே திளைக்க விரும்பியமையையும் காணலாம்.

44. வினை முடித்தனன் வேந்தனும்!

பாடியவர்: குடவாயில் கீரத்தனார்; உறையூர்ச் சல்லியங் குமரனார் பாடியது என்ற பாடபேதமும் உரைக்கப்படும். **திணை:** முல்லை. **துறை:** வினைமுற்றி மீளும் தலைமகன் தேர்ப்பாகற்குச் சொல்லியது. **சிறப்பு:** பழையன், நன்னன், ஏற்றை, அத்தி, கங்கன், கட்டி, புன்றுறை, கணையன், பெரும்பூட் சென்னி ஆகியோரும்; கழுமலம், அழும்பில், குடவாயில் ஆகிய ஊர்களும் கூறப் பெற்றன. கழுமலப் போரிலே வெற்றி பெற்ற சோழனின் பெருமையும் உரைக்கப்பட்டது.

(போரிலே ஈடுபட்டுச் சென்ற தலைவன் ஒருவன், போர் முடிந்ததும், தன் காதலியின் நினைவு மேலெழத் தன் பாகனைத் தேரை விரைந்து செலுத்தத் தூண்டுகிறான்).

வந்துவினை முடித்தனன் வேந்தனும்; பகைவரும்
தம்திறை கொடுத்துத் தமர்ஆ யினரே
முரண்செறிந் திருந்த தானை இரண்டும்

ஒன்றுஎன அறைந்தன பணையே; நின்தேர்
முன்இயங்கு ஊர்திப் பின்னிலை ஈயாது

ஊர்க, பாக! ஒருவினை, கழிய-
நன்னன், ஏற்றை, நறும்பூண் அத்தி,
துன்அருங் கடுந்திறற் கங்கன், கட்டி,
பொன்அணி வல்வில் புன்றுறை என்றுஆங்கு
அன்றுஅவர் குழீஇய அளப்புஅருங் கட்டூர்,

பருந்துபடப் பண்ணிப், பழையன் பட்டெனக்,
கண்டது நோனானாகித் திண்தேர்க்
கணையன் அகப்படக் கழுமலம் தந்த
பிணையல்அம் கண்ணிப் பெரும்பூட் சென்னி
அழும்பில் அன்ன அறாஅ யாணர்,

பழம்பல் நெல்லின் பல்குடிப் பரவை,
பொங்கடி படிகயம் மண்டிய பசுமிளை,
தண்குட வாயில் அன்னோள்
பண்புடை ஆகத்து இன்துயில் பெறவே!

நம்முடைய வேந்தனும், போர்முனை கருதி வந்து, எடுத்த வினையையும் வெற்றியுடன் முடித்து விட்டான். பகைவர்களும், தாம் பணிந்து, தம்முடைய திறைகளைச் செலுத்தி, நம்மைச் சார்ந்த சிற்றரசர்களாயினர். தமக்குள் பகைமையினால் செறிவுற்றிருந்த இரு பக்கத்துச் சேனைகளும், ஒரே சேனையாகப் போர் நின்றதனால் முரசறையப் பெற்றன.

நன்னனும், ஏற்றையும், நல்ல பூண்களை அணிந்த அத்தியும், பகைவர் நெருங்குதற்கு அரிய கடுமையான ஆற்றலினையுடைய கங்கன் கட்டி முதலாயினோரும், வலிய வில்லாற்றலை உடைய பொன்னணிகள் பூண்ட புன்றுறை என்பானும், என்று கூறப்பெற்ற சேரர்களின் படைத்தலைவர்களாகிய அவர்கள் அனைவரும், ஒன்றுகூடிப் போரிடுவதற்கு எதிர்த்து நின்ற, அளப்பரும் சிறப்பினையுடைய பாசறையினிடத்தே பருந்தினம் சுற்றிக் கொண்டிருக்கும்படியாகப், போர்செய்து' அதனிடையே சோழர் தளபதியாகிய பழையனும் பட்டனன்.

அதனைக் கண்டு உள்ளம் பொறாதவனாகித், திண்மையான தேரினையுடைய கணையன் என்பான் உட்படக், கழுமலம் என்னுமிடத்தே, எதிரிகளை எல்லாம் வென்று வெற்றி தேடித் தந்தனன், கட்டிய கண்ணியினைச் சூடிய பெரும்பூட் சென்னி என்பவன்.

அவனுடைய 'அழும்பில்' என்னும் ஊரைப் போன்ற நீங்காத புது வருவாயினை உடையதும், மிக்க பழைய நெல்லினையுடைய

வான பல குடிப்பரப்பினை உடையதும், யானைகள் படியும் குளத்தினையும் நெருங்கிய பசுமையான காவற்காடுகளையும் உடையதுமாகிய, குளிர்ச்சியான குடவாயில் என்னும் ஊரைப் போன்ற சிறப்பினள் நம் தலைவி.

அவளுடைய பண்புகள் நிரம்பிய மார்பகத்து இனிமையான துயிலினைப் பெற வேண்டும். அதற்காகப் பாகனே, முற்பட வேகமாகச் செல்லும் ஊர்தியான நின் தேரினை, இனிப் பின்னிலை பெறச் செய்யாதபடி, இச்சுரத்தினை நாம் விரைந்து கடந்து போகுமாறு, உடன்வரும் பிற தேர்களை எல்லாம் நீங்கினையாய், மேலும் விரைந்து செலுத்துவாயாக.

சொற்பொருள்: 2. தந்திறை - தமக்கு உறுதிப்படுத்திய திறைப் பணம். நன்னன் முதலியோர் சேரனின் படைத்தலைவர்கள். பழையன், சோழனின் படைத்தலைவன். கணையன், சேரனின் படைமுதலி. 18. குடவாயில் - ஓர் ஊர். 15. அழும்பில் - அம்பில் என வழங்கும் ஊர் எனவும், பாண்டி நாட்டு ஓசூர் எனவும் உரைப்பர். 16. பரவை - குடிப்பரப்பு. 17. பொங்கடி - யானை. மிளை - காவற்காடு. 19. பண்புடை ஆகம் - நாம் செல்லுமளவும் இறந்துபடாதாயிற்றிருந்த பண்புடைய மார்பகம்.

இதன்கண், தலைவனின் பிரிவு வேந்துவினை முடித்தல் என்க. ‘அழும்பில் வேள்’ என்பானுக்குரிய கோநகர் அழும்பில் எனக் கூறுதலும் பொருந்தும்.

45. உடைமதில் ஓரரண்!

பாடியவர்: வெள்ளி வீதியார். **திணை:** பாலை. **துறை:** வற்புறுக்கும் தோழிக்குத் தலைமகள் சொல்லியது. **சிறப்பு:** அன்னி, குறுக்கைப் பறந்தலையிலே திதியனின் புன்னை குறைத்த போர்வெற்றி; ஆந்திமந்தியின் கதை; வானவரம்பன்.

(தலைவன் வேற்றூர் சென்றனன். வரவில்லையே அவனென மறுகினாள் அவன் மனைவி. தோழியோ, ‘அவன் குறித்த காலத்து வருவான்’ என வற்புறுத்தினாள். அப்போது தலைவி, அவனுடைய பிரிவினை நினைந்து நினைந்து நொந்து கூறியது இது.)

வாடல் உழுஞ்சில் விளைநெற்று அம்துணர்
ஆடுகளப் பறையின், அரிப்பன ஒலிப்பக்,
கோடை நீடிய அகன்பெருங் குன்றத்து,
நீர்இல் ஆர்ஆற்று நிவப்பன களிறுஅட்டு
ஆன்இல் அத்தத்து உழுவை உகளும்
காடு இறந்தனரே, காதலர்; மாமை,
அரிநுண் பசலை பாஅய, பீரத்து

எழில்மலர் புரைதல் வேண்டும், அலரே
அன்னி குறுக்கைப் பறந்தலை, திதியன்
தொல்நிலை முழுமுதல் துமியப் பண்ணி,
புன்னை குறைத்த ஞான்றை, வயிரியர்
இன்இசை ஆர்ப்பினும் பெரிதே; யானே,
காதலற் கெடுத்த சிறுமையொடு நோய்கூர்ந்து
ஆதிமந்தி போலப் பேதுற்று
அலந்தனென் உழல்வென் கொல்லோ - பொலந்தார்.
கடல்கால் கிளர்ந்த வென்றி நல்வேல்,
வான வரம்பன் அடல்முனைக் கலங்கிய
உடைமதில் ஓர் அரண்போல
அஞ்சுவரு நோயொடு, துஞ்சா தேனே!

தோழி! உலர்ந்த வாகை மரத்தினிலுள்ள, முதிர்ந்த நெற்றுக் களைக் கொண்ட கொத்துக்கள், ஆடுகளத்தே கூத்தர்கள் ஒலிக்கும் பறவையினைப் போல விட்டு விட்டு ஒலித்துக் கொண்டிருக்கும். அத்தகைய கோடைத்தன்மை மிகுந்தது அகன்ற பெரிய குன்றம் ஒன்று. அதனிடத்தேயுள்ள நீரற்றுக் கிடக்கும் அரிய சுர நெறியிலே, உயர்ந்த களிற்றினைக் கொன்ற புலிகள் திரிந்து கொண்டிருக்கும். ஆள் நடமாட்டமே அற்ற அத்தகைய காட்டினையுங் கடந்து அவர் போயினரே!

என்னுடைய மாமை நிறமானது, அவருடைய பிரிவினால், ஐதாகிய நுண்ணிய பசலை பரத்தலால், பீர்க்கின் அழகிய மலரினை ஒப்பதாக விளங்கும். ஊரிலே எழுகின்ற அலரானது, அன்னி என்பவன், குறுக்கைப் பறந்தலை என்னும் போர்க்களத்திலே, திதியன் என்பவனது பழைமையாக நிலைபெற்ற சிறப்புடைய புன்னை மரத்தின் பெரிய அடியை வெட்டித் துண்டித்த அந்தக் காலத்திலே, கூத்தர்கள் எடுத்த இன்னிசை ஆரவாரத்தினும் பெரி தாகும்.

பொன்னரி மாலையினையும், கடலிடத்தினைப் புடை பெயரச் செய்த வென்றியினையும், நல்ல வேலினையும் உடைய வானவரம்பனது, வலி பொருந்திய போர்முனையிலே கலங்கிய, உடைந்த மதில்களையுடைய ஓர் அரணைப் போல, அரணிடத்தே உள்ளார் கலங்கி அழியுமாறு போல, யானும், அச்சம் பொருந்திய பிரிவு நோயின் காரணமாக உறக்கம் அற்றவளாயினேன். அஞ்ச அஞ்ச உடன்று வருகின்ற காமநோயினை உடையவளாகி, ஆதிமந்தி யைப் போலக் காதலனைக் காணாத சிறுமையினால், யானும் துன்பத்தால் வாடி வாடி உழல்வேனோ?

சொற்பொருள்: *1. உழிஞ்சில் - வாகை. துணர் - நெற்றின் கொத்து. 2. பறை - கரடிகை. அரிப்பன ஒலிப்ப - விட்டு விட்டு*

இசைப்ப. 4. ஆர் ஆறு - போவதற்கு அரிய வழி. நிவப்பன களிறு - உயரமான களிறு. 5. உகளுதல் - திரிதல். 15. உழலல் - தேடித் திரிதல்; உழல்வேனோ என்றாள் இறந்துபடுதலை நினைந்து. 16. கடல் கால் கிளர்தல் - வேலாற் கடலோட்டினான் ஆதலால். கிளர்தல் - புடை பெயர்தல். 17. வானவரம்பன் - சேரன்.

விளக்கம்: 'ஆதிமந்தி போல' என்றதனால், வெள்ளிவீதி யாரும் கணவனைக் காணாதாராய்ப் பலப்பல விடங்களினும் தேடி உழன்றனர் என்பர். 'உடைமதில் ஓரரண் போல' - பிரிவினால் கலங்கிய நெஞ்சின் உறுதிக்கு உவமம். அரண் உடையவே அரணுடைய ஊரும் அழியும்; நெஞ்சு அழியவே தானும் இறந்து படுவன் என்க. 10. தொன்னிலை என்பது தொன்மையாக நிலை பெற்று வழிவழி வருவதான காவன் மரம் எனச் சுட்டும். 16. கடல் கால் கிளர்ந்த வெற்றி - கடற்கண் உள்ளாராகிய பகைவரை அழித்த வெற்றி. ஓரரணே உள்ளானாகிய வேந்தன் ஒருவன். அதன் மதிலும் பகைவர் பொருதலாற் சிதைந்து விழக் கண்டு, நிலை கலங்கினாற் போலத் தலைவியும், தனிமைத் துயரத்தினால் சிதைவுற்று நெஞ்சம் நலிவாளாயினள் என்க.

46. வண்டு ஊது பனிமலர்!

பாடியவர்: அள்ளூர் நன்முல்லையார். **திணை:** மருதம். **துறை:** வாயில் வேண்டிச் சென்ற தலைமகற்குத் தோழி வாயின் மறுத்தது. இதனை வாயின் மறுத்தது எனவும், செல்லாக்காலைச் செல்கென விடுத்தது எனவும், நச்சினார்க்கினியர் கூறுவர். **சிறப்பு:** செழியனும் அவனுடைய அள்ளூரும்.

(தன் தலைவன் பரத்தையொடு உறவு கொண்டு தன்னைப் பிரிந்ததற்கு நொந்தாள் தலைவி ஒருத்தி. அவன் வீடு திரும்பிய பொழுது அவள் கூறுகிறாள்: 'நும் பரத்தமை பற்றி ஊரவர் கூறுவர். யாம் அதுவும் கூறோம். எம் மெலிவு எம்முடையதே யாகுக. நீர் அங்கேயே செல்க. நும்மைத் தடுப்பவர் யாருமே இலர்!' என்று. கற்புடைய அவள் நெஞ்சத்தின் குமுறல் இதனாலேயே நன்கு வெளிப்படும்.)

சேற்றுநிலை முனைஇய செங்கட் காரான்
ஊர்மடி கங்குலில், நோன்தளை பரிந்து,
கூர்முள் வேலி கோட்டின் நீக்கி
நீர்முதிர் பழனத்து மீன்உடன் இரிய,
அம்தூம்பு வள்ளை மயக்கித் தாமரை
வண்டூது பனிமலர் ஆரும் ஊர!
யாரை யோ?நிற் புலக்கேம், வாருற்று,
உறை இறந்து, ஒளிரும் தாழ்இருங் கூந்தல்,

பிறரும், ஒருத்தியை நம்மனைத் தந்து,
வதுவை அயர்ந்தனை என்ப; அஃ்து யாம்
கூறேம்; வாழியர், எந்தை! செறுநர்
களிறுடை அருஞ்சமம் ததைய நூறும்
ஒளிறுவாள் தானைக் கொற்றச் செழியன்
பிண்ட நெல்லின் அள்ளூர் அன்னஎன்
ஒண்தொடி நெகிழினும் நெகிழ்க;
சென்றீ, பெரும! நிற் றகைக்குநர் யாரோ?

தனக்கு நிற்குமிடமான கொட்டிலைச் சிவந்த கண்களை யுடைய கருத்த எருமையானது சேறாக்கிக் கொண்டது. ஊர் துயின் றிருந்த இரவின் கடையாம வேளையிலே, தனது வன்மையான தளையையும் அறுத்துக் கொண்டது. கூர்மையான முள்வேலியை யும் தன் கொம்பினால் நீக்கிற்று. அதன் பின் வெளியேறி, நீர் மிகுந்த வயல்களை நோக்கிச் சென்றது. அங்குள்ள மீன்கள் எல்லாம், அது வயலுள் புகுந்து கலக்குதலால் கலங்கிப் பிறழ்ந்தன. அழகிய உட்டுளையினையுடைய வள்ளைக் கொடிகள் மயங்கின. இவ்வாறு கலக்கித், தாமரையின் வண்டூதும் குளிர்ந்த மலர்களை அது நிறையத் தின்று மகிழ்ந்தது. அத்தகைய ஊர்க்கு உரியவனே!

நின்னோடு யாம் ஊடுவதற்கு நீதாம் எமக்கு என்ன உற வினையோ? நீட்சியுற்று, மழைக்கால் வீழ்ச்சியினையும் கடந்து விளங்கும். தாழ்ந்த கரிய கூந்தலை உடையவள் ஒருத்தியை எம் மனையிற் கொணர்ந்து காட்டி, நீ வதுவை புரிந்தனை என்று, இவ்வூரவரான பிறரும் நின்னைப் பற்றி அலர் கூறினர். எம் அப்பனே! அதனையும், யாம் நின்பால் எம் வாயினாற் சொல்ல மாட்டோம். நீ வாழ்க!

பகைவரது களிறுகளைக் கொண்ட அரிய போரினைச் சிதையு மாறு கொன்றழிக்கும், ஒளிறும் வாட்படையினை உடைய வெற்றி பொருந்திய செழியனது, நெற்பொலிமிக்க அள்ளூரை யொத்த, எனது ஒள்ளிய வளையல்கள் நெகிழ்ந்து வீழ்ந்தாலும் வீழ்க! பெருமானே! நீ நினைத்த இடத்திற்கே சென்று வருவாயாக! நின்னைத் தடுப்பவர் யாரோ? (யாருமில்லை என்றபடி).

சொற்பொருள்: 7. புலக்கேம் - புலப்பேம். 8 உறையிறந்து - மழைக்கால் வீழ்ச்சியை அடைந்து. 14. அள்ளூர் - அள்ளியூர். 15. நெகிழ்தல் - கழலுதல். 16. சென்றீ-செல். தகைக்குநர் - விலக் குவார். 'வண்டூது பனிமலர்' எனவே, வைகறையும் வந்தது என்க.

13. கொற்றச் செழியன் - கொற்கைச் செழியன் எனவும் பாடம் உண்டு; இவனே, 'வெற்றிவேற் செழியன்' என்பர், அப்போது.

உள்ளுறை பொருள்: காரான் கொட்டிலைச் சேறாக்கியது போல, நீயோ நின் இல்லத் தலைவியாகிய இவளைப் பிரிவால் வேறுபடுத்தினாய். தளையை அறுத்துக் கொண்டது போல, நின் நாணத்தையும் அறுத்துக் கொண்டாய். முள்வேலியைக் கோட்டால் நீக்கியது போலப் பரத்தைக்குக் காவலாகிய விறலியையும் பாணனாலே நீக்கினாய். மீன்கள் இரிவது போல அப்பரத்தையின் தோழியர் இரிவர். வள்ளைக் கொடி மயங்கியது போல, அவள் தாய்மார் மயங்குவர். மலர்ச்சியின்றி வண்டொடு குவிந்த தாமரையை நுகர்ந்தாற் போல, நீயே வலிந்து பெற்று அவளை நுகர்ந்தாய் என்பதாம்.

விளக்கம்: தொடியின் செறிவுக்குக் கொற்றச் செழியனால் காக்கப் பெற்ற அள்ளூரினது காவற் செறிவைக் கூறினாள்; அதுவும் நெகிழ்ந்ததென்றாள், தானுற்ற துயரின் மிகுதியைக் கூறினாள்.

47. முயங்குகம் பலவே!

பாடியவர்: ஆலம்பேரிச் சாத்தனார். **திணை:** பாலை. துறை: தலைமகன் இடைச்சுரத்து அழிந்த நெஞ்சிற்குச் சொல்லியது. **சிறப்பு:** செழியனும் அவனது சிறுமலையும்.

(வினைமேற்சென்ற தலைமகன், இடைவழியிலே தன் காதல் மனைவியை நினைந்து நெஞ்சம் தளர்ந்தான். அவன் வினையினை முடித்து வெற்றியுடன் வீடு திரும்ப வேண்டும் என்ற ஊக்கமும் உடையவன்; அதனால், தன் நெஞ்சிற்கு இவ்வாறு கூறுகின்றான்).

அழிவில் உள்ளம் வழிவழிச் சிறப்ப
வினை இவண் முடித்தனம் ஆயின், வல்விரைந்து
எழுஇனி - வாழிய நெஞ்சே! - ஒலிதலை
அலங்குகழை நரலத் தாக்கி, விலங்குஎழுந்து,
கடுவளி உருத்திய கொடிவிடு கூர்எரி.

விடர்முகை அடுக்கம் பாய்தலின், உடனியைந்து,
அமைக்கண் விடுநொடி கணக்கலை அகற்றும்
வெம்முனை அருஞ்சுரம் நீந்திக் கைம்மிக்கு
அகன்சுடர் கல்சேர்பு மறைய, மனைவயின்
ஒண்தொடி மகளிர் வெண்திரிக் கொளாஅலின்,

குறுநடைப் புறவின் செங்காற் சேவல்
நெடுநிலை வியன்நகர் வீழ்துணைப் பயிரும்
புலம்பொடு வந்த புன்கண் மாலை
'யாண்டு உளர்கொல்?' எனக், கலிழ்வோள் எய்தி,
இழைஅணி நெடுந்தேர்க் கைவண் செழியன்

மழைவிளை யாடும் வளம்கெழு சிறுமலைச்
சிலம்பின் கூதளங் கமழும் வெற்பின்
வேய்புரை பணைத்தோள், பாயும்
நோய்அசா வீட, முயங்குகம் பலவே!

  சூறைக்காற்று, தழைத்த தலையினையும் அசையும் இயல் பினையும் உடைய மூங்கில்கள் ஒன்றுடன் ஒன்று உரசி ஒலிக்கு மாறு தாக்கும். அதனால், அந்தப் பக்கங்களிலே கொழுந்துவிட்டு எரியும் மிக்க தீயானது எழும். அந்நெருப்புக் காட்டையே வெம்மை யுறச் செய்யும். மலையடுக்குகளிலேயுள்ள வெடிப்புக்களிலும் குகைகளிலும் அந்தத் தீ பாயும். அதனால், அங்குள்ள மூங்கிற் கணுக்கள் ஒலியோடு வெடிக்கும். அதனைக் கேட்டுக் கலைமான் கூட்டங்கள் வெருவி ஓடும். அத்தகைய வெம்மையான முனைகளை யுடைய, கொடிய, கடத்தற்கு அரிய சுரத்தினையும் நாம் கடந்தோம்.

  அகன்ற ஞாயிறு மேற்குமலையைச் சேர்ந்து மறையும். அவ்வேளை, ஒள்ளிய வளையணிந்த மகளிர், மனைவிளக்கு களிலே வெண்மையான திரிகளை இட்டு ஏற்றுவர். அதனால், பெரிய மனைகளினிடத்தே குறுக அடியிட்டு நடக்கும் சிவந்த கால்களையுடைய புறாவின் சேவலானது, தான் விருப்பங் கொண் டுள்ள தன் பெடையினை ஆர்வமுடன் கூவி அழைக்கும். தனிமை யோடு வந்து, அளவு கடந்த துன்பத்தைத் தருவது, அம் மாலை வேளை.

  நம் தலைவர் இப்போது எவ்விடத்தே உள்ளனரோ என, அவ் வேளையிலே நினைந்து ஏங்கிக் கொண்டிருப்பவள் நம் தலைவி; கலங்கி அழுதுகொண்டே அவள் இருப்பாள்.

  சோர்வில்லாத நம் உள்ளமானது மென்மேலும், ஊக்கத்தால் சிறப்படைந்து, நம் வினையையும் இவ்விடத்தே செய்து முடித்தோ மென்றால், இழைகளணிந்த நெடுந்தேரினையும் கைவண்மை யினையும் உடைய செழியனது, மேகங்கள் தவழ்ந்து கொண்டிருக் கும் வளங்கெழுமிய சிறுமலை என்னும் மலையிலே, கூதளஞ்செடி கமழுகின்ற வெற்பினிடத்தேயுள்ள மூங்கிலைப் போன்ற அவ ளுடைய பணைத்த தோள்களிலே படர்ந்திருக்கும் பசலைநோய் நீங்குமாறு, அவளை நாம் பன்முறையும் தழுவித் தழுவி மகிழ் வோம் அல்லவோ?

  அதனால், எம் நெஞ்சமே! நீ வாழ்க! இப்போதே விரைந்து சென்று, வினைமுடித்தலின் பொருட்டு என்னுடன் எழுவாயாக.

  சொற்பொருள்: *1.* வழி வழி - மென்மேலும். *4.* விலங்கு- பக்கம். *4.* கடு வளி உருத்திய - சூறைவளி வெப்பமுறப் பண்ணிய. *8.* முனை - போர்முனை; அதுபோற் கொடியவெம்மை என்க.

புலியூர்க் கேசிகன்

18. தோளிடத்துப் பரந்த நோய் - பசலை. 19. அசா- நோயான் வரும் வருத்தம்.

விளக்கம்: மனையின்கண் மகளிர் இல்விளக்கேற்றப் புறவுச் சேவல் தம் பெடையை அழைக்க, அதனைக்கேட்ட தலைவி, தன்னையும் அங்ஙனம் அழைப்பவள் தன்னுடன் இல்லையே என நினைந்து, கலங்கி அழுபவளாவள் என்க.

'செழியனின் சிறுமலை' என்றது, இந்நாட் கோடைக்கானலைச் சார்ந்திருக்கும் மலைத் தொடருள் ஒரு பகுதியை. இங்கிருந்து கிடைக்கும் வாழைப்பழம் இன்றும் சிறப்பாகச் சிறுமலைப் பழமெனவே விளங்குகிறது.

48. மற்றிவன் மகனே!

பாடியவர்: தங்கால் முடக்கொற்றனார். **திணை:** குறிஞ்சி. **துறை:** செவிலித் தாய்க்குத் தோழி அறத்தோடு நின்றது.

இது, செவிலி கூற்றினைத் தோழி கொண்டு கூறியது என்பர் நச்சினார்க்கினியர்.

(தலைவியானவள் திடுமெனப் பாலும் வெறுத்து ஒதுக்கிய நிலைகண்டு, அவளுடைய செவிலித்தாய் மிகவும் உள்ளம் கலங் கினாள். தோழியினிடம் அது பற்றிக் கேட்க, அவள், அவள் உள்ளங் கவர்ந்து சென்ற அக் காதலனைப் பற்றிக் கூறி, அறத்தொடு நிற்கின் றாள்.)

**'அன்னாய்! வாழி! வேண்டு அன்னை! நின்மகள்
பாலும் உண்ணாள், பழங்கண் கொண்டு,
நனிபசந் தனள்' என வினவுதி; அதன்திறம்
யானும் தெற்றென உணரேன்; மேல்நாள்,
மலிபூஞ் சாரல், என்தோழி மாரோடு
ஒலிசினை வேங்கை கொய்குவம் சென்றுவழி,
'புலிபுலி!' என்னும் பூசல் தோன்ற-
ஒண்செங் கழுநீர்க் கண்போல் ஆய்இதழ்
ஊசி போகிய சூழ்செய் மாலையன்,
பக்கம் சேர்த்திய செச்சைக் கண்ணியன்,
குயம்மண்டு ஆகம் செஞ்சாந்து நீவி,
வரிபுனை வில்லன், ஒருகணை தெரிந்துகொண்டு,
'யாதோ, மற்றுஅம் மாதிறம் படர்?' என
வினவிநிற் றந்தோனே. அவற் கண்டு,
எம்முள் எம்முள் மெய்ம்மறைபு ஒடுங்கி**

நாணி நின்றென மாகப், பேணி,
'ஐவகை வகுத்த கூந்தல் ஆய்நுதல்
மைஈர் ஓதி மடவீர்! நும் வாய்ப்
பொய்யும் உளவோ?' என்றனன் பையெனப்
பரிமுடுகு தவிர்த்த தேரன், எதிர்மறுத்து,
நின்மகள் உண்கண் பன்மாண் நோக்கிச்
சென்றோன் மன்ற அக் குன்றுகிழ வோனே!
பகல்மாய் அந்திப் படுசுடர் அமையத்து,
அவன்மறை தேஎம்நோக்கி, 'மற்றுஇவன்
மகனே, தோழி!' என்றனள்.
அதன் அளவு உண்டுகோள், மதிவல் லோர்க்கே.

அன்னையே! நீ வாழ்வாயாக! நின் மகள் துன்பம் கொண்டனள்; பாலும் உண்ணாதளாயினள்; மிகவும் பசந்தனள்; என, என்பால் வினவுகின்றனை. யான் கூறுவதனை விருப்பமுடன் கேட்பாயாக:-

அதன் திறம் யாதென யானும் தெளிவாக உணரேன். முன்பு ஒரு நாள், பூக்கள் மலிந்துள்ள மலைச்சாரலிலே, என் தோழிமாரோடு, தளைத்த கிளைகளையுடைய வேங்கையின் பூவினைக் கொய்யச் சென்றேன். அவ் வேளையிலே, புலி! புலி!' என்னும் ஓர் ஆரவாரம் அவ்விடத்தே தோன்றிற்று.

மகளிரின் கண்களைப் போன்ற ஒளிபொருந்திய செங்கழுநீர்ப் பூக்களை ஊசியாற் கோத்துச் சுற்றிக் கட்டிய மாலையினை உடையவனாகவும், தலையின் ஒரு பக்கத்தே வெட்சிப் பூவினாலாகிய கண்ணியைச் சூடியவனாகவும், மகளிரின் முலைகள் பாய்வதற்கு உரிய மார்பகத்தில் சிவந்த சந்தனத்தைப் பூசியவனாகவும், வரிந்து புனைந்த வில்லினை ஏந்தியவனாகவும், ஒரு கணையினைத் தெரிந்து கையிலே ஏந்திக் கொண்டிருப்பவனாகவும், ஒருவன் எம்முன் தோன்றினான். 'அந்தப் புலி சென்ற வழிதான் யாதோ?' என்று எம்மிடத்தே வினவியும் நின்றான்.

அவனைக் கண்டு, எங்களுள் ஒருவர் முதுகிலே ஒருவர் மறைந்து ஒதுங்கி, நாணியவராக பேசாதே நின்றோம்.

'கருத்துடன் பேணிய ஐவகையாக வகுத்த கூந்தலினையும் அழகிய நெற்றியினையும், கரிய நெய்த்த கூந்தலையும் உடைய மடந்தையர்களே!நும்மிடத்தே பொய்யும் உளவாமோ?'' என்றனன் அவன்.

மலைநாட்டிற்கு உரியவனாகிய அவன், குதிரைகளின் வேகத்தை அடக்கி மெல்லெனச் செலுத்தும் தேரனாகி, நின் மகளது

மையுண்ட கண்களை எதிர்மறுத்துப் பன்முறை நோக்கியவாறே, அவ்விடம் விட்டு மீண்டும் சென்றனன்.

பகற்பொழுது மாய்கின்ற அந்தியாகிய ஞாயிறு மறையும் அப்பொழுதிலே, அவன் மறைந்திடும் திசையையே நோக்கி நின் மகள், 'தோழியே! இவன் ஒரு சிறந்த மகனே!' என்றனள். ஆராய்ந்து அறியும் அறிவு மிகுந்தவர்க்கு, அதனளவாக ஒரு கோட்பாடு உண்டன்றோ? (அதனால் நீயும் இதனை ஆராய்ந்து தெளிவாயாக.)

சொற்பொருள்: 1. வேண்டு- விரும்பு. 4. தெற்றென- தெளிய. 8. இதழ் - பூ 11. குயம்-முலை. நீவி - பூசி உதிர்த்து. 12. வரி - சித்திரம்; வரிதலும் ஆம். 13. திறம்-வழி. 14. நிற்றந்தோன்- நின்றோன். 15. மெய்ம்மறைபு ஒடுங்கி- முதுகிலே மறைந்து ஒடுங்கி. 24. தேம்-திசை.

விளக்கம்: அவனைக் கண்டதும், 'எம்முள் எம்முள் மெய்ம் மறைபு ஒடுங்கி, நாணி நின்றனெமாக' என்று கூறும் மனச்செவ் வியை நோக்கி இன்புறுக. 'இது தலைவன் ஏத்தல் எனவும், துணிவின்கண் ஐயம் சிறிது நினைத்தல் எனவும்' கூறுவர் நச்சி னார்க்கினியர். 'புலி' என்னுங்காட்டிலே உதவவிரைந்து முன் வந்தான்'' என அவனைப் போற்றியது இது. 'வேங்கை மலர் கொய்யத் தாழ்ந்து கொடுக்கும்' என்றோர் நம்பிக்கை மலையிலே வாழ்பவரிடம் உண்டு. அவன்மேல் அவளும் காதல் கொண்டாள் என்பது குறிப்பு.

49. ஆடுவழி அகலேன்!

பாடியவர்: வண்ணப்புறக் கந்தரத்தனார்; வண்ணப் புறக் கல்லாடனார் எனவும் வேறுபாடம் உண்டு. **திணை:** பாலை. **துறை:** உடன் போயின தலைமகளை நினைந்து செவிலித்தாய் மனையின்கண் வருந்தியது.

(அருமையாக வளர்த்த செல்வமகள், தன் காதலனுடனே உடன்போக்கில் போய்விட்டனள். அவளது பழைய செயல்களை எல்லாம் நினைந்து புலம்பி வருந்துகிறாள் செவிலித்தாய்.)

'கிளியும், பந்தும், கழங்கும், வெய்யோள்
அளியும், அன்பும், சாயலும், இயல்பும்,
முன்னாள் போலாள்; இறீஇயர், என்உயிர்' என,
கொடுந்தொடைக் குழவியொடு வயின் மரத்து யாத்த
கடுங்கட் கறவையின் சிறுபுறம் நோக்கி,

குறுக வந்து, குவவுநுதல் நீவி,
மெல்லெனத் தழீஇயினே னாக, என்மகள்
நன்னர் ஆகத்து இடைமுலை வியர்ப்ப,

5

பல்கால் முயங்கினள் மன்னே! அன்னோ!
விறல்மிகு நெடுந்தகை பலபா ராட்டி,

வறன்நிழல் அசைஇ, வான்புலந்து வருந்திய
மடமான் அசாஇனம் திரங்குமரல் சுவைக்கும்
காடுஉடன் கழிதல் அறியின்- தந்தை
அல்குபதம் மிகுந்த கடியுடை வியன்நகர்,
செல்வுழிச் செல்வுழி மெய்ந்நிழல் போல,

கோதை ஆயமொடு ஓரை தழீஇத்,
தோடுஅமை அரிச்சிலம்பு ஒலிப்ப, அவள்
ஆடுவழி ஆடுவழி அகலேன் மன்னே!

''கிளியும் பந்தும் கழங்கும் மிகவும் விரும்புபவள்; அருளும் அன்பும் சாயலும் நற்பண்பும் உடையவள்; இவற்றுள் முன்னாட் களைப்போல் அல்லாது வேறுபட்டிருக்கின்றனள். இஃதென் னவோ? என் உயிர்கழிவதாக'' என்று கூறினேன்.

மரத்தினிடத்தே, வளைந்த தொடையினையுடைய இளங் கன்றுடன் கட்டப்பெற்ற, அடிக்கடி தன் கன்றைப் பார்த்திருக்கும் தலையீற்றுப் பசுவைப்போல, அவளுடைய முதுகைப் பார்த்தேன். அவள் அருகே சென்று, வளைந்த அவள் நெற்றியைத் தடவினேன். மெல்லென அவளை அப்படியே தழுவியுங் கொண்டேன். என் மகளும், தன் மார்பகத்து முலைகளினிடையிலே வியர்வு உண்டாகு மாறு, பலமுறை என்னை நன்றாகத் தழுவிக் கொண்டனள். அந்தோ! அஃதெல்லாம் இப்போது போயிற்றே!

வானமானது வறண்டு போக, அதனால் வருந்தித் தளர்வுற்ற இளமானின் கூட்டமானது, வற்றிய மரற்செடியினைச் சுவைக் கின்ற தன்மையுடையது காடு. அவ்விடத்தே, வலி மிகுந்த பெருந் தகையாகிய அவள் காதலன், இவளைப் பல படியாகப் பாராட்டி, வறண்ட நிழலிலே தங்கித் தங்கி உடன்கொண்டு போதலை, யான் முன்பே அறியாமற் போனேனே! அறிந்தேனாயின்,

இவளுடைய தந்தையது, தங்கும் உணவு மிகுந்துள்ள காவல் பொருந்திய பெருமனையிலே, இவள் செல்லுமிடந்தோறும், இவள் உடலின் நிழலைப் போலத் தொடர்ந்து செல்வேனே! கோதையை உடைய ஆயத்தோடு விளையாட்டினை மேற்கொண்டு, தொகுதி வாய்ந்த பரலினை உடைய சிலம்புகள் ஒலிக்க, இவள் ஆடுந் தோறும் ஆடுந்தோறும், யானும் இவளைவிட்டுப் பிரியாமலேயே இவளுடன்தானே இருந்திருப்பேனே!

சொற்பொருள்: *1.* வெய்யோன்- விரும்புகின்ற இயல்பினள். *3.* முன்னாட் போலாமை - அவனோடு கூடிய களவு ஒழுக்கத்தினால்

வேறுபட்டமை. 4. கொடுந்தொடை- வளைந்த கால். 5. கடுங்கட் கறவை- தலையீற்றுப்பசுவும் ஈன்ற அணிமையுடைய நிலையினை உடையதும் ஆம். 8. இடைமுலை - முலையிடை; நெஞ்சு. 'பல்கான் முயங்கினாள் பிரியப்போவதை நினைந்து; அதனை அறியாது போயினேனே'என்க. 10. பாராட்டி- கொண்டாடி. 14. பதம்- சோறு. மரற்செடி- ஒருவகைக் கள்ளிச் செடி. 14. கடி- காவல்.

விளக்கம்: 'உண்ண உணவும், குடிக்க நீரும், தங்க நிழலும் அற்ற காட்டு வழியிலே, எம்மை எல்லாம் வெறுத்து அவள் போயினளே!' என்று செவிலித்தாய் ஏங்குகிறாள். வளர்த்த பாசம் அவளுக்கு. பிரியாராய் உடனுறையும் தோழியருக்கு 'மெய்ந் நிழல் போல' என்னும் உவமை மிக்கப்பொருத்தம் உடையதாகும். செல்வுழிச் செல்வுழி மெய்ந்நிழல் பிரியாதே தொடருமாறுபோல, அவரும் அவனைப் பிரியாது உடனிருப்பவராவர் என்று கொள்க.

50. சொல்லின் எவனோ பாண!

பாடியவர்: கருவூர்ப் பூதஞ்சாத்தனார்; கருவூர்ப் பூதன் மகனார் கொற்றனார் எனவும் வேறு பாடம் உரைப்பர். **திணை:** நெய்தல். **துறை:** தோழி பாணனுக்குச் சொல்லியது.

''மெல்லியற் பொறையும் நிறையும்'' என்னும் துறைக்கு உதாரணமாகக் காட்டி, 'இதனுள் காம மிகுதியால் கண்தாமே அழவும், கற்பிற் சுரக்குமெனத் தலைவி பொறையும் நிறையும் தோழி பாணற்குக் கூறினாள், அவள் தலைவற்கு இவ்வாறே கூறுவன் எனக் கருதி'' என்பர் நச்சினார்க்கினியர்.

''பிரிவற்றாது துன்புறுங்காலை, அவ்வாற்றாமை தலைமகற்கின்றித் தானே துன்புறுகின்றாளாகச் சொல்லுதல். அவை கூட்டத்தை வெறுத்த குறிப்பாயினும், அக்கூட்டத்திற்கே நிமித்தமாகும், ஆராய்ந்து உணரின்'' என்பர் பேராசிரியர்.

(களவிலே கூடிய காதலன், பலநாட்கள் வாராது போகவே, தலைவி பாணன் மூலம் அவனுக்குத் தூது உரைக்க முயல்கின்றாள்.)

கடல்பாடு அவிந்து, தோணி நீங்கி,
நெடுநீர் இருங்கழிக் கடுமீன் கலிப்பினும்;
செவ்வாய்ப் பெண்டிர் கௌவை தூற்றினும்,
மாண்இழை நெடுந்தேர் பாணி நிற்பப்,
பகலும் நம்வயின் அகலா னாகிப்
பயின்றுவரும் மன்னே, பனிநீர்ச் சேர்ப்பன்.
இனியே, மணப்பருங் காமம் தணப்ப நீந்தி,

'வாராதோர் நமக்கு யாஅர்?' என்னாது,
மல்லன் மூதூர் மறையினை சென்று,
சொல்லின் எவனோ- பாண! 'எல்லி

மனைசேர் பெண்ணை மடிவாய் அன்றில்
துணைஒன்று பிரியினும் துஞ்சா காண்' எனக்
கண்நிறை நீர்கொடு கரக்கும்
ஒண்நுதல் அரிவை 'யான் என்செய்கோ?' எனவே!

கடல் ஒலியவிந்து கிடந்தாலும், தோணிகள் கடலில் இல்லா திருப்பினும், மிகுந்த நீருடைய கழியிலே சுறா முதலிய கொடிய மீன்கள் செருக்கித் திரிந்தாலும், கொடிய வாயினரான பெண்கள் அலர் எடுத்துத் தூற்றினாலும், மாட்சியுடைய இழையினைக் கொண்ட தன்னுடைய நெடுந்தேரானது தாழ்ந்து நிற்க, பகற்காலத்துங் கூட நம்மிடத்தே நின்றும் அகலாதவனாகி, அடுத்தடுத்து நம் தலைவன் முன்னரெல்லாம் வந்து கொண்டிருந்தனன். இப்போது, அஃதெல்லாமும் கழிந்ததே!

'களவுக் காலத்துக் கூடுதற்கு அரிய காமவேட்கையானது நீங்குதலால், தாம் சென்றிருக்கும் இடத்தினின்று இடைவழியைக் கடந்து இங்கு 'வராதவரான அவர், நமக்கு என்ன உறவினரே?' என்று சொல்லாது, 'ஒள்ளிய நெற்றியினையுடைய நின் தலைவி யானவள், இரவிலே, மனையைச் சார்ந்துள்ள பனைமரத்திலே, தம்முள் ஒன்று துணையாகக் கூடியிருப்பதனின்று பிரிந்தாலும், வளைந்த வாயினையுடைய அன்றில்கள் உறங்காதனவாதலைக் காண்பாயாக' என்று, கண்நிறைந்த நீர்கொண்டு நின் பழியை மறைப்பாள். 'இதற்கு யான் என் செய்வேன்?' வளம் பொருந்திய பழைமையான அவனுடைய ஊரினிடத்து, மறைந்து சென்று, பாணனே! நீ நம் தலைவனுக்குச் சொன்னால் தான் என்னவோ?'

சொற்பொருள்: *கழி- கடற்குட்டம்; காயல் எனவும் வழங்குவர். கடுமீன் முதலியன. கலித்தல் - செருக்குடன் திரிதல். 4. பாணி- தாமத காலம். 6. பயின்று- அடுத்து. 7. மணப்பருங் காமம்- களவுக்காலத்துக் கூடுதற்கு அரிய வேட்கை. 11. வடிவாய்- வளைந்தவாய். 12. ஒன்றுதல் - கூடுதல். ஒன்று துணைபிரியினும், நெடும்பிரிவின்றி இணைந்து ஒன்று தலைப் பிரியினும். துஞ்சா- இரண்டுமே உறங்கா.*

விளக்கம்: *பகலும் அகலாதிருந்தான் முன்னர்; இப்போதோ பிரிந்து இரவும் வராதிருக்கிறான் என்க. மீன் கலப்பினும், கௌவை தூற்றினும் வந்தான்; அவை யாதும் இல்லாத இப்போது வாரானா யினான் என்க. 'மறையினை சென்று'-பிறர் அறியாவாறு சென்று.*

தனிமையின் கொடுமையினாலே நலிபவள், துணை பிரியின் துஞ்சாதாய்க் கூவிக் கலங்கி உயிர்விடும் அன்றிலை நினைக்கின் றாள்; அதனைச் சுட்டி வருந்துகின்றாள் என்பது, இனியும் பிரிவு நீட்டிப்பின் அவளும் அஃதாற்றாதே இறந்துபடுவாள் என வலி யுறுத்துவதாம்.

51. மனை முதல் வினை!

பாடியவர்: பெருந்தேவனார்; கடுகு பெருந்தேவனார் பாடியது என்பது வேறுபாடம். **திணை:** பாலை. **துறை:** பொருள்வயிற் பிரிவு கடைக்கூட்டிய நெஞ்சிற்குத் தலைமகன் சொல்லியது.

(பிரிவினால் பொருள் பெறலாமாயினும், அதனினும் பிரியாம லிருந்து இல்லறக் கடமைகளை அவள் மகிழ்வுடன் ஆற்ற உதவு வதே மாண்புடைமையாகும். இங்ஙனம் தன் நெஞ்சிற்குச் சொல்லி அமைகின்றான் ஒரு தலைவன்.)

ஆள்வழக்கு அற்ற சுரத்திடைக் கதிர்தெற,
நீள்எரி பரந்த நெடுந்தாள் யாத்து,
போழ்வளி முழங்கும், புல்லென் உயர்சினை,
முடைநசை இருக்கைப் பெடைமுகம் நோக்கி,
ஊன்பதித் தன்ன வெருவரு செஞ்செவி

எருவைச் சேவல் கரிபுசிறை தீய,
வேனில் நீடிய வேய்உயர் நனந்தலை,
நீ உழந்து எய்தும் செய்வினைப் பொருட்பிணி
பல்இதழ் மழைக்கண் மாஅ யோள்வயிற்
பிரியின் புணர்வது ஆயிற், பிரியாது.

ஏந்துமுலை முற்றம் வீங்கப், பல்வீழ்
சேயிழை தெளிர்ப்பக் கவைஇ, நாளும்
மனைமுதல் வினையொடும் உவப்ப,
நினை- மாண் நெஞ்சம்! - நீங்குதன் மறந்தே.

ஆட்கள் போக்குவரவு அற்ற சுரத்தினிடையிலே, ஞாயிற்றின் கதிர்கள் காய்தலினால் மிகுதியான வெம்மை பரவிற்று. நீண்ட அடிமரத்தையுடைய யாமரத்தின் அழகற்று வாடிய உயர்ந்த கிளை யிலே, ஊடறுத்துச் செல்லுகின்ற காற்றும் இரைச்சலிடும். அதன்கண், புலாலினை விரும்பி இருக்கின்ற தன் பெடையின் முகத்தினைப் பார்த்த, ஊன்துண்டினைப் பதித்து வைத்தாற்போன்ற அச்சந்தரும் சிவப்பான காதுகளையுடைய எருவைச் சேவலின் சிறை கரிந்து தீய்ந்துபோம். வேனிலானது அவ்வளவு மிகுந்திருக்கும். மூங்கில் கள் உயர்ந்து வளர்ந்திருக்கும், அகன்ற காடு அது.

நீ, அதனிடையே சென்று வருந்திச் செய்யும் வினைகளால் அடையப்படும் பொருளாகிய பிணிப்பு, பல இதழ்களையுடைய மலர் போலும் குளிர்ந்த கண்ணினளும், மாமை நிறத்தினளுமாகிய நம் தலைவியினிடத்தினின்றும் பிரிந்தால் கைகூடி வருவதே! என்றாலும்,

மாண்புடைய நெஞ்சமே! அவளை நீங்குதலை மறந்துவிடு. அவளைப் பிரியாது, நிமிர்ந்த அவளது முலைப் பரப்பு விம்மு மாறும், செம்மையான அவளுடைய அணிகள் ஒலி செய்யுமாறும், பன்முறையும் தழுவித்தழுவி, நாடோறும் நம் தலைவியானவள் இல்லறமாகிய வினையோடும் கலந்து மகிழும்படியாகக் கூடி யிருப்பதையே இனி நினைப்பாயாக!

சொற்பொருள்: 1. வழக்கு - வழங்குதல்; போக்கும் வரவும். 3. போழ்தல் - ஊடறுத்தல். 5. வெறுவரு - அச்சந்தரும். 6. எருவை - பருந்து. 10-11. 'பிரியாது ஏந்துமுலை' - இடைவெளியின்றி நெருங்கிப் பணைத்து எழுந்த முலைகள் என்றும் கூறலாம். 11. முற்றம் - பரப்பு. முலை முற்றம் வீங்குதல், களிப்பினால். 13. மனை முதல் - மனைவி; மனைக்கு முதலாக விளங்குபவள் ஆதலால். வினை - இல்லறம்.

விளக்கம்: 'இவளைப் பிரிந்து சென்றால் பொருள் கிடைக்கும் என்பது உறுதியானாலும், அதனால் மறந்து இவளுடன் கூடியிருந்து இல்லறக் கடமைகளில் திளைக்க' என்கின்றான்.

52. பொன்னேர் புதுமலர்!

பாடியவர்: நொச்சி நியமங்கிழார்; மாற்றூர்கிழார் மகனார் கொற்றங் கொற்றனார் எனவும் பாடம். **திணை:** குறிஞ்சி. **துறை:** 1. தலைமகள் வேறுபட்டமையறிந்த செவிலித்தாய்க்குத் தோழி அறத்தொடு நிற்குமெனத் தலைமகள் சொல்லியது.

2. 'சிறைப்புறமாக விட்டுயிர்த் தழுங்கல்' என நச்சினார்க் கினியரும்;

3. 'வாழ்க்கை முனிந்து தலைமகள் சொல்லியது' எனப் பேராசிரியரும் காட்டுவர்.

(தன் காதலனுடன் கூடிக்களித்த ஒரு கன்னி, இற்செறிக்கப் பட்டதும், அவனையடைய வழியின்றி மிகவும் நொந்தாள். அவள் வாட்டம் மிகுதியாயிற்று எனினும், தான் உற்ற வருத்தம் காமநோயி னால் வந்தது எனக் கூறவேண்டாம் எனச் சொல்லுகிறாள். அவள் பெண்மையின் சிறப்பு அது.)

‘வலந்த வள்ளி மரன்ஓங்கு சாரல்,
கிளர்ந்த வேங்கைச் சேண்நெடும் பொங்கர்ப்
பொன்னேர் புதுமலர் வேண்டிய குறமகள்
இன்னா இசைய பூசல் பயிற்றலின்,
‘‘ஏகல் அடுக்கத்து இருள்அளைச் சிலம்பின்
ஆகொள் வயப்புலி ஆகும் அஃது’’ எனத்தம்
மலைகெழு சீறூர் புலம்பக், கல்லெனச்
சிலையுடை இடத்தர் போதரும் நாடன்
நெஞ்சுஅமர் வியன்மார்பு உடைத்துஎன அன்னைக்கு
அறிவிப் பேம்கொல்? அறியலெம் கொல்?’ என
இருபாற் பட்ட சூழ்ச்சி ஒருபாற்
சேர்ந்தன்று- வாழி, தோழி! - யாக்கை
இன்உயிர் கழிவது ஆயினும், நின்மகள்
ஆய்மலர் உண்கண் பசலை
காமநோய்’ எனச் செய்யா தீமே!

உயரமாக ஓங்கி வளர்ந்த மரங்களையுடைய மலைச்சாரலிலே, வள்ளிக்கொடி சுற்றிப் படர்ந்திருக்கும் செழிப்போடு விளங்குமொரு வேங்கை மரத்திலே, அதன் மிகவும் உயரத்திலிருக்கும் கிளையிலே யிருந்த, பொன் போன்ற புதுமலர்களைப் பறிக்க விரும்பினாள் ஒரு குறமகள். அவளால் முடியாததாகத் துயருற்று, ‘வேங்கை! வேங்கை!’ எனக் கூச்சலிட்டாள். உயர்ந்த பாறை அடுக்குகளை உடைய இருண்ட குகைள் பலவாயிருக்கும் பக்கமலைச் சாரலிலே பசுவினைக் கொல்லும் வலிமையான புலியாகும் அஃது’ என, வில்லைக் கையிலே கொண்டவரான கானவர்கள் எண்ணினர். மலையினையடுத்துள்ள தம்முடைய சிற்றூர் தனிமையாகிக் கிடப்பக், கல்லென்ற ஒலியுடன், அவ்விடத்தை நோக்கியும் சென்றனர். அத்தகைய நாட்டையுடைவன் நம் தலைவன்.

‘நம்முடைய நெஞ்சத்தை அவனுடைய அகன்ற மார்பு இடமாகக் கொண்டு விட்டது’ என்று அறிவிப்போமா? அறிவியாமல் இருப்போமோ? இப்படி இருவகைப்பட்டிருந்த ஆராய்ச்சியும் ஒரு முடிவுக்கு வந்திருக்கிறது. நம் உடலிலேயுள்ள இனிய உயிரானது போவதேயானாலும், நம் தாய்க்கு, ‘நின் மகளது அழகிய மலர்போன்ற மையுண்ட கண்ணில் படர்ந்த பசலையானது காமநோயினால் வந்தது’ என்று மட்டும் சொல்லாதிருப்பாயாக. தோழி! நீ வாழ்க!

சொற்பொருள்: *1. வலந்த- சுற்றிய. 2. பொங்கர் - பூக்கள் நிரம்பிய கிளை. 4. பூசல் - ஆரவாரம். பயிற்றல் - பலகால் அடுத் தடுத்துக் கூறுதல். 5. ஏகல்-மிக்க கல். 9. நெஞ்சமர் வியன்மார்பு - நம்*

நெஞ்சம் மேவினவனுடைய பரந்த மார்பு. 15. காமநோயென்று விளங்கச்சொல்லாது, கூட்டமினாட்டத்தாற் சொல்லுக என்றார்.

உள்ளுறை பொருள்: *வேங்கைப் பூக்கொய்பவளின் 'புலி புலி' என்ற ஆரவாரம், ஊரனைத்தும் அறியக் காரணமாயிற்று. அதுபோல, அவரை நாம் இச்சிக்கத் தொடங்கிய அளவிலேயே ஊரில் அலர் உண்டாயிற்று என்க.*

விளக்கம்: *'யாக்கை இன் உயிர் கழிவதாயினும்' என்றது, அந்நோயைத் தன்னால் மாற்ற இயலாதென்ற நிலையை உரைத்தது மாகும். இதனைக் கேட்டலுறும் தலைவன் தலைவியை விரைய மணந்து கொள்வதற்கு முனைவான் என்பதாம்.*

53. பொருளே காதலர் காதல்!

பாடியவர்: *சீத்தலைச் சாத்தனார்.* **திணை:** *பாலை.* **துறை:** *வற்புறுக்குந் தோழிக்குத் 'தலைமகள் கூறியது. 'பிரிதல் நிமித்தம்' என்றும், தலைவன்கண் நிகழ்ந்தது, தலைவி நினைந்து தோழிக்கு கூறியது' என்றும், கூறுவர் நச்சினார்க்கினியர்.*

(முன்னர், தலைவன் அருளுடையான், நின்னைப் பிரியான் என்றெல்லாம் சொல்லிக் கூட்டுவித்தவள் தோழி. அவனிடம் பொருள் கருதிப் பிரிகின்ற தன்மைகள் தோன்றத், தோழியிடம் தலைவி அதனை உரைக்கிறாள். அவள், மீளவும், 'அருளே அவன் இயல்பென்று' கூறத் தலைவி அவளை மறுத்துக் கூறுகிறாள்.)

அறியாய், வாழி, தோழி! இருள்அற
விசும்புடன் விளங்கும் விரைசெலல் திகிரிக்
கடுங்கதிர் எறித்த விடுவாய் நிறைய,
நெடுங்கான் முருங்கை வெண்பூத் தாஅய்,
நீர்அற வறந்த நிரம்பா நீள்இடை,

வள்எயிற்றுச் செந்நாய் வருந்துபசிப் பிணவொடு
கள்ளிஅம் காட்ட கடத்திடை உழிஞ்சில்
உள்ஊன் வாடிய சுரமூக்கு நொள்ளை
பொரிஅரை புதைத்த புலம்புகொள் இயவின்,
விழுத்தொடை மறவர் வில்இட வீழ்ந்தோர்.

எழுத்துடை நடுகல் இன்நிழல் வதியும்
அருஞ்சுரக் கவலை நீந்தி, என்றும்,
'இல்லோர்க்கு இல்' என்று இயைவது கரத்தல்
வல்லா நெஞ்சம் வலிப்ப, நம்மினும்
பொருளே காதலர் காதல்;
'அருளே காதலர்' என்றி, நீயே.

தோழி! நீ வாழ்க!

விரைந்த செலவினையுடைய ஞாயிறானது, இரவின் இருளானது அற்றுப் போகுமாறு வானிடத்தே விளங்குவது. அதன் கடுமையான கதிர்கள் எரித்தலால் நிலங்கள் எங்கும் பிளந்தன. அப் பிளப்புக்கள் நிறையுமாறு, நீண்ட முருங்கைமரத்தின் வெண்மையான பூக்கள் உதிர்ந்து பரந்தன. நீரற்றுப் போயினதால் வறட்சியுடையதான, செல்லத் தொலையாத, நீண்ட இடத்தினையுடையது அத்தகைய பாலைநிலத்து அவ்வழி.

அந்தச் சுரமோ கள்ளிக்காடு நிறைந்தது. அங்குள்ள வாகை மரங்களை, உள்ளிருக்கும் ஊறும் வாடிப்போன சுரித்த மூக்கினைப் போல விளங்கும் நத்தைகள் பொரியரையுடையது போல மூடிக் கொண்டிருக்கும். தனிமைகொண்ட அந்த நெறியிலே.

கூரிய பற்களையுடைய செந்நாயானது, பசியினால் வருந்திருக்கும். தன் பிணவோடுங் கூடிய, சிறந்த அம்பினரான மறவர்கள் எய்ய இறந்து போயினவருடைய, பெயரும் பீடும் எழுதியிருக்கும் நடுகற்களின் இனிய நிழலிலே சென்று தங்கியிருக்கும்.

என்றும் இல்லாது வந்து இரந்தோருக்கு, யாதும் இல்லையென்று கூறித் தன்னால் இயலுவதனைச் செய்யாது மறைப்பதற்கு வலிமையற்றது அவர் நெஞ்சம். அது வற்புறுத்துதலினால், நம்மைக் காட்டினும் பொருளின் மீதினிலேயே நம் காதலர் காதலுடையவராயினார். நீயோ, விரைந்துவந்து நமக்கு அருளுதலே நம் காதலரது பெருவிருப்பம் என்றாய். உண்மையை நீ அறியாய்காண்!

சொற்பொருள்: 1. இருள்அற- இரவு ஒழியுமாறு. 2,3. திகிரிக் கடுங்கதிர்- தேரூர்ந்து வரும் கடுங்கதிர் எனலும் ஆம். எறித்த - வருந்திய. விடுவாய்- வெடிப்புக்கள். 5. வறந்த- வறண்ட. 7. உழிஞ்சில் - வாகை. 8. நொள்ளை - நத்தை. 9. பொரியரை- பொரிந்த அடிமரம். 10. விழுத்தொடை- குறிதப்பாது அம்பு தொடுக்கும் ஆற்றல். 12. கவலை - கவறுபட்ட வழி. 14. வலிப்ப - வற்புறுத்த.

விளக்கம்: 'நடுக்கல்லின் நிழலில் நிற்கும்' எனவே வேறு நிழல் இல்லாத காடு என்க; வாகையும் நிழலற்றுப் போயிற்று என்க. வறியவர்க்கு உதவும் அருளினையுடையராய்ச் சென்ற அவர்க்கு, நம்மீது அருள் இல்லையோ பொருளார்வம்தான் இப்போது மிகுதியாய் விட்டது போலும் என்று தலைவி வருந்துகிறாள். மறவர் எய்த பிணங்களும் புதைக்கப்பட்டுப் போயினதால், ஏதும் கிடையாத பசி செந்நாய்க்கு என்றும் அறிக. 'எழுத்துடை நடுகல்' என்பதும் ஓர்க.

54. புதல்வற் பொய்க்கும் பூங்கொடி!

பாடியவர்: *மாற்றூர்கிழார் மகனார் கொற்றங்கொற்றனார்; நொச்சி நியமங்கிழார் மகனார் எனவும் பாடம்.* **திணை:** *முல்லை.* **துறை:** *வினை முடிந்து மீளும் தலைமகன் தேர்ப்பாகற்குச் சொல்லியது. 'வேந்தன் பகைமையைத் தான் தணித்தமை கூறு தலின், அந்தணன் தூதிற் பரிந்தமை பெற்றாம்' என்பர் நச்சினார்க் கினியர். 'போர் மேற்சென்ற தலைவன், பகைவர் தோற்றுத் திறை செலுத்திய பின், இங்ஙனம் கூறினான்' எனவும் உரைக்கலாம்.* **சிறப்பு:** *சிறுகுடிகிழான் பண்ணன்.*

(வேந்துவினை முடித்தற் பொருட்டுத் தன் காதன் மனைவியைப் பிரிந்து சென்றான் தலைவன் ஒருவன். சென்ற வினையும் இனிதே நிறைவுற்றது. அவன் வீடு திரும்பிக் கொண்டிருக்கின்றான். மாலைவேளை: வானத்தே இளநிலா அரும்பிக் கொண்டிருந்தது. தன் வரவை எதிர்பார்த்து வாயிலே துணையாக நிற்கும் தன் காதலியை நினைந்து இப்படிக் கூறுகிறான்.)

**விருந்தின் மன்னர் அருங்கலம் தெறுப்ப,
வேந்தனும் வெம்பகை தணிந்தனன்; தீம்பெயற்
காறும் ஆர்கலி தலையின்று; தேரும்
ஓவத் தன்ன கோபச் செந்நிலம்,
வள்வாய் ஆழி உள்உறுபு உருளக்,**

**கடவுக காண்குவம்-பாக! மதவு நடைத்
தாம்புஅசை குழவி வீங்குசுரை மடியக்,
கனையலம் குரல காற்பரி பயிற்றிப்,
படுமணி மிடற்ற பயநிரை ஆயம்
கொடுமடி உடையர் கோற்கைக் கோவலர்**

**கொன்றையம் குழலர் பின்றைத் தூங்க,
மனைமனைப் படரும் நனைநகு மாலைத்,
தனக்கென வாழாப் பிறர்க்கு உரியாளன்.
பண்ணன் சிறுகுடிப் படப்பை நுண்இலைப்
புன்காழ் நெல்லிப் பைங்காய் தின்றவர்.**

**நீர்குடி சுவையின் தீவிய மிழற்றி,
'முகிழ்நிலாத் திகழ்தரும் மூவாத் திங்கள்!
பொன்னுடைத் தாலி என்மகன் ஒற்றி,
வருகுவை ஆயின், தருகுவென் பால்' என,
விலங்குஅமர்க் கண்ணள் விரல்விளி பயிற்றித்,**

**திதலை அல்குல்எம் காதலி
புதல்வற் பொய்க்கும் பூங்கொடி நிலையே!**

கோவலர்கள், வளைந்த மடிகோலிய உடையினர். அவர்கள் கொன்றைப் பழத்தினாலாகிய அழகிய குழலினை இசைத்தவராக, மெத்தெனத் தமக்குப் பின்னே நடந்துவந்து கொண்டிருக்க, இல்லங் களிலே தாம்புக்கயிறுகளாற் பிணிக்கப்பட்டிருக்கும் செருக்கிய நடையினையுடைய தம் இளங்கன்றுகளினிடத்தே, பெருத்த தம் பால்மடிகள் கரைவதனை விரும்பியவனாகக் கனைக்கின்ற குரலுடன், ஒலிக்கும் மணிகள் விளங்கும் கழுத்தினவான பசுக் கூட்டங்கள், தத்தம் வீடுகளை நோக்கித் தம் கால்களை விரைவாகப் பெயர்த்து வைத்துச் சென்று கொண்டிருக்கும். அரும்புகள் மலரும் அத்தகைய மாலைக்காலம் இது!

புதியவராகிய மன்னர்கள் பலரும், அரியகலன்களைத் திறை யாகச் செலுத்தியதனால், நம் அரசனும் அவர்மேற்கொண்ட கொடிய பகைமை தணிந்தவனாயினான். இனிய பெயலையுடைய மேகங்களும் முழக்கமிட்டுப் பெய்யத் தொடங்கின. ஓவியத்தைப் போன்ற இந்திரகோபப் பூச்சிகள் செந்நிலத்தே தோன்றுகின்றன. உறுதிவாய்ந்த உருளைகள் பதிந்து உருளும்படியாகத் தேரினை விரையச் செலுத்துவாயாக, பாகனே!

தனக்கென்று வாழாமல், பிறருக்கே உரியவனாகத் தான் வாழ்பவனான பண்ணன் என்பானது சிறுகுடியைச் சார்ந்த தோட்டத் திலேயுள்ள, சிறிய இலைகளையும் புல்லிய வித்துக்களையுமுடைய நெல்லினது, பசுமையான காய்களைத் தின்றவர், பின் நீர் குடிக்கும் போது பெறுகின்ற இனிய சுவையினைப் போல, இனிமையான சொற்களைப் பேசுபவன்;

அரும்பும் நிலவினைப்போல விளங்கும் இளமதி போன்ற முகத்தினனும், பொன்னுடைய தாலியினனுமாகிய என் மகன், அவ்வேளையிலே, அவனை நினைந்தாளாக, 'இவ்விடத்தே வருவா யானால், நினக்குப் பால் தருவேன்' என, ஒருக்கணித்து நோக்கும் பார்வையினளாகத், தன் விரல்களால் அவனை அழைக்கின்றது போலத், தன் உள்ளக் கருத்தை அவனுக்குப் பொய்க்கும், தேமல் படர்ந்த அல்குலினளான, பூங்கொடி போன்ற என் காதலியின் நிலையினைச் சென்று யாம் காண்போம்!

சொற்பொருள்: 1. தெறுப்ப - குவிப்ப. 2. வேந்தன் - தான் துணையாகப் போன வேந்தன். 3. ஆர்கலி தலையின்று - ஆரவாரத் தோடு பெய்தது. 4. ஓவம் - சித்திரம். 5. உள்ளூறுதல் - பெயலால் நனைதல். 10. கொடுமடி - இலைபறிக்கக் கட்டிய மடி. 11. பின்றை - ஆயத்தின் பின். தூங்க - மெத்தென நடக்க. 12. நனைநகு மாலை - மொட்டு மலரும் மாலைக் கண்ணே. 17. முகிழ்நிலா- முகிழ்கின்ற நிலா. பொன்னுடைத்தாலி - பொன்னாற் செய்தணிந்த புலிப்பல் தாலி. சிறுகுடி காவிரியின் வடகரையிலுள்ள ஓர் ஊர்.

விளக்கம்: *மகனுக்குப் பொய்த்தலாவது, தன் காதலனின் வரவை எதிர்பார்த்து நிற்குமவள், தெருவிலேயாடும் சிறுவனைப் பால்குடிக்க அழைப்பது போலக் காட்டிப் பொய்த்து நிற்றல்.*

வினைமுடிந்தது; கார்காலமும் தொடங்கிற்று. மாலையிலே பசுக்கள் வீடு திரும்பும் வேளையிலே என் காதலி என் வரவு பார்த்து ஏங்கி நிற்பாள். எனவே, தேரை விரைந்து செலுத்துக, பாகனே! எனக் கூட்டுக.

பண்ணனது பண்பைத் 'தனக்கென வாழாப் பிறர்குரியாளன்' என்றனன், அவ்வாறே தன் காதலியும் 'தனக்கென வாழாளாய்த் தன் தலைவனுக்கென வாழ்பவள்' என்றற்கு.

55. போதல் செல்லா உயிர்!

பாடியவர்: *மாமூலனார்.* **திணை:** *பாலை.* **துறை:** *புணர்ந்து உடன்போன தலைமகட்கு இரங்கிய தாய், தெருட்டும் அயலிலாட்டியர்க்கு உரைத்தது.* **சிறப்பு:** *கரிகாலனோடு, வெண்ணிப் பறந்தலையிலே பொருது புண்பட்டு வடக்கிருந்து உயிர் துறந்த சேரலாதன்.*

(தன் மகள் தன் காதலனுடன் போய்விட்டதறிந்து தாய் புலம்புகிறாள். பக்கத்து வீட்டிலுள்ளவர்கள் அவளுக்கு ஆறுதல் கூறுகின்றனர். 'யான் இன்னமும் உயிரோடு வாழ்கின்றேனே! என, அவள் பெரிதும் உள்ளம் வெதும்புகின்றாள்.)

காய்ந்துசெலற் கனலி கல்பகத் தெறுதலின்,
ஈந்துகுருகு உருகும் என்றூழ் நீள்இடை,
உளிமுக வெம்பரல் அடிவருத் துறாலின்,
விளிமுறை அறியா வேய்கரி கானம்,
வயக்களிற்று அன்ன காளையொடு என்மகள்
கழிந்ததற்கு அழிந்தன்றோ இலனே! ஒழிந்துயாம்
ஊதுஉலைக் குருகின் உள்உயிர்த்து, அசைஇ,
வேவது போலும் வெய்ய நெஞ்சமொடு
கண்படை பெறேன், கனவ- ஒண்படைக்
கரிகால் வளவனொடு வெண்ணிறப் பறந்தலைப்
பொருதுபுண் நாணிய சேர லாதன்
அழிகள மருங்கின் வான்வடக் கிருந்தென,
இன்னா இன்உரை கேட்ட சான்றோர்
அரும்பெறல் உலகத்து அவனொடு செலீஇயர்,
பெரும்பிறிது ஆகி யாங்குப், பிரிந்து இவண்
காதல் வேண்டி, எற் றுறந்து
போதல் செல்லாஎன் உயிரொடு புலந்தே!

எவ்விடத்தும் காய்ந்துக்கொண்டே செல்லுகின்ற ஞாயிறானது மலைகளும் வெடிக்குமாறு காய்ந்தது. கானகத்தைக் கடந்து செல்லும் பறவைகளும் வருந்துவதற்கு ஏதுவாகிய பெருவெப்பமும் உடைய தாயிற்று அந்த நீண்ட வழி. உளிபோன்ற வாயினையுடைய கொடிய பாறைக்கற்கள் அடியிற் பதிந்து வருத்துதலால், இன்னவிடத்திலே இன்ன கேடுதான் வருமென்று நடப்பவர் அறியமுடியாத, மூங்கில் களும் கரிந்தொழிந்த காடு அது. வலிய களிற்றினையொத்த காளை ஒருவனுடன், அக்காட்டுவழியாக என் மகள் கடந்துபோனதற்காக யான் வருந்தினேன் அல்லேன்.

அவளை யான் பிரிந்து, உலைக்கண் ஊதும் துருத்தி போல உள்ளுயிர்த்து மெலிந்து, தீயிலே வேவது போலும் வெய்ய நெஞ்ச மொடு, கண்துயில் பெறேனாய், அவளையே கனவிற் கண்டு கண்டு வாய்வெருவிப் புலம்புகின்றேனே!

ஒளி தங்கிய படையினையுடைய கரிகால் வளவனோடு வெண்ணிப் போர்க்களத்தே போரிட்டுக், களத்திலே புறப்புண் பட்டமைக்கு நாணினான் சேரலாதன். தான் போரிட்டுத் தோற்றழிந்த அந்தக் களத்தின் ஒரு புறத்தேயே வடக்கிருந்தான். மிகவும் துன்பந் தருவதாகிய அந்த இனிய செய்தியைச் சான்றோர் கேட்டனர் . பெறுதற்கரிய துறக்கத்திற்கு அவனோடு தாமும் சென்றுவிடும் பொருட்டாகத் தாமும் தம் உயிர்களை நீத்தனர். அதுபோல.

இவ்விடத்தே காதலை விரும்பி, என்னைக் கைவிட்டுப் பிரிந்து போதலைச் செய்யாத என் உயிரோடு கிடந்தே யானும் நொந்தேன்.

சொற்பொருள்: 4. விளிமுறை அறியா- இன்னவிடத்திலே இன்ன கேடு வருமென்று அறியாத. 6. ஒழிந்து- விட்டிருந்தது. 13. இன்னா இன்னுரை- மரிக்கின்றான் என்ற துயரமும். புறப்புண் நாணி உயிர் விடுகின்ற சிறப்பினனாயினன் என்றலால் இனிமையும் கொண்ட உரை. 14. உலகம்-வீர சுவர்க்கம். 17. புலந்து- புலந்தேன் எனத் தன்மை வினை ஆக்குக. 9. கனவ- கனாக் கண்டு வருந்த.

விளக்கம்: சான்றோர் தங்களுக்கு அவன் அயலான் ஆயின போதும், அவன் பிரிவுக்காற்றாது உயிர் நீத்தனர்; யானோ, என் உயிரனைய மகள் பிரிந்தபோதும் உயிரோடும் வாழ்கின்றேனே எனப் புலம்புகிறாள்.

'பிரிந்து, இவண் காதல் வேண்டி, என் துறந்து போதல் செல்லா என் உயிரோடு புலந்து கனவ, எனக் கூட்டி, உயிர் என்றது மகளைக் குறித்தது எனவும் கொள்ளலாம். 'உயிரனைய மகள்'ஆதலின், 'உயிர்' என்றனள்.

'கானத்துச் சென்றவள் ஏதமுற்றால் தான் வாழேன் எனக் கூறி, அவள் ஏதமுறாது இனிதே கடத்தலைத் தாய் 'வேண்டுகிறாள்' எனினும் ஆம்.

56. இம்மனை உம்மனை அன்று!

பாடியவர்: மதுரை அறுவை வாணிகன் இளவேட்டனார். **திணை:** மருதம். **துறை:** பரத்தை மனைக்குச் செல்லுகின்ற பாணன்தன் மனைக்கு வந்தானாகத் தோழிக்குத் தலைமகள் சொல்லியது. 'பிறன் பேதமை பொருளாக நக்கது' என்பர் பேராசிரியர்.

(பரத்தைமை மேற்கொண்டான் தலைவன். அதன் பொருட்டு அவனுக்கு உதவிய பாணன் தெருவழியே சென்ற போது, பசு பாய்ந்துவரக் கலங்கித் தலைவியின் வீட்டினுள் புகுந்தான். அவனைச் சுட்டித் தோழியிடம் கூறுவாளாய் எள்ளி நகையாடுகிறாள் தலைவி. தோழி தலைவனை மன்னித்து ஏற்றுக்கொள்ளும்படி கூற, அவள் வாயின் மறுத்து இப்படிக் கூறுகின்றாள் என்க.

நகை ஆகின்றே- தோழி!- நெருநல்-
மணிகண் டன்ன துணிகயம் துளங்க,
இரும்புஇயன் றன்ன கருங்கோட்டு, எருமை,
ஆம்பல் மெல்லடை கிழியக், குவளைக்
கூம்புவிடு பன்மலர் மாந்திக், கரைய
காஞ்சி நுண்தாது ஈர்ம்புறத்து உறைப்ப,
மெல்கிடு கவுள அல்குநிலை புகுதரும்
தண்துறை ஊரன் திண்தார் அகலம்
வதுவை நாள்அணிப் புதுவோர்ப் புணரிய,
பரிவொடு வரூஉம் பாணன் தெருவில்
புனிற்றாப் பாய்ந்தெனக் கலங்கி, யாழ்இட்டு,
எம்மனைப் புகுதந் தோனே; அதுகண்டு
மெய்ம்மலி உவகை மறையினென், எதிர்சென்று,
'இம்மனை அன்று; அஃது உம்மனை' என்ற
என்னும் தன்னும் நோக்கி,
மம்மர் நெஞ்சினோன் தொழுதுநின் றதுவே.

தோழி! நேற்று, இரும்பினால் செய்தாற்போன்ற கருமையான கொம்புகளையுடைய எருமையொன்று, பளிங்கு மணியைக் கண்டாற்போலத் தோன்றும் தெளிந்த குளத்து நீரைக் கலங்கச் செய்தது. அவ்விடத்து, ஆம்பலின் மெல்லிய இலைகளும் கிழியுமாறு, குவளையின் குவிதல் நீங்கிய பல மலர்களையும் நிறையத் தின்றது. அதன் பின், கரையிலேயுள்ள காஞ்சிமரத்து நீழலில், ஈரமான தன் உடற்புறத்திலே காஞ்சியின் நுண்தாது, சிந்தக் கிடந்து அசையிடும் வாயினை உடையதுமாயிற்று. அதன்பின், கொட்டிலிலே சென்று அது புகுந்தது. அத்தகைய குளிர்ந்த நீர்த்துறைகளைக் கொண்ட ஊரன், நம் தலைவனாகிய அவன்! திண்ணென்ற, தாரினை

அணிந்த, அவனுடைய மார்பிலே, வதுவைக் காலத்து ஒப்பனையை யுடைய பரத்தையரைப் புணர்க்க வேண்டும் என்று, மிக்க பரி வோடும் வருகின்ற பாணனும் வந்தான்.

ஈன்ற அணிமையை உடையதோர் பசுவானது, தெருவிலே தன்னைப் பாய்ந்தமையாற் கலங்கித் தன் யாழினையும் கீழே போட்டுவிட்டனவாக, எம் வீட்டுள்ளும் புகுந்தான்.

அதனைக் கண்டு, என் உடல் புளகிக்க எழுந்து உவகையினை மறைத்துக்கொண்டேன். அவன் எதிரே சென்றேன். 'உங்கள் மனை இந்த மனையன்று; அஃது அப் பரத்தையர் மனையாகும்' என்றும் கூறினேன். அவன் என்னையும் தன்னையும் நோக்கினான். மயங்கிய நெஞ்சம் உடையவனானான். என்னைத் தொழுது நின்றான். அதனை நினைக்க நினைக்க எனக்குச் சிரிப்புத்தான் விளைகின்றது, தோழி!

சொற்பொருள்: *1*. நெருநல் - நேற்றைப்பொழுது. **2**. மணி- பளிங்கு. *4*. அடை- இலை. *5*. கூம்புதல்-குவிதல். மாந்துதல் - நிறையத் தின்றல். 7. மெல்கிடல் - அசைபோடுதல். *9*. வதுவை - நாளணி - மணநாளிற்போலும் அழகுக் கோலம்; அது பரத்தை யுடன் கூடும் முதல்நாள் என்றலால். *21*. புனிற்றா- ஈன்ற அணிமை யுடைய பசு.

விளக்கம்: ''இரும்பு போன்ற கோட்டினையுடைய எருமை, கயம் கலங்க, ஆம்பல் மெல்லடை கிழியக், குவளை மலரை மாந்திக் காஞ்சி நுண்தாது ஈர்ம்புறத்து உறைப்ப, மெல்கிடு கவுளதாய்த் தங்கு நிலைக்கட் புகுதரும். இரும்பு போன்ற மார்பினை யுடையவரான பரத்தையர் ஊர் முழுதுங் கலங்கத், தான் முன்கூடின பரத்தையரின் தாய்மார் கலங்க, அவர் ஆம்பற் பூப்போலக் குவியக், குவிதல் விட்ட குவளை மலர்போலும் பூப்பெய்து கொள்ளப்பட்ட பரத்தையரை நுகர்ந்து வருகின்ற காலத்து, வழியிலகப்பட்ட சேடியர் முதலாயினாரை நுகர்ந்து, பின்னுஞ் சிலரைக் கூடக் கொடி நாக்கு எறிந்துகொண்டு, நம் மனையிலே தங்குதற் பொருட்டு, வருகின் றான்'' என்று தோழிக்கு வாயின் மறுத்ததும் ஆம்.

57. ஆனாது அழுவோள்!

பாடியவர்: நக்கீரர். **திணை:** பாலை. **துறை:** பொருள் வயிற் பிரிந்த தலைமகன் கிழத்தியை நினைத்து சொல்லியது. **சிறப்பு:** பாண்டியன் நெடுஞ்செழியன் முசிறியை முற்றுகையிட்டு வென்றது.

(வேந்தனுக்குரிய தொழில் பூண்டு தன் தலைவியைப் பிரிந்து சென்றான் ஒரு தலைவன். வினைமுடித்துத் தலைவன் திரும்பி வரும்போது, தன் காதலியை நினைந்து, தேரை விரைந்து செலுத்து மாறு தன் பாகனிடம் கூறுகின்றான்.)

சிறுபைந் தூவிச் செங்காற் பேடை
நெடுநீர் வானத்து, வாவுப்பறை நீந்தி
வெயில்அவிர் உருப்பொடு வந்து, கனி பெறாஅது,
பெறுநாள் யாணர் உள்ளிப், பையாந்து,
புகல்ஏக் கற்ற புல்லென் உலவைக்
குறுங்கால் இற்றிப் புன்தலை நெடுவீழ்
இரும்பிணர்த் துறுகல் தீண்டி, வளிபொரப்,
பெருங்கை யானை நிவப்பின் தூங்கும்
குன்ற வைப்பின் என்றூழ் நீள்இடை
யாமே எமியம் ஆகத், தாமே
பசுநிலா விரிந்த பல்கதிர் மதியிற்
பெருநல் ஆய்கவின் ஒரீஇச், சிறுபீர்
வீஏர் வண்ணம் கொண்டன்று கொல்லோ-
கொய்சுவற் புரவிக் கொடித்தேர்ச் செழியன்
முதுநீர் முன்றுறை முசிறி முற்றிக்
களிறுபட எருக்கிய கல்லென் ஞாட்பின்
அரும்புண் உறுநரின் வருந்தினள், பெரிதுஅழிந்து,
பானாட் கங்குலும் பகலும்
ஆனாது அழுவோள் - ஆய்சிறு நுதலே!

நெஞ்சமே! சிறிய மென்சிறகினையும் சிவந்த காலினையும் உடையது வாவற்பேடை. அது, நெடிய தன்மையினையுடைய வானத்துத் தாவிப் பறந்து செல்லும். வெயிலினால் கருகிய உடலோடு துயருற்று வந்தும் கனிகள் பெறாமல் பசியால் வருந்தும். முன்போலக் கனிகளைப் பெறும் நாளின் வளனை நினைந்து நினைந்து ஏங்கியபடியுமிருக்கும்.

பொலிவழிந்த கிளைகளையும், குறுகிய அடியினையும் உடையது இற்றி மரம். அதன் புல்லிய உச்சியினை உடைய நீண்ட விழுதானது, பெரிய சருச்சரையையுடைய உருண்டைக் கல்லைத் தீண்டும். அப்போது, காற்றும் அடிக்கவே, பெருங்கையினையுடைய யானை தன் கையை உயர்த்து இருப்பதுபோல, அது தோன்றும்.

மலையிடத்து ஊர்களையுடைய, வெம்மைமிக்க அக்காட்டிலே, நமக்கு நாமே துணையாகத் தனித்திருக்கின்றோம்.

கொய்யப்பெற்ற பிடரிமயிர்களையுடைய குதிரைகள் பூட்டப் பெற்றுள்ளதும், கொடி பரப்பதுமான தேரினை உடையவன் பாண்டியன் நெடுஞ்செழியன். அவன், பழமையான கடலின் துறைமுகத்தை உடையதான முசிறியை வளைத்து முற்றினான். பகைவர்களின் போர்யானைகள் மடியுமாறு கொன்றான். கல்லென் னும் பேரொலி எழுந்த அந்தப் போரிலே, அரும்புண்பட்டவர்கள்

துடிப்பதனைப் போல, நம்மைப் பிரிந்திருக்கும் நம்முடைய காதலியும் பெரிதும் துடித்துக் கொண்டிருப்பாள்; நள்ளிரவிலும் பகல் வேளையிலும் ஓயாது அழுதுகொண்டேயும் இருப்பாள்!

அவளுடைய சிறிய நெற்றியானது முன்னர்க் குளிர்ந்த ஒளிக் கதிர்கள் பரப்பும் பல கதிர்களையுடைய முழுமதி போன்றிருக்கும். ஆராயும் பேரழகு கொண்டும் விளங்கும். அவையெல்லாம் நீங்கிப்போக, இப்போது அது சிறிதான பீர்க்கம் பூவின் நிறத்தையும் கொண்டுவிட்டதோ?

சொற்பொருள்: 1. சிறுபைந் தூவிச் செங்காற் பேடை என்பது வௌவாலின் பெண் ஆகும். 2. அது வாவிப்பறத்தலால் வாவுப் பறை எனப்படும். வாவல் என்பதே வௌவால் என்றாயிற்று. நெடுநீர் வானம்- நெடிதாகப் பரந்து கிடக்கும் நீர்மையுடைய வானம். 6. உலவை- கொம்பு. 8. நிவப்பு - ஓங்குதல். 9. குன்றவைப்பு- குன்றுகளை உடைய ஊர். 11. பசு நிலா- குளிர்நிலா. 15. முதுநீர்- கடல். 17. அரும்புண்- மருமத்தில் ஏற்பட்ட தீர்தற்கரிய புண்.

10. 'யாமே தமியமாக என்றது, தன் நெஞ்சம் அவள்பாற் சென்றுவிட்டதனால், தான் தனித்து நோதல்பற்றி.

விளக்கம்: 'நெடுநீர் வானத்து வெயிலவிர் உருப்போடு வந்தும், கனி பெறாது வருந்திப் பழைய நாளினை நினைந்து ஏங்கும் வாவற் பேட்டைப்போல, நெடுநாட் சென்று பிரிவால் வருந்திக் காடு கடந்து செல்லும் யானும், பசலை படர்ந்த அவளைக் கண்டு, அவள் பழைய நலன்களை எண்ணி எண்ணி ஏங்குதல் தான் நிகழுமோ?' என்ற தலைவனின் காதன்மை ஏக்கத்தை உணர்க.

58. பண்பில் வாடை!

பாடியவர்: மதுரைப் பாண்டவாணிகன் இளந்தேவனார். **திணை:** குறிஞ்சி. **துறை:** சேட்படுத்து வந்த தலைமகனுக்குத் தலைமகள் சொல்லியது. சேட்படுத்து வருதலாவது, புறத்து வேறு வேலையில்லாதபோது, அவளை நாடி வருதல். களவியலுள், 'உயிர் மெலிந்த விடத்துப் புணர்ச்சி நிமித்தம்' என்று கூறுவர் பேராசிரியர்.

(தலைவன் குறித்த காலத்தே வராமற்போக வருந்தி வாடினாள் அவள். அவன் நெடுநாட் கழித்து வந்தான். அவள் ஊடி நின்றாள். 'நீர் இப்போது தழுவித் தருகின்ற இன்பத்தினும் அன்று நுமக்காகக் காத்துக் காத்து மெலிந்து நின்றேனே. அந்த நிலை எனக்கு இனிது காண்!' என்கின்றாள். இது அவனுடைய காலத்தாழ்ப்பினைச் சுட்டி உரைத்ததாகும்.)

இன்இசை உருமொடு கனைதுளி தலைஇ,
மன்னுயிர் மடிந்த பானாட் கங்குல்
காடுதேர் வேட்டத்து விளிவுஇடம் பெறாஅது,
வரிஅதள் படுத்த சேக்கை, தெரிஇழைத்
தேன்நாறு கதுப்பின் கொடிச்சியர் தந்தை,
கூதிர் இல் செறியும் குன்ற நாட!
வனைந்து வரல் இளமுலை ஞெமுங்கப், பல்ஊழ்
விளங்குதொடி முன்கை வளைந்துபுறம் சுற்ற,
நின்மார்பு அடைதலின் இனிது ஆகின்றே-
நும்இல் புலம்பின் நும் உள்ளுதொறும் நலியும்
தண்வரல் அசைஇய பண்புஇல் வாடை
பதம்பெறு கல்லாது இடம்பார்த்து நீடி-
மனைமரம் ஓசிய ஒற்றிப்
பலர்மடி கங்குல், நெடும்புற நிலையே!

கூதிர்க் காலத்திலே.

இனிய இசை முழக்கம்போல, இடிமுழக்கிக் கொண்டு பெருமழையும் பெய்யும். நிலைபெற்ற உயிர்கள் அனைத்தும் துயின்றுவிட்ட அக்காலத்து நள்ளிரவிலே, ஆராய்ந்தெடுத்த அணிகளையும், தேன்மணங் கமழுகின்ற கூந்தலினையும் உடைய, இளைய குறத்தியர்களின் தந்தைமார்கள், காடுகளிலே புகுந்து. தாம் வேட்டையாடுவதற்கான விலங்குகளை ஆராய்கின்ற சமயத்திலே, துயிலும் இடம் ஏதும் பெறாததனால், தம் இல்லத்திலே வந்து புலித்தோல் விரித்த படுக்கையிலே தங்கியிருப்பர். அத்தகைய குன்ற நாடனே!

நும்மைப் பிரிந்திருக்கின்ற தனிமைக் காலத்திலே, நும்மை நினைக்குந்தோறும் நினைக்கும்தோறும் குளிர்ச்சியுடன் அசைந்து வருதலையுடைய பண்பற்ற வாடை எம்மை வருத்தா நிற்கும். அவ் வாடைக்குக் குறித்த பருவத்திலே நும் வருகையை யாம் பெற்றோமில்லை. நீர் வரும் காலத்தை நோக்கித் தாழ்ந்து, மனைமரமும் ஒடியுமாறு வலித்தும், பலரும் துயின்றுவிட்ட நள்ளிரவுகளிலும், நெடுநேரம் நுமக்காகக் காத்துக்காத்து வீட்டுப்புறத்தேயே யாம் நின்றோம். அங்ஙனம் நின்ற எமது நிலை -

வனைந்து பண்ணினாற்போலப் பணைத்து எழுந்துள்ள எம் இளைய முலைகள் அமுங்குமாறு, பன்முறை பன்முறை, எம்முடைய விளங்கும் தொடிகளையுடைய முன்னங்கைகள் வளைந்து நுமது முதுகினைச் சுற்றி அணைத்துக் கொள்ள, நும் மார்பினைத் தழுவி யாம் அடையும் இன்பத்தினும் எமக்கு இனிதாயிருந்தது. (அவன் மீளவும் பிரிவானோ என்ற அச்சமே அவளை இப்படி மனங்கசந்து கூறச் செய்தது எனலாம்.)

சொற்பொருள்: 3. வேட்டத்து- வேட்டையிடத்து. விளிவிடம்- உறங்கும் இடம். 4. வரியதள்- புலித்தோல். 10. புலம்பின்-புலம்பால்.

விளக்கம்: ''குறத்தியர் தந்தைமார், கூதிர்காலத்துக் காடுகளிலே தங்குமிடம் இல்லாது போயின காலத்திலே வீட்டிலே வந்து உறங்குவர். அதுபோல, நீயும் வேறு தொழில்கள் செய்யவியலாத காலத்து வந்தனையோ?'' எனக் கூறி வருந்துகிறாள் தலைவி. வருந்துவார்க்கு வருத்தம் தெளிய உதவாது மேலும் வருந்துதலால், வாடை பண்பற்ற வாடையாயிற்று. மனைமரம் ஒசிய என்றது, அவள் அதனைப்பற்றி நெடுக நின்றனளாதலின். மனை வாழ்க்கையாகிய தழைத்துச் செழிக்க வேண்டிய பசிய மரம், இடையே நின் பிரிவால் வலுவிழந்து ஒடிந்து போகுமாறு எனவும் கொள்க. பலர் மடி கங்குல் என்றது, தான் உறக்கம் பெறாமையையும் உணர்த்தும்.

59. படி ஞிமிறு கடியும் களிறு!

பாடியவர்: *மதுரை மருதனிளநாகனார்.* **திணை:** *பாலை.* **துறை:** *தலைமகன் பிரிவின்கண் வேறுபட்ட கிழத்திக்குத் தோழி சொல்லியது.* **சிறப்பு:** *நல்லந்துவனார் பாடிய திருப்பரங்குன்றத்து முருகனும், குருந்த மரத்தை வளைத்த கண்ணபிரானும்.*

(அவன் பிரிந்து சென்றதனால் அவள் கலங்கினாள் தோழி, அவளுக்கு ஆறுதல் கூறுவாளாகத் தான் சொல்கிறாள். பிடியானையின் மீது பாசமும் காதலும் கெண்டொழுகும் களிறு; அதனைக் காணும் அவர் நின்னையும் நினையாரோ?' நினைவர், விரைந்து வருவர்' என்கிறாள்.)

தண்கயத்து அமன்ற வண்டுபடு துணைமலர்ப்
பெருந்தகை இழந்த கண்ணினை, பெரிதும்
வருந்தினை, வாழியர், நீயே!- வடா அது
வண்புனல் தொழுநை வார்மணல் அகன்துறை
அண்டர் மகளிர் தண்தழை உடீஇயர்

மரம்செல மிதித்த மாஅல் போலப்
புன்தலை மடப்பிடி உணீ இயர், அம்குழை,
நெடுநிலை யாஅம் ஒற்றி, நனைகவுள்
படிஞிமிறு கடியும் களிறே-தோழி!-
சூர்மருங்கு அறுத்த சுடர்இலை நெடுவேல்,

சினம்மிகு முருகன் தண்பரங் குன்றத்து,
அந்துவன் பாடிய சந்துகெழு நெடுவரை,
இன்தீம் பைஞ்சுனை ஈரணிப் பொலிந்த
தண்நறுங் கழுநீர்ச் செண்இயற் சிறுபுறம்
தாம்பா ராட்டிய காலையும் உள்ளார்,

வீங்குஇறைப் பணைத்தோள் நெகிழச், சேய்நாட்டு
அருஞ்செயற் பொருட்பிணி முன்னி, நப்
பிரிந்து, சேண் உறைநர் சென்ற ஆறே!

தோழி! குளிர்ந்த நீருள்ள குளத்திலே நிறைந்திருக்கும், வண்டினம் படியும் துணைமலர்கள் போன்ற நின் கண்களில் பேரழகினை யெல்லாம் இழந்துவிட்ட தன்மையளாயினை! அவனை நினைந்து நினைந்து பெரிதும் வருந்தினவளுமாயின! வாழ்வாயாக!

சூரபன்மாவினை அவன் சுற்றத்தோடும் தொலைத்த ஒளி சுடரும் முனையினையுடைய நெடுவேலினையுடையவன். சினம் மிகுந்த முருகன். அச்சினம் தணிந்து, அவன் அருளுடையவனாகக் கோயில் கொண்டிருக்கும் தட்பம் வாய்ந்தது திருப்பரங்குன்றம். நல்லந்துவனார் பாடிய, சந்தன மரங்கள் செறிந்த, உயரமான அத் திருப்பரங்குன்றத்து மலையிலேயுள்ள, இனிய தீவிய பசுமை வாய்ந்த சுனையிலேயுள்ள, தண்ணிய நறிய செங்கழுநீர்ப் பூவா லியன்ற, பெரிய ஒப்பனையினாலே அழகுடன் விளங்கிய, கொண்டை அசைதலையுடைய நின் முதுகினைத் தாம் பாராட்டிய காலத்தையும், நம் தலைவர் நினைத்தனர் இல்லையே!

பருத்த இறையினையுடைய பணைத்த தோள்கள் மெலி வடையும்படியாகத், தொலைவிலுள்ள நாட்டிற் சென்று செய்யும் அருஞ்செயலாகிய பொருளீட்டலையே நினைத்தார். நம்மைப் பிரிந்து சென்று, அத் தொலைதூர நாட்டிலேயே வாழ்கின்றார். அவர் சென்ற வழியின்கண்ணே-

வடக்கே கண்ணதாகிய நீர்வளம் அறாத யமுனையாற்றின், நெடிய மணலையுடைய அகன்ற நீர்த்துறையிலே நீராடிய ஆயர் மகளிர்கள், தண்ணிய தழையாடையினை உடுத்துக் கொள்ளுமாறு, குருந்தமரம் வளைந்திட மிதித்து தந்து உதவிய திருமாலான கண்ணனைப் போல, மெல்லிய, தலையினையுடைய இளைய தன் பிடியானது அழகிய தளிர்களை உண்ணுமாறு, களிறானது யாமரத் தின் உயர்ந்த நிலையினையுடைய கிளைகளை வளைத்துத் தந்து, மதத்தால் நனைந்த தன் கன்னத்திலே படியும் வண்டுகளையும் ஓட்டிக்கொண்டிருக்கும். (அதனைக் காணும் அவரும் நின்னை நினைந்து உடனேயே வீடு திரும்புவார் என்பது கருத்து.)

சொற்பொருள்: *1. அமன்ற- நிறைந்த. துணைமலர் - ஒன்றே போல ஒத்து விளங்கும். இருமலர்கள். 2. பெருந்தகை - பேரழகு. 5. அண்டர் மகளிர் - ஆயர் மகளிர்; தேவமகளிரே ஆயர் மகளிராக வந்து அந்நாள் தோன்றியிருந்தனர் என்று கூறுவர். 6. மாஅல்- திருமாலான கண்ணன். 10. மருங்கு-சுற்றம். 11. சினம்மிகு முருகன்- இதற்குச் சீர்மிகு முருகன் எனவும் பாடம் உண்டு. 12. சந்து-சந்தனம்.*

14. கழுநீர்- செங்கழுநீர். செண் - கொண்டை. 10. வீங்குதல் பெருத்தல். 17. அருஞ்செயல்- செயற்கரிய செயல்.

விளக்கம்: *கண்ணன், யமுனைத்துறையிலே நீராடிய ஆயர் மகளிர் துகில்களைக் கவர்ந்து குருந்த மரத்தேறி ஒளிந்துக் கொண் டனன். அப்பொழுது பலதேவர் வரவும், அம்மகளிர் ஒருசேரத் தம்மை மறைத்தற்கு வேறு வழியற்றாராக வருந்தக், கண்ணன், அவர் மறையுமாறு குருந்தமரக் கொம்பினைத் தாழ்த்துத் தந்தனன் என்பர். இச்செய்யுள் கண்ணன் திருவிளையாடல் பற்றிய செய்தி கள் பழந்தமிழகத்துப் பரவியிருந்த பெருக்கத்தினைக் காட்டும். அந்துவன் பரங்குன்றைப் பாடியது, 'மண்மிசை அவிழ்துழாய்' என்னும் எட்டாவது பரிபாடல்.*

60. அறனில் யாயே!

பாடியவர்: குடவாயிற் கீரத்தனார். **திணை:** நெய்தல். **துறை:** தலைமகற்கு தோழி செறிப்பறிவுறீஇ வரைவு கடாயது. **சிறப்பு:** பொறையனின் தொண்டியும், சோழர் நாடுதரு நிதி வைத்த குடந் தையும்.

(தலைவனும் தலைவியும் களவிலே ஒழுகி வந்தனர். தலைவி யின் புதுப்பொலிவு கண்ட தாய் ஐயுற்றாள். வீட்டை விட்டுத் தலைவி அகலுதலும் கூடாதெனக் காவலும் இட்டாள். அதனைக் குறியிடத்தே வந்து நிற்கும் தலைமகனுக்கு தோழி உரைத்து, 'ஆதலின் விரைந்து வேட்டுவந்து அவளை மணந்து கொள்ளுவாயாக' என்கிறாள்.)

பெருங்கடற் பரப்பில் சேயிறா நடுங்கக்
கொடுந்தொழின் முகந்த செங்கோல் அவ்வலை
நெடுந்திமில் தொழிலொடு வைகிய தந்தைக்கு,
உப்புநொடை நெல்லின் மூரல் வெண்சோறு
அயிலை துழந்த அம்புளிச் சொரிந்து,
கொழுமீன் தடியொடு குறமகள் கொடுக்கும்
திண்தேர்ப் பொறையன் தொண்டி அன்னஎம்
ஒண்தொடி ஞெமுக்கா தீமோ தெய்ய;
'ஊதை ஈட்டிய உயர்மணல் அடைகரை,
கோதை ஆயமொடு வண்டல் தைஇ,
ஓரை ஆடினும் உயங்கும்நின் ஒளி' எனக்
கொன்னும் சிவப்போள் காணின், வென்வேற்
கொற்றச் சோழர் குடந்தை வைத்த
நாடுதரு நிதியினுஞ் செறிய
அருங்கடிப் படுக்குவள், அறன்இல் யாயே

தலைவனே! பெரிய கடற்பரப்பிலே இருந்த சிவந்த இறால் மீன்களும் அஞ்சி நடுங்குமாறு, மீன்களை முகக்கும் கொடிய

தொழிலையுடைய நேரிய கோலையுடைய அழகிய வலையினைக் கைக்கொண்டவாறு, நீண்ட படகிலிருந்து மீன்பிடிக்குந் தொழிலிலே இறங்கிய தன் தந்தைக்கு, உப்பினை விற்றுக் கொண்ட நெல்லினால் சமைத்த மூரலாகிய வெண்சோற்றை, அயிரை மீனையிட்டு ஆக்கிய அழகிய புளிக்கறியினைச் சொரிந்து, கொழுத்த மீன் கருவாட்டுடன் அவனுடைய இளைய மகள் கொடுத்துக் கொண்டிருப்பாள். அத்தகைய இடமாகிய, திண்ணிய தேரினையுடைய சேரனது தொண்டியைப் போன்ற, எம்முடைய ஒள்ளிய வளையலைத் தழும்பு உண்டாகும்படியாக அழுத்தாதிருப்பாயாக.

'வாடைக் காற்றுக் குவிந்த உயர்ந்த மணல்மேடாகிய அடைகரையிலே, கோதைகள் சூடிய ஆயத்தாராகிய நின் தோழியரோடு வண்டலிழைத்து விளையாடினாலும், நின் ஒளி மேனி வாடிவிடுமே' என்று எக்காரணமின்றியும் எம்மைச் சினந்து கொள்பவள். அறங்கருதாத எமது தாய். அவள், எம்பால் வளையல் அழுத்திய தழும்புகளைக் கண்டால், வெல்லும் வேலினையுடைய வெற்றி பொருந்திய சோழர்கள் குடந்தைக்கண்ணே பாதுகாவலுடன் சேமித்து வைத்த, பகைவரின் நாடுகள் திறையாகக் கொடுத்த பெருநிதிக் குவையைக் காட்டினும், காவல் அதிகமாயிருக்குமாறு, எம்மை அரிய காவற்கு உட்படுத்திவிடுவள் கண்டாய்!

சொற்பொருள்: 1. சேஇறால் - சிவந்த இறால் மீன். 2. கொடுந்தொழில்- உயிர்க்கொலையாகிய கொடிய தொழில். செங்கோல் - நேரிய கோல். 4. நொடை- விற்றுக் கெள்ளல். மூரல் - புளித்த பழஞ்சோறு. 3. அயிலை- அயிரை மீன். 6. மீன்தடி- கருவாட்டுத்துண்டு. 9. ஊதை- வாடை. 11. ஓரை- மகளிர் விளையாட்டு. 12. கொன்னும்- வீணே. சிவப்பு - சினம். 15. கடி- காவல். அறனில் யாய் - தன் இளமையிலே காதல் கொண்டு ஒழுகினவளாகியும், தன் மகளை இற்செறித்தலால், அறனற்றாள் என்றனள்.

உட்பொருள்: 'தந்தை மீன்பிடித்துக் கொணரும் முன்னேயே, தந்தைக்கு உப்புவிற்ற பொருளால் சோறும் கறியும் ஆக்கிக் கொணர்பவர் எம் இளமகளிர். அதுபோல, நீவிர் வரைந்து வந்து கொள்வதற்கு முன்பே, யாமும் அறத்தோடு நின்று முயல்வோம்' என்பதாம்.

61. பொதினி அன்ன வனமுலை!

பாடியவர்: மாமூலனார். **திணை:** பாலை. **துறை:** தலைமகன் பொருள்வயிற் பிரிய வேறுபட்ட தலைமகட்குத் தோழி சொல்லியது. 'தன் சாதிக்கு ஏற்பத் தலைவன் புகழும் மானமும் எடுத்து வற்புறுத் தலைத் தோழி கூறினாள்' என்பர். நச்சினார்க்கினியர். **சிறப்பு:** வேங்கட மலைக்கு தலைவரான கள்வர் கோமான் புல்லி; அவன் வணங்கிய மழவர் நாடு; நெடுவேள் ஆவியர் கோமானின் பொதினிமலை.

(நெஞ்சிலே பொருளார்வம் மிகுதியாகத், தன் காதலியைப் பிரிந்து வேற்றுநாட்டிற்குச் சென்றான் தலைவன். குறித்த நாளி லேயே அவன் வரவில்லையெனத் தலைவி கலங்கினாள். 'அவள் போன இடத்திலேயே தன்னை மறந்து தங்கிவிட்டானோ?' எனப் புலம்பினாள். அவளைத் தெளிவிக்கத் தோழி கூறுகின்றாள்.)

'நோற்றோர் மன்ற தாமே கூற்றங்
கோளுற விளியார், பிறர்கொள விளிந்தோர்' எனத்
தாள்வலம் படுப்பச் சேட்புலம் படர்ந்தோர்
நாள்இழை நெடுஞ்சுவர் நோக்கி, நோய்உழந்து
ஆழல் வாழி, தோழி! - தாழாது,   5

உரும்எனச் சிலைக்கும் ஊக்கமொடு பைங்கால்
வரிமாண் நோன்ஞாண் வன்சிலைக் கொளீஇ,
அருநிறத்து அழுத்திய அம்பினர் பலருடன்
அண்ணல் யானை வெண்கோடு கொண்டு,
நறவுநொடை நெல்லின் நாள்மகிழ் அயரும்   10

கழல்புனை திருந்துஅடிக் கள்வர் கோமான்
மழபுலம் வணக்கிய மாவண் புல்லி
விழவுடை விழுச்சீர் வேங்கடம் பெறினும்,
பழகவர் ஆதலோ அரிதே-முனா அது
முழுவுஉறழ் திணிதோள் நெடுவேள் ஆவி   15

பொன்னுடை நெடுநகர்ப் பொதினி அன்னநின்
ஒண்கேழ் வனமுலைப் பொலிந்த
நுண்பூண் ஆகம் பொருந்துதன் மறந்தே.

மனையின் நெடுஞ்சுவரிலே, நம் தலைவன் பிரிந்துபோன நாட்களை வரையிட்டு வைத்து, அவ் வரைகளையே நோக்கி நோக்கி உள்ளத்து நோயும் மிகுதியாக, மிக்க துன்பத்திலே ஆழ்ந்திடாதே! தோழி, நீ வாழ்க!

குறித்த இறுதி நாளிலே கூற்றம் வந்து தம் உயிரைக் கொள்ள அதனால் மரியாமல், போரிலே, பிறர் தம் உயிரைக் கொள்ளும் படியாக மரித்தவர்கள் நோன்பு இயற்றியவராவர். இங்ஙனம் எண்ணித், தம் முயற்சியிலே வெற்றி, உறுவிக்கக் கருதித், தொலை வான நாட்டிற்குப் பிரிந்து சென்றுள்ளார் நம் தலைவர்.

பசிய காலும் மாண்புறும் வரியும் உடைய வலிமையான வில் லானது, இடையிடையே சிறிது காலம்கூடத் தாழ்க்காமல் தொடர்ந்து முழங்கும் முயற்சியோடு, தம் வில்லிலே வலிய நாணினைப் பூட்டி ஒலித்தவாறே, பகைவரின் மார்புகளிலே அம்பினைப் பாய்ச்சுகின்ற இளைஞர்கள் பலர். அவருடன், தலைமையான யானையின் வெண்மையான தந்தங்களோடு கள்ளினையும் கொண்டு விற்று,

அதனாற் கொண்ட நெல்லினால் தனது நாளோக்கச் சிறப்பினைச் செய்பவன் புல்லி என்பவன். அவன் வீரக்கழல் அணிந்த அழகிய திருவடிகளை உடையவன் மிகுந்த வள்ளன்மையும் உடையவன். கள்வர் கோமானாகத் திகழ்ந்தவன். மழவரை வென்று, தனக்குத் திறை செலுத்தச் செய்தவன் . அவனுடைய பேரூர் திருவேங்கடம்; அதனையே பெறுவதாயினும்-

முழவினை யொத்த திண்மையான தோள்களை உடையவன் நெடுவேள் ஆவி. அவனுடையதும், மிகத் தொன்மை வாய்ந்ததும், பொன்மிகுந்ததுமான பொதினிமலையைப் போன்றன ஒளி விளங் கும் நின் அழகிய முலைகள். அவற்றாற் சிறப்புற்ற. நுண்ணிய பூண் அணிந்த நின் மார்பகத்தைப் பொருந்துதலை மறந்து, அவர் அங்குப் பழகியிருப்பார் ஆதலே அரிதாகும்.

சொற்பொருள்: 1. நோற்றார்- நோன்பு செய்தவர். 2. கோளுற- கோடல் உற; முதுமைப் பெற்றுச் சாவதினும் விழுப்புண் பெற்றுச் சாவது சிறப்பு என்பர். வீரர்கள். தலைவன் வேந்துவினை முடித்தற் பொருட்டுச் சென்றமை இதனால் பெறப்படும். 3. தாள்-முயற்சி. 5. ஆழல் - அழுந்தாதே. மழபுலம் - மழவர் நாடு; அதியர்கள் வாழ்ந்த தமிழகப் பகுதி. 16. பொதினி - பழனிமலை. 7. 'வன்சிலை' வார்சிலை எனவும் பாடம். பழனிமலை தன் உருவொப்பால் முலைக்கு உவமையாயிற்று என்க. பெதினி-பழனி.

விளக்கம்: 'நாள் இழை நெடுஞ்சுவர் நோக்கி' மகளிர் நோய் உழைக்கும் நிலையினர் என்னும் செய்தியை இச் செய்யுளால் அறிய லாம்.

62. கடவுள் எழுதிய பாவை!

பாடியவர்: பரணர். **திணை:** குறிஞ்சி. **துறை:** அல்ல குறிப் பட்டுழித் தலைமகன் தன் நெஞ்சிற்குச் சொல்லியது. 'களஞ்சுட்டு கிளவி கிழவியதாகும்' 'என்பதனால், தலைவியால் குறிப்பெற்றும் தோழியை இரக்கும்' எனக் கொண்டனர் நச்சினார்க்கினியர். **சிறப்பு:** கொல்லிமலைச் சாரலிலே சேரன் கடவுள் எழுதிய பாவை சமைத்துப் போற்றியது. இதனைக் கொல்லிப் பாவை என்பர்.

(முதல்நாள், தலைவி அவனுடன் கூடிய காலத்திலே காட்டிய பெருங்கிளர்ச்சி, மறுநாள் குறியிடத்தே வந்தும் அவளைக் காணாத தலைவனின் மனத்திலே நிழலாடுகிறது. இன்றும், இனியும் வர முடியாதெனக் கருதிப் போலும் அவள் அங்ஙனம் கலந்தனள் என , அவன் தன் நெஞ்சோடு கூறி மயங்குகின்றான்.)

அயத்துவளர் பைஞ்சாய் முருந்தின் அன்ன
நகைப்பொலிந்து இலங்கும் எயிறுகெழு துவர்வாய்,
ஆகத்து அரும்பிய முலையள், பணைத்தோள்,

மாத்தாட் குவளை மலர்பிணைத் தன்ன
மாஇதழ் மழைக்கண், மாஅ யோளொடு
பேயும் அறியா மறைஅமை புணர்ச்சி
பூசற் றுடியிற் புணர்வு புரிந்து இசைப்பக்,
கரந்த கரப்பொடு நாஞ்செலற்கு அருமையின்,
கடும்புனல் மலிந்தகாவிரிப் பேரியாற்று
நெடுஞ்சுழி நீத்தம் மண்ணுநள் போல,
நடுங்கு அஞர் தீர முயங்கி, நெருநல்
ஆகம் அடைதந் தோளே - வென்வேற்
களிறுகெழு தானைப் பொறையன் கொல்லி
ஒளிறுநீர் அடுக்கத்து வியல்அகம் பொற்பக்
கடவுள் எழுதிய பாவையின்,
மடவது மாண்ட மாஅ யோளே!

வெற்றி தரும் வேலினை உடையவன்; போர் யானைகள் மிகுதியான படையினையும் உடையவன்; பொறையனான சேரன். அவனுடைய கொல்லி மலையானது, விளங்கும் அருவி நீரினை யுடைய பக்கமலைகளுடன் அகன்று கிடப்பது. அது அழுகுறுமாறு, அதன்கண், அவன் கடவுள் வடிவம் எழுதிக் கொல்லிப் பாவை யினை அமைத்தான். அந்தப் பாவை போன்று. மடப்பத்தால் சிறப் புற்ற கருமேனி வண்ணத்தள் என் காதலி.

அவள், நீர்க்கரையிலே வளரும் பைஞ்சாய்க் கோரையின் குருத்தினைப் போன்று ஒளிசிறந்து விளங்கும் பற்கள் பொருந்திய சிவந்த வாயினள். மார்பிடத்தே அரும்பி விளங்கும் இளைய முலை யினள். பணைத்த தோள்களையுடையவள். கரிய இமைகளை உடையனவும், கருத்தாளினை உடையவுமான குவளையின் மலர் களை இணையாகப் பிணைத்துவைத்தாற் போன்ற, குளிர்ந்த கருங் கண்களையும் உடையவள்.

அவளோடு, பேயும் அறியவியலாத மறைவினை உடைய களவுப் புணர்ச்சியில் ஈடுபட்டுள்ளோம். அப் புணர்ச்சியானது ஆரவாரிக்கும் துடியினைப் போலக் கூடலும் பிரிதலுமாக ஊரவ ரால் அலர் உரைக்கவும் படுவதாயிற்று. அதனால் இதுவரை நாம் மறைந்த மறைப்புடனே, இனியும் சென்று கொண்டிருப்பதும் அருமையாயிற்று. அதனாற் போலும்.

விரைந்தோடும் வெள்ளம் பெருகியிருக்கும் காவிரிப் பேராற் றிலே, நெடுஞ்சுழிகளையுடைய வெள்ளப் பகுதியிலே மூழ்கி மூழ்கிக் குளிப்பவளே போலத், தன்னை நடுக்கும் அலரால் விளைந்த துயரம் தீருமாறு, அவள் என்னை நேற்றுத் தழுவித் தழுவி மகிழ்ந்தனள்! என் மார்பினை விடாது பொருந்தியும் கிடந்தனள்.

சொற்பொருள்: **1.** *முருத்து- வேரின் மேற்றண்டு.* **2.** *நகை- ஒளி.* **3.** *பேயு மறியா மறையமை புணர்ச்சி- பேய்கள் இரவிலே நடமாடுவன; அவையும் அறியாமல் யாம் கூடிய இரவுக்குறியிலே ஏற்பட்ட புணர்ச்சி. அல்லது பேயும் நடமாட்டம் ஒழிந்த நள்ளிரவுப் புணர்ச்சியுமாம். 7. புணர்வு- பிரிந்திசைப்ப- கூடிய காலத்து அவள்மேனி அழகுறலாலும், பிரிந்த காலத்து வாடுதலாலும் ஊரவர் பிரிந்து பிரிந்து அவர் உரைப்பர் என்க. பொருட்குப் புணர்தலினும், அதனால் தலைவியைப் பிரிதலினும் எனவும் கொள்க. மா-கருமை. மாயோள்-கரியோள்; அல்லது மாயோளான சக்தி போன்றவள் எனலும் ஆம்; அவள் தன் தலைவனுடன் பிரியாநிலையிலே உடற்பாதியாய் உறைந்தமையும் நினைக்க.*

விளக்கம்: *பரணர் செங்குட்டுவனைப் பாடியவர்; கொல்லி மலையிலே கடவுள் எழுதிய பாவையைப் பொறையன் அமைத்ததைக் கூறுகிறார். சிலம்பிலே கண்ணகிக்குப் படிமம் அமைத்த செய்தியையும் இங்கே நினைத்துக் காண்க. இதனால் கல்லிலே கடவுளின் வடிவம் சமைத்து அமைக்கும் கற்படிமக்கலை அன்றே சிறந்திருந்தமையும் அறிக.*

63. கன்று காணாக் கறவை!

பாடியவர்: *கருவூர்க் கண்ணம் புல்லனார்.* **திணை:** *பாலை.* **துறை:** *தலைமகள் புணர்ந்துடன் சொல்லச், செவிலி தன் மகளுக்குச் சொல்லியது.*

(தலைமகள் உடன் போக்கிலே தன் காதலுடன் சென்றுவிட்டனள். அதனால் உள்ளம் நொந்தாள். செவிலித் தாய். தன் மகளிடம் சொல்லிப் புலம்புகின்றாள். 'அவன் தோள்களே துணையாகத் துயில்வித்தாலும் உறங்காது, பறையொலி கேட்டால் நடுங்கி மெலிவாளோ?' என்று கலங்குகின்றாள்.)

கேளாய் வாழியோ மகளை! நின் தோழி,
திருநகர் வரைப்பகம் புலம்ப அவனொடு -
பெருமலை இறந்தது நோவேன்; நோவல் -
கடுங்கண் யானை நெடுங்கை சேர்த்தி,
முடங்குதாள் உதைத்த பொலங்கெழு பூழி
பெரும்புலர் விடியல் விரிந்து, வெயில் எறிப்பக்
கருந்தாள் மிடற்ற செம்பூழ்ச் சேவல்.
சிறுபுன் பெடையோடு குடையும் ஆங்கண்,
அஞ்சுவரத் தகுந கானம் நீந்திக்.
கன்று காணாது, புன்கண்ண, செவிசாய்த்து,
மன்றுநிறை பைதல் கூறப், பல உடன்
கறவைதந்த கடுங்கான் மறவர்

கல்லென் சீறூர் எல்லியின் அசைஇ,
முதுவாய்ப் பெண்டின் செதுகாற் குரம்பை,
மடமயில் அன்னஎன் நடைமெலி பேதை
தோள்துணை யாகத் துயிற்றத் துஞ்சாள்,
'வேட்டக் கள்வர் விசியுறு கடுங்கண்
சேக்கோள் அறையும் தண்ணுமை
கேட்குநள் கொல்?, எனக் கலுழும்என் நெஞ்சே!

கேளாய் மகளே! நீ வாழ்வாயாக!

அழகிய நம் வீட்டின் இடமெல்லாம் புலம்புமாறு, நின் தோழி யானவள், அவள் காதலனான அவனோடுங் கூடிப், பெரிய மலையினைக் கடந்தும் போயினளே! அதனைப் பற்றிக்கூட யான் அவ்வளவாக வருந்துகிறேன் அல்லேன்.

அஞ்சாமையினை உடைய யானைகள், தம்முடைய நெடுங் கையினை ஒன்று சேர்ந்தவைகளாகத், தம் கால்களை மடக்கி உதைக்க, அதனால் உண்டாகிய பொற்றுகள் போல, நிறைந்து கிடக் கும் புழுதியிலே, பெரிய இருளானது புலர்கின்ற விடியற்காலத் திலே, வெய்யில் மிகுதியாக எறிக்கும். கரிய மாலை சூடியது போன்ற கழுத்தினையுடைய சிவந்த குறும் பூழ்ச் சேவல், அவ்வேளை, தன்னுடைய சிறிய புல்லிய பெட்டையுடன் கூடியதாக, அப்புழுதி யைக் குடைந்து கொண்டிருக்கும். அச்சமுறத்தக்க அத்தகைய காட்டினையும் அவள் கடப்பாளோ?

விரைவு மிகுந்த கால்களை உடைய மறவர்கள் ஆநிரைகளை கவர்ந்து வருவர். அங்ஙனம் கொணரும் அவர், தம் ஊர் மன்று களிலே ஒருங்கே பல கறவைகளையும் கொணர்ந்து அடைத்திருப் பர். அப்படி அடைக்கப்பட்ட அவை, தம் கன்றுகளைக் காணாமை யால், பொலிவழிந்த கண்ணினவாய்த், தம் செவிகளைச் சாய்த்து, மன்றிலே நிறைவதனால் வந்த துன்பமும் மிகுதியாகக் கல்லென் னும் ஆரவாரத்துடனே கதறிக் கொண்டிருக்கும். அத்தகைய சிற்றூரிலே, இரவில் அவனுடன் தங்கி,

முதுமை வாய்த்தலையுடைய பெண்டின் தளர்ந்த காலினைப் போல வளைந்து தோன்றும் குடிலினிடத்திலே, இளைய மயிலைப் போன்றவளான, நடையினால் தளர்ந்து போன என் பேதை மகள், அவன் தன் தோளே துணையாக அணைத்து அவளைத் துயில்விக் கவும் துயில் மாட்டாளே! வேட்டம் புரியும் கள்வரது, வாரினை இழுத்துக் கட்டிய கடிய கண்ணினையுடைய, ஏறுகளைக் கவர்ந்து கொள்ளுங்கால் அறையப்படுகின்ற பறையின் ஒலியினைக் கேட்டும் அஞ்சாதிருப்பாளோ? இங்ஙனம் நினைந்து நினைந்து அழுகின்ற நெஞ்சினைக் குறித்தே யான் வருந்துகின்றேன்!

சொற்பொருள்: 6. விடிந்த காலத்து வெயில் எறிக்கக் குள்ளக் குடையும் சேவல் என்க. 11.பைதல்- துன்பம். 12. கடுங்கான் மறவர் - கடிய கானத்து மறவரும் ஆம். 13. எல்லி- இரவு. 14. முதுவாய் - முதுமை வாய்த்தலை உடைய. செது கால்- தளர்ந்த கால். 18. சேக்கோள்- ஏறுகோள்.

விளக்கம்: 'கறவைகளின் கதறலைக் கேட்டு நடுங்காதவள் ஏறுகொள்ளும் பறையொலிக்கு நடுங்குவாள்; எம் துயரை நினைந்து கலங்காத அவள். தன் காதலனுக்குத் துயர் நேருமோ எனக் கலங்குவாள்' என்க.

64. உடனிலை வேட்கை!

பாடியவர்: ஆர்க்காடு கிழார் மகனார் வெள்ளைக் கண்ணத்தனார். **திணை:** முல்லை. **துறை:** வினைமுற்றி மீளும் தலைமகன் தேர்ப்பாகற்குச் சொல்லியது.

(படைத்தலைமை பூண்டு வீரர் பலருடன் தொலைவு நாடு நோக்கிச் சென்றவன், அவ்விடத்தே வினை முடிந்ததும் வீடு திரும்பும் எண்ணம் உடையவனாகின்றான். விரையச் சென்று தன் காதலியின் துயரைத் தணிக்க வேண்டும் என்ற அவனுடைய ஆர்வ மிகுதியால், பாகனைத் தூண்டுகின்றான்.)

களையும் இடனாற்– பாக! உளை அணி
உலகுகடப் பன்ன புள்இயற் கலிமா
வகைஅமை வனப்பின் வள்புநீ தெரியத்,
தளவுப்பிணி அவிழ்ந்த தண்பதப் பெருவழி,
ஐதுஇலங்கு அகல்இலை நெய்கனி நோன்காழ்
வென்வேல் இளையர் வீங்குபரி முடுகச்,
செலவுநாம் அயர்ந்தனம் ஆயிற், பெயல
கடுநீர் வரித்த செந்நில மருங்கின்,
விடுநெறி ஈர்மணல், வாரணம் சிதரப்,
பாம்புஉறை புற்றத்து ஈர்ம்புறங் குத்தி,
மண்ணுடைக் கோட்ட அண்ணல் ஏஎறு
உடன்நிலை வேட்கையின் மடநாகு தழீஇ,
ஊர்வயிற் பெயரும் பொழுதிற், சேர்புஉடன்,
கன்றுபயிர் குரல, மன்றுநிறை புகுதரும்
ஆபூண் தெண்மணி ஐதுஇயம்பு இன்இசை
புலம்புகொள் மாலை கேட்டொறும்
கலங்கினள் உறைவோள் கையறு நிலையே.

பாகனே!

உலகத்தையே கடத்தல் வல்லதுபோன்ற பறவையினைப் போல, வேகமுடன் செல்லும், பிடரி மயிரணிந்த செருக்குடைய

குதிரைகளைச், செலுத்தும் வகையோடு அமைந்த அழகிய கடிவாள வாரினை நீ ஆராய்ந்து கைக்கொள்ள,

செம்முல்லையின் அரும்புகள் தம் பிணிப்பு அவிழ்ந்த குளிர்ந்த செவ்வியைக் கொண்ட பெருவழியிலே, அழகிதாக விளங்கும் அகன்ற இலையினையும், எண்ணெய் கனியப் பெற்ற வலிய தண்டினையு முடைய, வெற்றி பொருந்திய வேலினை ஏந்திய வீரர்கள், விரைந்து செல்லும் தம் குதிரைகளையும் நம்முடன் முடுக்கி வர, நாம், வீடு திரும்பிச் செல்லும் செலவினை விரும்பினோமானால்-

விரைந்து செல்லும் பெருமழையின் நீர், வரி வரியாக இழைத்த செம்மண் நிலப்புறங்களிலே, தேர் விடும் நெறியிலே உள்ள ஈர மணலைக் கானங்கோழிகள் கிளறப், பாம்புகள் வாழும் புற்றின் குளிர்ந்த மேற்புறத்தைக் குத்தி, அம்மண்ணுடன் விளங்கும் கொம்பு களையுடைய தலைமையினை உடைய ஆனேறானது. எக்காலத்தும் தனனுடன் நிற்றலை விரும்பிய. தனது இளைய பசுவினைத் தழுவிக் கொண்டதாக, ஊரினை நோக்கி வரும் மாலைப் பொழுதிலே, கறவை கள்யாவும் ஒருங்குசேர்ந்து தம் கன்றுகளை அழைக்கும் குரலினவாய்த், தொழுவங்களிலே நிறையுமாறு சென்று சேரும் அவ் வேளையிலே, அப்பசுக்கள் பூண்டுள்ள தெள்ளிய மணிகள் அழகிய தாக ஒலிக்கும் இனிய ஒலியினைத், தனிமையைக் கொண்டுதான் வருந்தியிருக்கும் மாலை நேரத்திலே கேட்கும் போதெல்லாம், உள்ளங் கலங்கினவளாக இருப்பவளது, செயலற்ற நிலையினைப் போக்குவதற்கு இடமாயிருக்கும்.

சொற்பொருள்: 2. புள்ளியற் கலிமா - பறவைகள் போலச் செல்லும் வேகத்தினையுடைய மதர்த்த குதிரை. 3. வகை- செலுத் தும் கூறுபாடு. வள்பு - கடிவாள வார் போகின்ற கடுமையான வேகத் தினால் அற்றுப் போகாத வாரினைத் தெரிக என்க. 7. அயர்தல்- விரும்புதல். 9. வாரணம்- காட்டுக்கோழி. 11. அண்ணல்- தலைமை யினையுடைய மடநாகு-மடப்பத்தையுடைய இளைய பசு. 15. தென் மணி- தெள்ளிய மணி. ஐதியம்புதல்- நடக்க நடக்க விட்டுவிட்டு ஒலித்தல்.

விளக்கம்: ஏறு மடநாகு தழுவி வரக் காண்பவள், தன் காதலனை எண்ணி எண்ணி வருந்துவாள் என்க. ஈர்மணல் வாரணஞ் சிதரலும், மண்ணுடைக் கோட்டதாக ஏறு விளங்கலும், கார்காலம் வந்ததெனக் காட்டும். அவன் வருவதாகக் குறித்த காலத்திலே வராத தால், அவள் பெரிதும் கலங்கி நொந்தனள் என்க.

65. ஈரம் சேரா இயல்பு!

பாடியவர்: மாமூலனார். **திணை:** பாலை. **துறை:** வேறு பட்ட தலைமகட்குத் தலைமகன் உடன் போக்கு வலித்தமை தோழி

கூறியது. 'பாராட்டெடுத்தல், மடந்தப உரைத்தல்' என்பர் பேராசிரியர். 'அன்னை சொல்லும் பெண்டிர் கௌவையும் தலைவரும் விழுமம்' என்று தலைவிக்குத் தோழி கூறினாள்' என்றும், 'அம்பலும் அலரும் அஞ்சிப் போக்கு உடன்பட்டது' என்றும் நச்சினார்க்கினியர் கூறுவர். 'உடன்போக்கு நயப்பித்தது' என்பர் இளம்பூரணர். **சிறப்பு:** நாடு கண் அகற்றிய உதியஞ் சேரலாதன்.

(களவுப் புணர்ச்சியிலே ஈடுபட்டு இருந்தனர் ஒரு காதலனும் காதலியும். அதனால் ஊரலர் அதிகமாயிற்று. அன்னையின் சொல்லும் கடுமையாயிற்று. அவள் துடிதுடித்தாள். இந்நிலையிலே, தலைவன் அவளோடு உடன்போக்கிலே செல்லப் போவதாக முடிவு செய்து விட்டான். அந்தச் செய்தியை கூறித் தலைவியோடு மகிழ்கின்றான்.)

உன்னங் கொள்கையொடு உளம்கரந்து உறையும்
அன்னை சொல்லும் உய்கம்; என்னதூஉம்
ஈரம்சேரா இயல்பிற் பொய்ம் மொழிச்
சேரிஅம் பெண்டிர் கௌவையும் ஒழிகம்;
நாடுகண் அகற்றிய உதியஞ் சேரற்
பாடிச் சென்ற பரிசிலர் போல
உவஇனி- வாழி, தோழி! அவரே,
பொம்மல் ஓதி! நம்மொடு ஓராங்குச்
செலவு அயர்ந்தனரால் இன்றே- மலைதொறும்
மால்கழை பிசைந்த கால்வாய் கூர்எரி,
மீன்கொள் பரதவர் கொடுந்திமில் நளிசுடர்,
வான்தோய் புணரி மிசைக்கண் டாங்கு,
மேவரத் தோன்றும் யாஅஉயர் நனந்தலை
உயவல் யானை வெரிநுச்சென் றன்ன
கல்ஊர்பு இழிதரும் புல்சாய் சிறுநெறிக்,
காடுமீக் கூறும் கோடுஏந்து ஒருத்தல்
ஆறுகடி கொள்ளும் அருஞ்சுரம், 'பணைத்தோள்,
நாறுஐங் கூந்தல், கொம்மை வரிமுலை,
நிரைஇதழ் உண்கண், மகளிர்க்கு
அரியவால்' என அழுங்கிய செலவே!

பொலிவுற்ற கூந்தலை உடையவளே! எம் தோழியே! நீ வாழ்வாயாக!

மலைதோறும் பெரிய மூங்கில்கள் ஒன்றுடன் ஒன்று உரசிக் கொள்ளும். அதனால் எழுந்த தீச்சுடர்கள், காற்று வீசுவதனால் எங்கும் மிக்க எரிபரக்கச் செய்யும். மீன்பிடிப்பவரான பரதவர்களது வளைந்த படகிலே தோன்றும் மிக்க தீச்சுடர்கள், வானளாவிய

கடல் அலைகளின் மீது நெருப்புக் காணப்படுவது போலப் பொருத் தமாகத் தோன்றும். யாமரங்கள் உயரமாக வளர்ந்துள்ள அகன்ற இடத்திலே, பாறைகளில் ஏறியும் இறங்கியும் செல்லுகின்ற, மூங்கில்கள் சாய்ந்து கிடக்கும் சிறிய நெறியானது, பட்டினியால் மெலிந்து வருந்திய யானையின் முதுகிலே நடந்து செல்வது போலத் தோன் றும். காட்டினை மேம்பாடு உடையது என்று சொல்வதற்குக் காரணமான, நிமிர்ந்த கோட்டினையுடைய களிறுகள் பாதைகளைக் காவல் பூண்டிருக்கும். அத்தகைய கடத்தற்கரிய சுரநெறிகள், மூங்கில் போன்ற தோள்களையும், மணம் நாறும் ஐவகைக் கூறுபாடமைந்த கூந்தலினையும், திரண்ட தேமலையுடைய முலையினையும், பூப் போலும் மையுண்ட கண்ணினையும் உடைய மகளிர்க்குச் செல்லு தற்கு அரியனவாகும். இங்ஙனம் கருதி, இதுவரை தாழ்ந்திருந்த போக்கினை, இப்போது நம்முடன் ஒரு பெற்றியே உடன்பட்ட வராக, உடன் செல்லுதலையும் அவரே விரும்பினர்.

நம் கருத்தினை உணர்ந்துக்கொண்ட அறிவுடன், தன் உள்ளத்துக் கருதியவற்றை மறைத்து வாழ்கின்ற அன்னையின் கடுஞ்சொல்லி னின்றும் இனித் தப்புவோம்; கொஞ்ச மேனும் அருள் சேராத இயல்பினையுடைய பொய்ம்மொழியே பேசும் சேரிப்பெண்டிர் களது அலரினையும் விட்டு நீங்குவோம்.

தன் நாட்டினைத் தன் வெற்றியினால் விரிவாக்கியவன் உதியஞ்சேரலாதன். அவனைப் பாடிச் செல்லும் பரிசிலர், தாம் எதிர்பார்ப்பதற்கும் மேலாகப் பெற்று இன்புற்று மகிழ்வது போல, இப்பொழுது நீயும் இன்புற்று மகிழ்வாயாக!

சொற்பொருள்: *1-2.* உன்னங் கொள்ளையோடு- நம் மனக் கருத்தையறிந்த அறிவோடே, தானறிந்தவற்றைக் கரந்து சொல்லாதே செலுத்துகிற அன்னை; அவள் அறிந்தவை- களவுக்கூட்டம் பற்றிய செய்திகள். *5.* நாடு கண்ணகற்றுதல் பிறர் நாடுகொண்டு அவற்றைத் தனதாக்குதல். *10.* மால்-மயக்கம்.

66. சிறுவர்ப் பயந்த செம்மலோர்!

பாடியவர்: செல்லூர்க் கோசிகன் கண்ணனார்; செயலூர்க் கோசங் கண்ணனார் எனவும் கூறுவர். **திணை:** மருதம். **துறை:** பரத்தையிற் பிரிந்து தலைமகற்கு வாயிலாப் புக்க தோழிக்குத் தலைமகள் சொல்லியது.

''தானே தன் மகனை வாயில் கொண்டு புக்கானாயினும், அதனைப் பழங்கண்ணோட்டமும் நலிதரப் பொய்யே புகுந்தா னென்று மெய்யாகத் துணிந்து கோடலால், அப்பெயர்த்தாயிற்று'' என்பர் பேராசிரியர்.

'தோழி வாயிலாகச் சென்றுழித் தலைவி வெளிப்படக் கூறுதலும் கொள்க' என்பர் நச்சினார்க்கினியர்.

(தன்னைப் பிரிந்து பரத்தையரின் மனைநாடிச் சென்றான் தலைவன். தன் மகனைத் தெருவிலே கண்டதும், அவனை அணைத்தான். மகனோ தந்தையை விட்டகல மறுத்தான். அதனால், வீடு புகுந்தான். அந்த நிலையிலே, மகன்பாலுள்ள அன்பினால் பரத்தையுடன் செய்தற்குரிய மணத்தையும் கைவிட்டான். 'பின் அவன் மீண்டும் பரத்தைபாற் செல்லத் தோழிமூலம் தலைவன் வாயில் வேண்டத் தலைவி கூறுகிறாள்.)

'இம்மை உலகத்து இசையொடும் விளங்கி,
மறுமை உலகமும் மறுஇன்று எய்துப
செறுநரும் விழையும் செயிர்தீர் காட்சிச்
சிறுவர்ப் பயந்த செம்மலோர்' எனப்
பல்லோர் கூறிய பழமொழி எல்லாம்
வாயே ஆகுதல் வாய்த்தனம்- தோழி!
நிரைதார் மார்பன் நெருநல் ஒருத்தியொடு
வதுவை அயர்தல் வேண்டிப், புதுவதின்
இயன்ற அணியன், இத்தெரு இறப்போன்,
மாண்தொழில் மாமணி கறங்கக், கடை கழிந்து
காண்டல் விருப்பொடு தள்புதளர்பு ஓடும்
பூங்கட் புதல்வனை நோக்கி, 'நெடுந்தேர்
தாங்குமதி, வலவ!' என்று இழிந்தனன்; தாங்காது,
மணிபுரை செவ்வாய் மார்பகம் சிவணப்
புல்லிப் பெரும! செல்இனி, அகத்து' எனக்
கொடுப்போற்கு ஒல்லான் கலுழ்தலின், 'தடுத்த
மாநிதிக் கிழவனும் போன்ம்' என, மகனொடு
தானே புகுதந் தோனே; யான் அது
படுத்தனென் ஆகுதல் நாணி, இடித்து, 'இவற்
கலக்கினன் போலும், இக்கொடியொன்' எனச்சென்று
அலைக்கும் கொலொடு குறுகத், தலைக்கொண்டு
இமிழ்கண் முழவின் இன்சீர் அவர்மனைப்
பயிர்வன போலவந்து இசைப்பவும், தவிரான்
கழங்குஆடு ஆயத்து அன்றுநம் அருளிய
பழங்கண் ணோட்டமும் நலிய,
அழுங்கினன் அல்லனோ, அயர்ந்ததன் மணனே!

தோழியே!

பகைவரும் விரும்பும் குற்றமற்ற அழகினையுடைய சிறுவர்களைப் பெற்ற தலைமையினை உடையோர், இவ்வுலகத்தே

புகழோடும் விளக்கமுறுவர். மறுமை உலக வாழ்வினையும் குற்ற மின்றி எய்துவர். இவ்வாறு சான்றோர் பலரும் கூறிய பழமொழிகள் பல. இவையெல்லாம் வாய்மையே ஆகுதலைக் கண்கூடாக யாமும் காணப்பெற்று விட்டோம். எங்ஙனமெனில்,

மலர் வரிசையாலாகிய தாரினை அணிந்த மார்பினன் நம் தலைவன். அவன், நேற்றுப் பரத்தை ஒருத்தியோடு வதுவை அயர்தலை விரும்பினான். புதுவதாக இயன்ற ஒப்பனைகளையும் செய்துகொண்டான். இத்தெருவினைக் கடந்தும் செல்லலுற்றான்.

மாட்சியுற்ற செல்லுந் தொழிலாற் சிறந்த அவனது குதிரையின் மணியானது ஒலிக்க, அதனைக் கேட்டதும், எம்வீட்டுத் தலை வாயிலைக் கடந்துசென்று, அவனைக் காண்கின்ற விருப்பத்துடன் தளர்ந்து தளர்ந்து ஓடிய, அழகிய கண்களையுடைய எம் புதல்வனை அவன் நோக்கினான்.

'வலவனே! நீண்ட தேரினை நிறுத்துக!' என்றனன். தேர் நின்றதும், அதனின்றும் இறங்கினன். சற்றும் தாழ்க்காது, புதல்வ னுடைய பவளமணி போன்ற செவ்வாய் தனது மார்பகத்தே பொருந்துமாறு எடுத்துத் தழுவிக் கொண்டான். அதன்பின், 'பெரு மானே, இனி வீட்டிற்குள் செல்வாயாக' என விடுவிக்கவும், புதல்வன் அதற்கு இசையானாகி அழுதனன். அங்ஙனம் தன் போக்கைத் தடுத்த மகனோடு, பெருஞ்செல்வத்துக்குரியோனான குபேரனைப் போலத் தலைவனும் மிடுக்குடன் வீட்டினுள் வந்தனன்.

யான் அதனை செய்வித்தேன் ஆகுதற்கு நாணினேன். 'இக் கொடிய மகன் இடித்து இவன் கலங்கினன் போலும்' என எண்ணி னேன். அடிக்குங்கோலோடு சென்று, எம் மகனை அணுகினேன். அப்போது அவன், மகனைத் தன்பால் அணைத்துக் கொண்டான்.

வதுவை நிகழும் அப் பரத்தையர் மனையிலே, ஒலிக்கும் கண்ணினையுடைய முழவின் இனிய ஓசையானது, அவனை அழைப்பது போலவே வந்து இசைத்தது. அதனாலும் அவன் தன் மகனை விட்டுவிடவில்லை. முன்பு ஒருநாள், கழங்காடும் ஆயத்தா ரிடையே நமக்கு அருள் செய்த பழைய கண்ணோட்டமும் அழியு மாறு, அன்று தொடங்கிய தன் புதுமணத்தையும் அவன் நிறுத்தி விட்டனன் அல்லனோ?

சொற்பொருள்: வாய்த்தனம் - வாய்மையெனக் கண்டனம். 13. தாங்காது - தாமதியாது. 16-18. தடுத்த - மாநிதிக் கிழவனும் போலும் எனக் கண்டார் சொல்லும்படி. 18. யான் அதனைச் செய் வித்தேன் - தான் மகனை வெளியே செல்லவிடுத்த செயல்.

67. நாணுடை மறவர்!

பாடியவர்: நோய்பாடியார், நொய்ப்பாடியார் எனவும் உரைப்பர். **திணை:** பாலை. **துறை:** பொருள்வயிற் பிரிந்தவழி வற்புறுத்தும் தோழிக்குத் தலைமகள் சொல்லியது.

'மண்டிலத்து அருமை தலைவன் கூறக் கேட்ட தோழி கூறியது' என்பார் நச்சினார்க்கினியர்.

(இன்பத்தைத் துறந்து துன்பத்தை நாடிச் செல்பவர் எவருமே இலர். ஒரு தலைவன், தன் காதலியின் இன்பத்தைத் துறந்து, துன்பம் விளைவிக்கும் பாலை வழியூடும் பொருள் கருதிச் சென்றான். அதனை எண்ணி எண்ணிக் கலங்குகிறாள் அவள். தோழியிடம் அவள் கூறுவது இது.)

யான்எவன் செய்கோ? தோழி! பொறிவரி
வாம் வாழ்த்தி பாடவும், அருளாது
உறைதுறந்து எழிலி நீங்கலிற், பறைபு உடன்,
மரம்புல் லென்ற முரம்புஉயர் நனந்தலை:
அரம்போழ் நுதிய வாளி அம்பின்,
நிரம்பா நோக்கின்; நிரயம் கொண்மார்,
நெல்லி நீளிடை எல்லி மண்டி,
நல்அமர்க் கடந்த நாணுடை மறவர்
பெயரும் பீடும் எழுதி யதர்தொறும்
பீலி சூட்டிய பிறங்குநிலை நடுகல்
வேல்ஊன்று பலகை வேற்றுமுனை கடுக்கும்
மொழிபெயர் தேஎம் தருமார், மன்னர்
கழிப்பிணிக் கறைத்தோல் நிரைகண் டன்ன
உவல்இடி பதுக்கை ஆள்உகு பறந்தலை,
'உருஇல் பேஎய் ஊராத் தேரோடு
நிலம்படு மின்மினி போலப் பலஉடன்
இலங்கு பரல் இமைக்கும்' என்ப - நம்
நலம்துறந்து உறைநர் சென்ற ஆறே!

தோழி!

நமது இன்பத்தைத் துறந்து, நம்மைக் கைவிட்டுப் பிரிந்து போயிருப்பவர் நம் தலைவர். அவர் சென்ற நெறியானது -

''பொரிகளும் வரிகளும் உடைய வானம்பாடிப்புள் வாழ்த்திப் பாடும். அங்ஙனம் பாடியும் அதற்கு அருள் செய்யாது, துளி பெய் தலைத் துறந்து, வன்கண்மையுடன் மேகம் நீங்கும். அதனால், தம் இலைகள் யாவும் கெட்டு ஒழிதலின், மரங்கள் பொலிவு அற்றிருக் கும். அரத்தினால் போழ்ந்து அராவப்பட்ட முனையைக் கொண்ட பற்களையுடைய அம்பினையும் கண்களை இடுக்கிக் குறிபார்க்கும்

நோக்கினையும் உடையவர்களாகக், கற்குவியல்கள் உயர்ந்துள்ள அகன்ற இடமாகிய, நெல்லி மரங்களையுடைய நீண்ட இடங் களிலே, இருட்டு வேளையிலே தம் நிரைகளைக் கவர்ந்து சென்ற கள்வர்களிடமிருந்து அவற்றை மீட்பதற்காக வேண்டி, விரையச் சென்று, அவருடன் போரினைச் செய்து வென்று பட்டவர்கள், மானமிகுந்த வீர மறவர்களுள் சிலர்.

அவர்களுடைய பெயர்களையும் சிறப்புக்களையும் பொறித்து, நெறிதோறும் மயிற்பீலி சூட்டிய நடு கற்களானவை விளங்கும். ஊன்றிய வேல்களையும், சார்த்திய பலகைகளையும் உடையனவாக அந்நடுகற்கள் போர்முனை போலக் காணப்படும். வேற்றுமொழி வழங்கும் தேயத்தைக் கொள்வதனை விரும்பிச் செல்லும். மன்னர் களது, கழியாற் பிணிக்கப்பட்ட கரிய பரிசையின் நிரையினைக் கண்டாற்போன்று, மரித்தவர்களை இட்டுத் தழைகளால் மூடிய கற்குவியல்கள் விளங்கும். அத்தகைய பாழிடத்தே, உருவற்றதும் ஊர்ந்திடாததுமான பேய்த்தேருடன், நிலத்திலே பொருந்திய மின் மினிப் புழுவைப் போல, ''எங்கும் விளங்கும் பரகற்கள் பலவும் ஒளிவிடும்'' என்பர்.

யான் என்ன செய்வேனோ? ('அவர் அவ்வழிச் சென்றனரே?' எனக் கலங்குகிறாள் தலைமகள்.)

சொற்பொருள்: 2. வானம் வாழ்த்தி - வானம்பாடிப்புள். 5. போழ்தல் - அராவுதல். வாளியம்பு - எயிற்றம்பு, 6. நிரம்பா நோக்கு - கண்ணிடுக்கிக் குறிபார்க்கும் பார்வை. நிரையங் கொண் மார் - நரகம் புகுவாரும் ஆம். 13. கழியாற் பிணிக்கப்பட்ட கருங்கடகு; மன்னர் கடகுக் காரரை அழைத்துப் படை காண்டல். 14. உவலிடு - பதுக்கை கருகினவை கருங்கடகிற்கு உவமை. ஆளுதல் - ஆட்படுதல். 15. உருவில் பேய் - பேய்த்தேர்.

68. வருவாராயின் பருவம் இது!

பாடியவர்: ஊட்டியார், **திணை:** குறிஞ்சி. **துறை:** தலைமகன் இரவுக்குறி வந்தமையறிந்த தோழி தலைமகட்குச் சொல்லியது.

'இது, 'தாயது துயிலுணர்ந்து தலைவன் வந்தமை, தோழி தலைவிக்குக் கூறியது' என்பர், நச்சினார்க்கினியர்.

(இரவுக் குறியீட்டின்கண் ஒரு நாள்; தலைவன் வந்திருக்கின் றான். தலைவி போகத் துடிக்கிறாள். தாய் உறங்கிவிட்டனளா என்று தோழி அறிந்துவந்து, அவள் உறங்கியதாகவும், அதனால் செல்ல லாம் எனவும் கூறுகிறாள். களவு வாழ்விலே நிகழுகின்ற ஒரு சுவை யான பகுதி இது.)

'அன்னாய்! வாழி, வேண்டு அன்னை! நம் படப்பைத்
தணஅயத்து அமன்ற கூதளம் குழைய,

இன்இசை அருவிப் பாடும் என்னதூஉம்
கேட்டியோ? வாழி, வேண்டு அன்னை! நம் படப்பை
ஊட்டி யன்ன ஒண்தளிர்ச் செயலை
ஓங்குசினைத் தொடுத்த ஊசல், பாம்புஎன,
முழுமுதல் துமிய உரும்எறிந் தன்றே;
பின்னும் கேட்டியோ?' எனவும், அஃது அறியாள்,
அன்னையும் கனைதுயில் மடிந்தனள்; அதன்தலை
மன்உயிர் மடிந்தன்றால் பொழுதே; காதலர்
வருவர் ஆயின், பருவம் இது' எனச்
சுடர்ந்து இலங்கு எல்வளை நெகிழ்ந்த நம்வயின்
படர்ந்த உள்ளம் பழுதுஅன் றாக,
வந்தனர்- வாழி, தோழி!- அந்தரத்து
இமிழ்பெயல் தலைஇய இனப்பல் கொண்மூத்
தவிர்வுஇல் வெள்ளம் தலைத்தலை சிறப்பக்
கன்றுகால் ஒய்யும் கடுஞ்சுழி நீத்தம்
புன்தலை மடப்பிடிப் பூசல் பலஉடன்
வெண்கோட்டு யானை விளிபடத் துழவும்
அகல்வாய்ப் பாந்தட் படாஅர்ப்
பகலும் அஞ்சும் பனிக்கடுஞ் சுரனே.

''அன்னையே! நீ வாழ்வாயாக! நான் கூறுவதனை விருப்ப முடன் கேட்பாயாக: நம் தோட்டத்திலேயுள்ள குளிர்ந்த பள்ளத் திலே நிறைந்திருக்கும் கூதளஞ்செடியின் தழைகளின் கண்ணே, அவை குழையுமாறு வீழ்கின்ற, இன்னிசையான அருவியொலி யினைச் சிறிதேனும் நீ கேட்டனையோ?

பின்னரும்,

அன்னாய், நீ வாழ்க! நான் கூறுவதனைக் கேட்பாயாக: நம் தோட்டத்திலுள்ள, அரக்கு ஊட்டினாற் போலும் ஒள்ளிய தளிரினை யுடைய அசோகினது, ஓங்கிய கிளையிலே கட்டிய ஊசற் கயிற்றினைப் பாம்பு எனக் கருதி, அம்மரத்தின் பெரிய அடியும் துணிபடுமாறு இடி விழுந்தது; அதனையும் நீ கேட்டாயோ?''

என்றெல்லாம் நான் கூறவும், நம் அன்னையானவள் அதனைக் கேட்டறியாளாகப் பெருந்தூக்கத்திலேயே அழுந்தியுள்ளனள். அதன் மேலும், ஏனைய உயிர்களும் அயர்ந்து உறங்கும் பொழுதாகவும் இது உள்ளது. தோழி! நீ வாழ்வாயாக!

'நம் காதலர் வருவாராயின், அதற்கு ஏற்ற பருவம் இதுவே யாகும்' என, விட்டுவிட்டு ஒளிவிளங்கும் ஒளியுடைய வளைகழன் றிடும் நம்மிடத்துப் படர்ந்தது நம்முடைய உள்ளமும். அஃது பழு தில்லாததாக,

புலியூர்க் கேசிகன் 141

வானிடத்தே இடிமுழக்குடன் பெய்தலைச் செய்தன மேகக் கூட்டங்கள். நீங்குதல் இல்லாத வெள்ளமானது இடந்தோறும் மிகுந்தது. யானைக் கன்றின் கால்களைத் தளரச் செய்து இழுத்துச் செல்லும் கடுஞ்சுழிகளைக் கொண்டது கானாற்று வெள்ளம். அதனால், மெல்லிய தலையினையுடைய இளைய பெண் யானைகளின் ஆரவாரங்கள் பலவாகும். அத்துடன், வெள்ளிய கொம்புகளையுடைய களிறுகள் அவற்றை அழைத்து ஒலித்துக் கொண்டிருக்கும். இவை ஒரு சேர ஒலித்துக்கொண்டிருப்பதும், அகன்ற வாயினையுடைய பாம்புகள் செறிந்த செடிகளையுடைய புதர்கள் நிரம்பியதும் ஆகிய, பகற்பொழுதினும் அஞ்சப்படும் மிக்க நடுக்கத்தினைச் செய்யும் கடுமையான சுரநெறியிலே அவரும் நடந்து, கடந்து, நம்பால் வந்துள்ளனர், காண்பாயாக!

சொற்பொருள்: 3. என்னதும்- ஏதேனும். 5. ஊட்டுதல் - அரங்கு ஊட்டுதல். 7. முதல் - செயலையின் முதல். 11. பருவம் இது - பொழுது 'இது. தலைத்தலை சிறப்ப- மென்மேலும் மிக. 20. பாந்தட் படார்- பாம்புச் செடியுமாம்.

உள்ளுறை: 'யானைகளும் கன்று காரணமாகப் பிடிகள் வருந்திய பின்னரே குரல் எடுக்க முயன்றாற்போல, அவரும் அலரானும் வழியது அருமையாலும் யாமும் எம் நலனும் அழிந்த பின்னரே வரைய முயலுமல்லது, முன்பே முயலாரோ?' என்க.

69. நீடலர் வாழி தோழி!

பாடியவர்: உமட்டூர்கிழார் மகனார் பரங்கொற்றனார். உருஉடூர்கிழார் மகனார் பரங்கொற்றனார் என்பதும் பாடம். **திணை:** பாலை. **துறை:** 'பொருள்வயிற் பிரிந்து நீட்டித்தான் தலைமகன்' எனக் கவன்ற தலைமகளுக்கு, 'வருவர்!' என்பதுபடச் சொல்லித் தோழி ஆற்றுவித்தது. **சிறப்பு:** மோரியர் மலையின்கண் தேர் செல்லும் பாதை அமைத்தல்; ஆயின் கானத்துச் சிறப்பு.

(தோழி நின் மேனியின் வாட்டங்களை நோக்கி நீ அழல் வேண்டாம். ஈதல் இன்பம் கருதி வரைகடந்து தொலைநாடு சென்றவர் அவர். நின்னை மறவார். விரைய வருவர்; என்று தலைவியைத் தேற்றமுயலுகிறாள் தோழி.)

ஆய்நலம் தொலைந்த மேனியும், மாமலர்த்
தகை வனப்புஇழந்த கண்ணும், வகைஇல
வண்ணம் வாடிய வரியும் நோக்கி,
ஆழல் ஆன்றிசின் நீயே; உரிதினின்
ஈதல் இன்பம் வெஃகி, மேவரச்
செய்பொருள் திறவர் ஆகிப், புல்இலைப்
பராரை நெல்லி அம்புளித் திரள்காய்

கான மடமரைக் கணநிரை கவரும்
வேனில் அத்தம் என்னாது, ஏமுற்று,
விண்பொரு நெடுங்குடை இயல்தேர் மோரியர்
பொன்புனை திகிரி திரிதரக் குறைந்த
அறைஇறந்து அகன்றனர் ஆயினும், எனையதூஉம்
நீடலர்-வாழி, தோழி!- ஆடுஇயல்
மடமயில் ஒழித்த பீலிவார்ந்து, தம்
சிலைமாண் வல்வின் சுற்றிப், பலமாண்
அம்புடைக் கையர் அரண்பல நூறி,
நன்கலம் தரூஉம் வயவர் பெருமகன்
சுடர்மணிப் பெரும்பூண் ஆஅய் கானத்துத்
தலைநாள் அலரின் நாறும்நின்
அலர்முலை ஆகத்து இன்துயில் மறந்தே.

ஆராயும் அழகு தொலைந்துபோன நின் மேனியினையும், கருமலர் போன்ற வனப்பினை இழந்தநின் கண்ணினையும், வகையற்ற வண்ணம் வாடிப்போன நின் தேமல்களை நோக்கி நோக்கி, நீ துயரத்திலே ஆழாதிருப்பாயாக. தோழியே! நீ வாழ்வாயாக!

ஈதலால் வரும் இன்பம் தமக்கும் உரிமையாவதை விரும்பினவராக, அது கைகூடி வருவதாகச் செய்யும் பொருள்மேற் சென்றவராயினர் நம் காதலர்.

'சிறுஇலையினையும், பருத்த அடியினையும் உடையது நெல்லி மரம். உதிர்ந்து விழும் அதன் காய்களைக் கானத்து மரைமான்களின் இளைய கூட்டங்கள் தின்னும். அத்தகைய வெம்மைமிக்க நெறி அது' என எண்ணாதும், அவர் மயக்கமுற்றனர்.

வானளாவிய நெடுமலைகளினும் தடையின்றிச் செல்லும் வலிய தேர்களையுடைவர் மோரியர். அவர்கள், தங்களுடைய பொன்னாற் புனையப்பெற்ற தேருருள்கள் தடையின்றிச் செல்லுதற்குக் குன்றங்களை வெட்டிப் பாதையமைத்தனர். அந்தப் பாதைகளையுடைய மலைகளையும் அவர் தேரூர்ந்து கடந்து சென்றனர். ஆயினும்,

ஆடும் இயல்பினை உடைய இளைய மயில்கள் கழித்துப் போட்ட பீலிகளை வகிர்ந்து, தமது ஒலிமுழங்கும் வலிய வில்லிலே சுற்றிக் கொண்டவர்; மாட்சியுற்ற பலவான அம்புகளை உடைய கையினர்; பகைவரின் அரண்கள். பலவற்றை அழித்தவர்; ஆங்குக் கொண்ட நல்ல அணிகலன்கள் பலவற்றையும் கொண்டு தம் மன்னனுக்குத் தருபவர்; வீரர்கள் பலர். அவர்களின் பெருமான், சுடரும் மணிகள் பதித்த பெரும்பூண் அணிந்த ஆய் என்பான். அவனது காட்டிலே, அன்றலர்ந்த மலரென மணக்கும் நின்னுடைய

பரந்த முலையினையுடைய மார்பினிடத்தே கிடந்து துயிலும் இனிய துயிலினை அவர் மறந்து, சிறிதும் தாழ்த்திரார். (விரைவிலே வருவார் என்பது தோற்றம்.)

சொற்பொருள்: ஏழுமுற்று-மயக்கமுற்று. 4. ஆன்றிசின்- அமைக. 15. சிலை, ஒரு மரமும் ஆம்.

விளக்கம்: 'ஈத்து உவத்தலால் வரும் இன்பம் நாடி அத்துணை இடையூறுகளையும் பொருட்படுத்தாது சென்ற அவர், நின் நலன் அழியுமாறு கைவிடார்' என்பது. கருத்து. மோரியர் மோகூர்ப் பழைய னோடு போரிடச் சென்றபோது, மலையிலே வெட்டி வழி யமைத்துச் சென்றனர் என்பர். மார்பின் மணம் மேனியின் நறு மணம். மோரியரின் தேர்களே செல்லக்கூடாத மலைகளையும் இவர் கடந்தனர் என்பது, பொருள் முயற்சியிலே இவர் கொண்ட பேரார்வத்தைக் காட்டுவதாம். ஆஅய் கானம் - பொதியத்தைச் சார்ந்த காடு; சண்பகமலர் இங்கே சிறப்பு.

70. இராமன் கவித்த ஆலம்

பாடியவர்: மதுரைத் தமிழ்க் கூத்தனார் கடுவன் மள்ளனார். **திணை:** நெய்தல். **துறை:** தலைமகன் வரைவு மலிந்தமை தோழி தலைமகட்குச் சொல்லியது. **சிறப்பு:** பாண்டியர்; இராமன் கதை.

(களவுக் காலத்தே எத்துணைத் தடை நேரினும் ஆர்வமுடன் வந்தவன் காதலன். அதனால், அலர் மிகுந்தது. அவன் மணம் வரைந்த பின்னரோ, ஊர் அலரவிந்து அமைதியுற்றது. அதனைத் தோழி தலைவியிடம் வந்து கூறுகிறாள்.)

கொடுந்திமிற் பரதவர் வேட்டம் வாய்த்தென
இரும்புலாக் கமழும் சிறுகுடிப் பாக்கத்துக்
குறுங்கண் அவ்வலைப் பயம்பா ராட்டி,
கொழுங்கண் அயிலை பகுக்கும் துறைவன்
நம்மொடு புணர்ந்த கேண்மை முன்னே 5

அலர்வாய்ப் பெண்டிர் அம்பல் தூற்றப்,
பலரும் ஆங்கு அறிந்தனர் மன்னே; இனிய
வதுவை கூடிய பின்றைப், புதுவது
பொன்வீ ஞாழலொடு புன்னை வரிக்கும்
கானல்அம் பெருந்துறைக் கழனி மாநீர்ப் 10

பாசடைக் கலித்த கணைக்கால் நெய்தல்
விழவுஅணி மகளிர் தழைஅணிக் கூட்டும்
வென்வேற் கவுரியர் தொல்முது கோடி
முழங்குஇரும் பௌவம் இரங்கும் முன்துறை,
வெல்போர் இராமன் அருமறைக்கு அவித்த 15

பல்வீழ் ஆலம்போல,
ஒலிஅவிந் தன்றுஇவ், அழுங்கல் ஊரே.

வளைந்த படகினை உடையவர் பரதவர். அவர்க்கு மீன் வேட்டை நன்கு வாய்ந்தது. பெரிய புலால் நாற்றங்கமழும் சிறிய குடிமக்களையுடைய தம்பாக்கத்திலே குறுகிய கண்களையுடைய அவ்வலையின் பயனைப் பாராட்டிப் பேசினார்கள். கொழுவிய கண்களையுடைய அயிலை மீனை யாவர்க்கும் பகுத்துக்கொண்டு மகிழ்ந்தனர். அத்தகைய கடற்கரைப் பகுதியின் தலைவன் காதலன்.

அவன், நம்முடன் சேர்ந்த காதல் உறவானது, முன்னர் அலர் கூறுதலே வாயின் பயனாக உடைய பெண்டிர்கள் அம்பலாக்கித் தூற்ற, அவ்விடத்தே பலரும் அறிந்ததொன்றாகவும் ஆகியது. அதுவும், இப்பொழுது மணம் கூடிய பின்னர், கழிந்தது.

புலிநகக் கொன்றையின் புதிய பொன்னிறப் பூக்களுடன் புன்னையின் பூக்களும் உதிர்ந்து, தரையிலே ஓவியம் வரைந்தாற் போல அழகுடன் கிடக்கும், கடற்கரைச் சோலையினையுடையன அழகிய பெருந்துறைகள். கழிகளிலுள்ள கரியநீரிலே, பசிய இலை களையுடையதாகித் தழைத்த திரண்ட தண்டினையுடைய நெய்தற் பூக்களை விழாவிற்கு ஒப்பனை செய்யும் மகளிர் தங்கள் தழை யுடைக்கு அழகு செய்யச் சேர்த்துக் கொண்டுமிருப்பர்.

வெற்றி வேலினையுடைய பாண்டியரது, மிக்க பழமையினை யுடைய திருவணைக்கரையின் அருகிலே, முழங்கும் பெருங்கடல் ஒலிக்கின்ற துறைமுற்றத்திலே, போரிலே வெற்றி பெறும் ஆற்ற லுடைய இராமன், இலங்கையிற் படையெடுத்தல் பற்றிய மறை களை ஆராயும் பொருட்டாகப் புள்ளொலிகள் இல்லையாகச் செய்த, பல விழுதுகளைக் கொண்ட ஆலமரம் போல, ஆரவாரமுடைய இவ்வூரும் ஒலியடங்கப் பெற்றது. (ஆனால், அவர்தான் வரவில்லை என்க.)

சொற்பொருள்: 9. வரிக்கும் - சித்திரம் எழுதினாற் போல உதிர்ந்து கிடந்து அழகு செய்யும். 13. கவுரியர் - பாண்டியர். கோடி- திருவணைக்கரை. 15. மறை - அவ்விடத்துத் தாமும் பரிகரமும் விசாரிக்கப் புக்க மறை.

விளக்கம்: பரதவர் தம் முயற்சியானே வேட்டை வாய்த்த தாகினும், குறுங்கண் வலையைப் பாராட்டுவர்; அவரும் தம் முயற்சியினாலே வதுவை கூடிற்றாயினும், துணை நின்ற என்னைக் கொண்டாடினர். அயிலையைக் கடலினின்றும் நீக்கி அனைவருக் கும் பகுத்துக் கொடுத்து மகிழ்வித்தாற் போல, நின்னை இச் சுற்றத் தினின்றுங்கொண்டுபோய்த் தம்மூரின்கண்ணே நின்னைக் கொண்டு விருந்து புறந்தந்து தம்மூரை எல்லாம் மகிழ்விப்பர்.

'நெய்தற் பூவானது, ஞாழலும் புன்னையும் கரையிலே நின்று தரையை உதிர்த்துப் புறஞ்சூழ, நீரிடத்துத் தன்னை விடாதே அலைகள் சூழ, நடுவே நின்று செருக்கி வளர்ந்து, விழவணி மகளிர் அல்குலுக்குத் தழையாய்ப் பயன்பட்டாற்போல, இருமுது குரவர் புறங்காப்ப, ஆயவெள்ளத்தார் மெய்யை விடாதேசூழந்து புறங் காப்ப, இப்படிச் செல்வத்தால் வளர்ந்த நீயும், பெருமானுடைய இல்லறமாகிய வாழ்விற்குத் துணையாகப் போகின்றாயன்றோ' என்று வியந்து கூறியவாறும்' கண்டு கொள்க.

இராமன், ஆலமரத்தே ஒலிசெய்திருந்த பறவைகளின் ஒலியை அவித்த செய்தி இதன்கண் கூறப்பட்டுள்ளது.

71. பழங்கண் மாலை!

பாடியவர்: அந்தி இளங்கீரனார்; அந்தில் இளங்கீரனார் எனவும் பாடம். **திணை:** பாலை; **துறை:** பொருள்வயிற் பிரிந்தவிடத்து ஆற்றாளாய தலைமகட்குத் தோழி சொல்லியது.

'சாக்காட்டிற்கு' உதாரணமாகக் காட்டுவர் நச்சினார்க்கினியர். 'கிழக்கிடு பொருளிற்கு' எடுத்துக் காட்டுவர் பேராசிரியர்.

(பொருள் தேடிவரப் பிரிந்தனன் தலைவன். அவன் குறித்த காலமும் வந்தது. அவனோ திரும்பி வரவில்லை. அந் நிலையிலே, ஒரு மாலைவேளையிலே, தலைவி படும் வேதனை மிகுதியை காட்டுவது இந்தப் பாடல்.)

நிறைந்தோர்த் தேரும் நெஞ்சமோடு, குறைந்தோர்
பயன்இன் மையின் பற்றுவிட்டு, ஒரூஉம்
நயன்இல் மாக்கள் போல, வண்டினம்
சுனைப்பூ நீத்துச், சினைப்பூப் படர,
மைஇல் மான்இனம் மருளப், பையென
வெந்துஆறு பொன்னின் அந்தி பூப்ப,
ஐயறிவு அகற்றும் கையறு படரோடு
அகல்இரு வானம் அம்மஞ்சு ஈனப்,
பகல் ஆற்றுப் படுத்த பழங்கண் மாலை,
காதலர்ப் பிரிந்த புலம்பின் நோதக,
ஆர்அஞர் உறுநர் அருநிறம் சுட்டிச்
கூர்எஃகு எறிஞரின் அலைத்தல் ஆனாது,
எள்அற இயற்றிய அழல்காண் மண்டிலத்து
உள்ஊது ஆவியின் பைப்பய நுணுகி,
மதுகை மாய்தல் வேண்டும் - பெரிது அழிந்து,
இதுகொல்- வாழி, தோழி! என் உயிர்
விலங்குவெங் கடுவளி எடுப்பத்
துளங்குமரப் புள்ளின் துறக்கும் பொழுதே?

செல்வம் நிறைந்தவர்களை ஆராய்ந்து அடையும் உள்ளத்தினால், செல்வங் குறைந்ததோர் பயனற்றவராதலினால், அவர் பாலிருந்த பற்றினையும் கைவிட்டு, அவரை விட்டும் நீங்குவர் நடுநிலைமை இல்லாத மாக்கள். அவர்களைப் போல, வண்டினம் சுனைப்பூக்களைக் கைவிட்டு விட்டு, மரக்கிளைகளிலேயுள்ள புதுப் பூக்களை அடைந்தன.

குற்றமற்ற மானினங்கள் மருண்டன. உலைக்களத்திலே நன்றாக வெந்து, பின் மெல்ல மெல்ல ஆறிக் கொண்டிருக்கும் பொன்னின் நிறம் போல, அந்திவானமும் விளங்கியது. வியக்கத்தக்க அறிவினை அகற்றும் செயலற்ற துன்பத்துடன், அழகிய மேகங்கள் யாவும் அகன்ற பெரிய வானம், மீண்டும் அவற்றைத் தரவும், ஞாயிற்றைப் போக்கிய துன்பந்தரும் மாலைக்காலமும் வந்தது.

காதலரைப் பிரிந்த தனிமையினால் நாமும் நோகின்றோம். மிக்க புண்பட்டு வருந்தும் ஒருவரது மார்பினைக் குறித்துக் கூர்மையான வேலினை எறிவார்போல, இக்காலமும், நம்மை வருந்துதலை ஒழியாது துன்புறுத்துகின்றது.

இகழ்ச்சி இல்லாதவாறு இயற்றிய, உருவங்காணும் கண்ணாடியின் உட்பக்கத்தே ஊதிய ஆவியானது, முன் பரந்து பின் சிறுகச் சிறுகக் குறுகினாற் போல, என் வலிமையும் சிறிது சிறிதாகக் குறைந்து வந்து, முற்றும் மாய்தலை வேண்டியதாகவும் நின்றது.

மிகக் கடுமையான சூறாவளியானது அலைத்தலால் அசையும் மரத்திலுள்ள பறவையினைப் போல, மிகவும் செயலழிந்து என் உயிர் என் உடலை கைவிட்டுப் போகும் காலமும் இதுதான் போலும்! தோழி! நீ வாழ்க!

சொற்பொருள்: 1. நிறைந்தோர்- செல்வம் உடையோர். 6. அந்தி-பூவுமாம். 7. ஐயறிவு-கூரறிவுமாம். 7-8. வானம் பிரிந்திருப்பவர்க்கு நோவையும் மேகத்தையும் தர. 11. சுட்டி- கருதி. 18. புட்போல, உயிர் பறந்து போம்பொழுது இதுவோ தோழி என்க.

விளக்கம்: 'சுனைப்பூவினை மறந்து கிளைப்பூவினை நாடும் வண்டினம் போல இல்லத்து எம்மை மறந்து பொருள் வயின் மயங்கினார்' என்க. சூறல் மரத்தைக் கலைக்கப் புட்பரப்பது போலத், தனிமை அவளை வருத்த, அவள் உடற்கூட்டிலேயுள்ள உயிரும் மறையும் என்க.

72. கொடியனும் அல்லன்!

பாடியவர்: எருமை வெளியனார் மகனார் கடலனார்; மோகமானக் கடலார் என வேறுபாடம். **திணை:** குறிஞ்சி. **துறை:** தலைமகன் இரவுக்குறிக்கண் சிறைப்புறத்தானாகத் தலைமகள்

தோழிக்குச் சொல்லியது; தோழி தலை மகட்குச் சொல்லியதூ உமாம்.

'அவனளி சிறப்பினும்' என்ற துறைக்கு மேற்கோள் காட்டுவர் நச்சினார்க்கினியர். 'வந்தோன்' அவனளி சிறத்தல் 'தவறுடையோன்' தன்வயின் உரிமை, 'கொடியனும் அல்லன். அவன்வயிற் பரத்தமை எனவும் அவர் கூறுவர்.

(இரவுக் குறியீட்டிலே தலைமகன் சிறைப்புறத்தானாக, இரவுக்குறியின் ஏதங்கருதிக் கலங்கிய தோழியும் தலைவியும் இவ்வாறு, தலைவன் கேட்கப் பேசுகின்றனர். அவன் இதனை விடுத்து விரைவிலே மணந்துக் கொள்ள வேண்டும் என்பது அவர்கள் கருத்து.)

இருள்கிழிப் பதுபோல் மின்னி, வானம்
துளிதலைக் கொண்ட நளிபெயல் நடுநாள்,
மின்னி மொய்த்த முரவுவாய்ப் புற்றம்
பொன் எறி பிதிரிற் சுடர வாங்கிக்,
குரும்பி, கெண்டும் பெருங்கை ஏற்றை
இரும்புசெய் கொல்எனத் தோன்றும் ஆங்கண்,
ஆறே அருமர பினவே; யாறே
சுட்டுநர்ப் பனிக்கும் சூருடை முதலைய;
கழைமாய் நீத்தம் கல்பொருது இரங்க,
'அஞ்சுவம் தமியம்' என்னாது, மஞ்சு சுமந்து,
ஆடுகழை நரலும் அணங்குடைக் கவாஅன்,
ஈர்உயிர்ப் பிணவின் வயவுப்பசி களைஇய,
இருங்களிறு அட்ட பெருஞ்சின உழுவை
நாம நல்லராக் கதிர்பட உமிழ்ந்த
மேய்மணி விளக்கின் புலர ஈர்க்கும்.
வாள்நடந் தன்ன வழக்குஅருங் கவலை,
உள்ளுநர் உட்கும் கல்அடர்ச் சிறுநெறி,
அருள்புரி நெஞ்சமொடு எஃகு துணையாக
வந்தோன் கொடியனும் அல்லன்; தந்த
நீ தவறு உடையையும் அல்லை; நின்வாயின்
ஆனா அரும்படர் செய்த
யானே, தோழி, தவறுஉடை யேனே!

இருளாகிய திரையைக் கிழிப்பது போல, மேகங்கள் மின்ன லிட்டு மழைத்துளிகளைத் தம்மிடத்தே கொண்டு விளங்கும். பெயலையுடைய அக் கார்காலத்து நள்ளிரவிலே, மின்மினிகள் மொய்த்திருக்கும் முரிந்த இடத்தினையுடைய ஒரு புற்று; இரும் பினைக் காய்ச்சி அடிக்கும்போது சிதறும் பொறிகள் போல

அம்மின்மினிகள் ஒளிவிடப் பெயர்ந்து அப்புற்றிலே புற்றாஞ் சோற்றினைப் பெரிய கையினையுடைய ஆண் கரடி தோண்டி எடுக்கும். இரும்பு வேலை செய்யும் கொல்லனைப் போல அப்போது அது தோன்றும். அவ்விடமானது செல்லுதற்கும் அரிய தன்மை யினை உடையதே.

கான்யாறோ, ஓடக்கோலும் மறையும் பெருவெள்ளம் கற் களிலே மோதி ஒலிக்கக், கருதுவோரையும் நடுநடுங்கச் செய்யும் அச்சமுடைய முதலைகள் உடையவனாகவும் விளங்கும்.

யாமோதமியம்; இந்நெறிகளினூடே செல்லுதற்கு அஞ்சுவோம்' என்றும் எண்ணான். மேகத்தினைத் தலைக் கொண்டு, அசையும் மூங்கில்கள் ஒலிக்கும் தெய்வங்களையுடைய பக்க மலைகளிலே, கருவுற்றிருக்கும் பெண்புலியின் வேட்கைமிக்க பசியினை நீக்கப் பெரிய ஆண்பன்றியினைக் கொன்ற, மிக்க சினம் பொருந்திய ஆண்புலியானது, அச்சந்தரும் நல்ல பாம்பு மேய்தற்குச் செல்ல ஒளியுண்டாக உமிழ்ந்து வைத்த மணியாகிய விளக்கொளியிலே உதிரம் தோய்ந்து காய இழுத்துச் செல்லும்; கூர்மையான கற்களை யுடைமையால் வாள்முனையிலே நடப்பதைப் போலவும் விளங் கும்; செல்லுதற்கு அரிய வழியாகிய, நினைப்பவரும் நடுங்கும் கற்செறிவுடைய குறுகலான அக்காட்டு வழியிலே,

நமக்கு அருள் புரிய வேண்டும் என்ற உள்ளத்துடன் வேலே துணையாக வந்து தலைவன் கொடியவனும் அல்லன். அவனைக் குறியிடத்தே கொணர்ந்து தந்த நீ தவறுடையையும் அல்லை. நின்பால் நீங்காத அரிய துன்பத்தினை ஆக்கிய யானே தவறுடை யவள் ஆவேன்!

சொற்பொருள்: 4. சுடர- மின்மினி ஒளிவிட. 8. சூர்-பயம். 9. இரங்க- ஒலிப்ப. 12. வயவுப்பசி- வேட்கைப்பசி. மேய்மணி- மேய்தல் காரணமாக உமிழ்ந்த மணி. 16. கவலை- அருவழி. 19. அருள்- நம்மேல் அருள்.

உள்ளுறை: புலியானது தன் துணையின் பசியைப் போக்கு வதற்குப் பிறவற்றுக்குத் தீங்கு செய்யும்; பாம்பும் அதற்குத் துணை யாகும். அதுபோல, நீயும் குடியோம்பற் செய்தி காரணமாக, வரை வொடு வரின், கடுஞ்சொற் சொல்லுகின்ற பலரும், இன்சொற் சொல்லி வரைவுடம் படுவர் என்க.

73. காணிய வம்மோ!

பாடியவர்: எருமை வெளியனார். **திணை:** பாலை. **துறை:** தலைமகன் பொருள்வயிற் பிரிகின்றான். குறித்த பருவ வரவுக்கண்டு அழிந்த தலைமகட்குத் தோழி சொல்லியது.

'பிறன்கண் தோன்றிய இழவு பற்றி அவலம் பிறந்ததாம்' என்பர் பேராசிரியர்.

(தலைவியின் காதலனைப் போலவே அவள் தோழியின் காதலனும் பிரிந்தான். குறித்த பருவம் வந்தும் அவர்கள் வரவில்லை. தலைவி தானும் வருந்தினாள்; தன் தோழியின் வருத்தம் கண்டும் கலங்கினாள். அவ்வேளையிலே தோழி இங்ஙனம் கூறுகிறாள்:)

பின்னொடு முடித்த மண்ணா முச்சி
நெய்கனி வீழ்குழல் அகப்படத் தைஇ;
வெருகுஇருள் நோக்கி யன்ன கதிர்விடுபு
ஒருகாழ் முத்தம் இடைமுலை விளங்க,
அணங்குறு கற்பொடு மடம்கொளச் சாஅய்,
நின்நோய்த் தலையையும் அல்லை; தெறுவர
'என் ஆகுவள்கொல், அளியள் தான்?' என,
என் அழிபு இரங்கும் நின்னொடு யானும்
ஆறுஅன்று என்னா வேறுஅல் காட்சி
இருவேம் நம்படர் தீர வருவது
காணிய வம்மோ- காதல்அம் தோழி!
கொடிபிணங்கு அரில இருள்கொள் நாகம்
மடிபதம் பார்க்கும், வயமான் துப்பின்,
ஏனல்அம் சிறுதினைச் சேணோன் கையதைப்
பிடிக்கை அமைந்த கனல்வாய்க் கொள்ளி
விடுபொறிச் சுடரின் மின்னி அவர்
சென்ற தேஎத்து நின்றதால் மழையே.

என் அன்பு மிகுந்த தோழியே! அவர் சென்ற நாட்டினிடத்தே,

கொடிகள் பின்னிக் கிடக்கும் சிறு காட்டினிடத்திலேயுள்ள இருண்ட கருநிறம் உடைய யானையானது சோர்கின்ற பதத்தைத், தினைவகையினுள் ஒன்றாகிய சிறுதினையைக் காத்திருக்கும், வலியுள்ள சிம்மம்போன்ற வலிமையுடைய பரண்மேலுள்ளவன் பார்த்திருப்பான். பிடி கையின் கண் பொருந்தியதும், தீவாய் தலையிலே உள்ளதுமான கொள்ளிக்கோல் அவன் கையிலே உள்ளதாயிருக்கும். அது வீசப்படும்போது விழும் சுடர்பொறிகளைப் போல, மழையானது மின்னலிட்டுக் காலூன்றிப் பெய்து நின்றது.

பின்புறமாக, முடிந்து போட்டிருக்கும் ஒப்பனை செய்யாத கொண்டையிலே, நெய் கனிய வீழும் குழலினை ஒரு சேரக் கட்டி, வெருகுப் பூனையானது இருளிலே நோக்கினாற் போல ஒரு வடத்தாலாகிய முத்துமாலையானது முலைகளிடையிலே கதிர் விட்டு விளங்க, அருந்ததி போலுற்ற கற்பினால் மடப்பம் மிகுந்த

வளாக, மெலிந்து, நின் நோயளவிலேயே நீ வருந்தி நிற்பவளும் அல்லை.

''அச்சமுற இரங்கத் தக்கவளாகிய இவள்தான் என்னாகு வாளோ?' என்று, என்னுடைய அழிவுக்கண்டும் இரங்கா நின்றனை! அங்ஙனம் இரங்கும் நின்னொடு, யானும் வருந்துதல் நெறியன்று என்று சொல்லாத வேறுபாடற்ற காட்சியினளாவேன். நம் இருவே முடைய வருத்தமும் தீருமாறு நம் தலைவர்கள் வருதலை எதிர் சென்று காணுதற்கு எழுந்து வருவாயாக!

சொற்பொருள்: *1. பின்னுதல்-மண்ணுதல். மண்ணாமை - கைசெய்யாமை. 2. நெய் - மணநெய். 5. அணங்கு- தேவமகள்; அருந்ததி. 6. தெறுவர - அச்சம்வர. 12. அரில்-தூறு. நாகம் - யானை. 13. வயமான்- வலிய சிம்மம்.*

74. வன்புறை இன்சொல்!

பாடியவர்: *மதுரைக் கவுணியன் பூதனார்; மதுரைக் கவுணியன் முத்தனார் எனவும் வேறு பாடம்.* **திணை:** *முல்லை.* **துறை:** *தலைமகன் பிரிவின்கண் அழிந்த கிழத்தி, வற்புறுத்துந் தோழிக்குச் சொல்லியது.*

(அவன் பிரிவால் துயறுற்று வருந்தினாள் தலைவி. அவளுக்கு அவன் வருவான் என ஆறுதல் கூறினாள் தோழி. அதற்குத் தலைவி மாலையினால் தான் அடையும் வருத்தத்தைக் கூறித் தன் இயலா மையை உரைக்கின்றாள்.)

வினைவலம் படுத்த வென்றியொடு மகிழ்சிறந்து,
போர்வல் இளையர் தாள்வலம் வாழ்த்தத்,
தண்பெயல் பொழிந்த பைதுறு காலை,
குருதி உருவின் ஒண்செம் மூதாய்
பெருவழி மருங்கில் சிறுபல வரிப்பப்,
பைங்கொடி முல்லை மென்பதப் புதுவீ
வெண்களர் அரிமணல் நன்பல் தாஅய்,
வண்டுபோது அவிழ்க்கும் தண்கமழ் புறவில்,
கருங்கோட்டு இரலைக் காமர் மடப்பிணை
மருண்டமான் நோக்கம் காண்தொறும், 'நின் நினைந்து
''திண்தேர் வலவ! கடவு' எனக் கடைஇ,
இன்றே வருவர்: ஆன்றிகம் பனி' என,
வன்புறை இன்சொல் நன்பல பயிற்றும்
நின்வலித்து அமைகுவென் மன்னோ- அல்கல்
புன்கண் மாலையொடு பொருந்திக், கொடுங்கோற்
கல்லாக் கோவலர் ஊதும்
வல்வாய்ச் சிறுகுழல் வருத்தாக் காலே!

நாடோறும் வருத்தத்தைத் தருவது மாலைப்பொழுது. வளைந்த கோலினை உடையவரும், தம் தொழிலன்றிப் பிற தொழில்களைக் கற்க விரும்பாதவருமான கோவலர்கள், ஊதும் வலிய வாயினையுடைய சிறுகுழலின் ஓசையும் அம்மாலைப் பொழுதுடன் சேர்ந்து வந்து நம்மை வருத்தும். அங்ஙனம் வருத்தாது போனால்,

குளிர்ந்த மழை பொழிந்த பசுமையற்ற காலத்திலே ''குருதியைப் போன்ற செந்நிறத்தினையுடைய ஒள்ளிய தம் பலப் பூச்சிகள் பெரிய வழிகள் தோறும் சிறிய பல வரிகளாக எங்கும் பரந்து கிடக்கும் பசிய முல்லைக்கொடியிலே, மெத்தென்ற செவ்வியையுடைய மென்பதம் வாய்ந்த புதிய மலர்கள் மிகப் பலவாக மலர்ந்திருக்கும். அவை வெள்ளிய களர் ஆகிய அறல்பட்ட மணலில் உதிர்ந்தும் கிடக்கும். வண்டுகள் அரும்பினை மலர்விக்கும் தண்மையும் முல்லை நிலத்திலே கமழும்.

''அவ்விடத்தே. கரிய கொம்பினையுடைய ஆண்மானது அழகிய இளைய பெண்மானின் மருட்சியுற்ற பார்வையினைக் காணுந்தொறும், நின்னை அவன் நினைவான்.''

''வினையை வெற்றியுறச் செய்த மேம்பாட்டுடன், மகிழ்ச்சியாற் சிறந்து, போரில் வல்ல வீரர்கள் தன்னுடைய முயற்சியின் வலிமையினை வாழ்த்திவர, அவன் வருவான்.''

''பாகனே! திண்ணிய தேரினை இன்னும் விரைவாக செலுத்துவாயாக' எனக் கூறிச் செலுத்திக்கொண்டு, இன்றே நம் தலைவனும் வருவான். நாம் நடுக்கத்தை அமைவோம்.'' என்று, வன்புறையாகிய பல இனிய சொற்களைக் கூறிவரும் நின் சொல்லைக் கேட்டுத், துணிவுடன் நான் அமைந்திருப்பேன். ஆனால், மாலை வருந்துவதனால்தான் இயலாதவளாயுள்ளேன்!

சொற்பொருள்: 1. வினைவலம் படுத்தல் - வினையை வெற்றிப்படுத்தல். 5. சிறுபல வரிப்ப- பல வரிப்படச் சிறியவாகிய பலவும் பரக்க. 7. தாய்- தாவ; தாவச் செய்த.

விளக்கம்: மான்பிணையின் மருட்சியைக் காணுந்தொறும் நின்னை நினைவன்; விரைந்தும் வருவன் என்கிறாள் தோழி. அத்துடன் காட்டினும் மழைக்காலம் வந்ததை உணர்வன் என்கிறாள். தலைவியோ மாலையும் கோவலர் சூழலும் வருத்தாவெனின், நின் பேச்சுக்கு நானும் செவி சாய்த்து அமைந்திருப்பேனே என்கின்றாள்.

75. பிரியச் சூழ்தலும் உண்டோ?

பாடியவர்: மதுரைப் போத்தனார். **திணை:** பாலை. **துறை:** பொருள்வயிற் பிரிவர்' என வேறுபட்ட தலைமகட்குப் 'பிரியேன்' எனத் தலைமகன் சொல்லியது; 'பிரியார்' எனத் தோழி சொல்லியது எனவும் பாடம்.

(பொருள் கருதித் தலைவன் பிரிந்து செல்லப் போகின்றனனோ எனக் கலங்குகிறாள் தலைவி. அந்தக் கலக்கத்தால் மெலியவும் செய்கிறாள். அதனை உணர்ந்த தலைமகன், அவளிடம் பிரியேன் எனக் கூறித் தெளிவிக்கின்றான்.)

''அருள் அன்று ஆக, ஆள்வினை, ஆடவர்
பொருள்'' என வலித்த பொருள்அல் காட்சியின்
மைந்துமலி உள்ளமொடு துஞ்சல் செல்லாது,
எரிசினம் தவழ்ந்த இருங்கடற்று அடைமுதல்
கரிகுதிர் மரத்த கான வாழ்க்கை,
அடுபுலி முன்பின், தொடுகழல் மறவர்
தொன்றுஇயல் சிறுகுடி மன்றுநிழற் படுக்கும்
அண்ணல் நெடுவரை, ஆம்அறப் புலர்ந்த
கல்நெறிப் படர்குவர் ஆயின்- நல்நுதல்,
செயிர்தீர் கொள்கை, சில்மொழி துவர்வாய்,
அவிர்தொடி முன்கை, ஆய்இழை, மகளிர்
ஆரம் தாங்கிய அலர்முலை ஆகத்து,
ஆராக் காதலொடு தாரிடைக் குழையாது
சென்றுபடு விறற்கவின் உள்ளி, என்றும்
இரங்குநர் அல்லது, பெயர்தந்து, யாவரும்,
தருநரும் உளரோ, இவ் உலகத் தான்?' என-
மாரி ஈங்கை மாத்தளிர் அன்ன
அம்மா மேனி, ஐதுஅமை நுசுப்பின்;
பல்காசு நிரைத்த, கோடுஏந்து, அல்குல்;
மெல்இயல் குறுமகள்!- புலந்துபல கூறி
ஆனா நோலை ஆக, யானே
பிரியச் சூழ்தலும் உண்டோ,
அரிதுபெறு சிறப்பின் நின்வயி னானே?'

மாரிக்காலத்தே ஒளிரும் இண்டைச் செடியின் கதிரையொத்த , அழகிய மாமை நிறத்தையுடைய மேனியினளே! நுண்ணியதாய் அமைந்த இடையினை உடையவளே!பல மணிகள் கோத்த மேகலையினையுடைய, பக்கம் உயர்ந்த அல்குலினை உடையவளே! மென்மைத் தன்மையினையுமுடைய என் குறுமகளே!

'எரியும் தீ பரந்த பெருங்காட்டின் புகுமிடத்தே, இலைகள் கரிந்து உதிரப்பெற்ற மரங்களே விளங்கும் காட்டின் வாழ்க்கையையுடைய, கொல்லும் புலிபோலும் வலிமையும் கட்டப் பெற்ற கழலையும் உடைய மறவர்கள் பழமையாய் வருகின்ற இயல்புடைய தமது கானத்துச் சிற்றூரிலுள்ள மன்றங்களில், நிழலிடங்களிலே படுத்து, அவ்வெம்மைக்கு ஆற்றாது உறங்குவர். பெருமையுடைய

அந்நெடுமலையிலேயுள்ள, நீரறக் காய்ந்த கல்வழியில், 'உண்மைப் பொருளாவது அருள் அற்றதான ஆள்வினையே யாகும்'' என்று துணிந்த பொருளற்ற அறிவினையுடைய, வலிமிக்க உள்ளத்தால் சோர்தல் இல்லாது, நம் காதலரும் செல்வாராயின்,

'நல்ல அழகிய நெற்றியினையும், குற்றமற்ற கொள்கையினை யும், சிலவாகிய சொற்களையும், பவளவாயினையும், விளங்கும் வளையணிந்த முன்கையினையும் உடையவர் மகளிர்கள்; அவர்களது முத்தாரம் தாங்கிய பரந்த முலைகளையுடைய மார்பகத்து, அமை யாத காதலொடு, தங்கள் தாரை இடையே குழையச் செய்யாது சென்றொழிந்த மிக்க அழகினை நினைந்து என்றும் இரங்குபவ ராவர்; அஃதல்லாது, ''இவ்வுலகத்தே பெயர்த்தும் அவ்வழகினைத் தருபவரும் உளரோ?'' என்று, இங்ஙனம் மனம் வெதும்பிப் பலவும் கூறினை; அமையாத நோயுடையையும் ஆயினை அஃதாகவும், யான் அரிதாகப் பெற்ற சிறப்பினையுடைய நின்னிடத்தினின்றும் பிரியுமாறு கருதுதலும் உண்டாமோ? (அஃதில்லை; என்றும் இல்லை எனத் தெளிவாயாக.)

சொற்பொருள்: 1. ஆள்வினை- முயற்சி. பிரிவினால் தான் கேடுறுவதுபற்றி அருள் கொள்ளவில்லை யாதலின், அருளன்றாக என்றனர். 2. வலித்த- துணிவித்த. 4. எரிசினம்- எரிகின்ற சினம்; சினம்- நெருப்பு. 5. கரிகுதிர் மரம்- கரிந்த குதிர்போலும் மரம். 13. குழைதல்-துவள்தல்.

விளக்கம்: தோழி கூற்றாயின், 'மெல்லியற் குறுமகளே! நீ பலபுலந்து கூறி நோயையாகவும், அவர் பிரியச்சூழ்தலும் உண்டோ? அவர் பிரியார்காண்' என உரைத்தனள் என்க.

76. காவிரிபோலக் கைவலித்தல்!

பாடியவர்: பரணர். **திணை:** மருதம். **துறை:** தலைமகளை நயப்பித்துக் கொண்டாள்' என்று கழறக் கேட்ட பரத்தை, தலை மகட்குப் பாங்காயினார் கேட்பச் சொல்லியது.

'தலைவனின் காமக்கிழத்தியாகிய இளமைப் பருவத்தாள் ஒருத்தி, தன்பால் தலைவன் வருவது பற்றித் தலைவி புலந்ததாகக் கேட்டவழிப், பெருமிதம் கொண்டு கூறியதாகும்' என்பர் நச்சினார்க் கினியர்.

சிறப்பு: 'ஆட்டனத்தியைக் காண்டிரோ' என ஆதிமந்தி பேதுற்றமை; அஃதை என்பானின் நாளோலக்கச் சிறப்பு.

('பரத்தையர் சேரியிலே ஒருத்தியின் கூத்திலே மயங்கினான் தலைவன்' எனக் கேட்டு, அப்பரத்தையைப் பழித்து அவனோடு ஊடினாள் தலைவி. அதனைக் கேட்ட அப்பரத்தை, அவன் கூத்துக்

காண வந்ததற்கே என்னைத் தூற்றினளோ? இனி, அவள், அவனை முற்றவும் பிரிந்து கதறியழ, நான் அவனைக் கைக்கொள்வேன்' எனச் சொல்லிச் சீறுகிறாள்.)

மண்கனை முழவோடு மகிழ்மிகத் தூங்கத்,
தண்துறை ஊரன் எம்சேரி வந்தென
இன்கடுங் கள்ளின் அஃதை களிற்றோடு
நன்கலம் ஈயும் நாள்மகிழ் இருக்கை
அவைபுகு பொருநர் பறையின், ஆனாது,
கழறுப என்ப, அவன் பெண்டிர்: அந்தில்
கச்சினன், கழலினன், தேம்தார் மார்பினன்
வகைஅமைப் பொலிந்த, வனப்புஅமை தெரியல்,
சுரியல்அம் பொருநனைக் காண்டிரோ?' என,
ஆதி மந்தி பேதுற்று இனைய,
சிறைபறைந்து உறைஇச் செங்குணக்கு ஒழுகும்
அம்தண் காவிரி போல,
கொண்டுகை வலித்தல் சூழ்ந்திசின், யானே!

மார்ச்சனை செறிந்த மத்தளத்தோடு, காண்பவருக்கு மகிழ்ச்சி பெருகுமாறு யாங்கள் கூத்தாடினோம். தண்மையான நீர்த்துறை யையுடைய ஊரன், அதனைக் காண விரும்பி எம் சேரிக்கு வந்தான்! அதற்கே,

அவன் மனைவி, இனிய கடுப்பினையுடைய கள்ளினால் செருக்குற்ற அஃதை என்பானது, யானைகளோடு நல்ல பல அணி களையும் பரிசிலர்க்கு வழங்கும், மகிழ்ச்சி பொருந்திய நாளோலக் கத்தையுடைய அவையிலே செல்லும், கூத்தரது பறைகள் முழங்கு வனபோல, ஓயாது என்னையே இகழ்கின்றனள்' என்று கூறுகின் றனர். ஆயின்,

''இடுப்பிலே கச்சினையும், கால்களிலே கழல்களையும், தேனொழுகுந் தாரணிந்த மார்பினையும் உடையவன்; கூறுபாட்டின் அமைதியோடு விளங்கும் வனப்புக்கள் அமைந்த மாலைகள் உடையவன்: குழன்ற மயிரினையுடைய அழகிய கூத்தப் பொருநன், ஆட்டனத்தி. அவனைக் கண்டீரோ?'' என்று, அவன் மனைவி யாகிய ஆதிமந்தி மயக்கமுற்று கதறியழக், கரையினை மோதிப் பரவி நேர்கிழக்காக ஓடும் அழகிய குளிர்ந்த காவிரியின், புது வெள்ளம் கைக்கொண்டு போனாற் போல, அவனையும் என்பாற் கொண்டு கைப்பற்றிக் கொள்ளுதலை யானும் கருதியிருக்கின்றேன் என்பதனையும் அவள் அறிவாளாக.''

சொற்பொருள்: *1. தூங்க - கூத்தாட. 6. கழறுதல்- வைதல். 9. வகை - கூறுபாடு. சுரியல்- சுருட்டையான மயிர். 9. பொருநன்-*

கூத்தாடுவோன். 11. சிறை- அணை; கரையுமாம். 13. கைவலித்தல் - கைக்கொண்டு தழுவிப் பிரியாதிருத்தலும் ஆம் 'ஆடற்றகையா னாதல், பாடற்குரலானாதல் பெற்றேன்' என்று சொல்லுவாளாயின், இனி இப்படிச் செய்கிறேன் என்றாள்.

விளக்கம்: காவிரி வெள்ளத்திலே தன் கணவனை இழந்து, ஆதிமந்தியானவள் அலறித் துடித்ததைப் போல, என்னிடத்தே அவனை யிழந்து, அவன் மனைவியும் அலறித் துடிதுடிக்கச் செய்வேன்' என்பது சூள்.

77. பனிவார் கண்!

பாடியவர்: மருதனிளநாகனார். **திணை:** பாலை. **துறை:** தலைமகன் பிரியக் கருதிய நெஞ்சிற்குச் சொல்லிச் செலவழுங் குவித்தது. **சிறப்பு:** சேரர் படைத்தலைவனாகிய பிட்டன் என்பானின் போர்மறம்.

(தானும் 'தன்னொத்த பிறரைப் போல வேற்று நாடு சென்று பொருள் தேடி வரவேண்டும்' என்று விரும்புகின்றான் ஒரு தலைவன். அவனுடைய குறிப்பினை அறிந்த தலைவி, கண் கலங்கி நொந்து மெலிந்தாள். அப்போது, அவன் தன் நெஞ்சுக்குச் சொல்லித், தான் போவதை நிறுத்திக் கொண்டான். அவன் சொன்னவை:)

நல்நுதல் பசப்பவும், ஆள்வினை தரீஇயர்,
துன்அருங் கானம் துன்னுதல் நன்று' எனப்
பின்னின்று சூழ்ந்தனை ஆயின், நன்று இன்னாச்
சூழ்ந்திசின்- வாழிய, நெஞ்சே! - வெய்துற
இடிஉமிழ் வானம் நீங்கி, யாங்கணும்
குடிபதிப் பெயர்ந்த சுட்டுடை முதுபாழ்,
கயிறுபிணிக் குழிசி ஓலை கொண்மார்,
பொறிகண்டு அழிக்கும் ஆவண மாக்களின்,
உயிர்திறம் பெயர, நல்அமர்க் கடந்த
தறுக ணாளர் குடர்தரீஇத் தெறுவச்,
செஞ்செவி எருவை, அஞ்சுவர இருக்கும்
கல்அதர்க் கவலை போகின், சீறூர்ப்
புல்அரை இத்தீப் புகர்படு நீழல்
எல்வளி அலைக்கும், இருள்கூர் மாலை,
வானவன் மறவன், வணங்குவில் தடக்கை,
ஆனா நறவின் வண்மகிழ் பிட்டன்
பொருந்தா மன்னர் அருஞ்சமத்து உயர்த்த
திருந்துஇலை எஃகம் போல,
அருந்துயர் தரும், இவள் பனிவார் கண்ணே!

என் நெஞ்சமே! நீ வாழ்வாயாக!

'நம் தலைவியின் அழகிய நெற்றியும் பசலையினால் அழகிழந்து போகுமாறு அவளைப் பிரிந்து, முயற்சியினால் பொருள் ஈட்டி வருவதற்குக், கடத்தற்கு அரிய காட்டினையும் கடந்து சொல்லு தலும் நன்று' என நீ எண்ணினையானால், எனக்கு மிகவும் துன்பத் தினையே கருதினையாவாய்.

இடிகளை உமிழ்கின்ற வானமானது வெம்மையுற்று, மழை யும் பெய்யாது நீங்கிப்போக, அதனால் எவ்விடத்தும் குடிகள் தத்தம் ஊரைவிட்டுப் பெயர்ந்து போவாராகவும் காண்கின்ற கோடைக்குச் சான்றாகப் பலரும் சுட்டிக் கூறும் வெம்மையினையுடையது, என்றென்றுமே பாழ்பட்டுக் கிடக்கும் பாலை நிலம்.

கயிற்றினால் பிணிக்கப்பட்டுள்ள குடத்துக்கண்ணே உள்ள ஆவண ஓலைகளை எடுத்துக் கொள்வதற்கு, அக்குடத்தின் மேலிட்ட இலாஞ்சினையை ஆராய்ந்துபார்த்த பின் நீங்கும் ஆவண மாக்களைப் போல,

தம் உயிரானது வேறொரு பிறவியிலே சென்று புகுமாறு மாற்றார்கள் அஞ்ச, நல்ல போரினை வென்றுபட்ட தறுகண்மை யினையுடைய வீரர்களின் குடரைச், சிவந்த காதுகளையுடைய பருந்தானது, காண்பவர் அஞ்சுமாறு, அவர்கள் உடற்கூட்டினின்றும் இழுத்துப் போடும்.

கற்களுடைய கவர்ந்த வழிகளிலே சென்றால், ஆங்குள்ள சிற்றூர்களில் புல்லிய அடியினையுடைய இத்தியின் புள்ளிபட்ட நிழலிலே பெருங்காற்று அலைத்துக் கொண்டிருக்கும். அவ்விடத்தே இருள்மிகுந்த மாலைப்பொழுதிலே,

சேரமானின் படைமறவனாகிய, வளைந்த வில்லைத் தன் பெரிய கையிலே கொண்ட, அமையாத கள்ளினது மிக்க மகிழ்ச் சியை உடையவனாகிய பிட்டன் என்பான், பகைமன்னரது அரிய போரின்கண் உயர்ந்த, திருந்திய இலைத் தொழிலையுடைய வேலினைப் போல, இவளுடைய நீர் ஒழுகும் கண்கள் என் கண் முன் தோன்றி, எனக்குப் பொறுத்தற்கும் அரிதான துயரத்தையும் தருமன்றோ!

சொற்பொருள்: 1. தரீயர் - பெறவேண்டி. 6. சுட்டு - பலரும் கருதிச் சொல்லப்படுதல். 7. குழிசி-குடம். பொறி- இலாஞ்சினை; முத்திரை. 13. புகர்-புள்ளி. 14. எல்வளி- பெருவளி. 15. வானவன்- சேரன். 16. பிட்டன்-சேரர் படைத்தலைவர்களுள் ஒருவன்.

விளக்கம்: 'குழிசியோலை' என்பது குடவோலை: மக்களிட மிருந்து பிரதிநிதிகளைத் தெரிந்தெடுக்க, இவ்வாறு ஊர்ஊராகக்

புலியூர்க் கேசிகன்

குடவோலை இடும் முறையிலே அந்நாளில் தெளிவு நடத்தி வந்தனர். முடிவு கூறுவோர், பானையிலிருந்து ஓலையை உருவி எடுத்தல் போலப் பருந்து குடரை உருவும் என்க, 'ஆவணமாக்கள்' என்னும் அலுவலர்களைப் பற்றிய செய்தியையும் அறிக.

78. உள்ளியும் அறிதிரோ?

பாடியவர்: மதுரை நக்கீரனார். **திணை:** குறிஞ்சி. **துறை:** களவுக்காலத்துப் பிரிந்துவந்த தலைமகற்குத் தோழி சொல்லியது. **சிறப்பு:** மூவேந்தரும் பாரியின் பறம்பு மலையை முற்றியிருப்பக் கபிலருடன் தன் எல்லையைக் காத்த பாரியின் சிறப்பு.

(களவிலே இடையீடுபடும் பிரிவினால் வாடிமெலிந்தாள் ஒரு தலைவி. அவள் காதலனிடம், அவளுடைய மெலிவைக் கூறுதல் மூலம், அவளை வரைந்து கொள்ளத் தூண்டும் முயற்சியிலே ஈடுபடுகிறாள் தோழி.)

'நனந்தலைக் கானத்து ஆளி அஞ்சி,
இனம்தலைத் தரூஉம் எறுழ்கிளர் முன்பின்,
வரிஞிமிறு ஆர்க்கும், வாய்புகு கடா அத்துப்
பொறிநுதற் பொலிந்த வயக்களிற்று ஒருத்தல்
இரும்பிணர்த் தடக்கையில், ஏமுறத் தழுவ,

கடுஞ்சூல் மடப்பிடி நடுங்கும் சாரல்,
தேம்பிழி நறவின் குறவர் முன்றில்
முந்தூழ் ஆய்மலர் உதிரக், காந்தள்
நீடுஇதழ் நெடுந்துடுப்பு ஓசியத், தண்ணென
வாடை தூக்கும் வருபனி அற்சிரம்,

நம்இல் புலம்பின், நம் ஊர்த் தமியர்
என்ஆ குவர்கொல் அளியர் தாம்?' என
எம்விட்டு அகன்ற சின்னாள், சிறிதும்,
உள்ளியும் அறிதிரோ-ஓங்குமலை நாட!
உலகுடன் திரிதரும் பலர்புகழ் நல்இசை

வாய்மொழிக் கபிலன் சூழச் சேய்நின்று
செழுஞ்செய்ந் நெல்லின் விளைகதிர் கொண்டு,
தடந்தாள் ஆம்பல் மலரொடு கூட்டி,
யாண்டுபல கழிய, வேண்டுவயிற் பிழையாது,
ஆள்இடூஉக் கடந்து, வாள்அமர் உழக்கி,

ஏந்துகோட்டு யானை வேந்தர் ஓட்டிய
நெடும்பரிப் புரவிக் கைவண் பாரி
தீம்பெரும் பைஞ்சுனைப் பூத்த
தேம்கமழ் புதுமலர் நாறும்- இவள் நுதலே?
ஓங்கி உயர்ந்த மலைநாடனே!

விளங்கித் தோன்றும் மிகுதியான வலிமையினையும் தன் இனத்தைத் தன்னுடனே கூட்டிக்கொள்ளும் இயல்பினையும், வரி யினையுடைய வண்டினம் மொய்த்துக் கொண்டிருக்கும் வாய்புகு மதநீரினையும் உடைய. புள்ளிகள் பொருந்திய நெற்றியினால் அழகுற்று விளங்கும் வலிபொருந்திய யானைக்கூட்டத் தலைவ னாகிய களிறானது, அகன்ற இடத்தையுடைய காட்டினிடத்தேயுள்ள ஆளியினை நினைந்து, முதற்சூலையுடையதன் இளையபிடி அஞ்சியதாக, அதனைக்கரிய சருச்சரையுடைய தன் பெரிய கையினால் பாதுகாவலுறத் தழுவிக்கொள்ளும், அத்தகைய மலைச்சாரலிலே.

தேன் கூடுகளைப் பிழிந்து மது எடுத்துக் கொண்டிருக்கும் குறவர்களது வீட்டு முற்றங்களிலே, மூங்கிலின் அழகிய மலர்கள் காய்ந்து உதிரவும், காந்தளது நீண்ட இதழ்களையுடைய பெரிய மலர்கள் முறியவும், தண்ணென்ற வாடைக் காற்று வீசிக் கொண் டிருக்கும்; தோன்றுகின்ற பனியையுடைய அத்தகைய முன்பனிக் காலத்திலே,

எம்மை விட்டுப் பிரிந்த சில நாட்களுக்குள்ளாகவே, நாம் இல்லாதிருக்கின்ற தனிமைத் துன்பத்தினால், தம்முடைய ஊரி னிடத்தே, தனித்துத் துயருறும் இரங்கத்தக்கவராகிய இவர், என்ன கதிதான் அடைவாரோ என எண்ணி, இரக்கங்கொண்டு,

உலகெங்கும் சுற்றிக்கொண்டிருக்கும் பலரும் புகழ்கின்ற நல்ல புகழினையும், வாய்மை தவறாத மொழியினையும் உடைய கபிலன் ஆராய்ந்து வினை செய்ய, நெடுந்தொலைவினின்றும் வளம் பொருந்திய வயல்களிலே விளைந்த நெற்கதிர்களைக் கொண்டு வந்து, அவற்றைப் பெரிய தண்டினையுடைய ஆம்பல் மலராகிய அயலோடு கூட்டிச்சமைத்து உண்பித்துப், பல ஆண்டுகள் கழியவும், தாம் விரும்பிய நெறியினின்றும் பிறழாமல், பகைவர் படைகளிலே புகுந்து வாட்போரிட்டு அவர்களைக்கலக்கிய, நிமிர்ந்த கொம்புகளை யுடைய போர்யானைகள் மலிந்த மூவேந்தர் படைகளையும் தோற்று ஓடச்செய்த, விரைவினையுடைய குதிரையினையும் கைவண்மை யினையும் உடைய பாரி வேளின், இனிய பசுமையான சுனை யிடத்தே பூத்த, தேன் மணக்கும் புதுமலர்போல மணம்நாறும் இவளது நெற்றியினைச்,

சிறிதளவேனும் நீர் நினைத்தும் அறிந்தீரோ?

சொற்பொருள்: 2. இனம் தலைதரும்- தன் இனத்தைத் தன் தலைமையின் கீழே கூட்டிக்கொள்ளும். 4. ஒருத்தல்- தலைவன். 7. தேம் - இனிமை; தேனுமாம். தேனாற் பிழிந்து ஆக்கிய மது வென்க. 8. முந்தூழ்- மூங்கில். 10. அற்சிரம்-பனிக்காலம்.

விளக்கம்: *16. 'கபிலன்சூழ' என்பது, மூவரும் பறம்பினை முற்றியிருப்ப, உணவற்ற காலத்தே கிளிகளை வளர்த்துக் கதிர் கொண்டு வரச் செய்து, கபிலர் பசிபோக்கினர் என்பது.*

'களிறு தன்னை அணைத்துக் காத்து நிற்பவும், பிடியானது ஆளியை நினைந்து அஞ்சி நடுங்கினாற்போல, நீயும் இவளைக் காத்துப் பேணுகின்ற இயல்பினையுடையை என்றாலும், நின் பிரிவுக்கு அஞ்சி இவள் வாடினள்' என்பது உள்ளுறை பொருள்.

'நெற்றியினை நினைத்தும் அறிதிரோ' எனக் கேட்டாள். அதன் அழகு ஒழியக் காரணமாகிப் பிரிந்து போதலின் கொடுமையைக் கூறுதற்கு.

79. வல்லாங்கு வருதும்!

பாடியவர்: குடவாயிற் கீரத்தனார். **திணை:** பாலை. **துறை:** *பொருள்வயிற் பிரிந்த தலைமகன் இடைச்சுரத்துத் தன் நெஞ்சிற்குச் சொல்லியது.* **சிறப்பு:** கொங்கு நாட்டார் தம் ஆக்களுக்கு நீர்தரும் பொருட்டு மலைப்பகுதியிலே வெட்டிய கிணறுகள்.

(உள்ளம் பொருளார்வத்தைத் தூண்டத் தலைவியைப் பிரிந்து பாலைவழியிலே சென்று கொண்டிருந்தவன், இடைவழியிலே தன் தலைவியின் எண்ணம் தம் நெஞ்சினை ஆட்கொள்ள இவ்வாறு கூறுகின்றான்.)

தோட்பதன் அமைத்த கருங்கை ஆடவர்
கனைபொறி பிறப்ப நூறி, வினைப் படர்ந்து
கல்லுறுத்து இயற்றிய வல்உயர்ப் படுவில்,
பார்உடை மருங்கின் ஊறல் மண்டிய
வன்புலம் துமியப் போகிக், கொங்கர்
படுமணி ஆயம் நீர்க்கு நிமிர்ந்து செல்லும்
சேதா எடுத்த செந்நிலக் குரூஉத் துகள்
அகல்இரு விசும்பின் ஊன்றித் தோன்றும்
நனந்தலை அழுவம், நம்மொடு துணைப்ப,
'வல்லாங்கு வருதும்' என்னாது, அல்குவர
வருந்தினை- வாழி என் நெஞ்சே! - இருஞ்சிறை
வளைவாய்ப் பருந்தின் வான்கட் பேடை,
ஆடுதொறு கனையும் அவ்வாய்க் கடுந்துடிக்
கொடுவில் எயினர் கோட்சுரம் படர
நெடுவிளி பயிற்றும் நிரம்பா நீள்இடை,
கல்பிறங்கு அத்தம் போகி
நில்லாப் பொருட்பிணிப் பிரிந்த நீயே!

என் நெஞ்சமே! நீ வாழ்வாயாக!

ஆடுந்தோறும் ஒலிமுழங்கும் அழகிய முகப்பினையுடைய துடியினையும், வளைந்த வில்லினையும் உடையவர் எயினராகிய பாலைநிலத்து மறவர்கள். வழிச்செல்வாரைக் கொள்ளையிடும் கருத்துடன், அவர்கள் சுரநெறியிலே எங்கணும் பரவியிருப்பர்.

பெரிய சிறையினையும் வளைந்த வாயினையும் உடைய பருந்தினது, வெண்மையான கண்களையுடைய பேடையானது, தன் சேவலை நினைந்து, நெடுங்குரல் எழுப்பிக் கூப்பிட்டுக் கொண்டே இருக்கும், நீண்ட பெருவழி அது. கற்கள் பரவிக்கிடக்கும், அந்தக் காட்டின் வழியே சென்று, ஓரிடத்திலேயும் நில்லாத இயல்பினையுடைய பொருளின் மீது கொண்ட பற்றினால், நீ எம் தலைவியையும் பிரிந்தனை!

தோளிலே தொங்கவிடும் சோற்று மூட்டையினையுடைய, வலிய கையினரான ஆடவர்கள், தொழில் செய்தலிலேயே முனைந்து, மிக்க தீப்பொறி பறக்குமாறு, பாறைகளைத் தகர்த்துத் தோண்டுதலைச் செய்து இயற்றிய, மிக்க உவர் நீரையுடைய கிணற்றிலே, பாரினை உடைத்த பக்கத்திலே ஊறிக்கிடக்கும் நீரினை உண்ணுதலை விரும்பியவாக, ஒலிக்கும் மணிபூண்ட ஆயமாகிய கொங்கர்களது பசுமந்தைகள். தம் தலைகளை நிமிர்த்தவாறே ஆரவாரத்துடன் சென்றுகொண்டிருக்கும். வன்புலமானது தூளெழும்படியாகச் சென்று, அவை கிளப்பிய செம்மண்ணாகிய நிறம் பொருந்திய புழுதியானது, அகன்ற பெரிய வானத்தினிடத்தே மண்டித் தோன்றும். அத்தகைய இடமகன்று கிடக்கும் காட்டிலே-

நம்மோடும் துணையாகக் கூடி, வல்லபடி உடன் வருவோம் என்றில்லாமல், இவ்வாறு இங்கு வந்தவிடத்திலே, அவளையே நினைந்து நினைந்து வருந்துகின்றனையே! இஃது என்னையோ?

சொற்பொருள்: *1. தோட்பதன்- தோளிலே தொங்கவிடும் சோற்று மூட்டை. கருங்கை - வலிய கை.* **2.** *கனைபொறி - மிக்க பொறிகள். நூறி- வெட்டி.* **3.** *கல்லுறுத்தல்-தோண்டுதல். வல்லுவர்-மிக்க உவர்; படு கிணறு. 4. ஊறல்-ஊறிவரும் நீர். 5. துமிய- துகள் எழ. 9. அழுவம் காடு. 10. அல்குவர- இங்கே தங்குதல் அமைந்த. 12. வான்கண்- வெள்ளைக்கண். 8. ஊன்றித் தோன்றும்- மிக்குத் தோன்றும். 1. 'தோட்டப்பயன் அமைத்த' என்று பாடமாக்கித் தோண்டுகை முன்பே நீரைச் சொரிந்தமைத்த என்றுயாம்.*

விளக்கம்: *'எயினர் கோட்சுரம் படரப் பேடை நெடுவிளி பயிற்றும்; அவ்வழிச் செல்லுதலினால் தன் தலைவியும் தன்னை நினைத்து வருந்தித் துயருறுதல் பொருந்துவதே' எனத் தலைவனின் மனம் உளைந்தது என்க.*

80. பகல் வந்து ஈமே!

பாடியவர்: மருங்கூர்கிழார் பெருங்கண்ணனார்; நக்கீரனார் பாடியது எனவும் பாடம். **திணை:** நெய்தல். **துறை:** இரவுக்குறி வந்த தலைமகற்குத் தோழி சொல்லியது.

(நெய்தற் பாங்கிலே, தன் காதலியைச் சந்திக்க இரவு வேளை யிலே வருகிறான் ஒருவன். அவனுடைய காதலியோ வழியின் கொடுமையை நினைந்து நடுங்கினாள். அதனை மறைத்துப் பகலிலே வருமாறு தோழி தலைவனிடம் கூறுகிறாள்.)

கொடுந்தாள் முதலையொடு கோட்டுமீன் வழங்கும்
இருங்கழி இட்டுச்சுரம் நீந்தி, இரவின்
வந்தோய் மன்ற - தண்கடற் சேர்ப்ப!-
நினக்குஎவன் அரியமோ, யாமே? எந்தை
புணர்திரைப் பரப்பகம் துழைஇத் தந்த
பல்மீன் உணங்கற் படுபுள் ஒப்புதும்
முண்டகம் கலித்த முதுநீர் அடைகரை
ஒண்பன் மலரக் கவட்டுஇலை அடும்பின்
செங்கேழ் மென்கொடி ஆழி அறுப்ப
இனமணிப் புரவி நெடுந்தேர் கடைஇ,
மின்இலைப் பொலிந்த விளங்கிணர் அவிழ்பொன்.
தண்நறும் பைந்தாது உறைக்கும்
புன்னைஅம் கானல், பகல்வந் தீமே!

குளிர்ந்த கடற்கரையினை உடைய தலைவனே!

வளைந்த காலினையுடைய முதலைகளோடு, கொம்பினை யுடைய சுறாமீன்களும், இயங்கும் உப்பங்கழிகள் நெருங்கிக் கிடக்கும் அரிய வழியினைக் கடந்து, இந்த இரவு நேரத்திலேயும் நீ வந்துள்ளனை!

நீர் முள்ளிகள் தழைத்துக் கிடக்கும் கடலின் அடைகரையி லேயுள்ள, ஒள்ளிய பலவாகிய மலர்களையுடைய, கவடு பட்ட இலைகளையுடைய அடம்பினது, சிவந்த நிறமுடைய மெல்லிய கொடிகளை, நின் தேருருள்கள் அறுத்துக் கொண்டே வரும். ஒரே இனமாக விளங்கும் மணிகள் பூண்ட குதிரைகள் பூட்டிய நின் நெடுந்தேரினை, அங்ஙனம் செலுத்தியவனாக, ஒளிரும் இலை களால் அழகுற்று விளங்கும் மலர்ந்த பூங்கொத்துக்கள், பொன் போலும் தன்மையான நறும்பூந் தாதுக்களைத் தம் கட்டவிழ்த்து சொரியும், புன்னை மரங்கள் செறிந்த அழகிய கானற்சோலையிலே, இனிப் பகல் வேளையிலேயே வருவாயாக!

எம் தந்தை, பொருந்தும் அலைகளையுடைய கடல் அகத்தே யிருந்து துழவிக் கொணர்ந்த, பலவகை மீன்களின் வற்றலிலே

வந்து படியும் புட்களை, யாம் அவ்வேளை அங்கே ஓட்டியிருப்போம்.

ஆதலின், யாங்கள் நினக்கு எங்ஙனம் கூடுதற்கு அரியவர்களாவோம்?

சொற்பொருள்: 2. இட்டுச் சுரம் - குறுகிய வழியினையுடைய சுரம். 7. அடைகரை - கரையடியில். 11. அவிழ்தல் - மலர்தல். பகற்குறி வாயாமையாலேயே அவன் இரவுக்குறி நேர்ந்தான்; இப்போது அதுவும் மறுத்தனள் தோழி; அதனால் விரைந்து வந்து மணந்து கொள்வாயாக என்பது கருத்தாகும்.

81. உவியத்தின் நாளுலா!

பாடியவர்: ஆலம்பேரிச் சாத்தனார். **திணை:** பாலை. **துறை:** பிரிவுணர்த்திய தலைமகனுக்குத் தோழி தலைமகள் குறிப்பறிந்து வந்து சொல்லியது. **சிறப்பு:** கடலன் என்பான்.

(பொருள்வயிற் பிரியக் கருதியவனாகிய தலைமகன், அதனைத் தலைவியினிடம் கூறுதற்குத் தோழியின் உதவியை நாடுகின்றான். அவள், அவன் கருத்தைத் தெரிவித்து, அதனைக் கேட்டுத் தலைமகள் பட்ட துயரங்களை, அவனிடம் மீண்டும் வந்து சொல்லுகிறாள்.)

நாள்உலா எழுந்த கோள்வல் உளியம்
ஓங்குசினை இருப்பைத் தீம்பழம் முனையின்,
புல்அளைப் புற்றின் பல்கிளைச் சிதலை
ஒருங்கு முயன்று எடுத்த நனைவாய் நெடுங்கோடு
அரும்புஊது குருகின், இடந்து, இரை தேரும்
மண்பக வறந்த ஆங்கண் கண்பொரக்
கதிர்தெறக் கவிழ்ந்த உலறுதலை நோன்சினை
நெறிஅயல் மராஅம் ஏறிப், புலம்புகொள்
எறிபருந்து உயவும் என்றூழ் நீள்இடை
வெம்முனை அருஞ்சுரம் நீந்திச் - சிறந்த
செம்மல் உள்ளம் துரத்தலின், கறுத்தோர்
ஒளிறுவேல் அழுவம் களிறுபடக் கடக்கும்
மாவண் கடலன் விளங்கில் அன்ன, எம்
மைஎழில் உண்கண் கலுழ -
ஐய! சேறிரோ, அகன்றுசெய் பொருட்கே?

ஐயனே! சிறந்த தலைமை வாய்ந்த நுமது உள்ளமானது எம்மைப் பிரிந்து சென்று, ஈட்டும் பொருளுக்குச் செல்லுமாறு, நும்மைத்தூண்டுதலினாலே,

வெகுண்டு போருக்கு எழுந்த பகைவரது, ஒளிர்கின்ற வேல்களையுடைய போர்க்களத்திலே, களிறுகள் மடியுமாறு வீழ்த்தும்

ஆற்றலுடையவனும், மிக்க வண்மையுடையவனுமாகிய கடலன் என்பவனது, விளங்கில் என்னும் ஊரினைப் போன்ற, எம்முடைய அழகிய மையுண்ட கண்ணினளான தலைவியானவள், அழுது புலம்ப,

தனக்குரிய இரையினைப் பற்றிக் கொள்ளுதலிலே வல்லதானை கரடியானது, தன்னுடைய நாள் வேட்டைமேற் செல்லுதற்கு எழுந்து, உயர்ந்த கிளைகளையுடைய இருப்பை மரத்தின் இனிய பழமானது வெறுத்துப் போயினதென்றால், கரையான் தன் நனைந்த வாயால் ஒருங்குக் கூடிப் பல கிளைகளாகக் கட்டிய, புல்லிய வளைகளை யுடைய புற்றினது நெடிய உச்சியினை, இருப்பு உலையிலே ஊதும் துருத்தியைப் போன்று ஊதிப் பெயர்த்து, ஆங்குள்ள புற்றஞ் சோறாகிய இரையினை எடுத்து உண்ணும். மண் பிளவுபட கோடை எரிக்கும் வறட்சியுற்ற பாலை நிலமாகிய அவ்விடத்திலே,

கண்கள் கலங்குமாறு கதிரவன் எரித்தலால், நெறியின் அயலிடங்களிலேயுள்ள வெண்கடம்புகளின் கவிழ்ந்திருக்கும் காய்ந்த உச்சியினையுடைய உயர்ந்த கிளைகளிலே ஏறித், தன் இரையினைப் பாய்ந்து எடுக்கும் பருந்தும், ஏதும் கிடையாதே தனித் திருந்து வருந்தும், மிகுதியான வெப்பம் நெடுகப் பரக்கும் இடங் களாகிய வெவ்விய முனைகளையுடைய அரிய சுரத்தினைத் தாண்டி,

நீரும் பிரிந்தவராகச் செல்லுவீரோ? (வேண்டாங்காண் என்பது தோற்றம்).

சொற்பொருள்: 1. உலா - உலாவி. எழுந்த - எழுந்திருந்த. 5. குருகு - கொல்லன் உலையின் துருத்தி முனை. 6. கண்பொர - கண் பார்க்க முடியாதபடி கூச. 9. எறிதல். பாய்ந்து எடுத்தல். 12. வேலமுவம் - வேற்பரப்பினையுடைய போர்க்களம்.

விளக்கம்: இனிய இருப்பைப் பழத்தை வெறுத்து, வலிய முயற்சியான புற்றாஞ் சோறு எடுத்தலை மேற்கொள்ளும் வலிய கரடியினைப் போல, நீரும், இனிய நும் தலைவியைப் பிரிந்து, நிலையற்ற பொருளை நாடி, வலிதின் முயன்று சொல்லுவீரோ என்பதாம்.

82. விறலியின் தோன்றும் மயில்!

பாடியவர்: கபிலர். **திணை:** குறிஞ்சி. **துறை:** தோழிக்குத் தலைவி அறத்தோடு நின்றது.

'தன் கருத்து வெளிப்படாது தன் மெய்க்கட்டோன்றிய புதுமை யைத் தலைவி வியந்தாள் போலத் தோழிக்கு அறத்தொடு நின்றது. 'புலர்குரலேனல்... ளேனே' என்பது, கண் துயில் மறுத்தல் என்னும் மெய்ப்பாட்டிற்கு உதாரணமாயிற்று என்பர் பேராசிரியர்.

'அவனை ஆயத்தார் பலரும் கண்டாரென வந்தோன் முட்டிய வாறும், அவருள் நெகிழ்தோளோன் யானே எனத் தானே கூறிய வாறும்' காண்க, என்பர் நச்சினார்க்கினியர்.

(காதல் பிறக்கும் அதிசயத்தை வருணிப்பது இப்பாடல், பல பெண்கள் ஒருவனைக் கண்டபோதும், அவன்பால் ஒருத்திக்கு மட்டுமே உள்ளத்து ஈடுபாடு மிகுதியாகின்ற விசித்திரத்தை விளக்கு கிறது இந்தப் பாடல். இயற்கையின் அமைதி எங்ஙனம் அதற்கு உதவுகிறதென்பதும் இதன்கண் காணலாம்.)

ஆடுஅமைக் குயின்ற அவிர்துளை மருங்கின்
கோடை அவ்வளி குழலிசை ஆக,
பாடுஇன் அருவிப் பனிநீர் இன்இசைத்
தோடுஅமை முழவின் துதைகுரல் ஆகக்
கணக்கலை இகுக்கும் கடுங்குரற் றூம்பொடு.   5

மலைப்பூஞ் சாரல் வண்டுயாழ் ஆக,
இன்பல் இமிழ்இசை கேட்டுக், கலிசிறந்து,
மந்தி நல்அவை மருள்வன நோக்கக்
கழைவளர் அடுக்கத்து, இயலி ஆடுமயில்
நனவுப்பகு விறலியின் தோன்றும் நாடன்!   10

உருவவல் விற்பற்றி, அம்புதெரிந்து,
செருச்செய் யானை செல்நெறி வினாஅய்ப்,
புலர்குரல் ஏனற் புழையுடை ஒருசிறை,
மலர்தார் மார்பன், நின்றோற் கண்டோர்
பலர்தில், வாழி - தோழி - அவருள்,   15

ஆர்இருட் கங்குல் அணையொடு பொருந்தி,
ஓர்யான் ஆகுவது என்கொல்,
நீர்வார் கண்ணொடு, நெகிழ்தோ ளேனே?

தோழி! வாழ்வாயாக!

அசைகின்ற மூங்கிலின் துளையுள்ள இடங்களிலே, அழகிய மேல்காற்றினால் எழும் ஒலியானது குழலின் இசையாகவும், இன்னொலியுடனே வீழுகின்ற அருவியின் இனிய ஓசையே தொகுதியுடைய முழவின் இசையாகவும், கலைமான்களின் கூட்டம் தாழ ஒலிக்கும் கடுங்குரல் பெருவங்கியத்தின் ஒலியாகவும், மலையகத்துப் பூஞ்சாரலிலேயுள்ள வண்டுகளின் ரீங்காரமே இனிய யாழிசையாகவும், இங்ஙனம் இனிய பலவாகிய இசைகள் கானகத் திலே விளங்கும். அவற்றைக் கேட்டு மந்திகளாகிய நல்ல திரள் ஆரவார மிக்கவாயின; வியப்புடனும் அவற்றை நோக்கின.

மூங்கில்கள் வளர்ந்திருக்கும் மலையடுக்குகளிலே உலாவி ஆடுகின்ற மயிலினங்கள், களத்திலே புகுந்து ஆடும் விறலியாரைப்

போலத் தோன்றும். அத்தகைய மலைநாட்டையுடையவன் ஒரு தலைவன். புது மலர்களாலாகிய தாரினை மார்பிலே அணிந்தவன் அவன். அச்சந்தரும் வில்லினைக் கையிலே பற்றியவனாகச், சிறந்த அம்புகளைத் தெரிந்து எடுத்துக் கொண்டு, தன்னால் அம்பு எய்யப்பெற்ற யானையானது சென்ற நெறியினைக் குறித்து வினவியவனாக, முதிர்ந்த கதிரினையுடைய தினைப்புனத்தின் வாயிலிலே, ஒருபுறமாக வந்து நின்றனன். அப்படி நின்ற அவனைக் கண்டோர், குறமகளிர் தம்முள்ளே பலராவர்.

அவர்களுள், அரிய இருள் செறிந்த இரவிலே, அணையோடு முகஞ்சேரப் பொருந்திக் கிடந்து, நீர் சொரியும் கண்ணோடு, மெலிந்த தோள்களை உடையேனாக, யான் ஒருத்தி மட்டும் வருத்த முறல் ஆகியதுதான் என்னையோ?

சொற்பொருள்: *1.* குயின்ற - செய்யப்பட்ட; தாமே துளை யுடைவனவாகியவையுமாம். கோடை - மேல்காற்று. 3. பாடிய அருவி - ஒலியினிய அருவி. துதைவு - செறிவு. 5. இகுத்தல் - தாழ்த்தல். தூம்பு - பெருவங்கியம். குரல் - கலையினோசை. 9. இயலி - உலாவி.

விளக்கம்: எங்கும் இன்பம் ஒலிக்கும் நாட்டினையுடைய யான், பலரையும் விடுத்து எனக்கு மட்டுமே துன்பஞ் செய்தனன் என்று சொல்லுதலின் மூலம், தான் அவன்பால் மனம் ஈடுபட்டதனைத் தோழிக்குக் கூறி அறத்தொடு நிற்கின்றாள் தலைவி.

83. கூம்புவிடு நிகர் மலர்!

பாடியவர்: கல்லாடனார். **திணை:** பாலை. **துறை:** தலைமகன் இடைச்சுரத்துத் தன் நெஞ்சிற்குச் சொல்லியது.

சிறப்பு: கள்வர் கோமான் புல்லி, வேங்கடத்துத் தலைவன்.

(பொருள் விரும்பிச் சென்ற தலைமகன், இடைவழியிலே தன் காதலியின் நினைவு நெஞ்சிலே மிகுந்துவிட, 'நாம் பிரிந்து தொலைவிலே வந்தோமெனினும், அவள் குணங்கள் எம் மனத்துள் அகலாது நிலைத்து இருக்கின்றனவே' என்கின்றான்.)

வலம்சுரி மராஅத்துச் சுரம்கமழ் புதுவீச்
சுரிஆர் உளைத்தலை பொலியச் சூடி,
கறைஅடி மடப்பிடி கானத்து அலறக்,
களிற்றுக் கன்று ஒழித்த உவகையர், கலிசிறந்து,
கருங்கால் மராஅத்துக் கொழுங்கொம்பு பிளந்து,
பெரும்பொழி வெண்நார் அழுந்துபடப் பூட்டி,
நெடுங்கொடி நுடங்கும் நியம மூதூர்,
நறவுநொடை நல்இல் பதவுமு தற் பிணிக்கும்
கல்லா இளையர் பெருமகன் புல்லி
வியன்தலை நல்நாட்டு வேங்கடம் கழியினும்,

சேயர் என்னாது, அன்புமிகக் கடைஇ,
எய்தவந் தனவால் தாமே - நெய்தல்
கூம்புவிடு நிகர்மலர் அன்ன
ஏந்துஎழில் மழைக்கண்ணெம் காதலி குணனே!

நெஞ்சமே!

கல்லாத இளைஞர்கள், சுரம் எல்லாம் மணங்கமழும், வலமாகச் சுரித்த வெண்கடம்பினது புதிய பூக்களைச் சுருள் கொண்ட வளை போன்ற மயிரினையுடைய தம் தலையிலே விளங் கும்படி அணிந்து கொள்வர். உரல் போன்ற அடியினையுடைய பெண் யானையானது கானத்திலே, அலறிக் கொண்டிருக்க, அதனுடைய களிற்றுக் கன்றினைப் பிரித்துக் கொண்டு வருவர். அந்த மகிழ்ச்சி யினை உடையவர்களாகச் செருக்கு மிக்க, வலிய அடிமரத்தினை யுடைய வெண்கடம்பின் வளவிய கொம்பினைப் பிளந்து, அதனின் றும் உரித்த வெண்மையான நார்க்கயிற்றினால் அக்கன்றினை அழுத்தமாகக் கட்டுவர். நீண்ட கொடிகள் அசையும் அங்காடிகளை யுடைய பழமையான ஊரிலே, கள் விற்கும் நல்ல வீட்டின் வாயிலிடத்தே, அதனைக் கொணர்ந்து பிணிக்கவும் செய்வர். அத்தகைய கல்லாத இளையரான வேடர்கட்குத் தலைவன் புல்லி என்பவன். அவனது விரிந்த இடத்தினையுடைய நல்ல நாட்டி னிடத்தேயுள்ள, வேங்கட மலையினையும் நாம் கடந்து சென்றாலும்.

நெய்தலது பிணிப்பு விடும் ஒளி பொருந்திய மலரைப் போன்ற அழகினை ஏந்தியிருக்கும், குளிர்ந்த கண்ணினளாகிய எம் காதலி யின் குணங்கள், சேய்மைக்கண் சென்றவர் என்று கருதியும், அங்கேயே இராது, அன்பு மிகவும் செலுத்துவதாக, நாம் அடையு மாறு நம்மிடத்தேயும் அணுக வந்தன, காண்பாயாக!

சொற்பொருள்: *2. உளை மயிர் - தலையாட்டம் போலத் தொங்கும் மயிர். 6. பெரும்பொழி - பெரிதாக உரித்த உரி. 7. நியமம் - அங்காடி. 8. பதவு முதல் - வாயிலிடம். 13. நிகர் - ஒளி.*

விளக்கம்: *பிடியானை கதறக் கன்றினைப் பிரித்து வந்து கள் விலையாகத் தரும் கல்லா இளைஞர்கள் போல, காதலி துயருற்றுப் புலம்புமாறு பிரிந்துவந்து, பொருள் வேட்கையாற் செல்லுகின்ற அறிவற்றவன் ஆயினேன் என, அவன் தன் நெஞ்சத்தே நினைந்து வருந்தினான் என்க.*

84. சீறூரும் பாசறையும்!

பாடியவர்: *மதுரை எழுத்தாளன்.* **திணை:** *முல்லை.* **துறை:** *தலைமகன் பாசறையிலிருந்து சொல்லியது. 'தூது கண்டு கூறியது' என்பர், நச்சினார்க்கினியர்.*

(அவன் குறுநில மன்னன்; பேரரசனுக்குப் படைத்துணையாகச் சென்றிருந்தான். தலைவியைத் தான் பிரிந்த காலத்துக் 'கார் காலத்துத் தொடக்கத்து மீள்வதாக' உறுதி கூறித் தான் சென்றனன். எனினும், எதிர்பார்த்தபடி போர் முடிவு பெறாததனால், அவனாற் போக முடியவில்லை. பாசறையிலேயிருந்து, தன் மனைவிக்குத் தூதன் ஒருவனை அனுப்புகின்றான். அப்போது அவனிடம் கூறியது.)

மலைமிசைக் குலைஇய உருகெழு திருவில்
பணைமுழங்கு எழிலி பௌவம் வாங்கித்
தாழ்பெயற் பெருநீர், வலன்ஏர்பு வளைஇ,
மாதிரம் புதைப்பப் பொழிதலின், காண்வர
இருநிலம் கவினிய ஏமுறு காலை -
நெருப்பின் அன்ன சிறுகட் பன்றி,
அயிர்க்கட் படாஅர்த் துஞ்சுபுறம் புதைய,
நறுவீ முல்லை நாண்மலர் உதிரும்,
புறவு அடைந் திருந்த அருமுனை இயவிற்
சீறூ ரோளே, ஒண்ணுதல்! - யாமே,
எரிபுரை பன்மலர் பிறழ வாங்கி,
அரிஞர் யாத்த அலங்குதலைப் பெருஞ்சூடு
கள்ஆர் வினைஞர் களந்தொறும் மறுகும்
தண்ணடை தழீஇய கொடிநுடங்கு ஆர்எயில்
அருந்திறை கொடுப்பவும் கொள்ளான், சினம்சிறந்து,
வினைவயின் பெயர்க்குந் தானைப்,
புனைதார், வேந்தன் பாசறை யேமே!

''முரசுகள் முழங்குவது போல இடிகள் முழங்குகின்றன. அச்சந்தரும் அழகிய வானவில்லும் மலையுச்சியிலே தோன்றுகிறது. மேகங்கள் கடல்நீரை முகந்து கொண்டு, வலனாக எழுந்து, உலகினையே வளைத்துக் கொண்டுள்ளன. வானினின்று வீழும் பெருமழையானது, திசையெல்லாம் மறைய அடைத்துப் பொழிகின்றது. அதனால், பெரிய நிலப்பரப்பானது, கண்ணுக்கு இனிதாகப் பொலிவு பெற்று விளங்குகிறது. இத்தகைய கார் காலத்திலே -

நெருப்புக் கங்குகளைப் போல விளங்கும், சிறுத்த கண்களையுடையது பன்றி, அது, நுண் மணலின் கண்ணுள்ள சிறு தூறினிடத்தே கிடந்து தூங்கும். அதன் முதுகு மறையுமாறு, நறுமணமிக்க முல்லையினின்றும், அதனுடைய புதிய பூக்கள் உதிரும். காட்டைச் சார்ந்திருந்த, அரிய முனைகளையுடைய நெறியிலேயுள்ள, அச்சிறிய ஊரினிடத்தே, ஒளி பொருந்திய நெற்றியினை உடையவளான நம் தலைவியும், நம்மைப் பிரிந்திருந்து வருந்துபவளாக உள்ளனள்.

நெல்லரிவோர், நெருப்புப் போன்ற பல வயல்மலர்களையும் மாறுபட வைத்து வலித்துக் கட்டிய, அசையும் பக்கங்களையுடைய கதிர்க்கட்டுக்களைக் கள்ளினை உண்டு களித்திருக்கும் களமரின் களந்தோறும், கொண்டு போவர். அத்தகைய மருத நிலம் சூழ்ந் துள்ளதும், கொடிகள் அசைந்து பரப்பதுமாகிய இவ்வரிய ஊரினை, இதன்கண் உள்ளவர் அரிய திறைப் பொருள்களைக் கொடுத்துப் பணிய முன் வந்தும், நம் அரசன் ஏற்றுக் கொள்ளாதானாயினான். சினமிகுந்தவனாகச் சேனைகளை மென்மேலும் போரின் கண்ணேயே செலுத்துகின்றான். மார்பிலே தாரினைப் புனைந்திருக்கும், அத்தகைய நம் வேந்தனின் பாசறையினிடத்திலே, நாமோ இங்கே இருக்கின்றவராயுள்ளோம்! (என்ன செய்வோம்?)

சொற்பொருள்: 1. குலைஇய - வளைந்த. உருக்கெழு - அச்சந் தரும். 5. ஏமம் - காவல். 10. புறவு - சிறுகாடு. 11. எரிபுரை மலர் - தாமரை, செங்கழுநீர் போல்வன. பிறழ என்றது, அரிகதிர்களைத் தலைமாற்றிக் கட்டும்போது இவையும் பிறழ்ந்து தோன்றுமாதலால் வாங்கி - வலித்து. 14 எயில் - ஊர்; கோட்டையுமாம். 10. ‘சீறூரோர் ஒண்ணுதல்’ எனத் தூதுபோக விடுத்தற்குத் தன் வருத்தம் தோன்றக் கூறியது. புனைதார் வேந்தன்: பாடியவர் மதுரை எழுந்தாளனார். ஆதலால், வேப்பந்தாரனான பாண்டியனே என்று கருதலாம்; தார் பாண்டியனுக்கே உரியது!

உள்ளுறை: ‘அயர்ந்துறங்கும் காட்டுப் பன்றியினை முல்லை மூடிக் கிடப்பது போலக், குமுறும் அவள் நெஞ்சகத்தை அவள் ஒளிநுதல் திரையிட்டுக் காட்டும்; நெற்பயன் கொள்வோர் மலர் களையும் துன்புறுத்துவது போலப், போர்த்தொழில் மேற்கொண்ட அரசனும், அவ்வீரர் தம் மனைவியரையும் பிரிவுத் துயரால் நலிவுறு மாறு வருத்துகின்றனன்’ என்க.

85. ஆழல் வாழி தோழி!

பாடியவர்: காட்டூர்கிழார் மகனார் கண்ணனார். **திணை:** பாலை. **துறை:** தலைமகன் பிரிய வேறுபட்ட தலைமகளைத் தோழி வற்புறுத்தியது. **சிறப்பு:** வென்வேல் திரையன்.

(தலைமகன் வினைமேற் பிரிந்தவனாக, அவனையே எண்ணி எண்ணி வருந்தினாள் தலைமகள். அவளுடைய நலிவினைப் போக்கு முகத்தால், மழைக் காலம் வந்ததெனக் காட்டித், தோழி, ‘அவன் வருவான்’ என்று வற்புறுத்துகின்றாள்.)

‘நன்னுதல் பசப்பவும், பெருந்தோள் நெகிழவும்,
உண்ணா உயக்கமொடு உயிர்செலச் சாஅய்
இன்னம் ஆகவும், இங்குநத் துறந்தோர்

அறவர் அல்லர் அவர்' எனப் பலபுலந்து,
ஆழல் - வாழி, தோழி! - 'சாரல்,
ஈன்றுநாள் உலந்த மென்னடை மடப்பிடி,
கன்றுபசி களைஇய, பைங்கண் யானை
முற்றா மூங்கில் முளைதருபு, ஊட்டும்
வென்வேல் திரையன் வேங்கட நெடுவரை;
நல்நாள் பூத்த நாகுஇள வேங்கை
நறுவீ ஆடிய பொறிவரி மஞ்ஞை
நனைப்பசுங் குருந்தின் நாறுசினை இருந்து,
துணைப்பயிர்ந்து அகவும் துணைதரு தண்கார்,
வருதும், யாம்' எனத் தேற்றிய
பருவம் காண் அது : பாயின்றால் மழையே.

தோழி! நீ வாழ்வாயாக!

''எனது நறிய நுதலிலே பசலை படரவும், என்னுடைய பெரிய தோள்கள் மெலிவடையவும், உணவும் வெறுத்தமையால் ஏற்பட்ட துயரத்தோடு, உயிரும் உடலை விட்டுப் போய்விடுமோ என்னுமள வுக்கு யான் மிக மிக மெலிந்துள்ளேன். நான் இந்நிலையினை ஆகவும், இவ்விடத்தே நம்மை வாடவிட்டு விட்டுப் பிரிந்து போன நம் தலைவர், இல்லற நெறியினைப் பேணுபவரே அல்லர்'' என்று பலபல கூறித், தனிமைத் துயரிலே அழுந்தாதே கொள்!

ஈன்ற அணிமையினைக் கழிந்ததும், மெல்லென நடப்பது மாகிய, தன் இளைய பிடியினதும் கன்றினதும் பசியினைப் போக்குவதற்குப், பசிய கண்ணினையுடைய களிறானது, மலைச் சாரலிலேயுள்ள முற்றாத மூங்கில் முளைகளைத் தேடிக் கொணர்ந்து, அவற்றை உண்பிக்கும், வெற்றி பொருந்திய வேலினையுடைய திரையனது, அத்தகைய வேங்கடமென்னும் நெடிய வரையி னிடத்தே, நல்ல நாட்களிலேயே பூத்திருக்கின்ற, மிக இளைய வேங்கை மரத்தினது நறுமலர்களிலே ஆடிய, பொறிகளுடன் கூடிய வரிகளையுடைய மயிலானது, தேனையுடைய பசுமையான குருத்த மரத்தின் மணம் நாறும் கிளையிலேயிருந்து, தன் துணையை ஆர்வமுடன் அழைத்துக் கூப்பிட்டுக் கொண்டே இருக்கும். அத்தகைய குளிர்ச்சி மிகுந்த கார்காலத்திலே யாம் வந்துவிடுவோம்' என. நம் காதலர், நம்மிடத்தே தெளிவித்த பருவமும் இது ஆகும். அதனைப் போல அதோ மழையும் பெய்கின்றது; அதனைக் காண்பாயாக! (அவர் வருவர்; நீ ஆற்றியிருப்பாயாக என்க.)

சொற்பொருள்: *1. தோள் நெகிழவும் - தோள் மெலிதலால் தோள்வளை நெகிழவும். 2. உண்ணா உயக்கம் - பட்டினியால் வத்த மலிவு. 6. நாள் உலந்த - நாள் முடிந்த. 10. நாகிள வேங்கை - மிக்க*

இளமையினுடைய வேங்கை. 11. ஆடிய - அளைந்தாடிய. 13. பயிர்ந் தகவும் - அழைத்துக் கூப்பிடும்: 'துணையை அழைத்தல்' பிரிவு தாளாது, தன்னைக் கூடி மகிழ்விக்க வருமாறு உருக்கத்துடன் கூவி அழைத்தல். இப்பாட்டு எதிர்காலம் நோக்கிற்று என்றறிக.

விளக்கம்: வேங்கட மலையிலே, களிறு, பிடிக்கும் கன்றுக்கும் உணவு தேடித் தந்து நிற்பதையும், மயில் தன் துணையைத் தேடி அகவிக் கொண்டிருப்பதையும், வேங்கை பூதத்தால் மணம் பெறுங் காலம் வந்தது என்பதையும், அவனும் உணர்வான். அதனால், விரைந்து வருவான் என்க. இதனால், களவினிடையிலே விரைந்து பொருள்தேடி வந்து வரைந்து கொள்வேனெனப் போயினவன், வரக் காலந் தாழ்க்க வருந்திய காதலிக்குத், தோழி, 'அவன் வந்து வரைவான்' என உறுதி கூறியது என்க. களிறு பிடிக்கும் கன்றுக்கும் உணவு தந்து பேணுகின்ற நிலையும், அவனை இல்லற இன்ப நினைவிலே ஈடுபடுத்தும் என்க. காரணம், வரைந்து கொண்டன்றி அத்தகைய இணைந்த வாழ்வினைப் பெற முடியாத நிலைமையால்.

86. அகமலி உவகையள்!

பாடியவர்: நல்லாவூர் கிழார். **திணை:** மருதம். **துறை:** வாயில் மறுத்த தோழிக்குத் தலைமகன் சொல்லியது. தலைமகளைக் கூடி இன்புற்றிருந்த தலைமகன், 'பண்டு நிகழ்ந்தது. சொல்லி' இன்புற் றிருந்ததுமாம். **சிறப்பு:** தமிழரின் பண்டைய திருமண நிகழ்ச்சிகளை முறையாகக் கூறுவது.

(திருமண நாளும் அன்றிரவு நடைபெறும் முதலிரவின் அநுபவமும் எவராலும் என்றுமே மறக்க முடியாத அளப்பருஞ் சுவையுடையனவாகும். அந்தச் சுவையான நிகழ்ச்சிகளைத் தன் மனைவியோடு பின்னொரு நாளிற் சொல்லி மகிழுகிறான் தலைவன். 'அவள் அத்தகையவள்; நீதான் மறுத்தனை' எனத் தோழியிடம் கூறியதாகவும் கொள்க.)

உழுந்துதலைப் பெய்த கொழுங்கனி மிதவை
பெருஞ்சோற்று அமலை நிற்ப, நிரைகால்
தண்பெரும் பந்தர்த் தருமணல் ஞெமிரி,
மனைவிளக் குறுத்து, மாலைத் தொடரிக்,
கனைஇருள் அகன்ற கவின்பெறு காலைக்,

கோள்கால் நீங்கிய கொடுவெண் திங்கள்
கேடில் விழுப்புகழ் நாள்தலை வந்தென,
உச்சிக் குடத்தர், புத்தகன் மண்டையர்,
பொதுசெய் கம்பலை முதுசெம் பெண்டிர்
முன்னவும் பின்னவும் முறைமுறை தரத்தரப்,

புதல்வற் பயந்த திதலை! அவ் வயிற்று
வால்இழை மகளிர் நால்வர் கூடிக்,
'கற்பினின் வழாஅ, நற்பல உதவிப்
பெற்றோற் பெட்கும் பிணையை ஆக' - என
நீரொடு சொரிந்த ஈர்இதழ் அலரி
பல்இருங் கதுப்பின் நெல்லொடு தயங்க
வதுவை நன்மணம் கழிந்த பின்றைக்,
கல்லென் சும்மையர், ஞெரேரெனப் புகுதந்து,
'பேர்இற் கிழத்தி ஆக' எனத் தமர்தர;
ஓர்இற் கூடிய உடன்புணர் கங்குல்,
கொடும்புறம் வளைஇக், கோடிக் கலிங்கத்து
ஒடுங்கினள் கிடந்த ஓர்புறம் தழீஇ,
முயங்கல் விருப்பொடு முகம்புதை திறப்ப,
அஞ்சினள் உயிர்த்த காலை, யாழநின்
நெஞ்சம் படர்ந்தது எஞ்சாது உரை 'என,
இந்நகை இருக்கை, பின்யான் வினவலின் -
செஞ்சூட்டு ஒண்குழை வண்காது துயல்வர
அகமலி உவகையள் ஆகி, முகன் இகுத்து,
ஒய்யென இறைஞ்சி யோனே - மாவின்
மடம்கொள் மதைஇய நோக்கின்
ஒடுங்குஈர் ஓதி, மா அயோளே.

உழுந்தினை நிறையக் கூட்டிச் சமைத்த, குழைவாக வெந்த, உளுத்தம் பருப்புப் பொங்கலின் பெரிய உருண்டைகளைக், கூடியிருந்தவர் உண்பது இடையறாது நிகழ்ந்து கொண்டேயிருந்தது. வரிசையாகிய கால்களிட்டு அமைத்த பெரிய பந்தரும் விளங்கிற்று. அதன்கீழ்த் தரையிலே மணலைக் கொணர்ந்து பரப்பி இருந்தனர். மனைவிளக்கினை ஒருபால் ஏற்றி வைத்திருந்தனர். எங்கும் மாலைகளைத் தொங்கவிட்டிருந்தனர்.

தீய கோள்களின் தொடர்பு நீங்கிய, வளைந்த வெண்மையான சந்திரனைக், கேடற்ற சிறந்த புகழையுடைய உரோகணி என்னும் நாள் வந்து அடைந்த, நல்ல நாள் அது. அந்நாளிலே, மிக்கிருந்த இருளும் நீங்கி எங்கும் அழகு மலரும் புலர்காலை வேளையும் வந்தது. உச்சியிலே நிறைநீர்க் குடத்தினை உடையவராகவும், கைகளிலே புதிய மண் கலயங்களை உடையவருமாக, மணத் தினைச் செய்து வைக்கும் ஆரவாரமுடைய மங்கல மகளிர்கள், கூடினர். முன்னே தருவனவும், பின்னே தருவனவும், அவர்கள் முறை முறையாகத் தந்து கொண்டிருந்தனர்.

மகனைப் பெற்றெடுத்த, தேமல் பொருந்திய அழகிய வயிற்றினையுடைய தூய அணிகளணிந்த மகளிர்கள் நால்வர், கூடி

நின்றனர். 'கற்பினின்றும் வழுவாது, நன்றாகிய பல வகைகளி னும் உதவியாக நின்று, நின்னை மனைவியாகப் பெற்ற நின் மணவாளனைப் பேணிக் காக்கும் துணைவியாக நீ ஆவாயாக!' எனக் கூறி அவளை வாழ்த்தினர். நீரொடு, குளிர்ந்த இதழ்களை யுடைய பூக்களையும் நெல்லினையும் கலந்து; அவள் தலையிலே தூவினர். மிக்க கரிய அவள் கூந்தலிலே, அவை ஒருங்கே சேர்ந்து கிடந்தன. அங்ஙனம், மங்கல நீராட்டிய பின், வதுவை மணமும் நிகழ்ந்தது முடிந்தது. அதன் பின்னர்,

சுற்றத்தார் எல்லாரும், கல்லென்ற ஒலியினராய், விரை வோடும் வந்தனர். 'பெருமைக்கு உரிய இல்லக்கிழத்தி ஆவாய்' என, அவளை எனக்கு அளித்தனர். அதனையடுத்து, ஓர் தனி அறை யிலே, நாங்கள் உடன் கூடிய புணர்ச்சிக்குரிய, முதல் இரவு வேளை யும் வந்தது. அங்கே,

முதுகினை வளைத்துக் கொண்டவளாகக், கோடிப் புடவைக் குள்ளே அவள் ஒடுங்கிக் கிடந்த, மலரணையினைச் சார்ந்து, அவள் முதுகினைத் தழுவிக் கொண்டேன். அவளை அணைத்து மகிழ் கின்ற விருப்பத்தோடு, அவள் முகத்தைப் புதைத்திருந்த கைகளை மெல்லெனத் திறந்தேன். அஞ்சினவளாக, அவள் பெருமூச்சு உயிர்த் தனள். அவ்வேளையிலே, 'நின் உள்ளத்திலே சுருதியிருப்பதனை ஒளியாமற் சொல்வாயாக' என்று, அதன்பின் யானும் அவளை வினவினேன்.

இனிய மகிழ்வுடன் கூடிய, அம் மலரணையிலே, மாமை நிறத் தினையுடைய அவள், மானின் மடப்பத்தினைக் கொண்டதும், மதர்த்த நோக்கினை உடையதுமாகிய தன் கண்கள், குளிர்ந்த தன் கூந்தலினிடத்தே ஒடுங்கிய, சிவந்த மணிகள் பதித்த ஒள்ளிய குழை வளவிய காதின்கண் சென்று அசைய உள்ளத்திலே மிக்குப் பொங்கிய மகிழ்வினள் ஆக, முகத்தினை என் பிடியினின்றும் விலக்கி இழுத்துக் கொண்டு, ஒய்யெனத் தலைகவிழ்ந்தும் நின்றனள்!

சொற்பொருள்: *1. களிமிதவை - குழைதலையுடைய கும் மாயமும் ஆம். 2. 'அமலை நிறப' என்றான், உண்பவரின் இடை யறாமை பற்றி. 9. பொது - திருமணம் சமூகப் பொது விழாவாத லால், அதனை நிகழ்விப்பவராகிய பெண்டிர் என்க. 11-12. பிள்ளை பெற்ற மகளிர் நால்வர் கூடிக் குளிப்பாட்டிப் புத்தாடையணிதல் மரபு. 15. வதுவை நன்மணம் - குளித்துவிட்ட பின் நிகழ்வது. 20. உடன் புணர்தல் - கூடிப் புணர்தல்.*

5. 'சுனையிருள் அகன்ற'... என்றது, பூர்வபட்சத்தையுடைய காலை. 21. கொடும்புறம் - நாண மிகுதியால் கூனிக் கிடந்த உடம்பு. 30. மதைஇய நோக்கு - செருக்கின் நோக்கு.

விளக்கம் : 'எக்காலத்து மவள் என்னளவில் அன்புடைய வளே. அவளறிவது ஒன்றுண்டோ? உன் கொடுமையல்லவோ இந்த மாறுதல்?' எனத், தோழியோடு புலந்தான் எனக் கொள்ளலுமாம்.

'இதனுள், வதுவைக்கு உரிய கரணங்கள் நிகழ்ந்தவாறும், தமர் கொடுத்தவாறும் காண்க. சுற்றஞ் சூழ்ந்து நிற்றலானும், தமர் அறிய மணவறை சேறலானும், களவாற் சுருங்கி நின்ற நாண் சிறந்தமை யைப் பின்னர்த் தலைவன் வினாவ, அவள் மறுமொழி கொடாமை யைத் தலைவன் தோழிக்குக் கூறியவாறும் காண்க. இதனானே, இது களவின்வழி நிகழ்ந்த கற்பாயிற்று என்றும், கரணத்தின் அமைந்து முடிந்தது' என்றும், நச்சினார்க்கினியர் விளக்கிக் கூறுவர்.

பேராசிரியர், 'அகமலியுவ... யோளே' என்பது, 'சிதைவு பிறர்க் கின்மை' என்னும் மெய்ப்பாட்டிற்கு உதாரணமாகும் என்பர். இது, 'தலைமகன் அறிய மெய்ப்பட்டது என்பது' என்றும் கூறுவர். 'தமர் தர, ஓரிற்கூடி யுடன்புணர் கங்குல்' என்பது, 'தமரிற் பெறுதல்' என்றும் உரைப்பர்.

இந்த மணவிழாவிலே, சிலப்பதிகாரத்துப் போல 'மாமுது பார்ப்பான் மறைவழி காட்டிய' நிகழ்ச்சி ஏதும் இல்லை. நல்ல நாள் பார்த்தல், புத்தாடை உடுத்தல், பெருஞ் சோறளித்தல், மங்கல மகளிர் வாழ்த்தல், தமர் அளித்தல் போன்றவைகளே நிகழ்ந்துள்ளன.

'பண்டு நிகழ்ந்தது சொல்லி இன்புற்றது' எனும்போது, அதற்கேற்றவாறு கூட்டிப் பொருளுரைத்துக் கொள்க.

87. நனி நீடு உழந்தனை!

பாடியவர்: மதுரைப் பேராலவாயர். **திணை:** பாலை. **துறை:** *(1)* வினைமுற்றி மீளும் தலைமகன் இடைச்சுரத்துத் தன் நெஞ்சிற்குக் கூறியது. *(2)* இடைச்சுரத்து மீளலுறும் நெஞ்சிற்குத் தலைமகன் சொல்லியது.

(1) வினைமுற்றி வீடு திரும்பும் தலைமகன், தான் சுர நெறி யாலும் பிரிவாலும் பட்ட துயரங்கள் தீர்ந்தன; இனிப் பிரியாது இன்புறுவோம் எனச் சொல்லுகின்றான். *(2)* இடைச்சுரத்திலே, நெஞ்சம் தன் தலைவியை நினைக்க, 'நான் இவ்வாறு வருந்தி வழி நடக்கும் காலத்து, என்னோடு துணை நிற்காமல், நெஞ்சமே, நீ அவளையே நினைத்தாயோ? அவளுடன் சேர்ந்து நீ மகிழ்வாயாக!' எனக் கூறினான் எனவும் கொள்க.)

தீந்தயிர் கடைந்த திரள்கால் மத்தம்
கன்றுவாய் சுவைப்ப, முன்றில் தூங்கும்
படலைப் பந்தர்ப் புல்வேய் குரம்பை,
நல்கூர் சீறூர் எல்லித் தங்கிக்,

குடுமி நெற்றி நெடுமரச் சேவல்
தலைக்குரல் விடியற் போகி, முனாஅது,
கடுங்கண் மறவர் கல்லெழு குறும்பின்
எழுந்த தண்ணுமை இடங்கட் பாணி,
அருஞ்சுரம் செல்வோர் நெஞ்சம் துண்ணெனக்,
குன்றுசேர் கவலை, இசைக்கும் அத்தம்,
நனிநீடு உழந்தனை மன்னே! அதனால்
உவஇனி - வாழிய, நெஞ்சே-மைஅற
வைகுசுடர் விளங்கும் வான்தோய் வியனகர்ச்
சுணங்குஅணி வனமுலை நலம்பா ராட்டித்,
தாழ்இருங் கூந்தல்நம் காதலி
நீள்அமை வனப்பின் தோளுமார் அணைந்தே!

நெஞ்சே! நீ வாழ்வாயாக.

இனிய தயிரைக் கடைந்த, திரண்ட தண்டினையுடைய தயிர் கடையும் மத்தானது, கன்று தன் வாயினாற் சுவைத்துக் கொண்டிருப்ப, இல்லத்து முற்றத்திலே தொங்கிக் கொண்டிருக்கும். மர நிழலாகிய பந்தரையும், புல்லால் வேயப்பெற்ற குடில்களையும் உடைய வறுமைப்பட்ட, அத்தகைய சிற்றூர்களிலே, இரவு வேளைகளிலே தங்கினோம்.

நீண்ட மரத்திலேயுள்ள, செஞ்சூடு பொருந்திய நெற்றியை உடைய சேவலின் முதற்குரல் எழுந்த விடியற் காலையிலேயே, அவ்வூர்களை விட்டுப் புறப்பட்டு, மேற்கொண்டும் நடந்து சென்றோம்.

வன்கண்மையினையுடைய மறவர்களது, கற்கள் பொருந்திய பழைமையான காட்டரண்களிலே நின்றும் எழுந்த, தண்ணுமைப் பறையின் அகன்ற கண்ணினின்றும் பிறந்த ஒலியானது, அரிய சுரங்களின் வழியே செல்பவர்களின் நெஞ்சகங்கள் நடுங்குமாறு ஒலிக்கும். குன்றுகளைச் சார்ந்த கவர்த்த நெறிகளையுடைய, அத்தகைய காட்டினும், நெடுக நீ மிகவும் துயருற்றனை. அதனால்,

இருள் நீங்குமாறு, விடிவிளக்கு விளங்குகின்ற, வானளாவிய நம்முடைய பெரிய மாளிகையினிடத்தே, தாழ்ந்த கரிய கூந்தலையுடைய நம் காதலியின், சுணங்கு அணிந்த அழகிய முலையின் நல்லின்பத்தை பாராட்டி, நீண்ட மூங்கில் போன்ற அழகினையுடைய தோளினையும் அணைந்து, இனியாவது சென்று, நீயேனும் இன்புற்றிருப்பாயாக!

குறிப்பு: *இரண்டு துறைகளுக்கும் ஏற்றவாறு கூட்டிப் பொருள் உரைத்துக் கொள்ளுக.*

சொற்பொருள்: 3. படலைப் பந்தர் - தளைப்பரப்பாகிய பந்தர். 6. தலைக்குரல் - முதற்குரல். 13. வைகுசுடர் - விடிவிளக்கு; விடிவிளக்கு வைக்கும் வழக்கம் பண்டும் உண்டு.

88. நன்ன ராளன்!

பாடியவர்: *ஈழத்துப் பூதன்தேவனார்; ஏறத்துப் பூதன் தேவன் என்பதும் பாடம்.* **திணை:** *குறிஞ்சி.* **துறை:** *இரவுக்குறி வந்த தலைமகன் சிறைப்புறத்தானாகத் தோழி சொல்லியது.*

(இரவுக் குறியிடத்தே, தலைமகன், தலைமகளைக் கூடிப் பிரிபவன், சிறைப்புறத்தே ஒதுங்கியிருப்பத், தோழி இவ்வாறு சொல்லுகிறாள். 'கானவர் அறிய நேரலால் களவு வெளிப்படும்' என்பதும், 'காட்டின் ஏதம் கருதித் தாம் அஞ்சினம்' என்பதும் புலப் பட, அவன் விரைந்து வந்து தலைவியை வரைந்து கொள்வதை வலியுறுத்துகிறாள் தோழி.)

முதைச்சுவற் கலித்த மூரிச் செந்தினை
ஓங்குவணர்ப் பெருங்குரல் உணீஇய, பாங்கர்ப்
பகுவாய்ப் பல்லி பாடுஓர் த்துக் குறுகும்
புருவைப் பன்றி வருதிறம் நோக்கி,
கடுங்கைக் கானவன் கழுதுமிசைக் கொளீஇய
நெடுஞ்சுடர் விளக்கம் நோக்கி வந்து, நம்
நடுங்குதுயர் களைந் நன்ன ராளன்
சென்றனன் கொல்லோ தானே – குன்றத்து
இரும்புலி தொலைத்த பெருங்கை யானைக்
கவுள்மலிபு இழிதரும் காமர் கடாஅம்
இருஞ்சிறைத் தொழுதி ஆர்ப்ப, யாழ்செத்து,
இருங்கல் விடர்அளை அசுணம் ஓர்க்கும்
காம்புஅமல் இறும்பில் பாம்புபடத் துவன்றிக்,
கொடுவிரல் உளியம் கெண்டும்
வடுஆழ் புற்றின வழக்குஅரு நெறியே?

பழங்கொல்லையாகிய மேட்டு நிலத்திலே கொழுத்த செந்தினைப் பயிரானது தழைத்திருக்கும். இளமை பொருந்திய காட்டுப் பன்றியானது, அதன் உயர்ந்து வளைந்த பெரிய கதிரை உண்பதற்காகப் பிளந்த வாயினையுடைய பல்லி நல்ல பக்கத்தே ஒலித்ததான நல்ல நிமித்தத்தையும் உணர்ந்து, கொல்லையினை அணுகி வரும். வலிய கையினையுடைய கானவன், அப்படிப் பன்றி வருகின்ற வருகையினை எதிர் நோக்கியவாறு, அதனை ஓட்டு தற்குப் பரண்மீது நீண்ட பந்தங்களைக் கொளுத்தி வைத்திருப் பான். அந்தப் பந்தங்களின் ஒளியினைப் பார்த்துப் பார்த்து, நம்

நடுக்கத்தைத் தரும் துயரினை ஒழித்த, நன்மையாளனாகிய நம் தலைவனும், காட்டைக்கடந்து வந்தனன்.

குன்றின்கண் உள்ள பெரும்புலியைக் கொன்ற, பெரிய கையினையுடைய யானையினது கன்னத்தினின்று பெருகி வழியும் அழகிய மதநீரிலே, கரிய சிறகினையுடைய வண்டினம் மொய்க்கும். அதனை யாழிசை எனக் கருதிப், பெரிய மலைப் பிளவு களிலேயுள்ள அசுணங்கள் உற்றுக் கேட்கும். மூங்கில் நிறைந்துள்ள அச் சிறுகாட்டிலே, வளைந்த விரல்களையுடைய கரடியானது, உள்ளிருக்கும் பாம்பும் இறந்துபடுமாறு, வடுக்கள் பொருந்திய புற்றுக்களைத் தோண்டிக் கொண்டிருக்கும். அத்தகைய, செல்லுதற் கரிய நெறியின்கண்ணே, அவன் மீண்டும் சென்றனனோ?

சொற்பொருள்: *1.* முதைச் சுவல் - தொன்மையான தினைக் கொல்லை. மூரித்தல் - கொழுத்தல். வணர்ப் பெருங்குரல் - தானிய மிகுதியால் தலை வளைந்து கிடக்கும் பெரிய தினைக்கதிர். *3.* பாடு - ஒலி. *4.* புருவை - இளமை. *5.* கழுது - பரண். பன்றி, பல்லி நிமித்தம் பார்த்து வந்தாலும், காவலிருக்கும் கானவனுக்குத் தப்பாது என்பது கருத்து. *6.* அச்சுடரே வொளியாகப் பார்த்து. *11.* தொழுதி - கூட்டம்.

விளக்கம்: 'தினை நுகர்தற்குப் பன்றி நிமித்தம் பார்த்து வரினும், கானவன் அது வருந்திறமறிந்து சுடர் கொளுத்தினாற் போலத் தாமும் விழிப்புடன் வந்தனரே யாயினும். காவலர் அறிய, அவர் வரவும் வெளிப்படும் எனக் கருதிக் கலங்கினாள் என்க.

'மத யானையும், அசுணமும், பாம்பின் புற்றும், கரடியும் உடைய கொடுநெறியிற் செல்கின்றனனோ' என வழியின் ஏதங் கருதியும் நொந்தனள் என்க.

கேட்ட அவன், விரைந்து வரைந்து கொள்ளல் வேண்டும் என்பது பயன். 'கரடி புற்றாஞ்சோறாகிய தன் இரையினை உண் ணும், தன் காரியஞ் செய்யப், பாம்பு துயருற்றாற் போல, அவர் தம் காரியமாகிய களவின்பத்தையே நாடி வர, எழும் ஊரலரால் யாமும் துயருற்றோம்' எனவும் உரைக்க.

89. வல்லுநள் கொல்லோ!

பாடியவர்: மதுரைக் காஞ்சிப் புலவர். **திணை:** பாலை. **துறை:** மகட்போக்கிய செவிலித்தாய் சொல்லியது.

(செல்லமாக வளர்த்த தன் மகள், தன் காதலனுடன் உடன் போக்கிலே சென்றுவிட, அதனை நினைந்து நினைந்து வருந்து கின்றாள் செவிலித்தாய். காட்டின் கொடுமைகளைத் தன் கண்முன் நிறுத்தி, 'அவள் மெல்லிய பாதங்கள் எங்ஙனம் அவ்வழியைக் கடந்து செல்லுமோ?' எனவும் கலங்குகின்றாள்).

தெறுகதிர் ஞாயிறு நடுநின்று காய்தலின்,
உறுபெயல் வறந்த ஓடுதேர் நனந்தலை,
உருந்துஎழு குரல் குடிஞைச் சேவல்,
புல்சாய் விடரகம் புலம்ப, வரைய
கல்லெறி இசையின் இரட்டும் ஆங்கண்,
சிள்வீடு கறங்கும் சிறியிலை வேலத்து
ஊழுறு விளைநெற்று உதிரக், காழியர்
கவ்வைப் பரப்பின் வெவ்வுவர்ப்பு ஒழியக்,
களரி பரந்த கல்நெடு மருங்கின்,
விளம்ஊன் தின்ற வீங்குசிலை மறவர்
மைபடு திண்தோள் மலிர வாட்டிப்,
பொறைமலி கழுதை நெடுநிரை தழீஇய
திருந்துவாள் வயவர் அருந்தலை துமித்த
படுபுலாக் கமழும் ஞாட்பில், துடிஇகுத்து
அருங்கலம் தெறுத்த பெரும்புகல் வலத்தர்,
விலங்கெழு குறும்பில் கோள்முறை பகுக்கும்
கொல்லை இரும்புனம் நெடிய என்னாது,
மெல்லென் சேவடி மெலிய ஏக
வல்லுநள் கொல்லோ தானே - தேம்பெய்து
அளவுறு தீம்பால் அலைப்பவும் உண்ணாள்,
இடுமணற் பந்தருள் இயலும்,
நெடுமென் பணைத்தோள், மாஅ யோளே?

தேனைப் பெய்து அளாவிய இனிய பாலை, யான் அச்சுறுத்தியும் உண்ணாதவளாக, மணல் பரப்பிய பந்தரினுள்ளே அங்குமிங்கும் ஓடிக் கொண்டேயிருப்பவள்; நீண்ட மெல்லிய மூங்கில் போலும் தோள்களையுடைய, மாமை நிறத்தவளான எம் மகள். அவள், தான் -

ஞாயிறானது, யாவற்றையும் பொசுக்கிவிடும் கடுங்கதிர்களுடன், முதுவேனிற் காலத்து இடைநாட்களிலே நிலைத்து நின்று எரித்தலால், மிக்க மழையினால் ஆகிய நீரும் வறண்டு போயின. பேய்த்தேர் ஓடும் அந்த அகன்ற இடத்தினையும் கடந்து, செல்பவளாவளோ?

சினத்துடன் எழுகின்ற குரலினையுடைய பேராந்தைச் சேவலானது, புல்லும் ஒழிந்த வெடிப்பிடங்கள் தனித்திடுமாறு, மலையினின்று கற்கள் உருண்டு விழும் ஓசைபோலக், கடுமையாக விட்டு விட்டு ஒலித்துக் கொண்டேயிருக்கும் அந்த இடத்தினையும், அவள், கடந்து செல்பவளாவாளோ?

சிறிய இலைகளையுடைய வேல மரத்தினின்றும், முறையாக முற்றி விளைந்த நெற்றுக்கள் உதிர்ந்து கிடக்கும்; சிள்வீடு என்னும் வண்டு ஒலித்துக் கொண்டேயிருக்கும் ஆரவாரம் மிகுந்திருக்கும்; பரப்பினையுடைய இடமெல்லாம் வண்ணார்கள் வெவ்வுவர்ப்பு

மண்ணினை எடுத்துப் போயினதால் களரி பரந்து கிடக்கும்; நெடுகக் கற்களைக் கொண்ட இடமாகவும் அது விளங்கும்; அத்தகைய காட்டு வழியினையும், அவள் கடந்து செல்பவளாவாளோ?

விசை கொண்ட வில்லினரான மறவர்கள் கொழுப்பினை யுடைய ஊனைத் தின்று, கருமை பொருந்திய தம் வலிய தோள்கள் பூரிக்கப், பாரம் மிகுந்த கழுதைகளின் நீண்ட நிரைகளைப் பின் பற்றி வரும், செப்பமுடைய வாளினைக் கொண்ட வீரர்களின் அருந் தலைகளைத் துணிப்பர். மிக்க புலால் நாற்றம் நாறும், அந்தப் போர்க்களத்திலே, தம் துடியினைத் தாழக் கொட்டியவாறே, அரிய அணிகலன்களைத் தமக்குத் திறையாகப் பெற்றுக் குவித்த, பெரிய போர்விருப்பினையுடைய வெற்றி வீரர்களான அவர்கள், விற்கள் நிரம்பிய அரணிடத்தே, அவற்றை, அவரவர் கொள்ள வேண்டிய பங்குகளாக, முறையே தமக்குள் பகுத்துக் கொள்வர்.

இடையிடையே தினைப் புனங்களையுடைய, அத்தகைய பெரிய காட்டின் வழியானது, நெடுந்தொலைவு பரந்துள்ளது என்றும் எண்ணாது, அவனோடும் அவள் கூடிச் சென்றனளே! அவளுடைய மென்மையான சிவந்த பாதங்கள் வருந்துமாறு, அவள், அதனைக் கடந்து செல்வதற்கும் வன்மையுடையவள் ஆவாளோ?

சொற்பொருள்: 1. வேனிற்காலத்து மாதம் இரண்டனுள் நடுவாகிய நாள் இருபது. 2. தேர் - பேய்த்தேர். 3. குடிஞை - பேராந்தை. 4. விடரகம் - மலைப்பிளவுகள். 5. இரட்டுதல் - விட்டுவிட்டு ஒலித் தல். 6. சிள்வீடு - ஒரு வகை வண்டு. கறங்கும் - ஒலிக்கும். 7. காழியர் - வண்ணார். 9. களரி - களர் நிலம். 10. வினா - கொழுப்பு. 11. மலர - பூரிக்க. 14. ஞாட்பு - பாக்கக்காரரும் கள்ளரும் பொருத பூசற்களம். 17. கொல்லை இரும்புனம் - முன்புனமாக இருந்து கோடைக் காலத்தே காய்ந்து தரிசாகக் கிடக்கும் கொல்லைக் காடுகள்.

விளக்கம்: 'ஓடுதேர் நனந்தலையினையும், முட்கள் கிடக்கும் இடத்தையும், கல்லெறியிசையின் இரட்டுமவ்விடங்களையும், களறிபறந்த மருங்கினையும் உடைய, இரும்புனக் கொல்லை' எனக் காட்டிற்கு அடைவுபடுத்துக. 'செல்வமான இல்லத்தை விட்டுக் கொடிய காட்டு வழியூடும் போயினளே என வருந்தினள் செவிலித் தாய். மகளின் காதற்பெருக்கை வியந்ததுமாம்.

90. தளையவிழ் தாழை!

பாடியவர்: மதுரை மருதனிள நாகனார். **திணை:** நெய்தல். **துறை:** பகற்குறி வந்து கண்ணுற்று நீங்கும் தலைமகனைத் தோழி எதிர்பட்டு நின்று, இற்செறிப்பு அறிவுறீஇயது.

இது, 'பொருள் மிகக் கொடுத்தல் வேண்டும் என்கின்றது' என்பர், நச்சினார்க்கினியர். (தொல். பொருள் 114).

('தலைவன், விரைந்து வந்து வரைந்து கொள்ளல் வேண்டு மென்பாள்' தோழி, தலைவி இற்செறிப்புற்றதும், ஊரலர் எழுந் ததும், அவளுடைய அழகினால் பலர் அவளை அடையப் போட்டி யிடுவதும்' பற்றிக் கூறுகிறாள்.)

மூத்தோர் அன்ன வெண்தலைப் புணரி
இளையோர் ஆடும் வரிமனை சிதைக்கும்
தளைஅவிழ் தாழைக் கானல்அம் பெருந்துறைச்
சில்செவித்து ஆகிய புணர்ச்சி அலர்எழ,
இல்வயிற் செறித்தமை அறியாய்; பன்னாள்   5
வருமுலை வருத்தா, அம்பகட்டு மார்பின்,
தெருமரல் உள்ளமொடு வருந்தும் நின்வயின்,
'நீங்குக' என்று, யான் எங்ஙனம் மொழிகோ?
அருந்திறற் கடவுட் செல்லூர்க் குணாஅது
பெருங்கடல் முழக்கிற்று ஆகி, யாணர்,   10
இரும்புஇடம் படுத்த வடுவுடை முகத்தர்,
கருங்கட் கோசர் நியமம் ஆயினும்
'உறும்'எனக் கொள்குநர் அல்லர் -
நறுநுதல் அரிவை பாசிலை விலையே!

கட்டவிழ்ந்த மடல்கள் பொருந்திய தாழைகள் செறிந்த கானற் சோலையையடுத்த, பெருந்துறையினிடத்தே, முதியவர்களைப் போல வெண்மையான தலையினை உடைய கடல் அலையானது, அக்கடற்கரையிலே, இளையவரான பெண்கள் இழைத்தாடும் வரிமனையினைச் சிதைக்கும். உங்கள் களவுக்கூட்டம், சிலர் செவிப்பட்ட மாத்திரத்தானே, அலராகி, ஊர் முழுவதும் பரவிற்று. அதனால், தாய், நின் காதலியை இவ்விடத்தே செறித்து விட்டதனை யும் நீ அறிந்தாயில்லை!

பலநாளும், நின் அழகிய பெருமையுடைய மார்பகம், வளரும் முலையினையுடைய எம் தலைவியினால் முயங்கி வருத்தப் பெறாததனாற், கலங்கும் உள்ளத்தோடு வருந்தும் நின்னிடத்தே, 'அவளை மறந்துவிட்டுப் போய்விடுவாயாக' என்று, யானுந்தான் எவ்வாறு நினைக்கச்சொல்லுவேன்?

நறுநுதலினளான இவளுடைய பசிய அணிகட்கு விலையாக, அரிய வலி கொண்ட தெய்வங்களையுடைய செல்லூரின் கீழ்ப் பாலினதாகப், பெருங்கடல் முழக்கத்தினை உடைத்தாகிய படைக் கலம் இடம்படச் செய்திட்ட வடுக்களையுடைய முகத்தினரான,

அஞ்சாமையையுடைய கோசர் களது, புதுவருவாயினையுடைய தாகிய நியமம் என்னும் ஊரினையே கொடுத்தாலும், அஃது அமை யும் எனக் கொள்பவரே அல்லரே, இவளுடைய பெற்றோர்!

சொற்பொருள்: 2. வரிமனை - பண்ணின சிற்றில். 4. சில் செவித்தாகிய புணர்ச்சி. 6. வருமுலை வருத்தா.... வருந்தும் நின் வயின் என, வருத்தத்தை அவன்மீது ஏற்றியும் கொள்க. 9. அருந் திறற் கடவுட் செல்லூர் - அருந்திறற் கடவுள்கள் பலி பெறுதலை யுடைய செல்லூர் என்க. 11. இருப்பிடம் படுத்த வடு - போரிலே முகத்திற் பெற்ற புண்களாகிய வடு. 13. கொள்குநர் அல்லர் - கொள்ள மாட்டார் ஆதலால், அவர் அன்பைப் பெறுக என்றாள். தாங்கள் அறத்தொடு நிற்றலால் அது கைகூடுவதாம் என்று சொல் லியதாகவும் கொள்க.

உள்ளுறை: 'மூத்தோர் இளையோரை வருத்தார். அது செய் யாது, புணரி இளையோர் மனைகளைச் சிதைக்கும். அதுபோலப், பெரிய அறிவுடைய நீர் சிறியேமாகிய எங்களை இங்ஙனம் வருத்து தலும் தக்கதன்று!' என்றனளாம்.

'களவினை மூத்தோர் சிதைத்தனர்; எனவே, வரைந்து மணந்து கொள்க; யாமும் அறத்தொடு நிற்றலால், அது எளிதிற் கைகூடுவதே யாம்' என்றனள்.

91. நின் மாணலம் மறந்தே!

பாடியவர்: மாமூலனார். **திணை:** பாலை. **துறை:** பிரிவிடை மெலிந்த தலைமகளைத் தோழி வற்புறுத்தியது. **சிறப்பு:** குட்டுவன் புரந்த குடநாடு கோடையிலும் வளமிகுந்த நாடாயிருக்கும் என்பது.

('பொருள்மேற் காடும் கடந்து செல்லும் தலைவன். குடநாட் டையே பெறுவதாயினும், நின்னைப் பிரிந்து வாழ்வதை விரும் பான்; விரைவிலே நின்பால் வந்து சேர்வான்' என்று, தலைவிக்குத் தேறுதல் கூறுகிறாள் தோழி.)

**விளங்குபகல் உதவிய பல்கதிர் ஞாயிறு
வளம்கெழு மாமலை பயம்கெடத் தெறுதலின்,
அருவி ஆன்ற பெருவரை மருங்கில்
சூர்ச்சுனை துழைஇ நீர்ப்பயம் காணாது,
பாசி தின்ற பைங்கண் யானை
ஓய்பசிப் பிடியொடு ஒரு திறன் ஒடுங்க,
வேய்கண் உடைந்த வெயில்அவிர் நனந்தலை
அரும்பொருள் வேட்கையின் அகன்றனர் ஆயினும்,
பெரும்பேர் அன்பினர் - தோழி! - இருங்கேழ்
இரலை சேக்கும், பரல்உயர் பதுக்கைக்**

கடுங்கண் மழவர் களவுஉழவு எழுந்த
நெடுங்கால் ஆசினி ஓடுங்காட்டு உம்பர்,
விசிபிணி முழவின் குட்டுவன் காப்பப்,
பசிஎன அறியாப் பணைபயில் இருக்கைத்,
தடமருப்பு எருமை தாமரை முனையின்,
முடமுதிர் பலவின் கொழுநிழல் வதியும்,
குடநாடு பெறினும், தவிரலர் –
மடமாண் நோக்கி! நின் மாண்நலம் மறந்தே!

தோழி! உலகமானது விளக்கமுறுதற்குக் காரணமாகப் பகலினைத் தந்து உதவிய பல கதிர்களையுடைய ஞாயிறானது, வளம் கெழுமிய பெரிய மலைச்சாரல்களும் தம் பயன்கெட்டு ஒழியுமாறு, காய்ந்தது. அதனால், அருவிகள் ஏதும் இல்லையாகிப் போன பெரிய மலைச்சாரல்களிலே, அச்சமூட்டும் சுனைகளைத் துழாவியும், அவற்றுள் யாதொன்றினும் நீர்ப்பயனைக் காணாது, பாசியினைத் தின்றது பசிய கண்ணினையுடை ஆண் யானை ஒன்று. வயிற்றிலே முடுகும் பசியோடு, அயலே அயர்ந்து கிடந்த தன் பிடியுடன், அதுவும் ஒரு பக்கத்தே ஒடுங்கிக் கிடக்கும். மூங்கில்களின் கணுக்கள் வெடித்துப் போகுமாறு, வெயில் எரித்துக் கொண்டிருக்கும், அகன்ற அப்பாலை நிலத்தினூடே, அரிய பொருள் வேட்கையின் காரணமாக, நம் தலைவர், நம்மை அகன்றும் போயினர். ஆயினும், அவர், நம்மீது பெரிதும் பேரன்பு உடையவரே ஆவர்!

கருநிறமான கொம்புகளையுடைய ஆண்மான்கள், உயர்ந்த கற்குவியல்கள் விளங்கும் பரல்களிலே தங்கிக் கிடக்கும், வன்கண்மையினையுடைய மழவர்கள் தம் களவாகிய உழவிற்கு எழுகின்ற இடம் அது. நீண்ட அடிமரத்தினையுடைய, ஆசினி மரங்கள் செறிந்த ஒடுங்காட்டிற்கு அப்பால், இறுகப் பிணித்த முழவினையுடைய குட்டுவன் என்பான் காத்து வருதலால், பசி என்பதனையே அறியாத, மருதவளம் மிக்க ஊர்கள் பல உள்ளன. வளைந்த கொம்புகளையுடைய எருமையானது, தாமரை மலர்களைகளையுடைய எருமையானது, தாமரை மலர்களை உண்ணலை வெறுத்தால், வளைவுமிக்க முதிர்ந்த பலாவினது கொழுவிய நிழற்கண்ணே, அவ்விடத்துக் கிடந்து உறங்கும். அத்தகைய குடநாட்டினையே பெற்றாலும், மடமானைப் போன்ற நோக்கினையுடைய, நின்னுடைய மாட்சியுற்ற நலத்தினை மறந்து, கைவிடுபவர் அல்லர், அவர் (அதனால், நீயும் ஆற்றியிருப்பாயாக.)

சொற்பொருள்: *1. பகல் உதவிய ஞாயிறு மலையின் பயனும் கெடத் தெறுதலின் எனக் கூட்டுக. நினக்கு அளி செய்த தலைவன், நின்னைப் பிரிந்து வருத்தலும் செய்தனனாயினன் என்பது கருத்து. 3. ஆன்ற - ஒழிந்த. 4. சூர்ச்சுனை - தெய்வங்களையுடைய சுனையுமாம்.*

5. பாசி - சுனையடியிலே பாசி படர்ந்திருக்கும் சேறு. 6. ஒய்பசி - முடுகி வருததும் பசி. 9. இருங்கேழ் இரலை - கரிய நிறமுடைய ஆண்மானும் ஆம். 11. மழவர் - வீரர்; மழவர் என்னும் இனத் தவரும் ஆம். 10. பதுக்கை - கற்குவியல்; களத்திற் கண் பட்டாரைப் புதைத்து எழுப்பிய கற்குவியல்களுமாம். 12. ஒடுங்காடு - ஓர் ஊர்; உடைமரக் காடும் ஆம். 14. பணைபயில் இருக்கை - மருத வளஞ்சார்ந்த ஊர்; பெண்ணை செறிந்த கடற்கரையூரும் ஆம். 25. 'தாமரை முனையின் பலவின் கொழு நிழல் வதியும்' என்றலால், குறிஞ்சியை அடுத்த மருத நிலம் அஃதென்க. 17. குடநாடு - சேரர்' நாடுகளுள் எட்டனுள் ஒன்று.

உள்ளுறை: உண்ணும் உணவற்ற காலத்தும், களிறு பிடியைப் பிரியாது ஒருங்கிருக்கும். நிலையற்ற பொருள் நாடி நாம் தலைவியைப் பிரிந்தனமே என, அவனும் அழுங்குவான் என்க. மழவர் களவுழ எழுந்த ஒடுங்காட்டுக்கு உம்பர், வளநாடான குடநாடு விளங்குவது போலப், பிரிவுக்குப் பின்னால் நாமும் இன்புறுவோம் என்றனளே போலக், 'குடநாடு பெறினும்' என்றனள். 'அத்துணைப் பெருஞ் செல்வம் அடையப் பெற்றாலும்' என்றதாம்.

92. வாரல், வாழியர், ஐய!

பாடியவர்: மதுரைப் பாலாசிரியர் நற்றாமனார். **திணை:** குறிஞ்சி. **துறை:** இரவுக்குறி சென்று தலைமகளைக் கண்ணுற்று நீங்கும் தலைமகனைப், பகற்குறி நேர்ந்த வாய் பாட்டால், தோழி வரைவு கடாயது.

(இரவுக்கு குறியிலே வந்து ஒழுகும் தலைமகன், அதனையே நெடிதும் விரும்பக் கண்ட தோழி பெரிதும் கலங்கினாள். அதனால், 'நாளைப் பகலிலே இன்ன இடத்திற்கு வந்தால் இவளைக் கூடப் பெறுகுவை' எனப் பகற்குறி நேர்கிறாள். அஃது அருவிக்கரை ஆதலினாலும், பலரும் நீராட வருவாராதலாலும், காந்தளில் பூக்கொய்பவர் செறிவாராதலாலும், இடி முழக்கினாற் கார்காலம் தொடங்க, மகளிர் புனங்காவலுக்கு வர ஏதுவில்லாமையாலும், பகற்குறி மறுத்தலுமாகும்.)

நெடுமலை அடுக்கம் கண்கெட மின்னிப்,
படுமழை பொழிந்த பானாட் கங்குல்,
குஞ்சரம் நடுங்கத் தாக்கிக், கொடுவரிச்
செங்கண் இரும்புலி குழூஉம் சாரல்
நெடுமென் பணைத்தோள் இவளும் யானும்
காவல் கண்ணினம் தினையே; நாளை

மந்தியும் அறியா மரம்பயில் இறும்பின்
ஒண்செங் காந்தள் அவிழ்ந்த ஆங்கண்
தண்பல் அருவித் தாழ்நீர் ஒருசிறை,
உருமுச் சிவந்து எறிந்த உரன்அழி பாம்பின்
திருமணி விளக்கிற் பெறுகுவை -
இருள்மென் கூந்தல் ஏமுறு துயிலே!

ஐயனே! நீ வாழ்வாயாக! நெடிய மலையடுக்குளிலே எல்லாம், காண்பவர் கண்ணொளி கெடுமாறு, மின்னல்களும் ஒளிர்கின்றன. மிக்க மழையும் பொழிந்து கொண்டிருக்கிறது. இத்தகைய அடை மழை நாளில், நள்ளிரவிலே, யானையானது நடுங்குமாறு, அதனைத் தாக்கி வருத்திய, வளைந்த கோடுகளையும் சிவந்த கண்களையும் உடைய பெரும்புலிகள் முழங்குகின்ற, மலைச்சாரலின் வழியாக, இனியும், நீ இவ்விடம் கருதி வராதிருப்பாயாக.

அழகிய முன் கையினையும், நீண்ட மெல்லிய மூங்கிலை யொத்த தோளினையும் உடைய, நின் தலைவியாகிய இவளும் யானும், இனித் தினைப்புனம் காத்தலைக் கருதியிருக்கின்றோம். அதனால்,

நாளைப் பகல் வேளையிலே, மந்திகளும் ஏறி அறிய மாட்டாத உயர் மரங்கள் செறிந்த இருண்ட காட்டிலே, ஒள்ளிய செங்காந்தள் மலரவிழ்ந்திருக்கும் அவ்விடத்தே, குளிர்ந்த பல அருவிகள் வீழ் கின்ற தன்மையுடைய இடத்தின் ஒரு புறத்தே, இடி சினந்து தாக்கின தனால் வலியிழந்து கிடக்கும் பாம்பினது, அழகிய தலை மணி யாகிய விளக்கொளியிலே, இருண்ட மெல்லிய கூந்தலினளான இவளிடத்தே, இன்பம் உறும் துயிலினையும் நீ அடைவாய். (அதனால், ஐயனே, இனிப் பகலிலேயே வருக.)

சொற்பொருள்: 1. கண்கெட மின்னுதல் - மின்னலின் ஒளி கண்களைப் பறிக்கும் என்றலால். 2. படுமழை - அடை மழை. பானாள் - பாதி நாள். 4. குழூமம் - முழங்கும்; கூடித் திரியும் எனலும் ஆம். 5. நேர் இறை - இலக்கண நேர்மையுடைய அழகிய முன்னங்கை. 7. கண்ணினம் - கருதினம். 8. இறும்பு - அடர்ந்த காடு. 10. தாழ்நீர் - சுனையும் ஆம். 14-12. பாம்பின் திருமணி - நாகரத்தினம். 14. ஏமுறுதல் - இன்புறுதல்.

93. முயங்குகம் சென்மோ!

பாடியவர்: கணக்காயனார் மகனார் நக்கீரனார். **திணை:** பாலை. **துறை:** வினைமுற்றி மீளலுறும் தலைமகன், இடைச் சுரத்துத், தன் நெஞ்சிற்குச் சொல்லியது.

'வணிகர் பொருள்வயிற் பிரிந்தவாறு' என்றும், 'புறத்திணைத் தலைவர் பலராய் அகத்திணைக்கண் அளவி வந்தது' என்றும், நச்சினார்க்கினியர் இதனைக் கூறுவர்.

''தன் ஆள்வினைக்குத் தக்க, 'பெண்மையான் அவள் ஆற்றி யிருந்தாள்' என்பதூஉம், கருதிய கருத்தினாற் காமக் குறிப்புப் பிறந் தமை' என்பர், பேராசிரியர்.

(சென்ற வினைமுடித்துத், தன் இல்லத்தை நோக்கி, விரைந்து வந்து கொண்டிருக்கின்றான் ஒரு தலைவன். இடைவழியிலே, அவன் நெஞ்சம் தன் அழகு மனைவியிடத்தே தாவிச் செல்லுகின்றது. தான் வினைமுடித்து வரும் வரையும், அவள் ஆற்றியிருந்த பிரிவுத் துயரம் நீங்க, ஆன் பொருநை மணலினும் பலவாக அவளைத் தழுவுவோம் என்று, தன் நெஞ்சிற்குள் சொல்லுகின்றான்.)

கேள்கேடு ஊன்றவும் கிளைஞர் ஆரவும்,
கேள்அல் கேளிர் கெழீஇயினர் ஒழுகவும்,
ஆள்வினைக்கு எதிரிய ஊக்கமொடு புகல்சிறந்து,
ஆரங் கண்ணி அடுபோர்ச் சோழர்
அறம்கெழு நல்அவை உறந்தை அன்ன   5
பெறல்அரு நன்கலம் எய்தி நாடும்
செயல்அருஞ் செய்வினை முற்றினம் ஆயின்,
அரண்பல கடந்த, முரண்கொள் தானை,
வாடா வேம்பின், வழுதி கூடல்
நாள்அங் காடி நாறும் நறுநுதல்   10
நீள்இருங் கூந்தன் மாஅ யோளொடு,
வரைகுயின் றன்ன வான்தோய் நெடுநகர்,
நுரைமுகந் தன்ன மென்பூஞ் சேக்கை
நிவந்த பள்ளி, நெடுஞ்சுடர் விளக்கத்து,
நலம்கேழ் ஆகம் பூண்வடுப் பொறிப்ப,   15
முயங்குகம் சென்மோ - நெஞ்சே! வரிநுதல்
வயம்திகழ்பு இழிதரும் வாய்புக கடாஅத்து,
மீளி மொய்ம்பொடு நிலன்எறியாக் குறுகி,
ஆள்கோள் பிழைய, அஞ்சுவரு தடக்கைக்,
கடும்பகட்டு யானை நெடுந்தேர்க் கோதை   20
திருமா வியனகர்க் கருவூர் முன்துறைத்,
தெண்நீர் உயர்கரைக் குவைஇய
தன்ஆன் பொருநை மணலினும் பலவே!

உறவினர்களுக்கு நேர்கின்ற கேடுகளை நீக்கி, அவர்களைத் தாங்குதல் வேண்டும்; இளைஞர்களாயுள்ளவர் வயிறார உண்ணுதல் வேண்டும்; கேளிரும் அல்லாராய்ப் பிற வகையிலே உறவுடை யாரும் தெழுதகைமையுடையவராக ஒழுகி வருமாறு செய்தல்

புலியூர்க் கேசிகன்

வேண்டும்; இந்த எண்ணங்களால், பொருளீட்டும் முயற்சிக்குத் தூண்டிய ஊக்கத்துடன் நெஞ்சிலே விருப்பமும் மிகுந்தது.

ஆத்திமாலை சூடும், அடும் போராற்றலினை உடைய சோழர் களது, அறங்கெழுமிய நல்ல அவையினரை உடைய உறையூரைப் போன்று, பெறுதற்கரிய நல்ல கலன்களை அடைந்து, 'யாவரும் விரும்பும் செயற்கரிய செய்வினையினை முடித்தலும் வேண்டும்' எனவும் கருதினோம். அங்ஙனம் முடிக்கவும் செய்தோம். ஆயின், இனிப் பகையரண்கள் சென்று பலவற்றையும் வென்றி கொண்ட முரண் மிகுந்த தானையினை யுடையவனும், வாடாத வேப்பந் தாரினை உடையவனுமான பாண்டியனது, மதுரை நகரின் காலைக் கடைவீதியினைப் போல மணக்கும் நறிய நுதலையும், நீண்ட கருங் கூந்தலையும், மாமை நிறத்தையும் உடையளாகிய நம் தலைவி யுடன் சென்று சேர்வோம்.

மலையைக் குடைந்து இயற்றியது போன்ற வானளாவிய நெடுமனையினிடத்தே, நுரையை முகந்து அமைத்தாற் போன்ற மென்மையான மலரணையினையுடைய உயர்ந்த கட்டிலினிடத்தே, நெடிய விளக்கின் ஒளியிலே, நன்மை பொருந்தியதும் நம் மார்பிலே, நம் தலைவியின் மார்பகத்துப் பூண்கள் வடுப்படுத்து மாறும், இறுகத் தழுவுவோம்.

வரி பொருந்திய நெற்றியினையும், வலிமை திகழ்தலால் முழக்கமிடும் தன் வாயிற்புகும் மதத்தினையும், கூற்றின் வலிமை யுடன், நிலத்தின்கண்ணே சுருட்டி எறிந்து நெருங்கி வந்து ஆட்களைப் பற்றிக் கொல்லுதலைத் தப்பாத, அச்சம் வருகின்ற பெருங்கை யினையுமுடைய, கூடிய பெரிய யானைப் படையினையும், நெடிய தேர்ப்படையினையும் உடையவன் சேரமான். அச் சேரமானது, செல்வ மிகுந்த சிறந்த அகன்ற நகரமாகிய கருவூரின் துறை முன்னால், தெளிந்த நீரினையுடைய தண்ணிய ஆன்பொருளை என்னும் ஆற்றின் உயர்ந்த கரைகளிலே குவிந்துள்ள மணலினும் பலவாக, யாம் அவளைத் தழுவித் தழுவி மகிழ்வோம். அதனால், விரைந்து அவளிடத்தே செல்வாயாக, எம் நெஞ்சமே!

சொற்பொருள்: *2. கேளல் கேளிர் - ஏதலார். 4. ஆரங் கண்ணி - ஆத்திமாலை. 8. முரண் - வெற்றிச் செருக்கு. 10. நாளங் காடி - பகற் கடைத் தெரு. 12. குயின்று - குடைந்து. 14. நிவத்தல் - உயர்தல். 17. வயம் - வலம். 18. மீளி - கூற்றுவன். 20. கடும்பகட்டு யானை - கடுமையான பெரிய யானை. 23. ஆன் பொருநை - பேராறு.*

94. அன்பும் ஆர்வமும்!

பாடியவர்: *நன்பலூர்ச் சிறுமேதாவியார்.* **திணை:***முல்லை.* **துறை:** *1. வினைமுற்றி மீளும் தலைமகன் தன் தேர்ப் பாகனுக்குச் சொல்லியது; 2. தலைமகன் தன் பாங்கற்குச் சொல்லியது.*

(வினைமுற்றித் தன் இல்லம் நோக்கி மீளும் தலைமகன், தன் தேர்ப்பாகனுக்குத், தன்னுடைய உள்ளத்தின் நிலைமையைக் கூறித், தேரை விரையச் செலுத்துமாறு ஏவுகின்றான்.)

தேம்படு சிமயப் பாங்கர்ப் பம்பிய
குவைஇலை முசுண்டை வெண்பூக் குழைய,
வான்எனப் பூத்த பானாட் கங்குல்,
மறித்துரூஉத் தொகுத்த பறிப்புற இடையன்
தண்கமழ் முல்லை தோன்றியொடு விரைஇ,
வண்டுபடத் தொடுத்த நீர்வார் கண்ணியன்,
ஐதுபடு கொள்ளி அங்கை காயக்,
குறுநரி உளம்பும் கூர்இருள் நெடுவிளி
சிறுகட் பன்றிப் பெருநிரை கடிய,
முதைப்புனம் காவலர் நினைத்திருந்து ஊதும்
கருங்கோட்டு ஓசையொடு ஒருங்குவந்து இசைக்கும்
வன்புலக் காட்டுநாட் டதுவே - அன்பு கலந்து
ஆர்வம் சிறந்த சாயல்,
இரும்பல் கூந்தல், திருந்திழை ஊரே!

அன்பினாலே உள்ளம் கலந்தவள்; என்னுடன் கூடி மகிழும் ஆர்வத்திலே சிறந்தவள்; நல்ல சாயலையும், கரிய பலவாகிய கூந்தலையும், திருந்திய இழையினையுமுடையவள், நம் தலைவி.

தேனடைகள் பொருந்திய மலையுச்சிகளின் பக்கலிலே, செறிந்த குவிந்த இலைகளையுடைய முசுண்டைச் செடியின் வெண்மையான பூக்கள், வானமானது விண்மீன்களைப் பூத்திருப்பது போலக் குழையப் பூத்து விளங்கும், நடு இரவின் இருளிலே, ஆட்டுக்குட்டிகளைச் சேரத் தொகுத்து வைத்துள்ள, ஓலைப்பாயை முதுகிற் கொண்டுள்ள இடையன், தண்மையான மணம் கமழும் முல்லைப்பூவினைத் தோன்றிப் பூவுடன் இணைத்து, வண்டு மொய்க்கும் நீர் வார்கின்ற கண்ணியினனாகச், சுழன்று, எரியும் கொள்ளியின் தீயிலே தன் உள்ளங்கைகளை வெதுப்பியவனாகக் கிடைக்காதிருப்பான். அவன், மிக்க இருளிலே ஆடுகளைக் கவர வரும் குரு நரிகளை அலைத்தோட்டும் நீண்ட ஒலியானது -

சிறு கண்களையுடைய பன்றிகளின் பெருங்கூட்டத்தை ஓட்டுவதற்கு, முற்றிய தினைப்புனங்களைக் காத்திருப்போர், அவை வருங்காலத்தை எண்ணியிருந்து ஊதும் பெரிய கொம்புகளின் ஒலியோடு, ஒருங்கே வந்து இசைக்கும். வன்புலமாகிய காட்டு நாட்டது அவளுடைய ஊர். ('பாக! விரைந்து தேரைச் செலுத்துவாயாக!' எனப் பாகற்கும், 'பாங்கனே சென்று தூது உரைத்து வருவாயாக' எனப் பாங்கற்கும் இயைபுபடுத்துக.)

சொற்பொருள்: தேம்-தேன். சிமயம் - மலையுச்சி. பம்பிய - செறிந்த. 2. குவையிலை - குவிந்த இலை. 4. மறித்துரூஉத் தொகுத்த - மறிகளைக் குடில்களிலே தொகுக்கும். பறி - பாய். 7. ஐதுபடு கொள்ளி - சுழன்று எரியும் நெருப்பு. 15. இரும்பல் கூந்தல் - பல வகையான ஒப்பனை செய்யப்படும் கூந்தல்.

விளக்கம்: 'இச் செய்யுள் இருத்தல் நிமித்தமாம்; இக்காலம் வருந்துணையும் ஆற்றினாள், என்று' தான் வருந்துதலின் என்பார், நச்சினார்க்கினியர்.

களவிற் பிரிவாதலால் இரவுக்குறியிலே தான் செல்லுதல் அலர் எழக் காரணமாகும் எனற் பொருட்டு, நரி ஓட்டும் இடையனை யும், பன்றி கடியும் கானவனையும் கூறினன்; பாங்கன் துணையை நாடினன் என்க. பாகற்கு உரைத்ததாகக் கொள்ளின், அப்போதும் உறங்காது விழித்திருப்பவள் அவள் எனத் தொடர்புபடுத்துக.

95. பைபயப் பசந்தன்று!

பாடியவர்: ஒரோடோகத்துக் கந்தரத்தனார். **திணை:** பாலை. **துறை:** போக்குடன்பட்ட தலைமகள், தோழிக்குச் சொல்லியது.

(களவினால் ஊரலர் எழுந்தது. அன்னையோ, தெய்வத்தால் வந்தது எனத், தெய்வம் பராவி, இற்செறிப்பும் செங்தனள் கூட்டம் அருமையாகவே அவள் மெலிந்தாள். அதனைக் கூறித், தான் உடன் போக்கிற்குத் துணிந்தமையைத், தோழிக்குச் சொல்லுகிறாள், தலைவி).

பைப்பயப் பசந்தன்று நுதலும்; சாஅய்,
ஐதுஆ கின்று, என் தளிர்புரை மேனியும்,
பலரும் அறியத் திகழ்தரும் அவலமும்;
உயிர்கொடு கழியின் அல்லதை; நினையின்
எவனோ? - வாழி, தோழி! - பொரிகாற்

பொகுட்டுஅரை இருப்பைக் குவிகுலைக் கழன்ற
ஆலிஓப்பின் தும்புடைத் திரள்வீ,
ஆறுசெல் வம்பலர் நீள்இடை அழுங்க,
ஈனல் எண்கின் இருங்கிளை கவரும்
சுரம்பல கடந்தோர்க்கு இரங்குப என்னார்,

கௌவை மேவலர் ஆகி, 'இவ் ஊர்
நிரையப் பெண்டிர் இன்னா கூறுவ
புரைய அல்ல, என் மகட்கு' எனப் பரைஇ,
நம்உணர்ந்து ஆறிய கொள்கை
அன்னை முன்னர், யாம்என், இதற்படலே?

தோழி! நீ வாழ்க! என் நெற்றியும் மெல்ல மெல்லப் பசந்து விட்டது. தளிரையொத்த என் மேனியும், தளர்வுற்று, நாளுக்கு நாள்

மெலிந்து, நுண்ணிதாகின்றது. என் துயரமும், பலரும் கண்டறியு மாறு விளங்கித் தோன்றுகிறது. இவை எல்லாம், என் உயிரைக் கொண்டு போவனவேயல்லாது, நினைத்துப் பார்த்தால், வேறு என்னதான் செய்வனவோ?

பொரிந்த அடியினையும், கொட்டைகளையுடைய அரையினை யுமுடைய இருப்பையினது குவிந்த குலையினின்றும் கழன்ற, பனிக்கட்டி போலும் உட்டுளையினையுடைய திரண்ட பூக்களை, வழிச்செல்வோரான புதியவர்கள், அந்நெறியிடத்தே மேற்செல்லு தலை அஞ்சிப் போக்கினைத் தவிருமாறு, ஈன்ற கரடிகளின் பெருங் கூட்டம் கவர்ந்து உண்டு கொண்டிருக்கும். அத்தகைய பல சுரங் களையும் கடந்து செல்லும் தலைவர்களின் பொருட்டுத், தலைவியர் இரங்குவது இயல்பே என்றும், அவர் எண்ணாராயினர்.

ஊரலர் தூற்றலையே விரும்புபவராகி, இவ்வூரிலே நிறைந் திருக்கும் அலவற் பெண்டிர்கள் இன்னாத சொற்கள் பலவும் கூறுவர். என் மகட்கு அவை பொருந்தவனவே அல்ல என்று கூறித், தெய்வத்தினைப் பராவி, நம் களவு ஒழுக்கத்தினை உணர்ந்தும், அமைதியுற்றிருக்கும் கொள்கையினை உடையவள், நம் அன்னை! அவளின் முன்னர், யாம், மேலும் இக்களவொழுக்கத்திலேயே ஈடுபட்டிருத்தல்தான் எங்ஙனம் இயலும்? (அதனால், அவனுடன் போகத் துணிந்துவிட்டேன் என்கிறாள் தலைவி.)

சொற்பொருள் : 1. பைப்பய - மென்மெல. சாஅய் - தளர் வுற்று. 8. வம்பலர் - புதியவர். 9. எண்கு - கரடி. 13. புரைய - மேன்மையுடையன.

விளக்கம் : 'சுரம்பல கடந்தோர்க்கு இரங்குவோம்' என்னார், இவ்வூர் நிரையப் பெண்டிர் கௌவை மேவலராகி இன்னா கூறுவர். புரைய அல்ல என் மகட்கெனப் பரைஇ, நம்முணர்ந்து ஆறிய கொள்கை அன்னை முன்னர், யாம் இதற்கண் படுதல் என்னவோ?' எனத், தோழி உடன்போக்கினைத் தடுக்க முயன்றதாகவும் கொள்ள லாம்; கௌவை - பழிச்சொல்.

96. பலர் வாய்ப்பட்ட அலர்!

பாடியவர்: மருதம் பாடிய இளங்கடுங்கோ. **திணை:**மருதம். **துறை:** தோழி வாயின்மறுத்தது. **சிறப்பு:** அஃதை தந்தையராகிய சோழர்; பருவூர்ப் பறந்தலைப் போர்.

(பரத்தையுடன் கூடியபின், வீடு நாடிவரும் தலைவன், தோழி யின் மூலம் கூட்டத்தை நாடுகின்றான். அவளோ, அவன் செயலால் ஏற்பட்ட ஊரலரை உரைத்து, வாயில் மறுத்து நிற்கின்றாள்.)

நறவுண் மண்டை நுடக்கலின் இறவுக்கலித்துப்,
பூட்டுஅறு வில்லிற் கூட்டுமுதல் தெறிக்கும்
பழனப் பொய்கை அடைகரைப் பிரம்பின்
அரவாய் அன்ன அம்முள் நெடுங்கொடி
அருவி ஆம்பல் அகல் அடை துடக்கி,   5
அசைவரல் வாடை தூக்கலின், ஊதுஉலை
விசைவாங்கு தோலின், வீங்குபு ஞெகிழும்
கழனிஅம் படப்பைக் காஞ்சி ஊர!
'ஒண்தொடி ஆயத் துள்ளும்நீ நயந்து
கொண்டனை' என்ப 'ஓர் குருமகள்'; அதுவே -   10
செம்பொற் சிலம்பின், செறிந்த குறங்கின்,
அம்கலுழ் மாமை, அஃதை தந்தை,
அண்ணல் யானை அடுபோர்ச் சோழர்,
வெண்ணெல் வைப்பின் பருவூர்ப் பறந்தலை,
இருபெரு வேந்தரும் பொருதுகளத்து ஒழிய,   15
ஒளிறுவாள் நல்அமர்க் கடந்த ஞான்றை,
களிறுகவர் கம்பலைபோல,
அலர்ஆ கின்றது, பலர்வாய்ப் பட்டே!

கள் உண்ணும் மொந்தைகளைப் பொய்கைகளிலே கழுவுதலால், அந்நீருட் கிடக்கும் இறால் மீன்கள் செருக் குடையவாகிப், பூட்டிய நாண் அறுபடும் வில் தெறிப்பது போலத் தெறித்துக், கரை களிலேயுள்ள நெற்கூடுகளின் அடிப்புறங்களிலே வீழ்ந்து கிடக்கும், மருதநிலத்துப் பொய்கையின் அடைகரையிலேயுள்ள, அரத்தின் வாய் போன்ற கூர்மையான முட்களையுடைய பிரம்பினது நீண்ட கொடியானது, அருவியிடத்துள்ள ஆம்பலது அகன்ற இலையினைச் சுற்றிக்கொள்ள, அசைந்துவரும் வாடைக் காற்று அவ்விலையைத் தூக்கலின், கொல்லன் உலையிலே ஊதப் பெறும், விசைத்து இழுத்து விடும் தோலினைப்போல, அவ்விலை புடைத்துப் புடைத்துச் சுருங்கும். அத்தகைய வயல்களையும் தோட்டங்களையும் உடைய, காஞ்சி மரங்கள் செறிந்த ஊரையுடைய, தலைவனே!

'ஒள்ளிய தொடியினை யுடையவராகிய பரத்தையர் கூட்டத் தினுள்ளே, நீ ஓர் இயை மகளை விரும்பி மணந்து கொண்டனை' என்று, ஊரார் சொல்வார்கள்!

செம்பொன்னாலாகிய சிலம்பினையும், குறங்குசெறி பூட்டிய தொடைகளையும், அழகொழுகும் மாமை நிறத்தினையும் உடை யவள், அஃதை என்பவள். அவள் தந்தையர், பெருமைதங்கிய யானை களையும், வெல்லும் பேராற்றலையுமுடைய சோழர்கள். வெண் ணெல் விளையும் இடங்களையுடைய பருவூர்ப் போர்க்களத்திலே, 'சேர பாண்டியராகிய இருபெரு வேந்தரும், தம்முடன் போரிட்டுக்

களத்திலேயே வீழ்ந்துபட, ஒளிரும் வாளினால் நல்ல போர் வெற்றியும் அவர்கள் பெற்றனர். அப்போது, தோல்வியுற்றாரின் களிறுகளை அவர்கள் கவர்ந்து கொண்டபோது எழுந்த ஆரவாரம் போலப், பலராலும் பேசப்பட்டு, நின் செயலும் ஊரலராகின்றதே! (அதனைக் காண்பாயாக)

சொற்பொருள் : 1. மண்டை - கலயம், மொந்தை. இறவு - இறால் மீன். கலித்தல் - துள்ளுதல். 3. பழனம் - மருத நிலம். 7. வீங்குபுஞெகிழும் - படைத்துச் சுருங்கி நெகிழும். 10. குறுமகள் - இளைய மகள். 17. கம்பலை - ஆரவாரம். 18. பலர் வாய்ப்படல் - பலராலும் சுட்டிப் பேசப்படுதல், அலர்.

உள்ளுறை : 'நறவுண்ட இறால்கூட்டுமுதல் தெறிக்கும்' அதுபோல, நின் பாணனால் இசைவிக்கப் பெற்ற பரத்தையானவள், தான் இருந்த மனையையும் விட்டு, நின் போதையினால் செருக்கி, எமக்குப் போட்டியாகத் திகழ்கின்றாள் என்க.

'பிரப்பங் கொடியினால் சுற்றப்பட்ட ஆம்பல் இலை வாடை அசைத்த வழியெல்லாம் அலைவதுபோல, நீயும் நின் பாணனால் சூழப்பட்டுப் பரத்தைமைகொண்டு அலைகின்றனை' என்க.

97. ஆழேல் என்றி தோழி!

பாடியவர்: மாமூலனார். ஔவையார் எனவும், குடவுழுந்தனார் எனவும் பாடங்கள். **திணை:** பாலை. **துறை:** வற்புறுக்குந் தோழிக்குத் தலைமகள் கூறியது.

('தலைவன் வந்துவிடுவான், நீ வருந்தி மெலியாதே' என்று, தலைவியைத் தேற்ற முயல்கின்றாள் தோழி. அவளோ, இளவேனிற் பருவத்தையும், மாம்பூக்களைக் கோதும் குயிலின் குரலினையும் சுட்டி, ''எப்படியும் என் கண்ணீரை என்னால் நிறுத்த முடியும்?'' என்கிறாள். காதலியின் உள்ளத்துயரைக் காட்டும் சிறந்த பாடல் இது.)

'கள்ளிஅம் காட்ட புள்ளிஅம் பொறிக்கலை
வறன் உறல் அம்கோடு உதிர, வலம்கடந்து,
புலவுப்புலி துறந்த கலவுக்கழிக் கடுமுடை
இரவுக்குறும்ப அலற நூறி, நிரைபகுத்து,
இருங்கல் முடுக்கர்த் திற்றி கொண்டும்
கொலைவில் ஆடவர் போலப், பலவுடன்
பெருந்தலை எருவையொடு பருந்துவந்து இறுக்கும்
அருஞ்சுரம் இறந்து கொடியோர்க்கு அல்கலும்,
இருங்கழை இரும்பின் ஆய்ந்துகொண்டு அறுத்த
நுணங்குகட் சிறுகோல் வணங்குஇறை மகளிரொடு

அகவுநர்ப் புரந்த அன்பின் கழல்தொடி,
நறவுமகிழ் இருக்கை, நன்னன் வேண்மான்
வயலை வேலி வியலூர் அன்னநின்
அலர்முலை ஆகம் புலம்பப் பல நினைந்து,
ஆழேல், என்றி – தோழி! யாழ என்
கண்பனி நிறுத்தல் எளிதோ – குரவுமலர்ந்து,
அற்சிரம் நீங்கிய அரும்பத வேனில்
அறல் அவிர் வார்மணல் அகல்யாற்று அடைகரைத்
துறை அணி மருது தொகல்கொள ஓங்கிக்,
கலிழ்தளிர் அணிந்த இருஞ்சினை மாஅத்து
இணர்ததை புதுப்பூ நிரைத்த பொங்கர்ப்
புகைபுரை அம்மஞ்சு ஊர,
நுகர்குயில் அகவும் குரல்கேட் போர்க்கே?

''கள்ளிகள் நிறைந்த அழகிய காட்டினிடத்தே, புள்ளிகளாகிய அழகிய பொறிகளையுடைய கலைமானை, வறட்சியுற்ற அதன் அழகிய கொம்புகள் உதிருமாறு, அதனைத் துரத்திக் கொன்று தின்ற, புலால் நாற்றமுடைய புலியானது கைவிட்டுப்போன, மூட்டுவாய் கிழிந்த கடுமையான நாற்றத்தையுடைய, தசை கிடக்கு மிடத்திலே,

பெருந் தலைவியினையுடைய எருவைகளோடு, பருந்துள் பலவும் உடன்வந்து, இரவிலே காட்டரண்களிலேயுள்ளார் அலற, அவர்களைக் கொன்று, தாம் கைப்பற்றிக் கொண்ட ஆநிரைகளைத் தமக்குள் பகுத்துக்கொண்டு, பெரிய கற்பாறையின் முடுக்கரிலே தசையினைத் தின்று கொண்டிருக்கும். கொலை வில்லினையுடைய நிரைகவர்ந்த வீரர்களைப் போலச் சூழ்ந்திருக்கும், கடத்தற்கரிய அத்தகைய சுரநெறியைக் கடந்து சென்ற, கொடியோரின் பொருட் டாக, நாள்தோறும் -

பெரிய மூங்கில்களையுடைய சிறு காட்டிலே, ஆராய்ந்து கொண்டு அறுத்த சிறிய கணுக்களையுடைய சிறு மூங்கிற் கோலைக் கொண்ட, வளைந்த முன்கையினையுடைய மகளிர்களோடு, பாடி வரும் பாணர்களைப் புரந்திடும் அன்பினையும், கழலும் தொடி யினையும், கள்ளுண்டு மகிழும் இருக்கையினையுமுடைய நன்னன் வேண்மானது, வயலைக்கொடிகள் சூழவும் வேலிபோற் படர்ந்து கிடக்கும் வியலூரினைப் போன்ற, நினது பரந்த முலைகளை யுடைய மார்பகம், பசலையால் உண்ணப்பட்டு வருந்தப், பலவும் நினைந்து ஆழ்ந்திடாதே'' என்றனை. தோழி! இஃது என்னையோ?

குரவம் மலர்ந்து, முன்பனிக் காலமும் நீங்கிப்போயின. அரிய செல்வியையுடைய இளவேனிற் காலம் இது. அறல் விளங்கும்

நீண்ட மணலையுடைய, அகன்ற ஆற்றின் கரையிடத்தே, துறைக்கு அணி செய்யும் மருதமரங்களுடன், தொகுதிபடும்படியாக உயர்ந்து அழகு ஒழுகும் தளிர்களைக் கொண்டிருக்கம் பெரிய கிளைகளை யுடைய மாமரத்திலே, கொத்துக்களாகப் புதுப்பூக்கள் செறிந்திருக் கும் சோலைகளிலே, புகையினைப்போன்ற வெண்மேகங்கள் தவழ, அப்பூக்களை நுகர்ந்து கொண்டிருக்கும் குயில்கள், தம் துணைகளை விரும்பியவாக அகவிக் கொண்டிருக்கும். அக் குரலினைக் கேட்போ ருக்குத் தம் கண்களிலே வடியும் நீரை நிறத்துதலும் எளிதாகுமோ? (கூறுவாயாக.)

சொற்பொருள் : 2. வறனுறல் அங்கோடு - உறுதியுற்ற அழகிய கோடும் ஆம். 4. குறும்பு - காட்டரண். 5. முடுக்கர் - சந்து. திற்று - உணவு. கெண்டும் - உண்ணும். 8. அல்கலும் - நாடோறும். 9. இறும்பு - சிறுகாடு. 10. நுணங்கு கண் - சிறுகண். 11. அகவுநர் - பாணர். அற்சிரம் - முன்பணிக்காலம். 19. தொகல் கொள - தொகுதி கொள்ள. பாணரும் விறலியரும் கையிலே மூங்கிற் சிறுகோலை உடையவராயிருப்பர். இருவகை வேனிலும் வந்த பாடல் இது.

98. ஆடியபின்னும் வாடியமேனி!

பாடியவர்: வெறிபாடிய காமக்கண்ணியார். **திணை:** குறிஞ்சி. **துறை:** 1. தலைமகன் சிறைப்புறத்தானாகத் தோழி தலைமகட்குச் சொல்லுவாளாய்ச் சொல்லியது. 2. தோழிக்குத் தலைமகள் சொல்லி யதூஉமாம்.

(தன் மேனியின் வாட்டங்கண்டு, அன்னை வெறியாடலுக்கு வேண்டுவன செய்யத், தலைவி இவ்வாறு கூறிவருந்துகிறாள். கேட்ட தலைவன், அவளை அவ்விடர்ப்பாட்டினின்றும் நீக்கக் கருதிய வனாக, வந்து மணந்து கொள்வான் என்பது கருத்து.)

பனிவரை நிவந்த பயம்கெழு கவாஅன்
துனிஇல் கொள்கையொடு அவர்நமக்கு உவந்த
இனிய உள்ளம் இன்னா ஆக,
முனிதக நிறுத்த நல்கல் எவ்வம்
சூர்உறை வெற்பன் மார்புஉறத் தணிதல்
அறிந்தனள் அல்லள், அன்னை; வார்கோல்
செறிந்துஇலங்கு எல்வளை நெகிழ்ந்தமை நோக்கிக்,
கையறு நெஞ்சினள் வினவலின், முதுவாய்ப்
பொய்வல் பெண்டிர் பிரப்புஉளர்பு இரீஇ,
'முருகன் ஆர் அணங்கு' என்றலின், அது செத்து
ஓவத் தன்ன வினைபுனை நல்இல்
'பாவை அன்ன பலர்ஆய் மாண்கவின்

**பண்டையின் சிறக்க, என் மகட்கு' எனப் பரைஇ,
கூடுகொள் இன்இயம் கறங்கக், களன் இழைத்து,
ஆடுஅணி அயர்ந்த அகன்பெரும் பந்தர்,
வெண்போழ் கடம்பொடு சூடி,இன்சீர்
ஐதுஅமை பாணி இரீஇக், கைபெயராச்,
செல்வன் பெரும்பெயர் ஏத்தி, வேலன்
வெறிஅயர் வியன்களம் பொற்ப வல்லோன்
பொறிஅமை பாவையிற் றூங்கல் வேண்டின்,
என்ஆம் கொல்லோ? – தோழி! – மயங்கிய
மையற் பெண்டிற்கு நொவ்வல் ஆக
ஆடிய பின்னும், வாடிய மேனி
பண்டையிற் சிறவாது ஆயின், இம்மறை
அலர்ஆ காமையோ அரிதே, அஃதான்று,
அறிவர் உறுவிய அல்லல்கண் டருளி,
வெறிகமழ் நெடுவேள் நல்குவ னேயெனின்,
'செறிதொடி உற்ற செல்லும் பிறது' எனக்
கான்கெழு நாடன் கேட்பின்,
யான்உயிர் வாழ்தல் அதனினும் அரிதே!**

தோழி!

பனிமேகங்கள் தவழும், உயர்ந்த வளம்பொருந்திய பக்க மலையிடத்தே, வெறுப்பில்லாத கொள்கையுடன், முன்னர் நமக்கு உவந்த அவரது இனிய உள்ளம், இப்போது இன்னாவாக ஆயினமையின், நாம் சினங்கொள்ளுமாறு, நம்மிடத்தே அவர் நிலைபெறுத்திய அருள், 'வருத்தம்' ஒன்றேயாகும்.

தெய்வம் வாழுகின்ற மலையினை உடையவனவனாகிய, அவன் மார்பு உறுவது ஒன்றினாலேயே நம் நோய் தணிவதாதலை, நம் அன்னையும் அறிந்தனள் அல்லள்.

நீண்ட கோற்றொழில் அமைந்த, நெருங்கி விளங்கும் ஒளி பொருந்திய தோள்வளைகள், நெகிவுற்ற நிலையினைப் பார்த்தாள். செயலற்ற உள்ளத்தினளாயினாள்; குறி கேட்கவும் தொடங்கினாள்.

முதுமை வாய்ந்தவரும், பொய் கூறலிலே வல்லவருமாகிய, கட்டுவிச்சியரான பெண்டிர்கள், பிரப்பரிசியைப் பரப்பி வைத்து, 'இது முருகனது செயலால் வந்த வருத்தம், என்று கூறலின், அதனையே வாய்மையாகவும் கருதினள்.

'ஓவியத்தைப் போலப் புனைந்த தொழிற்றிறங்களையுடைய நல்ல மனையிலே, பாவையைப் போலப் பலராலும் ஆராயப்பெறும் மாண்புற்ற அழகானது, என் மகளுக்குப் பண்டைய நாளிற்போலச் சிறப்புறுக' என்று, தெய்வத்தை வேண்டியும் பராவினள்.

இணைந்த பலவாய இனிய இயங்கள் ஒலிக்க, வேலனுக்கு வெறியாடும் களனை இழைத்து, ஆடுதற் கேற்றவாறு அழகு செய்த, அகன்ற பெரிய பந்தரிலே,

'வெள்ளிய பனந்தோட்டினைக் கடப்பமலரோடும் சூடியவனாக, இனிய சீர் அழகிதாக அமைந்த தாளத்துடனே பொருந்தி, அடியவரைக் கைவிடாத முருகக் கடவுளின் பெரும்பெயர்களை ஏத்தித் துதித்து, வேலன் வெறியாடும் பெரியகளம், அழகு பெறுமாறு, 'வல்லோன் பொறியமைத்து ஆட்டுவிக்கும் பாவையைப் போல' ஆடுதலையும் விரும்பினால், என்ன ஆகுமோ?

வெறியாடுங் களத்திலே வந்து கூடிய, மயக்கம் பொருந்திய பெண்களுக்குத் துன்பம் உண்டாக, வேலன் ஆடிய பின்னரும், என்னுடைய வாடிய மேனி முன்போலச் சிறந்திடாமற்போமாயின், இக் களவொழுக்கம், பலரும் தூற்றுமாறு வெளிப்படாதிருத்தலோ அரிதாகுமே!

அஃதெல்லாமலும்,

அறிவுடையவராகிய நம் தலைவர் நமக்கு உறுவித்த அல்லலைக் கண்டு, அருள் கொண்டவனாகி மணம் கமழும் நெடுவேளாகிய வேலன், நம் முன்னைய அழகினைத் தந்தனன் என்றாலோ, 'செறிந்த தொடியுடையாள் உற்ற துன்பமும் பிறிதொன்றாற் போலும்?' எனக், காடுகெழுமிய நாடானாகிய தம் தலைவன் கேட்பானாயின், முற்கூறிய துன்பத்தினும் பெரிதாக யான் உயிருடன் வாழ்தலே அரிதாகி விடுமே!

சொற்பொருள்: 1. பனிவரை - குளிர்ந்த மலையும் ஆம். கவாஅன் - பக்கம். 2. துனி - துன்பம். 4. முனிதக - சினங்கொள்ளுமாறு; வருந்துமாறு. நல்கலும் எவ்வமே என்க. 9. பிரப்புளர்பு இரீஇ - குறி சொல்வோர் பலபகுதியாகக் கூடையிலே அரிசியை முருகனுக்குப் பலியாக இட்டு வைத்தல். 14. கூடுகொள் - இணைந்து கொள்ளும் இயம் என்க. 16. வல்லோன் - பாவை செய்வதிலே வல்லவன். 20. பொறியமை பாவை - சூத்திரப் பாவை. 22. மையற் பெண்டிர் - மயங்கிய பெண்டிர்.

விளக்கம்: இது தலைவி கூற்றாதலே பொருத்தம் உடையதாகும். தோழி கூற்றாயின், 'தலைவிக்கு உறும் வருத்தம் தனக்கு உற்றது போலத் தோழி மேற்கொண்டு' கூறினாள் எனல் வேண்டும்.

99. நயவரும் கானம்!

பாடியவர் : பாலை பாடிய பெருங்கடுங்கோ. **திணை:** பாலை. **துறை:** உடன்போகிய தலைமகளைத் தலைவன் மருட்டிச் சொல்லியது.

(தன் தலைவியோடு உடன்போக்கிலே செல்லலுற்ற தலைவன், தன் காதலிக்கு வழிநடை வருத்தம் தெரியாதிருக்கக், காட்டின் அழகினைக் கூறி, அவளுக்குத் தெம்பு ஊட்டுகின்றான்.)

வாள்வரி வயமான் கோள்உகிர் அன்ன
செம்முகை அவிழ்ந்த முள்முதிர் முருக்கின்
சிதரார் செம்மல் தா அய், மதர்எழில்
மாண் இழை மகளிர் பூணுடை முலையின்
முகைபிணி அவிழ்ந்த கோங்கமொடு அசைஇ, நனை
அதிரல் பரந்த அம்தண் பாதிரி
உதிர்வீ அம்சினை தாஅய், எதிர்வீ
மராஅ மலரொடு விராஅய்ப் பராஅம்
அணங்குடை நகரின் மணந்த பூவின்
நன்றே, கானம்; நயவரும் அம்ம,
கண்டிசின் வாழியோ - குறுமகள்! நுந்தை
அடுகளம் பாய்ந்த தொடிசிதை மருப்பின்,
பிடிமிடை களிற்றன் தோன்றும்
குறுநெடுந் துணைய குன்றமும் உடையத்தே!

எம் குறுமகளே! நீ வாழ்வாயாக!

வாள்போலும் கோடுகளையுடைய வலிய புலியினது கொல்லும் நகத்தைப்போல, முள் நிறைந்த முருக்க மரத்தின் சிவந்த முகைகள் இதழ் விரிந்தன. அவற்றின் வண்டு மொய்க்க, வாடிய பூக்கள் கீழே உதிர்ந்தன. கதிர்த்த எழிலையும், மாண்புள்ள அணியினையுமுடைய மகளிரது, பூணிட்டு விளங்கும் முலையினைப்போல, முகைகள் அலர்ந்த கோங்கின் பூக்களோடு, கொத்துக்களாகிய புனலிப்பூக்களும் கூடிக் கலந்து கிடந்தன.

பரவிய அழகிய தண்மையான பாதிரியினது, அழகிய கிளையினின்றும் உதிர்ந்த பூக்களோடு தாவி மாறுபட்ட பூக்கள், மீண்டும் வெண்கடப்பம் பூக்களோடு விரவித்தாவின. பரவுக்கடன் பூண்டு அணங்குடைய கோயிலினிடத்தே கலந்து கிடக்கும் பூக்களைப் போல, இக்காடும், நல்ல அழகுடன், நமக்கு விருப்பமூட்டுவதாகத் திகழ்கின்றதனையும் காண்பாயாக.

மற்றும், நின் தந்தை பகைவரை அடும் போர்க்களத்துப் பாய்ந்து, தன் பூண்சிதைந்த கோட்டினை உடையவும், பிடிகள் சூழப் பெற்றனவுமாகிய களிறுகளைப் போலத் தோன்றும், சிறியவும் பெரியவுமாகிய அளவினையுடைய குன்றங்களையும் இஃது உடைத்தாயிருக்கின்றது! அதனையும் காண்பாயாக!

சொற்பொருள்: *1. வாள் வரி - ஒள்ளிய கோடும் ஆம். கோள் உகிர் - இரையைக் கொன்று குருதியிலே தோய்ந்த உகிரும் ஆகும்.*

3.மதர்எழில் - மதர்த்த எழில். பூரித்துப் பொங்கும் அழகு. 6. அதிரல் - புனலிப்பூ.9. அணங்கு - தெய்வம். 10. நயவரும் - விருப்பந்தரும். 11. குறுமகள் - இளையநங்கை. 12. அடுகளம் - போர்க்களம். தொடி - களிற்று மருப்பின் பூண். 14- 15. பிடிமிடை களிற்றில் தோன்றும் குறுநெடுந் துணைய குன்றம் - பிடிபோற் குறுமையும், களிறுபோல் நெடுமையும் கொண்டு அடுத்தடுத்தாக நெருங்கியக்கும் பலவாகிய குன்றங்கள் என்க.

விளக்கம்: *'நுந்தை அடுகளம் பாய்ந்த' என்றதால், உடன் போக்கிலே சென்றவள் குறுநில மன்னன் மகள் என்றும், அவன் அரச குலத்து இளைஞன்' எனவும் உணரலாம்.*

100. நாரை ஒலித்தன்ன அம்பல்!

பாடியவர்: *உலோச்சனார்.* **திணை:** *நெய்தல்.* **துறை:** *தோழி வரைவு கடாயது.* **சிறப்பு:** *புறந்தைப் பெரியன்.*

(இரவுக்குறி வந்து, கூடிப் பிரியும் தலைவனிடம், தோழி, ஊரலர் எழுந்ததையும், அதனால் தலைவி இற்செறிக்கப்படுவாள் என்பதையும் கூறி, அவனை விரைந்து வந்து தலைவியை வரைந்து மணந்து கொள்ளத் தூண்டுகின்றாள்.)

அரையுற்று அமைந்த ஆரம் நீவிப்,
புரையப் பூண்ட கோதை மார்பினை,
நல்லகம் வடுக்கொள முயங்கி, நீ வந்து
எல்லினில் பெயர்தல் எனக்குமார் இனிதே!
பெயர்தல் எனக்குமார் இனிதே!
பெருந்திரை முழக்கமொடு இயக்கஅவிந் திருந்த
கொண்டல் இரவின் இருங்கடன் மடுத்த
கொழுமீன் கொள்பவர் இருள்நீங்கு ஒண்சுடர்
ஓடாப் பூட்கை வேந்தன் பாசறை
ஆடுஇயல் யானை அணிமுகந்து அசைத்த
ஓடை ஒண்சுடர் ஒப்பத் தோன்றும்
பாடுநர்த் தொடுத்த கைவண் கோமான்,
பரியுடை நற்றேர்ப் பெரியன், விரிஇணர்ப்
புன்னை அம் கானற் புறந்தை முன்துறை
வம்ப நாரை இனன்ஒலித் தன்ன
அம்பல் வாய்ந்த தெய்ய - தண்புலர்
வைகுறு விடியற் போகிய எருமை
நெய்தல்அம் புதுமலர் மாந்தும்
கைதைஅம் படப்பை அழுங்கல் ஊரே!

நறுமணம் கூட்டி அரைக்கப் பெற்று அமைந்த சந்தனத்தைப் பூசி, உயர்வற மாலையினைப் பூண்ட மார்பினையுடையவனாகி,

நீ இரவினிலே வந்து, நின்று நல்ல மார்பகம் வடுக்கொள்ளுமாறு எம்தலைவியை முயங்கிப், பின்னர்ப் பெயர்ந்து போகுதல், எமக்கும் மிக இனிதேயாகும். ஆனால்,

பெரிய கடலானது, தனது முழக்கத்துடன் அலைகளின் அசையும் ஓய்ந்து கிடந்த, மேகஞ் சூழ்ந்த இரவிலே, கரிய கடலிலே மடுத்த கொழுவிய மீனைக் கொணர்பவர், தம்படகு முனையிலே கட்டியிருக்கும் இருள்நீங்குதற்குக் காரணமாகிய ஒளிபொருந்திய விளக்கம், புறமுதுகிடாத மேற்கோளினையுடைய வேந்தனின் பாசறையிடத்தேயுள்ள, அடுதல் வல்ல யானையின் முகத்திலே பிணிந்த ஓடையினது, ஒள்ளிய சுடர்போலத் தோன்றும். அத்தகைய இடமாகிய,

பாடி வருவாரைத் தன்னிடத்தேயே வளைத்துக் கொள்ளும், கைவண்மை வாய்ந்த கோமானாகிய, குதிரைகள் பூண்ட நல்ல தேர்களையுடைய பெரியன் என்பானது, மலர் விரிந்த பூங்கொத்துக்கள் நிரம்பிய புன்னை மரங்களையுடைய, அழகிய சோலை சூழ்ந்த புறையாற்றின் கடற்றுரையின் கண்ணுள்ள, புதிய நாரைக் கூட்டம் ஒலித்தாற் போல, ஊரலரும் எழுந்ததே.

'தண்ணென்று' பொழுது புலர்ந்திடும், இருள் தங்கிய விடியற் காலத்திலே வெளிச்சென்ற எருமையானது, நெய்தலின் புது மலர்களைத் தின்னும், தாழை வேலிகளையுடைய அழகிய தோட்டங்களையுடைய, எமது ஆரவாரமிக்க ஊரின்கண்ணே, அலரும் அங்ஙனம் எழுந்தனவே!

சொற்பொருள்: 1. ஆரம் - சந்தனம். 2. புரைய - உயர்வாக. 3. ஆர் - ஆசை. 6. கொண்டல் - மேகம். 8-10. படகு முனை விளக்கம் யானைமுகத்துப் பொன் ஓடை போலத் தோன்றும் என்க. 13. புறத்தை - பொறையாறு என இந்நாளிலே வழங்கும். 14. வம்ப நாரை - புதியநாரை. 15. அம்பல் - அலர். 18. கைதழை - தாழை.

விளக்கம்: 'மீன் கொள்வார் கொள்ளக், கடலும் ஒலியவிந்திருக்க, வம்பு நாரை அலரும், அதுபோல, நீ இவளைக் களவிலே கூட, இவள் பெற்றோரும் அறியாது வாளாயிருக்க, வம்ப மாக்கள் அலர் உரைக்கின்றனரே' என்க.

101. முனிதகு பண்பு!

பாடியவர்: மாமூலனார். **திணை:** பாலை. **துறை:** பிரிவிடை வேறுபட்ட கிழத்தி தோழிக்குச் சொல்லியது. தோழி கிழத்திக்குச் சொல்லியதூஉமாம்.

(தன் காதலன் தன்னைப் பிரிந்து சென்றுவிட மனங்கலங்கி வாடும் தலைவியின் நினைவுகள் பலபடியாகச் சுழல்கின்றன.

அவற்றுள் ஒன்று இது. என்றும் அவனுக்கு இன்பந்தந்தனமேயன்றி, 'அவள் வெறுக்கத்தக்கன யாதும் செய்தறியோமே? அவன் நம்மைக் கைவிட்டுப் போயினதுதான் ஏனோ?' என்று சொல்லித் தோழியுடன் வருந்துகிறாள்.)

அம்ம வாழி, தோழி! 'இம்மை
நன்றுசெய் மருங்கில் தீதுஇல்' என்னும்
தொன்றுபடு பழமொழி இன்றுபொய்த் தன்றுகொல்?-
தகர்மருப்பு ஏய்ப்பச் சுற்றுபு சுரிந்த
சுவல்மாய் பித்தைச் செங்கண் மழவர்   5

வாய்ப்பகை கடியும் மண்ணொடு கடுந்திறல்
தீப்படு சிறுகோல் வில்லொடு பற்றி,
நுரைதெரி மத்தம் கொளீஇ, நிரைப் புறத்து,
அடிபுதை தொடுதோல் பறைய ஏகிக்,
கடிபுலம் கவர்ந்த கன்றுடைக் கொள்ளையர்,   10

இனம்தலை பெயர்க்கும் நனந்தலைப் பெருங்காட்டு,
அகல்இரு விசும்பிற்கு ஓடம் போலப்,
பகலிடை நின்ற பல்கதிர் ஞாயிற்று
உருப்புஅவிர்பு ஊரிய சுழன்றுவரு கோடைப்,
புன்கான் முருங்கை ஊழ்கழை பன்மலர்,   15
தண்கார்ஆலியின், தாவன உதிரும்
பனிபடு பன்மலை இறந்தோர்க்கு,
முனிதகு பண்புயாம் செய்தன்றோ இலமே!

அம்ம! தோழி! வாழ்க!

'இம்மையிலே நல்லனவே செய்யுமிடத்து அவர்க்கு என்றுமே தீது வருவதில்லை' என்று சொல்லப்படும் தொன்று தொட்டு வழங்கிவரும் பழமொழியும், இந்நாளிலே பொய்யாகிப் போயினது போலும்!

செம்மறியாட்டுக் கிடாயின் கொம்பினைப் போலச் சுருண்டு கடை சுரிந்த, பிடரியை மறைக்கும் தலைமயிரினையும், சிவந்த கண்களையும் உடையவர் மழவர்கள். அவர்கள், தம் வாயினின்று எழும் பகையினை, எழாமல் தடுக்கும் பொருட்டாகப் புற்று மண்ணைத் தம் வாயிலே அடக்கிக் கொள்வர். கடுமையான சக்தி வாய்ந்த, நெருப்புண்டாக்கும் சிறிய அம்பினை, வில்லிலே தொடுத்துக் கைப்பற்றியவராகச் செல்வர். சென்று, வெண்ணெயை வெளிப்படுத்தும் தயிர்கடையும் மத்தினைக் கவர்ந்து கொள்வர். ஆதிரைகள் உள்ளிவிடத்திலே, தம் காலடித் தடங்களை மறைக்கும் செருப்புக்கள் ஒலிக்குமாறு சென்று, காவல் மிகுந்த தொழுவங்

புலியூர்க் கேசிகன் 199

களிலேயுள்ள கன்றுகளுடன் கூடிய பசுக்கூட்டங்களைக் கொள்ளை யிடுவர். அப்படிக் கொள்ளையிட்ட ஆனினங்களை, அவர், தம் மிடத்திற்கு ஓட்டிக்கொண்டு போகும், அகன்று கிடக்கும் இடத்தை யுடையது பெரிய காடு. அதன்கண்,

அகன்ற பெருவானாகிய கடலினைக் கடத்தற்குரிய ஓடத்தைப் போலப், பகல் வேளையிலே, வானிடையே நிலைபெற்றிருக்கின்ற பல கதிர்களையுடைய ஞாயிற்றின் வெப்பமானது விளங்கிப் பரக்கச், சுழன்றுவரும் மேல் காற்றினால், புல்லிய அடிமரத்தினை யுடைய முருங்கையினின்றும் முதிர்ந்து சுழியும் பல் பூக்கள், குளிர்ந்த கார் காலத்திலே விழும் ஆலங்கட்டியினைப்போலப் பரந்தனவாக, உதிர்ந்து கொண்டிருக்கும்.

நடுக்கமுண்டாக்கும் அவ்வழியினூடே, பன்மலையடுக்கு களையும் கடந்து சென்ற நம் தலைவனுக்கு, வெறுக்கத்தக்க பண்பு யாதும், நாம் செய்தோமில்லையே?

சொற்பொருள்: மருங்கில் - மறுமையிலுமாம். இவ்விடத்துப் பின்னாளில் என்க. 4. தகர் - செம்மறிக்கிடாய். 5. சுவல் - பிடரி. பித்தை - ஆனின் மயிர். மழவர் - மழவராகிய ஓரினத்தார். 6. வாய் பகை - இருமல் தும்மல் முதலியன 7. தீப்படு சிறுகோல் - கைப்பந் தமும் ஆம். 8. நுரை - வெண்ணெய்த் துளிர்கள். 9. தொடுதோல் - செருப்பு; தொடுக்கப்பட்ட தோல் என்க.பறைய - இரைச்சலிட. 10. கடிபுலம் - காவலுடைய இடம். 11. நனந்தலை -பரந்த இடம். 14. உருப்பு - வெம்மை. 17. பனிபடு - நடுக்கத்தைப் படுவிக்கும். 18. முனிதகு பண்பு - வெறுக்கத்தக்க, செய்யத்தகாத செயல்.

விளக்கம்: மலையிறந்தோர்க்கு முனிதகு பண்பு யாம் செய்தறி யோம்: அங்ஙனமாகவும் அவர் வரைவினை நீட்டிக்கச் செய்து, நம்மை வருத்தமுறச் செய்கின்றார்; அதனால், 'நன்று செய் மருங் கில் தீதுஇல்' என்னும் பழமொழி இந்நாள் பொய்த்தது போலும் எனத் தலைவி கூறி வருந்தினாள் என்க. தோழி கூற்றாகக் கொள்வ தானால், இப்படியே நாம் செய்திலமே எனக் கூறினளாம்.

102. முயங்கிப் பெயர்த்தனன்!

பாடியவர்: மதுரை இளம்பாலாசிரியன் சேந்தங்கூத்தன்; மதுரைப் பாடலாசிரியர் எனவும் பாடம். **திணை:** குறிஞ்சி. **துறை:** இரவுக் குறிக்கண் சிறைப்புறமாகத் தோழிக்குச் சொல்லு வாளாய்த் தலைமகள் சொல்லியது.

'இது மனையகம் புக்கது' என்பர் நச்சினார்க்கினியர்.

(இரவுக் குறியிடத்தே, பலப்பல இடர்ப்பாடுகளையும் கடந்து வந்து , களவிலேகூடி மகிழ்ந்தவன், தன் சொற்படி வந்து தன்னை

வரைந்து கொள்ளாமையினால், உள்ளம் வருந்துகிறாள் தலைவி. 'அன்று இன்சொல் அளைஇப்பெயர்ந்தனன்; தோழி, இன்று எவன் கொல்லோ கண்டிகும்?' என்ற ஏக்கத்தின் பெருக்கத்தை ஊன்றி உணர்க.)

உளைமான் துப்பின், ஓங்குதினைப் பெரும்புனத்துக்
கழுதில் கானவன் பிழிமகிழ்ந்து வதிந்தென
உரைத்த சந்தின் ஊரல் இருங்கதுப்பு
ஐதுவரல் அசைவளி ஆற்றக், கைபெயரா,
ஓலியர் வார்மயிர் உளரினள், கொடிச்சி
பெருவரை மருங்கிற் குறிஞ்சி பாடக்
குரலும் கொள்ளாது,நிலையினும் பெயராது,
படாஅப் பைங்கண் பாடுபெற்று, ஓய்யென
மறம்புகல் மழகளிறு உறங்கும் நாடன்;
ஆர மார்பின் வரிஞிமிறு ஆர்ப்பத்,
தாரன் கண்ணியன், எஃகுடை வலத்தன்,
காவலர் அறிதல் ஓம்பிப், பையென
வீழாக் கதவம் அசையினன் புகுதந்து,
உயங்குபடர் அகலம் முயங்கித், தோள்மணந்து
இன்சொல் அளைஇப், பெயர்ந்தனன்-தோழி!-
இன்றுஎவன் கொல்லோ கண்டிகும்-மற்றுஅவன்
நல்கா மையின் அம்பல் ஆகி,
ஒருங்குவந்து உவக்கும் பண்பின்
இருஞ்சூழ் ஓதி ஒண்நுதற் பசப்பே!-

தோழி! சிங்கம் போன்ற வலிமையினை உடையகானவன், பெரிய தினைப்புனத்தின்கண் உயரமாக இடப்பட்டுள்ள பரணிலே, கள்ளுண்டு களித்து இருந்தனன். பூசிய மயிர்ச் சாந்தினையுடைய பரந்த கருங்கூந்தலை,மெல்லென அசைத்து வரும் காற்றுப் புகுந்து புலர்த்த, தழைத்து நீண்ட அக்கூந்தலைத் தன் கையினால் பெயர்த்துக் கோதியவளாக, அவன் மனைவியானவள்,பெரிய வரைப் பக்கத்தே குறிஞ்சிப்பண் பாடினள். அதனைக்கேட்டுத் தான் கொண்ட தினைக் கதிரினையும் உட்கொள்ளாது, நின்ற நிலையினின்றும் பெயராது, துயில்வரப்பெறாத தன் பசிய கண்களினும் துயில்வரப் பெற்று, வீரத்தின் புகலிடமாக விளங்கும் இளங்களிறு, ஒய்யென அவ்விடத்தேயே உறங்கிவிடும். அத்தகைய நாட்டையுடையவன் நம் தலைவன்!

சந்தனம் பூசிய மார்பிலே அழகிய வண்டுகள் மொய்க்கத் தாரனும், கண்ணியனும் வேலேந்திய வலக்கையினனுமாகக், காவலாளர் அறிதலையும் இயலாது கரந்து, தாழிடாத கதவைத் திறந்து

கொண்டு. மெல்லென வீட்டினுள் வந்தான். யான்வருந்தும் துன்பம் நீங்கிப் போகத் தோளினை தழுவித் அணைத்துக் கூடினான். இனிமையான சொற்களைப் பேசி, அளவளாவி விட்டுப் பிரிந்தும் சென்றான்.

இன்றோ, அவன் தான் சொன்னது போல வந்து நமக்கு அருளாமையினால், மகிழ்ச்சியைத் தரும் பண்பினையுடைய, கருங் கூந்தல் சூழ்ந்த ஒள்ளிய நுதலிலே,பசப்பும் ஒருங்கே வந்து சேர, அதனால் அலரும் ஆயிற்று.நாம் அவனோடு கூடிக் கண்டதுதான் என்னையோ?

சொற்பொருள்: 1. உளைமான் - சிங்கம். துப்பு - வலிமை . 2. கழுது - பரண். பிழி - கள். 3. உரைத்த சந்து - சந்தனச் சாந்து. 5. உளரினள் - கோதினள். கொடிச்சி - கானவர் மகள்; கானவனின் மனைவி. 6. குறிஞ்சி - குறிஞ்சிப்பண்.8. பாடுபெறுதல் - உறங்கப் பெறுதல். 9. மறம் புகல் மழகளிறு - வீரம் புகலிடமாக அமைந்த இளங்களிறு. 12. அறிதல் ஓம்பி - அறியாமல் தன்னைக் காத்து. 13. வீழாக் கதவம் - தாழ் வீழ்த்தாத கதவம்.19. இருஞ்சூழ் ஓதி - இரும் ஓதி சூழ் எனக் கூட்டுக.

உள்ளுறை : காவலை மறந்து, கள்ளுண்டு மயங்கினான் கானவன். அவன் பிரிவாற்றாது, அவனை நினைந்து பாடினாள் அவன் மனைவி. அவன், அதனைக் கேளாது கிடக்கவும், தினை கவர வந்த களிறு, அதனைக் கேட்டுத் தன் செயல் மறந்து உறங்கிக் கிடந்தது.

காவலைக் கடந்து நம்மை இன்புற்றுக் களித்தான் நம் தலைவன் அவனை நினைந்து தாம் புலம்புகின்றோம். அவனோ அதனை நினையானாயினான். ஆயின், அவர் உரைக்கும் பெண் டிரோ, தம் பிற வினைகளையும் மறந்து, அதனை எடுத்துப் பேசத் தொடங்கிவிட்டனர். இதனால், தலைவன் விரைந்து வேட்டு வருபவ னாவான் என்பது குறிப்பு.

103. தம்மொடு சென்ற நலன்!

பாடியவர்: காவிரிம்பூம்பட்டினத்துச் செங்கண்ணனார். **திணை:** பாலை. **துறை:** தலைமகன் பிரிவின்கண் தலைமகள் தோழிக்குச் சொன்னது.

(அவர்தான் அருளின்றி நம்மைப் பிரிந்து போயினார். பசலையை எனக்குத் துணையாக வைத்துவிட்டு, என் அழகையெல் லாம் தம்முடன் கொண்டுபோய் விட்டாரே; அதனையாவது எனக்கு அவர் மீண்டும் தாராரோ?' என்று, புலம்புகிறாள் தலைவி.)

நிழல்அறு நனந்தலை, எழில்ஏறு குறித்த
கதிர்த்த சென்னி நுணங்கு செந்நாவின்,
விதிர்த்த போலும் அம்நுண் பல்பொறிக்,
காமர் சேவல் ஏமம் சேப்ப;   5
முளிஅரில் புலம்பப் போகி, முனாஅது
முரம்பு அடைத் திருந்த மூரி மன்றத்து,
அதர்பார்த்து அல்கும் ஆகெழு சிறுகுடி
உறையுநர் போகிய ஓங்குநிலை வியன்மலை;
இறைநிழல் ஒருசிறைப் புலம்புஅயா உயிர்க்கும்
வெம்முனை அருஞ்சுரம் நீந்தித், தம்வயின்,   10
ஈண்டுவினை மருங்கின் மீண்டோர் மன்என,
நள்ளென் யாமத்து உயவுத்துணை ஆக
நம்மொடு பசலை நோன்று, தம்மொடு
தானே சென்ற நலனும்
நல்கார் கொல்லோ, நாம் நயந்திசி னோரே?   15

தோழி! நம்மால் விரும்பப்பட்டவரான நம்முடைய தலைவரானவர்.

நிழலே அற்றுப் போயின பாலையின் பரந்த இடத்திலே, புல்லுற்றினால் கௌவிக் கொள்ளுதலைக் குறிக்கப்பட்ட பெரிய தலையினையும், நுணுகிய வெந்த நாவினையும், தெளித்துவிட்டது போலும் நுண்மையான அழகிய பல புள்ளிகளை உடைய, அழகான குறும்பூழ்ச் சேவலானது, பாதுகாவலான வேறு இடத்திற்குச் செல்வதற்கு எண்ணித், தானிருந்து காய்ந்துபட்ட சிறுபுதல் தனித் தொழிய, வெளியேறிப் போகும். அப்படிப் போயின அது,

வன்னிலத்தை அடுத்திருந்த பழைமையான பெரிய மன்றிலே, ஆறலைக்க வழியையே பார்த்தவாறு கள்வர் பதுங்கியிருக்கும், பசுக்கள் பொருந்திய சிற்றூரினிடத்தே, அதன்கண் தங்கியிருப்போர் விட்டுப்போன உயர்ந்த நிலையினையுடைய பெரிய மனையிலே, இறைப்பு நிழலின் ஒரு பக்கத்தே தங்கியிருந்து, தனிமையால் பெருமூச்செறித்திருக்கும், கொடிய முனை இருப்புக்களையுடைய அத்தகைய அரிய சுரத்தினைக் கடந்து தம்மிடத்தே வந்துற்ற பொருள் ஈட்டும் வினையினிடத்தே, அவர் மீண்டும் செல்லுதலுற்றார்.

அவர், நள்ளென்ற யாமத்தும், நமது வருத்தத்திற்குத் துணை யாகும் பொருட்டு, நம்மிடத்தே பசலையை இருக்க விட்டு விட்டுத், தம்மோடு தானே உடன் சென்றுவிட்ட, நம்முடைய பழைய நலனையேம், நமக்குத் திரும்பத் தந்தருளாரோ?

புலியூர்க் கேசிகன்

சொற்பொருள் : 1. எழால் - புல்லூறு. ஏறு குறித்தல் - வெளவுதல் குறித்தல். 2. கதிர்த்த - ஒளிவிடும் தலையுமாம். முரம்பு - வன்னிலம்.

விளக்கம்: 'அதர் பார்த்திருக்கும் ஆறலை கள்வர் போல, அவர் பிரியும் அமையம் பார்த்திருந்து, பசலை என் நலனைக் கவர்ந்தது' என்க. 'குறும்பூழ்ச் சேவல் என் நலனைக் கவர்ந்தது' என்க. 'குறும்பூழ்ச் சேவல் தூறை விட்டுச் சென்று, மனையிறையினின்றும் தன் துணையை நினைந்து வருந்தும் என்பதுபோல, அவரும், 'அவ்விடத்தே நம்மை நினைந்து வருந்துவாரோ?' என்பதும் குறிப்பு.

104. இனிது செய்தனையால் எந்தை!

பாடியவர்: மதுரை மருதனிளநாகனார். **திணை:** முல்லை. **துறை:** வினைமுற்றி மீளும் தலைமகற்குத் தோழி சொல்லியது.

(வேந்துவினை முடிக்கத் தன் காதலியைப் பிரிந்து சென்ற தலைவன், சென்ற தன் வினையைச் செவ்வனே முடித்துவிட்டவனாக, மீண்டும் வருகின்றான். அப்பொழுது, அவனை எதிர்ப்பட்ட தோழி, அவனை உளமாற வாழ்த்துகின்றாள்.)

வேந்துவினை முடித்த காலைத், தேம்பாய்ந்து
இனவண்டு ஆர்க்கும் தண்நறும் புறவின்
வென்வேல் இளையர் இன்புற, வலவன்
வள்புவலித்து ஊரின் அல்லது, முள் உறின்
முந்நீர் மண்டிலம் ஆதி ஆற்றா
நன்னால்கு பூண்ட கடும்பரி நெடுந்தேர்
வாங்குசினை பொலிய ஏறிப்; புதல
பூங்கொடி அவரைப் பொய்அதள் அன்ன
உள்இல் வயிற்ற, வெள்ளை வெண்மறி,
மாழ்கி யன்ன தாழ்பெருஞ் செவிய,
புன்றலைச் சிறாரோடு உகளி, மன்றுழைக்
கவைஇலை ஆரின் அங்குழை கறிக்கும்
சீறூர் பலபிறக்கு ஒழிய, மாலை
இனிதுசெய் தனையால் – எந்தை! வாழிய!–
பனிவார் கண்ணள் பலபுலந்து உறையும்
ஆய்தொடி அரிவை கூந்தற்
போதுகுரல் அணிய வேய்தந் தோயே!

எம் தலைவனே!

வேந்தனின் ஏவலை நிறைவேற்றி முடித்தனை. அக்காலத்தே, வெற்றிபொருந்திய வேலினையுடைய வீரர்கள் இன்புறுமாறு,

பாகன் கடிவாளத்தினை இழுத்துப் பிடித்துச் செலுத்தினால் அல்லாது, முள்ளினால் குத்தப் பெற்றால், கடல் சூழ்ந்த உலகமே அவற்றின் ஓட்டத்திற்கு இறுதியாகும் எனும்படி, செலவிற்குப் போதாத, கடுமையாகச் செல்லக்கூடிய குதிரைகளுள், நல்லவை களாக நான்கு பூட்டப்பெற்ற தேரிலே, வளைந்த கொடிஞ்சி பொலி வுற ஏறியும் அமர்ந்தனை.

தேன் பாய்ந்து வண்டினம் ஆரவாரிக்கும் குளிர்ந்த நறிய முல்லை நிலத்தே, புதல்களிலே பூத்துக் கிடக்கும் கொடியவரி னிடத்தே, பொய்த்தோல் போன்ற உள்ளீடில்லாத வயிற்றினவும், மயங்கிக் கிடந்தாலொத்த தாழ்ந்து தொங்கும் பெரிய செவியினவும் ஆகிய வெள்ளாட்டின் வெண்மையான குட்டிகள், புற்கென்ற குடுமியினையுடைய சிறுவர்களோடு குதித்துச் சென்று, மன்றின் கண்ணே சுவையான இலையினை யுடையதாயிருக்கும் ஆத்தி மரத்தின் அழகிய தளிரைக் கடித்துக் கொண்டிருக்கும் சிற்றூர்கள் பலவும் பிற்பட்டு ஒழியுமாறு. அவற்றையும் கடந்து வந்தனை.

இம் மாலைக் காலத்திலேயே, நீர்வடியும் கண்ணினளாகப், பலவற்றையும் எண்ணி எண்ணித், தனிமையுற்று வாடியிருக்கும், ஆராய்ந்து தொடியணிந்த நின் தலைவியானவள் அணிந்து கொள்ளுமாறு, அவளுடைய கொத்தான கூந்தலிலே, மலரையும் கொணர்ந்து சூட்டினை! இனிதான ஒன்றைச் செய்தனை! எம் தலைவனே! நீ வாழ்வாயாக!

சொற்பொருள் : 1. தேம் - திசையுமாம். இளையர் - இளைய ராகிய வீரர். அவரும் தத்தம் வீடு திரும்ப என்றபடி. முள் - குதிரை யைச் செலுத்தும் சமுதாடு; தாற்றுக் கோலும் ஆம். 7. சினை - கொடிஞ்சி. 10. மாழ்குதல் - மயங்குதல். 12. ஆர் - ஆத்தி. 17. குரல் - தினைக் கதிர் போல விளங்கும் கொண்டை.

விளக்கம் : 'இதனுள் வினைமுடித்த காலைத் தேரிளையர் செலவிற்கேற்ப ஊராது. கோலூன்றின் உலகிறந்தன செலவிற்குப் பற்றாத குதிரைத் தேரேறி, இடைச்சுரத்திலே தங்காது, மாலைக் காலத்து வந்து பூச்சூட்டினை; இனிது செய்தனை; எந்தை வாழிய!' என, மேற்கோள் காட்டி உரைத்தனர் நச்சினார்க்கினியர்.

105. முகைதலை சிறந்த வேனில்!

பாடியவர்: தாயங்கண்ணனார். **திணை:** பாலை. **துறை:** மகட்போக்கிய தாய் சொல்லியது. **சிறப்பு:** எழினி என்பான்.

(செல்வத்துடன் வளர்ந்த தன் மகள், தங்களையெல்லாம் வெறுத்துத் தன் காதலனுடன் உடன்போக்கிலே சென்றுவிட்ட தறிந்து, இங்ஙனம் புலம்புகிறாள், அவளைப் பெற்றெடுத்த தாய்.

'யாங்கு வல்லுநள்கொல்?' என்றசொற்களிலே, தாய்மையின் அரிய பாசம் ஒளிரக் காணலாம்.)

அகல்அறை மலர்ந்த அரும்புமுதிர் வேங்கை
ஒள்இலைத் தொடலை தைஇ, மெல்லென
நல்வரை நாடன் தற்பா ராட்ட
யாங்குவல் லுநள்கொல் தானே - தேம்பெய்து,
மணிசெய் மண்டைத் தீம்பால் ஏந்தி,
ஈனாத் தாயர் மடுப்பவும் உண்ணாள்,
நிழற்கயத் தன்ன நீணகர் வரைப்பின்
எம்முடைச் செல்வமும் உள்ளாள், பொய்ம்மருண்டு
பந்துபுடைப் பன்ன பாணிப் பல்லடிச்
சிலபரிக் குதிரை, பல்வேல் எழினி
கெடல்அருந் துப்பின் விடுதொழில் முடிமார்,
கனைஎரி நடந்த கல்காய் கானத்து
வினைவல் அம்பின் விழுத்தொடை மறவர்
தேம்பிழி நறுங்கள் மகிழின், முனைகடந்து
வீங்குமென் சுரைய ஏற்றினம் தரூஉம்
முகைதலை திறந்த வேனிற்
பகைதலை மணந்த பல்அதர்ச் செலவே?

மணிகள் இழைத்துச் செய்த பொற்கலத்திலே, இனிய பாலோடு தேனும் கலந்து ஏந்தியவராகச் செவிலித்தாயர் ஊட்டவும் உண்ணாது, அடம்பிடித்தவள் என் மகள். நிழலினிடத்தேயுள்ள குளத்தைபோலக், குளிர்ச்சி பொருந்திய நெடிய மாளிகையிடத்தே யுள்ள, எமது பெருஞ் செல்வத்தையும் இப்போது கருதாதவளா யினாள்.

அகன்ற பாறையிடத்தே, அரும்பு முதிர்ந்து மலர்ந்த வேங்கை யின், ஒள்ளிய இலை விராவிய மாலையினை அணிந்து, மெல் லென, நல்ல மலைநாடனாகிய தலைவன் தன்னைப் பாராட்டி வர, அவன் சொல்லிய பொய்மைகளினாலே, உள்ளமும் மயங் கினாள்.

பந்தின் புடைப்பைப் போன்ற தாளத்துடன் கூடிய பல அடியீட்டினையும், சிலவகைச் செலவினையுடைய குதிரைகளை யும், பல வேற்படையினரையும் உடைய, கெடுதலில்லாத வலிமை பொருந்திய எழினி என்பவன் ஏவிவிட்ட தொழிலை முடிப்பதற் காக, மிக்க எரிபரந்து கிடக்கும் பாறைகளும் கொதிக்கும் கானத்திலே, போர்த்திறம் வாய்ந்த அம்பினைக் குறிதப்பாது தொடுத்தலை யுடைய மறவர்கள், பிழிந்த தேனாற் சமைத்த நறிய கள்ளினை உண்டு, அம் மகிழ்ச்சியினாற் பகைவரின் போர்முனைகளை

எளிதாக வென்று, பருத்த மெல்லிய மடியினையுடையவும், ஏறு களோடு கூடியவுமாகிய ஆனினத்தைக் கவர்ந்து வரும், பகைவருடன் பொருதல் அமைந்த, பலபடக் கிடக்கும் நெறிகளிலே, மலை முழைஞ்சுகளும் வெடித்துப் போவதற்கேதுவாகிய வேனிற் காலத்தே, அவள் செல்லவும் துணிந்தனளே!

அவ்விடத்தைக் கடந்து செல்வதற்கு, அவள் எங்ஙனம் வல்லவள் ஆவாளோ?

சொற்பொருள் : *1. அகலறை - பாறையிடுக்குகள். அரும்பு முதிர் வேங்கை - மலர்ந்த வேங்கை. 2. தொடலை - தழையுடை. 6. ஈனாத்தாயர் - செவிலித்தாயர். 7. பந்து புடைப்பன்ன பாணி - பந்து களை அடிக்கும்போது அவை துள்ளித் துள்ளிச் செல்வது போன்ற பாணி. 11. துப்பு - வலிமை. 12. கல்காய் - கல்லும் காயும். 15. சுரை - பால்மடி.*

106. வயிறு அலைஇயர் சென்மோ

பாடியவர் : *ஆலங்குடி வங்கனார்.* **திணை:** *மருதம்* **துறை:** *தலைமகள் தன்னைப் புறங்கூறினாளாகக் கேட்ட பரத்தை, அவட்குப் பாங்காயினார் கேட்பச் சொல்லியது.*

'தலைவிக்குப் பாங்காயினார் கேட்பச் சொல்லியது' என்பர் பேராசிரியர்.

(பரத்தை ஒருத்தியை, அவளுடன் தன் கணவன் உறவு கொண் டிருப்பதாக ஒரு மனைவி சந்தேகப்பட்டு, அவளையும் அவனை யும் சேர்த்துப் பழித்தாளாம். அதனால் குமுறுகிறாள். 'வாருங்களடி! நம்மைப் பார்த்து அவள் வயிற்றிலே அறைந்து கொள்ளும்படியாக, அந்தப் பக்கமாகவே சென்று உலவி வருவோம்' என்கிறாள் அவள்.)

எரிஅகைந் தன்ன தாமரைப் பழனத்துப்,
பொரிஅகைந் தன்ன பொங்குபல் சிறுமீன்,
வெறிகொள் பாசடை, உணீஇயர், பைப்பயப்
பறைதபு முதுசிரல் அசைபுவந்து இருக்கும்
துறைகேழ் ஊரன் பெண்டுதன், கொழுநனை
நம்மொடு புலக்கும் என்ப - நாம் அது
செய்யாம் ஆயினும், உய்யா மையின்,
செறிதொடி தெளிர்ப்ப வீசிச், சிறிதுஅவண்
உலமந்து வருகம் சென்மோ - தோழி!-
ஒளிறுவாட் டானைக் கொற்றுச் செழியன்
வெளிறுஇல் கற்பின் மண்டுஅமர் அடுதொறும்
களிறுபெறு வல்சிப் பாணன் எறியும்
தண்ணுமைக் கண்ணின் அலைஇயர், தன் வயிறே!

நெருப்புக் கப்புவிட்டு எரிந்தாற்போலும், செவ்விய தாமரைப் பூக்களையுடையன வயல்கள். அவ்விடத்தே, நெற்பொறிகள் தெறித்துக் கிடப்பனபோலப், பலப்பல சிறிய மீன்கள் விளங்கும். அவற்றை உண்ணும் பொருட்டு, மணங் கொண்ட பசிய இலையிலே, பறத்தல். ஒழித்த முதிய கிச்சிலிப் பறவையானது, பையப் பைய அசைந்தபடி வந்திருக்கும். அத்தகைய துறைகள் பொருந்திய ஊரனின் மனைவியானவள், தன் கணவனை, நம்மோடும் கூட்டி வெறுத்துப் பேசுகின்றனள் என்பர்.

நாம் அதற்கேதுவாகியது ஒன்றும் செய்யாதேம். ஆயினும், அவள் கூறும் பழியினின்றும் உய்யாமையினாலே -

ஒளிறும் வாட்படையினையுடையவன் வெற்றி பொருந்திய செழியன்; குற்றமற்ற படைப்பயிற்சியோடு கூடிய நெருங்கிய போர்களிலே, அவன் அடுந்தோறும், களிறாகிய உணவினைப் பெறும் பாணன் அடிக்கும் மத்தளத்தின் கண் போல, அவள், தன்வயிற்றிலே அறைந்து கொள்ளும்படியாக,

செறிந்த வளைகள் ஒலி முழங்கக் கைகளை வீசிச், சிறிது பொழுது அவ்விடத்தே சென்று, நாம் உலவிவருதற்குச் செல்வோமா?

சொற்பொருள்: 1. அகைதல் - கொழுந்துவிட்டு எரிதல். 3. வெறி - மணம். 4. முதுசிரல் - கிழடாய்ப் போன சிரல். 8. தெளிர்ப்ப - ஒலிக்க. 9. உலமந்து - உலாவி. 11. கற்பின் மண்டமர் - போர்க்குரிய மரபுகள் வழுவாமல் செய்யும் கடும்போர். 12. களிறு வல்சியாவது - பரிசாகத் தரப்படுவதனால்.

உள்ளுறை: 'முதுசிரல், மீனுக்கு அருகே பாசடை மீதிருந்தும், அதனை நுகரமாட்டாது, இளஞ்சிரல்கள் பற்றி நுகர்வதற்கும் பொறுக்காது புலம்புதல்போல, முதுமையால் எழுச்சியற்ற தலைவி, தலைவன் தன் வீட்டிலேயே இருந்தும், அவனை வளைத்துத் தன்பாற் கொள்ள முடியாமலும், ஏனைய இளம்பெண்டிர் அவனைத் தழுவுவதனைக் கண்டு பொறாமலும் புலம்கின்றாள்' என்கின்றனள். இதனால், தலைவியின் முதுமையைச் சுட்டிப் பழித்தவாறும், அவன் தன்பால் எளிதிற் சிக்குவோன் எனத்தான் தன் அழகாற் செருக்குற்றவாறும் காணலாம்.

107. மணமனை கமழும் கானம்!

பாடியவர்: காவிரிப்பூம்பட்டினத்துக் காரிக் கண்ணனார். **திணை:**: பாலை. **துறை:** தோழி குறிப்பறிந்து தலைமகற்குச் சொல்லியது. **சிறப்பு:** கல்லா நீண்மொழிக் கதநாய் வடுகர்.

(தலைவன் இரவுக் குறியும் பகற்குறியும் பெற இயலாதவனாயினான். இற்செறிப்பினால் தலைவியும் பிரிவாற்றாது நொந்

தாள். இந்நிலையிலே, தன்னுடன் தலைவியை உடன்போக்கிலே கொண்டுபோக விரும்புவதாகத் தோழி மூலம் தகவல் அனுப்புகிறான். தோழி அவனிடம் மீண்டு வந்து, தலைவியின் இசைவைச் சொல்லுகிறாள்.)

நீ செலவு அயரக் கேட்டொறும், பலநினைந்து,
அன்பின் நெஞ்சத்து, அயாஅப் பொறை மெலிந்த
என்அகத்து இடும்பை களைமார், நின்னொடு
கருங்கல் வியல் அறைக் கிடப்பி, வயிறுதின்று
இரும்புலி துறந்த ஏற்றுமான் உணங்கல்

நெறிசெல் வம்பலர் உவந்தனர் ஆங்கண்,
ஒலிகழை நெல்லின் அரிசியொடு ஓராங்கு
ஆன்நிலைப் பள்ளி அளைசெய்து அட்ட
வால்நிணம் உருக்கிய வாஅல் வெண்சோறு
புகர்அரைத் தேக்கின் அகல்இலை மாந்தும்

கல்லா நீள்மொழிக் கதநாய் வடுகர்
வல்லாண் அருமுனை நீந்தி, அல்லாந்து
உகுமண்ஊறு அஞ்சும் ஒருகாற் பட்டத்து
இன்னா ஏற்றத்து இழுக்கி, முடம் கூர்ந்து,
ஒருதனித்து ஒழிந்த உரனுடை நோன்பகடு

அம்குழை இருப்பை அறைவாய் வான்புழல்
புல்உளைச் சிறா அர் வில்லின் நீக்கி,
மரைகடிந்து ஊட்டும் வரையகச் சிறூர்
மாலை இன்துணை ஆகிக், காலைப்
பசுநனை நறுவீப் பரூஉப்பரல் உறைப்ப,

மணமனை கமழும் கானம்
துணைஈர் ஓதிஎன் தோழியும் வருமே!

''நீ அவளையும் உடன்கொண்டு செல்வதனை விரும்பியதைக் கேட்கந்தோறும், நின்பால் அன்பினையுடைய தன் நெஞ்சத்திலே பலப்பலவும் நினைந்து, வருத்தத்தைத் தாங்குதலால் மெலிந்து போன, என்னிடத்துற்ற துன்பத்தினை நீக்கும் பொருட்டாக,

கருங்கல்லான அகன்ற பாறையினிடத்தே, பெரிய புலியானது, தன் வயிறு நிறையத் தின்றுவிட்டுக் கைவிட்டுப் போன மானேற்றின் காய்ந்த தசையை, வழிச் செல்பவர்களாகிய புதியவர்கள் கண்டு மகிழ்வர். அவ்விடத்தே, தழைத்த மூங்கில் நெல்லின் அரிசியோடு ஒருங்கே கூட்டி, ஆயர் சேரியிலிருந்து கொண்ட தயிரினைப் பெய்து சமைத்த, வெள்ளிய நிணத்தினை உருகச் செய்த, வெண்மையான சோற்றினைப், புள்ளிபொருந்திய அடியினையுடைய தேக்கினது அகன்ற இலையிலே வைத்து உண்பவரும், கல்வியறிவற்ற நெடு

மொழிகளைக் கூறுபவரும், சினமிக்க நாய்களையுடையவருமான வடுகரது, வலிய ஆண்மை விளங்கும், அரிய போர் முனையினைக் கடந்து சென்று,

இடிந்து வீழும் மண்ணினால் விளையும் ஊறினுக்கு அஞ்சும் ஒரே துறையினையுடைய ஓடையிலுள்ள, இன்னாததாகிய ஏற்றத்திலே வழுக்கி விழுந்து, மிக்க முடம்பட்டுத் தன்னந்தனியே ஒழிந்து கிடக்கும், வலிமை வாய்ந்த மெலிந்த பகட்டினை,

புல்லிய குடுமியினையுடைய சிறுவர்கள், அழகிய தளிரையுடைய இருப்பையின், அற்றவாயினையும் வெள்ளிய உட்டுளையினையுமுடைய பூவை, வில்லினால் உதிர்த்து, அவற்றைத் தின்ன வரும் மரைமான்களை வெருட்டிவிட்டு, உண்பிப்பர். வரையகத்தேயுள்ள, அத்தகைய சிற்றூர்களிலே, மாலைக்காலத்தே, நினக்கு இனிய துணையாகித் தங்கிக், காலைவேளைகளிலே புதிய தேனையுடைய நறும் பூக்கள் உதிர்ந்து கிடத்தலால், மணம் கமழும் மனைபோன்று மணநாறும் காட்டிலே,

நின்னுடன், கடையொத்த குளிர்ந்த கூந்தலையுடைய என் தோழியும், உடன் வருவதற்கு இசைந்தனள் காண்!

சொற்பொருள் : *2. அயாஅ - வருத்தம். 5. உணங்கல் - காய்ந்த தசை, 8. ஆனிலைப்பள்ளி - ஆயர் சேரி. அளை - தயிர். 11. கதநாய் - சினமிக்க நாய். 12. வல்லாண் அருமுனை - வல்லாண்மையுடைய அருமுனை. 13. மண் ஊறு - சரிந்துவிழும் மண்ணினால் வரும் ஊறு.*

உள்ளுறை: *'ஓடை நீருண்டு இன்புற்றபின், அதனின்றும் கரையேற மாட்டாது முடம்பட்ட, உரனுடைய பகட்டினைப் போலத், தலைவியுடன் களவின்பத்திலே ஈடுபட்டு, அதனை விட்டு அவளை வரைந்து கொள்ள மாட்டாது போயினை. பகட்டிற்கு, இருப்பைப் பூவை உதிர்த்து, மானினங்களைச் சுற்றத்தினின்றும் பிரித்து, அயலார் வரைவினையும் மாற்றி, நின்னுடன் உடன்போக்கிற்கு, யானோ உடம்படுத்தி நிற்கின்றேன்' என்றனளாம்.*

108. அருளால் ஒத்தன்று மன்னால்!

பாடியவர் : *தங்கால் பொற்கொல்லனார்.* **திணை :** *குறிஞ்சி.* **துறை:** *தலைமகன் சிறைப்புறத்தானாகத் தலைமகட்குச் சொல்லுவாளாய்த் தோழி சொல்லியது.*

(தலைவன் தலைவியை மணந்துகொள்ளும் முயற்சிகளிலே ஈடுபடாது, இரவுக்குறி நேர்தலிலேயே மனஞ் செலுத்துகின்றான். அவன் கடந்து வரவேண்டிய வழியின் துன்பங்களை எண்ணித் தலைவி நடுங்குவாள். அதனை அவனுக்கு அறிவுறுத்தி, விரைந்து மணம் வேட்டு அவள் துயரைப் போக்குமாறு செய்வதற்குத் தோழி இங்ஙனம் உரைக்கின்றாள்.)

புணர்ந்தோர் புன்கண் அருளலும் உணர்ந்தோர்க்கு
ஒத்தன்று மன்னால்! எவன்கொல்? முத்தம்
வரைமுதற் சிதறிய வைபோல், யானைப்
புகர்முகம் பொருத புதுநீர் ஆலி
பளிங்குசொரி வதுபோற் பாறை வரிப்பக்,
கார்கதம் பட்ட கண்அகன் விசும்பின்
விடுபொறி ஞெகிழியிற் கொடிபட மின்னி,
படுமழை பொழிந்த பானாட் கங்குல்,
ஆர் உயிர்த் துப்பின் கோள்மா வழங்கும்
இருளிடைத் தமியன் வருதல் யாவதும்
அருளான் - வாழி தோழி! - அல்கல்
விரவுப்பொறி மஞ்ஞை வெரீஇ அரவின்
அணங்குடை அருந்தலை பைவிரிப் பவைபோற்,
காயா மென்சினை தோய நீடிப்
பல்துடுப்பு எடுத்த அலங்குகுலைக் காந்தள்
அணிமலர் நறுந்தாது ஊதும் தும்பி
கைஆடு வட்டின் தோன்றும்
மைஆடு சென்னிய மலைகிழ வோனே!

தோழி! வாழ்க! வருத்தத்தைச் செய்யும் பாம்பினது அரிய நஞ்சினையுடைய தலைகள், புள்ளிகள் விரவிக் கிடக்கும் மயிலினைக் கண்டு அஞ்சி விரியும். அதுபோலக் காயாவின் மெல்லிய கொம்புகள் தோய்தலால், நீண்டு தூக்கிய பல துடுப்புக்களைப் போன்ற, அசையும் குலைகளையுடைய காந்தள்கள், அழகிய மலர்களை உடையவாயின. அவற்றின்கண், நறிய தாதினைக் குடைந்துண்ணும் வண்டுகள், மகளிர் கையின்கண் வைத்து ஆடும் வட்டுக்களைப் போலத் தோன்றும். மேகங்கள் தவழும், அத்தகைய உச்சிகளையுடைய மலைக்கு உரியவன், நம் தலைவன்.

பாறைகளின் முகட்டிலே முத்துக்கள் சிதறிக் கிடப்பதைப் போல, யானைகளின் முகம் புள்ளிகளுடன் விளங்கும். அவற்றிலே மோதி வீழ்ந்த புதிய ஆலங்கட்டிகள், பளிங்கினைச் சொரிந்து வைத்தாற்போலப், பாறைகளை அழகு செய்யும். மேகங்கள் சினந்து எழுந்த இடமகன்ற வானிலே, பொறிவிடுகின்ற கொள்ளியினைப் போல மின்னல்கள் ஒழுங்குபடத் தோன்றும். படுமழை பொழிந்து அக்காலத்து நள்ளிரவிலே, அரிய உயிர்ப் பொருளாகிய உணவினையுடைய கொல்லும் விலங்குகள் திரிந்துகொண்டிருக்கும் இருளிடையே, நாடோறும் தனியாக வருதலினாலே, அவன், நமக்கு யாதும் அருள்பவனே யல்லன்.

தம்மைப் புணர்ந்தோரின் துன்பங்களைப் போக்கி அருளுதலும், அறிவுடையவர்களுக்குப் பொருத்தம் உடையதாகுமே! நம் தலைவன் அங்ஙனம் செய்யாததுதான் என்னையோ, தோழி?

சொற்பொருள் : *1. புன்கண் - துன்பம். உணர்ந்தோர் - உணர்ந்த அறிவுடையோர். 5. வரிப்ப - கோலம் செய்ய. 6. கார் - கார்மேகம். கதம்பட - சினந்து முழங்கிய. 7. நெகிழி - கொள்ளி. கொடிபட - ஒழுங்குபட. 9. ஆருயிர்த்துப்பின் கோண்மா - ஆருயிர்களையே தமக்கு உணவாகக் கொன்று தின்னும் கொடு விலங்குகள். 15. அலங்குகுலை - அசையும் குலை. 17. கையாடு வட்டில் - கழங்காடு காய். 18. மையாடு சென்னி - மேகந் தவழும் மலை முகடுகள்.*

உள்ளுறை: *'மயிலுக்கு அஞ்சிப் பாம்பு படம் விரித்தாற் போலக் காந்தள் மலர் இதழ் விரியும் என்றது, விருப்பந்தரும் தலைவனின் வருகையும், அவன் வருகின்ற சூழ்நிலை காரணமாக அச்சந் தருவதாயிற்று' என்றதாம்.*

109. அறனில் வேந்தன்!

பாடியவர் : *கடுந்தொடைக்காவினார்.* **திணை :** *பாலை.* **துறை :** *இடைச்சுரத்துத் தலைமகன் தன் நெஞ்சிற்குச் சொல்லியது.*

(தலைவியைப் பிரிந்து வினைமேற் சென்றனன் ஒரு தலைவன். பல காடுகளையும் கடந்து சென்றபின் அவன் நினைவு தலைவியின் பாற் சென்றது. அங்கிருந்து, அவள் இருக்கும் ஊரைத் தன் மனக் கண்முன் கொண்டுவருகிறான். அப்போதுதான், அவன் கடந்து வந்த காட்டின் கொடுமை, அவனுக்குத் தோன்றுகிறது.)

**பல்இதழ் மென்மலர் உண்கண், நல்யாழ்
நரம்புஇசைத் தன்ன இன்தீம் கிளவி,
நலம்நல்கு ஒருத்தி இருந்த ஊரே –
கோடுமுழ களிற்றின் தொழுதி ஈண்டிக்
காடுகால் யாத்த நீடுமரச் சோலை
விழைவெளில் ஆடும் கழைவளர் நனந்தலை;
வெண்நுனை அம்பின் விசைஇட வீழ்ந்தோர்
எண்ணுவரம்பு அறியா உவல்இடு பதுக்கைச்
சுரம்கெழு கவலை கோட்பாற் பட்டென,
வழங்குநனர் மடிந்த அத்தம் இறந்தோர்,
கைப்பொருள் இல்லை ஆயினும், மெய்க் கொண்டு
இன்உயிர் செகாஅர் விட்டுஅகல் தப்பற்குப்**

பெருங்களிற்று மருப்பொடு வரி அதள் இறுக்கும்
அறன்இல் வேந்தன் ஆளும்
வறன்உறு குன்றம் பலவிலங் கினவே.

பல இதழ்களையுடைய மென்மலர் போன்ற மையுண்ட கண்ணினாள்; நல்ல யாழின் நரம்பினை இசைத்தாற் போன்று மிகவும் இனிக்கின்ற மொழியினாள்; விரும்பும் நலனெல்லாம் தருகின்ற ஒப்பற்றவள்; அவள் நம் காதலி. அவள் இருக்கும் ஊரானது -

தம் கொம்பினால் குத்திப், போர்க்களத்தே பகைவரை உழுகின்ற களிற்று யானைகளின் கூட்டம் கூடியது. அதனால், கடுங்காட்டைப் போல விளங்கியது நெடிய மரச்சோலை. ஒன்றையொன்று விரும்பிய அணில்கள் ஆடிக் கொண்டிருக்கும், மூங்கில்கள் வளர்ந்திருக்கும் இடத்திலே நடந்த போரில், வெள்ளிய முனைகளுடைய அம்பினை வேகமாகச் செலுத்த வீழ்ந்தோர், கணக்கற்றோர் ஆயினர். எண்ணினாலும், எண்ணின் வரம்பினை அறியாதபடி, தழையிட்டு மூடிய பதுக்கைகளும் எழுந்தன. சுரத்தின் கண் பொருந்திய அத்தகைய கவர்நெறிகள் எல்லாம் ஆறலைக் கள்வர் பகுதியிற் கொள்ளப்பட்டன. வழிப்போவார் எவரும் இல்லையாகி மடிந்த அச் சுரநெறியே,

வந்தோரிடத்தே கைப்பொருள் யாதும் இல்லையானாலும், அவர் உடலைக் காணிக்கையாகப் பற்றிக் கொண்டு உயிரினைப் போக்காதபடியாக விட்டுவிட்டு வந்த தவறுக்காகப், பெரிய களிற்றின் கொம்போடு, கோடு பொருந்திய புலித்தோலையும் தண்டமாக விதிக்கும், அறனற்ற வேந்தன் ஆள்கின்ற, வறட்சியுற்ற குன்றுகள் பலவும் குறுக்கிட்டுள்ளனவே! அதற்கும், அப்பால் உள்ளதே, அவர் ஊர் என்க.

சொற்பொருள் : 2. இன்தீங்கிளவி - மிக்க இனிமையுடைய சொல். 3. நலம் நல்கு ஒருத்தி - நலம் தரும் ஒப்பற்ற காதலி. 4. தொழுதி - கூட்டம். 6. விழைவு - விருப்பம். வெளில் - அணில். 7. வெண்ணுனை - தீட்டி. வெண்மையாகத் தோன்றும் முனை. வெந்நுனை பாடமாயின் வெம்மையுடைய நுனை என்க. 8. உவல் - கற்குவியல். 10. மடிந்த - இல்லாதுபோன. 13. வரியலர் - புலித்தோல்.

விளக்கம்: இத்துணைய பல கொடுவழிகளும் கடந்து வந்தனமாதலின், இனி இடைவழியிலே திரும்புதல் ஆகாது; வினைமேற் செல்வோம் எனத் தன் நெஞ்சிற்குக் கூறினான்.

110. கடுஞ்சூள் தருகுவல்!

பாடியவர்: போந்தைப் பசலையார். **திணை:** நெய்தல். **துறை:**

தோழி செவிலித்தாய்க்கு அறத்தொடு நின்றது.

(தலைவியின் களவு உறவு பற்றி ஊரிலே அலர் எழத் தோழி யைச் செவிலி வினவுகிறாள். அவள், ஒருநாள் கடற்கரையிலே நடந்த நிகழ்ச்சியைக் கூறி, அவனைத் தலைவி காதலிக்கின்றான் எனக், குறிப்பாக உணர்த்துகிறாள்.)

அன்னை அறியினும் அறிக; அலர்வாய்
அம்மென் சேரி கேட்பினும் கேட்க;
பிறிதுஒன்று இன்மை அறியக் கூறிக்,
கொடுஞ்சுழிப் புகாஅர்த் தெய்வம் நோக்கிக்,
கடுஞ்சூள் தருகுவன், நினக்கே; கானல்   5
தொடலை ஆயமொடு கடல்உடன் ஆடியும்,
சிற்றில் இழைத்தும், சிறுசோறு குவைஇயும்,
வருந்திய வருத்தம் தீர யாம் சிறிது
இருந்தன மாக எய்த வந்து
'தடமென் பணைத்தோள் மடநல் லீரே!   10
எல்லும் எல்லின்று; அசைவுமிக உடையேன்:
மெல்இலைப் பரப்பின் விருந்துஉண்டு, யானும்இக்
கல்லென் சிறுகுடித் தங்கின்மற்று எவனோ?'
எனமொழிந் தனனே ஒருவன்; அவற்கண்டு,
இறைஞ்சிய முத்தேம் புறம்சேர்பு பொருந்தி,   15
'இவைநுமக்கு உரிய அல்ல: இழிந்த
கொழுமீன் வல்சி' என்றனம்; இழுமென
'நெடுங்கொடி நுடங்கும் நாவாய் தோன்றுவ
காணாமோ?' எனக் காலின் சிதையா,
நில்லாது பெயர்ந்த பல்லோ ருள்ளும்   20
என்னே குறித்த நோக்கமொடு 'நன்னுதால்!
ஒழிகோ யான்?' என அழிதகக் கூறி,
யான் 'பெயர்க' என்ன நோக்கித் தான்தன்
நெடுந்தேர்க் கொடிஞ்சி பற்றி,
நின்றோன் போலும் இன்றும்என் கட்கே!   25

மாலை போன்று நெருங்கிய தோழியரோடு, கடலிலே ஒருங்கு சேர்ந்து விளையாடியும், கடற்கானலிலே சிற்றில் இழைத்தும், சிறு சோறு ஆக்கிக் குவித்தும், வருந்திய களைப்புத் தீர, யாம் சிறிதே இளைப் பாறி இருந்தோம்.

ஒருவன் எம்மருகே வந்தான். 'பெரிய மென்மையான மூங்கில் போலும் தோள்களையும், மடப்பத்தையும் உடைய 'நல்ல பெண்

களே! பகலும் ஒளியிழந்தது. மிகவும் தளர்ச்சி உடையேன். மெல்லிய இலைப்பரப்பிலே நீங்கள் இடும் விருந்தினை யானும் உண்டு. கல்லென்ற ஆரவாரமுடைய இந்தச் சிறுகுடியிலே தங்கிச் சென்றால் என்னவோ?' என்றும் சொன்னான்.

அவனைக் கண்டு, தலைகவிழ்ந்த முகத்தினர்களாக, ஒருவர் முதுகுப்பின் மற்றொருவராக ஒளிந்துகொண்டோம். இழும் என்னும் மெல்லிய குரலிலே, 'இவை நுமக்கு உரியன அல்ல; இழிந்த கொழுமீனாலாகிய உணவு' என்றோம்.

'நீண்ட கொடிகள் அசைந்து பறக்கும் நாவாய்கள் தோன்று கின்றன. அவற்றைக் காண்போமா?' என்று கூறி, எம் சிற்றிலைக் காலாற் சிதைத்துவிட்டு, அங்கு நில்லாது ஓடிப் பெயர்ந்தவன், பலருள்ளும், என்னையே குறிப்பிட்டுப் பார்க்கும் பார்வையோடு, 'நல்ல நுதலினையுடையவளே! யான் போகின்றேன்' என்று, என் நெஞ்சம் அழிந்திடக் கூறினான்.

யானும், 'நீ போவாயாக' என்றேன். என்னலும், என்னை நோக்கியவனாகத், தனது தேரின் கொடுஞ்சியினைப் பற்றிக் கொண்டவனாக, அவனும் நின்றான். இன்றும் என் கண்ணுள், அவன் நின்ற நிலை நிற்பது போலிருக்கிறதே!

இதனை அன்னை அறியினும் அறிவாளாக! அலர் கூறும் வாயினரான இம் மெல்லிய சேரியினர் கேட்பினும் கேட்பாராக! 'இஃதன்றிப் பிறிதொன்றும் இல்லாததனை நீ அறியுமாறு கூறுக, கொடுஞ்சுழிகள் மேவிய புகாரிடத்துள்ள தெய்வத்தை நோக்கி, நினக்குக் கடிய சூளும் யான் செய்து தருவேன்!

சொற்பொருள்: 5. கடுஞ்சூள் - கடுமையான சபதம். 6. தொடலை - தழைமாலை. 12. எல்லும் எல்லின்று - பகலும் ஒளியிழந்தது; பொழுது மாலையாயிற்று என்க. அசைவு - தளர்ச்சி. 15. இறைஞ்சிய முகம் - கவிழ்ந்த முகம். 21. என்னே - என்னையே. 22. அழிதக - அழியும் தகைமையாக. 24. கொடிஞ்சி - தேர்ச்சீலை. 15. 'என்றுமென் மகட்கே' பாடமாயின், 'அவனே என்றும் என் மகளுக்குக் காதலன் போலும்' எனத், தாய்கூற்றாகக் கொள்க.

111. புண் தேர் விளக்கு!

பாடியவர் : பாலைபாடிய பெருங்கடுங்கோ. **திணை** : பாலை. **துறை** : தலைமகன் பிரிவின்கண் தோழி தலைமகளை ஆற்றுவித்தது.

(தலைமகன் பொருளார்வமுற்றுத் தலைவியைப் பிரிந்து

சென்றனன். அதனால் கலக்கமுற்று வாடி மெலிந்த தலைவிக்கு, அவன் விரைய வருவான் எனக் கூறித், தேறுதல் கூறுகிறாள் தோழி.)

உள் ஆங்கு உவத்தல் செல்லார், கறுத்தோர்
எள்ளல் நெஞ்சத்து ஏஎச்சொல் நாணி
வருவர் - வாழி, தோழி! - அரச
யானை கொண்ட துகிற்கொடி போல,
அலந்தலை ஞெமையத்து வலந்த சிலம்பி
ஓடைக் குன்றத்துக் கோடையொடு துயல்வர
மழைஎன மருண்ட மம்மர் பலஉடன்
ஒய்களிறு எடுத்த நோயுடை நெடுங்கை
தொகுசொற் கோடியர் தூம்பின் உயிர்க்கும்
அத்தக் கேழல் அட்ட நற்கோள்
செந்நாய் ஏற்றைக் கம்மென ஈர்ப்பக்,
குருதி ஆரும் எருவைச் செஞ்செவி,
மண்டுஅமர் அழுவத்து எல்லிக் கொண்ட
புண்தேர் விளக்கின், தோன்றும்
விண்தோய் பிறங்கல் மலைஇறந் தோரே!

தோழி! நீ வாழ்வாயாக!

தமக்கு வாய்த்த செல்வம், உள்ள அளவிலே அதனை நுகர்ந்து, மகிழ்வுடன் வாழ்தல் இலராக, அதனைப் பொறுக்காத பகைவர் சிலர், இகழ்ச்சியாகப் பேசும் உள்ளத்துடன் கூறுகின்ற, அம்பு போலும் கொடுஞ் சொற்களுக்கு நாணினவராயினார்.

பட்டத்து யானையானது, தன்மேற் கொண்டிருக்கின்ற துகிற் கொடியினைப் போல, ஓடை என்னும் குன்றத்தேயுள்ள, காய்ந்த தலையினையுள்ள ஞெமை மரத்தின் மீது, சிலம்பியானது வலையினைப் பின்னியது. மேல்காற்றால், அவ்வலையும் அசைந்து கொண்டிருந்தது.

அதனை மேகம் எனக் கருதி, ஒருங்கே மருட்சியுற்றன மயக்கத்தினையுடைய இளைத்த களிறுகள் பலவும். வருத்தத்தை யுடையவனவாக அவை உயர்த்த நெடுங்கைகள், புகழினைத் திரட்டிக் கூறும் கூத்தரது தூம்பினைப்போலத் தோன்றி ஒலிக்கும். அத்தகைய காட்டிலுள்ள - செந்நாயின் ஏற்றையானது, தன் இரையினை நன்கு பற்றிக்கொள்ளும் திறனுடையது. அஃது, ஆண் பன்றி ஒன்றைக் கொன்று, விரைவாக அதனை இழுத்தச் சென்றது. அதனால் வழிப்புறத்திலே ஒழுகிய குருதியினைப் பருகிய எருவையின் சிவந்த செவிகள், மிக்க போர்க்களப் பரப்பிலே வீரர்களது

மருமத்துப் புண்களை ஆராயும் இராப்பொழுதிலே கைக்கொண்ட விளக்குகளைப் போன்று தோன்றும். வானைத் தழுவும் விளக்கத்தை யுடைய, அத்தகைய மலையினைக் கடந்தும், பொருள் ஈட்டச் சென்றனர் நம் தலைவர். அவர் விரைந்து வருவார் தோழி!

சொற்பொருள்: 1. கறுத்தோர் - பகைவர். ஏஅச் சொல் - கொடுஞ் சொல்; ஏச்சு. 5. அலந்தலை - காய்ந்த தலை. ஓடைக்குன்றம் - ஓடைமரக் குன்றமும் ஆம். 7. மம்மர் - மயக்கம். 8. ஓய்களிறு - இளைத்த களிறு. 9. தொகுசொல் - தொகுத்த புகழ்ச்சொற்கள். கோடியர் - கூறுவோர் - தூம்பு - முழக்கும் கொம்பு போன்ற வாத்தியம். 13. எல்லி - இரா. 15. பிறங்கல் - விளக்கம்.

உள்ளுறை : சிலம்பியின் அசையும் கூட்டினை மேகமெனக் கருதிய யானைத்திரள்போலப், பொருளல்லவற்றைப் பொருளாகக் கருதிக் காடுபல கடந்து இளைத்தனர் தலைவர்; அதனால் அவர் விரைவிலே வருவர் என்றனள்.

112. பெண்கோள் ஒழுக்கம்!

பாடியவர்: நெய்தற் சாய்த்துய்த்த ஆவூர் கிழார். **திணை:** குறிஞ்சி. **துறை:** இரவுக்குறி வந்த தலைமகனை எதிர்ப்பட்டு நின்று, தோழி சொல்லி, வரைவுகடாயது.

(இரவுக்குறியிலே இடர்ப்பாடுகள் பல உள்ளன. நின்பால் பெருங்காதல் உடைய தலைவியோ, நீ அதனைக் கடந்து வருவதனால் வரும் ஏதங்களை நினைந்து நினைந்து வருந்துகிறாள். ஆகவே, விரைந்து வந்து, மணந்து கொள்வாயாக என்கிறாள்.)

**கூனல் எண்கின் குறுநடைத் தொழுதி
சிதலை செய்த செந்நிலைப் புற்றின்
மண்புனை நெடுங்கோடு உடைய வாங்கி,
இரைநசைப் பரிக்கும் அரைநாட் கங்குல்
ஈன்றுஅணி வயவுப்பிணிப் பசித்தென மறப்புலி
ஒளிறுஏந்து மருப்பின் களிறுஅட்டுக் குழுமும்
பனிஇருஞ் சோலை எமியம் என்னாய்
தீங்குசெய் தனையே, ஈங்குவந் தோயே;
நாள்இடைப் படின், என் தோழி வாழாள்;
தோளிடை முயக்கம் நீயும் வெய்யை:**

**கழியக் காதலர் ஆயினும், சான்றோர்
பழியொடு வரூஉம் இன்பம் வெஃகார்;
வரையின், எவனோ? - வான்தோய் வெற்ப!-**

கணக்கலை இகுக்கும் கறிஇவர் சிலம்பின்
மணப்புஅருங் காமம் புணர்ந்தமை அறியார்,
தொன்றுஇயல் மரபின் மன்றல் அயரப்
பெண்கோள் ஒழுக்கம் கண்கொள நோக்கி,
நொதுமல் விருந்தினம் போல, இவள்
புதநாண் ஒடுக்கமும் காண்குவம், யாமே!

வானளாவும் வெற்பினை உடைய தலைவனே! கூனல் முதுகினையும். குறுக அடியிட்டுச் செல்லும் நடையினையும் உடைய கரடிகளின் கூட்டமானது, கரையான் கட்டிய சிவந்த நிலையினையுடைய புற்றினது, மண்ணாற் புனைந்த நீண்ட உச்சிகள் உடையுமாறு பெயர்த்திட்டுப், புற்றாஞ்சோறாகிய இரை யினை விரும்பித் திரிந்து கொண்டிருக்கும், நடுநாள் இரவிலே,

குட்டியை யீன்ற அணிமையையுடைய பெண் புலியானது பசித்ததென்று, ஆண்மையுடைய ஆண்புலியானது, ஒளி வீசுகின்ற ஏந்திய கோட்டினையுடைய ஆண்யானையைக் கொன்று முழங் கும்; அத்தகைய குளிர்ந்த இருள் படர்ந்த சோலையிலே, 'யாமே தமியம்' என்றும் நினையாயாய், ஈங்குக் கடந்து வந்தனையாதலின், தீங்கே எமக்குச் செய்தனை யாவாய்!

நீ வாராது ஒருநாள் இடைப்படினும், என் தோழியோ உயிர் வாழமாட்டாள். அதேபோல, அவளுடைய தோளிடத்துத் தழுவு தலை நீயும் விரும்புதலுடையை! சான்றோராவார் மிக்க காதல் கொண்டனரே யானாலும், பழியுடன் கூடியதாக வருகின்ற இன்பத் தினை, ஒருபோதும் விரும்பவே மாட்டார்கள். ஆகவே, நீயும், முறை யாக வரைந்து கொள்வதனால் வரும் குறைவுதான் என்னையோ?

கலைமான் கூட்டம் தாழ ஒலிக்கும், மிளகுக் கொடி படர்ந்த மலைச்சாரலிலே, எய்துதற்கு அரிய காமத்தால் நீவிர் களவிலே கூடியமையை அறியாத எமர், தொன்று தொட்டு வரும் முறைமைப் படி, நுமக்கு வதுவை நிகழ்த்திட,

நீ இவளை வரைந்து பெண்கொள்ளும், அவ்வொழுக்கத் தினைக் கண்ணார நோக்கி, யாம், அயலேமாகிய புதியேம் போல, இவளுடைய புதிய நாணத்தாலாகிய ஒழுக்கத்தினையும், அதுகாலைக் காண்பேமன்றோ!

சொற்பொருள்: *1.* கூனல் எண்கின், கூரல் எண்கின், கூருகிர் எண்கின் எனவும் பாடங்கள். தொழுதி - கூட்டம், சிதலை - கரையான். 3. வாங்கி - பெயர்த்து. வயவுப்பிணா - உணவு வேட்கை

யினையுடைய பெண்புலி. 6. குழுமும் - முழங்கும். 10. வெய்யை - விரும்புவை. 11. கழியக் காதலர் - மிகுதியான காதலுடையவர். 14. கணக்கலை - கலைக்கணம். 17. பெண்கோள் ஒழுக்கம். திருமண நிகழ்ச்சிள். 'கழியக் காதலராயினும் சான்றோர் பழியொடு வரூஉம் இன்பம் வெஃகார்' என்பது, புகழ் பற்றிப் பிறந்த பெருமிதம் என்பர் பேராசிரியர்.

உள்ளுறை : 'கரடி புற்றினைச் சிதைத்து, உள்ளிருக்கும் புற்றாஞ் சோற்றை உண்ணலை விரும்பியே திரிந்து கொண்டிருந் தாற்போல, நீயும், இவள் குடிப்பெருமையைச் சிதைத்து இவளைக் களவிற்கூடி இன்புறுதலையே நாடினாய்' என்றனள்.

113. செலீஇயர் என் உயிரே!

பாடியவர்: கல்லாடனார். **திணை:** பாலை. **துறை:** தலைமகன் பிரிவின்கண், தலைமகள் தோழிக்குச் சொல்லியது. **சிறப்பு:** பல்வேற் கோசரின் நன்னாடும், பாணன் என்பானின் நாடும்.

(தலைமகன் பிரிந்துபோக, வருந்திய தலைவியானவள், தன் உயிர் அவனை நோக்கிச் சென்றுவிடத், தன்னுடல் மட்டும் அங்கே அழாது கிடக்கும் எனப் புலம்புகின்றாள்.)

நன்றுஅல் காலையும் நட்பின் கோடார்,
சென்று வழிப்படூஉம் திரிபுஇல் சூழ்ச்சியிற்,
புன்தலை மடப்பிடி அகவுநர் பெருமகன்
அமர்வீசு வண்மகிழ் அஃதைப் போற்றிக்,
காப்புக் கைந்நிறுத்த பல்வேற் கோசர்

இளங்கள் கமழும் நெய்தல்அம் செறுவின்
வளம்கெழு நன்னாடு அன்னஎன் தோள்மணந்து,
அழுங்கன் மூதூர் அலர் எடுத்து அரற்ற,
நல்காது துறந்த காதலர், 'என்றும்
கல்பொரூஉ மெலியாப் பாடின் நோன்அடியன்

அல்கு வன்சுரைப் பெய்த வல்சியர்
இகந்தன ஆயினும், இடம்பார்த்துப் பகைவர்
ஓம்பினர் உறையும் கூழ்கெழு குறும்பிற்
குவைஇமில் விடைய வேற்றுஆ ஒய்யும்
கனைஇருஞ் சுருணைக் கனிகாழ் நெடுவேல்

விழவுஅயர்ந் தன்ன கொழும்பல் திற்றி
எழாஅப் பாணன் நன்னாட்டு உம்பர்,

நெறிசெல் வம்பலர்க் கொன்ற தெவ்வர்
எறிபடை கழீஇய சேயரிச் சின்னீர்
அறதுறை அயிர்மணற் படுகரைப் போகிச்,
சேயர்' என்றலின், சிறுமை உற்றஎன்
கையறு நெஞ்சத்து எவ்வம் நீங்க,
அழாஅம் உறைதலும் உரியம் - பராரை
அலங்கல் அம்சினைக் குடம்பை புல்லெனப்
புலம்பெயர் மருங்கிற் புள்எழுந் தாங்கு,
மெய்இவண் ஒழியப் போகி, அவர்
செய்வினை மருங்கிற் செலீஇயர், என் உயிரே!

நன்மை அல்லாமற் போய்க், கேடே வந்துற்ற காலையினும், தம்முடைய நட்புத் தன்மையிலே நின்றும் கோணாதவர்கள், அந்நட்பினர்பால் சென்று, அவர் வழிப்பட்டிருக்கும் உள்ளத்திலே, திரிபில்லாத அறிவுடைமை யுடையவர்கள். கூத்தர்களைப் புறக்கும் பெருமகனாய், அவர்கட்குப் புல்லிய தலையினையுடை இளைய பிடியானைகளை, அமரின்கண் அளிக்கும் வண்மையாலாகிய மகிழ்வுடையவனாக விளங்கிய, அஃதை என்பானைப் பாதுகாத்து, அவனைக் காவல் மிகுந்த இடத்திலே நிலை நிறுத்திய, பல வேற்படையினையுடையவர்கள், கோசர்கள்.

அவர்களது, புதிய கள் கமழும்; நெய்தலஞ்செறு வென்னும், வளம் பொருந்திய நல்ல நாட்டைப் போன்ற, என் தோளினைக் கூடி, ஆரவாரமுடைய பழைய ஊர் அலர் எடுத்து அரற்றவும், நமக்கு அருளாது, நம்மைக் கைவிட்டுப் போயினர், நம் காதலர்.

எந்நாளும் கல்லைப் பொருது, மெலிவுறாத, இனிய வலிய அடியினையுடையவனும், மிக்க வலிய மூங்கிற் குழாயிலே பெய்த உணவினை உடையவனும், தன் நாட்டெல்லையைக் கடந்து தொலைவிலுள்ளதே யாயினும், கவரும் செவ்வி பார்த்துப், பகைவர் ஆக்களைப் பாதுகாத்து உறையும் உணவுமிக்க அரண் களிலே சென்று, திரண்ட திமிலையுடைய ஏறுகளுடன் கூடிய பகைப் புலத்து ஆக்களைக் கவர்ந்து செலுத்துபவனும், செறிந்த கரிய பூணை யும் நெய்கனிந்த தண்டையுமுடைய நீண்ட வேலினையும், விழாச் செய்தாலொத்த கொழுமையாகிய பலப்பல உணவுகளையுமுடை யவனுமாகிய, பகைவர்க்குப் புறமுதுகிடாத, பாணன் என்பானது, நல்ல நாட்டிற்கு அப்பாற்பட்ட,

வழியிலே செல்லும் புதியவர்களைக் கொன்ற ஆறலைப் போராகிய கள்வர்கள், தாங்கள் எறிந்த படைக்கலங்களைக் கழுவிய,

சிவந்த நிறமுடைய, அரித்தோடும் சின்னீரையுடைய, மக்களியக்கம் அற்ற, நுண்மணல் பொருந்திய கரையினைத் தாண்டிச் சென்று, அவர் தொலைவிடத்தேயுள்ளனர். இப்படிப் பலரும் சொல்லுவ தனால், நோயுற்றுச் செயலற்ற என் நெஞ்சத்தின் துயரங்கள் நீங்கு மாறு,

பருத்த அடிமரத்திலே கிளைத்த, அசையும் அழகிய கிளையிலே யுள்ள தன் கூடானது தனித்து ஒழியத், தான் பெயர்ந்துபோக எண்ணிய புலத்திடத்தினை நோக்கிப், பறவையானது புறப்பட்டுச் சென்றாற்போல, என்னுடலானது இவ்விடத்தே கிடந்த தனித்து ஒழியுமாறு கைவிட்டு, என் உயிரானது, அவர் வினை செய்து கொண்டிருக்குமிடத்திற்கே புறப்பட்டுப் போவதாக! அதனால், யாம் அழாதே பொறுத்திருத்தலுக்கும் உரியவர் ஆவோமே!

சொற்பொருள்: *1.* நன்றல்காலை - துயருற்ற காலை. *5.* காப்புக்கை நிறுத்தல் - பாதுகாவலாக வைத்துக் காத்தல். *6.* நெய் தலம் செரு - கடல் சார்ந்த நாடு. *8.* அழுங்கல் - ஆரவாரம். *11.* சுரை - மூங்கில்; சுரைக்குடுவையுமாம். *13.* குறும்பு - சிறு காட்டரண். *15.* சுருணை - பூண். *23.* பராரை - பருத்த அரை. *24.* குடம்பை - கூடு.

விளக்கம் : பாணன், தமிழ் நாட்டின் வடபாலிருந்த நாட்டின் தலைவன். இவன் வரலாறு பிற்சேர்க்கையில் காண்க. வாய்மை தவறாது நட்பினைப் பேணிக்காத்த கோசரைப் போலத், தலைவ னும், நம் துயரத்து எல்லைக்கண் வந்து அருளாததேனோ? என்பது குறிப்பு. அதனால், தன் உயிர் போய்விடும் என்றாள், பிரிவுத் துயரந் தாழாதாளாக,

114. அணங்குசால் அரிவை!

பாடியவர் : .... **திணை:** முல்லை. **துறை:** வினை முற்றி மீளும் தலைமகன், தேர்ப்பாகனுக்குச் சொல்லியது.

(வினை முடித்து ஊர் நோக்கித் திரும்பி வருபவனான தலைவன், தன் தேர்ப்பாகனை நோக்கித் தேரை விரையச் செலுத்த வேண்டுகிறான். தன்பால் ஊடல் கொண்டிருக்கும் தலைவியை மனக்கண்முன் கண்டு கூறி, விரைவுபடுத்துகிறான்.)

கேளாய், எல்ல! தோழி! வேலன்
வெறிஅயர் களத்துச் சிறுபல தாஅய
விரவுவீ உறைத்த ஈர்நறும் புறவின்,
உரவுக்கதிர் மழுங்கிய கல்சேர் ஞாயிறு,
அரவுநுங்கு மதியின், ஐயென மறையும்

சிறுபுன் மாலையும் உள்ளார், அவர்என
நப்புலந்து உறையும் எவ்வம், நீங்க
நூல்அறி வலவ! கடவுமதி, உவக்காண்
நெடுங்கொடி நுடங்கும் வான்தோய் புரிசை,
யாமம் கொள்பவர் நாட்டிய நளிசுடர்
வானக மீனின் விளங்கித் தோன்றும்,
அருங்கடிக் காப்பின், அஞ்சுவரு மூதூர்த்
திருநகர் அடங்கிய மாசுஇல் கற்பின்,
அரிமதர் மழைக்கண், அமைபுரை பணைத்தோள்,
அணங்குசால், அரிவையைக் காண்குவம் -
பொலம்படைக் கலிமாப் பூண்ட தேரே!

குதிரைகளைச் செலுத்தும், இலக்கண மரபினை, நன்கு அறிந்தவனாகிய பாகனே!

'ஏடி தோழி! கேட்பாயாக. வேலன் வெறியாடும் களத்திலே பரந்து பலவாக விரவிக் கிடக்கும் சிறு பூக்களைப் போலப் பூக்கள் உதிர்ந்து கிடக்கும், குளிர்ச்சி பொருந்திய கரிய முல்லை நிலத்திலே, வெம்மையான கதிர்களும் மழுங்கிய மலையினைச் சென்று சேரும் ஞாயிறானது பாம்பு விழுங்கும் திங்களைப்போல, மெல்ல மெலல மறைகின்ற சிறுமையினையுடைய, புல்லியமாலைக் காலத்திலேயும், நம்மை அவர் நினையார்' என்று தோழியிடம் கூறியவளாக, நம்மை வெறுத்து உறையும், நம் தலைவியின் துன்பம் நீங்குமாறு.

நெடுங் கொடிகள் அசைந்தாடும் வானளாவிய மதிலின்கண், இராப்பொழுதைக் காத்திருப்போர் நாட்டிய விளக்குகளைப் போல விளங்கித் தோன்றும், அரிய காவல் திறனையுடைய, பகைவர்க்கு அச்சத்தைத் தரும் மூதூரிலேயுள்ள, செல்வ மிகுந்த மாளிகையிலே அடங்கியுள்ள, குற்றமற்ற கற்பினையும், செவ்வரி படர்ந்த மதர்த்த குளிர்ந்த கண்களையும், மூங்கிலையொத்த பணைத்த தோள்களையும் உடைய, தெய்வமகள் போன்ற சிறந்த நம் தலைவியைச் சென்று நாம் காண்போம்.)

பொன்னாலாகிய சேணத்தினைப் பூண்ட செருக்குடைய குதிரைகள் பூட்டப்பெற்ற, நின் தேரினை, அவ்விடத்தே விரையச் செலுத்துவாயாக!

சொற்பொருள் : *1. எல்ல - ஏடீ. 2. தாஅய - சொரிந்து பரந்த. 3. விரவுவீ - கலந்து கிடக்கும் பூக்கள். உறைத்த - உதிர்ந்த. 5. நுங்குதல் - விழுங்குதல். 13. அடங்கிய - தன் எழுச்சி குன்றியவளாகச் சோர்ந்து இருந்த. 16. கலிமா - விரையச் செல்லும் குதிரைகள்.*

115. காதலர் நோயிலர் ஆக!

பாடியவர் : *மாமூலனார்.* **திணை :** *பாலை.* **துறை :** *பிரிவிடை வற்புறுக்குந் தோழிக்குத் தலைமகள் சொல்லியது.* **சிறப்பு:** *குட நாட்டுச் செழிப்பும், எவ்வியும்.*

(தன்னைப் பிரிந்துசென்ற காதலன், வருவதற்குக் குறிப்பிட்ட காலத்தினும் வாராமையால், பெருந்துயரம் உற்றனள் தலைவி. அவன் விரைந்து வருவான் எனத் தோழி அவளை ஆற்றுவிக்க முயல, அவள் மனம் நொந்து, 'அவராவது நோயிலராக இருப்பா ராக' என வாழ்த்துகின்றனள்.)

அழியா விழவின், அஞ்சுவரு மூதூர்ப்
பழிஇலர் ஆயினும், பலர்புறங் கூறும்
அம்பல் ஒழுக்கமும் ஆகியர், வெஞ்சொல்
சேரிஅம் பெண்டிர் எள்ளினும் எள்ளுக;
நுண்பூண் எருமை குடநாட் டன்னஎன்
ஆய்நலம் தொலையினும் தொலைக; என்றும்
நோய்இல ராக, நம் காதலர் - வாய்வாள்
எவ்வித வீழ்ந்த செருவில் பாணர்
கைதொழு மரபின்முன் பரித்துஇடூஉப் பழிச்சிய
வள்உயிர் வணர்மருப்பு அன்ன, ஒள்இணர்ச்
சுடர்ப்பூங் கொன்றை ஊழுறு விளைநெற்று
அறைமிசைத் தாஅம் அத்த நீளிடைப்,
பிறைமருள் வான்கோட்டு அண்ணல் யானை,
சினம்மிகு மன்பின், வாமான், அஞ்சி
இனம்கொண்டு ஒளிக்கும் அஞ்சுவரு கவலை
நன்னர் ஆய்கவின் தொலையச் சேய்நாட்டு
நம்நீத்து உறையும் பொருட்பிணிக்
கூடா மையின், நீடி யோரே!

என்றும் அழிவில்லாத விழவுப் பெருக்கத்தினையுடைய பகை வர்க்கு நினைப்பினும் அச்சம் விளைக்கும் மூதூர் இது. இதன்கண், ஏதொரு பழியும் அற்றவர்களேயாயினும் அவர் பலரையும் புறஞ் சொற் கூறுதலாகிய அம்பல் ஒழுக்கத்தினையும், வெம்மையான சொற்களையும் உடையவர். சேரிப் பெண்டிர்களுட் சிலர். அவர்கள், எம்மை எள்ளி நகையாடினாலும் எள்ளுக.

நுண்மையான தொழிற்பாடமைந்த பூணினையுடைய எருமை கள் மலிந்த, வளமிக்க குடநாட்டைப் போல்வதாகிய, என்னுடைய அழகிய நலமெல்லாம், தொலைந்து போயினும் போவதாக!

வெற்றி வாய்த்தலையுடைய வாளினையுடையவன் எவ்வி

என்பான். அவன் வீழ்ந்துபட்ட போர்க்களத்திலே, பாணர்கள், கையாற்றொழுகின்ற முறைமையோடு முன்பெல்லாம் அவனைப் போற்றிப் பராவிய, வளம் பொருந்திய ஒலியையுடைய, தம் யாழின் வளைந்த கோட்டினையே, மனம் வெறுத்து முறித்துப் போட்டனர். அதைப்போல, ஒள்ளிய பூங்கொத்துக்களையுயை சுடரும் பூக்கள் மலிந்த கொன்றையினது, முறையாக விளைந்த நெற்றுக்கள், பாறைகளின் மேலாக அற்று வீழ்ந்து கிடக்கும். சுரத்தின் நீண்டு கிடக்கும் நெறியிலேயுள்ள, பிறையினை யொத்தாற் போல வளைந்த, வெண்மையான கோட்டினையுடைய தலைமையான யானையானது, சினமிக்க ஆற்றலையுடைய சிங்கத்திற்கு அஞ்சித் தன் இனத்தை ஒருசேர அழைத்துக் கொண்டு மறைந்திருக்கும்; அத்தகைய, அச்சம் விளைவிக்கும் கவர்ந்த நெறிகளிலே.

நன்றாகிய, நம்முடைய ஆராயத்தக்க அழகனைத்தும் தொலை யுமாறு, நம்மைக் கைவிட்டுப் பிரிந்து, தொலைவிலுள்ள நாட்டி னிடத்தே சென்ற நம் தலைவர், அவ்விடத்தே வாழுதற்குக் காரண மாகிய பொருளின்மீதுள்ள பற்றானது, உரிய காலத்தில் நிறை வுராமையினாற் போலும், காலும் நீட்டித்திருப்பவராயினர்! அத்தகைய நம் காதலர், அவ்விடத்தே, என்றும் நோயின்றியே இருப்பாராக!

சொற்பொருள் : 5. நுண்பூண் எருமை - எருமைக் கொம்பு களை அறுத்து இடப்பட்ட பூண் எனக் கொள்ளின் நுண்பூண் எருமைகளையுடைய மருதவளம் மிக்க குடநாடு என்க. அன்றி, எருமை குறுநிலத் தலைவன் பெயராகக் கொள்ளின் நுண்பூன் எருமையின் குடநாடு என்க. இதே மாமூலனார் குடநாட்டு வேந்த னாகக் குட்டுவனைமுன்னர்க் குறிப்பிடலால், எருமைகள் மலிந்த குடநாடே பொருத்தமாவதாகும். 14. சினமிகு முன்பின் வாமான் அஞ்சி எனக் கொண்டு, சினமிக்க வலிமையையும், தாவும் குதிரை களையுமுடைய அஞ்சி என்பான் எனவும் உரைப்பர். அஞ்சி மழவர் கோமான். மழவர் ஆநிரைகவர் தலை மற்றும் செய்யுட்களிலும் காணலாம்.

'நம்மை அறனன்றித் துறத்தலின் தீங்கு வருமென்று அஞ்சி வாழ்த்தியது' என்பர், நச்சினார்க்கினியர்.

உள்ளுறை: 'தம்மை இன்புறுத்திய எவ்வியின் துயர் கண்டு வெதும்பிய, பாணர்க்குள்ள உள்ளங்கூடத் தலைவனிடம் இல்லை; இனம்பேணும் களிற்றின் பாசம்கூட அவனிடம் இல்லை; அவன் வாழ்க!' என வாழ்த்தினள்!

116. புனல் அயர்ந்தனை என்ப!

பாடியவர்: *பரணர்.* **திணை:** *மருதம்.* **துறை:** *தோழி தலைமகனை வாயில் மறுத்தது.* **சிறப்பு :** *செழியன் இயற்றிய கூடற் பறந்தலைப் போர்.*

'தலைவி, பிறர் அலர் கூறியவழிக் காமஞ்சிறந்து புலந்தவாறு' என்று, நச்சினார்க்கினியர் கூறுவர்.

(பரத்தையுடன் புனல் விளையாட்டு அயர்ந்து வீடு திரும்பினான் தலைவன். தலைவியோ ஊடி நின்றாள். தோழிமூலம் அவன் ஊடலைத் தீர்க்க முயல, அவள், அவன் செயலைப் பழித்துக்கூறி, வாயில் மறுத்து உரைக்கின்றாள்.)

எரியகைந் தன்ன தாமரை இடைஇடை
அரிந்துகால் குவித்த செந்நெல் வினைஞர்
கட்கொண்டு மறுகும் சாகாடு அளற்று உறின்,
ஆய்கடும்பு அடுக்கும் பாய்ப்புனல் ஊர!
பெரிய நாண்இலை மன்ற; பொரிஎனப்
புன்குஅவிழ் அகன்துறைப் பொலிய, ஒள்நுதல்,
நறுமலர்க் காண்வரும் குறும்பல் கூந்தல்,
மாழை நோக்கின், காழ்இயன் வனமுலை,
எஃகுடை எழில்நலத்து ஒருத்தியொடு நெருநை
வைகுபுனல் அயர்ந்தனை' என்ப; அதுவே,
பொய்புறம் பொதிந்துயாம் கரப்பவும் கையிகந்து
அலர்ஆ கின்றால் தானே; மலர்தார்
மையணி யானை, மறப்போர்ச் செழியன்
பொய்யா விழவின் கூடற் பறந்தலை,
உடன் இயைந்து எழுந்த இருபெரு வேந்தர்
கடன்மருள் பெரும்படை கலங்கத் தாக்கி,
இரங்குஇசை முரசம் ஒழியப், பரந்துஅவர்
ஓடுபுறம் கண்ட ஞான்றை,
ஆடுகொள் வியன்களத்து ஆர்ப்பினும் பெரிதே!

நெருப்புக் கப்புவிட்டு எரிவது போன்ற தாமரைப் பூக்களின் இடையினிடையே, செந்நெல் தாளினை அரிந்து குவிப்பவர் நெல்லரிவோர். தங்கட்குக் கள்ளைக் கொண்டு பலகாலும் வருகின்ற வண்டியானது சேற்றிலே பதிந்திட்டால், சிறந்த கரும்புகளை வெட்டிச் சேற்றிலே அடுக்கி, அதனைப் போக்குபவர் அவர். அத்தகைய, பாயும் புனல் வளம் மிக்க ஊரனே! உறுதியாக, நீ பெரிதும் நாணமில்லாதவனே யாவாய்.

பொரி போலப் புன்கம்பூவானது மலர்ந்திருக்கும், அகன்ற நீர்த்துறைகள் பொலிவுறுமாறு, ஒளிபொருந்திய நெற்றியினையும், நறிய மலர்கள் காண்பதற்கு அழகிதாகச் சூட்டிய குறிய பலவாகிய கூந்தலினையும், மாவடுப்போன்ற கண்ணினையும், முத்து வடங்கள் அசையும் அழகிய முலைகளையும், நுண்ணிய அழகின் பிற நலங்களையுமுடைய பரத்தை ஒருத்தியுடன், நேற்று, இடையறாது ஒழுகிவரும் புனலிலே, நீ புனல் விளையாட்டயர்ந்தனை எனப், பலரும் கூறுவர்.

மலர்ந்த பூமாலையினையும், தலையிலே மை அணிந்த யானையினையும் உடைய, மறம் பொருந்திய போரிலே வல்லவன் பாண்டியன். அவன், என்றும் நீங்காத விழவினையுடைய கூடல் போர்க்களத்திலே, தம்முடன் ஒருங்கு இயைந்து எழுந்த சோழ சேர அரசர்களது, கடல் அனைய பெரும் படைகளைக் கலங்கியழியு மாறு தாக்கினான். ஒலிக்கும் ஒலியினையுடைய முரசங்களைக் களத்திலேயே ஒழியவிட்டு, அவர் பரந்து சிதறியோடும் புறக்கொடை யையும் கண்டான். அந்த நாளிலே, வெற்றி கொண்டாடிய பெரிய களத்தின்கண் எழுந்த ஆரவாரத்தினும் பெரிதாக, நின் செயல் குறித்து, ஊரிலேயும் அலர் ஆரவாரம் பெரிதாகின்றதே!

அதுதான், அதனைப் பொய்யென்று புறத்தே மூடி மறைக்க யாம் முயன்றாலும், எம் கைகடந்தும் எழுகின்றதே!

சொற்பொருள் : 3. மறுகுதல் - பலகாலும் வந்து போதல். சாகாடு - வண்டி. 6. புன்கு - புன்கமரம். 8. மாஅழை - மாவடு. இளமை - அழகு, 9. எஃகுடை எழில்நலம் - எஃகு நெஞ்சத்தையும் உடைக் கும் எழில் நலம் எனவும் கூறலாம். 10. வைகு புனல் - இடை யறாது ஒழுகிவரும் புனல்.

உள்ளுறை: ‘நெல்லரிவோர் தம் தொழிலை விடுத்துக் கள்வண்டியின் ஆழ்ச்சியைப் போக்குதற்குச், சிறந்த கரும்பினைச் சிதைப்பர். அவர்போல, நீயும் இல்லறமாகிய நின் கடமையை மறந்து, இழிந்த பரத்தையின் இன்பத்தையே விருமபிச், சிறந்த தலைவியைச் சிதைவுறச் செய்தனை’ என்றனள்.

117. சிலம்பு நகச் சென்றனள்!

பாடியவர் : .... **திணை:** பாலை. **துறை:** மகட் போக்கிய செவிலித்தாய் சொல்லியது. **சிறப்பு:** பண்ணன்.

(வீட்டின் இற்செறிப்பையும் கடந்து, தன் காதலனுடன் உடன்போக்கிலே சென்றுவிட்டாள் ஒரு தலைவி. அவளை நினைந்து புலம்புகிறாள் செவிலித்தாய். அவள் மகளின் கூந்தலை ஒப்பனை

செய்யும் காட்சியை நினைத்துக் கூறுவது, மிகவும் நயமுடைய பகுதியாகும்.)

மௌவலொடு மலர்ந்த மாக்குரல் நொச்சியும்
அவ்வரி அல்குல் ஆயமும் உள்ளாள்,
ஏதிலன் பொய்ம்மொழி நம்பி, ஏர்வினை
வளம்கெழு திருநகர் புலம்பப் போகி,
வெருவரு கவலைஆங்கண், அருள்வரக்,
கருங்கால் ஓமை ஏறி, வெண்தலைப்
பருந்து பெடைபயிரும் பாழ்நாட்டு ஆங்கண்,
பொலந்தொடி தெளிர்ப்ப வீசிச், சேவடிச்
சிலம்புநக இயலிச் சென்றஎன் மகட்கே -
சாந்துஉளர் வணர்குரல் வாரி, வகைவகுத்து,
யான்போது துணைப்பத், தகரம் மண்ணாள்,
தன்ஓ ரன்ன தகைவெங் காதலன்
வெறிகமழ் பன்மலர் புனையப் பின்னுவிடச்
சிறுபுறம் புதைய நெறிபுதாழ்ந் தனகொல் -
நெடுங்கால் மாஅத்து ஊழுறு வெண்பழம்
கொடுந்தாள் யாமை பார்ப்பொடு கவரும்
பொய்கை சூழ்ந்த, பொய்யா யாணர்,
வாணன் சிறுகுடி வடாஅது
தீம்நீர்க் கான்யாற்று அவிர்அறல் போன்றே?

முல்லையோடு சேர்ந்து மலர்ந்திருக்கும் கரிய கொத்தினையுடைய நொச்சியையும், அழகிய வரி பொருந்திய அல்குவினையுமுடைய தன் ஆயத்தினரையும், நினையாளாயினள்!

மயிர்ச்சாந்து பூசிய, வளைந்த கொத்தாகிய கூந்தலை வாரி, வகை வகையாக வகுத்து, யான் மலர்களை இணைக்கப் போக, அதற்கு உடன்பட்டுத் தகரச் சாந்தினைப் பூசிக் கொள்ளவும், மறுத்தனள்.

எவனோ ஒருவனின், பொய்ம்மையான சொற்களை நம்பி, அழகிய தொழில்நலம் வாய்ந்த, வளம் பொருந்திய, செல்வ மிக்க மாளிகையும் தனித்தொழியப் போயினள்.

அஞ்சத்தக்க கவர்த்த நெறிகளையுடைய அவ்விடங்களிலே, வெண்மையான தலையினையுடைய பருந்தானது, கரிய அடியினையுடைய ஓமை மரத்தின்மீது ஏறி, அருள் உண்டாகத் தன் பேடையைப் பலகால் அழைத்திருக்கும். பாழ்பட்ட நாட்டுப் பகுதியாகிய அவ்விடங்களிலே, பொற்றொடிகள் ஒலிக்கத் தன் கைகளை வீசியும், சிவந்த அடிகளிலே சிலம்புகள் ஒலிக்கவும், அவள் அசைந்தசைந்து சென்றனள். அத்தகைய என் மகளுக்கு.

தன்னையே ஒப்பான தகைமையையும் விருப்பத்தினையு முடைய அவள் காதலன், மணம் கமழும் பல மலர்களைத் தலையிலே சூடுவதற்கு, அவள் தலையைப் பின்னிவிட, அதுதான்.

நெடிய அடியினையுடைய மாமரத்தினது, முறையாக முற்றி விழுந்த ஒளியுடைய பழத்தினை, வளைந்த கலினையுடைய யாமையானது, தன் பார்ப்போடு அமர்ந்துண்ணும் அத்தகைய பொய்கைகள் சூழ்ந்த, என்றும் பொய்யாத புதுவருவாய்களை யுடைய, பண்ணனது சிறுகுடி என்னும் ஊர்க்கு வடக்கின் கண் ணுள்ள, இனிய நீரினையுடைய காட்டாற்றின்கண் விளங்கும் அறல்போல, அவளுடைய பிடர் மறையுமாறு, நெறியுற்றுத் தொங்குகின்றவோ!

சொற்பொருள் : 1. மௌவல் - முல்லை. மாக்குரல் - கரிய கொத்து. 2. அவ்வரி - அழகிய வரி. ஆயம் - ஆய மகளிர். 4. திருநகர் - செல்வமிக்க மாளிகை. 8. தெளிர்ப்ப - ஒலி செய்ய. 9. சிலம்புநக - சிலம்பு முழங்க. 10. வணர் குரல் - வளைந்த கூந்தல். 11. தாரம் - ஒரு வாசனைப் பொருள். 13. பின்னுவிட - பின்னிவிட. 15. ஊழு - ஊழுற்று முதிர்ந்து வீழ்ந்த. 17. 18-பாணன் வாணன் என்றும் பாடம் உரைப்பர். சிறுகுடிகிழான் பண்ணன் முன்னரும் கூறப் படுவது கொண்டு, பண்ணனே இங்கும் கொள்ளப்பட்டது.

118. இயல் முருகு ஒப்பினை!

பாடியவர்: கபிலர். **திணை:** குறிஞ்சி. **துறை:** செறிப்பறிவுறீஇ இரவும் பகலும் வாரலென்று வரைவு கடாஅயது.

(தினை முற்றிவிடப் பகற்குறியிடத்திலே காதலர் கூடுதலும் நின்றது. தலைவி இற்செறிக்கப்பட்டனள். அவனோ இரவுக்குறி நேர்ந்தான். இரண்டையும் மறுத்து, அவளை மணந்து கொள்ளு தலே முறையாகும் என அறிவுறுத்துகின்றாள், தோழி.)

கறங்குவெள் அருவி பிறங்குமலைக் கவாஅன்,
தேங்கமழ் இணர வேங்கை சூடித்,
தொண்டகப் பறைச்சீர்ப் பெண்டிரோடு விரைஇ,
மறுகில் தூங்கும் சிறுகுடிப் பாக்கத்து,
இயல்முருகு ஒப்பினை, வயநாய் பிற்படப்,
பகல்வரின், கவ்வை அஞ்சுதும்; இகல்கொள,
இரும்பிடி கன்றொடு விரைஇய கயவாய்ப்,
பெருங்கை யானைக் கோள்பிழைத்து, இரீஇய
அடுபுலி வழங்கும் ஆர்இருள் நடுநாள்
தனியை வருதல் அதனினும் அஞ்சுதும்;
என்ஆ குவள்கொள் தானே. பல்நாள்
புணர்குறி செய்த புலர்குரல் ஏனல்

கிளிகடி பாடலும் ஒழிந்தனள்;
அளியள் தான், நின் அளி அலது இலளே!

ஒலிக்கும் வெண்மையான அருவிகள் விளங்கும், மலைச் சாரலின் பக்கங்களிலே, தேன் கமழும் கொத்துக்களையுடைய வேங்கைப் பூக்களைச் சூடித், தொண்டகம் என்னும் பறையின் தாளத்திற்கு இசையப், பெண்டிரோடும் கூடித் தெருக்களிலே கலந் தாடி, எம் சிறுகுடிப் பாக்கத்தின் கண்ணே இயங்கும் முருகனை ஒப்பவனாகி, வலிய நாய் நின் பின்னாலே வந்து கொண்டிருக்கப், பகற்பொழுதிலே நீ வந்தாயானால், அதனால் எழும் ஊரலர்க்கு யாமும் அஞ்சுவோம்!

கரிய தன் பிடியோடும் கன்றோடும் கலந்து வந்த அகன்ற வாயினையும் பெரிய கையினையுமுடைய யானையைக் கொள்ள முயன்று, தவறவிட்டு, அதனால் யானையினம் பகைகொள்ள, மறைந்திருக்கும் கொடிய புலிகள் திரியும், அரிய இருள் சூழ்ந்த நள்ளிரவிலே, நீ தனிமையாகி வருதலை நினைந்தால், அதனைக் காட்டினும் பெரிதாகவே அஞ்சுகிறோம்!

பலநாளும் புணர்தற்குக் குறியாகக் கொண்ட, முற்றிய கதிரையுடைய தினைப்புனத்திலே, கிளிகடிகின்ற பாடலினையும் அவள் கைவிட்டனள். இனி என்ன ஆகுவளோ? இரங்கத் தக்கவள்! நின் அருள் இல்லாமற்போனால், அவளும் இல்லையாகி இறந்தே போவாளே! (அவளுக்கு அருளாயோ?)

இகல் முருகு பாடமாயின், பகைவரோடு மாறுபாடு கொண்ட முருகன் என்க.

சொற்பொருள் : 1. கறங்குதல் - ஒலித்தல். பிறங்கு மலை - விளங்கும் மலை. கவாஅன் - பக்கம். 3. முருகு - முருகன். 5. வயநாய் - வலிய வேட்டை நாய். 6. கவ்வை - ஊரலர். 7. இரும்பிடி - பெரிய பிடியும் ஆம். 8. கோள் - கொள்ளுதல். 9. வழங்கும் - திரியும்.

விளக்கம் : பகலிற் கவ்வை அஞ்சுதும் என்றதனால், பகற் குறி விலக்கினாள். இரவில் வருதல் அஞ்சுதும் என்றதனால், இரவுக் குறி விலக்கினாள். கிளிகடி பாடல் ஒழிந்தனள் என்றதனால், செறிப்பறிவுறுத்தினாள். நின் அளியலது இவள் என்றதனால், வரைவு கடாயினாள் என்றறிக.

119. துணைப்பத் துணிகுவர் கொல்லோ!

பாடியவர் : குடவாயிற் கீரத்தனார். **திணை :** பாலை. **துறை :** செலவுணர்த்திய தோழிக்குத் தலைமகள் சொற்றது; தோழி தலை மகட்குச் சொற்றதுமாம்.

(வேந்துவினை முடிக்கப் பிரியப் போகின்றவன், செய்தியைத் தோழி மூலம் தலைவிக்கு அறிக்கத் தலைவி, தன்னையும் உடன் அழைத்துப் போகுமாறு இங்ஙனம் கூறுகின்றாள்.)

'நுதலும், தோளும், திதலை அல்குலும்,
வண்ணமும், வனப்பும் வரியும் வாட
வருந்துவள், இவள்' எனத் திருந்துபு நோக்கி,
'வரைவுநன்று' என்னாது அகலினும் அவர் - வறிது,
ஆறுசெல் மாக்கள் அறுத்த பிரண்டை,

ஏறுபெறு பாம்பின் பைந்துணி கடுப்ப,
நெறியியல் திரங்கும் அத்தம்; வெறிகொள,
உமண்சாத்து இறந்த ஒழிகல் அடுப்பில்,
நோன்சிலை மழவர் ஊன்புழுக்கு அயரும்
சுரன்வழக்கு அற்றது என்னாது, உரஞ்சிறந்து,

நெய்தல் உருவின் ஐதுஇலங்கு அகல்இலைத்
தொடைஅமை பீலிப் பொலிந்த கடிகை,
மடைஅமை திண்சுரை, மரக்காழ் வேலொடு
தணிஅமர் அழுவம் தம்மொடு துணைப்பத்,
துணிகுவர் கொல்லோ தாமே - துணிகொள

மறப்புலி உழந்த வசிபடு சென்னி
உறுநோய் வருத்தமொடு உணீஇய மண்டிப்,
படிமுழம் ஊன்றிய நெடுநல் யானை
கைதோய்த்து உயிர்க்கும் வறுஞ்சுனை,
மைதோய் சிமைய, மலைமுதல் ஆறே!

தோழி! நம் தலைவராகிய அவர், வரைந்து கொள்வதே நல்லது என்று கருதாதே அகன்றனரேனும், 'நெற்றியும் தோளும் தேமலுடைய அல்குலும் நிறமும் அழகும் வரியும் வாட வருந்துவளே இவள்' எனத், தம் பிழையினைத் திருத்தியவராகவும் கருதுவர்.

மறத்தையுடைய புலியுடனே போரிட்டு உழந்தமையினால், பிளவுபட்ட சென்னியினால் உற்ற நோயாகிய வருத்தத்துடன், நீர் உண்ணுதற்கு விரையச் சென்று, மண்ணிலே முழங்காலை மடித்து ஊன்றிய, நெடிய நல்ல யானையானது, தனது கையால் சுனையினடியைத் தோய்த்து, நீரின்மையால் பெருமூச்செறியும், வறிய சுனையுடைய, மேகம் படியும் உச்சியினையுடைய, மலையிடத்துச் செல்லும் வழிகள்தாம், அத்தன்மையன.

அவ்வழியினூடே செல்லும் மக்கள், அறுத்துப்போட்ட பிரண்டைக் கொடியானது, இடியால் தாக்கப்பட்டு துணிபட்டுக் கிடக்கும் பாம்புத் துண்டங்களைப்போல, வழிப் பக்கங்களிலே, பயனற்று வதங்கிக் கிடக்கும் காட்டுவழி அது.

'உப்பு வணிகர் விட்டுப் போன கல் அடுப்பிலே, வலிய வில்லினையுடைய மழவர்கள், நாற்றங்கொண்ட ஊனைப் புழுக்கியுண்ணும் இடங்களையுடைய சுரமானது, பெண்டிரோடு கடந்து செல்லுவதற்கும் உரியதாகாது' என்று, இங்ஙனமெல்லாம் நினையாது.

உள்ளத்திலே ஊக்கம் சிறந்து, நெய்தற் பூப்போலும் உருவினையும், அழகிதாகத் தோன்றும் அழகிய இலையினையும், தொடுத்தலமைந்த மயிற்றோகையால் விளக்கமுற்ற காம்பினையும், மூட்டுவாய் அமைந்த திண்ணிய சுரையினையும், கரிய தண்டினையும் உடைய வேலே துணையாகப் பகையைத் தணிவிக்கச் செல்லும் போர்க்களத்திற்குத் தம்மோடு யாமும் துணையாகச் செல்லவும், அவர் துணிவாரோ?

சொற்பொருள் : 3. திருந்துபு - மீளவும் திருத்தமாக. 6. ஏறு பெறு பாம்பு - இடியால் தாக்குண்ட பாம்பு. 7. திரங்கு - வாடிக் கிடக்கும். 9. நோன்சிலை - வலிய வில். 16. உழந்த - போரிட்டு வருந்திய. 18. படி முழம் ஊன்றுதல் - முழங்காலிடல். 19. வறுஞ்சுனை - வறண்ட சுனை.

உள்ளுறை : 'வழிச்செல்வோரால் அறுத்துப் போடப்பட்ட பிரண்டை வறிதே வாடுவதுபோல, அவரால் கைவிடப்பட்ட யானும் வாடுவேன். என் அழகும் பயனின்றிக் கழியும். உமண் சாத்துக் கைவிட்ட அடுப்பு, மழவர்க்கு ஊன்புழுக்க அடுதற்குப் பயன்பட்டதுபோலத், துறக்கப்பட்ட யானும், அலர் கூறுவோர்க்கு இலக்காவேன்' எனவும்,

'புலியோடு உழந்து வடுப்பட்ட யானை, நீருண்ணக் கை தோய்த்து நீர் பெறாது நெட்டுயிர்த்தாற்போல, அம்பற் பெண்டிரின் அலராலும், அன்னையின் கடுஞ் சொல்லாலும், நெஞ்சம் புண்ணுற்றுவாடும் யாம், அது தீருமாறு தலைவனை வேண்டியும், அருள்பெறாமல் உயிர்க்கின்றோம். ஆகவே, உடன்போக்கிலேனும் அவனுடன் செல்வோம் எனவும் கொள்க.

120. அழல் தொடங்கினளே!

பாடியவர்: நக்கீரனார். **திணை:** நெய்தல் **துறை:** தோழி பகற்குறிக்கண், தலைமகளை இடத்துய்த்து வந்து தலைமகனை எதிர்ப்பட்டு நின்று சொல்லியது.

(மாலை வேளையிலே, தலைவியைக் களவுக்குக் குறித்த இடத்திலே சேர்த்துவிட்டு வரும் தோழி எதிரே வந்த தலைவனுடன் இவ்வாறு சொல்லுகிறாள். நெய்தலிற் களவுக் கூட்டம் இது.)

நெடுவேள் மார்பின் ஆரம் போலச்,
செவ்வாய் வானம் தீண்டி மீன் அருந்தும்
பைங்காற் கொக்கினம் நிரைபறை உகப்ப,
எல்லை பைப்பயக் கழிப்பிக், குடவயின்
கல்சேர்ந் தன்றே, பல்கதிர் ஞாயிறு -

மதர்எழில் மழைக்கண் கலுழ, இவளே
பெருநாண் அணிந்த நறுமென் சாயல்
மாணநலம் சிதைய ஏங்கி, ஆனாது
அழல்தொடங் கினளே-பெரும; - அதனால்
கழிச்சுறா எறிந்த புண்தாள் அத்திரி
நெடுநீர் இருங்கழிப் பரிமெலிந்து; அசைஇ,
வல்வில் இளையரொடு எல்லிச் செல்லாது
சேர்ந்தனை செலினே சிதைகுவது உண்டோ -
பெண்ணை ஓங்கிய வெண்மணற் படப்பை
அன்றில் அகவும் ஆங்கண்,
சிறுகுரல் நெய்தல்எம் பெருங்கழி நாட்டே!

முருகக் கடவுளின் மார்பினிடத்தே விளங்கும் ஆரத்தைப் போலச் செவ்வானத்திலே பொருந்தி மீனை அருந்தும் பசிய கால்களையுடைய கொக்கினம், வரிசையாகப் பறத்தலை விரும்பி மேலெழுந்திடப், பகற்பொழுதை மெல்ல மெல்லக் கழித்துப், பல்கதிர் ஞாயிறும் மேற்றிசையிலே மலைவாயிலிற் சென்று சேர்ந்துவிட்டது.

பெருநாணத்தை அணியாகக் கொண்ட, சிறு மென் சாய லுடைய இவள், தனது மாட்சியுடடைய நலம் சிதையுமாறு, ஏக்க முற்று, மதர்த்த அழகினையுடைய குளிர்ந்த கண்கள் கலுழ, ஓயாது அழுதலையும் தொடங்கிவிட்டனள்.

பெருமானே! உப்பங் கழியிலேயுள்ள சுறாமீன் தாக்குதலால் உற்ற புண்பட்ட காலினையுடைய கோவேறு கழுதை, நீண்ட நீரினையுடைய கரிய கழியிலே செல்லுதற்கு இயலாது மெலிந்தது. ஆகவே, வலிய வில்லினரான நின் இளையரோடு, இவ்விரவிலே செல்லாது, இளைப்பாறப்,

பனைமரங்கள் ஓங்கிய வெண்மணல் செறிந்த தோட்டங் களிலே, அன்றில்கள் அகவிக்கொண்டிருக்கும் அவ்விடத்திலே, சிறிய பூங்கொத்தினை உடைய எம் பெருங்கழி நாட்டின்கண் வந்தனையாய், நீதான் சிறிது பொழுது தங்கிச் சென்றால் சிதைகுவது தாம் யாதுமுண்டோ?

சொற்பொருள் : 1. நெடுவேள் - முருகன். ஆரம் - வெண்கடப்ப மாலை என்க. 2. செவ்வாய் வானம் - செக்கர் வானம். 3. பறையுகப்ப - பறத்தலை விரும்ப. 10. எறிதல் - தாக்கி வருத்தல். புண் + தாள்- புட்டாள். அத்திரி - கோவேறு கழுதை. 11. பரி - செலவு. 12. உளையர் - ஏவலர். 16. குரல் - இங்கே பூங்கொத்து.

மேற்கோள்: 'தோழி தலைவனை வேளாண் பெருநெறி வேண்டிக் கொள்ளுதலுக்கு' இதனைக் காட்டுவர் இளம் பூரணர்.

விளக்கம் : 'இரவிலுந் தங்கிச் செல்க' என்பாள், 'தலைவி இரவிலே அவனை நினைந்து நினைந்து படுகின்ற பிரிவுத் துயரைக் கூறினாள்' என்க.

நக்கீரனாரின் பெயராலே வழங்கிவரும் இச் செய்யுளிலும், அவர், 'நெடுவேள் மார்பின் ஆரம் போலச் செவ்வாய் வானம் தீண்டி, மீன் அருந்தும் பைங்காற் கொக்கினம்' என, செவ்வேட் பெருமானைச் செவ்வானத்துக்கும். அதன் கண்ணே வளைவாக நிரையிட்டுப் பறக்கும் கொக்கினத்தை, அவன் மார்பின் வெண் கடப்ப மாலைக்கும் அல்லது முத்தாரத்துக்கும் உவமித்து, நம்மை மகிழ்விக்கின்றனர்.

'முருகன் நற்போர் நெடுவேள் ஆவி' என மாமூலனாரின் முதற் செய்யுளும் முருகனைக் குறிக்க, இக் கடைச் செய்யுளும் அதனைக் குறிப்பிட்டு நின்றது, களிற்றியானை நிரையைக் கவினுறுத்துவதும் காணலாம்.

திருமுருகாற்றுபடையிலே உதயத்துக் கதிரைப் பெருமான் திருமேனிக்கு உவமித்துப் போற்றியவர், இங்கே மாலைச் செஞ் ஞாயிற்றின் ஒளியிலும் அவனது செம்மேனிக் கவினையே கண்டு போற்றுகின்றனர்.

அகநானூற்றைத் தொகுத்தவர்கள் எத்துணை நுட்பமாகச் செய்யுட்களை ஆய்ந்து தேர்ந்து நிரற்பட வைத்துள்ளனர் என்றறி வதற்கும் இஃது ஒரு நல்ல சான்றாகும்.

சுறாமீன் எதிர்பட்டுத் தாக்குதலாலே, தனக்கு இயல்பான செலவினின்றும் மெலிவுற்றுத் தளர்ந்து கோவேறு கழுதையானது, கழியிடத்துத் தங்கினாற் போல,

நீதான் எதிர்ப்பட்டதனாலே, தலைவியும் தனக்கே இயல்பாகப் பெற்றிருந்த நாணம் முதலான பெண்மைக் குணங்கள் எல்லாமும் தன்னிடத்திருந்தே நீங்கிப்போக, நின் வழியினளே ஆகினாள் என்று, தோழி, இறைச்சியாற் கூறுகின்ற நயத்தையும் அறிந்து இன்புறலாம்.

'அன்றில் அகவும் ஆங்கண்' எனத் தன்னது ஊரிலுள்ள இடத்தைச் சுட்டியது, அதுதான் தன் பெடையை அழையா நிற்கும் அத் தன்மை போல, நீதானும், நினக்காகக் காத்திருப்பாளான தலைவியை விரும்பிச் சென்று மகிழ்விப்பாயாக என்று உரைத்த தாகும்.

இது, நெய்தலிற் களவு ஆதலால், களவு உறவு எல்லாத் திணை களிலும் நிகழ்தலுறும் என்பதும் அறியப்படும்.

நெய்தற்கு எற்பாடு வந்ததற்கு, 'வைகுறு விடியல் மருதம்; எற்பாடு செய்தல் ஆதன் மெய் பெறத் தோன்றும்' என்னும் சூத்திர உரையினும்.

‘இரவிலும் பகலிலும் நீவரல் என்றதும்’ என்பதன் மேற் கோளாக, ‘வல்வில் இளையரோடு எல்லிச் செல்வது நாட்டே’ என்பதனையும்.

நச்சினார்க்கினியர் எடுத்துக் காட்டுவனவும் இச் செய்யுளின் சிறப்பைக்காட்டுவனவாம்.

**அகநானூறு களிற்றியானை நிரையும்
புலியூர்க் கேசிகன் தெளிவுரையும்
முற்றுப் பெற்றன.**

★★★

பிற் சேர்க்கை - 1

பாடினோர் வரலாறு

(நக வளைவுக்குள் குறிக்கப்பட்டுள்ள எண்கள் இந் நூலின் கண்ணுள்ள செய்யுட்களைக் குறிக்கும்.)

அந்தி இளங்கீரனார் (71)

‘அந்தில் இளங்கீரனார்’ எனவும் இவரைக் குறிப்பிடுவர். பணக்காரர்களை ஒட்டி வாழ்ந்து, அவரிடம் பணங்குறைந்தால், அடுத்தவரிடம் சென்று வாழ்கின்ற மக்களை, ‘நயனின் மாக்கள்’ என்று கூறும் இவர் வாக்கு சிந்திக்கத்தக்கது. கோவை மாவட் டத்துள் ‘அந்தியூர்’ என்ற ஊரும், ‘அந்தி நாடு’ என்று திருவாங்கூர்க் கொச்சியிலே ஒரூஉம் உள்ளது. இவ்வூர்களுள் யாதாயினும் ஒன்றைச் சேர்ந்தவராகவும் இவர் இருக்கலாம். ஆனால், இவருடைய பாடலுள், ‘வெந்தாறு பொன்னின் அந்தி பூப்ப’ என்று கூறிய நயத்தை ஒட்டியே, இப்பெயரைப் பெற்றனர் எனவும் கூறுவர் (அகம் 71). இளங்கீரனார் என்பாரும் உள்ளனராதலின், இவர்க்கு இந்த அடைமொழி தந்தனர். ‘கீரர்’ என்போர் சங்கறுக்கும் குலத் தினர்; நக்கீரனார் போல இவரும் அக் குடியினரேயாவர். இவர் பாடியதாகக் கிடைத்துள்ளது இவ்வொரு பாடலே.

அம்மூவனார் (10, 35)

அகநானூற்றுள் 6 பாடல்களும், ஐங்குறுநூற்றுள் நெய்தல் பற்றிய (101-200) நூறு பாடல்களும், குறுந்தொகையுள் 11 பாடல் களும், நற்றிணையுள் 10 பாடல்களும் இவர் பாடியனவாகக் கிடைத்துள்ளவை. பெரும்பாலும் நெய்தல் திணையினையே இவர் விதந்து பாடியுள்ளனர் எனலாம். சேரன், பாண்டியன் ஆகியோ ராலும், திருக்கோவலூர் மலையமான் திருமுடிக்காரியாலும் ஆதரிக்கப்பெற்றவர் இவர் என்றும் கருதலாம். இவரால் சிறப்புடன் பாடப்பெற்ற பட்டினங்கள், தொண்டி, மாந்தை, கொற்கை,

கோவலூர் என்பவையாம். 'கடலினும் நட்புப் பெரியது' (ஐங். 184) என்ற இவரது கருத்தின் சிறந்த நயம் காண்க.

மிகவும் சுவையமைந்த சிறந்த பாடல்கள் இவர் பாடியவை அனைத்தும். 'அம்மு' என்ற பெயர் இந்நாளிலும் சேர நாட்டிலே வழக்கிலிருப்பதுகொண்டு, இவரையும் சேர நாட்டவர் எனச் சிலர் கருதுவர். இந்நூலுள் இவர் பாடியன நெய்தல்பற்றிய பத்தாவது செய்யுளும், பாலை பற்றிய 35ஆவது செய்யுளும் ஆகும். இரண்டினுள்ளும் வளங்கெழு தொண்டியினைப் பெண்ணின் நலனுக்கும் (10), பெண்ணையம் பேரியாற்று நுண்அறலினைக் கூந்தலுக்கும் (35) உவமைகளாகக் கூறியுள்ளனர். 'ஆர்வ நெஞ்சமொடு ஆய்நலன் அளைஇத், தன் மார்பு துணையாகத் துயிற்றுக தில்ல' எனத், தன் மகளைக் காதலன் பேணுதலை விரும்பும் தாய்மையுள்ளம் (35) இவரால் நன்றாக விளக்கப்பட்டுள்ளது.

அள்ளூர் நன்முல்லையார் (46)

பாண்டி நாட்டுச் சிவகங்கைக்கு அருகிலுள்ள அள்ளூரினர் இவர். முல்லை என்பது இவரது பெயர். பெயரைக் கொண்டு இவர் பெண்பாற்புலவர் என்பர். இவர் பாடியவை குறுந்தொகையுள் 9, அக. 1, புறநா. 1, ஆகியவை. இந்நூலுள் இவர் பாடியது மருதத் திணைபற்றிய பாடலாகும். இந்தப் பாடலுள், இவரே அள்ளூரினைச் சிறப்பித்துள்ளதுடன், அது கொற்றிச் செழியனைச் சேர்ந்தது எனவும் கூறுகிறார். ஊரவர் தன் தலைவனின் பரத்தைமை ஒழுக்கத்தைக் கூறித் தூற்றின போதும், தான் தன் வாயாற் சொல்லவிரும்பாத மனைவியின் கற்புப் பெருந்தகுதியினை இப்பாடலுள் காணலாம். பெண்மையின் தனிச்சிறப்பு இதுவே! குலமகளிர் பண்பும் இதுவே யாகும்.

ஆர்க்காடுகிழார் மகனார் வெள்ளைக் கண்ணத்தனார் (64)

வடாற்காடு மாவட்டத்து ஆர்க்காடு என்னும் ஊரினர் இவர். வெள்ளைக் கண்ணத்தனார் இவரின் பெயர். அத்தனார் பெயர் எனவும், வெள்ளைக்கண் உறுப்பின் சிறப்பால் அமைந்தது எனவும் கொள்வர். இந்தச் செய்யுள் ஒன்றே இவர் பாடியதாகக் கிடைத்துள்ளது. 'ஏறு உடனிலை வேட்கையினல் மடநாகு தழீஇ ஊர்வயிற் பெயரும்' இனிய கட்சியை இதனுள் காணலாம். மழைக்காலத்து புற்றுக்களின் நனைந்த மண்ணினைத் தம் கொம்புகளால் குத்திக் கிளைத்து, மண்ணுடைக் கோட்டவாக ஏறுகள் தோற்றும் நிலையினையும் காணலாம். ஆக்கள் வீடு திரும்பும்போது, கன்று பயிர் குரலவாக' வருவதும், இன்றும் காணக்கூடியதே. இவ்வாறு மெய்க் காட்சிகளுடன் அமைந்து மனநெகிழ்வை விளக்குவது இவருடைய இச்செய்யுள்.

ஆலங்குடி வங்கனார் (106)

இவர் பாடல்களுட் பலவும் மருதத்திணை பற்றியனவே, நற்றிணையுள் மூன்றும், குறுந்தொகையுள் இரண்டும், அகத்தில் ஒன்றும், புறத்தில் ஒன்றும் ஆக இவர் பாடியவை ஏழு செய்யுட்கள். வங்கனார் இவர் இயற்பெயராக இருக்கலாம் என்பர். இப்பாடலுள் கொற்றச்செழியனின் போராற்றலையும், அவன் பாணர்க்குக் களிறுகளைப் பரிசிலாக வழங்கும் சிறப்பினையும் கூறியுள்ளார். பெண்மையின் இயல்பு, இளைய பரத்தையின் வாயிலாக மிகவும் நுட்பமாக இதன்கண் உரைக்கப் பெற்றுள்ளது. 'ஆலங்குடி' என்னும் ஊரினர் இவர். இது சோழநாட்டின் கண்ணுள்ள ஒரு சிவத்தலம். கல்வெட்டுக்களில், 'இரும்பூளை' என்று காணப்படும். புதுக் கோட்டைப் பகுதியிலும், நெல்வேலிச் சீமையிலும் ஓர் ஆலங்குடி இருக்கிறது. 'வங்கன்' என்ற பெயர், இவர் வங்கத்துச் சென்றுவரும் வணிகராயிருக்கலாம் என்ற எண்ணத்தையும் தருகிறது.

ஆலம்பேரிச் சாத்தர் (47, 81)

இவர் மதுரையைச் சார்ந்த ஆருலவிய நாட்டு ஆலம்பேரி என்னும் ஊரினர். நெய்தலும் பாலையும் சிறப்புறப் பாடியவர். கடலனது விளங்கில் என்னும் உரையும், வானவன் மறவன் பிட்டன் என்பானின் குதிரைமலையையும், நெடுஞ்செழியன் வென்ற தலையாலங்கானத்துப் போரையும், 'நேமியன்' என்னும் ஒரு வள்ளலையும் பாடியுள்ளார். அவர்கள் காலத்தவராயிருக்கலாம். இவர் பாடியவை, அகம் *4*, நற்றிணை *4*, ஆக *8* பாடல்கள். இந் நூலுள், 'இழையணி நெடுந்தேர்க் கைவண் செழியனின் மழை விளையாடும் வளங்கெழு சிறுமலையினையும் *(47)*, மாவண் கட லனின் விளங்கிலையும் *(81)*, இவர் போற்றியுள்ளார். இந்த விளங் கில் மதுரை மாவட்டத்து விளாம்பட்டியோ, அல்லது இராமநாத புரத்து விளாங்குளத்தூரோ என்பது ஆராய்தற்கு உரியதாகும்.

ஆவூர் மூலங்கிழார் (24)

'ஆமூர்' என்பதே ஆவூர் என்றாயிற்று எனவும், அது சோழ நாட்டினது எனவும் உரைப்பர். ஆக்கள் மலிதலால் 'ஆவூர் என்றும் கருதலாம். இவர் வேளாண் மரபினர். மூல ஓரையிலே பிறந்தவர் ஆதலின் மூலங்கிழார் எனப்பெற்றனர். அகநானூற்றுள் *3*, புறநானூற் றுள் *8*, ஆக *11* செய்யுட்கள் இவர்பாடியன. இவராற் பாடப்பெற்றோர், சோழன் குள முற்றத்துத் துஞ்சிய கிள்ளிவளவன், பாண்டியன் இலவந்திகைப் பள்ளித் துஞ்சிய நன்மாறன், பாண்டியன் கீரஞ் சாத்தன், மல்லிகிழான் காரிஆதி, சோணாட்டுப் பூஞ்சாற்றூர்ப் பார்ப் பான் கவுணியன் விண்ணந்தாயன் என்போராவர். இந்நூலுள் வரும் இவரது பாடலுள் *(24)*, 'வேளாப் பார்ப்பான் வாளரந் துமித்த

வளை' என்று தமிழகத்துக் 'கீரர்' என்னும் பார்ப்பன மரபினர் சங்கறுக்கும் தொழில்செய்து பிழைத்து வந்ததையும், அவர்கள் வேதவேள்வியில் ஈடுபடாதவர் என்பதையும் குறிப்பிடுகிறார். விசும்பு உரிவதுபோல மழை பொழிந்தது' என்ற உவமை நயமும் காணலாம். இவர் கூறியுள்ள பாசறை, எந்தப் போர்க்களத்தது என்று அறியுமாறில்லை.

ஈழத்துப் பூதன் தேவனார் (88)

இவர் ஈழத்திலிருந்து வந்து மதுரையிலே தங்கியிருந்தவர். அதனால், மதுரை ஈழத்துப் பூதன் தேவனார் எனவும் குறிப்பிடப் பெறுவர். பசும்பூட் பாண்டியன் இவரால் பாடப்பெற்றவன். 'வடபுல் வாடைக்குப் பிரிவோர் மடவர் வாழி இவ்வுலகத் தானே!' என்பனபோன்ற செறிவுள்ள தொடர்கள், இவருடைய புலமையைக் காட்டுவன. அகநானூற்றுள் மூன்று பாடல்களும், குறுந்தொகையுள் மூன்று பாடல்களும், நற்றிணையுள் ஒன்றும் இவர் பாடியனவாக உள்ளன. பல்லி சொல்லுவதிலே பலன் கருதும் நம்பிக்கை (அக.88), மூங்கிலிலே குருவி கூடு கட்டியிருப்பது (நற்.366) ஆகியவற்றையும் இவர்பாடல்களாற் காணலாம்.

உமட்டூர்கிழார் மகனார் பரங்கொற்றனார் (69)

இவர் பாடியது இந்த ஒரே செய்யுள். இதன்கண், மோரியர் தமிழகத்துப் படையெடுத்து வந்தபோது, மலைச் சாரல்களிலே, தேர்கள் செல்லுவதற்கு இயலாத இடங்களில் பாறைகளைப் பிளந்து தடங்களமைத்த செய்தி கூறப்பெற்றுள்ளது. 'ஆஅய்' வள்ளலின் கானத்துச் சிறப்பையும் இதன்கண் பாடியுள்ளனர். இவர் தந்தையார் பெயர் உமட்டூர் கிழார். இவர் உமட்டூர் என்ற ஊரினர். பரங்கொற் றனார் இவரது பெயர். கொற்றனார் என்ற பெயருடையார் பலருள் இவரும் ஒருவர். உமட்டியர் - உமணச் சாதிப் பெண்கள். அதனால், இவ்வூர் நெய்தலைச் சார்ந்ததாயிருக்கலாம். மோகூர்ப் பழையன் மாறனுடன் மோரியர் படை போரிட்ட செய்தியே இவர் குறிப்பது மாகலாம். 'ஆ அய் அண்டிரனின்' சிறப்பைப் பாடியமையால், அவனுடைய ஆதரவு பெற்றவரும் ஆகலாம்.

உரோடகத்துக் கந்தரத்தனார் (23, 95)

அகத்துள் 3, குறுந்தொகையுள் 1. நற்றிணையுள் 4, ஆக எட்டுப் பாடல்களைப் பாடியவர். செங்கற்பட்டு மாவட்டத்து ஓரகடம் இவரது ஊர் என்பர். 'கடனறி மன்னர் குடை நிழல்போலப், பெருந் தண் ஏன்ற மரநிழல்' என்றும் (நற்146), 'தீமை கண்டோர் திறத்தும் பெரியோர் தாமறிந்துணர்க' என்றும் (நற் 166) சிறந்த அறநெறி களை சிறப்பாகக் கூறியவர் இவர். கந்தரத்தனார் என்பது இவருடைய பெயர்; சிவனின் பெயர். கந்தரின் அத்தனாகிய பெருமானார் என்க.

காவிரிப் பூம்பட்டினத்துக் கந்தரத்தனாரினும், வண்ணப்புறக் கந்தரத்தனாரினும் வேறுபடுத்துக் காட்ட, இவர் உரோடகத்துக் கந்தரத்தனார் எனப் பெற்றனர். 'இந்நூலுள், தலைவன் காட்டிய அடையாளத்தைச் சுட்டித் தலைவி கலங்குவதும் (95)' என, 'நம் உணர்ந்து ஆறிய கொள்கை அன்னை (95)' என, அன்னையரின் மனப்பாங்கும் நயமுடன் கூறப்பெற்றுள்ளன.

உலோச்சனார் (20, 100)

இவர் பாடியவை குறு. 4, நற். 20, அகநா. 8, புறநா. 3, ஆக 35 பாடல்கள். இவர் நெய்தல் நிலத்தைச் சிறப்பித்துப் பாடியவர். கடலில் உப்பு எடுத்தலை, 'வானம் வேண்டா உழவு' என்று சிறப்பித்துக் கூறுகிறார். பொறையாற்றுப் பெரியன் என்பானையும், சோழன் இராசசூயம் வேட்ட பெருநற்கிள்ளியையும் இவர் சிறப்பித்துப் பாடியுள்ளார். இவர் சமணர் என்பர் டாக்டர் சாமிநாதய்யர் அவர்கள். செய்தல் நிலப் பெண்களின் விளையாட்டுக்களையும் (20). புறத்தைப் பெரியனின் பாசறைச் சிறப்பினையும் (100). இவர் இந்நூலுட் பாடியிருப்பக் காணலாம். 'புறத்தை' தஞ்சை மாவட்டத்துக் கடற்கரையூராகிய பொறயைாறு என்பர். இப் புலவர் சோணாட்டினர்; பெரியனால் ஆதரிக்கப் பெற்றவர்.

உறையூர்ச் சல்லியன் குமரனார் (44)

உறையூர்ச் சல்லியன் மகனார் இவர். குறுந்தொகை 309ஆவது செய்யுள் இவர் பாடியது 'வயலில் பூத்த நெய்தலைக் களை பறிப்பார் களைந்து வரப்பில் போட்டாலும், அது மீண்டும் மீண்டும் அதன்கண் முளைப்பதுபோல, யாமும் நின்னால் ஒதுக்கப்பட்டாலும், நின்பால் என்றும் மாறா அன்புடையோம்' என, இவர் கூறும் உவமை சிறப்புடையது. இவர் இந்நூலின் 44ஆவது பாடலைப் பாடியவர் என்று ஒரு பாடமும் வழங்குகிறது. சோழ நாட்டு அரிசிலாற்றையும், அதனருகேயுள்ள அம்பல் என்னும் ஊரையும், கிள்ளிவளவனையும் இவர் நற்றிணை 141 ஆவது பாடலுள் குறித்துள்ளனர்.

ஊட்டியார் (68)

இவர் பாடியவை இந்தச் செய்யுளும், அகநானூற்றின் 388-வது செய்யுளும் ஆகும். இரண்டும் குறிஞ்சித் திணைச் செய்யுட்கள். 'ஊட்டியன்ன ஒண்தளிர்ச்செயலை (60) எனவும், ஊட்டியன்ன ஊன்புரள் அம்பொடு (388) எனவும் இவரது இரு செய்யுட்களுள்ளும் வரும் தொடர்களைக் கொண்டு, இவர் 'ஊட்டியார்' எனப் பெற்றனர். இரவுக் குறிக்குச் செல்லும் கன்னியர், தம் அன்னையர் உறங்கிவிட்டனரா எனக் காணுகின்ற தன்மையினை இப்பாடலுள் காணலாம்.

எயினந்தை மகனார் இளங்கீரனார் (3)

இவர் இளங்கீரனார் எனத் தனியாகவும் குறிப்பிடப் பெற்றுள்ளனர். பொருந்தில் இளங்கீரனார் என்பவரினின்றும் வேறுபடுத்த, இவரை 'எயினந்தை மகனார்' என்ற அடைமொழியிட்டு வழங்கினர் போலும். இவர் வேட்டுவக் குடியினர். மக்களின் பழக்க வழக்கங்களை ஊன்றியுணர்ந்து தம் பாடல்களுள் அமைத்தவர். இவர் தந்தையாராகிய எயினந்தையாரும் சிறந்த புலவரே. இவர் பாடியவை அகநானூற்றுள் 9-ம், குறுந்தொகையுள் ஒன்றும், நற்றிணையுள் 6-ம் ஆகப் பதினாறு பாடல்களாகும். இவர் பாடல்களுள் குறுந்தெகைப்பாடல் 116 மட்டுமே குறிஞ்சி. பிறவெல்லாம் பாலைத்திணைப் பாடல்களே. இவர் பாடல்களுள் உதியன், பொறையன் ஆகிய சேரர்களைப் பாடியிருக்கக் காண்கின்றோம். சிறுவர்கள் நெல்லி வட்டாடும் வழக்கம் இவரால் (நற். 3) குறிக்கப் பெற்றுள்ளது. 'திலகந் தைஇய தேங்கமழ் திருநுதல் (நற். 62) எனப் பெண்கள் நெற்றிக்குத் திலகமிடும் வழக்கமும் இவராற் பாடப் பெற்றுள்ளது. 'உதியன்' என்பான் இவராற் சிறப்பிக்கப் பெற்றிருப்பது கொண்டு, 'வெளியன் வேண்மான் ஆய் எயினன்' நாட்டைச் சேர்ந்தவர் இவர் எனக் கருதலாம். பெருஞ்சோற்று உதியஞ் சேரலாதலின் மனைவியார் வெளியன் வேண்மாள் நல்லினியாராவர் என்பதும் நினைக்க. இதனால், இவர் நற்றிணைப் பாடலுள் (114) குறிப்பிடும் உதியனின் போர்ச்செயலும், பெருஞ்சோற்று உதியனையே குறிப்பதாகலாம். கொல்லிப் பொறையன் (நற் 346) கருவூரிலிருந்து ஆண்ட இரும் பொறை மரபினருள் ஒருவனைக் குறித்ததாம்.

எருவை வெளியனார் (73)

இத்துடன், புறநானூற்றுள் 273, 303 பாடல்களையும் பாடியவர் இவர். எருமையூர் நாட்டைச் (மைசூர் நாடு) சேர்ந்தவர். வெளியனார் இவர் பெயர். இவர் மகன் கடலனார். புறநானூற்றுள் 'குதிரை மறம்' துறையில் இவர் பாடிய பாடல்கள் மிக்க நயம் உடையனவாகும். வீரை வெளியனாரினும் வேறுபடுத்துக் காட்ட, இவர் எருமை வெளியனார் எனப் பெற்றனர். 'எருமையூரன் வடுகர் பெருமகன்' எனக் குறிக்கப் பெறுகின்றான். 'வெருகு இருள் நோக்கியன்ன ஒரு காழ் முத்தம் (அகம். 73)' என்ற உவமையின் நயத்தைக் காண்க.

எருமை வெளியனார் மகனார் கடலனார் (72)

அகநானூற்று 73, புறநானூற்று 273, 303 - வது பாடல்களைப் பாடிய எருமை வெளியனாரின் மகனார் இவர். இவர் பாடியது இந்த ஒரே பாடலே. தலைவன், தலைவி, தோழி ஆகியோருக்கு இடையிலே நிலவுகிற அன்புப் பிணிப்பை இது உணர்த்தும். குரும்பி

கெண்டும் பெருங்கை ஏற்றை இரும்புசெய் கொல் எனத் தோன்றும். 'நாம நல்லராக் கதிர்பட உமிழ்ந்த மேய்மணி விளக்கு'. 'வாள் நடந் தன்ன வழக்கருங் கவலை', 'உள்ளுநர் உட்கும் கல்லடர்ச் சிறுநெறி' என வரும் காட்டியல்புகள் இன்புறத்தக்கன.

ஒக்கூர் மாசாத்தனார் (14)

இவர் பாடியவை அகம் 14, புறம் 284 ஆகியவை. ஒக்கூர் பாண்டி நாட்டுத் திருக்கோட்டியூருக்கு அண்மையிலுள்ள ஓரூர். பாங்கன் தன் தோழர்களிடம் தலைவியினுடைய பிரிவாற்றாமை யைக் கூறும் இந்தப் பாடல் மிகவும் உருக்கமாக உள்ளது. இவரது புறநானூற்றுப் பாடலும் கொழுநனை இழந்த மனைவின் நிலையையே உருக்கமாகக் கூறுகின்றது.

ஒல்லையூர் தந்த பூதப்பாண்டியன் (25)

அகநானூற்றுள் இந்தப் பாடலும். புறநானூற்றுள் 71-வது பாடலும் இவன் பாடியவை. புதுக்கோட்டைப் பகுதியிலுள்ள ஒலியமங்கலமும் அதைச் சூழ்ந்த நாடும் 'ஒல்லையூர் நாடு' எனப் பெறும். பேராலவாயர் முதலிய புலவர்கள் இவனைப் பாராட்டி யுள்ளனர். இவன் தேவியும் சிறந்த புலமை உடையவராவர். அவர் பாடியது புறம் 246-வது செய்யுள். பாண்டி நாட்டு மாவன், ஆந்தை, அந்துவஞ்சாத்தன், ஆதன் அழிசி, பொதியில் திதியன், இயக்கன் ஆகியோர் இவனுடைய நண்பர்கள். இவன் பெயரால் பூதப்பாண்டி என்ற ஊர் ஒன்றும் நாஞ்சிற் பகுதியில் நிலவுகிறது. அவ்வூரன் இவன் எனவும், ஒல்லையூர் நாட்டை வென்றவன் எனவும் சிலர் உரைப்பர். இவனுடைய புறப்பாட்டு (புறம் 71) அன்றைய அரச உள்ளத்தின் பேராண்மையைத் தெளிவுபடுத்தும் அறிவுக் கருவூல மாகும். இவன் இறந்தபோது, இவன் மனைவியும் தீப்பாய்ந்து உயிர் நீத்தனள். இது இவரது இல்லற மேன்மைச் சான்றாகும்.

ஔவையார் (11)

களிற்றியானை நிரையின் 97-வது பாடலும் இவர் பாடியதே என்பர். இவர் பாணர் மரபினர். அதியமான் நெடுமான் அஞ்சியிடம் நெருங்கிய நட்புக்கொண்டிருந்தவர். நாஞ்சில் வள்ளுவன்ட, தொண்டைமான், சேரமான் உக்கிரப் பெருவழுதி, சோழன் இராச சூயம் வெட்ட பெருநற்கிள்ளி ஆகியோரையும் பாடியுள்ளனர். அகநானூற்றுள் 4 பாடல்களும், குறுந்தொகையுள் 15 பாடல்களும், நற்றிணையுள் 7 பாடல்களும், புறநானூற்றுள் 33 பாடல்களும் ஆக 59 பாடல்கள் இவர் பாடியன. சேரமான் பெருமாள் காலத்து ஔவையாரும், ஆத்திச்சூடி முதலியன பாடிய ஔவையாரும், தனிப்பாடல்கள் பலவற்றைப் பாடியவரும் இவரின் வேறாவர்.

பெண்பாற் புலவர்களுள் சிறந்த புலமை முதிர்ச்சியுடையார் பலருமே ஔவையார் என்று அழைக்கப்பட்டனர். அதனாற்போலும் இவரெல்லாம் ஒருவரேயென மயங்கும் நிலையும் உண்டாயிற்று. அரசியல் தூதராகவும், ஆலோசகராகவும், அரசர் பலரும் போற்றும் சிறப்புடன் திகழ்ந்தவர் இவர்.

கடுந்தொடைக் காவினார் (109)

இந்த ஒரே பாடல்தான் இவருடையதாகக் கிடைத்துள்ளது. 'கைப்பொருள் இல்லையாயினும், மெய்க் கொண்டு, இன்னுயிர் செகாஅர் விட்டகல் தப்பற்குப் பெருங்களிற்று மருப்பொடு வரியதள் தண்டம்' விதிக்கும், கொடிய வேந்தனைப்பற்றி இவர் குறிப்பிடு கிறார். இவ்வாறு கடுமையான செய்தியைத் தொடுத்துக் கூறியமை யால் இவர் இப்பெயர் பெற்றனர் போலும். 'காவினார்' என்ற சொல் லும், மேற்காட்டிய இவர் வாக்கும் இவர் கானப் பகுதியினைச் சார்ந்தவர் எனக் காட்டுவன.

கணக்காயனார் மகனார் நக்கீரனார் (93)

நக்கீரனார் என்ற பகுதியிற் காண்க.

கபிலர் (2, 12, 18, 42, 82, 118)

இவர் வேள்பாரியின் சிறந்த நண்பராக விளங்கியவர். பதிற்றுப்பத்துள் ஏழாம்பத்தைப் பாடிச் சேரமான் செல்வக் கடுங்கோ வாழியாதனிடம் பெரும்பரிசில் பெற்றவர். பத்துப்பாட்டின் குறிஞ்சிப்பாட்டும், கலித்தொகையுள் குறிஞ்சிக் கலியும், ஐங்குறு நூற்றுள் குறிஞ்சிபற்றிய நூறும், இவர் இயற்றியவை. பரணர், இடைக்காடர் ஆகியோர் இவரது உற்ற நண்பர்கள். அகுதை, இருங்கோவேள். ஓரி, சேரமான் மாந்தரஞ்சேரல் இரும்பொறை, நள்ளி, காரி, விச்சிக்கோன், பாரி, பேகன் ஆகிய பலர் இவராற் பாடப் பெற்றவர். 'அந்தணாளன் கபிலன்' எனலால், இவர் அந்தணர் மரபினர் எனலாம். இவர் வேறு; தொல் கபிலர் வேறு. 12ஆம் பாடல் தொல்கபிலர் பாடியது எனவும் பாடம் உரைப்பர். இவர் பாரிவேளின் சிறந்த நட்பினராயிருந்து, அவன் இறந்தபின் அவன் மக்களைப் பேணி மணமுடித்து வைத்துப், பின் வடக்கிருந்து உயிர்நீத்த, நட்புப் பெருஞ்சிறப்பும் உடையவர்.

கயமனார் (7, 17)

இவர் பாடியன அகத்துள் 12, குறுந்தொகையுள் 4, நற்றிணை யுள் 6, புறத்துள் 1, ஆக 23 பாடல்களாகும் குறுந்தொகையின் ஒன்பதாவது செய்யுளிலே.

> **'பாசடை நிவந்த கணைக்கால் நெய்தல்**
> **இனமீன் இருங்கழி ஓதம் மல்குதொறும்**
> **கயமூழ்கு மகளிர் கண்ணின் மானும்'**

என்றுரைத்த உவமை நயம் பற்றிக் கயமனார் எனப்பட்டனர். இவர் பாடல்களுள், புலம்பலே மிகுதியாகக் காணப்பெறும். அன்னி என்பவன் குறுக்கைப் பறந்தலையிலே வெற்றிக்கொண்டு, திதியனின் காவன்மரமாகிய புன்னையை வெட்டினான் என்ற செய்தி (அகம் 145-வது பாடலுள்) இவராற் குறிக்கப் பெற்றுள்ளது. பொதுவாகப் பாடல்கள் அனைத்துமே நேர்முகமாகக் கூறுவன போல அமைந்து விளங்குவதனால், மிகவும் உள்ளம் உருக்குவனவாக உள்ளன. தாய்மையின் பாசம் மிகவும் சிறப்பாக இவர் பாடல்களுள் மிளிரக் காணலாம். பெண்கள், ஊர்களில் விழாக்கள் நடத்தல், முதலிய பல அக்காலத்துச் செய்திகளையும் காணலாம்.

'பால்பெய் வள்ளம் சால்கை பற்றி
என்பாடு உண்டான யாயின் ஒருகால்
நுந்தை பாடும் உண்ணென்று'

மகளுக்குச் சோறூட்டும் தாயன்பினை எங்ஙனம் போற்றுவது!

முதுகுயவர்கள் அம்மன் கோயில் பூசாரிகளாக விளங்கிய செய்தியை (நற்றிணை 293-ம் பாடலுள்) குறித்துள்ளார். இந்நூலினுள் (7-வது பாடல்) பெண்கள் பேதைப்பருவங்கடந்து பெதும்பைப் பருவத்துக் கால் வைக்கும் மலர்ச்சியை அழகுடன் கூறியுள்ளார்.

கருவூர்க் கண்ணம் புல்லனார் (63)

இவர் பாடியவை அகம் 68, நற். 159, ஆக இரண்டு செய்யுட்கள். கண்ணன் தந்தை பெயர். புல்லன் இவர் பெயர். கருவூரினர் இவர். கள்ளிக்குடிப் பூதம் புல்லனார், மதுரைக் கொல்லின் புல்லன் எனப் புல்லன் என்ற பெயருடையார் இவரோடு நால்வர். இப்பாடலுள், 'கன்று காணாது புன்கண்ண' ஒன்று வரும் தொடரால் இவர் இப் பெயர் பெற்றனர் எனவும் கருதலாம்.

கருவூர்ப் பூஞ்சாத்தனார் (50)

சேரர் கோநகராகிய கருவூரினர் இவர். கருவூர்ப் புலவர்கள் பலர். கருவூர்ச் சேரமான் சாத்தன் வேறு, இவர் வேறு. 'சாத்தன்' என்ற பெயருடைய புலவர் பலருள் இவரும் ஒருவர். சாத்தனார் இவர் பெயராகவும், 'பூதன்' இவர் தந்தை பெயராகவும் கொள்ளலாம். இந்நூலுள் இவர் பாடிய பாடல் நெய்தல்பற்றியது. 'மனைசேர் பெண்ணை மடிவாய் அன்றில் துணை ஒன்று பிரியினும் துஞ்சா காண்' எனக், கண்நிறை நீர்கொடு சுரக்கும் தலைவியின் கசிந்த உளத்தினை இதனுட் காணலாம்.

கல்லாடனார் (9, 83, 113)

அகநானூற்றுள் 7-ம் குறுந்தொகையுள் 2-ம், புறநானூற்றுள் 5-ஆம் ஆக, இவர் பாடியவை 14 பாடல்கள். இவராற் பாடப் பெற்

றோர் அம்பர்கிழான் அருவந்தை, முள்ளூர் மன்னன் காரி, ஓரி, அஃதை, பாண்டின் தலையாலங்கானத்துச் செருவென்ற நெடுஞ் செழியன், வேங்கடமலைத் தலைவனான கள்வர் கோமான் புல்லி, பொறையாற்றுக்கிழான் பெரியன், நன்னன், களங்காய்க் கண்ணி நார்முடிச்சேரல் ஆகியோராவர். தொல்காப்பியத்துக்கு இவரோர் உரை செய்தனர் என்பர். பன்னிரு பாட்டியலுள் இவர் செய்தன வாகச் சில சூத்திரங்கள் உள்ளன. கல்லாடம் என்ற நூலைச் செய்தவர் பிற்பட்ட ஒரு கல்லாடர். இவர் மாமூலனாருடன் நட்புக் கொண்டு, 'கபிலபரணர்' என்றார்போலக் 'கல்லாட மாமூலனார்' என்றும் சான்றோரால் அழைக்கப் பெற்றனர். இந்நூலுள் வரும் இம்மூன்று பாடல்களும் பாலைத்திணைப் பாடல்களாகும். பதினோராம் திருமுறையுள் வரும் பாடல்களைச் செய்தவர் வேறு ஒரு கல்லாடர் ஆகலாம்.

காட்டூர்கிழார் மகனார் கண்ணனார் (85)

கண்ணனார் என்ற பெயருடன் விளங்கியவர் பலராதலால், இவர் தந்தையாரான காட்டூர்கிழாரின் பெயரையிட்டு வழங்கப் பெற்றனர். இவர் வேளாளர். 'வென் வேற்றிரையனின் வேங்கட நெடுவரை' இவரால் சிறப்பிக்கப் பெற்றுள்ளது. இந்தத் திரையன்தொண்டை மான் இளந்திரையன் அவன். 'காட்டூர்' என்ற பெயருடன் தமிழகத்திற் பல ஊர்கள் வாங்குவனவாம். அவற்றுள் யதாயினும் ஒன்றினைச் சேர்ந்தவர் இவர் என்க.

காவன்முல்லைப் பூதனார் (21)

அகத்துள் 5, குறுந்தொகையுள் 2, நற்றிணையுள் 1, ஆக 8 பாடல் கள் இவர் பாடியவை. இவரடைய இயற் பெயர் பூதனார். 'காவன் முல்லை' புறத்திணைத் துறைகளுள் ஒன்று. அதனைப் பாடுவதில் வல்லவராதல்பற்றி இவ்வடைமொழி பெற்றனர். ஆனால், இவர் பாடிய புறப்பாட்டுக்கள் எவையுமே நமக்குக் கிடைத்தில. காவல் குறிச்சி, காவல்பட்டி, காவல்காடு என்பனபோலக், காவல் முல்லை யும் ஓர் ஊராயிருத்தல் பொருந்தும். நற்றிணை 29ஆவது பாடலைப் பாடிய பூதனார் என்பவரும் இவரே என்பர் சிலர். இப்பாடலுள் (அக. 21) இவர் கோவலர் முல்லை நிலங்களிலே கிணறு தோண்டுவதை யும் அவர்கள் கூழுணவு உண்பதையும் குறிப்பிடுகிறார். யானைக் குக் குழியிட்டுப் பிடிக்கும் வழக்கமும் உணர்த்துப் பெறுகின்றது.

காவிரிப்பூம் பட்டினத்துக் காரிக்கண்ணனார் (107)

இவர் வாணிக மரபினராவர். இவர் திருமால் அடியவர் எனவும் சிலர் கூறுவர். இவராற் பாடப்பட்டோர் சோழன் குராப்பள்ளித் துஞ்சிய பெருந் திருமாவளவன், பாண்டியன் வெள்ளியம்பலத்துத்

துஞ்சிய நன்மாறன், பாண்டியன் வெள்ளியம்பலத்துத் துஞ்சிய பெருவழுதி, பிட்டங்கொற்றன் ஆகியோர். இவரியற்றிய பாடல்கள் 8. (அக. 2, புறம். 5, குறு. 1)

காவிரிப்பூம் பட்டினத்துச் செங்கண்ணனார் (103)

அகத்துள் இந்தப் பாடலும், நற்றிணையுள் 122வது பாடலும் இவர் பாடியுள்ளவை. காவிரிப்பூம்பட்டினத்தைச் சேர்ந்தவர். காரிக்கண்ணனாரின்றும் வேறுபடுத்த இவரைச் செங்கண்ணனார் என்றனர். இது உறுப்பு நலன் கருதி அமைந்த பெயர். 'தம்மொடு தானே சென்ற நலனும் நல்கார் கொல்லோ. நாம் நயந்திசினாரே?' என, தலைவி பிரிவாற்றாமையினாற் கூறுவதாகசட் சொல்லும் இவரது தொடர்கள் மிகவும் நயமுடையனவாகும்.

குடவாயிற் கீரத்தனார் (44, 60, 79, 119)

குடவாயில் சோழநாட்டுப் பேரூர்களுள் ஒன்று. ஒல்லையூர் கிழான் மகன் பெருஞ்சாத்தன், வழுதி, அத்தி, எவ்வி, பெரும்பூட் சென்னி, பொறையன், கங்கன், கட்டி, கணையன், நன்னன், பழை யன், புன்றுறை ஆகியோரை இவர் பாடியுள்ளார். மற்றும், தொண்டி, கொற்கை, உறையூர் ஆகியவையும் இவராற் பாடப்பெற்றுள்ளன. குறு. 2, அக. 10, நற். 4, புறம். 1. ஆக 17 பாடல்கள் இவர் பாடியவை. உறையூர்ச் சல்லியங் குமரனார் பாடியது எனவும், ஆக. 54வது பாடலுக்குப் பாடபேதம் உரைப்பர். 'கீரத்தனார்' என்ற சொல்லி னால், இவர் கீரர் குடியினர் என்க. கழுமலப்போர் இவராற் பாடப் பெற்றிருக்கிறது. சோழர் குடந்தைக்கண் வைத்த பெருநிதியும் பிறவும், இவராற் குறிக்கப் பெற்றுள்ள செய்திகள்.

குறுங்குடி மருதனார் (4)

மருதன் இவரது இயற்பெயர். திருக்குறுங்குடி என வழங்கும் பாண்டி நாட்டு ஊரினர். அகநானூற்று நான்காவது பாடலும், குறுந்தொகை 344வது பாடலும் இவர் பாடியன. இவ்விரு பாடல் களும் முல்லைத்திணைப் பாடல்களே. இன்றும் இவ்வூரிலே ஆயர்கள் மிகுதியாயிருக்கக் காணலாம். 'மருதன்' சிவனின் பெயர் என்பர், மருதவாணன் என்றாற்போல, 'கறங்கிசை விழவின் உறந்தை' என, உறையூரையும் இவர் சிறப்பித்துள்ளார். (4) 'தாதுண் பறவை பேதுறல் அஞ்சி மணிநா ஆர்த்த மாண்வினைத் தேரன்' என, இவர் காதலனின் உள்ளச் செவ்வியைப் புலப்படுத்தியிருக்கின் றமை காண்க.

குன்றியனார் (40, 41)

இவர் மலைநாடாகிய சேரநாட்டைச் சேர்ந்தவர். மேலைக் கடற்கரை நகரமமிய தொண்டியை இவர் வரணிக்கின்றார். 'தலை

வனதுதேர் வாராதாயினும், தேர் வருவது போன்ற ஓசை காதுகளிலே ஒலித்துக்கொண்டேயிருக்கும்' என்று தலைவியின் மூலமாகக் கூறும் உள்ள நெகிழ்வு மிகவும் சுவையுடையது. இவர் பாடியவை குற. 6, நற். 2, அகநா. 2, ஆகப் பத்துப் பாடல்கள். வயல்களிலே நெல்லரிவோர் தண்ணுமை முழக்கத்துடன் வேலையில் ஈடுபடுவர் என்ற செய்தியையும், இவர் தம் பாடலுள் கூறுகின்றார். 'யானும் காதலென், யாயும் நனிவெய்யள், எந்தையும் கொடீஇயர், வேண்டும் அம்பலூரும், அவனொடு மொழிமே' எனவும் (குறு. 51), 'வாராதமையினும் அமைக, சிறியவும் உளவிண்டு விலைஞர்கை வளையே' (குறு. 117) எனவும், 'ஒண்டொடி மகளிர் வண்டலயரும்' (குறு. 117), எனவும், 'ஒண்டொடி மகளிர் வண்டலயரும்' (குறு. 238) எனவும், நயமான உள்ள நெகிழ்வுகளை இவர் பாடல்களுட் காணலாம்.

சாகலாசனார் (16)

அகநானூற்றுள் இந்தப் பாடலும், 270-வது பாடலும் இவர் பாடியவை. இந்தப் பாடலுள் இவர் காட்டும் குடும்பச் சித்திரம் மிகவுமட் சுவையுடையதாகும். கழுமலத்துள் குட்டுவன் இயற்றிய போரினைப் பற்றியும் இதன்கண் இவர் குறித்துள்ளனர். இவர் பற்றிய வேறு செய்திகள் எவையும் கிடைத்தில. இந்தப் பாடலுள், இல்லாள் தன் மகனைப் பரத்தையின் மகன் எனக் கூறியதாகக் கூறும் ஊடல்நலம் காணலாம்.

சீத்தலைச் சாத்தனார் (53)

மணிமேகலைக் காப்பியத்தை இயற்றியவராகக் கருதப் படுபவரும், மதுரை நெடுஞ்செழியன், சேரன் செங்குட்டுவன் காலத்தவருமான இவர் பெரும் புலவராக விளங்கியவர். பௌத்தக் கொள்கையிலே ஈடுபாடு உடையவர். மதுரை நகரிலே தானிய வாணிகம் செய்து வந்தவராதலின் கூலவாணிகன் என்ற அடைமொழியுடன் கூறப்படுபவர் நற்றிணையுள் 3, அகநானூற்றுள் 5, புறநானூற்றுள் 1, குறுந்தொகையுள் 1, ஆக 10 பாடல்கள் இவர் பாடியவை. புறநானூற்றுள் இவராற் பாடப் பெற்றோன் பாண்டியன் சித்திர மாடத்துத் துஞ்சிய நன்மாறன் ஆவன்.

செல்லூர்க் கோசிகன் கண்ணனார் (66)

செல்லூர் பாண்டி நாட்டுள் ஓர் ஊர். கோசிகன் இவர் பார்ப்பனர் எனக் காட்டும். கண்ணனார் பெயர். கணவன் மனைவியரின் ஊடற்காட்சி மிகவும் நயமாகச் சித்தரிக்கப்பட்டுள்ளது. செயலூர்க் கோசங்கண்ணனார் எனவும் இவரைக் குறிப்பிடுவர்.

''இம்மை உலகத்து இசையொடும் விளங்கி, மறுமை உலகமும் மறுஇன்று எய்துப, செறுநறும் விழையும் செயிர்தீர் காட்சிச்,

சிறுவர்ப் பயந்த செம்மலோர்' எனப் பல்லோர் கூறியி பழமொழி'' என உரைக்கும் இவருடைய சொற்களிலே, அந்நாளிற் புதல்வரைப் பெற்றவர்கள் கொள்ளும் உள்ளப் பூரிப்பினை நன்றாக உணரலாம்.

சேந்தம் பூதனார் (37)

சேந்தனுடைய மகனார் பூதனார் என்க. சேந்தன் என் பாரின் மகனாராக வேறுசில புலவர்களும் கூறப்பட்டுள்ளனர். அகநானூற்றுள் 84 207 பாடல்களும், குறுந்தொகையுள் 90, 226, 247 ஆகிய பாடல்களும், நற்றினையுள் 69, 221 ஆகியவையும் இவர் பாடியன. மதுரை எழுந்தாளனார் பெயரால் உள்ள இந்நூலின் 84-வது பாடலைப் பாடியவரும் இவரே என்பது வேறு பாடம்.

தங்கால் முடக்கொற்றனார் (48, 108)

பாண்டிய நாட்டுத் திருத்தங்கால் இவர் ஊர். 'முடம்' உறுப்பு நோக்கி அமைந்தது. கொற்றனார் எனவும் கொல்லனார் எனவும் பாடம். பொற்கொல்லன் என்பது பூட்கொல்லன் எனவும் காணப் படும்; அதாவது பணித்தட்டார் என்க. மதுரைப் பொற்கொல்லன் வெண்ணாகனாரும், தங்கால் பொற்கொல்லனாரும், இவரும் ஒருவரே என்பர். இவர் பாடியவை அகம் 48, 108, 355, குறுந்தொகை 217, நற்றிணை 313, புறநானூறு 326 ஆக. ஆறு செய்யுட்களாகும். பருத்திப் பெண்டின் செய்தியை இவர் நயம்படக் கூறியுள்ளார். 'காந்தள் நறுமலரிலே ஆடுந்தும்பி கையாடும் வட்டில் போலத் தோன்றும்' (அகம் 108) என்று சிறப்பாக உவமித்தவர் இவர்.

தாயங் கண்ணனார் (105)

சோழ நாட்டு எருக்காட்டூர்த் தாயங்கண்ணனார் என்பவர் இவரே. எருக்காட்டூர் தஞ்சை மாவட்டத்து நன்னிலந் தாலுகாவி லுள்ளது. இவர் பெயர், ஏடெழுதுவோரால் தையங்கண்ணனார், கதையங்கண்ணனார் எனப் பிழைபட எழுதப்பட்டும் உள்ளன. தமிழகத்தோடு யவனர் செய்து வந்த வாணிகத்தையும், சேரலனிடத் திருந்த பொற்பதுமையைப் பாண்டியன் போர்செய்து பெற்றமை யையும், மற்றும் பல வரலாற்றுக் குறிப்புகளையும் இவர் பாடல் களுள் காணலாம். நற்றிணையுள் 1, குறுந்தொகையுள் 1, அகத்தில் 7, புறத்தில் 1, ஆகப் பத்துப் பாடல்கள் இவர் பாடியவையாக கிடைத்திருக்கின்றன. 'பந்து புடைப்பன்ன பாணிப் பல்லடிச் சில்பரிக் குதிரை' என்று இவர் குதிரைச் செலவை கூறும் (அகம். 105) நயம் காண்க.

நக்கீரனார் (6, 17, 78, 91, 110)

அகநானூற்றுள் 16, குறுந்தொகையுள் 8, நற்றினையுண் 7, பத்துப் பாட்டுள் முதலாவது திருமுருகாற்றுப்படை, 7-வது நெடுநல் வாடை, புறநானூற்றுள் 3 பாடல்கள் ஆகியவை இவர் பாடியன.

தந்தையார் மதுரைக் கணக்காயனார்; மகனார் கீரங் கொற்றனார். நக்கீரர் நாலடி நாற்பது என்ற நூலும் இயற்றியவர். இறையனாரகப் பொருளுக்குச் சிறந்த உரை வகுத்தவர். வடமொழி தமிழினும் சிறப்புடையது என்று சொன்ன குயக்கொண்டானை இறக்கப் பாடிய தமிழ்ப் பற்று உடையவர். மதுரையிலே, இன்றும் நக்கீரர் கோயிலொன்று உள்ளது. அது சங்கத்தார் கோயில் எனவும் வழங் கும். கைலைபதி காளத்திபாதி அந்தாதி, ஈங்கோய்மலை எழுபது போன்ற பதினோராந் திருமுறை நூற்களைப் பாடியவர் வேறு ஒருவர். 'உலகுடன் திரிதரும் பலர் புகழ் நல் இசை வாய்மொழிக் கபிலன்' (அகம் 78) எனக் கபிலரை மனமுவந்து பாடிய இவர், அவர் காலத்தவர்.

நல்லாவூர் கிழார் (86)

ஊர் பற்றி வந்த பெயர் இது. இவர் வேளாண் மரபினர். தமிழகத்தின் பண்டைய திருமண மரபு எப்படி இருந்தது என்பதற்கு நல்ல விளக்கம் இவருடைய பாடல். நல்லாவூர் பாண்டி நாட்டுள் ஓர் ஊர். இப் பாடலைத் தமிழ் மணம் வேண்டுவார் ஒவ்வொரு வரும் படிக்க வேண்டும். 'ஓர் இற்கூடி உடன்புணர் கங்குல்' நிகழ்ச்சி, வளமான உயிரோவியமாகும். இவர், பாடிய மற்றொரு பாடல் நற்றிணை 154ஆவது செய்யுள்.

நல்வெள்ளியார் (32)

இவரோர் பெண்பாற் புலவர். மதுரை நல்வெள்ளியார் எனவும் கூறப் பெறுவர். 'தலைவன் புரவலனைப் போலத் தோன்றி, இரவலனைப்போலப் பணிமொழி பேசினான்' என இவர் இப் பாடலுள் உரைக்கும் நயம் காண்க; சிறந்த காதல் நாடகம் இச் செய்யுள்.

நன்பலூர்ச் சிறுமேதாவியார் (94)

அகநானூற்றுள் 94, 394 ஆகிய பாடல்களைப் பாடியவர். நன்பலூர் இவர் ஊர். சிறு மேதாவியார் இவர் பெயர்; அல்லது அறி வுடைமை குறித்த சிறப்புப் பெயருமாகலாம். பாடல்கள் இரண்டும் முல்லைத்திணைப் பாடல்கள். 'அன்பு கலந்து ஆர்வம் சிறந்த சாயல்' எனக் காதலியைக் காதலன் கூறுவதாக வரும் சொன்னயம் காண்க. பருவத்தால் இளமையும், அறிவால் முதுமையும் உடையவராதலின் 'சிறுமேதாவியார்' எனப் பெற்றனர் போலும், பெண்களுள் இத்தகை யினரைச் 'சிறுமுதுக் குறைவியர்' என்பது இலக்கிய வழக்கு.

நெய்தற் சாய்த்துய்த்த ஆவூர் கிழார் (112)

இவர் வேறு; ஆவூர் கிழார் என்பார் வேறு. 'நெய்தற் சாய்த் துய்த்த' என்பது இவர் வாழ்வின் நிகழ்ச்சிகளுள் ஒன்று. 'சான்றோர் பழியொடு வரூஉம் இன்பம், கழியக் காதலராயினும் விரும்பார்'

என்று கூறும் இவர், பெண்கோள் ஒழுக்கத்திலே உறுதியுடையவர் எனலாம். ஆகவே, தமிழகத்துள் களவுக் கூட்டத்தில் இளையோர் ஈடுபடுதலை ஏற்காத சிலரும் இருந்தனர் எனல் பொருந்தும்.

நொச்சி நியமங்கிழார் (52)

நியமம் பாண்டிய நாட்டு ஓரூர். இவர் வேளாண் மரபினர். இவர் பாடியன அக 1, நற் 3, புறம் 1, ஆக ஐந்து பாடல்கள். 'வேங்கை மலரைப் பறிக்க இயலாத புலிபோலும் எனக் கருதிக் குன்றவர் வருவர்' என்ற செய்தி நயமுடையது (அகம் 5). 'உயிரினும் சிறந்தது நாணம்' (நற் 17) என இவர் கூறுவதும் காண்க. 'நொச்சி' என்பது நொச்சிப்பூ மாலை சூடித் தம் மதிலைக் காக்கும் மறவனைக் கூறுவது. அத்தகைய வீரச் செயலாற்றியமை பற்றி இப்பெயர் பெற்றன போலும். 'நியமம்' கோசர்களின் ஊர்களுள் ஒன்றுர் அவ் வூரினர் இவர் எனலும் பொருந்தும். இது 'நெகமம்' என வழங்கும்.

நோய்ப் பாடியர் (67)

நொய்ப்பாடியார் எனவும் கூறுவர். இவர் பாடியது இந்த ஒரே பாடல்தான். இதன்கண்,

'நல்லமர்க் கடந்த நாணுடை மறவர்
பெயரும் பீடும் எழுதி அதற்தொறும்
பீலி சூட்டிய பிறங்குநிலை டுகல்
வேலூன்றி பலகை வேற்றுமுனை கடுக்கும்'

என நடுகல்வழிபாட்டைத் திறம்படக் காட்டிக் கூறியுள்ளார். வேறு செய்திகள் தெரிந்திலது. பிரிவினால் வரும் நோயினைப் பாடியவராதலின், இப்பெயர் பெற்றவர் ஆகலாம்.

பரணர் (6, 62, 76, 116)

குறுந்தொகையுள் 17, நற்றிணையுள் 12, அகத்துள் 32, புறத்துள் 13 ஆகியவை இவர் பாடின. பதிற்றுப்பத்துள் 5ஆம் பத்துப் பாடியவர். இவராற் பாடப்பெற்றோர், கடல் பிறக்கோட்டிய செங்குட்டுவன், சோழன் உருவப்பஃறேர் இளஞ்சேட் சென்னி, சேரமான் கடலோட் டிய வேல்கெழுகுட்டுவன், குடக்கோ நெடுஞ்சேரலாதன், சோழன் வேற்பஃறடக்கைப் பெருநற்கிள்ளி ஆகியோரும், மற்றும் பலரும் ஆவர். கபிலர் நக்கீரர் முதலியோரின் நண்பர். இவர் வரலாறு மிகவும் விரிவானது.

பாண்டியன் அறிவுடை நம்பி (28)

பிசிராந்தையாரால் அரசநெறி உரைக்கப்பட்ட பாண்டியன் இவன். சிறந்த அறநெறியாளனாக இருந்தமையோடு புலவனாகவும் விளங்கியவன். இவன் பாடியன, நற் 1, குறுந் தொகை 1, அகநானூறு 7, புறநானூறு 1, ஆக 4 பாடல்கள். இப்பாடலுள் (அகம். 29) வரும்,

தோழியர் உரையாடும் சொல்லாட்சித் திறம் பெரிதும் இன்புறத் தக்கதாகும்.

பாண்டியன் கானப்பேரெயில் தந்த உக்கிரப் பெருவழுதி (26)

கானப் பேரெயில் என்பது காளையார் கோயில். அதனை ஆண்ட வேங்கைமார்பனை வென்று, அவன் நாட்டைக் கைப்பற்றிக் கொண்டதால், இவன் இப்பெயர் பெற்றனன். மாவெண்கோ என்னும் சேரமானுடனும், இராசசூயம் வேட்ட பெருநற் கிள்ளியுடனும் நட்புடையவன். கடைச்சங்கத்தை ஆதரித்தவன். அகநானூறு இவன் சபையிலேயே தொகுக்கப் பெற்றதென்பர். குடும்ப வாழ்விலே காதலும் ஊடலும் இயற்கையாக எழுவன. அதனை மிகவும் சுவை யோடு காட்சியாக்கித் தருகின்றனன் இப் பாண்டியன், 'புதல்வன் பிறந்தபின்' எப்படிப் பாசம் உருவாகிறது என்பதை மெய்யாகக் காண, இப்பாடல் உதவும்; பெண்மையின் சால்பை அறியவும், அந் நாளில் தமிழ் நாட்டை ஆண்டவரின் அறிவு வளத்தை உணரவும் உதவும்.

பாலை பாடிய பெருங்கடுங்கோ (5, 99, 111)

சேரர் மரபினைச் சேர்ந்தவன். பாலைத்திணைப் பாடல்கள் பாடுவதில் வல்லமையுடையவனாதலின் இச் சிறப்புப் பெயர் பெற்றனன். இவனைப் பேய்மகள் இளவெயினி என்பார் புறநானூற்று 11-வது செய்யுளில் பாடியுள்ளனர். இவன் பாடியவை அகத்துள் 12, புறம் 1, நற்றிணை 10, ஆக 23 பாடல்களும், பாலைக்கலியும் ஆகும். சிறந்த அறநெறிகள் இவன் பாடல்களுள் மிளிர்வனவாம். இவன் வஞ்சிநகரின் கண்ணிருந்து அரசியற்றியவன் என்பதும், இரவலரைப் புரக்கும் வள்ளலாகத் திகழ்ந்தவன் என்பதும், இளவெயினியார் பாடலாற் புலனாவனவாம். 'கிழவர் இன்னோர் என்னாது, பொருள் தான் பழவினை மருங்கிற் பெயர்பு பெயர்பு உறையும்' (கலி : 21) என்று, பொருளின் நிலையாத இயல்பினையும், 'ஆள்பவர் கலக்குற அலை பெற்ற நாடுபோல்' என அரசின் அமைதியையும், மற்றும் போரிலே மாண்ட வீரனின் புகழையும் பாடிய சிறப்பினன் இவன். இரும்பொறை மரபினனான செல்வக் கடுங்கோவின் மகனாதலின் பெருங்கடுங்கோ என அழைக்கப்பட்டிருத்தலும் சாலும். அங்ஙன மாயின், இவனிருந்த கருவூர் இன்றைய திருச்சி மாவட்டத்துக் கருவூரே எனலாம்.

பெருங்குன்றூர் கிழார் (8)

வேளாளர் மரபினராகிய இவர், பதிற்றுப்பத்தின் ஒன்பதாம் பத்தைப் பாடிச் சேரமான் குடக்கோச்சேரல் இரும்பொறையினிடம் பெரும் பரிசில் பெற்றவர். வையாவிக் கோப்பெரும் பேகனிடம்

அவன் மனைவிக்கு அருளுமாறு வேண்டியவர்களுள் இவரும் ஒருவர். நற். 4, பதிற்றுப்பத்துள் 8-ம் பத்து, அகநானூறு 1, புறம் 3, ஆகியன இவர் பாடியவை. சிறு மேதாவியார், சேந்தம் பூதனார், நல்லந்துவனார், மருதனிளநாகனார், நக்கீரர், பரணர் ஆகியோர் காலத்தவர்.

பெருந்தலைச் சாத்தனார் (13)

மற்றும் அகநானூற்றுள் ஒரு பாடலும், நற்றிணையுள் ஒன்றும், புறநானூற்றுள் ஆறு பாடல்களும் இவர் பாடியவை. தென்னவன் மறவனான கோடைப்பொருநன் பண்ணி என்பான், இளங்கண்டீரக்கோ, குமணன், கடிய நெடுவேட்டுவன், மூவன் ஆகியோர் இவரால் பாடப் பெற்றோராவர். இளவிச்சிக்கோவானவன் நன்னன் உறவினனாகலின் அவனைத் தழுவாது, அவனுடனிருந்த நள்ளியின் தம்பியாகிய இளங்கண்டீரக்கோவை மட்டும் தழுவியவர். வறுமைத் துயரால் இவர் குடும்பம் பட்ட அல்லல், 'ஆடு நனி மறந்த' என்று தொடங்கும் புறநானூற்றுப் பாடலால் புலனாகும். 'வாள் தந்தனனே தலையெனக்கீய' எனத் தலைசிறந்த குமணவள்ளலின் வள்ளன்மையைப் போற்றியவர். அவனுக்கும் அவனுடைய தம்பிக்கும் இடையிலேயிருந்த மனவேறுபாடுகள் தீர்தற்குக் காரணமாக உதவியவரும் இவரே என்பர். சீத்தலைச் சாத்தனாரினும் வேறு படுத்துக்கூற இவர் பெருந்தலைச் சாத்தனார் எனப்பட்டனர். 'பெருந்தலை' என்ற சொல்லுக்கு நாட்டாண்மைக்காரன் என்பது பொருள். இவர் ஆவூர் மூலங்கிழாரின் மகனார் எனவும் வேறு பாடம் கூறுவர்.

பேரி சாத்தனார் (38)

வடமவண்ணக்கண் பேரிசாத்தனார் என்றும், இவர் குறிப்பிடப் பெறுவர். பாண்டியன் இலவந்திகைப் பள்ளித் துஞ்சிய நன்மாறனை இவர் பாடியுள்ளார். இவர் பாடியவை குறு. 5, புற. 2, நற். 8, அகம். 4, ஆக இருபது பாடல்கள். சேரமான் மாந்தரஞ்சேரலிரும்பொறையும், சோழன் இராசசூயம் வேட்ட பெருநற்கிள்ளியும் பொருதவழிச், சோழற்குத் துப்பாகிய தேர்வண்மலையனை இவர் பாடியுள்ளனர். வண்ணக்கண் என்பது நாணயச்சாலை நோட்டக்காரன் என்ற அரச பதவியைக் குறிக்கும். அப்பதவி வகித்தவர் இவர் எனலாம். 'நீடிதழ் தலைஇய கவின்பெறு நீலம் கண்ணென மலர்ந்த சுனை' என இவர் உரைத்தமையாலும், வடபுலத்தினராதலாலும் வடம வண்ணக்கண் என்றனர் எனலும் ஆம்.

பொருந்தில் இளங்கீரனார் (39)

அகநானூற்றுள் இரண்டு பாடல்களும், புறநானூற்றுள் ஒரு பாடலும் பாடியவர். புறநானூற்றுள் இவராற் பாடப்பெற்றோன்

சேரமான் மாந்தரஞ்சேரல் இரும்பொறை என்பானாவன். இவன் தலையாலங்கானத்துச் செருவென்ற நெடுஞ்செழியன் காலத்தவன் 'செறுத்த செய்யுட் செய் செந்நாவின் வெறுத்த கேள்வி விளங்குபுகழ்க் கபிலன்' எனக் கபிலரை மனதாரப் போற்றியவர் இவர். நக்கீரனார் போன்று இவரும் கீரர் குலத்தவராயிருத்தல் கூடும். பொருந்தில் ஓர் ஊர். இந்தச் சேரமான் சிலப்பதிகாரத்துட் பராசரன் என்பானுக்குப் பரிசு வழங்கியவன் எனக் காணுகின்றோம். திருச்சி மாவட்டத்துப் 'பொருந்தலூர்' பொருந்திலாக இருக்கலாம் எனக் கருதலாம். 'இளங்கீரனார்' என்ற பெயருடன் மற்றொருவரும் உள்ளனர். அவர், அகத்துள் 9, குறுந்தொகையுள் 1, நற்றிணையுள் 5, ஆக 15 பாடல்கள் பாடியவர். அவர் எயினந்தை மகனார். அவரினின்றும் வேறுபடுத் தவே, இவரைப் பொருந்தில் இளங்கீரனார் என்றனராகலாம்.

போந்தைப் பசலையார் (110)

புகார்த் தெய்வத்தை நோக்கிப் பெண்கள் சூள் உரைக்கும் வழக்கம் இப்பாடலுள் காணப்படுகின்றது. காதலன் செயலெல்லாம் தன் கண்ணுள்ளேயே நிற்கின்றதென்று கூறும், காதலியின் மனோ பாவம் சிந்திக்கச் சுவையுடையது. இவர் ஓர் பெண்பாற் புலவர். போந்தை - பனங்குருத்து. அங்ஙனம் பிரிவாற்றாமையினால் பசலை யுண்ணப்பட்டவர் இவர் என்க.

மதுரை அளக்கர்ஞாழார் மகனார் மள்ளனார் (33)

அகநானூற்றுள் 7, குறுந்தொகையுள் 2, நற்றிணையுள் 2, புறநானூற்றுள் 388-வது பாடல் ஆக 12 பாடல்கள் இவர் பாடியவை. மள்ளனார் என்பதனால் இவர் படைவீரருள் ஒருவர் என்பதும் விளங் கும். அது புலப்படப் போர்க்கள வெற்றியை இவர் சிறப்பித்துப் பாடியுள்ளனர். சிறுகுடி சிழான் பண்ணனையும் இவர் பாடியுள்ளனர்.

''நாளது செலவும் மூப்பினது வரவும்
அரிதுபெரு சிறப்பிற் காமத்து இயற்கையும்

என்று இவர் பிரிந்துறை வாழ்வார் கூறுவதாகக் கூறும் பகுதி மிகவும் நயமுடையதாகும். 'கடவுட் கற்பின்மடவோள்' எனப் பெண்மையை வியந்து போற்றுபவர் இவர். 'முகவாய் திறந்த நகை வாய் முல்லை' என்றாற்போல் - நயமிக்க உவமைகள் பலவற்றையும் இவர் பாடல்களுட் காணலாம்.

மதுரை அறுவை வாணிகன் இளவேட்டனார் (56)

மதுரையிலே ஆடைவிற்கும் தொழில் செய்து வந்தவர் இவர். அகநானூற்றுள் 6, குறு. 1, நற். 4, புறநா. 1, ஆக இவர் பாடியவை 12 பாடல்கள். உள்ளத்து உணர்வுகள் பலவும் திறம்படக் கூறப் படும் செய்யுள் நயத்தினை இவர் பாடல்களுட் காணலாம்.

மதுரை இளம்பாலாசிரியன் சேந்தன் கூத்தனார் (102)

சேந்தன் - தந்தை பெயர். கூத்தனார் இவர் பெயர். இவர் பாடியவை இந்தப் பாடலும், அகநானூற்று 348-வது பாடலுமாகும். குறிஞ்சி பாடுவதிலே வல்லவர் இவர். குறிஞ்சிப் பண்பாடுவதனை இதன்கண் இவர் குறித்துள்ளனர். இவர் பாடியவை, அகநானூற்றுள் 2-ம், நற்றிணையுள் ஒன்றுமாகும். மதுரைப் பாலாசிரியர் எனவும் இவர் குறிக்கப் பெறுவர்.

மதுரை எழுத்தாளனார் (84)

இவர் பாடியது இந்த ஒரே பாடல்தான். இதனையே சேந்தம் பூதனார் பாடியது எனவும் கொள்வர் சிலர். இது முல்லைத் திணைப் பாடலாகும். இதன்கண் இவர் கூறும் அரசின் போர்மறம் தனி நயம் உடையதாகும்.

மதுரை கண்காயனார் (27)

அகத்துள் மூன்று பாடல்களும், நற்றிணையுள் ஒன்றும், புறத்துள் ஒன்றும் இவர் பாடியவை. இவர் மகனாரே நக்கீரனார். 'கணக்காயர்' என்பது ஆசிரியத் தொழிலாகும். பாண்டியர்களின் சிறப்பு இவர் பாடல்களில் மிளிரும். பசும் பூட் பாண்டியன் பொறையன், சோழன் ஆகியோரையும் இவர் சிறப்பித்துள்ளார். 'மறப்போர்ப் பாண்டியர் அறத்தின் காக்கும் கொற்கை' என, அறநெறி தவறாத பாண்டியரின் ஆட்சிமரபை இவர் போற்றுவர் (அக. 27).

மதுரைக் கவுணியன் பூதத்தனார் (74)

'கவுணியன் என்ற பெயர், இவரைப் பார்ப்பன மரபினர் எனக் காட்டும். பூதத்தனார் இவர் பெயர். கோவலர்கள் பண்டும் வேய்ங்குழல் ஊதும் வழக்கமுடையவர்கள் என்பது இவருடைய இந்தப் பாடலால் நன்கு புலனாகும். 'முத்தத்தனார்' எனவும் இவர் பெயர் வழங்கும்.

மதுரைக் காஞ்சிப் புலவர் (89)

மாங்குடி கிழார், மாங்குடி மருதனார் என்பவரும் இவரே. தலையாலங்கானத்துச் செருவென்ற நெடுஞ்செழியன் மீது மதுரைக் காஞ்சி பாடியதனால் இச் சிறப்புப் பெயரினை இவர் பெற்றனர். பாண்டியன் நெடுஞ்செழியனால் மிகவும் மதிக்கப்பெற்ற மாபெரும் புலவர் இவர். இவர் பாடிய செய்யுட்கள் குறுந்தொகை 3, மதுரைக் காஞ்சி 1, நற்றிணை 2, அகம் 1, புறம் 6, ஆக 13 ஆகும். கழுதைகளைப் பாரஞ்சுமக்க வணிகர் பயன்படுத்திய செய்தி இப்பாடலுள் கூறப்படுகிறது.

மதுரைச் செங்கண்ணனார் (39)

அகத்துள் இப்பாடலும், நற்றிணையுள் 122-வது பாடலும் இவர் பாடியவை. கண்ணனார் என்ற பெயரோடு விளங்கிய பலருள்

இவரும் ஒருவர். 'செங்கண்' ஓர் அரச கருமம் என்பர். 'காடுகளில் தீப்பற்றி எரியும் செய்தி இப் பாடலுள் காணலாம். பிரிந்த காதல் காதலியர் கனவுகள் கண்ட வயணம் சுவைபடக் கூறப்பட்டுள்ளது.

மதுரைத் தமிழ்க் கூத்தனார் கடுவன் மள்ளனார் (70)

புறநானூற்று 334வது செய்யுளை இயற்றிய மதுரைத் தமிழ்க் கூத்தனாரின் மகனார் இவர். கடுவஒன் குடி என்ற பெயருடன் பாண்டிய நாட்டில் பல ஊர்கள் உள்ளன. அவற்றுள் ஒன்றினைச் சார்ந்தவர் இவராயிருக்கலாம். 'மள்ளனார்' என்ற சொல், இவர் படையிலே பணியாற்றியவர் என்பதையும், இவர் தந்தையார் 'தமிழ்க்கூத்து' நடத்தியவர் என்பதையும் உணர்த்தும். குறுந்தொகை 82-ஆம் செய்யுளும், நற்றிணை 150-ஆம் செய்யுளும் இவர் பாடியன. குறுந்தொகை 72-வது பாடலியற்றிய மள்ளனாரும் இவரே என்றும் சிலர் கருதுவர். இவர் இராமாயணக் கதையின் சுவையான ஒரு செய்தியை இப்பாடலுள் கூறுகிறார். பாண்டியர் 'கவுரியர்' என்று அழைக்கப்பெற்ற செய்தியினையும், இதன்கண் காணலாம்.

மதுரை நக்கீரர் (36)

இவரும், கணக்காயனார் மகனார் நக்கீரனாரும் ஒருவரே எனவும், வேறுவேறானவர் எனவும் கூறுவர். வரலாறு, நக்கீரனார் என்ற பகுதியுள் காண்க.

மதுரையாசிரியர் நல்லந்துவனார் (53)

இவர் கலித்தொகையைத் தொகுத்து, அதற்குக் கடவுள் வாழ்த்துப் பாடியதுடன், நெய்தற் கலியினையும் பாடியவர். பரிபாடல் களுள் 6, 8, 11, 20 ஆகியவையும் இவர் பாடியவை.

'அளியரோ அளியர் தாமே அளியின்று
ஏதில் பொருட்பிணிப் போகித் தம்
இன்றுணைப் பிரியும் மடமை யோரே'

எனத் தலைமகன் சொல்வதாக இவர் கூறும் அகப்பாட்டின் (54) தொடர்களும், கலியுள் இவர் கூறும் பலப்பல கருத்தக்களும், சிறந்த சுவையும் கருத்தாழமும் உடையனவாகும். 'அந்துவன்' என்ற பெயருடையாருள் இவரும் ஒருவர். அந்துவன் சேரல் என்பான் இரும்பொறை மரபினனான சேரமான் ஆவன்.

மதுரைப் பண்டவாணிகன் இளந்தேவனார் (58)

மதுரையிலே பலசரக்கு வாணிகம் செய்துவந்தவர் இவர். 'தேவனார்' இவர் பெயர். இளந்தேவனார் என்பது, பெருந்தேவனாரிலும் வேறுபடுத்தக் கூறியது, இவர் பாடியவை அகம். 58, 328, நற். 41 ஆகியவை. 'உன்னைத் தழுவுவதிலும் உன்னை நினைந்து காத்திருப்பதே இனிமையுடையது' என்னும் பொருள்படத் தலைவி ஊடிக் கூறுவதாக இவர் கூறுவது நயமான கருத்தாகும்.

மதுரைப் பாலாசிரியர் நற்றாமனார் (92)

'பாலாசிரியர்' என்பது இவருடைய தொழில் ஆகும். பெயர் நாற்றாமனார். இவர் பாடியது இந்த ஒரே செய்யுளே. இதன்கண் யானைக்குக் 'குஞ்சரம்' என்ற சொல்லினை இவர் வழங்கியுள்ளார்.

மதுரைப் பேராலவாயர் (87)

பாடியன நற்றிணையுள் 2, அகத்துள் 2, புறத்துள் 2 ஆக ஆறு பாடல்கள். இவரே இறையனார் எனவும் சிலர் கருதுவர். பாண்டியனைச் சிறப்பித்துப் பாடியுள்ளார். ஒல்லையூர் தந்த பூதப்பாண்டியன் காலத்தவர் இவர்.

மதுரைப் போத்தனார் (75)

இவர் பாடிய செய்யுள் இது ஒன்றேயாகும். பாலைத் திணைச் செய்யுள் இது. 'போத்தன்' என்பது இவருடைய இயற்பெயர். பிற்காலப் பல்லவர்களுடைய சிறப்புப் பெயர்களுள் ஒன்றாகப் 'போத்தரையர்' என்ற பெயர் வழங்கிற்று என்பதையும் நினைக்க, சுகசீவனம் உடையவன் என்பது சொல்லின் பொருள். புலியின் ஆணின் பெயராதலால் வலிமையுடையவர் எனவும் கொள்ளலாம். 'அடுபுலி முன்பிற் றொடுகழல் மறவர்' என, வீரரை, இவர் இப் பாடலுட் குறித்தது கொண்டு, இப் பெயர் பெற்றனர் எனலுமாம்.

மதுரை மருதன் இளநாகனார் (34, 59, 77, 90, 104)

இவர் பாடியவை அகநானூற்றுள் 21, நற்றிணையுள் 10, புறநானூற்றுள் 2, குறுந்தொகையுள் 4, ஆக 37 செய்யுட்கள் இவர் வேறு; மறுதக்கலி பாடிய மருதனிள நாகனார் வேறு என்பர் டாக்டர் உ.வே.சா. பிறர் இருவரும் ஒருவரே எனக் கொள்வர். இவராற் கூறப்படும் பெருமக்கள் நாஞ்சில் வள்ளுவன், பிட்டன், கோசர், வாணன், மாவன், கழுவுள் (அக. 90, 220, 269, 356) ஆகியோர். மருதம் பற்றிய செய்யுட்கள் இயற்றுவதிலே வல்லவர். இறையனாராகப் பொருளுக்கு உரைகண்ட நாற்பத்தொன்பதின்மருள் இவரும் ஒருவர். இவருரை நக்கீரருரைக்கு அடுத்த சிறப்பு உடையது. கண்ணன் கோபி நக்கீரருரைக்கு அடுத்த சிறப்பு உடையது. கண்ணன் கோபியரின் புடவைகளை ஒளித்துவைத்த செய்தியை இவர் குறிப்பிடுகிறார். பரசுராமர் யாகம் செய்ததையும் குறிப்பிடுகிறார். நல்லந்துவனார் என்ற மற்றொரு புலவரைப் போற்றியுள்ளார். நல்ல குடும்பத் தலைவி எப்படியிருக்க வேண்டும். 'கடவுட் கற்பொடு குடிவிளக்காகிய புதல்வர்ப் பயந்த புகழ்மிகு சிறப்பின், நன்னராட்டி' யாக விளங்க வேண்டும் என்கிறார் இவர். பாண்டியன் இலவந்திகைப் பள்ளித் துஞ்சிய நன்மாறன், பாண்டியன் கூடகாரத்துத் துஞ்சிய மாறன் வழுதி முதலியோரும், இவராற் பாடப் பெற்றோராவர்.

மருங்கூர்கிழார் பெருங்கண்ணனார் (80)

'மருங்கூர்' என்பது பாண்டி நாட்டுத் திருவாடாணைத் தாலுகாவில் உள்ள ஊர் என்பர். நாஞ்சில் நாட்டிலுள்ள மருங்கூர் என்பதும் கருதப்படக் கூடியதே. இவ்வூரவராகச் சேந்தன்குமரன் என்பவரும் காணப்படுகின்றனர். இவர் பாடியது நெய்தலைச் சார்ந்த இந்தச் செய்யுள் ஒன்றேயாகும். அழும்பனுடைய மருங்கூர்ப் பட்டினத்தைச் சார்ந்தவராகவும் இவர் இருக்கலாம் என்பர் சிலர். இவர் பாடிய இப் பாடல் நெய்தலைக் குறித்தது. ஆதலின், மருங்கூர்ப்பட்டினத்தைச் சார்ந்தவர் இவர் எனலே மிகப் பொருத்தம் உடையதாகும்.

மருதம் பாடிய இளங்கடுங்கோ (96)

இவர் சேரர் மரபினர். பாலை பாடிய இளங்கடுங்கோவின் தம்பியாயிருக்கலாம் என்பர். இளஞ்சேரல் இரும்பொறை என்பவர் இவரே எனவும் கருதுவர். மருதத்தைச் சிறப்பித்துப் பாடியவர். நற்றிணையுள் ஒன்றும், அகத்துள் இரண்டுமாக மூன்று பாடல்கள் இவர் பாடியவை. அகுதையின் தந்தையான சோழர், பருவூர்ப் போர்க் களத்தில் செய்த போர் இவரால் இப்பாடலுள் குறிக்கப் பெற்றுள்ளது.

மாமூலனார் (1, 5, 13, 55, 61, 65, 91, 97, 101, 115)

இவர் அந்தணர் மரபினர். முக்காலம் உணர்ந்த யோகசித்தி உடையவர். திருமந்திரம் எழுதினோரான திருமூலர் வேறு ஒருவர். இவருடைய பாடல்கள் அனைத்தும் யாதாயினும் ஒரு வரலாற்றுச் செய்தியைக் கூறும் சிறப்பு உடையன. இவரால் சிறப்புடன் பேசப் பட்டோர் பலர். இவர் மோரியரைக் குறித்துப் பாடியுள்ளனராதலின் கி.மு. 260-க்கு முற்பட்டவர் எனக் கருதுவர். இவராற் பாடப் பெற்றோர் வேங்கடமலைத்தலைவனான புல்லி, நெடுவேளாவி, நன்னன், நன்னன் வேண்மான், கட்டி, எருமை, அஞ்சி, கண்ணன், எழினி, பாணன், கரிகால் வளவனோடு போரிட்டுப் புறப்புண் பட்டு வடக்கிருந்து மாண்ட பெருஞ்சேரலாதன், மத்தி, உதியஞ்சேரலாதன், குட்டுவன், கோசர், மழவர், நந்தர், வடுகர், வேளிர் ஆகியோர். களிற்றியானை நிரையுள் இவர் இயற்றியனவாக விளங்கும் பாடல்கள் பத்து. இவையனைத்தும் பாலைத்திணைப் பாக்கள் ஆகும். இவற்றுள் 97-வது பாடலை ஔவையார் பாடியதாகவும், குடவுழுந்தனார் பாடியதாகவும் வேறு பாடங்களும் கூறப்படும். இவையன்றியும், மணிமிடை பவளத்துள் பத்துப் பாடல்களும், நித்திலக் கோவையுள் 7 பாடல்களும் அகநானூற்றுள் இவர் பாடியன. ஆக, அகநானூற்றுள் மட்டும் இவர் பாடியவை 27 பாடல்கள். குறுந்தொகை 11-வது பாடலும், நற்றிணை 14, 75-வது பாடல்களும், திருவள்ளுவ மாலையின் 'அறம் பொருள் இன்பம்' என்ற செய்யுளும் இவர் செய்தவையாகக் காணப்படுபவையாம்.

மாற்றூர்கிழார் மகனார் கொற்றங் கொற்றனார் (54)

மாற்றூர் என்ற பெயருடன் பலவூர்கள் உள்ளன. அவற்றுள் ஒன்றைச் சார்ந்தவர். காவிரியின் வடகரையிலுள்ள சிகுடியின்கண் விளங்கிய பண்ணனை இவர் பாடியுள்ளார். கொற்றங் கொற்றனார் என்ற பெயர் போர் வெற்றிச் சிறப்பைக் குறிப்பிடுவதும் காண்க. சிறுவர்களுக்குப் பொற்றாலி அணியும் வழக்கத்தை இப் பாடலுள் காணலாம். 52-வது பாடலும் இவர் பாடியதே என்பது மற்றொரு பாடமாகும். இராமநாதபுரத்துப் படுமாற்றூர் - படமாத்தூர் - இவரது மாற்றூராகவும் இருக்கலாம்.

முடங்கிக் கிடந்த சேரலாதன் (30)

இவனே இமயவரம்பன் நெடுஞ்சேரலாதன் என்பர். இப்பாடல் நெய்தல் திணையைச் சார்ந்தது. பரதவர்கள் மீன் வளங் கொணரும் செயலை மிகவும் நயமாக இவர் பாடியுள்ளார். 'வண்ணம் எவனோ என்றனிர் செலினே பெருமை என்பது கெடுமோ?' என்று, தோழி, தலைவனைக் கேட்கும் கேள்வி, நம்மால் என்றுமே மறக்க முடியாததாகும்.

வண்ணப்புறக் கந்தரத்தனார் (49)

வண்ணப்புறக் கல்லாடனார் எனவும் வழங்கப் பெறுவர். இவர் பாடியவை அகநானூற்றுள் இந்தப் பாடலும், நற்றிணையுள் 71-வது பாடலும் ஆகும். இரண்டும் பாலைத்திணைப் பாடல்கள். நற்றிபை பாடலுள், 'வண்ணப்புறவின் செங்காற் சேவல்' என்று இவர் கூறிய உவமை கொண்டு, இப்பெயர் பெற்றனர் எனக் கருதலாம். சுந்தரத்தனார், காவிரிப்பூம் பட்டினத்துக் கந்தரத்தனார் ஆகியோரினும் வேறுபடுத்த, இவருக்கு இவ்வடைமொழியிட்டு வழங்கினர் போலும். தாயின் மனநிலை இதன்கண் நன்றாக எடுத்துக்காட்டப் பெற்றுள்ளது. 'செல்வமகள் அவள்' என ஒவ்வொரு சொல்லும் சுட்டிக்காட்டுவதறிந்து மகிழலாம்.

விற்றூற்று மூதெயினனார் (37)

அகத்துள் 3, குறுந்தொகையுள் 1, ஆக 4 பாடல்கள் இவர் பாடியவை. இவர் வேடர் மரபினர். 'விற்றூற்று' என்பது ஊரின் பெயர். அகநானூற்று 136-வது பாடலுள் இவர் திருமண நாளினை மிகவும் நயம்பட வருணித்துள்ளார். இவ்வூரராக, 'விற்றூற்று' வண்ணக்கண் தத்தனார் என்றொரு புலவரும் உள்ளனர். கள்ளைக் குடிப்பதைக் 'கயம் மண்டு பகட்டின் பருகி' என்று எள்ளலுடன் உவமிக்கும் நயம் காண்க. வேனில் 'காமர் வேனில்' ஆகிய சிறப்பும் இப்பாடலுள்காணலாம்.

வெள்ளாடியனார் (29)

இப்பாடல் ஒன்றே இவர் பாடியதாக உள்ளது. இதன் கண்

'கிடந்து உயிர் மறுகுவதாயினும் இடம்பாடின் வீழ்களிறு மிசையாப் புலி' என்று புலியினது இயல்பை இவர் கூறுகின்றார். 'எஃகுற்று இருவேறாகிய தெரிதகு வனப்பின் மாவின். நறுவடி போல' எனக் கண்களுக்கு இவர் கூறும் உவமை நயமுடையதாகும். மதுரை மாவட்டத்துள் வெள்ளோடு என்னும் ஊர் ஒன்று உளது. அவ்வூரவ ராக இவர் இருந்திருக்கவும் கூடும். அதனால், பெயர் இங்ஙனம் அமைந்திருக்கலாம் என்பதும் கருதுதற்குரியது. 'உடம்பு ஆண்டு ஒழிந்தனம் அல்லதை, மடங்கெழு நெஞ்சம் நின்னுழையதுவே' என்னும் காதற்பாசத்து மிகுதியையும் இச் செய்யுளுட் காண்க.

வெள்ளி வீதியார் (45)

அகநானூற்றுள் இரண்டு பாடல்களும், குறுந்தொகையுள் 8 பாடல்களும், நற்றிணையுள் 3 பாடல்களும் இவர் பாடியவை. இவர் பெண்பாலர். மதுரை வெள்ளியம்பல வீதியில் இருந்ததால் இப்பெயர் பெற்றனர். இவர் கணவர் இவரைப் பிரிந்து செல்லப் பிரிவுத் துயரால் மிகவும் வருந்தி உழன்றவர் இவர். பாடல்களைத் தொடர்புபடுத்திக் காணின், பிரிவால் வரும் பெண்மையின் ஏக்கத்தை மிகவும் தெளிவாக உணர்ந்து கொள்ளலாம். 'வெள்ளி வீதியைப் போல ஒன்றுஞ் செலவயர்ந்திசினால் யானே' என ஔவையாரால் சுட்டிக் கூறப்பட்டவர் இவர். திருவள்ளுவமாலைப் பாடல் ஒன்றும் இவர் பெயரால் உள்ளது. 'ஆதிமந்தி போலப் பேதுற்று அலந்தனென் உழல்வென் கொல்லோ?' என, இவர் உரைப்பதனால், அவர்க்குப் பிற்பட்டவர் எனலாம்.

வெறிபாடிய காமக்கண்ணியார் (22, 98)

நற்றிணையுள் 268வது பாடலும், புறநானூற்றுள் 271, 302வது பாடல்களும் இவர் பாடியுள்ளனர். பெண்பாற்புலவர். 'வேலனுக்கு வெறியயரும் சிறப்பினை' முறையாக இவ்விரு பாடல்களுள்ளும், நற்றிணைப் பாடலிலும் குறித்துள்ளதனால், இப்பெயர் பெற்றனர். இயற்பெயர் தெரியவில்லை. இவர் கூறும் வெறியாடும் நிகழ்ச்சி, இவருடைய வாழ்விலேயே நடந்தது போலும்!

பெயர் காணாத பாடல்கள் (114, 117)

கதிரவன் மறையும் மாலையிலே, காட்டிலே உதிர்ந்து கிடக்கும் பூக்களைக் காண்கின்றான்; 'வேலன் வெறியாட்டு அயர்கின்ற கடளத்திடத்தே தாவியுதிர்ந்த சிறிய பலவாகிய கலப்புற்ற பூக்கள்' போன்றன என்று கருதுகின்றான். இது, தன் வரவுக்கு ஏங்கிய தன் காதலி, மாலை வேளையிலே, அது குறித்து வெறியாடிக் குறிகேட்ட படி துன்புற்றிருப்பள் எனும் நினைவிற் கூறியதாகும். இதனை 114ஆம் செய்யுளில் காணலாம்.

117 ஆவது பாடல் வாணனது சிறுகுடியின் வளத்தை நயமுடன் கூறுவதாகும். 'மாமரத்திலிருந்து தானே கனிந்த தரையிலே உதிர்ந்து

கிடக்கின்ற செவ்வியழிந்து போன பழத்தை, வளைந்த காலையுடைய யாமையானது, தன் பார்ப்போடு கவர்ந்து உண்ணும் பொய்கை சூழ்ந்த, பொய்யாப் புதுவருவாயுடையது வாணனின் சிறுகுடி என்கின்றனர். சிறுகுடிகிழான் பண்ணனே 'வாணன்' என்றும் வழங்கப் பெற்றனன் போலும். பொலந்தொடி 'தெளிர்ப்பக் கைகளை வீசிய படியே, சேவடிச் சிலம்பு நகுமாறு நடக்கும்' இளமகளையும் இதனிடத்தே நாம் காணலாம்.

★ ★ ★

பிற்சேர்க்கை : 2

பாடப்பட்டோர் வரலாறு

(அகநானூறு களிற்றியானை நிரையினுள், புலவர்களால் கூறப் பட்டிருக்கும் தலைவர்களின் வரலாறுகள் இதன்கண் தொகுத்துத் தரப்பட்டிருக்கின்றன. இவை, அந்தச் செய்திகளை நன்கு அறிந்து இன்புறவும், அவற்றின் வரலாற்றுச் சிறப்பை உணரவும், ஓரளவுக்கு உதவுவனவாகும்.)

அஃதை (96)

இவள் சோழர் குலத்து நங்கை. இவளுடைய தந்தையும் இவள் உடன் பிறந்தாருமாகிய சோழர்கள் பலரும் ஒருங்கு திரண்டு, பருவூர்ப் பறந்தலை என்னுமிடத்திலே சேர பாண்டியரை வென்ற சிறப்பினை (அகம். 96) மருதம் பாடிய இளங்கடுங்கோவும் குறிப் பிடுகிறார். அதுகாலை போரிட்ட சேர பாண்டியர் யாவர் என அறிதற்கு இயலவில்லை.

அகுதை (76, 113)

இவன் கூடல் நகரிலே வாழ்ந்தவன். இவனைப் பாடியவர்கள் கபிலர், கல்லாடனார், பரணர், மருதம் பாடிய இளங்கடுங்கோ, வெள்ளெருக்கிலையார் முதலியோராவர். 'மணநாறு மார்பின் மறப் போர் அகுதை' (புறம். 347) என இவனுடைய மறம் சிறப்பிக்கப் பெறு கிறது. இவன் பாண்டியர் படைத்தலைவருள் ஒருவன் எனவும், பாண்டியர்க்குத் துணையாகப் போரிட்டு எவ்வி என்பானை வென்று, அவனுடைய நீடூரையும், மிழலையையும் கைப்பற்றி னான் எனவும் சிலர் கூறுவர். இவனது நாடு 'நெய்தலம் செறுவின் வளங்கெழு நன்னாடு' (அகம். 113), எனக் குறிக்கப்பட்டுள்ளத னால், மேற்கா நாட்டுக் கூடலாகிய, இந்நாளைய தென்னார்க்காடு மாவட்டத்துக் கூடலூரே இவனிருந்த இடம் என்பர் மற்றுஞ் சிலர்.

ஆய் எயினன் என்பான் வெளியத்து வேளிர்குலத் தலைவன். பாழிக்கு உரியவனான நன்னன் என்பவன் இவன் நண்பன். இந்த நன்னனுக்கும் மிஞிலி என்பவனுக்கும் பகையுண்டாயிற்று. மிஞிலியும் ஆற்றலுடைய பெருவீரன். அவனுக்கு எதிர்நிற்க இயலாது வாடிய

நன்னன், ஆய் எயினனின் உதவியை வேண்டினான். அவனும், தன் படையோடு துணைவந்து போரிட்டான். ஆனால், நன்னன் போரிற் கலந்துகொள்ளாமற் போகவே, ஆய் எயினன், களத்தில் வீழ்ந்தான். அவன் மகளிர்கள் மிஞிலியின் கொடுமையினால் கொண்ட துயரோ மிகவும் பெரிதாயிற்று. தனக்காக உயிர் நீத்த எயினனது மகளிர் களின் கொடுமையைக் கண்டும், இரக்கமற்றவனாக நன்னன் இருந்து விட்டான். அப்போது, அம் மகளிர்களின் துயரைக் களைய முன்வந்ததுடன் மிஞிலியையும் அடக்கிய அருள் உள்ளம் உடையவன் இவன்.

மீண்டும் இவனுக்கு ஆபத்து நேர்ந்தபோது, இவனுக்குத் துணை நின்று, இவனை அரண்மிக்க இடத்திலே வைத்துக் காத்தவர் கோசர்கள். இந்நூலுள் இதனைக் குறிப்பவை, 76, 113, செய்யுட்கள் ஆகும். 76-வது பாடலள், அஃதை தன் நாளோலக்கத்திலே வரும் பரிசிலர்களுக்குக் களிற்றோடு நன்கலுனும் வழங்கும் சிறப்பைப் பரணர் கூறுகிறார். அஃதையைக் கோசர்கள் காத்த செய்தியை 113-வது பாடலுள், கல்லாடனார் குறிப்பிடுகிறார்.

அஞ்சி (அதியமான்) (115)

இவன் தகடூரிலிருந்து அரசாண்டவன். வள்ளல்களுள் ஒருவன். ஔவையாருக்குக் கருநெல்லிக்கனி அளித்த சிறப்பினன். மலைய மானோடு பகைகொண்டு வாழ்ந்தவன். சேரர்களுக்கும் இவனுக்கும் பகை அதிகமாக, இறுதியிலே, தகடூர் எறிந்த பெருஞ்சேரல் இரும் பொறையால். அழிவு எய்தினான். இவன் மகன் பொகுட்டு எழினி. தகடூர்ப்போர் தகடூர் யாத்திரை என்று வியந்து பாடப்பெற்றது. அது முற்றவும் இப்போது கிடைத்திலது. இவன் வரலாறு விரிவானது.

அத்தி (44)

இவன் சேரர் குடியினருள் ஒருவன். சேரர் படையணிகளிலே பங்குகொண்டு பணியாற்றியவன். ஆதி மந்தியாரை மணந்து, கழா அர்த் துறைக்கண், காவிரிப் புதுப்புனலில் நீராடும்போது, வெள்ளத் தால் ஈர்க்கப்பெற்றுச் சென்று, பின் மீண்டவன். இவன் மனைவி இவனைத் தேடிப் புலம்பிய பாடல்கள் மிகவும் உருக்கம் உடையன வாகும். பின்னர், கரிகால் வளவனோடு கழுமலப் போரிலே சேரர் படைத் தலைவனாக இருந்து போரிட்டு இறந்தவன். ஆடற்றொழி லில் வல்லவனாதலின், 'ஆட்டனத்தி' எனவும் அழைக்கப்பெறுவான்.

ஆதிமந்தியார் (45, 76)

இவர் சோழ நாட்டு உறையூரினர். அத்தி என்னும் ஆடல் வல்லோனான சேரர்குல மறவனை மணந்தார். காவிரிப் புதுவெள்ளத்து நீராடுகையில், அவன் வெள்ளத்தால் இழுத்துச் செல்லப்பட்டான். அவனுக்காகக் கதறியவராகக் காவிரிக்கரை வழியாக அவனைத்

தேடிப் புலம்பி ஓடினார் இவர். இறுதியில், காவிரிப் புதுமுகத்திடையே மருதியால் மீட்கப்பட்டுக் கிடைத்த கணவனுடன் இன்புற்று வாழ்ந் தார். கணவனைப் பிரிந்து புலம்பும் மகளிர்களின் துயர நிலைக்கு 'ஆதிமந்தியாரைப்போல' என்று உவமித்துப் பேசும் அளவிற்கு, இவர் வரலாறு எங்கும் பரந்தது. இவரைக் கரிகாலனின் மகள் என்பர் சிலர்.

இருங்கோ வேண்மாண் (36)

சிற்றரையம் பேரரையம் என்ற பகுதிகளைக் கொண்ட நாட்டை ஆண்டவன். 'உவரா ஈகைத் துவரையாண்டு, நாற்பத் தொன்பது வழிமுறை வந்த வேளிருள் வேளே' இவனும் ஆவன் இவன் வமிசத்தினர், பிற்காலத்து இருக்கு வேளிர் என்றழைக்கப் பெற்றனர். கரிகாற் பெருவளத்தானால் வெற்றி கொள்ளப்பட்டவன் இவன் என்கிறார் கடியலூர் உருத்திரங் கண்ணனார். இவனும், நெடுஞ் செழியனோடு தலையாலங்கானத்துப் போரிட்டுத் தோற்று ஓடியவர்களுள் ஒருவன். கழா அத் தலையாரை இகழ்ந்து அவரால் பழிக்கப்பெற்றவன் 'புலிகடிமாஅல்' என்ற சிறப்புப் பட்டம் பெற்ற குடியினன். இவன் வகுப்பினரே பிற்காலத்து ஹோய்சாளர்கள் என்பர். இவன் எவ்வி பரம்பரையைச் சார்ந்தவன்.

உதியஞ் சேரலாதன் (65)

இவன், சேரமான் பெருஞ்சோற்று உதியன் சேரலாதன் என்று போற்றப்படுபவன். பாரதப் போரிலே பெருஞ்சோறளித்தவன் இவன். இவனுடைய மகனே இமய வரம்பன் நெடுஞ் சேரலாதன் ஆவன். மற்றொருன் பல்யானைச் செல்குழு குட்டுவன். இவன் மனைவியாரின் பெயர் நல்லினியார். இந்தப் பாடலுள் மாமூலனார் இவன் பலருடன் போரிட்டு வென்று தன் நாட்டுப் பரப்பினை விரிவாக்கிய செய்தியைக் கூறுகின்றார். சேரர்களின் பொற் காலத் திற்கு வித்திட்ட மூலமுதல்வன் இவனே யாவன்.

எருமையூரன் (36, 115)

எருமையூரன், இன்றைய மைசூர் நாட்டுப் பகுதியைச் சேர்ந்த படைத்தலைவன் 'நேரா வன்றோள் வடுகர் பெருமகன்' என்று குறிக்கப் பெற்றவன். இவனும் பாண்டியன் நெடுஞ்செழியனைத் தலையாலங்கானத்திலே எதிர்த்து நின்று தோற்றோடியவருள் ஒருவன்.

எவ்வி (115)

சோழ நாட்டைச் சார்ந்த திருவீழிமிழலையும், திரு நீடுரும் உள்ளடக்கிய பகுதியை ஆண்டுவந்த குறுநிலத் தலைவன் இவன். பல்வேல் எவ்வி, வாய்வாள் எவ்வி என இவனுடைய ஆற்றல்கள் புலவர்களாற் போற்றப்பெறும். 'ஓம்பா ஈகை மாவேள் எவ்வி' என வள்ளன்மை பேசப்படும். குடவாயிற் கீரத்தனார், வெள்ளெருக்

கிலையார் ஆகியோர் இவனைப் பாடியுள்ளனர். அன்னி என்பவன் இவன் நண்பன். அவன் திதியனோடு வம்பாகப் போரிட முயன்ற போது, நயம்புரி நன்மொழி கூறி அடக்க முயன்ற அறநெறியாளன் எவ்வி. இவன், இறுதியாகத் தலையாலங்கானத்துச் செருவென்ற பாண்டியன் நெடுஞ்செழியனால் வென்று அழிக்கப்பட்டனன். இறந்தபோது, பாணர்கள் மனம் நொந்து, தம் யாழ்களையே முறித்துப் போட்டனர் என்கிறார் வெள்ளெருக்கிலையார்.

எழினி (105)

இவன், 'மறமிகு தானைக் கண்ணன் எழினி தேமுது குன்றம்' என்றதனால், முதுகுன்றப் பகுதியை ஆண்ட குறுநில மன்னன் என்க. தலையாலங்கானத்துச் செருவென்ற நெடுஞ்செழியனோடு தலையாலங்கானப் போரிலே மற்றையோருடன் கூடிப் போரிட்டுத் தோற்றவன் இவன். பின்பொருகால் மத்தி என்பவனால், 'கல்லா எழினி பல்லெறிந் தழுத்திய வன்கட்கதவின் வெண்மணி வாயில்' (அகம் 211) என்றாற் போல, அழிக்கப் பெற்றவன். சோழர் படைத் துணைவர்களுள் ஒருவனாகத் திகழ்ந்தவன். இவனும் தகடூர் ஆண்ட எழினியரும் வேறாவர்; வாட்டாற்று எழினியாதன் என்பானும் வேறாவன்.

எற்றை (44)

சேரர் படைத்தலைவருள் ஒருவன். சோழரை எதிர்த்து நடை பெற்ற கழுமலப் போரிலே வீழ்ந்து பட்டவன். குறவர் குடித் தலை வனாக விளங்கிக், குறமகள் இளவெயினியாரால் பாடப்பெற்ற ஏறைக்கோனே இவன் எனவும், சிலர் கருதுவர்.

ஐயை (6)

இவள் 'தித்தன்' என்னும் சோழனின் மகள். இந்தத் தித்தன் பிடவூர்கிழான் சாத்தன் என்பானின் காலத்தவன்; நக்கீரர் பாடியுள்ள தனால், தலையாலங்கானத்துச் செருவென்ற நெடுஞ்செழியன் காலத்தவனுமாவன். இவளுடைய உடன் பிறந்தவனே போர்வைக்கோப் பெருநற்கிள்ளி என்பவள்.

கங்கன் (44)

இவனும் சேரர் படைத்தலைவனாக இருந்து கழுமலப்போரிலே பழையனால் வெல்லப்பட்டவருள் ஒருவன். சோழன்மீது பகை கொண்டு, அவனை எதிர்த்து, அந்த முயற்சியிலே வீழ்ந்தவன். இவன் பெயரைக் கொண்டு இவனை வட நாட்டைச் சேர்ந்தவன் எனவும் சிலர் கருதுவர்.

கடலன் (81)

இவன், விளங்கில் என்னும் ஊரின்கண் இருந்து அரசாண்ட ஒரு குறுநிலத் தலைவன். இவனைப் பாடியவர் ஆலம்பேரிச்

சாத்தனார் என்பவர். அவர் மதுரையைச் சார்ந்த ஆலம்பேரி என்னும் ஊரினராவர். எனவே, இக் கடலனது விளங்கிலும் பாண்டிநாட்டுள் ஒரூராயிருத்தல் பொருந்தும். விளாங்குளத்தூர், விளாம்பட்டி என்ற பாண்டி நாட்டு ஊர்களுள் யாதாயினும், இவனூராயிருக்கலாம். பகைவரது போர்க்களத்திலே புகுந்து, களிறுகளை வேலெறிந்து வெல்லுதலிலே சிறந்த மறவன் இவன். அத்துடன் பெருவள்ளன்மை உடையவனாகவும் விளங்கினான். இவனைப்பற்றிய செய்தியைக் கூறுவது இந்நூலுள் 81-வது செய்யுளாகும்.

கட்டி (44)

இவன் வமிசத்தாரே சேலம் மாவட்டத்துத் தாரமங்கலக் கோயிலைக் கட்டிய கட்டி முதலி இனத்தவாரவர். இவன் பவானி யாற்றுப் பகுதியிலே அரசாண்டவன். உறையூரிலே தித்தன் அரசாண்ட காலத்து, அவனை மற்போரில் வெல்ல முயன்று பின்னிட்டவன். பின்னர், சேரருக்குப் படைத் துணையாகக் கழுமலப் போரிலே ஈடுபட்டு, அதிலும் தோற்றவன்.

கணையன் (44)

சேரர் படைத்தலைவருள் ஒருவன். கழுமலப் போரிலே வீழ்ந்து பட்டவன். இவனைச் சேரர் படைமுதலி எனவும் அழைப்பர். சோழர் படைமுதலியாக இருந்த பழையன் பட்டதும், பெரும் பூட்சென்னி சினந்தெழுந்து, இவனை அழித்தான் என, இப்பாடல் கூறும்.

கரிகால் வளவன் (55)

இவன் உருவப்பஃறேர் இளஞ்சேட்சென்னியின் புதல்வன். பொருநராற்றுப் படைக்கும். பட்டினப் பாலைக்கும் பாட்டுடைத் தலைவன். இரும்பிடர்த் தலையாரை அம்மானாகப் பெற்றவன். வெண்ணிப் பறந்தலையிலே சேரமான் பெருஞ்சேரலாதனோடு போரிட்டு, அவனையும், அவனுக்குத் துணையாக வந்த பாண்டி யனையும் வென்றவன். இந்தச் சேரமானே இமயவரம்பன் நெடுஞ் சேரலாதன். இப்போரில் தோற்ற சேரலாதன், புறப்புண்பட்டு நாணி, வடக்கிருந்து உயிர் துறந்தான், புறப்புண்பட்டு நாணி, வடக்கிருந்து உயிர்துறந்தான். இவனைப் பாடியோர் கருங்குழலாதனார், வெண்ணிக் குயத்தியார், கடியலூர் உருத்திரங்கண்ணனார் ஆகியோர்.

கழா அர்த் தலைவன் மத்தி (6)

கழா அர் காவிரிக் கரைக்கண் உள்ள ஒரு துறை; உறையூருக்குக் கிழக்கே இருந்தது. அங்கு ஆடியபோதுதான் ஆட்டனத்தியைக் கடல்கொண்டது. இவனிடம் வேல்வீரரை மிகுதியாகக் கொண்ட பெரும்படை இருந்தது. அதனால் இவன் சோழர்களுக்குப் படைத் துணையாக நின்றனன். ஒரு முறை திருமுதுகுன்றத்துத் தலைவனா

யிருந்த எழினி என்பான் சோழனுக்கு உதவாது போயினான். அவனை வென்று, அவன் பல்லைப் பறித்து வந்து, வெண்மணி என்னும் வாயிலில் பதித்த போர்மறம் உடையவன் இவன். இவனைப் பாடியோர் ஓரம்போகியார், பரணர், மாமூலனார் ஆகியோராவர். அதனால், அவர் காலத்தை ஒட்டியவன் இவன் எனலாம். இவன் வள்ளன்மையிற் சிறந்தவனும் ஆவன்.

குட்டுவன் (91)

இவனை இந்நூலின் 86வது பாடலுள் குறிப்பிடுபவர் மாமூலனார். அவர் இயமவரம்பனைப் பாடியவர் ஆதலின், அக் காலத்தே குட்ட நாட்டினை ஆண்டவனும், இமயவரம்பனின் தம்பியுமாகிய பல்யானைச் செல்கெழு குட்டுவனே இதன்கண் குறிக்கப்பட்டவனாகலாம். இவன் சிறந்த பெருவீரன். இவனைப் பற்றிய மூன்றாவது பதிற்றுப்பத்தைப் பாடியவர் பாலைக் கௌதமனார் என்பவராவர். இவனுடைய சிறப்புக்களை அதன்கண் காணலாம்.

தலையாலங்கானத்துச் செருவென்ற நெடுஞ்செழியன் (36, 57, 116)

இவனைப் பாடியோர் இடைக்குன்றூர்கிழார், கல்லாடனார், குறுங்கோழியூர் கிழார். குடபுலியனார், மாங்குடி மருதனார் முதலிய பலர் ஆவர். தன் இளமைப் பருவத்திலேயே, தலையாலங்கானத்துக் கோச்சேரமான் யானைக் கட்சேய் மாந்தரஞ்சேரல் இரும்பொறையோடு போர் செய்து அவனைச் சிறைப்படுத்தியதுடன், சேரன், சோழன், திதியன், எழினி, எருமையூரன், இருங்கோவேண்மான், பொருநன் ஆகியோரையும் வென்றவன். மாங்குடி மருதனாரியற்றிய மதுரைக் காஞ்சிக்குத் தலைவன். போர் மறத்துடன், சிறந்த தமிழ்ப் புலமையும் உடையவன். இந்த நூலின் 36-வது பாடல் இவனுடைய தலையாலங்கானத்துப் போர்ச்சிறப்பைக் குறிக்கிறது.

திதியன் (25, 26, 40)

அன்னி ஞிமிலியின் துயர் தீர்த்தவன் அழுந்தூர்த் திதியன் என்பவன். அன்னி என்பானோடு குறுக்கைப் பறந்தலையிலே போரிட்டவன் மற்றொரு திதியன். அவர்களுள் வேறான இவன் பொதியில் திதியன் என்பவனாவான். இவன் சிறந்த வள்ளலாவான். 'பாணர் ஆர்ப்பப் பலகலம் உதவி, நாளவை இருந்த நனைமகிழ் திதியன்' என இவனைப் போற்றுவர் மாமூலனார். இப்பாடலுள் கூறப்படும் திதியன் வேறு எனவும் சிலர் கூறுவர். அகம் 36-ல் கூறப்படும் சினங்கெழு திதியன் தலையாலங்கானத்துச் செருவென்ற நெடுஞ்செழியனை எதிர்த்துப் போரிலே அழிந்தவன். அவனே இவன் எனவும் உரைப்பர். இவன் சிறந்த போராற்றல் உடையவன். பொதியில் ஆய்வேளுக்கு உரியது; இவன் அவன் மரபினன் போலும்!

தித்தன் (6)

இவன் சோழ மன்னர்களுள் ஒருவன். உறையூரிலிருந்து அரசாண்டவன். சோழன் போர்வைக்கோப் பெருநற்கிள்ளி என்பானின் தந்தை. தந்தைக்கும் மகனுக்கும் மிக்க பகைமை நிலவி வந்தது. மகன் முக்காவனாட்டு ஆமூர் மல்லனைப் பொருது வென்ற காலத்துத் தித்தன் பாராட்டாத வருத்தம் புலப்பட, அவனைச் சாத்தந்தையார் என்பார் பாடியுள்ளனர் (புறம் 80.) நக்கீரனாரும் இவனைப் பற்றிப் புறம் 395-ல் போற்றியுள்ளனர். இவன் மகள் ஐயை என்பவள். அவள் மிகவும் சிறப்புடன் விளங்கினாள் என்பது, 'ஐயை தந்தை' என இவனைச் சிறப்பிதனால் புலனாகும்.

திரையன் (85)

வேங்கட நாடாண்ட பெருமையுடையவன் இவன். காஞ்சியிலிருந்து அரசாண்டவன். பட்டினப்பாலை பாடிய பெரும்புலவரான கடியலூர் உருத்திரங்கண்ணனார் இவனையும் பாடியுள்ளனர். அதனால், இவன் திருமாவளவன் காலத்தவனாகலாம். இவனே தொண்டைமான் இளந்திரையன் என்ற சிறப்புடன் பெரும்பாணாற்றுப் படைக்குரிய பாட்டுடைத் தலைவனாகத் திகழ்ந்தவன். இவனுடைய விரிவான சிறப்புக்களை எல்லாம் அதன்கண் காணலாம். சோழனுக்கும் பீலிவளை என்னும் நாகர்குலக் கன்னிக்கும் பிறந்தவன் இவன் என்பர். 'இளந்திரையம்' என்றொரு நூல் இவனால் இயற்றப்பெற்றதென இறையனாரகப் பொருளுரை கூறும். அதியமானுக்காக ஔவை தூதுரைத்துச் சென்ற தொண்டைமானும் இவனே யாவன்.

நன்னன் - 1 (15, 97)

இவன் பாழிமலைக்குத் தலைவனான பல்குன்றக் கோட்டத்துச் செங்கண் மாத்துவேள் நன்னனாவன். பாழி, பாரம், பிரம்பு, நவிரம் என்னும் மலைகளுக்கு உரியவன். இவனுடைய பாழி நகரிலே பெருஞ்செல்வத்தை வேளிர்கள் பாதுகாவலாக வைத்திருந்தனர். என்பர். விச்சிக்கோ என்பானின் வமிசத்து முன்னோன் இவன். இவன் மகன் நன்னன்மீது இரணியமுட்டத்துப் பெருங்குன்றூர்ப் பெருங்கௌசிகனார் என்பவர், மலைபடுகடாம் என்னும் அரிய நூலைப் பாடியுள்ளனர். இவனே பெண்கொலை புரிந்த நன்னன் என்று அன்றோரால் பழிக்கப்படுபவன். ஞிமிலியோடு பகை கொண்டு அவன் படையெடுத்து வரத், தன் துணைக்கு வந்த ஆய்எயினன் என்பானோடு சேர்ந்து போரிடாமல், அவனை அழிய விட்டு விட்டவன் இவன். இந்தக் குறைபாடுகளுடன் வள்ளன்மையும், சிறப்பும், வளமும் உடையவனாகவும் இவன் திகழ்ந்தான்.

இவனிருந்த நாடு, இன்றைய சேலம் வடாற்காடு மாவட்டத்துப் பகுதிகளுள், திருப்புத்தூர்ச் செங்கம் இடங்களையொட்டி இருந்தது. 'நன்னன் நறுமா கொன்ற ஒன்று மொழிச் கோசர்' என்பதனால், இவன் கோசர்களுடன் பகை கொண்டு போரிட்டவன் என்றறியலாம்.

நன்னன் - 2 (44)

இவன் சேரர்களின் படைத் தலைவருள் ஒருவனாக விளங்கிய நன்னன் ஆவன். இவன் வேறு; அருங்கடிப் பாழி நன்னன், நன்னன் வேண்மான் ஆகியோர் வேறு. கழுமலப் போரிலே சேரர்களுக்குத் துணையாகப் போரிட்டுச் சோழர்களின் தளபதியான பழையனால் அழிக்கப்பட்டவன் இவன்.

நெடுவேள் ஆவி (1, 61)

இவனைப் பாடியவர் மாமூலனார், இவன் பொதினி மலைத் தலைவன். வேளிர்குலத்துப் புகழ்மிக்க தலைவர்களுள் ஒருவன். குதிரைப் படையுடன் இவன் நாட்டிலே புகுந்து கொடுமையாகப் போரிட்ட மழவர்களை அடித்து வெருட்டிய சிறப்பினன். இவனைப் பாடிய மாமூலனார் இமயவரம்பன் காலத்தவர். இவன் பெண்மக்கள் இருவருள் ஒருத்தி இமயவரம்பன் நெடுஞ்சேரலாதனையும், மற்றொருத்தி செல்வக் கடுங்கோ வாழியாதனையும் மணந்த சிறப்பினர். இப்பாடலுள், இவன் மழவரை வெருட்டிய போர்ச் சிறப்புக் கூறப்பெற்றுள்ளது. முருகனைப்போல் நல்ல போராற்றல் உடையவன் என்கிறார் கவிஞர். 'நெடுவேளாவி பொன்னுடை நெடுநகர் பொதினி (பழனி) அன்னநின் ஒண்கேழ் வனமுலை' என, இவன் மலை மீண்டும் (61) சிறப்பிக்கப் பெறுகிறது.

பண்ணன் (55)

சிறுகுடிகிழான் பண்ணன் என்று சிறப்பிக்கப் பெறுபவன் இவனே. இவனுடைய சிறுகுடி காவிரிக்கரையில் உள்ளது என்பர். வேளாண்மைத் தொழில் பூண்டு வாழ்ந்த இவன் அதே சமயத்திலே வள்ளலாகவும் வீரனாகவும் திகழ்ந்தான். குளமுற்றத்துத் துஞ்சிய கிள்ளிவளவனே இப்பண்ணனைப் பாராட்டிப் பாடியுள்ளான் என்றால், இவன் பெருமையை எங்ஙனம் கூற முடியும்! அளக்கர் ஞாழார் மகனார் மள்ளனார், மாற்றூர்கிழார் மகனார் கொற்றங் கொற்றனார் ஆகியோரும் இவனைப் பாடியோராவர்.

பண்ணி (கோடைப் பொருநன்) (13)

மதுரை மாவட்டத்துக் கோடைக்கானல் மலையைச் சார்ந்த சிறு பகுதியை ஆண்டவன் இவன். இவனுடைய கோநகர் கடியம் என்பது. இவனை வேட்டுவன் எனவும், கடிய நெடுவேட்டுவன்

எனவும் புலவர் போற்றுவர். இவனைப் பாடியவர் பெருந்தலைச் சாத்தனார் என்னும் புலவராவர். இவர் ஆவூர் மூலங்கிழாரின் மகனார். இவன் பாண்டியர் படைத்தலைவருள் ஒருவன். யானை களைப் பிடித்துப் பழக்கி அவற்றை ஏவி நடத்தும் ஆற்றல் உடை யவன். பெருந்தலைச் சாத்தனாரை இவன் மதியாது நடத்த, அவர் இவனைக் கடிந்து உரைத்த புறப்பாட்டு, இவன் முதலில் புலவர் களை மதியாது, பின் மனம் மாறியவன் என உணர்த்தும். இவன், 'பயம்கெழு' வேள்வி இயற்றியதாகவும் இப்பாட்டுக் கூறுகிறது; அது களவேள்வியாகலாம்.

பழையன் (44)

மோகூர்ப் பழையன் என்று அழைக்கப்பெறுபவன் ஒருவன். அவன் பாண்டியர்களின் படைத்தலைவர்களுள் ஒருவனாகிய பழையன் மாறன். கழுமலப் போரிலே சோழர்களின் படைத் தலைவர்களுள் ஒருவனாக விளங்கிய பழையன் ஒருவன்; அவனே இவன். கழுமலப் போரிலே, நன்னன், ஏற்றை, அத்தி, கங்கன், கட்டி, புன்றுறை ஆகிய இவன். இவன் பட்டதனால் சோழன் ஆத்திரங் கொண்டு போரிட்டுக்களத்திலே வெற்றிபெற்றனன்.

பாணன் (113)

தமிழகத்து வடவெல்லைப் பகுதியிலே, 'வாழ்ந்தவன் இவன். மற்போர் வல்லவனாக விளங்கினான். தன் மற்போர் வல்லமை யைக் காட்டத் தமிழகத்துக்க வந்தான். கணையன் என்பானின் ஆதரவிலே தங்கியிருந்த ஆரியப் பொருநனை மற்போரிலே கொன்று வென்றவன் இவன். பின்னர், சோழனாகிய தித்தனை வெல்ல முயன்று அவனுடைய ஆற்றலை உணர்ந்ததும் பின்வாங்கிச் சென் றவன் இவன். இவன் நாடு வளம் மிக்கது. 'விழவயர்ந்தன்ன கொழும் பல் திற்றி எழாஅப் பாணன் நன்னாடு' எனப், புலவர் கல்லாடனார் இவன் நாட்டைப் போற்றுவர். இவனே சிலவிடயங்களில் வாணன் எனவும் குறிக்கப் பெறுவான்.

பாரி வள்ளல் (78)

பறம்பு மலையையும் அதனைச் சார்ந்திருந்த முந்நூறு ஊர் களையும் ஆண்டு வந்தவன் இவன். பறம்பிற் கோமானான இவன், கொடைக்குக் குறித்துப் போசும் பெருஞ் சிறப்புடன் திகழ்ந்தவன். இவனுடைய அரிய நண்பர் கபிலர். ஔவையார் நக்கீரர் போன் றோரும் இவனைப் பாடியுள்ளனர். இவனுடைய பெருமையைக் கண்டு மனம் பொறாத மூவேந்தரும் இவன் நாட்டை முற்றுகை யிட்டனர். பறம்பு தன் வளத்தாற் குறையாதது. ஆதலின் அவனை

எளிதில் வணங்கச் செய்தற்க இயலவில்லை. 'முந்நூறு ஊர்த்தே தண்பறம்பு நன்னாடு; முந்நூறு ஊரும் பரிசிலர் பெற்றனர்; யாமும் பாரியும் உளமே; குன்றும் உண்டு பாடினிர் செலினே!' என்று கபிலர் கூறும் சொற்களிலே பாரியின் அருள் உள்ளத்தைக் காண லாம் - (அகம் 78) இந்தப் பாடலுள் மூவேந்தர் முற்றியிருந்த காலத்தே, கபிலர் கிளிகள் மூலம் நெற்கதிர்கள் கொணர்ந்து பசி போக்கிய செய்தி கூறப்பெற்றுள்ளது. வஞ்சகத்தால் - பாரி வீழ்ந்தான். கபிலர் அவன் மக்களைப் பேணினார். அருள் கொண்ட பாரியின் மக்களுக் காக, அவர் பட்ட வேதனைகள் முதலியவற்றைப் புறநானூற்றுள் பரக்கக் காணலாம்.

'பாரியது அருமை அறியார் போர் எதிர்த்து வந்த வலம் படுதானை வேந்தர்' என்ற (புறம் 116) உள்ளக் குமுறல் அந்தப் புலவர்க்கு மட்டுமன்று அனைவருக்குமே உரியதாகும். இவன் மகளிர் பாடிய 'அற்றைத் திங்கள்' (புறம் 112) என்ற செய்யுள், அவர்கள் வேதனையை நன்கு காட்டும். இறுதியாக, அம் மகளிரை மலைய மானின் மக்களுக்கு மணமுடித்து வடக்கிருந்து உயிர்நீத்தார் கபிலர் பெருமான் என்பர்.

பிட்டன் (77)

இவன் சேரர்களின் படைமுதலியாகப் பணியாற்றியவன். அதியர்களுக்கு உரித்தாகிய குதிரைமலையின் தலைவனாகத் திகழ்ந்தவன். படையணிகளிலே மாற்றார் எத்துணை வலியுடையவ ராயினும், அதனைக் கண்டு அழியாத உறுதியுடையவன். இவன் 'உலைக் கல்லன்ன வல்லாளன்' என்று புகழ்பெற்றவன். கொடை வளத்தினும் இவன் சிறப்புடையவன். வலியுடைய சிங்கம் போன்று விளங்கியவன். இவனுடைய கொற்றத்தின் செவ்வியைக் கண்டு, 'அவன் காலில் முள்ளும் உறுத்தாதிருப்பதாக' என வேண்டுகிறார் ஒரு புலவர். இந்நூலினுள் (அகம் 77) இவனைப்பற்றிய செய்தி யைக் கூறுபவர் மதுரை மருதன் இளநாகனார் ஆவர். போர் முனை யிலே அவன் உயர்த்த வேல் மாற்றார்க்குத் துயர் தரும் சிறப்பு, இதன் கண் உரைக்கப்படுகிறது.

புல்லி (61, 83)

இவன் கள்வர்கோமான் புல்லி எனப் பேசப்படுபவன். வட வேங்கடத்தை உள்ளடக்கிய பகுதிக்குத் தலைவனாயிருந்தவன். பாலைபட்டுக் கிடந்த அந்நிலப் பகதியிலே ஆறலைத்து உண்ணும் வாழ்வினராயிருந்த கள்வர்களின் கோமானாக இவன் விளங்கினான். பாண்டியர்களோடு இவர் தொடர்புடையவனாயிருந்ததுடன், அவர்

களுடைய போரணிகட்கு வேண்டிய யானைகளையும் அனுப்பி வந்த வனாவான் (அகம் 27). இவன், தன்னைப் பாடிவந்த பரிசிலர் களுக்கு வாரி வழங்கியவன். அதியன் தலைவனாகிப் பேராண்மை யுடன் திகழ்ந்த மழவரினத்தை ஒரு சமயம் வெற்றி கொண்டு, தன்னைப் பணிந்து வாழவும் செய்தவன் இவன். 'பொய்யா நல்லிசை மாவண் புல்லி' (அகம் 359) எனவும், 'நெடுமொழிப் புல்லி' எனவும் இவன் புலவர்களால் போற்றப்பட்டனன். இவனைப் பாடியோர் பலர். அவர்கள், கல்லாடனார், மாமூலனார் முதலியோ ராவர். அதனால், இவனும் அவர்கள் காலத்தைச் சேர்ந்தவன் என்று நாம் கருதலாம். இவன் நாடு வளம் மிக்கது. களிற்று வேட்டையும், கள்ளுண்ட களிப்புமாக எந்நாளும் மகிழ்வுடன் விளங்குவது.

புன்றுறை (44)

இவனும் சேரர் படைத்தலைவர்களுள் ஒருவன். கழுமலப் போரிலே பழையனால் வெல்லப்பட்டவன்.

பெரியன் (100)

தஞ்சைமாவட்டத்துக் காவிரிப்பூம்பட்டினத்துக்குச் சிலகல் தொலைவிலே, கடற்கரையை ஒட்டியிருக்கும் பொறையாறு என்னும் ஊரிலிருந்து அரசாண்ட குறுநில மன்னன் இவன். 'நறவு மகிழ் இருக்கை நற்றேர்ப் பெரியன், கட்கமழ் பொறையாறு' என்று, இவன் ஊரைச் சிறப்பிப்பர். இவன் விளைவயல்களை, 'வளம்சால் துளி, பதனறிந்து பொழிய, வேலி யாயிரம் விளைக நின் வயலே' என்று வாழ்த்துகின்றனர் புலவர்கள்.

பெருஞ்சேரலாதன் (55)

கரிகாற் பெருவளத்தானோடு வெண்ணிப் பறந்தலையிலே போரிட்டவன் இவன். போரிலேவ தோற்றதோடு புறப்புண்ணும் பெற்றவன். அதனால் நாணமுற்று வடக்கிருந்து உயிர் நீத்தவன். இவனே இமயவரம்பன் என்பர் அறிஞர்.

பெரும்பூட் சென்னி (44)

இவனே கழுமலப் போரின் நாயகன். இவன் சோழன் செங்க ணான் எனவும் அழைக்கப் பெறுவான். இவனோடு எதிர்த்து நின்ற வன் சேரமான் கணைக்கால் இரும்பொறை என்பவனாகும் என்பர். அவன் இப்போரிலே சிறைப்பட்டான். அவனை மீட்கவே பொய்கையார் களவழி நாற்பது பாடினர் என்பர். சேரமான் கணைக்கால் இரும் பொறை சிறையிலேயே உயிர் துறந்ததாகவும், புலவர் அவனை மீட்டுச் சென்றதாகவும், அறிஞர் இருவேறான கருத்துக்கள் தருவர்.

பொருநன் (113)

இவனும், தலையாலங்கானப் போரிலே பாண்டியனை எதிர்த்து நின்று அழிந்தவருள் ஒருவன். தேர்ப்படையிலே சிறப்புறப் பணி யாற்றியவனானதால், இயல்தேர்ப் பொருநன் எனப் பெற்றவன். இவனும், சேரர் படை முதலியாக இருந்த கணையனின் ஆதரவிலே இருந்து, பின் பாணனால் மற்போரிலே வெல்லப்பெற்ற ஆரியப் பொருநனும் ஒருவனாக இருக்கலாம். இவன் வேறு; கோடைப் பொருநன் வேறு.

மலையமான் திருமுடிக்காரி (35)

இவனைப் பாடியோர் அம்மூவனார், கபிலர், கல்லாடனார், பெருஞ்சித்திரனார், நல்லூர் நத்தத்தனார், பரணர், மாறோக்கத்து நப்பசலையார் ஆகியோராவர். பெண்ணையாற்றின் கரையிலே யுள்ள திருக்கோவலூரைத் தலைநகராகக் கொண்டு, மலையமா நாட்டை ஆண்டவன் இவன். 'காரி ஊர்ந்து பேரமர்க் கடந்த மாரி ஈகை மறப்போர் மலையன்' இவன். கொல்லிமலைத் தலைவனான ஓரியைக் கொன்று, அந்நாட்டை சேரர்க்கு வழங்கியவன். தகடூர் மன்னனாகிய அதியமானுடன் பகைகொண்டு விளங்கியவன். இறுதியாகக் கிள்ளிவளவன் என்னும் சோழமன்னால் போரிலே அழிக்கப் பெற்றவன். வள்ளல்களுள் ஒருவன் என்ற வான்புகழ் பெற்றவன்.

★★★

பிற்சேர்க்கை : 3

எட்டுத்தொகை நூல்கள்

நற்றிணை நல்ல குறுந்தொகை ஐங்குறுநூறு
ஒத்த பதிற்றுப்பத்து ஓங்கு பரிபாடல்
கற்றறிந்தார் ஏத்தும் கலியே அகம் புறமென்று
இத்திறத்து எட்டுத் தொகை.

மேலே குறித்த எட்டுத்தொகை நூல்களுள் அகம், அகப்பாட்டு, நெடுந்தொகை என்றெல்லாம் பெயர் பெற்று வழங்குவது அக நானூறு. இதன் முதல் மூன்று பதிப்புக்கள் சேது சமஸ்தானம், மகா வித்வான், பாஷா கவிசேகர திரு.ரா.ராகவையங்கார் அவர்களால் பரிசோதிக்கப்பட்டு, முறையே கி.பி. 1920, 1923, 1935 ஆண்டுகளில், ஸ்ரீ வத்ஸ சக்ரவர்த்தி ராஜகோபாலய்யங்கார் பதிப்பாக, வெளி வந்தன.

இவர்களின் பெரும் பணியைப் போற்றி நினைத்து வணங்கி வாழ்த்துவோமாக.

* * *

பிற்சேர்க்கை : 4

சில குறிப்புகள்

நெடுந் தொகையாகிய அகநானூற்றைத் தொகுத்தவர், உப்பூரி கிழார் மகனார் உருத்திர சன்மர்.

தொகுப்பித்துத் தந்தவர், பாண்டியன் உக்கிரப் பெருவழுதியார் ஆவர். இவர் செய்யுள், இக் களிற்றியானை நிரையின் 26ஆம் செய்யுளாகவும் திகழ்கின்றது.

இந்நூலின் தொகுப்பு முறை :

பாலை வியமெல்லாம் பத்தாம் பனிநெய்தல்
நாலு நனிமுல்லை நாடுங்கால் - மேலையோர்
தேறும் இரண்டெட்டிவைகுறிஞ்சி செந்தமிழின்
ஆறு மருதம் அகம்.

என்ற பழம் பாடலால் விளங்கும்.

'இக் களிற்றியானை நிரையுள், பாலைக்கு முதலும் கருவும் வந்து உரிப்பொருளால் சிறப்பெய்தி முடிந்தது' என்றாற்போல, அகநானூற்றின் பகுதியான இதனைத் தனிநூல் போலவே காட்டுவது நச்சினார்க்கினியனார் மரபாகும் (அகத். 3 உரை) இப்பகுப்பின் பழைமை இதனால் விளங்கும்.

ஒன்றுமூன் றைந்தேழொன் பான்பாலை ஓதாது
நின்றவற்றின் நான்கு நெறிமுல்லை - அன்றியே
ஆறாம் மருதம் அணிநெய்தல் ஐயிரண்டு
கூறாதவை குறிஞ்சிக் கூறு.

என்னும் பாடலும் தொகுப்பு முறையைக் காட்டுவதேயாகும். பாதிப் பாடல்கள், பிரிவுத் திணைக்குரிய பாலைப் பாடல்கள் என்பதை நினைக்கும்போது, எண்ணம் கிளர்ந்தெழும் பிரிவையே, அகத்தை விளக்கும் களனாக்குவதில் புலவர் நிறைவு பெற்றனர் என்று கருதலாம். இதனை நடுநிலைத் திணை என்று தொல்காப் பியர் அகத்திணையியலுள் (சூ.8) குறிப்பிடுவதும் சிந்தனைக்கு விருந்தாயுள்ளது!

* * *

செய்யுள் முதற் குறிப்பு அகராதி

அகல் அறை மலர்ந்த
அணங்குடை நெடுவரை
அம்ம வாழி, தோழி!
அயத்துவளர் பைஞ்சாய்
அரக்கத்து அன்ன
அரிபெய் சிலம்பின்
அருள் அன்று ஆக
அரையுற்று அமைந்த
அழியாவிழவின்
அழிவில் உள்ளம்
அளிநிலை பொறா அது
அறியாய் வாழி! தோழி!
அன்று அவண்
அன்னாய்! வாழி! வேண்டு அன்னை நம்படப்பை
அன்னாய்! வாழி! வேண்டு அன்னை நின் மகள்
அன்னை அறியினும் அறிக
ஆடு அமைக் குயின்ற
ஆய் நலம் தொலைந்த
ஆள் வழக்கு அற்ற
இம்மை உலகத்து
இருங்கழி முதலை
இருள் கிழிப்பது போல்
இன் இசை உருமொடு
ஈயற் புற்றத்து
ஈன்று புறந் தந்த
உழுந்து தலைப் பெய்த
உள் ஆங்கு உவத்தல்
உளை மான் துப்பின்
உன்னங் கொள்கையொடு
எம்வெங் காமம்
எரிய கைந்தன்ன தாமரைப் பழனத்து
எரியகைந்தன்னதாமரை இடையிடை
ஒழித்தது பழித்த நெஞ்சம்
கடல்பாடு அவிந்து
கடல் முகந்து கொண்ட
கள்ளி அம் காட்ட
களையும் இடனாற்பாக
கறங்குவெள் அருவி
காய்ந்து செலற் கனலி
கார்விரி கொன்றை (க.வா)
கானல், மாலை
கிளியும் பந்தும்
கூன்முள் முள்ளி
கூனல் எண்கின்
கேள்கேடு ஊன்றவும்
கேளாய், வாழியோ
கேளாய், எல்ல! தோழி!
கொடுந்தாள் முதலையொடு
கொடுந்திமிற் பரதவர்
கொடுவரி இரும்புலி
கொல்வினைப் பொலிந்த
கோழிலை வாழைக்
சிறு கரும் பிடவின்
சிறுபைந் தூவி
சேற்றுநிலை முனைஇய
தண் கயத்து அமன்ற
தன் கடற் பிறந்த
தீந்தயிர் கடைந்த
தெறுகதிர் ஞாயிறு
தேம்படு சிமய
தொடங்கு வினை தவிரா

புலியூர்க் கேசிகன் 271

தோட்பதன் அமைத்த
நகை ஆகின்றே
நல்நுதல் பசப்பவும்... ஆள்வினை
நன்னுதல் பசப்பவும்... பெருந்தோள்
நறவுண் மண்டை
நன்றுஅல் காலையும்
நனந்தலைக் கானத்து
நாயுடை முதுநீர்
நாள் உலா எழுந்த
நிழல் அறு நனந்தலை
நிறைந்தோர்த் தேரும்
நீ செலவு அயர
நீர் நிறம் கரப்ப
நுதலும், தோளும்
நெடுங்கயிறு வலந்த
நெடுங்கரைக் கான்யாற்று
நெடுமலை அடுக்கம்
நெடுவேள் மார்பின்
நெருநல் எல்லை
நெருப்பெனச்சிவந்த
நோற்றோர் மன்ற
பகுவாய் வரா அல்
பல்இதழ் மென்மலர்
பனிவரை நிவந்த
பின்னோடு முடித்த
புணர்ந்தோர் புன்கண்
பெருங்கடற் பரப்பில்
பெருநீர் அழுவத்து
பைப்பயப் பசந்தன்று
மண்கண் குளிர்ப்ப
மண்களை முழவொடு
மலிபெயல் கலித்த
மலைமிசைக் குலைஇய
மறந்து, அவண் அமையார்
மனை இள நொச்சி
முதைச்சுவற் கலித்த
முல்லை வைந்நுனை
முலை முகம் செய்தன
மூத்தோர் அன்ன
மெய்யின் தீரா
மௌவலொடு மலர்ந்த
யாயே கண்ணினும்
யான் எவன் செய்கோ?
வண்டுபடத் ததைந்த
வந்து வினை முடித்தனன்
வலஞ்சுரி மரா அத்து
வலந்த வள்ளி
வளங்கெழு திருநகர்
வாடல் உழிஞ்சில்
வாள்வரி வயமான்
வான்கடற் பரப்பில்
வானம் ஊர்ந்த
விரிஇணர் வேங்கை
விருந்தின் மன்னர்
விளங்கு பகல் உதவிய
வினை நன்றாதல்
வினைவலம் படுத்த
வேந்து வினை முடித்த
வேளாப் பார்ப்பான்
வைகுபுலர் விடியல்

★ ★ ★

அகநானூறு

மணிமிடை பவளம்

அகநானூறு - மணிமிடை பவளம்

அகத்தினின்று எழுகின்ற இன்பியல் வாழ்வின் ஆர்வத் துடி துடிப்புகளையும் அளவற்ற எண்ணச் சுழல்களையும் அணிபெறக் காட்டுவனவே தமிழரின் அகநூல்கள். அவற்றுள், கடைச் சங்க காலத்துத் தொகுக்கப் பெற்றது அகநானூறு. 'நெடுந்தொகை' எனவும் நூற்றெண்பது செய்யுட்களைக் கொண்ட இரண்டாம் பகுதி மணிமிடை பவளம் ஆகும்.

அகநானூற்றை அழகுற முதற்கண் ஆய்த்து பதிப்பித்த சான்றோர் கம்பர் விலாசம் இராஜகோபால அய்யங்கார் அவர்களாவர்; பரிசோதித்தோர் மகாவித்துவான் ரா. ராகவய்யங்கார் அவர்களாவர். அடுத்து, உரையொன்றினை நூல் முழுமைக்குமே வகுத்த பெரியார் கரந்தைக் கவியரசு ரா. வேங்கடாசலம் பிள்ளையவர்கள். அது நாவலர் ந.மு. வேங்கடசாமி நாட்டாரவர்கள் துணையுடன் வெளி வந்தது. இவர்கள் அனைவரும் செய்த பெரும் பணியினாலேயே அகநானூற்றை அறிந்தறிந்து அனுபவிக்கும் பெருவாய்ப்புத் தமிழ் அன்பர்களுக்கு நெடுகிலும் வாய்த்தது.

எனினும், பலரும் எளிதிலே கற்று இன்புற வேண்டுமானால் எளிய தெளிவுரை ஒன்றும் இன்றியமையாதது எனக் கருதி, அந்தத் தேவையை நிறைவு செய்ய முயல்வதே இந்நூலின் நோக்கமாகும்.

நூலினை அனுபவிக்க உதவும் வகையிலே, பாடினோர் வரலாறு களும், பாடப்பட்டோர் வரலாறுகளும் பின்னிணைப்புக்களாக மிளிர்வது இந்நூலின் தனித்த சிறப்பாகும். தெளிவான உரையும், மற்றும் தேவையான குறிப்புக்களும் விளக்கங்களும், ஆங்காங்கே தரப்பட்டிருக்கின்றன. அவை கற்பவர்களுக்குப் பெரிதும் உதவுவன.

பொதுவாக, எந்த நூலுக்குமே அதற்குரிய உரையின் துணை மட்டுமே அந்த நூலின் முழு இனிமையினையும் அனுபவிக்கப் போதுமானதாகாது. ஒவ்வொரு பாடலையும் உள்ளத்துள்ளே எண்ணி எண்ணி, அவற்றின் அமைவுடன் ஒன்றிக் கலந்து அனுபவிப்பதே உண்மையாக அவற்றை அறிந்து அனுபவிப்பதாகும். அதற்கு இந்நூல் ஓரளவுக்கு உதவியாயிருக்கும் என்று நம்புகிறேன்.

வாழ்க தமிழ்! வளர்க தமிழ்ப்பண்பு!

- புலியூர்க் கேசிகன்

நூல் வரலாறு

பாயிரம்

நிலைப்பெற்ற அறநெறியினைப் பேணி வந்தவர்கள்; எப்புறத்தும் வெற்றியுடன் சிறப்புற்ற ஆட்சிச் சக்கரத்தினை நடாத்தியவர்கள்; யாதும் பழுதுஅற்ற சீரிய கொள்கையினை உடையவர்கள் வழுதிய ராகிய பாண்டியர்கள். அவர்களுடைய அவைக்கண்ணே அறிவு கொண் டிருக்கும் செறிவுடைய மனத்தவரும், வானளாவிய நற்புகழ் உடைய வருமாகிய சான்றோர்கள் குழுமியிருந்து, அருமையுடைய முத்தமிழினை யும் ஆய்ந்து வந்தனர். அந்தக் காலத்தே.

ஆராய்ந்து சாலச் சிறந்தவையெனத் தெரிந்த சிறப்பினையுடைய இனிய தமிழ்ப் பாடல்களுள், நெடியவாகி அடிகள் அதிகமாக விளங் கிய இன்பப் பகுதியினைச் சார்ந்த இனிய பொருள் அமைந்த பாடல் களும் நானூற்றை எடுத்து, நூல்களை ஆராய்ந்து சொல்லும் புலவர் பெருமக்கள் தொகுத்தனர்.

மும்மாதங்களால் களித்தலையுடைய களிற்றியானை நிரை, மணியோடும் சேர்த்துக் கோர்த்த அழகு ஒளிரும் மணிமிடை பவளம், சிறப்பான நித்திலக்கோவை என்றவிதமாக, அத்தகைய பண்பினோடு முத்திறம் உடையனவாகத் தொடுத்தற்கு நினைந்து தொகுத்தது நல்ல நெடுந்தொகையாகும்.

அந் நெடுந்தொகைக்குக் கருத்து எனப் பண்பினையுடைய சான்றோர் முற்காலத்தே சொன்னவைகளை நாம் ஆராய்வோமானால், அருமையுடையவாகிய பொருளுடைமையினைக் பாட்டமைதியோடு பொருந்துமாறு, செய்யுள் தகைமையிற் சிறந்த அகவல் நடையினால் கருத்து இனிதாக இயற்றியோன், பரிகள் பூட்டிய தேரினையுடைய வளவர்கள் காத்துப் பேணும் வளமையான சோழநாட்டினுள்ளேயும், நாடு எனச் சிறப்பித்துக் கூறப்படும். மிக்க பெருமையுடைய சிறப் பினையும், என்றும் வளங் கெடுதலில்லாத உயர்வினையும் உடைய இடையளநாட்டுத், தீதற்ற கொள்கையினர் வாழுகின்ற பழைமையான ஊர்கள் பலவற்றுள்ளும் சிறந்த ஊர் என்ற புகழுடன் விளங்கிய சீர்மை கெழுமிய மணக்குடி என்னும் ஊரினனான, செம்மை நிரம்பிய தேவன் என்பவனாவன். அவன், தொன்மையாகவே சிறப்புடைய நன்மையாளர் மலிந்த குடியினனு மாவன்.

நின்ற நீதி வென்ற நேமிப்
பழுதில் கொள்கை வழுதியர் அவைக்கண்
அறிவுவீற் றிருந்த செறிவுடை மத்து

வான்றோய் நல்லிசைச் சான்றோர் குழீஇ
அருந்தமிழ் மூன்றுந் தெரிந்த காலை

ஆய்ந்த கொள்கைத் தீந்தமிழ்ப் பாட்டுள்
நெடிய வாகி அடிநிமிர்ந் தொழுகிய
இன்பப் பகுதி யின்பொருட் பாடல்
நானூறு றெடுத்து நூல்நவில் புலவர்
களித்த மும்மதக் களிற்றியா னைநிரை

மணியொடு மிடைந்த அணிகிளர் பவளம்
மேவிய நித்திலக் கோவை என்றாங்கு
அத்தகு பண்பின் முத்திறமாக
முன்னினர் தொகுத்த நன்னெடுந் தொகைக்குக்
கருத்தெனப் பண்பினோர் உரைத்ததை நாடின்

அவ்வகைக்கு அவைதாஞ் செவ்விய அன்றி
அரியவை யாகிய பொருண்மை நோக்கிக்
கோட்ட மின்றிப் பாட்டொடு பொருந்தத்
தகவோடு சிறந்த அகவல் நடையால்
கருத்தினிது இயற்றி யோனே-பரித்தேர்

வளவர் காக்கும் வளநாட் டுள்ளும்
நாடெனச் சிறந்த பீடுகெழு சிறப்பிற்
கெடலருஞ் செல்வத்து இடையள நாட்டுத்
தீதில் கொள்கை மூதூ ருள்ளும்
ஊரெனச் சிறந்த சீர்கெழு மணக்குடிச்

செம்மை சான்ற தேவன்
தொன்மை சான்ற நன்மை யோனே!

இத்தொகைக்குக் கருத்து அகவலாற் பாடினான், இடையள நாட்டு மணக்குடியான், பால்வண்ண தேவனான வில்வதரையன்.

இத்தொகைப்பாட்டிற்கு அடியளவு சிறுமை பதின்மூன்று; பெருமை முப்பத்தொன்று. தொகுப்பித்தான் பாண்டியன் உக்கிரப் பெருவழுதி. தொகுத்தான் மதுரை உப்பூரிக்குடிகிழான் மகனாவான் உருத்திர சன்மன் என்பான்.

''வண்டுபடத் ததைந்த'' என்பது முதலாக, ''நெடுவேள் மார்பின்'' என்பதீறாகக் கிடந்து நூற்றிருபது பாட்டும் ''களிற்றியானை நிரை''. இப்பெயர் காரணப்பெயர்; செய்யுட் காரணமாகமோ பொருட்கார ணமோ எனிற் பொருட் காரணம் என உணர்க.

''நாணகையுடைய நெஞ்சே'' என்பது முதலாக, 'நாள்வலை'' என்பதீறாகக் கிடந்த நூற்றெண்பது பாட்டும் ''மணிமிடை பவளம்''.

இப்பெயர் உவமையாற் பெற்ற பெயர்; செய்யுளும் பொருளுந் தம்முள் ஒவ்வாமையால்.

''வறனூறு'' என்பது முதலாக ''நகை நன்று'' என்பதீறாகக் கிடந்த பாட்டு நூறும் ''நித்திலக் கோவை''; இவை செய்யுளும் பொருளும் ஒக்குமாகலின்.

வியமெல்லாம் வேண்டோர் இயக்கங் கயமலர்ந்த
தாமரை யாறாகத் தகைபெறீஇக் காமர்
நறுமுல்லை நான்காக நாட்டி நெறிமாண்ட
எட்டும் இரண்டுங் குறிஞ்சியாக் குட்டத்து
இவர்திரை பத்தா இயற்பட யாத்தான்
தொகையின் நெடியதனைத் தோலாச் செவியான்
வகையின் நெடியதனை வைப்பு. 1

ஒன்றுமுன் றைந்தே ழோன் பான்பாலை; யோதாது
நின்றவற்றி னான்கு நெறிமுல்லை;-அன்றியே
யாறா மருதம்; அணி நெய்த லையிரண்டு
கூறாதவை குறிஞ்சிக் கூற்று. 2

பலை வியமெல்லாம் பத்தாய்; பனிநெய்த
னாலு நனிமுல்லை நாடுங்கான்-மேலையோர்
தேறு மிரண்டெட் டிவைகுறிஞ்சி செந்தமிழின்
ஆறு மருதம் அகம். 3

121. அவளும் வருவாளாம்!

பாடியவர்: மதுரை மருதன் இளநாகனார். திணை: பாலை. துறை: தோழியால், தலைமகளை உடன்வரும் எனக் கேட்ட தலைமகன், நெஞ்சிற்குச் சொல்லியது.

(தலைவியைப் பிரிந்து வெளிநாடு செல்ல நினைத்தான் ஒரு தலைவன். அவளுடைய தோழியின் மூலமாகச் செய்தியைச் சொல்லி அவளிடம் இசைவுபெற முயலுகின்றான். அந்தத் தோழியும் தலைவிபாற் சென்று வந்து, 'தலைவியும் நின்னுடன் வருவாளாம் என்கின்றாள். அவன், கானகத்தைக் கடந்து சென்று, அதன் கொடுமையையும் முன்பே உணர்ந்திருந்தவன். அதனால், தலைவியின் மடமையான சொற்கள் அவனுக்கு நகைப்பைத் தோற்றுவிக்கின்றன. அவன் தன் நெஞ்சிற்குச் சொல்லுவதாக அமைந்தது இந்தப் பாடல்.)

நாம்நகை யுடையம் நெஞ்சே! -கடுந்தெறல்
வேனில் நீடிய வானுயர் வழிநாள்,
வறுமை கூரிய மண்நீர்ச் சிறுகுளத்
தொடுகுழி மருங்கில் துவ்வாக் கலங்கல்
கன்றுடை மடப்பிடிக் கயந்தலை மண்ணிச்
சேறுகொண் டாடிய வேறுபடு வயக்களிறு
செங்கோல் வாலிணர் தயங்கத் தீண்டிச்
சொறிபுறம் உரிஞிய நெறியயல் மராஅத்து
அல்குறு வரிநிழல் அசைஇ, நம்மொடு
தான்வரும் என்ப, தடமென் தோளி-
உறுகண மழவர் உருள்கீண் டிட்ட
ஆறுசெல் மாக்கள் சோறுபொதி வெண்குடைக்
கணைவிசைக் கடுவளி எடுத்தலின், துணைசெத்து
வெருளேறு பயிரும் ஆங்கண்,
கருமுக முசுவின் கானத் தானே.

மிக்க கூட்டமான மழவர்கள், தம் தேருருள் உருளும்படியாக உடைத்திட்ட மலையின் வழியிலே செல்லும், சாத்தரது சோறு பொதிந்த பனையோலைக் குடையை, அம்புபோலும் விரைவினையுடைய சூறைக்காற்று எழுப்புகையினாலே உண்டான ஓசையைத், துணையிட்ட கூச்சலென்று கருதி வெருண்ட மானின் ஏறானது, அத்துணையை அஞ்சேலெனக் குரலிட்டு அழையா நிற்கும் அவ்விடங்களிலே;

கரிய முகத்தையுடைய முசுக்கலைகள் நிறைந்த காட்டிலே;

மிகுதியும் வருத்துதலையுடைய கோடை நீட்டித்த மிகவும் உயர்ந்த ஏற்ற வழியிலே;

நாளுக்கு நாள் வறுமைப்பட்டுக் கொண்டிருக்கும் மண் கலந்த நீரையுடைய சிறிய குளத்தகத்தே தோண்டப்பட்ட குழியின் பக்த்திலே யுள்ள உண்ணத்தகாத கலங்கல் நீரைக் கொண்டு;

கன்றுகளையுடைய மடப்பம் பொருந்திய பிடியின் மெல்லிய தலையைக் கழுவிவிட்டுச், சேற்றைக் கொண்டு தான் நீராடியதனாலே பிடியோடும் கன்றோடும் வேறுபட்ட வலிய களிறு;

சிவந்த காம்பினையுடைய வெள்ளிய கொத்து அசைய தன் துதிக்கையாற் பற்றிச், சொறிபொருந்திய தன் முதுகினை உராய்ந்து கொண்ட, வழிக்கு அயலதாகவுள்ள மராமரத்தின் தங்குதற்கமைந்த வரி வரியாயுள்ள நிழலிலே, தங்கி;

பருத்த மென்மையான தோளையுடைய தலைவி, நம்மொடு தானும் வருவள் என்னா நின்றாள்;

நெஞ்சே! இது கேட்க நாம் நகையினை உடையேமாய் இரா நின்றேம்!

(இவ்வாறு, தன். நெஞ்சுக்குக் கூறியனவாகத் தலைமகன் தான் செலவழுங்கினான் என்க.)

முசுவின் கானத்தே ஏறு பயிரும் ஆங்கண் வேனில் நீடிய உயர்வழியிலே களிறு புறமுரிஞிய மராஅத்து நிழலில் அசை இத்தோளி நம்மோடு வரும் என்ப; நெஞ்சே! இது கேட்க நாம் நகையுடையேமாய் இராநின்றேம் என்று சுட்டிப் பொருள் காண்க.

சொற்பொருள்: 1. கடுந்தெறல் - மிகுதியாக வருத்துதலை உடைய. 2. வானுயர் வழி-மிகவும் உயர்ந்த ஏற்றவழி. 3. நாள் வறுமை கூரிய-நாளுக்கு நாள் வறுமைப்பட்டுப் போகிய. மண்நீர்-மண் கலந்த நீர். 4. தொடு கழி-தோண்டப்பட்ட குழி. துவ்வா-உண்ணத்தகாத. 5. மடப்பிடி-மடப்பம் பொருந்திய பிடி; இளைய பிடியுமாம். கயந் தலை-மெல்லிய தலை. 6.வயம்-வலிமை. 7. செங்கோல் வாலிணர்-சிவந்த காம்புகளையுடைய வெள்ளிய பூங்கொத்து. 8. தயங்க - அசைய. 9. உரிஞிய-உராய்ந்துக்கொண்ட. 10. வரிநிழல்- வரிவரியாயுள்ள நிழல். 11. உறுகண மழவர் -மிக்க கூட்டமான மழவர்; மழவர், இவர் ஒரு போர்மறக் குடியினர்; இவர்கள் தலைவனாக அதிகமான் உரைக்கப் படுவான். 12. வெண்குடை-வெளிய பனையோலைக் குடை; சோறுண்ட பின் கழித்துப் போடப்பட்டிருக்கும் குடை. முசு-குரங்கினத்துள் ஒன்று.

விளக்கம்: சேறுகொண்டு ஆடியதனால் மட்களிறு போலத் தோன்றலின் 'வேறுபடு களிறு' (6) என்றார்.

உள்ளுறைப் பொருள்: களிறு, தன் பிடியை மண்ணியும் , ஏறு தனது துணையைப் பயிர்ந்தும் அவற்றினைத் தலையளி செய்தாற் போல, யாமும் தலைவியைத் தன் நிலைமைத் தோன்றக் கூறினா னாகவும் கொள்க.

மேற்கோள்: 'உடன் சேறல் செய்கையொடன்னவை பிறவு மடம்பட வந்த தோழிக்கண்ணும்' என்னும், 'கரணத்தின் அமைந்து முடிந்த காலை' என்னும் கற்பியற் சூத்திரப்பகுதியில், தலைமகன் தன் நெஞ்சிற்குக் கூறியதாக நச்சினார்க்கினியர் இதனைக் கொள்வர்.

'எள்ளல் இளமை பேதைமை மடனென், றுன்னப்பட்ட நகை நான்கென்ப' என்னும் மெய்ப்பாட்டியற் சூத்திரத்திரததுப் பிறர் மடம் பொருளாக நகை தோன்றற்கு, நாம் நகையுடையம் நெஞ்சே... தான் வருமெபன் தடமென் தோளி' என்பதனை உதாரணமாகவும்,

பன்றி புல்வா யுழையே... ஏறெனற்குரிய' என்ற மரபியற் சூத்திரத்திரத்துப், புல்வாய் ஏறெனப்பட்டதற்கு 'வெருளேறு பயிரும் ஆங்கண்' என்பதனை உதாரணமாகவும் பேராசிரியர் கொள்வர்.

பாட பேதங்கள்: 1. நாணகை யுடையம் நெஞ்சே. கடுந்திறல். 3. வறுமை கூறிய மண்ணீர்ச் சிறுகுளத். 11. உறுகண், உறுகணை, ஊறுகணை மழவர். 13. கன்மிசை; கனைவிசை.

122. பற்பல தடைகள்

பாடியவர்: பரணர். **திணை:** குறிஞ்சி. **துறை:** (1) தலைமகன் சிறப்புறத்தான் ஆகத் தோழிக்குச் சொல்லுவாளாய்த் தலைமகள் சொன்னது. (2) தோழி சொல்லெடுப்பத் தன்மகள் சொல்லியதூஉம் ஆம். **சிறப்பு:** சோழமன்னன் தித்தனின் உறந்தைப் புறங்காடு.

(இரவுக் குறியிலே உறவாடி வரும் தலைவியும் அவள் தோழி யும் வந்து குறியிடத்திலே காத்திருக்கின்றனர். தலைவன் வருவதற்குச் சற்று நேரம் ஆகவே தலைவி வருந்தினாள் அப்போது, அவன் வந்து மறைந்திருக்கவே, அவன் கேட்குமாறு, இரவு வருவதன் தகைகளை எல்லாம் தோழிக்குச் சொல்லுகிறாள் தலைவி: அல்லது, தோழி 'அவன் வந்தான்' என்று சொல்லத் தொடங்கத், தலைவி தோழிக்குக் கூறு கிறாள்.)

இரும்பிழி மகாஅரிவ் அழுங்கல் மூதூர்
விழவின் றாயினும் துஞ்சா தாகும்:
மல்லல் ஆவணம் மறுகுடன் மடியின்,
வல்லுரைக் கடுஞ்சொல் அன்னை துஞ்சாள்
பிணிக்கோள அருஞ்சிறை அன்னை துஞ்சின். 5

துஞ்சாக் கண்ணர் காவலர் கடுகுவர்,
இலங்குவேல் இளையர் துஞ்சின், வைஎயிற்று
வலஞ்சுரித் தோகை ஞாளி மகிழும்
அரவவாய் ஞமலி மகிழாது மடியின்,
பகலுரு உறவ நிலவுக்கான்று விசும்பின்.
அகல்வாய் மண்டிலம் நின்றுவிரி யும்மே;
திங்கள் கல்சேர்வு கனைஇருள் மடியின்,
இல்எலி வல்சி வல்வாய்க் கூகை
கழுதுவழங்கு யாமத்து அழிதகக் குழறும்
வளைக்கண் சேவல் வாளாது மடியின்,
மனைச்செறி கோழி மாண்குரல் இயம்பும்;
எல்லாம் மடிந்த காலை, ஒருநாள்
நில்லா நெஞ்சத்து அவர்வர லரே;அதனால்
அரிபெய் புட்டில் ஆர்ப்பப் பரிசிறந்து,
ஆதிபோகிய பாய்பரி நன்மா
நொச்சி வேலித் தித்தன் உறந்தைக்
கல்முதிர் புறங்காட் டன்ன
பல்மட் டின்றால்-தோழி! -நம் களவே.

மிக்க தேனுண்டு களிக்கும் மாக்களையுடைமையால் ஆரவார மிக்க இம் மூதூர்தான், விழவினை உடையதின்றாயினும் துஞ்சாதாகும்; வளமிக்க கடைவீதியும் பிற வீதிகளும் உறங்கினாலும், கொடிய பேச்சுடைய அன்னை உறங்காளாவள். பிணித்துக் கொள்ளும் கூற்றினைப் போல தப்பவரிய சிறை காவலையுடைய அன்னை துஞ்சினாலும், உறங்காத கண்ணரான ஊர்க்காவலர் விரைந்து வருவர் விளங்குகின்ற வேலையுடைய அவ்விளைஞர் துஞ்சினாலும், கூரிய எயிற்றினையும் வலஞ்சுரிந்த வாலினையுமுடைய நாய் குறையா நிற்கும் அரவமிகுந்த வாயையுடைய அந்நாய் குறையாது உறங்கினாலும், பகலுருவினை ஒக்கும் நிலாவைக் கக்கியப்படி விசும்பின் அகன்றவிடத்திலுள்ள சந்திரன் நிலைபெற்று ஒளி விரியா நிற்கும்.

திங்களும் மேற்கு மலையை அடைந்து, மிக்க இருள் வந்து தங்குமானால், வீட்டெலியை உணவாகவுடைய வலிய வாயையுடைய கூவை சேவலானது, பேய் இயங்கும் நடுயாமத்து உள்ளம் அழிவுண்டாகக் குழறா நிற்கும். மரப்பொந்தில் வாழும் அக்கூகைச் சேவல் குழறாது உறங்குமாயின், மனையின் கண் செறிக்கப்பட்ட கோழி தனது மாட்சிமைப்பட்ட குரலை எடுத்துக் கூவா நிற்கும்.

இவை எல்லாம் உறங்கின ஒருகாலை, ஒருநாளும் என்னிடத்தினின்று பிரிந்து நில்லாத நெஞ்சினையுடைய தலைவர் வாரலர்; அதனால்-

பருக்கைக் கற்கள் பெய்துள்ள சதங்கைகள் ஒலிக்க, ஓட்டத்திலே மிக்கு, ஆதியென்னும் கதியில் தேர்ந்த, ஆயும் செலவினையுடைய நல்ல குதிரைகளையும், காவல் வேலியையுமுடைய தித்தனது உறையூரைச் சூழ்ந்த, கல்முதிர்ந்த புறங்காடுபோல, நம் களவு பல இடையூறுகளையும் உடையதாயிருந்தது தோழி!

என்று, இரவுக் குறிக்கண் தலைமகன் சிறப்புறத்தானாகத் தோழிக்குச் சொல்லுவாளாய்த் தலைமகள் சொன்னாள் என்க.

சொற்பொருள்: 1. இரும்பிழி-மிக்க தேன்; கள். அழுங்கல்-ஆரவாரம். 3. மல்லல்-வளமை. ஆவணம்-கடைத்தெரு. மறுகு-குறுந்தெருக்கள். 5. பிணிகோள் -பிணித்துக் கொள்ளும். 6. கடுகுவர்-விரைவர். இளையர்-காவலிளையர். 8. சுரித்தல்-சுருண்டிருத்தல். தோகை-வால். ஞாளி-நாய். 9. அரவவாய் - அரவ மிகுந்த வாய். 10. பகலுரு உறழ-பகலுருவினைப் போன்ற. 11. மண்டிலம் - திங்கள் மண்டிலம். 12.கனையிருள்-மிக்க இருள்.14. கழுது-பேய். அழிதக-அழியும்படியாக. 19. அரி -பரல்.புட்டில்-கெச்சை. 20. ஆதி - ஆதியென்னும் கதி; நேரான ஓட்டம். 21. நொச்சி-காவல். 22. கல்முதிர்-கற்கள் முதிர்ந்த.

விளக்கம் : இப்பாட்டு இரவுக்குறி. சிறைகாவலின் கடுமையை உணர்த்துவது.

மேற்கோள்: இப்பாட்டுச் ‘சிறைக்காவல் எல்லாம் வந்த செய்யுள்’ என்பர் களவியல் உரைகாரர். (சூ.30)

‘இருவகைக் குறிபிழைப்பாகிய விடத்தும்’ என்னும் கற்பியற் சூத்திரத்துக், ‘காணாவகையிற் பொழுது நனியிகப்பினும்’ என்னும் பகுதியின் விசேடவுரையில், ‘தாய் துஞ்சாமை, ஊர் துஞ்சாமை, காவலர் கடுகுதல், நிலவு வெளிப்படுதல், நாய் துஞ்சாமை போல்வன வற்றால் தலைவன் குறியின்கண் தலைவி வரப்பெறாமல் நீட்டித் தலாம்’ என்று கொண்டு, அதற்கு இப்பாட்டினை உதாரணமாகக் காட்டியும்.

‘களவலராயினும்’ என்னும் கற்பியற் சூத்திரத்து, ‘அன்னவை பிறவும் செவிலி மேன’ என்றதனால், வல்லுரைக் கடுஞ்சொல் அன்னை துஞ்சாள்’ என்பதுங் கொள்க என்றும்;

‘குடையும் வாளும்’ என்னும் புறத்திணையியற் சூத்திரத்து, ‘‘முற்றிய அகத்தோன் வீழ்ந்த நொச்சியும்’ என்னும் பகுதியின் விசேட வுரையில், ‘நொச்சியாவது, காவல்; இதற்கு நொச்சி ஆண்டுச் சூடு தலும் கொள்க, அது மதிலைக் காத்தலும் உள்ளத்தைக் காத்தலும் என இருவர்க்குமாயிற்று. இக்கருத்தானே ‘நொச்சி வேலித் தித்தன் உறந்தை’ என்றார் சான்றோரும் என்றும், நச்சினார்க்கினியர் கூறுவர்.

'முட்டு வயிற் கழறல்' என்ற மெய்ப்பாட்டியற் சூத்திரத்து, 'முட்டுவயிற் கழறல்' என்னும் பகுதிக்கு, 'நொச்சிவேலி... களவே' என்னும் பகுதியினை உதாரணமாகக் கொண்டு, இது தலைமகன் கேட்பக் கழறியுரைத்தது' என்றும்;

'சேவற் பெயர்க்கொடை சிறகொடு சிவணும், ஆயிருந்தூவி மயிலலங் கடையே' என்னும் மரபியற் சூத்திர உரையில், 'கூகை' சேவலெனப்பட்டதற்கு, 'வளைக்கட் சேவல் வாளாது மடியின் என்பதை உதாரணமாகக் காட்டியும் பேராசிரியர் கூறுவர்.

பாடபேதங்கள்: 8. மருளும். 9. குரையாது. 22. கன்முது.

123. ஒன்றில் கொள்ளாய்!

பாடியவர்: காவிரிப்பூம்பட்டினத்துக் காரிக் கண்ணனார். **திணை**: பாலை. **துறை**: தலைமகன் இடைச் சுரத்துத் தன் நெஞ்சிற்குச் சொல்லியது. **சிறப்பு**: சோழர்களின் வன்மையும் வண்மையும்.

(பிரிய மனமின்றித் தன் காதலியைப் பிரிந்து போய்ப் பொருள் தேடிவரச் சென்றாள் ஒருவன். இடைவழியிலே அவன் நினைவு அவனை நோக்கியே பிற்பட்டுச் செல்லத் தொடங்கிற்று. அப்போது அவன் தன் நெஞ்சிற்குச் சொல்லியது இது.)

உண்ணா மையின் உயங்கிய மருங்கின்
ஆடாப் படிவத் தான்றோர் போல,
வரைசெறி சிறுநெறி நிரைபுடன் செல்லும்
கான யானை கவினழி குன்றம்
இறந்து, பொருள் தருதலும் ஆற்றாய்; சிறந்த
சில்லைங் கூந்தல் நல்லகம் பொருந்தி
ஒழியின், வறுமை அஞ்சுதி, அழிதகவு
உடைமதி-வாழிய, நெஞ்சே!-நிலவு என
நெய்கனி நெடுவேல் எஃகிலை இமைக்கும்
மழைமருள் பல்தோல் மாவண் சோழர்
மழைமாய் காவிரிக் கடல்மண்டு பெருந்துறை,
இறவொடு வந்து கோதையொடு பெயரும்
பெருங்கடல் ஓதம் போல,
ஒன்றிற் கொள்ளாய், சென்றுதரு பொருட்கே.

பக்க மலையைச் செறிந்த சிறிய வழியிலே மந்தையாய்க் கூட்டங்கூடிச் செல்லும் காட்டுயானைகள்;

உண்ணாமையினாலே ஒட்டிப் போன வயிற்றினையுடைய நீராடாத விரதத்து ஆன்றோரைப் போல அழகழியா நின்ற குன்றத்தினைக் கடந்து, பொருளீட்டுதலும் இயலுமாறில்லை;

சிலவாகிய ஐந்து பகுதியைப் பொருந்திய கூந்தலாற் பொலிந்த தலைவியது நல்ல மார்பினைப் பொருந்தியபடியே வீட்டிடத்தே தங்கி விடின் வறுமையை அஞ்சா நின்றாய்;

குன்றங் கடந்து சென்று ஈட்டும் பொருளைக் குறித்து;

நிலவு என்னும்படியாக நெய்யாற் கனிந்த நெடியவேற்படையையும் மின்னாநின்ற வாட்படையையும், மழையை ஒத்த பல தோற்கிடுகுப் படையையும், பெரிய வள்ளன்மையையும் உடையவரான சோழரது, ஓடக்கோலை முழுகச் செய்யும் நீத்தத்தையுடைய காவிரியானது சென்றடையும் கடற்பெருந்துறையினிடத்தே, இறால் மீனோடும் வந்து கோதையோடு பெயர்ந்து செல்லும் பெரிய கடல் அலையைப் போல;

போதல் தவிர்தல் என்னும் இரண்டனுள் ஒன்றினிடத்தும் துணிவினைக் கொள்ளாயாய்ப், போவதும் வருவதுமாக இருப்பாய்:

நெஞ்சே! நீ வாழ்க!

(அன்றி, அழிவுண்டாக நீ பிளக்க என்று, தலைமகன் இடைச் சுரத்துத் தன்னெஞ்சினைக் கழறிச் சொன்னாள் என்க.)

சொற்பொருள்: 1. உயங்கிய-வாடிய; உறங்கிய-ஒட்டிப் போன 2. ஆடாப் படிவத்து ஆன்றோர்-நீராடாத விரதத்தையுடைய ஆன்றோர். 3. நிரைபுடன் செல்லும் மந்தையாய்க் கூட்டங்கூடிச் செல்லும். 6. ஐங்கூந்தல்-ஐந்து பகுதியையுடைய கூந்தல். நல்லகம்-நல்ல மார்பகம். 7. அழிதக உடைமதி- அழிவு பொருந்தப் பிளக்க. 8. நிலவென-நிலவொளி போல. 9. நெய்கனி-நெய்யாற் கனிந்த; வேற்படை நெய்யாற் கனிந்து நிலவென ஒளிசெய்து விளங்கிற்றென. 10. மழை-மழை மேகம். தோல்-கிடுகு. 11. கழை-ஓடக்கோல். 12. இறவு -இறால்மீன். கோதை-நீராடும் மகளிர் கழித்துப் போட்ட தலைமாலை. 13. ஓதம் -அலை.

உள்ளுறை: ஓதம் இறவினையாதல் கோதையினையாதல் ஒன்றினைக் கொள்ளாது இறவோடு வருதலும், கோதையோடு பெயர்தலும் போல, நெஞ்சமும் போதல் தவிர்தல் என்னும் இரண்டனுள் ஒன்றினைக் கொள்ளாது, முதற்கண் பொருளை உட்கொண்டு செலவயர்தலும், பின்னர் அதனை விடுத்து சில்லைங் கூந்தலாளது ஆகத்தை உட்கொண்டு செலவொழிதலுமாக இருபாலும் வருந்தா நின்றது என்க.

மேற்கோள்: வேற்றுநாட் டகல்வயின் விழுமத் தானும், என்னும், 'கரணத்தின் அமைந்து முடிந்த காலை' என்னும் கற்பியற் சூத்திரப் பகுதிக்குக் கூறும் விசேட உரையுள், 'விழுமமாவன, பிரியக் கருதியவன் பள்ளியிடத்துக் கனவிற் கூறுவனவும், போவோமோ தவிர்வோமோ

என வருந்திக் கூறுவனவும்... பிறவுமாம்' என்று கொண்டு, இப்பாட்டுப் போவோமோ தவிர்வேமோ என்றது என்றும்,

'நோயும் இன்பமும்' என்னும் பொருளியற் சூத்திரவுரையில், 'உண்ணாமையின்' என்னும் அகப்பாட்டினுள், இறவொடு வந்து... பொருட்கே' என்றவழி, 'அழிதக வுடைமதி வாழிக நெஞ்சே' என்றத னால், நிலையின்றாகுதி என நெஞ்சினை உறுப்புடையது போலக் கழறி நன்குரைத்தவாறும், ஓதத்தையும் நெஞ்சையும் உயர்திணை யாக்கி உவம வாயிற் படுத்த வாறுங்காண்க'' என்றும் கூறுவர் நச்சி னார்க்கினியர்.

பாடபேதங்கள்: 1. உறங்கிய. 8. உடையை வாழி நெஞ்சே. 9. லெஃகிலை. 14. ஒன்றிக் கொல்லாய்.

124. பாசறை வருத்தம் வீட!

பாடியவர்: மதுரை அறுவைவாணிகன் இளவேட்டனார். **திணை:** முல்லை. **துறை:** தலைமகன் தேர்ப்பாகற்கு உரைத்தது.

(போர் மேல் தலைவியைப் பிரிந்து சென்ற தலைவன், பகைவர் பணிந்து போரும் நின்றதாயின், 'இவ்வருத்தம் தீரத் தேரை விரைந்து செலுத்துக' என்று பாகனிடம் கூறுதல்.)

'நன்கலம் களிற்றொடு நண்ணார் ஏந்தி,
வந்துதிறை கொடுத்து, வணங்கினர், வழிமொழிந்து
'சென்றீக' என்ப ஆயின், வேந்தனும்
நிலம் வகுத்துறாஅ ஈண்டிய தானையொடு
இன்றே புகுதல் வாய்வது; நன்றே,
மாட மாண்நகர்ப் பாடமை சேக்கைத்
துனிதீர் கொள்கைநம் காதலி இனிதுறப்,
பாசறை வருத்தம் வீட, நீயும்-
மின்னுநிமிர்ந் தன்ன பொன்னியற் புனைபடைக்,
கொய்சுவல் புரவிக், கைகவர் வயங்குபரி,
வண்பெயற்கு அவிழ்ந்த பைங்கொடி முல்லை
வீகமழ் நெடுவழி ஊதுவண் டிரிய,
காலை எய்தக், கடவு மதி-மாலை
அந்திக் காவலர் அம்பணை இமிழ்இசை
அரமிய வியலகத்து இயம்பும்
நீரைநில ஞாயில் நெடுமதில் ஊரே.

'பகைவர் நல்ல ஆபரணங்களை யானைமீது எடுப்பித்துக் கொண்டு வந்து திறையாகக் கொடுத்து வணங்கி வழிபாடு சொல்லிச் சென்றருள்க என்பாராயின், வேந்தனும் நிலத்தை வகுத்துக் கொண்டு

ஒன்றுகூடிய தனது சேனையோடும், இன்றே தன் ஊர் புகுதல் பெரிதும் மெய்யாகும்.

மாடங்களால் மாட்சிமைப்பட்ட மாளிகையிலே செவ்வியமைந்த பள்ளியிலே வெறுப்புத் தீர்ந்த கோட்பாட்டினையுடைய நம் காதலி இன்பமடையவும், இங்கு நம் பாசறை வருத்தம் ஒழியவும்;

வளவிய பெயலுக்கு மலர்ந்த பசிய கொடியிடத்து முல்லை மலர் மணவாநின்ற நெடிய வழியிலே நுகரும் வண்டுகள் பறந்தோட, இக் காலத்தே;

மின்னல் நுடங்கினாற் போன்று ஒளி வீசுகின்ற பொன்னால் இயன்று அலங்கரித்த பல்லணத்தினையும், கொய்யப்பட்ட உளை யினைமுடைய புரவியைக் கைவிரும்புகின்ற விளக்கமமைந்த செலவு சிறக்க;

அந்திப் பொழுதிற் காக்கும் முறையையுடைய காவலரது அழகிய முரசின் ஆர்க்கின்ற ஓசையானது அகன்ற நிலவொளி முற்றத் தின்கண் ஒலியா நிற்கும், ஒழுங்குபட்ட நிலைமை யினையுடைய மதிலுறுப்பாற் சிறந்த நெடிய மதிலையுடைய ஊர்க்கு மாலையில் சென்றடையக் கடாவுவாயாக என்று, தலைமகன் தேர்ப்பாகற்கு உரைத்தான் என்க.

சொற்பொருள்: 1. நன்கலம் - நல்ல ஆபரணங்கள். நண்ணார்- பகைவர். 2. வழிமொழிந்து-வழிபாடு சொல்லி. 4. நிலம் வகுத்துறா ஈண்டிய-நிலத்தை வகுத்துக்கொண்டு ஒன்று கூடிய படைகள் அணிவகுத்து நிற்கும் நிலையை குறிப்பிடுவது இது. 5. வாய்வது- பெரிதும் மெய்யாகும். 6. மாடமாண் நகர்-மாடங்களால் மாட்சிமைப் பட்டமாளிகை. பாடு அமை சேக்கை- செவ்வியமைந்த பள்ளி. 7. துனிதீர் - வெறுப்புத்தீர்ந்த. 8. வீட -ஒழிய. புனைபடை-அலங் கரித்த பல்லணம். 10. சுவல் -பிடரிமயிர்.10. கைகவர்-கைவிரும்பு கின்ற. 11. அவிழ்ந்த-மலர்ந்த. 11. வீ-மலர் 14. பணை-முரசம். 15. அரமியம் - நிலாவொளி முற்றம்.16. நிரை நிலை ஞாயில்-ஒழுங்குப் பட்ட நிலைமையுடைய மதிலுறுப்பு.

மேற்கோள்: 'அரமிய வியலகம்' என்பதனைச் 'சிதைந்தன வரினும் இயைந்தன வாரியார்' என்னுஞ் சொல்லதிகாரச் சூத்திரத்துக் காட்டுவதுடன்,

'நன்கலங்...வழிமொழிந்து' என்பதனை, 'மேலோர் முறைமை நால்வர்க்கும் உரித்தே' என்னும் பொருளியற் சூத்திரவுரையிற் காட்டி, 'நன்கலந் திறை கொடுத்தோ மென்றலின், பகைவயிற் பிரிவே பொருள் வரவாயாயிற்று என்றும் நச்சினார்க்கினியர் கூறுவர்.

பாடபேதங்கள்: 4. நிலம் வருத்துறாஅ. 6. மாடமாநகர். 9. பொன்னயிற்.

125. ஓடுவாய் வாடையே!

பாடியவர்: பரணர். **திணை**: பாலை. **துறை**: (1) தலைமகன் வினைமுற்றி மீண்டமை உணர்ந்த தோழி தலைமகளுக்குச் சொல்லியது. (2) தலைமகன் வினைமுற்றி மீண்டமை தோழி உணரத் தலைமகள் சொல்லியது. **சிறப்பு**: கரிகால் வளவனோடு வாகைப் பறந் தலையிலே போரிட்டுத் தோற்ற ஒன்பதின்மரைப்' பற்றிய செய்தி.

(தலைமகன் பிரிந்தான். அவன் மீண்டு வருவதாகக் கூறிய கார்காலமும் வந்தது. வாடையின் வரத்தமோ மிகுதியாயிற்று. அதனால், தலைவி வருந்தினாள். அவன் வினைமுடித்து வந்ததும், அதனை அறிந்தவள் வாடையை விளித்துக் கூறுவதாக அமைந்தது செய்யுள். வாடையை விளித்துக் கூறுவது போலத் தோழி தலைவியிடம் கூறிய தாகவேனும், அன்றித் தலைவி தோழியிடம் கூறியதாகவேனும் கொள் ளலாம்.)

அரம்போழ் அவ்வளை தோள்நிலை நெகிழ,
நிரம்பா வாழ்க்கை நேர்தல் வேண்டி-
ஈர்ங்காழ் அன்ன அரும்புமுதிர் ஈங்கை
ஆலி யன்ன வால்வீ தாஅய்
வைவால் ஓதி மையணல் ஏய்ப்பத்
தாதுஉறு குவளைப் போதுபணி அவிழப்,
படாஅப் பைங்கண் பாவடிக் கயவாய்க்
கடாஅம் மாறிய யானை போலப்,
பெய்துவறிது ஆகிய பொங்குசெலற் கொண்மூ
மைத்தோய் விசும்பின் மாதிரத்து உழிதரப்,
பனிஅடூஉ நின்ற பானாட் கங்குல்
தனியோர் மதுகை தூக்காய், தண்ணென,
முனிய அலைத்தி, முரண்இல் காலை,
கைதொழு மரபின் கடவுள் சான்ற
செய்வினை மருங்கிற் சென்றோர் வல்லவரின்
விரியுளைப் பொலிந்த பரியுடை நன்மான்
வெருவரு தானையொடு வேண்டுபுலத்து இறுத்த
பெருவளக் கரிகால் முன்னிலைச் செல்லார்,
சூடா வாகைப் பறந்தலை, ஆடுபெற
ஒன்பது குடையும் நன்பகல் ஒழித்த
பீடில் மன்னர் போல,
ஓடுவை மன்னால்-வாடை-நீ எமக்கே.

முடிவு போகாத இல்வாழ்க்கையை முற்றுவிக்க வேண்டி;

அரத்தாற் போழப்பட்ட அழகிய வளைகள் எம் தோள் நிலையி னின்றும் நழுவும்படி;

ஈரிய கொட்டைப் போலும் அரும்புகள் முதிர்ந்த ஈங்கையின் ஆலங்கட்டிப்போலும் வெளிய பூக்கள் உதிர்கையினாலே;

கூரியவாலையுடைய ஓந்தியின் இருண்ட தாடியைப் போலத் தாது நிரம்பிய குவளை மொட்டுக் கட்டவிழவும்;

உறங்காத பசிய கண்ணையும், பரந்த அடியையும், பெரிய வாயை யும், வற்றிய மதநீரையுமுடைய யானைப்போலப் பெய்து வற்றிய பொங்கிய செலவினையுடைய மேகமானது, நீலநிறந் தோய்ந்த வானிடத்துப் பல திசைகளினும் திரிந்து கொண்டிருக்கவும்;

ஓ வாடைக் காற்றே!

நம்மிருவருக்கும் மாறுபாடில்லாத காலத்தே;

பனி வருத்தாநின்ற பாதிராத்திரி இருளிலே, தனித்துள்ளோரது வலிமையை ஆராயாயாய்த் தண்ணென்று நின்னையாம் வெறுக்குமாறு வருத்தா நின்றாய்காண்!

பலரும் கையாற்றொழுந் தன்மையினையுடைய கடவுட்டன்மை அமைந்த செய்வினையாகிய ஓதல்வினையின் பக்கலிலே சென்ற எம் தலைவர் விரைய வந்தனராயின்;

விரிந்த தலையாட்டத்தாற் பொலிந்த விரைந்தசெலவினை யுடைய நன்மை வாய்ந்த குதிரைப்படை முதலாக, மாற்றார்க்கு அச்சம் வருகின்ற பிறபடைகளோடும், தான் வேண்டிய புலத்துத் தங்கிய, பெரிய வளத்தையுடைய கரிகால் வளவனுக்கு முன்பாக நிற்றலை மாட்டாராய், வாகையூர்ப் பறந்தலையிலே, அவன் வெற்றி பெறத் தாம்தோற்றுத் தமது ஒன்பது குடையையும் நடுப்பகலிலே போட்டு ஒழித்த பெருமை யொழிந்த மன்னர் ஒன்பதின்மரைப் போல, நீயும் மிகுதியும் ஒடுவை!

என்று, தலைமகன் வினைமுற்றி மீண்டமை யுணர்ந்த தோழி, தலைமகட்குச் சொன்னாள் என்க.

சொற்பொருள்: 1. அரம்போழ் அவ்வளை-அரத்தாற் போழப் பட்ட அழகிய வளைகள்; போழ்தல்-பிளத்தல். 2. நிரம்பா வாழ்க்கை - முடிவு போகாத இல்வாழ்க்கை. 3. ஈர்ங்காழ்-ஈரிய கொட்டை; ஈரிய-இரண்டாகப் பிளக்கப்பட்ட. 3. ஈங்கை-ஒருவகைச் செடி. 4. ஆலி-ஆலங்கட்டி. வால்வீ-வெள்ளிய பூக்கள். 5. ஓதி-ஓந்தி. மையணல்- இருண்ட தாடி. 7. படாஅப் பைங்கண்-உறங்காத பசிய கண். பாவடி-பரந்த அடி. கயவாய்-பெரிய வாய். 8. கடாஅம்-மதநீர்.

9. கொண்மூ-மேகம். 10. மைதோய் விசும்பு - நீலநிறந் தோய்த்த விசும்பு. மாதிரம்-திசை. 11. பானாட் கங்குல் -பாதிராத்திரி இருள். 12. மதுகை-வலிமை. தூக்கல்-ஆராய்தல் 12. முனிய-வெறுக்க. அலைத்தி-வருத்துகின்றாய். முரண்-மாறுபாடு. 14. கடவுட்சான்ற - கடவுட்டன்மை உடைய. 16. பரியுடை நன்மான்- விரைந்த செலவை யுடைய நன்மை வாய்ந்த குதிரைப் படை. 18. முன் நிலை செல்லார்-முன் நிற்றலை மாட்டார். 19. சூடா வாகை-வாகையூர். ஆடுபெற-வெற்றிப்பெற. 20. நன்பகல்-நடுப்பகல். 21. பீடு -பெருமை.

மேற்கோள்: 'பனியடூஉ நின்ற காலை' என்பதனை, முன்பனி யாமம் குறிஞ்சிக்கண் வந்ததற்குப் 'பனியெதிர் பருவமும் உரித்தென மொழிப' என்னும் அகத்திணையியற் சூத்திரவுரையிலும்;

'இப்பாட்டினைக் காட்டி, இதனுள் பலரும் கைத்தொழும் மரபினையுடைய கடவுட்டன்மையமைந்த செய்வினையெனவே ஓதற் பிரிதலென்பது பெற்றாம்' என, 'ஓதலுந்' தூதும் உயர்ந்தோர் மேன' என்னும் சூத்திரவுரையிலும்;

''சிறந்தது பயிற்றல் இறந்ததன் பயனே'' என்பதனால், கிழவனும் கிழத்தியும் இல்லறத்திற் சிறந்தது பயிற்றாக்கால் இறந்ததனாற் பய னின்றாதலின், இல்லறம் நிரம்பாதென்றற்கு 'நிரம்பா வாழ்க்கை' என்றனர்; இல்லறம் நிகழ்த்துகின்ற காலத்தே, மேல்வடரும் துறவறம் நிகழ்த்துதற்காக அவற்றைக் கூறும் நூல்களை கற்று, அவற்றின் பின்னர்த் தத்துவங்களை உணர்ந்து, மெய்யுணர்தல் அந்தணர் முதலிய மூவர்க்கும் வேண்டுதலின், ஓதற்பிரிவு அந்தணர் முதலியோர்க்கே சிறந்ததென்றார்'' என்றும்;

'வேண்டிய கல்வி யாண்டுமூன் றிறவாது' என்னுங் கற்பியற் சூத்திரத்து, 'அரம்போழ் அவ்வளை' என்னும் பாட்டினுள். 'பானாட் கங்குலில்....முனிய அலைத்தி.... கடவுட்சான்ற செய்வினை மருங்கிற் சென்றோர் வல்லவரின்.... ஓடுவை! 'என்றது இராப்பொழுது அகலாது நீட்டித்தற்கு ஆற்றாளாய்க் கூறினாளென்று உணர்க' என்றும், நச்சினார்க் கினியர் கூறுவர்.

'தேவர் காரணமாகப் பிரியும் பிரிவிற்கு, இப்பாட்டை 'மேவிய சிறப்பின்' என்னும் சூத்திரவுரையில் இளம்பூரணனார் காட்டுவர்.

பாடபேதங்கள்: 5. வைவரலோதி. 6. க்கேழுறு; க்கோளூறு. 9. வோங்குசெலற். 10. திழிதர. 11. பனிபட நின்ற.

126. மடமை கெழுமிய நெஞ்சமே!

பாடியவர்: நக்கீரர். **திணை:** மருதம். **துறை:** 1. உணர்ப்புவயின் வாரா ஊடற்கண் தலைமகன் தன் நெஞ்சிற்குச் சொல்லியது. 2. அல்லகுறிப்பட்டு அழிந்ததூஉம் ஆம். 3. தோழியைப் பின்னின்ற

தலைமகன் தன் நெஞ்சிற்குச் சொல்லியதூஉமாம். **சிறப்பு**: பல்வெல் எவ்வி; திதியனோடு பொருத அன்னி பற்றிய செய்திகள்.

(தலைவி தலைவனோடு ஊடினாள்; அல்லது அல்லகுறிப் பட்டு அவன் கலங்கினான்; அல்லது தோழியிடம் தன் தலைவியைக் கூட்டுவிக்க வேண்டி நிற்கின்றான். இந்நிலையிலே, அவள் நினைவு அவன் உள்ளத்திலே நிலைபெற்று நின்று அவனை வருத்த, அவன் சொல்லியதாக அமைந்தது செய்யுள்.)

நினவாய் செத்து நீபல உள்ளிப்,
பெரும்புன் பைதலை வருந்தல் அன்றியும்,
மலைமிசைத் தொடுத்த மலிந்துசெலல் நீத்தம்
தலைநாள் மாமலர் தண்துறைத் தயங்கக்
கடற்கரை மெலிக்குங் காவிரிப் பேரியாயிற்று
அறல்வார் நெடுங்கயத்து அருநிலை கலங்க,
மாலிருள் நடுநாட் போகித் தன்னையார்
காலைத் தந்த கணைக்கோட்டு வாளைக்கு,
அவ்வாங்கு உந்தி, அஞ்சொல் பாண்மகள்,
நெடுங்கொடி நுடங்கு நறவுமலி மறுகில்
பழஞ்செந் நெல்லின் முகவை கொள்ளாள்,
கழங்குறழ் முத்தமொடு நன்கலம் பெறூஉம்
பயங்கெழு வைப்பிற் பல்வேல் எவ்வி
நயம்புரி நன்மொழி அடக்கவும் அடங்கான்;
பொன்னிணர் நறுமலர்ப் புன்னை வெஃகித்,
திதியனொடு பொருத அன்னி போல
விளிகுவை கொல்லோ, நீயே-கிளியெனச்
சிறிய மிழற்றுஞ் செவ்வாய்ப், பெரிய
கயலென அமர்த்த உண்கண், புயலெனப்
புறந்தாழ்பு இருளிய பிறங்குகுரல் ஐம்பால்;
மின்னேர் மருங்குல், குறுமகள்
பின்னிலை விடாஅ மடங்கெழு நெஞ்சே!

கிளி என்னுமாறு சிறியவாக மிழற்றுகின்ற செவ்வாயினையும், பெரிய கயலென்னுமாறு மாறுபட்ட மையுண்ட கண்களையும், மேகம் என்னுமாறு முதுகிலே தாழ்ந்து இருண்டு விளங்குகின்ற கொத்தான ஐந்து பகுதியான கூந்தலையும், மின் போன்ற நுண்ணிய இடையினையும், இளமையினையும் உடைய தலைவியது பின்னே சார்ந்து நிற்றலைத் தவிராத மடமை நிரம்பிய நெஞ்சமே!

நின் சொற்களை நீதானே மெய்யாக் கருதிப், பலப்பல நினைந்து, பெரிய புல்லிய துன்பமுடையையாய் வருந்துவ தன்றியும்;

மலையின் மேற்பக்கத்தே தொடுத்த மிக்குச் செல்கின்ற வெள்ளத்தாலே முதல் நாளிலே பூத்த பெருமை பொருந்திய மலர், தண்ணிய துறைக்கண்ணே அசையா நிற்க;

கடலின் கரையை மெலிவிக்கும் காவிரி என்னும் பெரிய யாற்றினுடைய கருமணல் ஒழுகிய நெடிய மடுவின் நிலைத்தற்கரிய ஆழ்ந்த நிலை தளருமாறு;

மயக்கத்ததைச் செய்கின்ற இருண்ட நள்ளிரவிலே சென்று, தன் தமையன்மார் நாட்காலையிலே பிடித்துக் கொணர்ந்த, திரண்ட, உடலிடத்தே வரியுள்ள வாளைமீனுக்கு விலையாக, அழகிய உட்குழிந்த கொப்பூழினையும் அஞ்சொல்லினையுமுடைய பாண்மகள், நெடிய கொடிகள் அசையும் கள்ளுமலிந்த வீதியினிடத்தே, பழைய செந்நெல் முகவையை விரும்பாளாய்க், கழங்கினை ஒக்கும் பருத்த முத்தமோடு நல்ல ஆபரணங்களைக் கொள்ளும் பயன் மிக்க ஊர்களையும், பல வேற்படைகளையுமுடைய எவ்வி என்பான்; நீதியை ஆராய்ந்த நல்ல மொழியாலே அடக்கவும் அடங்கானாய்ப், பொன் போலும் பூங்கொத்தினையும், நறிய மலரையுமுடைய புன்னை மரத்தினை விரும்பித் திதியனோடு பொருத அன்னிபோல;

நீயும் இறந்து படுவையோ!

(என்று உணர்ப்புவயின் வாரா ஊடற்கண் தலைமகன் தன் னெஞ்சிற்குச் சொன்னாள் என்க.)

சொற்பொருள்: 1. வாய்-மெய். செத்தெல்-கருதுதல், உள்ளி - நினைந்து. 2. பைதலை- துன்பம் உடையையாய். 3. நீத்தம்-வெள்ளம். 4. தலைநாள்-முதல் நாள். தயங்க-அசைய. 6. அறல்-கருமணல். கயம்-மடு. அருநிலை-நிலைத்தற்கரிய ஆழ்ந்தநிலை. 7. மாலிருள் நடுநாள்- மயக்கத்தைத் தருகின்ற இருண்ட நள்ளிரவு. தன்னையர்-தன் தமையன்மார். 8. கணை கோளை வாளை- திரண்ட உடலிடத்து வரியுள்ள வாளைமீன். 9. அவ்வாங்கு உந்தி-அழகிய உட்குழிந்த கொப்பூழ். 10. நுடங்கும்-அசையும். நறவு-கள். மறுகு-வீதி 11. முகவை-ஓர் அளவு. 13. வைப்பு-ஊர். 14. நயம்பு-நீதியை ஆராய்ந்த. 17. விளிகுவை-இறந்துபடுபவை. 19. அமர்த்த-மாறுபட்ட. புயல்- மேகம். 20. இருளிய-இருண்ட. பிறங்கு குரல்-விளங்குகின்ற கொத்தான. 22. பின்னிலை-பின்னே சார்ந்து நிற்றல்.

விளக்கம்: நீத்தம் மலரை அலைத்ததோடு, கடற்கரையையும் குத்தியிடித்தாற் போல, இவ்வாற்றாமை தலைவியது குழையும் உள்ளத்தை நெகிழ்வித்ததன்றித், தோழியது வலிய உரனையும் சிதைப்பதாயிரா நின்றது; இனி, இவள் ஊடல் ஒழிவள்காண் என்று ஆற்றினானாகக் கொள்க.

இப்பாட்டினைப் பிற்கூறிய இரண்டு துறைக்கும் கொள்ளின், குறிஞ்சி ஒழுக்கமாம்.

'நாம் அல்ல குறிப்பிட்டது தலைவியது மெலிய நெஞ்சத்தையும் தோழியது வலிய நெஞ்சத்தையும் ஒருசேர நெகிழ்விக்கும் என்று ஆற்றினானாம். என்று பிற்கூறிய முறைக்கு ஏற்பப் பொருள் உரைத்துக் கொள்க. 'பாண் மகளது வாளைமீனை நெல் முகவைக்குப் பேறாரேனும், முத்தத்திற்கும் நன்கலனுக்கு பெற்றாற்போல, நாம் தலைவியைக் குறையிரத்த கலனுக்கும் பெற்றாற்போல, நாம் தலைவியைக் குறையிரத்தலாற் பெறேமாயினும், நன்கலன் நல்கிப் பெறுவோம்' என்று தலைமகன் ஊக்கத்துடன் சொல்லி ஆற்றினானாகக் கொள்ளலும் கூடும்.

மேற்கோள்: 'மெய் தொட்டுப் பயிறல்' என்னும் களவியற் சூத்திரத்து, 'மற்றைய வழியும்' என்னும் பகுதிக்கு இப்பாட்டினைக் காட்டி, 'இது நெஞ்சினை இரவு விலக்கியது' என்பர் நச்சினார்க்கினியர்.

பாட பேதங்கள்: 1. நின்செயல். 4. ப்பரப்பிக். 6. அறல்வாழ். 7. போகிய தன்னையர். 12. கலந் தரூஉம். 17. விளிகுவை கொல்லோ சொன்மோ?

127. வழிநாள் தங்கலர்!

பாடியவர்: மாமூலனார். **திணை:** பாலை. **துறை:** பிரிவிடை ஆற்றாளாகிய தலைமகளைத் தோழி வற்புறுத்தியது. **சிறப்பு:** இமய வரம்பன் நெடுஞ்சேரலாதனின் வெற்றி மேம்பாடு.

(பொருள் தேடிவரச் சென்றிருந்த தலைவன் வராதது கண்டு வாடி மெலிந்தாள் தலைவி. அவள் வருத்தத்தைப் போக்குமாறு, தோழி இப்படி அவளுக்கு உறுதிசொல்லித் தேற்றுகிறாள்.)

இலங்குவளை நெகிழச் சாஅய், அல்கலும்
கலங்கஞர் உழந்துவ, நாம்இவண் ஒழிய
வலம்படு முரசின் சேர லாதன்
முந்நீர் ஒட்டிக் கடம்புஅறுத்து, இமயத்து
முன்னோர் மருள வணங்குவிற் பொறித்து,

நன்னகர் மாந்தை முற்றத்து ஒன்னார்
பணிதிறை தந்த பாடுசால் நன்கலம்
பொன்செய் பாவை வயிரமொடு ஆம்பல்
ஒன்றுவாய் நிறையக் குவைஇ, அன்றவண்
நிலம்தினத் துறந்த நிதியத்து அன்ன,

ஒருநாள் ஒருபகற் பெறினும், வழிநாள்
தங்கலர்-வாழி, தோழி! - செங்கோற்

கருங்கால் மராஅத்து வாஅல் மெல்இணர்ச்
சுரிந்துவணர் பித்தை பொலியச் சூடிக்,
கல்லா மழவர் வில்லிடம் தழீஇ,

வருநர்ப் பார்க்கும் வெருவரு கவலை
மொழிபெயர் தேஎத்தர் ஆயினும்,
பழிதீர் காதலர் சென்ற நாட்டே.

'இலங்குகின்ற கைவளை' நெகிழுமாறு மெலிந்து, தினமும் கலங்கும் துன்பமுழந்து, நாம் இவ்விடத்தே தனித்திருப்பவும்,

பழியினின்றும் நீங்கிய நம் காதலர் தாம் சென்ற வேற்று நாட்டிலே,

கடலிடத்தே நாவாயைச் செலுத்திக் கடம்பினை அறுத்து, அதுகொண்டு இயற்றிக்கொண்ட வெற்றிமிக்க முரசினையுடைய சேரலாதன், இமயமலையில் முன்னோரெல்லாம் வியக்க வளைந்த விற்பொறியைப் பொறித்து, (மீண்டும் திரும்பி வந்து), மாந்தைக் கண்ணுள்ள நன்மையினையுடைய தன் பெருமைமிக்க நல்ல ஆபரணங் களோடு, பொன்னாற் செய்த பாவையையும், வயிரங்களையும், ஆம்பல் என்னும் எண்ணின் அளவுக்கு நிறையக் குவித்து, அன்று நிலத் தின்னும்படி அவ்விடத்தே துறந்த, அந்நிதியன்ன நிதியினை நம் காதலர் ஒருநாள் ஒரு பகலிற் பெற்றாலும்;

சிவந்த கொம்பினையும் கரிய காம்பினையுமுடைய மராமரத்தின் வெளிய மெல்லிய பூங்கொத்தினைச் சுரிந்து வளைந்த தலைமயிர் பொலிவுறச் சூடி, ஆறலைக்குந் தொழிலையன்றிப் பிற தொழிலை கல்லாத மழவர், வில்லை இடப்புறத்திலே தழுவிச், சுரத்தினிடத்தே வருகின்ற சாத்தரைப் பார்க்கும், அச்சம் வருகின்ற கவர்த்த பாலைநில வழிகளையுடைய, மொழி வேறுபட்ட திசையிலுள்ளா ராயினும்;

மறுநாள் தங்கார்; தோழி நீ வாழ்க!

என்று பிரிவிடை ஆற்றாளாகிய தலைமகளைத் தோழி வற்புறுத் தினாள் என்க.

வளை நெகிழ மெலிந்து அஞருழந்து நாம் இவண் ஒழிந்திருக்க, நம் காதலர் சேரலாதன் துறந்த நிதியன்ன நிதியை, ஒருநாள் ஒரு பகலிலே தாம் சென்ற நாட்டின்கண் பெறினும், வழிநாள் ஆண்டுத் தங்கலர் என்று கூட்டிப் பொருள் காண்க.

சொற்பொருள்: 1. இலங்கு வளை-விளங்குகின்ற வளை. 2. கலங்கு அஞர் உழந்து-கலங்கும் துன்பத்தினை அடைந்து வருந்தி. 3. வலம்படு முரசு- வெற்றிமிக்க முரசு. 4. முந்நீர்-கடல். கடம்பு-கடம்பாகிய பகைவரது காவல் மரம். 5. வணங்கு வில்-வளைந்த

விற்பொறி. 6. மாந்தை-சேரலாதனின் கோநகர். முற்றம்-கோயில் முற்றம்; கோயிலாவது அரண்மனை. 7. பணிதிறை தந்த -பணிந்து திறையாகத் தந்த. 8. ஆம்பல்- பேரெண். 10. நிலத்தினத் துறந்த-நிலந் தின்னுமாறு துறந்த-நிலத் தின்னுமாறு துறந்த; நிலத்தின்னல்-எடுத்துப் பயன்படுத்துதல் இன்மையால். 12. செங்கோல் சிவந்த கொம்பு. 13. கருங்கால்- கரியகாம்பு. மராஅம்-மராமரம். வாஅல்-வெண்மையான. கல்லா மழவர்-ஆறலைத் தலையன்றித் பிற தொழிலைக் கல்லாத மழவர். 16. வருநர்-வருகின்ற வாணிகச் சாத்தினர். வெருவரு- அச்சம் வருகின்ற. 17. பழிதீர்-பழியினின்றும் நீங்கிய.

விளக்கம்: காதலர் பொருளால் மயங்கியும், போரால் வருந்தியும் வேற்று நாட்டுப் தங்குவாரல்லர் என்று தலைவனது புகழும் வீரமும் எடுத்துக் கூறித்தோழி வற்புறுத்தினாள் என்று கொள்க. பழிதீர் காதலர் ஆதலின், செய்வினை முற்றாமையே, அவர் வரும் நாள் கடந்து போவதற்குக் காரணம் என்பதுமாம்.

128. தளரடி தாங்கும் நெஞ்சு!

பாடியவர்: கபிலர். **திணை:** குறிஞ்சி. **துறை:** இரவுக்குறி வந்த தலைமகன் சிறைப்புறத்தானாகத், தலைமகள் தோழிக்குச் சொல்லுவாளாய்ச சொல்லியது.

(இரவுககுறியிடத்திலே வந்து தலைவன் வரவுக்கு எதிர்நோக்கிக் காத்திருக்கும் தலைவி, தன் தோழியிடத்திலே தன்னுடைய மனநிலையினை இப்படிக் கூறுகிறாள். அவன், சிறைப்புறத்தே, புறத்தே நின்று கேட்டுக் கொண்டிருப்பான் என்பது குறிப்பு.)

மன்றுபா டவிந்து மனைமடிந் தன்றே,
கொன்றோ ரன்ன கொடுமையோ டின்றே
யாமம் கொளவரின் கனைஇக், காமங்
கடலினும் உரைஇக், கரைபொழி யும்மே,
எவன்கொல்-வாழி, தோழி!-மயங்கி
இன்னம் ஆகவும், நன்னர் நெஞ்சம்
என்னோடும் நின்னொடும் சூழாது, கைம்மிக்கு,
இறும்புபட்டு இருளிய இட்டருஞ் சிலம்பிற்
குறுஞ்சுனைக் குவளை வண்டுபடச் சூடிக்,
கான நாடன் வரூஉம், யானைக்
கயிற்றுப்புறத் தன்ன, கன்மிசைச் சிறுநெறி,
மாரி வானந் தலைஇ நீர்வார்பு,
இட்டருங் கண்ண படுகுழி இயவின்,
இருளிடை மிதப்புழி நோக்கி, அவர்
தளர் அடி தாங்கிய சென்றது, இன்றே?

ஊரம்பலங்கள் ஒலியவிந்தவாய் மனைகளும் உறங்கின;

கொன்றால் ஒத்த கொடுமையோடு இன்று நடுயாமப் பொழுதும் வருமாயின். காமமானது செறிந்து கடலினுங் காட்டிற் பரந்து, பின்னர்க் கரைந்து ஒழியும்;

நாம் இவ்வண்ணமாயிருப்பவும், நம் நல்ல நெஞ்சமானது மயங்கி, என்னோடும் நின்னோடும் ஆராயாது, கைகடந்து;

சிறுகாடிட்டு இருண்ட குறுகலான கடத்தற்கரிய பக்க மலையினிடத்துள்ள, குறுமையினையுடைய கனையிடத்தே பூத்த குவளை மலரை, வண்டு மொய்க்கும்படி சூடியவனாகக் கானநாடன் வாரா நின்ற, யானை முதுகிற்கிடந்த கயிற்றுத் தழும்பு போன்ற கன்மிசையே யுள்ள சிறிதான வழியிலே;

மாரிக்காலத்து மேகம் மழை பெய்து நீங்கக், கூதிரிலே நீர் ஒழுகிச் செல்லுவதற்கு அரிதாயிருக்கும் குறுகிய இடத்தேயுள்ள படுகுழிகளையுடைய வழியிலே;

இருளினிடையே அவர் மிதிக்குந்தோறும் பார்த்து, அவரது தளரா நின்ற அடியைத் தாங்கியுதவும் பொருட்டாக, இன்று அவ்விடம் சென்றதே!

அஃது என்ன பயனைக் கருதியோ? தோழி அதனைச் சொல்வாயாக, நீ வாழ்க!

என்று, இரவுக்குறி வந்த தலைமகன் சிறைப்புறத்தானாகத் தலைமகள் தோழிக்குச் சொல்லுவாளாய்ச் சொன்னாள் என்று கொள்க.

மன்று பாடவிந்து மனைமறந்தன்று; காமம் கரைபொழியும்; நாம் இன்னமாகவும், நெஞ்சம் கான நாடன் வரூஉம் சிறு நெறிக்கட் படுகுழியியலின், அவர் இருளிடை மிதிப்புழி நோக்கித் தளரடி தாங்கி இன்று சென்றது; இஃது என்னையோ! என்க.

தான் தலைவனைப் பிரிந்து வருந்தியிருப்பவும், தன் நெஞ்சம் தலைவனது தளரடியைத் தாங்க சென்றது அதன் அன்பு மிகுதியினால் என, அதன் அன்பு மிகுதியை நோக்கி, 'நன்னர் நெஞ்சம்' என்றனள்.

சொற்பொருள்: 1. மன்றுஊர் அம்பலம். மனை-இல்லங்கள். மடிந்தன்று-உறங்கின. 2. கொன்றோரன்ன-கொன்றாலொத்த; ஓர், அசை. 3. கனைஇ- செறிந்து, உரைஇ-பரந்து. கரைபொழியும்-கரைபு ஒழியும்; கரைபு-கரைந்து, 7. கைமிக்கு-கைக்கடந்து. 8. இறும்பு-சிறுகாடு. இட்டருஞ்சிலம்பு- குறுகிய கடத்தற்குரிய பக்க மலை. 12. மாரிவானம்-மாரிக் காலத்து மேகம். 13. இயவு-வழி.

மேற்கோள்: 'மாயோன் மேய காடுறை யுலகமும்' என்னும் அகத்திணையியற் சூத்திரவுரையில், இறும்புபட்... சிறுநெறி'' என்பது குறிஞ்சி ஒழுக்கத்திற்குக் குறிஞ்சி ஒழுக்கத்திற்குக் குறிஞ்சி நிலம் உரியதாயிற்று என்றும்;'

காடு மாலையு முல்லை குறிஞ்சி, கூதிர் யாமம் எம்மனார் புலவர்' என்ற சூத்திரவுரையில், குறிஞ்சிக்கட் கூதிரும் யாமமும் வந்தற்கு இப் பாட்டினைக் காட்டி, இஃது இரவுக் குறிக்கட் சிறைப் புறமாகத் தோழிக்கு உரைப்பாளாக

'மறைந்தவற் காண்டல்' என்னும் களவியற் சூத்திரத்துப் 'பொழுது மாறும் புரைவ தன்மையின், அழிவு தலைவந்த சிந்தைக் கண்ணும்' என்னும் பதவிக்கு இப் பாட்டினைக் காட்டிக், 'காமம் கரைபு ஒழியாநிற்கவும் என்ன நன்றி கருதி இருவரொடுஞ் சூழாது சென்றது நெஞ்சு' எனப் பொழுதும் நெறியும் இரண்டும் கூறினாள்; 'மனைமடிந்தன்றே' என்பது பொழுது; 'சிறுநெறி' என்றது ஆற்றின் னாமை; இதனைப் பொருளியலுட் கூறாது, தன் வயின் உரிமையும், அவன் வயிற் பரத்தைமையும் பற்றி ஈண்டுக் கூறினாள் எனலாம்.

''பொழுதும் ஆறும் காப்பும்'' என்றும் பொருளியற் சூத்திர உரையில், 'மன்றுபா டவிந்து' என்பது, பொழுது வழுவுதலிற் குற்றங் காட்டியது என்றும்;

'நோயும் இன்பமும்' என்றும் பொருளியற்சூத்திர உரையில், இப்பாடலில் 'நெஞ்சம் தளரடி தாங்கிய சென்றது இன்றே' என்பது, உறுப்புடையது போல அழுகைப்பற்றிகூறியது என்றும், நச்சினார்க் கினியர் காட்டுவர்.

'முட்டுவயிற் கழறல்' என்னும் மெய்ப்பாட்டியற் சூத்திரத்து, 'அச்சத்தின் அகறல்' என்னும் மெய்ப்பாட்டிற்கு இதனை உதாரண மாகக் காட்டி, 'இதன் கருத்தாவது, நாம் இருவர் இருளிடை வருதல் ஏதம் அஞ்சி அகன்று அவலித்திருப்பவும் என்னையும் நின்னையும் கேளாது என்னெஞ்சு போவானேன் என்றவாறாயிற்று, என்பர் பேரா சிரியர்.

'செல்வர் மனத்தின் ஓங்கி' என்னும் சிந்தாமணிச் செய்யுள் உரையில், 'யானைக்கயிற்றுப் புறத்தன்ன கன்மிசைச் சிறுநெறி' என்பது, வழியின் ஓக்கத்தைக் கூறியதாக நச்சினார்க்கினியர் கொள்வர்.

பாடபேதங்கள்: 3.கோள்வரின். 6. இன்னண. 13. படுங்குழி யியவின்.

129. மனம் திறந்து சொன்னார்!

பாடியவர்: குடவாயில் கீரத்தனார். **திணை:** பாலை. **துறை:** பிரிவிடை வேறுபட்ட தலைமகளுக்குத் தோழி சொல்லியது.

(பிரிவிடை வேறுபட்டாள் தலைவி. அவளுக்கு, முன்னர்க் களவுக் காலத்திலே தலைவன் தன் காதல் மிகுதியைத் தெரிவித்துச் சொன்னதைக் காட்டி, அவன் வருவான் என்கிறாள் தோழி.)

'உள்ளல் வேண்டும் ஒழிந்த பின்' என
நள்ளென் கங்குல் நடுங்குதுணை யாயவர்
நின்மறந்து உறைதல் யாவது? 'புல் மறந்து
அலங்கல் வான்கழை உதிர்நெல் நோக்கிக்'
கலைபிணை விளிக்கும் கானத்து ஆங்கண்,

கல்சேர்பு இருந்த கதுவாய்க் குரம்பைத்
தாழிமுதற் கலித்த கோழிலைப் பருத்திப்
பொதிவயிற்று இளங்காய் பேடை ஊட்டிப்,
போகில்பிளந் திட்ட பொங்கல் வெண்காழ்
நல்கூர் பெண்டிர் அல்குற் கூட்டும்

கலங்குமுனைச் சீறூர் கைதலை வைப்பக்,
கொழுப்புஆ தின்ற கூர்ம்படை மழவர்,
செருப்புடை அடியர், தெண்சுனை மண்டும்
அருஞ்சுரம் அரிய வல்ல, வார்கோல்
திருந்திழைப் பணைத்தோள் தேன்நாறு கதுப்பின்,

குவளை உண்கண், இவளொடு செலற்கு 'என
நெஞ்சுவாய் அவிழ்ந்தனர் காதலர்-
அஞ்சில் ஓதி ஆயிழை! -நமக்கே.

அழகிய சிலவாகிய கூந்தலையும், ஆராய்ந்த ஆபரணங்களையும் உடைய தலைவியே!

இவளை நாம் பிரிந்து போனபின், இவள் இரந்து பாட்டை நினைந்து நாம் இரங்க வேண்டுமன்றோ என நினைந்து, நள்ளென்னும் இரவில், நடுங்குந் துணையினரான நம் தலைவர்;

தான் புல்லுத் தின்னுதலை மறந்து, காற்றால் அசைந்தாடும் பெரிய மூங்கிலினின்றும் உதிரும் நெல்லை நோக்கிக் கலைமான் தன் பிணையை அழைக்கும் கானத்திடத்தே;

கற்பாறையோடு சேர்ந்து அமைந்திருந்த வடுப்பட்ட சிற்றில்லிலே;

தாழியிடத்தே செருக்கி வளர்ந்த கொழுவிய இலையையுடைய பருத்தி மொட்டினிடத்துள்ள இளங்காயைத் தன் பேடைக்கு ஊட்டி, ஆண் பறவைகள் கொத்திப் பிளந்து போட்ட பஞ்சி பொங்கி எழுந்த, வெளிய அப் பருத்திக் கொட்டையை, வறுமையுற்ற பெண்டிர் தம் அல்குலிடத்துக் கூட்டா நிற்கும்;

கலங்குதற்கு காரணமான போர்முனையையுடைய சிறிய ஊரினர் கையைத் தலைமீது வைத்து வருந்தும்படி;

அவருடைய கொழுத்த ஆவைக் கவர்ந்து சென்று தின்ற கூரிய படையையுடைய மழவர், செருப்பினைப் பூண்ட அடியினராய்த், தெள்ளிய கணைக்கண் நீரருந்த நெருங்கும் அரியசுரமானது;

நீண்ட கோற்றொழில் அமைந்த திருந்திய ஆபரணங்களையும், மூங்கில் போன்ற தோளையும், வண்டுபடுகின்ற கூந்தலையும், குவளை போன்ற மையுண்ட கண்ணையுமுடைய இத் தலைவியுடன் செல்லு வதற்கு அரியவல்லவாய் இராநின்றன என்று, காதலர் நமக்குத் தம் மனக்கருத்தை வெளியிட்டனர்.

அவ்வாறாகியபோது, நின்னை மறந்து நம் காதலர் வேற்று நாட்டிடத்தே தங்குதல் என்பது எவ்வாறு கூடும்?

என்று, தலைமகட்குத், தோழி தலைமகன் பிரிந்த காலத்துச் சொன்னாள் என்க.

சொற்பொருள்: 1. ஓதி-மகளிர் கூந்தல். 2. நள்ளென்கங்குல்-நள்ளென்னும் இரவு. 3. புல் மறந்து. 4. அலங்கல்-அசைந்தாடும். வான்கழை-பெரியமூங்கில். 6. கல் சேர்பு இருந்த-கற்பாறையோடு சேர்ந்திருந்த. கதுவாய்க் குரம்பை-வடுபட்ட சிற்றில். 7. கலித்த-செருக்கி வளர்ந்த. கோழ் இலை-கொழுவிய இலை. 8. பொதி-மொட்டு. 9. போகில்-புள். 10. 'பெண்டிர்' என்றது வறுமையுற்ற பெண்டிரை. அல்குற்கூட்டும்- மடியினிடத்தே கூட்டா நிற்கும்; 'அல்கற் கூட்டும்-' பாடமாயின், இரவிற் கூட்டும். 15. தேன் நாறு கதுப்பு-வண்டு மொய்க்கும் கூந்தல். 17. நெஞ்சு வாய் அவிழ்ந்தனர்-மனக்கருத்தை வாய்விட்டுச் சொல்லினர்.

விளக்கம்: 'புன் மறைந்து' (3) என்னும் பாடத்திற்குப் புல்லுப் புதரிலே மறைந்திருந்து என்று பொருள் கொள்க.

பாடபேதங்கள்: 3. புன்மறைந்து 9. பொங்கர் வெண்காழ் 10. அல்கற் கூட்டும்.

130. பார்த்தால் பேச மாட்டீர்கள்!

பாடியவர்: வெண்கண்ணனார். **திணை**: நெய்தல். **துறை**: கழறிய பாங்கற்குத் தலைமகன் கழற்றெதிர் மறுத்தது. **சிறப்பு**: கொற்கை முன்றுறைச் சிறப்பு.

(தலைவன் தன் ஆண்மையெல்லாம் தோற்றும் பெண் ஒருத்தி பால் மையல் கொண்டு மயங்கினான். அவனை இடித்துரைத்துத் தோழர் கள் பழித்தனர். அதற்கு அவன் எதிர்மறுத்து உரைப்பது இது.)

அம்ம வாழி, கேளிர்! முன்நின்று
கண்டனிர் ஆயின், கழறலிர் மன்னோ-
நுண்தாது பொதிந்த செங்காற் கொழுமுகை

முண்டகம் கெழீஇய மோட்டுமணல் அடைகரைப்,
பேஎய்த் தலைய பிணர்அரைத் தாழை'
எயிறுடை நெடுந்தோடு காப்பப், பலவுடன்
வயிறுடைப் போது வாலிநின் விரீஇப்,
புலவுப்பொருது அழித்த பூநாறு பரப்பின்
இவர்திரை தந்த ஈர்ங்கதிர் முத்தம்
கவர்நடைப் புரவிக் கால்வடுத் தபுக்கும்
நற்றேர் வழுதி கொற்கை முன்துறை
வண்டுவாய் திறந்த வாங்குகழி நெய்தற்
போதுடுபுறங் கொடுத்த உண்கண்
மாதர் வாண்முகம் மதைஇய நோக்கே.

பாங்கரே! யான் சொல்வதனைக் கேட்பீராக!

நுண்ணிய தாது மூடிய சிறந்து காம்பினையும், கொழு மொட்டினையுமுடைய, கழிமுள்ளி பொருந்திய மேடிட்ட மணலடைந்த கரையின்கண்ணே;

பேய் போன்ற தலையையுடைய சருச்சரை பொருந்திய அரையினையுடைய தாழையினது;

முள்ளாகிய பற்களையுடைய நெடிய மடல்கள் பல ஒரு சேரக் காப்ப;

நடுவிடத்தைப் பிறப்பிடமாக வுடைய மொட்டுக்கள் தூய்மையாக விரிந்து, புலால் நாற்றத்தினைப் பொருது வென்று அழித்ததனால், பூமணமே கமழும் கடற்பரப்பினிடத்தே, பரக்கின்ற அலைகள் கரையிலே தந்த குளிர்ந்த கதிர்களையுடைய முத்தங்கள், விரும்பிய நடையையுடைய குதிரையின் காலை வடுப்படுத்து முடஞ்செய்யும், நல்ல தேரையுடைய வழுதியின் கொற்கைப் பட்டினத்து, முதன்மையான கடற்றுறையின் கண்ணே;

வண்டினால் வாய் விரிக்கப்பெற்ற வளைந்த கழியிடத்துள்ள நெய்தற் போது, அழகினுக்குத் தோற்றுப் புறங்கொடுத்த, ஒளி பொருந்திய முகத்தின் கண்ணுள்ள மையுண்ட கண்ணின் காதலொடு பொருந்திய, வனப்பு மிகுந்த பார்வையின;

எதிர் நின்று நீர் கண்டீராயின், இவ்வாறு என்னை இடித்துக் கூறவே மாட்டீர்.

அது காணவில்லையாதலால், எம்மை இடித்துக் கூறுவீராயினீர்.

என்று, பாங்கற்குத் தலைமகன் கழற்றெதிர் மறுத்தான் என்க.

சொற்பொருள்: 1. கேளிர்- கேட்பீராக! 4. முண்டகம்-கழி முள்ளி. 5. பிணர் -சருச்சரை. 8. பரப்பின்-கடற்பரப்பின் கண். 9. ஈர்ங் கதிர்-தண்ணிய ஒளிக்கதிர். 10. கவர் நடை- விரும்பும் நடை. கால் வடுத் தபுக்கும்-காலைவடுப்படுத்து முடம்படுக்கும். 12. வாங்கு கழி- வளைந்த கழி. 14. மதை இய- வனப்பு மிக்க.

உள்ளுறை பொருள்: கழிமுள்ளியின் மொட்டோடு தாமரை யின் மொட்டுப் பொருந்தியிருந்ததென்பது காதற் தோழியோடு தலைமகன் கூடியிருந்த தன்மையாகவும்; தாழையின் தோடுகள் பல சூழ்ந்து அம் முகையைக் காத்திருந்தது, ஆயவெள்ளம் தலைமகளை இடைவிடாமற் சூழ்ந்திருந்த தன்மையாகவும்; உள்ளுறையாகப் பொருள்படக் கூறிப், பாங்கற்குத் தலைமகன் தான் கண்ட தலை மகனது இயல்பினை உரைத்தானாகக் கொள்க.

தாழம்பூக் கழியின் புறத்துள்ள புலால் நாற்றத்தினை நீக்கித் தன் மணமே கழியிடமெல்லாம் கமழுமாறு செய்தது போலத், தலைவி யின் பாலுள்ள என் காதல் நும் உறுதிமொழிகளையெல்லாம் முற்றவும் நீக்கி, அக் காதலையே பெருக்குவதாயிரா நின்றது என்று, இறைச்சி யிற் பொருள்பட, உள்ளவுரனோடு கிளந்து, கழற்றெதிர் மறுத்தானாக வும் கொள்க.

மேற்கோள்: பாங்கன் கழறத் தலைமகன் கழற்றெதிர் மறுத் தற்கு இப்பாட்டினை நக்கீரனார் மேற்கோள் காட்டுவர் (இறையனார் களவியல் 3.)

பாடபேதங்கள்: 3. குறுமுகை 5. பெய்தல் தலைஇய. 6. நெடுங் கோடு. 7. விரிய; விரைஇ. 8. பொருதிழிந்த. 10. கவர்பரி; கவர்காற். 12. திறக்கும்; துறந்த. 15. புறக் கொடுத்த.

131. யான் வாரேன்!

பாடியவர்: மதுரை மருதன் இளநாகனார். **திணை:**பாலை. **துறை:** பொருள் கடைக்கூட்டிய நெஞ்சிற்குத் தலைமகன் சொல் லியது. **சிறப்பு:** நடுகல் நட்டு வீரரைப் போற்றும். பழைய தமிழர் மரபு.

(பிறருக்கு ஈந்து புகழ்பெற விரும்பினாள் ஒருவன். அதற்குப் பொருள்தேடி வரவும் அவன் நெஞ்சம் தூண்டியது. ஆனால், தலைவி யைப் பிரியவும் அவனால் முடியவில்லை. தன் நெஞ்சிற்கு இவ்வாறு கூறிப் போகாதேயே அமைகின்றான்)

‘விசும்புற நிவந்த மாத்தாள் இதணைப்
பசுங்கேழ் மெல்லிலே அருகுநெறித் தன்ன,
வண்டுபடுபு இருளிய, தாழ்இருங் கூந்தல்
சுரும்புஉண விரிந்த பெருந்தண் கோதை
இவளினும் சிறந்தன்று, ஈதல் நமக்கு என,

விளை அம்பின் விழுத்தொடை மழவர்
நாள்ஆ உய்த்த நாமவெஞ் சுரத்து
நடைமெலிந்து ஒழிந்த சேட்படர் கன்றின்
கடைமணி உகுநீர் துடைத்த ஆடவர்
பெயரும் பீடும் எழுதி, அதர்தொறும்,

பீலி சூட்டிய பிறங்குநிலை நடுகல்
வேல்ஊன்று பலகை வேற்றுமுனை கடுக்கும்
வெருவரு தகுந கானம் 'நம்மொடு
வருக' என்னுதி ஆயின்,
வாரேன், நெஞ்சம்! வாய்க்கநின் வினையே.

வானமளாவ உயர்ந்த, கரிய அரையினையுடைய இதணை மரத்தின் பசிய நிறமுடைய மென்மையான இலைகள், ஒன்றனருகே ஒன்று ஒடித்து வைக்கப்பட்டாற் போல, வண்டு மொய்த்து இருண்ட முதுகின் புறத்தே தாழ்ந்த கரிய கூந்தலையும், சுரும்பினம் உண்ண விரிந்த பெரிய குளிர்ச்சியான மாலையினையுமுடைய இத் தலைவியினும், வறியார்க்கு ஈதலே நமக்குச் சிறந்ததென;

'விள்' என்னுஞ் சீழ்க்கை ஒலியினைக் கொண்ட, தப்பாத அம்புத் தொடையையுடைய வீரர், நாட்காலையிலே வெட்சி சூடினராய், ஆன் நிரையைக் கவர்ந்துக்கொண்டு போன, அச்சம் பொருந்திய வெம்மைகொண்ட பாலைநில வழியிடத்தே, தூரத்து நடையினாலே மெலிந்து தம் தாயுடன் சொல்லமாட்டாது தங்கிவிட்ட நினைவுத் துன்பத்தையுடைய கன்றுகளின் கடைக்கண்களினின்றும் ஒழுகும் நீரைத் துடைத்த கரந்தை வீரர்களது;

பெயரும் பெருமையும் எழுதி, மயிற்பீலி சூட்டிய, பாலை நில வழிதோறும் உயர்ந்து தோன்றுகின்ற நிலையான நடுகற்களிடத்து, அந் நடுகலிடத்தவன் பிடித்த வேலை நட்டு, அதன் கண் சார்த்தப் பெற்ற கேடகங்கள், வேற்று வேந்தரது போர் முனையைப் போலத் தோன்றாநின்ற, அச்சம் வருகின்ற கானத்தே;

நெஞ்சமே! நம்மொடு நீ வருக என்று அழைப்பையாயின். யான் வாரேன்; நீயே செல்வாயாக; நின் காரியம் கைகூடுதலாக!

என்று, பொருள் கடைக்கூட்டிய நெஞ்சிற்குத் தலைவன் கூறினான் என்க.

சொற்பொருள்: 1. இதணை-ஒரு மரம். மாத் தாள் இதணை-கரிய அரையினையுடைய இதணை மரம். 3. வண்டு படுபு - வண்டு மொய்த்து. 6. விளை அம்பு-'விள்' என்னும் சீழ்க்கை ஒலியோடு தொடுக்கப்படும் அம்பு. 11. பிறங்கு நிலை-உயர்ந்து தோன்றுகின்ற நிலையான. 12. 'வேல்' என்றது நடுகலிடத்தவன் கைக்கொண்டிருந்த வேலினை. 15. வாய்க்க-வாய்ப்பதாக; காரியம் கைகூடுக.

வண்டு மொய்த்து இருண்ட முதுகின் புறத்தே தாழ்ந்த. கரிய கூந்தலுக்கு, விசும்புற நிவந்த மாத்தாள் இதணை பசுங்கேழ் மெல் லிலை அருகு நெற்றித்தன்ன என்று உவமித்துக் காட்டுகின்றார். இதனாற் கூந்தலின் இயல்பான கருமையும் நெடுமையும், அதன்பால் சூட்டப்பட்டிருக்கும் தண்கோதையின் சிறப்பும் விளங்கும்.

இதணை இலை அருகு நெறித்தன்ன வண்டுபடுபு இருளிய கூந்தற்கோதை இவளினும், நமக்கு ஈதல் சிறந்தன்று என் நெஞ்சே, கானம் நம்மொடு வருக என்னுதியாயின், வாரேன்; நின் வினை வாய்க்க என்று கூட்டிப் பொருள் காண்க.

மேற்கோள்: 'ஆபெயர்த்துத் தருதலும்' என்னும் 'வெறியறி சிறப்பின் என்னும் புறத்திணையின் சூத்திரப் பகுதிக்கு, இப்பாட்டினை உதாரணமாகக் காட்டி, இதனுள் மறவர் நாளாவுய்த்த' என, வேந்துறு தொழிலில்லாத வெட்சித் திணையும், கரந்தைக்கண்ணே கொள்க என்றும்;

'பெயரும் பீடும் எழுதி அதர்தொறும் பீலி சூட்டிய பிறங்கு நிலை நடுகல்' என, அகத்திற்கும் வருதலின், பொதுவியலாயிற்று' என்றும்;

'நோயும் இன்பமும்' என்னும் பொருளியற் சூத்திரத்து வருக வென்னுதி யாயின், வாரேன், நெஞ்சம்! வாய்க்க நின்வினையே' என்பது, மறுத்துரைப்பது போலத் தறுகண்மை பற்றிப் பெருமிதங் கூறிற்று என்றும் நச்சினார்க்கினியர் கூறுவர்.

பாடபேதங்கள்: 1. ளீகைப். 6. வீவாய் அம்பின். 12. படுக்கும். 15. வோர நெஞ்சம்.

132. நின்னுடன் கொண்டு போய்விடுக!

பாடியவர்: தாயங் கண்ணனார். **திணை:** குறிஞ்சி. **துறை:** தோழி தலைமகளை இடத்து உய்த்துவந்து தலைமகனை எதிர்ப்பட்டு நின்று வரைவுகடாயது.

(குறித்த இடத்திலே தலைமகளைக் கொண்டு சேர்த்து விட்டுத், தலைமகன் அவளை விரைந்து மணந்துக்கொள்ள வேண்டியதை வற்புறுத்துகிறாள் தோழி.)

ஏனலும் இறங்குகுரல் இறுத்தன, நோய்மலிந்து,
ஆய்கவின் தொலைந்த இவள் நுதலும், நோக்கி
ஏதில மொழியும் இவ்வூரும் ஆகலின்,
களிற்றுமுகந் திறந்த கவுளுடைப் பகழி,
வால்நிணப் புகவின், கானவர் தங்கை
அம்பணை மென்தோள் ஆயஇதழ் மழைக்கண்
ஒல்கியற் கொடிச்சியை நல்கினை ஆயின்,

கொண்டனை சென்மோ நுண்பூண் மார்ப!
தளித்தலைத் தலைஇய சாரல் நளிசுனைக்
கூம்புமுகை அவிழ்ந்த குறுஞ்சிறைப் பறவை
வேங்கை விரியிணர் ஊதிக், காந்தள்
தேனுடைக் குவிகுலைத் துஞ்சி, யானை
இருங்கவுட் கடாஅம் கனவும்,
பெருங்கல் வேலி, நும் உறைவின் ஊர்க்கே.

தூங்கித் தாழ்ந்த கதிரினையுடைய தினையும் அறுக்கப்பட்டன; இவளுடைய நெற்றியும் நோய்மிக்கதனால் ஆயத்தாரால் ஆராயப் பட்ட தன் அழகுகெட்டது; இவ்வூரவரும் இதனை நோக்கிப் புறமான பழிச்சொற்களைச் சொல்லுகின்றனர்;

ஆதலினாலே,

களிற்றின் முகத்தைப் பிளந்த அம்பினையும், கன்னத்து அடக்கிய வெள்ளிய நிணமாகிய உணவினையுமுடைய, குறிஞ்சி நில மாக்களின் தங்கையாகிய, அழகிய மூங்கில் போன்ற மெத்தென்ற தோளினையும், ஆராய்ந்தெடுத்த இதழ் போன்ற குளிர்ந் கண்ணினையும், துவளும் இயல்பினையுமுடைய குறிஞ்சி நிலத் தலைவியை அருளுவை யாயின்;

மழைத் துளியை முதற்பெயலாகப் பெய்துவிட்ட மலைச் சார லிலே, பலவாகச் செறிந்த சுனையிடத்துக் கூம்பிய மொட்டை விரித்த, குறுமையான சிறகையுடைய பறவையாகிய வண்டுகள், வேங்கை யின் விரிந்த பூங்கொத்தினை நுகர்ந்து, தேனையுடைய காந்தளின் குவிந்த குலையிலே உறங்கி, யானையினது பெரிய கவுளிடத்து ஒழுகும் மதநீரை உண்பதாகக் கனாக்காணும், பெரிய மலையைச் சூழக்கொண்ட உறைதற்கு இனிய நுமது ஊர்க்கு;

வரைந்து கொண்டு செல்வாயாக.

என்று, தோழி தலைமகளை இடத்துய்த்து வந்து தலைமகனை எதிர்ப்பட்டு நின்று வரைவு கடாயினாள் என்க.

சொற்பொருள்: 1. இறங்கு குரல்-தூங்கித் தாழ்ந்த கதிர். இறுத்தன-அறுப்பட்டன. நோய் மலிந்து -நோய் மிகுந்து. 4. ‘கவளுடை வால்நிணப் புகவின் கானவர்’ எனக் கூட்டுக. புகவு-உணவு. 7. ஒல்கி யல் துவளும் இயல்பு. கொடிச்சி- குறிஞ்சி நிலத் தலைவி. 9. தலை இய- முதற் பெயலாகப் பெய்து விட்ட. 12. குவிகுலை-குவிந்தகுலை.

உள்ளுறை: கூம்பு முகை அவிழ்த்த பறவை, வேங்கையின் இணர் ஊதிக் காந்தட் குலையில் துஞ்சி, யானைக் கடாம் கனவும் என்றதன் கருத்து, தலைமகளின் நாண் முதலிய தளைகளை அவிழ்ந்த

தலைமகன், அவளை நுகர்ந்து பாங்கற் கூட்டமும் பின்னர்த் தோழி யிற் கூட்டமும் பெற்றுப், பின்னரும் இரவுக்குறி பகற்குறிகளால் அடைதற்கரிய கூட்டம் பெறச் சிந்தியா நின்றான்; அவ்வெண்ணத்தை விட்டு வரைவொடு புகுக எனத் தலைமகளைத் தோழி வரைவு கடா யினாள் என்று கொள்க.

மேற்கோள்: 'ஆயர் வேட்டுவர்' என்னும் பொருளியற் சூத்திரவுரையில், 'ஆயர் வேட்டுவர்' என்னும் இருபெயரான் அன்றி ஒன்றென முடித்தலாற் கொள்ளப்படும் தலைவரும் தலைவியரும் உளர் என்று உரைத்து, 'வானிணப் புகவிற்கானவர் தங்கை' என வருவனவும் காண்க என்பர் நச்சினார்க்கினியர்.

பாடபேதங்கள்: 6. ஆயிழை மழைக்கண். 9. துளிதலைக் கலை இய. 11. விரியிணர் உதிரக் காந்தள்.

133. ஒன்று வினவினர்!

பாடியவர்: உறையூர் மருத்துவன் தாமோதரனார். **திணை:** பாலை. **துறை:** 'பிரிவிடை, ஆற்றாளாயினாள்' எனக் கவன்ற தோழிக் குத், தலைமகள் 'ஆற்றுவல்' என்பதுபடச் சொல்லியது. **சிறப்பு:** மிளை நாடு பற்றிய செய்தி.

(தலைவன் பிரிந்த காலத்திலே தலைவியின் வாட்டத்தைக் கண்டு, 'இவள் எப்படிப் பொறுப்பாளோ?' என்று கலங்கினாள் தோழி. அவளுக்குத் தன் தலைவனின் காதல் மிகுதியைக் கூறித், 'தான் ஆற்றியிருப்பேன்' என்பது தோன்றச் சொல்லுகிறாள் தலைவி.

'குன்றி அன்ன கண்ண, குருஉமயிர்ப்,
புன்தாள், வெள்ளெலி மோவாய் ஏற்றை
செம்பரல் முரம்பில் சிதர்ந்தபூழி,
நல்நாள வேங்கைவீ நன்களம் வரிப்பக்,
கார்தலை மணந்த பைம்புதற் புறவின்,

வில்எறி பஞ்சியின் வெண்மழை தவழும்
கொல்லை இதைய குறும்பொறை மருங்கில்,
கரிபரந் தன்ன காயாஞ் செம்மலொடு
எரிபரந் தன்ன இலமலர் விரைஇப்,
பூங்கலுழ் சுமர்ந்த தீம்புனற் கான்யாற்று

வான்கொள் தூவல் வளிதர உண்கும்,
எம்மொடு வருதல் வல்லையோ மற்று?' எனக்
கொன்ஒன்று வினவினர் மன்னே-தோழி! -
இதல்முள் ஒப்பின் முகைமுதிர் வெட்சி
கொல்புனக் குருந்தொடு கல்அறைத் தாஅம்

மிளைநாட்டு அத்தத்து ஈர்ஞ்சுவற் கலித்த
வரிமரல் கறிக்கும் மடப்பிணைத்
திரிமருப்பு இரலைய காடிறந் தோரே.

சிவலின் கால் முள்ளைப் போன்றவான மொட்டு முதிர்ந்த வெட்சிப்பூ, கானவர் சுட்டு அழித்த தினைப்புனத்துக் குருந்தம் பூவோடு, கற்பாறையின்கண் பரந்து கிடக்கும், மிளைநாட்டின் பாலை வழியிலேயுள்ள, ஈரமான மேட்டிடத்திலே, செருக்கிவளர்ந்த வரிகளையுடைய மரலைக் கடிக்கும் மடப்பிணையுடன் கூடிய, திரிந்த கொம்பினையுடைய இரலைமான் வாழும் காட்டிற் சென்று நம் தலைவர்,

குன்றிமணிபோலும் கண்ணுடையவாய், நன்னிறம் பொருந்திய மயிரையும் புல்லிய காலையும் தாடியையுமுடைய ஆண் வெள்ளெலிகள் சிவந்த பரல்கள் மிக்க வன்னிலத்திலே கிளறிய புழுதியின் கண்ணே, மணநாளாகிய நன்னாளிலே பூக்குமியல்புடைய வேங்கைப்பூ விழுந்து நல்ல வெறியாடும் களம்போல அழகு செய்யக்,

கார்காலம் தலைக்கூடியதனால் பசிய புதர்களையுடைய முல்லை நிலத்திலே, வில்லினாலே அடிக்கப்பட்ட பஞ்சிப் போல வெள்ளிய மேகங்கள் தவழா நிற்கும், காட்டிடத்துப் புதுப் புனத்தினையுடைய சிறிய மலையின் பக்கத்திலே;

கரிபரவினாற் போன்ற காயாவினது பூவாடலோடு, எரிபரவினாற் போன்ற இலவ மலர், கலந்து, அழகிய வண்டலைச் சுமந்த தீவிய நீரையுடைய காட்டாற்றின் கண்ணே, வானை எட்டிய காற்று நீர்த்துவலையை எழுப்பித்தர உண்ணுவேமாகிய எம்முடன் வருதலை மாட்டுவையோ என்று.

பெருமை பொருந்திய ஒரு வார்த்தையைக் கேட்டார் தோழி!

கேட்டனரே அல்லாமற் கொண்டு தலைக்கழிந்திலர் என்று, தலைமகள் தோழிக்குக் கூறினாள் என்க.

விளக்கம்: மன் (13) ஒழியிசை. ஒருகால் கொண்டு தலைக் கழிதலும் கூடும் என்று தலைவி நினைத்தலால், அவள் ஆறுதல் பெற்றனள். தான் பசித்திருக்கவும் தன் பிணைமரலைக் கறித்துப் பசி தீர்வதைக் கண்டு மகிழும் இரலையையுடைய காட்டிற் சென்றவராதலால், நம் தலைவர் தாம் பாலை உழந்தனராயினும், விரைய வந்து நம் நோய் தீருமாறு அருளிச் செய்வர் என்று, தலைவி குறிப்பால் தோழிக்கு உணர்த்தினாள் என்க.

மிளைநாடு என்பது ஒரு நாடு; இந் நாட்டினராக மிளைக் கந்தன்; மிளைக்கிழான் நல்வேட்டன்; மிளைவேள் தித்தன் முதலியோரைக்

காணலாம். இஃது ஒரு குறுநாடு எனவும், தமிழகத்துள் ஒரு பகுதி எனவும் கொள்ளலாம்.

மேற்கோள்: இப்பாட்டினை, ‘இது பாலைக்கண் இரங்கல் நிழ்ந்தது’ எனக் ‘கொண்டு தலைக்கழியினும்’ என்னுஞ் சூத்திரவுரையில் நச்சினார்க்கினியர் காட்டுவர். அவர் கருத்துப்படி, தலைவர் எம்முடன் வருதலை மாட்டுவையோ என்று வினவினதன்றிக், கொண்டு சென்றிலர் என இரங்கியதாகும்.

பாடபேதம்: 16. இரநாட்டடத்தத்து - இரநாட்டிலுள்ள பாலையிடத்து.

134. இடி மறந்து செலுத்துக!

பாடியவர்: சீத்தலைச் சாத்தனார். **திணை:** முல்லை. **துறை:** வினைமுற்றி மீண்ட தலைமகன் பாகற்கு உரைத்தது.

(வினைமேல், தன் காதலியைப் பிரிந்து சென்ற தலைவன், வினையினை முடித்துவிட்டு திரும்புகின்றான். அப்போது அவன் தன்னுடைய பாகனுக்குக் குதிரைகளைச் செலுத்துவது பற்றிக் கூறியது இது.)

வானம் வாய்ப்பக் கவினிக் கானம்
கமஞ்சூல் மாமழை கார்பயந்து இறுத்தென
மணிமருள் பூவை அணிமலர் இடையிடைச்
செம்புற மூதாய் பரத்தலின், நன்பல
முல்லை வீகழல் தாஅய், வல்லோன்
செய்கை அன்ன செந்நிலப் புறவின்;
வாஅப் பாணி வயங்குதொழிற் கலிமாத்
தாஅத் தாளிணை மெல்ல ஒதுங்க,
இடிமறந்து, ஏமதி-வலவ! குவிமுகை
வாழை வான்பூ ஊழுறுபு உதிர்ந்த
ஒழிகுலை அன்ன திரிமருப்பு ஏற்றொடு
கணைக்கால் அம்பிணைக் காமர் புணர்நிலை
கடுமான் தேர்ஒலி கேட்பின்,
நடுநாட் கூட்டம் ஆகலும் உண்டே.

மழையானது தப்பாமல் வாய்த்தமையாலே, நிறைந்த சூலையுடைய கரிய மேகங்கள், கார்காலத்தின் பயன் விளையப் பெய்ததாகக், காடுகள் அழகுற்று, நீலமணியைப் போலும் காயாம்பூவின் அழகிய மலர்களின் இடையிடையே, சிவந்த முதுகினையுடைய இந்திர கோபப் பூச்சி பரவி ஊர்தலினாலும், நல்ல பல முல்லை மலர்கள் கழலின் கொடிக்கண் தாவுதலினாலேயும், சித்திரம் எழுத வல்லவனின்

செய்கையை ஒத்துத் தோன்றும், சிவந்த நிலத்தையுடைய முல்லை நில வழியிலே; தோன்றும், சிவந்த நிலத்தையுடைய முல்லை நில வழியிலே;

தாவிச் செல்லுதலினாலே தாளம் விளங்குகின்ற நாட்டியத் தொழில் பயின்ற மனஞ்செருக்கிய குதிரையினுடைய, தாவும் இணை யொத்த கால்களால் மெல்ல நடக்கும்படியாகச், சாட்டையால் அடித் தலை மறந்து, வலவனே! தேரைச் செலுத்துவாயாக!

ஏனெனில்,

முறையுற்று மடலுதிர்ந்த குவிந்த மொட்டாகிய, பெரிய பூ ஒழிந்த வாழையின் குலைபோலும் முறுக்குண்ட கொம்பினையுடைய ஏற்றுமானுடன், புணரும் நிலையிலுள்ள திரண்ட கால்களையுடைய அழகிய பிணைமான், விரைந்து செல்லும் குதிரை பூண்ட தேரின் ஒலியைக் கேட்டபின், அம் மருட்சியினாலே நடுநாளின்கண் முயக்கம் உண்டாதலும் கூடுமோ? இல்லையாதலின் என்க.

என்று, வினைமுற்றி மீண்ட தலைமகன் தேர்ப்பாகற்கு உரைத் ததாகக் கொள்க.

சொற்பொருள்: 1. வானம் வாய்ப்ப - மழை தப்பாமல். 2. கமஞ்சூல் -நிறைந்த சூல். கார் பயந்து இறுத்தல்-கார் காலத்தின் பயன் விளையப் பெய்தல். கார் பயந்து இறுத்தென-கார்காலத்தின் பயன் விளையப் பெய்ததாக. 3. மணி -நீலமணி. பூவை அணிமலர்-காயம்பூவின் அழகிய மலர். 4. மூதாய்-இந்திரகோபப்பூச்சி. 5. வீ-மலர். கழல் தாய் - கழலின் கொடிக்கண் வீழ்தலினாலே. 6. புறவு-முல்லை நிலம். 7. கலிமா-மனஞ் செருக்கிய குதிரை. பாணி- தாளம். 10. வான் பூ- பெரிய பூ. ஊழுறுபு-முறையுற்று. 11. ஏறு-ஏற்றுமான். 12. காமர் -அழகு.

விளக்கம்: தலைமகளைக் கூடுதற்கு விரைகின்றவன் தலைவன். ஆதலால், புணரும் நிலையிலுள்ள மானினங்களின் பிரி வுக்கு அஞ்சினாள் என்று கொள்க. எனவே, தலைவியிடத்து அவனுக் குள்ள காதற்பெருக்கம் உணரப்படும். 'இடிமறந்து' என்பதற்குத் தாற்று முள்ளாற் குத்துதலை மறந்து என்றும் பொருள் கூறலாம்.

மேற்கோள்: 'கம நிறைந்தியலும்' என்ற தொல்காப்பியச் சொல் லதிகாரச் சூத்திரத்தின் உரையுள், 'கமஞ்சூன் மாமழை' என்பதனைச் சேனாவரையர் மேற்கோள் காட்டுவர்.

பாடபேதங்கள்: 3. மணிமலர்ப் பூவை. 9. தேகுமதி. 14. ஆகலு முண்டோ. துறை: வினைமுற்றி மறுத்தரா நின்ற தலைமகன் பாகற்கு உரைத்தது என்றும் காணப்படும்.

135. அறிவு பிறிதாகி மயங்கினேன்!

பாடியவர்: பரணர். **திணை**: பாலை. **துறை**: தலைமகன் பிரிவின்கண் வேறுபட்ட தலைமகள் தோழிக்குச் சொன்னது. **சிறப்பு**: ஆதிமந்தியின் காதற் சிறப்பு; காமூர்த் தலைவனாகிய கழுவுள் என்பானை ஈரெழு வேளிரும் சென்று அழித்த செய்தி.

(காதலன் பிரிய, அந்தப் பிரிவினால் தன் அழகுகெட்டு நோய்க் கூர்ந்த தலைவி, தன்னுடைய ஆற்றாமையைத் தன் அன்புத் தோழி யிடம் எடுத்துக் கூறி இப்படிப் புலம்புகிறாள்.)

திதலை மாமை தளிர்வனப்பு அழுங்கப்,
புதலிவர் பீரின் எதிர்மலர் கடுப்பப்,
பசலை பாய்ந்த நுதலேன் ஆகி,
எழுதெழில் மழைக்கண் கலுழ, நோய் கூர்ந்து,
ஆதி மந்தியின் அறிவுபிறி தாகிப்
பேதுற் றிசினே-காதல்அம் தோழி!
காய்கதிர் திருகலின் கனைந்துகால் கடுகி,
ஆடுதளிர் இருப்பைக் கூடுகுவி வான்பூக்
கோடுகடை கழங்கின், அறைமிசைத் தாஅம்
காடிறந் தனரே, காதலர்; அடுபோர்,
வீயா விழுப்புகழ், விண்தோய் வியன்குடை,
ஈர்-எழு வேளிர் இயந்துஒருங்கு எறிந்த
கழுவுள் காமூர் போலக்
கலங்கின்று மாது, அவர்த் தெளிந்தஎன் நெஞ்சே.
அன்பினையுடைய அழகிய தோழியே!

எரிக்கின்ற சூரியன் முடுகுதலினாலே காற்று மிக்கு வீரைந்து வீச, அதனாலே ஆடும் இயல்பினையுடைய தளிரைக் கொண்ட இருப்பையினது இதழ்குவிந்த பெரிய பூக்கள், சங்கினாற் கடையப்பட்ட கழங்கு போலக் கற்பாறையின் மேலே பரவிக்கிடக்கும் காட்டினைக் கடந்துசென்றனர் நம் காதலர், ஆதலினாலே,

தேமலோடு கூடிய எனது மாமை நிறமும், தளிர் போன்ற அழகும் கெடப், புதல்களிற் பூத்துப் பரவிய பீர்க்கின் செவ்வி மலர் போன்று, பசலை நிறம் பாய்ந்த நெற்றியை உடையேனாகிச் சந்தன குங்குமச் சேற்றால் வரிக்கும் அழகினை கொண்ட குளிர்ந்த கண் அழ, நோய் மிகுந்தவளாகி, ஆதிமந்தியைப் போல, அறிவுகெட்டு மயக்கமுற்றேன்.

அவர் விரைய வருவாரென்று தெளிந்திருந்த என் மனமும் அடும் போராற்றலையுடைய பதினான்குடி வேளிர்கள் ஒருங்கே கூடிச் சேர்த்து தாக்கியழித்த, கெடாத மிக்க புகழையும் வானளாவிய பெரிய

குடையினையுமுடைய கழுவுள் என்பானது காமூரைப் போலக் கலங்கா நின்றதே!

சொற்பொருள்: 1. திதலை- தேமல். மாமை- மாமை நிறம். 'தளிர்' என்பது மாந்தளிரை. 2. எதிர்- மலர் செல்வி மலர்; புதுப்பூக்கள். 4. மழைக் கண்-குளிர்ந்த கண். கலுழ-அழ. 5. ஆதி மந்தி- கரிகால் வளவனின் மகள்; இவள் அறிவு பிறிதாகியது, இவள் தன் காதல னாகிய ஆட்டன் அத்தியைக் காவிரி வெள்ளத்தில் இழந்த காலத்து. 7. காய் கதிர்-எரிக்கின்ற சூரியன். திருகுதல்-முடுகுதல்; தாக்கி வருந் துதல். கால் கனைந்து-காற்று மிகுதியாகி. 8. கூடு குவி வான்பூ- இதழ் குவிந்த வெள்ளிய பூக்கள். 9. கோடு கடை கழங்கு - சங்கினாற் கடையப் பட்ட கழங்கு; யானைத் தந்தத்தாற் கடையப்பட்ட கழங்கும் ஆம். அறை-பாறை. 12. ஈரெழு வேளிர்-பதினான்கு வேளிர்கள்.

விளக்கம்: இருப்பைக் கூடுகுவி வான்பூ காய்கதிர் திருகலின் கனைந்து கால்கடுகி அறைமிசைத் தாவும் காடிறந்தனர் நம் காதலர்; அதனால் என் திதலை மாமைத் தளிர் வனப்பு அழுங்கப் பசலை பாய்ந்த நுதலேன் ஆகிக், கண்கலுழ நோய் கூர்ந்து, ஆதி மந்தியின் அறிவு பிறிதாகிப், பேதுற்றது; அவரைத் தெளிந்த என் நெஞ்சமும் ஈரெழு வேளிர் ஒருங்கியைந்து எறிந்த கழுவுளின் காமூர்ப் போலக் கலங்கிற்று; என்க. மாது, அசை.

பாடபேதங்கள்: 13. காமூர். 14. விளிந்தன்று.

136. ஒய்யென நாணினாள்!

பாடியவர்: விற்றூற்று மூதெயினார். **திணை:** மருதம்; **துறை:** உணர்ப்புவயின் வாரா ஊடற்கண் தலைமகன் தன் நெஞ்சிற்குச் சொல்லியது.

(தலைவனோடு தலைவி ஊடிப் புலந்து இருந்தாள். அவன், அவளுடைய ஊடலைத் தணிவிக்கவும், கூடி மகிழவும் முயன்றான். அவன் அங்ஙனம் முயல முயல அவளுடைய ஊடலும் அதிகமாய்க் கொண்டு போயிற்றேயன்றிக் குறைந்த பாடாயில்லை. இதனால் மனம் நொந்து தன் நெஞ்சுடன் இப்படிச் சொல்லுகின்றான் தலைவன்.)

மைப்புஅறப் புழுக்கின் நெய்க்கனி வெண்சோறு
வரையா வண்மையொடு புரையோர்ப் பேணிப்,
புள்ளுப் புணர்ந்து இனிய ஆகத் தெள்ஒளி
அம்கண் இருவிசும்பு விளங்கத், திங்கட்
சகடம் மண்டிய துகள்தீர் கூட்டத்துக்,
கடிநகர் புனைந்து, கடவுட் பேணிப்,
படுமண முழவொடு பரூஉப்பணை இமிழ,

வதுவை மண்ணிய மகளிர் விதுப்புற்றுப்,
பூக்கணும் இமையார் நோக்குபு மறைய,
மென்பூ வாகைப் புன்புறக் கவட்டிலை,
பழங்கன்று கறித்த பயம்பமல் அறுகைத்
தழங்குகுரல் வானின் தலைப்பெயற்கு ஈன்ற
மண்ணுமணி அன்ன மாஇதழ்ப் பாவைத்
தண்நறு முகையோடு வெந்நூல் சூட்டித்.
தூஉடைப் பொலிந்து மேவரத் துவன்றி,
மழைபட் டன்ன மணன்மலி பந்தர்,
இழைஅணி சிறப்பின் பெயர்வியப்பு ஆற்றித்
தமர்நமக்கு ஈத்த தலைநாள் இரவின்,
'உவர்நீங்கு கற்பின்எம் உயிர்உடம் படுவி!
முருங்காக் கலிங்கம் முழுவதும் வளைஇப்,
பெரும்புழுக் குற்றநின் பிறைநுதற் பொறிவியர்
உறுவளி ஆற்றச் சிறுவரை திற' என
ஆர்வ நெஞ்சமோடு போர்வை வவ்வலின்,
உறைகழி வாளின் உருவுபெயர்ந்து இமைப்ப,
மறைதிறன் அறியாள் ஆகி, ஒய்யென
நாணினள் இறைஞ்சி யோளே-பேணிப்
பரூஉப்பகை ஆம்பற் குரூஉத்தொடை நீவிச்
சுரும்பிமிர் ஆய்மலர் வேய்ந்த
இரும்பல் கூந்தல் இருள்மறை ஒளித்தே.

குற்றந்தீர நெய்யிடத்துக் கனிந்த இறைச்சியோடு கலந்த வெண் சோற்றைக், குறையாத வண்மையோடு, உயர்ந்தோரைப் பேணி, அழகிய இடமகன்ற பெரிய வானின்கண் விளங்கும். அந்தத் தெளிந்த ஒளியையுடைய திங்களை உரோகிணி கூடியதனால் எல்லாத் தோஷமும் நீங்கிய சுபநாட்சேர்க்கையிலே, திருமண வீட்டை அலங் கரித்துக், கடவுளைப் பேணி, மணத்தைத் தோற்றுவிக்கும் மணமுழ வோடு பெரிய முரசமும் ஒலிக்கத், தலைவியை மங்கல நீராட்டிய மகளிர், தங்கள் கூரிய கண்களாலும் இமையாராய் நோக்கிவிட்டு விரைந்து மறைய;

மெல்லிய பூவையும் புல்லிய புறத்தையுமுடைய வாகையின் கவடுபொருந்திய இலையை, பழங்கன்று கடித்த குழியிலே நெருங்கி வளர்ந்த, ஒலிக்கின்ற குரலையுடைய மழையின் முதற்பெயலால் அறுகுஈன்றதும், கழுவிய நீலமணி போலும் கரிய இதழையுடையதும், பாவைபோலும் கிழங்கினிடத்துள்ளதுமான குளிர்ந்த நறிய மொட் டுடன், சேரக்கட்டிய வெள்ளிய நூலைச் சூட்டி, தூய ஆடையாற்

பொலியச் செய்து, விருப்பம் வர ஒன்றுகூடி மழையொலி உண்டா னாற்போல மணவொலி மிக்க பந்தரிலே, ஆபரணங்கள் அணிவித்த சிறப்பினொடு எழுந்த வியர்வையை, ஆற்றித், தமர்கள் நமக்கு இற்கிழத் தியாகத் தந்த, தலைநாள் இரவின்கண்;

''புதுத்தன்மை கெடாத புடவையால் உடம்பு முழுவதும் போர்த் தலினால், மிகப் புழுக்கத்தையடைந்த, நின்பிறை போன்ற நுதலிடத் துத் தெளிர்த்த வியர்வையை, மிக்க காற்று வீசி ஆற்றும் வண்ணம் சிறிதுபோது திற'' வென்று சொல்லியாம் அன்புடைய நெஞ்சமொடு அப்போர்வையை வவ்வினதனாலே, வடிவமானது உறையினின்றும் கழித்த வாள்போல வெளிப்பட்டு விளங்க, அவ் வடிவத்தை மறைக் கும் வகையை அறியாளாகிச் சடக்கென்று நாணினளாய்;

இதழ் பகுத்த பெரிய ஆம்பல் மலரின் நிறமழகிய மாலையை அணிந்து, வண்டுகள் ஒலிக்கும் ஆய்ந்தெடுத்த மலர் சூடிய பெரிய பலவாகிய கூந்தலின் இருளிடத்தே, மறைத்தற்குரிய உறுப்பினை மறைத்து, வெறுப்புநீங்கிய கற்பினையுடைய, எம் உயிருக்கு உடம்பாக அடுப்பவள், யாம் செய்த இக்குறும்பினை விரும்பிக் கைதொழுது வணங்கினளாயிருந்தாள்.

அத் தகையாள், இன்று யான் பலபல சொல்லி உணர்த்தவும், உணராளாய் ஊடுகின்றனளே! இவள் யாரோ நமக்கு? என்று, தலை மகன் தன் நெஞ்சினுக்குச் சொன்னான் என்க.

சொற்பொருள்: 1. மைப்பு- குற்றம். புழுக்கு-இறைச்சி. 2. புரையோர்-உயர்ந்தோர். 3. 'புள்' என்றது புள் நிமித்தத்தை. தெள்ளொளி-தெளிந்த ஒளி. 5. சகடம்- உரோகிணி. 'வானூர் மதியம் சகடணைய' என்பது சிலப்பதிகாரம். 5. கடி நகர்-மணவீடு. 7. பரூஉப் பணை- பெரிய முரசம். 8. மகளிர்-மங்கல மகளிர். 9. பூங்கண்-கூரிய கண். 11. பழங்கன்று-முதுகன்று. பயம்பு அமல்-குழியிலே நெருங்கி வளர்ந்த. 12. தழங்கு குரல்-ஒலிக்கின்ற குரல். 13. மண்ணுமணி-கழுவிய நீலமணி. மாஇதழ்-கரிய இதழ். பாவை-பாவை போலும் கிழங்கு. 15. மேவர-விருப்பம் வர. துவன்றி-ஒன்றுகூடி. 17. பெயர் வியர்ப்பு ஆற்றி-எழுந்த வியர்வையை ஆற்றி. 19. உவர்-வெறுப்பு. அடுவி- அடுப்பவள்; சேர்பவள், 20. முருங்கா-புதுத்தன்மை கெடாத. 21. புழுக்கு-புழுக்கம். 22. சிறுவரை-சிறுபொழுது. 24. இமைப்ப-ஒளி விட 25. மறைதிறன்-மறைக்குந் திறன். 27. பகை பரூஉ ஆம்பல்-இதழ் பருத்த பெரிய ஆம்பல். குரூஉத்தொடை- நிறமழகிய மாலை, 29. இரும்பல் கூந்தல்-பெரிய பலவாகிய கூந்தல்.

விளக்கம்: சோற்றாற் புரையோரைப் பேணித், திங்கட் சகடம் மண்டிய கூட்டத்து, நகர்ப்புனைந்து, கடவுட்பேணி, முழவோடு பணை இமிழ, மகளிர் மறைய, தமர் வாகையிலேயையும் அறுகின் முகையையும்

சேர்த்துக் கட்டிய வெண்ணூலைச் சூட்டி, உடையாற் பொலிவித்து, மணப்பந்தலில் துவன்றி, நமக்கு ஆற்றி ஈத்த தலைநாள் இரவின் கண், கலிங்கம் வளைஇப் புழுக்குற்ற நின் வியரை வளியானது ஆற்றுமாறு திறக்கவென, யாம் போர்வையைக் கவர்தலினால் உரு ஒளிவிட, எம் உடம்படுவி, மறைதிறன் அறியாளாகி, ஒய்யென நாணின ளாய்க், கூந்தலிருளில் மறை ஒளித்துப் பேணி, இறைஞ்சியோளாயிருந் தாள் என்று கொள்க.

மேற்கோள்: களவின் வழி வந்த கற்பும் கோடற்கு உதாரணமாக நச்சினார்க்கினியர் இப்பாட்டினைப் 'பொய்யும் வழுவும் தோன்றிய பின்னர், ஐயர் யாத்தனர் கரணமென்ப' என்ற கற்பியற் சூத்திர உரை யில் காட்டுவர்.

'பெரும் புழுக்குற்றநின்.. திறவென' என்பது, 'பொறி நுதல் வியர்த்தல்' என்னும் மெய்ப்பாடாகும் என்றும், 'இம் மெய்ப்பாடு தலை மகற்கு உரித்தன்று, உட்கும் நாணும் அவுற்கு இன்மையின்' என்றும், பேராசிரியர், 'புகுமுகம் புரிதல்' என்னும மெய்ப்பாட்டியற் சூத்திரவுரை யிற கூறுவர்.

பிற பாடங்கள்: 1. புழுக்கிநெய்க்கனி. 5. சகடம்வேண்டிய. 9. விருப்புற்று. 11. பழங்கன்று கறிக்கும். 15. தோன்றி. 18. கீந்த. 21. நுதற் குறுவியர். 29. விருண் மழை.

137. யான்தான் நோவேன்!

பாடியவர்: உறையூர் முதுகூத்தனார். **திணை:** பாலை. **துறை:** தலைமகட்குத், தோழி சொல்லியது. **சிறப்பு:** திண்தேர்ச் செழியனின் மலை மூங்கிலும், உறந்தைச் சோழனின் பங்குனிவிழவும்.

(தலைவன் பிரியப்போகிறானோ என நினைந்த மெலிந்தாள் தலைவி. அவள் மெலிவாற் கவலையுற்ற தோழி, தன் மனம் நொந்து இவ்வாறு கூறுகின்றாள்.)

ஆறுசெல் வம்பலர் சேறுகிளைத்து உண்ட
சிறும்பல் கேணிப் பிடியடி நசைஇச்,
களிறுதொடூஉக் கடக்குங் கான்யாற்று அத்தம்
சென்றுசேர்பு ஒல்லார் ஆயினும், நினைக்கே-
வென்றெறி முரசின் விறற்போர்ச் சோழர்

இன்கடுங் கள்ளின் உறந்தை ஆங் கண்,
வருபுனல் நெரிதரும் இகுகரைப் பேரியாற்று
உருவ வெண்மணல் முருகுநாறு தண்பொழிற்
பங்குனி முயக்கம் கழிந்த வழிநாள்,
வீஇலை அமன்ற மரம்பயில் இறும்பில்

தீஇல் அடுப்பின் அரங்கம் போலப்,
பெரும்பாழ் கொண்டன்று, நுதலே தோளும்
தோளா முத்தின் தெண்கடற் பொருநன்
திண்தேர்ச் செழியன் பொருப்பிற் கவாஅன்
நல்வெழில் நெடுவேய் புரையும்
தொல்கவின் தொலைந்தன, நோகோ யானே.

பாலைவழியிற செல்லும் புகியர், சேற்றைக் கிளைத்து உண்ட சிறிய பலவாகிய கேணிகளைப், பிடியின் அடியென்று கருதி வியப் புற்றுக், களிறுகள் தொட்டுப் தொட்டுப் பார்த்து, அஃதின்மையினாலே அல்லலுழந்து, அதனைக் கடந்து செல்லும் காட்டாற்றினையுடைய சுரத்திலே, நம் தலைவர் சென்று சேர்தலை உடன்படாராயினும், அவர் பிரிவரென்று கருதியதனால்.

பகைவரை வெல்லும் பொருட்டாக எறிகின்ற வீரமுரசினாலே வெற்றிப் போரினையுடைய சோழரது, கடுப்பு இனிய கள்ளையுடைய உறையூரிடத்து, கடுகி வருகின்ற நீர் உடைக்க இடித்த கரையினை யுடைய காவிரிப் பேராற்றின் அழகிய வெண்மணலடுத்த, தேன் மணம் கமழ்கின்ற குளிர்ந்த பொழிலிலே, பங்குனி முயக்கம் கழிந்த மறுநாளில், பூவோடு இலைகளும் நெருங்கிப் பூத்துத் தளிர்த்த மரங்கள் அடர்ந்த, சிறு காட்டின் நடுவேயுள்ள தீயில்லாத அடுப்பினை யுடைய திருவரங்கத்தைப் போல, நினக்கு நுதல் மிகப் பாழடைந்தது;

துளையிடாத முத்து விளையும் குளிர்ந்த கடலைத் தனக்கு உரித்தாகவுடைய வீரனாகிய, திண்ணிய தேரினையுடைய செழியனது, பொதியம் என்னும் மலைப்பக்கத்திலே வளர்ந்த, நல்ல அழகுடைய நெடிய மூங்கிலை ஒக்கும் தோளும், பண்டை அழகு கெட்டன;

அதற்கு நான் நோவா நின்றேன்!

என்று, தலைமகன் பிரியுமென்று கருதி வேறுபட்ட தலை மகட்குத் தோழி சொன்னாள் என்க.

சொற்பொருள்: 1. ஆறு- பாலை வழி. வம்பலர்-புதியர். 6. இன்கடுங் கள்-கடுப்பு இனிய கள். 8. முருகு-தேன். 9. பங்குனி முயக்கம்-பங்குனி உத்திரத் திருநாள்; இது உறையூரிற் சிறப்பாக நிகழ்ந்து வந்தது என்க. 10. இறும்பு-குறுங்காடு. 11. அரங்கம்-திருவரங்கம். 14. 'செழியனின் பொருப்பு' என்றது, பொதியத்தை.

விளக்கம்: பங்குனித் திங்களில் பௌர்ணமியோடு உத்திரநாள் கூடிய சுபதினமாதலால், அதனைப் பங்குனி முயக்கம் என்றார். முயக்கம்-கூட்டம். இந்நாளிலும் இவ்விழாத் தென்பாண்டிப் பகுதிகளில் சாத்தனார் கோயில் வழிபாடும், உண்டாட்டுமாக நிகழ்ந்து வருதலைக் காணலாம். இறையனார் களவியல் உரையுள், ஊர்கொண்ட பெருவிழா

நாட்களாக மதுரை ஆவணி அவிட்டமும், உறையூர்ப் பங்குனி உத்திரமும், கருவூர் வெள்ளி விழாவும் கூறப்படுகின்றன.

138. கூடினராதல் நல்லதோ?

பாடியவர்: எழுஉப்பன்றி நாகன் குமரனார். **திணை** : குறிஞ்சி. **துறை** : தலைமகன் சிறைப்புறத்தானாகத் தோழிக்குச் சொல்லுவா ளாய்த் தலைமகள் சொல்லியது. **சிறப்பு** : குறவர் மனையிலே நிகழும் வேலன் வெறியாடலைப் பற்றிய செய்திகள்.

(தலைமகன் தன்னை மணந்துகொள்ளாமல் களவிலேயே மனஞ்செலுத்தத், தலைவி மனம் வருந்தி, இப்படி, அவன் கேட்குமாறு தோழியிடம் சொல்லுகிறாள். இரவுக்கு அஞ்சிய அச்சமும், தாயின் ஐயமும், விரைவிலே மணம் வேண்டுமென்பதைக் குறிப்பாக உணர்த் துவன காண்க.)

இகுளை! கேட்டிசின் காதலம் தோழி!
குவளை உண்கண் தெண்பனி மல்க,
வறிதியான் வருந்திய செல்லற்கு அன்னை
பிறிதொன்று கடுத்தனள் ஆகி- வேம்பின்
வெறிகொள் பாசிலை நீலமொடு சூடி,

உடலுநர்க் கடந்த கடல்அம் தானைத்,
திருந்துஇலை நெடுவேல் தென்னவன்-பொதியில்
அருஞ்சிமை இழிதரும் கறங்கக்,கைதொழுது,
உருகெழு சிறப்பின் முருகுமனைத் தரீஇக்,
கடம்பும் களிறும் பாடி, நுடம்குபு

தோடுந் தொடலையும் கைக்கொண்டு,அல்கலும்
தேடினர் ஆதல் நன்றோ?-நீடு
நின்னொடு தெளிந்த நன்மலை நாடன்
குறிவரல் அரைநாட் குன்றத்து உச்சி,
நெறிகெட வீழ்ந்த துன்னருங் கூர்இருள்,

திருமணி உமிழ்ந்த நாகம் காந்தட்
கொழுமடற் புதுப்பூ ஊதுந் தும்பி
நன்னிறம் மருளும் அருவிடர்
இன்னா நீள்இடை நினையும்என் நெஞ்சே
காதற்றோழியே! கேட்பாயாக;

குவளை போன்ற மையுண்ட கண்ணீல், தெளிந்த நீர் ஒழுக யான் வருந்தின துன்பத்தை நோக்கி, அதனைப் போக்குதற்கு, அன்னை, தெய்வத்தான் வந்தது இவ்வேறுபாடென்று வேறாக ஐயுற்றதனால், வெறிநாற்றமுடைய வேம்பின் பசிய இலையை

நீலோற்பல மலரோடும் சூடி,பகைத்தவரைவென்று கடந்த கடல் போன்ற சேனையையும், திருந்திய இலைமுகத்து நெடிய வேலையு முடைய பாண்டியனது பொதியில் மலையின், ஏறற்கரிய உச்சியி னின்றும் இழியும், ஆரவாரித்து வருதலையுடைய அருவியைப் போல ஒலிக்கும் சீரையுடைய, இனிய வாத்தியங்கள் ஒலிக்க,

உட்குப்பொருந்திய சிறப்பினையுடைய முருகனைக் கையாற் றொழுது, மலையின்கண் வருவித்து, அவன் கடம்பையும் களிற்றையும் புகழ்ந்து பாடிப், பணந்தோடும் காந்தள்மாலையும் கைக்கொண்டு, இரவு முழுவதும் வறிதே அசைந்து ஆடினராதல் நன்றாகுமோ?

நின்னோடு நெடுநாளாகப் பிரியேன் என்று தெளிவித்து வந்த நல்ல மலைநாடனாகிய நம் தலைவர்,குறியிடத்து வருகின்ற நள்ளிர வில், குன்றின் உச்சியிலே,வழி தெரியாதவாறு தாழ்ந்த அணுகவரிய மிக்க இருளிலே, தன் முடியிலுள்ள சிறந்த மணியைத் தான் மேய்தல் காரணமாக உமிழ்ந்த நாகமானது, கொழுமையான மடலையுடைய காந்தளின் புதுப்பூவை நுகரும் நல்ல நிறத்தைக் கொண்ட தும்பியைத், தன் திருமணி கொல்லோ என்று கருதி மயங்கும், கடத்தற்கரிய வெடிப் புக்களால் இன்னாமையையுடைய நீண்ட வழியை, என் நெஞ்சு நினையும்; என்று,

தலைமகன் சிறைப்புறத்தானாகத் தோழிக்குச் சொல்லுவா ளாய்த், தலைமகள் சொன்னாள் என்று கொள்க.

சொற்பொருள் : 1. இகுளை-தோழி. 2.தெண்பனி-தெளிந்த நீர். 3. செல்லற்கு-துன்பத்திற்கு. 4. கடுத்தனளாகி-ஐயுற்றனளாகி. 5.வெறி-வெறிநாற்றம். 6. உடலுநர்-பகைத்தவர். கடந்த-வென்று கடந்த. சிமை-மலையுச்சி. 10. உருகெழு - உட்குப் பொருந்திய. முருகு - முருகன். 12. அல்கலும்-இரவு முழுவதும். 14. தெளிந்த- தெளி வித்து வந்த. 16. துன்னரும்-அணுகுதற்குரிய. 19. நன்னிறம் - நல்ல நிறத்தையுடைய.

உள்ளுறை : திருமணியுமிழ்ந்த நாகம், காந்தளின் புதுப்பூவை நுகர்ந்ததனால், நன்னிறம் பெற்ற தும்பியைக் கண்டு, தன் மணியோ வென ஐயுற்று மயங்குவது போலத், தலைமகனோடு இன்பம் நுகர்ந் ததனாற் பெற்ற புதுச்செவ்வியையுடைய என்னைக் கண்டு, முதுமை காரணமாக அறிவிழந்த அன்னை, மயங்காநின்றாள் என்றனள்.

மேற்கோள்: ‘கட்டினும் கழங்கினும் வெறியென விருவரும் ஒட்டிய திறத்தாற் செய்தி’ என்ற, ‘களவலராயினும்’ என்னும் களவியற் சூத்திரப் பகுதிக்கு உதாரணமாகக்கொண்டு, இதன்கண், கட்டென் றாதல் கழங்கென்றாதல் விதந்து கூறாமையின், இரண்டும் ஒருங்கு வந்தன என்றும்,

'பொழுதும் ஆறும்' என்னும் பொருளியற் சூத்திரத்து 'அன்னவை பிறவும்' என்னும் பகுதியில், 'கடம்பும் களிறும்... ஆதல் நன்றே' என்பது, தலைவற்கு வெறியாட்டு உணர்த்தியது என்றும் நச்சினார்க்கினியர் கூறினர்.

பாட பேதங்கள் : 11. பாடித் தொடங்கும். 13-13 டல்கலும் பாடினளாதல் கைக்கொண்டாடினள் ஆஅதல் நன்றோவன்றே நீடு.

139. அவர் நிலை யாது?

பாடியவர் : இடைக்காடனார்; **திணை** : பாலை. **துறை**: பிரிவிடை மெலிந்த தலைமகள் தோழிக்குச் சொல்லியது.

(தலைமகன் தன்னைப் பிரிந்ததனால் மெலிவுற்று வாடிய தலைவி, தன் தோழியிடம், தன்னுடைய ஆற்றாமையினை மனம் விட்டுப் பேசுகிறாள். தலைவியின் காதல் கனிந்த உள்ளச்செவ்வியை நன்றாக உணர்த்துவது இச் செய்யுள்.)

துஞ்சுவது போலஇருளி, விண்பக
இமைப்பது போலமின்னி, உறைக்கொண்டு
ஏறுவதுப் போலப் பாடுசிறந்துஉரைஇ
நிலம்நெஞ்சு உட்க ஓவரது சிலைத்தாங்கு,
ஆர்தளி பொழிந்த வார்பெயற் கடைநாள்,

ஈன்றுநாள் உலந்த வாலா வெண்மழை
வான்தோய்உயர்வரை ஆடும் வைகறைப்
புதல்ஒளி சிறந்த காண்பின் காலைத்,
தண்நறும் படுநீர் மாந்திய,பதவு அருந்து
வெண்புறக்கு உடைய திரிமருப்பு இரலை;

வார்மணல் ஒருசிறைப் பிடவுஅவிழ் கொழுநிழல்,
காமர் துணையொடு ஏமுற வதிய;
அரக்குநிற உருவின் ஈயல் மூதாய்
பரப்பி யவைபோற் பாஅய்ப்,பலவுடன்
நீர்வார் மருங்கின் ஈர்அணி திகழ;

இன்னும் வாரார் ஆயின்-நன்னுதல்!
யாதுகொல் மற்றவர் நிலையே?காதலர்
கருவிக் கார்இடி இரீஇய
பருவம் அன்று, அவர்: 'வருதும்'என்றதுவே.

நீரையுடைய மேகமானது, சாக்காட்டைப் போல இருண்டு, வானத்தைப் பிளக்க இமைப்பது போல மின்னி, நீரைக் கொண்டு எழும்புவது போல ஒலிமிகுத்துப், புடைபெயர்ந்து உலாவி, நிலத்தின் நெஞ்சு திடுக்கிடும்படியாக ஓயாது ஒலித்து, நீரை நீடித்துப் பொழிந்த பெயலையுடைய கார்காலத்தின் கடைநாளிலே,

மழைபெய்து நாட்சென்ற தூயதல்லாத வெண்மேகங்கள், வானை அளாவி உயர்ந்த மலையின் உச்சியிலே உலாவுகின்ற விடியற் காலையிலே,புதல்கள் ஒளிமிகுந்தவையாய்க் காண்பதற்கு இனிதாகத் தோன்றும் காலத்திலே,

குளிர்ந்த நறிய கிணற்றிலுள்ள நீரைக் குடித்துச் செங்கோல் அறுகினை அருந்துகின்ற, வெள்ளிய முதுமையும் திரிந்த கொம்பையு முடைய இரலை மான், ஒழுகிய மணலின் ஒரு பக்கத்தே, பிடவு விரி கின்ற கொழுமையான நிழலிலே பிணையுடன் இன்பமுறத் தங்க,

செல்வரக்குப் போதும் நிறத்தையும் வடிவழகையுமுடைய இந்திர கோபங்கள், பல ஒருசேரப் பரப்பப்பட்டவைகள் போலப் பரவி, நெடிய கரிய வழியில் நீருக்கு அணியாக விளங்க,

இக் காலத்திலும் நம் காதலர் வாரராராயின், நல்ல நுதலை யுடைய தோழியே! அவர் நிலைதான் யாதாயிற்றோ? அவர் மீளுவேம் என்று கூறியது, தொகுதியுடைய மேகம் இடியைத் தன்பாலே அமைந்துக் கொண்ட கார்காலம் அன்று; பின்னொரு காலமே போதுமே!

என்று, பிரிவிடை மெலிந்த தலைமகள் தோழிக்குச் சொன்னாள் என்க.

சொற்பொருள்: 1. துஞ்சுவது போல - சாக்காட்டைப் போல, பக - பிளக்க. 2. உறை கொண்டு - நீரைக் கொண்டு, 3. பாடு சிறந்து உரைஇ - ஒலி மிகுத்துப் புடைபெயர்ந்து உலவி. 4. உட்க - திடுக் கிடும்படி. 6. வாலா - தூய்மையில்லாத. 9. படுநீர் - கிணற்றிலுள்ள நீர். 12. ஏமுற- இன்பமுற. 15. நீரணி திகழ - நீருக்கு அணியாக விளங்க. 18. கருவி - தொகுதியையுடைய.

மேற்கோள்: 'கொல்லே யையம்' என்று சூத்திர மேற்கோளாக, 'யாது கொல் மற்றவர் நிலையே' என்பதனைக் காட்டி, இப்பாட்டினை இத்துறைக்கே உதாரணமாகக் கொண்டு, 'இம் மணிமிடை பவளத்துப் பாலைக்கண் முன் பனியும் வைகறையும் ஒருங்கு வந்தன' என்றும்,

'வேந்துறு தொழிலே யாண்டின தகமே' என்னுஞ் சூத்திரத்து, 'கருவிக் காரிடி யிரீயிய, பருவ மன்றவர் வருது மென்றதுவே', என்றது, கார் குறித்து வருவலென்றலின், அறுதிங்கள் இடையிட்டது என்றும் நச்சினார்க்கினியர் கூறுவர்.

பாடபேதங்கள்: 6. ஈன்று வரலுழந்த. 8. புதலேரணிந்த, 12. துணையோ டமர் துயில். 18. இரீஇய பருவ மன்னவர்.

140. உமணர் மடமகள்!

பாடியவர்: அம்மூவனார். **திணை:** நெய்தல். **துறை:** இயற்கைப் புணர்ச்சி புணர்ந்து நீங்கும் தலைமகன் பாங்கற்கு உரைத்தது.

(தலைவனின் களவு உறவைப் பாங்கன் முறையானதென ஏற்றுக்கொள்ளவில்லை. அதனைச் செய்யக்கூடாதது எனக் கடிந்து உரைக்கவும் தொடங்கினான். அதனைக் கேட்ட தலைவன், தன்னுடைய காதலின் மிகுதியைக் கூறுகிறான்.)

பெருங்கடல் வேட்டத்துச் சிறுகுடிப் பரதவர்
இருங்கழிச் செறுவின் உழாஅது செய்த
வெண்கல் உப்பின் கொள்ளை சாற்றி,
என்றூழ் விடர குன்றம் போகும்
கதழ்கோல் உமணர் காதல் மடமகள்
சில்கோல் எல்வளை தெளிர்ப்ப வீசி
'நெல்லின் நேரே வெண்கல் உப்பு' எனச்
சேரி விலைமாறு கூறலின், மனைய
விளியறி ஞமலி குரைப்ப, வெரீஇய
மதர்கயல் மலைப்பின் அன்னகண் எனக்கு
இதைமுயல் புனவன் புகைநிழல் கடுக்கும்
மாமூ தள்ளல் அழுந்திய சாகாட்டு
எவ்வந் தீர வாங்குந் தந்தை
கைபூண் பகட்டின் வருந்தி
வெய்ய உயிர்க்கும் நோயா கின்றே.

பெரிய கடலிடத்து மீன்பிடி வேட்டத்தைச் செய்கின்ற சிறுகுடியிலே வாழும் பரதவர்கள், பெரிய உப்பங் கழியாகிய வயலிலே உழாமலே விளைவித்த வெள்ளிய கல்லுப்பினோடு, கோடையாற் பிளந்த கன் முழைகளையுடைய குன்ற வழிகளிலே, தங்களிற் கூடுதலைச் சாற்றிச்செல்லும் விரைகின்ற கோலினையுடைய உப்பு வாணிகரது, காதலையும் மடப்பத்தையுமுடைய மகள்,

கோற்றொழில் அமைந்த இலங்குகின்ற சிலவாகிய வளைகள் ஒலிப்பத் தன் கையை வீசி, 'வெள்ளிய கல்லுப்பு நெல்லினுக்கு ஒத்த அளவே' என்று, சேரிகளிலே விலை மாற்றுக் கூறுவதனாலே, மனையின் கண்ணுள்ள நாய் இது வேற்றுக் குரலெனக் குரைத்துவர, அதனைக் கண்டு வெருவிய, போரிடும் இயல்புடைய, மதர்த்த கயல்களிரண்டினைப் போன்ற அவள் கண்கள், எமக்கு,

புதுப்புனமாக்கும் பொருட்டாக முயல்கின்ற புனமுடையானாகிய குறவன், பழம்புனத்தைச் சுட்டு எரித்ததனால் உண்டாக்கிய, புகையின் நிழலை ஒக்கும் கரிய பழஞ்சேற்றிலே அழுந்திய உப்பு வண்டியின் துன்பம் நீங்க, வருந்தி வலிக்கின்ற தந்தையின், புறத்துப் பூண்ட கடாவின் நோய்போல, எமது விருப்பமிக்க உயிருக்கு நோய் ஆயிற்று;

என்று, இயற்கைப் புணர்ச்சி புணர்ந்து நீங்கும் தலைமகன் பாங்கற்கு உரைத்தான் என்க.

சொற்பொருள்: 1. வேட்டம் - மீன்பிடி வேட்டம். 2. இருங்கழி - பெரிய உப்பங்கழி. செறு - வயில். 3. கொள்ளை - சாற்றி - தங்களிற் கூடுதலைக் கூறி. 4. என்றூழ் - கோடை. விடர - பிளந்த கன்முழை களையுடைய. 5. கதழ்கோல் - விரைகின்ற கோலினையுடைய. உமணர் - உப்பு வாணிகர். 6. தெளிர்ப்ப - ஒலிப்ப. 9. விளியறி ஞமலி - குரலறியும் நாய். 10. மதர்கயல் - மதர்த்த கயல்மீன்கள். 11. இதை முயல் - புதுப்புனமாக்கும் பொருட்டாக முயல்கின்ற. புனவன் - புன முடையான். 12. அள்ளல் - சேறு.

உள்ளுறை: சாகாட்டு எவ்வத்தினைப் பகடுதீரத் தந்தை வாங்கினாற் போலத், தலைவி பொருட்டாக எனக்குண்டான எவ்வத் தினை நீ தீர்த்தற்குரியாய் என்று பாங்கனுக்குச் சொல்லி, அவனிற் கூட்டம் வேண்டியவனாகக் கொள்க.

விளக்கம்: 'சில்வளை' என்றது, பேதைப் பருவத்தாள் என்றற்கு. பெதும்பைப் பருவத்துப் பெண்கள் பல்வளையிடுதலை வழக்கமாக உடையவர் என்பர்.

பாடபேதங்கள்: 4. என்றூழ் வீடாஅக் 5. ததர் கோலுமணர். 8. கூறி நுவறலின் மனைய. 14. நையூண் பகட்டின்.

141. விழாக் கொண்டாட வருக!

பாடியவர்: நக்கீரர் **திணை:** பாலை. **துறை:** 'பிரிவிடை ஆற்றான்' எனக் கவன்ற தோழிக்குக் கிழத்தி உரைத்தது. **சிறப்பு:** செல்வச் செழுமை மிகுந்த கரிகால் வளவனது இடையாறு' என்னும் இடமும், வேங்கடச் சிறப்பும், கார்த்திகை விழாவும்.

தலைவன் பிரிந்ததனால் தலைவி மிகவும் ஆற்றாமையுடைய வளாவாள்மு என வருந்திய தோழிக்கு, அவள், 'திருக்கார்த்திகைத் திருவிழாவினை நம்முடன் சேர்ந்து கொண்டாட வாயினும் அவர் வருக' எனத், தான் அதுவரை ஆற்றியிருப்பேன் என்கிறாள்.

அம்ம வாழி, தோழி! கைம்மிகக்
கனவுங் கங்குல்தோ றினிய; நனவும்
புனைவினை நல்இல் புள்ளும் பாங்கின!
நெஞ்சும் நனிபுகன்று உறையும்: எஞ்சாது
உலகுதொழில் உலந்து, நாஞ்சில் துஞ்சி.

மழைக்கால் நீங்கிய மாக விசும்பில்
குறுமுயல் மறுநிறம் கிளர, மதி நிறைந்து,
அறுமீன் சேறும் அகல்இருள் நடு நாள்:
மறுகுவிளக்' குறுத்து, மாலை தூக்கிப்,
பழவிறல் மூதூர்ப் பலருடன் துவன்றிய

விழவுஉடன் அயர, வருகதில் அம்ம!
துவரப் புலர்ந்து தூமலர் கஞலித்,
தகரம் நாறுந் தண்நறுந் கதுப்பின்
புதுமண மகடூஉ அயினிய கடிநகர்ப்
பல்கோட்டு அடுப்பில் பால்உலை இரீஇ,
கூழைக் கூந்தற் குறுந்தொடி மகளிர்
பெருஞ்செய் நெல்லின் வாங்குகதிர் முறித்துப்
பாசவல் இடிக்கும் இருங்காழ் உலக்கைக்
கடிதுஇடி வெரீஇய கமஞ்சூல் வெண்குருகு
தீங்குலை வாழை ஓங்குமடல் இராது;
நெடுங்கால் மாஅத்துக் குறும்பறை பயிற்றுஞ்
செல்குடி நிறுத்த பெரும்பெயர்க் கரிகால்
வெல்போர்ச் சோழன் இடையற்று அன்ன
நல்லிசை வெறுக்கை தருமார், பல்பொறிப்
புலிக்கேழ் உற்ற பூவிடைப் பெருஞ்சினை
நரந்த நறும்பூ நாள்மலர் உதிரக்,
கலைபாய்ந்து உகளும், கல்சேர் வேங்கைத்,
தேம்கமழ் நெடுவரைப் பிறங்கிய
வேங்கட வைப்பிற் சுரன்இறந் தோரே.

தோழி! நான் சொல்வதனைக் கோள்: நீ வாழ்வாயாக!' இரவு தோறும் கனாவும் மிக்க இனியவாகின்றன; நனவிடத்தும் சித்திரத் தொழிலினால் அலங்கரித்த நல்ல இல்லிலே, புள் நிமித்தமும் நல்ல விடத்தில் உண்டாகின்றன; என் நெஞ்சமும் ஒடுங்காது மிகவும் விரும்பி அமைந்திருக்கும்;

ஏர்த்தொழில் மடிந்து, அதனாலே உலகிலுள்ள மற்றைத் தொழில் களும் கெடும்படி மழையானது பெய்யும் இடத்தை விட்டுச் சென்ற ஆகாயத்திலே, சிறுமுயலாகிய மறுவானது தன் மார்பகத்தே விளங்கச் சந்திரன் நிறைந்தவனாகி, உரோகிணி தன்னுடன் சேரும் இருளகன்ற நடுஇரவில், அஃதாவது திருக்கார்த்திகைத் திருவிழா நாளின் இரவில், வீதிகளிலே விளக்குவைத்து, மாலைகளைத் தொங்கவிட்டுப் பழைமை யைத் தனக்குப் பெருமையாகவுடைய மூதூரில் பலருடன் கலந்து கொண்டாடும் விழாவினை, நம்மோடு கூடிக் கொண்டாடும் வண்ணம்;

முற்றவுலர்ந்து, தூயமலரோடு நெருங்கி, மயிர்ச் சாந்து கமழும் குளிர்ந்த நறிய தலைமயிரினையுடைய புதிய மணப்பெண், உணவு மிகுந்த திருமணவீட்டிலே பல பக்கங்களையுடைய அடுப்பிலே, பாலை உலையாக வைத்து, கூழையாகிய கூந்தலையும் குறிய தொடி யினையுமுடைய மகளிரொடு, பெரிய வயலிடத்து வளைந்த நெல்லின்

வளைந்த கதிரை முறித்துப் பசிய அவலை இடிக்கும் கரிய வயிர முடைய உலக்கையினது விரைந்த இடிக்கு, வெருவிய நிறைந்த சூலையுடைய வெள்ளிய குருகானது, தீவிய குலையையுடைய வாழை யின் ஒங்கிய மடலின்கண் இராது, நெடிய காலையுடைய மாவி னிடத்துக் குறுமையாகப் பறத்தலைச் செய்து சென்று தங்கும், கெட்ட குடியைக் கைத்தூக்கி உயர்ந்து நிறுவிய பெரிய புகழையும், வெற்றிக் கொள்ளும் போரினையுமுடைய இடையாற்றைப் போல நல்ல செல் வத்தை ஈட்டும் பொருட்டாக,

கற்பாறையிடையே வளர்ந்த வேங்கையினது பல புள்ளிகளை யுடைய புலிநிறத்தைக் கொண்ட பூவினிடையே, பெரிய கொம்பினை யுடைய நாரத்தையின் நறிய, அழகிய, அன்று பூத்த மலர் உதிரும்படி முசுக்கலை என்ற ஆண்குரங்குகள் பாய்ந்து துள்ளும், தேனிறால்கள் கமழா நிற்கும் நெடிய பக்கமாலைகளால் உயர்ந்த வேங்கடக் கோட் டத்தையடுத்த ஊர்களின் கண்ணுள்ள சுரத்திலே சென்ற நம் தலைவர்,

வருவாராக என்று, பிரிவிடையாற்றாள் எனக் கவன்ற தோழிக்குக் கிழத்தி உரைத்தனள் என்று கொள்க.

சொற்பொருள்: 1. கைம்மிக இனிய -மிகுதியும் இனியவாகின் றன. 3. புனைவினை நல்லில்-சித்திரங்களால் அலங்கரிக்கப் பெற்ற நல்ல வீடு. புள்-நிமித்தம். 5. நாஞ்சில்-கலப்பை. நாஞ்சில் துஞ்சி என்றதால், ஏர்த்தொழில் இல்லாதாகி என்க. 8. அறுமீன் உரோகணி. 12. துவர- முற்றவும். கஞலி -நெருங்கி. 13. தகரம்-மயிர்ச்சாந்து, 14. அயினிய -உணவுமிகுந்த. கடிநகர்-திருமண வீடு. 18. காழ்- வைரம். 9. கமஞ்சூல்-நிறைந்த சூல். 23. இடையாறு என்பது, ஓர் ஊர். 24. வெறுக்கை-செல்வம். 26. நரந்தம்-நாரத்தை.

விளக்கம்: கனவு கங்குல் தோறும் இனியவாதலாலும், கனாமுந் துறாத வினை இல்லை என்பதாலும், தலைவர் விரைந்து கோடற்கு வருவரென்று துணிந்து, தான் ஆற்றுவல் என்பது படத்தோழிக்குத் தலைமகள் தன் நிலையைச் சொன்னாள் என்று கொள்க. மழை கால் நீங்கிய விசும்பில், மதி நிறைந்து உறுமீன் சேரும் நாளில், மறுகு விளக்குறுத்து, மாலை தூக்கிப், பலருடன் துவன்றிய விழாவினை உடன் அயரத், தலைவர் வருவாராக என்றனள்.

பாடபேதங்கள்: 10. துவன்றி விழவுடன். 18. பாசவல் இடித்த பெருங்கா. 19. வெரீஇக் கமஞ்சூல். 21. மரத்து. 25. புலிக்கேளுற்ற. 29. வேங்கட வெற்பிற்.

142. வடுப்படத் தழுவினாள்!

பாடியவர்: பரணர். **திணை:** குறிஞ்சி. **துறை:** இரவுக்குறி வந்து நீங்கும் தலைமகன் தன் நெஞ்சிற்குச் சொல்லியது. **சிறப்பு:** மாந்தரஞ்

சேரல் இரும்பொறையின் வள்ளன்மை; நன்னனின் பாழிக்காவலனான மிஞிலி அதிகனை வென்ற வெற்றிச் சிறப்பு.

தன் காதலி இற்செறிப்பிலே சிறைப்பட்டமை காரணமாக அவளைக் கூடும் வாய்ப்பற்று வாடினாள் தலைவன். இரவுக்குறியும் வாய்க்கப் பலப்பல இடையூறுகள் எழுந்தன. எல்லாம் நீங்கி, இரவிலே குறித்த இடத்திலே அவளைக் கண்டு கூடியும் மகிழ்ந்தவன், அந்த இன்பச் செவ்வியை இப்படிச் சொல்கிறான்.

இலமலர் அன்ன அம்செந் நாவிற்
புலம்மீக் கூறும் புரையோர் ஏத்தப்,
பலர்மேந் தோன்றிய கவிகை வள்ளல்
நிறையருந் தானை வெப்போர் மாந்தரம்
பொறையன் கடுங்கோப் பாடிச் சென்ற
குறையோர் கொள்கலம் போல, நன்றும்
உவஇனி-வாழிய, நெஞ்சே!-காதலி
முறையின் வழா அது ஆற்றிப் பெற்ற
கறையடி யானை நன்னன் பாழி,
ஊட்டரு மரபின் அஞ்சு வரு பேய்எக்
கூட்டெதிர் கொண்ட வாய்மொழி மிஞிலி
புள்ளிற்கு ஏமம் ஆகிய பெரும்பெயர்
வெள்ளத் தானை அதிகற் கொண்றுஉவந்து
ஒள்வாள் அமலை ஞாட்பிற்,
பலர் அறி வுறுதல் அஞ்சிப், பைப்பய,
நீர்த்திரள் கடுக்கும் மாசில் வெள்ளிச்
சூர்ப்புறு கோல்வளை செறித்த முன்கைக்
குறை அறல் அன்ன இரும்பல் கூந்தல்,
இடனில் சிறுபுறத்து இழையோடு துயல்வரக்,
கடல்மீன் துஞ்சும் நள்ளென் யாமத்து,
உருவுகிளர் ஏர்வினைப் பொலிந்த பாவை
இயல்கற் றன்ன ஒதுக்கினள் வந்து,
பெயல் அலைக் கலங்கிய மலைப்பூங் கோதை
இயல்எறி பொன்னின் கொங்குசோர்பு உறைப்பத்
தொடிக்கண் வடுக்கொள-முயங்கினள்:
வடிப்புறு நரம்பின் தீவிய மொழிந்தே.

அரசர்கள் பொருள்தேடி வருவதற்கு உரிய முறைமைகளி னின்றும் சற்றும் பிறழாமல், அவற்றையெல்லாம் அவ்வம்முறை களோடும்கூடி இயற்றிப் பெருஞ் செல்வத்தைப் பெற்றவனும், உரல் போலும் அடியினையுடைய யானைப் படைகளை உடையவனுமான,

நன்னன் என்பவனுக்கு உரியது 'பாழி' என்னும் பேரூர். அந்தப் பேரூரிலே, பலியூட்டு நிகழ்த்துவதற்கு அரிய தன்மையினை யுடைய அச்சம் வருகின்ற பேய்க்கு பலியூட்டு நிகழ்த்துதலை ஏற்றுக் கொண்டான் வாய்மொழி தவறாதவனான 'மிஞிலி' என்பவன். புட்க ளுக்குப் பாதுகாவலாகிய பெரும்புகழினைக் கொண்ட வெள்ளம் போன்ற சேனாவீரர்களையுடைய அதிகன் என்பவன் கொன்று, அந்த மகிழ்வுடன் 'ஒள்வாள் அமலை' என்னும் வெற்றிக்கூத்தினை ஆடி, ஏற்றுக்கொண்ட படியேபேய்க்கு ஊட்டு நிகழ்த்தினான். அவன் அப்படி ஒள்வாள் அமலை ஆடியபோது, எங்கும் ஏற்பட்ட ஆரவாரப் பேச்சுக் களைப் போலப் பலரும் எம் களவு ஒழுக்கத்தை அறிந்து பேசப்படு தலை நினைந்து அஞ்சுபவள் நம் காதலியான அவள்.

நீரின் திரட்சியைப் போன்றிருக்கும், குற்றமற்ற சொக்க வெள்ளி யினாலாகிய, வளைவு பொருந்திய கோற்றொழிலமைந்த வளைகள் செறிந்த முன்கைகளை உடையவள்; பிடரியிலே குறைந்து வருகின்ற கருமணலைப்போன்ற கரிய பலவாகிய கூந்தலானது அணிகளுடன் கூடி இனி இடமில்லையாகும்படியாகக் கிடந்து அசைந்து கொண் டிருக்க விளங்குபவள்; கடல் மீன்களும் உறங்கும் 'நள்' என்னும் ஒலியினையுடைய இரவின் நடுயாமத்திலே, அழகு கிளர்ந்த பொலி வினையுடையதும், செய்யும் தொழிலாற் சிறப்புற அமைந்ததுமான பொற்பாவையானது, நடைக்கற்று வருவது போன்று, ஒதுங்கி ஒதுங்கிப் பையப் பைய குறியிடத்திற்கு வந்து சேர்ந்தனள்.

மழைபெய்து அலைத்தலினாலே கலங்கிய மலைப்பூக்களால் தொடுத்த மாலையினின்றும், உலைக்களத்துக் கொல்லன் காய்ச்சி அடிக்குங் காலத்தே, தெறித்து வீழும் பொற்றுகள் போன்ற மகரந்தத் துகள்கள் துளித்து வீழ, வடித்தல் அமைந்த யாழ் நரம்பினின்றும் எழும் ஒலிபோல இனிக்க இனிக்கப் பேசித், தன் தொடியிட்ட இடத்திலே வடுவுண்டாகுமாறு, என்னையும் கட்டித் தழுவினாள்.

இலவம்பூப் போன்ற அழகிய சிவந்த தம் நாவினால் அறி வுடைமை காரணமாக மேலாகக் கூறப்பெறுகின்ற உயர்ந்தோர்கள் புகழுமாறு, அரசர்கள் பலருள்ளும் மேம்பட்டு விளங்கியவனும், வரையின்றிக் கொடுத்தலால் எப்போதும் கவிந்தேயிருக்கும் கைகளை உடையவனாக விளங்கும் வள்ளலும், ஒருசார் ஒருங்கே நிறுத்து தற்கு அரிய பெரும் படைத்திரளினை உடையவனும், போர்களிலே வெற்றி பெறுபவனும் ஆகிய, மாந்தரம் பொறையன் கடங்கோ என்னும் சேரமன்னனைப் பாடிச்சென்ற வறுமையாளர்களின் கொள்கலம் நிறைவுற்று விளங்குவதுபோல, நெஞ்சமே! இனி, நீயும் நன்றாக நிறைவெய்தி மகிழ்வாயாக! நீ வாழ்க!

என்று, இரவுக்குறி வந்து நீங்குந் தலைமகன் தன் நெஞ்சிற்குச் சொன்னான் என்க.

சொற்பொருள்: 11. இலமலர்- இலவ மலர். 2. புலம்மீக் கூறும் புரையோர் - அறிவுடைமை காரணமாக மேலாகக் கூறப் பெறுகின்ற உயர்வுடையோர். 6. குறையோர்- குறையுடையோர்; குறையினையே என்றும் அறிந்து பழகிய கொள்கலமும் ஆம். 8. முறை-முறைமை. 9. கறை-உரல்; கறையுமாம். 10, 11. 'பேய்க்கூடு' எனக்கூட்டியும், அதனைக் எதிரேற்றுக் கொண்ட மிஞிலி என உரைப்பர். வாய்மாழி -வாய்மையுடைய பேச்சு; சொன்ன சொல் தவறாத பேச்சு. 12. புள்ளிற்கு ஏமம் ஆகிய-பகைப்படைகளைக் கொன்று புட்களுக்கு உணவாக்கி அவற்றுக்குப் பாதுகாவல் ஆகிய. 13. பெரும் பெயர் வெள்ளத்தானை-பெரும் பெயரான 'வெள்ளம்' என்ற எண்ணினளவு வீரர்களைக் கொண்ட தனையுமாகும். அதிகன்-அதியன் ஆய் எயினன். இதனைப் பின்வரும் 148 ஆவது பாடலும் உணர்த்தும். 14. ஒள்வாள அமலை -'வலிகெழுதோள்வாள் வயவர் ஒலிகழலானுடன் ஆடியது' என்று புறப்பொருள் வெண்பாமாலை கூறும். வாளாற்றல் மிகுந்த வீரர் தம் அரசருடன் கூடியாடும் வென்றிக் கூத்து இது. ஞாட்பு- பூசல்; அதனால் எழுகின்ற ஆரவாரம். 17. சூர்ப்பு-வளைவு. 19. சிறுபுறம்-பிடரி. 22. ஒதுக்கினள்-ஒதுங்கி வருபவள். 23. மலைப்பூங்கோதை, பெண்களின் தலைமாலை. 24. கொங்கு-மகரந்தம்; பூந்தாது. 26. தீவிய-இனிய.

விளக்கம்: 'ஞிமிலி அதிகனைக் கொன்று ஆடிய ஒள்வாள் அமலை' பலராலும் குறித்துப் பேசப்படுவதானாற்போல, இவர்களுடைய களவும் பிறர் அறியின், பலராலும் குறித்துப் பேசப்பட்டுப் அலர் உரைக்கப்படுவதாகும். அதற்கு அஞ்சியவள் ஒதுக்கினளாகப் 'பையப்பைய வந்தாள்' என்க. அவளைப் பெறாது வறுமையுற்று வாடிக்கிடந்த நெஞ்சம், முயக்கம் பெற்ற அந்த அளவானே எய்திய நிறைவுக்கு மாந்தரஞ் சேரலைப் பாடிச்சென்ற குறையோர்களின் கொள் கலம் நிரம்பி வழியும் இயல்பைக் குறித்தனர்.

மேற்கோள்: 'வினைபயன் மெய்யுரு' என்னும் உவமவியற் சூத்திரவுரையில், 'உருவுகிளர் ஏர்வினைப் பொலிந்த பாவை இயல் கற்றன்ன ஒதுக்கினள்' என்றக்கால், வடிவுபற்றி உவமங் கொள்ளவே, உயிரில்லாதாள்போல அச்சமின்றி இரவிடை வந்தாளென்னும் பொருள் தோன்றும் என்றும்,

'செல்வம் புலனே' என்னும் மெய்ப்பாட்டியற் சூத்திரத்துத் 'தொடிக்கண் வடுக்கொள ..... மொழிந்தே' என்பது புணர்ச்சிபற்றிய உவகை; என்னை? இவள் இவ்வாறு முயங்கினமையின் 'உவவினி வாழிய நெஞ்சே' என்றமையின் என்றும், பேராசிரியர் கூறுவர்.

பாட பேதங்கள்: 1. நிறையிருந்தானை மாந்தரன். 7. வாழி யென்னஞ். 8. முறையியன் வழாஅ; 13. அதியற் 23. பெயலலைக் கலக்கிய மிலைப்பூங். 22. வியலெறி.

143. கண்கள் நீர் சொரிந்தன!

பாடியவர்: ஆலம்பேரிச் சாத்தனார். **திணை:** பாலை. **துறை:** பொருள்வயிற் பிரியக் கருதிய தலைமகனைத், தோழி தலைமகளது ஆற்றாமை கண்டு செலவு அழுங்குவித்தது. **சிறப்பு:** சேரர்கள் படைத் தலைவனாகிய பிட்டன் என்பவனுக்கு உரிமையுடைய குதிரைமலை யின் வளம் கூறப்பட்டிருப்பது.

(தலைவன், தான் பொருள்தேடி வரும் பொருட்டாகப் பிரியப் போவதாகச் சொன்னான். அவ்வளவிலேயே, அவன் காதலியின் துயரம் பெரிதாயிற்று. அதனை அறிந்த அவளுடைய தோழி மிகவும் வருந்தினாள். தலைவன் மீது அவளுக்கு வருத்தமும் உண்டாயிற்று. அவனிடம் வந்து, அவள் வருத்தத்தைக் கண்டு யான்தான் நோகின் றேன்; நின்பால் அவளுக்காக இரக்கப்படுகின்ற அருள் உள்ளத்தைக் காணோம்' என்றாள். அதனைக் கேட்ட அவள் மனம் மாறியவனாகத் தான் போவதையே நிறுத்திவிட்டான்.)

செய்வினைப் பிரிதல் எண்ணிக், கைம்மிகக்
காடுகவின் ஒழியக் கடுங்கதிர் தெறுதலின்,
நீடுசினை வறிய வாக, ஒல்லென
வாடுபல் அகலிலை கோடைக்கு ஒய்யும்
தேக்கு அமல் அடுக்கத்து ஆங்கண் மேக்கெழுபு
முளிஅரிற் பிறந்த வளிவளர் கூர்எரிச்
சுடர்நிமிர் நெடுங்கொடி விடர்முகை முழங்கும்
'வெம்மலை அருஞ்சுரம் நீந்தி-ஐய!
சேறும்' என்ற சிறுசொற்கு... இவட்கே,
வசைஇல் வெம்போர் வானவன் மறவன்
நசையின் வாழ்நர்க்கு நன்கலஞ் சுரக்கும்,
பொய்யா வாய்வாள், புனைகழல் பிட்டன்
மைதவழ் உயர்சிமைக் குதிரைக் கவாஅன்
அகல்அறை நெடுஞ்சுனை, துவலையின் மலர்ந்த
தண்கமழ் நீலம் போலக்,
கண்பனி கலுழ்ந்தன; நோகோ யானே.

ஐயனே! பொருளினைத் தேடிவருகின்ற ஆள்வினையின் பொருட் டாக, எம்மைப் பிரிந்து வேற்றுநாடு செல்லுதலைக் குறித்து எண்ணு கின்றாய்.

''ஞாயிற்றினது கதிர்கள் காட்டினது கவினெல்லாம் அளவுக்கு மீறி அழிந்து போகுமாறு கடுமையாக எரித்துக் கொண்டிருக்கும்; தேக்கு மரங்களின் உயர்ந்த கிளைகளிலேயிருந்த பலவாகிய அகன்ற இலைகள் எல்லாம் வாடிப்போய், ஒல்லென்ற ஒலியுடன் மேற்காற்றினிலே

உதிர்க்கப்பட்டுப்போகும்; அதனால், தேக்கின் நீண்ட கிளைகளும் வறுமையடைந்தவரைப்போல, வளமற்று விளங்கும்; சாய்ந்த தூறு களிலே நெருப்புப் பற்றிக் கொள்ளும்; காற்று வீசுவதனால் அது எங்கும் படர்ந்து மென்மேனும் வளர்ந்து ஓங்கும்; உயர்ந்த நெடிய செங்கொடிபோலத் தோன்றும் அந் நெருப்பின் கொழுந்துகள் மலைக் குகையிகளினுள்ளேயும் சென்று முழங்கும். இத்தகைய வெம்மை வாய்ந்ததும், கடந்து போவதற்கு அரியதுமான சுரநெறியினைக் கடந்து வேற்று நாட்டிற்குச் சென்று சேர்வோம் என்று கூறினாய்; நீ கூறிய அந்தச் சிறுமையான சொற்களைக் கேட்டனள் தலைவி.

பழிச் சொற்கள் எவையும் சேர்தலில்லாத, வெம்மையுடன் போரிடுகின்ற வல்லமையினை உடையவன் சேரர் படைத் தலைவ னாகிய-பிட்டன். பரிசில் பெற்று வாழும் ஆசையுடனே தன்பால் வருகின்ற இரவலர்களுக்கு நல்ல பல அணிகலன்களை அளிப்பவனும் அவன். வெற்றியினைத் தப்பாது விளைவிக்கின்ற வாய்மையுடைய வாளினை உடையவனும் அவன். அவன் தன் கால்களிலே வீரக் கழல்கள் புனைந்திருப்பான். கார்மேகங்கள் தவழுகின்ற உயர்ந்த மலை யுச்சிகளையுடைய குதிரைமலை அவனுடையது.

அதன் சாரல்களிலே, பாறையிடத்தேயுள்ள நெடிதான சுனை யிலே மழைத்துளிகள் வீழ மலர்ந்ததும், தண்மையான மணம் கமழ்வது மான நீல மலர்களினின்றும் நீர்த்துளிகள் வீழ்ந்து கொண்டிருக்கும். அதைப் போல, இவளுடைய கருவிழிகளும் நின் சொற்களைக் கேட்டதும், நீர் சொரியத் தொடங்கி விட்டன. அதனைக் கண்டு யான் தான் வருந்துகின்றேன்' (''நீ வருந்தினாயில்லை; வருந்தினால், இப்படிப் பிரிய நினைக்கமாட்டாய் அன்றோ?'' என்பது குறிப்பு.)

என்று, பொருள்வயிற் பிரியக்கருதிய தலைமகனைத் தோழி தலைமகளது ஆற்றாமைக் கண்டு செலவழுங்குவித்தாள் என்க,

சொற்பொருள்: 1. கைம்மிக -அளவுக்கு அதிகமாக. 3. ஒல்லென- ஒல்லென்னும் ஒலியுடனே. வாடிய இலைகளைக் காற்று அலைத்து உதிர்க்கும்போது எழுகின்ற ஒலி இது. 4. கோடை-மேல்காற்று. 5. தேக்கமல்- தேக்கு மரங்கள் செறிந்த. 6. முளி அரில்- காய்ந்துபட்ட தூறுகள். 7. விடர்முகை- மலைப் பிளப்புக்களின் முனைகள். 9. சிறு சொல்-சிறுமை உடையதான சொல். 10. வானவன்-சேரன்; வசையில் வெம்போர் வானவனும் ஆம். 13. மை-கருமை; கார்மேகம். குதிரை- குதிரை மலை; தர்மபுரிக்கு அருகே இருப்பது.

உள்ளுறை: 'முன்னரே வாடிய தேக்கினது இலையைக் கோடை யானது சினை வறியவாக இழுத்துப் போவது போல, நுமது பிரிதற் குறிப்பால் முன்னரே வாடிய தலைவியின் உயிரை நும் பிரிவு உடல் பாழாக இழுத்துக் கொண்டு போய் விடும்' எனத் தோழி குறிப்பால் உணர்த்தினாள் என்று கொள்க. சினை-கிளை.

விளக்கம்: வசையில் போராவது, படைமடம் பாடமைப் பெரும் போர் ஆகும்; படைமடம் படின் வருவது வசையாம்; ஆதலின், பிட்டனை ‘வசையில் வெம்போர் வானவன் மறவன்’ என்றனர். வானவன் - சேரன்.

பாடபேதங்கள்: 2. கவின் அழியக் கடுங்கதிர். 4. ஆடுபல் அகலிலை. 6. முளரியிற்பிறந் 8. வெம்முனை அஞ்சுரம்.

144. புலம்பினாலும் மகிழ்வாள்!

பாடியவர்: மதுரை அளக்கர் ஞாழலார் மகனார். **திணை:** முல்லை. **துறை:** வினை முற்றிய தலைமகன், தன் நெஞ்சிற்கு உரைப் பானாய்ப் பாகற்குச் சொல்லியது.

(தலைமகன், போர்வினை மேற்கொண்டவனாகத், தன்னுடைய தலைவியைப் பிரிந்து சென்றிருப்பவன், தன்னுடைய பிரிவின் துயரத் தினால் தன்னுடைய காதலை எப்படி வாடி மெலிவாள்; எப்படித் தன் தோழியிடம் மனம் நொந்து என்றெல்லாம் எண்ணுகின்றான். அவ னுக்கு ஓர் அமைதி. தான் போரில் வென்று பெற்ற செல்வத்தைப் பற்றிச் சுற்றத்தார்கள் புகழ்ந்து உரைக்க கேட்டபோது, அவள் எல்லாம் மறந்து தன்னைத் தழுவி மகிழ்ந்தது போல் மகிழ்வாளல்லவோ என்று நினைக்கிறான். தன் நெஞ்சினை விளித்துக் கூறுவதுபோலப் பாகனுக் குத் தன் ஆற்றாமையை உரைத்துத் தேரை விரைந்து செலுத்தத் தூண்டுகின்றான்)

‘‘வருதும்’’ என்ற நாளும் பொய்த்தன;
அரியேர் உண்கண் நீரும் நில்லா;
தண்கார்க்கு ஈன்ற பைங்கொடி முல்லை
வைவாய் வான்முகை அவிழ்ந்த கோதை
பொய்வனப்பு இழந்த கதுப்பும் உள்ளார்,
அருள்கண் மாறலோ மாறுக-அந்தில்
அறன்அஞ் சலரே! -ஆயிழை! நமர்’ எனச்
சிறிய சொல்லிப் பெரிய புலப்பினும்,
பனிபடு நறுந்தார் குழைய, நம்மொடு,
துனிதீர் முயக்கம் பெற்றோள் போல
உவக்குநள்- வாழிய, நெஞ்சே! -விசும்பின்
ஏறெழுந்து முழங்கினும் மாறெழுந்து சிலைக்கும்
கடாஅ யானை கொட்கும் பாசறைப்,
பார்வேட்டு எழுந்த மள்ளர் கையதை
கூர்வாட் குவிமுகஞ் சிதைய நூறி,
மானடி மருங்கில் பெயர்த்த குருதி
வான மீனின் வயின்வயின் இமைப்ப,

அமரேரார்த்து, அட்டசெல்வம்

தமர்விரைந்து உரைப்பக் கேட்கும் ஞான்றே.

''அழகிய அணிகலன்கள் அணிந்துள்ள தோழியே! நம்மவர் வந்துவிடுவோம் என்று உரைத்துச் சென்ற நாளும் பொய்த்துவிட்டன; செவ்வரி பரந்த அழகிய மையுண்ட கண்களினின்றும் ஒழுகும் கண்ணீரும் நிற்கவில்லை; தண்மையான கார்காலத்திற்கு ஈன்ற பசுமையான கொடியினையுடைய முல்லையின் கூர்மையான முனையையுடைய வெள்ளிய மொட்டு விரிந்த பூத்தொடுத்த மாலை சூடும் அழகினை இழந்துவிட்ட எம் கூந்தலைப் பற்றியும் அவர் நினையாதவராயினர்; காதன் மனைவியை வாடவிடுவது அறமல்லவே என அறத்தினைக் கருதியும் அவர் அஞ்சினார் அல்லர்; இவ்வாறெல்லாம் ஆயினமையால் அவரிடத்தினின்றும் நமக்கு அருள் செய்தலான எண்ணம் மாறிப்போனதென்றாலும் மாறிப்போகட்டும்'' என்றெல்லாம் சிறுமையான சொற்களைச் சொல்லித்தான் பெரிதாக வருந்துபவள் நம் காதலி. ஆயினும்,

வானத்திலே இடியேறானது எழுந்து முழங்கினதென்றாலும், அதற்கு எதிராகத் தானும் எழுந்து முழங்கும் மதம் பொருந்திய போர் யானைகள் சுற்றிக்கொண்டிருப்பது நம் பாசறை; போர்செய்தலை விரும்பி எழுந்த வீரர்களின் கையிடத்தவான கூரிய வாள்களின் குவிந்த முனைகள் சிதைவுறுமாறு பகைவர்களைக் கொன்ற காலத்திலே, களத்தில் குதிரைக் குளம்புகள் பதிந்த பள்ளங்களிலே பாய்ந்து கிடக்கும் குருதியானது, வானத்து ஆதிரையாகிய மீனைப்போல இடந்தோறும் விட்டு விட்டு மின்னிக் கொண்டிருக்கும்; அவ்வாறு போர்த்திறன் அறிந்து போரியற்றி வென்று நாம் பெற்ற செல்வத்தைப்பற்றி, நம் சுற்றத்தார்கள் விரைந்து சென்று, அவளிடம் சொல்லி நம்மைப் புகழ்வார்கள்.

அதனைக் கேட்டபோது, அவள் குளிர்ச்சிபொருந்திய நம் மார்பகத்து நறுந்தார் குழையுமாறு, நம்முடன் தன்னுடைய துயரமெல்லாம் தீரத் தழுவுதலைப் பெற்றவளைப் போல உள்ளம் மகிழ்வாள் அல்லளோ? நெஞ்சமே! நீ வாழ்வாயாக!

என்று வினைமுற்றிய தலைவன் தன் நெஞ்சிற்கு உரைப்பானாய்த் தேர்ப்பாகற்குச் சொன்னான் என்க.

சொற்பொருள்: 2. அரி-செவ்வரி. ஏர்-அழகு. 3. கார்க்கு- கார் காலத்திற்கு, தலைப் பெயலுக்கும் ஆம். 4. வைவாய் கூர்மையான முனை. 5. கோதை பெய் வனப்பு இழந்த-மகளிர் தம் காதலரைப் பரிந்த காலத்துக் கூந்தலுக்குக் கோதையும் சூடிப் புனையார். ஆதலின், அவ் வனப்பு இழந்த என்றான். 6. அருள் கண்மாறல்-அருள்தலாகிய கண்ணோட்டம் மாறல்; அருளும் கண்ணோட்டமும் மாறல் எனினும்

பொருந்தும். 6. அந்தில்-அசை. 9. பனிபடு நறுந்தார்-புதுப்பூக்களால் கட்டப்பட்டதால் தேன் சொட்டிக்கொண்டிருக்கும் நறுமணமுள்ள தாரும் ஆம். 11. விசும்பின் ஏறு-இடி ஏறு. 12. மாறு எழுந்து-மாறு கொண்டு சினந்து எழுந்தும் ஆம். சிலைக்கும்-ஒலி முயங்கும். 15. குவிமுகம்-குவிந்திருக்கும் முனை. 16. மான் அடி- குதிரைக் குளம்புகளின் தடம். 17. வான மீன்- இங்கே, செவ்வொளி பரப்பும் ஆதிரை மீன்.

விளக்கம்: 'கண்மாறல்' என்பது, விழித்தகண் இமைக்கும் அளவிலே மறைதல் என்றார் மதுரைக் காஞ்சி உரையில் நச்சினார்க் கினியர் - (மதுரை. அடி. 64). ஓர்த்து' - உன்ன நிமித்தமும் புள்நிமித் தமும் விசாரித்து எனவும் கொள்வர்.

மேற்கோள்: இப் பாட்டினை, '' வேந்தன் தலைவனாயினவாறும், தான் அமரகத்து அட்ட செல்வத்தையே மிக்க செல்வமாகக் கருது தற்கு உரியாள் அரச வருணத்திற்றலைவியே என்பதும் உணர்க'' என, 'ஏவன் மரபின் என்ற சூத்திரத்து உரையிலே நச்சினார்க்கினி யரும்; 'பொய்யே கோடல்' என்ற துறைக்கு, இன்பத்தை வெறுத்தல்' என்னுஞ் சூத்திர உரையிலே 'வருதுமென்ற நாளும் பொய்த்தன: வரியோர் உண்கண் நீரும் நில்லா' என்ற பகுதியைப் பேராசிரியரும் காட்டினார்.

பாடபேதங்கள்: 1. வருவேமென்ற. 2. வரியோர் உண்கண், 14. கைய. 18. அமரொறுத்து அட்ட.

145. அடித்த கை அழிவதாக !

பாடியவர்: கயமனார். **திணை:** பாலை. **துறை:** மகட்போக்கிய செவிலித்தாய் சொல்லியது. **சிறப்பு:** அன்னி என்பவன் குறுக்கைப் பறந்தலையிலே திதியனை வென்று, அவன் காவல் மரமாகிய புன்னையை அழித்த செய்தி.

(அருமையாக வளர்த்த மகள், இற்செறிப்பைக் கடந்து தன் காதலுடன் உடன்போக்கிலே சென்றுவிட்டாள். அவளை வளர்த்த அருமையும், தான் இற்செறித்தபோது முதுகிலே அடித்த அடியையும் பொருட்படுத்தாது நின்ற மகளின் நிலைமையையும் நினைத்துக் கொள்ளுகிறாள் தாய். 'அப்படி அவளை அடித்த கையை வெட்டினால் தான் என்ன?')

வேர்முழுது உலறி நின்ற புழற்கால்,
தேர்மணி இசையின் சிள்வீடு ஆர்க்கும்,
வற்றல் மரத்த பொன்தலை ஓதி
வெயிற்கவின் இழந்த வைப்பின் பையுள் கொள,
நுண்ணிதின் நிவக்கம் வெண்ஞெமை வியன்காட்டு

ஆளில் அத்தத்து, அளியள் அவனொடு-
வாள்வரி பொருத புண்கூர் யானை
புகர்சிதை முகத்த குருதி வார,
உயர்சிமை நெடுங்கோட்டு உருமென முழங்கும்
'அருஞ்சுரம் இறந்தனள்' என்ப-பெருஞ்சீர்
அன்னி குறுக்கைப் பறந்தலைத், திதியன்
தொல்நிலை முழுமுதல் துமியப் பண்ணிய
நன்னர் மெல்லிணர்ப் புன்னை போலக்,
கடுநவைப் படீஇயர் மாதோ-களி மயில்
குஞ்சரக் குரல குருகோடு ஆலும்,
துஞ்சா முழவின் துய்த்தியல் வாழ்க்கைக்,
கூழுடைத் தந்தை இடனுடை வரைப்பின்,
ஊழடி ஒதுங்கினும் உயங்கும் ஐம்பாற்
சிறுபல் கூந்தற் போதுபிடித்து அருளாது,
எறிகோல் சிதைய நூறவும், சிறுபுறம்,
'எனக்குஉரித்து' என்னாள், நின்ற என்
அமர்க்கண் அஞ்ஞையை அலைத்த கையே!

வேர் முதலாக முழுவதுமே முற்றவும் காய்ந்துபோய் நிற்கும், துளைகளிலே சிள்வீடு என்னும் வண்டுகள் இருந்து கொண்டு தேரின் மணியோசைபோல ஒலிமுழங்கிக் கொண்டிருக்கும், வற்றல் மரத்தி லுள்ள பொன்னிறம் வாய்ந்த தலையையுடைய ஓந்தியானது, வெயி லால் அழகு இழந்து போன ஊர்களிலுள்ள வெண்மையான ஞெமை மரங்களையுடைய அகன்ற காட்டிலே, தான், கோடையின் வெம்மை யால் வருத்தம் கொள்ளுதலால் மெல்லெனத் தாவிக் கொண்டிருக்கும், ஆட்கள் எவரும் செல்லுதல் இயலாத வழியிலே, வாள் போன்ற கோடு களையுடைய புலியுடன் போரிட்டுப் புண்பட்ட யானையானது, புள்ளி கள் சிதைந்த தன் முகத்திலேயிருந்து குருதியானது ஒழுகிக் கொண் டிருக்க, உயர்ந்த உச்சியினையுடைய நெடிய மலைமுகடுகளிலே இடி இடித்து முழங்குவதுபோல முழங்கிக் கொண்டிருக்கும்.

இரங்கத் தக்கவளாகிய என் மகள், அத்தகைய அரிய சுரநெறி யிலே, அவள் காதலனுடன் கடந்துசென்றனள் என்பார்கள்.

யானைக் குரலுடைய பறவைகளுடன் சேர்ந்து களிப்புக் கொண்ட மயில்களும் ஆடிக் கொண்டிடிருப்பதும், ஒயாத முழவொலியினை உடையதும், செல்வத்தைத் துய்த்து இயலுகின்ற இல்வாழ்க்கை அமைதியினை உடையதும் ஆகிய, நெல்வளம் மிகுதியாக உடைய தன் தந்தையின் அகற்சியையுடைய மாளிகையில், எடுத்துவைக்கும் தன் காலடியானது சிறிதே புரண்டாலும் அதற்கே வருந்துபவள் அவள். அவளுடைய, ஐம்பகுதிப்பட்ட சிறிய பலவாகிய கூந்தலைச் சூடி

யிருந்த மாலையுடன் சேர்த்துப்பிடித்துக், கொஞ்சமும் அருளில்லாது அடிக்குங்கோல் சிதையும் வரையும் முதுகிலே அடிக்கவும், 'முதுகு எனக்கு உரியது' என்றும் சொல்லாளாய், அன்று அசையாது நின்றாள்.

'குறுக்கைப் பறந்தலையிலே, திதியனது பழமை பொருந்தி யதும், நன்றாகிய மெல்லிய பூங்கொத்துக்களையுடையதுமான புன்னையின் பெரிய முதல் துண்டாகப் பண்ணிய அன்னி போல, அமர்த்த கண்களையடைய என் அம்மையை அப்படி அடித்து வருத்திய என் கையும் பெரிய துன்பத்தை அடைவதாக!

என்று, மகட்போக்கிய செவிலித்தாய் சொன்னாள் என்க.

சொற்பொருள்: 1. வேர் முழுது-வேரும் மரம் முழுமையும் எனப் பொருள்படும். புழல்கால்-துளையையுடையஅடிமரம். 3. ஓதி-ஓந்தி. 4. பையுள்- துன்பம். 7. வாள்வரி-புலி; வாள் போன்ற கோடு களை உடையது. 9. உரும்- இடி. 12. தொன்னிலை-பழமையான நிலை யினையுடைய. 12. முழு முதல்-வேரோடும், 14. நவை-துன்பம் 16. துய்த்தியல் வாழ்க்கை-இல்வாழ்க்கை 17. கூழ்-நெல்வளம். 20. எறிகோல்-அடிக்குங்கோல், 22. அஞ்ஞை-அம்மை; மகளைக் குறிக்கும்.

விளக்கம்: அடி புரள்வதற்கே வருத்தமுறும் மகள், கூந்தலைப் பற்றிக்கொண்டு அடிக்குங் கோலும் சிதையுமாறு அடித்தாலும், தான் உடன்போக்கிலே செல்லவிருப்பதை மனத்துட்கொண்டு வாளா விருந்தனள்; அதனைப் பின்னரே செவிலித்தாய் உணர்கிறாள். துய்த் தியல் வாழ்க்கையை உடைய தந்தையாயிருந்தும் அவள் விரும்பிய வாறே துய்த்தின்புற மாறுபாடு சொன்னதால்தான், அவள் வெளியேறி னாள் என நினைப்பதும் இதனாற் கருதுக.

மேற்கோள்: 'கூழுடைத் தந்தை.... முயங்கும்' என நெல் லுடைமை கூறிய அதனானே, அவள் வேளாண் வருணமென்பது பெற்றாம் எனக், 'கொண்டு தலைக்கழியினும்' என்னும் பொருளியற் சூத்திர உரையுள் நச்சினார்க்கினியர் காட்டினர்.

பாடபேதங்கள்: 6. அத்தந் தமியள். 16. துயக்கில் வாழ்க்கை. 22. அமர்க்கண் மஞ்ஞையை.

146. அழகு வேண்டாதவர்!

பாடியவர்: உவர்கண்ணூர்ப் புல்லங்கீரனார். **திணை:** மருதம். **துறை:** வாயில் வேண்டிச் சென்ற பாணற்குத் தலைமகள் வாயில் மறுத்தது.

(தன் தலைவியை மறந்து விட்டுப் பரத்தையர்களுடன் கூடித் திரிந்தான் ஒரு தலைவன். அவன் செயலை அறிந்த அவள் ஊடிப்

பிணங்கி இருந்தாள். அவளுடைய நினைவு எழப்பாணன் மூலம் தான் மீண்டும் வீட்டுக்குவர நினைப்பதைச் சொல்லியனுப்பித் தன் தலைவியின் இசைவைப் பெற்றுவர வேண்டுகிறான் தலைவன். பாணனிடம் தலைவனின் வரவை ஏற்காது மறுத்துத் தலைவி இப்படிக் கூறுகிறாள்.)

வலமிகு முன்பின் அண்ணல் ஏஎறு
பனிமலர்ப் பொய்கைப் பகல்செல மறுகி
மடக்கண் எருமை மாண்நாகு தழீஇ,
படப்பை நண்ணிப், பழனத்து அல்கும்
கலிமகிழ் ஊரன் ஒலிமணி நெடுந்தேர்,
ஒள்ளிமழை மகளிர் சேரிப், பல்நாள்
இயங்கல் ஆனாது ஆயின்! வயங்கிழை
யார்கொல் அளியள் தானே-எம்போல்
மாயப் பரத்தன் வாய்மொழி நம்பி
வளிபொரத் துயல்வரும் தனிபொழி மலரின்
கண்பனி ஆகத்து உறைப்பக், கண் பசந்து
ஆயமும் அயலும் மருளத்,
தாயோம்பு ஆய்நலம் வேண்டா தோளே?

எல்லா வலியும் மிகுதற்குக் காரணமான உடல்வலிமையினையும் தலைமையினையும் உடைய எருமைக் கடாவானது, குளிர்ந்த தாமரைப் பொய்கையிலே, மாலைவேளைவரை பகலெல்லாம் கிடந்து நெடும்பொழுது மறுகிவிட்டு , மடப்பம் வாய்ந்த கண்களையுடைய மாட்சியுற்ற எருமைக்கிடாரியைத் தழுவிக் கொண்டு, தோட்டக்கால்களிலே மேய்ந்துவிட்டுப், பின்னர் வயல்களிலே சென்று தங்கும். அத்தகைய வளமுடைய ஆரவார மகிழ்ச்சிபொருந்திய ஊரனது, ஒலிக்கும் மணியுடைய நெடுந்தேரானது, ஒள்ளிய இழைகள் அணிந்த மகளிர்களுடைய சேரிப்புறத்தே பல நாட்களாகச் சென்று கொண்டிருத்தல் அமையாதானால்:-

மாயஞ் செய்யும் பரத்தமை உடையவனின் வாய்சொற்களை எல்லாம் உண்மையென எம்மைப்போல நம்பி ஏமாந்து, காற்று மோதலினால் அசையும் மழை பெய்யப்பட்ட மலரினின்றும், நீர் சொரிவது போலத் தன் கண்களின்றும் விழும் கண்ணீர் தன் மார்பிலே வழியக் கண்கலங்கி, ஆயத்தாரும் அயலாரும் இஃது என்ன புதுமையோவென மருட்சி கொள்ளத் தாயார் பாதுகாத்தவரும் அழகிய நலத்தினை வேண்டாதவளாகிப் போன, விளங்கும் அணிகளையுடைய பரத்தையருள் அவள் யாவளோ? அவள், இரங்கத்தக்கவள்! ஆதலாற் பாண, அவள்பால் நீ வாயில் வேண்டிச் செல்க; அஃது உனக்கும் அமையும்: என்று, தலைவி பாணனுக்கு வாயில் மறுத்தாள் என்க.

சொற்பொருள்: 1. முன்பின் - வலிமையுடைய, 2. அண்ணல்- தலைமையான. 2. மலர்-தாமரை மலர். 3. மறுகி- கிடந்து புரண்டு. 4. படப்பை- தோட்டக் கால்கள். 7. இயங்கல்- சென்று வருதல். வயங்குதல்-விளங்குதல். 9. அளியள்- இரங்கத் தக்கவள். 9. பரத்தன்- பரத்தமை உடையவன்.

உள்ளுறை: எருமைக்கடாவானது மாலை வேளை வரை பொய்கையிலே கிடந்துவிட்டுப், பின் எருமையின் இளைய கிடாரி யைத் தழுவி, தோட்டக் கால்களிலே மேய்ந்துவிட்டு, வயல்களிலே சென்று உறங்கும். அதுபோலத் தலைவனும் பரத்தையருடன் நீர் விளையாட்டயர்ந்து, அவர்களைத் தழுவிச் சோலைகளிலே விளை யாடிவிட்டு, வயல் போலும் எம் வீட்டிலே தங்குதல் கருதி வருவான் போலும்? அதற்கு யான் இசையேன்'' என்றனளாம்.

பாடபேதம்: 3. மடநாகு. 4. படப்பை நண்ணிய. 9. பரத்தை.

147. தேடிச் செல்வேன்!

பாடியவர்: ஔவையார். **திணை:** பாலை. **துறை:** செல வுணர்த்திய தோழிக்குத் தலைமகள் சொல்லியது. **சிறப்பு:** வெள்ளி வீதியாரின் காதல் மிகுதி.

(தன் காதலன் பிரிந்துபோய்க் குறிந்த காலங் கடந்தும் வந்து சேராததனால் மனம் வருந்திய தலைவியின் துயரைத் தணிவிக்க முயன்றாள் தோழி. தோழியின் சொற்களைக் கேட்ட தலைவியின் வருத்தம் மிகுந்ததேயல்லாமல் குறையவில்லை. 'நான். அவனைத் தேடிப் போவதற்கு விரும்புகிறேன், என்கிறாள் அவள்.)

ஓங்குமலைச் சிலம்பில் பிடவுடன் மலர்ந்த
வேங்கை வெறித்தழை வேறுவகுத் தன்னை
ஊன்பொதி அவிழாக் கோட்டுகிர்க் குருளை
மூன்றுடன் ஈன்ற முடங்கர் நிழ்த்த,
துறுகல் விடரளைப் பிணவுபசி கூர்ந்தெனப்,

பொறிகிளர் உழுவைப் போழ்வாழ் ஏற்றை
அறுகோட்டு உழைமான் ஆண்குரல் ஓர்க்கும்
நெறிபடு கவலை நிரம்பா நீளிடை,
வெள்ளி வீதியைப் போல நன்றும்
செலவு அயர்ந் திசினால் யானே; பல புலந்து,

உண்ணா உயக்கமொடு உயிர்செலச் சாஅய்,
தோளும் தொல்கவின் தொலைய, நாளும்
பிரிந்தோர் பெயர்வுக்கு இரங்கி,
மருந்துபிறிது இன்மையின், இருந்துவினை இலனே!

ஓங்கிய மலையை அடுத்த சாரலிலே பிடவுடனே மலர்ந்த, வேங்கையின் வெறிகமழும் தழையை வேறாக வகுத்தாற் போன்ற, தசையின் மூட்டம் விரியாத வளைந்த நகத்தையுடைய குட்டிகள் மூன்றை, முடக்கமான இடத்திலுள்ள பொற்றைக்கற் பிளப்பாகிய குகையிலே, ஒருசேர ஈன்றதனால் ஒய்ந்த பெண்புலி, பசிமிக்க தென்று, புள்ளிவிளங்கும் பெரி வாயையுடைய ஆண்புலி, அறும் கோட்டையுடைய ஆண்உழைமானின் குரலை உற்றுக் கோளா நிற்கும், முடக்கம் அமைந்த கவலைகளாகிய ஒடுங்கிய நெடிய வழியிலே-

பிரிந்த தலைவரது பிரிவுக்குத் தினமும் இரங்கி, வெள்ளி வீதி யைப் போலச் செல்லப் பெரிதும் விரும்பின யான், புலந்து உண்ணாத வருத்தமொடு உயிர் செல்ல ஒய்ந்து, தோளும் பண்டையழகு கெடப் பலவற்றிற்கும் இருந்தும், பிறிது மருந்து இன்மையாற் செயலற்றேன்;

என்று, செலவுணர்த்திய தோழிக்குத் தலைமகள் சொன்னாள் என்க.

சொற்பொருள்: 1. ஓங்குமலை-உயர்ந்த மலை. 2. வெறித் தழை-வெறிநாற்றம் உடைய தழை. 3. கோட்டு உகிர்-வளைந்த நகம். 4. நிழத்த-ஒய்ந்த. முடங்கர்-முடங்கல்கள்: 5. துறுகல்-பாறை. விடர் அளை-மலைப் பிளப்புக்களாகிய குகை. பிணவு -பெண்புலி. 6. அறுகோடு-அறல்பட்டு விளங்கும் கொம்பு. ஓர்த்தல்-உற்று அறிதல். 8. கவலை-கவறுபட்ட வழிகள். 10. அயர்ந்திசின்- விரும்பு வேன்.

உள்ளுறை: பிணவின் பசிக்கு இரங்கி உழைமானின் குரலை ஓர்க்கும் ஏற்றை உழுவையையுடைய நீளிடையிலே சென்றவராத லால், நம் தலைவர் நம் நோய்க்கு இரங்கி விரைய வருவர் என்னும் கருத்தால், வெள்ளி வீதியைப் போலச் சொல்லத் துணிந்திலேன் என்று தலைவி குறிப்பால் உணர்த்தினால் என்க.

மேற்கோள்: பாலைப் பொருட்கண் இரங்கற் பொருள் நிகழும்' என்பதற்குக், 'கொண்டு தலைக் கழியினும்' என்னும் சூத்திர உரை யினும்; 'வெள்ளி வீதியைப் போல நன்றும், 'செலவயர்ந்திசினால் யானே' என்பதின்கண், 'பெயர் அகத்திணைக்கண் சார்த்துவகையான் வந்தத்னறித் தலைமை வகையாக வந்திலது' என, 'மக்கள் நுதவிய' என்ற சூத்திரத்து உரையினும் நச்சினார்க்கினியர் காட்டினர்.

148. மாலை வருதல் வேண்டும்!

பாடியவர்: பரணர். **திணை**: குறிஞ்சி. **துறை**: பகல் வரு வானை இரவு வருக என்றது. சிறப்பு. ஆய் எயினன் மிஞிலியோடு பொருது களம்பட்டு வீழந்த செய்தி.

தலைவன் பகற்குறிக் கூட்டத்தை விரும்பியவனாக வருதலை அறிந்த தோழி, அவன் மனம் அப்படியே களவு நுகர்ச்சியிலே நிலைத்து

விடாமல், வரைந்து கோடல் முயற்யிலே ஈடுபட வேண்டும் என விரும்பு கிறாள். அவனைப், 'பகலில் வருவதை நிறுத்தி, இரவு வருக' என்று சொல்பவளே போல, இரவுக்குறியின் ஏதத்தையம் உரைத்து, அதனை யும் மறுத்து, வரைந்து கோடலை மேற்கொள்ளுமாறு, வற்புறுத்து கின்றாள்.)

பனைத்திரள் அன்ன பருஏர் எறுழ்த் தடக்கைச்
கொலைச்சினந் தவிரா மதனுடை முன்பின்,
வண்டுபடு கடாஅத்து, உயர்மருப்பு யானை
தண்கமழ் சிலம்பின் மரம்படத் தொலைச்சி;
உறுபுலி உரறக் குத்தி; விறல்கடிந்து,
சிறுதினைப் பெரும்புனவும் வவ்வும் நாட!
கடும்பரிக் குதிரை ஆஅய் எயினன்
நெடுந்தேர் மிஞிலியொடு பொருது, களம் பட்டெனக்
காணிய செல்லாக் கூகை நாணிக்
கடும்பகல் வழங்கா தாஅங்கு, இடும்பை
பெரிதால் அம்ம இவட்கே: அதனால்
மாலை வருதல் வேண்டும்-சோலை
முளைமேய் பெருங்களிறு வழங்கும்,
மலைமுதல் அடுக்கத்த சிறுகல் ஆறே.

திரண்ட பனை மரத்தைப் போலப் பருத்த அழகிய வளைந்த துதிக்கையினையும், பகையைக் கொல்லுஞ் சினம் நீங்காத மன எழுச்சியினையும், வண்டுகள் மொய்க்கும் மதநீர் ஒழுக்கத்தினையும் உடையது, ஏந்தியிருக்கும் கொம்புகளையுடைய களிறு ஒன்று. அது, தண்ணென்ற மணம் வீசும் மலைச்சாரலிலேயுள்ள மரங்களை முறித்துத் தள்ளிக் கொண்டே, தன்னுடன் மாறுபட்டு எதிர்த்த புலியுங் கதறுமாறு, அதனைத் தன்கோட்டால் குத்திக்கொன்று, அதனுடைய ஆற்றலையும் அழித்து விட்டதாகச், சிறுதினைகளையுடைய பெரிய புனங்களிலே நுழைத்து, தினைக் கதிர்களைக் கவர்ந்து உண்ணும். அத்தகைய நாட்டிற்குரிய தலைவனே!

கடும் விரைவுடனே செல்லும் குதிரையினை உடையவன் ஆய் எயினன். அவன், நெடுந்தேரினையுடைய மிஞிலி என்பவனோடு போரிட்டுக் களத்திலே பட்டு வீழ்ந்தான். புட்களின் காவலனான அவனைக் காண எல்லாப் பறவைகளுமே சென்றன. காணச்செல்லாத கூகையானது தன் செயலுக்கு நாணிக் கடும் பகல் வேளைகளிலே சஞ்சரிக்காதாயிற்று. அந்தக் கூகையைப் போலவே, இவட்கும் பகற் போதிலே வெளியே வருவதற்கு இயலாதவாறு, அலர் எழலால் ஆகிய துன்பம் மிகுதியாயிற்று.

அதனால், சோலைகளிடத்தேயுள்ள மூங்கிலின் முளைகளை மேய்கின்ற பெருங்களிறுகள் சஞ்சரித்துக் கொண்டிருக்கின்ற மலைச் சாரலிடத்தேயுள்ள, கற்பாறைகள் செறிந்த பாதை வழியாக, இனி, மாலை நேரத்திலேயே நீயும் வருவாயாக!

என்று, தோழி தலைமகனைப் பகற்குறி மறுத்து இரவுக்குறி நேர்ந்த வாய்ப்பாட்டால், அதுவும் மறுத்து, வரைவுகடாயினாள் என்க.

சொற்பொருள்: 1. பனைத்திரள், திரள்பனை; திரட்சியுடைய பனைமரம். எறுழ்-வலிய. 2. கொலைச் சினம்- கொல்லுந் தகைமை யுடைய கடுஞ்சினம் 3. உயர் மருப்பு-ஏந்தியிருக்கும் கொம்பு. 5. உரற-கதற. கடிந்து - அழித்து. 6.வவ்வும்-கவர்ந்து தின்னம். 7. கடம்பரி-கடுவேகத்துடன் செல்லும். 9. காணிய செல்லாக் கூகை- கூகை பகலிலே வெளிவராதது ஆதலின், அதனைப் இப்படி உவமித்துப் கூறினார்.

உள்ளுறை: பகற்குறி மறுத்து இரவுக்குறி நேர்ந்தவள் போலச் சொன்னாள்; ஆனால், வழியின் கடுமையைக் கூறியவதனால், அதனை யும் மறுத்தாள் என்க.

தினையினை நுகர்வதற்காக வருகின்ற களிறானது வலிய புலி யைக் குத்தி அழித்துவிட்டு வருந்தி தினைப் புனத்திலே கவர்ந்து உண்ணும்; அதுபோலவே, நீ வரைந்து வருவதானால் அலர் உரைக் கும் கொடியோராகிய பெண்களின் வாயினை அடக்கித், தலைவியை மணந்து நுகர்ந்து இன்புறுவாய் என்கிறாள் தோழி.

விளக்கம்: 'காணிய சொல்லக் கூகை' என்ற சொற்கள், ஆய் எயினன் இறப்பவும், பறவைகள் அவனுக்கு நிழல் செய்ய, தான் சின மிக்கு அவனைக் காணச் செல்லாதுபோர்மரபு பிறழ்ந்த நன்னையே குறிக்கும்' என்று இந்நூலின் 208 ஆவது பாட்டுடன் ஒப்பிட்டால் கருத இடந்தருகின்றது.

149. எளிதாகப் பெற்றாலும் வாரேன்!

பாடியவர்: எருக்காட்டூர்த் தாயங் கண்ணனார். **திணை:** பாலை. துறை: தலைமகன் தன் நெஞ்சிற்குச் சொல்லிச் செலவழுங்கியது. **சிறப்பு:** சேரநாட்டுடன் யவனர் செய்த வாணிகச் செய்தியும், செழிய னின் மதுரைக்கு மேற்கிலுள்ள திருப்பரங் குன்றத்து வளமும்.

(தன் நெஞ்சத்திலே பொருள்தேடி வருதல் வேண்டுமென்ற ஆர்வம் எழ, முன்னர்த், தான் அப்படிப் பிரிந்த காலத்திலே, தன் தலைவி அடைந்த வேதனை மிகுதியை மறவாத தலைவன், தான் வாரேன் எனத் தன் நெஞ்சிற்குக் கூறிப் போவதை நிறுத்திவிட்டான். அது பற்றிக் கூறுவது இச் செய்யுள்.)

சிறுபுன் சிதலை சேண்முயன்று எடுத்த;
நெடுஞ்செம் புற்றத்து ஒடுங்கிரை முனையின்,
புல்லரை இருப்பைத் தொள்ளை வான்பூப்,
பெருங்கை எண்கின் இருங்கிளை கவரும்
அத்த நீள்இடைப் போகி, நன்றும்
அரிதுசெய் விழுப்பொருள் எளிதினிற் பெறினும்
வாரேன்-வாழி, என் நெஞ்சே! -சேரலர்
சுள்ளியம் பேரியாற்று வெண்நுரை கலங்க,
யவனர் தந்த வினைமாண் நன்கலம்
பொன்னொடு வந்து கறியொடு பெயரும்
வளம்கெழு முசிறி ஆர்ப்பெழ வளைஇ,
அருஞ்சமம் கடந்து படிமம் வவ்விய
நெடுநல் யானை அடுபோர்ச் செழியன்
கொடிநுடங்கு மறுகின் கூடற் குடாஅது,
பல்பொறி மஞ்ஞை வெல்கொடி உயரிய,
ஓடியா விழவின், நெடியோன் குன்றத்து,
வண்டுபட நீடிய குண்டுசுனை நீலத்து
எதிர்மலர்ப் பிணையல் அன்ன இவள்
அரிமதர் மழைக்கண் தெண்பனி கொளவே.

சிறிய புல்லிய கறையான் முயன்று எழுப்பிய மிகவும் உயரமான சிவந்த புற்றினுள் மறைந்து கிடக்கும் புற்றாஞ் சோற்றினைப், பெரிய கையினையுடைய கரடியின் பெரிய சுற்றமானது தின்னும். அதுவும் வெறுத்துவிட்டதானால், புற்கென்ற அரையினையுடைய இருப்பை யின் தொளையுடைய வெண்மையான பூக்களைக் கவர்ந்து உண்ணும். அத்தகைய சுரத்திலே நெடுந்தொலைவு. சென்று, மிகவும், அரிதாக ஈட்டத்தக்க உயர்ந்த பொருளை எளிதாக யான் பெற்றாலும்கூட-

சேர மன்னர்களது, 'சுள்ளி' எனப்படும் அழகிய பேராற்றினது வெண்மையான நுரைகள் சிதறிப் போகுமாறு, நல்ல தொழில் மாண் புடைய மரக்கலத்திலே யவனர் பொன்னோடு வந்து மிளகோடு திரும்பிப் போகும் நல்ல வளங்கெழுமிய ஊர் முசிறி ஆகும். அதன் கண், ஆரவாரம் எழுமாறு முற்றுகையிட்டு, நடந்த அரிய போரையும் வென்று, அங்குள் பொற்பாவையையுங் கவர்ந்து வந்தவன். நெடிய நல்ல யானைப்படையினையும் வெல்லும் போராற்றலையும் உடைய வனாகிய செழியன். அவனுடைய கொடியசையும் தெருக்களையுடைய மதுரைமா நகருக்கு மேற்குப்புறத்தே இருப்பது திருப்பரங்குன்றம். பல புள்ளிகளையுடைய மயிலின் வெற்றிக் கொடியினை உயர்ந் திருப்பது அது. இடையறாத விழாக்களையும் அது உடையது. நெடியோ னாகிய முருகனின் அந்தத் திருப்பரங்குன்றின் குண்டு சுனையிலே,

வண்டினம் மொய்க்க இதழ் விரிந்த புதிய நீலப்பூவின் ஒத்த மலர்கள் இரண்டின் சேர்க்கையைப் போன்ற, இவளது செவ்வரி கண்ணீரினைக் கொள்ளுமாறு, நெஞ்சமே! இவளைப் பிரிந்து யான் நின்னோடு வருவேனல்லேன். நீ போய் நின் வினையை முடித்து வாழ்வாயாக! என்று, தலைமகன் தன் நெஞ்சிற்குச் சொன்னான் என்க.

சொற்பொருள்: 1. சிதலை- கறையான். 2. நெடுஞ்செம் புற்று-உயரமான சிவந்த புற்று. ஒடுங்கு இரை- உள்ளே மறைந்து கிடக்கும் இரையான புற்றாஞ் சோறு. முனையில் வெறுத்தால். 3. வான்பூ-வெண்மையான பூ. எண்கு-கரடி. இருங்கிளை -பெரிய சுற்றம். 9. யவனர்-அயோனியர் போன்ற மத்தியதரைக்கடல் நாட்டவர். கலம்-மரக்கலம். 10. கறிமிளகு. 12. படிமம்-பாவை. 16. ஒடியா விழவு- இடையறாத விழாக்கள். 17. குண்டு சுனை-வட்டமான ஆழச்சுனை.

150. தாய் காவற்படுத்தினாள்!

பாடியவர்: குறுவழுதியார். **திணை:** நெய்தல். **துறை:** பகற்குறி வந்து கண்ணுற்று நீங்கும் தலைமகனைத், தோழி, தலைமகளை இடத்துய்த்து வந்து, செறிப்பறிவுறீஇ, வரைவு கடாயது.

கடற்பாங்கிலே கண்டு காதலித்துக் கூடி மகிழ்ந்தனர் காதலர் இருவர். ஒரு நாள் பகலிலே சந்திப்புக்குக் குறித்த இடத்திலே தன் தலைவியைக் காணாது நீங்கும் தலைவனைத் தோழி எதிர்ப்படு கிறாள். தலைவியைக் குறித்த இடத்திலே விட்டு வருபவள் அவள். தலைவனிடம், தலைவி அவனைப் பிரிந்துபடும் வருத்தத்தையும், தாய் அவர்கள் உறவை அறிந்து தலைவியை வீட்டிலே காவலில் வைத்ததையும் கூறி, விரைவிலே வந்து மணந்துக்கொள்ள வேண்டு கிறாள்.)

பின்னுவிட நெறித்த கூந்தலும், பொன்னென
ஆகத்து அரும்பிய சுணங்கும், வம்புவிடக்
கண்ணுருத்து எழுதரு முலையும் நோக்கி,
'எல்லினை பெரிது' எனப் பன்மாண் கூறிப்
பெருந்தோள் அடைய முயங்கி, நீடு நினைந்து,
அருங்கடிப் படுத்தனள் யாயே; கடுஞ்செலல்
வாட்சுறா வழங்கும் வளைமேய் பெருந்துறைக்
கனைத்த நெய்தற் கண்போன் மாமலர்
நனைத்த செருந்திப் போதுவாய் அவிழ,
மாலை மணியிதழ் கூம்பக் காலைக்
கள்நாறு காவியொடு தண்ணென் மலருங்
கழியுங், கானலுங் காண்தொறும் பலபுலந்து:
வாரார் கொல்? எனப் பருவரும்-
தார் ஆர் மார்ப! நீ தணந்த ஞான்றே!

மாலைகள் விளங்குகின்ற மார்பினை உடையவனே! நின்னைப் பிரிந்த பொழுதிலேயே, விரைந்து செல்லும் இயல்பினையுடைய வாட்சுறா மீன்கள் திரியும் சங்கினம் மேய்கின்ற பெரிய துறையினிடத்தே, தழைத்த நெய்தலது கண் போன்ற பெரிய மலரானது மாலைப் போதிலே தன் அழகிய இதழ்களைக் குவித்துக் கொள்ளக், காலையிலே செருந்தியின் அரும்பியபோதுகள் இதழ்விரியத், தேன் மணம் வீசுகின்ற காவி மலரோடு சேர்ந்து தானும் தண்ணென்று மலரும் அவ்வேளையிலே, கழியையும் கானற்சோலையையும் காணும் போதெல்லாம், பலவும் நினைந்து நினைந்து வெறுப்புற்று, 'அவர் வரமாட்டார் போலும்! வரமாட்டார் போலும்! ' என வருந்துபவள் நின் காதலி.

அவள் அன்னையானவள், பின்னலிடும்படியாக வளர்ந்து நெறித் தலையுடைய அவள் கூந்தலையும், பொன்போல மார்பிலே தோன்றிய தேமலையும், கச்சுக் கிழியுமாறு கண்கள் உருப்பெற்று எழுந்த முலையினையும் நோக்கினள். 'பெரிதும் அழகு பெற்றனை மகளே!' எனப் பலபல மாட்சியுடைய சொற்களைச் சொல்லிப், பெரிய தோள்கள் முற்றும் பொருந்துமாறு தழுவிக்கொண்டு, நெடுநேரம் நினைவிலே ஆழ்ந்து, அவளை அரிய காவலுக்கும் உட்படுத்தினள். (ஆகவே, 'அவளை நீ குறியிடத்திலே காண்பதற்கில்லை; விரைந்து வந்து மணந்து கொள்வாயாக' என்று பகற்குறி வந்து கண்ணுற்று நீங்கும் தலைமகனைத், தோழி, தலைமகளை இடத்துய்த்து வந்து செறிப்பு அறிவுறீஇ வரைவுகடாயினாள் என்க.)

சொற்பொருள்: 1. நெறித்த-நெறிப்பட்ட: வளைந்து நெளிந்த. 2. வம்புவிட-கச்சுக் கிழிய. 4.எல்லினை-ஒளியுடையை ஆயினை. 7. வாள்சுறா-வாள்போன்ற கொம்பினையுடைய சுறாமீன். வழங்கும்-திரியும். 8. கனைத்த-தழைத்த. 9. நனைந்த-அரும்பிய. 11. காவி-செங்கழு நீர்.

விளக்கம்: கழியும் கானலும் காணக்காண வருந்துதல், தலைவன் வரக் காணாமையினாலும், அவை தாம் இயற்கைப் புணர்ச்சியிலே கூடிக் களித்த நினைவுகளை எழுப்புதலாலும்.

மேற்கோள்: 'அளவு மிகத் தோன்றினும்' என்னும் துறைக்கண், இச் செய்யுளை 'தோழி செவிலி கூறியதைக் கொண்டு சொல்லியது' எனக், 'களவலராயினும்' என்ற சூத்திர உரையிலே நச்சினார்க்கினியர் காட்டினர்.

'ஏதம் ஆய்தல்' என்னும் மெய்ப்பாட்டிற்கு, 'வாரார் கொல் எனப் பருவமும் தாரார் மார்ப நீ தணந்த ஞான்றே' என்பதை, 'இன்பத்தை வெறுத்தல்' என்னுஞ் சூத்திரத்துப் பேராசிரியர் காட்டினர்.

பாட பேதங்கள்: 2. வம்புடைக் கண்ணுருத்து 4. எல்லிவள்.

151. அருள் பிரிது ஆயினர்!

பாடியவர்: காவன் முல்லைப் பூதனார். **திணை:** பாலை. **துறை:** தலைமகள் சொல்லியது.

(தலைவன் தன்னையும் உற்றார் உறவினரையும் பிரிந்து, வறியவர்க்கு உதவப் பொருள்தேடி வரும் பொருட்டாகச் சென்றுவிட்டதான அருளற்ற செயலை நினைந்து நினைந்து வருந்துகிறாள் தலைவி.)

'தம்நயந்து உறைவோர்த் தாங்கித் தாம்நயந்து
இன்னமர் கேளிரொடு ஏமுறக் கெழீஇ,
நகுதல் ஆற்றார் நல்கூர்ந் தோர்!' என,
மிகுபொருள் நினையும் நெஞ்சமொடு அருள்பிறிது
ஆபமன்-வாழி, தோழி! கால் விரிபு
உறுவளி எறிதொறும் கலங்கிய பொறிவரிக்
கலைமான் தலையின் முதன்முதற் கவர்த்த
கோடலம் கவட்ட குறுங்கால் உழுஞ்சில்
தாறுசினை விளைந்த நெற்றம், ஆடுமகள்
அரிக்கோற் பறையின், ஐயென ஒலிக்கும்
பதுக்கை ஆய செதுக்கை நீழற்,
கள்ளி முள்ளரைப் பொருந்திச் செல்லுநர்க்கு
உறுவது கூறுஞ், சிறுசெந் நாவின்
மணிஓர்த் தன்ன தெண்குரல்
கணிவாய்ப் பல்லிய காடிறந் தோரே!

புள்ளிகளையும் வரிகளையும் உடையது கலைமான். அதன் தலையிலே முதன் முதலாகக் கப்புவிட்டிருக்கும் கொம்பினைப் போலக் கவடுபட்டு விளங்கும் குறுகிய அடிமரத்தினையுடையது. வாகை மரம். அதன் கிளையிலே, விளைந்த நெற்றின் குலைகள் எங்கும் பரந்து, மிகுதியான காற்று வீசும் போதெல்லாம், ஆடும் கூத்தியர்களது அரிக்கோற் பறையொலி போல ஐயென்ற ஒலியுண்டாக்கிக் கொண்டிருக்கும். சிறிய செந்நாவினால் மணியொலி கேட்டாற் போன்று தெளிந்த குரலைச் செய்யும் நன்னிமித்தம் கூறும் பல்லிகள், பதுக்கை பட்டதும் குறைந்த நிழலுடையதுமான கள்ளியின் முள்பொருந்திய அடிப்புறங்களிலே தங்கியிருந்து, வழிச் செல்பவர்க்கு நேர்கின்ற துன்பங்களைப் பற்றிச் சொல்லிக் கொண்டிருக்கும். அத்தகைய காட்டைக் கடந்து சென்றவர் நம் தலைவர்.

அவர், வறுமையுற்றோர் என்று கூறிவரும் இரவலர்களுக்கு உதவும் பொருட்டாக, மிகுதியான பொருளினை ஈட்டும் நினைவுடைய நெஞ்சினராய் விட்டனர். தம்மை விரும்பி வந்து உடன்வாழ்பவரைப் பேணித், தாம் விரும்பிய இனிமை பொருந்திய உறவினர்களோடு

இன்பம் பெருகுமாறு கூடியிருந்து மகிழ்ந்திருக்கின்றதற்கும் மாட்டா ராயினர். அதனால், அவர் நம்மிடத்தே மிகவும் அருளுடையவர் அல்லர் ஆவர். தோழி! அவர் வாழ்க! என்று, தலைமகன் பிரிவின் கண் வேறுபட்ட தலைமகள் தோழிக்குச் சொன்னாள் என்க.

சொற்பொருள்: 1. நயந்து-விரும்பி; தம் நயந்து உறைவோர்-தம்மை விரும்பி மணந்து உடன் வாழ்பவர்; துணைவியான தன்னைக் குறித்தது. 2. ஏமுற-இன்பம் பெருக. 3. நகுதல்-மகிழ்ந்திருத்தல் 5. ஆப-ஆவர். 5. கால்விரிபு-எத்திசையிலும் பரந்து. 6. உறுவளி -பெருங்காற்று. 9. தாறு-குலை. 11. பதுக்கை-பதுக்கைக் கற்கள். 15. கணிவாய்ப் பல்லி-சோதிடங் கூறும் வாயுடைபல்லியாம்.

பாடபேதங்கள்: பாடியவர் பெயர்: காவன் முல்லை மழுக்கரத் தனார்; காவன் முல்லைப் பூக்கரத்தனார்; காவன் முல்லைப் பூச்சாத்த னார் எனவெல்லாம் வழங்கும்.

152. கூந்தலும் தோளும் துயர் தரும்!

பாடியவர்: பரணர். **திணை:** குறிஞ்சி. **துறை:** இரவுக் குறி வந்து நீங்குத் தலைமகன் தன் நெஞ்சிற்குச் சொல்லியது. **சிறப்பு:** பிண்டனின் ஆற்றலைப் பார்த்துத் தலைவனான நன்னன் அளித்த செய்தி; நள்ளி, ஆய் ஆகியோரது வள்ளன்மை முதலியவை.

(இரவுக் குறியிலே வந்து, தன் காதலியைத் தழுவி மகிழ்ந்து அவளைப் பிரிந்து செல்லுந் தலைமகன், அவளுடைய கூந்தலின் வனப்பும் தோளின் சிறப்பும் நினைந்து, தன் பிரிவாற்றாமையை நெஞ்சுடன் கூறுகின்றதாக அமைந்தது இச் செய்யுள்.)

நெஞ்சுநடுங்கு அரும்படர் தீர வந்து,
குன்றுழை நண்ணிய சீறூர் ஆங்கண்
செலீஇய பெயர்வோள் வணர்சுரி ஐம்பால்-
நுண்கோல் அகவுநர்ப் புரந்த பேரிசைச்
சினங்கெழு தானைத் தித்தன் வெளியன்,

இரங்குநீர்ப் பரப்பின் கானலம் பெருந்துறைத்,
தனம்தரு நன்கலம் சிதையத் தாக்கும்
சிறுவெள் இறவின் குப்பை அன்ன
உறுபகை தரூஉம் மொய்ம்மூசு பிண்டன்
முனைமுரண் உடையக் கடந்த வெண்வேல்,

இசைநல் ஈகைக் களிறுவீசு வண்மகிழ்ப்
பாரத்துத் தலைவன், ஆர நன்னன்;
ஏழில் நெடுவரைப் பாழிச் சிலம்பிற்
களிமயிற் கலாவத் தன்ன தோளே-
வல்வில் இளையர் பெருமகன்; நள்ளி

சோலை அடுக்கத்துச் சுரும்புஉண விரிந்த
கடவுட் காந்தள் உள்ளும் பலவுடன்
இறும்பூது கஞலிய ஆய்மலர் நாறி-
வல்லினும் வல்லார் ஆயினும் சென்றோர்க்குச்
சாலவிழ் நெடுங்குழி நிறைய வீசும்,

மாஅல் யானை ஆஅய் கானத்துத்
தலையாற்று நிலைஇய சேயுயர் பிறங்கல்
வேயமைக் கண்ணிடை புரைஇச்
சேய ஆயினும், நடுங்குதுயர் தருமே.

நுண்மையான தலைக்கோலினையுடைய பாணர்களைக் புரந்த பெரும்புகழினை உடையவன். சினம் கெழுமிய பெரும் படையினை உடையவன். 'தித்தன் வெளியன்' என்னும் குறுநிலத் தலைவன். ஒலிக்கும் நீர்ப்பரப்பினையுடைய கானற் சோலைகள் நிறைந்த, அழகிய அவனது பெரிய கடற்றுறைகளிலே, பொன்னைக் கொண்டு வந்து தருகின்ற நல்ல மரக்கலங்கள் சிதையுமாறு, சிறிய வெள்ளை யான இறாமீனின் தொகுதிகள் தாக்கிக் கொண்டிருக்கும். அவை போலத் தாக்கி மிகுந்த பகையினைத் தந்துகொண்டிருந்தவன் வலி மிகுந்த 'பிண்டன்' என்பவன். அப்பிண்டனுடைய போர்முனைகளின் ஆற்றல் அழிய, அவனை வென்ற வெற்றி வேலினை உடையவன், நல்ல புகழ்மேவிய ஈகையினை உடையவன், பரிசிலர்களுக்கு களிறு களையே பரிசிலாக வழங்கும் வண்மையாகிய களிப்பினையுடை யவன், 'பாரம்' என்னும் ஊர்க்குத் தலைவனாகிய ஆரம்பூண்ட சிறப் பினையுடைய 'நன்னன்' என்பவன். நம்முடைய நெஞ்சத்தை நடுங்கச் செய்கின்ற அரிய துன்பமானது தீர்ந்துபோகும் பொருட்டாக வந்து நம்மை கூடியபின்னர், குன்றிடத்து உள்ளதாகிய அருகிலிருக்கும் தன் சிற்றூராகிய அவ்விடத்திற்குச் செல்வதற்காகப் போகின்றவளான நம்முடைய தலைவியின், வளைந்து கடைசுருண்ட கூந்தல், அந்த நன்னனுக்கு உரிய ஏழில் என்னும் நீண்ட மலைத்தொடர்களிலே யுள்ள, பாழி என்னும் சிலம்பிலேயிருக்கும், களிகொண்ட மயிலின் தோகை யைப் போன்றிருக்கும்!

வலிய வில்லினையுடைய வீரகளான வேடர்களின் தலைவன், 'நள்ளி என்பவன். அவனுக்கு உரிய சோலைகள் மிகுந்த மலைச்சார லிலே, கடவுளுக்குரிய வண்டு உண்ணலால் விரிந்த காந்தட் பூவி னுள்ளும், வியப்புமிக்க அழகிய மலர்கள் பலவுமாக ஒருங்கு கூடி நன்மணம் கமழ்வது போன்று நறு நாற்றத்தினையுடையது அவளது திருமேனி!

பாடுதலிலே வல்லவராயினும் சரி, வல்லமையற்றவராயினும் சரி, பரிசில் பெறுவதை விரும்பிச் சென்றவர்களுக்கு மிடாவிலுள்ள

சோற்றினை அவர்களுடைய மண்டையின் பெரிய பள்ளமானது நிறையும்படியாக அளிப்பவன், பெரிய யானைகள் நிறைந்த காட்டினையுடைய ஆய் என்பவன். அவனுடைய காட்டிடத்தேயுள்ள தலையாற்றினிடத்தே நிலைபெற்ற, மிகவுயர்ந்த மலையிடத்துள்ள மூங்கிலிற் பொருந்திய கணுக்களின் இடைப்பட்ட பகுதியைப் போல விளங்கிச், சேய்மைக்கண் உள்ளதேயானாலும் நாம் நடுங்கத்தக்க துயரினைத் தருவன அவளுடைய தோள்கள்!'' என்று, இரவுக்குறி வந்து நீங்கும் தலைமகன் தன் நெஞ்சிற்குச் சொன்னான் என்க.

சொற்பொருள்: 2. படர்-துன்பம். 3. செலீஇய பெயர் வோள்-சொல்வதற்காகப் பெயர்கின்றவள். 4. அகவுநர்.பாணர்கள். 5. தித்தன் வெளியன்-தித்தனும், வெளியனும்; இருவரன்று ஒருவரே என்பவரும் உளர். 7. தனம் -செல்வம், பொன். 8. இறவு-இறவு என்னும் மீன். 9. மொய்ம் மூசு-வலிமை மிக்க. 15. பெருமகன்-பெருமான். 17. கடவுள் காந்தள்-கடவுள் சூடுதற்குரிய காந்தள் மலர். 18. இறும்பூது கஞலிய ஆய்மலர்-செருக்கு மிகுந்த குறிப்பிட்ட சில நறும்பூக்களும் ஆம். 20. சால்-பெரிய பானை; வாய் அகன்ற பானையுமாம். 22. தலையாற்று-ஆற்றின் பிறப்பிடத்து; தலையாறு என்னும் ஊரினும் ஆம். ஆய்க்கு உரியம் பொதியம்; ஆகவே, தாமிரவருணியின் தலையாற்றுப் பகுதியான அடர்ந்த சாரல்களிலே எனவும் கொன்க. பிறங்கல்- மலையிடம்.

மேற்கோள்: இப்பாட்டினைத் திருமகட் புணர்ந்தவன் சேறற்கு உதாரணமாகக் காட்டுவர் அகப்பொருள் விளக்க உரைகாரர் (சூ. 158).

பாடபேதங்கள்: 1. நடுக் கரும்படர். 2. குன்றுறை நண். 6. இலங்குநீர். 7.கனந்தரு. 10. முனைமுரணுடைப்ப.

153. நோதகும் உள்ளம் நோக!

பாடியவர்: சேரமான் இளங்குட்டுவன். **திணை:** பாலை. **துறை:** மகட்போக்கிய செவிலித்தாய் சொற்றது.

(மகள், தன் காதலனுடன் உடன்போக்கிலே சென்று விட்டதறிந்த தாய் துடித்துப் புலம்புகிறாள். தன் நோகின்ற நெஞ்சிற்கு அவள் இப்படிக் கூறுகிறாள்.)

நோகோ யானே; நோதகும் உள்ளம்:
அம்தீங் கிளவி ஆயமொடு கெழீஇப்.
பந்துவழிப் படர்குவள் ஆயினும், நொந்துநனி
வெம்புமன், அளியன் தானே-இனியே,
வன்க ணாளன் மார்புஉற வளைஇ,
இன்சொற் பிணப்ப நம்பி, நமகண்
உறுதரு விழுமம் உள்ளான், ஒய்யெனத்

தெறுகதிர் உலைஇய வேனில் வெங்காட்டு,
உறுவளி ஒலிகழைக் கண்ணுறுபு தீண்டலின்,
பொறிபிதிர்பு எடுத்த பொங்கெழு கூர் எரிப்
பைதறு சிமையப் பயம்நீங்கு ஆர்இடை
நல் அடிக்கு அமைந்த அல்ல; மெல்லியல்
வல்லுநள் கொல்லோ தானே-எல்லி
ஓங்குவரை அடுக்கத்து உயர்ந்த சென்னி
மீனொடு பொலிந்த வானின் தோன்றித்
தேம்பாய்ந்து ஆர்க்குந்-தெரியிணர்க் கோங்கின்
காலுறக் கழன்ற கள்கமழ் புதுமலர்
கைவிடு சுடரின் தோன்றும்
மைபடு மாமலை விலங்கிய சுரனே?

அழகிய இனிய சொற்களையுடைய தன் ஆயத்தாருடனே கூடிப் பந்தாடலிலே ஈடுபட்டு வருவாளாயினும், இரங்கத் தக்கவளாகிய என் மகள், அதற்கே மிகவும் நொந்து வெதும்பி வாடுகின்றவள். அதுவும் கழிந்தது!

உயர்ந்த மலைச்சாரலிலே, வண்டுகள் பாய்ந்து ஆர்ப்பொலி செய்யும் விளக்கமுடைய கொத்துக்களையுடைய கோங்கின் உயர்ந்த உச்சியிலே, இரவு நேரத்திலே மீனோடு அழகுற்று விளங்கும் வானத்தைப் போலத் தோன்றிக் காற்று மோதத், தாம் கழன்று வீழந்து வீழுமிடமெங்கும் மணங்கமழச் செய்து கொண்டிருக்கும் புதிய மலர் கள், கையினால் தூண்டத் தெரிக்கும் சுடர்பொறிப் போலத் தோன்று கின்ற, மேகம் தவழும் பெரிய மலைமுகடுகள் குறுக்கிட்ட சுரநெறி யிலே,

வேனிற்காலத்தின் காய்கின்ற கதிரானது கெடுத்த வெம்மை மிகுந்த காட்டிலே வீசுகின்ற காற்றானது தழைத்த மூங்கிற்கணுக்கள் ஒன்றுடன் ஒன்று உராயத் தாக்குதலினால் எழுந்த, பொங்குலை யுடைய பொறி சிதறி எழுகின்ற மிகுந்த நெருப்பினால், பசுமையற்ற மலையுச்சிகளின் வளமெல்லாம் நீங்கிப்போனதும், நல்ல பாதங்கள் நடந்து செல்வதற்கு ஏற்புடையது அல்லாததுமாகிய அரிய வழிகளை, மென்மையான இயல்பினையுடைய அவள், வன்கண்மையினை உடையவனான அவள் காதலன் அவளை மார்புறத் தழுவியவனாக கழுத்தை வளைத்து அவள் காதோடு சொல்லிய இனிய சொல்லி னாலே அவள் உள்ளத்தைப் பிணித்து விட, அதனை நம்பி, நம்மிடத்தே நேர்கின்றதான பெருந்துன்பத்தினையும் நினையாதவளாகி, இப்பொழுது, விரையச் செல்லுகின்றதற்கும் வல்லவள் ஆவாளோ?

இப்படி நினைந்து நினைந்து வருந்துகின்ற உள்ளத்துடனே யான்தான் நோகின்றேன் (என் செய்வேன்?).

என்று, மக்கட் போக்கிய செவித்தாய் சொன்னாள் என்க.

சொற்பொருள்: 1. நோகோ யானே -யானே நோகின்றேன். 3. பந்து வழிப் படர்தல்- பந்தாடலின் பொருட்டுச் செல்லல். 4. வெம்பும்மன்-வாடுவள். 7. விழுமம்-துன்பம். 10. பொங்கெழு கூர் எரி - பொங்கி எழுகின்ற பெருநெருப்பு. 13. எல்லி - இரவு. 17. கால் காற்று.

உள்ளுறை: காற்றுவீச இணரினின்றும் கழன்று வீழ்ந்த புதுமலர் சுடர்போல் ஒளிவிட்டாற்போல, 'நாணினும் கற்புச் சிறந் தன்று' என்று, தனது பிறந்த வீட்டினை நீங்கித் தலைமகனுடன் சென்ற தலைமகனின் செயல் புகழுக்குரிய கற்பொழுக்கமாயிற்று என்று செவிலி தேறினாள் என்க.

பாடபேதங்கள்: 17. தண்கமழ் புதமலர், கள்மகழ் பனிமலர்.

154. விரைந்து சேர்வோம்!

பாடியவர்: பொதும்பிற் புல்லாளங் கண்ணியார். திணை: முல்லை. துறை: வினை முற்றிய தலைமகன் தேர்ப்பாகற்குச் சொல்லியது.

(தலைவியைப் பிரிந்து வினைமேற் சென்றிருந்தான் ஒரு தலைவன். வினையும் முடிந்தது. அவன் திரும்பவேண்டிய கார் காலமும் வந்துவிட்டது. அதனால், தன் பாகனை விளித்துக் கார்ப்பருவத்தின் வருகையைக் கூறித் தேரை விரைவாகச் செலுத்தச் சொல்லுகின்றான்.)

படுமழை பொழிந்த பயமிகு புறவின்
நெடுநீர் அவல பகுவாய்த் தேரை
சிறுபல் இயத்தின் நெடுநெறிக் கறங்கக்
குறும்புதற் பிடவின் நெடுங்கால் அவரி
செந்நில மருங்கின் நுண்அயிர் வரிப்ப,
வெஞ்சின அரவின் பைஅணந் தன்ன
தண்கமழ் கோடல் தாதுபிணி அவிழத்,
திரிமருப்பு இரலை தெள் அறல் பருகிக்
காமர் துணையொடு ஏமுற வதியக்,
காடுகவின் பெற்ற தண்பதப் பெருவழி
ஓடுபரி மெலியாக் கொய்சுவற் புரவித்
தாள்தாழ் தார்மணி தயங்குபு இயம்ப
ஊர்மதி-வலவ! தேரே-சீர்மிகுபு
நம்வயிற் புரிந்த கொள்கை
அம்மா அரிவையைத் துன்னுகம், விரைந்தே.

மிகுதியான மழை பொழிந்ததனாலே விளைவுப் பயன் மிகு கின்ற புறவிலேயுள்ள நீண்ட பள்ளங்களெல்லாம் நீர் நிறைந்தன. நீர்

நிறைந்துள்ள பள்ளங்களிலே, திறந்த வாயினையுடைய தேரைகள் சிறிய பலவாகிய வாத்தியங்கள் ஒலிப்பது போல, நெடிய பாதைகள் தோறும் அப்படி ஒலித்துக் கொண்டிருக்கும். குறுகிய புதலாக விளங் கும் பிடவிலே நெடிய காம்புகளையுடைய பூக்கள் விளங்கும். அவை சிவந்த நிலத்திடையேயுள்ள நுண்மையான அரியிடத்தே உதிர்ந்து அழகு செய்திருக்கும். வெம்மையான சினத்தையுடைய அரவின் படம் மேல்நோக்கி விளங்குவதுபோலக் கோடலின் அரும்புகள் தம் பிணிப்பவிழ்ந்து மலர்ந்திருக்கும். முறுக்குண்ட கொம்பினையுடைய ஆண்மானானது, தெளிந்து ஓடும் அறலினைப் பருகித் தன் அழகிய பெண்மானுடன், கூடி இன்பமும் தங்கியிருக்கும். இவ்வாறு காடே அழகுபெற்று விளங்கும் தண்மையான செவ்வியை உடையது நாம் செல்ல வேண்டிய பெரிய வழி. அதில் ஓடுகின்ற, செல்வதனால் மெலிவு கொள்ளாத, கொய்தபிடரி மயிரினையுடைய குதிரைகளின், கால்களிலே வந்து பொருந்துமாறு தாழ்ந்து தொங்கும் சதங்கைத் தண்டைகள் அசைந்து ஒலிக்கும்படியாகத் தேரைச் செலுத்துவாயாக.

சீர்மை மிகுந்த முறைமையோடு, நம்மிடத்தே விரும்பிய கோட் பாட்டினை உடையவளான அந்தச் சிறந்த பெண் அணங்கை நாம் விரைந்து சென்று அணுகுவோமாக! 'ஆகவே, விரைந்து, தேரைச் செலுத்துக' என்று, வினை முற்றிய தலைமகன் தேர்ப்பாகற்குச் சொன்னான் என்க.

சொற்பொருள்: 1. படுமழை- பெருமழை; ஒலித்தலையுடைய மழையம் ஆகும். பயம்-வளம். புறவு-காடு. 2. அவல்-பள்ளங்கள். பகுவாய்-பிளந்த வாய். 3. சிறுபல்லியம்-சிறிய அளவான் இசைக்கும் பல்வேறு இசைக் கருவிகளும் ஆம். 4. குறும் புதற்பிடவு-குறுகிய புதராகப் படர்ந்து கிடக்கும் பிடவு. அலரி-அலர்ந்த மலர். 5. அயிர் - நுண்மணல்: மழை பெய்து வடிந்த காலத்தே தோன்றுவது. 6. பையணந்தன்ன-படம் மேனோக்கி இருந்தாற்போன்ற. 7. தண்கமழ் -தண்மையான மணம் கமழ்தல். கோடல்-வெணசங்கு. 8. அறல்-அறல்நீர். 9. காமர்துணை- விருப்பமுடைய துணை. ஏமுற-இன்பமுற. 12. தாள்தாழ் தார்மணி-குதிரைகளின் கழுத்திலே அவற்றின் கால்கள் வரை நீண்டிருக்குமாறு மாலை போல விளங்கும் மணி. அம்மா அரிவை- 'அம்ம' அசைச் சொல்லும் ஆம்: 'அரிவை' பெண்களின் பருவத்தை குறிக்குஞ் சொல்: அவன் காதலியை இங்கே குறித்தது. 15. துன்னுகம்-நெருங்குவோம்.

பாடபேதங்கள்: 6. பையணர்த்தன்ன. 9. காமர் பிணையோடு. 12. தயங்குபு இயம்ப. 13. பரிந்த கொள்கை.

155. செய்வினை முடித்து வருக!

பாடியவர்: பாலை பாடிய பெருங்கடுங்கோ. **திணை:** பாலை. **துறை:** தலைமகன் பிரிவின்கண் வேறுபட்ட தலைமகள் சொல்லியது. **சிறப்பு:** பாண்டி நாட்டின் வளம்.

(தலைமகன் பிரிந்து சென்றவன் வந்து அருளாதது குறித்து உள்ளம் வருந்தி வாடினாள் தலைமகள். தன் வேதனையைத் தன்னுடைய தோழியிடம் கூறி இப்படிப் புலம்புகிறாள்.)

'அறன்கடைப் படாஅ வாழ்க்கையும், என்றும்,
பிறன்கடைச் செலாஅச் செல்வமும், இரண்டும்
பொருளின் ஆகும், புனையிழை!' என்றுநம்
இருளேர் ஐம்பால் நீவி யோரே-
நோய்நாம் உழக்குவம் ஆயினும், தாந்தம்
செய்வினை முடிக்க தோழி! பல்வயின்
பயநிரை சேர்த்த பாண்நாட்டு ஆங்கண்
நெடுவிளிக் கோவலர் கூவல் தோண்டிய
கொடுவாய்ப் பத்தல் வார்ந்துகு சிறுகுழி,
நீர்காய் வருத்தமொடு சேர்விடம் பெறாது
பெருங்களிறு மிதித்த அடியகத்து, இரும்புலி
ஒதுங்குவன கழிந்த செதும்பல் ஈர்வழி,
செயிர்தீர் நாவின் வயிரியர் பின்றை
மண்ஆர் முழவின் கண்ணகத்து அசைத்த
விரலூன்று வடுவில் தோன்றும்
மரல்வாடு மருங்கின் மலைஇறந் தோரே.

தோழி! ''எக்காலத்தும் அறநெறியிலே நின்றும் தவறுதல் இல்லாத இல்லற வாழ்க்கையும், பிறன் ஒருவனின் கடைவாயிலிலே சென்று இரந்தும் பணிந்தும் பெறாது, தானே முயன்று ஈட்டிய செல்வமும் ஆகிய இவ்விரண்டின் செப்பமும், பொருளினாலேயே ஆகி வருவதாகும். புனைந்த இழையின் உடையவளே!'' என்று, அன்று நம்மிடம் சொல்லித், தம் போக்கிற்கு நாமும் உடன்படும் பொருட்டாக, நம்முடைய இருள்போன்ற கருமையான ஐவகையான முடித்தலையுடைய கூந்தலை கோதிவிட்டவாறே நம்மைத் தெளிவித்துச் சென்றவர் நம் காதலர்.

பாற்பசுக்கள் நிரைநிரையாகச் சேர்ந்திருக்கும் வளமுடையது பாணனது வளநாடு, அந்த நாட்டின் பற்பல இடங்களிலேயும், நீண்ட சீழ்க்கை ஒலியினை உடையவராகிய கோவலர்கள், தம் ஆநிரைகளுக்கு நீரூட்ட வேண்டித் தோண்டிய கூவலாகிய சிறுசிறு குழிகள் விளங்கும். அவற்றிலே, வளைந்த வாயினையுடைய பத்தல்களிலேயிருந்து வார்ந்து ஒழுகும் நீரானது காய்ந்ததனால் உண்டாகிய வருத்தத்துடன், சேர்ந்து தங்குதற்குரிய நிழலிடவமும் பெறாது, பெரிய களிறானது மிதித்துச் சென்ற காலடித்தடத்திலே, பெரிய புலியும் அடுத்து அடிவைத்துச் சென்றிருக்கும். அப்படிப்பட்ட சேற்றோடு கூடிய ஈரமுடைய வழியிலுள்ள, அத்தடங்கள் குற்றமற்ற நாவினரான கூத்தர்

களது பின்புறத்தே கிடந்து தொங்குகின்ற, மார்ச்சனை பூசிய முழவின் கண்ணிடத்திலே வீரல்களை ஊன்றியதனால் ஏற்பட்ட வடுவினைப் போலத் தோன்றும், மரல்களும் வாடிக் கிடக்கும் அத்தகைய மலைப் பகுதியைக் கடந்து, பொருள் தேடச் சென்றிருப்பவர் அவர்.

அவருடைய பிரிவினாலே நாம் நோயுற்று மிகவும் வருந்துகின்றோம். ஆயினும், அவர், தாம் மேற்கொண்ட செய்வினையை வெற்றியுடன் முடிப்பாராக! என்று, தலைமகன் பிரிவின்கண் வேறுபட்ட தலைமகள் சொன்னாள் என்க.

சொற்பொருள்: 1. அறன் கடைப் படாஅ வாழ்க்கை - அறநெறியானது கடைப்பட்டுப் போகாத அறத்தொடுபட்ட இல்வாழ்க்கை. 5. நோய் நாம் உழக்குவம்-நாம் பிரிவினாலாகிய நோயினாலே கிடந்து துன்புறுவோம். 7. பயநிரை-பாற்பசுக்களின் நிரை. பாணாட்டு-பாணனது நாட்டு. 8. நெடுவிளி- நெடிதாக மாடுகளை விளித்துக் கூப்பிடுகின்ற சீழ்கை ஒலி. கூவல்-கிணறு. 9. பத்தல்-நீர் முகக்கும் ஒலையால் முடையப்பட்ட வளைந்த வாயினையுடைய பட்டை. 11. இரும் புலி -பெரிய புலி. 12. செதும்பு-சேறு. 15. மத்தளத்திலே, தோலின் நடுப்பகுதியிலே ஒலி ஒழுங்குக்காக வைக்கும் கண்ணிடத்தே நகத்தை வைத்து அழுத்தியது போல விளங்கும்.

உள்ளுறை: ''யானைத்தட மீது புலித்தடம் பதிந்த காட்சி வழியிடைச் செல்பவர்க்கு, முழவுக் கண்ணிடத்துக் நகவடுப் போலக் களிப்பூட்டியதுபோல, அவரைப் பிரிந்தால் வேறுபட்ட நம்மேனியின் தோற்றம் அலர் உரைப்பார்க்கெல்லாம் கூறி மகிழும் விருந்தாக அமைந்துவிட்டதே?'' என வருந்தினாள்.

விளக்கம்: 'நீர் கொதிக்கும் நெடுவழி, யானைகளையுடையதும் பெரும் புலிகளையுடையதுமான மலைவழி, மரலும் வாடிக்கிடக்கும் பாலை வழி' என வழியின் கடுமையைக் கூட்டிப் கருதுக. ''நாம் நோயுற்று வருந்துதலால், தலைவரின் முயற்சி பழுதுபடுமோ எனக் கலங்கியவள், நாம் நோயுற்றாலும் அவர் தம் செய்வினை முடிக்க!'' என வாழ்த்தினாள்.

இச் செய்யுளுள் 'அறன் கடைப்படாஅ வாழ்க்கையும், என்றும் பிறன் கடைச் செலாச் செல்வமும் பொருளுடையையாலேயே அமையும்' என்ற நீதி தெளிவாக உரைக்கப்பட்டுள்ளது.

பாடபேதங்கள்: 5. நாள் உழக்குவம் - நாள்தோறும் வருந்துவோம். 7. பாழ்நாட்டு ஆங்கண் - பாழ்ப்பட்ட நாடாகிய அவ்விடத்தே.

156. பிழைத்த தவறே?

பாடியவர்: ஆவூர் மூலங்கிழார். **திணை:** மருதம். **துறை:** தலைமகள் இடத்து உய்த்துவந்த தோழி; தோழி தலைமகனை வரைவு

கடாயது; இது மருதத்துக் களவு. **சிறப்பு:** குறிஞ்சிக் குறவர் வேலனுக்கு வெறியாட்டு அயர்தலைப் போல, மருத நிலத்தார் நீர்த் துறைக் கண் உள்ள கடவுளுக்குப் பலியிட்டுப் போற்றி வேண்டுவது.

(களவிலே தன் காதலோடு உறவாடி வந்தாள் ஒரு தலைவி. அதனால், அவள் மேனி புதுப்பொலிவுபெறக் கண்ட தாய், மகள் பொய்கையாடலால் வந்த நீர்த்தெய்வக் குற்றம் போலும் எனக் கலங்கினாள். அத் தெய்வத்துக்குப் பலியிட்டு வழிபட்டும் தன் மகளின் நோய் தணியாதது கண்டு வருந்தினாள். இதனைத் தலைவனிடம் கூறி, விரைந்து மணந்துக் கொள்ளுமாறு தோழி வற்புறுத்துகிறாள்.)

முரசுடைச் செல்வர் புரவிச் சூட்டும்
மூட்டுறு கவரி தூக்கி யன்ன
செழுஞ்செய் நெல்லின் சேயரிப் புனிற்றுக் கதிர்
மூதா தின்றல் அஞ்சிக், காவலர்
பாகல் ஆய்கொடிப் பகன்றையொடு பரீஇக்
காஞ்சியின் அகத்துக், கரும்பருத்தி, யாக்கும்
தீம்புனல் ஊர! திறவிதாகக்
குவளை உண்கண் இவளும் யானும்
கழனி ஆம்பல் முழுநெறிப் பைந்தழை
காயா ஞாயிற் றாகத், தலைப்பெய
பொய்தல் ஆடிப் பொலிக! என வந்து,
நின்நகர்ப் பிழைத்த தவறோ-பெரும!
கள்ளுங் கண்ணியும் கையுறை யாக
நிலைக்கோட்டு வெள்ளை நாள்செவிக் கிடாஅய்
நிலைத்துறைக் கடவுட்கு உளப்பட ஓச்சித்,
தணிமருங்கு அறியாள், யாய்அழ,
மணிமருள் மேனி பொன்னிறம் கொளலே?

வெற்றி தியாகம் வீரம் ஆகியவற்றைக் குறிக்கும் மூவகை முரசங்களும் முழங்குதலையுடைய செல்வர்களான மன்னர்களின் குதிரைச் சூட்டுகின்ற, மூட்டப் பெறுகின்ற கவரியைத் தூக்கி உயர்த்தினாற்போல, செழுமையான வயல்களிலே நெற்பயிர் கதிர்தலையுடைய சிவந்த பொதியினை ஈன்று விளங்கும். கன்றை ஈன்ற அணிமையையுடைய பசுக்கள் அதனைத் தின்றுவிடுதலை அஞ்சிய அவற்றின் காவலர்கள், அவற்றுக்குக் கரும்பினை வெட்டி உண்பிப்பார்கள். அதன் பின், பாகற்கொடியினையும், நுண்மையான கொடியையுடைய பகன்றையையும் அறுத்துக்கொணர்ந்து, அவற்றால் காஞ்சிமரத்தின் அகத்தே அவற்றைக் கட்டியும் வைப்பார்கள். இத்தகைய இனிய புனல் வளத்தினை உடைய ஊரனே! கேட்பாயாக:

எம்முடைய தாயானவள், நீர்த்துறைக் கண்ணே நிலைபெற்றிருக்கின்ற கடவுளுக்கு, நின் தலைவியின் தோற்ற வேறு பாட்டினைத் தெய்வக்குற்றம் எனக் கருதிக், கள்ளும் காந்தள் பூக்களாலாகிய கண்ணியும் நிலையான கொம்புகளையும் தொங்கும் காதுகளையும் உடைய வெள்ளாட்டுக் கிடாயும் உட்பட, எல்லாம் கையுறையாகப் படைத்துப், பலியிட்டுப்போற்றினாள். அப்படிப் போற்றியும் நோய் தணியாததனால், அதனைத் தணிவிக்கும் வேறு வகையினைக் காணாதவளாக அழுது கொண்டிருக்கிறாள்.

அப்படி எம்முடைய தாய் கலங்கி அழுமாறு, தலைவியது மணி போலும் ஒளியுடைய மேனி பசலைபூத்துப் பொன்னிறங் கொள்ளலாயிற்று. 'கழனியிலேயுள்ள ஆம்பலது புறவிதழ் நீங்காத முழுப்பூவினுடைய பாம்புப்படம் போன்ற தழையானது மார்பிலே கிடந்து அசைந்து கொண்டிருக்க, ஞாயிறு காயாத மாலைவேளையிலே, நீவிர் பொய்தல் ஆடிப் பொலிவு பெறுவீர்களாக' எனத் தாயானவள் கூறி எம்மைப் போக விட்டாள். அப்போது, குவளை மலரினைப்போல விளங்கும் மையுண்ட கண்களையுடைய இவளும் யானுமாக வந்து நின்னை இகழ்ந்து ஒதுக்காமல் தவறு செய்து நின்னுடை காதல் மொழிகளுக்குச் செவிசாய்த்து நினக்கு இசைத்தோம்! அந்தத் தவறு தானோ பெருமானே, இவள் மேனியின் நிறம் இவ்வாறு பசலை உண்ணப்பட்டுப் போனது? என்று தலைமகளை இடத்துய்த்து வந்த தோழி, தலைமகனை வரைவுக்கடாயினாள் என்க.

சொற்பொருள்: முரசுடைக் செல்வர்-மூவகை முரசும் உடையவராகிய அரசர்கள். மூட்டுஉறு கவரி-மூட்டுதல் உறுகின்ற காவிரி. 5. ஆய்கொடி -அழகிய கொடியும் ஆம். 7. திறவிதாக- செம்மையுடையதாக; நன்றாக. 9. பைத்தழை நாகப்படம் போலுந் தழை: பசுந்தழையுமாம். 10. காயா ஞாயிற்று-ஞாயிறு காய்தலற்ற மாலைப்போது. பொய்தல் - மகளிர் விளையாட்டு. 14. நிலைக்கோட்டு-வளைதலின்றி ஒரே நிலையாக அமைந்த கொம்பு. 15. உளப்பட - உள்ளத்துக் கருணை பிறக்குமாறும் ஆம். ஒச்சி-போற்றி. 17. மணி-செம்மணி; நீலமணியும் ஆம்.

முழுநெறிக் குவளை - இதழ் ஒடிக்கப்படாத குவளை: இவ்வாறு கொள்வர் அடியார்க்கு நல்லார் சிலப்பதிகார உரையினுள்.

உறைப்பொருள் பொருள்: நெற்கதிர் பழுதுபடாமற் காக்கச் செய்த செயல்களாற் கரும்பும் பாகலும் பகன்றையும் சிதைவுற்றது போலக், களவினை நீட்டிக்க நீ செய்யும் செயலாற் காந்தளும் ஆட்டுக் கிடாயும் சிதைந்தன என்றாள். வளைந்த பின்வரும் பயனை நினைந்து இளங்கதிரைப் பசு தின்றலுக்கஞ்சி, அதற்கு கரும்பருத்திக் கட்டிப் பயன் கொள்வார்போல, பின்னே பெரும் பயன் தரும் களவினைக்

கெடுத்துப், பயன்தராது செய்யும் அலருரைப்பார் வாயடங்க, நீ வரைந்து கொள்வாயாக என்றாள்.

மேற்கோள்: இப்பாட்டுத், 'திணை மயக்குறுதலும் கடிநிலை யிலவே' என்ற விதிபற்றி மருதத்துக் களவு ஆயிற்று' எனக் காட்டினர் நச்சினார்க்கினியர். 'மோத்தையும் தகரும்' என்னுஞ் சூத்திர உரையுள், நிலைகோட்டு வெள்ளை நால் செவிக்கிடா அய்' என்ற அடியைக் காட்டி, 'யாத்த' என்பதனால், 'காடவென்பதையும் யாட்டிற்குப் பெய ராகக் கொள்க என்பார் பேராசிரியர்.

பாடபேதங்கள்: 3-4 சேயரிப் புனிற்றுக் கதிர் மூதாதின்றல் அஞ்சி-சிவந்த அரியினையுடைய இளங்கதிரைக் கிழட்டுப் பசு தின்ற லுக்கு அஞ்சி. 9-10 கழுநீர் ஆம்பல் முழுநெறிப் பகைத் தழை காமர் ஞாயிற்றாகத் தலைப்பெய -செங்கழு நீர் ஆம்பல் என்ற இவற்றின் அகவிதழ் ஒடிக்கப்படாத முழுப் பூவின் தழைகளை ஞாயிற்றின் வெம்மைக்குப் பகையாகத் தலையிலே செருகி. 12. நின்எதிர்ப்பட்ட. 15. உலைத்துறைக். 16. தருமருந்தறி; தணிமருந்தறி.

157. நெஞ்சு கொள்ளச் சொல்க!

பாடியவர்: வேம்பற்றூர்க் குமரனார். **திணை:** பாலை. **துறை:** பிரிவுணர்ந்திய தோழிக்குத் தலைமகள் சொல்லியது. **சிறப்பு:** பாவை கள் பெயலால் நெகிழ்ந்தும் வெயிலால் சுருங்கியும் போவது பற்றிய செய்தி.

(தலைவன், பிரிந்து பொருள் ஈட்டிவர விரும்பினான். அதனைத் தானே நேரிற் கூறி அவள் படும் வேதனையைக் காணும் மனத்துணிபு அவனிடம் இல்லை. அதனால், அந்தப் பொறுப்பை அவளுடைய உயிர்த் தோழியிடம் ஒப்புவிக்கிறான். அவளும் தலைவிக்குச் சென்று உணர்த்த, அப்போது தலைவி சொன்ன பதில் இது.)

அரியற் பெண்டிர் அல்குற் கொண்ட
பகுவாய்ப் பாளைக் குவிமுலை சுரந்த
வரிநிறக் கலுழி ஆர மாந்திச்
செருவேட்டுச், சிலைக்கும் செங்கண் ஆடவர்.
வில்லிட வீழ்ந்தோர் பதுக்கைக் கோங்கின்
எல்லி மலர்ந்த பைங்கொடி அதிரல்
பெரும்புலர் வைகறை அரும்பொடு வாங்கிக்
கான யானை கவளங் கொள்ளும்
அஞ்சுவரு நெறியிடைத் தமியர் சென்மார்
நெஞ்சுண மொழிப மன்னே-தோழி
முனைபுலம் பெயர்த்த புல்லென் மன்றத்துப்
பெயலுற நெகிழ்ந்து, வெயிலுறச் சா அய்

வினையழி பாவையின் உலறி,
மனைஒழிந் திருத்தல் வல்லு வோர்க்கே!

''களவிலே மகளிர் அல்குற்புறத்தே சேர்த்துக் கொணர்ந்த, விரிந்த வாயையுடைய பாளையாகிய குவிந்த முலையானது சுரந்ததும், பன்னாடையினாலே அரிக்கப்பெற்றதுமான, கள்ளின் நிறமுடைய வண்டலை வயிராற நிரம்பக் குடித்துவிட்டுப், போரை விரும்பி ஆரவாரிக்கின்ற சிவந்த கண்ணினரான வீரர்கள், வில்லிலே அம்புதொடுத்து, எய்ய, அதற்கு இரையாகி வீழ்ந்தோரின் பதுக்கைகளிலேயுள்ள கோங்கமரத்தின் மேலே படர்ந்து, இரவிலே மலர்ந்துள்ள பசுமையான கொடியினையுடைய அதிரலைப், பெரிய இருளானது புலர்கின்ற வைகறை வேளையிலே, அரும்போடு பற்றி இழுத்துக் காட்டு யானையானது தானுண்ணும் கவளமாகக் கொள்ளும். அப்படிப்பட்ட அச்சந்தருகின்ற வழியினூடே தன்னந்தனியராகச் செல்பவர் நம் 'தலைவர்' என்பாய், தோழி !

போர்முனையானது வந்துற்றதனால், மக்களை எல்லாம் ஊரை விட்டுப் போக்கிவிட்டு, அழகிழந்து கிடக்கின்ற ஊர் மன்றத்திலேயுள்ள பாவையானது, பெயல் உறுவதனாலே நெகிழ்ந்தும், வெயிலுறுவதனாலே சுருங்கியும் தன்னுடைய புனைதற் செயல் நலன் எல்லாம் அழிந்து வாடிக்கிடப்பது போல, அவரைப் பிரிந்து வீட்டிலே தனித்தொழிந்து இருந்தலை வல்லவர் எவராயினும் இருப்பின், அவற்பாற் பிரதலைப் பற்றி அவர் உள்ளம் ஏற்றுக்கொள்ளுமாறு சொல்வாராக!' (யான் அவரைப் பிரிந்தால் இறந்து படுவேன்; அந்தப் பாவை போல, இரேன் என்பது கருத்து) என்று, பிரிவுணர்த்திய தோழிக்குத் தலைமகள் சொன்னாள் என்க.

சொற்பொருள்: அரியல் பெண்டு-கள்விலைப் பெண்டு. அல்குற் கொண்ட-அல்குலினிடத்தே தாழிகளிலே எடுத்துச் சுமந்து வருகிற. 3. வரிநிறக் கலுழி -வரி வரியான நிறமுடைய கலங்கல். 4. சிலைக்கும்-ஆரவாரிக்கும். 5. பதுக்கை-இறந்தாரைப் புதைத்து மேலே குவித்திருக்கின்ற கற்குவியல். 6. எல்லிமலர்ந்த-இரவிலே மலர்ந்த. அதிரல்-கொடிப் பூவகைகளுள் ஒன்று. 7. பெரும்புலர்-பெரிய புலர்கின்ற. வைகறை-விடியல். அரும்பு-பூவாத முகைகள். 8. கவளம் கவளமாக உருட்டியே கொள்ளும் இயல்பு உடையது ஆதலினால், யானை உணவாகக் கொள்ளும் என்பதைக் 'கவளங் கொள்ளும்' என்றனர். 10. சென்மார்-செல்லவேண்டி. நெஞ்சுஉண-நெஞ்சு ஏற்றுக்கொள்ள. 11. முனை-போர்முனை. 12. பெயல்-மழை. சாஅய்-வற்றி; ஒடுங்கி. 14. வினைஙு-செய்வினையாகிய புனைத்தற்றொழில்.

உள்ளுறை: எல்லிலே மலர்ந்த பூவும், மறுநாள் இரவிலே மலர்தற்குரிய அரும்புமாகக் கோங்கிலே படர்ந்திருக்கும் அதிரலின்

பசுங்கொடியை, அதனை முற்றும் அழித்து யானையானது தனக்குக் கவளமாக்கிக் கொள்வது போலத், தலைவரைப் பற்றுக்கோடாகக் கொண்டு அழுகுடன் இல்லிலே விளங்கும் எம்மையும், அவர் பிரிவின் வெம்மையானது முற்றவும் அழித்துவிடும் என்பதாம். யான் இறந்து படுவேனாதலின், என் நெஞ்சுண மொழிபவர் ஆகார் அவர் என்றும் சொன்னாள்.

பாடபேதங்கள்: 1. அல்கில். 2. பகுவா யானைக்; குறுகுலை தந்த; 11. புலம் பெயர்ந்த. 14. இருத்தல் ஆற்றுவோர்க்கே.

158. அஞ்சுவல் அல்லளோ!

பாடியவர்: கபிலர். **திணை:** குறிஞ்சி. **துறை:** தலைமகன் சிறைப்புறத்தானாகத் தோழி செவிலித்தாய்க்குச் சொல்லியது.

(களவு ஒழுக்கத்தினாலே மகளின் தோற்றப் புதுமாற்றங்களைக் கண்ட தாய் ஐயுற்றாள்; அவளைச் சிறைக்காவலுக்கு உட்படுத்தினாள். அதன் மேல், தன் மகளுடைய தோழியை. அழைத்து வினவுவதிலும் ஈடுபடுகிறாள் இரவாகிய அவ்வேளையிலே, இரவுக்குறி நேரிட்டு வந்து காத்திருக்கும் தலைவன் காதுகளிலேயும் அவர்களுடைய உரை யாடல் விழ, அவன் வரைந்து வரும் வேட்கையானாகச் செல்லுகிறான்.)

'உருமுரறு கருவிய பெருமழை தலைஇப்
பெயல்ஆன்று அவிந்த தூங்கிருள் நடுநாள்,
மின்னு நிமிர்ந்தன்ன கனங்குழை இமைப்பப்,
பின்னுவிடு நெறியிற் கிளைஇய கூந்தலன்,
வரைஇழி மயிலின் ஒல்குவனள் ஒதுங்கி,
மிடைஊர்பு இழியக் கண்டனென், இவள் என
அலையல்-வாழிவேண்டு அன்னை! -நம் படப்பைச்
சூருடைச் சிலம்பில், சுடர்ப்பூ வேய்ந்து
தாம்வேண்டு உருவின் அணங்குமார் வருமே;
நனவின் வாயே போலத் துஞ்சுநர்க்
கனவாண்டு மருட்டலும் உண்டே; இவள்தான்
சுடரின்று தமியளும் பனிக்கும்; வெருவர
மன்ற மராஅத்த கூகை குழறினும்
நெஞ்சழிந்து அரணஞ் சேரும்; அதன்தலைப்
புலிக்கணத் தன்ன நாய்தொடர் விட்டு,
முருகன் அன்ன சீற்றத்துக் கடுந்திறல்
எந்தையும் இல்லன் ஆக,
அஞ்சுவள் அல்லளோ, இவளிது செயலே!

'இடிமுழக்கம் மிகுந்து தொகுதியை உடையதாகப் பெருமழையும் பெய்தலைத் தொடங்கிப், பெயல் நின்று, எங்கும் ஒலியடங்கியிருக்கிற இருள் செறிந்த நள்ளிரவு வேளையிலே, மின்னல்கள் பளிச்சென ஒளிருவது போலக் கனவிய தன்குழைகள் விட்டு விட்டு ஒளிரவும், பின்னலிட்டு விடுகின்றதனாலே நெறிப்போடு கிளைத்த கூந்தலை உடையவளான இவள், மலைச்சாரலினின்றும் இறங்கி வருகின்றவொரு மயிலினைப் போலத் தளர்நடை நடந்து, பரணினின்றும் இறங்கிச் செல்லுதலைக் கண்டேன்' என்று கூறி, இவளை வருந்துதலைச் செய்யாதிருப்பாயாக. எம் அன்னையே! நீ வாழ்வாயாக! யான் சொல்லுவனவும் கேட்பாயாக:

தெய்வங்கள் தங்கி இருத்தலையுடைய மலைச்சாரலிலேயுள்ள நம்முடைய தோட்டத்திலே, கோங்கு முதலிய சுடர் ஒளிவீசும் பூக்களைச் சூடிக்கொண்டு, தாந்தாம் விரும்பிய உருவினை எல்லாம் எடுத்துக் கொண்டனவாக, அணங்குகள் தமக்குரிய பலியுண்ணுவதற்கு வருவதும் உண்டு.

நனவிடத்து வாய்க்கின்ற ஒரு தன்மையினைப் போலவே, கனவானது தூங்குகின்றவர்களைப் பலவற்றையும் காணச் செய்து மயக்கங்கொள்ளச் செய்தலும் உள்ளதாகும்.

ஆனால், இவளோ, என்றால்,

விளக்கின் ஒளியில்லாமல் தனியாக வீட்டின்கண் இருப்பதற்குக் கூட நடுநடுங்கும் இயல்பினையுடையவள்; நம் ஊர் மன்றத்து மராமரத்திலே கூகையானது வந்தமர்ந்து குழறினாலுங்கூடத், தன் நெஞ்சின் ஊக்கம் அழிந்துபோய், அரணின் உள்ளே சென்று புகுந்து விடுபவள்.

அதற்கு மேலும், புலிக்கூட்டத்தைப் போன்றவான நாய்களைக் தொடரவிட்டும், முருகனைப்போன்ற கடுஞ்சீற்றத்துடனும், பகைவரைக் கடுமையாகத் தாக்கி அழிக்கும் வலிமையினையுடையவன் எம் தந்தை. அன்னோனும் வீட்டினிடத்தேயே இருக்கின்றனன். அங்ஙனமாகவும், இவள் அவ்வாறு செய்வதற்கு அஞ்சுவாள் அல்லளோ? (வீணாக அவள் மீது ஐயுற்று அவளைத் துன்பத்திற்கு உள்ளாக்காதே' என்பது கருத்து.)

என்று, தலைமகன் சிறைப்புறத்தானாகத் தோழி செவிலித்தாய்க்குச் சொல்லுவாளாய்த் தலைமகன் கேட்பச் சொன்னாள் என்க.

சொற்பொருள்: 1. உரும் உரறு-முழங்குகின்ற இடி. கருவிய. தொகுப்பாகத் திரண்டெழுந்த. 2. தூங்கிருள்- செறிந்த இருள். நடுநாள்- நள்ளிரவு. 6. மிடை-வரை. 7. அலையல்- துன்புறுத்தாதே கொள். 8. சூர்-அச்சமும் ஆம். 12. சுடர் இன்று -விளங்க்கில்லாமல். பனிக்கும் - நடுங்கும். 14.அரணம்-அரண்வீடு: உள்வீடு.

விளக்கம்: தந்தையும் இல்லிடத்தான் என்றாள். தாயும் தந்தையும் இல்லாதபோது இரவுக்குறிக்குச் சொல்லுதல் பொருந்துமேனும், இருவரும் இருக்கும்போது அவள் எங்ஙனம் போயிருக்க முடியும் என்று, அதனை மறுத்துக் கூறுகிறாள். 'இரவுக்குறியிடத்தே தன் மகள் களவிலே சென்றனள்' என்று ஐயுற்ற தாய்க்கு யாதேனும் இவளுருவில் வந்திருக்குமெனவும், கனவு கண்டிருப்பாயெனவும் கூறி, அத்துடன் நீயும் எந்தையும் வீட்டிலே இருப்ப அங்ஙனம் அவள் சொல்வாளோ எனவும் கேட்டு, அந்த ஐயத்தைப் போக்குகிறாள் தோழி.

மேற்கோள்: இது மிடையேறி இழிந்தாளென்றது காரணமாக ஐயுற்ற தாயைக் கனவு மருட்டலும் உண்டென்றது முதலாகப் பொய் யென மாற்றி, அணங்கும் வருமென மெய்வழிக் கொடுத்தது. இது, சிறைப்புறமாகக் கூறி வரைவு கடாதல் என்றும், தலைவி புறத்துப் போகப் கண்டு செவிலி கூறியதனைத் தோழி கொண்டு கூறினாள் என்றும் கூறினர் நச்சினார்க்கினியர்.

'உரும் உரறு கருவிய பெருமழை தலைஇய' என்ற அடியினை உருட்டு வண்ணத்திற்கு உதாரணங் காட்டுவர் பேராசிரியர்.

பாடபேதங்கள்: 3. மின்னு மிளிர்ந்தன்ன - மின்னல் ஒளி செய்தாற்போல. 13. மாத்த கூரை. 16. முருகின் அன்ன. 17. எந்தையும் இல்லானாக. 18. இவள் அது செயலே.

159. அவலம் கொள்ளாதே!

பாடியவர்: ஆமூர்க் கவுதமன் சாதேவனார். **திணை:** பாலை. **துறை:** பிரிவிடை வேறுபட்ட தலைமகளைத் தோழி வற்புறுத்தியது. **சிறப்பு:** குறும்பொறை நாடு; கொடுமுடி காக்கும் ஆமூர் முதலியன பற்றிய செய்திகள்.

(தலைவன் பிரிந்துபோயினதான தனித்துத் துயருறுகின்ற காலத்திலே. தன் உடலின் கவினெல்லாம் வேறுபட்டவளாகத் தோன்றி னாள் தலைவி. அவளுக்குத் தலைவன் குறித்தவாறு வருபவன் என்ற உறுதியைக் கூறி வற்புறுத்தி, அதன் மூலம் அவளை ஆற்றுவிக்க முயல்கிறாள் தோழி.)

தெண்கழி விளைந்த வெண்கல் உப்பின்
கொள்ளை சாற்றிய கொடுநுக ஒழுகை
உரறுடைச் சுவல பகடுபல பரப்பி
உமண் உயிர்த்து இறந்த ஒழிகல் அடுப்பின்
வடியுறு பகழிக் கொடுவில் ஆடவர்
அணங்குடை நோன்சில வணங்க வாங்கிப்
பல்ஆன் நெடுநிரை தழீஇக் கல்லென
அருமுனை அலைத்த பெரும்புகல் வலத்தர்,

கனைகுரற் கடுந்துடிப் பாணி தூங்கி,
உவலைக் கண்ணியர் ஊன்புழுக்கு அயரும்
கவலை, 'காதலர் இறந்தனர்' என, நனி
அவலம் கொள்ளன்மா காதல் அம் தோழி!
விசும்பின் நல்லேறு சிலைக்குஞ் சேட்சிமை
நறும்பூச் சாரற் குறும்பொறைக் குணாஅது
வில்கெழு தடக்கை வெல்போர் வானவன்
மிஞிறுமூசு கவுள சிறுகண் யானைத்
தொடியுடைத் தடமறுப்பு ஒடிய நூறிக்
கொடுமுடி காக்குங் குரூஉக்கண் நெடுமதில்
சேண்விளங்கு சிறப்பின்-ஆமூர் எய்தினும்,
ஆண்டமைந்து உறையுநர் அல்லர், நின்
பூண்தாங்கு ஆகம் பொருந்துதன் மறந்தே,

தெளிந்த உப்பங்கழியினிடத்தே விளைந்த வெண்மையான கல்லுப்பின் கொள்ளும் விலையைச் சாற்றிய உமணர்கள், தமது வளைந்த நுகத்தினையுடைய உப்புவண்டியினின்றும் வலி பொருந்திய பிடரினையுடைய பகடுகள் பலவற்றையும், அவை எங்கும் பலவாகப் பரந்து மேயும்படியாக அவிழ்த்து விட்டு விட்டு, உப்புப் பாரத்தையும் சொரிந்து இறக்கி வைத்து விட்டு, வழியிடையிலே சோறாக்கி உண்பார்கள். அப்படி அவர்கள் உண்டுவிட்டுக் கைவிட்டுக் கைவிட்டுப்போயிருந்த அடுப்புகள் கல்லடிந்து போய்ப் பாழ்பட்டுக் கிடக்கும்.

வடித்தல் பொருந்திய முனையினையுடைய அம்பினையும், வளைந்த வில்லினையும், உடைய மறவர்கள், எதிர்த்தார்க்கு நோயினைச் செய்யும் தம்முடைய வலிய வில்லானது வணங்குமாறு வளைந்து நாணேற்றியவராகச் சென்று, பலவான பசுக்களையுடைய நீண்ட ஆனிரையைக் கவர்ந்து வருவர். அப்படி அவர்கள் கவர்ந்து வருகின்ற முனையிடத்தைக் 'கல்' என்னும் ஒலி எழுமாறு தாக்கி, அவர்களிடமிருந்து ஆனிரைகளை மீட்டுக் கொணர்ந்தனர், பெரிதாகப் பேசக்கூடிய வல்லமை உடையவரான, கரந்தை வீரர்கள்.

அவர்கள், மிக்க குருலினையுடைய, 'துடி' என்னும் பறையின் தாளத்திற்கு ஏற்பத் தம் வெற்றிக் களிப்பினால் ஆடி மகிழ்ந்தவராகத், தழையாலாகிய கண்ணியைச் சூடியவராக, அந்தக் கல்லிடந்து கிடக்கும் அடுப்புகளிலே ஊன்புழுக்கினை அட்டு உண்பார்கள்.

அப்படிப்பட்ட கவர்ந்த நெறிகளையுடைய சுரநெறியிலே நின் காதலரும் சென்றுள்ளனரே என்று நீ மிகவும் துயரங்கொள்ளாதே; என் அன்பிற்குரிய தோழியே! (அவர் எவ்வகையான ஏதமும் இல்லாதே விரைந்து வந்து சேர்வர் என்பது கருத்து.)

நல்ல இடியேறுகள் முழங்குகின்றதும், வானத்தினிடத்தே நெடுந்தொலைவுக்கு உயர்ந்துள்ளதுமான மலையுச்சிகளையும், நறிய பூக்கள் மணக்கும் சோலைகளையுடைய மலைச்சாரலையும் உடையது குறம்பொறை என்பானுக்கு உரிய மலை. அந்த மலைக்குக் கீழ்ப் பால் உள்ளது ஆமூர். வில்லாற்றல் விளங்கும் பெரிய கையினனான போர்களை வெல்லும் ஆற்றலுடையவன் வானவனாகிய சேரன்; அவனுடைய வண்டு மொய்க்கும் கன்னங்களையும் சிறிய கண்களை யுமுடைய யானைகளின் கிம்புரிகளையுடை பெரிய கொம்புகள் பொடி படுமாறு அழித்துக் கொடுமுடி என்பவன் காத்து வருகின்றதும், செறிந்த ஏப்புழைகளையுடைய நெடுமதிலையும், நெடுந்தொலை வுக்கு உயர்வுடன் விளங்கும் சிறப்பினையும் உடையது அந்த ஆமூர் என்பது.

அந்த ஆமூரையே தமக்கு உரிமையாக நின் காதலர் பெற்றா ராயினும், பூண்அணிந்த நின்னுடைய மார்பகத்தினைத் தழுவுதலை மறந்து அங்கேயே நிலைத்துத் தங்கி விடுகின்றவர் அல்லர் என்று, பிரிவிடை வேறுபட்ட தலைமகளைத் தோழி வற்புறுத்தினாள் என்க.

சொற்பொருள்: 1. தெண் கழி-தெளிந்த நீரையுடைய உப்பங் கழி. 2. கொள்ளை சாற்றுதல்-கொள்ளும் விலையைக் கூறி விற்றல். ஒழுகை-வண்டி. 3. சுவல்-பிடரி. 5. உயிர்த்து இறந்த-உண்டு கைவிட்ட. 5. கொடுவில்: வளைந்த வில். 6. நோன் சிலை-வலிய வில். 6. பெரும்புகல் வலத்தர்-பெரிய மனச்செருக்கினையும் வலிமை யையும் உடையவர். 10. உவலை-தழை. ஊன்புழுக்கு - ஊன் சமைத்த உணவு. 11. இறந்தனர்-சென்றனர். 14. குறும்பொறை - குறும் பொறை நாடு. 37. கொடிமுடி-ஒரு தலைவன். 18. குரூஉக்கண் - ஏப்புழைகள் என்னும் காவலிடங்கள்.

உள்ளுறை: வெற்றி பெற்ற கரந்தையர்கள் மகிழ்ச்சியுடன் புழுக்கயரும் கவலையிடத்தே செல்லுங் காதலர், அவர்களுடைய கலிமகிழ் இருக்கையினையும் காண்பர் ஆதலின், பொருள் முற்றிய தாமும் விரையவந்து நின்னோடு இல்லறம் நிகழ்த்தி இன்புறுவர்; இவ்வாறு உரைத்தனள் தோழி என்க.

பாட பேதங்கள்: 11. கவலைகாதல். 18. தாக்குங். 19. ஆவூர் எய்தினும்.

160. பகலிலே வந்தது!

பாடியவர்: குமிழி ஞாழலார் நப்பசலையார். **திணை:** நெய்தல். **துறை:** தோழி வரைவுமலிந்து சொல்லியது.

(முன்னெல்லாம் இரவு வேளையிலே மெல்லென யாரும் அறியாது வந்து கொண்டிருந்த தலைவனுடைய தேரானது, ஒரு நாள்

பகல் வேளையிலே மிகவும் வேகமாக யாவரும் அறிய வந்து கொண்டிருந்ததைக் கண்டாள் தோழி. அந்த மாற்றம் அவன் வரைந்து மணந்து கொள்வதற்காக வருவதனாலேயே நிகழ்ந்ததென அறிந்து தலைவியிடம் வந்து சொல்லுகிறாள்.)

ஓடுங்கீர் ஓதி நினக்கும் அற்றோ?
நடுங்கின்று, அளித்தென் நிறையில் நெஞ்சம்
அடும்புகொடி சிதைய வாங்கிக் கொடுங்கழிக்
குப்பை வெண்மணற் பக்கம் சேர்த்தி,
நிறைச்சூல் யாமை மறைத்து ஈன்று புதைத்த
கோட்டுவட்டு உருவின் புலவுநாறு முட்டைப்
பார்ப்புஇடன் ஆகும் அளவை, பகுவாய்க்
கணவன் ஓம்பும் கானலஞ் சேர்ப்பன்
முள்ளுறின் சிறத்தல் அஞ்சி, மெல்ல
வாவுஉடை மையின் வள்பிற் காட்டி,
ஏத்தொழில் நவின்ற எழில்நடைப் புரவி
செழுநீர்த் தண்கழி நீந்தலின், ஆழி
நுதிமுகங் குறைந்த பொதிமுகிழ் நெய்தல்,
பாம்புஉயர் தலையின் சாம்புவன நிவப்ப,
இரவந் தன்றால் திண்தேர்; கரவாது

நிறைந்த சூலினை உடையதான ஆமையானது, மணல் மேட்டிலே மறைவாக இன்று புதைத்ததும், யானைக் கொம்பினாலே செய்த வட்டினைபோன்ற உருவுடன் விளங்குவதும், புலால் புலால் நாற்றம் கொண்டிருப்பதுமான முட்டையினை, அதன் இடத்திலேயிருந்தும் குஞ்சு வெளிப்படுகின்ற வரையிலும், திறந்த வாயினையுடைய அந்த ஆமையின் கணவனானது பேணிக்கொண்டிருக்கிற, கானற்சோலைக்கு உரியவன் நம் தலைவனாகிய சேர்ப்பன்.

அவனுடைய திண்மையினையுடைய தேரானாது, தாற்றுக் கோலில் முள்ளால் குத்தப்பட்டால் குதிரைகள் வேகமாக ஓடிப் பலரும் அறியச் செய்துவிடலும் கூடுமென அஞ்சிக், கடிவாள வாயினை இழுத்து மெல்லச் செலுத்தப்பட்டு, அம்பின் விரைவினைப் போலச் செல்லும் தொழிலிலே சிறப்புடைய அழகிய நடையினையுடைய அக் குதிரைகள், செழுமையான நீரினையுடைய தண்மையான கழியினை நீந்துதலால், அத்தேர் உருளைகளின் கூர்மையான முனையால் அறுக்கப்பெற்றுப் பொதிந்த அரும்புகளையுடைய நெய்தலானது, பாம்பின் உயரே தூக்கிய தலையினைப் போல, வாடி மேலேஎழ இதுகாறும் இரவுவேளையிலேயே வந்து கொண்டிருந்தது.

இப்போதோ, அடும்பின் கொடிகள் சிதையுமாறு அவற்றை வலித்து இழுத்துக் கொணர்ந்து, வளைந்த கழியிடத்து உயர்ந்த

வெண்மையான மணல்மேட்டின் பக்கமாகச் சேர்த்தவாறே, கொஞ்ச மும் தன் வருகையை ஒளியாது, ஒல்லென ஒலிசெய்யும் சிறுவர் களோடு, வலிய வாயினாலே அலர் உரைத்துக் கொண்டிருக்கும் நம் முடைய சிற்றூர் அனைத்தும் காணப், பாய்ந்து செல்லும் குதிரைகளின் வேகத்தால் சிறப்புற்றதாகப், பகல் வேளையிலேயே வந்து கொண் டிருக்கிறதே!

அதனைக் கண்டதும், நிறையில்லாத என்னுடைய நெஞ்சம் நடுங்கியது. அது இரங்குதற்கு உரியது! ஒடுங்கிய கருமையான கூந்தலையுடையவளே! நினக்கும் அப்படித்தான் இருந்ததோ? என்று, தோழி வரைவு மலிந்து சொன்னாள் என்க.

சொற்பொருள்: 1. ஈர்மை - கருமை. 2. நிறையில் நெஞ்சம் - களவுக்கு உடன்பட்ட காரணத்தால் நிறையற்றதாயிற்று. 3. அடும்பு- ஒருவகை நீர்க்கொடி. 4. குப்பை- மிகுதியான. 5. பகுவாய்-பிளந்த வாய். 9. முள்-தாற்றுக் கோலின் முள். எழில்நடை- தாளக் கட்டுடன் அமைந்த அழகிய நடை, 10. வாவுதல்-தாவிச்செல்லுதல். வள்பு- கடிவாள வார். 14. சாம்புவன-வாடுவன. 16. இளையர்-ஏவல் இளை யருமாம்.

உள்ளுறை: நிறைசூல் யாமை மறைவாக முட்டையிட அதனைக் குஞ்சு பொறிக்கும் வரை பேணிக்காக்கும் கணவன் ஆமை போல, நம்முடைய களவு ஒழுக்கம் மறைவாகவே நிகழ்வதாயினும், அது மணமாக உருப்பெறும் வரை உதவிப் பேண வேண்டியவன் காதலனே என்றாள். அப்படிப்பட்டவன் ஆனதால் அவன் வரைந்து வந்தனன் என்பது குறிப்பு. 'என் நெஞ்சம் நடுங்கியது உனக்கும் அவ்வாறோ?' என்றது நகையாடிச் சொன்னதாகும்.

தேராழியினால் முகங் குறைக்கப்பெற்ற நெய்தல் முகையானது சாம்புவனவாய், அலையெழுதோறும் அதனோடு நிவந்தாற்போல, வரைவு கருதிய நம் தலைவரது வரவால் அலர் வாய் அடங்கிய அம்பற் பெண்டிர், செருக்கடங்கிய முகத்தினராய், நம் சுற்றத்தார் களிக்குந்தோறும் தாமும் உடன் களியாநிற்பர் என்றும் உள்ளுறை கொள்க.

161. கேட்டே வருந்தினள்!

பாடியவர்: மதுரைப் புல்லங் கண்ணனார். **திணை:** பாலை. **துறை:** பிரிவுணர்த்திய தோழி, தலைமகளது வேறுபாடு கண்டு முன்னமே உணர்ந்தாள் நம் பெருமாட்டி என்று தலைமகனைச் செலவு விலக்கியது.

(தலைவனின் பிரிவுபற்றிய செய்தியைத் தலைவியிடம் கூறி அவளுடைய இசைவைப் பெறல் வேண்டும் என்ற எண்ணத்தோடு

சென்றாள் தோழி, ஆனால் அங்கோ, தனக்கு முன்னரே தலைவி அதனை உணர்ந்து வாடிக்கிடந்த நிலையினைக் கண்டாள். தலைவனிடம் வந்து அதனைக் கூறி அவன் போக்கை நிறுத்தச் செய்கின்றாள்.)

வினைவயிற் பிரிதல் யாவது?-'வணர்சுரி
வடியாப் பித்தை வன்கண், ஆடவர்
அடியமை பகழி ஆர வாங்கி;
வம்பலர்ச் செகுத்த அஞ்சுவரு கவலைப்
படுமுடை நசைஇய வாழ்க்கைச் செஞ்செவி
எருவைச் சேவல் ஈண்டுகிளை பயிரும்
வெருவரு கானம் நீந்தி, பொருள் புரிந்து
இறப்ப எண்ணினர்' என்பது சிறப்பக்
கேட்டனள் கொல்லோ தானே? தோழ் தாழ்பு
சுரும்பு உண ஒலிவரும் இரும்பல் கூந்தல்,
அம்மா மேனி,ஆயிழைக் குறுமகள்
சுணங்கு சூழ், ஆகத்து அணங்குஎன உருத்த
நல்வரல் இளமுலை நனைய;
பல்லிதழ் உண்கண் பரந்தன பனியே.

வளைந்து சுருண்டதும் கோதி ஒப்பனை செய்யப் பெறாததுமான மயிரினை உடைய, வன்கண்மையினை உடையவரான மறவர்கள், குதை அமைந்த அம்பினை முழுவதும் இழுத்துச் செலுத்தி, வழிச் செல்வாரான புதியவர்களைக் கொல்வார்கள். அப்படிக் கொன்றிருக்கும், அச்சந்தோன்றும் கவர்த்த நெறியிலே, மிகுந்த முடைநாற்றம் நாறும் புலாலேயே விரும்பி வாழ்தலையுடையதும், சிவந்த செவிகளையுடையதுமான எருவைச் சேவலானது, அப்படி வீழ்ந்தவரைத் தின்னுவதற்காகத் தன்னுடைய நெருங்கிய சுற்றத்தைக் கூப்பிட்டுக் கொண்டிருக்கும். அச்சம் தோன்றும் அத்தகைய காட்டினைப் பொருள் மேல் கொண்ட விருப்பத்தால் கடந்து செல்லவும் நீர் எண்ணினீர் என்பதனை, அவள் எனக்கு முன்னரே கேட்டுவிட்டனளோ?

வண்டுகள் மலரிதழ்களினுள்ளே புகுந்து தேனை உண்டு கொண்டிருக்கும் தழைத்த கருமையுடைய பலவாகிய கூந்தலையும், அழகிய மாமை நிறமுடைய மேனியினையும், ஆராய்ந்தணிந்த அணிகளையும் உடைய இளமைப் பருவத்தினளான தலைவியின், திதலை படர்ந்துள்ள மார்பினிடத்தே, அணங்கு, போல உருக்கொண்ட, நல்ல வளர்ச்சியினை உடையதாயிருக்கின்ற, இளைய முலைகள் நனையுமாறு, பல இதழ்களையுடைய குவளைப் பூப்போன்று மையுண்ட அவள் கண்கள், நீர் பரந்து ஒழுகிக் கொண்டிருந்தனவே!

அதனால், நீர், வினையின் பொருட்டாக அவளைப் பிரிந்து செல்லுதல் எங்ஙனம் இயலும்? என்று, பிரிவுணர்த்திய தோழி

தலைமகளது வேறுபாடு கண்டு, முன்னமே உணர்ந்தாள் நம் பெருமாட்டியென்று தலைமகனைச் செலவு விலக்கினாள் என்க.

சொற்பொருள்: 1. வணர்சுரி- வளைந்து சுருண்ட. 2. வடியா- ஒப்பனை செய்யாத. 3. அடியமை பகழி-குதையமைந்த அம்பு. ஆர-முழுவதும். 6. ஈண்டு கிளை -நெருங்கிய சுற்றம். 10. இரும்பல்- கரிய பலவான. 12. அணங்கென-மார்பகத்து முலைகளிலே அணங்கு குடிகொண்டிருக்கும் என்பதனாற் கூறினார்; அல்லது தன் தோற்றத் தாலே ஆடவரை வருத்துதலால் அணங்கென்றார் எனினும் ஆம்.

உள்ளுறை: வன்கண் ஆடவர் வம்பலர்ச் செகுத்த படுமுடை நசைஇன் எருவைச் சேவல் ஈண்டு கிளை பயிரும் வெருவரும் கானத் தைப் போல, நும் பிரிவால் வாடி நலிந்திருக்கும் தலைவியும், அலர் உரைக்கும் பெண்டிர்கள், அவள் அழியுமாறு பழிச்சொல்லாற் பெரிதும் வருத்துவர் என்க.

பாட பேதங்கள்: 5. நசைஇய வாழ்கட். 8. எண்ணினர். 14. பல் லிதழ் மழைக்கண்.

162. பெறுவதற்கு அரியவள்!

பாடியவர்: பரணர். **திணை:** குறிஞ்சி. **துறை:** இரவுக் குறிக் கண் தலைமகளைக் கண்ணுற்று நீங்கிய தலைமகன் தன் நெஞ்சிற் குச் சொல்லியது. **சிறப்பு:** அதிகனின் நாட்டு வளம்; பசும்பூண் பாண்டியனின் சிறப்பான தன்மை.

(இரவுக்குறியிடத்தே வந்து தன் காதலியைக் கூடிப் பிரிந்து செல்லுகின்ற தலைமகனின் நெஞ்சம், அவளுடைய பேரழகின் பெருக் கிலேயே நிலைப்பெற்று நிற்கிறது. அவளையே நினைந்து நினைந்து அவன் இப்படித் தன் நெஞ்சிற்குச் சொல்லுகிறான்.)

கொளக்குறை படாஅக் கோடுவளர் குட்டத்து
அளப்பு அரிது ஆகிய குவைஇருந் தோன்றல,
கடல்கண் டன்ன மாக விசும்பின்
அழற்கொடி அன்ன மின்னுவசிபு நுடங்கக்
கடிதுஇடி உருமொடு கதழுறை சிதறி,
விளிவுஇடன் அறியா வான்உமிழ் நடுநாள்,
அருங்கடிக் காவலர் இகழ்பதம் நோக்கிப்,
பனிமயங்கு அசைவளி அலைப்பத், தந்தை
நெடுநகர் ஒருசிறை நின்றனென் ஆக;
அறல்என அவிரும் கூந்தல் மலர்என
வாண்முகத்து அலமரும் மாஇதழ் மழைக்கண்,
முகைநிரைத் தன்ன மாவீழ் வெண்பல்;

நகைமாண்டு இலங்கும் நலம்கெழு துவர்வாய்க்,
கோல்அமை விழுத்தொடி விளங்க வீசிக்,
கால்உறு தளிரின் நடுங்கி ஆனாது, 15
நோய்அசா வீட முயங்கினன்-வாய்மொழி
நல்லிசை தரூஉம் இரவலர்க்கு உள்ளிய
நசைபிழப்பு அறியாக் கழல்தொடி அதிகன்
கோள்அறவு அறியாப் பயம்கெழு பலவின்
வேங்கை சேர்ந்த வெற்பகம் பொலிய 20
வில்கெழு தானைப் பசும்பூண் பாண்டியன்
களிறணி வெல்கொடி கடுப்பக் காண்வர
ஒளிறுவன இழிதரும் உயர்ந்துதோன்று அருவி
நேர்கோள் நெடுவரைக் கவா அன்
சூரா மகளிரிற் பெறற்குஅரி யோளே. 25

கொள்ளக் குறையாதபடி சங்கினம் வளர்ந்து கொண்டிருக்கும், ஆழத்தையுடையமையால் அளத்தற்கு அரிதாயதும் திரண்ட கரிய தோற்றத்தினை உடையதும் ஆகிய, கடலைக் கண்டாற் போல விளங்கும் அகன்ற வானிலே, அழற்கொடியினை எடுத்து உயர்த்தது போல மேகங்களைப் பிளந்துகொண்டு மின்னல்கள் பளிச்சிடக், கடுமையாக முழங்கும் இடியுடன் மிக்க நீர்த்துளிகளைச் சிதறி, முடி விடம் இதுவென அறிய முடியாத வகையிலே, மேக மழை பொழிந்து கொண்டிருக்கின்ற கார்காலத்து நள்ளிரவிலே-

அரிய காத்தல் தொழிலினரான காவலர்கள் நெகிழ்ந்திருந்த பக்கு வத்தைப் பார்த்து, குளிர்பொருந்திய அசைந்துவருகின்ற வாடைக் காற்றானது வருத்த, அவளுடைய தந்தை வருகின்ற வாடைக் காற் றானது வருத்த, அவளுடைய தந்தையின் நீண்ட மாளிகையினுள் ஒருபுறத்தே சென்று நின்றேன்.

வாய்மை மொழிதலையும், தமக்கு வழங்கியோருக்கு நல்ல புகழைத் தருகின்ற இயல்பினையும் உடைய இரவலர்களுக்கு, அவர் கள் எண்ணிய ஆசைகள் பிழைபட்டுப் போதலையே அறியாத வள்ளன்மையினையும் உடையவன், வீரக்கழலும் வீரத்தொடியும் அணியும் அதிகன் என்பவன். அவனது, காய்த்தல் அற்றுப்போதலை அறியாத பயன் நிரம்பிய பலா மரத்தினோடு வேங்கை மரமும் சேர்ந ்திருக்கும் மலையிடம் எல்லாம் அழகுறுமாறு, வில்லாற்றல் நிரம்பிய தானையினையுடைய பசும்பூண் பாண்டியனது களிறானது, அழகிய வெற்றிக் கொடியை எடுத்துச் செல்வதைப் போலக், காட்சிக்கு இனிதாக விளங்குவனவாக இழிதருகின்ற, உயர்ந்து காணப்பெறும் அருவிகளையுடைய நேர்மைக் கொண்ட நெடிய மேற்கு மலைச்சார லிலேயுள்ள, அச்சந்தரும் தெய்வ மகளிர்களைப் போலப், பெறுவதற்கு அரியவள் நம் தலைவி. அவள்-

கருமணல் போல் ஒளியுடன் விளங்கும் கூந்தலினையும், ஒளி பொருந்திய முகத்திலே நீலமலர் என்னும்படியாகச் சூழலும் அழகிய இமைகளையுடைய குளிர்ச்சி பொருந்திய கண்களையும், வண்டினம் விரும்பும் முல்லையரும்புகளை நிரையாக வைத்தாற் போன்ற வெண்மையான பற்களையும், புன்னகையாலே மாண்புற்று இலங்கும் நலம்கெழுமிய பவளம் போன்ற வாயினையும் உடையவளாக, கோல் தொழில் அமைந்த சிறந்த வளையல்கள் விளக்கமுறும்படியாகக் கைகளை வீசிக் கொண்டே, காற்று உறுகின்ற தளிரினைப் போல நடுங்கி நடுங்கி வந்து, நமது காமநோயானது தீர்ந்து நம் வருத்தம் எல்லாம் நீங்குமாறு, அமையாது நம்மை முயங்கினள்! என்று இரவுக் குறிக்கண் தலைமகளைக் கண்ணுற்று நீங்கிய தலைமகன் தன் நெஞ்சிற்குச் சொன்னான் என்க.

சொற்பொருள்: 1. கோடு-கொம்பு: குட்டம்-குட்டம் என்னும் நாடு. கோடு-சங்கம் எனவும், குட்டம் குளம் எனவும் கொள்பவரும் உள்ளனர். 2. குவையிருந்த தோன்றல- திரண்ட கருமையோடு தோன்றுவதாகிய. 4. வசிபு நுடங்க - பிளந்து கொண்டு வளைவாக வானிலே தோன்ற. 5. கதழ்உறை - மிக்க நீர்த்துளிகள். 6. விளிவிடன் - முடிவிடம். 7. இகழ்பதம் - நெகிழ்ந்திருக்கும் பக்குவமான சமயம். 8. பனி-குளிர். அலைப்ப - துன்புறுத்த. 10. அறல்-அறல்பட்ட மணல்.

பாடபேதங்கள்: 5. நசைஇய வாழ்கட் செஞ்செவி. இறப்ப எண்ணினர். 18. அதியன்.

163. வாடை விடு தூது!

பாடியவர் : கழார்க்கீரன் எயிற்றியார். **திணை:** பாலை. **துறை:** பிரிவின்கண் வற்புறுக்குந் தோழிக்குத் தலைமகள் ஆற்றாமை மீதூரச் சொல்லியது.

(தலைவனைப் பிரிந்து தலைவி வருந்தியிருந்த காலத்திலே, கார்காலமும் வந்துவிட, அவன் வரவுக் குறித்த காலம் கடந்து போன தால், அவள் பெரிதும் வாடி மெலிவடைந்தாள். அவளுடைய பெரு வருத்தத்தைத் தணிவிக்கும் வகையால் தோழி ஏதோதோ கூறி ஆற்று விக்க முயல, அவள், தன் ஆற்றாமை புலப்பட இப்படிக் கூறுகிறாள்.)

விண்அதிர்பு தலைஇய விரவமலர் குழையத்
தண்மழை பொழிந்த தாழ்பெயற் கடைநாள்,
எமியம் ஆகத் துனிஉளம் கூரச்
சென்றோர் உள்ளிச் சில்வளை நெகிழப்
பெருநகை உள்ளமொடு வருநசை நோக்கி
விளியும் எவ்வமொடு 'அளியன்' என்னாது
களிறுஉயிர்த் தன்ன கண்அழி துவலை

முளரி கரியும் முன்பனிப் பானாள்,
குன்றுநெகிழ்பு அன்ன குளிர்கொள் வாடை!
எனக்கே வந்தனை போறி! புனற்கால்
அயிர்இடு குப்பையின் நெஞ்சு நெகிழ்ந்து அவிழக்,
கொடியோர் சென்ற தேஎத்து, மடியாது
இனையை ஆகிச் செல்மதி;
வினைவிதுப் புறுநர் உள்ளலும் உண்டே!

வானமே அதிரும்படியான இடி முழக்குடன் கூடியதாகப் பல்வேறு மலர்களும் குழைந்து போகுமாறு, குளிர்ந்த மழையானது பொழிந்த பின், பெயல் குறைந்து விளங்கும் கூதிர்க் காலத்தின் கடைசிநாள் இது. யாம் இங்கே, எமக்கு யாமே கதியாகத் தனித்து கிடந்து வருத்தம் கொள்ளுகின்ற உள்ளத்தினர் ஆகுமாறு, நம்மைப் பிரிந்து சென்றார் நம் காதலர்.

அவரை நினைத்து, நம் கையில் விளங்கிய சிலவாகிய வளைகளும் நெகிழ்ந்து விழப், பெரிதும் அவருடைய வரவினை விரும்புகின்ற உள்ளத்தோடு, அவர் வரும் திக்கினை நோக்கியவாறே, இறத்தற்கு ஏதுவாகிய துயரோடு நாம் வாடிநிற்கின்றோம். 'இத்தகையவள் இரக்கங்கொள்ளுதற்கு உரியவள்' என்று கருதாது, களிறானது நீரை முகத்து சொரிவது போல, இடமெங்கும் மறையுமாறு வீசும் பனித் துளியினால், தாமரை மலரும் கரிந்து போகும்; இப்படிப்பட்ட முன்பனிக் காலத்துப் பாதி இரவிலே, குன்றுகளையும் நெகிழ்விப்பது போன்ற கடுங்குளிரினைக் கொண்ட வாடைக் காற்றே! நீ என் ஒருத்தியையே சூழ்ந்து வருத்தும் குறிக்கோளோடு வந்தனை போலும்!

ஓடும் புனல், கால்வாய்களிடத்தே மணல்மேடுகளைக் கரைத்து நுண்மணலாக்கி அயிரியிடுதல் போல, எம் காதலரின் நெஞ்சமும் எம்பால் நெகிழ்வுற்றுத் தம் பொருட் பிணிப்பு அவிழுமாறு, கொடியவராகிய அவர் சென்றிருக்கும் நாட்டினிடத்தே, கொஞ்சமேனும் அயர்வில்லாமல், இப்படிப்பட்ட தன்மையுடையதாகிச் செல்வாயாக! அப்படி நீ சென்றனையானால் செயலின் மீதிலேயே பெருவிருப்பம் உடையவராய் எம்மை மறந்திருக்கும் அவர், எம்மை நினைவு கூர்தலும் உளதாகும் என்று, பிரிவின்கண் வற்புறுத்துந் தோழிக்குத் தலைமகள் ஆற்றாமை மீதூரச் சொன்னாள் என்க.

சொற்பொருள்: 1. விரவுமலர்-பலவண்ணமாக விரவிக் கிடக்கின்ற மலர்கள். 4. தாழ்பெயல்- குறைந்த பெயல். 6. விளியும் எவ்வம்- இறக்குந் துயரம். 8. கண்ணரு துவலை- இடங்கள் எல்லாம் பரவுதலான பனித்துளிகள். 8. முளரி தாமரை. பால்நாள் -பாதிநாள் 9. நெகிழ்ப்பு-நெகிழச் செய்தல். 10. போறி-போலும். 11. குப்பை-மணல்மேடு. 14. விதுப்புநர்-வேட்கையுடையவர்.

பாடபேதங்கள்: 5. வருநசை உள்ளம். 6. விளியா எவ்வம்: விளிய வெவ்வம்.

164. நல்ல காலம் இதுவே!

பாடியவர்: மதுரைத் தமிழ்க்கூத்தன் நாகன்தேவனார். **திணை:** முல்லை. **துறை:** பாசறைக்கண் இருந்த தலைமகன் தன் நெஞ்சிற்குச் சொல்லியது.

(தன் தலைவியைப் பிரிந்து, வேந்தனின் படையிலே வினை யேற்றுச் சென்று, பாசறைக்கண் தங்கியிருந்தான். ஒரு தலைவன் கார்காலம் வந்ததும் அவனுக்குத் தன் காதலி தன் வரவை எதிர்பார்த்து ஏங்கியிருக்கும் காட்சி நினைவுக்கு வருகின்றது. வேந்தன் போரை முடித்துவிட்டானென்றால் நாமும் சென்று அவளை இன்புறுத்தலாமே என்று நினைக்கின்றான்.)

கதிர்கை யாக வாங்கி ஞாயிறு
பைதறத் தெறுதலின் பயங்கரத்து மாறி,
விடுவாய்ப் பட்ட வியன்கண் மாநிலம்
காடுகவின் எதிரக் கனைபெயல் பொழிதலின்;
பொறிவரி இனவண்டு ஆர்ப்பப் பலவுடன்
நறுவீ முல்லையோடு தோன்றி தோன்ற
வெறியேன் றன்றே வீகமழ் கானம் -
'எவன்கொல் மற்றுஅவர் நிலை?' என மயங்கி,
இகுபனி உறைக்குங் கண்ணோடு இனைபு ஆங்கு
இன்னாது உறைவி தொன்னலம் பெறூஉம்
இதுநற் காலம்; கண்டிசின்-பகைவர்
மதின்முகம் முருங்கிய தொடிசிதை மருப்பின்,
கந்துகால் ஒசிக்கும் யானை,
வெஞ்சின வேந்தன் வினைவிடப் பெறினே!

தன்னுடைய கதிர்களையே கையாகக் கொண்டு, ஞாயிறானது எங்கும் உள்ள ஈரப்பசையினை எல்லாம் கவர்ந்து பசுமையற்றுப் போகும்படியாகக் காய்ந்தது. அதனால், வளம் ஒழிந்து, தம்முடைய பழைய அழகும் மாறுபட்டுப் போய், மிகுந்த அகற்சியுடைய இந்த உலகத்து இடம் எங்கும் வெடிப்புக்களே மிகுந்தன. அப்படியாகி போன காடு தன் பழைய நிலைமையினை எய்துமாறு மிகுதியான பெயலை மேகங்கள் பொழிந்தன. அதனால் புள்ளிகளையும் வரிகளையும் உடைய வண்டினங்கள் ஆர்ப்பரிக்க, நறுமணமுடைய முல்லை மலர் களோடு செங்காந்தள் மலர்களும் வேறு பலப்பல பூக்களுடன் மலர்ந் தன. காடும் மலர் மணம் கமழ்கின்ற நறுநாற்றத்தினைப் பெற்று விட்டது.

பகைவர்களது கோட்டைகளின் கதவுகளை மோதிச் சிதைத்தத னால் பூண்சிதைந்த கொம்புகளை உடையனவாயும் கட்டுத்தறியினை ஒடிக்கும் கால்களோடு சினம் உள்ளன. வாயும் விளங்கும் யானைப் படையினை யுடையவன். வெம்மையான சினத்தினையுடையவனாக வந்து முற்றியிருப்பவனான நம் வேந்தன். அவனுடைய தொழில் ஒருவாறு முற்றுப் பெற்றதானால்-

காட்டின் கவினைக்கண்டு உள்ளம் நொந்து, 'அவனுடைய நிலைமை என்னவோ?' என்று மயங்கி ஒழுகும் கண்ணீரானது மார்பிலே வடிந்து கொண்டிருக்கும் கண்களுடன். அவ்விடத்து நம் மனையினிடத்தே வருந்தி வருந்தி இன்னாமையுடன் இருப்பவளான நம் தலைவியும், நம்முடன் இணைந்து தன் பழைய அழகினையெல் லாம் பெறுகின்ற நல்ல காலமும் இதுவாகும் என்பதனைக் காண்பா யாக.

என்று பாசறைக்கண்ணிருந்த தலைமகன் தன்னெஞ்சிற்குச் சொன்னான் என்க.

சொற்பொருள்: 1. வாங்கி-கவர்ந்து. 2. பைதற-பசுமையான பசுமை அற்றுப் போகுமாறு. தெறுதலின்-காய்தலின். 3. விடுவாய்ப் பட்ட - பிளந்துப்பட்ட. கண்-இடம். மாநிலம்-உலகம். 4. எதிர- எதிரேற்க 6. தோன்றி-செங்காந்தள் 7. வெறிமலர் நாற்றம். 9. இகுபனி- வடியும் கண்ணீர். உறைக்கும்-சிதறும். இனைபு-வருந்தி. 13. கந்து- கட்டுத்தறி.

விளக்கம்: களிறுகளின் பூண்சிதைந்த கொம்புகள், பகைவர் கோட்டையானது வீழ்ந்து, போரும் வெற்றியுற்றதென்பதைக் குறிக் கும். எனினும், தன் சினம் தணியாத வேந்தன் என்பதனால், பகைவர் பணிந்து தரும் திறைப்பொருளைக் ஏற்றுத் திரும்புதலைச் செய்யா தவன் என்க. மழை பெய்யக் காடு கவின் பெற்றதுபோல, அவன் எய்தினால் அவளும் தொல்கவின் பெறுவாள் எனவும் உணர்க.

மேற்கோள்: 'பிரிதற் பகுதியாகிய பாசறைப் புலம்பல் எனினும் நிலம்பற்றி முல்லையாயிற்று' என, இதனை 'ஏனோர் மருங்கினும்' என்னும் பொருளியற் சூத்திர உரையிலே இளம் பூரணர் காட்டினர்.

பாடபேதங்கள்: 7. வெறிவென்றன்றே. 8. கண்ணோடு இணையா..

165. அருமகளே என அழுமே!

பாடியவர்: ..... **திணை:** பாலை. **துறை:** மகட்போக்கியதாயது நிலைமை, கண்டார் சொல்லியது.

(செல்லமாக வளர்ந்து வந்தவள் தலைவி. அவள், தன் தாயை யும் ஆயத்தையும் பிரிந்து 'தலைவனுடன் உடன்போக்கிலே சென்று

விட்டாள். அவள் சென்றதனால் ஆயம் அழகிழந்து தோன்றிற்று. தாயோ, தன் மகளின் பிரிவினால் பித்தாகி, அவள் விளையாடிய பாவையைப் புனைந்து, 'மகளே! மகளே!' என்று புலம்பினாள். இதனைக் கண்டோர் சொல்லும் வகையிலே அமைந்தது செய்யுள்.)

கயந்தலை மடப்பிடி பயம்பில் பட்டெனக்
களிறுவிளிப் படுத்த கம்பலை வெரீஇ,
ஒய்யென எந்த செவ்வாய்க் குழவி
தாதுஎரு மறுகின் மூதூர் ஆங்கண்,
எருமை நல் ஆன் பெறுமுலை மாந்தும்
நாடுபல இறந்த நன்ன ராட்டிக்கு
ஆயமும் அணிஇழந்து அழுங்கின்று! தாயும்
'இன்தோள் தாராய், இறீஇயர்என் உயிர்! என,
கண்ணும் நுதலும் நீவித், தண்ணெனத்,
தடவுநிலை நொச்சி வரிநிழல் அசைஇத்,
தாழிக் குவளை வாடுமலர் சூட்டித்,
'தருமணற் கிடந்த பாவைஎன்
அருமக ளே' என முயங்கினள் அழுமே!

'பெரிய தலையினையுடைய இளைய பிடியானது குழியிலே அகப்பட்டுக் கொண்டதாகத், தன் களிற்றை அழைக்குமாறு கூப்பீடு செய்த பேரொலிக்கு அஞ்சி, ஒய்யென எழுந்த சிவந்து வாயினை யுடைய அதன் கன்றானது, தாதாகிய எருவினைக் கொண்ட தெருக் களையடைய பழைய ஊராகிய அவ்விடத்தே, எருமையாகிய நல்ல மாட்டினின்றும் பெறுகின்ற முலைப்பாலினை உண்டுகொண்டிருக் கும். அப்படிப்பட்ட இடங்களாகிய நாடுகள் பலவற்றையும் கடந்து சென்றனள் நன்மை உடையவளான தலைவி. அவள் பொருட்டாக, அவளுடன் பிரியாதிருந்த ஆயமும் தன் பொலிவையெல்லாம் இழந்து போனதாகப் பெரிதும் வருந்திக் கொண்டிருக்கின்றது;

'என் உயிர் கெட்டழிவதாக' என்று மனம்நொந்து கூறியவளாக, வீட்டிற் கொணர்ந்து பரப்பியிருந்த மணலிலே கிடந்த தன் மகளது பாவையினை எடுத்து, அதன் கண்களையும் நெற்றியையும் தடவி விட்டு, வளைந்த நிலையினதான நொச்சியின் வரிப்பட்டுப் போன நிழலிலே தண்ணென்று கிடத்தித், தாழிக்கண் மலர்ந்த குவளை யினது வாடிய மலரை அதற்குச் சூட்டித், தாயானவளும் 'என் அருமை மகளே! நின் இனிய தோளினைத் தருவாயாக !' என்று சொல்லி, அதனைத் தன் மார்போடு அணைத்தவளாக அழுது கொண்டிருப் பாள்; என்று, மகட்போக்கிய தாயது நிலைமையினைக் கண்டவர் சொன்னார்கள் என்க.

சொற்பொருள்: 1. கயந்தலை- பெரிய தலை. பயம்பு-பள்ளம். 2. விளிப்படுத்த-கூப்பிட்டுக் கதறிய. கம்பலை-ஆரவாரம். 3. குழவி-யானைக் கன்று. 5. பெறுமுலை -பால் பெறும் முலையும் ஆம். 8. இறீஇயர்-அழிவதாக. 10. தடவு நிலை-வளர்ந்த நிலை; அன்றி எட்டித் தடவும் அளவு தாழ்ந்த நிலையுமாம். அசைஇ-கிடத்தி; ஊசலில் கிடத்தி ஆட்டியுமாம்.

விளக்கம்: இல்நீங்கிச் சென்றனளேனும், ஆயமும் தாயும் பேதுறச் செய்தனளேனும், அத்தலைவியின் செயல் அறத்தோடு பட்டதாதலால், அவளை 'நன்னராட்டி' எனச் சொல்லினர். பிடி பயம்பிற் சிக்கி அலமருவதுபோலத், தாய் துயரிற் சிக்கித் தந்தையைக் கூப்பீடு செய்ய, அதற்கு அஞ்சியவள் வழியிடை ஊரார் ஊட்டக் கவலையின்றித் தன் தலைவனுடன் சென்றனள் என்க.

மேற்கோள்: 'தாய் நிலையும் ஆயத்து நிலையும் கண்டோர் கூறியவாறு, எனத், 'தன்னும் அவனும் அவளும் சுட்டி, என்னுஞ் சூத்திர உரையினும்: நற்றாய் மணற்பாவையைப் பெண்பாலாகக் கூறித் தழீஇக் கொண்டமுதலிற் பால்கெழு கிளவியாயிற்று' எனப். பால்கெழு கிளவி நால்வர்க்கும் உரித்தே' என்னும் சூத்திர உரையினும் நச்சினார்க்கினியர் காட்டினர்.

பாடபேதங்கள்: 8. ஈன்றோட்டாராய். 11. வாடு மலர் சூடித். 13. மருமகளே யென.

166. அவர் யாரோதான்?

பாடியவர்: இடையன் நெடுங்கீரனார். **திணை:** மருதம். **துறை:** பரத்தையோடு புனல் ஆடிய தலைமகன், தலைமகளிடைப் புக்கு, யான் ஆடிற்றிலேன்' என்று சூளுற்றான் என்பது கேட்ட பரத்தை, தன் பாங்கிக்குச் சொல்லியது. சிறப்பு: நெல்வளம் மிகுந்த வேளூர் பற்றிய செய்தி.

(தன்னுடன் முதல்நாள் காவிரியிலே புதுப்புனலாடி மகிழ்ந்தும் இன்புற்றும் சென்ற தலைவன், தன் மனைவியிடம் 'தான் அங்ஙனமேதும் செய்யவில்லை' எனப் பொய்மை கூறி, அவள் ஊடலைத் தணிவித்தான். அந்தப் பொய்யுரையைக் கேட்ட பரத்தை தன் தோழியிடம் இப்படிக் கூறுகின்றாள்.)

'நல்மரங் குழீஇய நனைமுதிர் சாடி
பல்நாள் அரித்த கோஒய் உடைப்பின்,
மயங்குமழைத் துவலையின் மறுகுடன் பனிக்கும்
பழம்பல் நெல்லின் வேளூர் வாயில்,
நறுவிரை தெளித்த நாறிணர் மாலைப்,
பொறிவரி இனவண்டு ஊதல கழியும்
உயர்பலி பெறூஉம் உருகெழு தெய்வம்,

புனைஇருங் கதுப்பின் நீகடுத் தோள்வயின்
அனையேன் ஆயின், அணங்குக, என்!' என
மனையோட் தேற்றும் மகிழ்நன் ஆயின்,
யார்கொல்-வாழி, தோழி! -நெருநல்
தார்பூண் களிற்றின் தலைப்புணை தழீஇ,
வதுவை ஈர்அணிப் பொலிந்து, நம்மொடு,
புதுவது வந்த காவிரிக்
கோடுதோய் மலிர்நிறை, ஆடி யோரே?

தோழியே! நீ வாழ்வாயாக!

நல்ல மரங்கள் குழுமியிருக்கும் இடத்திலேயுள்ள, பல நாளும் வடிக்கப்பெற்ற புளித்த கள்ளுள்ள சாடியைக், கள் விற்பார் முகக்கும் போது, அந்த முகக்கும் கலம்பட்டு அந்தச் சாடியானது உடைந்து போயினால், விரவிய மழைத் துளிகள் போலத் தெருவெல்லாம் கள்ளின் துளிகள் துளிக்கும், கள்வளம் உடையது, பழைமையான பலவகை நெல்வளமும் கொண்ட வேளூர். அதன் வாயினிடத்தே,

நறுமணநீர் தெளிந்த, நறுநாற்றமுடைய பூங்கொத்துக்களால் ஆகிய மாலையைப், பொறிகளையும் வரிகளையும் உடைய வண் டினங்கள் ஊதாது போய்விடுவதற்கு ஏதுவான உயர்ந்த பலிக்கடன் களைப் பெறுகின்ற அச்சந்தரும் தெய்வம் உள்ளத்தன்றோ!

புனைதற்றொழிலோடு அவமந்த கரிய கூந்தலினை உடைய வளான நின்னால் ஐயுறப் பெற்றவளான பரத்தையுடன், யான் அப்படி யெல்லாம் செய்து வந்தவனானால், அந்தத் தெய்வமே என்னை வருத்து வதாக என்று கூறித், தன் மனைவியைத் தேற்றுகின்ற கணவன் இவன் ஆயினான்! அங்ஙனமானால்-

நேற்றுக் கரையுச்சிகளைத் தொட்டபடியாக வந்து கொண் டிருந்த காவிரியின் மிகுதியான புதுவெள்ளப் பெருக்கிலே, தாரணிந்த களிற்றினைப் போலப் புணையின் தலைப்பகுதியைத் தழுவி யிருந்து, கூட்டத்திற்குரிய பெரிய அணிகளோடு பொலிவுற்று, நம் முடன் புனலாடிவர்தான் வேறு யாவரோ? என்று, தலைமகன் தலைவி யிடம் பொய்சூளுற்றான் எனக் கேட்ட பரத்தை, தன் பாங்காயினார் கேட்பச் சொன்னாள் என்க.

சொற்பொருள்: 1,2 'நன்மரங் குழீஇய பல்நாள் அரித்து முதிர் நனைசாடி' எனக் கூட்டி, நல்ல மரங்களிலேயிருந்து சேமித்ததும், பல நாள் அரித்தரித்து வடிகட்டியதுமான பழைய புளித்த கள் நிறைந்த சாடி எனவும் பொருள் கொள்க. 2. கோஒய்-கள் விற்கும் கலயம். 3. மயங்குமழைத் துவலை-விரவிய மழைத் துளிகள். 5. நறுவிரை- நறுமணஞ் சேர்த்த நீர். 6. வண்டுகள் தெய்வக் குற்றத்துக்கு அஞ்சி

ஊதாது கழியும் என்க. 7. உருகெழு -அச்சந்தருகின்ற 8. கடுத்தோள் - ஐயுறப் பெற்றவள். 9. அணங்குக -வருத்துக. தலைப்புணை-தெப்பத்தின் தலைப்பகுதி. 15. கோடு-கரையுச்சி; கரை மரங்களின் கிளைகளும் ஆம். மலிர் நிறை-மிக்க வெள்ளம்.

மேற்கோள்: 'இல்லோர் செய்வினை இகழ்ச்சிக் கண்ணும்' என்னும் பகுதிக்கு, இதனைக்காட்டி 'இஃது, இளையோர் கூற்று' எனப், 'புல்லுதல் மயக்கும் என்னும் சூத்திர உரையினும், பரத்தை பிறர் அலர் கூறியவழிக் காமஞ் சிறந்து புலந்தவாறு காண்க' எனக், 'கோடுதோம் மலிர்நிறை ஆடியோரே' என்ற அடியினைக் காட்டிக் 'கிழவோன் விளையாட்டாங்கும் அற்றே' என்னுஞ் சூத்திர உரையினும், நச்சினார்க்கினியர் உரைத்தனர்.

பாடபேதங்கள்: 8. நீ வெய்யோள் வயின். 15. தோடு தோய் மலிர் நிறை.

167. பொருந்தாக் கண்ணேம்!

பாடியவர்: கடியலூர் உருத்திரங்கண்ணனார். **திணை:** பாலை. **துறை:** தலைமகன் பொருள்கடைக்கூட்டிய நெஞ்சிற்கு சொல்லிச் செலவழுங்கியது.

(வாணிகச் சாத்துடன் தன்னொத்த இளைஞர் பலரும் பொருள் தேடிவரச் செல்லுதலைக் கண்ட ஒரு தலைவனின் உள்ளத்திலும் அந்த ஆர்வம் தலைதூக்கியது. ஆனால், அதே சமயம், தன் காதலியைப் பிரியவேண்டுமே என்ற துயரமும் உள்ளத்திலே முனைத்து எழுகின்றது. அவன் இப்படி தன் நெஞ்சிற்குச் சொல்லியவனாகப் போவதையே அப்போதைக்கு நிறுத்திவிடுகிறான்.)

வயங்குமணி பொருத வகையமை வனப்பின்
பசுங்காழ் அல்குல் மாஅயோ ளொடு
வினைவனப்பு எய்திய புனைபூஞ் சேக்கை,
விண்பொரு நெடுநகர்த் தங்கி, இன்றே
இனிதுடன் கழிந்தன்று மன்னே; நாளைப்
பொருந்தாக் கண்ணேம் புலம்வந்து உறுதரச்
சேக்குவம் கொல்லோ, நெஞ்சே! சாத்துஎறிந்து
அதர்கூட் டுண்ணும் அணங்குடைப் பகழிக்
கொடுவில் ஆடவர் படுபகை வெரீஇ
ஊர்எழுந்து உலறிய பீர்எழு முதுபாழ்,
முருங்கை மேய்ந்த பெருங்கை யானை
வெரிந்ஓங்கு சிறுபுறம் உரிஞ ஒல்கி
இட்டிகை நெடுஞ்சுவர் விட்டம் வீழ்ந்தென,

மணிப்புறாத் துறந்த மரம்சோர் மாடத்து
எழுதுஅணி கடவுள் போகலின், புல்லென்று
ஒழுகுபலி மறந்த மெழுகாப் புன் திணைப்
பால்நாய் துன்னிய பறைக்கட் சிற்றில்,
குயில்காழ் சிதைய மண்டி, அயில்வாய்க்
கூர்முகச் சிதலை வேய்ந்த
போர்மடி நல்இறைப் பொதியி லானே!

ஒளிசெய்யும் மணிகள் ஒன்றுடன் ஒன்று போராடிக் கொண்டிருக்கும் வகையிலே பலவேறு மணிகள் வைத்துச் செய்ததும், அழகானதும் அல்குல் தடத்தினள். மாமை நிறமுடைய நம் தலைவி. அவளுடன் வானோடு பொருதுவது போன்று உயரமானதும், நெடியதுமான மாளிகையிலே, செய்வினைத் தொழில்களால் மிகுதியான வனப்பினைப் பெற்று விளங்கும் புனையப்பெற்ற பூஞ்சேர்கையிலே, இற்றைப் பொழுதும் இனிதாகக் கழித்துவிட்டது.

சுரநெறியினூடே வருகின்ற வாணிகச் சாத்தினரைக் கொன்று, அவர்கள் பொருளைக் கொள்ளையிட்டு உண்பவர் மறவர்கள். வளைந்த வில்லினராக விளங்கும் அவர்கள் பிறருக்கு வருத்தஞ் செய்யும் அம்பினை எய்பவர்கள், அவர்களுடைய பெரிய பகைமைக்கு அஞ்சி, ஊரவர் அனைவருமே வேற்றிடம் போய்விட்டதனால் பாழ்பட்டுக் கிடக்கும் ஊர்; அவ்வூரிலே பீர்க்குப் படர்ந்திருக்கும் ஒரு பாழடைந்த இடம்; பெரிய கையினை உடைய யானை அவ்விடத்தே இருந்த முருங்கையை ஒடித்துத் தின்னும்; முதுகுப்புறத்திலே உயர்ந்திருக்கும் பிடர் சொரியெடுக்க, அந்த இடுத்தின் செங்கற் சுவரிலே உராயும்; அதனால் விட்டமாகிய மரம் தளர்ந்து வீழும்: அதனால் அச்சங்கொண்ட மாடப்புறாக்கள் வெளியேறிப்போக, மரஞ்சோர்ந்தவாக மாடங்கள் விளங்கும்; சுவரிலே எழுதி அழகு செய்யப்பெற்ற கடவுளின் உருவமும் மறைந்துபோய் விட்டதனால், பொலிவு இழந்தும், இடையறாது, நிகழ்கின்ற பலி இல்லாமற் போனதனால், மெழுகப்படாததாகவும் திண்ணை விளங்கும். அதன் அயலே, ஈன்ற அணிமையை உடைய நாயானது தன் குட்டிகளுடன் தங்கியிருக்கும் பரந்த இடம் தோன்றும்; அத்துடன் இயற்றப்பெற்ற கைம்மரங்கள் சிதையுமாறு, வேல்முனை போன்ற கூர்மையான வாயினையுடைய கறையான் மொய்த்துப் பற்றிக் கொள்ளுதலினால், கூரையும் இல்லாதுபோன, சிறுவீடாகவும் தோன்றும்; அவ்விடமாகிய பொதுவிடத்திலே, தனிமைத் துன்பம் வந்து வருந்திகொண்டிருக்க, இமை பொருந்தாத கண்களையுடையேமாய், நாளைப்பொழுதில் நாம் தனித்துத் தங்கி இருப்போமோ? என்று, தலைமகன் பொருள் கடைக்கூட்டிய நெஞ்சிற்குச் சொல்லிச் செலவழுங்கினான் என்க.

சொற்பொருள்: 1. வயங்குமணி - பளிங்கு மணி; விளக்கமான மணியும் ஆம். வகை-கூறுபாடு. 2. காழ்-சரம். மாஅயோள்-மாமை நிறத்தை உடையவள். 3. வினை-வனப்பு - செய்வினைத் திறனாற் கூடிய அழகு. புனைபூஞ்சேக்கை- அலங்கரித்த மலர் மஞ்சம். 4. நகர்-மாளிகை. 7. சேக்குவம்-தங்கியிருப்போம். சாத்து எறிந்து - வாணிகச் சாத்தினைக் கொன்று. அதர்-கொள்ளைப் பொருள். 10. உலறிய-வறட்சியுற்ற. 12. வெரிந்-முதுகு. 15. எழுதணி கடவுள்-சுவரிலே கடவுள் வடிவை நினைந்து எழுதித் தொழப்பெற்று வரு கின்ற கடவுள்; இன்றும் இந்த மரபுகளைச் சிற்றூர்களில் காணலாம். 17. பால் நாய்-ஈன்று அணிமையுடைய நாய். 18. குயில்காழ்-குயிற்றப்பட்ட கைமரங்கள். அயில்வாய் - வேல்முனை போன்ற. 19. சிதலைகறையான்.

உள்ளுறை: குடி போகப்பெற்றுப் பாழ்பட்ட ஊரினைப் போல, தன்னைப் பிரிந்து தலைவியும் தன் அழகழிந்து வாடுவாள்; பீர்க்குப் படர்வதுபோல அவள் மேனியிலே பசலை நோயும் படரும்: எழுது அணி கடவுள் போனதுபோல, அவளுடைய அணங்குப்போன்ற புனை எழிலும் மறையும்; என்றெல்லாம் ஒப்பிட்டு அவன் துயருற்றான் என்க. முதல் நாள் இரவின் இன்ப வாழ்வும் மறுநாளைய தனிமை வாழ்வும் மிகவும் நுட்பமாகக் காட்டப்பெற்றிருக்கின்ற தன்மையை அறிந்து இன்புறுக.

மேற்கோள்: 'நெஞ்சினாற் பிரியக் கருதி வருந்திக் கூறியது' என்பதற்குத், 'தான் அவட் பிழைத்த நிலையின் கண்ணும்' என்னும் பகுதியில், 'கரணத்தின் அமைந்து' என்னுஞ் கற்பியற் சூத்திர உரை யில், நச்சினார்க்கினியர் இதனைக் காட்டினர்.

பாட பேதங்கள்: 12. உரிஞ்ச ஒல்கி. 14. மாடக் கெழுதணி. பானாய் துள்ளி பறைகட் சீறல்.

168. பனி வார் கண்ணேம்!

பாடியவர்: கோட்டம்பலத்துத் துஞ்சிய சேரமான். **திணை:** குறிஞ்சி. **துறை:** இரவுக்குறி வந்த தலைமகனை இரவுக்குறி விலக்கி வரைவு கடாயது. **சிறப்பு:** குழுமூர் என்னுமிடத்திலே சேரமான் உதியன் இட்ட பெருஞ்சோற்றுக் கொடை பற்றிய செய்தி.

(தலைவன் இரவு நேரத்திலே வந்து தலைவியுடன் கூடி மகிழுகின்ற களவுவாழ்வினை மேற்கொண்டு ஒழுகி வருகின்றான். விரைவிலே மணந்து கொள்ளாது. அவன் அதன்பாலே மனஞ்செலுத்தி வருதலைக் கண்ட தோழி, இரவின்கண் கானகத்தைக் கடந்து வருகின்ற ஏதத்திற்கு அஞ்சித் தலைவி நடுங்குகின்றாள் என்று சொல் வதன் மூலம், தலைவனின் மனத்திலே வரைந்து வருதல் வேண்டும் என்ற எண்ணத்தை எழுப்ப முயல்கிறாள்.)

யாமம் நும்மொடு கழிப்பி, நோய்மிக,
பனிவார் கண்ணேம் வைகுதும், இனியே;
ஆன்றல் வேண்டும் வான்தோய் வெற்ப!
பல்ஆன் குன்றில் படுநிழல் சேர்ந்த
நல்ஆன் பரப்பின் குழுமூர் ஆங்கண்-
கொடைக்கடன் ஏன்ற கோடா நெஞ்சின்
உதியன் அட்டில் போல ஒலிமுந்து
அருவி ஆர்க்கும் பெருவரைச் சிலம்பின்
ஈன்றணி இரும்பிடி தழீஇக் களிறு தன்
தூங்குநடைக் குழுவி துயில்புறங் காப்ப,
ஒடுங்குஅளை புலம்பப் போகிக், கடுங்கண்
வாள்வரி வயப்புலி நன்முழை உரற,
கானவர் மடிந்த கங்குல்,
மான்அதர்ச் சிறுநெறி வருதல், நீயே?

வானத்தைச் சென்று தடவிக் கொண்டிருப்பது போல உயர்ந்து விளங்கும் மலையுச்சிகளையுடைய வெற்பனே!

இரவு வேளையிலே, யாமப்பொழுதெல்லாம் நும்மோடு கூடி இன்பமுடன் கழிக்கின்றோம். நீர் சென்ற பின்னர், நோய் மிகுதியாகின்றது. நீர் ஒழுகும் கண்களை உடையேமாய் வருந்தி வாடியபடியே இருக்கின்றோம்.

'பல்லான் குன்றம்' என்னும் மலையின் சாரலிட்டது, மிகுதியான நிழலினையுடைய இடங்களிலே சேர்ந்திருக்கும் நல்ல பசு மந்தைகளின் பரப்பினையுடையதாக விளங்குவது குழுமூர். அவ்வூரினிடத்தே, பெருஞ்சோற்றுக் கொடையாகிய. கடமையை மேற்கொண்டான், ஈகையினின்றும் கோணுதல் இல்லாத உள்ளத்தினனாகிய சேரமான் உதியன் சேரலாதன். அது காலையிலே, அவனுடைய, சமையல் செய்யும் இடத்திலே எழுகின்ற ஆரவாரத்தைப் போல, பெருவரையின் பக்கமலைகளில் எல்லாம் எழுகின்ற பேரொலியுடனே அருவிகள் வீழ்ந்து கொண்டிருக்கும்.

அவ்விடத்திலே, ஈன்ற அணிமையை உடைய தன் பிடியினைத் தழுவிக்கொண்டதாக, அதன் களிறானது, அசைந்தசைந்து நடக்கும் இயல்புடைய தன் கன்று உறங்குகின்ற இடத்தைக் காத்துக் கொண்டிருக்கும். கடுமையான கண்களையுடையதும், வாள்போன்ற கோடுகளை உடையதுமான வலிய புலியானது, பகல் எல்லாம் தான் ஒடுங்கிக் கிடந்த முழையானது தனித்துக்கிடக்க, அதனை விட்டுப் புறத்தே சென்று, மலைக்குகையிடத்திலே எதிரொலி எழுமாறு முழங்கிக் கொண்டிருக்கும்.

வேட்டையாடுவோரான கானவர்களும் அயர்ந்து துயில்கின்ற அத்தகைய நள்ளிரவிலே, விலங்கினம் செல்லும் வழியாகிய சிறிய பாதைகளின் வழியக, நீதான் தமியனாக வருகின்றனை. அதனை இனியேனும் விட்டு விடுதல் வேண்டும்!

என்று, இரவுக்குறிவந்த தலைமகனை இரவுக்குறி விலக்கி வரைவுக்கடாயினாள் என்க.

விளக்கம்: களிறு பிடியினைத் தழுவி உறங்கும் கன்றினைப் பேணிக் காத்து நிற்பது போலத், தலைவியை மணந்து இல்லற வாழ்வு மேற்கொணடு காத்துப் பேணுதல் வேண்டும் என்பது கருத்து. இதனைக் கூறுவாள் வழியினது கொடுமையினையும், இரவின் கடுமை யினையும், அவற்றால் தான் வருந்தும் வருத்தத்தையும் உரைத்தனள்.

சொற்பொருள்: 1. யாமம்- நள்ளிரவின் யாமம். கழிப்பி - கழித்து. 2. பனிவார்-நீர் ஒழுகும். 3. ஆன்றல்-கைவிடுதல். 4. பல்லான் குன்றம்-ஒரு மலையின் பெயர்; பலவான ஆநிரைகளை உடைய குன்றமும் ஆம். 'வல்லாண் குன்றம்' என்பது பாடமாயின், வல் லாண்மை, நிகழ்வதற்கு இடனாக அமைந்த குன்றம் என்க. கொடைக் கடன்-கொடையாகிய கடமை. ஏன்ற-ஏற்றுக் கொண்ட. 7. அட்டில்-அடுதலைச் செய்கின்ற இடம். 9. இரும்பிடி-பெரிய பிடியானை. 10. தூங்குநடை-அசைந்த தளர்நடை; தூங்கல் நடை என்பார்கள் இந்நாளில். 11. அளை-குகை. 12. புலிஉரற-புலி முழங்க; களிறு காக்கும்படியாகப் புலி முழங்க எனவும் கொள்க. 14. மான்-விலங் குகள்; மானதர்-விலங்கினம் செல்லும் தடம்; மனிதர்கள் செல்ல ஆகாதது என்பது குறிப்பு.

பாடபேதம்: 4. வல்லாண் குன்றில் - வல்லாண்மை நிகழுதற்குக் களனாயமைந்த குன்றிடத்திலே.

169. அவள் வருந்துவாளே!

பாடியவர்: தொண்டி ஆமூர்ச் சாத்தனார். **திணை:** பாலை. **துறை:** தலைமகன் இடைச்சுரத்துத் தன் நெஞ்சிற்குச் சொல்லியது.

(பொருள் வேட்கையால் தன்னுடைய காதல் மனைவியைப் பிரிந்து சென்றான் ஒருவன். பலப்பல சுரநெறி வழிகளையும் கடந்தான். ஒருநாள் மாலைவேளையிலே இடைவழியில் தன் காதலியை நினைத்துக் கொள்ளுகிறான். தன்னைப் பிரிந்து அவள் வருந்தி யிருக்கும் நிலைமை அவன் மனக்கண்ணில் தோன்றுகிறது. தன் நெஞ்சிற்கு இப்படிச் சொல்லுகிறான்.)

மரம்தலை கரிந்து நிலம்பயம் வாட,
அலங்குகதிர் வேய்ந்த அழல்திகழ் புனந்தலைப்,
புலிதொலைத்து உண்ட பெருங்களிற்று ஒழிஊன்

கலிகெழு மறவர் காழ்க்கோத்து ஒழிந்ததை,
ஞெலிகோற் சிறுதீ மாட்டி, ஒலிதிரைக்
கடல்விளை அமிழ்தின் கணஞ்சால் உமணர்
சுனைகொள் தீநீர்ச் சோற்றுஉலைக் கட்டும்
சுரம்பல கடந்த நம்வயின் படர்ந்து; நனி
பசலை பாய்ந்த மேனியள், நெடிதுநினைந்து,
செல்கதிர் மழுகிய புலம்புகொள் மாலை
மெல்விரல் சேர்த்திய நுதலள், மல்கிக்
கயலுமிழ் நீரின் கண்பனி வாரப்,
பெருந்தோள் நெகிழ்ந்த செல்லவொடு
வருந்துமால், அளியள் திருந்திழை தானே!

மரங்கள் தம் உச்சிகள் கரிந்து போகவும், நிலம் தன்வளம் குன்றவும், உலகைச் சுற்றிவருகின்ற ஞாயிற்றுக் கதிர்கள் மூட்டமிட் டிருக்கும் வெம்மை திகழ்கின்றதா விளங்குவது அகன்ற பாலை நிலம். அதன்கண், புலியானது கொன்று உண்ட பின் கைவிட்டுப் போன பெரிய களிற்றினது எஞ்சிய ஊனை, ஆரவாரமுடைய மறவர்கள், கோலிலே கோத்து எடுத்துக் கொண்டு செல்வார்கள். அதன்பின் மிகுந்திருப்பதை, ஒலிக்கும் அலை பொருந்திய கடலிலே விளை கின்ற, அமிழ்தான, உப்பினைக் கொணரும் உமணர்களின் கூட்ட மானது, தீக்கடை கோலாலாகிய சிறுதீயாலே வாட்டிச், சுனையி லிருந்துக்கொண்ட இனிய நீரினால் அமைந்த தம்முடைய சோற்று உலை யிலே, அந்த வாட்டிய தசையினையும் கூட்டிச் சமைத்து உண்பார்கள்.

திருந்திய அணிகளையுடையவளான அவள், மறையும் கதிரும் மங்கிவிட்ட தனிமைக்கொண்ட இம்மாலை வேளையிலே, மிகவும் பசுலைபடர்ந்த உடலினளாயிருப்பாள்! நெடிதும் நம்மையே நினைந்து நினைந்து, தன் மெல்லிய விரலினை நெற்றியிலே சேர்த்தியவளாக வும் இருப்பாள்! கயல்மீன் உமிழ்கின்ற நீரினைப் போல அவள் கண்களிலே நீர்நிறைந்து ஒழுகிக் கொண்டிருக்கும்! அத்துடன், தன் பெரிய தோள்களும் மெலிந்துபோன துயரத்தோடும் அவள் வருந்திக் கொண்டிருப்பாள். நெஞ்சமே! அவள் தான் இரங்கத்தவள்!'

என்று தலைமகன் இடைச்சுரத்துத் தன் நெஞ்சிற்கு சொன்னான் என்க.

விளக்கம்: புலி விட்டுச் சென்ற களிற்றினை, மறவரும், உமணரும் உண்டு களித்தல் போல, அவனாற் கைவிடப் பெற்று அழகு அழிந்த அவள் நலனைப், பசலையும் புலம்பும் கைக்கொண்டு களிக்கும் என்பதாம்.

சொற்பொருள்: 1. தலை-உச்சி. 'மரம் முதலாகக் கரிந்து நிலம் எல்லாம் பயன் இழந்து வாடிவிட என்றும் சொல்க. 2. அலங்கு கதிர் -

அசைந்து வருகின்ற கதிராகியஞாயிறு. வேய்ந்த-சூழ்ந்து மூடிய. 4. கலிகெழு- ஆரவாரம் கெழுமிய. காழ்-கொம்பு. 5. ஞெலிகோல்-தீக்கடைக் கோல். 6. அமிழ்து-உப்பு. கணம் சால்-கூட்டம் மிகுந்த. 10. செல்கதிர்-மாலைச் சூரியன். மழுகிய-மழுங்கிய. 11. ‘மெல்விரல் சேர்த்திய நுதலின்’ இது கவலைக்கொண்டவர் செய்யும் இயல்பான செயல். 12. கயல் உமிழ் நீர்- மீன் உமிழ்கின்ற நீர்; கயல்மீன் நீர் உமிழ்தல் கண்ணீர் சொரியும் கண்ணுக்கு ஒப்புமையாயிற்று. 13. செல்லல் - துன்பம். 14. திருந்திழை - திருத்தமுற அமைந்த அணிகலன்கள்.

பாடபேதங்கள்: 2. வயங்குகதிர்; விளங்கு கதிர். 10. செல் சுடர் மழுங்கிய. 13. நெகிழ்த்த செல்லல்.

170. நண்டு விடு தூது

பாடியவர்: மதுரைக் கள்ளிற் கடையத்தன் வெண்ணகனார். **திணை:** நெய்தல். **துறை:** தலைமகள், காமம் மிக்க கழிபடர் கிளவி யாற் சொற்றது.

(கடற்கரைப் பாங்கிலேயுள்ள ஊரவளான தலைவி ஒருத்தி, பல நாட்களாகவும் தன் காதலனைக் காணதவளாக, நினைந்து நினைந்து வருந்தினாள். தாங்கள் கூடிமகிழ்ந்த இடங்கள் பலவும் சென்று, அவையெல்லாம் தங்களுடைய பழைய நினைவுகளை எழுப்ப, இப்படி உரைக்கின்றாள்.)

கானலும் கழறாது; கழியும் கூறாது;
தேன்இமிர் நறுமலர்ப் புன்னையும் மொழியாது;
ஒருநின் அல்லது பிரியாதும் இலனே;
இருங்கழி மலர்ந்த கண்போல் நெய்தல்
கமழ்இதழ் நாற்றம் அமிழ்துஎன நசைஇத்;
தண்தாது ஊதிய வண்டினம் களிசிறந்து
பறைஇய தளரும் துறைவனை, நீயே,
சொல்லல் வேண்டுமால்-அலவ! பல்கால்
கைதையம் படுசினை எவ்வமொடு அசாஅம்
கடற்சிறு காக்கை காமர் பெடையொடு
கோட்டுமீன் வழங்கும் வேட்டமடி பரப்பின்
வெள்இறாக் கனவும் நள்ளென் யாமத்து,
‘நின்னுறு விழுமம் களைந்தோள்
தன்னுறு விழுமம் நீந்துமோ!’ எனவே!

கரிய கழிக்கானலிலே கண்களைப் போன்றவான நெய்தற் பூக்கள் மலர்ந்திருக்கும். மணங்கமழும் அவற்றின் இதழ் நாற்றத் தினைத் தமக்கு அமிழ்தமாகக் கருதி, வண்டினங்கள் விருப்பமுடன்

அவற்றை நாடிச் செல்லும். அப்படி அவை சென்று, அப்பூவினுள்ளே இருக்கும் தண்மையான பூந்தாதினை உண்டு, அதனால் ஏற்பட்ட களிவெறி அதிகமாகிவிடப், பறத்தற்கும் இயலாது, அவ்விடத்தேயே தளர்ந்து கிடக்கும். அத்தகைய துறைக்கு உரியவன் அவன்! அவனிடத்தே என் வருத்தத்தைச் சென்று-

கானற் சோலையும் கூறாது; உப்பங்கழியும் சொல்லாது; வண்டினம் மொய்க்கின்ற நறுமலர்ச்சியுடைய புன்னையும் புகலாது; அதனால், ஒப்பற்ற நின்னையே அல்லாமல் வேறு ஒரு துணை எதுவும் இல்லாதவளாயுள்ளேன். ஆகவே-

''சிறிய உருவினவான கடற்காக்கைகள், தாழை மரத்தின் தாழ்ந்த கிளைகளிலே, விருப்பம்மிக்க தம்முடைய பெடைகளோடும். இரவின் குளிரானான வருத்தத்துடன்' தங்கியிருந்தவாறு, சுறாமீன்கள் இயங்குதலையுடைய, மீன் வேட்டையாடுதல் இல்லாத பரந்த இடத்தேயுள்ள, வெண்மையான இறால்மீனைப் பற்றி உண்பதாகக் கனவு கண்டுகொண்டிருக்கும். அத்தகைய, 'நள்' என்னும் ஒலியினையுடைய இருள்செறிந்த நள்ளிரவு வேளையிலே வந்து, பலகாலும் நினக்குற்ற காமநோயாகிய துயரினைக் களைந்தவள் நின் காதலி. அவள், இப்போது, நின் பிரிவினால் தானுற்ற துயரத்தினையும் நீந்திக் கடப்பாளோ?''

என்று, அலவனே! நீ தான் அவளிடம் சென்று சொல்லுதல் வேண்டும்.

என்று, தலைமகள் காமமிக்க கழிபடர் கிளவியாற், கூறினாள் என்க.

சொற்பொருள்: 2. தேன் இமிர்-வண்டு மொய்க்கும். 3. ஒருநின் - ஒப்பற்ற நின்னை. 4. இருங்கழி-கரிய கழி. 6. களி-களிவெறி. 7. பறைஇய தளரும்-பறக்ம் மாட்டாது தளரும். 8. அலவன்-நண்டு. 9. கைதை-தாளை. படுசினை- தாழ்ந்த கிளை. 11. கோட்டு மீன்-சுறாமீன்.

உள்ளுறை: தாதுண்ட வண்டினம் களிவெறியால் மயங்கிப் பறக்கமாட்டாது தளர்வதுபோலத், தான் வேறிடத்துப் பெற்ற இன்பத்தினை விட்டு நீங்கிவர மாட்டாது தலைவன் அங்கேயே மயங்கிக் கிடந்தனனோ என்றாள். காக்கை இரவின் எவ்வமொடு, பெடையுடனிருந்து இறாமீன் உண்பதாகக் கனவு காண்பது போலத், தலைவனுடனிருந்து தான் இன்ப நுகர்தலைக் கனவு கண்டு கொண்டவாறு இருக்கிறாள் என்றும் அவள்நிலை உணர்க.

மேற்கோள்: 'துன்பத்துப் புலம்பல்' என்னும் மெய்ப்பாட்டிற்கு', 'இன்பத்தை வெறுத்தல்' என்னுஞ் சூத்திரஉரையினும்; 'தூது முனி

வின்மை' என்னும் மெய்ப்பாட்டிற்கு, 'முட்டு வயிற் கழறல்' என்னுஞ் சூத்திர உரையினும் இச் செய்யுளைப் பேராசிரியர் காட்டினர்.

பாடபேதங்கள்: 3. ஒரு நீ யல்லது. 7. பறவை தளரும்; பறைஇ தளரும். தளரும், கிளரும். 8. வேண்டுமாரலவ.

171. இனையல் வாழி தோழி !

பாடியவர்: கல்லாடனார். **திணை:** பாலை. **துறை:** தலைமகன் பிரிவின்கண் வேறுபட்ட தலைமகளைத் தோழி வற்புறீஇயது.

(தலைமகன் தலைவியைப் பிரிந்து பொருள் தேடிவரச் சென்றனன். அவன் பிரிவினால் வாடி வாடி உழன்றாள் அவன் மனைவி. அவளுடைய, ஆற்றாமையைக் கண்டு உள்ளம் நொந்த அவளுடைய தோழியானவள், இவ்வாறு கூறி, அவளை ஆற்றியிருக்கச் செய்ய முயலுகின்றாள்.)

'நுதலும் நுண்பசப்பு இவரும்; தோளும்
அகன்மலை இறும்பின் ஆய்ந்துக்கொண்டு அறுத்த
பணை எழில் அழிய வாடும்; நாளும்
நினைவல் மாதுஅவர் பண்பு' என்று ஓவாது
இனையல்-வாழி, தோழி! புணர்வர்-
இலங்குகோல் ஆய்தொடி நெகிழப், பொருள்புரிந்து
அலந்தலை ஞெமையத்து அதர்அடைந் திருந்த
மால்வரைச் சீறூர் மருள்பன் மாக்கள்
கோள்வல் ஏற்றை ஓசை ஓர்மார்,
திருத்திக் கொண்ட அம்பினர், நோன்சிலை
எருத்தத்து இரீஇ, இடந்தொறும் படர்தலின்,
கீழ்ப்படு தாரம் உண்ணா, மேற்சினைப்
பழம்போற் சேற்ற தீம்புழல் உணீஇய,
கருங்கோட்டு இருப்பை ஊரும்
பெருங்கை எண்கின் சுரன்இறந் தோரே!

தோழி! நீ வாழ்வாயாக!

பெரிய மலையடிவாரத்திலேயுள்ள சிறியதான ஊரிலே, வாடிய உச்சியை உடைய ஞெமை மரங்கள் அடர்ந்திருக்கும் வழிகளிலே, மருட்சிகொண்ட மக்கள் பலரும், கொல்லுதலிலே வல்ல கரடியேற்று வருகின்ற ஒலியினை உணர்பவராகத், திருத்திக் கொண்ட அம்புகளையுடையவராகவும், வலிய வில்லைத் தோளிலே கொண்டவராகவும், இடமெங்கும் பரவி வந்து கொண்டிருப்பார்கள். அதனால், பெரிய கையினையுடையவான கரடிகள், தரையிலே கிடப்பதான உணவுகளை எல்லாம் உண்ணாதனவாய், மரங்களின் மேலேயுள்ள கிளைகளிலே

பழம்போல் இருக்கும், இனிய துளையினையுடையவான பூக்களை உண்பதற்காகக், கரிய கொம்புகளையுடைய இருப்பை மரத்தின் மேலே ஏறி இருக்கும். அத்தகைய சுரநெறியினையினைக் கடந்து, பொருள் ஈட்டிவருவதனை எண்ணிச் சென்றுள்ளவர் நம் தலைவர்.

''விளங்கும் கோற்றொழிலினையுடைய அழகிய நின் தொடிகள் கழன்று வீழ்ந்தன. நெற்றியும் நுண்ணிய பசலைப் புள்ளிகள் படரப் பெற்றுள்ளதாயுள்ளது. தோள்களும், அகன்ற மலையினிடத்துக் காட்டிலே, ஆராய்ந்து அறுத்த மூங்கில் துண்டைப் போன்ற தன் பழைய எழில் அழிந்துபோய் வாட்டமுற்றன. இதனால், அவருடைய அருட்பண்பினை நாடோறும் யான் நினைவேன்'' என்று நீ சொல்லி, ஒயாதே வருந்தாதிருப்பாயாக! அவர் விரைந்து வந்து விடுவார்.''

என்று, தலைமகன் பிரிவின்கண் வேறுபட்ட தலைமகளைத் தோழி வற்புறீ இயினாள் என்க.

சொற்பொருள்: 1. இவரும்-படரும். 2. இறும்பு-காடு. 5. இனையல்- வருந்தாதே. 7. அலந்தலை-வாடிய உச்சி. அதர்-வழி. 8. மால்வரை -பெரிய மலை. 12. தாரம்-உணவுகள்; பண்டம். 15. எண்கு-கரடி.

பாடபேதம்: 4. நினையும் மாதவர் பண்பு.

172. அன்பிலை யாகுதல் அறியேன்!

பாடியவர்: மதுரைப் பாலாசிரியர் நப்பாலனார். **திணை:** குறிஞ்சி. **துறை:** தோழி தலைமகளை இடத்து உய்த்து வந்து தலைமகனை வரைவுகடாயது.

(தலைமகனும் தலைமகளும் இரவுக்குறியிடத்தே களவிற் கூடிவந்த காலம். பற்பல காரணங்களாலும் இரவுக்குறி இடையீடு படத் தலைவியின் வேதனை மிகுதியாயிற்று. ஒருநாள் தலைமகளைக் குறித்த இடத்திலே விட்டு விட்டு வருகின்ற தோழி, தன்னை எதிர்பட்டு வரும், தலைவனிடம் இவ்வாறு கூறுகிறாள்.)

வாரணம் உரறும் நீர்திகழ் சிலம்பில்
பிரசமொடு விரைஇய வயங்குவெள் அருவி
இன்இசை இமிழ்இயம் கடுப்ப, இம்மெனக்
கல்முகை விடர்அகம் சிலம்ப, வீழும்
காம்புதலை மணந்த ஓங்குமலைச் சாரல்,

இரும்புவடித் தன்ன கருங்கைக் கானவன்
விரிமலர் மராஅம் பொருந்திக், கோல்தெரிந்து,
வரிநுதல் யானை அருநிறத்து அழுத்தி,
இகல்இடு முன்பின் வெண்கோடு கொண்டுதன்,
புல்வேய் குரம்பை புலர ஊன்றி,

முன்றில் நீடிய முழவுஉறழ் பலவின்
பிழிமகிழ் உவகையன், கிளையொடு கலிசிறந்து,
சாந்த ஞெகிழியின் ஊன்புழுக்கு அயரும்
குன்ற நாட! நீ அன்பில் ஆகுதல்
அறியேன் யான்; அஃது அறிந்தனென் ஆயின்-

அணிஇழை, உண்கண், ஆய்இதழ்க் குறுமகள்
மணிஏர் மாண்நலம் சிதையப்,
பொன்னேர் பசலை பாவின்று மன்னே !

யானைகள் பலவும் நீராடியவாய் முழக்கமிட்டுக் கொண்டிருக்கும், நீர்வளம் திகழ்கின்ற மலைச்சாரலிலே, தேனுடன் கலந்ததாக விளக்கமுற்ற வெண்மையான அருவிகளும் காணப்படும். இனிய இசையினை முழங்கும் மத்தள ஒலிபோல, இம்மென்னும் ஓசையுடன், மலைக்குகைகளும் பிளப்பிடங்களும் எதிரொலிக்க, அவை ஒலியோடும் வீழ்ந்துக் கொண்டிருக்கும். அத்தகையதும், மூங்கில்கள் நெருக்கமாக வளர்ந்திருப்பதுமான உயர்ந்த மலைச்சாரலிலே-

இரும்பினாலே வடித்துச் செய்தமைத்தாற் போல விளங்கும், கருமையான வலிய கையினை உடைய கானவன், விரிந்த மலர்களை உடைய கடப்ப மரத்தின் மேல் இருந்து, புள்ளிகள் பொருந்திய நெற்றியினையுடைய களிற்றினது அரிய மார்பிலே அம்பினைத் தெரித்து எடுத்துத் தொடுத்து எய்வான். பகையினை வெல்லும் வலியுடைய அககளிற்றை வீழ்த்தி, அதன் வெண்கொம்பினைக் கொண்டு வந்து, தன்னுடைய புல்வேய்ந்துள்ள குடிசையிலே, அதன் புலால் நாற்றம் காயுமாறு ஒருபுறம் ஊன்றியும் வைப்பான். அதன்பின், அந்தக் குடிசையின் முற்றத்திலே நிற்கும் பலாவினது முழவுபோலும் பருத்த கனியினின்றும் பிழிந்த மதுவினை உண்டு களிப்பான். அநதக் களிப்பினால் தன் உறவு முறையாரோடும், ஆரவாரம் மிகுந்தவனாகக் கூடியிருந்து உண்பான். அத்தகைய குன்றுகளையுடைய நாடனே!

நீ அவள்பால் அன்பில்லாதிருத்தலை யான் முன்பே அறியேன். அதனை அறிந்திருந்தேனாயின், அழகிய அணிகலன்களையும், அழகிய அணிகலன்களையும், அழகிய இதழ்களையுடைய மையுண்ட கண்களையும் உடைய, இளையவளாகிய தலைவியின் மணிபோலும் சிறந்த அழகெல்லாம் கெடுமாறு, பொன்னொத்த பசலையானது அவள் மேனியில் இன்று படர்வதும் இல்லையாய் இருந்திருந்திருக்குமே!

சொற்பொருள்: 1. உரறும்-முழங்கும். நீர்-நீர்மையுமாம். சிலம்பு-மலைச்சாரல். 2. பிரசம்-தேன். 3. இமிழ்-ஒலித்தலையுடைய. கடுப்ப-போல. 5. காம்பு-மூங்கில். 6. கருங்கை-வலிமையான கை. 8. நிறம்-மார்பு. 9. இகல்-பகை முன்பு-வலிமை. 12. பிழிமகிழ்-பிழிந்த கள்ளுண்டு மகிழும். 3. சாந்த ஞெகிழி-சந்தன விறகுத் தீ. 17. மணி- ஒளியுடைய மணிகள். 18. பாவின்று -பரந்தது.

உள்ளுறை: 'பிரசமொடு விரைஇய அருவியானது விடரகம் சிலம்ப விழும்' என்றது, தலைவியுடன் தலைவன் கூடி இன்பத் திலே திளைக்கும் களவு ஒழுக்கம் பற்றிய செய்தி, அம்பற் பெண்டிர் வாயெல்லாம் அலராக எதிரொலிப்பதாயிற்று என்பதைக் குறிக்கவாம்.

கானவன் மறைந்திருந்து யானையை வென்றானாயினும், பின் அதன் கோட்டைத் தன் குரம்பையில் பலரும் அறியச் செருகி வைத்துக், கள்ளுண்டு ஊன்புழுக்கயர்ந்து மகிழ்வான். அதுபோலத் தலைவ னும் களவுக்கூட்டத்தை விட்டு, வரைந்து மணந்து கொண்டு, உறவு முறையாருடன் மணவிருந்து அயர்ந்து இன்புறல் வேண்டும் என்பதாம்.

பாடபேதங்கள்: 8. அணிநுதல் யானை - நெற்றிப் பட்டம் அணிந்த நுதலினையுடைய போர் யானை; அழகிய நுதலினையுடைய யானையுமாம். 10. புதற்போர் குரம்பை. 11. முழவு - முதற்பலவு. 18. பசலை யாயின்று.

173. வளை திருத்தினர் !

பாடியவர்: முள்ளியூர்ப் பூதியார். **திணை:** பாலை. **துறை:** தலைமகன் பிரிவின்கண் வேறுபட்ட தலைமகளைத் தோழி வற்புறுத் தியது. **சிறப்பு:** நன்னனுடைய மலைவளம்.

(தலைவன் பொருள் வேட்கையினனாகத் தன் தலைவியைப் பிரிந்து சென்றாள். அப்படிச் செல்லும்பொழுது, அவளுடைய வளை யல்களைத் திருத்தி, அவளைத் தேற்றிச் சென்ற நிகழ்ச்சியை எடுத்துக் கூறிப், பிரிவினால் வாடியிருக்கும் தலைவியைத் தேற்ற முயலுகிறாள் தோழி.)

'அறம் தலைப்பிரியாது ஒழுகலும், சிறந்த
கேளிர் கேடுபல ஊன்றலும், நாளும்
வருந்தா உள்ளமொடு இருந்தோர்க்கு இல்' எனச்
செய்வினை புரிந்த நெஞ்சினர், 'நறுநுதல்
மைஈர் ஓதி! அரும்படர் உழத்தல்
சிலநாள் தாங்கல் வேண்டும்' என்று, நின்
நல்மாண் எல்வளை திருத்தினர் ஆயின்,
வருவர்-வாழி! தோழி! -பலபுரி
வார்கயிற்று ஒழுகை நோன்சுவற் கொளீஇ,
பகடுதுறை ஏற்றத்து உமண்விளி வெரீஇ,
உழைமான் அம்பிணை இனன்இரிந்து ஓடக்,
காடுகவின் அழிய உறைஇக், கோடை
நின்றுதின விளிந்த அம்புணை, நெடுவேய்க்
கண்விடத் தெறிக்கும் மண்ணா முத்தம்
கழங்குஉறழ் தோன்றல, பழங்குழித் தாஅம்

இன்களி நறவின் இயல்தேர் நன்னன்
விண்பொரு நெடுவரைக் கவாஅன்
பொன்படு மருங்கின் மலைஇறந் தோரே.

அறநெறிகளிலேயிருந்தும் நீங்காமல் ஒழுகுதல் வேண்டும்; சிறந்தவர்களான உறவுமுறையார்களது துன்பங்கள் பலவற்றையும் தாங்குதலும் வேண்டும்; இவையிரண்டையும் முறையே இயற்றுதல் வேண்டுமென்ற நினைவினால் வருததமடையும் உள்ளத்தோடே, இல்லத்திலே எந்நாளும் தங்கியிருந்தவர்களுக்கு, ஒருபோதுமே இன்பம் இல்லை. இவ்வாறு கருதிப், பொருளீட்டி வருவதற்காகச் செய்யும் தொழில் முயற்சிகளை விரும்பிய நெஞ்சினர் ஆயினவர் நம் தலைவர் அவர்-

பல புரிகளால் முறுக்கப் பெற்றதும், நீண்ட கயிற்று ஒழுங்கினையுடையதுமான வண்டியினை, எருமைக் கடாக்களின் வலிமையான பிடரியிலே கொளுவிப் பூட்டித், துறைகளின் ஏற்றங்களிலே கொண்டு செல்லுபவர் உப்பு வாணிகர்கள். அவர் உரப்பும் ஓசையைக் கேட்டு, ஆண்மானும் பெண்மானும் ஆகிய மானினங்கள் அச்சமுற்றவனாக நிலைகெட்டு ஓடத் தொடங்கும். காடுகள் தம் அழகெல்லாம் அழிந்து போயினவாகுமாறு கோடையானது பரவி நிலைபெற்று நீரினை உணடுவிட, வற்றிய அழகிய பெரிய நீண்ட மூங்கில்களின் கணுக்களும் பிளப்புண்டு போகும். அவற்றினின்றும் கழுவப்பெறாத முத்துக்கள் தெறிக்கும். அவை, கழங்காடு காய்களைக் போன்ற தோற்றமுடையவாய்ப் பழைய குழிகளிலே சென்று வீழும். அப்படிப் பட்ட இடங்களையுடையன, இனிய களிவெறியினைத் தரும் கள்ளினையும், இயலுகின்ற தேரினையும் உடைய நன்னனது வானளாவிய நெடிய மலைச்சாரல்கள். அவற்றின் ஒருபக்கத்ததாகிய பொன் கிடைக்கும் இடங்களையுடைய மலைப்பகுதியைக் கடந்து சென்றிருக்கின்றனர்.

''நறிய நுதலினை உடையவளே! கரிய தண்மையான கூந்தலை உடையவளே! அரிய துன்பங்கொண்டு வருந்தாதே! சில நாட்கள் பொறுத்துத் தாங்குதல் வேண்டும்' என்று கூறி, நின்னுடைய நல்ல மாட்சியுடைய ஒளிபொருந்திய வளையல்களைத் திருத்தினவர் அவர், அவர் அப்படிச் செய்தவராயின் விரைவிலே வந்து விடுவார். தோழியே! நீ வாழ்வாயாக'' என்று, பிரிவின்கண் வேறுபட்ட தலைமகளைத் தோழி வற்புறுத்தினாள் என்க.

சொற்பொருள்: 1. அறம்-இல்லறத்திற்கான நெறிமுறைகள். 2. ஊன்றல்-பாதுகாத்தல். 5. மை-கருமை; ஈர்-தண்மை; பெரிய. ஓதி-கூந்தல். படர்-துன்பம். 7. எல்வளை - ஒளியுடைய வளை. 9. வார்-நீண்ட. ஒழுகை-வண்டி. 10. விளி-கூப்பீடு. 11. உழைமான்-ஆண்மான்.

12. 13. கோடை நின்றுதின-கோடை நிலைபெற்று உறிஞ்சிவிட, விளிந்த-காய்ந்த. 15. பழங்குழி-பழையதாகிக் கிடந்த கழல் காடு குழிகள். 16. இயல்தேர்-இயற்றப்பட்ட தேரும் ஆம்.

உள்ளுறை: உமணர்களின் கூக்குரலுக்கு அஞ்சி, மானும் பிணையும் நிலைகெட்டு ஓடிக் கலங்குவதுபோல, ஊரவர் பழிக்கு அஞ்சித் தலைவனும் தலைவியும் பிரிந்து வாழ்பவராயினர் என்றனள்.

பாடபேதம்: பாடியவர் முன்னியூர் வழுதியார்.

174. எப்படி ஆவாளோ?

பாடியவர்: மதுரை அளக்கர் ஞாழார் மகனார் மள்ளனார். **திணை:** முல்லை. **துறை:** பாசறைக்கண் தலைமகன் தன் நெஞ்சிற்குச் சொல்லியது.

(தலைமகன் வேந்தனின் படைத்துணையாகச் சென்றவன். நடந்த போரில் வெற்றியும் பெற்றான். பாசறையிலே, இரவு வேளையிலே, அவன் மனத்திலே அவன் காதலி நிறைந்து நின்றாள். அவள் நினைவிலே வருந்திய அவன், தன் நெஞ்சிற்கு இப்படிச் சொல்லுகின்றான்.)

'இருபெரு வேந்தர் மறுகொள் வியன்களத்து,
ஒருபடை கொண்டு, வருபடை பெயர்க்கும்
செல்வம் உடையோர்க்கு நின்றன்று விறல்' எனப்,
பூக்கோள் ஏய தண்ணுமை விலக்கிச்
செல்வேம் ஆதல் அறியாள், முல்லை

நேர்கால் முதுகொடி குழைப்ப, நீர் சொரிந்து,
காலை வானத்துக் கடுங்குரற் கொண்மூ
முழங்குதொறும் கையற்று, ஒடுங்கி, நப் புலந்து,
பழங்கண் கொண்ட பசலை மேனியள்,
யாங்குஆ குவள் கொல் தானே- வேங்கை

ஊழுறு நறுவீ கடுப்பக் கேழ்கொள,
ஆகத்து அரும்பிய மாசுஅறு சுணங்கினள்,
நன்மணல் வியலிடை நடந்த
சின்மெல் ஓதுக்கின், மாஅ யோளே?

''இரு பேரரசர்கள் தம்முள் மாறுபாடு கொண்டு போரிடற்கு எழுந்த பரந்த போர்களத்திலே, தன்னுடைய ஒப்பற்ற படைக்கலத்தினைக் கைக்கொண்டு, தன்மேல் வரும் எதிர்ப்படைகளை எல்லாம், புறமுதுகிட்டு ஓடச் செய்யும் போர்க்கள வெற்றியாகிய செல்வத்தை உடையவர்களுக்கு, அப்பெருமை என்றும் நிலைப்பெற்ற பெருமையாகும் என்று கூறி, அரசன் மனமுவந்து அளிக்கும் பொற்பூவினையும்,

அப்போது எழுகின்ற தண்ணுமை ஒலியினையும் விலக்கி, நாம் அவளை முதற்கண் அடைவதையே பெரிதாக நாடிச் செல்வோம்'' என்பதை அவள்தான் அறியமாட்டாள்.

வேங்கை மரத்தினது முதிர்ந்து விழும் நறுமண மலரைப் போல, மேனியானது நல்ல நிறத்தினைக் கொள்ள, மார்பிடத்தே அரும்பிய குற்றமற்ற தேமற்புள்ளிகளை உடையவளாய், நல்ல மணலையுடைய அகன்றவிடத்தே நடந்த, சிலவாய மெல்லிய ஒதுக்கத்தினையுடைய மாமை நிறத்தினள் அவள். (பிரிவுவிடை கொண்டபோது, அவள் குறுக அடியிட்டுத் தளர்ந்து நடந்து சென்ற பழைய காட்சியின் நினைவு இது.)

கீழ்த்திசை வானத்திலே எழுந்த கடுங்குரலோடு இடி முழங்கும் மழைமேகங்கள் நீரைச் சொரிந்து முழக்கமிடும் போதெல்லாம், நிரம்பிய கால்களிலே படர்ந்திருக்கும் முல்லையின் பழைய கொடி யானது தளிர்க்க, அதனைக் கண்டதும், நம்மை நினைத்து, வெறுப் புற்ற மனத்தாளாய்ச் செயலற்று நம்மை நினைந்து, வெறுப்புற்ற மனத்தளாய்ச் செயலற்று ஒடுங்கி, மிக்க துன்பத்தினை எய்திய, பசலை பாய்ந்த மேனியளாக, அவள் என்ன நிலைமையினை அடைவாளோ நெஞ்சமே?

என்று, பாசறைக்கண் தலைமகன் தன் நெஞ்சிற்குச் சொன்னான் என்க.

சொற்பொருள்: 2. ஒருபடை-ஒப்பற்ற படைக்கலம். 3. நின்றன்று-நிலைப்பெற்றது. 4. பூக்கோள்-வெற்றிக்கு அடையாள மாக அளிக்கும் பொற்பூக்களைக் கொள்ளுதல். 6. நேர்கால் - நிரம்பிய கால்வாய்கள். காலை வானம்- கீழ்த்திசைவானம், 8. கையற்று- செய லற்று. பழங்கண்-துன்பம். 14. ஒதுக்கு - ஒதுங்கி ஒதுங்கி நடக்கும் தளர்நடை.

விளக்கம்: கோடையினாலே வாடிய முல்லையின் முதுகொடி குழைப்பக் காணும் அவள், பிரிவினால் வாடிய தன் மேனியும் அழகுறக் கார்காலம் வந்தும், யாம் வரக் காணாததால் வாடி மெலிந்து என்ன ஆவாளோ? என, ஏங்குகிறான் தலைவன்.

மேற்கோள்: 'மீள்வான் தன் நெஞ்சிற்கு உரைத்தது; இதனுள் 'பூக்கோளேய தண்ணுமை விலக்கிச் செல்வேம்' என்றலின், அரசனால் சிறப்புப்பெற்ற தலைவனாயிற்று, என்று பொருள் கூறி' இச்செய்யுளை அதற்கு உதாரணமாக, 'ஒன்றாத் தமரினுவும், என்னுஞ் சூத்திர உரை யினும்-

ஆகித் தோன்றும் பாங்கோர் பாங்கினும்' என்னுந் துறைக்குத், 'தனக்கு ஆக்கம் சிறந்த நட்புடையோராகி உற்றுழி உதவச் சேரற்

கண்ணும்' என்று பொருள் கூறி' இச்செய்யுளை அதற்கு உதாரணமாக, 'ஒன்றாத் தமரினும், என்னுஞ்சூத்திர உரையினும், நச்சினார்க்கினியர் காட்டினர்.

பாடபேதங்கள்: 8. கையற்று இரங்கி, 11. ஊழுறு கிளர்வீ.

175. வருவோம் என்றனரே!

பாடியவர்: ஆலம்பேரிச் சாத்தனார். **திணை**: பாலை. **துறை**: பிரிவின்கண் வற்புறுக்கும் தோழிக்குத் தலைமகன் சொல்லியது; பிரிவின்கண் வேறுபட்ட தலைமகள் தோழிக்கு சொற்றதூஉமாம். **சிறப்பு**: தலையாலங்கானத்துச் செருவென்ற நெடுஞ்செழியனின் வெற்றிப் பெருமிதம்.

(கார் காலம் வந்தது. ஆனால், 'அந்தக் கார் காலம் தொடங்கியதும் வந்துவிடுவேன்' என்று சொல்லிப் பிரிந்து சென்ற அவன்மட்டும் வரவில்லை. அதனை நினைந்து நினைந்து உள்ளம் குமுறினாள் தலைவி. அந்தக் குமுறலைத் தோழியிடம் சொல்லிப் புலம்புகிறாள். அல்லது, அவளுடைய வருத்தத்தை ஆறுதல் கூறித் தேற்ற முயன்ற தோழிக்கு, அவள் கூறியதுமாம்.)

வீங்கு விசிம்பு உரீஇய விசைஅமை நோன்சிலை
வாங்கு தொடை பிழையா வன்கண் ஆடவர்
விடுதொறும் விளிக்கும் செவ்வாய் வாளி
ஆறுசெல் வம்பலர் உயிர்செலப் பெயர்ப்பின்,
பாறுகிளை பயிர்ந்து படுமுடை கவரும்
வெஞ்சுரம் இறந்த காதலர் நெஞ்சுஉணர
அரிய வஞ்சினம் சொல்லியும் பல்மாண்
தெரிவளை முன்கை பற்றியும், 'வினைமுடித்து
வருதும்' என்றனர் அன்றே-தோழி! -
கால்இயல் நெடுந்தேர்க் கைவண் செழியன்
ஆலங் கானத்து அமர்கடந்து உயர்த்த
வேலினும் பல்ஊழ் மின்னி, முரசு என
மாஇரு விசும்பிற் கடிஇடி பயிற்றி,
நேர்கதிர் நிறைத்த நேமியம் செல்வன்
போர்அடங்கு அகலம் பொருந்திய தார்போல்
திருவில் தேஎத்துக் குலைஇ, உருகெழு
மண்பயம் பூப்பப் பாஅய்த்,
தண்பெயல் எழிலி தாழ்ந்த போழ்தே!

தோழி! தம்முடைய வலிமையான வில்லினைப் பூரித்த தம் தோளிலே உராய்ந்து கொண்டிருக்கும்படியாக வைத்துக் கொண்டு

அதன்கண், எய்த குறி பிழையாததும், வேகமாகச் செல்லக் கூடியது மான அம்பினை வைத்து எய்கின்ற, வன்ககண்மையினை உடையவர் மறவர்கள், பாலை நிலத்து வழியூடே செல்லும் புதியவரது உயிர்கள் எலலாம், அப்படி அவர்கள் எய்யும் அம்புகள் தைக்க உடலை விட்டுப் போகும். ஒலியுடன் செல்லும் அந்த அம்புகள் அப்படி அவர்களது உயரைப்போக்க வீழ்ந்த, மிக்க முடைநாற்றம் வீசுகின்ற பிணங்களைப் பருந்துகள் தம் கிளையினை அழைத்தவனாகக் கூடியிருந்து உண்டு கொண்டிருக்கும் அத்தகைய கொடிய காட்டு வழியினைப், பொருளார் வத்தினாலே, நம்மையும் பிரிந்து கடந்து சென்றவர் நம் காதலர்!

அன்று பிரிவினை நினைந்து என் நெஞ்சம் மயங்கியது. அது தெளிவடையுமாறு, கடுமையான சூளினை உரைத்தும், ஆராய்ந்துக் கொண்ட வயல்களையுடைய என் முன்கையினைப் பன்முறை பற்றி என்னைத் தலையளி செய்தும், தேற்றிச் சென்றவர் அவர்!

காற்றைப் போலக் கடுமையான வேத்துடன் செல்லுகின்ற நெடிய தேரினையும், கைவண்மையினையும் உடையவன் பாண்டியன் நெடுஞ்செழியன், தலையாலங்காணத்துப் பெரும் போரினை வென்று, அவன் படைஞர் வெற்றிக்களிப்பினால் உயர்த்த வேற்படைகளின் தொகுதியைக் காட்டினும், தண்மையான பெயலையுடைய மேகங்கள் வானத்தே மின்னல் இடுகின்ற. அப்போது முழங்கிய வெற்றி முரசின் ஒலியைப் போன்று வானத்திலே கடுமையான இடிமுழகத்தையும் அவை தோற்றுவிக்கின்றன.

செல்வியின் காதலனனான திருமால், நிரம்பிய கதிர்களின் ஒழுங்கினைக் கொண்ட சக்கரப்படையினை உடையவன். பகைவர் களும் அச்சங் கொண்டு தம் போர்நினைவை ஒழித்தற்குக் காரணமாக விளங்குவது அவனுடைய பரந்த மார்பு; அதனிடத்தே பொருந்திய மாலையினைப் போலப், பலநிறம் வாய்ந்த அழகிய வில்லையும் அம் மேகங்கள் வானத்தே வளைவாக இட்டு இருக்கின்றன. நிலப் பகுதி எங்கணும் மலர்ச்சியடையவும், அவை பயன்தருமாறும், மேகங் கள் காலிட்டு மழைப்பெய்யும் கார்காலமும் வந்துவிட்டது.

அவர், தம்முடைய செயலினை முடித்துக் கொண்டு, இங்கு மீண்டும் வந்து நம்மைச் சேர்வோம் என்றது, இந்தக் கார் காலத்திற் றானே?

என்று, பிரிவின்கண் வற்புறுக்குந் தோழிக்குத் தலைமகள் சொன்னாள் என்க.

சொற்பொருள்: 1. வீங்குதல் -பூரித்தல். விளிம்பு- ஓரம். உரீஇய - உரசிய. நோன்சிலை-வலிமையுடைய வில். 2. வாங்குதல்- இழுத்தல். தொடை - தொடுத்தல். 3. விளிக்கும் - ஒலி செய்யும்.

வெவ்வாய் வாளி-உயிர் போக்குதலினால், வெவ்விய முனையை உடைய அம்பு என்பர். 5. பாறு-பருந்து 6. உணர-தெளிவாக அறிய. 10. கால்இயல் - காற்றுப் போல விரைந்து செல்லும். 12. பல்லூழ் மின்னி- பன்முறையும் மின்னலிட்டு. 16. தேளம் -தேசம்; வானகம். குலைஇ -வளைத்து. 17. பயம்-பயன்.பாஅய்-பரவி. 18. எழிலி- மேகம். தாழ்தல் -காலிட்டுப் பெய்தல்.

விளக்கம்: போரிலே வென்று, வெற்றிக் களிப்பிலே திளைத்த பாண்டியனின் படைவீரர் செயலைக்கூறினாள், தன் தலைவனும் தன் வினைமுடித்த பின்னருங்கூட விரைந்து மீண்டு வாராமை பற்றிய வருத்தத்தினால், தன்னை முன் தெளிவித்த சூளும் பொய்த்தான்; வருவேன் என்ற காலமும் பொய்த்தான்; பொருள் விருப்பினாலே தன்னுடைய பிரிவினால் தன் காதலிக்கு நேர்கின்ற வேதனையையும் மறந்தான்; கொடிய பாலையையும் கடக்கத் துணிந்தான் என்பன வெல்லாம், அவள் உள்ளத்துப் புலப்பத்தை விளக்கும் சொற்கள் ஆம். 'முன்கை பற்றிச் சூள் உரைத்தல்' என்பது, 'கையடித்துச் சத்தியம் செய்தல்' என இந்நாளினும் வழக்காற்றில் உள்ள மரபாகும்.

பாடபேதம் : 14. நிரைத்த, நிரைந்த.

176. என்ன கடமையோ?

பாடியவர்: மருதம் பாடிய இளங்கடுங்கோ. **திணை**: மருதம். **துறை**: தோழி, தலைமகனை வாயின் மறுத்தது.

(தன் மனைவியை மறந்து, பரத்தையர் உறவிலே களித்திருந் தான் ஒரு தலைவன். அதனால், அவனுடைய செயலைப் பற்றிக் கூறி, ஊரவர் பழித்துப் பேசத் தொடங்கினர். அதற்கு அஞ்சிய அவனும், தன் வீடுநோக்கி வருகின்றான். ஊடியிருந்த தன் மனைவி யின் உறவைப் பெறுவதற்குத், தோழியின் உதவியை நாடுகின்றான். அப்போது அவள் மறுத்துக் கூறியது இது.)

கடல்கண் டன்ன கண் அகன் பரப்பின்
நிலம்பக வீழ்ந்த வேர்முதிர் கிழங்கின்
கழைகண் டன்ன தூம்புடைத் திரள்கால்,
களிற்றுச்செவி அன்ன பாசடை மருங்கில்,
கழுநிவந் தன்ன கொழுமுகை இடைஇடை
முறுவல் முகத்தின் பன்மலர் தயங்கப்,
பூத்த தாமரைப் புள்இமிழ் பழனத்து,
வேப்புநனை அன்ன நெடுங்கண் நீர்ஞெண்டு
இரைதேர் வெண்குருகு அஞ்சி, அயலது
ஒலித்த பகன்றை இருஞ்சேற்று அள்ளல்,

திதலையின் வரிப்ப ஓடி, விரைந்து தன்
நீர்மலி மண்அளைச் செறியும் ஊர!
மனைநகு வயலை மரன்இவர் கொழுங்கொடி
அரிமலர் ஆம்பலொடு ஆர்தழை தைஇ,
விழவுஆடு மகளிரொடு தழூஉ அணிப் பொலிந்து,
மலர்ஏர் உண்கண் மாண்இழை முன்கைக்
குறுந்தொடி துடக்கிய நெடுந்தொடர் விடுத்தது
உடன்றனள் போலும், நின் காதலி? எம்போல்
புல்லுளைக் குடுமிப் புதல்வற் பயந்து.
நெல்லுடை நெடுநகர் நின்னின்று உறைய,
என்ன கடத்தளோ, மற்றே? தன் முகத்து
எழுதெழில் சிதைய அழுதனள் ஏங்கி,
அடித்தென உருத்த தித்திப் பல்ஊழ்
நொடித்தெனச் சிவந்த மெல்விரல் திருகுபு,
கூர்நுனை மழுகிய எயிற்றள்
ஊர்முழுது நுவலும்நிற் காணிய சென்மே.

இடம் அகன்றதாக, எங்கும் நீர்ப்பரப்புடன், கடலினைக் காண்பது போல வயற்பகுதிகளில் எல்லாம் விளங்கும். அவ்வயல்களிலே, நிலம் பிளக்குமாறு இறங்கிய வேர்முதிர்ந்த கிழங்கினை உடையவும், மூங்கிலைப் போல உள்துளை பொருந்திய திரண்ட தண்டினை உடையவுமாகத், தாமரைகள் விளங்கும். களிற்று யானைகளின் காதுகளைப் போல விளங்கும் அதன் இலைகளுக்கு ஊடாகக், கழுவினை உயர்த்தியிருப்பது போல கொழுமையான தாமரை மொட்டுக்கள் காணப்படும். அவற்றுக்கு இடையிடையே, புன்சிரிப்புடன் விளங்கும் முகத்தைப்போல, அழகுடன் மலர்ந்த தாமரை மலர்கள் பலவாக விளங்கும். புள்ளினங்களும் அங்கே ஆர்ப்பரித்துக் கொண்டிருக்கும்.

அவ்விடத்தே, தனக்குரிய இரையினை ஆராய்ந்துக் கொண்டிருந்த வெண்மையான நாரைக்கு, வேம்பின் அரும்பினைப் போன்ற நீண்ட கண்களையுடைய நீர் நண்டானது அஞ்சித், தழைத்த பகன்றைக் கொடிகளையுடைய வயலுக்கு அயலேயிருந்த சேற்றுப் பிழம்பிலே, தமேல்போல வரியுண்டாகுமாறு விரைவாக ஓடிச் சென்று, ஈரமிகுந்த தன்னுடைய அளையினுள் புகுந்து பதுங்கிக் கொள்ளும். இத்தகைய வளமுடைய ஊருக்கு உரியவனே!

விளங்கும் மலர்களையுடைய ஆம்பலுடன், வீட்டின் அயலேயுள்ள மரத்திலே படர்ந்திருக்கும் கொழுமையான வயலைக் கொடிகளைப் பிணைத்துக் கட்டிய, ஒலித்தலையுடைய தழையுடையினை உடுத்துல், விழவின்கண் ஆடுகின்ற மகளிர்களோடு தழுவி ஆடும் அழகினால், பொலிவுற்று விளங்குபவள் நின் பரத்தை, குவளை மலரைப்

போன்ற மையுண்ட கண்களையும், மாண்புடைய அணி வகைகளை யும், முன் கையிலே குறுகிய வளையல்களையும் உடைய அவள், தன் முன்கையினால் பிணித்த நெடிய தொடர்பினை நீ கைவிட்டதற்காக, நின்பால் மிகவும் வெகுண்டிருக்கின்றனள்.

எழுதிக் காணும் சிறப்பினையுடைய தன்னுடைய முகத்தின் அழ கெல்லாம் கெட்டுப் போகுமாறு ஏங்கி அழுதவளாயினள். பொன்னை உருக்கி வார்த்தது போன்றவாக உடலெங்கும் விளங்கும் தேமல்களை யும் பன்முறை நொடித்துக் கொள்ளுதலால் சிவந்து போன மென்மை யான விரல்களையும், திருகிக் கடித்ததால் கூர்மை மழுங்கிவிட்ட பற்களையும் உடையவளாயினள். ஊர் முழுவதும் சொல்லிக் கொண்டு நின்னைக் கண்டுபிடிப்பதற்காகத் தேடிச் சென்று கொண்டிருப்பவளு மாயினாள். அதனால், அவளிடத்திற்கே நீ சொல்வாயாக.

அவளோ, நின்னுடைய காதற்பரத்தை! புல்லிய குடுமியை யுடைய புதல்வனைப் பெற்று, நெல் வளமுடைய நெடிதான மனை யிலே, நீயில்லாமல் தங்கியிருப்பதற்கு, எம்மைப் போல, அவள் என்ன கடப்பாடு உடையவளோ?

என்று, தோழி தலைமகனை வாயின் மறுத்துக் கூறினாள் என்க.

சொற்பொருள்: 2. நிலம்பக-பூமி பிளவுபடுமாறு. 3. கழை-மூங்கில். 4. பாசடை-பசுமையான இலை. 5. நிவந்தன்ன - உயர்ந்திருப் பதைப்போல. 6. முறுவல் முகம்-முறுவலையுடைய மகளிரின் முகம்-முறுவலையுடைய மகளிரின் முகம். 8. வேப்பு- வேம்பு. நனை-அரும்பு. 10. அள்ளல்- சேறு; சற்று மேலாக உறைந்துள்ள இடம். 11. திதலை - தேமல். 15. விழவு-நீர் விழா. 17. துடக்கிய-பிணித்த. 18. உடன்றனள் - வெகுண்டனள் 20. நகர் -மனை. 22. எழுது எழில் - புனையும் அழகு; ஒப்பனைகளுமாம்.

உள்ளுறை: தாமரையின் இடையிலே இருந்த நீர் நண்டானது, இரைதேர் வெண்குருகிற்கு அச்சங்கொண்டு ஓடித் தன் வளையி னுள்ளே செறிவது போலப் பரத்தையர் உறவுடையவனாயிருந்த நீயும், அலர் கூறலுக்கு அஞ்சி, எம் வீடுநோக்கி வந்தனை போலும் என்றன ளாம்.

மேற்கோள்: 'புகன்ற உள்ளமொடு-ஈரத்து மருங்கினும்' என்னும் துறைக்கு, 'அவனறி வாற்ற அறியும் ஆகலின்' என்னுஞ் சூத்திர உரையிலே நச்சினார்கினியர் காட்டினர்: 'எழுதெழில் சிதைய அழு தனள் ஏங்கி-நிற்காணிய சென்மே' என்பது, 'தன்கண் தோன்றிய இளிவரல் பொருளாக அவலச்சுவை பிறந்தது' என்று, 'இளிவே இழவே' என்னுஞ் சூத்திர உரையிலும், ''பிறர் கூறும் பழிக்கு வந்தாய்' என்றமையால், இஃது ''உள்ளது உவர்த்தல் என்னும் மெய்ப்பாடு''

என்றமையால், 'தெய்வம் அஞ்சல்' என்னும் சூத்திர உரையிலும் பேரா சிரியர் காட்டினர்.

பாடபேதம்: 13. மனைநகு, மனைநடு.

177. விரைவிலே வந்துவிடுவார்!

பாடியவர்: செல்லூர் இளம்பொன் சாத்தன் கொற்றனார். **திணை:** பாலை. **துறை:** பிரிவிடை வேறுபட்ட தலைமகளைத் தோழி வற்புறுத்தியது. **சிறப்பு:** சிறு குடிக்கிழான் பண்ணனின் போர் மறம்.

(தலைவன் பிரிந்து சென்று, வருவதாகக் குறித்த நாளிலே வராமலும் போய்விட, அதனால், மிகவும் வருந்தி வாடி நலிந்தனள் தலைவி. அவளுக்குத் தோழி, 'அவன் வருவான்' என்று வலியுறுத்தியது இது.)

'தொன்னலம் சிதையச் சாஅய், அல்கலும்,
இன்னும் வாரார்; இனி எவன் செய்கு?' எனப்
பெரும்புலம் புறுதல் ஓம்புமதி -சிறுகண்
இரும்பிடித் தடக்கை மான, நெய்அருந்து
ஒருங்குபிணித்து இயன்ற நெறிக்கொள் ஐம்பால்
தேம்கமழ் வெளிமலர் பெய்ம்மார், காண்பின்
கழைஅமல் சிலம்பின் வழைதலை வாடக்
கதிர்கதம் கற்ற ஏகல் நெறியிடைப்,
பைங்கொடிப் பாகற் செங்கனி நசைஇக்,
கான மஞ்ஞைக் கமஞ்சூல் மாப்பெடை
அயிரியாற்று அடைகரை வயிரின் நரலும்
காடுஇறந்து அகன்றோர் நீடினர் ஆயினும்,
வல்லே வருவர் போலும்-வென்வேல்
இல்லைநிறம் பெயர ஓச்சி, மாற்றோர்
மலைமருள் யானை மண்டுஅமர் ஒழித்த
கழற்கால் பண்ணன் காவிரி வடவயின்
நிழற் கயம் தழீஇய நெடுங்கால் மாவின்
தளிர்ஏர் ஆகம் தகைபெற முகைந்த
அணங்குடை வனமுலைத் தாஅய நின்
சுணங்கிடை வரித்த தொய்யிலை நினைந்தே.

தோழி! காட்சிக்கு இனியவாக மூங்கில்கள் செறிந்திருக்கின்ற பக்கமலைகளிலே, அவ்விடத்துச் சுரபுன்னையின் உச்சியெல்லாம் வாடிப் போகும்படியாக, ஞாயிற்றின் கதிர்கள் சினத்தைப் பயின்றன வாக எரித்துக் கொண்டிருக்கும். பெரிய கற்கள் விளங்கும் அத்தகைய காட்டு வழியிலே, பசுமையான பாகற் கொடியிலேயுள்ள சிவந்த பாகற்

பழங்களை தின்பதற்கு விரும்பிய, நிறைசூல் கொண்ட காட்டு மயிற் பெடையானது, அயிரியாற்றின் அடைகரையிலேயுள்ள ஊதுகொம்பினைப் போல, ஒலியுடன் அகவிக்கொண்டிருக்கும். அத்தகைய சுர நெறியினையும் கடந்து சென்றவரான நம் தலைவர், குறித்த பருவங் கடந்து போகக் காலம் நீட்டித்தனரேனும் விரைவிலே வந்துவிடுவர்.

சிறுத்த கண்களையுடைய பெரிய பிடியானையின் பெரிய துதிக்கையினைப் போல விளங்கவதும், ஒருங்கே சேர்த்து, முடித்ததும், நெய் பூசப்பெற்று நறுமணம் உடையதாயிருப்பினும், ஐவகையாக முடித்தற்கு உரியதுமான நின்னுடைய கூந்தலினிடத்தே, நறுமண மலர்களைப் பெய்தலையும் அவர் நினைப்பர்.

தன் வெற்றி வேலின் முனைநிறம் மாறுபட்டுச் சிவப்பு நிறம் அடையுமாறு, அதனை உயர்த்து, மண்டிவரும் பகைப் படைகளின் போர் யானைகளை அழித்துப் போரினை வென்றவன் பண்ணன். வீரக்கழல் விளங்கும் காலினனான அவனுக்கு உரிய, காவிரியின் வட கரையிலேயுள்ள குளிர்ந்த குளத்தினை அடுத்திருக்கின்ற, நெடிய அடிமரத்தினை உடைய மாவின் தளிரைப் போன்றதாக, நினது மார்பு வனப்புடன் காணப்படும். அதன்பால், தகைமைபெற அரும்பியிருக்கும், வருத்தும் இயல்பினை உடையவான அழகிய முலைகளிலே அவர் பிரிவினாற் பரந்திருக்கும் தேமல்கள் மறையுமாறு தொய்யில் எழுதுதலையும் அவர் நினைப்பார். அதலினாலே விரைந்து வந்து விடுவார்.

நின் பழைய அழகுநலம் எல்லாம் சிதைந்து போகுமாறு நீ வருந்தியவளாக இருக்கின்றனை. நாள்தோறும், 'இன்னமும் அவர் வந்திலரே! இனி யான் என் செய்வேனோ?' என்று பெரிதும் புலப்படும் கொண்டவளுமாயினை. அவற்றையெல்லாம் இனியேனும் விட்டு விடுவாயாக.

என்று, பிரிவிடை வேறுபட்டாளான தலைமகளைத் தோழி! 'அவன் விரைந்து வருவான்' எனக் கூறி வற்புறுத்தினாள் காண்க.

சொற்பொருள்: 1. தொல் நலம்-அவள் காதலன் பிரிந்து செல் வதற்கு முன்னர் விளங்கிய பழைய அழகு. சாஅய்-வருந்தி. அல்க லும் - நாள்தோறும், 3. புலம்பு-புலப்பம். 4. இரும்பிடி-பெரிய பிடி யானை; கரிய பிடியானையுமாம். 5. வெறி-நறு நாற்றம். 6. காண்பின் - காண்பதற்கு இனிய. 7.வழை-சுரபுன்னை. 8. ஏகல்- பெருகிய கற்கள்; அதாவது கற்கள் மலிந்துள்ள. 10. கமஞ்சூல்-நிறைசூல்; முதற்சூலும் ஆம். 13.வல்லே-விரைவாக. 18. தகைபெற- தகுதி பெறும்படியாக.

விளக்கம்: பாகலின் செங்கனியை உண்ணுதற்கு விருப்பங் கொண்டு, ஊது கொம்பினைப் போல அகவிக் கொண்டிருக்கும்

மயிலினைக் காண்பவர். நின்னுடைய நினைவுவரப் பெறாமல் போவாரோ? தம் கையால் நின் கூந்தலிலே பூச்சூடுதலையும், நின் மார்பின் தேமல்கள் மறையத் தொய்யில் வரை தலையும் நினையாரோ? நினைவார்; ஆதலின் விரைந்து வருவார் என்றனள்.

பாடபேதங்கள்: பாடியவர் பெயர், செல்லூர் இளம்பொன் சாத்தன் கொற்றன் எனவும், உறையூர் இளம்பொன் வாணிகன் சாத்தன் கொற்றன் எனவும் கூறப்படும். 20. சுணங்கிடை', 'சுணங்கடை' எனவும் வழங்கும்.

178. என்றும் பிரியாது வாழ்க!

பாடியவர்: பரணர். **திணை:** குறிஞ்சி. **துறை:** தோழி வரைவு மலிந்து சொல்லியது.

(தலைவனும் தலைவியும் இரவுக்குறியிலே ஒழுகி வருகின்றனர். தலைவியும் குறியிடத்தே தன் காதலனின் வரவு நோக்கிக் காத்திருக்கின்றாள். உடன் இருக்கும் தோழியோ, இவர்களைத் திருமண உறவிலே பிணிக்க வேண்டும் என்று கருதுகின்றாள். தலைவன் வரைதல் எண்ணமுடன் வந்து ஒதுங்கியிருத்தலை அறிந்து, தலைவிக்கு சொல்பவள் போலத், தலைவன் கேட்கும்படியாக வரைவு மலிந்து உரைக்கின்றாள்.

வயிரத் தன்ன வைரத்து மருப்பின்,
வெதிர்வேர் அன்ன பருஉமயிர்ப் பன்றி
பறைக்கண் அன்ன நிறைச்சுனை பருகி,
நீலத் தன்ன அகல்இலைச் சேம்பின்
பிண்டம் அன்ன கொழுங்கிழங்கு மாந்தி,
பிடிமடிந் தன்ன கல்மிசை ஊழ்இழிபு,
யாறுசேர்ந் தன்ன ஊறுநீர்ப் படாஅர்ப்
பைம்புதல் நளிசினைக் குருகுஇருந் தன்ன,
வண்பிணி அவிழ்ந்த வெண்கூ தாளத்து
அலங்குகுலை அலரி தீண்டித், தாது உக,
பொன்உரை கட்டளை கடுப்பக் காண்வரக்,
கிளைஅமல் சிறுதினை விளைகுரல் மேய்ந்து
கண்இனிது படுக்கும் நன்மலை நாடனொடு
உணர்ந்தனை புணர்ந்த நீயும், நின்தோட்
பணைக்கவின் அழியாது துணைப்புணர்ந்து, என்றும்
தவல்இல் உலகத்து உறைஇயரோ-தோழி -
எல்லையும் இரவும் என்னாது, கல்லெனக்
கொண்டல் வான்மழை பொழிந்த வைகறைத்

தண்பனி அற்சிரம் தமியோர்க்கு அரிது’ எனக்,
கனவிலும் பிரிவு அறியலனே; அதன்தலை
முன்தான் கண்ட ஞான்றினும்
பின்பெரிது அளிக்கும், தன் பண்பினானே.

தோழி! வயிரத்தைப் போல ஒளியுடன் விளங்குவதாய் மேல் நோக்கி எழுந்திருக்கும் கூர்மையான கொம்புகளையும் மூங்கில் வேரினைப் போன்ற பருத்த மயிரினையும் உடையது காட்டுப் பன்றி, பறவையின் கண்போலத் தோன்றும் நீர் நிறைந்த சுனையிலே அந்தப் பன்றி, பறவையின் கண்போலத் தோன்றும் நீர் நிறைந்த சுனையிலே அந்தப் பன்றி நீர் அருந்தும்; நிலத்தைப் போன்ற அகன்ற இலையினையுடைய சேம்பினது, பிண்டித்து வைத்தாற்போல விளங் கும் கொழுமையான கிழங்குகளை நிறையக் கிளைத்துத் தின்னும். பிடியானை கிடந்து உறங்குவது போல விளங்கும் பாறையினின்றும், முறையாகக் கீழே இறங்கி வரும் யாற்றினை அணுகவிருப்பது போன்ற நீர் ஊற்றான இடத்திலேயுள்ள, சிறுதூறாகிய பசிய புதரிலேயுள்ள செறிந்த மரக்கிளைகளிலே, வெண்மையான நாரையானது இருந்தாற் போல விளங்கும், வெண்மையான அசையும் கொத்துக்களிலேயுள்ள, வளமையான இதழ் விரிந்த மலரினைச் சேர்ந்து, அம்மலர்களி னின்றும் பூந்தாதுகள் தன்மேல் உதிர, அதனால் பொன்னுரைத்து மாற்றறியுங் கட்டளைக் கல்லினைப்போல அழகுபெறத் தோன்றும். பின், கிளைத்தல் மிகுந்த சிறுதினையின் விளைந்த கதிரினையும் மேய்ந்து, இனிதாகக் கண்ணுறங்கும். அத்தகைய இடமாகிய நல்ல மலைநாட்டினன் அவன்.

அவனோடு, நீயும் ஊடல் நீங்கிப் புணர்கின்றவளாக, என்றும் மூங்கில் போன்ற நின் தோளழகு அழியாதே, எந்நாளும் அவனுடன் ஒன்றாக வாழ்ந்திருப்பாயாக! இருவீரும், என்றும் கெடுதல் இல்லாத மறுமையுலகத்து இன்பத்தினையும், இங்கேயே பெற்று நிலையாக வாழ்வீர்களாக!

பகலும் இரவும் என்றில்லாமல், கல்லென்னும் ஒலியுடனே மேகங்கள் பெரிய மழையினைச் சொரிந்த விடியற் காலத்திலே, குளிர்ந்த பனியையுடைய பனிகாலமானது, தனித்துப் பிரிந்திருப் பவர்க்குத் தாங்குதற்கரிய துன்பந்தருவதாகும் என உணர்ந்து; கனவி னும் நின்னைப் பிரிதலை அறியாதவன் நின் தலைவன்.

அதன்மேலும், தன்னுடைய பண்பினால், முதன் முதலாகத் தான் நின்னைக் கண்டு காதலித்த நாளினும், பின்னர் பின்னர்ப் பெரிதாக அருள் செய்பவனும் அவனாவன்.

என்று, தோழி வரைவு மலிந்து கூறினாள் என்க.

சொற்பொருள்: 1. வயிரம்-ஒளியுடைய வயிரமணி. வை - கூர்மையான. ஏந்துதல்-மேனாக்கி இருத்தல். 2. வெதிர்-மூங்கில். 3. பறைக்கண்- பறையின் நடுவிடத்தாகிய கண். 4. நீலம்- நீலநிறம். 5. பிண்டம்-உருண்டை. மாந்தி -நிறையத்தின்று. 6. ஊழ் இழிபு-முறையாக அடிவைத்து இறங்கி வருதல். 7. படாஅர்- சிறுதூறு. 10. அலரி- அலர்ந்த மலர். 11. கட்டளை-உரைகல். 15. பணை-மூங்கில். தவல் - கெடுதல்; தவலில் உலகம் - இன்பக் கெடுதல் இல்லாத போக உலகம்; அந்த உலகத்து இன்பம் போன்று அயராது அநுபவித்து இன்புறுக எனவும் கொள்க. 17. எல்-பகல். 18. கொண்டல் - மேகம். 19. அற்சிரம்-காலைப்பனி.

உள்ளுறை: காட்டுப் பன்றியானது, சுனைநீர் பருகிக், கிழங்கினை மாந்திக், கூத்தளத்தின் பூந்தாது தன்மேல் விளங்கத், தினைப் புனத்துள் நுழைந்து, அதன் விளைகுரல் மேய்ந்து, இனிது கண்படுக்கும் நாடன் என்றனள். அது, தலைவனும் தான் கருதியனவெல்லாம் கைவரப்பெற்றவானகத், தலைவியைப் மணந்து இனிது இல்லறம் பேணுபவன் என்பதனால்.

பாடபேதம்: 20. பிரிபறியலரே.

179. உமக்குக் தகுதியாகுமோ?

பாடியவர்: கொடிமங்கலத்து வாதுளி நற்சேந்தனார். **திணை:** பாலை. **துறை:** பிரிவு உணர்த்திய தலைமகனுக்குத் தோழி செலவு அழுங்கச் சொல்லியது.

(பொருளார்வம் மிகுதியான உள்ளத்தினனாகத், தான் தன் தலைவியைப் பிரிந்து சென்று பொருள் தேடிவர விரும்புதலைத், தலைவன் ஒருவன், தன் தலைவியின் தோழியினிடத்தே கூறுகின்றான். அதனைக் கேட்ட அவள், அதனால் தலைவிக்கு நேரும் துன்பமிகுதியைக் கூறி, அவனுடைய போக்கினைக் கைவிடுமாறு சொல்லுகின்றாள்.)

விண்தோய் சிமைய விறல்வரைக் கவாஅன்,
வெண்தேர் ஓடும் கடம்கால் மருங்கில்,
துனைஎரி பரந்த துன்அரும் வியன்காட்டுச்,
சிறுகண் யானை நெடுங்கை நீட்டி
வான்வாய் திறந்தும் வண்புனல் பெறாஅது,

கான்புலந்து கழியும் கண் அகன் பரப்பின்
விடுவாய்ச் செங்கணைக் கொடுவில் ஆடவர்
நல்நிலை பொறித்த கொடுவில் ஆடவர்
நல்நிலை பொறித்த கல்நிலை அதர,
அரம்புகொள் பூசல் களையுநர்க் காணாச்
சுரம்செல விரும்பினிர் ஆயின்-இன் நகை,

முருந்தெனத் திரண்ட முள்எயிற்றுத் துவர்வாய்,
குவளை நாண்மலர் புரையும் உண்கண், இம்
மதிஏர் வாள்நுதல் புலம்ப,
பதிபெயர்ந்து உறைதல் ஒல்லுமோ, நுமக்கே?

வானிலே தோய்ந்துக் கொண்டிருப்பது போன்ற உயரமான மலையுச்சிகளையடைய, பெருமைதங்கிய மலையின் பக்கமலைப் பகுதிகளிலே, பேய்த் தேரானது ஓடிக் கொண்டிருக்கும் பெருமை மிகுந்த கற்காட்டின் பக்கத்தே, வேகமாக நெருப்புப் பரவிய கிட்டுதற் கரிய பெரிய காட்டிலேயுள்ள, சிறத்த கண்களையுடைய யானை யானது, தன்னுடைய நீண்ட துதிக்கையினை நீட்டியும், பெரிய வாயினைத் திறந்தும், நீர் வேட்கையால் துன்புற்று, வளவிய நீரினைப் பெறுவதற்கும் இல்லாமல், காட்டினையே வெறுத்துக் கழிந்து போய்க் கொண்டிருக்கும்.

அத்தகைய இடமகன்ற பாலை நிலத்தின்கண், விடுதல் வாய்ந்த சிவந்த கணைகளைக் கைக்கொண்ட, கொடிய வில்லினை உடைய மறவர்களின், நல்ல வெற்றியின் நிலையினை எழுதிய, அவரால் வீழ்ந்துப்பட்டவர்களின் நடுகற்கள் நிலைப்பெற்றிருக்கும். அப்படிப்பட்ட கொடிய வழிகளையுடையவான, குறும்பு செய்வோரின் பூசல்களை நீக்குவோரைக் கண்டறியாத சுரநெறியினைக் கடந்து, பொருள் தேடிவரச் செல்வதற்கும் விரும்பினீர். அங்ஙனமாயின், இனிமையான முறுவலினையும், மயிலிறக் குறுத்துப் போன்ற திரண்ட முட்போலும் கூர்மையினை உடைய பற்களையும், சிவந்த வாயிதழ் களையும், குவளையின் புத்தம் புதிய மலரினைப்போன்ற மைதீற் றிய கண்களையும் உடைய, இந்த மதிபோலும் ஒளிபொருந்திய நெற்றியினை உடையவள் வருத்தம் கொள்ளுவாள். அப்படி இவள் வருந்துமாறு, இவ்வூரினைவிட்டு நீங்கிப்போய் வேற்றூரிலே தங்குதல் என்பது நுமக்குப் பொருந்துவதாகுமோ?

என்று, பிரிவுணர்த்திய தலைமகனுக்குத் தோழி செலவழுங்கச் சொன்னாள் என்க.

சொற்பொருள்: 1. சிமையம்- மலையுச்சி. கவாஅன் - பக்க மலை. 2. வெண்தேர்-பேய்த்தேர். கடம்காய் -காய்கடம்; காய்ந்த கற்காடு. 3. துனை விரைவு. துன்னுதல்-அடைதல். 5. வான் வாய்-பெரியவாய். 6. புலந்து கழியும்-வெறுத்து நீங்கிப் போகும். 7. விடுவாய் - விடுதல் வாய்ந்த. 8. நல்நிலை - நல்ல வெற்றியின் நிலையை. கல்-நடுகல். அதர-வழியை உடையவான 9. அரம்பு-குறும்பு. 11. முருந்து -மயிலிறகுக் குருத்து. 12. நாள்மலர் - அன்று மலர்ந்த புதிய மலர்.

விளக்கம்: காட்டின் ஏதமும், பிரிவால் தலைவி அடையும் துன்ப மிகுதியும் கூறி, அவன் தகுதியையும் சுட்டிப் பேசி, அவன் போவதைத் தடுக்க முயல்கிறாள் தோழி. காட்டு வாழ்வையுடைய தாகிய யானையும் அதனை வெறுத்துச் செல்லும் நிலைமையைக் கூறியதன் மூலம், நாட்டு வாழ்வினனாகிய, அவன் அதனை விரும்பு தல் மிகத் தவறு என்பதும் கூறினாள்.

பாடபேதங்கள்: 5. வறள்வாய். 9. இரும்புகொள். 13. வாண் முகம்.

180. ஊரின் பேதைமை!

பாடியவர்: கருவூர்க் கண்ணம்பாளனார். **திணை:** நெய்தல். **துறை:** இரந்து பின்னின்ற தலைமகனுக்குக் குறை நேர்ந்த தோழி தலைமகளைக் குறைநயப்பக் கூறியது; தலைமகன் சிறைப்புறத் தானாகத் தோழிக்குச் சொல்லியதூஉமாம்.

(யாதோ ஒரு காரணம்பற்றித் தலைவி தலைவனோடு ஊடி இருக்கின்றனள். அவன் தோழிபால் தனக்கு உதவ வேண்டுகிறான். அவனுக்கு சாதகமாகத் தலைவியை இசைவிக்கச் சென்று வேண்டும் தோழி, இப்படிக் கூறுகின்றாள். அல்லது, தலைவன் வரைதல் வேட்கையற்றுப் பிரிந்துறைதலால் ஊடிய தலைவியானவள், அவன் சிறைப்புறத்தானாகத் தோழிக்குத் தன் நிலைமையை இப்படி விளக்கிக் கூறுகிறாள்.)

நகைநனி உடைத்தால்-தோழி! தகைமிக,
கோதை ஆயமொடு குவவுமணல் ஏறி,
வீததை கானல் வண்டல் அயர,
கதழ்பரித் திண்தேர் கடைஇ வந்து,
தண்கயத்து அமன்ற ஒண்பூங் குவளை
அரும்புஅலைத்து இயற்றிய சுரும்புஆர் கண்ணி
பின்னுப்புறம் தாழக் கொன்னே சூட்டி,
நல்வரல் இளமுலை நோக்கி, நெடிது நினைந்து,
நில்லாது பெயர்ந்தனன், ஒருவன்; அதற்கே
புலவுநாறு இருங்கழி துழைஇப் பலஉடன்
புள்இறை கொண்ட முள்ளுடை நெடுந்தோட்டுத்
தாழை மணந்து ஞாழலொடு கெழீஇப்
படப்பை நின்ற முடத்தாட் புன்னைப்
பொன்நேர் நுண்தாது நோக்கி,
என்னும் நோக்கும், இவ் அழுங்கல் ஊரே.

தகைமை மிகுந்த தலைமாலைகளைச் சூடியவரான தோழி மாருடன், திரண்ட மணல்மேட்டின் மீது யானும் ஏறினேன். மலர்கள்

நிரம்பிய கானற்சோலையிலே வண்டலிழைத்து யாம் விளையாடி யிருந்தோம். அவ்விடத்தே, விரைவாகச் செல்லும் குதிரைகளைக் கொண்ட வலியதேரினைச் செலுத்தியவனாக ஒருவன் வந்தான். குளிர்ச்சியான குளத்திலே நிறைந்திருக்கிற ஒள்ளிய பூக்களையுடைய குவளையின் அரும்புகளை விரித்துக் கட்டிய, வண்டு மொய்க்கின்ற கண்ணியினை, எனது பின்னலைக் கொண்ட, முதுகுப்புறத்திலே தாழ்ந்து தொங்கும்படியாக, யான் வேண்டாமலேயே வீணே சூட்டி னான். நல்ல வளர்ச்சியினையுடைய என் இளைய முலைகளை, நோக்கி நோக்கி, எதனையோ நெடுக நினைந்தவனாக நின்றான். பின், அவ்விடத்தே மேலும் நில்லாமற் சென்றும் விட்டான்.

அந்த அளவிற்கே, இந்த ஆரவாரம் மிகுந்த ஊரானது, புலால் நாற்றமுடைய பெரிய கழியினைத் துழாவியவாறே, பலவகையான நீர்ப் பறவைகளும் தங்கிக்கொண்டிருக்கும் முட்களையுடைய நெடுந் தோடுகளைக் கொண்ட தாழையினைச் சார்ந்து, புலிநகக் கொன்றை யுடன் பொருந்தித், தோட்டத்தில் நிற்கும் வளைந்த அடிமரத்தினை யுடைய புன்னையின் பொன் போன்ற நுண்மையான பூந்தாதினை யும் பார்த்து, என்னையும் பார்த்துக் கொண்டிருக்குமோ!

தோழி! இது மிகவும் நகைப்பைத் தருவதாகும்!

என்று, இரந்து பின்னின்ற தலைமகற்குக் குறைநேர்ந்த தோழி தலைமகளைத் குறைநயப்பக் கூறினாள் என்க.

சொற்பொருள்: 1. தகை - தகைமை. தகைதலும் ஆம். 2. கோதை ஆயம்-கோதை சூடிய ஆயமகளிர். குவவுமணல் - உயர்ந் துள்ள மணல்; மணல் மேடு. 3. வண்டல்அயர்தல்- நெய்தல் மகளிர் விளையாட்டு வகையுள் ஒன்று. 4. கடைஇ-செலுத்தி. 5. அமன்ற- நெருங்கிய. 7. கொன்னே-வீணே; அவள் விரும்பாதே சூட்டியதால் வீணே சூட்டியதாயிற்று. 8. நல்வரல்-நல்ல வளர்ச்சியை உடைய; முகிழ்த்து வளர்ந்து வருதலால், 'வரல்' ஆயிற்று. இளமுலை- இளைய முலை; பருவம் குறித்தது. 10. இருங்கழி -பெரிய கழி; கரிய கழியும் ஆம். துழைஇ-துழாவி. 11. இறை கொள்-தங்கியிருத்தல். 12. ஞாழல்-புலிநகக் கொன்றை. 13. படப்பை-தோட்டம். 15. அழுங் கல் -ஆரவாரம்.

விளக்கம்: அவள் மேனியிற் படர்ந்த பசலையினை நோக்கிய ஊரவர், அவளுடை களவு உறவுபற்றி அலர் உரைக்கத் தொடங்கினர். அதனைத் 'தாழை மணந்து, ஞாழலொடு கெழீஇ, புன்னை நுண்தாது நோக்கி, என்னையும் நோக்கி' என உரைத்தமை நயம் உடையதாகும். தோழி கூற்றாகக் கொள்ளும்போது, படைத்து மொழிதலாகவும், தலைவி கூற்றாகக் கொள்ளும்போது, தன் மேனி பசந்ததையும் ஊரலர் எழுதலையும் உரைத்து வரைவுவேட்டலாகவும் கொள்க.

பாடபேதம்: பாடியவர்: கருவூர்க் கண்ணம்பாணனார்; கண்ணன் பரணனார்.

181. என் நிலைமை உரைப்பாய்!

பாடியவர்: பரணர். **திணை**:பாலை. **துறை**: இடைச்சுரத்து ஒழியக் கருதிய நெஞ்சிற்குச் சொல்லியது. **சிறப்பு**: மிஞிலியோடு பொருது களத்திலே வீழ்ந்த ஆய் எயினனின் சிறப்பும்; புகார் நாட்டுப் பெருமையும்.

(பொருளார்வம் மேலிடத், தன் ஆருயிர் மனைவியைப் பிரிந்து, கானம் பல கடந்து சென்று கொண்டிருந்தான் ஒருவன். இடைவழியிலே, அவனுடைய மனமானது தன் காதலியின் நினைவால் பெரிதும் பேதுற, அவன் தன் நெஞ்சிற்கு இப்படிக் கூறுகின்றான்.)

துன்அருங் கானமும் துணிதல் ஆற்றாய்,
பின்நின்று பெயரச் சூழ்ந்தனை ஆயின்,
என்நிலை உரைமோ-நெஞ்சே! -ஒன்னார்
ஓம்பரண் கடந்த வீங்குபெருந் தானை
அடுபோர் மிஞிலி செருவேல் கடைஇ,
முருகுறழ் முன்பொடு பொருதுகளம் சிவப்ப,
ஆஅய் எயினன் வீழ்ந்தென, ஞாயிற்று
ஒண்கதிர் உருப்பம் புதைய ஓராங்கு
வம்பப் புள்ளின் கம்பலைப் பெருந்தோடு
விசும்பிடை தூரஆடி, மொசிந்து உடன்,
பூவிரி அகன்துறைக் கனைவிசைக் கடுநீர்க்
காவிரிப் பேர்யாற்று அயிர்கொண்டு ஈண்டி,
எக்கர் இட்ட குப்பை வெண்மணல்
வைப்பின் யாணர் வளம்கெழு வேந்தர்
ஞாலம் நாறும் நலம்கெழு நல்இசை,
நான்மறை முதுநூல் முக்கட் செல்வன்,
ஆல முற்றம் கவின்பெறத் தைஇய
பொய்கை சூழ்ந்த பொழில்மனை மகளிர்
கைசெய் பாவைத் துறைக்கண் இறுக்கும்
மகரநெற்றி வான்தோய் புரிசைச்
சிகரம் தோன்றாச் சேண்உயர் நல்இல்
புகாஅர் நல்நாட் டதுவே-பகாஅர்
பண்டம் நாறும் வண்டு அடர் ஐம்பால்,
பணைத்தகைத் தடைஇய காண்புஇன் மென்தோள்,
அணங்குசால், அரிவை இருந்த
மணம்கமழ் மறுகின் மணற்பெருங் குன்றே.

மணப்பொருள்களை விலைகூறி விற்பவரது பண்டங்களின் மணம் கமழுகின்ற, வண்டுகள் மொய்க்கும் ஐம்பகுதியாகிய கூந்தலினை உடையவள்; மூங்கிலின் தகைமையினைக் கொண்டதாக, வளைந்த, காட்சிக்கு இனிதாக மென்மையான தோளினை உடையவள்; அழகிலே மிகுந்தவளான நம் தலைவி. 'அவள் இருந்த, மணம் கமழுகின்ற தெருக்களையுடைய பெரிய மணல் மேடாகிய குன்றமானது-

ஆஅய் எயினன் என்பவன், முருகனைப் போன்ற வலிமையுடனே பகைவர் பாதுகாத்து நிற்கும் கோட்டைகளை வென்ற வெற்றிச் சிறப்பினையுடைய பெரிய படைகளையுடையவனும், அடுதல் தொழிலிலே வல்லவனுமான மிஞிலி என்பவனோடு செய்த போரின்கண், அக் களமெல்லாம் குருதியால் சிவப்பு நிறம் அடையுமாறு கடுமையாகப் போரிட்டு, முடிவிலே தானும் தோற்று மடிந்தனன்.

ஞாயிற்றினது ஒண்மையான கதிர்களின் வெம்மையானது அவன் உடலிலே படாது மறையுமாறு, ஒரு பெற்றியே, புதிய பறவைகளின் ஆரவாரம் பொருந்திய பெருந்திரளானது, வானத்திடையே வட்டமிட்டு உயரே நிழலிட்டுப் பறந்தன. பின், அவை ஒருங்கே கூடிப்,

பூக்கள் விரித்த அகன்ற துறையினையுடைய காவிரியாகிய பேராற்றினது, மிக வேகத்துடன் வரும் வெள்ளமானது நுண் மணலைக் கொண்டுவந்து சேர்ந்து மேடாக்கிய வெண்மையான மணற்குவியல்களையும், புதுவருவாயினையுடைய ஊர்களையும் உடைய, வலிமையால் மிக்க சோழ மன்னர்களால் காக்கப்படும். உலகம் எல்லாம் புகழ் மணம் பரவிய, நன்மைபொருந்திய, நற்புகழையுடைய, நான்கு மறைகளாகிய பழைய நூலினை அருள்செய்த முக்கண்களையுடைய பரமனது ஆலமுற்றம் என்னுமிடத்திலே, அழகுபெறுமாறு இயற்றப் பெற்ற பொய்கைகள் சூழ்ந்துள்ள பொழிலின்கண்ணே, சிற்றிலிழைத்து விளையாடும் சிறுமியர்களது கையாற்செய்யப் பெற்ற மணற்பாவைகள் விளங்கும் துறையினிடத்தே சென்று தங்கும். அவ்விடத்ததாகிய-

மகரக் கொடியினை உச்சியிற்கொண்ட வான்தோய் மதிலையும், சிகரம் தோன்றாத அளவுக்கு மிகவுயர்ந்த மாடங்களைக் கொண்ட நல்ல அரண்மனைகளையும் உடைய, புகாஅர் என்னும் நல்ல நாட்டினிடத்தே உள்ளதாகும்.

செல்லுதற்கும் அருமையுடையதான காட்டினைக் கடந்து செல்லவும் துணிதலைச் செய்யமாட்டாய் ஆகிப், பின் நினைவிலேயே நிலைபெற்று மீண்டு செல்வதற்கு கருதினையானால் எனது நிலைமையினை அவளுக்குச் சென்று சொல்வாயாக.

என்று, இடைச்சுரத்து ஒழியக் கருதிய நெஞ்சிற்குச் சொன்னான் தலைவன் என்க.

சொற்பொருள்: 1. துன்னுதல் - அடைதல். துன்னருங்கானம்- அடைதற்கு, அதாவது செல்லுதற்கு அரிய காட்டு வழி. துணிதல்- செல்லத் துணிவு கொள்ளல். 2. பின் நின்று-பின் நினைவிலே நிலை பெற்று. 3. ஒன்னார்-பகைவர். 4. வீங்கு-பெருந்தானை- பூரிப்பினை யுடைய பெரிய சேனை. 5. உடைஇ-தோற்று வீழ்ந்து. உருப்பு- வெப்பம்; புதைய-மறைய. ஓராங்கு-ஒரு பெற்றியே. 9. வம்பப் புள்- புதிய பறவை. கம்பலை-ஆரவாரம். பெருந்தோடு-பெரிய தொகுதி. 10. தூரஆடி-உயரத்தே வட்டமிட்டுப் பறந்து. 11. கனைவிசைக் கடுநீர்-மிக்க வேகத்தையுடைய புதுவெள்ளம். 12. அயிர்- கருமணல். 13. எக்கர்-மணல்மேடு. 14. வைப்பின் யாணர்-புதுவருவாயினை யுடைய ஊர்கள். 15. நான் மறை முதுநூல்-நான் மறையாகிய பழைய வேதங்கள்; அன்றாலின் கீழ் அறம் உரைத்த சிவபிராபினைப் பற்றிக் கூறியது. 18. மனைமகளிர்-வீட்டுச்சிறுமியர். 20. மகர நெற்றி- மகர தோரணம் உயர்த்ததைக் குறித்தது; அது காமன் விழாத் தொடக்கம் என்பதைக் காட்டுவதற்கு. 23. பண்டம்-மணப் பொருள்கள். 26. மறுகு- தெருக்கள்.

உள்ளுறை: ஆய் எயினனாற் பட்டு வீழ்ந்த மிஞிலியின் உடற்குப் பறவையினம் நிழலிட்டாற் போன்று, அவள் பிரிவால் நலிந்த வெப்பந்தீர நீயும் சென்று தூதுரைப்பாயாக என்று குறிப்பால் உணர்த்தினன்.

விளக்கம்: ஆய் எயினன் பறவை இனங்கட்கெல்லாம் பாது காவலனாக இருந்தனன் என்பது பற்றி அவனைக் காத்து நின்றன. பறவைகள் என்பது, அகம் 142 இலும் சொல்லப்பட்டது. அவை சென்று தங்கும் துறை என்றதன் மூலம் அத் துறையின் சிறப்புப் பெறப்படும்; அஃது ஆலமுற்றம்.

பாடபேதங்கள்: 7. வண்மை எயினன். 12. அயிர்கொடு ஈண்டி, 17. கவின் பெறத் தைஇப். 18. பொழின் மணமகளிர். 22. பகர்வர். 23. வண்டாடு ஐம்பால்.

182. கடும் பகல் வருக!

பாடியவர்: கபிலர். **திணை:** குறிஞ்சி. **துறை:** தோழி இரா வருவானைக் பகல் வர என்றது. **சிறப்பு:** வேலன் வெறியாடும் வியன் களம் போன்று மலைச்சாரல் விளங்கும் என்பது.

(இரவுக் குறியிலே தன் காதலியைச் சந்தித்துக் கூடி மகிழ்ந்து வருகின்ற தலைவன், விரைவிலே, வரைந்து வந்து மணந்து கொள்ளு தலிலே முயற்சியுடையவனாதல் வேண்டுதல் என்று விரும்புகிறாள் தோழி. அதனால், இரவுக்குறி மறுத்துப் பகற்குறி நேர்வாள் போலச் சொல்லுகிறான். அதுவும் கைகூடாமையால் அவன் வரைந்து கோடற்கு முயல்வான் என்பது தேற்றம்.)

பூங்கண் வேங்கைப் பொன்னிணர் மிலைந்து,
வாங்கமை நோன்சிலை எருத்தத்து இரீஇ,
தீம்பழப் பலவின் சுளைவிளை தேறல்
விளைஅம்பின் இளையரொடு மாந்தி,
ஒட்டியல் பிழையா வயநாய் பிற்பட,   5
வேட்டம் போகிய குறவன் காட்ட
குளவித் தண்புதல் குருதியொடு துயல்வர,
முழுவுமாத் தொலைச்சும் குன்ற நாடே!
அரவுஎறி உருமொடு ஒன்றிக் கால்வீழ்த்து
உரவுமழை பொழிந்த பானாட் கங்குல்,   10
தனியை வந்த ஆறுநினைந்து அல்கலும்,
பனியொடுகலுழும் இவள் கண்ணே; அதனால்,
கடும்பகல் வருதல் வேண்டும்-தெய்ய
அதிர்குரல் முதுகலை கறிமுறி முனைஇ,
உயர்சிமை நெடுங்கோட்டு உகள, உக்க   15
கமழ்இதழ் அலரி தாஅய் வேலன்
வெறிஅயர் வியன்களம் கடுக்கும்
பெருவரை நண்ணிய சார லானே.

அழகிய தோற்றத்தையுடைய வேங்கை மரத்தின் பொன் போலும் பூங்கொத்துக்களைச் சூடிக்கொண்டான்; வளைந்த மூங்கிலி னாலாகிய வலிமையமைந்த வில்லினை தோளிலே இட்டுக் கொண் டான்; இனிய பழத்தினையுடைய பலாவினது சுளையினின்றும் ஆக்கிய கள்ளினைச் சீழ்க்கை ஒலியுடன் அம்பினைச் செலுத்தும் வீரர் களுடன் சேர்ந்து நிரப்பக் குடித்துக்கொண்டான்; விலங்குகளைத் துரத்தும் இயல்பிலே தப்புதல் இல்லாத வலியுடைய நாய்கள் பின் னாகத் தொடர்ந்து வந்து கொண்டிருக்க வேட்டைமேற் சென்றான்; குறவன் ஒருவன். அவன், காட்டு மல்லிகையின் தண்மையான புதர் குருதியுடன் அசைந்தாடுமாறு, முள்ளம் பன்றியைக் கொன்று வீழ்த்து வான். அத்தகைய குன்றுகளையுடைய மலைநாடனே!

முன்னொரு சமயம், வலியுடைய மேகம், பாம்பினைத் தாக்கிக் கொல்லுகின்ற இடி முழக்கத்துடன் கூடியதாகக் காலிட்டுப் பெய்து மழையினைப் பொழிந்த இரவின் பாதிநாட் பொழுதிலே, நீ தனிமை யாகி வந்த வழியின் துன்பத்தினை நினைந்து, அவள் கண்கள் நாள்தோறும் கலங்கி நீர் சொரிந்து அழுதுகொண்டே யிருக்கும்.

அதனால், அதிர்கின்ற குரலினையுடைய முதிய முசுக்கலை யானது, மிளகுக் கொடியின் தளிரினைத் தின்று, அதனை வெறுத்து உயர்ந்த உச்சியினையுடைய நீண்ட மலைமுடிகளிலே தாவிச் செல்லு தலால் உதிர்ந்த, மணங்கமழும் இதழினையுடைய பூக்களானவை

எங்கும் பரந்து, வேலன் வெறியாடுவதற்கு இழைத்திருக்கும் பெரிய களத்தினைப் போலத் தோன்றும், பெரிய மலையினை அடுத்திருக் கின்ற அத்தகைய சாரலின் இடத்தே, இனி, கடும் பகல் வேளையி லேயே வருதல் வேண்டும்.

என்று, தோழி இராவருவானை அதனைவிட்டுப் பகலில் வருக என்றனன்.

சொற்பொருள்: 1. பூங்கண் வேங்கை - அழகிய இடத்தை யுடைய வேங்கையுமாம், மிலைந்-சூடி. 2. வாங்கு அமை-வளைந்த மூங்கில். நோன்மை-வலிமை. எருத்தம்- தோள். 4. விளை-சீழ்க்கை ஒலி. 5. ஓட்டியல் - ஓடித் துரத்துகின்ற இயல்பு. வயநாய்-வலி யுடைய வேட்டைநாய். 2. வேட்டம்-வேட்டை. 7. குளவி-மல்லிகை. புதல்-புதர். துயல்வர-அசைந்தாட. 8. முளவுமா-முள்ளம் பன்றி. 13. கடும்பகல்-நண்பகல். 24. கலை-குரங்கு வகையுள் ஒன்று; முசுக்கலை. 17. கடுக்கும்-போன்று விளங்கும்.

உள்ளுறை: வேட்டையாடுதலிற் சென்ற குறவன், முள்ளம் பன்றியை அம்பெய்து கொன்று தன்னுடைய செயலினைச் செய்தன னாக, அதனால் காட்டுமல்லிகைப் புதர் குருதியுடன் அசைந்தாடிற்று. அங்ஙனமே, தலைவனும் களவாகிய ஒழுக்கத்தினையே மிகவும் விரும்பியவனாகத் தலைவியைக் கூடி வர, அதனால் தலைவியின் உடலின்கண் தோன்றிய மாற்றங்கள் தாய் முதலியோருக்கும் புலனாக, ஊரலர் எழலும் ஆயிற்று என்றனள்.

இதனால், பகற்குறி நேர்தலும் கூடாமையால் வரைவு வேட்ட னள் என்றே கொள்க. மலைச்சாரல் வேலன் வெறியயர் களம்போலத் தோற்றும் என்றது, அன்னை முதலியோர் வேலனை வேண்டி வெறி யாட்டயர்தலையும் தொடங்கினர். என்பதனைக் குறிப்பால் உணர்த்தும்.

பாடபேதம் : 1. பொன்னிணர் மலைந்து.

183. வருந்துவோம் அல்லமோ!

பாடியவர்: கருவூர்க் கலிங்கத்தார். **திணை:** பாலை. **துறை:** தலைமகன் குறித்த பருவ வரவு கண்டு, தலைமகள் தோழிக்குச் சொல் லியது.

(பிரிந்து சென்றவனாகிய தலைமகன், தான் மீண்டு வருவதாகக் குறித்த பருவம் வந்தும் வராதவனாக, அந்தப் பருவத்தின் வரவினைக் கண்டு, தன் உள்ளத்தின் துயரம் மிகுதியாகத் தலைவி தன் தோழியி னிடம் இவ்வாறு கூறிப் புலம்புகின்றனள்.)

'குவளை உண்கண் கலுழவும், திருந்திழைத்
திதலை அல்குல் அவ்வரி வாடவும்,

அத்தம்ஆர் அழுவம் நத்துறந்து அருளார்.
சென்றுசேண் இடையர் ஆயினும், நன்றும்
நீடலர், என்றி-தோழி! -பாடுஆன்று
பனித்துறைப் பெருங்கடல் இறந்து, நீர் பருகி,
குவவுத்திரை அருந்து கொள்ளைய குடக்குஏர்பு,
வயவுப்பிடி இனத்தின் வயின்வயின் தோன்றி
இருங்கிளைக் கொண்மூ ஒருங்குடன் துவன்றி,
காலை வந்தன்றால் காரே -மாலைக்
குளிர்கொள் பிடவின் கூர்முகை அவரி
வண்டுநாய் திறக்கும் தண்டா நாற்றம்
கூதிர்அற் சிரத்து ஊதை தூற்ற,
பனஅலைக் கலங்கியநெஞ்சமோடு
வருந்துவம் அல்லமோ, பிரிந்திசினோர் திறத்தே?

தோழி! குவளை மலரினைப் போல விளங்கும் மை தீற்றிய கண்கள் கலங்கவும், திருந்திய அணியினையும் தேமலையும் உடைய அல்குலின் அழகிய ரேகைகள் வாடி மறையவும், நமக்கு அருளாத வராக நம்மைத் தனித்து வாடவிட்டுப் பிரிந்து, அருநெறிகளை யுடைய பரந்த பாலையினைக் கடந்து சென்றார் நம் தலைவர். அவர் மிகவும் காலந்தாழ்க்காது வந்துவிடுவர் என்கின்றனை.

பெருங்கூட்டமான மேகங்கள், வளைந்த அலைகளையும் குளிர்ச்சியான துறையினையும் உடைய பெரிய கடல்களிலே சென்று, நீரினைப் பருகி, அருந்திய கொள்ளையுடையவாக, மேற்றிசை யிலே எழுந்து, சூலுற்ற பெண்யானைகளின் கூட்டத்தைப் போல, இடந்தோறும் தோன்றி, ஒலி மிகுந்தனவாக, ஒருங்கே உடன் சேர்ந்து, பெய்தற்குத் திரண்டிருக்கும் கார்காலமும் வந்துவிட்டது.

மாலைப் பொழுதிலே, குளிர்ச்சிக் கொண்ட பிடவினது கூர்மை யான அரும்புகள் அலர்தற்கு உரியதனை, வண்டினம் வாயினைத் திறத்தலால் எழுகின்ற அமையாத நறுமணத்தினைக், கூதிர் முன்பனிக் காலங்களுக்கு உரிய வாடைக் காற்றானது எங்கும் பரப்பப், பனி அலைத்தலால் கலங்கிய நெஞ்சத்துடனே, பிரிந்து சென்றவராகிய தலைவரின் பொருட்டு, நாமும் வருந்துவோம் அல்லமோ?

என்று தலைமகன் குறித்தபருவவரவு கண்டு, தலைமகள் தோழிக்குச் சொன்னாள் என்க.

சொற்பொருள்: 1. கலுழ்தல் - கலங்கி அழுதல். திருந்து இழை - திருந்திய அணி; மேகலை காஞ்சி போல்வன. 2. அவ்வரி-அழகிய இரேகைகள், 3. அழுவம்-பாலை. 5. நீடலர்- நீட்டிக்கமாட்டார். பாடு ஆன்று-ஒலி மிகுந்து. 6. இறந்து -கடந்து சென்று. 7. குவவுத்திரை -

வளைவு கொண்டு எழுகின்ற அலைகள். கொள்ளை - மிகுதியான கொள்ளுதல். 8. வயவுப்பிடி-சூல்கொண்ட பெண்யானை. வயின்-இடந்தோறும். 9. துவன்றி - நெருங்கித் திரண்டு. 12. தண்டா நாற்றம்-அமையாத மணம்; அளவு கடந்த நறுமணம். 13. ஊதை-வாடை. 14. பனி அலைக் கலங்கியநெஞ்சம்- துன்பம் அலைக்கழித்ததால் கலக்கமுற்ற நெஞ்சம்.

பாடபேதம்: 6. விரைந்து நீர் பருகி.

184. சிறக்க நின் ஆயுள்!

பாடியவர்: மதுரை மருதன் இளநாகனார். **திணை:**முல்லை. **துறை:** தலைமகன் வினைவயிற் பிரிந்து வந்து எய்தியவிடத்துத் தோழி புல்லு மகிழ்வு உரைத்தது.

(தொழில்மேற் பிரிந்து சென்ற தலைவன், தான் மேற்கொண்ட வினையினைச் செவ்வையாக முடித்த பெருமிதத்துடன் வீடு திரும்பி விட்டான். அப்போது, அவனைப் பாராட்டி அவன் மனைவியின் தோழி, இவ்வாறு சொல்லுகின்றனள்.)

கடவுட் கற்பொடு குடிக்குவிளக்கு ஆகிய
புதல்வற் பயந்த புகழ்மிகு சிறப்பின்
நன்ன ராட்டிக்கு அன்றியும், எனக்கும்
இனிதுஆ கின்றால், சிறக்க, நின் ஆயுள்!
அருந்தொழில் முடித்த செம்மல் உள்ளமொடு
சுரும்புஇமிர் மலர கானம் பிற்பட,
வெண்பிடவு அவிழ்ந்த வீகமழ் புறவில்
குண்டைக் கோட்ட குறுமுள் கள்ளிப்
புன்தலை புதைத்த கொழுங்கொடி முல்லை
ஆர்கழல் புதுப்பூ உயிரிப்பின் நீக்கித்,
தெள்அறல் பருகிய திரிமருப்பு எழிற்கலை
புள்ளிஅம் பிணையோடு வசதியும் ஆங்கண்,
கோடைக் கையர், துளர்எறி வினைஞர்,
அரியல் ஆர்கையர், விளைமகிழ் தூங்கச்,
செல்கதிர் மழுகிய உருவ ஞாயிற்றுச்
செக்கர் வானம் சென்ற பொழுதில்
கற்பால் அருவியின் ஒலிக்கும் நற்றேர்த்
தார்மணி பலஉடன் இயம்ப-
சீர்மிகு குருசில்! - நீ வந்துநின் றதுவே.

சிறப்பு மிகுந்த தலைவனே!

வெண்மையான பிடவமரத்தின் இதழ் விரிந்த பூக்களின் மணம் வீசுகின்ற முல்லை நிலத்திலே, குறுகிய கிளைகளையும் குறுகிய

முட்களையும் உடைய கள்ளியினது புன்மையான உச்சியினை மூடிப் படர்ந்திருக்கும் வளவிய கொடி முல்லையினது, ஆர்க்குக் கழன்ற புதியபூக்களை ஊதி ஒதுக்கிவிட்டுத், தெளிந்த நீரினை, முறுக்குண்ட கொம்புகளையுடைய அழகிய கலைமான்கள் குடித்துவிட்டுப், புள்ளி களையுடைய அழகிய தம் பிணைகளோடும் தங்கியிருக்கும். அவ் விடத்திலே,

களைக்கொட்டினை கையினர்களாகக், களைகளை வெட்டி எறியும் தொழிலையுடையவர்கள், கள்ளினை நிறையக் குடித்தவர் களாக, அதனாலாகிய களிப்பு மிகுதியாக வருவர். செல்லும் கதிரின் வெம்மை குறைந்த சிவந்த நிறத்தினையுடைய ஞாயிற்றுடன், செவ்வானம் பரவிய அக்காலத்திலே, மலையினின்று விழுகின்ற அருவியைப்போல, நல்ல தேரிலுள்ள மாலையாகிய மணிகள் பலவும் ஒன்றாகச் சேர்ந்து ஒலிக்க, வண்டினம் ஒலிக்கும் மலர்களையுடைய காடுகள் பிற்பட்டுப் போகும்படியாக, அருமையான தொழிலினைச் செய்து முடித்த தலைமை மேவிய உள்ளத்துடனே, நீயும் இங்கு வந்து நின்றனை!

தெய்வத் தன்மை பொருந்திய கற்புடனே, நின் குடிக்கு விளக்கம் ஆகிய புதல்வனைப் பெற்ற, புகழ்மிகுந்த சிறப்பினையுடைய நன்மை யுடையவளான நின் மனைவிக்கே, அல்லாமலும், நின் வருகை, எனக்கும் இனிமை தருவாகின்றது நின் ஆயுள் சிறப்பதாக!

என்று, தலைமகன் வினைவயிற் பிரிந்து வந்து எய்தியவிடத்துத், தோழி புல்லுமகிழ்வு உரைத்தனள் என்க.

சொற்பொருள்: விளக்கு - விளக்கம்; ஒளி தருவதும் ஆம். 5. அருந்தொழில்-செய்தற்கு அரியதான தொழில். செம்மல்-உள்ளம். 6. இமிர்தல்-மொய்த்தல். 8. குண்டைக் கோட்ட-குட்டையான கிளை களையுடையன. 10. ஆர்-ஆர்க்கு. உயர்ப்பின் மூச்சு விடுதலான. 11. தெள் அறல் - தெளிந்த அறல்நீர். திரிமருப்பு - முறுக்குண்ட கொம்பு. 13. கோடு-களைக்கொட்டு. துளர் எறி - களையினை வெட்டி எறிதல், 15. உருவ ஞாயிறு-சிவந்த ஞாயிறு. 18. தார்மணி- மாலைப் போலக் கட்டித் தொங்கவிட்டிருக்கும் மணிகள்.

உள்ளுறை: முல்லையானது கள்ளியை மூடி மறைத்திருந்தது போலத், தலைவியும் தன்னை வருத்திய பிரிவினாலுண்டாகிய நோயினை எல்லாம் புறந்தோன்றாமற் கற்பினாலே ஆற்றியிருந் தனள் என்க. தெளிந்த நீரினை மூடிய பூவினைத் தன் உயிர்ப்பினாலே நீக்கிவிட்டு நீரருந்திய கலைமான், தன் பிணையொடு வதியும் என்றாற் போலத், தலைவனும் தன் தலைவியின் மெலிவினை எல்லாம் நீக்கி, அவளுடன் கூடி இன்புற்று வாழ்வான் எனவும் கூறினள்.

பாடபேதம்: 13. கோடுடைத் தலை.

185. இரும்பால் செய்த உயிரே ?

பாடியவர்: பாலைபாடிய பெருங்கடுங்கோ. திணை: பாலை. துறை· பிரிவிடை வேறுபட்ட தலைமகள் தோழிக்குச் சொல்லியது.

(தலைவன் தன்னைப் பிரிந்து சென்றதன் காரணமாக ஏற்பட்ட துயர நோயினால் வாட்டமடைந்து, உடல் நலனும் கெட்டவளான தலைவி ஒருத்தி, தன் தோழியிடம் தன் வருத்தத்தைக் கூறிப் புலம்புகிறாள்.)

எவ்வளை நெஞ்ழிழச் சாஅய், ஆய்இழை
நல்எழிற் பணைத்தோள் இருங்கவின் அழிய,
பெருங்கை யற்ற நெஞ்சமொடு நத்துறந்து,
இரும்பின் இன்உயிர் உடையோர் போல,
வலித்து வல்லினர், காதலர்; வாடல்
ஒலிகழை நிவந்த நெல்லுடை நெடுவெதிர்
கலிகொள் மள்ளர் வில்லிசையின் உடைய,
பைதுஅற வெம்பிய கல்பொரு பரப்பின்
வேனில் அத்தத்து ஆங்கண், வான்உலந்து
அருவி ஆன்ற உயர்சிமை மருங்கில்,
பெருவிழா விளக்கம் போலப், பலவுடன்
இலைஇல மலர்ந்த இலவமொடு
நிலையுயர் பிறங்கல் மலைஇறந் தோரே.

'ஒலிக்கின்ற தன்மையினையும், மேல்நோக்கி உயர்ந்து வளர்ந்த தண்டினையும், நெற்களையும் உடைய நீண்ட மூங்கில்கள் எல்லாம், கோடையின் வெம்மையால் வாடிப்போயிருக்கும் ஆரவாரங்கொண்ட மறவரது வில்லினின்று எழும் அம்புகளின் வேகத்தால் அவை பிளந்து படுவனவாயு மிருக்கும். பசுமை அற்றுபோகக், காய்ந்த பருக்கைக் கற்கள் விளங்கும் அகன்ற இடத்தையுடைய, வேனிலின் வெம்மையினாலே கொதித்திருக்கும் அத்தகைய காட்டினிடத்தே, மேகமும் பெய்யாது ஒழியும். அதனால், உயர்ந்த சிகரங்களில் அருவிகளும் இல்லையாகும், பெருவிழாவாகிய கார்த்திகை விளக்கீட்டிற்கு இடும் விளக்குகளைப் போல, இலைகளே இல்லாமல் பூக்களாகவே ஒருங்கே பல்கி மலர்ந்திருக்கும் இலவமரங்கள். உயர்ந்த நிலையினையுடைய, அத்தகைய பக்கமலைகளைக் கடந்து சென்றவர் நம் தலைவர்.

ஆராய்ந்தெடுத்த நல்ல அணிகளையும், நல்ல அழகினையும், மூங்கில் போன்ற பூரிப்பினையும் உடையன நமது தோள்கள். அவற்றின் ஒளிபொருந்திய வளைகள் நெகிழ்ந்து விழுமாறு அவையும் இப்போது மெலிவுற்றன. அத்துடன் நம்முடைய பெரிய அழகுகள் எல்லாம் கெடுமாறு பெரிய கையற்ற நெஞ்சமொடு நாமும் வருந்து

கின்றோம். நம்மைக் கைவிட்டு, இரும்பினால் ஆகிய, அழிவற்ற இனிய உயிரினை உடையவர் போல நம்மைக் கருதும், வன்கண்மை உடைய வருமாயினர் அவர்.

என்று, பிரிவிடை வேறுபட்ட தலைமகள் தோழிக்குச் சொன்னாள் என்க.

சொற்பொருள்: 1. எல்வளை - ஒளி பொருந்திய வளை. 2. இருங்கவின் - மிக்க அழகு. 5. வலித்து- வலித்திருக்க. 6. வெதிர் - மூங்கில். 8. கல்பொரு-கற்கள் பொருகின்ற; பொருந்தியவும் ஆம். 11. பெருவிழா - கார்த்திகை விழா.

விளக்கம்: அவன் இவ்வாறு பிரிந்திருப்பின் நாம் இறந்து விடுவோம் என்பதையும் நினையாது, நம் உயிரை இரும்பினால் ஆனதுபோல எண்ணி, இப்படி வன்கண்மையுடன் இருக்கின்றான் போலும் என்கிறாள். அவள் ஆற்றாமையின் மிகுதியை உணர்த்துவது இது.)

பாடபேதம்: வலித்து, வலிது.

186. பிறள்பால் இருக்கிறான்!

பாடியவர்: பரணர். **திணை:** மருதம். **துறை:** தலைமகளுக்குப் பாங்காயினார் கேட்ப, இல்லிடைப் பரத்தை சொல்லியது. **சிறப்பு:** காவிரிக் கரையிலுள்ள பழையன் என்பவனின் வளஞ்செறிந்த 'போஒர்' என்னும் ஊரைப் பற்றிய செய்தி.

(தன்னுடைய தலைவன் பரத்தை ஒருத்தியோடு தொடர்பு உடையவனாயினான்; தன்னைப் பிரிந்து அவளுடைய வீட்டிலேயே தங்குதலும் செய்பவனானான் எனத், தலைவி ஒருத்தி நினைத்தாள். அவள் ஆற்றாமை சினமாக அந்தப் பரத்தையைப் பழிக்கும் அளவிற்குக் கொண்டுபோய்விட்டது. அந்தப் பரத்தையையும் கைவிட்டு புதியவள் ஒருத்தியுடன் அவன் தொடர்பு கொண்டு போய்விட அவளும் வாடியிருப்பவள். தன்னைத் தலைவி பழித்தது கேட்டு நொந்த அவள், தலைவியின் தோழிமார் கேட்குமாறு தன்னுடைய நிலைமையைக் கூறுகின்றாள்.)

வானம் வேண்டா வறனில் வாழ்க்கை
நோன்ஞாண் வினைஞர் கோளிறிந்து ஈர்க்கும்
மீன்முதிர் இலஞ்சிக் கலித்த தாமரை
நீர்மிசை நிவந்த நெடுந்தாள் அகலிலை
இருங்கயம் துளங்கக், கால்உறு தோறும்
பெருங்களிற்றுச் செவியின் அலைக்கும் ஊரனொடு
எழுந்த கௌவையோ பெரிதே; நட்பே,

கொழுங்கோல் வேழத்துப் புணைதுணை யாகப்
புனல்ஆடு கேண்மை அனைத்தே; அவனே,
ஒண்தொடி மகளிர் பண்டையாழ் பாட,
ஈர்ந்தண் முழவின் எறிகுணில் விதிர்ப்ப,
தண்நறுஞ் சாந்தம் கமழும் தோள்மணந்து,
இன்னும் பிறள்வயி னானே; மனையோள்
எம்மொடு புலக்கும் என்ப, வென்வேல்
மாரி அம்பின், மழைத்தோற் பழையன்.
காவிரி வைப்பின் போஓர் அன்ன, என்
செறிவளை உடைத்தலோ இலனே; உரிதினின்
யாம்தன் பகையேம் அல்லேம்; சேர்ந்தோர்
திருநுதல் பசப்ப நீங்கும்
கொழுநனும் சாலும், தன் உடன்உறை பகையே.

வலிமையான தூண்டிற் கயிற்றினை உடையவர் மீன் பிடித்து உண்பவரான வலைஞர்கள்; அவர்கள், மழைவளத்தை வேண்டி நிற்றல் இல்லாத, வறுமையற்ற வளமான வாழ்வையும் உடையவர். மீன்கள் நிறைந்துள்ள நீர்நிலைகளிலே தூண்டிலிலே மீன் பற்றியதை அறிந்து, தூண்டிற் கயிற்றைப் பற்றி இழுத்துக் கொண்டிருப்பவரும் அவர்கள். அத்தகைய நீர்நிலையிலே, தாமரை தழைத்து அதன் அகன்ற இலைகளை நீருக்குமேலாக உயர்த்த தண்டுகளுடன் விளங் கும். பெரிய குளமும் அலையுமாறு காற்று மோதும்போது, பெரிய பெரிய களிற்றியானை தன் காதுகளை அசைத்துக் கொண்டிருப்பது போல, அந்தத் தாமரை இலைகள் தாமும் அசைந்து கொண்டிருக்கும். அத்தகைய ஊருக்கு உரியவனாகிய தலைவனால் ஊரிலே எழுந்துள்ள அலரோ பெரிதாயிருக்கிறது. ஆனால்,

எமக்கும் அவனுக்கும் இடையேயுள்ள தொடர்போ, செழித்த வேழக்கோலாகிய புணையே எமக்குத் துணையாக அன்றொருநாள் புனல் விளையாடல் ஆடிய நட்பு மாத்திரமேயாகும்.

ஒளியையுடைய தொடியணிந்த மகளிர்கள் பழைமையான யாழினை இசைத்துப் பாடவும், மிகவும் தண்மைவாய்ந்த முழவிலே குறுந்தடியினால் அடித்து ஒலிமுழக்கவும், குளிர்ந்த நறுமணம் உடைய சந்தனம் மணக்கும் அவர்களின் தோள்களைத் தழுவியவனாக, இந்நேரம் வரையிலும் பிறிதோர் இடத்திலேயே இருக்கின்றான் அவன்.

அங்ஙனமாகவும், அவனுடைய மனைவியானவள், எம்முடன் மனவெறுப்புக் கொள்கின்றாள் என்று சொல்லுகின்றனர்.

வெற்றிச் சிறப்புடைய வேலினைக் கொண்டவன்; மழைத் துளிகள் போல அம்புகள் சொரிபவன்; மழை மேகம் போன்ற கரிய

கேடகத்தின் உடையவன்; பழையன் என்பவன். அவனுக்குரிய காவிரிக்கரை நாட்டிலேயுள்ள 'போஓர்' என்னும் ஊரினைப் போன்ற, செறிந்த என்னுடைய கைவளைகளை உரிமை கொண்டவனாக, அவள் வந்து உடையச் செய்தானும் அல்லன்.

எனவே, யாம் அவன் மனைவிக்குப் பகையுடையோம் அல்லேம். தன்னைச் சேர்ந்த மகளிரது அழகிய நெற்றி பசலை படருமாறு அவரை கைவிட்டுப் பிரிந்துபோகும் அவளுடைய கணவனே, அவளுடன் கூடிப் பிரியாதிருக்கும் பகையாவதற்கு பொருத்தமுடையவன் ஆவன்.

என்று தலைமகட்கு பாங்காயினார் கேட்ப இல்லிடைப் பரத்தைச் சொன்னாள் என்க.

சொற்பொருள்: 1. வானம்-மழை. வறன்-வறுமை. 2. நோன் -வலிமை. ஞாண்-தூண்டிற் கயிறு. கோள்-கொள்ளுதல்; தூண் டிலைக் கௌவிக் கொள்ளுதல். 3. முதிர்-மிகுதி. இலஞ்சி. நீர்நிலை கலித்த-தழைத்த. 5. துளங்க -அசைவுற்றுக் கலங்க. கால்-காற்று. உறுதல் -வீசி அடித்தல். 8. வேழப்புணை- வேழக் கோலாலாகிய புணை. 10. பண்டையாழ்- பழைமையான சிறப்புடைய யாழ்; ஈர்ந் தண் - மிக்க தண்மை. குணில்- சிறுகொம்பு. விதிர்ப்பு - அடித்து ஓசை எழச்செய்தல். 16. போஓர்-ஓர் ஊர். 17. செறிவளை உடைத்தல் - முன்கை பற்றிக் கூடுதலால் வளை உடைதல். 20. உடனுறை பகை - உடன் வாழும் நீங்காத பகை.

உள்ளுறை: காற்று குளத்திலே வீச, அதனால், தாமரை இலை கள் அசைந்து வருந்துவது போலத் தலைவனின் பிரிவாலான வருத்தம் தலைவிக்கு ஏழ அதன் பயனாக இல்லிடைப் பரத்தையான தான், அவளால் தூற்றுதலுக்கு ஆட்பட பரத்தையான தான் அவளால் தூற்றுதலுக்கு ஆட்பட நேர்ந்தது என்றாள். புணை துணையாக நீராடு வோர், தம் நீர் விளையாடல் முடிந்ததும், அதனைக் கரையிலேயே கைவிட்டுப் போய்விடுவர். அதுபோல, என்னைக் கூடிய அவனும் என்னை இங்கேயிருந்து தனித்து வருந்துமாறு விட்டுவிட்டுப் போயி னாள் என்றனள். அவன் உறவு அவ்வளவே என்றது, அவளுடைய பிரிவினாலான ஏக்கத்தை உணர்த்துவதாம்.

விளக்கம்: உழுது பயன் கொள்வார் போல வானம் வேண்டாத வாழ்வினர் மீன்பிடிப்போர். வானம் வேண்டாதது, இயல்பாகவே மழை வளம் உடைமையாலும் ஆம். யாழிசையும் முழவொலியும் கூறியது அவன் சேரிப் பரத்தையருடன் கூடிக் களித்திருக்கத் தான் வருந்தி யிருப்பதை உணர்த்துவதற்காக. 'வளை உடைத்தலோ, இலன்' என்பதை அவள் கூற்றாகக் கொண்டால், 'அவன் பிரிவினால் வெறுப் புற்று வளைகளை உடைத்தலன் செய்திலேன்; அதுபற்றியே தலைவி ஐயுற்று என்னை நோகின்றாள் போலும்?' என உரைத்ததாகக் கொள்க.

'கொற்றவை கோயில் பொற்றொடி தகர்த்து' என வரும் சிலம்பின் தொடரும், 'உடைகவென் நேரிறை முன்கை வீங்கிய வளையே' எனப் பின்னும் (அகம் 336) வருவதும், காதலரைப் பிரிந்த மகிர் வளையுடைத்து வெளுப்பு மிகுதியால் வாடி நிற்றலை உணர்த்துவன.

பாடபேதங்கள்: 5. இருங்கயம் தயங்க, 10. மண்டை பாழ் பட. 14. வெல்பரி. 17. உரிதினின் அயர்ந்த: உரிதினின் ஆர்ந்த.

187. உயர்வு நினைத்தவர்!

பாடியவர்: மாமூலனார். **திணை:** பாலை. **துறை:** பிரிவு உணர்த்திய தோழிக்கு தலைமகள் சொல்லியது; தலைமகன் பிரிவின்கண் தலைமகட்குத் தோழி சொல்லியதூஉம் ஆம். **சிறப்பு:** மழவர்கள் கொண்டாடும் பூந்தொடை விழா.

(இல்வாழ்வின் செப்பம் பொருளின்றி அமையாது எனக் கருதித், தான் அதனை ஈட்டி வாராதிருத்தலுக்கு வெட்கப்பட்டுத், தன் தலைவியைப் பிரிந்து பாலையையுங் கடந்து வேற்று நாட்டிற்குஞ் செல்லத் துணிந்தான் ஒரு தலைவன். அதனை வந்து சொன்ன தோழிக்குத் தலைவி உரைத்ததாகவும், அன்றி அவன் பிரிந்து போய் விட்ட காலத்து வருந்தியிருந்த தலைவிக்கு தோழி இப்படிச் சொல்லித் தேற்றியதாகவும் கொள்க.)

தோள்புலம்பு அகலத் துஞ்சி, நம்மொடு
நாள்பல நீடிய கரந்துஉறை புணர்ச்சி
நாண் உடைமையின் நீங்கிச், சேய்நாட்டு
அரும்பொருள் வலித்த நெஞ்சமொடு ஏகி,
நம் உயர்வு உள்ளினர் காதலர்-கறுத்தோர்

தெம்முனை சிதைத்த கடும்பரிப் புரவி,
வார்கழற் பொலிந்த வன்கண் மழவர்
பூந்தொடை விழவின் தலைநாள் அன்ன,
தருமணல் ஞெமிரிய திருநகர் முற்றம்
புலம்புறும் கொல்லோ-தோழி!-சேண்ஓங்கு

அலைந்தலை ஞெமையத்து ஆள்இல் ஆங்கண்,
கல்சேர்பு இருந்த சில்குடிப் பாக்கத்து,
எல்விருந்து அயர, ஏமத்து அல்கி,
மனை உறை கோழி அணல்தாழ்பு அன்ன
கவைஒண் தவிர கருங்கால் யாஅத்து

வேனில் வெற்பின் கானம் காய,
முனைஎழுந்து ஓடிய கெடுநாட்டு ஆர்இடை,
பனைவெளிறு அருந்து பைங்கண் யானை

ஒண்சுடர் முதிரா இளங்கதிர் அமையத்து,
கண்படு பாயல் கைஒடுங்கு அசைநிலை
வாள்வாய்ச் சுறவின் பனித்துறை நீந்தி,
நாள்வேட்டு எழுந்த நயன்இல் பரதவர்
வைகுகடல் அம்பியின் தோன்றும்
மைபடு மாமலை விலங்கிய சுரனே?

தோழி! நம் காதலர், நம் தோள்களின் துன்பம் நீங்குமாறு நம்முடன் உறங்கிப் பலநாள் கடந்துபோயின, களவுப் புணர்ச்சியையும், வினையின்றி இருப்பதற்கு நாணங் கொண்டமையினாலே கைவிட்டனர். தொலைவான நாட்டிலுள்ள அரிய பொருள்களை ஈட்டிக் கொணர்வதற்குத் துணிந்த உள்ளம் உடை வருமாயினர்.

வீட்டிலே வாழும் சேவற்கோழியினது தாடி தொங்கிக் கொண்டிருப்பதுபோல விளங்கும், பிளவுண்ட ஒளியுடைய தளிரினையும், கரிய அடிமரத்தினையும் உடையது யாமரம். அவற்றைக் கொண்ட வேனல் விளங்கும் மலைப் பகுதியிலேயுள்ள காடும் காய்ந்து போயிற்று. அதனால், அதன் முனைப் பகுதியிலேயிருந்த ஊர்மக்களும் ஊருடன் கெட்டழிந்து போய்க் கிடந்த அரிய இடத்தே பனங் குருத்தை ஒடித்துத் தின்னும் பசுமையான கண்களையுடைய யானையானது, ஒளியுடைய ஞாயிறானது முதிராது இளவெயில் விளங்கும் காலைவேளையிலே, செயலொடுங்கி அசைந்தசைந்து கிடந்து உறங்கிக் கொண்டிருக்கும். அப்படி அசைந்து உறங்கும் யானை யானது, வாள்போலும் வாயினையுடைய சுறாமீன்கள் உள்ள, அச்சமுடைய துறைகளைக் கடந்து, நாள்வேட்டை ஆடி வருவதற்காகப் புறப்பட்ட, நயமில்லாத பரதவர்களுடைய, கடலிலே விளங்கும் தோணியினைப் போலவும் தோன்றும் மேகம் வந்து படியும் பெரிய மலையானது குறுக்கிட்டுக் கிடக்கும் அத்தகைய பாலைவழியிலே,

மிகவுயரமாக வளர்ந்து, காய்ந்த உச்சியினையுடையதாகக் காணப்படும் ஞெமை மரங்களையுடைய, ஆள்வாடை இல்லாத இடங்களிலே, மலையைச் சார்ந்திருந்த சிலவான குடிகளையே உடைய குடியிருப்பிலே, இரவில் விருந்துண்ணப் பாதுகாப்புடன் தங்கித் தங்கித் தொடர்ந்து செல்பவர், நம்முடைய உயர்வையே கருதினர்! கருதியே அங்ஙனம் செல்லத் துணிந்தனர்!

சினந்தெழுந்தோரது வெண்மையான போர்முனையை அழித்த, கடுஞ் செலவினையுடைய குதிரைகளையும், நீண்ட கழலால் பொலிவுற்ற கால்களையும், தறுகண்மையினையும் உடையவர் மழவர்கள். அவர்கள் கொண்டாடும் பூந்தொடை விழாவின் தலைநாளைப் போலக் கொணர்ந்து இட்ட மணல் பரந்துள்ள அழகிய நம் மனையின் முற்றம், அதனால் தனிமையுற்றுத் தன் அழகு கெடுமோ?

என்று பிரிவுணர்த்திய தோழிக்குத் தலைமகள் சொன்னாள் என்க.

சொற்பொருள் : 1. புலம்பு-வருத்தம். துஞ்சி-உடன் உறங்கி: கலந்து உறவாடி 2. கரந்துறை புணர்ச்சி-களவுக் கூட்டம். 3. சேய் நாடு-தொலைவிலுள்ள நாடு. 4. வலித்த-ஈட்டிக் கொணர்தற்கான. 5. கறுத்தோர் - சினந்தோர்; பகைவர். 6. தெம்முனை- போர்முனை. 8. பூந்தொடை விழா- படைக்கலப் பயிற்சி பெற்றஇளையோரை அரங்கேற்றிக் கொற்றவைக்குச் செய்யும் விழா. 9. ஞெமிரிய - திமிர்ந்த. 9. திருநகர்-மாளிகை. 10. புலம்புறும்- தனித்து அழகு கெடும். 10. சேண் ஓங்கு-மிகவுயரமாக வளர்ந்த. 11. அலந்தலை- காய்ந்த உச்சி. 12. கல்-மலை. 12. பாக்கம்-குடியிருப்பு. 13. ஏமத்து அல்கி-பாதுகாப்பான காட்டரண்களுட் சேர்ந்திருந்து. 14. அணல் - தாடி; சிவப்பாகப் பிளவுபட்டுத் தொங்கும் தசை. 15. யா - ஒருவகை மரம், 17. கெடுநாட்டார் - கெடுதலுற்ற நாட்டினர். 18. வெளிறு குருத்து; வெண்மைப் பற்றி வந்தது. 19. இளங்கதிர் அமையம்- அதிகாலைவேளை. 21. பனித்துறை-அஞ்சுதலையுடைய கடற்றுறை யுமாம். 22. வேட்டு - வேட்டம். 23. நயனில் பரதவர் - வாழ்விலே பலப் பல துன்பங்களை அநுபவித்தலால் இப்படிக் கூறப்பட்டனர். 23. அம்பி-படகு.

விளக்கம்: நாமும் அவருடைய பிரிவின் காரணமாக வருந்தித் துன்புற, அவரும் சுரத்திடைப் பலப்பல அல்லல்களுக்கு எல்லாம் ஆட்பட்டுத் தொலைநாட்டிற்குச் சென்றனர். பொருள் தேடி வருவத னால் வரும் உயர்வுக்காகவே இப்படிச் சென்றனர் போலும் என்றனள்.

பாடபேதங்கள்: 10. சேய்நாட்டு. 12. கலை சேர்பு இருந்த. 16. வேனில் வைப்பிற் கானிலம் காய. 17. நெடு நாட்டாரிடை. 19. விலங்கு கதிர்; விளங்கு கதிர்.

188. வாழிய மழையே!

பாடியவர்: வீரை வெளியன் தித்தனர். **திணை:** குறிஞ்சி. **துறை:** இரவில் சிறைப்புறமாகத் தோழி சொல்லியது.

(வேங்கை மலர்ந்தது; தினையும் விளைந்தது. தலைவியின் கூட் டத்தை விரும்பியவனாகத் தலைமகன் வந்து ஒருபுறத்தே காத்திருக் கின்றான். இனித் தாம் சந்திக்க இயலாத தன்மையை அவனுக்குக் குறிப்பாகப் புலப்படுத்தி, வரைந்து வேட்டு மணந்து கொள்ளச் செய்யத் தோழி இப்படிக் கூறுகின்றாள்.)

பெருங்கடல் முகந்த இருங்கிளைக் கொண்மூ!
இருண்டுஉயர் விசும்பின் வலன்ஏர்பு வளைஇப்,
போர்ப்புஉறு முரசின் இரங்கி, முறைபுரிந்து

அறன்நெறி பிழையாத் திறன் அறி மன்னர்
அருஞ்சமத்து எதிர்ந்த பெருஞ்செய் ஆடவர்.
கழித்துஎறி வாளின், நளிப்பன விளங்கும்
மின்னுடைக் கருவியை ஆகி, நாளும்
கொன்னே செய்தியோ, அரவம்? பொன்னென
மலர்ந்த வேங்கை மலிதொடர் அடைச்சிப்.
பொலிந்த ஆயமொடு காண்தக இயலித்,
தழலை வாங்கியும், தட்டை ஒப்பியும்.
அழலேர் செயலை அம்தழை அசைஇயும்,
குறமகள் காக்கும் ஏனல்
புறமும் தருதியோ? வாழிய, மழையே!

பெரிய கடலிலே நீர் முகந்து கொண்டு பெருங் கூட்டமாக திரண்டு வருகின்ற மேகமே!

உயர்ந்த வானிலே வலமாக எழுந்துவளைத்துக் கொண்டு இருண்டிருக்கின்றாய். தோற்போர்வையுற்ற முரசினைப் போல இடி முழக்குகின்றாய். முறையாக ஆட்சிபுரிந்து, அறநெறிகளினின்றும் பிழையாது விளங்கும், போர்த்திறன் அறிந்த மன்னரது அரிய போர்க் களத்திலே, எதிர்த்துப் போரிடும் பேராண்மை மிக்க வீரர்கள், தம் உறையினின்றும் உருவிய வாளினைப் போன்று, செறிவு கொண்டதாக விளங்கும், நீ நாளும் செய்யும் இந்த ஆரவாரம் எல்லாம் வீணுக்குத் தான் செய்கின்றாயோ?

பொன்போல அழகுடன் மலர்ந்த வேங்கைப் பூக்களாலாகிய செறிவுற்ற மாலையினைத் தரித்து, பொலிவுடன் விளங்கும் தன்னுடைய ஆயத்தாருடன், காண்பதற்கு இனிதான ஒயிலுடன் நடந்து, தழவினைச் சுற்றியும் தட்டையினை அடித்தும் தினை கவரவரும் பறவைகளைக் கடிந்து, தீக்கொழுந்து போன்ற அசோகின் அழகிய தழையினாலான தழையுடையை உடுத்த, குறவர்மகளாகிய எம் தலைவி, காத்துக் கொண்டிருக்கும் தினைப்புலத்தின் பக்கமும் சென்று மழை பெய்வாயோ? நீ வாழ்க!

என்று, இரவில் தலைவன் சிறைப்புறமாகத் தோழி சொன்னாள் என்க.

சொற்பொருள்: 1. கொண்மூ-மேகம் 2. வளைஇ - சுற்றி வளைத்து. 3. போர்ப்புஉறு-தோலால் போர்த்திருத்தல் பொருந்திய. 4. திறன் அறிதல் - ஆட்சிக் கூறுபாட்டினை அறிதலும் ஆம். 5. பெருஞ்செய் ஆடவர் - பெரிய செயலாற்றலுடைய வீரர். 6. கழித்தெறிவாள் - உறையினின்றும் உருவி வீசிப் போரிடும் வாள். 10. காண்தக இயலி - காண்பதற்குத் தகுதியுடையதாக அழகுடன் நடந்து.

விளக்கம்: களவிலே ஒழுகிவருகின்ற தலைமகன் வரைந்து கொள்ளலிலே மனம் கொள்ளாதவனாக, அவனை அதற்குத் தூண்டு வாள், மழையைச் சுட்டி உரைப்பது போலச் சொல்லுகின்றாள். மேகங் களின் ஆரவாரம் போல ஊரலரும் வீணே மிகுந்தது: வேங்கை பூக்க மணங்கொள்ளும் காலமும் வந்தது;தலைவியை இனி நீ களவிலே துய்த்தல் அரிது என்றனள். இதனால் வரைவு கடாவியதாகக் கொள்க.

மேற்கோள்: 'சுட்டு' என்னும் உள்ளுறைக்கு இச் செய்யுளைக் காட்டிக், ''கொன்னே செய்தியோ அரவம் என்றதனால் , பயனின்றி அலர் விளைத்தியோ எனவும் கூறி, ஏனற் புறமும் தகுதியோ, என்பத னால், வரைந்து கொள்வையோ எனவும் கூறித், தலைமகனை மழை மேல் வைத்துக் கூறலின் சுட்டாயிற்று. கொன்னே செய்தியோ என்றத னால், வழுவாயினும் வரைதல் வேட்கையாற் கூறினமையின் அமைந் தது' என, 'உடனுறை உவமம் சுட்டு நகை சிறப்பென' என்னுஞ் சூத்திர உரையில் நச்சினார்க்கினியர். கூறினர்.

பாடபேதங்கள்: 1. பல்கிளைக் கொண்டு. 11. தட்டை ஒச்சி யும். 12. அந்தழை தைஇயும்.

189. ஊரும் இழந்ததே!

பாடியவர்: கயமனார். **திணை:** பாலை. **துறை:** மகட்போக்கிய செவிலி சொல்லியது.

(தலைமகன் தன் காதலுடன் உடன்போக்கிலே சென்றுவிட, அவள் சென்றதறிந்து வருந்துகின்றாள் செவிலித்தாய். மகள் செல்ல விருக்கும் பாலைவழியின் கடுமையின் நினைவும், அவளைப் பிரிந்து வாடியிருக்கும் தன் வருத்தமும் மிகுதியாக 'அவளை இந்த ஊரே இழந்துவிட்டதே' எனப் புலம்புகிறாள்.)

பசும்பின் பலவின் கானம் வெம்பி,
விசும்புகண் அழிய, வேனில் நீடிக்,
கயம்கண் அற்ற கல்லோங்கு வைப்பின்
நாறுஉயிர் மடப்பிடி தழீஇ, வேறுநாட்டு
விழவுப்படர் மள்ளரின் முழவெடுத்து உயரிக்,

களிறுஅதர்ப் படுத்த கல்லுயர் 'கவாஅன்
வெவ்வரை அத்தம் சுட்டிப்' பையென,
வயல்அம் பிணையல் வார்ந்த கவாஅன்
திதலை அல்குல் குறுமகள் அவனொடு
சென்று பிறள் ஆகிய அளவை, என்றும்

படர்மலி எவ்வமொடு மாதிரம் துழைஇ,
மனைமருண்டு இருந்த என்னினும், நனைமகிழ்

நன்ன ராளர் கூடுகொள் இன்னியம்
தேர்ஊர் தெருவில் ததும்பும்
ஊர்இழந் தன்று, தன் வீழ்வுஉறு பொருளே.

முன்னர்ப் பசுமையான பழங்களைக் கொண்ட பலா மரங்களை உடையதாயிருந்த காடும் இப்போது வெம்பிக் கிடக்கும். மேகம் வானத்திலே தோன்றாது ஒழிதலால், வேனிலின் வெப்பமும் மிகுதியா யிருக்கும். குளங்கள் எல்லாம் நீரற்று வறண்டு போகும். கற்கள் நிறைந்த அத்தகைய வழியிடங்களிலே, பெருமூச்சு விட்டுக் கொண் டிருக்கும் இளைய தம் பிடிகளைத் தழுவியவாறே களிறுகள், தங்கள் முழவுகளை எடுத்து உயர்த்துக் கொண்டு, வேற்று நாட்டு விழவினை நினைத்துச் செல்லும் மள்ளர்களைப்போல நெறிப்படுத்திச் சென்று கொண்டிருக்கும். மலைகள் உயர்ந்து விளங்கும் கொடிய பக்க மலை யைச் சார்ந்த, இத்தகைய சுரத்தினைக் கடந்து செல்லத் துணிந்தனள் அவள்.

வயலைக் கொடியினாலாகிய அழகிய தழையுடை தாழ்ந்த துடைகளை யுடையவள்; தேமல் படர்ந்திருக்கும் அல்குல் தடத்தினை உடையவள்; எம் இளைய மகள், அவள், மெல்லென அவனோடு சென்றனள். எம்மை மறந்து பிறள் ஒருத்தியாகவும் ஆயினள். அவள் அப்படியாயின பொழுதிலே, எக்காலத்தும் பெருகி நிறையும் மனத் துயரோடு, திசையெல்லாம் தேடித் தேடி நொந்து வீட்டின்கண் மயங் கியவளாக இருப்பேன் யான். அப்படியிருந்த என்னைக் காட்டிலும், கள்ளுண்டு மகிழும் நல்ல இசைவாணர்களாகிய பாணர்கள் ஒன்று கூடி ஒலிக்கும் இனிய வாத்தியங்கள், தேர்கள் ஓடும் பெருந்தெரு விலே இடையறாது ஒலிக்கும் இவ்வூரானது, தனக்கு விருப்பம் மிக்க தாயிருந்தவொரு சிறந்த பொருளினை இழந்ததாயிருக்கின்றதே!

என்று மகட்போக்கிய செவிலித்தாய் சொன்னாள் என்க.

சொற்பொருள்: 2. விசும்பு கண்ணழிதல்-மேகம் வானத்து இல்லாது போதல். 4. நாடுயிர் மடப்பிடி-நெட்டுயிர்ப்புடன் விளங்கும் இளைய பிடியானை. 8. கவாஅன் -துடைகள். 11. மாதிரம்-திசைகள். 11. துழைஇ-துழாவித் தேடி. 15. வீழ்வு- விருப்பம்.

விளக்கம்: மள்ளர்கள், களிறுகள் நெட்டுயிர்ப்புவிடும் தம் பிடிகளை அணைத்துச் செல்வதுபோலத் தம்முடைய விறலியரை அணைத்துக்கொண்டும், களிறுகள் பலாப்பழத்தினை எடுத்துச் செல்வதுபோல முழவுகளைத் தாம் எடுத்துக் கொண்டும், வேற்று நாட்டு விழாவிலே ஆடலை விரும்பிச் சென்று கொண்டிருப்பவர் என்க. ஊர் இழந்தது என்றது, தானன்றியும் ஆயமும் சுற்றமும் போன்ற பிறரும் அவள் பிரிவுக்கு வருந்துதலை உரைத்ததாம்.

பாடபேதம்: 11. படர்மலி உள்ளமொடு.

190. அலையல் அன்னை!

பாடியவர்: உலோச்சனார். **திணை**: நெய்தல். **துறை**: தோழி, செவிலித்தாய்க்கு அறத்தொடு நின்றது.

(கானற்சோலையிலே கண்டான் ஒருவனுடன் தன் மகள் களவு ஒழுக்கத்தே ஈடுபட்டிருக்கின்றனள்' என, ஊரிலே எழுந்த அலர் உரையால், செவிலித்தாய் மகளைக் கடிந்து கொண்டனள். இற்செறிப்பு முதலிய செய்யவும் தொடங்கினள். அதனைக் கண்ட தோழி, குறிப்பினாலே தன் தலைவியின் காதலை அவட்கு உரைத்து அறத்தொடு நிற்கின்றனள்.)

திரைஉழந்து அசைஇய நிரைவளை ஆயமொடு
உப்பின் குப்பை ஏறி ஏற்பட,
வருதிமில் எண்ணும் துறைவனொடு, ஊரே
ஒருதன் கொடுமையின் அலர்பா டும்மே;
அலமரல் மழைக்கண் அமர்ந்து நோக்காள்;
அலையல்- வாழி! வேண்டு, அன்னை! -உயர்சிமைப்
பொதும்பில், புன்னைச் சினைசேர்பு இருந்த
வம்ப நாரை இரிய, ஒருநாள்,
பொங்குவரல் ஊதையொடு புணரி அலைப்பவும்,
உழைக்கடல் வழங்கலும் உரியன்; அதன்தலை
இருங்கழிப் புகாஅர் பொருந்தத் தாக்கி
வயச்சுறா எறிந்தென; வலவன் அழிப்ப,
எழிற்பயம் குன்றிய சிறைஅழி தொழில
நிரைமணிப் புரவி விரைநடை தவிர,
இழுமென் கானல் விழுமணல் அசைஇ,
ஆய்ந்த பரியன் வந்து, இவண்
மான்ற மாலைச் சேர்ந்தன்றோ இலனே!

வாழ்க அன்னையே! யான் சொல்வதையும் விரும்பிக் கேட்பாயாக;

ஒரு நாள், பொங்குதலுடன் வருகின்ற ஊதைக்காற்றோடு, அலைகளும் வந்து கரையிலே மோதிக்கொண்டிருந்தன. உயர்ந்த உச்சியையுடைய கடற்கரைச் சோலையிலேயுள்ள, புன்னை மரத்தின் கிளையிலே வந்து தங்கியிருந்த, புதிய நாரையொன்று அஞ்சிப் போகுமாறு, தலைவன் ஒருவன், கடலோரத்திலே தேரூர்ந்து வருவதற்கும் உரியவனானான்.

அதன்மேலும், பெரிய கழியினையுடைய ஆற்றின் புகுமிடத்தே, அவன் தேர் கடந்து வரும்போது, வலிய சுறாமீன் தம் உடம்பிற்

பொருந்தத் தாக்கி எறிந்ததென்று, தேர்க்குதிரைகள் தளர்ந்தன. தேர்ப் பாகன் தேரின் செலவை நிறுத்தினான். எழுச்சியும் பயனும் குன்றி யனவும், பூட்டு அவிழ்ந்த நிலையினை உடையனவுமாக நிரைத்த மணிமாலைகள் பூண்ட குதிரைகளும், விரைந்து செல்லும் தம் நடை ஓய்ந்த வாய்த் தங்கின. 'இழும்' என்னும் ஒலியினையுடைய கான லிடத்தே, சிறந்த மணலிலே அத் தலைவன் வந்து தங்கினான். அவ்வளவேயன்றி, அவன் சிறந்த குதிரைகளையுடையவனாக இவ் விடத்தே வந்து, மயங்கிய மாலைவேளையிலே, தலைவியுடன் கூடிச் சேர்ந்திருந்தவன் அல்லன்.

அன்று அவ்வாறு வந்திருந்த அவனை, நின் மகள் சுழலும் தன் குளிர்ந்த கண்களால், விருப்பமுடன் பாரத்தவளுங்கூட அல்லள்! அங்ஙனமாகவும்,

அலைகளிலே நீந்தி விளையாடினமையால் தளர்ச்சியுற்ற, நிறைந்த வளையினையுடைய மகளிர் கூட்டத்தினை, உப்பு மேட்டிலே ஏறிநின்று, இருள்படரும் வேளையிலே, கரை நோக்கி வரும் படகு களை எண்ணும் துறைவனான அவனோடும் சார்த்தி, இந்த ஊரானது, ஒப்பற்ற தன் கொடுமைக் குணத்தின் காரணமாக, அலர்கூறி தூற்றும். அதனை மெய்யெனக் கொண்டு, அவளை நீயும் வருத்தாதிருப்பாயாக.

என்று, தோழி செவிலித்தாய்க்கு எடுத்துக்கூறி அறத்தொடு நின்றனள் என்க.

சொற்பொருள்: 1. அசைஇய-தளர்ச்சியுற்ற. 2. குப்பை-மேடு. எற்பட-கதிர் மறைய; கருக்கில் வேளை. 4. 'ஒரு தன் கொடுமையின் - ஒப்பற்ற தன் கொடுமையின் காரணமாக. 5. அலமரல்-சுழல்தல். 6. சினை -கிளை. 8. இரிய-அஞ்சிப் பறந்து போக. 9. ஊதை-வாடைக்காற்று. புணரி-அலை. 10. ஊழைக்கடல்- கடலோரத்தில். 12. வயச்சுறா-வலிமையுடைய சுறா. 13. எழில்-அழகு. பயம்- செல்ல லாகிய பயன். 17. மான்ற-மயக்கமுடைத்தாகிய.

விளக்கம்: அவள் வந்தான், தங்கியிருந்தான் என்பதல்லாது, உப்பு மேட்டிலேறி நின்று வருதிமில் எண்ணும் அவனோடு, திரை உழந்து, தளர்ந்துவரும் எம்மையும் தொடர்புபடுத்திப் பேசுதல் பொய் யென்றால், இவை யாவும் அவை நிகழ்ந்தன எனக் குறிப்பாற் புலப் படுத்தியதும் ஆகும், இதனால், தலைவிஅவன்பாற் காதல் கொண் டனள் என்பதைச் செவிலி உணர்வாள்.

191. முடிந்தால் சொல்லுவாய்!

பாடியவர்: ஒரோடகத்துக் கந்தரத்தனார். **திணை:** பாலை. **துறை:** தலைமகள், தன் நெஞ்சிற்குச் சொல்லிச் செலவு அழுங் கியது.

(பொருளார்வம், தன் காதலியைப் பிரிந்து தொலைநாடு செல்வதற்குத் தளர்வுற்று. உள்ளமோ, பிரிவினைத் தாளாது அவள் படும் வேதனையின் நினைவினைச் சுட்டிப் போக்கைத் தடுத்தது, இரண்டும் அலைமோதும் நெஞ்சினனான அவன், தன் நெஞ்சுடன் இவ்வாறு கூறுகின்றான்.)

அத்தப் பாதிரித் துய்த்தலைப் புதுவீ
எரிஇதழ் அலரியொடு இடைபட விரைஇ,
வண்தோட்டுத் தொடுத்த வண்டுபடு கண்ணி,
தோல்புதை சிரற்றுஅடிக், கோலுடை உமணர்
ஊர்கண் டன்ன ஆரம் வாங்கி,

அருஞ்சுரம் இவர்ந்த அசைவுஇல் நோன்தாள்
திருந்துபகட்டு இயம்பும் கொடுமணி, புரிந்துஅவர்
மடிவிடு விளையொடு, கடிதுஎதிர் ஓடி,
ஓமைஅம் பெருங்காட்டு வரூஉம் வம்பலர்க்கு
ஏமம் செப்பும் என்றூழ் நீள்இடை,

அரும்பொருள் நசைஇப், பிரிந்துஉறை வல்லி
சென்று; வினை எண்ணுதி ஆயின், நன்று
உரைத்திசின் வாழி- என் நெஞ்சே! - 'நிரைமுகை
முல்லை அருந்தும் மெல்லிய ஆகி,
அறல்என விரிந்த உறல்இன் சாயல்

ஒலிஇருங் கூந்தல் தேறும்' என,
வலிய கூறவும் வல்லையோ, மற்றே?
வாழிய என் நெஞ்சமே!

பாலை நிலத்தின் பாதிரியிலே மலர்ந்த தலையிலே துய்யினையுடைய அதன் புதுப்பூக்களை, எரியும் நெருப்பினை போலத் தோன்றும் இதழ்களையுடைய அலரிப்பூக்களுடன் இடையிடையே கலந்து, வெண்மையான தாழம்பூவின் தோட்டிலே தொடுத்துக் கட்டிய வண்டுமெய்க்கும் கண்ணியைத் தரித்தவர்களாகவும், காலிலே தோற்செருப்புக்கள் அணிந்து ஒலியெழ நடப்பவர்களாகவும், கையிலே கோலினை உடையவர்களாகவும் உமணர்கள் சென்று கொண்டிருப்பார்கள் ஊர் திரண்டு வருவது போலக் கூட்டமாகச் சேர்ந்து வரும் அவர்கள், தம் வண்டியினை இழுத்துப் பிடிப்பவர்களாக, ஏறுவதற்கு அரியதான மேடுகளிலே ஏறுவர். அப்போது தளர்ச்சியில்லாத வலிமையான கால்களையுடைய, வண்டியிலே பூட்டப்பட்டிருக்கும் எருமைக் கடாக்களின் வளைந்த மணிகள் ஒலி செய்யும். அத்துடன், அவற்றைச் செலுத்தும் அவர்கள் தம் வாயை மடித்து எழுப்பும் சீழ்க்கை ஒலியும் சேர்ந்து காட்டிலே ஆரவாரம் எழும் ஓமை மரங்களையுடைய காட்டினூடே, அஞ்சி அஞ்சி வந்து கொண்டிருக்கும் புதியவர்களுக்கு, அந்த

ஒலிகள் தமக்குப் பாதுகாப்பு வருகிறதென்பதை எதிர்ப்பட்டுச் சென்று கூறுவதாயிருக்கும். வெப்பம் மிகுந்த நெடிய அத்தகைய காட்டு வழியிலே, அருமையுடையதான பொருளினைத் தேடி வருவதற்கு விரும்பி, நம் தலைவியைப் பிரிந்து உறைதலான வன்மையுடன் விடாது சென்று பொருளீட்டி வரவும் நீ கருதினையானால் -

உறுதற்கு இனிமையான சாயலுடன், நிரைத்த முல்லை அரும்புகள் சூடியதாக, மென்மையான கருமணல் போல விரிந்த, தழைத்த கருங்கூந்தலையுடைய தம் தலைவியானவள், நம்மைப் பிரிந்து தேறுதல் கொண்டிருப்பவளாவாள் என்று கருதி, அவளிடம் சென்று பிரிவுபற்றிய வலிய சொற்களைக் கூறவும், நீ வன்மை உடையையோ? அதனை உடையையாயின், நன்மை பொருந்தச் சென்று நீயே சொல்லுவாயாக!

என்று, தலைமகன் தன் நெஞ்சிற்குச் சொல்லிச் செலவழுங் கினான் என்க.

சொற்பொருள்: 2. எரி-நெருப்பு; அதன் நிறமானது அலரியின் நிறத்திற்கு உவமையாகச் சொல்லப்பட்டது. 3. தோடு - தாழைப் பூவின் இதழ். 4. தோல்- செருப்பு. சிரற்றடி-ஒலிக்கும் அடி; சிதறிய அடியும்; ஆம். 6. அசைவில் தளர்ச்சியில்லாத. 7. இயம்பும்-ஒலிக்கும். 10. என்றூழ் - வெப்பம். 16. ஒலி-தழைத்த.

விளக்கம்: உமணர்கள் வரும் பேரொலி. 'இனிப் பயமில்லை' என்ற ஒரு பாதுகாப்பைப் புதியவர்களுக்குத் தரும் என்பதன் மூலம், காட்டின் கடத்தற்கரிய தன்மையைக் கூறினாள். பிரிவினை அவள்பாற் சொல்லி ஆற்றியிருக்கச் செய்ய முடியாத நிலைமையைக் கூறுவான். 'வலிய கூறவும் வல்லையோ?' என்றான்.

பாடபேதங்கள்: பாடியவர் பெயர்; உரோடகக் கவுணியன் சேந்தன். 3. வண்டோட்டு. 11. வவ்வி 13. உரையினி.

192. விரைவில் மணப்பாய்!

பாடியவர்: பொதும்பில் கிழான் வெண்கண்ணனார். **திணை:** குறிஞ்சி. **துறை:** தோழி, தலைமகனைச் செறிப்பு அறிவுறீஇ இரவுக் குறி மறுத்தது; செறிப்பறிவுறீஇ வரைவு கடாயது என்பதும் பாடம்.

(தலைவனும் தலைவியும் பகற்குறியிலே சந்தித்த தமது களவு உறவினைத், தினைமுற்றித் தலைவி புனங்காவல் நீங்கிய பின்னரும், இரவுக்குறியிலே ஈடுபடுதலின் மூலம் நீட்டித்துக் கொள்ள விரும்பு கின்றனர். அதனை நெடுகவும் தொடரவிடாது, விரைவிலே அவர் களை மணவாழ்விலே ஈடுபடுத்த விரும்புகிறாள் தோழி. அவள் சொல்லியது இது.)

மதிஇருப் பன்ன மாசுஅறு சுடர்நுதல்
பொன்நேர் வண்ணம் கொண்டன்று; அன்னோ!
யாங்குஆ குவள்கொல் தானே? விசும்பின்
எய்யா வரிவில் அன்ன பைந்தார்ச்
செவ்வாய்ச், சிறுகிளி சிதைய வாங்கி,

பொறைமெலிந் திட்ட புன்புறப் பெருங்குரல்
வளைசிறை வாரணம் கிளையொடு கவர,
ஏனலும் இறங்குபொறை உயிர்த்தன; பானாள்
வந்து அளிக்குவை எனினே மால்வரை
மைபடு விடரகம் துழைஇ, ஒய்யென

அருவிதந்த, அரவுஉமிழ், திருமணி
பெருவரைச் சிறுகுடி மறுகுவிளக் குறுத்தலின்
இரவும் இழந்தனள்; அளியள் -உரவுப்பெயல்
உருமிறை கொண்ட உயர்சிமைப்
பெருமலை நாட-நின் மலர்ந்த மார்பே.

கடுமையான மழையுடனே, முழங்கும் இடிகளும் தங்குதலை உடையதான, உயர்ந்த முடிகளையுடைய பெரிய மலைகள் கொண்ட நாட்டினனே!

வானிலே இட்டுத் தோன்றுகின்ற எய்யப் பெறாத அழகிய வில் லினைப் போல விளங்கும் பசுமையான ஆரத்தைக் கழுத்திலே கொண்ட, சிவந்த வாயையுடைய சிறு கிளியானது. தினைப்பயிர் சிதையும்படியாகக் கொய்து சுமந்து செல்ல இயலாமல் போட்டுவிட்ட, புல்லி புறத்தினையுடைய பெரிய தினைக்கதிரினை, வளைந்த சிறகு களையுடைய கானங்கோழியானது, தன் இனத்துடனேகூடிக் கவர்ந்து கொண்டு போகும். அது நிகழுமாறு, தினையும் வளைந்து தலை தாழ்ந்த பெரிய கதிர்களை இக்காலத்தே ஈன்றன.

நள்ளிரவிலே நீயும் வந்து அவளுக்கு அருள்வாய் என்பாரே யானால், பெரிய மலையின் இருள் பொருந்திய குகையிடங்களைத் துழாவி, அருவியின் ஒய்யென்ற ஒலியுடனே கொண்டுதந்த, பாம்பு உமிழ்ந்த அழகிய மணிகள், பெரிய மலைச்சாரலிலேயுள்ள எமது சிற்றூரின் தெருக்களை ஒளியுடையதாகச் செய்வதனால், நின் அகன்ற மார்பின் கூட்டத்தினை, அவள் இரவினும் இழந்தவளாவாள்.

பிறைமதியினைப் போன்ற, மாசற்ற ஒளியுடைய அவள் நெற்றி, அதனால், பொன்னையொத்த நிறத்தினையும் கொண்டது அந்தோ! அவள் எங்ஙனம் ஆவாளோ! இரங்கத் தக்கவளே!

என்று, தோழி செறிப்பு அறிவுறீஇ வரைவுகடாயினாள் என்க.

சொற்பொருள்: 1. மதியரும்பு - பிறைமதி. சுடர் நுதல்- ஒளி சிதறும் நெற்றி. 2. பொன்நேர் வண்ணம்கொண்டது, பசலை பாய்ந்தது.

4. வரிவில்- வானவில். 5. செவ்வாய்-சிவந்தவாய். 6. பொறை-பொறுத்தல்; சுமத்தல். 7. வாரணம்-கானங்கோழி. 8. இறங்குபொறை உயிர்த்தன- கதிர்கள் முற்றி வளைந்து தாழ்ந்தன. 10. மைபடு -இருள் படு. விடரகம்- குகையிடம். 12. மறுகு-தெரு. 13. உரவுப் பெயல்-கடும் பெயல்.

விளக்கம்: 'ஏனல் பொறை உயிர்த்தன' என்றதால், தலைவி இற்செறிக்கப் பட்டமை கூறினாள். அதனால், பகற்குறி வாய்த்தலும் இல்லை என்றாள். இரவில் மறுகு அரவு உமிழ் மணியால் விளக்குறும் என்றதால், இரவுக்குறி இடையீடு உணர்த்தி அதுவும் அரிது என்றனள். அதனால், தலைவியின் ஆற்றாமை கூறினாள். நெற்றி பொன்னிறங் கொண்டது என்றாள். ஆகவே விரைவில் அவன் வந்து மணத்தலே செய்யத்தக்கது என்பது குறிப்பு.

பாடபேதங்கள்: பாடியவர்: வெங்கண்ணன். 1. மதியிருப்பன்ன. 6. பின்புறப். 8. இறங்கு குரல் இறுத்தன, இறங்கு பொறை இறுத்தன. 10. வியலகம் துழைஇ.

193. கைவிடல் ஆற்றேன்!

பாடியவர்: மதுரை மருதனிள நாகனார். **திணை**: பாலை. **துறை**: பொருள் வலித்த நெஞ்சிற்குச் சொல்லித் தலைமகன் செலவு அழுங்கியது.

(பொருளார்வத்தால் வேற்று நாடு செல்ல எண்ணிய தன் நெஞ்சிற்குத் தலைவன் ஒருவன், இவ்வாறு கூறியவனாகத், தான் போகும் எண்ணத்தையே கைவிட்டு விடுகிறான்.)

கானுயர் மருங்கில் கவலை அல்லது,
வானம் வேண்டா வில்வேர் உழவர்
பெருநாள் வேட்டம், கிளைஎழ வாய்த்த
பொருகளத்து ஒழிந்த குருதிச் செவ்வாய்ப்,
பொறித்த போலும் வால்நிற எருத்தின்;

அணிந்த போலும் செஞ்செவி, எருவை;
குறும்பொறை எழுந்த நெடுந்தாள் யாஅத்து
அருங்கவட்டு உயர்சினைப் பிள்ளை ஊட்ட,
விரைந்துவாய் வழுக்கிய கொழுங்கண் ஊன்தடி
கொல்பசி முதுநரி வல்சி ஆகும்

சுரன்நமக்கு எளிய மன்னே; நல்மனைப்
பன்மாண் தங்கிய சாயல், இன்மொழி,
முருந்தேர் முறுவல், இளையோள்
பெருந்தோள் இன்துயில் கைவிடு கலனே.

நெஞ்சமே! வில்லாகிய தம்முடைய ஏரியினாலே, கொள்ளையிட லாகிய உழவைச் செய்து வாழ்பவர் ஆறலைப்போர். அவர் காட்டி டத்தே உயரமான பகுதிகளிலேயுள்ள கவர்ந்த வழிகளை அல்லாமல், மழை வளத்தினை ஒருபோதும் வேண்டுவதில்லை. அவர், தம் இனத் துடனும் எழுச்சிக் கொள்ள வாய்த்த பெரிய நாள் வேட்டையிலே, போர்க் களத்திலே செத்து வீழ்ந்தவர்களுடைய குருதியை உண்டமையால், எருவைச் சேவல் சிவந்த வாயுடையதாயிற்று. பொறித்து வைத்தாற் போலும் புள்ளிகளோடு கூடிய, வெண்ணிறம் கொண்டது அதன் கழுத்து. அதன் சிவந்த காதுகள், ஆபரணமாகச் செய்து சூட்டியது போல அழகுடன் விளங்கும். குட்டையான மலையிலே, நெடிய வளர்ந்த அடிமரத்தினையுடைய மாமரத்தின், அரிய கவட்டினின்றும் எழுந்த உயர்ந்த கிளையிலேயுள்ள, தன் குஞ்சினை உண்பிக்க அது விரைந்து முயலும்போது, அக்குஞ்சின் வாயினின்றும் வழுக்கி வீழ்ந்த கொழுத்த கண்ணின் ஊன் துண்டு, பழைய பசியினை உடைய கிழட்டு நரிக்கு உணவாகும். அத்தகைய கொடிய காடும் கடந்து செல்வதற்கு நம்மளவில் எளியதே. ஆயினும்,

நமது நல்ல வீட்டிலேயுள்ள, பலவகையான மாண்புகளையும், நிலைபெற்ற சாயலினையும், இனிய பேச்சினையும், மயிலிறகுக் குருத்தினைப் போன்ற பல்வரிசையினையும் உடைய இளமைப் பருவத்தினளாகிய நம் தலைவியின், பெருத்த தோள்களைத் தழுவிப் பெறும் இனிய துயிலினை, யான் கைவிடுவதற்கு ஆற்றாதே இருக் கின்றேனே!

என்று, பொருள் வலித்த நெஞ்சிற்குச் சொல்லித் தலைமகன் செலவழுங்கினான் என்க.

சொற்பொருள்: கான்உயர் மருங்கு - காட்டிடத்தேயுள்ள மேட்டுப் பகுதிகள். கவலை-கவறுபட்ட வழி. 2. வானம்-மழை. 3. பெருநாள் வேட்டம் - பெரிதான நாள்வேட்டம். 5. வானிறம் - வெண்மை நிறம். எருத்து -கழுத்து. 6. குறும் பொறை-குட்டை யான மலை. 9. வாய் வழுக்கிய-குஞ்சுகளின் வாயினின்றும் வழுக் கிய. 19. தொல் பசி-பழம்பசி; பலநாள் உணவற்றதால் வருவது. வல்சி-உணவு.

விளக்கம்: ஆறலை கள்வர், வழிவருவாரைக் கொள்ளை யிட்டே வாழ்பவராதலின் மழைவளம் வேண்டாராயினர். எருவை, தன் குஞ்சுக்கு இறந்தவர்களின் கண்ணினைக் கொண்டு கொடுக்கும் என்பர். தரன் இடம்விட்டு நகர்ந்து செல்லமாட்டாது எருவைக் குஞ்சின் வாயினின்றும் வழுக்கி விழும் ஊனைத்தின்று உயிர் வாழும் முதுநரி போலத், தானும் பொருள் தேட இயலாதவன் அன்று; காதலியைப் பிரிய மனமில்லாதது பற்றியே செல்லத் துணிந்திலேன் என்றான்.

வழியேதத்திற்கும் அஞ்சாது, 'எளிய' என்னும் அவன், தன் காதலியைப் பிரிய ஆற்றாத உள்ளம் உடையவனாயிருத்தல் வாழ்வியலின் சிறந்த பண்பினைப் புலப்படுத்தும்.

பாடபேதம்: 19. கொல்பசி முதுநரி.

194. கார் காலம் இதுதானே!

பாடியவர்: இடைக்காடனார். **திணை**: முல்லை. **துறை**: பருவங்கண்டு ஆற்றாமை மீதூரத் தலைமகன் சொல்லியது.

(வேந்து வினைமுடித்தலுக்காக, தன்னுடைய காதல் தலைவியைப் பிரிந்து வேற்றுநாடு சென்றவன் தலைவன். அவளிடம் விடை பெறுங் காலத்திலே, கார்காலத்து வருவதாக உரைத்த உறுதியை அவன் பொய்த்துவிட்டான். கார்காலம் வந்தும், அவன் வரவை அவள் பெற்றிலள். அதனை நினைந்து இப்படித் தன் தோழியிடம் கூறிப் புலம்புகிறாள்.)

பேர்உறை தலைஇய பெரும்புலர் வைகறை,
ஏர்இடம் படுத்த இருமறுப் பூழிப்
புறமாறு பெற்ற பூவல் ஈரத்து,
ஊன்கிழித் தன்ன செஞ்சுவல் நெடுஞ்சால்,
வித்திய மருங்கின், விதைப்பல நாறி,

இரலைநல் மானினம் பரந்தவை போலக்,
கோடுடைத் தலைக்குடை சூடிய வினைஞர்,
கறங்குபறை சீரின் இரங்க வாங்கி,
களைகால் கழீஇய பெரும்புன வரகின்
கவைக்கதிர் இரும்புறம் கதூஉ உண்ட,

குடுமி நெற்றி, நெடுமாத் தோகை
காமர் கலவம் பரப்பி, ஏமுறக்
கொல்லை உழவர் கூழ்நிழல் ஒழித்த
வல்லிலைக் குருந்தின் வாங்குசினை இருந்து,
கிளிகடி மகளிரின் விளிபடப் பயிரும்

கார்மன் இதுவால் -தோழி!-போர்மிகக்
கொடுஞ்சி நெடுந்தேர் பூண்ட, கடும்பரி,
விரிஉளை, நல்மான் கடைஇ
வருதும்' என்று, அவர் தெளித்த போழ்தே.

தோழி! 'போர் மிகுதியாக மூண்டுவிட்டது. அதற்கு யான் செல்ல வேண்டும். கொடுஞ்சியையுடைய நெடிய தேரிலே பூட்டம் பெற்றிருக்கும், விரைந்து செல்லும் இயல்பினையும் விரிந்த பிடரி மயிரினையும் உடைய நல்ல குதிரைகளைச் செலுத்திக் கொண்டு,

சென்று கார்காலத்தில் தவறாது மீண்டு வருவேன்' என்று கூறி, அந்நாள் அவர் நம்மைத் தெளிவித்தாரே!

பெருமழை பெய்த, பேரிருள் புலர்கின்ற காலைப்பொழுதிலே, ஏர்களால் உழுது இடம்படுத்த, இருமருங்கிலும் புழுதி கீழ்மேலாகப் புரண்டிருக்கும் செம்மண்நிலத்தின் ஈரத்திலே. ஊனைக் கிழித்தாற் போன்ற சிவப்பான மேட்டுநிலத்தைப் பிளந்து சென்ற, நெடிய உழவு சாலிடத்து, விதைத்த இடங்களிலே, விதைகள் பலவும் முளைத்து வளர்ந்தன. நல்ல கலைமானின் கூட்டமானது பரவி நிற்பது போலக் கொம்புடைய தலைக்குடைகளைச் சூடிய உழவர்கள், ஒலிக்கும் பறையின் ஒலிமுறையோடு, பூமியிலே இறங்கும்படி களைக்கொட்டுக்களை இழுத்து வாங்கிக் களைவெட்டித் தூய்மைசெய்த பெரிய புனத்திலே, வரகுகளும் விளைந்தன. கவைத்த வரகுக் கதிர்களின் கரிய புறத்தினைப் பற்றிக், குடுமிபொருந்திய தலையையுடைய நீண்ட பெரிய தோகையினவான மயில்கள் உண்ணும். உண்ட அவை, தம் அழகிய தோகையை விரித்து , இன்பமுறக் கொல்லையிலே வேலை செய்யும் உழவர்கள் கூழ் உண்ணுவதற்கு நிழலுக்காக விட்டு வைத்திருக்கின்ற, வன்மையான இலையினையுடைய குருந்த மரத்தின் வளைந்த கிளையிலேயிருந்து கொண்டு, கிளிகளை ஓட்டும் குறமகளிரின் ஒலிபோலத் தம் துணையை விளித்தும் அகவிக் கொண்டிருக்கும். அந்தக் கார்காலம் என்பது இதுதானோ?

என்று, பருவங் கண்டு ஆற்றாமை மீதூரத் தலைமகள் தோழிபாற் சொன்னாள் என்க.

சொற்பொருள்: 1. பேருறை-பெரும்பெயல். தலைஇய-பெய்யத் தொடங்கிய. 4. சுவல்-செம்மண் நிலம். 5. நாறி- முளைத்து. 7. கோடுடைத் தலைக்குடை-பனையோலையால் முடையப்பட்ட கொம்புடைய குடை. 3. பறைச்சீரின் இறங்க வாங்கி-பறையின் தாளச் சீருக்கு ஒத்தாற்போல களைக் கொட்டால் கொத்தி இழுத்து. 9. களைக்கால் கழீஇய-களையை வேரோடும் களைந்த. 10. கவைக் கதிர்-சுவையுடைய கதிர். 11. குடுமி-கொண்டை. 12. காமர் கலவம் - அழகிய தோகை. 14. வாங்கு சினை-வளைந்த கிளை. 17. கொடுஞ்சி-தேர்மொட்டு; தேர்க்கலசம் எனவும் சொல்வர். 18. உளை-பிடரிமயிர். 19. தெளிந்த-தெளிவித்த.

விளக்கம்: தன் தலைவன் பிரிந்தபின், உழவர் செய்த தொழில் நிகழ்வுகளின் முற்றுப்பெற்ற தன்மையைக் கூறி, குறித்த கார்பருவம் வந்தும், தெளிவித்த அவர், தம் வினையை முடித்தவராக வரவில்லையே, என ஏங்குகிறாள் தலைவி.

பாடபேதங்கள்: 9. கணைக்கால் கழீஇய. 13. கரடுழவு ஒழிந்த. 14. பல்லிலைக் குருந்தின். 16. கார்மன் இகுளை தோழி.

195. சொல்லுக வேலனே!

பாடியவர்: கயமனார். **திணை**: பாலை. **துறை**: மகட்போக்கிய நற்றாய் சொல்லியது.

(தன் மனத்திற்கு இசைந்தான் ஒருவனைக் கண்டு காதலுற்றுக் களவிலே ஒழுகி வந்தனள் ஓர் இளம்பெண். ஊரலர் மிகுதியாக, தினை முற்றலால் புனத்திடைப் பகற்கூட்டமும் இல்லாதுபோக, இற்செறித் தலால் இரவுக்குறியும் இடையீடு பட்டுப்போக, மிகவும் மனம் வருந்தி, ஆற்றாமை கொண்டவளுமாயினாள். ஒருநாள். தன் காதலனின்றித் தான் வாழ்தலும் முடியாதென உணர்ந்த அவள், அவனோடு உடன் போக்கிலும் துணிந்து சென்றுவிட்டாள். அதனால், வருந்தி மாழ்கிய நற்றாய், வேலனிடம் இப்படித் தன் மகள் பற்றிய குறியினைக் கேட் கின்றாள்.)

'அருஞ்சுரம் இறந்தஎன் பெருந்தோட் குறுமகள்
திருந்துவேல் விடலையோடு வரும்' எனத் தாயே
புனைமாண் இஞ்சி பூவல் ஊட்டி,
மனைமணல் அடுத்து, மாலை நாற்றி,
உவந்து, இனிது அயரும் என்ப; யானும்,
மான்பிணை நோக்கின் மடநல் லாளை
ஈன்ற நட்பிற்கு அருளான் ஆயினும்,
இன்னகை முறுவல் ஏழையைப் பல்நாள்,
கூந்தல் வாரி; நுசுப்புஇவர்ந்து, ஓம்பிய
நலம்புனை உதவியோ உடையன் மன்னே;
அஃது அறி கிற்பினோ நன்றுமன் தில்ல,
அறுவை தோயும் ஒருபெருங் குடுமி
சிறுபை நாற்றிய பல்தலைக் கொடுங்கோல்,
ஆகுவது அறியும் முதுவாய், வேல!
கூறுக மாதோ, நின் கழங்கின் திட்பம்;
மாறா வருபனி கலுழும் கங்குலில்,
ஆனாது துயருமெம் கண்இனிது படீஇயர்,
எம்மனை முந்துறத் தருமோ?
தன்மனை உய்க்குமோ? யாதவன் குறிப்பே?

'அரிதான சுரநெறியைக் கடந்து சென்றவள், என்னுடைய பெருத்த தோளினளான இளையமகள், அவள், திருந்திய வேலினை உடையவனான, விடலையான அவள் தலைவனுடனே, மீண்டும் வருவாள்' என்று எண்ணினள் செவிலித்தாய். புனைவுகளால் மாண் புற்ற வீட்டின் வெளிச்சுவருக்குச் செம்மண் பூசியும், மனையின் முற்றத்திலே மணலைப் பெய்து வைத்தும், எங்கும் மாலைகளைத்

தொங்கவிட்டும், கோலஞ்செய்து, 'அவர்கள் மகிழ்வுடன் வந்து இனிமை நுகர்வார்கள்' என்றுஞ் சொல்லியிருப்பாள்.

யானும், மானின் பிணைபோன்ற பார்வையினையும் மடப் பத்தினையுமுடைய நல்லாளான அவளைப் பெற்றவள் ஆவேன். பெற்றவள் என்ற அந்த உரிமைக்காக, அவன் அருள் செய்யாமற் போனாலும், இனிய நகைதவழும் பல் வரிசையினை உடைய அவளைப் பலநாள் கூந்தலை வாரி முடித்தும், இடுப்பிலே தூக்கிச் சுமத்தும், நன்மை பொருந்திய புனைவுகள் பலவற்றைப் புனைந்து உதவியும் வந்த தொடர்பும் யான் பெரிதும் உடையவள் ஆவேன். அதனையேனும் அவன் அறிந்தனனென்றால் நன்றாயிருக்குமே!

ஆடை சூழ்ந்திருக்கும் ஒப்பற்ற பெரிய குடுமையினையும், சிறிய பையினைத் தொடங்கி விடப்பெற்ற பல தலைகளையுடைய வளைந்த கோலினையும், இனிமேல் நிகழ்வதனை அறியும் வல்லமை யினையுமுடைய, அறிவிற் சிறந்த வேலனே !

இரவிலேயும் அமையாது துயரமுற்றுக் கொண்டிருக்கும் எம்முடைய, இடையறாது வரும் நீருடன் விளக்கம் கலங்கிய கண்கள் இனிதாகத் துயிலும் பொருட்டாக அவனுடன் அவளை எம்முடைய மனையினிடத்தே முற்படக் கொண்டு வந்து தருவானோ? அல்லது, தன்னுடைய மனைக்கே முதலில் கொண்டு செல்வானோ? அந்தத் தலைமகனின் குறிப்புத்தான் யாதோ? கழங்கின் திண்மையை அறிந்து எமக்குக் கூறுவாயாக.

என்று, மகட்போக்கிய நற்றாய் வெறியாடும் வேலனுக்குச் சொன்னான் என்க.

சொற்பொருள்: 1. இறந்த -கடந்த. குறுமகள்- இளையவளான மகள். 2. திருந்துவேல் - திருத்தமான வேல்; தீட்டிய கூர்மையுடைய வேலை. விடளை - காளை; தலைவனைக் குறித்தது, 3. இஞ்சி - சுற்றுப்புறச் சுவர். பூவல்- செம்மண். 4. மணல் அடுத்து - மணல் நிரப்பி. நாற்றி- தொங்கவிட்டு 7. நட்பிற்கு -தொடர்பிற்கு. 9. நுசுப்பி வந்து -இடையிலே ஏற்றிச்சுமந்து. 12. அறுவை தோயும் ஒரு பெரும் குடுமி-தலையிலே குடுமியைச் சுற்றித் துணி கட்டியிருக்கும் கோலம். முதுவாய்-அறிவு முதிர்ச்சியுடைய. 15. கழங்கின் திட்பம் - சோழிகளை வைத்து இன்று குறிசொல்பவர் போல, அந்நாளிலே கழங்கினை வைத்துக் கொண்டு குறிகண்டு கூறினர். அந்தஉறுதி. 17. படீஇயர் - கண்துயிலும் பொருட்டு.

விளக்கம்: முதலிலே வீட்டை மணமனையாகப் புனைந்து, தன் மகளையும் அவள் காதலனையும் எதிர்ப்பார்த்திருக்கும் பித்துக் கொண்டவள் செவிலித்தாய் ஆவள்; பெற்ற தாயோ, இரவுத் துயிலற்று,

வடியும் கண்ணீர் மாறாதவளாக, இப்படிக் குறி கேட்கிறாள். உடன் போக்கிலே சென்றாலும் இடைவழியிலே, தாயின் அன்பை நினைந்து மகள் திரும்பி வந்துவிடுவாள் என்ற சபலம், அவளுக்கு இருக்கிறது.

மேற்கோள்: 'இது, தெய்வத்தோடு படுத்துப் புலம்பியது எனத், 'தன்னும் அவனும் அவளும் சுட்டி' என்னும் சூத்திர உரையினும்; போக்குடன் அறிந்தபின் தோழியோடு கெழீஇக், கற்பின் ஆக்கத்து நிற்றற் கண்ணும்' என்னும் துறைக்கு, 'எம் மனை முந்துறத் தருமோ, தன் மனை உய்க்குமோ யாதவன் குறிப்பே' என்ற பகுதியை உதா ரணமாகக், 'களவலராயினும் காம மெய்ப்படும்' என்னும் சூத்திர உரையினும்; 'இச் செய்யுள்கொடுப் போரின்றிக் கரணம் நிகழ்ந்தது' எனக் 'கொடுப்போரின்றியும் கரணம் உண்டே' என்னும் சூத்திர உரையினும் காட்டிக் கூறுவர் நச்சினார்க்கினியர். 'எம்மனை..... யாதவன் குறிப்பே' என்பது 'மறைவெளிப்பாடு' என, 'மறை வெளிப் படுத்தலும்' என்னும் சூத்திர உரையிற் காட்டுவர் பேராசிரியர்.

பாடபேதங்கள்: 10. நலம்புனை உதவியோ உடையன், 11. அஃதறி கற்பின் நன்று.

196. பக்கத்து வாராதே!

பாடியவர்: பரணர். **திணை:** மருதம். **துறை:** பரத்தையிற் பிரிந்துவந்த தலைமகற்குக் கிழத்தி சொல்லியது. **சிறப்பு:** தன் தகப்பனின் கண்ணழகைக் கெடுத்த கோசர்களைத் தித்தனின் துணை கொண்டு கொன்று பழிதீர்த்துக் கொண்ட அன்னி மிஞிலியின் செய்தி.

(தன் தலையை மறந்து, சில காலம் பரத்தை ஒருத்தியுடன் உறவுக் கொண்டிருந்த தலைவன் ஒருவன், அங்குக் கொண்ட ஊட லாலோ, அன்றி எழுந்த ஊரலரின் மிகுதியாலோ, அவளை பிரிந்து வீட்டிற்கு வருகின்றான். அப்போது, தலைவி இப்படி மறுத்துக் கூறு கின்றாள்.)

நெடுங்கொடி நுடங்கும் நறவுமலி பாக்கத்து,
நாள்துறைப் பட்ட மோட்டிரு வராஅல்
துடிக்கண் கொழுங்குறை நொடுத்து, உண்டுஆடி,
வேட்டம் மறந்து, துஞ்சும் கொழுநர்க்குப் பாட்டி
ஆம்பல் அகலிலே, அமலைவெஞ் சோறு
தீம்புளிப் பிரம்பின் திரள்கனி பெய்து,
விடியல் வைகறை இடூஉம் ஊர!
தொடுகலம்; குறுக வாரல்-தந்தை
கண்கவின் அழித்ததன் தப்பல், தெறுவர,
ஒன்றுமொழிக் கோசர்க் கொன்று, முரண்போகிய,

கடுந்தேர்த் திதியன் அழுந்தை, கொடுங்குழை
அன்னி மிஞிலியின் இயலும்
நின்நலத் தகுவியை முயங்கிய மார்பே!

கள் மலிந்த பாக்கத்திலே, எடுத்த நெடுங்கொடிகள் பலவும் அசைந்து கொண்டிருக்கும். வேட்டத்தின் கண்ணே, துறைக் கண்ணேயே பெரியவராஅல் மீன் அகப்பட்டது; துடியின் கண்போன்ற அதன் கொழுவிய இறைச்சித் துண்டுகளை விற்றனர்; அந்த விலையினைக் கொடுத்துக் கள்ளுண்டு ஆடினர்; மீண்டும் மீன்வேட்டைக்குப் போவதையும் மறந்து கிடந்து உறங்கினர், பரதவருட் சிலர்! அப்படி உறங்கிக் கிடந்த தம் கொழுநர்க்கு, அவர்களுடைய மனைவியராகிய பாண் மகளிர், ஆம்பலது அகன்ற இலைகளிலே திரளையான வெம்மையுடைய சோற்றினைப், பிரம்பின் இனிப்பினினையுடைய புளிப்பான திரண்ட பழத்தினைப் பெய்து ஆக்கிய புளிக்கறியுடன், இருள் புலரும் விடியற்காலத்திலே இட்டு உண்பிப்பர். அத்தகைய தன்மையுடைய ஊரனே!

ஒரே சொல்லே சொல்லும் இயல்புடையவரான கோசர்கள், தன் தந்தையின் கண்ணின் எழிலைக் கெடுத்ததாகிய தவற்றிற்காக, விரைந்த தேரினை உடையவனான தித்தனது அழுந்தூர் என்னுமிடத்தே, அவன் உதவியால் அவர்கள் அஞ்சியோடுமாறு அவரைக் கொல்வித்துத், தன் மாறுபாடு தீர்ந்தவள், வளைந்த குழையினை உடையவளான அன்னி மிஞிலி என்பவள். அந்த வெற்றிச் செருக்கினாலே நடக்கும் அவளைப் போல, நின் நலத்திற்குத் தக்கவளான பரத்தையும் இன்று செம்மாந்து நடப்பவளாயினாள். அவளைத் தழுவிய நின் மார்பினை யாம் தொடரவே மாட்டோம். எம் அருகேயும் நீதான் வாராதிருப்பாயாக!

என்று, பரத்தையிற் பிரிந்து வந்த தலைமகற்குக் கிழத்தி சொன்னாள் என்க.

சொற்பொருள்: 1. நுடங்கும்-அசைந்தாடும் நறவு-கள். பாக்கம்- கடற்கரைக் குடியிருப்புப் பகுதிகள். 2. மோட்டிருவரால்-பெரிய அகட்டினையுடையவரால். 3. குறை-கறித்துண்டு. நொடுத்தல்- விலைக்கு விற்றல். 4. பாட்டி -பாண் மகள். 5. அமலை-திரளை. வெஞ்சோறு-சூடான சோறு; விருப்பான சோறும் ஆம். 6. தீம்புளிப் பரம்பின் திரள்கனி-புளிப்பும் இனிப்பும் உடையதான பிரம்பின் திரண்ட பழம்: இதனையிட்டுப் புளிக்கறி செய்திருக்கின்றனர். அந் நாளைய மகளிர். 8.குறுக-அணுக. 9. அழித்ததன் தப்பல்-அழித்ததான தவறுதல். தெறுவர-அச்சம் கொள்ளுமாறு. 11. அழுந்தை - அழுந்தூர்; தேரழுந்தூர் என்னும் ஊராக இருக்கலாம். 12. இயல்- இங்கு அவளுடைய பழிதீர்த்த செம்மாந்த நிமிர்ந்த நடையைக் கூறினர். 13. தகுவி-தகுதியுடையவள்.

உள்ளூறை: வராலின் கொழுங்குறை விற்றுக் கள்ளுண்டு ஆடி அயர்ந்துக் கிடந்து இரவெல்லாம் உறங்கிய தலைவனுக்குக் காலை யிலே வெஞ்சோறு அளிக்கும் பாண்மகளைக் கூறினாள், அதுபோல, இரவெல்லாம் பரத்தையர் சேரியே துணையாகத் திரிந்த அவன், வைகறை வேளையிலே தன் மனைவியின் நலம் விரும்பி வந்ததனை எள்ளுதற் பொருட்டாக. அவரைப் போன்றே, அவன் பரத்தைமை மயக்கிலே அறிவிழந்தாலும், தான் தன் கற்பிலே சிறந்தவள் என்பதை யும் கூறினாள். பரத்தையின் இளமைச் செருக்கைக் கூறுவாள், 'கோசரைக் கொன்று முரண்போக்கிய அன்னி மிஞிலியின் செம்மாந்த நடைபோலும்' என்றாள். அவள் தன்னை வென்று அவனை வெற்றி கொண்டதையும் இதனால் கூறி வருந்தினாள்.

விளக்கம்: பெரிதான வரால் படவும், அதனை விற்றுத் தாம் களித்துத் திரிதலையே, மனஞ்செலுத்தி, வேட்டமும் மறந்து துயிலும் கடமை மறந்தவர். செயலைக் கூறினாள். தலைவனும் செல்வச் செருக்கினால் தன் இன்பமே கருதி இல்லறக் கடமைகளையும் மறந்து, பரத்தை மயக்கிலே அலைவதனைக் காட்டும் பொருட்டாக. அவள் தழுவிய நின் மார்பை யான் தழுவேன்; அருகே வர வேண்டாம் என்றது, அவளுடைய ஊடலை உணர்த்தும். அத்துடன் அவளுடைய பிரிவின் வேதனையையும் காட்டும். அவன் தழுவலை அவள் விரும்புவதையும் அவளுடைய கற்பையும் குறிப்பால் உணர்த்தும்.

பாடபேதங்கள்: 7. இடுமூதூர. 9. அழித்தன்றவற்றெறுவற. 11. நறந்தை.

197. எதற்கும் வருந்தாதே!

பாடியவர்: மாமூலனார். **திணை:** பாலை. **துறை:** பிரிவிடை வேறுபட்ட தலைமகளைத் தோழி வற்புறீஇயது. **சிறப்பு:** கண்ணன் எழினி என்பவனின் போராற்றலின் சிறப்பும், அவனுக்கு உரியதான முதுகுன்றம் என்னும் நாட்டுப் பகுதியின் வளமும் பற்றிய செய்திகள்.

(தலைவன் குறித்தகாலத்து வராதவனாக, அவனைப் பிரிந்த ஏக்கத்தின் மிகுதியினாலே, தன் எழில் நலம் எல்லாம் குன்றிய வளாகத், தலைவி வாடி நலிந்தாள். அவளுடைய நலிவு கண்டு உள்ளம் வருந் தினாள். அவளுடைய தோழி. அவளைத் தேற்றுபவளாக இவ்வாறு கூறுகின்றாள்.

மாமலர் வண்ணம் இழந்த கண்ணும்,
பூநெகிழ் அணையின் சாஅய தோளும்
நன்னர் மாக்கள் விழைவனர் ஆய்ந்த
தொன்னலம் இழந்த துயரமொடு, என்னதூஉம்
இனையல்-வாழி! தோழி!-முனை எழ

முன்னுவர் ஓட்டிய முரண்மிகு திருவின்,
மறமிகு தானைக், கண்ணன் எழினி
தேமுது குன்றம் இறந்தனர் ஆயினும்,
நீடலர் யாழநின் நிரைவளை நெகிழத்-
தோள்தாழ்வு இருளிய குவைஇருங் கூந்தல்
மடவோள் தழீஇய விறலோன் மார்பில்
புன்தலைப் புதல்வன் ஊர்புஇழிந் தாங்கு,
கடுஞ்சூல், மடப்பிடி தழீஇய வெண்கோட்டு
இனம்சால் வேழம், கன்றுஊர்பு இழிதரப்,
பள்ளி கொள்ளும் பனிச்சுரம் நீந்தி,
ஒள்ளிணர்க் கொன்றை ஓங்குமலை அத்தம்
வினைவலி யுறூஉம் நெஞ்சமொடு
இனையர்ஆகி, நப் பிரிந்திசி னோரே.

தோழியே நீ வாழ்வாயாக! தம் கரிய குவளை மலரினைப் போன்ற அழகினை, நின் கண்கள் இழந்தன. அழகு நெகிழ்ந்த தலை யணையைப்போல, நின் தோள்களும் தம் பூரிப்பற்று வாடின. இப்படி நன்மை உடையவரான ஆயமகளிர்கள் தாமும் பெற விரும்பினவராக, முன்னெல்லாம் ஆராயும் நின் பழைய நலத்தினை இழந்தனை யாயினை. இத்தகைய துயரத்துடன், எவ்வளவும் இனியும் வருந்தா திருப்பாயாக!

தோள்களிலே தாழ்ந்து தொங்கிய இருண்டு திரண்ட அடர்த்தி யான கூந்தலை உடையவளான, மடப்பத்தையுடைய தன் இளைய மனைவியைத் தழுவிக் கொண்டிருக்கும் ஆற்றல் மிகுந்தவளின் மார்பிலே, புல்லிய தலையினையுடைய அவர்களின் புதல்வன் ஏறி இறங்குவது போல-

நிறைந்த சூல்கொண்ட மடப்பத்தையுடைய தன் பிடியினைத் தழுவிக் கிடந்த, வெண்மையான கொம்புகளையுடைய, தன்னினத் திலேயே சிறந்து விளங்கிய களிறானது, தன் கன்று தன்மீது ஏறி இறங்கி விளையாடப் படுத்துக் கொண்டிருக்கும்.

நடுக்கத்தைத் தருவதான அத்தகைய சுரநெறியைக் கடந்து, ஒள்ளிய பூங்கொத்துக்களையுடைய கொன்றை மரங்கள் உயரமாக வளர்ந் திருக்கும், மலைகளைச் சார்ந்த நெறியிலே, தம் பொருளீட்டலாகிய செயலை வலிபெறுத்தும் நெஞ்சத்துடன், நின்னுடைய நிரைத்த வளை கள் நெகிழுமாறு, இங்ஙனம் அருள் அற்றவராகிப் பிரிந்து சென்றவர் நம் தலைவர்.

போரிடலே விரும்பிப் போர்முனைக்கு எழுவதற்கு நினைப் பவரையும், அச்சத்தால் ஓடச்செய்த, வலிமிகுந்த வீரச் செல்வத்தினை

உடையவனும், வீரமிகுந்த படையினை உடையவனுமான கண்ணன் எழினி என்பவனது, தேன்மிகுந்த முதுகுன்றம் என்ற மலைப்பகுதி யைக் கடந்து சென்றனராயினும், அவர் இனியும் காலம் நீட்டித்திருப் பவரல்லர்; விரைவிலே வந்துவிடுவர்.

என்று, பிரிவிடை வேறுபட்ட தலைமகளைத், தலைமகளின் சிறந்த பண்பைக் கூறித் தெளிவித்தனள் தோழி என்க.

சொற்பொருள்: 1. மாமலர் - கரிய மலர்; நீலோற்பலம்; மாமலர்-பெரிய மலராயின் தாமரை மலர் என்க. மலர் வண்ணம் - மலரின் தன்மை. 2. பூநெகிழ் அணை-அழகு குலைந்துபோன தலை யணை; தொய்ந்துபோன தலையணை என்க. சாஅய்-வாடிய. 3. நன்னர் மக்கள் -ஆய மகளிர்கள். 5. இனையல் -வருந்தாதே. முனை - போர் முனை. 6. முரண்-போர்ச் செருக்கு. திரு-செல்வம்; வெற்றித் திரு. 8. தேமுது குன்றம்- இனிய முதுகுன்றமும் ஆம்; முதுகுன்றம், விருத்தாசலம் என இந்நாள் வழங்கும். இறந்தனர்-கடந்தனர். 9. யாழ- அசை நிரை. வளை-நிரைத்த வளையல்கள்; அவை நெகிழ்தல் மேனி யின் மெலிவினால். 10. குவையிரும் கூந்தல்- அடர்ந்த பெரிய கூந்தல், 11. மடவோள்- மடப்பத்தையுடைய இளையவள். விறல் - ஆற்றல்; மேம்பாடு. 13. கடுஞ்சூல்-நிறை சூல். 15. பனிச்சுரம்-நடுக்கந் தரும் சுரநெறி. நீந்தி -கடந்து. 17. வினை வலியுறூஉம்- செயலிலே வலிமை கொண்டதான; ஊழ்வினை வந்து வலியுறுத்தும் எனலும் ஆம்.

உள்ளுறை: நிறைசூலுற்ற மடப்பிடியைத் தழுவிக் கிடக்கும் களிற்றின் மீது அதன் கன்று ஏறி இறங்கி விளையாடுவதையும், அது தலைவியைத் தழுவிக் கிடக்கும் தலைவனின் மார்பிலே சிறுமகன் ஏறி இறங்கி விளையாடுவது போல்வதாயிருக்கும் என்பதை யும் கூறினாள் தலைவியும் மகனைப் பெற்றவளான தன்மையையும் தன் மகனைக் காணும் ஆர்வமிகுதியுடையவன் தலைவன் என்பதை யும் உணர்த்துவதற்காக.

198. சூர்மகள் அவள்!

பாடியவர்: பரணர். **திணை:** குறிஞ்சி. **துறை:** புணர்ந்து நீங்கிய தலைமகளது போக்கு நோக்கிய தலைமகன், தன் நெஞ்சிற்குச் சொல்லியது.

(இரவுக் குறியிலே, நள்ளிருள் வேளையிலே வந்து தன்னுடன் கூடிக் கலந்து மகிழ்ந்த தலைவியின் நினைவு, அவள் வீடு திரும்பிய பின்னரும், அந்தத் தலைவனின் உள்ளத்திலே நின்றும் நீங்கவில்லை. அவளுடைய அந்த அருளை நினைந்து நினைந்து பெருமிதங்கொள் ளும் அவனுடைய நெஞ்சத்தின் விளக்கமே இப் பாடல்.)

'கூறுவம் கொல்லோ? கூறலம் கொல்?' எனக்
கரந்த காமம் கைந்நிறுக் கல்லாது,

நயந்துநாம் விட்ட நல்மொழி நம்பி,
அரைநாள் யாமத்து விழுமழை கரந்து,
கார்விரை கமழும் கூந்தல், தூவினை
நுண்நூல் ஆகம் பொருந்தினன், வெற்பின்
இளமழை சூழ்ந்த மடமயில் போல,
வண்டுவழிப் படரத், தண்மலர் மேய்ந்து,
வில்வகுப் புற்ற நல்வாங்கு குடைச்சூல்
அஞ்சிலம்பு ஒடுக்கி, அஞ்சினள் வந்து,
துஞ்சுஊர் யாமத்து முயங்கினள், பெயர்வோள்
ஆன்ற கற்பின் சான்ற பெரியள்,
அம்மா அரிவையோ அல்லள்; தெனாஅது
ஆஅய் நல்நாட்டு அணங்குடைச் சிலம்பிற்,
கவிரம் பெயரிய உருகெழு கவாஅன்,
ஏர்மலர் நிறைசுனை உறையும்
சூர்மகள் மாதோ என்னும் -என் நெஞ்சே!

என்னுடைய நெஞ்சமே! நம்முள்ளே ஒளித்துக் கொண்டிருக்கும் காமத்தினைப் பற்றிச் சொல்லுவோமோ, சொல்லாதிருப்போமோ என முதலில் எண்ணினேன். முடிவிலே, அதனைக் அடக்கவியலாது, அவளை அடையவிரும்பி நாம் விடுத்த நன்மொழியாகிய தூதினையும் அவள் நம்பினாள். பாதி யிரவிலே, பெய்து கொண்டிருக்கும் மிகுதியான மழையிலே, மறைந்து மறைந்து வந்தாள். கார்காலத்து நறுமணம் கமழுகின்ற கூந்தலுடன், தூய்மையான செய்வினை பொருந்திய நுண்மையான நூலால் நெய்யப்பட்ட ஆடை தன் உடம்பிடத்தே பொருந்தியவளாக, மலைச்சாரலின் கண்ணே, இளமழையினைக் கருதிய மடமயிலினைப் போல, வண்டுகள் பின் தொடர்ந்து வருமாறு குளிர்ந்த மலர்களைச் சூடியவளாக, ஒயிலுடன் அவளும் வந்தாள் வில்லினைப் போன்றதாக வளைந்த, வகையமைந்த நல்ல முறையிலே செய்யப்பெற்ற, குடச்சூல் ஆகிய தன் சிலம்புகளையும் ஒலியெழாத வண்ணம் அடக்கியவளாக, அஞ்சி அஞ்சி மெல்லென நடந்து வந்தாள். ஊர் முழுவதும் உறங்கிக் கொண்டிருக்கின்ற நள்ளிரவான யாமத்திலே, அங்ஙனம் வந்த நம்மைத் தழுவினாள்; தன் வீட்டிற்கு மீண்டும் பெயர்ந்து சென்றாள். அவள்-

நிறைந்த கற்பினாலே உயர்ந்த பெருமையுடையவளான, அழகிய மாமை நிறத்தினையுடைய பெண்ணே என்றால், அவள் அத்தகைய சாதாரண பெண் அல்லள்!

தென்னாட்டின்கண் உள்ளதாகிய ஆய் என்பவளது நல்ல நாட்டிலே, தெய்வங்களை உடைய மலைச்சாரல்களிலே, 'கவிரம்' என்னும் பெயரையுடைய அச்சம் கெழுமிய பக்கமலையிலே, நேரிய

மலர்கள் நிறைந்துள்ள சுனையிலே வாழ்பவளான சூரர மகளிருள் ஒருத்தியே அவள் என்று யாம் சொல்வோம்.

என்று, புணர்ந்து நீங்கிய தலைமகளது போக்கு நோக்கிய தலைமகன் தன் நெஞ்சுக்குச் சொன்னான் என்க.

சொற்பொருள்: 2. கரந்த காமம்-உள்ளத்து நிறைந்து புறத்தே புலப்படாது நிலவிய காமம். கைநிறுக்கல்லாது- கட்டுப்படுத்தி வைக்க இயலாது. 3. விட்ட நன்மொழி -விட்ட தூது; அது தோழியின் மூலம் உரைத்தது என்று கொள்க. 4. அரை நாள் யாமம் - நள்ளிரவு வேளையாகிய இரவின் நடுச்சாமம். 4-5 விழுமழை கரந்து கார் விரை கமழும்- பெய்த மழையானது நின்று கார்காலத்தின் மண் வாடை கமழ்ந்து கொண்டிருக்கும் தன்மைப் போன்று மணங்கமழும் என்றும் கொள்ளலாம். 6. நுண் நூல்-நுண்மையான நூலால் நெய்த ஆடை; நூலின் நுண்மையே ஆடையின் மென்மைக்குக் காரணமாகும் என்பதையும் நினைக்கவும். 7. இளமழை சூழ்ந்த மடமயில் நடனமாடி ஒயிலுடன் விளங்குவது போல, அவளும் எழில்மிகு சாயலுடன் வந்தனள் என்க. 8. வழிப்படர-தொடர்ந்து பின்பற்றி வர. தண்மலர்- தேன் நிரம்பிய புத்தம் புதுமலராதலினால் தண் மலர் ஆயிற்று. குடச்சூல் - உள்ளே பரல்கள் இடப்பெற சிலம்பிற்குப் பெயர். 10. சிலம்பு ஒடுக்கி - சிலம்பினை ஒலி எழாதவாறு அடக்கி, மெல்ல அடியிட்டு நடந்தனள் என்பது கருத்து. 11. துஞ்சூர் யாமம்- ஊர் துஞ்சும் யாமம். 17. சூரர மகளிர் என்போர் முருகனுக்கு ஆடிப் பாடித் தொண்டு செய்யும் தேவமகளிர் என்று திருமுருகாற்றுப் படை கூறும்; அவர் அழகியருள் அழகியர் என்னலாம்.

விளக்கம்: அவள் ஊர் துஞ்சும வேளையில், அத்துணைப் பலவான இடையூறுகளையும் பொருட்படுத்தாது, தன்னை வந்து இன்புறுத்திச் சென்றதன் செவ்வியை நினைப்பவன், அவளைத் தேவமகளாகவே கருதிப் போற்றுகின்றான்.

மேற்கோள்: 'இரவுக் குறிக்கண் அவட்பெற்று மலிந்து' என, பண்பில் பெயர்ப்பினும் என்னுஞ் சூத்திர உரையினும்; 'அஞ்சிலம்பு ஒடுக்கி அஞ்சினள் வந்து, துஞ்சூர் யாமத்து முயங்கினள் பெயர்வோள்' என, 'இரவுக் குறியே இல்லகத் துள்ளும், மனையோர் கிளவி கேட்கும் வழியதுவே' என்னும் சூத்திர உரையினும் நச்சினார்க்கினியர் காட்டினர்.

பாடபேதங்கள்: 5. கார் மலர் கமழும். 7. இள மழை சூழ்ந்த. 12. கற்பில் பெரியவள், அம்மா.

199. வாரலன் யானே !

பாடியவர்: கல்லாடனார். **திணை:** பாலை. **துறை:** பொருள் கடைக்கூட்டிய நெஞ்சிற்குத் தலைமகன் சொல்லியது. **சிறப்பு:**

வாகைப் பெருந்துறை என்னுமிடத்தே நடந்த போரில் நன்னனைக் கொன்று, தான் இழந்த தன் நாட்டுப் பகுதியை மீட்டும் பெற்று மகிழ்ந்த களங்காய்க் கண்ணி நார்முடிச் சேரலின் வெற்றிப் பெருமிதம்.

(பொருள் தேடிவர வேண்டும் என்ற எண்ணம் ஒரு தலைவனின் உள்ளத்திலே மிகுதியாக எழுகின்றது. பிறர் செல்லும்போது. தான் வாளாவிருப்பதா என்னும் நாணமும் வருத்துகின்றது. ஆனாலும், தன் காதலியைப் பிரிந்து போவதான ஒன்றைப் பற்றி அவனால் கருதவே முடியவில்லை. அதனால், தன் நெஞ்சிற்கு இப்படிக் கூறியவனாகத் தான் போவதையே நிறுத்தி விடுகின்றான்.)

கரைபாய் வெண்திரை கடுப்பப், பலஉடன்,
நிரைகால் ஒற்றலின், கல்சேர்பு உதிரும்
வரைசேர் மராஅத்து ஊர்மலர் பெயல் செத்து,
உயங்கல் யானை நீர்நசைக்கு அலமரச்,
சிலம்பி வலந்த வறுஞ்சினை வற்றல்
அலங்கல் உலவை அரிநிழல் அசைஇத்,
திரங்குமரல் கவ்விய கையறு தொகுநிலை,
அரம்தன் ஊசித் திரள்நுதி அன்ன,
திண்ணிலே எயிற்ற செந்நாய் எடுத்தலின்,
வளிமுனைப் பூளையன் ஒய்யென்று அலறிய
கெடுமான் இனநிரை தரீஇய கலையே
கதிர்மாய் மாலை ஆண்குரல் விளிக்கும்
கடல்போற் கானம் பிற்படப், 'பிறர்போல்
செல்வேம்ஆயின், எம் செலவு நன்று' என்னும்
ஆசை உள்ளம் அசைவின்று துரப்ப,
நீ செலற்கு உரியை- நெஞ்சே! -வேய்போல்
தடையின மன்னும், தண்ணிய, திரண்ட,
பெருந்தோள் அரிவை ஒழியக், குடாஅது,
இரும்பொன் வாகைப் பெருந்துறைச் செருவில்,
பொலம்பூண் நன்னன் பொருதுகளத்து ஒழிய,
வலம்படு கொற்றம் தந்த வாய்வாள்,
களங்காய்க் கண்ணி நார்முடிச் சேரல்
இழந்த நாடு தந்தன்ன
வளம்பெரிது பெறினும், வாரலென் யானே.

நெஞ்சமே!

மலையைச் சார்ந்திருக்கும் வெண்கடம்பினது முற்றிய மலர்களைக், கரையிலே வந்து மோதுகின்ற வெண்மையான அலைகளைப் போல வரும் காற்று மோதுதலால், அவை பலவும் உடன் சேர்ந்து

பாறையின்மேலே உதிர்ந்து கிடக்கும். நீர் வேட்கையினாலே வருந்திய யானையானது அம் மலர்கள் வீழ்வதை மழை பெய்வதாகக் கருதி, அவ்விடத்தே நீர் விரும்பிச் சென்று காணாது வருந்தி வாடும். மரங்கள் வற்றி உலர்ந்தனவாக, அவற்றின் இலையற்று வறிதாயிருக்கும் கிளை களிலே, சிலம்பி நூல் பின்னப் பட்டிருப்பதாக விளங்கும். அசை கின்ற அத்தகைய மரங்களின் அறல்பட்ட நிழலிலே தங்கித் தங்கிச் செல்ல வேண்டும்.

வாடிப்போன மாலையாகிய கள்ளியைக் கவ்விக் கொண் டிருந்த, செயலற்று வாடியிருந்த மான் கூட்டத்திலே, அரத்தால் அராவப்பட ஊசியினது திரண்ட முனையைப் போன்ற உறுதி பொருந் திய பற்களையுடைய நெந்நாய் தாக்கும். அது தாக்குதலினால், காற்றினை முன்னே பறந்தாடும் பூளைப்பூவினைப் போல, ஒய்யென்ற அலறலுடன் மானினம் எல்லாம் தம் நிலை கெட்டு ஓடும். அப்படி ஓடிப்போன தன் இனமாகிய கூட்டத்தை ஒன்று சேர்ப்பதற்காகக், கலை மானானது, ஞாயிறு மறையும் மாலைப் பொழுதிலே, தன்னுடை ஆண்மையான குரல் தோன்றுமாறு கூப்பிட்டுக் கொண்டிருக்கும்.

அத்தகைய, கடல்போலப் பரந்து கிடக்கும் காடும் பிற்பட்டுப் போகுமாறு, அதனைக் கடந்துபோக எண்ணுவை. 'பிறரைப் போல யாமும் செல்வோம் ஆனால், எமது போக்கும் நன்றாகவே விளங்கும்' என்று கருதும் பொருளாசை கொண்ட உள்ளமானது, கொஞ்சமும் தளர் வில்லாமல் செலுத்தச் செல்வதற்கு உரியையும் ஆகுவை!

மேம்பாடுடைய வெற்றியை ஈட்டித்தந்த, வாய்ந்த வெற்றி வாளினை உடையவன் களங்காய்க் கண்ணி நார் முடிச்சேரல். அவன், மேலைத் திசையிலே உள்ளதாகிய பெரிய பொன்னினையுடைய வாகை மரமும் நிற்கும் பெருந்துறை என்னும் இடத்திலே நிகழ்ந்த போரிலே, பொற்பூண் அணிந்த நன்னன் என்பவனைப் போர்க்களத் திலேயே மடிந்து ஒழியச் செய்தான். முன்பு சேரநாட்டார் இழந்த நாட்டை மீட்டுத் தந்தான். அவன் அன்று பெற்றதைப் போன்ற பெரிதான செல்வத்தையே பெறுவதாக இருந்தாலும்,-

மூங்கிலைப் போல, வளைந்தவனாக ஒத்திருக்கும், தண்மை யான திரண்ட பூரித்த தோள்களை உடையவள் என் தலைவி. அவள் இவ்விடத்தே தனித்திருந்து வாடி உயிர் துறக்குமாறு அவளைப் பிரிந்து, யானோ நின்னுடன் வருவேன் அல்லேன்.

என்று, பொருள் கடைக்கூட்டிய தன் நெஞ்சிற்குச் சொல்லித் தலைமகன் செலவழுங்கினான் என்க.

சொற்பொருள்: 2. நிரை கால்-நிரை. நிரையாக வருகின்ற காற்று. ஒற்றலின்-மோதுதலினால். 3. பெயல்-மழை. 4. உயங்கல்

யானை- வருத்தங் கொண்ட யானை. நசை-வேட்கை. அலமரல்-சுழன்று வருத்தல். 5. சிலம்பி வலந்த-சிலம்பி வலை பின்னியிருந்த. வறுஞ்சினை-தழையற்று வறிதாகிப் போன கிளைகள். 6. உலவை-மரச் செறிவு. அரிநிழல் அரியரியாகத் தோன்றும் நிழல்; அறல்பட்ட நிழல். 7. திரங்கு-வாடிய மரல்-கள்ளி வகையுள் ஒன்று; கையறு-வாட்டங் கொண்ட, தொகுநிலை-தொகுதியாயிருந்த நிலைமை. 9. எடுத்தலின்-தாக்குதலால். 10. பூளை -ஒருவகைப் பூ; கண்ணிற் பீழை எனத் தென்னாட்டுள் கூறப்படுவது. 12. ஆண்குரல்- ஆண்மை தோன்றும் குரல். அசைவின்று-நிலையாக. துரப்ப-செலுத்த, 17. தடையின் - வளைந்தனவாக. மன்னும் - ஒத்திருக்கும். 19. இரும்பொன் - இரும்பும் ஆம். வாகை பெருந்துறை- வாகைப் பறந்தலை எனவும் கூறப்படும். இதுவே, மணிவாசகர் காலத்துப் பெருந்துறை என்னும் துறைமுகமாக விளங்கியது என்பர் சிலர்; இது மேலைக் கடற்கரையூர். 20. நன்னன் -கடம் பின் பெருவாயில் நன்னன் என்பவன்.

விளக்கம்: தான் இழந்த நாட்டை மீளவும் பெற்றதுடன், நன்னன் பிறரைவென்று சேமித்து வைத்திருந்த வளம் அனைத்தையும் பெற்றுச் சிறந்தவன் சேரன். அவனைப் போலத் தானும் திரண்ட செல்வம் பெறினும் என்றது, சேரன் பெற்ற பெருஞ் செல்வத்தின் மிகுதியை உரைத்ததாகும். வாகை, நன்னனின் காவன் மரம் எனவும், அதனைச் சேரமான் முழு முதல் தடிந்தனன் எனவும் பதிற்றுப் பத்துக் கூறும்.

மேற்கோள்: 'களங்காய்க் கண்ணி நார் முடிச்சேரல், இழந்த நாடு தந்தன்ன வளம் பெரிது பெறினும், வாரலென்யானே' என்னும் தொடரகளை; 'இவை வன்புறை குறித்துச் செலவு அழுங்குதலின் பாலையாயிற்று' எனச் 'செலவிடை அழுங்கல் செல்லாமையன்றே' என்னும் சூத்திர உரையுள் நச்சினார்க்கினியர் காட்டிக் கூறுவர்.

பாடபேதங்கள்: 7. கையறு தொகை நிலை. 10. ஒய்யென வலறிய. 11. இன நிரை தேரிய. 20. பொருளகத்து ஒழிய.

200. எமக்குச் சொல்வீராக!

பாடியவர்: உலோச்சனார்; நக்கீரர் எனவும் பாடம். **திணை:** நெய்தல். **துறை:** தலைமகன் குறிப்பறிந்த தோழி தலைமகற்குக் குறைநயப்பக் கூறியது.

(தலைமகன் ஒருவன் தலைமகள் ஒருத்திபாற் காதலுற்றவனானான். தன் குறையை அவளுடைய தோழியிடம் கூறித் தலைவியைத் தனக்கு இசைவிக்க வேண்டி நின்றான். தோழியும் தலைமகளின் குறிப்பும் அவனுக்கு இசைவதாக இருப்பதனை அறிகிறாள். வந்து, அவனிடம் சொல்லுகிறாள்.)

நிலாவின் இலங்கு மணல்மலி மறுகில்,
புலால்அம் சேரிப், புல்வேய் குரம்பை,
ஊர்என உணராச் சிறுமையொடு, நீர் உடுத்து,
இன்னா உறையுட்டு ஆயினும், இன்பம்
ஒருநாள் உறைந்திசி னோர்க்கும், வழிநாள்,
தம்பதி மறக்கும் பண்பின் எம்பதி
வந்தனை சென்மோ-வளைமேய் பரப்ப! -
பொம்மற் படுதிரை கம்மென உடைதரும்
மரன்ஓங்கு ஒருசிறை பல பாராட்டி,
எல்லை எம்மொடு கழிப்பி, எல்உற,
நல்தேர் பூட்டலும் உரியீர்; அற்றன்று.
சேந்தனிர் செல்குவிர் ஆயின், யாமும்
எம்வரை அளவையின் பெட்குவம்,
நும் ஒப்பதுவோ? உரைத்தசின் எமக்கே, -

சங்கினங்கள் மேய்ந்து கொண்டிருக்கின்ற கடற்பரப்பினுக்கு உரியவனான தலைவனே!

நிலாவினைப்போல வெண்மையுடன் விளங்கும் மணல் மிகுந்த தெருக்களை உடையது எம் ஊர். அத்தெருக்களிலே, புலால் வேயப்பெற்ற குடிசைகளே உடையதாயிருக்கும் புல்லால் நாற்ற முடைய சேரியே அது. ஓர் ஊர் என்று உணர்வதற்கும் ஆகாத சிறுமையுடனே, நீர்சூழப்பெற்றதாகத், துன்பமிகுந்த உறையுளை உடையதும் அது. ஆனாலும் அதன் கண்பெறும் இன்பமோ, ஒரு நாள் தங்கியிருந்தவர்களுக்கும் பிற்றைநாள் தம்முடைய ஊரினையே மறக்கச் செய்யும் பண்பினை உடையதாகும். அதனால், எம் ஊருக்கு நீயும் வந்து போவாயாக.

பொலிவுற்ற ஒலிக்கும் அலைகள் விரைந்து உடைந்து சிதறு கின்ற, மரன் ஓங்கியிருக்கின்ற ஒரு பக்கத்திலே, பலப்பல வகையும் பாராட்டியவனாகப், பகல் வேளையெல்லாம் எம்முடனே கழிப்பாயாக. இரவு உறுங்காலத்தே, நின்னது நல்ல தேரினைப் பூட்டிச் செல்வ தற்கும் உரியையாகுக.

அங்ஙனமன்றி, இரவிலும் எம் ஊரிலேயே தங்கிச் செல்வா யானால், யாமும், எம் வரையிலும் இயன்ற அளவுக்கு நின்னைப் பேணு வோம். நின்னுடைய மனத்திற்கு ஒப்பது எதுவோ? அதனை எமக்கும் உரைப்பாயாக.

என்று, தலைமகள் குறிப்பறிந்த தோழி தலைமகற்குக் குறை நயப்பக் கூறினாள் என்க.

சொற்பொருள்: 2. புலால் அஞ்சேரி - புலால் நாற்றமுடைய சேரி. 3. நீருடுத்து-நீராற் சூழப்பெற்று. 7. வளை - சங்கு. 9. சிறை-பக்கம். 10. எல்லை-பகல். 13. பெட்குவம்-பேணுவோம்.

விளக்கம்: சேரி சிறியதாயினும், பற்பல இன்னாமைகளை உடைய உறையுள்களை உடையதாயினும், அவள் இருப்பதனால் அது நினக்கு இன்பமாகவே விளங்கும் என்றனள். ஒரு நாள் தங்கிய வர்க்குத் தம் ஊரையும் மறக்கச் செய்யும் இன்பம் தரும் பண்புடையது எம் ஊர் என்றாள். பகற் கூட்டமோ, எது நுமக்கு இசைந்தது என்பாள். இரண்டையும் கூறி, 'நும் ஒப்பதுவோ எமக்கு உரைத்திசின்' என்றாள்.

201. சோழநாடும் தலைவியும்!

பாடியவர்: மாமூலனார். **திணை:** பாலை. **துறை:** பிரிவிடை வேறுபட்ட தலைமகளுக்குத் தோழி சொல்லியது. **சிறப்பு:** உவா நாளிலே பாண்டி நாட்டுக் கடற்கரைப் பகுதியினர், கடல் தெய்வத் திற்கு வழிபாடு செய்தல்.

(தலைமகன், தலைமகளைப் பிரிந்து வேற்று நாடு சென்றி ருந்தான். குறித்துச் சென்ற காலம் வந்தும் அவன் வரவில்லை. பிரிவுத் துயரினைத் தாளாதவளாக வாடி நலிந்த தலைமகளுக்குத் தோழி இப்படிக் கூறி அவள் துயரை மாற்ற முயலுகின்றாள்.)

அம்ம வாழி-தோழி- பொன்னின்
அவிர்எழில் நுடங்கும் அணிகிளர் ஓடை
வினைநவில் யானை விறற்போர்ப் பாண்டியன்
புகழ்மலி சிறப்பின் கொற்கை முன்துறை,
அவிர்கதிர் முத்தமொடு வலம்புரி சொரிந்து,
தழைஅணிப் பொலிந்த கோடுஏந்து அல்குல்
பழையர் மகளிர் பனித்துறைப் பரவ,
பகலோன் மறைந்த அந்தி ஆர்இடை,
உருகெழு பெருங்கடல் உவவுக் கிளர்ந்தாங்கு,
அலரும் மன்று பட்டன்றே; அன்னையும்
பொருந்தாக் கண்ணன். வெய்ய உயிர்க்கும்' என்று
எவன் கையற்றனை, இகுளை? சோழர்
வெண்ணெல் வைப்பின் நல்நாடு பெறினும்,
ஆண்டு அமைந்து உறைகுநர் அல்லர்- முனாஅது
வான்புகு தலைய குன்றத்துக் கவாஅன்,
பெருங்கை எண்கின் பேழ்வாய் ஏற்றை
இருள்துணிந் தன்ன குவவுமயிர்க் குருளைத்
தோல்முலைப் பிணவொடு திளைக்கும்
வேனில் நீடிய சுரன் இறந்தோரே.

தோழியே! என் அம்மையே, நீ வாழ்க! ''போர்ச் செயல்களிலே நல்ல பயிற்சிபெற்று விளங்கும் யானைகளையுடையவன், வெற்றி யுடன் போர் புரிபவனான பாண்டியன் அந்த யானைகள், பொன்னா லாகிய விட்டு விட்டு ஒளிரும் அழகிய ஒளியுடன் அசைந்து கொண் டிருக்கும். அழகு மிகுந்த நெற்றிப் பட்டத்தினை உடையவையாயும் இருக்கும். அவனுக்கு உரியது, புகழ் மலிந்த சிறப்பினையுடையதான கொற்கை என்னும் முன்துறை. அவ்விடத்தே, தழையுடை அணித லாற் பொலிவுற்ற, பக்கங்கள் உயர்ந்து விளங்கும் அல்குலினை உடையவரான பழையரின் பெண்கள், விளங்கும் ஒளியினையுடைய முத்துக்களுடன் வலம்புரிச் சங்கினையும் சொரிந்து, குளிர்ந்த கடற் றுக்கண் தெய்வத்தைப் பரவுவர். பகலோனாகிய ஞாயிறானது மறைந்த அந்தி வேளையாகிய அந்த அரிய பொழுதிலே, அச்சம் பொருந்திய பெருங்கடலானது நிறைமதி நாளிலே பொங்கி எழுந்தாற் போல, அலரும் மன்றிடத்தே பொங்கிப் பரவும். தாயும், இமை பொருந்தாத கண்ணினளாக வெம்மையுடன் மூச்செறித்து கொண்டிருப்பாள்''. என்றெல்லாம் கூறியவளாக, ஏனோ மிகவும் வருந்தியவள் ஆயினை!

தோழியே! பழையதாகிய, வானத்திலே புகுந்தாலொத்த சிகரங்களையுடைய மலையின் சாரலிடத்தே, பெருங்கையினையும் பிளந்த வாயினையுடைய ஆண் கரடியானது, இருளைத் துணித்து வைத்தாற் போன்ற கருமயிரடர்ந்த குட்டியுடனும், திறங்கிய முலை யினையுடைய தன் பெண் கரடியுடனும் கூடி மகிழ்ந்திருக்கும். வேனில் நெடிதாகப் படர்ந்த அத்தகைய சுரநெறியைக் கடந்து சென்ற வர் நம் தலைவர்.

அவர், சோழரது வெண்ணெல் விளையும் ஊர்களையுடைய நல்ல நாட்டையே பெறுவதானாலும் கூட, நின்னை மறந்து அங்கே மனம் பொருந்தித் தங்கிவிடுபவர் அல்லர்.

என்று, பிரிவிடை வேறுபட்ட தலைமகளுக்குத் தோழி சொன் னான் என்க.

சொற்பொருள்: 2. ஓடை- நெற்றிப் பட்டம். வினைநவில்- போர்த்தொழில் பயின்ற. 6. கோடேந்து அல்குல்-பக்கம் உயர்ந்த அல்குல். 7. பழையர் மகளிர்- பரதவர் மகளிர். 12. கை அற்றினை- வருந் தினை. இகுளை -தோழி! 15. தலைய-உச்சிகளையுடைய. 17. குவவு மயிர்-அடர்ந்திருக்கும் மயிர். 18. தோல் முலை-திறங்கிய முலை. பிணவு- கரடியின் பெண்.

உள்ளுறை: பெருங்கை எண்கின் பேழ்வாய் ஏற்றை இருள் துணிந்தன்ன குவவுமயிரக் குருளை தோன்முலைப் பிணவொடு திணைக்கும் வேனில் என்றது, அவ்வாறே தலைவனும் நின்னைத் தழுவி மகிழ்விப்பான் என்பதாம்.

விளக்கம்: கரடியின் குடும்பபாசம் இவரையும் நின்பாற் பாச முடையவராக விரைந்து திரும்பத் தூண்டிவிடும் என்றனள். உவாநாள்-பௌர்ணமி நாள்; அந்நாளிலே கடல் பொங்கும் என்பது மரபு.

202. தேராது வருவாய் நீ!

பாடியவர்: அவூர்கிழார் மகனார் கண்ணனார்; ஆவூர் கிழார் மள்ளனானார் என்பதும் பாடம். **திணை:** குறிஞ்சி. **துறை:** இரவுக் குறிக்கண் வந்து நீங்கும் தலைமகனுக்குத் தோழி சொல்லி வரைவு கடாயது.

(தலைவன், இரவுக்குறியிலே வந்து தலைவியைக் கூடி இன்புறும் களவு உறவினையே, மேற்கொண்டு வருகின்றான். அவன் மனம், 'தலைவியை மணந்து கொள்வதிலே ஈடுபடல் வேண்டும்' என்று கருதும் தோழி, அவனிடம் இப்படி உரைக்கின்றான்.)

வயங்குவென் அருவிய குன்றத்துக் கவாஅன்,
கயந்தலை மடப்பிடி இனன் ஏமார்ப்பப்,
புலிப்பகை வென்ற புண்கூர் யானை
கல்லகச் சிலம்பில் கைஎடுத்து உயிர்ப்பின்.
நல்இணர் வேங்கை நறுவீ கொல்லன்
குருகுஊது மிதிஉலைப் பிதிர்வின் பொங்கி,
சிறுபல் மின்மினி போலப், பலஉடன்
மணிநிற இரும்புதல் தாவும் நாட!
யாமே அன்றியும் உளர்கொல்- பானாள்,
உத்தி அரவின் பைத்தலை துமிய
உரஉரும் உட்குவரு நனந்தலைத்,
தவிர்வுர்இல் உள்ளமொடு எஃகு துணையாகக்,
கனைஇருள் பரந்த கல்லதர்ச் சிறுநெறி
தேராது வரூஉம் நின்வயின்
ஆர்அஞர் அரும்படர் நீந்து வோரே?

குன்றுகள், விளங்கும் வெண்மையான அருவிகளை உடையன; அவற்றின் சாரலிலே, களிறு, தன் இளைய பிடியுடன் கூடி இன்பமாக இருக்கும். அந்தப் பிடி மென்மையான தலையினையுடையதும் ஆகும். புலியாகிய தன்னுடைய பகையை வென்று வரும் அந்தக் களிற்றின் உடலோ, புண்களுடன் விளங்கும். அந்தச் சீற்றத்தாலும் களைப்பி னாலும் மலையிடத்தே அது தன் துதிக்கையை உயர்த்துத் தூக்கிப் பெருமூச்சு விடும்.

நல்ல பூங்கொத்துக்களையுடைய வேங்கையின் நறுமணப் பூக்கள், அந்தக் களிற்றின், பெருமூச்சினால் பொங்கி மேலே எழும கொல்லன் துருத்தியை மகிழ்ந்து மிதித்து ஊத, உலையிலிருந்து சிதறி

வீழும் அனற்பொறிகளைப் போல, அப்பூக்கள் எங்கும் பரந்து சிதறி வீழும். பலவும் ஒருங்கே நெருங்கி, நீலமணியின் நிறத்தைக் கொண்டு விளங்கும் பெரிய புதரிலே, அப் பூக்கள் வீழ்ந்து பரவிக் கிடக்கும். அப்படிக் கிடப்பது, சிறு சிறு மின்மினிப் பூச்சிகள், பரவலாகப் புதரிலே பரவி மொய்த்துக் கொண்டிருப்பன போலத் தோன்றும். அத்தகைய மலைநாட்டை உடையவனே!

பாம்பினது புள்ளிகளையுடைய படம் பொருந்திய தலையானது துண்டுபட்டு விழுமாறு, வலிமிக்க இடிகள் முழங்கும் அச்சம் வருகின்ற அகன்ற மலையிடத்தின் வழியை, இரவின் நடுச்சாம வேளையிலும், நீ கடந்து வருகின்றாய். உள்ளத்திலே ஊக்கம் குறையாதவனாகவும், ஏந்திய வேலே துணையாக கொண்டு நீ வருவாய். அடர்ந்த இருள் பரவிய கற்களை உடைய வழியாகிய சிறு நெறியிலே, நினக்கு ஏற்படக்கூடிய துன்பங்களைச் சற்றும் கருதாதே நீயும் வருகின்றாய். அப்படி வருகின்ற நின்னிடத்திலே, பொறுத்தற்கும் அரியதான துன்ப நினைவினை நீந்திக் கொண்டிருக்கும் நிலையுடையவர், எம்மையல்லாமல் வேறு யாரேனும் உள்ளனரோ?

என்று, இரவுக்குறிக்கண் வந்து நீங்குந் தலைமகற்குத் தோழி சொல்லி, வரைவுகடாயினாள் என்க.

சொற்பொருள்: 1. வயங்கு- விளங்கு. 2. கயத்தலை-மென் தலை; அகன்ற தலையுமாம். ஏம் ஆர்ப்ப-இன்பம் நுகர. 3. புண்கூர்-புண்பட்ட. 4. கல்லகச் சிலம்பு-மலையிடத்தாகிய குன்று. 6. குருகு-துருத்தி. பிதிர்வு-பொறிகள். 8. மணிநிறம்-நீலமணியின் நிறம். 10. உத்தி-புள்ளி. பைதலை- படம் பொருந்திய தலை. துமிய-துண்டு பட. 11. உரவு-வலிமை. உரும்-இடி. உட்கு வரு-அச்சம் வருகின்ற. 12. தவிர்வில் உள்ளம் - தளர்வற்ற உள்ளம்.

உள்ளுறை: புலிப்பகை வென்ற களிறு உயிர்ப்ப, வேங்கையின் நறுமலர்கள் மினிமினி போலக் கரும்புதரிலே தாவும் என்றது, அவன் தனக்கு எதிரான துன்பங்கள் அனைத்தையும் கடந்து வந்து களவிற்கூடி இன்புறுதலால், ஊரலர் பெரிதாக எழுந்து பரவுகின்றது என உணர்த்துவதாம்.

விளக்கம்: 'யாமே அன்றியும் உளர்கொல்' என்றதனால், நினைக்காக வருந்தும் எம்மை, நீளவும் வருந்தி வாடுதலே துணையாக விட்டுவிடாது, மணந்து, எம் கவலையைத் தீர்ப்பாயாக' எனக் கூறி வரைவுக்கடாயினாளும் ஆயிற்று. நீ அது பற்றிக் கருதுதலை, களவிலே மனஞ்செலுத்துவாய் ஆயினை எனக் கூறியதுமாம்.

203. நொச்சிமனைப் பெண்டு!

பாடியவர்: கபிலர். **திணை:** பாலை. **துறை:** மகட்போக்கிய செவிலி சொல்லியது எனவும் பாடம்.

(மகள் தன் காதலனுடன் உடன்போக்கிலே சென்று விட, அதனால் வாடியிருக்கும் தாய், இப்படி எல்லாம் நினைக்கின்றாள். முன் ஊரவர் கூறிய அலரும், அதனை அவளிடம் கேட்டால் அவள் நாணு வள் எனத் தான் கேளாதிருத்தமையும், அவள் நினைவுத் திரையிலே தோன்றுகின்றன. 'வழியிடையே செல்லும் அவர்களுக்கு விருந்து வைத்து இன்புறுத்த, யானும் அவ்விடத்திலே அவர்கட்கு முற்படச் சென்று இருப்பேனாக' என்று கருதுகின்றாள் அவள்.)

'உவக்குநள் ஆயினும், உடலுநள் ஆயினும்,
யாய் அறிந்து உணர்க' என்னார், தீவாய்
அலர்வினை மேவல் அம்பற் பெண்டிர்,
'இன்னள் இனையள், நின்மகள்' எனப் பல்நாள்
எனக்கு வந்து உரைப்பவும், தனக்குஉரைப்பு அறியேன்.
'நாணுவள் இவள்' என, நனிகரந்து உறையும்
யான்இவ் வறுமனை ஒழிய, தானே,
'அன்னை அறியின், இவணுறை வாழ்க்கை
எனக்கு எளிது ஆகல் இல்' எனக், கழற்கால்
மின்னொளிர் நெடுவேல் இளையோன் முன்னுறப்,
பன்மலை அருஞ்சுரம் போகிய தனக்கு, யான்
அன்னேன் அன்மை நன்வா யாக,
மான் அதர் மயங்கிய மலைமுதல் சிறுநெறி
வெய்து இடையுறாஅது எய்தி, முன்னர்ப்
புல்லென் மாமலைப் புலம்புகொள் சீறூர்,
செல்விருந்து ஆற்றித், துச்சில் இருத்த,
நுனை குழைத்து அலமரும் நொச்சி
மனைகெழு பெண்டுயான் ஆகுக மன்னே!

கொடிய வாயினரான, அலர் கூறுதலையே தொழிலாகக் கொண்டு, அதன் பால் விருப்புற்றுப் புறங்கூறித் திரியும் பெண்டிர் கள், 'மகிழ்ச்சியடைவாள் என்றாலும் வருத்தமடைவாள் என்றாலும் அதனை அவள் தாயே ஆராய்ந்து உணர்வாளாக' என்று கருதித், தாம் வாயடக்கி இருக்க மாட்டார்கள். ''நின் மகள் இப்படிப்பட்ட தன்மை உடையவள்: இப்படிப்பட்ட ஒழுக்கம் உடையவள்!'' என்று, பலநாளும் எனக்கு வந்து சொல்லுவார்கள்.

அதனைக் கேட்டும், 'இவள் நாணங் கொள்வாளே' என்று எண்ணி, அவளுக்குச் சொல்லவும் செய்யாதவளாக இருந்தேன். அவள் உள்ளம் வருந்துமென, அப்படி மிகவும் அலரினை மறைத்து வாழ்ந்த யான், இந்த வறிய மனையிலே தனித்து ஒழிந்துவிட, அவளோ அவனுடன் போயினள்.

என் மகள், 'தாய் அறிந்தால் இங்கு வாழும் வாழ்க்கை எளிதா யிருப்பது இல்லை' என்று எண்ணியவளாக, கழல் தரித்த காலையும், மின்னொளி பரப்பும் நீண்டவேலையும் உடைத்த இளையோன் தன் முன்னே செல்லத், தான் அவனைப் பின்தொடர்ந்து செல்பவர்களாகப், பல மலையடுக்குகளை உடைய காட்டின் வழியாகவும் சென்றனள்.

அவளுக்கு, யான் அப்படிப்பட்டவள் அல்லாமை நன்கு வெளிப் படுமாறு செய்தல் வேண்டும். விலங்குகள் சென்ற தடங்கள் ஒன்றுடன் ஒன்று பின்னிக் கிடக்கும் மலையடிலேயுள்ள ஒடுக்கமான பாதை களிலே, அவளுக்கு முன்னரே சென்று, இடையூறு ஏற்படாதவாறு, அவளுக்கு முன்னரே சென்று பொலிவு இழந்திருக்கும் பெரிய மலை யைச் சார்ந்த தனிமை கொண்ட சிறிய ஊரிலே, வரும் விருந்தாக அவர்களை ஏற்று உண்பித்துத் தங்குமிடத்திலும் இருத்தி உதவுவேன். அதற்கு,

முனைகள் தளிர்களுடன் அசைந்தாடும் நொச்சி சூழ்ந்த மனைக்குரிய பெண்டாக யானும் சென்று ஆவேனாகுக!

என்று, மகட்போக்கிய செவிலித்தாய் சொல்லியவளாக வருந்தி யிருந்தாள் என்க.

சொற்பொருள்: 1. உடலுநள்-வருந்துபவள். 2. தீவாய்-கொடுமை கூறும் வாய். 7. வறுமனை- செல்வமகள் இல்லாததால் வறுமனையாயிற்று. 13. நன் வாயாக -உண்மை தோன்ற. 14. மான்-விலங்கு. 16. செல்விருந்து - வழிப்போக்கரான புதியவர்க்கு அளிக்கும் விருந்து.

விளக்கம்: தன் மகள் நாணுவாள் எனத் தான் அலர் பற்றிக் கேளாதிருந்த தன்மையை உணராது, அவள் 'தாய் அறிந்தாள் கோபிப் பாள்' எனச் சென்ற பேதைமையைத்தாய் எண்ணிக் கலங்குகிறாள் அவர்களுடைய உடன்போக்கிலே, இடையிடையே அவர்கள் தங்கி இளைப்பாறிச் செல்ல, விருந்தாற்றி மகிழும் வண்ணம் செல்ல மாட் டோமா எனவும் துடிக்கிறாள்.

பாடபேதங்கள்: 2. உணர.

204. மிக விரைந்து செல்க!

பாடியவர்: மதுரைக் காமக்கணி நப்பாலத்தனார். **திணை:** முல்லை. **துறை:** வினை முற்றிய தலைமகன் தேர்ப்பாகற்குச் சொல் லியது. **சிறப்பு:** வாணனின் சிறு குடியினது வளம். (பண்ணனின் சிறு குடி எனவும் பாடம்); பாண்டியனின் போர் வெற்றி.

(பாண்டியனுக்குப் படைத்துணையாகச் சென்ற தலைவன் ஒருவன், போர் வெற்றியுடன் முடிந்ததும், தன் தலைவியின் நினைவு

மீதூறத் தன் பாகரிடம் தேரினை விரையச் செலுத்துகவென இப்படிச் சொல்லுகிறான்.)

உலகுடன் நிழற்றிய தொலையா வெண்குடைக்,
கடல்போல் தானைக், கலிமா வழுதி
வென்றுஅமர் உழந்த வியன்பெரும் பாசறைச்
சென்றுவினை முடித்தனம் ஆயின், இன்றே
கார்ப்பெயற்கு எதிரிய காண்தகு புறவில்,
கணங்கொள் வண்டின் அம்சிறைத் தொழுதி
மணங்கமழ் முல்லை மாலை ஆர்ப்ப,
உதுக்காண் வந்தன்று பொழுதே; வல்விரைந்து,
செல்க, பாக! நின் நல்வினை நெடுந்தேர்-
வெண்ணெல் அரிநர் மடிவாய்த் தண்ணுமை
பன்மலர்ப் பொய்கைப் படுபுள் ஓப்பும்
காய்நெல் படப்பை வாணன் சிறுகுடித்
தண்டலை கமழும் கூந்தல,
ஒண்தொடி மடந்தை தோள்இணை பெறவே.

உலகம் முழுவதற்குமாக ஒருங்கேநிழல் செய்து கொண்டிருக்கும் கெடாத வெண்கொற்றக் குடையினை உடையவன்; கடல் போன்ற தானைப் பெருக்கத்தையும், செருக்குடைய குதிரைப் படையினையும் உடையவன், பாண்டியன். போரிலே வெற்றியுடன் அமரினைச் செய்து முடித்து, அந்த மகிழ்வினாலே களித்திருப்பது அவனுடைய அகன்ற பெரிய பாசறை. அதனிடத்தே சென்று விடை பெறுவதான செயலையும் நாம் முடித்துவிட்டோம். அதனால்,

கார்மழை பெய்ததனால் எதிர்ப்பட்டுக் காட்சிக்கு இனிதாகக் காடும் விளங்கும்; தொகுதி கொண்டுவரும் வண்டினங்களின் அழகிய சிறகினையுடைய கூட்டங்கள், மணம் கமழுகின்ற முல்லை மலர் களிலே, மாலைப் பொழுதிலே, மொய்த்து ஆரவாரித்துக் கொண்டு மிருக்கும். நாம் திரும்புவதற்கான பொழுது வந்துவிட்டதனை அதோ நீயும் பாராய்! அதனால்,

வெண்மையான நெல்லினை அரிவோர் முழக்கும், தோல் மடங்கிய ஓரங்களையுடைய தண்ணுமையின் ஒலியானது, பல்வகை மலர்களையுடைய பொய்கையிலே தங்கியிருக்கும் பறவைகளை எல்லாம் ஓட்டும், விளைந்த நெற்பயிர் செறிந்த வயல்களையுடையது வாணனது சிறுகுடி என்னும் ஊர். அவ்வூரிலுள்ள குளிர்ந்த சோலை யினைப் போல மணக்கும் கூந்தலையும், ஒளிபொருந்திய வளையல் களையும் உடைய எம் தலைவியின் தோள்களை, யாம் சென்று தழுவு தலைப் பெறுவதற்கு, இன்றே, பாகனே, நின்னுடைய நல்ல தொழில் திறம் உடைய நெடுந்தேர் மிகவும் விரையச் செல்வதாக!

என்று, வினைமுற்றிய தலைமகன் தேர்ப்பாகற்குத் தேரை விரையச் செலுத்துமாறு கூறினாள் என்க.

சொற்பொருள்: 1. தொலையா-கெடாத.2. தானை-காலாட் படை. கலிமா - செருக்குடைய குதிரைப் படை. 4. வினைமுடித்தனம்-பாண்டியனிடம் விடைபெற்று வருதலான வினையை முடித்து விட் டோம். 5. எதிரிய- எதிரிட்டுத் தோன்றிய. புறவு-காடு. 6. கணங்கொல் - தொகுதி கொள்ளும். 10. மடிவாய்-மடிந்தவாய்; தண்ணுமையின் தோல் மடிந்திருப்பதனால் சொல்லப்பட்டது. 12. வாணன் - ஒரு குறுநிலத் தலைவன்; பண்ணன் என்பது வேறு பாடம்.

உள்ளுறை: முல்லை மலரிலே வண்டினம் மாலைக் காலத் திலே மொய்க்கச் சென்றதைக் கூறினான், கார்காலம் வந்தனையும், தானும் தன் காதலியுடன் கூடி இன்புறும் நினைவுடையவனாகிய நிலையினையும் குறிப்பாகக் காட்டுதற்கு.

பாடபேதங்கள்: 3. வேத்தமர் உழந்த. 12. பண்ணன் சிறுகுடி.

205. எளிதாக அடைக!

பாடியவர்: நக்கீரர். **திணை:** பாலை. **துறை:** தலைமகன் பிரிவின்கண் வேறுபட்ட தலைவி, வற்புறுக்குந் தோழிக்குச் சொல் லியது. **சிறப்பு:** கோசரை வென்ற பொலம்பூண் கிள்ளியின் காவிரிப் பூம்பட்டினத்துச் சிறப்பு.

(தலைமகன், பிரிந்து சென்றவன், குறித்த காலம் வந்தும் வாராததனால், தலைவி வாடி வருத்தமுற்று மெலிவுற்றனள். அது கண்டு, அவளுடைய தோழி, அவளை ஆற்றியுரைப்பது கருதிச் சில பல சொல்லத், தலைவி, இவ்வாறு தன் தோழிக்குத் தன் நிலை யைக் கூறுகின்றாள்.)

‘உயிர்கலந்து ஒன்றிய தொன்றுபடு நட்பின்
செயிர்தீர் நெஞ்சமோடு செறிந்தோர் போலத்,
தையல்! நின்வயின் பிரியலம் யாம்’ எனப்
பொய்வல் உள்ளமொடு புரிவுஉணக் கூறி,
துணிவில் கொள்கையர் ஆகி, இனியே
நோய்மலி வருத்தமொடு நுதல்பசப் பூர
நாம்அழத் துறந்தனர் ஆயினும், தாமே
வாய்மொழி நிலைஇய சேண்விளங்கு நல்லிசை
வளங்கெழு கோசர் விளங்படை நூறி,
நிலங்கொள வெஃகிய பொலம்பூண் கிள்ளி,
பூவிரி நெடுங்கழி நாப்பண், பெரும்பெயர்க்
காவிரிப் படப்பைப் பட்டினத் தன்ன

செழுநகர் நல்விருந்து அயர்மார், ஏமுற
விழுநிதி எளிதினின் எய்துக தில்ல-
மழைகால் அற்சிரத்து மாலிருள் நீக்கி,
நீடுஅமை நிவந்த நிழல்படு சிலம்பில்;
கடாஅ யானைக் கவுள்மருங்கு உதிர
ஆம்ஊர்பு இழிதரு காமர் சென்னி,
புலிஉரி வரியதள் கடுப்பக், கலிசிறந்து,
நாட்பூ வேங்கை நறுமலர் உதிர,
மேக்குஎழு பெருஞ்சினை ஏறிக் கணக்கலை
கூப்பிடூஉ உகளும் குன்றகச் சிறுநெறிக்
கல்பிறங்கு ஆரிடை விலங்கிய
சொல்பெயர் தேஎத்த சுரன் இறந்தோரே.

உயிர்கள் ஒன்று கலந்து இணைந்த, பழைமையாக வரும் தொடர்ந்த நட்பினாலே, குற்றமற்ற காதல் நெஞ்சத்துடனே, நம்மோடு இணைந்திருந்தவர் போலப், 'பெண்ணே! நின்னிடத்தே இருந்து யாம் என்றும் பிரியோம்' என்று, பொய்மையிலே வல்லமையுடைய தம் உள்ளத்துடனே யாம் விரும்புமாறு கூறி, அன்று எம்மைத் தலையளி செய்தவரும் அவரே. இனி, அந்த உறுதியானது இல்லாமற்போன கொள்கையினராகிப், பிரிவுத் துன்பமானது அதிகமாகிய வருத்தத் துடன் நம்நெற்றியிலே பசலை படரவும், நாம் அழவுமாக, நம்மைப் பிரிந்தும் சென்றனர். என்றாலும்,

மழைப் போலப் பனி பெய்துக்கொண்டிருக்கும் முன்பனிக் காலத்தின் மயங்கிய இருளும் நீங்கியது; நீண்ட மூங்கில்கள் உயர மாக வளர்ந்துள்ள நிழல்பொருந்திய மலைச்சாரலிலே, மதயானை யின் கன்னத்தின் பக்கத்தைப் போல விருப்பமூட்டும் மலையுச்சி களிலே இருந்து, நீரும் ஊர்ந்து இறங்கிக் கொண்டிருக்கிறது. அவ் விடத்தே, புலியினின்றும் உரித்த வரிகளையுடைய தோலைப் போன்று விளங்கும், மணநாளிலே பூக்கும் வேங்கையின் நறுமண முடைய மலர்கள் உதிருமாறு, செருக்குமிகுந்த, அந்த வேங்கையினது மேனோக்கி உயர்ந்து எழுந்த பெரிய கிளையிலே, கூட்டமான ஆண் குரங்குகள் ஏறித், தம்முடைய பெண் குரங்குகளைக் கூப்பிட்டுத் தாவிக் கொண்டுமிருக்கும். அத்தகைய, குன்றிடையேயுள்ள ஒடுங்கிய நெறியாகிய, கற்கள் விளங்கும் அரிய இடங்கள் குறுக்கிட்ட அதனை யும் கடந்து, மொழிவேறுபட்ட தேயங்களுக்கும் சென்றவர் அவர்.

சொன்ன சொல்லிலே நிலைப்பெற்ற உறுதியுடைய, நெடுந் தொலைவுக்கு விளங்கும் புகழையும் உடைய, வளமிக்க கோசர்களது விளக்கமுற்ற படைகளை அழித்து, அவர்களுடைய நாட்டையும் கைக்கொள்ள விரும்பியவன், 'பொலம் பூண்கிள்ளி' என்பவன்

அவனுடைய, நெய்தற் பூக்கள் விரிந்து மணம் பரப்பும் நீண்ட கழியின் நடுவே, தோட்டக் கால்களையுடைய பெரும் புகழ்பெற்ற காவிரிப்பூம் பட்டினத்தைப் போன்ற செழுமையான நம் வீட்டிலே, நல்ல விருந்து செய்வதற்கு இன்பம் உண்டாகுமாறு, சிறந்த பொருள் களை அவர் சென்றவிடத்திலே எளிதாக அடைவாராக!

என்று, தலைமகன் பிரிவின்கண் வேறுபட்ட தலைவி வற்புறுக்கும் தோழிக்குச் சொன்னாள் என்க.

சொற்பொருள்: 1. உயிர் கலத்தல்- முன் பற்பல பிறவிகளினும் கணவன் மனைவியராக இணைந்து வாழ்ந்த உயிரின் கலப்பு; இதனை உழுவலன்பு என்பர். ஒன்றிய - ஒன்றுபட்ட, தொன்றுபடு நட்பு- பழைமையாக வருகின்ற தொடர்பு. 2. செயிர்-குற்றம். செறிந்தோர்- கலந்தவர். 4. பொய்வல் உள்ளம்-உள்ளத்திலே ஒன்றைக்கொண்டு வெளியே ஒன்றாகப் பேசும் உள்ளம் . 6. கொள்கை-குறிக்கோள். 8. சேண் விளங்குதல்-தொலை தூரங்கட்கும் பரவியிருத்தல். 9. நூறி-அழித்து. 10. வெஃகிய-கவர்ந்த. பொலம்பூண்-பொன்னாலான பூண். கிள்ளி-சோழன். 11. நாப்பண்- நடுவிடத்தே. 12. படப்பை- தோட்டக் கால்கள். 14. விழுநிதி-சிறந்த செல்வம். அற்சிரம்-முன்பனி 17. கவுள்-கன்னம். கடா அயானை -களிற்று யானை. 20. நாட்பூ- புதுப்பூ; அன்று மலர்ந்த பூ. 21. மேக்கெழு-மேனோக்கி எழுந்த.

விளக்கம்: கார்காலத்து வருவதாக உறுதிகூறிப் பிரிந்தவன், முன்பனிக்காலம் வந்தும் வந்தானில்லையே என்ற ஏக்கம், அவள் சொற்களிலே இழையோடினாலும், 'நம்மை வருந்தவிட்டுச், சொல்லும் பொய்த்துப் பிரிந்தனர் என்றாலும், பொருளாயினும் அவருக்கு எளிதிலே வாய்ப்பதாக' என்று சொல்லுகிறாள். அது அவள் ஆற்றியிருப்பாள் என்பது படச் சொன்னது போலத் தோன்றினும், அவளுடைய ஆற்றாமையின் மிகுதியையே உரைத்ததாகும்.

பாடபேதங்கள்: 5. துனியில் கொள்ளையர். 18. வாழூர்பு இழியும். 22. குன்றச் சிறுநெறி.

206. என்ன சொல்லப்படுமோ?

பாடியவர்: மதுரை மருதனிள நாகனார். **திணை:** மருதம். **துறை:** வாயில் வேண்டிச் சென்ற விறலிக்குத் தலைமகள் வாயின் மறுத்தது.

(பரத்தையின் உறவிலே திளைத்திருந்த தலைவன், தன் மனைவியின் மேலெழ, அவளிடம் திரும்புவதற்கு விரும்புகின்றான். தன் செயலால் அவள் ஊடிச் சினங்கொண்டிருப்பாள் என்பதை அவனும் அறிவான். ஆகவே, விறலியை முதலில், தூதனுப்பத், தலைவி அவளிடம் இப்படிக் கூறுகிறாள்.)

என்னெனப் படுங்கொல்- தோழி! -நல்மகிழ்ப்
பேடிப் பெண்கொண்டு! ஆடுகை கடுப்ப
நகுவரப் பணைத்த திரிமருப்பு எருமை
மயிர்க்கவின் கொண்ட மாத்தோல் இரும்புறம்,
சிறுதொழிலின் மகாஅர் ஏறிச், சேணோர்க்குத்

துறுகல் மந்தியின் தோன்றும் ஊரன்,
மாரி ஈங்கை மாத்தளிர் அன்ன
அம்மா மேனி, ஆயிழை, மகளிர்
ஆரந் தங்கிய அலர்முலை ஆகத்து
ஆராக் காதலொடு தாரிடை குழைய,

முழவுமுகம் புலரா விழவுடை வியனகர்
வதுவை மேவலன் ஆகலின், அது புலந்து
அடுபோர் வேளிர் வீரை முன்றுறை,
நெடுவெள் உப்பின் நிரம்பாக் குப்பை,
பெரும் பெயற்கு உருகி யா அங்குத்
திருந்திழை நெகிழ்ந்தன, தடமென் தோளே!

தோழி! நல்ல களிப்புடனே பேடிப்பெண்ணின் வேடத்தைப் பூண்டு கூத்தர்கள் ஆடுவார்கள். அப்படி ஆடும்போது கைகளைப் பின்னாக மேல்நோக்கி வளைத்து அவர்கள் அபிநயமும் செய்வார்கள். அப்படி வளைந்து மேலே நோக்கியதாகப் பின்புறம் விளங்கும் அவர்களின் கைகளைப்போல எருமையின் கொம்புகள் பின்னாக வளைந்தனவாய் விளங்கும். விளக்கமுறப் பொருத்தும் முறுக்குண்டதாகவும் அக் கொம்புகள் காணப்படும். அத்தகைய எருமையினது மயிரோடு அழகு பெற்றுத் தோன்றும் கரிய தோலினையுடைய முழவுகளின் பெரிய முதுகிலே, ஏவியச் சிறுதொழில்களைச் செய்யும் சிறுவர்கள் ஏறி விளையாடிக் கொண்டிருப்பார்கள். அது தூரத்திலிருப்பவர்களுக்கு, உருண்டைக் கல்லின் மேலே இருக்கும் மந்திகளைப் போலத் தோன்றும். அத்தகைய வளமான ஊருக்கு உரியவன் நம் தலைவன்.

மாரிக்காலத்திலே விளங்கும் ஈங்கைச் செடியின் சிறந்த தளிரினை போன்ற, அழகிய மாமை நிறத்தினையுடைய மேனிவனப்பையும், ஆய்ந்த ஆபரணங்களையும் உடையவர் பரத்தையர்கள், முத்தாரத்தைத் தாங்கியிருக்கும் பூரித்த முலைகளையுடைய அவர்களது மார்பகத்தே, ஆராத காதலுடனே தழுவலின், தார் இடையிலே பட்டுக் குழையுமாறு, முழவின் ஒலி ஒய்தலில்லாத, விழவினையுடைய அவரது பெரிய மனையிலே மணத்தினைப் பொருந்தியவனாயினான் அவன். ஆதலினால்,

அவனோடு மீண்டும் கூடிக் கலந்து வாழும் செயலினை யானும் வெறுத்தேன். வேளிர்கள், போரிலே வெற்றி காணும் ஆற்றல்

உடையவர்கள். அவர்கட்கு உரியது வீரை முன்துறை என்னும் இடம் அதன்கண், உப்பின் அளவற்ற குவியல்கள் வெண்மையாக நெடுகக் கிடக்கும். பெருமழைக்கு அவை கரைந்து ஓடினாற் போல, எனது பரந்த மென்மையான தோள்களும் வளமழிந்து மெலிந்தன. அதனால் திருத்தமான என் தோள் வளைகளும் நெகிழ்ந்தன. இனி என் நிலைமை என்னவென்று ஊரிற் சொல்லப்படுமோ? யானே அறியேன்!

என்று, வாயில் வேண்டிச் சென்ற விறலிக்குத் தலைமகள் சொன்னாள் என்க.

சொற்பொருள்: 2. பேடிப் பெண் கொண்டு - பேடியாகப் புனைந்து ஆடும் பேடிக்கூத்து. 3. நகுவர-வணங்குதலுற. 4. இரும் புறம் - பெரிய புறமும் ஆம். 5. சிறுதொழில் மகாஅர்-குற்றேவல் செய்யும் சிறுவர்கள். 6. துறுகல்-வட்டக்கல். 7. ஈங்கை -ஈங்கைச்செடி. 9. அலர் முலை - பணைத்துப் பெருத்த முகிழ்ந்த முலைகள். 12. வதுவை மேவலன்- மணம் பொருந்துதலை உடையவன். 14. நிரம் பாக் குப்பை- அளவற்ற குவியல்கள்: விளையாத குவியல்களுமாம். உப்பு எடுத்து இவ்வளவு காலங்கழித்தே பயன்படுத்தலாம் என்ற நியதியுண்டு; அதுவரை அதனைக் கடற்கரையிலே குவித்து வைத்து இருப்பார்கள்; அவையே நிரம்பா உப்பு ஆகும். 15. உப்பு உருகி யாங்கு-உப்பு கரைந்து போதலைப் போல. 16. திருந்திழை-திருத்த மான ஆபரணங்கள்.

விளக்கம்: அவன், பரத்தையரோடு கூடி மகிழும் ஆரவாரம் ஓயாமல் கேட்கின்றதனால், அவனோடு சேர்வதையே நான் வெறுத் தேன் என்றனள். உப்புக் கரைதல் போல அவள் நலன்களும் அழிந்தன என்க.

பாடபேதங்கள்: 3. நகுவரப் படைத்த. 4. மயிர் கவின். 5. சேணார்க்கும்.

207. முகவை உண்டாளோ?

பாடியவர்: மதுரை எழுத்தாளன் சேந்தம்பூதனார். **திணை**: பாலை. **துறை**: மகட்போக்கியதாய் சொல்லியது. மகட்போக்கிய செவிலி சொல்லியது எனவும் பாடம்.

(தன் மகள் தலைவனுடன் உடன்போக்கிலே சென்றுவிட்ட வருத்தம் தாளாது புலம்பும் தாய், 'அவள் அந்த வேனிற் காட்டிலே வேட்கையால் வாடி வருந்துவாளே' எனவும் நினைக்கின்றாள். தேனும் பாலும் கலந்து வேண்டி வேண்டி ஊட்டவும் உண்ணாது ஒதுக்கும் தன் மகளின் பழைய நிலையும், தலைவன் வறண்ட கூவலைத் தோண்ட அதன் பால் கிடைத்த உவர்நீரை வியர்த்துக் களைத்துக் குடித்துவிடாய் தீரும் தன் மகளின் புதிய நிலையும், தாயின் மனக் கண்முன் தோன்ற, அவள் இப்படிக் கூறுகின்றாள்.)

அணங்குடை முந்நீர் பரந்த செறுவின்
உணங்குதிறம் பெயர்ந்த வெண்கல் அமிழ்தம்
குடபுல மருங்கின் உய்ம்மார், புள்ளோர்த்துப்
படைஅமைத்து எழுந்த பெருஞ்செய் ஆடவர்
நிரைப்பரப் பொறைய நரைப்புறக் கழுதைக்
குறைக்குளம்பு உதைத்த கற்பிறழ் இயவின்,
வெஞ்சுரம் போழ்ந்த அஞ்சுவரு கவலை,
மிஞிறுஆர் கடாஅம் கரந்துவிடு கவுள,
வெயில்தின வருந்திய, நீடுமருப்பு ஒருத்தல்
பிணரழி பெருங்கை புரண்ட கூவல்
தெண்கண் உவரிக் குறைக்குட முகவை,
அறனிலாளன் தோண்ட, வெய் துயிர்த்துப்,
பிறைநுதல் வியர்ப்ப, உண்டனள் கொல்லோ-
தேம்கலந்து அளைஇய தீம்பால் ஏந்திக்
கூழை உளர்ந்து மொழிமை கூறவும்,
மறுத்த சொல்லள் ஆகி,
வெறுத்த உள்ளமொடு உண்ணா தோளே!

அச்சம் உடைய கடல் நீர் பாய்ந்து, உப்பு வயல்களிலே காய்ந்து வெம்மையால் தம்மை மாறி உப்பாகிய வெண்கல்லான அமிழ்தினை, மேற்குத் திசைப் பகுதிகளுக்கு விற்பனைக்குக் கொண்டு செல் வார்கள். அப்படிச் செல்லுவதற்கான நல்ல நிமித்தமும் பார்த்துப், பாதுகாவலுக்குப் படைத்துணையும், அமைத்துக் கொண்டு, பெரிய செயலாற்றலையுடைய ஆடவர்கள் எழுவார்கள். அவர்களுடைய, அடுக்கிய உப்பு மூட்டைகளைச் சுமந்து செல்லும் வெண்மையான முதுகினையுடைய கழுதைகளின் தேய்ந்த குளம்புகள் உதைத்த லால், கற்கள் தடம்புரண்டு கிடக்கும் நிலையினையுடையன, கொடிய பாலைநிலத்து வழிகள். அவ்வழிகள் பாலைநிலத்தை ஊடறுத்துச் செல்வன போன்றும் விளங்கும்.

வண்டுகள் மொய்க்கும் மதநீரும் தன் கன்னங்களில், இல்லாது போன, வெயில் வருத்துதலால் வருத்தங்கொண்ட, நீண்ட கொம்பு களையுடைய களிறானது, சருச்சரை அழிந்த தன் பெரிய கையினாலே துழாவிப் பார்த்துச் சென்றுள்ள கிணற்றிலே, அறனற்றவனான அவள் காதலன், தோண்டத் தெளிவாக ஊறிவரும் உவர் நீரை குறைக்குட மாகவே முகந்து, எடுக்க வேண்டும்.

தேனைக் கலந்து அளாவிய இனிய பாலை ஏந்திக்கொண்டு, கூந்தலைக் கோதியும், நயமான சொற்களைச் சொல்லியும், உண்ண மறுத்துப் பேசுபவளாகி, அதனையும் வெறுத்த உள்ளத்துடன் முன்னர் உண்ணாதிருப்பவள் எம் மகள்.

அவள் வெம்மையால் நெடுமூச்செறிந்து, பிறை போன்ற தன் நெற்றியும் வியர்ப்ப, அந்த நீரையும் எங்ஙனம் தான் பருகினாளோ?

என்று மகட்போக்கிய தாய் தனக்குட் சொல்லி வருந்தினாள் என்க.

சொற்பொருள்: 1. அணங்கு-கண்டோரை அழகால் மயக்கிக் கொள்ளும் பெண் தெய்வம்; ஆகவே, அணங்குடை முந்நீர்-அச்சந் தரும் கடல் எனவும் கொள்ளலாம். செறு-வயல்; உப்புப் பாத்திகள் என்பர். 3. புள்ளோர்த்தல்-படுபட்சிப் பார்த்தல்' என இந்நாள் வழங்கும் நிமித்தம் பார்த்தல். 5. பொறைய-சுமையுடையன. 10. பிணர் - சருச்சரை. 11. முகவை-முகக்கப்பட்ட நீர். 13. அறன் இலாளன்- அவள் காதலன்; அவளை அங்ஙனம் கொண்டு வருத்தியும் செய்த செயல் குறித்துக் கூறியது. 15. கூழை-கூந்தல். மொழிமை - நயமான மொழிகள்: மோழைமை பாடமானால், பணிமொழிகள்.

208. உப்புச் சிறை!

பாடியவர்: பரணர். **திணை:** குறிஞ்சி. **துறை:** புணர்ந்து நீங்கும் தலைமகன் தன் நெஞ்சிற்குச் சொல்லியது. **சிறப்பு:** வெளியன் வேண்மான் ஆஅய் எயினன் பாழிப் பறந்தலையிலே நன்னனோடு போரிட்டு வீழ்ந்ததும், துயருற்ற வேண் மகளிருக்கு அவன் அருளாது போக, அகுதை, அவர்களது துயர் ஒழித்ததும் ஆகிய செய்திகள்.

(தன் தலைவியைக் களவிலே கூடி மகிழ்ந்து நீங்கும் தலை மகன், அவளுடைய சிறந்த தன்மைகளையும், அவளைத் தான் கூடிய பேற்றையும் நினைந்து, இவ்வாறு அவளைப் போற்றி உரைக்கின் றான்.)

யாம இரவின் நெடுங்கடை நின்று,
தேமுதிர் சிமையக் குன்றம் பாடும்
நுண்கோல் அகவுநர் வேண்டின், வெண்கோட்டு
அண்ணல் யானை ஈயும் வண்மகிழ்
வெளியன் வேண்மான் ஆஅய் எயினன்,

அளிஇயல் வாழ்க்கைப் பாழிப் பறந்தலை,
இழையணி யானை இயல்தேர் மிஞிலியொடு
நண்பகல் உற்ற செருவில் புண்கூர்ந்து,
ஒள்வாள் மயங்குஅமர் வீழ்ந்தெனப், 'புள்ஒருங்கு
அங்கண் விசும்பின் விளங்கு ஞாயிற்று

ஒண்கதிர் தெறாமை, சிறகரிற் கோலி,
நிழல்செய்து உழறல் காணேன், யான் எனப்
படுகளம் காண்டல் செல்லான், சினஞ் சிறந்து,

உருவினை நன்னன், அருளான் கரப்பப்,
பெருவிதுப் புற்ற பலவேள் மகளிர்
குரூஉப்பூம் பைந்தார் அருக்கிய பூசல்,
வசைவிடக் கடக்கும் வயங்குபெருந் தானே
அகுதை களைதந் தாங்கு, மிகுபெயல்
உப்புச்சிறை நில்லா வெள்ளம் போல,
நாணுவரை நில்லாக் காமம் நண்ணி
நல்கினள், வாழியர், வந்தே-ஓரி
பல்பழப் பலவின் பயங்கெழு கொல்லிக்
கார்மலர் கடுப்ப நாறும்,
ஓர்நுண் ஓதி மாஅ யோளே!

'வெளியன் வேண்மான் ஆஅய் எயினன்' என்பான். பெரிதும் வள்ளன்மை நிறைந்த உள்ளம் உடையவன். இரவின் கடையாமத் திலே யானாலும், அவனுடைய நீண்ட கடைவாயிலிலே சென்று நின்று, தேன் முதிர்ந்த அவனுடைய மலையுச்சிகளைக் கொண்ட குன்றத்தைப்போற்றிப்பாடும் சிறிய பிரப்பங்கோலையுடைய அகவுநர் கள் விரும்பினால், வெண்மையான கொம்புகளையும், தலைமைச் செருக்கையுமுடைய யானையானாலும், அவருக்குக் கொடுத்து, அந்த வள்ளன்மையிலே மகிழ்வும் கொள்பவன் அவன். அத்துடன், அனைத்து உயிர்களிடத்தும் அருள் பொருந்தும் வாழ்க்கையினையும் உடை யவன். நெற்றிப் பட்டம் அணிந்த யானைகளையும், விரைந்து செல்லும் தேரினையும் உடைய மிஞிலி என்பவனோடு, பாழிப்பறந்தலை என்னுமிடத்திலே அவன் செய்த போரிலே, நண்பகற் பொழுதிலேயே, ஒள்ளிய வாட்படை மயங்கிய போரினாலே புண்பட்டு அவன் மடிந்து வீழ்ந்தான்.

அழகிய இடத்தையுடைய வானத்திலே விளங்கும் ஞாயிற் றினது ஒளியுடைய கதிர்கள், அவன் உடலைக் காய்ந்து வருத்தாமற் பொருட்டுப் பறவைகள் எல்லாம் ஒன்றாகக் கூடித், தம் சிறகுகளால் பந்தரிட்டு நீழல்செய்து காத்தன. 'அதனை என் கண்ணால் யான் காணமாட்டேன்' என்று படுகளம் காண்பதற்கும் சொல்லாதவனாகச், சினம் மிகுந்தவனாக, அச்சமூட்டும் போர்த்தொழிலனான நன்னன் என்பான். உள்ளத்திலே அருள் இல்லாதவனாக, எங்கோ சென்று மறைந்து கொண்டான்.

மிகவும் வருத்தமுற்று வந்த வேளிர் மகளிர்கள் பலரும், விளங்கிய பூக்களாகிய தம் அழகிய மாலைகளைப் பிய்த்தெறிந்து, அக் களத்திலே அழுது கலங்கினர். அவர்களுடைய வருத்த மிகுதி யைப், பழிநீங்க மாற்றார் படையினை வெல்லும், விளங்குகின்ற பெரிய சேனையையுடைய அகுதை என்பவன் சென்று நீக்கினான். அதுபோல,

ஓரி என்பானது பல பழங்கள் தூங்கும் பலாமரங்களின் பயன் நிறைந்துள்ள கொல்லிமலையிலே, பூக்கும் கார்காலத்துப் பூக்களைப் போன்ற, நறுமணமுடைய அழகும் மென்மையுமுடைய கூந்தலினளும் மாமை நிறத்தினளுமான நம் தலைவியும், உப்பினால் அடைத்த விடத்து அந்தத் தடையினால், கட்டுப்பட்டு நில்லாது உடைத்துக் கொண்டு பெருகிச் செல்லும் பெருமழையின் வெள்ளத்தைப் போல, நாணத்தின் எல்லையிலே அடங்கிக் கட்டுப்பட்டு நில்லாத, காமத் தைப் பொருந்தியவளாயினாள். நம்பால் வந்து நமக்கு அருளும் செய்தனள். அவள் வாழ்வாளாக!

என்று, புணர்ந்து நீங்கும் தலைமகன் தன் நெஞ்சிற்குச் சொன் னான் என்க.

சொற்பொருள்: 1. யாம இரவு - இரவின் நடுச்சாமமும் ஆகும். நெடுங்கடை - நெடிய கடைவாயில். 2. தே முதிர் சிமையம் - தேன் முதிர்ந்திருக்கும் மலையுச்சிகள். குன்றம் பாடும்- குன்றத்தைப் போற்றிப் பாடும். 3. நுண்கோல்- சிறு பிரப்பங்கோல். 6. அளியியல் வாழ்க்கை-அருளோடு பொருந்திய வாழ்க்கை. 9. வாள்மயங்கு அமர் - வாள் ஒன்றுடன் ஒன்று மோதி மயக்கங் கொள்ளுகின்ற போர். 12. உழறல்-வட்டமிட்டுப் பறந்து கொண்டிருத்தல். 16. குரூஉப் பூம் பைந்தார்- விளங்கும் பூக்களால் ஆகிய அழகிய மாலை. அருக்கிய -சிதைத்த. 19. சிறை-அணை; தடை. 20. வரை-எல்லை. 24. ஏர்- அழகு. நுண்மை-மென்மை.

விளக்கம்: ஆய் எயினன் வீழந்தானாகக் கலங்கிய மகளிர்க்கு, அகுதை உதவிப் பழிதுடைத்தது போலக், காமத்தால் உளமழிந்த தனக்கும் அவள் வந்து தண்ணளி செய்தாள் என்றான். காமம் மீதூறும் போது, அதனைக் நாணத்தாலும் தடை செய்ய முடியாது என்ற கருத்தினை, 'நாண்வரை நில்லாக் காமம்' என்ற தொடர் சிறப்பான முறையிலே விளக்குவதாகும்.

அகுதை, நன்னன், வெளியன், வேண்மான் ஆய் எயினன் ஆகியோரின் வரலாறுகளை எல்லாம் பின்னிணைப்பிலே காண்க.

பாடபேதங்கள்: 11. தெருமற் சிறகரில். 12. காணெனச் சினைஇ. 16. தாராக்கிய. 17. வரைவிடக் கடக்கும். 20. நாணு வரை யில்லா.

209. நினையாது இருத்தலோ அரிதே!

பாடியவர்: கல்லாடனார். **திணை:** பாலை. **துறை:** பிரிவிடை வேறுபட்ட தலைமகளைத் தோழி வற்புறீஇயது: பிரிவிடை வேறு பட்ட தலைமகளை வற்புறுத்தும் தோழி சொல்லியது எனவும் பாடம். **சிறப்பு:** பாண்டியன் நெடுஞ்செழியனின் ஆலங்கானப் போர்; கள்வர் கோமான் புல்லியின் வேங்கட நெடுவரை; முள்ளூர்க்கு மன்னனான

காரி ஓரியைக் கொன்று கொல்லியைச் சேரர்களுக்குத் தந்தது; கொல்லிப் பாவையின் பேரழகு முதலியன.

(தலைமகனின் பிரிவினால் வாடி மெலிந்திருக்கும் தலைவிக் குந் தோழி, அவளை ஆற்றுவித்து அமைதி கொள்ளச் செய்வது கருதி இப்படி உரைக்கின்றாள். ‘எத்துணைச் செல்வமும் புகழும் பிறவும் பெற்றாலும், நின்னுடைய பேரெழிலை அவர் நினையாதிருத் தல் அரிது’ என்று சொல்லும் தோழியின் சொல் நயத்தினை இச் செய்யுளிற் காணலாம்.

‘தோளும் தொல்கவின் தொலைந்தன; நாளும்
அன்னையும் அருந்துயர் உற்றனள், அலரே,
பொன்னணி நெடுந்தேர்த் தென்னர் கோமான்,
எழுஉறழ் திணிதோள் இயல்தேர்ச் செழியன்,
நேரா எழுவர் அடிப்படக் கடந்த
ஆலங் கானத்து ஆர்ப்பினும் பெரிது என,
ஆழல் வாழி, தோழி! -அவரே,
மாஅல் யானை மறப்போர்ப் புல்லி
காம்புடை நெடுவரை வேங்கடத்து உம்பர்
அறைஇறந்து அகன்றனர் ஆயினும், நிறைஇறந்து
உள்ளார் ஆதலோ அரிதே-செல்வேல்
முள்ளூர் மன்னன் கழல்தொடிக் காரி
செல்லா நல்லிசை நிறுத்த வல்வில்
ஓரிக் கொன்று சேரலர்க்கு ஈத்த
செவ்வேர்ப் பலவின் பயங்கெழு கொல்லி,
நிலைபெறு கடவுள் ஆக்கிய,
பலர்புகழ் பாவை அன்னநின் நலனே.

தோழியே, நீ வாழ்வாயாக! ‘‘என் தோள்களும் தம்முடைய பழைய அழகு கெட்டுப்போயின. நாள்தோறும் அன்னையும் பொறுத் தற்கு அரிய துயரம் கொண்டவள் ஆயினாள். பொன் தகடுகள் வேய்ந்த நீண்ட தேரினையுடையவன் தென்னவர் கோமானாகிய பாண்டியன்; கணைய மரத்தினைப் போன்ற திரண்ட தோள்களையும் விரைந்து செல்லும் தேரினையும் உடையவனான அந் நெடுஞ்செழியன். தன்னைப் பகைத்த எழுவரையும் வேரோடு அழித்து வென்றனன். அன்று, அந்த ஆலங்கானத்திலே எழுந்த வெற்றி ஆரவாரத்தினும், இன்று நம் ஊரிலே எழுந்த பழிச்சொல் பெரிது’’ என்று கூறித், துயரத் திலே ஆழ்ந்து வருந்தாதிருப்பாயாக.

நம்முடைய தலைவரான அவர், மதம் கொண்ட யானைகளை யும், போர்வன்மையினையும் கொண்டவன். முள்ளூர் மன்னனாகிய

காரி என்பவன். அவன், கெடாத நல்ல புகழினை இவ்வுலகிலே நிலைப் பெறுத்திய, வில்லாற்றலிலே வன்மையுடையவனான ஓரியைக் கொன்று, சிவந்த வேர்களையுடைய பலாமரத்தின் பயன் நிறைந்த அவனுடைய கொல்லிமலையினைச் சேரலனுக்குத் தந்தான். அந்தக் கொல்லிமலையிலே, நிலைபெற்ற தெய்வத் தச்சனால், நிரூபிக்கப் பெற்ற, பலரும் புகழும் பாவை கொல்லிப்பாவை எனப்படும். அந்தக் கொல்லிப் பாவையைப்போன்ற நின்னுடைய அழகினைத் தம் முடைய உள்ளத்திலே நிறைவாகக் கொள்ளும் நிலையினைக் கடந்து, நின்னை நினையாதிருப்பவர் ஆதல், நம் தலைவர்பால் ஒருபோதும் இல்லையாகும்.

என்று, தலைமகனின் பிரிவிடை வேறுபட்ட தலைமகளைத் தோழி வற்புறீஇயினாள் என்க.

சொற்பொருள்: தொல்கவின்- தொன்மையான அழகு. எழு- கணைய மரம். திணிதோள்-திண்மையான தோள்கள். 5. நேரா எழுவர்- பகைத்து வந்த எழுவர்; இவர் விவரம் அகம் 36 ஆவது பாடலுள் காண்க. 6. ஆலங்கானம்-தலையாலங்கானம். 8. மாஅல் யானை- பெரிய யானையுமாம். 9. உம்பர்-அப்பால், 10. அறைகுன்று. நிறை-நிறைந்துள்ள தன்மை. 11. செவ்வேல்-பகைவரைக் கொன்று குருதிக் கறை படிந்துள்ள வேல். 16. கடவுளாகிய- கடவுட் கோலம் செய்த எனவும் ஆம்.

மேற்கோள்: இயற்பட மொழிந்து வற்புறுத்தற்கு இச்செய்யுளை, 'என்பு நெகப் பிரிந்தோன் வழிச்சென்று கடைஇ, அன்பு தலை யெடுத்த வன்புறைக் கண்ணும்' என்னும் பகுதிக் கண், 'நாற்றமும் தோற்றமும்' என்னுஞ் சூத்திர உரையிலே நச்சினார்க்கினியர் காட்டினர்.

பாடபேதம்: 14. சேரலற் கீத்த.

210. பல கேட்டனம் தோழி!

பாடியவர்: உலோச்சனார். **திணை:** நெய்தல். **துறை:** தோழி, தலைமகன் சிறைப்புறமாகத் தலைமகட்குச் சொல்லுவாளாய்ச் சொல் லியது.

உறவாடிக் கைவிட்ட தலைவன், நெடுநாட்களுக்குப் பின்னர் ஒருபுறமாக வந்திருக்க, அவன் செயலால் தாம் சாவது தவிர வேறு வழியில்லை எனக்கூறி, அவனை வரைந்து கொள்ளச் செய்ய முயலும் தோழி, இப்படிக் கூறுகின்றாள்.)

குறியிறைக் குரம்பைக் கொலைவெம் பரதவர்
எறியுளி பொருத ஏமுறு பெருமீன்
புண்ணுமிழ் குருதி புலவுக்கடல் மறுப்பட

விசும்பணி வில்லின் போகி, பசும்பிசிர்த்
திரைபயில் அழுவம் உழக்கி, உரனழிந்து,
நிரைதிமில் மருங்கில் படர்தரும் துறைவன்,
பானாள் இரவில்நம், பணைத்தோள் உள்ளி,
தானிவண் வந்த காலை, நம்ஊர்க்
கானலம் பெருந்துறைக் கவின்பா ராட்டி,
ஆனாது புகழ்ந்திசி னோனே; இனித்தன்,
சாயல் மார்பின் பாயல் மாற்றிக்,
'கைதைஅம் படுசினைக் கடுந்தேர் விலங்கச்
செலவுஅரிது என்னும்' என்பது
பலகேட் டனமால்-தோழி! -நாமே

கொலைத் தொழிலினை உடையவரான கொடிய பரதவர்கள் குறுகிய இறைப்பினையுடைய குடிசையிலே வாழ்பவர்கள். அவர்களால் எறியப்பட்ட உளியினால் தாக்கப்பட்ட களிப்புப் பொருந்திய பெரிய மீன், வானத்தை அழகு செய்யும் வானவில்லைப்போ உயரே தாவித்துள்ளும். அதன் புண்ணினின்றும் ஒழுகும் குருதியினால் புலால் நாற்றமுடைய கடலின் நிறமும் செந்நிறமாக மாறுபடும். திவலைகளையுடைய அலைகள் செறிந்த கடற்பரப்பை எல்லாம் அம்மீன் கலக்கி விட்டுப், பின் தன்னுடைய வலியனைத்தும் அழிந்து போக, வரிசையாக இருக்கும் படகுகளின் பக்கத்திலே வந்து சேரும். அத்தகைய துறையினை உடையவன் நம் தலைவன்.

நள்ளிரவிலே, நம்முடைய பணைத்த தோள்களைத் தழுவுதலை நினைத்து, இவ்விடத்தே வந்த அந்நாளிலே, அவன் நம் ஊர்க் கானற் சோலையினையுடைய பெருந்துறையின் அழகினைப் பாராட்டி, அளவில்லாமல் புகழ்ந்தனன்.

இப்பொழுதோ, தன்னுடைய வனப்புடைய மார்பிலே யாம் கண் துயிலும் அந்த உறவினை அவன் மாற்றிவிட்டனன். 'தாழைகள் தாழ்ந்து கிடக்க, அதன் கிளைகள் தேரின் செலவைத் தடுக்க , நாம் அவ்விடத்தே செல்வதும் அரிது' என்றும் சொல்லுகின்றாள் என்பார்கள். அதனை நாமும் பலமுறை கேட்டுவிட்டோம்.

என்று, தோழி தலைமகன் சிறைப்புறமாகத் தலைமகட்குச் சொல்லுவாளாய்ச் சொன்னாள் என்க.

சொற்பொருள்: 1. குறியிறை- தாழ்வான இறைப்பு. குரம்பை- குடிசை. 2. உளி-மீன் எறியும் கருவி. ஏமுறு-களிப்புப் பொருந்திய. 3. மாறுப்பட-நிறம் வேறுபட. 4. விசும் பணி வில்- வானவில். பிதிர்-திவலைகள். 5. அழுவம்-நெருங்கிய கடற்பரப்பு. உரன்-வலிமை. 6. திமில்-படகு. 9. கவின்-அழகு. 12. கைதை-தாழை. படுசினை - தாழ்ந்த கிளை.

உள்ளுறை: பரதவரின் உளி பொருது புண்பட்ட மீன், கடல் நிறத்தை மாறுபடுத்தக், கடல் துறையையும் கலக்கி, தன் வலி யிழந்து, படகு ஓரத்திலே வந்து ஒதுங்கும் என்றனள்: அது தலைவ னால் நலன் நுகர்ந்து கைவிடப்பட்ட தலைவியானவள், பிரிவுத் துயரால் தன் அழகு கெட, அதனால் இற்பழியாகி, ஊரும் அலர் தூற்றக் கலங்கி, முடிவிலே வலியிழந்து இறந்து போவதே நிலைமை யாயினள் என்பதனைச் சுட்டிச் சொன்னதாகும்.

பாடபேதம்: 6. படருந் துறைவன்.

211. நீரின் ஒளியும் ஊரலரும்!

பாடியவர்: மாமூலனார். **திணை**: பாலை. **துறை**: பிரிவின் கண் வேறுபட்ட தலைமகளது வேறுபாடு கண்டு தோழி சொல் லியது. சிறப்பு: எழினியின் பற்களைப் பறித்து வந்து வெண்மணி வாயில் என்னும் இடத்திலே மத்தி என்பவன் பதித்து வைத்ததும், வேங்கடமலையின் சிறப்பும் பற்றிய செய்திகள்.

(தலைவியைத் தலைவன் பிரிந்து வேற்று நாட்டிற்குச் சென்று இருந்தான். அவன், 'வருவேன்' என்று உறுதிகூறிச் சென்ற கார்காலமும் வந்து கழிந்தது. ஆனால், அவன் அப்போதும் வரவில்லை. அதனால், தலைவியின் ஏக்கமும் மெலிவும் அதிகமாகத், தோழி 'அவன் தவறாது வருவான்' எனத் தலைவிக்கு ஆறுதல் கூறுகிறாள்.)

கேளாய், எல்ல! தோழி-வலிய
சுதைவிரிந் தன்ன பல்பூ மராஅம்
பறைகண் டன்ன பாவடி நோன்தாள்
திண்நிலை மருப்பின் வயக்களிறு உரிஞுதொறும்,
தண்மழை ஆலியின் தாஅய், உழவர்
வெண்ணெல் வித்தின் அறைமிசை உணங்கும்
பனிபடு சோலை வேங்கடத்து உம்பர்,
மொழிபெயர் தேஎத்தர் ஆயினும், நல்குவர்-
குழியிடைக் கொண்ட கன்றுடைப் பெருநிரை
பிடிபடு பூசலின் எய்தாது ஒழியக்,
கடுஞ்சின வேந்தன் ஏவலின் எய்தி,
நெடுஞ்சேண் நாட்டில் தலைத்தார்ப் பட்ட
கல்லா எழினி பல்லெறிந்து அழுத்திய
வன்கண் கதவின் வெண்மணி வாயில்,
மத்தி நாட்டிய கல்கெழு பனித்துறை,
நீர்ஒலித் தன்ன பேஎர்
அலர்நமக்கு ஒழிய, அழப்பிரிந் தோரே.
ஏடீ, தோழி! யான் சொல்வதனைக் கேட்பாயாக:

கன்றுகளையுடைய பெரிய யானைநிரையானது பள்ளத்திடையிலே வீழ்ந்து அகப்பட்டுக்கொள்ள, அவற்றைப் பிடிப்பதான அந்தப் பூசலிடத்தே, அந்தப் பூசலிடத்தே, எழினி என்பவன் மட்டும் தன் ஆணைப்படி வராமற் போகவே, சோழன் மிகவும் சினங்கொண்டவனாயினான். சோழனின் ஏவலின்மேல், மத்தி என்பவன், எழினியின் மீது படைக்கொண்டு போரிடச் சென்றான்.

அரசநெறியினை அறியாத எழினியும் களத்தின் முன்னணியிலேயே அகப்பட்டு வீழ்ந்துபட்டான். வீழ்ந்த அவனுடைய பல்லைப் பறித்து வந்து, மத்தி என்பவன் மட்டும் தன் ஆணைப்படி வராமற் போகவே, சோழன் மிகவும் சினங் கொண்டவனாயினான். சோழனின் ஏவலின்மேல், மத்தி என்பவன் அழுத்தி வைத்த வன்மையான கதவினை உடையது வெண்மணிவாயில் என்னும் கோட்டை. அந்தக் கோட்டை வாயிலிலே, மத்திநாட்டிய வெற்றிக்கல் விளக்கும் குளிர்ந்த நீர்த்துறையினிடத்தே, நீர் மோதி மோதி ஒலி செய்வது போன்ற, பெரிய ஊரலர் ஒன்றே, இப்போது நமக்கு எஞ்சியிருக்கிறது. அத்துடன், நாம் அழுதுகொண்டே இருக்கவுமான, நம்மைத் தனித்துவிட்டு நம் காதலர் பிரிந்தும் சென்றனர்.

பறையினைக் கண்டாற்போல விளங்கும் வட்டமான பெரிய வலிமையுடைய தாளினையும், திண்மை நிலைபெற்ற கொம்பினையும் உடைய வலிபொருந்திய களிறானது, வெண் கடம்பிலே சென்று உராயுந்தோறும், வெண்மையான சுண்ணாம்பு பரந்து கிடப்பது போலத் தோன்றும் கடம்பின் பூக்கள், குளிர்ந்த மழைக்காலத்திலே பெய்யும் பனியைப்போல உதிர்ந்து எங்கும் பரவும். உழவர்கள் காயவைத்திருக்கும் வெள்ளை நெல்லின் வித்துக்களைப் போல, அப்படி உதிர்ந்த பூக்கள், பாறையில் வீழ்ந்து காய்ந்து கிடக்கும். குளிர்ச்சிப் பொருந்திய அத்தகைய சோலைகளைக் கொண்ட, வேங்கட மலைக்கு அப்பாலிருக்கின்ற, வேற்று மொழிகள் வழங்கும் நாட்டினிடத்திலேயே, இப்போது அவர் இருப்பவரானாலும், அவர் இருப்பாரானாலும், அவர் விரைந்து வந்து அருள் செய்வார்.

என்று பிரிவின்கண் வேறுபட்ட தலைமகளது வேறுபாடு கண்டு, தோழீ சொன்னாள் என்க.

சொற்பொருள்: எல்லா-ஏடி! வாலிய-வெண்மையான. 2. சுதை-சுண்ணாம்பு. மராஅம்-வெண்கடப்ப மரம். 3. பாவடி- பரந்த அடி. 4. உரிஞூதொறும்-உராயுந்தோறும். 5. ஆலி- வெண்பனி. 6. அறை-பாறை. 8. கல்லா-அரசநெறி அறியாத. 12. தலைத்தார்ப் பட்ட- முன்னணியிலேயே போரிட்டு உயிர் துறந்த.

விளக்கம்: 'எழினி என்பான் யானை வேட்டைக்குச் சென்றிருந்ததனால், சோழனின் ஏவலின்படி வராது போக' எனவும் 9,10 அடிகளுக்குப் பொருள் கொள்வது உண்டு.

பாடபேதங்கள்: 2. சுரை. 8. தேஎத்தர் என்ப அல்கலும். 14. அகன்கட் கதவின். 16-17. பாஅ, ரலர்.

212. நின் செருக்கு அழிக!

பாடியவர்: பரணர். **திணை**: குறிஞ்சி. **துறை**: அல்ல குறிப் பட்டு நீங்கும் தலைமகன் தன் நெஞ்சினை நோக்கிச் சொல்லியது; நெஞ்சினை நெருங்கிச் சொல்லியது எனவும் பாடம். **சிறப்பு**: சேரன் செங்குட்டுவன் கடற்பிறக் கோட்டிய செயல்.

(ஒரு நங்கையைக் காதலித்துக் களவிலே கூடி மகிழ்ந்து வரும் ஒரு தலைவன். அவள் இற்செறிக்கப்பட்டளாக, இரவுக்கூறி பெற்றுக் கூடும் விருப்புடன் பல நாட்கள் முயன்றும் பெறவியாது போகத், தன் நெஞ்சிற்கு இப்படிச் சொல்லுகின்றாள்.)

தாஇல் நன்பொன் தைஇய பாவை
விண்தவழ் இளவெயிற் கொண்டுநின் றன்ன,
மிகுகவின் எய்திய, தொகுகுரல் ஐம்பால்,
கிளை அரில் நாணற் கிழங்கு மணற்கு ஈன்ற
முளைஓ ரன்ன மின்எயிற்றுத் துவர் வாய்,
நயவன் தைவரும் செவ்வழி நல்யாழ்
இசைஓர்த் தன்ன இன்தீங் கிளவி,
அணங்குசால் அரிவையை நசைஇப், பெருங்களிற்று
இனம்படி நீரின் கலங்கிய பொழுதில்,
பெறலருங் குரையள் என்னாய், வைகலும்,
இன்னா அருஞ்சுரம் நீந்தி, நீயே
என்னை இன்னற் படுத்தனை; மின்னுவசிபு
உரவுக்கார் கடுப்ப மறலி மைந்துற்று,
விரவுமொழிக் கட்டூர் வேண்டுவழிக் கொளீஇ,
படைநிலா இலங்கும் கடல்மருள் தானை
மட்டவிழ் தெரியல் மறப்போர்க் குட்டுவன்
பொருமுரண் பெறாஅது விலங்குசினஞ் சிறந்து,
செருச்செய் முன்பொடு முந்நீர் முற்றி,
ஓங்குதிரைப் பௌவம் நீங்க ஓட்டிய
நீர்மாண் எஃகம் நிறத்துச்சென்று அழுந்தக்
கூர்மதன் அழியரோ- நெஞ்சே! -ஆனாது
எளியள் அல்லோட் கருதி,
விளியா எவ்வம் தலைத் தந்தோயே

ஒப்புமையில்லாத மாற்றுயர்ந்த பசும் பொன்னினாலே வடித் தெடுத்த பொற்பாவையினைப் போன்றவள்; வானிலே தவழும்

இளவெயிலைத் தன் மேனியிலே போர்த்துக் கொண்டிருப்பாளைப் போல விளங்கும் ஒளியுடைய அழகு குடியிருக்கும் திருமேனி வனப் பினை உடையவள்; தொகுதியான கொத்தாகிய ஐவகையான முடிக் கின்ற கூந்தலை உடையவள்; கிளைத்த தூறாகிய நாணற்கிழங்கானது மணற்பாங்குகளிலே ஈன்றிருக்கும் முளையினைப் போன்று விளங்கும் கூர்மையான பற்களை உடையவள்; யாழின் நயம் உணர்ந்த வல்லான் ஒருவன் இயக்க, அந்த நல்ல யாழிலே யிருந்தும் எழுகின்ற செவ்வழிப் பண்ணின் இசை நயத்தைக் கேட்டாற்போன்ற, மிக்க இனிமையான பேச்சினை உடையவள்; அணங்கினைப் போன்ற பேரழகுப் பெண் ணான அவள்! நெஞ்சே, அவளை நீயும் விரும்பினாய்.

பெரிய களிற்றி யானைகளினது கூட்டமானது இறங்கிக் குடிக்க, அதனால் கலங்கற்பட்டுத் தோன்றும் நீரினைப்போல நீயும் கலக்க முறுவாய். அப்போதும், ‘இவள் நம்மால் அடைவதற்கு அரியவள்’ என உணர்ந்து ஒதுங்கமாட்டாய். நாள்தோறும் அவளை அடைய விரும்பித், துன்பத்தையுடைய அரிய சுரநெறியைக் கடந்து வருமாறும் செய்தாய். அதனால், என்னைத் துன்பத்தின்பாலும் செலுத்தினாய். எளியவன் அல்லளாகிய அவளையே இடைவிடாது. எண்ணி, நீங்காத அந்த நினைவினாலேயே, தீராத துயரத்தினையும் என்பாற் சேர்த்து விட்டாய்.

தேனொழுகும் மாலையினை அணிந்திருக்கும், போர்மறம் சிறந்த சேரன் செங்குட்டுவன், படைக்கலன்களின் ஒளி நிலவொளி போல விளங்கிக் கொண்டிருக்கும், கடல்போன்ற தன் பெரும் படை யுடன் விளங்குபவன். அவன், மின்னலிட்டு வானைப் பிளந்து வலிமையுடன் விளங்கும் கார்மேகத்தைப் போலப் பகைத்து எழுந் தான். கூற்றத்தைப்போன்ற வலிமையுடன் புறப்பட்டான். பலமொழி யாளர்களும் விரவியிருக்கும் தன்னுடைய போர்ப் பாசறையைத் தேவையான இடங்களிலே எல்லாம் அமைத்துக் கொண்டு எங்கும் சுற்றினான். அவனுடன் போரிடத் துணிந்த பகைவர்கள் எவரையும் பெறாமற்போக, அதனால் எழும் சினமும் அதிகமாகப், போர் செய்யும் வலிமையுடன் கடலையே வளைத்து முற்றுகையிட்டான். உயர்ந்த அலைகளையுடைய கடலும் பிறகிட்டுச் செல்லுமாறு ஓட்டி வெற்றி யும் பெற்றான். அப்படி வெற்றிபெற்ற அவனுடைய நீர்மையுடன் மாண்புற்ற வேலானது நின் மார்பிடத்தே சென்று தைப்பதாக! நினது மிகுதியான செருக்கும் அழியப் பெறுவாயாக!

என்று, அல்ல குறிப்பட்டு நீங்குந் தலைமகன் தன் நெஞ்சினை நோக்கிச் சொன்னான் என்க.

சொற்பொருள்: 1. தாவில்-குற்றமற்ற. தைஇய-செய்யப்பெற்ற. 2. இளவெயில் கொண்டு- இளவெயிலைப் போர்த்துக் கொண்டு.

4. அரில்-தூறு. 5. துவர் வாய்-சிவந்த வாய். 6. நயவன்- நயமறிந்த யாழ் வல்லோன். தைவரும்- நரம்புகளைத் தடவி இசை எழுப்பும். 7. இன்தீம் கிளவி-இனிமை மிகுந்த பேச்சு. 10. பெறலருங் குரையள்-பெறுவதற்கு அருமையான தன்மையுடையவள். 12. மின்னு வசிபு-மின்னலிட்டுப் பிளந்து. 13. கார்-மேகம்; இங்கு இடியேற்றைக் குறிப்பதுமாகலாம். 14. கட்டூர்-கட்டுதலைக் கொண்ட ஊராகிய பாசறை. 16. மட்டு-தேன். தெரியல்-மாலை. 20. நீர் மாண் எஃகம்-தகைமையால் மாண்புடைய வேல். 21. மதன்-செருக்கு. 23. விளியா எவ்வம்- நீங்காத பெருந்துயரம்.

விளக்கம்: செங்குட்டுவன், கடல் பிறக்கோட்டிய செய்தியைப் பதிற்றுப்பத்தும் பிறவும் கூறும். இது, கடலிடையேயுள்ள ஒரு தீவிலே இருந்துகொண்டு, வரும் கலங்களை எல்லாம் கொள்ளையிட்டு வந்த ஓர் கூட்டத்தினரைக், கடற்படையுடன் சென்று வென்றது என்பர். இவன் வெற்றிகளுள் இதுவே சிறப்பாகக் கருதப்பட்டு, இவனும் கடற் பிறக்கோட்டிய செங்குட்டுவன் என்ற புகழ்ப் பெயரையும் பெற்றான். இதனாற் பண்டை நாளில் கடல் வாணிபத்தில் நம்மவர் சிறப்புற்றிருந்ததும், அவரது நாவாய்ப் பெருக்கமும் புலனாகும்.

பாடபேதங்கள்: 14. மொழித் தகடூர். 17. விலங்கிய சினம். 18. முன்னர் முற்றி. 22. அல்லோட்கு வருந்தி.

213. சுவர்க்கமும் அமிழ்தும்!

பாடியவர்: தாயங் கண்ணனார். **திணை:** பாலை. **துறை:** பிரிவிடை வேறுபட்ட தலைமகளைத் தோழி வற்புறீஇயது. **சிறப்பு:** வடுகர் இடுகின்ற நாட்பலி; வானவனின் கொல்லிக் குடவரையின் மூங்கில், காவிரியின் அறல் பட்ட மணல், ஆகியவை பற்றிய செய்திகள்.

(பிரிந்து சென்ற தலைவன், குறித்த காலம் கடந்தும் மீளாதவனாக வருந்திய தலைவிக்கு, அவளுடைய தோழி, அவனுடைய காதல் உறுதியைக் கூறி, அவன் வருவான் என வற்புறுத்தி, இப்படித் தேறுதல் உரைக்கின்றாள்.)

வினைநவில் யானை விறற்போர்த் தொண்டையர்
இனமழை தவழும் ஏற்றரு நெடுங்கோட்டு
ஓங்குவெள் அருவி வேங்கடத்து உம்பர்க்,
கொய்குழை அதிரல் வைகுபுலர் அலரி
சுரிஇரும் பித்தை சுரும்புபடச் சூடி,

இகல்முனைத் தரீஇய ஏருடைப் பெருநிரை
நனைமுதிர் நறவின் நாட்பலி கொடுக்கும்
வால்நிணப் புகவின் வடுகர் தேஎத்து
நிழற்கவின் இழந்த நீர்இல் நீள்இடை
அழலவிர் அருஞ்சுரம் நெடிய என்னாது,

அகறல் ஆய்ந்தனர் ஆயினும், பகல்செலப்
பல்கதிர் வாங்கிய படுசுடர் அமையத்துப்
பெருமரம் கொன்ற கால்புகு வியன்புனத்து,
எரிமருள் கதிர திருமணி இமைக்கும்
வெல்போர் வானவன் கொல்லிக் குடவரை
வேய்ஒழுக்கு அன்ன, சாய்இறைப் பணைத்தோள்
பெருங்கவின் சிதைய நீங்கி, ஆன்றோர்
அரும்பெறல் உலகம் அமிழ்தொடு பெறினும்,
சென்று, தாம் நீடலோ இலரே; என்றும்
கலம்பெயக் கவிழ்ந்த கழல்தொடித் தடக்கை,
வலம்படு வென்றி வாய்வாள், சோழர்
இலங்குநீர்க் காவிரி இழிபுனல் வரித்த
அறலென நெறிந்த கூந்தல்,
உறலின் சாயலொடு ஒன்றுதல் மறந்தே.

தோழி! போர்த் தொழிலிலே சிறந்த யானைகளை உடையவர் தொண்டை நாட்டு மன்னர். அவர்களுக்கு உரியது, மேகத் திரள்கள் தவழ்வதும், ஏறுவதற்கு அரியதுமான, உயர்ந்த மலையுச்சிகளினின்றும், உயர்ந்த வெண்மையான அருவிகள் வீழ்ந்து கொண்டிருப்பதான வேங்கடமலை, அதற்கு அப்பால்-

கொய்யும் தளிரையுடைய காட்டு மல்லிகையிலே பொழுதும் விடியங்காலத்திலே மலரும் பூவினைத் தம்முடைய சுருண்ட கரிய கொண்டையிலே வண்டுகள் மொய்க்கும்படியாகச் சூடிக்கொண்டு, போர்முனையிலே வென்று கொண்ட ஏறுகளையுடைய பெரிய ஆனிரைக்காக, முதிர்ந்த கள்ளாகிய நறவினை நாட்பலியாகக் கொடுப் பவர்கள், வெண்மையான நிணச்சோற்றினை உடையவரான வடுகர் கள். அவர்கள் நாட்டிலேயுள்ள, நிழலின் அழகினை இழந்துவிட் டதும் நீரற்றுக் கிடப்பதுமான நீண்ட இடைப்படும் வழியையும், நெருப்பாக எரியும் கடத்தற்கு அரியதான காட்டு வழியையும், நீண்டு கிடக்கின்றதே என மனந்தளராது, நம்மைப் பிரிந்து கடந்து செல்லுதலைத் துணிந்தவர் நம் தலைவர். ஆயினும்,

எஞ்ஞான்றும் அணிகலன்களைப் பெய்வதற்காகக் கவிழ்ந் திருக்கும் கழலும் தொடியினையுடைய பெரிய கையின்கண், வெற்றி பொருந்திய வலிமை சேர்ந்த வாளினைக் கொண்டிருப்பவர் சோழர் கள். அவர்களது நீர்வளம் விளங்கும் காவிரியின் வடிந்த புனலானது. வரிவரியாகச் செய்திருக்கும் அறல்பட்ட கருமணல் போன்ற சுருண்ட கூந்தலையும், உறுதற்கு இனியதான சாயலையும் உடைய நம்முடன், சேர்ந்திருத்தலையும் அவர் மறந்தவர் அல்லர்.

பகற்பொழுது நீங்கத் தனது பல கதிர்களையும் ஒடுக்கிக் கொண்டு, ஞாயிறு மேற்றிசையிலே மறையப்போகின்ற மாலைப்

பொழுதிலே, பெரிய மரத்தினை வெட்டியதனாலே காற்றுப் புகுந்து வீசுகின்ற அகன்ற வீசுகின்ற அகன்ற கொல்லையிலே, தீங்கங்குகள் போன்று ஒளி வீசும் அழகிய மாணிக்கங்கள் விட்டு விட்டு ஒளி செய்து கொண்டிருக்கும். வெல்லும் போராற்றலையுடைய சேரனின், கொல்லி மலைக்கு மேற்கிலேயுள்ள மலைகளிலே காணப்படும் மூங்கிலின் நேரான தன்மைப்போன்ற முன்கையுடன் கூடிய பணைத்த தோள் களின் பேரழகெல்லாம் சிதையுமாறு, நம்மைப் பிரிந்து சென்றவர் அவர். ஆயினும், அவர்-

ஆன்றோர்களது பெறுவதற்கு அரிய தேவருலகத்தையே அதன் பாலுள்ள அமிழ்தத்தோடும் கூடிப் பெறுவாரானாலும், தாம் காலந் தாழ்ந்திருப்பவரே அல்லர். (விரைவில் வருவார் என்பது கருத்து)

என்று பிரிவிடை வேறுபட்ட தலைமகளைத் தோழி வற்புறீ இயினாள் என்க.

சொற்பொருள்: 1. வினை நவில் யானை-போர்ப் பயிற்சியை யுடைய யானை. தொண்டையர்- தொண்டை நாட்டார். 2. இனமழை-தொகுதியான மேகங்கள். ஏற்றரும்-ஏறுவதற்கு அரிய. 4. கொய்குழை-கொய்யப்படும் தழை. அதிரல்-காட்டு மல்லிகை. 5. பித்தை-ஆணின் மயிர். 6. இகல்முனை- போரிடுகின்ற போர் முனை. 7. நனை முதிர் நறவு-புளித்த நாட்பட்ட கள். 12. படுகதிர்அமையம்-மாலை வேளை. 15. வானவன்-சேரன். 15. கொல்லிக் குடவரை- கொல்லியாகிய குடவரையுமாம். 18. அரும்பெறல் உலகம்-வானுலகம். 20. கலம்-அணிகலன். 22. இழிபுனல்- வடியும் வெள்ளம். 24. உறலின் சாயல்-அடைவதற்கு இனிதான சாயல்.

விளக்கம்: ‘அரும் பெறல் உலகம் அமிழ்தொடு பெறினும் நீடலர்’ என்றதனால், அதனினும் தலைவியின்பால் அவன் பெறும் இன்பச் செவ்வி சிறப்புடையது என்பதையும், அவள் அவற்றினும் சிறந்தவள் என்பதனையும், அதனால் அவன் அவளை மறவாது வந்து சேர்வான் என்பதனையும் கூறினாள்.

214. ஆருயிர் அணங்கும்!

பாடியவர்: வடம வண்ணக்கண் பேரிச்சாத்தனார். **திணை:** முல்லை. **துறை:** பாசறைக் கண் தலைமகன் தன் நெஞ்சிற்குச் சொல்லியது.

(வேந்தனுக்கு உதவியாகப் படைத்தொழில் ஏற்றுச் சென்ற தலைமகன் ஒருவன், பாசறையிலே தனித்திருந்து, தன் அன்புக் காதலியை நினைந்து இவ்வாறு தன் நெஞ்சிற்குக் கூறுகின்றான்.)

அகலிரு விசும்பகம் புதையப் பாஅய்ப்,
பகலுடன் கரந்த, பல்கதிர் வானம்

இருங்களிற்று இனநிரை குளிர்ப்ப வீசிப்,
பெரும்பெயல் அழிதுளி பொழிதல் ஆனாது,
வேந்தனும் வெம்பகை முரணி, ஏந்திலை, 5
விடுகதிர் நெடுவேல் இமைக்கும் பாசறை,
அடுபுகழ் மேவலொடு கண்படை இலனே;
அமரும் நம்வயி னதுவே; மர்என
நம்மறிவு தெளிந்த பொம்மல் ஓதி
யாங்குஆ குவள்கொல் தானே-ஓங்குவிடைப் 10
படுசுவர்க் கொண்ட பகுவாய்த் தெள்மணி
ஆபெயர் கோவலர் ஆம்பலொடு அளைஇப்,
பையுள் நல்யாழ் செவ்வழி வகுப்ப,
ஆருயிர் அணங்கும் தெள்இசை
மாரி மாலையும் தமியள் கேட்டே? 15

அகற்சியையுடைய பெரிய வானத்து இடமெல்லாம் மறையு மாறு, எங்கும் கவிந்து, பல கதிர்களையுடைய ஞாயிற்றையும் முழுக்க வும் மறைத்துக் கொண்டிருக்கின்றன. கார் மேகங்கள்; பெரிய களிறு களின் பிடிகளுடன் கூடிய யானையின் தொகுதிகளின் உள்ளம் குளிறு மாறு, பெரும் பெயலாகிய மிக்க மழைத்துளிகளை வீசிப் பொழிதலை யும் அவை விடாதிருக்கின்றன.

நம் வேந்தனும், வெம்மையான பகைவரோடு மாறுபட்டு, நிமிர்ந்த இலையினையுடைய ஒளிவிடுகின்ற நீண்ட வேல்கள் மின்னிக் கொண்டிருக்கும் பாசறையிலே, போரிட்டு வெல்லும் புக ழினையே அடைவதனையே விரும்பிக், கண்களும் மூடாதவனாக இருக்கின்றான். போரும் நம்மிடத்திலே தான் பொறுப்பாக உள்ளது. 'நம்மவர்' என்று, நம்மைத் தன் அறிவினாலே தெளிந்து ஏற்றுக் கொண்டவள், பொலிவுற்ற கூந்தலை உடையவளான நம் தலைவி, அவள்-

உயர்ந்த ஏற்றின் பொருந்திய கழுத்திலே கட்டிய, பெரிய வாயினையுடைய, தெளிவாக ஒலிக்கும் மணிகள் ஒலியினைச் செய்ய வும், ஆக்களை ஓட்டிவரும் கோவலர்கள் ஆம்பற்குழலினை இசைக்க வும், அவற்றுடன் பொருந்துமாறு, பிரிந்தவர்களுக்குத் துன்பந்தரும் நல்ல யாழிக்கண்ணே செவ்வழிப் பண்ணினைச் சிலர் இசைக்கவும், அரிய உயிர்களை வருத்தும் அந்தத் தெளிவான இசைகளையெல்லாம், மாரிக்காலத்து மாலையினும் தனியாளாயிருந்தே கேட்பதனால், என்ன நிலையினை அடைவாளோ?

என்று, பாசறைக்கண் தலைமகன் தன் நெஞ்சிற்குக் சொன்னான் என்க.

புலியூர்க் கேசிகன் 465

சொற்பொருள்: 1. புதைய-மூடி மறையா. பா அய்ப்- பரவி. 2. குளிர்ப்ப - குளிர்ச்சியுடைய. 9. பொம்மல் ஓதி-பொலிவுற்ற கூந்தலையுடையவள்; 11. சுவல்-பிடருமாம், பகுவாய்-பெரிய வாய், 12. ஆம்பல்-ஆம்பற் குழல். 14. அணங்கும்-வருத்தும்.

விளக்கம்: ‘அமரும் நம்வயின் அதுவே’ என்றமையால், தலைவன் போர்ப்படைகளின் தலைவனாகப் பொறுப்பு வகிப்பவனாதல் வேண்டும்.

மேற்கோள்: ‘பொருள் நோக்கினால் தூதுக்கண்டு வருந்திக் கூறியது என, ’இதனை, ஏவன் மரபின் ஏனோரும் உரியர்’ என்னும் சூத்திர உரையிலே காட்டுவர் நச்சினார்க்கினியர்.

பாடபேதங்கள்: 7. அடுபுகழ் வேலொடு. 8. நம்மறிவு தெளித்த.

215. வாழ்தல் ஆற்றேம்!

பாடியவர்: இறங்குகுடிக் குன்ற நாடன். **திணை:** பாலை. **துறை:** செலவு உணர்த்திய தோழி, தலைமகள் குறிப்பறிந்து தலைமகனைச் செலவழுங்குவித்தது.

(தலைமகன், தான் தலைவியைப் பிரிந்துசெல்ல நினைத்திருப்பது பற்றிய செய்தியைத் தோழி, மூலமாகத் தலைவிக்குத் தெரிவிக்க, அவள் தலைமகளின் மனநிலையினை அறிந்துவந்து அவனிடம் கூறி அவனைப் போகாதிருக்கச் செய்கிறாள்.)

‘விலங்கிருஞ் சிமையக் குன்றத்து, உம்பர்,
வேறுபன் மொழிய தேஎம் முன்னி,
வினைநசைஇப் பரிக்கும் உரன்மிகு நெஞ்சமொடு
புனைமாண் எஃகம் வல்வயின் ஏந்தி,
செலல்மாண்பு உற்ற நும்வயின், வல்லே,
வலன்ஆகு! என்றலும் நன்றுமன் தில்ல
கடுத்தது பிழைக்குவது ஆயின், தொடுத்த
கைவிரல் கவ்வும் கல்லாக் காட்சிக்,
கொடுமரம் பிடித்த கோடா வன்கண்,
வடிநவில் அம்பின் ஏவல் ஆடவர்,
ஆளழித்து உயர்த்த அஞ்சுவரு பதுக்கைக்,
கூர்நுதிச் செவ்வாய் எருவைச் சேவல்
படுபிணப் பைந்தலை தொடுவன குழீஇ,
மல்லல் மொசிவிரல் ஒற்றி, மணிகொண்டு,
வல்வாய்ப் பேடைக்குச் சொரியும் ஆங்கண்,
கழிந்தோர்க்கு இரங்கும் நெஞ்சமொடு
ஒழிந்திவண் உறைதல் ஆற்று வோர்க்கே.

தாம் குறித்த இலக்குத் தவறிவிட்டதனால், அம்பினைத் தொடுத்த தம்முடைய கைவிரலினையே வாயாற் கௌவிக் கொண்டு வருந்துபவர். வில்லின் தொழிலை முறையே கல்லாத அறிவினையும், வில்லைக் கையிலே பிடித்திருக்கும் மாறாத கொடுமையினையும் உடைய, வடித்தல் செய்த அம்பினைச் செலுத்துவோராகிய, மறவர்கள்.

வழியே போகும் ஆட்களை அழித்து, அவர்கள் உயர்ந்துள்ள அச்சம் வரும் கற்குவியல்களிலே, கூர்மையான அலகினைக் கொண்ட சிவந்த வாயினவான எருவைச் சேவல்கள், இறந்துபட்ட பிணங்களின் பசிய தலையினைத் தோண்டி உண்பதற்காக வந்து கூடித், தம்முடைய வலிமையான நெருங்கிய விரல்களால் தோண்டி, அத் தலைகளின் கண்மணிகளைப் பெயர்த்துக் கொண்டு போய், வலிய வாயினையுடைய தம் பேடைகட்குச் சொரிந்து கொண்டிருக்கும்.

அவ்விடத்தே, பிரிந்த சென்றவரான தம் தலைவருக்காக இரங்கித் துன்புறும் நெஞ்சத்துடன், அவரைப் பிரிந்து இவ்விடத்தே வாழ்ந்திருத்தலைச் செய்யக்கூடிய மகளிர்க்கு,

குறுக்கிடும் பெரிய மலையுச்சிகளையுடைய மலைக்கு அப்பாலுள்ள, வேறுபட்ட பலப்பல மொழிகள் வழங்கும் நாடுகளை நினைவிற் கொண்டு, வினை செய்தலை விரும்பிச் செலுத்தும் வலிமிகுந்த நெஞ்சத்துடனே, அழகிய மாண்புற்ற வேலினை வலக்கையிலே ஏந்தியவராகச் செல்லுதலிலே மாட்சியுற்ற நும்மிடத்திலே, விரைவிலே வெற்றி பெறுவீராக' என வாழ்த்தி விடை தருதலும் நன்றாகும்; (ஆனால் யாம் அங்ஙனம் பிரிந்து வாழ்தலை ஆற்றோமே? என் செய்வோம்? எப்படிப் பிரிவிற்கு இசைவோம்?)

என்று, செலவுணர்த்திய தோழி தலைமகள் குறிப்பறிந்து தலைமகனைச் செலவழுங்குவித்தனள் என்க.

சொற்பொருள்: விலங்குதல்-குறுக்கிடுதல். 2. வேறுபன் மொழிய தேஎம்- பல்வேறு மொழிகளுடையவாகிய வட திசை நாடுகள். 3. பரிக்கும்-செலுத்தும். 5. வல்லே-விரைந்து. 7. கருத்தது -எண்ணியது. 8. கவ்வும்-கடிக்கும். 10. வடிநவில் அம்பு- வடித்தல் செய்த கூரிய அம்பு. 11. பதுக்கை-புதைகுழியின் மேலுள்ள கற்குவியல். 14. மொசி விரல்- நெருக்கமான விரல்.

மேற்கோள்: வேறுபன்மொழிய தேஎத்தைக் கொள்ளக் கருதிப் போர்த் தொழிலைச் செலுத்தும் உரன்மிச்ச நெஞ்சம்' என்றலின், இது குறுநில மனனன் தன் பகைவன் நாடு கொள்ளச் சென்றதாம், வேந்தன் எனப் பெயர் கூறாமையின்' என்று, முடியுடை வேந்தர்க்குரிய தொழிலாகிய இலக்கணங்கள் குறுநில மன்னரிடத்தும் பொருந்தம் இடனுடையது என, இதனை, 'வேந்து வினை யியற்கை' என்னும் பொருளியற் சூத்திர உரையிலே நச்சினார்க்கினியர் காட்டுவர்.

216. வேல் பாய்ந்த களிறு!

பாடியவர்: ஐயூர் முடவனார். திணை: மருதம். துறை: தலைமகட்குப் பாங்காயினார் கேட்பத் தனக்குப் பாங்காயினார்க்குப் பரத்தை சொல்லியது. சிறப்பு: ஆதன் எழினியின் போலத், தலைவி யின் தோழியர் கேட்குமாறு கூறுகிறாள்.)

(தான் ஒரு தலவனுடன் தொடர்புகொண்டதனால், அவனுடைய மனைவி தன்னைப் பழித்து கேட்டவளாகிய ஒரு பரத்தை, சினமுற்றுத், தன் தோழியர்க்குச் சொல்வது போலத், தலைவியின் தோழியர் கேட்குமாறு கூறுகிறாள்.)

நாண்கொள் நுண்கோலின் மீன்கொள் பாணமகள்-
தாள்புனல் அடைகரைப் படுத்த வராஅல்,
நாரரி நறவுண்டு இருந்த தந்தைக்கு,
வஞ்சி விறகின் சுட்டு, வாய் உறுக்கும்
தண்துறை ஊரன் பெண்டிர் எம்மைப்
பெட்டாங்கு மொழிப' என்ப; அவ்வலர்
பட்டனம் ஆயின், இனியெவன் ஆகியர்;
கடலாடு மகளிர் கொய்த ஞாழலும்,
கழனி உழவர் குற்ற குவளையும்,
கடிமிளைப் புறவின் பூத்த முல்லையொடு,
பல்லிளங் கோசர் கண்ணி, அயரும்,
மல்லல் யாணர்ச் செல்விக் கோமான்
எறிவிடத்து உலையாச் செறிசுரை வெள்வேல்
ஆதன் எழினி அருநிறத்து அழுத்திய
பெருங்களிற்று எவ்வம் போல,
வருந்துப மாதுஅவர் சேரியாம் செலினே!

கயிற்றினைக் கொண்ட மெல்லிய கோலினாலே மீன் பிடித்துக் கொண்டிருக்கும் பாணர்களது மகள், புனலின் அடைகரையிலே அகப்படுத்திய வரால்மீனைப், புனலின் பன்னாடையினாலே அரிக்கப் பெற்ற கள்ளினைக் குடித்து களித்திருந்த தன்னடைய தந்தைக்க, வஞ்சி மரத்து விறகினாலே தீயெரித்துச் சுட்டு வாயிலே உண்பிப் பாள். அத்தகைய குளிர்ந்த நீர்த் துறைகளையுடைய ஊரனின் பெண்கள், எம்மைத் தம் மனம் போன படியெல்லாம் இகழ்ந்து பேசு வார்கள் என்பர்.

அந்தப் பழிக்கு யாம் ஆட்பட்டனமானால், இனி யாதாயினும் ஆகுக!

அவர்களுடைய சேரியிடத்தே யாம் சொல்வோமானால், கட லாடும் மகளிர்கள் கொய்து வந்த புலிநகக் கொன்றைப் பூவினையும்,

வயல் உழுபவர் பறித்து வந்து குவளைப் பூவினையும், காவலுடைய காட்டிடத்தே பூத்த முல்லைப் பூவுடனே சேர்த்துப், பலரான இளங் கோசர்களும் கண்ணியாகக் கட்டிச் சூடி மகிழ்வர். அத்தகைய மிக்க வளம் பொருந்திய மாற்றாரைக் குறித்து எறியுமிடத்துக் குறிபிழையாத சுரை செறிந்த வெள்ளிய வேலானது, தன்னுடைய அரிய மார்பிலே வந்து தைத்த பெரிய களிற்றினது துன்பத்தைப்போல, எம்மைப் பழித்த நெஞ்சம் புண்பட்டு, அவரும் வருந்துவர் என்பது மட்டும் உண்மையாகும்.

என்று, தலைமகட்குப் பாங்காயினார் கேட்பத் தனக்குப் பாங்கா யினார்க்குப் பரத்தை சொன்னாள் என்க.

சொற்பொருள்: 1. நாண்-கயிறு. நுண்கோல் - மெல்லிய தூண்டிற்கோல். 2. படுத்த-அகப்படுத்த. 4. வஞ்சி - ஒரு மரம். வாயுறுக்கும் - வாயிலே ஊட்டும். 6. பெட்டாங்கு-மனம் போனபடி. 11. கண்ணி அயர்தல்- கண்ணி சூடி விளையாட்டு அயர்தல். 15. எவ்வம் - துன்பம்.

விளக்கம்: 'தானும் அவர்களுக்கு அஞ்சியவள் அல்லள்' எனக் கூறுவாள், தான் அவர்களுடைய சேரிக்குள் சென்றாலே அவர்கள் உள்ளம், வேல் மார்பிலே தைக்கத் துடித்து வருந்தும் களிறு போலப் படாதபாடு படும் என்றனள் அதனால், அவர்களை எச்சரித்ததும், தலைவனுக்குத் தன் பாலுள்ள விருப்பத்தை உறுதிப்படுத்தியதும் ஆயிற்று.

பாடபேதம்: 2. தண்புனல் அடைகரை.

217. எயிறு தீப்பிறப்ப நடுங்குவோம்!

பாடியவர்: கழாஅர்க்கீர னெயிற்றியார். **திணை:** பாலை. **துறை:** பிரிவு உணர்த்திய தோழிக்குத் தலைமகள் ஆற்றாமை மீதூரச் சொல் லியது.

(தலைமகன், தான் தலைவியைப் பிரிந்து வினைசெயப் போகின்றது பற்றிய செய்தியைத் தோழியின் மூலம் சொல்லியனுப்பு கின்றான். அவளும் சென்று தலைவியுடனே அதனைப் பற்றி உரைக்க, அப்போது அவள் தன்னுடைய ஆற்றாமை மிகுதியால் சொல்லு கின்றாள்.)

பெய்துபுலந் திறந்த பொங்கல் வெண்மழை,
எஃகுஉறு பஞ்சித் துயப்பட் டன்ன,
துவலை தூவல் கழிய, அகல்வயல்
நீடுகழை கரும்பின் கணைக்கால் வான்பூக்
கோடைப் பூளையின் வரடையொடு துயல்வர,

பாசிலை பொதுளிய புதல்தொறும் பகன்றை
நீல்உண் பச்சை நிறமறைத்து அடைச்சிய
'தோலெறி பாண்டியலின் வாலிய மலரக்
கோழிலைஅவரைக் கொழுமுகை அவிழ,
ஊழுறு தோன்றி ஒண்பூத் தளைவிட,

புலம்தொறும் குருகினம் நரலக் கல்லென
அகன்றுறை மகளிர் அணிதுறந்து நடுங்க,
அற்சிரம் வந்தன்று; அமைந்தன்று இதுவென,
எப்பொருள் பெறினும், பிரியன்மினோ, எனச்
செப்புவல் வாழியோ, துணையடை யீர்க்கே;

நல்காக் காதலர் நலன்உண்டு துறந்த
பாழ்படு மேனி நோக்கி நோய்பொர,
இணர்இறுப்பு உடையும் நெஞ்சமொடு, புணர்வு வேட்டு,
எயிறுதீப் பிறப்பத் திருகி
நடுங்குதும்-பிரியின்யாம் கடும்பனி உழந்தே.

தோழி! மழை பொழிந்து, பின் எத்திசைகளிலும் வெளியாக்கிய வெண்மேகம், கொட்டப்பெற்ற பஞ்சானது வெண்மையுற்றாற் போல விளங்கும் சிறிய தூவலைத் தூவுதலையும் ஒழிந்தது. அகன்ற வயலிலே நீண்ட மூங்கில் போலத் தோன்றும் கரும்பின் திரண்ட காம்புகளையுடைய பெரிய பூக்கள், கோடைக்காலத்துப் பூளைப் பூவைப்போல வாடைக் காற்றோடு சேர்ந்து எங்கும் பரவும் பசுமை யான இலைகள் நெருங்கியிருக்கும் புதர்களில் எல்லாம் பகன்றை யானது நீலம் ஊட்டப்பெற்ற பச்சை நிறத்தை மறைத்துக் கிடுகிற் பதித்த வட்டக் கண்ணாடி போல, வெண்மையாக மலர்ந்திருக்கும் கொழுமையான இலைகளையுடைய அவரையின் வளமான அரும்பு கள் இதழ் விரித்திருக்கும் முறையாகத் தோன்றிய தோன்றியின் ஒள்ளிய பூக்களும் தம் கட்டவிழ்ந்து மலர்ந்தன; கொல்லை எல்லாம் பறவையினங்கள் கல்லென்னும் ஒலியோடு ஆரவாரஞ்செய்யும். தம் காதலரைப் பிரிந்து வாழும் காதலியர் தம் அழகெல்லாம் இழந்த வராக நடுங்கித் துன்புறுகின்ற, அத்தகைய பனிக்காலமும் வந்து விட்டது. அதனால்,

'இந்தப் பருவம் பொருத்தமானது அன்று எனவும், எத்தகைய பொருளைப் பெறுவதானாலும், பிரியாதீர் எனவும், எமக்குத் துணை யுடையவரான அவர்க்கு நான் சொன்னேன்' என்று, நீ அவரிடத்தே சென்று சொல்வாயாக.

அதற்கு இசைந்து நமக்கு அருள் செய்யாதவராகக் காதலா் பிரிந்து சென்றால், யாம், நமது நலத்தினை உண்டு கைவிட்டதனால், பாழ்பட்டுப் போகும் உடலினை நோக்கி, நோய் படர்ந்து வருத்த,

மதுகை இற்று உடைந்துபோன நெஞ்சத்துடன், அவருடைய கூடலை விரும்பிக், கடுமையான பனித்துன்பத்திலே கிடந்து வாடிப், பற்களிலே தீப்பொறி பறக்கப் பற்கடித்தபடி குளிரால் நடுங்குவோம் என்பதனை யும் சொல்வாயாக!

என்று, பிரிவுணர்த்திய தோழிக்குத் தலைமகள் ஆற்றாமை மீதூரச் சொன்னாள் என்க.

சொற்பொருள்: 1. பொங்கல் வெண்மழை - பொங்குதலை யுடைய வெண்மேகம். 2. எஃகு-பஞ்சு கொட்டும் கருவி. 3. துய்ப் பட்டன்ன-பஞ்சு கொட்டுதலாற் பறந்து மென்மைப் படுதல் போன்ற. 5. துயல்வர-அசைய. 7. பாண்டில்-கேடகத்திலே இருக்கும் வட்டக் குமிழ்கள். 17. பாழ்படு மேனி- பாழாகிப் போகும் உடல்.

பாடபேதங்கள்: 1. செய்து புறந்தந்த; பெய்து புறந்தந்த 9. கொழுமுகை உடைய 11. குயினா நரல. 19. பரப்ப.

218. பகல் வந்து அருள்க!

பாடியவர்: கபிலர். **திணை:** குறிஞ்சி. **துறை:** தோழி, தலை மகளை இடத்து உயத்துவந்து, பகற்குறி நேர்ந்த வாய்பாட்டால் தலைமகனை வரைவு கடாயது.

(புனக்காவலிலே கண்டு காதலித்துக் களவுக் கூட்டமும் பெற்ற தலைவி, புனம் காவல் ஒழிந்த பின்னர், இரவுக் குறியிலே ஒழுகி வருகின்றனள். அவர்கள் உறவைத் திருமணத்தால் பிணித்து நிலை பெறச் செய்யக் கருதிய தோழி, ஒருநாள் தலைமகளைக் குறித்த இடத்திலே கொண்டு விட்டு விட்டு வருபவள், தலைவனிடம் இப்படிக் கூறுகின்றாள்.

'கிளைபா ராட்டும் கடுநடை வயக்களிறு
முளைதருபு ஊட்டி, வேண்டுகுளகு அருத்த,
வாள்நிற உருவின் ஒளிறுபு மின்னி,
பருஉ உறைப் பல்துளி சிதறி, வான் நாவின்று,
பெருவரை நளிர்சிமை அதிர வட்டித்துப்
புயலேறு உறைஇய வியலிருள் நடுநாள்,
விறலிழைப் பொலிந்த காண்பின் சாயல்,
தடைஇத் திரண்டநின் தோள்சேர்பு அல்லதை
படாஅ வாகும், எம் கண் என, நீயும்
இருள்மயங்கு யாமத்து இயவுக்கெட விலங்கி,
வரிவயங்கு இரும்புலி வழங்குநர்ப் பார்க்கும்
பெருமலை விடரகம் வர அரிது' என்னாய்
வரவெளி தாக எண்ணுதி, அதனால்,

நுண்ணிதின் கூட்டிய படுமாண் ஆரம்
தண்ணிது கமழும்நின் மார்பு, ஒருநாள்
அடைய முயங்கேம் ஆயின், யாமும்
விறலிழை நெகிழச் சாஅய்தும்; அதுவே
அன்னை அறியினும் அறிக! அலர்வாய்
அம்பல் மூதூர் கேட்பினும் கேட்க!
வண்டிறை கொண்ட எரிமருள் தோன்றியொடு.
ஒண்பூ வேங்கை கமழும்
தண்பெருஞ் சாரல் பகல்வந் தீமே!

எம் தலைவனே! தன் இனத்தினைப் பேணிப்போற்றுகின்ற தன்மையினையும், கடுமையான நடையினையுமுடைய வலிமையான களிறானது, மூங்கில் முளைகளைத் தன் இனத்திற்கு எல்லாம் உண்பித்துப், பின் வேண்டும் அளவு தழைகளையும் உண்பித்திருக்கும் தன்மை உடையது காடு. வாளின் நிறம் போன்ற உருவத்துடன், ஒன்று படுவதுபோல மின்னலிட்டுப், பெரிய பலவாகிய மழைத் துளிகளையும் சிதறி, வானத்திலே எங்கும் பரந்து, பெருமலையின் குளிர்ந்த உச்சிகளும் அதிருமாறு கவிந்து கொண்டு, மேகமானது, இடி முழக்கத்துடன் பரந்திருக்கும் இருள் மிகுந்த நள்ளிரவு வேளையிலே,

''சிறந்த அணிகலன்களால், பொலிவுற்று விளங்கும் காண்பதற்கு இனிய சாயலினை யுடையவளே! வளைந்து திரட்சியுற்றிருக்கும் தன்மையுடையன நின்னுடைய தோள்களைச் சேர்ந்திருத்தல் அல்லாமற் போனால், எம் கண்கள், ஒருபோதும் துயிலாவாகும்'' என்று கூறியவனாக,

நீயும், இருள் மயக்கம் உடைய நடு யாமத்திலே வழி தடுமாறுதலால், விலகி வழிவருவாரை, வரிகள் விளங்கும் புலியானது கொல்லுதற்கு எதிர்பார்த்திருக்கும், பெரிய மலையின் பிளப்பினையுடைய இடமும் வருவதற்கு மிகவும் எளிதானதாகவே எண்ணுகின்றனை.

நுண்மையாக அறைத்துக் கூட்டிப் பல மணங்களைக் கலந்த, மாட்சியுள்ள சந்தனம் குளிர்ச்சியான மணம் வீசிக் கொண்டிருக்கின்ற நின்னுடைய மார்பினை, ஒரு நாளேனும் இறுகத் தழுவாதிருந்தோமானால், யாங்களும், மேம்பட்ட அணிகள் நெகிழ்ந்து சரிய, உடல் மெலிந்து விடுகின்றோம். அதனால்,

எம் அந்த நிலையினை எம் அன்னையே அறிந்தாலும் அறிவாளாக! அலர் உரைக்கும் வாயினரான பெண்டிர்களது சொற்களை எம் பழைமையான ஊரே கேட்டுப் பழித்தாலும் பழிக்க! வண்டுகள் மொய்க்கின்ற நெருப்பைப் போன்ற தோன்றிப் பூவுடனே, ஒள்ளிய

வேங்கைப் பூவின் மணமும் சேர்ந்து கமழுகின்ற தண்மையான பெரிய மலைச் சாரலினிடத்தே, இனிப் பகற்பொழுதிலேயே வந்து அருள்வா யாக.

என்று, தோழி தலைமகளை இடத்துய்த்து வந்து, பகற்குறி நேர்ந்த வாய்பாட்டால், தலைமகனை வரைவுகடாயினாள் என்க.

சொற்பொருள்: 1. கிளை-இனம். கடு நடை- விரைந்த நடை. வயக்களிறு - வலிமையுள்ள தலைமை யானை. 2. முளை- மூங்கில் முளை. குளகு -தழை. 4. பரூஉ உறை-பெரிய துளிகளாய்ப் பெய்யும் மழை. வான் நவின்று-வானிலே பயின்று. 5. வட்டித்தல்- சூழ்ந்து கொள்ளல். 6. புயலேறு- இடியேறுவியலிருள் நடுநாள்- இருள்மிகுந்த நள்ளிரவு. 7. விறல்- மேம்பாடு. 9. படா அவாகும்- மூடாதனவாகும். 10. இயவுக் கெடுதல்-வழி தடுமாறுதல். 16. அடைய முயங்குதல் - உடலிறுகத் தழுவுதல். 20. தோன்றி-தோன்றிப்பூ.

உள்ளுறை: யானை தான் இன்புறுவதோடல்லாது தன் கிளை களையும் உண்பித்துப் போற்றுவது போல, நீயும் இவளை மணந்து இல்லறம் பேணிச் சுற்றத்தார் மகிழுமாறு விருந்தருத்தி வாழ்தல் வேண் டும் என்பதாம்.

விளக்கம்: இரவுக்குறியிலே அவன் வரும் வழியின் துன்பம் கூறினாள், தாம் அதுபற்றிப் பெரிதும் துன்பத்திற்கு உள்ளானதை உணர்த்தும் பொருட்டாக. ‘அன்னை அறியினும் அறிக; அலர்வாய் அம்பல் மூதூர் கேட்பினும் கேட்க’ என்றதனால், பகற்குறி வாய்ப்பதன் அருமையையும் குறிப்பாகப் புலப்படுத்தினாள். இதனால், விரைந்து வரைந்து கோடலை வற்புறுத்தினாள் என்க.

மேற்கோள்: ‘இது, குறிஞ்சிக்கு முதலும் கருவும் வந்து உரிப் பொருளால் சிறப்பு எய்தி முடிந்தது, என, ‘முதல் கருஉரிப் பொருள்’ என்னும் சூத்திர உரையிலே நச்சினார்க்கினியர் காட்டினர்.

பாடபேதங்கள்: 2. குளகு அருந்த. 12. வரல் அரிது என்னாய். 20-21. தோன்றல் ஒண்பூ.

219. யானே வருந்துவேன்!

பாடியவர்: கயமனார். **திணை:** பாலை. **துறை:** மகட் போக்கிய தாய் சொல்லியது.

(தன் மகள் தன் காதலனுடன் உடன் போக்கிலே சென்றுவிட, அதனால் உள்ளம் வருத்தி நலிந்தனள் தாய். அப்பொழுது, அவளுடைய உள்ளம் தன் உள்ளம் தன் மகள் காதலனோடு சென்றுவிட்ட பழி யொடுபட்ட தன்மையை நினைந்து வருந்தவில்லை. செல்வமாக வளர்ந்த அவள், எவ்வாறு பாலை வழியிலே தன் பாதம் நோக நடந்து செல்வாளோ என்பதை நினைந்தே வருந்துகிறது.)

சீர்கெழு வியனகர்ச் சிலம்புநக இயலி,
ஓரை ஆயமொடு பந்துசிறிது எறியினும்,
'வாராயோ!' என்று ஏத்திப் பேர்இலைப்
பகன்றை வான்மலர் பனிநிறைந் ததுபோல்
பால்பெய் வள்ளம் சால்கை பற்றி,

'என்பாடு உண்டனை ஆயின் ஒருகால்
நுந்தை பாடும் உண்' என்று ஊட்டிப்,
'பிறந்ததற் கொண்டும் சிறந்தவை செய்துயான்,
நலம்புனைந்து எடுத்தஎன் பொலந்தொடிக் குறுமகள்
அறனி லாளனோடு இறந்தனள் இனி' என,

மறந்து அமைந்து இராஅ நெஞ்சம் நோவேன்-
பொன்வார்ந் தன்ன வைவால், எயிற்றுச்
செந்நாய் வெரீஇய புகர்உழை ஒருத்தல்;
பொரிஅரை விளவின் புன்புற விளைபுழல்,
அழல்எறி கோடை தூக்கலின், கோவலர்,
குழல்என நினையும் நீர்இல் நீள்இடை,
மடத்தகை மெலியச் சாஅய்,
நடக்கும் கொல்?'' என, நோவல் யானே.

சீர்மை கெழுமிய பெரிய மனையின் கண்ணே, சிலம்புகள் ஒலிமுழங்க, நடந்து கொண்டிருந்தவள் அவள். விளையாடும் தன் தோழியர்களுடன் சிறிதுபொழுதே பந்து எறிந்து விளையாடினாளா யினும், களைத்திருப்பாளே எனக் கருதிப், 'பெரிய இலையினை யுடைய பகன்றையின் வெண்மலர்களிலே பனி நிறைந்ததுபோலப்' பால் பெய்த கிண்ணத்தைச் சால்புடைய கையிலே பற்றிக் கொண்டு, என் பகுதிக்கு இதனை உண்டனையானால் இனி ஒருமுறை உன் தந்தையின் பகுதிக்கும் உண்பாயாக' என்று, அவளை ஊட்டி வளர்த் தேன். அவள் பிறந்ததன் முதலே பற்பல சிறப்புக்களையும் செய்து, யான் அவள் நலத்தைப் பேணினேன். பொற்றொடி அணிந்த என் னுடைய இளைய மகளான அவளோ, அறன் இல்லாத தன்மையாள னான அவள் காதலனுடன், இப்போது, எம் இல்லை விட்டு நீங்கிச் சென்றனள் என்பதை மறந்து அமைந்து இருக்கமாட்டாத என் உள்ளத் திற்காகவும் யான் வருந்துவேன் அல்லேன்-ஆனால்,

பொன்னால் செய்ததுபோன்ற கூர்மையான வெண்பற்களை யுடைய செந்நாயினுக்கு அஞ்சிய புள்ளிகளையுடைய கலைமானா னது, பொறிகள் பொருந்திய அரையினையுடைய விளாங்கனியின் புல்லிய ஓட்டிலே தோன்றிய துளையிலே, வெம்மைக் கொண்டு வீசும் கோடைக்காற்றானது நுழைந்து ஒலி எழுப்புதலினால், கோவலரது குழலோசை எனக் கருதித், தனக்குப் பாதுகாவல் என நினைந்து,

அவ்விடம் நோக்கிச் செல்லும், நீரற்ற நெடிதான அத்தகைய நெறி யிலே, மடப்பத்தையுடைய தன் அழகுத்தன்மை எல்லாம் அழிய வாட்டமுற்று, அவள் நடக்கவும் செய்வாளோ என்பதனை நினைந்தே' யானும் வருந்துகின்றேன்.

என்று, மகட்போக்கிய தாய் சொன்னாள் என்க.

சொற்பொருள்: நகர்- பெருமனை. சிலம்பு நக - சிலம்பு ஒலி செய்ய. இயலுதல் -நடத்தல். 2. ஓரை ஆயம்-விளையாட்டுத் தோழி யர். 4. வான் மலர்-வெண்மலர்; வெள்ளிக் கிண்ணத்தை உணர்த்தும். 5. சால் கை- சால்பு உடைய கை. 6. பாடு-பகுதி. 10. இறந்தனள் - கடந்து போயினாள். 15. கோடை- கோடையிலே வீசும் மேல் காற்று. எடுத்தல் துளை வழியே புகுந்து ஒலி எழுப்புதல். 17. மடத்தகை - மடமையான மென்மைத் தன்மை.

உள்ளுறை: செந்நாய்க்கு அஞ்சிய கலைமான், விளாங்கனித் துளையிலே காற்றுப் புகுந்து எழுப்பும் ஒலியினை, அறியாமையால், கோவலரின் குழல் என மயங்கித், தனக்குப் பாதுகாவல் கிடைத்தது என மகிழ்ந்தாற்போல, ஊரலருக்கு அஞ்சியமகள் காதலனின் பேச்சிலே மயங்கி, நீரற்ற நெடுவழியைத் தனக்குத் துணையாகக் கொண்டனளே என்று வருந்தியதாகக் கொள்க. இது, மகளின் பேதைமையையும் காதல் உறுதியையும் குடிப்பண்பையும் உணர்த்தும்.

விளக்கம்: 'பந்தாடினும் களைப்பாளே' என, யான், பாலினை என்பாடு எண்டனையாயின் இனி ஒருகால் நுந்தை பாடும் உண் ணென்று ஊட்டிப் பேணிய என் மகள், நீரற்ற நெடுவழியில் எப்படி நடந்து சொல்வாளோ என நோகின்றாள் தாய். அந்த எண்ணம் மேலெழு, அவள் மறந்து விட்டாள். தாய்மைப் பண்பின் விளக்கம் இந்தச் செய்யுள்.

பாடபேதங்கள்: 7. பிறந்ததற்கு ஒன்றும்.

220. நல் எழில் சிதையா ஏமம்!

பாடியவர்: மதுரை மருதனிளநாகனார். **திணை:** நெய்தல். துறை: இரவுக்குறி வந்து நீங்கும் தலைமகனை எதிர்ப்பட்டுத் தோழி சொல்லியது. சிறப்பு செல்லூர், ஊணூர், திருச்சாய்க்கனம் ஆகிய ஊர்களின் சிறப்புக்களும், பரசுராமன் வந்து செய்த பெருவேள்வியும் பற்றிய செய்திகள்.

(இற்செறிக்கப்பட்ட தலைவியுடன் இரவுக்குறியிடத்தே வந்து கூடிச் செல்லும் தலைமகனைக் கண்டு, தலைவியின் தோழி இங்ஙனம் கூறி, விரைந்து மணவினை மேற்கொள்ளுதலின் கடமையை வற்புறுத்துகின்றாள்.)

ஊருஞ் சேரியும் உடன்இயைந்து அலர்எழத்,
தேரோடு மறுகியும், பணிமொழி பயிற்றியும்,
கெடாஅத் தீயின் உருகெழு செல்லூர்க்,
கடாஅ யானைக் குழூஉச் சமம் ததைய,
மன்மருங்கு அறுத்த மழுவாள் நெடியோன்
முன்முயன்று அரிதினின் முடித்த வேள்வி,
கயிறுஅரை யாத்த காண்தரு வனப்பின்,
அருங்கடி நெடுந்தூண் போல, யாவரும்
காண லாகா மாண் எழில் ஆகம்
உள்ளுதொறும் பனிக்கும் நெடுஞ்சினை, நீயே
நெடும்புற நிலையினை, வருந்தினை ஆயின்,
முழங்குகடல் ஓதம் காலைக் கொட்கும்,
பழம்பல் நெல்லின் ஊணூர் ஆங்கண்
நோலா இரும்புள் போல, நெஞ்சு அமர்ந்து,
காதல் மாறாக் காமர் புணர்ச்சியின்,
இருங்கழி முகந்த செங்கோல் அவ்வலை
முடங்குபுற இறவோடு இனமீன் செறிக்கும்
நெடுங்கதிர்க் கழனித் தண்சாய்க் கானத்து
யாணர்ந்த தண்பணை உறும் எனக் கானல்
ஆயம் ஆய்ந்த சாய்இறைப் புணைந்தோள்
நல்எழில் சிதையா ஏமம்
சொல்லினித் தெய்ய, யாம் தெளியு மாறே.

ஊரும் சேரியும் ஒன்றாகச் சேர்ந்துக் கொண்டு, பழிச்சொற்கள் மேலெழுந்து நிற்குமாறு தேரோடு வந்து சுற்றியும், பணிவான சொற்கள் பலவற்றைக் கூறியும் வருகின்றனை, தலைவனே!

என்றும் அவியாத வேள்வித் தீயினை உடையது அழகு விளங்கும் செல்லூர். அதன்கண்-

மதம் பொருந்திய யானையின் கூட்டம் எல்லாம் போர்முனையிலே அழியுமாறு, மன்னர்களின் பரம்பரைகளையே, வேருடன் அறுத்த பரசாகிய வாளினையுடைய பரசுராமன், முன் காலத்திலே முயற்சியுடன் அரிதான முறையிலே செய்து முடித்த வேள்வியினிடத்திதே, கயிற்றினை அரையிலே கட்டியிருந்த காணத்தகுந்த வனப்பினையுடைய அரிய காவலைக் கொண்ட உயரமான வேள்வித் தூணைப் போல, யாவரும் காண்பதற்கும் இயலாத மாண்புற்ற எழிலினை யுடைய எம் தலைவியின் மார்பினைப் நினையுந்தோறும், நடுங்கும் உள்ளம் உடையவனாகி, நீயும் நெடிதான புறநிலையினைக் கருதி வருந்தினையானால், -

முழக்கமிடும் கடலின் ஓதமானது, காலை வேளையிலேயும் அலைந்து கொண்டிருக்கும் மிகுதியான பழைய நெல்லையுடைய ஊணூர் என்னும் அவ்விடத்திலே, ஒன்றைவிட்டு மற்றொன்று பிரிந்து இருத்தலைப் பெறாது கூடியேயிருக்கும் பெரிய பறவையாகிய மகன்றிலைப் போல நெஞ்சம் பொருந்தி, என்றும் காதல் மாறாத விருப்பமுடைய புணர்ச்சியினாலே-

பெரிய கழியிலே யிருந்தும் முகந்த நேரிய கோல்களையுடைய அழகிய வலையானது, வளைந்த புறத்தினையுடைய இறாமீனுடன் ஏனைய மீனினங்களையும் குவித்துக் கொண்டிருக்கும், நீண்ட கதிர்களையுடைய வயல்கள் நிறைந்த, தண்ணிய சாயக்கானம் என்னும் இடத்திலேயுள்ள, அழகிய குளிர்ந்த மூங்கிலை ஒப்பாகும் என்று, கடற்சோலையிலே தோழிமார்கள் ஆராய்ந்து பாராட்டிய வளைந்த முன்கையினையுடைய இவளது பணைத்த தோள்களின், நல்ல அழ கானது சிதையாதிருப்பதற்குரிய அரணாகிய ஒரு செய்தியை, யாம் தெளிவு கொள்ளுமாறு இனிச் செல்வாயாக.

என்று, இரவுக்குறி வந்து நீங்குத் தலைமகனை எதிர்ப்பட்டுத் தோழி சொன்னான் என்க.

சொற்பொருள்: 1. ஊர்- பெருங்குடியினர் வாழ்வது; சேரி- சிறு குடியினர் வாழ்வது. 2. தேரொடு மறுகுதல்-தேருடன் வந்து சுற்றித் திரிதல். பணிமொழி- பணிவான வேண்டுதற் சொற்கள். 3. உருகெழு- அழகு கெழுமிய. 4. சமம்-போர்முனை. ததைய-அழிய. 5. மன்மருங்கு - மன்னர் பரம்பரை. மழு-பரசு. மழுவாள்-பரசாகிய வாள். நெடியோன் - பரசுராமன்; அவன் திருமாலின் அவதாரமாதலினால் அவனையே திருமால் என்றனர்; இக்கதை வழக்கு அந்நாள் தமிழகத்தில் நிலவிய தனை இது காட்டும். 10. பனிக்கும்-நடுங்கும். 11. புறநிலையினை - 'புறத்தனாக நிற்கும் நிலையினை உடையவனான நீயும்' எனலும் ஆம். 14. நோலா- பிரிந்து வருந்தியிராத. இரும்புள்- பெரிய புள்; மகன்றில். 15. காமர் புணர்ச்சி-விருப்பந்தரும் புணர்ச்சி. 17. முடங் குதல் - வளைதல் 18. சாய்க்கானம்-திருச்சாய்க்காடு என வழங்கும் ஊர். 19. யாணர்- அழகிய செழுமை. 20. சாய் இறை- வளைந்த முன்கை. 21. ஏமம்- பாதுகாவல்.

விளக்கம்: 'சேரி' என்பது ஊரின்பகுதியாக விளங்குவது. தனித் தனி இனத்தவர் ஒருங்கே சேர்ந்து வாழும் பகுதி. பறைச்சேரி, பார்ப்பனச்சேரி, இடைச்சேரி எனவெல்லாம் வழங்கும். பரசுராமன், 'மன்னர் பரம்பரையினரை எல்லாம் அழிப்பேன்' எனச் சபதம் செய்தான் எனவும், அதற்குப் பலியானவர் பலர் எனவும் வழங்கும் செய்திகளை நினைக்கவும். செல்லூர், கோசர்களுக்கு உரியது எனப் பலவிடத்துங் கூறப்படுவது. அங்கே பரசுராமன் யாகம் செய்தான் என்று கூறுகிறார்

புலவர். அந்த யாகத்தூண்போல யாவரும் காணலாகா மாண் எழில் ஆகம் என்றது, செவ்வியைக் குறித்ததாகும். தோள் எழில் சிதையா ஏமம் என்றது, அவற்றைப் பிரியாது தழுவியிருத்தலான வரைந்து கோடலாகிய மணவினை என்னும் காவல்.

பாடபேதங்கள்: 4. குரூஉச் சமம். 11. நிலையின் வருந்தினை. 14. இருபுள்

221. போவதற்கு இசைந்தேன்!

பாடியவர்: கயமனார். **திணை:** பாலை. **துறை:** தலைமகற்குப் போக்கு உடன் பட்ட தோழி தலைமகட்குப் போக்கு உடன்படச் சொல்லியது.

(ஒரு தலைவனும் தலைவியும் களவு ஒழுக்கத்திலே ஈடுபட்டு ஒழுகி வருகின்றனர். தம் மகளின் மேனியிலே தோன்றிய மாற்றங் களைக் கண்ட பெற்றோர். அவளுக்கு வேறோரு வரனைப் பேசி மணம் செய்விக்க முயன்று, அதற்கான ஏற்பாடுகளிலேயும் ஈடுபடு கின்றனர். அதனை அறிந்த தோழி, தலைவனுடன் தலைவியும் உடன் போக்கிலே செல்லுவதற்கான முயற்சியை மேற்கொள்ளத் தூண்டு வாளாக. அவன் இசைவு பெற்று வந்து, தலைவியிடம் இப்படிக் கூறுகின்றாள்.)

நனைவிளை நறவின் தேறல் மாந்திப்,
புனைவினை நல்லில் தருமணல் குவைஇப்,
'பொம்மல் ஓதி எம்மகள் மணன்' என,
வதுவை அமர்ந்தனர் நமரே அதனால்
புதுவது புனைந்த சேயிலை வெள்வேல்-
மதிஉடம் பட்ட மைஅணற் காளை
வாங்குசினை மலிந்த திரளரை மராஅத்துத்
தேம்பாய் மெல்லிணர் தளிரொடு கொண்டு, நின்
தண்நறு முச்சி புனைய, அவனொடு
கழைகவின் போகிய மழைஉயர் நனந்தலை,

பூவரும்புகளிலே விளையும் தேனினால் ஆகிய கள்ளின் தெளி வினை நிரம்பக் குடித்தனர்; நல்ல மனையினை அலங்கரிக்கும் செயலையும் செய்யத் தொடங்கினார்; புது மணலைக் கொணர்ந்து வீட்டிற் குவித்தும் வைத்துள்ளனர்; 'பொலிவுள்ள கூந்தலை உடைய வளான எம்முடைய மகளுக்குத் திருமணம்' என்றும் கூறியவராயினர். இவ்வாறெல்லாம் நம்மவர் நின் மணத்திற்கு வேண்டியன எல்லாம் செய்தனர். அதனால்,

புதிதாக வடித்துக் கொள்ளப்பட்ட செவ்வையான இலை பொருந்திய வெள்ளிய வேலினையும், நின்னோடு உள்ளத்தாலே

ஒன்றுபட்ட செவ்வியையும், கரிய தாடியினையும் உடைய காளைப் பருவத்தினன் நம் தலைவன்;

வளைவான கிளைகள் திரண்ட அரையினையுடைய வெண் கடப்ப மரத்தினது, தேன் சொரியும் மென்மையான பூங்கொத்துக் களைத் தளிர்களுடனே கொணர்ந்து நின்னுடைய தண்மையான மணமுள்ள மயிர் முடியிலே சூடி மகிழுமாறு,

மூங்கில்கள் தம் அழகு அழிந்துபோகுமாறு, மேகங்கள் வானத்து உயரத்தே பெய்யாது போகிய பரந்த பாலையிடத்தே, களிறாகிய தன் இரையானது தப்பிப் போயினதால், பெரிய வாயினையுடைய வேங்கையானது. கொதிக்கும் சினம் மிகுந்ததாக முழங்கும். அதனைக் கேட்டு அஞ்சிய கரிய பெண்யானையானது தானும் நிலைதடுமாறி ஓடிக்கொண்டிருக்கும். அத்தகைய சோலையினையுடைய அரிய சுரநெறியிலே, நீயும் அவனுடன் கூடிச் சென்றுவிடுதலை யானும் விரும்பினேன்.

என்று, தலைமகற்குப் போக்குடன்பட்ட தோழியானவள் தலை மகட்குப் போக்குடன்படச் சொன்னாள் என்க.

சொற்பொருள்: 1. நனை-பூவரும்பு. தேறல்-தெளிவு. 3. பொம்மல்-பொலிவு. ஓதி-கூந்தல். 5. புனைந்த- வடிக்கப் பட்ட. 6. மதியுடம் பட்ட-உள்ளம் ஒருமைப்பட்ட. 11. கயவாய் - பெரிய வாய். 12. குழுமல்- முழங்குதல். 13. இரும்பிடி-கரியபிடி; பெரிய பிடியுமாம்.

விளக்கம்: ‘நமர் வேற்று வரைவினை ஏற்று மண முயற்சி களிலே ஈடுபட்டனர்; அதனால் நீ உடன் போக்கிலே நின் தலைவ னுடன் சென்றுவிடுக’ என்றனள் தோழி. புலிக்குக் களிறு தப்பியதும் பிடி அஞ்சி ஓடுவதும் ஒருவர் துன்பத்திற்கு ஒருவர் வருந்தும் துணை மையுடன் செல்லல் வேண்டும் என்பதனை உணர்த்தும்.

பாடபேதங்கள்: 5. செயலை வெள்வேல், 7. வாங்குசினைக் கொள்ளும்.

222. செல்வோம் யாமே!

பாடியவர்: பரணர். **திணை:** குறிஞ்சி. **துறை:** தலைமகன் சிறைப்புறத்தானாகத் தோழி தலைமகட்குச் சொல்லியது. **சிறப்பு:** ஆட்டனத்தி ஆதிமந்தியின் வரலாற்றுக் குறிப்பு.

(களவிலே உறவாடிவந்த தலைவன் இடையிற் சில நாட்களாக வாராது போய்விட்டானாக, அதனால், தன் உள்ளம் வருந்தியிருந்தாள் தலைவி. ஒருநாள், அவள் வந்து சிறைப்புறத்தானாக இருப்பதறிந்த தோழி, தலைவியிடம் கூறுபவளே போல, ‘அவனைத் தேடிச் செல்வோம்’

என, அவன் கேட்குமாறு உரைக்கின்றாள். அவனைத் தலைவியைத் வரைந்து கொள்ளுமாறு தூண்டுதற்குச் சொல்லப்பட்டது இது.)

வானுற நிவந்த நீல்நிறப் பெருமலைக்
கான நாடன் இறீஇய நோய்க்கு, என்
மேனி ஆய்நலம் தொலைதலின், மொழிவேன்;
முழவுமுகம் புலராக் கலிகொள் ஆங்கண்,
கழாஅர்ப் பெருந்துறை விழவின் ஆடும்.
ஈட்டெழில் பொலிந்த ஏந்துகுவவு மொய்ம்பின்,
ஆட்டன் அத்தி நலன்நயந்து உரைஇத்,
தாழிருங் கதுப்பின் காவிரி வவ்வலின்,
மரதிரம் துழைஇ, மதிமருண்டு அலந்த
ஆதி மந்தி காதலற் காட்டிப்
படுகடல் புக்க பாடல்சால் சிறப்பின்
மருதி அன்ன மாண்புகழ் பெறீஇயர்,
சென்மோ-வாழி, தோழி-பல்நாள்.
உரவுரும் ஏறொடு மயங்கி,
இரவுப்பெயல் பொழிந்த ஈர்ந்தண் ஆறே.

தோழி! வாழ்க! வானுற உயர்ந்த நிறத்தினையுடைய, பெருமலையினைச் சார்ந்த காட்டுநாட்டின் தலைவன் நம் காதலன். அவன் அடைவித்த காமநோய்க்கு ஆற்றாது நின்மேனியின் ஆழ்ந்த அழகனைத்தும் தொலைந்தன. ஆதலின், ஒன்று சொல்லுவேன் கேட்பாயாக:

முழவுகளின் முழக்கம் ஓயாத ஆரவாரத்தையுடைய இடமாகிய கழார் என்னுமிடத்தேயுள்ள, பெருந்துறையினிடத்தே நடந்த புதுநீர் விழாவிலே ஆடும், திரண்ட அழகினாலே பொலிவுற்று நிமிர்ந்த, திரண்ட தோளாற்றலையுடைய ஆட்டனத்தி என்பானின் அழகினை விரும்பிப், பரவி வந்து தாழ்ந்த கரிய கூந்தலையுடைய காவிரிப் பெண்ணானவள், அவனைக் கவர்ந்து தன்னுடனே கொண்டு சென்றனள். அதனால்,

திக்கெல்லாம் அவனைத் துழாவித் தேடியவளாகத், தன் மதியும் மருட்சியுற்றவளாக வாடினாள் ஆதிமந்தி என்னும் அவன் மனைவி. அவளுடைய காதலனை அவளுக்குக் காட்டிடு தந்து, தான் ஒலிக்கும் கடலிலே புகுந்து மறைந்தனள். பார்ப்பதற்கு அமைந்த சிறப்பினையுடைய மருதி என்பவள். அவளைப் போலச் சிறந்த புகழைப் பெறும் பொருட்டாக-

பல நாட்களும், முழக்கமிட்டுக் கொண்டிருக்கும் இடியேற்றுடனே கூடியதாக இரவெல்லாம் பெருமழை பொழிந்த ஈரமிக்க சேற்று வழியிலே, அவனை நாமும் தேடிச் செல்வோமாக.

என்று, தலைமகன் சிறைப்புறத்தானாகத் தோழி தலைமகட்குச் சொன்னாள் என்க.

சொற்பொருள்: 1. நிவந்த-உயர்ந்த. 2. உறீ இய நோய்- அடைவித்த காமநோய். 3. ஆய்நலம்-ஆய்ந்த பேரழகு. 4. முகம் புலரா-முழக்கம் ஓயாத. 5. கழாஅர்-காவிரிக் கரையின் ஓர் ஊர். 6. ஈட்டெழில்-தொகுதியாகத் திரண்ட பேரெழில். 9. மாதிரம் -திசைகள். 12. மருதி-கடல் தெய்வம். 15. ஈர்ந்தண் ஆறு-ஈரமான சேற்று வழி.

உள்ளுறை: காவிரி கவர்ந்த ஆட்டனத்தியை மாருதியென்பாள் ஆதிமந்திக்குக் காட்டித் தான் கடலுட் புகுந்தது என்றாள். அது போலவே, அவள் காதலனை விரும்பிக் கவர்ந்து பிறரினின்றும், தன்னை இழந்தாயினும், தான் மீட்டுத் தருவேன் என்றனன் தோழி.

பாடபேதம்: 2. நோய்க்கண்.

223. உறக்கம் ஏது?

பாடியவர்: பாலை பாடிய பெருங்கடுங்கோ. **திணை:** பாலை. **துறை:** பிரிவடை வேறுபட்ட தலமகளைத் தோழி வற்புறுத்தியது.

(தலைமகன் பிரித்து வினைமேற் சென்று வராதிருந்த காலத்தே, அதனால் வருந்தித் தன் அழகு குலைந்து வாடி மெலிந்தனள் தலைவி. அவளுக்குத் தலைவன் அவளை மறவான்' என்ற உறுதியைக் கூறி, வற்புறுத்தித் தோழி தேறுதல் உரைக்கின்றாள்.)

'பிரிதல் வல்லியர்; இது, நத் துறந்தோர்
மறந்தும் அமைகுவர் கொல்?' என்று எண்ணி,
ஆழல்-வாழி, தோழி! - கேழல்
வளைமருப்பு உறழும் உளைநெடும் பெருங்காய்
நனைமுதிர் முருக்கின் சினைசேர் பெருங்கல்,

காய்சினக் கடுவளி எடுத்தலின் வெங்காட்டு
அழல்பொழி யானையின் ஐயெனத் தோன்றும்
நிழலில் ஓமை நீரில் நீளிடை,
இறந்தனர் ஆயினும், காதலர் நம்வயின்
மறந்து கண்படுதல் யாவது-புறம் தாழ்

அம்பணை நெடுந்தோள் தாங்கித், தும்பி
அரியினம் கடுக்கும் சுரிவணர் ஐம்பால்
நுண்கேழ் அடங்க வாரிப் பையுள் கெட,
நன்முகை அதிரல் போதொடு குவளைத்
தண்நறுங் கமழ்தொடை வேய்ந்த, நின்
மண்ஆர் கூந்தல் மரீஇய துயிலே?

தோழி வாழ்க! நம்மைப் பிரிந்து செல்வதற்கு உள்ளத்திலே வன்கண்மை உடையவராயினர் நம் காதலர். அவ்வாறே, நம்மைக் கைவிட்டுச் செல்லவும் செய்தனர். அத்தகையவரான அவர், நம்மை மறந்து அவ்விடத்தேயே தங்கியும் விடுவாரோ என்று எண்ணித் துயரத்தில் ஆழ்தல் வேண்டாம்.

பன்றியின் வளைந்த கொம்பினைப் போன்ற ஆர்க்கினையுடைய, நெடிய பெருங்காயினை உடையது அரும்பு முதிர்ந்த முருக்க மரம், அதன் கிளையைச் சேர்ந்திருந்த பெரிய பாறையானது, மிகவும் வேகமாக வரும் கடுங்காற்று மூட்டுதலால் வெம்மையான காட்டிடத்தே நெருப்பால் மூடப்பெற்ற யானையைப் போன்று, வியக்கத்தக்கவாறு தோன்றும். நிழலற்றுப்போன ஓமை மரங்களையுடைய நீரற்ற ஓமை மரங்களையுடைய நீரற்ற அத்தகைய நீண்ட பாலை வழியினூடே கடந்து சென்றனர் நம் காதலர். ஆயினும்,

முதுகுப் புறத்திலே தொங்குவதாக, அழகிய மூங்கில் போன்று விளங்கும் நீண்ட தோள்களிலே படிந்ததாகத், தும்பி என்னும் வண்டினத்து கூட்டங்கள் போலத் தோன்றும், சுரிந்து நெளிவுகளுடன் விளங்கும் நுண்மையான இயல்பு பொருந்தியது, நின் கூந்தல். நின் வருத்தமெல்லாம் அழியுமாறு அதனை முழுமையும் வாரி முடித்துக், காட்டு மல்லிகையின் நல்ல அரும்புகள் மலர்ந்த இதழ்களுடனே தண்மையான நறுமணமுள்ள குவளை மலரையுஞ் சேர்த்துத் தொடுத்த மாலையினைச் சூடி, அந்தக் கூந்தலிலே பொருந்திய துயிலினை நின்னிடத்தே பெறுவதனை மறந்து, அவர் கண்ணுறங்குதல் என்பது ஏது?

என்று, பிரிவிடை வேறுபட்ட தலைமகளைத் தோழி வற்புறுத்தினாள் என்க.

சொற்பொருள்: 1. வல்லியர்-வன்மையுடையர். 4. உளை-ஆர்க்கு. 6. கடுவளி-கடுங்காற்று; அது மிக விரைவாக வீசுதல் பற்றிக் காய்சினக் கடுவளி யாயிற்று. 11-12. தும்பி அரியினம்-தும்பியாகிய வண்டினம்: அதன் கருமை பற்றிச் சொல்லப்பட்டது. 12. சுரி வணர் ஐம்பால் நுண்கேழ்- சுரிதலையும் வளைவுகளையும் ஐவகையாக முடித்தலையும் மென்மையினையும் பொருந்திய கூந்தல்.

பாடபேதங்கள்: 4. நெடும் பொங்கர். 6.வெங்கட். 13. நுண் துகள் அடங்க.

224. இரவுப் பொழுதே செல்க!

பாடியவர்: ஆவூர் மூலங்கிழார் மகனார் பெருந்தலைச் சாத்தனார்; அவூர்கிழார் மகன் பெருஞ்சாத்தன் எனவும் பாடம். **திணை:** முல்லை. **துறை:** வினைமுற்றிய தலைமகன் தேர்ப்பாகற்குச் சொல்லியது.

(தான் சென்ற தொழில் முடிந்ததும், தலைமகனின் உள்ளம் தன் காதலியின் நினைவிலேயே ஆழ்ந்தது. விரைந்து சென்று அவளைக் கூடி, மகிழ்தல் வேண்டும் எனத் துடிக்கும் அவன், தன் தேர்ப்பாக னிடம், தேரினை விரைவிலே செலுத்துமாறு, இப்படிக் கூறுகின்றான்)

செல்க, பாக! எல்லின்று பொழுதே-
வல்லோன் அடங்குகயிறு அமைப்பக், கொல்லன்
விசைத்துவாங்கு துருத்தியின் வெய்ய உயிராக்,
கொடுநுகத்து யாத்த தலைய, கடுநடைக்,
கால்கடுப்பு அன்ன கடுஞ்செலல் இவுளி,
பால்கடை நுரையின் பரூஉ மிதப்பு அன்ன,
வான்வெண் தெவிட்டல் வழிவார் நுணக்கம்
சிலம்பி நூலின் நுணங்குவன பாறிச்,
சாந்துபுலர் அகலம் மறுப்பக் காண்தகப்
புதுநலம் பெற்ற வெய்துநீங்கு புறவில்,
தெறிநடை மரைக்கணம் இரிய மனையோள்,
ஐதுகணங்கு வல்சி பெய்துமுறுக்கு உறுத்த
திரிமரக் குரலிசைப் கடுப்ப, வரிமணல்
அலங்குகதிர்த் திகிரி ஆழி போழ,
வரும்கொல்- தோழி !-நம் இன்உயிர்த் துணைஎனச்,
சில்கோல் எல்வளை ஒடுக்கிப் பல்கால்
அருங்கடி வியனகர் நோக்கி,
வருந்துமால் அளியள் திருந்திழை தானே.

''தோழி! தேரினைச் செலுத்துவதிலே வல்லவனாகிய பாகன், குதிரைகளை அடக்கிச் செலுத்துவதற்குரிய கடிவாளக்கியற்றினை பூட்டுவான். கொல்லன் வலித்து இழுக்கின்ற துருத்தியினைப் போல வெம்மையாகப் பெருமூச்செறிந்தவாறே, வளைந்த நுகத்திலே பூட்டப் பெற்ற தலையினவாகிய. கடிய நடையினையும் காற்றினைப் போன்று செல்லும் இயல்பினையும் கொண்ட குதிரைகள், வேகமாகச் செல்லும். பால் கடையுங் காலத்தே எழும் வெண்மையான நுரையின் பெரிய மிதப்பினைப் போன்ற மிகவும் வெண்மையான வாயின் நுரையானது, வழியிற் பின்னே தொடர்ந்து வீழ்ந்துக்கொண்டிருக்கும். அது சிலம்பி யின் நூலைப்போல மெல்லிதாகச் சிதறிக் கொண்டு மிருக்கும் அது சந்தனம் பூசிக்காய்ந்த மார்பிலே மறுச் செய்யும். காண்பதற்குத் தகுதி யாகப் புதிய நலத்தினைப் பெற்று விளங்கும் வெம்மை நீங்கிய காட்டிலே குதித்துச் செல்லும் நடையினவாகிய மரையினங்கள், தேரின் வரைவுக்கு பயந்து, தம் நிலைகெட்டு ஓடும். வீட்டுப் பெண்கள் பதமாகக் காய்ந்த அரிசியைப் பெய்து, சுற்றுவதிலே ஈடுபட்டிருக்கும்

மரத்திரிகையின் குரல் ஒலி போல, வரிப்பட்ட மணற்பாங்கிலே, சுழலும் கதிரினையுடைய சக்கரங்கள் பிளந்து ஊடறுத்துக் கொண்டு ஒலியுடன் செல்லும். இவ்வாறாக, நம்முடைய இனிய உயிர்த் துணையான காதலரும் இன்று வருவாரோ?'' என்று கேட்டு, எதிர்பார்த்திருப்பவள் என் தலைவி.

சிலவாகிய கோற்றொழில்களையுடைய ஒளிபொருந்திய வளைகளை ஒலியாதே ஒடுக்கிப், பலமுறை அரிய காவலுடைய பெரிய மனையினைப் பார்த்துப் பார்த்து, இரங்கத்தக்கவளாகிய திருந்திய அணிகளையுடைய அவள் வருந்திக்கொண்டேயிருப்பாள். அதனால் பாகனே! இன்று இரவுப் பொழுதிற்குள்ளாகவே சென்று சேருமாறு, நம் தேர் மிகவும் விரைவாகச் செல்லுமாக;

என்று, வினைமுற்றிய தலைமகன் தேர்ப்பாகற்குச் சொன்னான் என்க.

சொற்பொருள்: 2. அடங்கு கயிறு-கடிவாளக் கயிறு. 3. விசைத்தல்-வலித்தல். 5. கால் கடுப்பு- காற்றின் விரைவு. இவுளி-குதிரை. 7. பால்கடைநுரை-பாலேடு. 6. தெவிட்டல்-வாய்நுரை. நுணக்கம்-மெல்லிய வீழ்ச்சி. 10. புதுநலம்-மழையாற்பெற்ற புதுச்செழிப்பு; கார்ப்பருவ வரவை இது காட்டும்.

225. தனித்து இருப்போமோ?

பாடியவர்: எயினந்தை மகனார் இளங்கீரனார். **திணை:** பாலை. **துறை:** பொருள் கடைக்கூட்டிய நெஞ்சிற்குத் தலைமகன் சொல்லியது.

(உள்ளத்தில், பொருள் தேடி வருதல் வேண்டும் என்னும் ஆர்வம் ஒரு தலைவனுக்கு மிகுதியாயிற்று. அவனால், அவன் காதலியைப் பிரிந்து செல்லவும் இயலவில்லை. இரண்டிற்கும் இடையே உழன்று கொண்டிருந்த தன் நெஞ்சிற்கு, இவ்வாறு கூறித் தன் போக்கை நிறுத்திவிடுகிறான் அவன்.)

அன்பும் மடனும், சாயலும், இயல்பும்,
என்பு நெகிழ்க்கும் கிளவியும் பிறவும்,
ஒன்றுபடு கொள்கையோடு ஓராங்கு முயங்கி,
இன்றே இவணம் ஆகி, நாளைப்,
புதலிவர் ஆடுஅமைத் தும்பி குயின்ற

அகலா அந்துளை கோடை முகத்தலின்
நீர்க்கியங்கு இனநிரைப் பின்றை, வார்கோல்
ஆய்க்குழல் பாணியின் ஐதுவந்து இசைக்கும்,
தேக்கமல் சோலைக் கடறோங்கு அருஞ்சுரத்து,
யாத்த தூணித் தலைதிறந் தவைபோல்,

பூத்த இருப்பை குழைபொதி குவிஇணர்
கழல்துளை முத்தின் செந்நிலத்து உதிர,
மழைதுளி மறநத் அங்குடிச் சீறூர்ச்
சேக்குவம் கொல்லோ-நெஞ்சே!-பூப்புனை
புயலென ஒலிவரும் தாழிருங் கூந்தல்,
செறிதொடி முன்கை நம் காதலி
அறிவஞர் நோக்கமும் புலவியும் நினைந்தே?

நம்மீது அன்பு கொண்டவள்; சிறந்த மடமையும் சாயலும் குணங்களும் பொருந்தியவள்: எலும்பையும் நெகிழச் செய்விக்கும் இனிதான பேச்சை உடையவள்; இப்படிப்பட்ட பிற சிறந்த குணங்களும் எல்லாம் ஒன்றுபட்டு இருக்கின்ற ஒரு குறிக்கோளுடையவனாக ஒருங்கே அமைந்திருப்பனபோல விளங்குபவள்; நம் காதலி. அவளுடன், தழுவியவாறே இன்று இவ்விடத்தில் இருப்பவர் ஆயினேம். நாளைப்பொழுதிலே,

அசையும் மூங்கில்கள் புதராகப் படர்ந்து விளங்கும் வண்டுகள் அவற்றிலே அழகியதாகச் சிறு சிறு துளைகளைப் பண்ணியிருக்கும்; கோடைக்காற்று அத்துளைகளினூடு புகுந்து ஒலி எழுப்பும்; அவ்வொலியானது, நீர் பருகுவதற்காகச் சென்று கொண்டிருக்கும் பசு மந்தைகளுக்குப் பின்னாக நீண்ட கோலினையுடைய ஆயர்கள் குழலினை இசைப்பது போல இனிதாக வந்து ஒலித்துக் கொண்டிருக்கும். அத்தகைய தன்மை உடையதாகவும், தேக்கு மரங்கள் அடர்ந்த சோலைகளை உடையதாகவும் காடு விளங்கும். உயர்ந்திருக்கும், கடத்தற்கு அரியதான வழியாகவும் பாலைவழியானது தோன்றும். அவ்விடத்தே, மறவர்களின் தோளிலே கட்டியிருக்கும், அம்பறாத் தூணியினது மூடியைத் திறந்து வைத்திருப்பது போல, இருப்பை மரங்களின் பூக்கள் விளங்கும். தளிரால் பொதியப் பெற்றிருக்கும் குவிந்த அத்தகைய இருப்பைப் பூக்கொத்துக்கள் கோத்த நூலினின்றும் கழன்று வீழும் துளையுடைய முத்துக்களைப் போலச் சிவந்த நிலப்பரப்பிலே உதிர்ந்து கிடக்கும்,மழைத் துளியிடுதலையே மறந்து விட்ட அவ்விடங்களிலேயுள்ள, அழகிய குடிகளையுடைய சிறிய ஊரினிடத்தே,

'பூவாற் புனைதலையுடைய மழைமேகம்' என்று சொல்லுமாறு தழைத்துக் தொங்கும் கருமையான கூந்தலையும், செறிவுடைய வளையல்கள் அணிந்துள்ள முன்கையினையும் உடையவள் நம் காதலி; அவளுடைய அறிவு கலங்கிய பார்வையினையும் ஊடலினையும் நினைந்து வருந்தியவாறே, நெஞ்சமே, நாம் தனியாகத் தங்கி இருப்போமோ?

என்று, பொருள் கடைக் கூட்டிய நெஞ்சிற்குத் தலைமகன் சொல்லிச் செலவழுங்கினான் என்க.

சொற்பொருள்: 1. அன்பு-உள்ளம் கலந்த ஒருமை நெகிழ்ச்சி. மடன்-எவ்வித ஆய்வும் இன்றித் தான் கொண்டதே உறுதியாகப் போற்றும் தன்மை. சாயல்-மென்மையின் எழில். இயல்பு-ஒழுக்கம். 2. பிறவும் குடும்பப் பெண்களுக்கு இருக்கவேண்டிய பிற பண்பு களும். 3. ஒன்றுபடு கொள்கை- ஒன்றுபட்டுச் சேர்ந்திருத்தலாகிய ஒரு கோட்பாடு. முயங்கி-தழுவி. 5. புதல் இவர்- புதராகப் படர்ந் திருக்கும். ஆடுஅமை -அசையும் மூங்கில். குயின்ற-துறைத்த. 6. அகலா-அகற்சியில்லாத; நீங்காதிருப்பதும் ஆம். அந்துளை- அழகிய துளை. கோடை-மேல் காற்று. 7. வார்கோல்- ஆயர்கள் கையிலுள்ள நீண்ட கவைக்கோல். 9. தேக்கு அமல்-தேக்கு செறிந்துள்ள. கடறு-கற்காடு.10. தூணி-அம்பறாத் தூணி. 14. பூப்புனை புயல் - புயல் பூவினைப் புனைந்துள்ளது போல விளங்கும். புயல் - மழைமேகம். 15. ஒலிவரும் - தழைத்திருக்கும். 16. செறிதொடி - செறிந்துள்ள வளைவுகள்; செறிவு, காதலனுடனிருக்கும் பூரிப்பினால் அமைவது. 17. அஞர்தல்- கலங்குதல். புலவி-ஊடல்.

விளக்கம்: கூந்தலையும், செறி தொடி முன் கையினையும், அறிஞர் நோக்கத்தையும், புலவியையும் நினைந்து இருப்போமோ என்றது, அவளைப் பிரிந்திருக்க முடியாத தன் தன்மையைக் கூறிய தாகும்.

226. அலர் பெரிதாயிற்றே!

பாடியவர்: பரணர். **திணை**: மருதம். **துறை**: தலைமகற்குத் தோழி வாயின் மறுத்தது. **சிறப்பு**: கழார் முன்துறைக்கு உரியவ னாகிய மத்தி என்பவன்: பாணனொடு வந்த கட்டி என்பான். தித்தன் வெளியனின் அவையிலே வந்து போரிடுதற்கு அஞ்சி ஓடிய செய்திகள்.

(தலைவியோடு கூடி இன்புற்று வாழ்தலைக் கைவிட்டுப் பரத்தையர் உறவிலே ஈடுபட்டிருந்தான் ஒரு தலைவன். அதனால், ஊரிலே பழிச்சொற்கள் மிகுதியாக எழுந்தன. ஒரு நாள், அவன் மனைவியிடத்துக்கு வருதலை விரும்பி செய்தியைத் தலைவியின் தோழியிடம் கூறினபோது, அவள் மறுத்துச் சொல்லுகின்றாள்.)

உணர்குவென் அல்லென், உரையல்நின் மாயம்;
நாணிலை மன்ற -யாணர் ஊர!-
அகலுள் ஆங்கண் அம்பகை மடிவைக்
குறுந்தொடி, மகளிர் குரூஉப்புனல் முனையின்,
பழனப் பைஞ்சாய் கொழுதிக் கழனிக்
கரந்தைஅம் செறுவின் வெண்குருகு ஓப்பும்,
வல்வில் எறுழ்த்தோள் பரதவர் கோமான்,
பல்வேல் மத்தி கழாஅர் முன்துறை,

நெடுவெண் மருதொடு வஞ்சி சாஅய்,
விடியல் வந்த பெருநீர்க் காவிரி,

தொடிஅணி முன்கை நீ வெய் யோளொடு
முன்நாள் ஆடிய கவ்வை இந்நாள்,
வலிமிகும் முன்பின் பாணனொடு மலிதார்த்
தித்தன் வெளியன் உறந்தை நாளவைப்
பாடுஇன் தெண்கிணைப் பாடுகேட்டு அஞ்சி,

போரடு தானைக் கட்டி
பொராஅது ஓடிய ஆர்ப்பினும் பெரிதே.

புது வருவாயினை உடைய ஊரனே! நின்னுடைய மாயமான பேச்சுக்களை நீ சொல்ல வேண்டாம். அவற்றை உண்மையென ஏற்றுக் கொள்ளவும் மாட்டேன். நினக்கு நாணமும் இல்லாது போயிற்றோ?

அழகிய பகுப்பையுடைய தழை உடையினையும் குறுந்தொடி யினையும் உடைய இளமகளிர்கள், அகன்ற ஊரினிடத்தே விளங்கும் புனல் விளையாட்டிலே ஈடுபடுவார்கள். அதுவும் வெறுத்ததென்றால், பொய்கையிலுள்ள பைஞ்சாய்க் கோரைகளைக் கோதிக், கழனியாகிய கரந்தையையுடைய வயல்களிலேயுள்ள வெண்ணிறமுள்ள நாரை களை ஓட்டிக் கொண்டிருப்பார்கள். அத்தகைய இடமாகிய, வலிய வில்லானது விளங்கும் வலிபொருந்திய தோள்களையுடையவனும், பரதவர்களின் கோமானுமாகிய, பலவேற்படையினரையும் உடைய மத்தி என்பவனது, கழாஅர் என்னும் ஊரின் துறையின் முன்னே-

உயரமான வெண்மருத மரத்தோடு வஞ்சி மரத்தையும் சாய்த்துக் கொண்டு, விடியற்காலை வேளையிலே வந்த காவிரியின் பெரு வெள்ளத்திலே, தொடி அணிந்த முன் கைகளை உடையவளான, விரும்பிய பரத்தையுடனே நேற்றுப்புலனாடினாய்.

வலி மிகுந்த ஆற்றலுடைய பாணன் என்பவனோடும் கூடிய வனாகப், போர் செய்தலிலே வல்ல தானைவீரர் பெருக்கத்தினை உடைய கட்டி என்பவன், தார்மலிந்த தித்தன் வெளியன் என்பவனது உறையூரின் நாளவையின் கண்ணே, மறுபோரிட வந்தான். வந்தவன், இனிய ஓசையையுடைய தெளிவாக இசைக்கும் கிணையினது ஒலியினைக் கேட்டுத் தித்தன் வெளியனின் பேராற்றலை உணர்ந்தான். அதனால், அச்சங்கொண்டு அவனுடன் போரிடாதேயே ஓடிவிட்டான்.

நேற்று நீ புனலாடியதால் இன்று எழுந்த ஊரலர். அப்படிக் கட்டி ஓடியபோது எழுந்த ஆரவாரத்திலும் பெரிதாயிற்றே!

என்று, கூறித் தலைமகற்குத் தோழி வாயில் மறுத்தனள் என்க.

சொற்பொருள்: 1. உணர்குவென்-உண்மையாகக் கருதி உணர்வேன். மாயம்-வஞ்சனை. 2. யாணர்-புது வருவாய். 3. மடிவை

-மடிப்புடைய உடை. 4. குரூஉப் புனல்-விளக்கமுடைய புதுப்புனல். பைஞ்சாய்-ஒருவகைக் கோரை. 7. எறுழ்-வலிமை. 10. விடியல்-அதிகாலை நேரம். 11. நீ வெய்யோளொடு-நின்னால் விரும்பப் பட்டவளோடு. 12. கவ்வை-அலர். 13. முன்பு-ஆற்றல். பாணன் வடநாட்டு ஒருவீரன்; மற்போரில் வல்லவன்; 14. உறந்தை-உறையூர். நாளவை-திருக்வோலக்கம்; நாள்தோறும் கூடும் அரசவை.

விளக்கம்: போரிடும் செருக்கோடு வந்தவன், நாளோலக்கத்து எழுந்த கிணப்பறையின் இசைக்கேட்டே அஞ்சி ஓடியது பெரிதும் பழிப்பிற்கு உரிய செயலாகும். அப்போது எழுந்த ஆரவாரம் அவனை இழித்துப் பேசுவதனால் எழுந்தது அதுபோலவே, நின் பரத்தமை உறவினையும் ஊரவர் மிகுதியாக இழித்துப் பேசுகின்றனர் என்றனள். அதனால், தலைவி ஊடியிருப்பதனையும், அவன் கருத்துக்கு இசைய மாட்டாள் என்பதனையும் உரைத்தனள் ஆயிற்று.

227. நோயின்றி வாழ்க!

பாடியவர்: நக்கீரர். **திணை:** பாலை. **துறை:** (1) தலைமகன் பிரிவின்கண் வேறுபட்ட தலைமகட்குத் தோழி சொல்லியது. (2) பிரிவின் கண் வேறுபட்ட தோழிக்குத் தலைமகள் சொல்லியது. **சிறப்பு:** தழும்பன் என்பவனது ஊணூர்க்கு அப்பாலுள்ள மருங்கூர்ப் பட்டினத்துக் கடைத்தெருவின் சிறப்பு.

(1) தலைமகன் தொழில்மேற் சென்றவன், வருவதாகக் குறித்த நாளிலே வராமை காரணமாகத் தலைவி வருத்தமுற்று உடல்நலமும் குன்றி வேறுபாடு கெண்டனள்; அப்போது, அவளைத் தேற்றுவாளாகத் தோழி சொல்லியது. (2) தலைமகனின் துயரங்கொண்ட தோழி தானும் வருந்தினள்; அப்போது அவளைத் தேற்றுவாளாகத் தன் உள்ளம் உறுதியுடையது என்பாள் போலக் காட்டித், தலைவி சொல்லியது.)

'நுதல்பசந் தன்றே; தோள்சா யினவே;
திதலை அல்குல் வரியும் வாடின;
என்ஆ குவள்கொல் இவள்?' எனப் பல்மாண்
நீர்மலி கண்ணொடு நெடிதுநினைந்து ஒற்றி,
இனையல்-வாழி, தோழி! - நனை கவுள்
காய்சினம் சிறந்த வாய்புகு கடாத் தொடு
முன்நிலை பொறாஅது முரணிப், பொன்னிணர்ப்
புலிக்கேழ் வேங்கைப் பூஞ்சினை புலம்ப,
முதல்பாய்ந் திட்ட முழுவலி ஒருத்தல்
செந்நிலப் படுநீறு ஆடிச், செருமலைந்து,
களம்கொள் மள்ளரின் முழங்கும் அத்தம்
பலஇறந்து அகன்றனர் ஆயினும், நிலைஇ,

நோய்இல ராக, நம் காதலர்! -வாய்வாள்,
தமிழ் அகப் படுத்த இமிழிசை முரசின்
வருநர் வரையாப் பெருநாள் இருக்கை,
தூங்கல் பாடிய ஓங்குபெரு நல்லிசைப்
பிடிமிதி வழுதுணைப் பெரும்பெயர்த் தழும்பன்
கடிமதில் வரைப்பின் ஊணூர் உம்பர்,
விழுநிதி துஞ்சும் வீறுபெறு திருநகர்.
இருங்கழிப் படப்பை மருங்கூர்ப் பட்டினத்து,
எல்லுமிழ் ஆவணத்து அன்ன,
கல்லென் கம்பலை செய்து அகன்றோரே!

தோழி வாழ்வாயாக!

'நெற்றியும் பசலை படர்ந்துள்ளது. தோள்கள் மெலிந்து தளர்ந்து போயின. தேமற் புள்ளிகளையுடைய அல்குல் தடத்தின் வரிகளும், தம் அழகிழந்து வாடிப்போயின. இனி, இவள் என்ன ஆவாளோ?' என்று நெடிதும் நினைந்து, அதனையே ஆராய்ந்துக் கொண்டிருப்பவளாக நீயும் வருந்தாதே.

பொன்னிறமான பூங்கொத்துக்களுடன் விளங்கும், புலி போன்ற வேங்கை மரத்தைக் கண்டது ஒரு களிறு. அது, தன் முன்னே நிற்றலைப் பொறாது பகை கொண்டது. காயும் சினம் மிகுந்ததனால், நனைந்த கன்னத்தினின்றும் வாயிலே புகும் மிகுதியான மதநீரோடு, அந்த வேங்கையின் பூங்கொம்புகள் வருந்துமாறு, அதன் அடி மரத்திலே பாய்ந்து மோதிற்று. மிக்க வலிமையினையுடைய அந்தக் களிறு, பின்னர் தன் வருத்தம் தீரச், செம்மண் நிலத்திலேயுள்ள புழுதியிலே கிடந்தும் புரண்டது. போர்புரிந்து களத்தினையே தமதாகக் கொண்டு விளங்கிய வீரரைப் போலத் தன் குரலெடுத்தும் முழங்கிற்று. அத்த கைய முழக்கத்தினையுடைய சுரநெறிகள் பலவற்றைக் கடந்து சென்றவர் நம் காதலர். ஆயினும்,

தப்பாத வாளினையும், தமிழகம் முழுவதையும் தனக்குள் அகப்படுத்தி முழங்கும் புகழ்விளங்கும் முரசினையும், தன்பால் வரும் இரவலர்க்கு வரையாது வழங்கும் பெரிய நாளோலக்கத்தையும் உடையவன் தழும்பன் ஆவான். தூங்கல் ஓரியார் என்பவரால் பாடப் பெற்ற மிகவுயர்ந்த நல்ல புகழினையும், பிடியானை மிதித்த வழு துணங்காய் போன்ற போர்த்தழும்புகளையும் உடையவன், பெரும் பெயரினனான அத் தழும்பன் என்பவன். அவனுக்கு உரியதான, காவல் பொருந்திய மதில்களாகிய எல்லையினை உடைய ஊணூருக்கு அப்பாலுள்ளது, சிறந்த செல்வங்கள் நிலைப்பெற்றிருக்கும் பெருமை கொண்ட வளநகராகிய, பெரிய உப்பங் கழிகளாகிய தோட்டக் கால் களையுடைய மருங்கூர்ப்பட்டினம். அவ்விடத்து, ஒளிவீசும் கடை

வீதியைப் போன்ற, 'கல்' என்னும் ஆரவாரத்தையுடைய அலர் சொற்களை, இவ்வூரிலே எழச் செய்து, நம்மைப் பிரிந்து சென்றவர் நம் காதலர். அவர் சென்றவிடத்து நோயிலராகி நிலைபெற்று வாழ்வா ராக!

என்று, தலைமகன் பிரிவின்கண் வேறுபட்ட தோழிக்குத் தலைமகள் சொன்னாள் என்க.

சொற்பொருள்: 1. சாயின-மெலிந்தன. 2. திதலை-தேமல். வரி-இரேகைகள். 4. ஒற்றி-ஆராய்ந்து. 5. இனையல்- வருந்தி அழுதல். 8. பூஞ்சினை புலம்ப- பூக்கள் உதிர்தலால் கொம்புகள் தனித்து வாடி வருந்த 9. ஒருத்தல்-தலைமையுடைய களிறும் ஆம். 11. மள்ளல்-வீரர். 14. இமிழ் இசைமுரசு- புகழினை முழக்கும் முரசு; வெற்றிமுரசும் கொடை முரசும் கொள்ளப்படும். 10. தூங்கல்-தூங்கல் ஓரியார் என்னும் புலவர்; இவர் பாடிய பாட்டு கிடைத்திலது. 17. போர்ப்புண்கள் யானை மிதித்த வழுதுணங்காய்ப்போல உடலெங்கும் விளங்குதலால் தழும்பன் எனப் பெயர்ப்பெற்றனன். 21. எல்உமிழ்- ஒளிவீசுதல்; அது நவமணிக் கடைகள் மலிந்துள்ளதால் இருக்கலாம்.

விளக்கம்: 'பிரியேன்' என்று தலையளி செய்த காலத்துச் செய்த உறுதியும், பிரிந்த காலத்து வருவேன் எனக் குறித்த காலமும் பொய்த்தான். ஆதலின், அதனால் அவன் இடையூறு நேர்தல் கூடாது என வாழ்த்துவாளாக, 'நோயிலராக நிலைஇ' என்றனள். இதனைத் தலைவி சொன்னதாகக் கொள்வதே சிறப்பாகும். பகையற்றபோதும் வேங்கையோடு வறிதாகப் போரிட்டுத் துயருற்ற களிற்றின் மயக்கத் தைப் போன்றதே தலைவனின் பொருளார்வமும் என்றனள்.

மேற்கோள்: மங்கலமொழி என்றதற்குத், 'தலைவதற்குத் தீங்கு வரும்' என்று உட்கொண்டு, தோழியும் தலைவியும் அதற்கு அஞ்சி அவனை வழுத்தலும் என்று பொருள் கூறி, 'நோயிலராக நம் காதலர்' என்பதனை, 'மங்கல மொழியும்' என்னும் சூத்திர உரையிலே நச்சினார்க்கினியர் காட்டினர்.

பாடபேதங்கள்: 3. பன்னாள் நீர்மலி. 17. பிடிமகிழ் உறுதுணை. 19. விழவுறு திருநகர்.

228. இரவிற் செல்வராயின் நன்று

பாடியவர்: அண்டர் மகன் குறுவழுதியார். **திணை:** குறிஞ்சி. **துறை:** தலைமகன் சிறைப்புறத்தானாகத் தலைமகட்குச் சொல்லுவா ளாய்த் தோழி சொல்லியது.

(தலைமகனும் தலைமகளும் களவு ஒழுக்கத்திலே ஈடுபட் டிருக்கும் காலத்து, ஒருநாள் அவன் சிறைப்புறமாக இருப்ப, இரவுக் குறியிடத்தே தலைவியைச் சேர்ந்த தோழி, அவனும் கேட்குமாறு,

அவளுக்குச் சொல்லுவதுபோலச் சொல்லுகிறாள். பகற்குறி வேட்டது போலக் கூறினும், வரைந்து கொள்ளத் தூண்டடதலே கருத்தாகக் கொள்க.)

பிரசப் பல்கிளை ஆர்ப்பக், கல்லென
வரைஇழி அருவி ஆரம் தீண்டித்
தண்என நனைக்கும் நனிர்மலைச் சிலம்பின்,
கண்என மலர்ந்த மாஇதழ்க் குவளைக்
கல்முகை நெடுஞ்சுனை நம்மொடு ஆடிப்,
பகலே இனிதுடன் கழிப்பி, இரவே
செல்வர் ஆயினும், நன்றுமன் தில்ல-
வான்கண் விரிந்த பகல்மருள் நிலவின்
சூரல் மிளைஇய சாரல் ஆர் ஆற்று,
ஓங்கல் மிசைய வேங்கை ஒள்வீப்
புலிப்பொறி கடுப்பத் தோன்றலின், கயவாய்
இரும்பிடிஇரியும் சோலைப்
பெருங்கல் யாணர்த்தம் சிறுகுடி யானே.

தோழி! தேனுண்ணும் வண்டினம் பலவும் மொய்த்து ஆரவாரிக்கக், கல்லென்ற ஒலியுடனே வரையினின்றும் இறங்கும் அருவியானது, சந்தனமரத்தை மோதி அதனைத் தண்ணென்னும்படியாக நனைத்துவிடும். குளிர்ச்சிப் பொருந்திய மலைப் பக்கங்களிலே, கண் போன்று மலர்ந்துள்ள கரிய இதழ்களையுடைய குவளை மலர்கள் நிறைந்த, மலையடுக்கிலேயுள்ள நெடிய சுனையிலே, நம்மோடுங் கூடிப் புனலாடிப் பகற்பொழுதை இனிதாக நம்முடன் அவர் கழிப்பாராக. வானிடத்தே கதிர்பரந்து விளங்கும் ஞாயிற்றைப் போலத், தோன்றும் நிலவொளியிலே, பிரப்பங் காட்டினையுடைய சாரல் பொருந்திய வழியிலே, மலைமேலுள்ளவாகிய வேங்கை மரத்தின் ஒளியுள்ள பூக்கள்,புலியின் மேலுள்ள புள்ளிகளைப் போலத் தோன்றுதலால், பெரிய பிடியானைகள், அதனைத் புலியெனக் கருதி அஞ்சி ஒடித்திரியும் சோலையினையுடைய பெரிய மலையிலேயுள்ள, புது வருவாயுடைய தம்முடைய சிறிய ஊருக்கு, இரவினிலே அவர் செல்வார் என்றாலும் அது மிகவும் நன்மையாகும்.

என்று, தலைமகன் சிறைப்புறத்தானாகத் தலைமகட்குச் சொல்லுவாளாய்த் தோழி சொன்னாள் என்க.

சொற்பொருள்: 1. பிரசம்-தேன்; பிரசப் பல்கிளை- தேன் வண்டுகளாகிய பல இனங்கள். 4. மாஇதழ்- கரிய இதழ். 8. பகல்-ஞாயிறு; பகற்போதும் ஆம். 9. சூரல் பிரப்பங்கொடி. மிளை-காடு. 10. ஓங்கல்-உயர்ந்த மலை. 11. கயவாய்-பெரிய வாய். 13. யாணர்-புதுவருவாய்; மலைபடு பொருள்கள் பலவும் என்க.

விளக்கம்: 'வான் கண் விரிந்த பகல் மருள் நிலவில் இரவே செல்வர் ஆயினும் நன்று' என்றமையால், அது ஊரலர் எழக் காரண மாவதுபற்றி, இரவுக்குறியும் மறுத்துப் பகற்குறி வேட்டனள். பகற் குறியும் வாய்ப்பது அரிதாகலான் வரைந்து கொள்ளுதலையே குறித் தனள் என்க. 'வேங்கை ஒள்வீ 'தோன்றலின்' என்றதால், அது மண நிகழ்விற்குரிய காலமாதலையும் புலப்படுத்தினள்.

229. இளவேனிலும் வாரார்!

பாடியவர்: மதுரைக் கூலவாணிகன் சீத்தலைச் சாத்தனார்.
திணை: பாலை. துறை: தலைமகன் பிரிவின்கண் வேறுபட்ட தலை மகளை வற்புறுத்தும் தோழிக்குத், தலைமகள் வன்புறை எதிரழிந்து சொல்லியது.

(தலைமகன் திரும்பி வருவதாகக் குறித்த கார்காலம் வந்து கடந்து போயிற்று. பின்னரும், இடைப்பட்ட காலம் பலவும் கடந்து போக, இளவேனிலும் வந்தது. அதனால், தலைவியின் ஏக்கமும், நலிவும் மிகவும் பெரிதாயிற்று அது கண்டு வருந்திய தோழி, 'தலை வன் வருவான்' எனக் கூறித் தலைவியைத் தேற்றுவதற்கு முயல, அவள் இப்படிக் கூறுகின்றாள்.)

பகல்செய் பல்கதிர்ப் பருதியம் செல்வன்
அகல்வாய் வானத்து ஆழ் போழ்ந்தென,
நீர்அற வறந்த நிரம்பா நீளிடைக்
கயந்தலைக் குழவிக் கவிஉகிர் மடப்பிடி
குளகுமறுத்து உயங்கிய மருங்குல் பலவுடன்   5
பாழூர்க் குரம்பையின் தோன்றும் ஆங்கண்,
நெடுஞ்சேண இடைய குன்றம் போகி,
பொய்வ லாளர் முயன்றுசெய் பெரும்பொருள்
நம்இன்று ஆயினும் முடிக, வல்லெனப்,
பெருந்துனி மேவல்! -நல்கூர் குறுமகள்! -   10
நோய்மலிந்து உகுத்த நொசிவரல் சில்நீர்
பல்லிதழ் மழைக்கண் பாவை மாய்ப்பப்,
பொன்னேர் பசலை ஊர்தரப், பொறிவரி
நல்மா மேனி தொலைதல் நோக்கி,
இனையல் என்றி; தோழி! சினைய   15
பாசரும்பு ஈன்ற செம்முகை முருக்கினைப்
போதவிழ் அலரி கொழுதித், தாது அருந்து,
அம்தளிர் மா அத்து அலங்கல் மீமிசைச்,
செங்கண் இருங்குயில் நயவரக் கூஉம்
இன்இள வேனிலும் வாரார்,   20
'இன்னே வருதும்' எனத் தெளித் தோரே

''பகலைச் செய்விக்கும் பல கதிர்களை உடையவன் ஞாயிறாகிய அழகிய செல்வன். அகன்ற இடத்ததாகிய வானத்து, அவனுடைய தேர்ச்சக்கரம் ஊர்ந்து செல்லும். அது உலகைப் பிளந்து கொண்டு சென்றாற்போல, நீரற்றுப்போய் வறட்சியுற்ற இடங்கள் வெடிப்புண்டு கிடக்கும். தொலையாத அத்தகைய நெடுவழியிடத்தே, மெல்லிய தலையினையுடைய கன்றினையும், கவிந்த நகத்தினையுமுடைய இளைய பிடியானையானது, தன் கன்று உண்பதற்காக வேண்டித் தான் தழையுண்ணாது அதனை உண்பித்தபடியே வாடி நிற்கும். உடம்பின் உறுப்புக்கள் பலவும் தோன்ற நிற்கும் அது, பாழ்பட்ட ஊரிலேயுள்ள கூரைபிய்ந்த குடிசையைப் போலத் தோன்றும். அத்தகைய இடங்களையுடைய நெடிய தொலைவுக்கும் இடையிட்டுக் கிடக்கும் குன்றங்களையும் கடந்து சென்றவர், பொய்ம்மையிலே வல்லாளராகிய நம் தலைவர். அவர், முயற்சியுடன் ஈட்டும் பெரும் பொருளானது, நாம் இல்லாமற் போனாலும் விரைந்து கைகூடுவதாக'' ''என்று,மகட்கு வறுமையுற்று வாடியவர்க்குப் பிறந்த இளைய மகளான தலைவியே! நீ பெரிதும் துன்பம் கொள்ளாதிருப்பாயாக.

உள்ளத்திலே வருத்தம் மிகுந்து, அதனால் வடித்த நுண்ணியதாக வருகின்ற கண்ணீர், பலவாகிய இதழ்களையுடைய தாமரை மலர்போன்ற குளிர்ந்த கண்ணின் பாவையினையும் மறைத்தது. பொன்னிறம் போன்ற பசலைகள் மேனியிலே படர்ந்தன. புள்ளிகளாகிய தேமல்களையம் வரிகளையும் உடைய நல்ல சிறந்த மேனியின் வனப்பெல்லாம் தொலைந்து போகின்றன. இவற்றை நோக்கி, நீயும் வருந்தாதே என்கின்றாய்.

தோழி! பசுமையான அரும்புகளை ஈன்ற கொம்புகளையுடைய, சிவந்த முகைகளையுடைய முருக்கமரத்தினது, அழகிய போதுகள் விரிந்த மலர்களைக் கிண்டி, அவற்றிலுள்ள தாதுகளை உண்டு, அழகிய தளிர்களையுடைய மாமரத்தின் அசையும் கிளைகளின் மேலேயிருந்து, சிவந்த கண்களையுடைய கரிய குயில்கள் இனிதாகக் கூவுகின்ற, இனிய இந்த இளவேனிற் காலத்தினும் கூட, 'இப்பொழுதே வருவோம்' என அன்று தெளிவித்துக் சென்றவர் வந்திலராயின், இனி என்ன செய்வேனோ?

என்று, தலைமகன் பிரிவின்கண் வேறுபட்ட தலைமகளை வற்புறுத்துந் தோழிக்குத், தலைமகள் வன்புறை எதிரழிந்து சொன்னாள் என்க.

சொற்பொருள்: 1. பருதி அம் செல்வன்-ஞாயிறாகிய அழகிய செல்வன். 2. அகல்வாய் வானம்-அகன்ற இடத்தையுடைய வானம். 4. கவியுகிர்- குவிந்திருக்கும் நகம். மடப்பிடி-இளைய பிடி. 5. குளகு - தழை. மறுத்து-தின்ன மறுத்து. மருங்குல்- பக்கம்: உடலின் பகுதிகளைக் குறித்தது. 10. குறுமகள் -இளைய மகள். நல்கூர் குறுமகள் -

தவமிருந்து பெற்ற செல்வ மகள்; குறுமை இளமை குறித்தது. 11. நொசி வரல்- கொஞ்சங் கொஞ்சமாக வருகின்ற தன்மையுடைய. 12. பல் லிதழ்- பல இதழ்களையுடைய தாமரை மலரைக் குறித்தது. பாவை- கண்ணின் பாவை. 14. நன்மா மேனி-நல்ல சிறந்த மேனி. 15. இனை யல்- வருந்தாதே. 16. பாசரும்பு-பசுமையான அரும்பு. செம்முகை- செந்நிற மொட்டுக்கள். 17. அலரி-அலர்ந்த பூக்கள். அலங்கல்- அசையும் கிளைகள். 19. இருங்குயில்-கருங்குயில். 21. இன்னே- இப் பொழுதே; விரைவில் வருவேம் என்றதைச் சுட்டியது.

விளக்கம்: ''இன்னே வருதும் எனப் புகன்று சென்ற பொய்வ லாளர், இளவேனில் வந்த பின்னும் வரவில்லையென்றால், நின் சொற்கேட்டு யானும் தேறியிருப்பது தான் எவ்வாறோ?' எனத் தோழி யிடம் தலைவி கூறுவதாகக் கொள்க. 'நம்மின்றாயினும்' என்றது, தான் இறந்துபடுவதே நிகழுமெனக் கூறியதாம்.

230. தலை கவிழ்ந்தாள்!

பாடியவர்: மதுரை அறுவை வாணிகன் இளவேட்டனார். **திணை:** நெய்தல். **துறை:** தலைமகளைக் கண்ணுற்று நீங்கும் தலை மகன், தன் நெஞ்சிற்குச் சொல்லியது.

(கடற்கரை நாட்டுத் தலைவன் ஒருவன், தான் தேர் ஊர்ந்து வரும்வழியே ஒரு நங்கையை கண்டு காதலித்தான்; பின்னர் அவன்; அந்த நிகழ்ச்சியைத் தன் நெஞ்சிற்கு இப்படிச் சொல்லிக் கொள்ளுகின் றான்.)

'உறுகழி மருங்கின் ஓதமொடு மலர்ந்த
சிறுகரு நெய்தற் கண்போல் மாமலர்ப்
பெருந்தண் மாத்தழை இருந்த அல்குல்,
ஐய அரும்பிய சுணங்கின் வைஎயிற்று,
மைஈர்ஓதி, வாள் நுதல் குறுமகள்!

விளையாட்டு ஆயமொடு வெண்மணல் உதிர்த்த
புன்னை நுண்தாது பொன்னின் நொண்டு,
மனைபுறந் தருதி ஆயின், எனையதூஉம்,
இம்மனைக் கிழமை எம்மொடு புணரின்
தீதும் உண்டோ, மாத ராய்?' எனக்

கடும்பரி நல்மான், கொடிஞ்சி நெடுந்தேர்
கைவல் பாகன் பையென இயக்க,
யாம்தற் குறுகினமாக ஏந்தெழில்
அரிவேய் உண்கண் பனிவால் ஒடுக்கிச்
சிறிய இறைஞ்சினள், தலையே-

பெரிய எவ்வம் யாமிவண் உறவே!

‘பெரிய உப்பங்கழியின் பக்கங்களிலே, நீர்ப்பசையுடன் மலர்ந் துள்ள சிறிய கருநெய்தலின் கண்போன்ற கரிய மலர்கள், பெரிய தண்ணிய சிறந்த தழையுடையிலே பொருந்தியிருக்க, அதனை அணிந் திருக்கும் அல்குல் தடத்தை உடையவளே! மென்மையாக அரும்பிய சுணங்கினையும், கூர்மையான பற்களையும், கருமையான நீண்ட கூந்தலையும், ஒளியுடைய நெற்றியையும் கொண்டவளே! இளம் பெண்ணே!

மாதரசியே! நின்னுடைய விளையாட்டுத் தோழியர்களுடனே, புன்னைமரமானது வெண்மணலிலே உதிர்த்துள்ள நுண்மையான பூந்தாதினைப் பொன்னாகப் பாவித்துக் கொண்டு முகந்து வழங்கி நீ இல்லறம் நடத்துவாயானால், அந்த இல்லறக் கிழமை எம்முடனும் கூடி எவ்வளவும் சேர்ந்து நடப்பதாயின், அதனால் எத்தகைய தீதும் நினக்கு உண்டாகுமோ? என்றேன்.

கடுமையாகச் செல்லும் நல்ல குதிரைகள் பூட்டிய, நீண்ட தேர் மொட்டுக்களையுடைய, நெடுந்தேரினைச் செலுத்துவதிலே வல்லவ னான பாகன் மெல்லென நடத்திச் செல்ல, யான் அவ்வாறு சொல்லிக் கொண்டே அவளை நெருங்கினேன்.

அப்போது, யான் இவ்விடத்தே காமநோயினாலே பெரிய வருத் தத்தை அடையுமாறு, அழகு மிகுந்த செவ்வரிகள் படர்ந்த மையுண்ட தன் கண்களிலே துளிர்த்த கண்ணீர் வெளிப்பட்டு வருதலையும் மறைத்துத், தன் தலையினைச் சிறிதே கவிழ்த்து கொண்டனள் அவள்;

என்று, தலைமகளைக் கண்ணுற்று நீங்கும் தலைமகன் தன் நெஞ்சிற்குச் சொன்னாள் என்க.

சொற்பொருள்: 1. உறுகழி -பெரிய உப்பங்கழி. ஓதம் - நீர்ப் பசை மாறாத நிலப்பகுதி. 2. மாமலர்-கரிய மலர். 4. ஐய-மென்மை யாக; நுண்ணிதாக. 7. நொண்டு- முகந்து. 8. மனை புறந்தருதல்- குடும்ப வாழ்வினை நடத்துதல்.

விளக்கம்: அவள் தலையைச் சிறிய அளவிலே கவிழ்த்தனள்; அது, அவளும் அதற்கு ஆர்வம் உடைமையைத் தெரிவித்ததனால். அவள் நினைவினால் யாம் இவ்விடத்தே பெரிதான துன்பம் அடைந் தோம் என்றனன். ‘துன்பம்’ அவளை அடைய விரும்பியதனாலே பெருகிய காமநோய்.

மேற்கோள்: ‘கைப்பட்டுக் கலங்கினும்’ என்னும் துறைக்கு, இதனை, ‘மறைந்தவற் காண்டல்’ என்னும் சூத்திர உரையிலே காட்டி, இது தலைவன் கூறியது என்பர் நச்சினார்க்கினியர்.

231. கூந்தன் மரீஇயோர்!

பாடியவர்: மதுரை ஈழத்துப் பூதன்றேவனார். **திணை:** பாலை. **துறை:** தலைமகன் பிரிவின்கண் வேறுபட்ட தலைமகட்குத் தோழி

சொல்லியது. சிறப்பு: பசும்பூண் பாண்டியன் காலத்து மதுரையின் வளம்.

(தலைவனின் பிரிவாற்றாமை காரணமாக வாடி மெலிந்தனள் தலைவி. அவளுக்குத் தேறுதல் கூறுபவளாகத் தோழி இப்படி உரைத்துத், 'தலைவன் தவறாது வருவான்' என்ற உறுதியையும் கூறுகின்றாள்.)

'செறுவோர் செம்மல் வாட்டலும், சேர்ந்தோர்க்கு
உறுமிடத்து உவக்கும் உதவி ஆண்மையும்,
இல்லிருந்து அமைவோர்க்கு இல்' என்று எண்ணி,
நல்லிசை வலித்த நாணடை மனத்தர்
கொடுவிற் கானவர் கணைஇடத் தொலைந்தோர்,
படுகளத்து உயர்த்த மயிர்த்தலைப் பதுக்கைக்
கள்ளியம் பறந்தலைக் களர்தொறும் குழீஇ,
உள்ளுநர்ப் பனிக்கும் ஊக்கருங் கடத்திடை
வெஞ்சுரம் இறந்தனர் ஆயினும் நெஞ்சுருக
வருவர்-வாழி; தோழி! - பொருவர்
செல்சமம் கடந்த செல்வா நல்லிசை,
விசும்பிவர் வெண்குடைப், பசும்பூட் பாண்டியன்
பாடுபெறு சிறப்பின் கூடல் அன்னநின்
ஆடுவண்டு அரற்றும் முச்சித்
தோடுஆர் கூந்தல் மரீஇ யோரே.

பகைத்து வந்தோரின் செருக்கினை அழித்தலும், வந்து சேர்ந்தோர்களுக்கு ஒரு துன்பம் வருமிடத்து உதவி செய்யும் ஆண்மையும், வீட்டிலேயே இருந்துக்கொண்டு பொருளீட்டல் முயற்சிகளைக் கைவிட்டிருப்பவர்க்கு இல்லையாகும்; இப்படி எண்ணி நல்ல புகழ் ஆர்வமானது எழுந்த, நாணம் கொண்ட உள்ளத்தவராயினர் நம் தலைவர்.

வளைந்த வில்லையுடைய கானவர் அம்பினை எய்ய, அதனால், வீழ்ந்துப்பட்டோர் கிடக்கும் இடத்திலேயே, உயர்ந்த மயிர்த்தலைகளையுடைய கற்குவியல்கள், கள்ளினையுடைய பாழிடமாகிய களர் நிலந்தோறும் நிறைந்திருக்கும். நினைப்போரையும் நடுங்கச் செய்து, செல்லத் துணிவதற்கும் அருமையுடையதான காட்டிடையிலேயுள்ள, அத்தகைய கொடிய சுரத்தினையும் அவர் கடந்து போயினர். ஆனாலும்,

போரிடுவோரது எதிர்ந்த போரினை, வெற்றியுடன் முடித்த, கெடாத நல்ல புகழினையும் வானிடத்தேயும் அளாவுமாறு உயர்ந்த வெண்கொற்றக் குடையினையும் உடையவன் பசும்பூண் பாண்டியன். அவனது, பாடுதல் பெற்ற சிறப்பினையுடைய மதுரையைப் போன்ற

நின்னுடைய, அலையும் வண்டினம் ஒலிக்கும் உச்சியினையுடைய, பூவிதழ்கள் பொருந்திய கூந்தலிடத்தே பொருந்தித் துயின்றவரான அவர், இந்த இன்பச் செவ்வியை நினைந்து தம் நெஞ்சம் உருகியவராக விரைந்து வருவார்; (அதனால் நீயும் இனி வருந்தாதிருப்பாயாக.)

என்று, தலைமகன் பிரிவின்கண் வேறுபட்ட தலைமகட்குத் தோழி சொல்லி ஆற்றுவிக்க முயன்றனள் என்க.

சொற்பொருள்: 1. செறுவோர்-பகைவர். செம்மல் - செருக்கு; தலைமையுமாம். 4. நல் இசை-நல்ல புகழ். 6. மயிர்த்தலைப் பதுக்கை - மயிரோடு கூடியதலைகளையுடைய புதைகுழிக் கற்குவியல்கள். 8. பனிக்கும்-நடுங்கச் செய்யும். 10. பொருவா-பொருதுவார்; பகைவர். 14. ஆடு வண்டு- திரியும் வண்டினம். 15. தோடு-மலர் இதழ்.

விளக்கம்: இல்வாழ்க்கையிலே புகழ் தரும் பண்பு இரண்டு செயல்களுக்கே உரியதாகும். இதனை, 'அரிதாய அறன் எய்தி அருளி யோர்க்கு அளித்தலும், பெரிதாய பகைவென்று பேணாரைத் தெறு தலும்' என்னும் கலித்தொகை அடிகளானும் அறியலாம்; (பாலைக்கலி 11, 1-4). 'நல்லிசை வலித்த நாணுடை மனத்தர்' என்றது, அதுகாறும் பொருள் முயற்சிகளில் ஈடுபடாது இருந்ததனால்.

232. வேலனை அழைக்கும் காலம்!

பாடியவர்: கொடிமங்கலத்து வாதுளி நற்சேந்தனார். **திணை:** குறிஞ்சி. **துறை:** தோழி, தலைமகன் சிறைப்புறத்தானாகத் தலை மகட்குச் சொல்லுவாளாய்ச் சொல்லியது.

(களவிலே கூடி வருகின்ற காதலர் இருவரும் பல நாட்பகற் குறியிலே சந்தித்து வந்தனர். தினை விளைந்து, தலைவியின் தினை காவலும் நின்று விட, அவர்கள் பகலிற் சந்திப்பதும் மிகவும் அரிதா யிற்று. இரவுக்குறியினை அவர்கள் மேற்கொண்டாலும், அதுவும் பல சமயங்களில் இடையீடுபடுதலால், தலைவியின் வருத்தம் மிகுதியாயிற்று. அவள் உடலின்கண் தோன்றிய மாற்றங்களைக் கண்ட தாய், அது முருகனால் விளைந்ததெனக் கருதி வெறியாட லில் ஈடுபட எண்ணுகின்றனள். இந்த நிலையிலே, இரவுக்குறியிடத்தே, தலைவன் சிறைப்புறத்தானாக, அவனை வரைந்து கொள்ளுதற்குத் தூண்டுகின்ற கருத்துடன், தோழி, இப்படித் தலைவிக்குச் சொல்லு வாள் போல அவனுக்குச் சொல்லுகின்றாள்.)

காண்இனி-வாழி, தோழி!-பானாள்,
மழைமுழங்கு அரவம் கேட்ட, கழைதின்,
மாஅல் யானை புலிசெத்து வெரீஇ,
இருங்கல் விடரகம் சிலம்பப் பெயரும்
பெருங்கல் நாடன் கேண்மை, இனியே,

குன்ற வேலிச் சிறுகுடி ஆங்கண்,
மன்ற வேங்கை மணநாட் பூத்த
மணிஏர் அரும்பின் பொன்வீ தாஅய்
வியலறை வரிக்கும் முன்றில், குறவர்
மனைமுதிர் மகளிரொடு குரவை தூங்கும்

ஆர்கலி விழவுக் களம்கடுப்ப, நாளும்,
விரவுப்பூம் பலியொடு விரைஇ! அன்னை
கடியுடை வியல்நகர்க் காவல் கண்ணி
'முருகு' என வேலன் தரூஉம்
பருவ மாகப் பயந்தன்றால், நமக்கே!

தோழி! நீ வாழ்க! நம்முடைய நிலைமையையும் நீ காண்பாயாக!

நள்ளிரவு வேளையிலே, மேகம் இடிமுழங்கும் ஒலியைக் கேட்ட, மூங்கிலைத் தின்று கொண்டிருக்கும் பெரிய யானையானது, அதனைப் புலியின் முழக்கம் என்று எண்ணி அச்சங் கொண்டு, பெரிய மலையின் பிளப்பிடங்கள் எல்லாம் எதிரொலி செய்யுமாறு கதறியதாகப் பெயர்ந்து ஓடிக் கொண்டிருக்கும். அத்தகைய பெரிய மலை நாடன் அவன், அவனுடன் நாம் கொண்ட நட்பானது,

குன்றங்களை வேலியாகக் கொண்ட சிற்றூரிடத்தேயுள்ள மன்றத்து வேங்கை, மணநாளை அறிவிப்பதுபோலப் பூத்த, மணியையொத்த அரும்பினின்றும் பொன்போன்ற புது மலர்கள் பரந்து, அகன்ற பாறைகளை அழகு செய்து கொண்டிருக்கும் முற்றத்திலே, குறவர்கள், தம் மனையிலேயுள்ள ஆடுதலில் வல்ல மகளிர்களோடும் கூடிக் குரவைக் கூத்து ஆடி மகிழ்கின்ற, ஆரவாரமிக்க விழவுக்களத்தினைப் போன்றதாக,

நாள்தோறும், விரவிய பலவாகிய பூப்பலியோடு கலந்து, காவல் பொருந்திய பரந்த மனையினைக் காத்தல் கருதி, அன்னையானவள், நம் வேறுபாடு முருகனால் ஏற்பட்டதென்று எண்ணி, வேலனை அழைத்துவரும் காலமாகவே நமக்கு வந்து விளைந்தது.

என்று, தோழி, தலைமகன் சிறைப்புறத்தானாகத் தலைமகட்குச் சொல்லுவாளாய்ச் சொன்னாள் என்க.

சொற்பொருள்: 1. காண் இனி- இப்பொழுது காண்பாயாக. 2. மழை-மேகம். 4. இருங்கல்-பெரிய மலை. விடரகம்- பிளப்பிடங்கள். 6. குன்ற வேலி- குன்றம் சூழ்ந்த. 10. மனைமுதிர் மகளிர்- வீட்டிலுள்ள அறிவதறிந்த பெண்கள். 11. ஆர்கலி - பேராரவாரம். விழவு - குரவையடி முருகனைப் போற்றும் விழா. 15. பருவம்- காலம்.

விளக்கம்: காவல் கண்ணி-இற்செறித்தல் கருதி எனலும் ஆம். அன்றி, வீட்டின் தகுதி குறையாது காப்பவன் முருகனே ஆதலின், அவனைக் காக்குமாறு வேண்டி வழிபடுதல் என்றும் கொள்ளலாம். வேலன்-வெறியாடுவோன். 'நாடன் கேண்மைமணமாக விளையாது வேலன் தரூஉம் பருவமாக விளைந்ததே ?' என்பதனால், வரைவு வேட்டலே இதன் பொருளாகும்.

233. நீடலோ இலர்!

பாடியவர்: மாமூலனார். **திணை:** பாலை. **துறை:** பிரிவின் கண் வேறுபட்ட தலைமகட்குத் தோழி சொல்லியது. **சிறப்பு:** இறந்த முன்னோர்களுக்குத் நல்ல நிலை கிடைத்தல் வேண்டுமெனக் கருதிய உதியஞ்சேரலாதன் பெருஞ்சோறு அளித்து அதனை நிறைவேற்றியது.

(தலைவனின் பிரிவினாலே உடல் நலிந்திருந்த தலைவிக்குத் 'தலைவன், அவள் உறவை மறந்து ஒருபோதும் இருப்பவனல்லன்' என்று வற்புறுத்திக் கூறி, அவள் துயரத்தை மாற்றுதற்கு முயல்கின்றனள் தோழி.)

அலமரல் மழைக்கண் மல்குபனி வார, நின்
அலர்முலை நனைய, அழாஅல்-தோழி! -
எரிகவர்பு உண்ட கரிபுறப் பெருநிலப்
பீடகெழு மருங்கின் ஓடுமழை துறந்தென,
ஊனில் யானை உயங்கும் வேனில்,

மறப்படைக் குதிரை, மாறா மைந்தின்
துறக்கம் எய்திய தொய்யா நல்லிசை
முதியர்ப் பேணிய, உதியஞ் சேரல்
பெருஞ்சோறு கொடுத்த ஞான்றை, இரும்பல்
கூளிச் சுற்றம் குழீஇயிருந் தாங்கு,

குறியவும், நெடியவும் குன்றுதலை மணந்த
சுரன்இறந்து அகன்றனர் ஆயினும், மிகநனி
மடங்கா உள்ளமொடு மதிமயக் குறாஅ,
பொருள்வயின் நீடலோ இலர்-நின்
இருள்ஐங் கூந்தல் இன்துயில் மறந்தே!

தோழி! கலங்கிய நின் குளிர்ந்த கண்களிலே பெருகி நிறைந்த கண்ணீர் வடிதலினாலே, நின்னுடைய பரந்த முலைகள் நனைந்து கொண்டிருக்குமாறு, நீ அழுதல் வேண்டாம்.

நெருப்புச் சூழ்ந்துக்கொண்டு எரித்த, கரிந்த புறத்தையுடைய பெரு நிலமானது, வளம் பொருந்திய வேற்றிடங்களுக்கு ஓடிக்

கொண்டிருக்கும் மேகங்கள் கைவிட்டன என்றதனால், 'தசையொழிந்த யானையைப் போலக் கிடந்து வருத்தமுடையதாக இருக்கும் வேனிற் காலத்திலே,

வீரஞ்செறிந்த குதிரைப்படைகளுடன், என்றும் புறமுதுகிடாத வலிமையையும் உடையவன் உதியஞ் சேரலாதன். அவன், துறக்கத்தை அடைந்த கெடாத நல்ல புகழையுடைய தன் முன்னோர்களுக்குத் தென்புலக்கடன் ஆற்றினான்; அவர்கட்குப் பலியாக அவன் பெருஞ்சோறு அளித்த காலத்தே, கரிய பலவாகிய கூளிச்சுற்றங்கள் அந்தப் பெருஞ்சோற்றை உண்பதற்குக் கூடியிருந்தன; அவற்றைப் போன்ற,

குட்டையும் நெடியவுமான குன்றுகள் பலவும் இடந்தோறும் காணப்படுகின்ற சுரத்தினைக் கடந்து, மிகப் பெரிதும் அடங்காத உள்ளம் உடையவடராக, அறிவு மயங்குதலும் உடையவராகிச் சென்றவர் நம் காதலர். ஆயினும் நின் கரிய ஐம்பகுப்பாகிய கூந்தலிலே பெறும் இனிய துயிலை மறந்து, இனியும் அவர் அவ்விடத்தே காலம் நீட்டித்திருப்பவரல்லர்; (விரைவிலேயே திரும்பி விடுவர் என்பது கருத்து.)

என்று, பிரிவின்கண் வேறுபட்ட தலைமகட்குத் தோழி சொன்னாள் என்க.

சொற்பொருள்: 1. அலமரல்-கலக்கம். மழைக்கண்- குளிர்ச்சியுடைய கண். பனி-கண்ணீர்த் துளி. 2. அலர்முலை-பூரித்த பரந்த முலை. 3. எரி கவர்பு உண்டல்-நெருப்புச் சூழ்ந்து பற்றி எரித்தல். 4. பீடு-பெருமிதம்; வளம். 6. மறப்படைக் குதிரை மாறா மைந்தின்-மறவர் படையும், குதிரைப் படையும் மாறாத ஆற்றலுடையவையாக உடைய. 7. துறக்கம்-சுவர்க்கம்; போக பூமி. 9. பெருஞ்சோறு கொடுத்தல் - படையலிட்டுப் பெருங்கூட்டத்தார்க்கு அளித்துச் சிறப்புச் செய்தல். 13. மடங்கா உள்ளம்-வளையாத நெஞ்சம்.

விளக்கம்: 'மழை கைவிட்டதென்று யானைகள் தசைப்பற்று அற்றவைகளாகக் கிடந்து வருந்தியிருக்கும் வேனில்' எனவும் 5ஆவது அடிக்குப் பொருள் கொள்ளலாம். கூளிச் சுற்றம்-கூளியினம்; கூளி-பேயினத்துள் ஒருவகை; குள்ளமும் நெட்டையுமானது.

234. பின்னுப் பிணி விட!

பாடியவர்: பேயனார்; கழார்க்கீரன் எயிற்றியார் எனவும் பாடம். **திணை:** முல்லை. **துறை:** தலைமகன் தேர்ப்பாகற்குச் சொல்லியது.

(வினை முடிந்தபின்னர், தன்னைக் காணத் துடித்திருக்கும் தன் காதலியின் நினைவு மேலெழத், தலைவன் தன் பாகனிடம், தேரினை விரையச் செலுத்துமாறு, இப்படிக் கூறுகின்றான்.)

கார்பயம் பொழிந்த நீர்திகழ் காலை,
நுண்ணயிர் பரந்த தண்ணய மருங்கின்,
நிரைபறை அன்னத்து அன்ன, விரைபரிப்
புல்உளைக் கலிமா மெல்லிதின் கொளீஇய,
வள்புஒருங்கு அமையப் பற்றி, முள்கிய
பல்கதிர் ஆழி மெல்வழி அறுப்பக்,
கால்என மருள, ஏறி, நூல்இயல்
கண்நோக்கு ஒழிக்கும் பண்ணமை நெடுந்தேர்
வல்விரைந்து ஊர்மதி-நல்வலம் பெறுந!
ததர்தழை முனைஇய தெறிநடை மடப்பிணை
ஏறுபுணர் உவகையை ஊறுஇல உகள,
அம்சிறை வண்டின் மென்பறைத் தொழுதி
முல்லை நறுமலர்த் தாதுநயந்து ஊத,
எல்லைப் போகிய புல்லென் மாலைப்
புறவுஅடைந் திருந்த உறைவுஇன் நல்ஊர்,
கழிபடர் உழந்த பனிவார் உண்கண்
நல்நிறம் பரந்த பசலையள்
மின்நேர் ஓதிப் பின்னுப்பிணி விடவே.

தேரைச் செலுத்தும் தொழிலிலே நல்ல வெற்றித் தன்மை யினைக் கொண்ட பாகனே!

மேகம் மழைபொழிய, அதனால் வெள்ளம் தோன்றும் காலத் திலே, நுண்மையான அறல்மணல் பரந்த குளிர்ந்த நீர்நிலைப் பக்கங் களிலே, வரிசையாகப் பறத்தலையுடைய அன்னப் பறவைகள் தோன்றும். அவற்றைப் போன்ற வெண்ணிறமுடைய, விரைந்து செல்லும் இயல்பினையுமுடைய, புல்லிய பிடரி மயிரினையுமுடைய, செருக்கு வாய்ந்தவை நின் தேரின் குதிரைகள். அவற்றை மெல்லக் கொண்டு பூட்டிய கடிவாளவாரினை, ஒருங்கே பொருத்தமாகப் பற்றிக் கொள்வாயாக பல ஆரங்களையுடைய சக்கரங்கள் நிலத்திலே பதிந்து, மென்னில வழியை அறுத்துக் கொண்டு போகுமாறு, வேகத்தால் காற்றோ என மயக்கம் ஏற்படுமாறு, நூல் நெறிப்படி இயன்றதும், கண் ணின் நோக்கினை ஒழிக்கும் பண்ணுதல் அமைந்ததுமான, நெடிய தேரினைச் செலுத்துவாயாக.

துள்ளிச் செல்வதான இளைய மானின் பிணையானது, நெருங் கிய தழையினை மிகவும் தின்று வெறுப்புக் கொண்டதாகத், தன் ஆண்மானுடன் கூடும் ஆர்வத்துடன், இடையூறு இல்லாதபடியாகத் துள்ளித் திரியும். அழகிய சிறையினையுடைய வண்டின் மென்மை யாகப் பறத்தலையுடைய கூட்டம், முல்லையின் கறிய மலரின்

பூந்தாதுக்களை விருப்பமுடன் ஊதிக் கொண்டிருக்கும். பகற்பொழுது போய்விட்ட 'புல்' என்னும் அத்தகைய மாலைக் காலத்திலே, முல்லை நிலத்தை ஒட்டியிருந்த, வாழ்வதற்கு இனிதான நல்ல ஊர்லே,

மிகுந்த துன்பம் உற்று நீர் சொரியும் மையுண்ட கண்களையும், நல்ல நிறமெல்லாம் ஒழிந்து பசலைபடர்ந்த மேனியினையும் உடைய வளாயிருக்கும் நம் தலைவியின், மின்னலைப் போன்ற கூந்தலில் பின்னிக்கிடத்தலாகிய சிக்குகள் விட்டுப் போகுமாறு தேரிலேறி, மிக விரைவாகத் தேரைச் செலுத்துவாயாக!

என்று, தலைமகன் தேர்பாகற்குச் சொன்னான் என்க.

சொற்பொருள்: 1. பயம் -மழை. 2. அயிர்-வரி. அயம்-நீர்நிலை. 3. நிறைபறை-வரிசையாகப் பறத்தலையுடைய. 5. முள்கிய-பதிந். 10. ததர் தழை- செறிந்த தழை. 13. தொழுதி-கூட்டம். 14. எல்லை போகிய- பகற்பொழுது கழிந்த.

விளக்கம்: தன் பிரிவால் கலங்கிய கண்ணளாகியும், பசலை படர்ந்த மேனியளாகியும், கூந்தலைப் பேணாதவளாகியும் தனித்திருந்து துயரால் வருந்தியிருப்பவள் என்று கூறி, அவ்வருத்தம் தீரத் தேரை விரைவிற் செலுத்துக என்றனன்.

பாடபேதங்கள்: 1. கார்ப்பயன். 4. கொளீஇ. 5. மூழ்கிய. 8. கண்ணோக்கு ஒளிக்கும். 10. தகர் நனை,

235. காதலர் மறந்தனரோ?

பாடியவர்: கழார்க் கீரன் எயிற்றியார். **திணை:** பாலை. **துறை:** தலைமகன் பிரிவின்கண் வேறுபட்ட தலைமகள் ஆற்றாமை மீதூரத் தோழிக்குச் சொல்லியது.

(தலைவன் தலைவியைப் பிரிந்து சென்றவன் கார்காலத்தும் திரும்பி வராதவனாக, அதனால் வாடி நலிந்தனள் தலைவி. தன்பால் வந்து தனக்கு ஆறுதல் கூறுவதற்கு முற்பட்டவளான தோழிக்குத் தன் ஆற்றாமை மிகுதியை இப்படிக் கூறுகின்றாள்.)

அம்ம-வாழி, தோழி! -பொருள் புரிந்து
உள்ளார் கொல்லோ, காதலர்? உள்ளியும்
சிறந்த செய்தியின் மறந்தனர் கொல்லோ?-
பயன்நிலம் குழைய வீசிப், பெயல் முனிந்து,
விண்டு முன்னிய கொண்டல் மாமழை
மங்குல் அற்கமொடு பொங்குபு துளிப்ப,
வாடையொடு நிவந்த ஆய்இதழ்த் தோன்றி
சுடர்கொள் அகலின் சுருங்குபிணி அவிழச்
சுரிமுகிழ் முசுண்டைப் பொதி அவிழ் வான்பூ
விசும்புஅணி மீனின் பசும்புல் அணியக்,

களவன் மண்அளைச் செறிய, அகல்வயல்
கிளைவிரி கரும்பின் கணைக்கால் வான்பூ
மாரிஅம் குருகின் ஈரிய குரங்க,
நனிகடுஞ் சிவப்பொடு நாமம் தோற்றிப்,
பனிகடி கொண்ட பண்பில் வாடை
மருளின் மாலையொடு அருள்இன்றி நலிய,
'நுதல்இறை கொண்ட அயல்அறி பசலையொடு
தொன்னலம் சிதையச் சாஅய்'
என்னள்கொல் அளியள்?' என்னா தோரே.

தோழி! அம்ம! வாழ்க! இதனைக் கேட்பாயாக;

கொண்டலாகிய கார்மேகங்கள், முதலிலே பயன்தரும் நிலங்கள் எல்லாம் நெகிழுமாறு பெய்தன; பின் அவ்விடத்தே பெய்தலை வெறுத்தனவாய் மலைகளைச் சென்று சேர்ந்தன. அங்கே தங்குத லுற்று, இரவெல்லாம் பொங்கித் துளிகளைப் பெய்தன. அதனால் எழுந்த வாடைக்காற்றோடு, உயர்ந்த அழகிய இதழினையுடைய தோன்றியானது, சுடர்கொண்ட அகலினது தன்மை போலச் சுருங்கி யிருந்த தன் பிணிப்பு அவிழ்ந்து மலர்ந்தது. சுரிந்த அரும்புகளை யுடைய முசுண்டைச் செடியின் பொதியவிழ்ந்த பெரிய பூக்கள், வானத்திலே அழகாகத் தோன்றும் மீன்களைப்போலப் பசுமையான புதர்களை அழகு செய்தன. நண்டுகள் தம்முடைய மண் அளைகளி னுள்ளே சென்று சேர்ந்தன. அகன்ற வயல்களிலே கிளைத்து விரிந் துள்ள கரும்பின் திரண்ட காம்பினையுடைய பெரிய பூவானது, மழை யிலே நனைந்த நாரையைப் போல ஈரங்கொண்டவையாக வளைந்து விளங்கின. மிகுதியான கடுஞ்சினத்தினாலே அச்சத்தைப் எங்கும் தோற்றுவித்தவாறு தனித்தன்மை மிகுதியாகக் கொண்ட, பண்பு இல்லாத வாடைக் காற்றானது எழுந்து வீசி, மயங்குதலையுடைய மாலைக் காலத்தோடுஞ் சேர்ந்து, இரக்கமில்லாமல் வருத்தத் தொடங் கிற்று.

'நுதலிடத்தே தங்குதலைக் கொண்ட அயலவர் அறியும் பசலை யோடு, பழைய பிற நலம் எல்லாம் அழியுமாறு மெலிந்து, என்ன நிலையாவாளோ? இவள் இரங்கத்தக்கவள்!' என்று கருதாத வரான நம் காதலர், பொருள் தேடுதலையே விரும்பினரோ? நம்மை நினைக்கவும் மாட்டாரோ? அல்லது, நினைந்தும், செய்யும் வினையின் சிறப்பின் காரணமாக மறந்தனரோ?

என்று, தலைமகன் பிரிவின்கண் வேறுபட்ட தலைமகள் ஆற்றாமை மீதூரத் தோழிக்குச் சொன்னாள் என்க.

சொற்பொருள்: 1. பொருள் புரிந்து-பொருளை விரும்பி. 2. உள்ளார்-நினையார். 3. சிறந்த செயலின் காரணமாக. 4. குழைய-

நெகிழ. 5. விண்டு-மலைகள். கொண்டல் மாமழை - கொண்டலாகிய கார்மேகம். 11. களவன் - நண்டு. 12. வான்பூ - பெரிய பூ. 14. நாமம்- அச்சம். 17. இறை கொண்டு- தங்குதலை மேற்கொண்டு.

விளக்கம்: 'என்னள் கொல் அளியள் என்னாதோர்.... உள்ளார் கொல்லோ? உள்ளியுஞ் சிறந்த செய்திகள் மறந்தனர் கொல்லோ?' என்றது, மீண்டு வருவதாகக் கூறிச் சென்ற கார்காலத்தினது வரவை. 'அயலறி பசலையோடு தொன்னலஞ் சிதையச் சாஅய்' என்றதனால், ஊரவர் பழித்துரை மிகுதலையும் நினைந்து வருந்துகின்றனள். வாடை நலிய, என்றதனால், கார்காலத்து மீள்வதாகக் குறித்துச் சென்ற வன் பின்பனிக் காலம் வந்தும் வரக்காணாது, தலைவி துயரால் மிகவும் மெலிந்து புலம்புகின்றனள்.

பாடபேதங்கள்: 11. கள்வன். 16. அருளின்று நலிய.

236. பெரிதும் தப்பினேன்!

பாடியவர்: பரணர். திணை: மருதம். துறை: ஆற்றாமை வாயிலாகப் புக்க தலைமகன் நீக்கத்துக்கண், புக்க தோழிக்குத் தலைமகள் சொல்லியது. சிறப்பு: ஆதிமந்தி தன் காதலனைத் தேடிச் சென்றது பற்றிய குறிப்பு.

(ஊடியிருந்த தலைவியிடத்தே நாணி ஒடுங்கிச் சென்று, அவளுடைய ஆற்றாமையைத் துணையாகக் கொண்டு சேர்ந்திருந்த தலைவன், மீண்டும் அவளைப் பிரிந்து செல்ல, அவள் தோழியிடம் இப்படிக் கூறி வருகின்றான்.)

மணிமருள் மலர முள்ளி அமன்ற,
துணிநீர், இலஞ்சிக் கொண்ட பெருமீன்
அரிநிறக் கொழுங்குறை வெளவினர் மாந்தி,
வெண்ணெல் அரிநர் பெயர்நிலைப் பின்றை,
இடனில நெறிதரு நெடுங்கதிர்ப் பல்சூட்டுப் 5
பனிபடு சாய்ப்புறம் பரிப்பக், கழனிக்
கருங்கோட்டு மாஅத்து அலங்குசினைப் புதுப்பூ
மயங்குமழைத் துவலையின் தாஅம் ஊரன்
காமம் பெருமை அறியேன், நன்றும்
உயர்த்தனென்-வாழி, தோழி! - அல்கல் 10
அணிகிளர் சாந்தின் அம்பட்டு இமைப்பக்,
கொடுங்குழை மகளிரின் ஒடுங்கிய இருக்கை
அறியா மையின் அழித்த நெஞ்சின்,
'ஏற்றுஇயல் எழில்நடைப் பொழிந்த மொய்ம்பின்,
தோட்டுஇருஞ் சுரியன் மணந்த பித்தை, 15

ஆட்டன் அத்தியைக் காணீரோ?' என
நாட்டின் நாட்டின், ஊரின் ஊரின்,
'கடல்கொண் டன்று எனப், 'புனல் ஒளித் தன்று' எனக்
கலுழ்ந்த கண்ணள், காதலற் கெடுத்த
ஆதி மந்தி போல,

ஏதம் சொல்லிப், பேதுபெரிது உறலே!

தோழி! வாழ்வாயாக!

வெள்ளை நெல்லை அறுப்பவர்கள், நீலமணியைப் போன்ற மலர்களையுடைய நீர்முள்ளி நிறைந்த தெளிந்த நீரினைக் கொண்ட மடுவிலே கவர்ந்துக் கொண்ட பெரியமீனின், வரிகள் விளங்கும் நிறத் தினையுடைய கொழுமையான துண்டினைக் கடித்து உண்பார் கள். உண்டபின், அவர்கள் கொண்டு சென்று போட்ட களத்திலே, வெற்றிடம் இல்லாமல் எங்கும் நிறைந்துள்ள நீண்ட கதிர்களை யுடைய பல நெற்கட்டுக்களின், பனி பெய்துள்ள சாய்ந்த புறமெல் லாம் மூடியிருக்குமாறு, வயற்புறத்தேயுள்ள கரிய கிளைகளையுடைய மாமரத்தின் அசையும் கொம்புகளிலேயுள்ள புதிய பூக்கள் சொரியும் மழைத்துளிகளைப்போல உதிர்ந்து பரந்து கிடக்கும். அத்தகைய ஊரனாகிய நம் தலைவனது, காமத்தின் செவ்வியையும் பெருமையின் தகுதியையும் யான் அறியேன்.

இரவிலே, அழகு கிளர்ந்திருக்கும் சாந்தினுடன், அழகிய பட்டாடையும் ஒளிவீச, வளைந்த குழையினையுடைய மகளிரைப் போல, நம் தலைவன் ஒடுங்கி இருந்த இருக்கையினைக் கண்டேன். மடமையால் கட்டழிந்த நெஞ்சினளும் ஆயினேன்.

தன் காதலனை இழந்ததால், கலங்கிய கண்ணினளாகியவள் ஆதிமந்தி. அவளைப் போல, ''ஏற்றினைப் போன்று செல்லும் எழி லுள்ள நடையினையும், பொலிவுற்ற ஆற்றலினையும், தொகுதிக் கொண்ட கரிய சுரியலைச் சூட்டிய குடுமியையும் உடைய ஆட்டன் அத்தியைக் காணவில்லையோ?'' என்று, நாடுகள் தோறும் ஊர்கள் தோறும் சென்று சென்று, 'கடல் கொண்டது போலும்' எனவும், 'புனல் ஒளித்துக்கொண்டது போலும்' எனவும் கூறியவளாக, என்னுடைய துன்பத்தைப் பிறரிடம் எல்லாம் சொல்லிப் பெருந்துன்பம் கொண்டு மயங்குதலினின்றும் நான் பெரிதும் தப்பினேன்.

என்று, ஆற்றாமை வாயிலாகப் புக்க தலைமகன் நீக்கத்துக் கண் புக்க தோழிக்குத் தலைமகள் சொன்னாள் என்க.

சொற்பொருள்: முள்ளி- நீர் முள்ளி. அமன்ற - நிறைந்த. 2. இலஞ்சி- மேடு. 3. அரிநிறம்-வரிப்பட்ட நிறம். 10. அல்கல் நாள் தோறும். 14. ஏற்றியல் எழில் நடை-ஏறு போன்ற நிமிர்ந்த நடை. 19. கெடுத்த-போக்கிய. 21. ஏதம்-துன்பம்.

விளக்கம்: 'ஆதி மந்திப்போலப் பேது பெரிதுறல் நன்றும் உய்ந்தனென்' என்றதால், தலைவன் பரத்தையுடன் புதுப் புனலாடி நெடுநாள் பிரிந்திருந்தானாதல் வேண்டும்.

மேற்கோள்: 'புலவி பொருளாக அச்சம் வருவதற்கு' அணி கிளர் சாந்தின் - ஒடுங்கிய இருக்கை' என்னும் பகுதியை, 'அணங்கே விலங்கே' என்னுஞ் சூத்திர உரையிலே காட்டுவர் பேராசிரியர்.

பாடபேதங்கள்: 3. வெவ்விளர். 5. இடைநிலம். 7. மாஅத்த அஞ்சினை. 10. உயர்ந்தனென்.

237. இனைதலை விடுவாயாக!

பாடியவர்: தாயங் கண்ணனார். **திணை:** பாலை. **துறை:** தலைமகன் பிரிவின்கண் வேறுபட்ட தலைமகளைத் தோழி வற்புறீ இயது. **சிறப்பு:** உறையூரின் செழுமை.

(தலைவனது பிரிவுக்காலத்திலே, தன் உடல் நலமழிந்து வேறு பட்டுத் தோன்றினாள் தலைமகள். அவளை ஆற்றுவிக்கக் கருதிய தோழி, அவளிடத்தே 'தலைவன் அவளை மறந்து பிரிந்து இருக்க மாட்டான் எனக் கூறுகின்றாள்; அதனால் ஆற்றியிருக்கவும் வேண்டு கின்றாள்.)

'புன்காற் பாதிரி அரிநிறத் திரள்வீ
நுண்கொடி அதிரலொடு நுணங்கறல் வரிப்ப,
அரவுஎயிற்று அன்ன அரும்புமுதிர் குரவின்
தேன்இமிர் நறுஞ்சினைத் தென்றல் போழக்,
குயில்குரல் கற்ற வேனிலும் துயில்துறந்து
இன்னா கழியும் கங்குல்' என்றுநின்
நல்மா மேனி அணிநலம் புலம்ப,
இனைதல் ஆன்றிசின்- ஆயிழை! கனைதிறல்
செந்தீ அணங்கிய செழுநிணக் கொழுங்குறை
மென்திணைப் புன்கம் உதிர்த்த மண்டையொடு,
இருங்கதிர் அலமரும் கழனிக் கரும்பின்
விளைகழை பிழிந்த அம்தீஞ் சேற்றோடு
பால்பெய் செந்நெற் பாசவல் பகுக்கும்
புனல்பொரு புதவின்; உறந்தை எய்தினும்,
வினைபொரு ளாகத் தரவிவர்-கடைசிவந்து
ஐய அமர்த்த உண்கண்நின்
வைஏர் வால்எயிறு ஊறிய நீரே!

ஆய்ந்தெடுத்த அணிகள் பூண்ட தலைவியே! புல்லிய காம்பினையுடைய பாதிரியின் வரிகள் பொருந்திய நிறமுடைய

திரட்சிகொண்ட மலர்கள், மெல்லிய கொடியாகிய அதிரலோடுஞ் சேர்ந்து, நுண்மையான மணலிடத்தே அறலுண்டானது, போலக் கோலஞ்செய்து கிடக்கும். அரவின் பல்லினைப் போன்ற அம்புகள் முதிர்ந்த, குராவினது வண்டினம் ஒலிக்கும் நறிய கொம்புகளிலே, தென்றற்காற்று ஊடறுத்துச் செல்லும். குயில் கூவுதலைக் கற்றுப் பயின்று கொண்டிருக்கும் இத்தகைய இளவேனிற் காலத்தும், இரவுப் பொழுதானது 'துயிலின்றி இன்னாதாகக் கழியும்' என்று சொல்லி, நினது நல்ல மாமை நிறத்தையுடைய மேனியின் சிறந்த அழகு கெட்டழிய வருந்தியிருத்தலைக் கைவிடுவாயாக.

மூண்டெறியும் வலிய செந்தீயிலே சுட்டெடுத்த வளமையான நிணத்தின் கொழுமையான துண்டுகளை, மெல்லிய தினையரிசிச் சோற்றுடன் சொரிந்த உண்கலத்துடன், பெரிய நெற்கதிர்கள் அசைந்துக் கொண்டிருக்கும். வயல்களிலே, முற்றிய கரும்பின் தண்டினைப் பிழிந்து எடுத்தஅழகிய சாறுகாய்ச்சி எடுத்த பாகினுடனே, பாலும்பெய்து அளாவிய செந்நெல்லின் பசிய அவலையும், வரு வார்க்குப் பகுத்துக் கொடுக்கும் சிறப்புடையது, நீர் மோதுகின்ற வாய்த் தலைகளையுடைய உறையூர் நகர். அதனையே பெறுவதானாலும்,

கடைசி வந்து, வியக்கும் வகையிலே அமர்த்து விளங்குவன நின்னுடைய மையுண்ட கண்கள்; நினது அழகு பொருந்திய கூரிய வெண்மையான பற்களின் இடையிலே ஊறிய நீரினை உண்ணாது, செய்வினை காரணமாகத் தவிர்ந்து இருப்பவரல்லர், நின் காதலர்.

என்று, தலைமகன் பிரிவின்கண் வேறுபட்ட தலைமகளைத் தோழி வற்புறீஇயினாள் என்க.

சொற்பொருள்: 1. திரள்வீ-திரட்சியான மலர்கள். 2. அதிரல்-காட்டு மல்லிகை. 5. குரல்கற்ற- குரல் பயின்ற; பிறகாலங்களிற் கூவுத லின்றி இளவேனில் காலத்துமட்டுமே கூவுதலாற் 'கற்ற' என்றனர். 7. மாமேனி -மாமை நிறமுடைய மேனி. 10. புன்கம்-தினைச்சோறு. 11. இருங்கதிர்-பெரிய கதிர். 12. சேறு-பாகு. 13. பாசவல்-பசிய அவல். 14. புதவு-வாய்த்தலை.

விளக்கம்: இளவேனில் கூடியிருப்போர்க்கு மிக்க இன்பந் தந்து, கூடாதார்க்குத் துயரம் விளைப்பது; ஆதலின், அக்காலத்தும் வராத காதலரது பிரிவைக் கருதிய வருத்தம் இது வென்று கருதுக. 'வாலெயிறு ஊறிய நீர் தவிர்விலர்' என்றதனால், விரைவிலே வருவார் என்பது குறிப்பாயிற்று.

பாடபேதங்கள்: 10. புன்கம் உயர்த்த. 15. தவிரலர்.

238. மருந்தும் உடையையோ!

பாடியவர்: கபிலர். **திணை:** குறிஞ்சி. **துறை:** இரவுக்குறி வந்த தலைமகற்குத் தோழி சொல்லியது. **சிறப்பு:** நள்ளியின் சிறப் பான தன்மை.

(இரவுக்குறியிலே கூடிவரும் தலைவனிடம், அவன் உள்ளத்தை விரைந்து வந்து மணத்தலிலே திருப்புதற்கு முயல்வாளான தோழி, இவ்வாறு கூறுகின்றாள்.)

மான்றமை அறியா மரம்பயில் இடும்பின்,
ஈன்றுஇளைப் பட்ட வயவுப்பிணப் பசித்தென,
மடமான் வல்சி தரீஇய, நடுநாள்,
இருள்முகைச் சிலம்பின், இரைவேட்டு எழுந்த
பனைமருள் எருத்தின் பல்வரி இரும்போத்து,

மடக்கண் ஆமான் மாதிரத்து அலறத்,
தடக்கோட்டு ஆமான் அண்ணல் ஏஎறு
நனந்தலைக் கானத்து வலம்படத் தொலைச்சி
இருங்கல் வியல்அறை சிவப்ப ஈர்க்கும்
பெருகல் நாட, பிரிதி ஆயின்,

மருந்தும் உடையையோ மற்றே-இரப்போர்க்கு
இழை அணி நெடுந்தேர் களிறொடு என்றும்
மழைச்சுரந் தன்ன ஈகை, வண்மகிழ்க்,
கழல்தொடித் தடக்கைக், கலிமான், நள்ளி
நளிமுகை உடைந்த நறுங்கார் அடுக்கத்து,

போந்தை முழுமுதல் நிலைஇய காந்தள்
மென்பிணி முகை அவிழ்ந்து அலர்ந்த
தண்கமழ் புதுமலர் நாறும்நறு நுதற்கே?

மரங்களடர்ந்து பின்னிக் கிடக்கும் வழியறியவிலாத மரஞ் செறிந்த காட்டினுள்ளே, ஈன்று காவற்பட்ட வேட்கையுடைய பெண் புலியானது பசித்ததென்று, அதற்கு இளையமானாகிய உணவைக் கொண்டு தருவதற்காக, நள்ளிரவிலே, இருண்ட குகைகளையுடைய பக்கமலையிலே இரைக்கொள்ளுதலை விரும்பிப் புறப்பட்டது. பணந் துண்டினைப் போன்ற பிடரியினையும் பல கோடுகளையுமுடைய ஆண் புலி. மடப்பம் பொருந்திய கண்ணினையுடைய காட்டுப் பசுவானது தொலைவிலே நின்று அலறுமாறு, பெரிய கொம்பினை உடைய தலைமைப் பொருந்திய அதன் ஏற்றினை, அகன்ற இடத்தினையுடைய காட்டிலே வலப்பக்கம் வீழுமாறும் அது கொன்றது. பின் பெரிய மலையை அடுத்திருக்கும் அகன்ற பாறைகள் குருதியால் சிவக்கு மாறு அதனை இழுத்துக் கொண்டும் போயிற்று. அத்தகைய பெரிய மலைகளையுடைய நாட்டின் தலைவனே! இவளை நீ பிரிந்து செல்வாயானால்-

இரவலர்களுக்கு அணிகள் பூட்டிய நெடுந்தேரைக் களிறு களிடனே எந்நாளும் மழை சுரந்தாற்போலக் கொடுக்கும் கொடை

யினையும், மிகுதியான வள்ளல் தன்மையினாலே வரும் மகிழ்ச்சி யினையும், கழலவிட்ட தொடியணிந்திருக்கும் பெரிய கைகளை யும், செருக்குடைய குதிரையினையும் உடையவன் கண்டீரக்கோப் பெருநள்ளி என்பவன். அவனது செறிந்த அரும்புகள் கட்டவிழ்ந்த நறிய கரிய மலைச்சாரல்களிலே, பனையின் அடிப்பக்கத்தே நிலைப் பெற்றுள்ள காந்தளது மெல்லிய அரும்புகள் பிணிப்பவிழ்ந்து அலர்ந்த, தண்மையாக மணக்கும் புதுமலரின் நாற்றம் போன்ற மணமுடைய நுதலினை உடையவளுக்குப், பிரியின் சாவாது காத்தற்கு உரியதான ஒரு மருந்தினையும் நீ உடையையோ? (உடையையாயின் பிரிக; இன்றேல் பிரியாதிருப்பாயாக.);

என்று, இரவுக்குறிவந்த தலைமகற்குத் தோழி சொன்னாள் என்க.

சொற்பொருள்: 1. இறும்பு-காடு. 2. பிண- பெண்புலி. 5. போத்து-ஆண்புலி. 7. தடக்கோடு- வளைந்த கோடுமாம். 13. வண் மகிழ்-வள்ளன்மையாலே மகிழும். 15. அடுக்கம்-மலைச்சாரல்.

விளக்கம்: இரவுக்குறி வந்தவனிடம் பிரியாதே என வற்புறுத் திக் கூறுவது வரைந்து கோடலுக்குத் தூண்டுவதன் பொருட்டு. காட்டின் ஏதம் கூறினாள். அதனால் இரவுக்குறிக்கும் தாம் இசையாத தன்மையை விளக்குதற் பொருட்டு புலியின் செயலைக் கூறினாள். அவ்வாறே தலைவனும் இல்லறம் மேற்கொண்டு தலைவியைக் பேணிக்காக்க வேண்டும் என்றற் பொருட்டு.

பாடபேதங்கள்: 5. பணைமருள். 14. கடுமான் நள்ளி.

239. ஒருத்தி பெரு நல்லூரே!

பாடியவர்: எயினந்தை மகன் இளங்கீரனார். **திணை:** பாலை. **துறை:** பொருள்வயிற் பிரிந்து போகா நின்ற தலைமகன், தன் நெஞ்சிற் குச் சொல்லியது. **சிறப்பு:** மகளிர் பிறைதொழூஉம் நிகழ்ச்சிப் பற்றிய செய்தி.

வினைவயிற் பிரியக்கருதிய தலைமகனின் பிரிவுக்கு இணங் காது தலைவி ஊடியும் கலங்கியும் வருந்தினாள் எனினும், பொருள் ஆர்வம் மிகப் பெருக அவன் அவளைப் பிரிந்து சென்றனள். மறுநாள், வழியிடையிலே தலைவியின் நினைவு. மேலெழ, அவன் இவ்வாறு தன்னுட் கூறி வருந்துகின்றான்.)

அளிதோ தானே; எவன்ஆ வதுகொல்!
மன்றும் தோன்றாது; மரனும் மாயும்-
'புலிஎன உலம்பும் செங்கண் ஆடவர்,
ஞெலியொடு பிடித்த வார்கோல் அம்பினர்
எல்ஊர் எறிந்து, பல்ஆத் தழீஇய

விளிபடு பூசல் வெஞ்சுரத்து இரட்டும்
வேறுபல் தேஅத்து ஆறுபல நீந்திப்
புள்ளித் தொய்யில், பொறிபடு சுணங்கின்,
ஒள்இழை மகளிர் உயர்பிறை தொழூஉம்
புல்லென் மாலை, யாம்இவண் ஒழிய,   10

ஈட்டுஅருங் குரைய பொருள்வயிற் செலினே,
நீட்டுவிர் அல்லிரோ, நெடுந்தகையீர்? எனக்,
குறுநெடும் புலவி கூறி நம்மொடு,
நெருநலும் தீம்பல மொழிந்த
சிறுநல் ஒருத்தி பெருநல் ஊரே!   15

சிவந்த கண்களையுடைய மறவர்கள் புலியைப் போல் முழங்கு பவர்களாகத், தீக்கொள்ளியுடனே பிடித்துள்ள நீண்ட கூர்மையான அம்பினையும் உடையவர்களாகச் சென்று, இரவிலே மாற்றாரின் ஊரினைக் கொள்ளையிட்டுப் பல ஆனினங்களையுங் கவர்ந்து வருவர். அவ்வேளையிலே எழுந்த ஒலித்தல் மிகுந்த ஆரவாரம் வெம்மை யான சுரநெறிகளிலே எதிரொலிக்கும். அப்படிப்பட்ட மொழி வேறுபட்ட பல தேயங்களின் நெறிகள் பலவற்றையும் கடந்து சென்று-

"புள்ளி புள்ளிகளாக எழுதப்பட்ட தொய்யிலையும், பொறிகள் பொருந்திய தேமலையும் உடைய, ஒளிமிகுந்த அணிகலன் அணிந்த பெண்கள், உயர்ந்த பிறையினைத் தொழுகின்ற பொலிவற்ற மாலைக் காலத்தலே, யாம் இவ்விடத்தே கிடந்தது வாடியிருக்க, ஈட்டுவதற் அருமையான பொருளைத் தேடி வருதலான வினைக்கண் சென்றீ ரானால்.

பெருந்தன்மை உடையவரே! நீர் காலத்தை நீட்டிக் கொண்டே போவீர் அல்லீரோ?" என்று,

குறியினவும் நெடியனவுமான ஊடற்சொற்களை எல்லாம் கூறி, நேற்றைப் பெழுதும் நம்முடனே இனிதாகப் பலவும் பேசியவளான, இளமைப் பருவத்தளான நலனுடைய ஒப்பற்றவள் இருக்கும் பெரிய நல்ல ஊரானது,

மன்றமும் தோன்றப் பெறாமல், மரங்களும் கண்ணுக்கு மறைந்து போகின்றதே! இனி, எத்தன்மையது ஆகுமோ? என் நிலை இனி இரங்கத்தக்கதே!

என்று, பொருள்வயிற் பிரிந்து போகாநின்ற தலைமகன் தன் நெஞ்சினுக்குச் சொன்னான் எனக.

சொற்பொருள்: 2. மன்று - ஊர் மன்றம். மாயும்-மறையும். 3. உலம்பும் - கூக்குரலிடும் 4.ஞெலி - தீப்பந்தம். வார்கோல் அம்பு-

நேரிய கோலின் முனையிலே செருகிய அம்பு. 6. விளிபடு பூசல்- ஒருவரையொருவர் விளித்தலினால் பொருந்திய ஆரவாரம். 9. பிறை தொழூஉம்-மணம் பெறாத மகளிர் வளர்பிறை தொழுதலான மரபினை உடையர் என்பர். 13. குறுநெடும் புலவி கூறி- குறுகிய சொற்களால் தான் கொண்டிருந்த நெடிய புலவியைக் கூறி. 15. சிறுநல் ஒருத்தி- சிறியவளாகிய நல்லவளான ஒப்பற்றவள்; சிறுமை சிறப்பின் மேற்று.

விளக்கம்: முதள் நாள் ஊடிப் பிணங்கி உரை குளறி நின்ற தலைவியின் நிலையை நினைந்து, பிற்றை நாள் மாலையில் வழி யிடையுள்ளவனாகிய தலைவன், தன் நெஞ்சோடு கூறிப் புலம்பியது இது என்க. 'மன்றுந் தோன்றாது மரனும் மாயும் என்றது' ஊரும் கண் ணுக்கு மறைந்தது பற்றியது.

பாடபேதங்கள்: 1. அணிந்தோ தானே எவனாகுவங்கொல். 14. நெருநையும்.

240. புன்னைச் சோலைக்கு வருக!

பாடியவர்: எழூஉப்பின்றி நாகன் குமரனார். **திணை:** பாலை. **துறை:** தோழி, இரவுக்குறி வந்த தலைமகற்குப் பகற்குறி நேர்ந்தது.

(இரவுக்குறியிடத்தே வந்து கூடுபவனாகிய தலைவனிடம், தோழி, இரவுக்குறியின் ஏதங்களை நினைந்து தலைவி படுகின்ற துன்பத்தைக் கூறிப் பகற்குறி வேண்டியது இது. பகற்குறியும் வாய்த் தல் கூடாதாதலின், அவன் வரைந்து கோடலிலே மனஞ்செலுத்து பவதனால் வேண்டும் என்பது கருத்து.)

செவ்வீ ஞாழற் கருங்கோட்டு இருஞ்சினைத்
தனிப்பார்ப்பு உள்ளிய தண்பறை நாரை
மணிப்பூ நெய்தல் மார்க்கழி நிவப்ப,
இனிப்புலம் பின்றே கானலும், நளிகடல்
திரைச்சுரம் உழந்த திண்திமில் விளக்கில்
பன்மீன் கூட்டம் என்னையர்க் காட்டிய
எந்தையும் செல்லுமார் இரவே, அந்தில்
அணங்குடைப் பனித்துறை கைதொழுது ஏத்தி,
யாயும் ஆயமோடு அயரும்; நீயும்,
தேம்பாய் ஓதி திருநுதல் நீவிக்,
கோங்குமுகைத் தன்ன குவிமுலை ஆகத்து,
இன்துயில் அமர்ந்தனை ஆயின், வண்டுபட
விரிந்த செருத்தி வெண்மணல் முடுக்கர்ப்,
பூவேய் புன்னை அம் தண்பொழில்,
வாவே தெய்ய, மணந்தனை செலற்கே.

சிவந்த பூவினையுடைய கொன்றையின் கருமையான கிளை யிலேயுள்ள பெரிய கொம்பிலே, தனித்திருக்கும் தன்னுடைய குஞ்சினை நினைத்துக் கொண்ட, தணிவாகப் பறத்தலையுடைய நாரையானது, நீலமணிபோலும் நெய்தல் மலர்களையுடைய பெரிய கழியினின்றும் மேலே எழுந்து பறந்து போகக் கடற்கரைச் சோலை யும் இப்போது தனிமை உடையதாயிற்று.

செறிந்த கடலின் அலைகளாகிய சுரத்திலே சிக்கி வருந்திய, திண்ணிய படகின் விளக்கொளியிலே, பிடித்த பலவாகிய மீன் கூட்டங்களை, என் அண்ணன்மார் தமக்குக் காட்டுவதற்காக, என் தந்தையும், இரவிலே கடற்கரைக்குச் செல்வாராயினர்.

என் தாயும், ஆயமகளிருடன், தெய்வத்தையுடைய குளிர்ந்த நீர்த்துறையிலே, அத் தெய்வத்தைக் கைகுவித்து வணங்கிப் போற்றி, அதற்குச் சிறப்பும் செய்தவளாயிருப்பாள்.

நீயும், தேனொழுகும் கூந்தலையுடைய தலைவியினது அழகிய நெற்றியைத் தடவிவிட்டுக், கோங்கு அரும்பினாற் போன்று குவிந் திருக்கும் முலைகளையுடைய மார்பகத்தே, இனிய துயில் கொள்ளு தலை விரும்பினாயானால், அவளை மணந்து கூடிச் செல்லுதற்கு, வண்டு மொய்க்க விரிந்த செருந்திப் பூக்களையுடைய வெண் மண லிடத்து முடுக்கரிடத்தே பூக்கள் நிறைந்திருக்கும் புன்னை மரங்களை யுடைய அழகிய குளிர்ந்த பொழிலினிடத்தே, இனிய பகற்போதி லேயே வருவாயாக;

என்று, இரவுக்குறிவந்த தலைமகற்குத் தோழி பகற்குறி நேர்ந் தனள் என்க.

சொற்பொருள்: 1. செவ்வீ-சிவந்த மலர். 2. தனிப் பார்ப்பு- தனித்திருக்கும் குஞ்சு. தண்பறை நாரை- தணிவாகவே பறக்கின்ற இயல்புடைய நாரை. 3. மணிப்பூ - நீலமணி போன்ற நீலப்பூ. 5. திரைச் சுரம்-அலைகளாகிய சுரம்; சுரம்-பாலைநிலம். 7. அந்தில் - அவ் விடத்தே; அசையுமாகும்.

மேற்கோள்: 'அணங்குடை - அயரும்' என்பது, 'நெய்தன் மகளிர் கிளையுடன் கூடி வருணற்குப் பரவுக்கடன் கொடுப்பது' என 'மாயோன்மேய' என்னும் சூத்திர உரையினும்; 'பூவேய புன்னையந் தண்பொழில் நீ வா' என்பதனைத் தோழி களஞ்சுட்டிதென்று, 'தோழி யின் முடியும் இடனுமாருண்டே' என்னும் சூத்திர உரையினும்; 'இது, தோழி பகற்குறி உரைத்தது' எனப், 'பகற் புணர் களனே' என்னும் சூத்திர உரையினும் நச்சினார்க்கினியர் காட்டினர்.

பாடபேதம்: 1. கருங்கோட் டஞ்சினை.

241. பிரிந்து சென்றாரே!

பாடியவர்: காவன் முல்லைப் பூதனார். **திணை**: பாலை. **துறை**: பிரிவிடை வேறுபட்ட தலைமகள், வற்புறுத்துந் தோழிக்குச் சொல்லியது.

(தன்னைப் பிரிந்து சென்ற தலைமகன், வருவதற்கெனக் குறித்த காலத்தினும் வராதுபோக, அதனால் தலைவியானவள் பெரிதும் வருத்தம் அடைந்தாள். அவளுடைய உடலழகும் கெட்டு மாறுபட்டது. அதுகண்டு, தலைவியின் தோழி மனங்கலங்கி, அவளுக்கு ஆறுதல் கூற முற்பட, அதனைக் கேட்ட தலைவி, இவ்வாறு கூறுகின்றாள்.)

'துனிஇன்று இயந்த துவரா நட்பின்
இனியர் அம்ம, அவர்' என முனியாது
நல்குவர் நல்ல கூறினும், அல்கலும்,
பிரியாக் காதலொடு உழையர் ஆகிய
நமர்மன்-வாழி, தோழி! -உயர்மிசை

மூங்கில் இளமுளை திரங்கக், காம்பின்
கழைநரல் வியலகம் வெம்ப, மழைமறந்து
அருவி ஆன்ற வெருவரு நனந்தலைப்
பேஎய் வெண்தேர்ப் பெயல்செத்து ஓடி,
தாஅம் பட்ட தனிமுதிர் பெருங்கலை

புலம்பெயர்ந்து உறைதல் செல்லாது அலங்குதலை
விருந்தின் வெங்காட்டு வருந்தி வைகும்
அந்த நெல்லித் தீஞ்சுவைத் திரள்காய்
வட்டக் கழங்கின் தாஅய்த் துய்த்தலைச்
செம்முக மந்தி ஆடும்

நல்மர மருங்கின் மலைஇறந் தோரே!

வாழ்க, தோழி!

''என்றும் என்னை வெறாது எனக்கு அருள்பவர்; எவ்வகையான வெறுப்பும் இல்லாமல் ஒன்றுபட்ட பிளவுபடாத நட்பினையுடைய இனியவர்; 'அவர்'' என்றெல்லாம் அவரைப் பற்றிய நல்ல செயல் களைக் கூறினாலும், எந்நாளும் நம்மை விட்டுப் பிரியாத காதலோடு அருகேயே இருந்தவராகிய நம் முடையவரான காதலர்,

உயர்ந்த மலையுச்சிகளிலேயுள்ள மூங்கிலின் இளைய முனை கள் வாடவும், மூங்கிற் கழைகள் ஒலிசெய்யும் பாறையிடங்கள் வெம்ப வும், மழை பெய்தலை மறந்து அருவிகளும் இல்லையாகிப் போன, அச்சம் வரும் அகன்ற இடத்தே தோன்றிய வெண்மையான பேய்த் தேரை மழையென்று எண்ணி ஓடித் தாகம்பட்ட தனித்த முதிர்ந்த

பெரிய கலைமானானது, அவ்விடத்தினின்றும் பெயர்ந்து வேற்றிடஞ் சென்று வாழ்தலையும் செய்யாது, அப்பேய்த்தேர் அசையும் புதிய தன்மையினையுடைய காட்டித்தேயே வருந்தித் தங்கியிருக்கும் காட்டிலுள்ள, நெல்லி மரத்தின் இனிய சுவையுள்ள திரண்ட காய்க ளாகிய வட்டமான கழங்குகளைக் கைக்கொண்டு, பஞ்சி போன்ற தலைமயிரினையும் சிவந்த முகத்தினையுமுடைய மந்திகள் தாவித் தாவித் விளையாடும் நல்ல மரங்கள் பொருந்திய பக்கத்தையுடைய மலைப்பகுதியைக் கடந்தும் சென்றவராயினர். (இனி, வருந்தாது என் செய்வேன்?)

என்று, பிரிவிடை வேறுபட்ட தலைமகள் வற்புறுத்துந் தோழிக்குச் சொன்னாள் என்க.

சொற்பொருள்: 1. துனி-வெறுப்பு. துவரா நட்பு- பிரியாத நட்பு. 2. முனியாது -வெறுத்து ஒதுக்காது. 3. அல்கலும்-எப்போதும். 4. உழையர்-அருகிப்போர். 6. திரங்க-வாடி வதங்க. 10. தாஅம்-தாவும். 11. அலங்குதலை-அசைதலையுடைய. 13. அத்தம்-காடு.

விளக்கம்: '' நம்மீது மிகுதியும் அ்புடையவராகக் கூடியிருந் தவர் தாம் அவரென்றாலும், இப்படி நம்மை வாடி வருந்துமாறு செய்து பிரிந்தனரே; இனி, எவ்வாறு யான் வருந்தாதிருப்பேன்?'' என்கின்றாள்.

உள்ளுறை: பேய் வெண்தேர்ப் பெயல் செத்தோடித் தாஅம் பட்ட தனிமுதிர் பெருங்கலை, புலம் பெயர்ந் துறைதல் செல்லாது, அலங்குதலை விருந்தின் வெங்காட்டு வருந்திவைகும்' என்றாள், தலைவன் பொருளை நச்சி வேற்றுநாட்டுக்குத் தன்னைப் பிரிந்து போயின கொடுமையை எண்ணி என்க.

பாடபேதங்கள்: 11. அலங்கு நிலை. 16. நீண் மரம்.

242. பண்பு தர வந்தது

பாடியவர்: பேரி சாத்தனார். **திணை:** குறிஞ்சி. **துறை:** தலை மகன் சிறைப்புறத்தானாகத் தோழி தலைமகட்குச் சொல்லுவாளாய்ச் சொல்லியது.

(களவிலே தன் காதலனுடன் கூடிவரும் தலைவி, இடையிலே அவன் உறவினைச் சில நாட்கள் பெறாதுபோக, அதனால் வாடி மெலிந்தனள். தாய் அதுகண்டு, முருகால் வந்த குற்றமென ஐயுற்று, முருகனை வேண்டுதற்குரிய ஏற்பாடுகளிலே ஈடுபட்டனள். அதனைத், தலைவன் அறிய உரைத்து, விரைவிலே மணம் சேர்க்க விரும்பிய தோழி, இப்படிக் கூறுகின்றாள்.)

அரும்புமுதிர் வேங்கை அலங்கல் மென்சினைச்
சுரும்புவாய் திறந்த பொன்புரை நுண்தாது
மணிமருள் கலவத்து உறைப்ப, அணிமிக்கு

அவிர்பொறி மஞ்ஞை ஆடும் சோலைப்,
பைந்தாட் செந்தினைக் கொடுங்குரல் வியன்புனம்,
செந்தார்க் கிள்ளை நம்மொடு கடிந்தோன்
பண்புதர வந்தமை அறியாள், 'நுண்கேழ்
முறிபுரை எழில்நலத்து என்மகள் துயர்மருங்கு
அறிதல் வேண்டும்' எனப் பல்பிரப்பு இரீஇ
அரியா வேலற் றரீஇ, அன்னை
வெறிஅயர் வியன்களம் பொலிய ஏத்தி
மறிஉயிர் வழங்கா அளவை, சென்றுயாம்
செலவரத் துணிந்த, சேண்விளங்கு, எல்வளை
நெகிழ்ந்த முன்கை, நேரள் இறைப் பணைத்தோள்,
நல்எழில் அழிவின் தொல்கவின் பெறீஇய,
முகிழ்த்துவரல் இளமுலை மூழ்கப், பல்ஊழ்
முயங்கல் இயைவன் மன்னோ- தோழி! -
நரை கால் யாத்த நளிர்முகைச் சிலம்பில்
பெருமலை விடரகம் நீடிய சிறியிலைச்
சாந்த மென்சினை தீண்டி, மேலது
பிரசம் தூங்கும் சேண்சிமை,
வரையக வெற்பன் மணந்த மார்பே!

தோழி! அரும்புகள் முதிர்ந்த வேங்கையின் அசைகின்ற மெல்லிய கொம்புகளிலே, சுரும்புகள் பூக்களின் வாயைத் திறந்து ஊதுதலால் சிதறிய பொற்றூளைப் போன்ற நுண்மையான மகரந்தப் பொடிகள், நீலமணி போன்ற தன் தோகையிலே உதிர்ந்து வீழ, அதனால் அழகு மிகுந்து விளங்கும் பொறிகளையுடைய மயிலானது, களிப்புடன் ஆடிக் கொண்டிருக்கும் தன்மையை உடையது சோலை. அதனருகே பசுமையான தாளினையுடைய செந்தினையின் வளைந்த கதிர்களைக் கொண்ட பெரிய கொல்லையிலே வந்த சிவந்த ஆரத்தை யுடைய கிளைகளை, நம்முடனே இருந்து ஓட்டியவர் நம் காதலர் அவரது பண்புகள் தர, அதனால் இவ் வருத்தமும் நமக்கு வந்ததனை நம் தாயும் அறியாதவளாயினாள்.

''நுண்மையான நிறம் பொருந்திய தளிரைப்போன்ற அழகு வாய்ந்த என் மகளது துயரத்தின் காரணத்தை அறிதல் வேண்டும்'' என்று கருதினவளாகப், பல பிரப்பரிசிகளைப் பலியாக வைத்தும், உண்மையறியாத வேலனைக் கொண்டு வந்து வெறியரும் பெரிய களத்தினைப் பொலிவுறுமாறு போற்றித் துதித்தும், ஆட்டுக்குட்டி யின் உயிரைப் பலியிட்டும், வெறியாட்டுச் செய்வதற்கும் முனைந் தாள். அதற்கு முன்பாகவே,

ஏறி இறங்கும் வகையிலே நெகிழ்வாக அணிந்துள்ள நெடுந் தூரத்திற்கும் ஒளிவிளங்கும் வளைகள் கழன்று வீழ்கின்ற முன் கைகளும், நேரிய சந்தினையடைய பணைத்த தோள்களின் எழிலம், தம் அழகு கெடுவதனின்றும் நீங்கித், தம் பழைய அழகுகளைப் பெறு மாறு, நாமே சென்று,

தேன்கூடுகள் நிரம்பியிருக்கும் குளிர்ச்சியான குகைகளைக் கொண்டமலைச்சாரலிலே, பெருமலைகளின் பிளப்பிடங்களிலே நீண்டு வளர்ந்துள்ள சிறிய இலைகளையுடைய சந்தனத்தின் மென்மை யான கொம்புகளைத் தொட, மேலிருப்பதாகிய தேன் கூடுகள் அசை யும் நெடிய உச்சியினையுடைய மூங்கில்களைத் தன்னிடத்தே கொண் டிருக்கும் மலைக்குரிய நாடனது,

முன்பு நாம் தழுவிய மார்பினை, முகிழ்த்து வருதலையுடைய நம்மடைய இளைய முலைகள் அமுங்குமாறு, பன்முறையும் தழுவு தலே, நமக்கு மிகவும் பொருத்தமுடையதாகும்.

என்று, தலைமகன் சிறைப்புறத்தானாகத் தோழி தலைமகட்குச் சொல்லுவாளாய்ச் சொன்னாள் என்க.

சொற்பொருள்: 1. அலங்கல் மென்சிலை - அசைகின்ற தன்மை யுடைய மென் கொம்புகள். 2. பொன்புரை நுண்தாது - பொன் போன்ற நிறமுடைய நுண்ணிய பூந்தாது. 3. கலவம் -தோகை. உறைப்ப - வந்து வீழ. 4. அவிர்பொறி-ஒளியுடைய புள்ளிகள். 5. கொடுங்குல்-வளைந்த தினைக்கதிர். 6. செந்தார்-சிவந்த ஆரம்; கடிந்தோன் - வெருட்டியவன். 7. பண்பு -இயல்புகள்; கூடிப் பிரியாதிருக்கும் நிலை யின்றி இடையிலே கூடுதல் மறந்ததான பண்பு. 8. முறிபுரை எழில் - தளிர்போன்ற ஒளியும் மென்மையும் கொண்ட மேனியின் எழில். பிரப்பு - பிரப்பரிசி. 10. அறியா வேலன்-உண்மை அறியாத வேலன். 13. மறி ஆட்டுக் குட்டி. 16. மூழ்க-அமுங்க; முலைகள் அவன் மார்பைத் தழுவுதலால் அழுந்த. முகிழ்ந்து வரல்- அரும்பிப் புடைத்து எழல். 18. நறை-தேன்கூடுகள். கால் யாத்தல்-நிலைபெற்றிருத்தல். 21. பிரசம்-தேன்.

உள்ளுறை: வேங்கயைனட் நுண்தாது தன் கலவத்து உதிர்ந்து வீழ, அதனால் அழகுபெற்ற மயில் களிப்புற்று ஆடுவது போலத், தானும் அவன் மார்பினைத் தழுவி, அவன் மார்பிடத்துச் சாந்தம் படியப் பெற்றால் களிப்படைபவள் என்றனள். சந்தனக் கொம்பினைத் தீண்டத் தேனிறால்கள் அசைவது போல, அவனைத் தழுவத் தன் மேனி வருத்தம் எல்லாம் நீங்கித், தன்னுடைய பழைய எழில் வந்து நிறையும் என்றனள். நிறையவே, அன்னையின் ஐயமும் நீங்கும் என்பது குறிப்பாயிற்று.

விளக்கம்: அன்னை, மகளின் குடிமைப் பண்பிலே உறுதி உடையவளாதலின், தன் மகள் பிறன் ஒருவனுடன் களவு உறவு கொண்டதனாலேயே மேனி நலம் கெட்டுத் தோன்றுகின்றனள் என்று எண்ணாதவளாயினாள். முருகு அணங்கியதனால், விளைந்தது போலும் என வேலனை வேண்டவும் முற்பட்டனள். அந்த அன்னையின் நம்பிக்கை சிதையாமலிருக்கும் பொருட்டாகவேனும், அவரை யாம் சென்று தழுவுவோம் என்கின்றனள். அவன் வராதவன் என்பதனை உணர்த்துவது போல, யாமே சென்று தழுவுவோம் என்று சொல்லுவதன் நயமும் உணர்க. தலைவன், தன் காதலியின் வேதனையையும், குடும்ப கௌரவத்தையும் உளங்கொண்டு மணந்து கொள்வதற்கு விரைதல் வேண்டும் என்பது தோழியின் குறிப்பாகும்.

பாடபேதங்கள்: 18. நளி முகை. 22. மலர்ந்த மார்பு.

243. தொல்வினைப் பயனே!

பாடியவர்: கொடியூர்கிழார் மகனார் நெய்தற்றத்தனார்; குடிக் கிழார் மகனார் நெய்தற்றதனார் எனவும் வழங்கும். **துணை**: பாலை. **துறை**: தலைமகன் பிரிவின்கண் வற்புறுத்துந் தோழிக்குத், தலை மகள் 'ஆற்றேன்' என்பதுபடச் சொல்லியது.

(கார்காலம் முடிந்து அடுத்த வாடைக் காலமும் வந்துவிட்ட பின்பும், காதலனின் வரவைக் காணாது கண்கலங்கிப் புலம்பியிருக் கும் தலைவி, தன்னைத் தேற்றிய தோழிக்கு, வாடையின் செயலைப் பழிப்பதுபோல, இப்படிக் கூறித் தன்னுடைய ஆற்றாமையைப் புலப்படுத்துகிறாள்.)

அவரை ஆய்மலர் உதிரத், துவரின்
வாங்குதுளைத் துகிரின் ஈங்கைப் பூப்ப
இறங்குபோது அவிழ்ந்த ஈர்ம்புதல் பகன்றைக்
கறங்குநுண் துவலையின் ஊருழை அணியப்,
பெயல்நீர் புதுவரல் தவிரச், சினைநேர்பு

பீள் விரிந்து இறைஞ்சிய பிறங்குகதிர் கழனி
நெல்ஒலி பாசவல் துழைஇக், கல்லெனக்
கடிதுவந்து இறுத்த கண்இல், வாடை!
'நெடிதுவந் தனை' என நில்லாது ஏங்கிப்
பலபுலந்து உறையும் துணைஇல் வாழ்க்கை

நம்வலத்து அன்மை கூறி, அவர்நிலை
அறியுநம் ஆயின், நன்றுமன் தில்ல;
பனிவார் கண்ணேம் ஆகி, இனிஅது
நமக்கே எவ்வம் ஆகின்று;
அனைத்தால் தோழி! நம் தொல்வினைப் பயனே!

புலியூர்க் கேசிகன் 517

தோழி! அவரையின் அழகிய பூக்கள் உதிர்ந்தன. வளைந்த துளை யினையுடைய சிவந்த பவளத்தைப்போல ஈங்கையும் பூத்துள்ளது. ஞாயிறு மேற்றிசையிலே இறங்கும் மாலைக் காலத்திலே இதழ் விரிந்து மலர்ந்த குளிர்ந்த புதரிலேயுள்ள பகன்றைப் பூக்களின் மண மானது ஒலிக்கும் வாடையுடனே வரும் மென்மையான மழைத்துளி யோடு கலந்து, ஊர்ப் பக்கமெல்லாம் அழகுபடுத்துகின்றது. மழை நீரால் வரும் புதுவரத்தும் நின்றுவிட்டது. கிளைத்தல் பொருந்திக் கருவிரிந்து விளைந்து முற்றி வளைந்துள்ள கதிர்களையுடைய வயலின் நெற் கதிர்களும் ஒலிசெய்து கொண்டிருக்கின்றன. அத்தகைய பசுமை யான பள்ளக்கால்களைத் துழாவிக், கல் என்ற ஒலியுடன் கடுமையாக வந்து, இரக்கமற்ற வாடையும் நிலை பெற்றது. அது இங்கே நில்லாது பெயர்ந்து, தம் தலைவரிடத்திலே சென்று, 'நீ நெடுங்காலம் பிரிந்து வந்திருக்கின்றனை என்று சொல்லாதோ? பலவற்றையும் வெறுத்த வளாக வாழும் துணையற்ற இந்தத் தனித்த வாழ்க்கைக்கு, நம் முடைய சக்தியற்ற தன்மையை அவரிடம் எடுத்துச் சொல்லி, அவ ருடைய உள்ளத்து நிலையினையும் சென்று அறியுமானால், மிகவும் நன்மையாயிருக்குமே!

ஆனால், இப்பொழுது அவ்வாடையானது, நீர் வடியும் கண் களை உடையேம் ஆகிய நமக்கே மீண்டும் துன்பம் விளைப்பதா யிருக்கின்றது. நம்முடைய பழைய தீவினையின் பயன் அவ்வளவே போலும்!

என்று, தலைமகன் பிரிவின்கண் வற்புறுத்துந் தோழிக்குத் தலைமகள் ஆற்றேன் என்பதுபடச் சொன்னாள் என்க.

சொற்பொருள்: 1. ஆய்மலர்-ஆய்ந்துபோற்றும் அழகிய மலர். துவரின் - துவர் நிறம் உடையவான. 2. வாங்குதுளை - வளைந்த துளை செய்த துளையும் ஆம். துகிர்-பவளம். ஈங்கை-ஈங்கைச் செடி; இசங்கு எனத் தென்னாட்டார் வழங்குவர். 4. ஊருழை அணிய- ஊர்ப்பக்கத்தே-அழகு செய்ய. 5. புதுவரல்- புதுவெள்ளத்தின் வரத்து. 6. பீள்-கரு. பிறங்கு கதிர்-விளங்கும் கதிர். 7. பாசவல் - பசுமையான பள்ளக்கால்கள்; வயல்கள். 8. கண்ணில்-கண்ணோட்டம் இல்லாத; இரக்கமற்ற. 10. துணையில் வாழ்க்கை-தனித்திருக்கும் வாழ்க்கை. 11. வலத்தன்மை-வலியின் தன்மை; அது இல்லாத தன்மை என்க. 13. பனி-கண்ணீர்; பனித்துளி போல்வதால் பனியாயிற்று. 15. தொல் வினை-ஊழ்வினை; பழவினை.

விளக்கம்: 'தன்னை வருத்தும் வாடை தலைவரிடம் தனக்காகத் தூது சென்று தன் நிலையை எடுத்துரைத்து வந்தால் அவரது நிலை யையும் அறிந்துவந்து சொன்னால் நல்லதாகுமோ?' என நினைத்து நோகின்றாள் தலைவி.

பாடபேதங்கள்: 9. நில்லாது ஏங்கி. 11. வலித்தன்மை. 12. அறியுமாயின். 15. தொழில் வினைப் பயனே.

244. பாணன் வந்தனன்!

பாடியவர்: மதுரை.... மள்ளனார். திணை: முல்லை. துறை: வினைமுற்றிய தலைமகன் தேர்ப்பாகற்குச் சொல்லியது.

(தலைமகன், வேந்தனின் வினைமுடித்தற் பொருட்டாக வேற்றூர் சென்று பாசறைக்கண் இருக்கின்றான். அவனுடைய பிரிவி னுக்கு ஆற்றாது நலிந்த தலைவியானவள், அவன் வருவதாக உறுதி கூறிச் சென்ற காலத்தின் எல்லையும் கடந்ததாகத், தான் மிகவும் உள்ளம் நைந்தவளானாள். மேலும், தன் துயரினைத் தாங்க முடியாத அவள், பாணனைத் தூது அனுப்புகின்றாள். வினை முடிந்திருக்கும் தலைமகன் அந்தப் பாணனின் சொற்களைக் கேட்டு இப்படித் தேர்ப் பாகனிடம் சொல்லுகிறான்)

"பசைப்படு பச்சை நெய்தோய்த் தன்ன
சேயுயர் சினைய மாச்சிறைப் பறவை
பகலுறை முதுமரம் புலம்பப் போகி,
முகைவாய் திறந்த நகைவாய் முல்லை
கடிமகள் கதுப்பின் நாறிக் கொடிமிசை   5

வண்டினம் தவிர்க்கும் தண்பதக் காலை
வரினும், வாரார் ஆயினும், ஆண்டு அவர்க்கு
இனிதுகொல், வாழி தோழி?" எனத்தன்
பல்லிதழ் மழைக்கண் நல்லகஞ் சிவப்ப,
'அருந்துயர் உடையள் அவள்' என விரும்பிப்   10

பாணன் வந்தனன், தூதே; நீயும்
புல்லார் புரவி, வல்விரைந்து, பூட்டி,
நெடுந்தேர் ஊர்மதி, வலவ! –
முடிந்தன்று அம்ம, நாம் முன்னிய வினையே!

பாகனே! "குளிர்ந்த செவ்வியை உடையது கார்காலம். அதன் கண், பசைபொருந்திய தோலினை நெய்யிலே தோய்த்தாற் போன்ற கருமையான சிறகுகளையுடைய வாவலானது, தான் பகலிலே தங்கி யிருந்த மிகவும் உயர்ந்த கிளைகளையுடைய முதிர்ந்த மரம் தனித்திட, மாலையிலே புறத்தே பறந்து செல்லும், கொடியின்கண் இதழ் விரிந்த அரும்புகளையுடைய முல்லையானது சிரித்துக் கொண்டிருப்பது போலத் தோன்றி மணமகளுடைய கூந்தலைப் போல நறுமணம் பரப்பிக் கொண்டு, வண்டினத்தைத் தன்னை விட்டு அகலாதவாறு தடுத்துக் கொண்டிருக்கும்.

தோழி! நம் தலைவர் இவ்விடத்தே வந்தாலும் வராமலிருந் தாலும், அவ்விடத்தே அவர்க்கு எல்லாம் இனியதேபோலும்! அவர் வாழ்க!' என்று சொல்லித், தனது பலவிதழ்களையுடைய தாமரை மலர் போன்ற குளிர்ச்சியான கண்களின் நல்ல உட்புறமெல்லாம் சிவக்கு மாறு, அரிய துயரத்தை உடையவளாயினாள், நம் காதலியாகிய அவள்.'' இவ்வாறு சொல்லிப் பாணனும் நாம் வீடு திரும்புவதை விரும்பியவனாகத் தூது வந்துள்ளான். நாம் எண்ணிவந்த செயலும் முடிந்து விட்டது. அதனால், நீயும் புல்லைத் தின்னுகின்ற குதிரை களைப் பூட்டி, நெடிய தேரினை, மிகவும் விரைவாகச் செலுத்துவா யாக,

என்று, வினைமுற்றிய தலைமகன் தேர்ப்பாகற்குச் சொன்னான் என்க.

சொற்பொருள்: 1. பசை-ஈரம். பச்சை-தோல். நெய் - எண் ணெய். 2. மாச்சிறைப் பறவை-கரிய சிறகுகளையுடைய வௌவால். 3. முதுமரம்-பழைய மரம்; அதன்கண் ள்ள பொந்துகளில். 4. நகை வாய்-சிரிக்கும் வாய்; புன் சிரிப்புப் போன்ற. கடிமகள் -மணமகள். 6. தண்பதம்- குளிர்பதம். 9. கண் நல்லகம்-கண்களின் நல்ல உட்புறம்

விளக்கம்: பகலிற்றங்கிய மரத்தை வாடவிட்டு மாலையிலே போய்விடும் வௌவால் போன்று, அவனும் தான் கூடியிருந்த இல்லை விட்டுப் பிரிந்து அதனை வறுமையுறச் செய்தனன். முல்லையும் வண்டினத்தைத் தன்னை விட்டு அகன்று செல்லாது தடுத்துக் கொண் டிருக்குங் காலத்து, அவள் தன் காதலனைப் பிரித்துள்ளனள் எனக் கொள்க.

மேற்கோள்: 'முடிந்தன்று அம்ம, நாம் முன்னிய வினையே' என்றலின், தானே குறுநில மன்னன் சென்றதாம்' என, ''வேந்து வினை யியற்கை'' என்னுஞ் சூத்திர உரையிலே நச்சினார்க்கினியர் காட்டினர்.

பாடபேதங்கள்: 1. பகைபடு பச்சை. 10. வருந்துவள் அவ ளென. 13. நெடுந்தேர் ஏவுமதி.

245. வாரலென் யானே!

பாடியவர்: மதுரை மருதனிள நாகனார். **திணை:** பாலை. **துறை:** பொருள் கடைக்கூட்டிய நெஞ்சினைக் கழறித் தலைமகன் சொல்லிச் செலவழுங்கியது. **சிறப்பு:** ஒட்டகம் பாலையைக் கடக்கப் பயன்பட்டமை.

(பொருள் தேடிவருதல் வேண்டுமெனத் தன் நெஞ்சத்து ஆர்வம் மிகுதியாக, அதனால் ஏற்படும் பிரிவுத் துயரினைத் தான் பொறாத தலைவியினை எண்ணிய தலைவன், நெஞ்சுக்கு இப்படிக்கூறித், தன் போக்கை நிறுத்திக் கொள்ளுகின்றான்.)

'உயிரினும் சிறந்த ஒண்பொருள் தருமார்
நன்றுபுரி காட்சியர் சென்றனர், அவர்' னெ
மனைவலித்து ஒழியும் மதுகையள் ஆதல்
நீ நற்கு அறிந்தனை ஆயின், நீங்கி
மழைபெயன் மறந்த கழைதிரங்கு இயவில்
செல்சாத்து எறியும் பண்பில் வாழ்க்கை
வல்வில் இளையர் தலைவர், எல்லுற,
வரிகிளர் பணைத்தோள், வயிறணி திதலை,
அரிய லாட்டியர் அல்குமனை வரைப்பில்,
மகிழ்நொடை பெறாஅ ராகி, நனைகவுள்
கான யானை வெண்கோடு சுட்டி,
மன்றுஓடு புதல்வன் புன்தலை நீவும்,
அருமுனைப் பாக்கத்து அல்கி, வைகுற,
நிழல்படக் கவின்ற நீள்அரை இலவத்து
அழல் அகைந் தன்ன அலங்குசினை ஒண்பூக்
குழல்இசைத் தும்பி ஆர்க்கும் ஆங்கண்,
குறும்பொறை உணங்கும் ததர்வெள் என்பு
கடுங்கால் ஒட்டகத்து அல்குபசி தீர்க்கும்
கல்நெடுங் கவலைய கானம் நீந்தி,
அம்மா அரிவை ஒழிய,
சென்மோ-நெஞ்சம்! -வாரலென் யானே.

நெஞ்சமே! 'நற்செயல்களையே செய்யும் தெளிந்த அறிவின ரான நம் தலைவர்,உயிரினும் சிறப்புடையதான ஒள்ளிய பொருளை ஈட்டித் தருவதன் பொருட்டாகச் சென்றுள்ளனர் என்று, தன் உள் ளத்தை வலுப்படுத்திக் கொண்டு, வீட்டிலே தனித்திருக்கும் வலிமை யுடையவள் நம் காதலியான அவள் ஆதலை, நீ நன்றாக அறிந்தனை யானால், அவளை விட்டு நீங்கிச் செல்வாயாக.

மழையானது பெய்தலையே மறந்துபோன, மூங்கில்களும் பட்டுப்போய்த் தோன்றும் சுரநெறியிலே, செல்லும் வாணிகச் சாத்தினைக் கொல்லம் வலிய வில்லினை உடையவர் ஆறலைப் போராகிய மறவர்கள். அவர்களுடைய தலைவர், இருள் வந்தபொழு திலே, வரிகள் விளங்கும் பணைத்த தோள்களையும், அழகிய தேமல் கள் விளங்கும் வயிற்றினையும் உடைய கள்விலை மகளிர்கள் இருக்கும் வீட்டிடத்தே சென்றும் கள்ளிற்கு உரிய விலைப் பொரு ளினைப் பெற்றிராதவர்களாக, மதம் வழிந்து நனைந்த கன்னங்களை யுடைய காட்டி, மன்றிலே ஓடியாடும் தம் புதல்வனின் புல்லிய தலை யினைத் தடவி, அவற்றை வேட்டையாடிக் கொண்டு வருவதற்கு எழுவார்கள்.

அரிய போர்முனைகளையுடைய அத்தகைய பாக்கத்திலே இரவிலே தங்கி இருந்து, பொழுது விடியவும், நிழல் படுமாறு அழகுடன் விளங்கும் நீண்ட அரையினையுடைய இலவமரத்தின் அசையுங் கிளைகளிலேயுள்ள, நெருப்புச் சுடர்விட்டு எரிவது போன்ற ஒளியுடைய பூக்களிலே, குழலிசை போன்று வண்டினம் மொய்த்து ஆரவாரிக்கும் அவ்விடத்தே, உயர மற்ற பாறையிலே அவை உதிர்ந்து, காய்ந்து கொண்டிருக்கும் சுள்ளிபட்ட வெள்ளெலும்புகள் போல விளங்க, வேகம் அமைந்த கால்களையுடைய ஒட்டகத்தின் மிகுந்த பசியினை அவை போக்கும். கற்கள் பொருந்திய கவர்த்த நெடுவழிகளையுடைய இத்தகைய காட்டைக் கடந்து, அழகிய மாமை நிறத்தையுடைய நம் தலைவி தனித்திருக்குமாறு கைவிட்டுச் செல்வாயாக! யான் அவளைக் கைவிட்டுப் பிரிந்து நின்னுடன் வருதலில்லேன்;

என்று, பொருள் கடைக் கூட்டிய நெஞ்சினைக் கழறித் தலைமகன் சொன்னான் என்க.

சொற்பொருள்: 2. நன்று-நற்செயல். காட்சி-தெளிவு. 3. மதுகை-மயக்கம். 5. திரங்கு-வாடும். 6. பண்பில -பண்பற்ற. 9. அரியலாட்டியார்-கள்ளினை விற்கும் பெண்டிர். 10. நொடை-விலைப்பணம். 17. ததர்-கள்ளி.

விளக்கம்: கள்ளுக்கு விலையாகக் களிற்றியானைக் கொம்புகளை வேட்டையாடி வருவதற்கு மறவர் தலைவர்கள் எழுகின்ற அரிய போர்முனைகளையுடைய காடு என்க. பாறையிலே உதிர்ந்து காய்ந்து கிடக்கும் இளமலர்கள், சுள்ளிப்பட்ட வெள்ளெலும்பு போலத் தோன்றி ஒட்டகத்திற்கு உணவாகும் காடு எனவும் கொள்க.

பாடபேதங்கள்: 6. செல்சமத்து எறியும் அன்பில் வாழ்க்கை. 18. கடுங்கால் வேட்டத்து அல்குல் பசி.

246. ஆர்ப்பினும் அலர் பெரிதே!

பாடியவர்: பரணர். **திணை:** மருதம். **துறை:** தோழி தலைமகற்கு வாயில் மறுத்தது. **சிறப்பு:** கரிகால் வளவனின் வெண்ணிப் பறந்தலைப் பெரும்போர்; அழுந்தூரிலே எழுந்த ஆரவாரம் முதலிய செய்திகள்.

(தலைவன், 'புது நீர் விழாவிலே பரத்தையுடன் நீர் விளையாடலிலே திளைத்தான்' என்று ஊடல் கொண்டிருந்த தலைவி, அவன் வீட்டுக்கு வரவும், அவனுடைய உறவை மறுத்து இப்படிக் கூறுகின்றாள்.)

பிணர்மோட்டு நந்தின் பேழ்வாய் ஏற்றை
கதிர்முக்கு ஆரல் களவன் ஆக,
நெடுநீர்ப் பொய்கைத் துணையொடு புணரும்

மலிநீர் அகல்வாய் யாணர் ஊர!
போதுஆர் கூந்தல் நீவெய் யோளொடு
தாதுஆர் காஞ்சித் தண்பொழில் அகல்யாறு
ஆடினை என்ப நெருநை; அலரே
காய்சின மொய்ம்பின் பெரும்பெயர்க் கரிகால்
ஆர்கலி நறவின் வெண்ணி வாயில்,
சீர்கெழு மன்னர் மறலிய ஞாட்பின்
இமிழிசை முரசம் பொருகளத்து ஒழியப்,
பதினொரு வேளிரோடு வேந்தர் சாய,
மொய்வலி அறுத்த ஞான்றை,
தொய்யா அழுந்தூர் ஆர்ப்பினும் பெரிதே.

சருச்சரையினையுடைய வயிற்றினையும் பிளந்த வாயினையும் கொண்ட ஆண் சங்கானது, ஒளியுடைய மூக்கினதான ஆரல்மீன் சான்றாக, ஆழமான நீர்ப் பெருக்கத்தையுடைய பொய்கையிலே, தன் துணையான பெண்சங்கினோடும் மணம் கூடும், நீர் வளம் நிறைந்த அகன்ற வயல்களின், புதுவருவாயினை உடைய ஊரனே!

''பூக்கள் நிறைந்த கூந்தலினளான நின்னால் விரும்பப்பட்ட பரத்தையுடனே, பூந்தாதுகள் மலிந்த குளிர்ந்த காஞ்சி மரச்சோலை சூழ்ந்த அகன்ற ஆற்றினிடத்தே, நேற்று நீயும் புனல் விளையாடினை'' என்று, பலரும் சொல்வார்கள். அதனால் எழுந்த பழிச்சொற்களின் ஆரவாரம் -

மிக்க சினமும் ஆற்றலுமுடைய பெரும்புகழினனான கரிகால் வளவன் ஆரவாரம் மிகுந்த கள்வளத்தையுடைய வெண்ணிவாயில் என்னுமிடத்திலே, சீர்மை நிறைந்த பகை மன்னவர்கள் மாறுபட்டு எழுந்த போரினுள்ளே, அவர்களது முழங்கும் ஒலியுடைய முரசங்கள் அனைத்தும் போர்க்களத்தேயே ஒழிந்துபோகுமாறு, அப் பதினொரு வேளிர்களுடன் இருபெரு வேந்தரும் ஆகிய அனைவரும் தம் நிலை யழிந்து தோற்று ஓடுமாறு, அவர்களுடைய மிகுதியான ஆற்றலை எல்லாம் ஒழித்த அந்நாளிலே, அழுந்தூர்க்கண்ணே எழுந்த குறையாத ஆரவாரத்தினுங் காட்டில் பெரியதாயிருக்கின்றதே!

என்று, தோழி தலைமகனுக்குக் கூறி வாயின் மறுத்தனள் என்க.

சொற்பொருள்: 1. மோட்டு- வயிறு. 2. கதிர்மூக்கு- கூர்மை யான மூக்குமாம். களவன் - களத்திலேயுள்ள சான்றினன். 4. யாணர் -புதுவருவாய். 6. காஞ்சித் தண்பொழில். காஞ்சி மரங்கள் சூழ்ந்த குளிர்ந்த பொழில். வெண்ணிவாயில்-வெண்ணிறப் பறந்தலை என்னும் இடம். 14. அழுந்தூர்-தஞ்சை மாவட்டத்து ஓர் ஊர்; அழுந்தூர் வேளுக்கு உரியது.

உள்ளுறை: ஆண்சங்கு ஆரல்மீன் சான்றோடு பெண் சங்கை மணம் புணர்வது போலத், தலைவனும் பாணனின் துணைக் கொண்டு பரத்தையைக் கூடினன் என்றனள்.

மேற்கோள்: 'ஏற்றை' என வருவதற்குப், பிணர் மோட்டு நந்தின் பேழ்வாய் ஏற்றை' என்பதனை, ஆற்றலொடு புணர்ந்த' என்னுஞ் சூத்திரத்துப் பேராசிரியர் காட்டுவர்.

பாடபேதங்கள்: 2. களவனாக. 5. கூந்தல் நல்லவளோடு. 8. காய்சின முன்பின்.

247. அருளில்லாதவர் அவர்!

பாடியவர்: மதுரை மருதங்கிழார் மகனார் பெருங்கண்ணனார்; மதுரை மருதங்கிழார் மகனார் வெண்ணகனார் எனவும் பாடம். திணை: பாலை. துறை: தலைமகன் பிரிவின் கண் வேறுபட்ட தலைமகளது வேறுபாடு கண்டு, வேறுபட்ட தோழிக்குத் தலைமகள் சொல்லியது.

(தலைமகன் தன்னைப் பிரிந்து வேற்றூர்க்குத் தொழில் முயற்சி யிலே சென்றிருந்தனனாக. அவனுடைய பிரிவுக்கு ஆற்றாது கலங்கித் தன் நலம் அழிந்தவளாயினாள் தலைவி. அவள் பால் அன்புடைய தோழி அதனைக் கண்டு, தானும் பெரிதும் மனம் கலங்கி வருந்தினள். அப்பொழுது தலைவி தன் தோழிக்கு இப்படிச் சொல்லுகிறாள்.)

மண்ணா முத்தம் ஒழுக்கிய வனமுலை
நன்மாண் ஆகம் புலம்பத் துறந்தோர்
அருளிலர் -வாழி, தோழி! - பொருள்புரிந்து,
இருங்கிளை எண்கின் அழல்வாய் ஏற்றை
கருங்கோட்டு இருப்பை வெண்பூ முனையின்,   5
பெருஞ்செம் புற்றின் இருந்தலை இடக்கும்
அரிய கானம் என்னார், பகைபட
முனைபாழ் பட்ட ஆங்கண், ஆள்பார்த்துக்
கொலைவல் யானை சுரம்கடி கொள்ளும்
ஊறுபடு கவலைய ஆறுபல நீந்திப்   10
படுமுடை நசைஇய பறைநெடுங் கழுத்தின்,
பாறுகிளை சேக்கும் சேண்சிமைக்
கோடுயர் பிறங்கல் மலைஇறந் தோரே.

தோழி! வாழ்க! பொருளினை விரும்பியவராயினார் நம் தலைவர்.

அழல் போலத் தோன்றும் வாயினையும், பெரிய சுற்றத்தினை யும் உடைய ஆண் கரடியானது, கரிய கிளைகளையுடைய இருப்பை மரத்தின் வெண்மையான பூக்களைத் தின்னும். அது வெறுத்துவிட்ட

தென்றால், பெரிய செம்மண் புற்றினது உயரமான உச்சியைப் புற்றாஞ் சோற்றிற்காகப் பெயர்த்துக் கொண்டிருக்கும். அப்படிப்பட்ட வழி யினையும், 'செல்வதற்கு அரியாதாயிற்றே' என அவர் நினையாதாரா யினார்.

பகைவரின் தாக்குதலுக்கு உட்பட, அதனால் பாழாகிக் கிடக் கும் காட்டோரத்துச் சிற்றூராகிய இடத்திலே, கொல்லுதலிலே வல்ல யானையானது, வழியோடு வரும் ஆட்களை எதிர்பார்த்துக் கொண்டே காட்டுவழியைக் கவனமாகக் காத்துக்கொண்டிருக்கும். அப்படிப் பட்ட இடையூறுகளை உடையனவும், கவர்த்த பல நெறிகளை உடை யனவுமான கள் பலவற்றையும் கடந்தும் அவர் செல்பவராயினார்.

நீண்ட கழுத்தினையுடைய பருந்தானது, மிக்க புலால் நாற்றத் தினை விரும்பியதாகப் பறந்துவந்து மரக்கிளைகளிலே தங்கியிருக்கும். நீண்ட உச்சியினையும் உயர்ந்த பல சிகரங்களையும் கொண்ட பக்க மலைகளை உடைய அத்தகைய வழிகளையும் அவர் கடந்து சென்றுள் ளார்.

கழுவாத முத்துக்களாகிய கண்ணீர் ஒழுகியிருக்கும் அழகிய முலைகளையுடைய, நம் நல்ல மாட்சிமையுடைய மார்பகம், அவர் தழுவுதலின்றித் தனிமையுற்று வருந்துமாறு அங்ஙனம் பிரிந்து சென்றவரான அவர், சற்றும் நம்மிடத்தே அருள் இல்லாதவரே என்ப தனை நீயும் அறிவாயாக;

என்று, தலைமகன் பிரிவின்கண் வேறுபட்ட தலைமகளது வேறுபாடு கண்டு வேறுபட்ட தோழிக்குத் தலைமகள் சொன்னாள் என்க.

சொற்பொருள்: 1. மண்ணா முத்தம்- கழுவாத முத்துக்கள்; கண்ணீர்த் துளிகள். வன முலை-அழகிய முலை. 2. புலம்ப-தனிமை யுற்று வருந்த. 4. அழல்வாய்-நெருப்பின் தன்மை போலச் சிவந்து தோன்றும் வாய். 6. இடக்கும் -பெயர்க்கும். 8. பகைபட-பகைவ ரால் அழிக்கப்பட. 9. கடிகொள்ளும்- காவல் காத்திருக்கும். 10. ஊறு- துன்பம். 11. படுமுடை-மிக்க முடை நாற்றம் வீசும் தசை. 12. பாறு- பருந்து. 13. பிறங்கல்-பக்க மலைகள்.

உள்ளுறை: ஆண் கரடி, இருப்பைப் பூக்களைத் தின்று, அதனை வெறுத்துச் சென்று புற்றுக்களைப் பெயர்த்துக் கொண் டிருப்பது போல, அவரும் நம் இன்பத்தைத் துய்த்துக் வெறுத்துப், பொருளின்மீது பற்றுக் கொண்டவராயினர் என்க. அந்தப் பற்று நம் காதற் பாசத்தினும் மிகுதியாக, அவர் நம்மையும் மறந்தனர் எனச் சொன்னதாகவும் கொள்க.

248. பன்றியின் தறுகண்மை!

பாடியவர்: கபிலர். திணை: குறிஞ்சி. துறை: இரவுக்குறிச் சிறைப்புறமாகத் தலைமகட்குச் சொல்லுவாளாய்த் தலைமகள் கேட்ப தோழி சொல்லியது.

(இரவுக்குறியிலே தலைமகனின் வரவை எதிர்பார்த்துத் தலைவியும் தோழியும் காத்திருக்கின்றனர். அவனும் வந்து, தோழியை அகன்று போகச் செய்யும் குறிப்பாக, அவண் ஒருசார் மறைந்திருந்து, தன் வரவை உணர்த்துகின்றான். அப்போது தோழி, தலைவிக்குச் சொல்லுவது போல, அவன் கேட்குமாறு இப்படிக் கூறுகின்றாள்.)

நகைநீ கேளாய்- தோழி! -அல்கல்
வயநாய் எறிந்து, வன்பறழ் தழீஇ,
இளையர் எய்துதல் மடக்கிக், கிளையொடு
நான்முலைப் பிணவல் சொலியக், கான் ஒழிந்து.
அரும்புழை முடுக்கர் ஆள்குறித்து நின்ற
தறுகட் பன்றி நோக்கிக், கானவன்
குறுகினன் தொடுத்த கூர்வாய்ப் பகழி
மடைசெலல் முன்பின்தன் படைசெலச் செல்லாது,
அருவழி விலக்கும்எம் பெருவிறல் போலும்' என,
எய்யாது பெயரும் குன்ற நாடன்
செறுஅரில் துடக்கலின், பரீஇப் புரிஅவிழ்ந்து,
ஏந்துகுவவு மொய்ம்பிற் பூச்சோர் மாலை,
ஏற்றுஇமில் கயிற்றின் , எழில்வந்து துயல்வர,
இல்வந்து நின்றோற் கண்டனள் அன்னை;
வல்லே என்முகம் நோக்கி.
'நல்லை மன்!' என நகூஉப் பெயர்ந் தோளே!

தோழி! நேற்றைக்கு நடந்த, சிரிப்பதற்கு இடனாகிய செய்தி ஒன்றினைச் சொல்லுவேன் கேட்பாயாக;

வேட்டுவர்கள் பன்றி வேட்டைக்குச் சென்றனர் நாய்கள் பன்றிகளை வெருட்டின. அப்போது ஓர் ஆண் பன்றியானது வலியுடைய அவ் வேட்டை நாய்களை எதிர்த்து ஓட்டியது. வேட்டுவர் தன் இனத்தை நெருங்குதலையும் தடுத்தது. வலியமைந்த தன் குட்டிகளைத் தழுவிக் கொண்டே, தொங்கும் முலையினையுடைய தன் பெண் பன்றி செல்லுமாறும் பேணி நின்றது. அதன்பின் காட்டினின்றும் வெளிவந்து, அரிய பொந்தாகிய ஒரு முடுக்கிலே வேட்டையாடும் ஆட்களை எதிர்ப்பதற்காகவும் வந்து நின்றது அத்தகைய ஆற்றலையுடைய அந்தப் பன்றியினை, வேட்டுவனும் நெருங்கினான். அதன் நிலையினையும் நோக்கினான்.

''மடுத்தல் பொருந்திய ஆற்றலையுடைய தனது படையானது புறங்காட்டி ஓடவும், தானும் அவற்றைப் போல ஓடிச் செல்லாது நின்று, பகைவர் வருகின்ற அரிய வழியிலே அவரைத் தடுத்து நிறுத்திப் போரிடும் ஆற்றல் வாய்ந்த, எம்முடைய பெரிய வல்லன்மையாளனைப் போன்றது இதுவும்'' என வியந்து நின்றான்.

தன் வில்லிலே தொடுத்த கூரிய முனையையுடைய அம்பினை அதன் மேல் எய்யாது பெயர்ந்தும் சென்றான். அத்தகைய மலை நாட்டைச் சேர்ந்தவன் நம் தலைவன். அவன்,

செறிந்துள்ள புதர்கள் பற்றிக்கொள்ள, அதனால் அறுபட்டுப் புரிகள் அவிழப் பூக்கள் உதிர்கின்ற மாலையானது, திரண்டு நிமிர்ந்த தோள்களிலே ஏற்றின் திமிலின்கண் கிடக்கும் கயிற்றின் அழகுடனே கிடந்து அசைந்து கொண்டிருக்க; நம்முடைய வீட்டிலேயும் வந்து நின்றான்.

நின்ற அவனை, நம் அன்னையும் கண்டனள். விரைய என் முகத்தினையும் பார்த்தனள். நீ மிகவும் நல்லவள்' என்றும் நகை தோன்றச் சொல்லிச் சென்றனள் (இனி என்ன செய்வோமோ?);

என்று, இரவுக்குறிக்கண் தலைமகன் சிறைப்புறமாகத் தலை மகட்குச் சொல்லுவாளாய்த் தலைமகன் கேட்குமாறு தோழி சொன்னாள் என்க.

சொற்பொருள்: 1.நகை-நகைப்பதற்கு உரிய செய்தி. அல்கல்- நேற்று. 2. வயநாய் வலிமையுள்ள நாய் எறிந்து-எதிர்த்து வெருட்டி. பறழ்-குட்டிகள். 3. இளையர் - வேடர். 4. நான்முலை - தொங்கும் முலை. பிணவல்-பெண் பன்றி.சொலிய- தப்பிச் செல்ல. 5. அரும்புழை முடுக்கர்- அரிய புழையிடமாகிய முடுக்கர். ஆட் குறித்து - ஆளைத் தாக்குதல் குறித்து. 6. தறுகண் -பேராண்மை; அஞ்சாமை. 8. மடை செலல்- மடுத்து மேற்சென்று போரிடல். 9. பெருவிறல் - பெரிய வல்லாளன்; பெருவிரற் கிள்ளி எனவும் கருத லாம். 12. ஏந்து குவவு மொய்ம்பு-நிமிர்ந்த பணைத்த வலிமை யுடைய தோள்கள்.

உள்ளுறை: பன்றியானது தன்னுடைய பெண் பன்றிக்கு ஊறுபாடு நேராமல் காத்து நிற்கும் தறுகண்மையுடைய நாடனாத லின், நமக்கு ஊரலராலும் இற்செறித்தலாலும் வரும் பழியையும் துன்பத்தையும் தானே முன் நின்று போக்குவன் என்றனள்; அவன் விரைவிலே வந்து மணப்பான் என்பது குறிப்பு.

மேற்கோள்: 'வந்தோன் செவிலியை எதிர்த்துழிக் கூறியது' எனத் தலைவி கூற்றிற்கு இச்செய்யுளை எடுத்துக் காட்டி, 'வரை விடை வைத்த காலத்து வருந்தினும்' என்னும் சூத்திர உரையிலே நச்சினார்க்கினியர் காட்டினர்.

'நகை நீ கேளாய் தோழி' என்பது 'தன் பேதைமை பொருளாக நகை பிறந்தது' எனவும், 'நல்லை மன்னெனநகூஉப் பெயர்ந்தோளே' என்பது, ''பிறர் எண்ணியது பொருளாகத் தன்கண் நகை பிறந்தது'' எனவும், 'எள்ளல் இளமை' என்னுஞ் சூத்திர உரையிலே, பேராசிரியர் கூறுவர்.

பாடபேதம்: 2. வலநாய். 3. மடக்கினையோடு. 16. நல்லோள் மன்றம் கூய்ப் பெயர்ந்தோளே.

249. அருளும் அலரும்!

பாடியவர்: நக்கீரர். **திணை**: பாலை. **துறை**: தலைமகன் பிரிவின்கண் வேறுபட்ட தலைமகளது வேறுபாடு கண்டு ஆற்றாளாய தோழிக்குத் தலைமகள் சொல்லியது. **சிறப்பு**: கொடை வள்ளலான வேம்பிக்கு உரிய முசுண்டை என்பவனைப் பற்றிய செய்திகள்.

(பிரிந்து சென்றவனான தலைவன் வாராது காலந்தாழ்க்க, அதனால் தலைவியின் உடல் நலமும் அழிய, அதனால் ஊரிலே அலரும் பெரியதாக எழ, அதுகண்டு வருந்திய தோழிக்குத் தலைமகள் தன்னுடைய ஆற்றாமையினை இவ்வாறு சொல்லுகின்றாள்.)

அம்ம-வாழி, தோழி!-பல்நாள்
இவ்ஊர் அம்பல் எவனோ? வள்வார்
விசிபிணித்து யாத்த அரிகோல் தெண்கிணை
இன்குரல் அகவுநர் இரப்பின் நாடொறும்
பொன்கோட்டுச் செறித்துப், பொலந்தார் பூட்டிச்
சாந்தம் புதைத்த ஏந்துதுவங்கு எழிலிமில்
ஏறுமுந் துறத்துச், சால்பதம் குவைஇ,
நெடுந்தேர் களிற்றொடு சுரக்கும் கொடும்பூண்
பல்வேல் முசுண்டை வேம்பி அன்னஎன்
நல்வெழில் இளநலம் தொலையினம், நல்கார்-
பல்பூங் கானத்து அல்குநிழல் அசைஇத்,
தோகைத் தூவித் தொடைத்தார் மழவர்
நாகுஆ வீழத்துத், திற்றி தின்ற
புலவுக்களம் துழைஇய துகள்வாய்க் கோடை
நீள்வரைச் சிலம்பின் இரைவேட்டு எழுந்த
வாள்வரி வயப்புலி தீண்டிய விளிசெத்து,
வேறுவேறு கவலைய ஆறுபரிந்து, அலறி,
உழைமான் இனநிரை ஓடும்
கழைமாய் பிறங்கல் மலைஇறந் தோரே.

தோழி! நீ வாழ்வாயாக! நான் சொல்லும் இதனையும் கேட்பா யாக;

மயிலின் தோகையிலுள்ள இறகுகளை மாலையாகத் தொடுத்து அணிபவர் மழவர்கள். பல்வகையான பூக்களை உடையதான காட்டின் சுருங்கிய நிழல்களிலே, அவர்கள் தங்கிக், கன்றினையுடைய பசுவைக் கொன்று, அதன் ஊனைச் சுட்டுத் தின்பார்கள். புலால் வீசும் அந்த

இடத்தைத் துழாவியவாறு, ஊண்துணுக்குகள் கலந்த புழுதியைத் தன்பால் கொண்டதாக, மேல்காற்றும் எழுந்து வீசும்.

ஆண்மானுடன் கூடியவாயிருக்கும் மான் கூட்டங்கள்' அந்தக் காற்றின் ஒலியைக் கேட்டன. நீண்ட மூங்கில்களைக் கொண்ட மலையிலே, இரையினை விரும்பியதாக எழுந்த, ஒளி பொருந்திய கோடுகளைக் கொண்ட வலிய புலியானது ஏதோவொரு மானைக் கொன்றதால் எழுந்த ஒலியாக அதனைக் கருதின. அதனால் அஞ்சி அலறியவையாக, வேறு வேறு கவர்த்த வழிகளிலே எல்லாம் அவை அலறி ஓடிக் கொண்டிருந்தன. மூங்கில்கள் மூடியிருக்கும் அத்தகை உயர்ந்த மலையிடத்தைக் கடந்து சென்றவர் நம் தலைவர்.

வளமான நரம்புகளைஇறுக்கமாகப் பிணித்துக் கட்டிய, இசைக்கும் கோலினையுடைய, தெளிவான ஒலிமுழங்கும் கிணைப் பறையினோடு, தம் இனிய குரலினோடும் இனிதாகப் பாடுபவர் பாணர்கள். அவர்கள் வந்து தன்பால் இரந்து நின்றால், அது நாள்தோறு மானாலும் மனங்கோணாதவனாகப் பொற்பூணினைக் கொம்பிலே செறித்துப் பொன்னரி மாலையினையும் கழுத்திலே பூட்டிச், சந்த னத்தை முழுவதும் மறையுமாறு பூசியுள்ள விளக்கமான அழகிய திமிலையுடைய ஏறுகளை அவர்கள் முன்னால் நிறுத்தி முதலிலே வழுங்குவான்; மிகுந்த பக்குவமான உணவினையும் குவிப்பான்; நெடிய தேரினைத் தருவான்; களிறுகளையும் அளிப்பான்; வளைந்த பூணினையும் பலரான வேல் வீரர்களையும் உடையவனான முசுண்டை என்பவன். அவனுக்கு உரியதான 'வேம்பி' என்னும் ஊரினைப் போன்ற, என்னுடைய நல்ல அழகுடைய இளமை நலமெல்லாம் தொலைந்து போயினாலும்கூட, அவர் வந்து எனக்கு அருள் செய்யாத வராயினர் அவரே அங்ஙனமிருக்கவும், பல நாளாக இந்த ஊரவர் உரைக் கும் பழிச்சொற்கள் தாம் எனக்கு எத்தகைய துன்பத்தைத் தந்து விடுமோ?

என்று, தலைமகனின் பிரிவின்கண் வேறுபட்ட தலைமகளது வேறுபாடு கண்டு ஆற்றாளாய தோழிக்குத், தலைமகள், தான் ஆற்று வல் என்பதுபடச் சொன்னாள் என்க.

சொற்பொருள்: 1. வள்வார்-வளமையான நரம்புகள். அரிகோல் - கிணையை இசைக்கும் கோல் 4. அகவுநர்-பாடுவார்; பாணர். 5. பொலந்தார்-பொன்னரி மலை. 6. துளங்கு எழில்-விளக்கமான அழகு. 7. முந்துறுத்து-முற்பட நிறுத்தி. 7. சால் பதம்- மிகவும் பக்குவ மான உணவு. 8. சுரக்கும்- அளிக்கும். 10. இள நலம்-இளமை நலம். 13. நாகு ஆ-கன்றையுடைய பசு; இளமையான பசுவும் ஆம். 14. துகள் வாய்-துகள்களையுடைய. 16. வாள்வரி- ஒளியுடைய கோடுகள். 16. கவலைய- கவர்த்த வழிகளிற் செல்வன.

உள்ளுறை: மேல்காற்றுப் புலாலில் துழாவுதலுடன் துகள் வாய்க்கோடையாகவும் திகழும்; அதுபோலவே, அலர் கூறும் பெண்டிரும் இழிந்தவைகளையே மேற்கொண்டு கூறும் இயல்பினர் ஆவர். அதன் ஒலியைத் தனக்குப் பகையான புலி மானைத் தீண்டிய ஒலியாக மானினம் எண்ணியது போலவே, அந்த அலர்உரைகளைக் கேட்ட தாயும் ஐயுற்று நடுங்கினள் என்று கொள்க.

பாடபேதம்: ஏந்துளங்கு இமில் எழில்.

250. உறங்காத கடல்துறை

பாடியவர்: செல்லூர் கிழார் மகனார் பெரும்பூதங் கொற்றனார். **திணை:** நெய்தல். **துறை:** தலைமகற்குக் குறை நேர்ந்த தோழி தலைமகட்குக் குறைநயப்பக் கூறியது.

(தலைவன் ஒருவனுக்காகத் தலைவியிடம் வந்து, அவனுடைய காதலுக்கு இணங்குமாறு கேட்கிறாள் அவளுடைய தோழி. தலைவனின் மீது தன் தலைவிக்கு ஆராத காதல் உளதென்பதையும், அவர்களுடைய முன் உறவையும் அறிந்தவள் அவள். தன் கருத்தை வெளிப்படையாகக் கூறாமல், நயமாகவே உரைக்கின்றாள்.)

எவன்கொல்?-வாழி, தோழி! மயங்குபிசிர்
மல்குதிரை உழந்த ஒல்குநிலைப் புன்னை
வண்டிமிர் இணர நுண்தாது வரிப்ப
மணம்கமழ் இளமணல் எக்கர்க் காண்வரக்,
கணம்கொள் ஆயமொடு புணர்ந்து விளையாடக்,
கொடுஞ்சி நெடுந்தேர் இளையரொடு நீக்கித்,
தாரன், கண்ணியன் சேரவந்து, ஒருவன்,
வரிமனை புகழ்ந்த கிளவியன் யாவதும்
மறுமொழி பெறாஅன் பெயர்ந்தனன்; அதற்கொண்டு
அரும்படர் எவ்வமொடு பெருந்தோள் சாஅய்,
அவ்வலைப் பரதவர் கானலஞ் சிறுகுடி
செவ்வாய்ப் பெண்டிர் கவ்வையின் கலங்கி,
இறைவளை நெகிழ்ந்த நம்மொடு
துறையும் துஞ்சாது, கங்கு லானே!

தோழி! நீ வாழ்க! மிகுந்த அலைகளினின்றும் தெறிக்கும் நெருங்கிய நீர்த்துளிகளால் வருந்திய உயர்ந்த நிலையினையுடைய புன்னையின், வண்டினம் மொய்க்கின்ற பூங்கொத்துக் களிலிருந்து நுண்மையான பொடிகள் உதிர்ந்து அழகு செய்ய, அதன் மணம் கமழ்ந்துக் கொண்டிருக்கின்ற மென்மையான மணல் மேட்டிலே, கூட்டமான ஆயத்தாரோடும் கலந்து, யாம் அழகு பொருந்த ஒருநாள் விளையாடியிருந்தோம். அவ்வேளையிலே,

மொட்டினையுடைய நீண்ட தேரினை, ஏவலிளையரோடு நீக்கி நிறுத்திவிட்டு, மார்பிலே தாரும் தலையிலே கண்ணியும் உடையவனாக, ஒருவன் எம் அருகே வந்தான். யாம் இயற்றி விளையாடிக் கொண்டிருந்த அழகிய வண்டல் மனையைப் புகழ்ந்தும் பேசினான். எவ்விதமான மறுமொழியும் எம்மிடமிருந்து பெறாதவனாகப் போயும் விட்டான்.

அது முதற் கொண்டு, அரிதாகப் படர்கின்ற துன்பத்தோடு பெரியதான தோள்களும் மெலிய, அழகிய வலைகளை உடையவரான பரதவர்களது கானற்சோலையிலேயுள்ள அழகிய சிற்றூரிலேயிருக்கும் கொடிய வாயினரான பெண்களின் பழிச் சொற்களாலும் கலங்கி, முன்கை வளைகளும் கழன்றனம் ஆயினேம் யாம். நம்முடனே, இரவுப்பொழுதிலே, இக்கடற்றுறையும் உறங்காதிருக்கின்றதே! அதுதான் என்ன காரணமோ?

என்று, தலைமகற்குக் குறைநேர்ந்த தோழி, தலைமகட்குக் குறைநயப்பக் கூறினாள் என்க.

சொற்பொருள்: 'மயங்குபிசிர்-நெருங்கிய துளிகள். 2. மல்குதிரை - மிகுதியான அலைகள். 3. வரிப்ப-அழகுசெய்ய, 4. இளமணல்-பூமணல் என்னும் நுண் மணல். காண்வர - காட்சிக்கு இனிதாக. 8. வரிமனை- இழைத்த வண்டல் மனை. 10.சாஅய்- மெலிந்து போக. 14. கங்குலானே- கங்குற்பொழுதிலே.

விளக்கம்: இரவெல்லாம் உறங்காது இருத்தலான், கடலின் அலைமுழக்கம் கேட்டுக்கொண்டிருப்பதால், இரவு நேரத்தில் துறையும் துஞ்சாது என்றனள். அல்லாமல், அவன் இரவுக்குறி வேட்டு வந்து துறையருகே சுற்றுவதனால், துறை துஞ்சாது என்றனள் எனலும் பொருந்தும். துயரைத் தன் மேலேற்றிக் கூறினாள், தலைவியின் உறவையும் மனநிலையும் தான் அறிந்ததைப் புலப்படுத்துவதற்காக.

251. நந்தனின் செல்வம்

பாடியவர்: மாமூலனார். **திணை:** பாலை. **துறை:** பிரிவிடை வேறுபட்ட தலைமகளது வேறுபாடு கண்டு தோழி சொல்லியது. **சிறப்பு:** மோரியரின் தமிழகப்படையெடுப்பும், மகாபத்ம நந்தனின் செல்வவளமும் பற்றிய செய்திகள்.

(தலைமகன் பிரிந்து வினைமேற் சென்றிருந்த காலத்திலே, அவன் பிரிவால் ஏற்பட்ட துயரத்தால் வாடி நலிந்தனள் தலைவி. தோழியும் அவள் நிலை கண்டு கவலையுற்றாள். தலைவியின் நிலைமையை அறிவித்து வருமாறு தலைவனுக்குத் தூதரை அனுப்பிய பின், தலைவியிடம் வந்து, இப்படி ஆறுதல் கூறுகின்றாள்.)

தூதும் சென்றன; தோளும் செற்றும்;
ஓதி ஒண்நுதல் பசலையும் மாயும்;
வீங்கிழை நெகிழச் சாஅய்ச்; செல்லலொடு

நாம்படர் கூரும் அருந்துயர் கேட்பின்,
நந்தன் வெறுக்கை எய்தினும் மற்றவண்
தங்கலர்-வாழி, தோழி! - வெல்கொடித்
துனைகால் அன்ன புனைதேர்க் கோசர்
தொல்மூ தாலத்து அரும்பணைப் பொதியில்,
இன்இசை முரசம் கடிப்பிகுத்து இரங்கத்,
தெம்முனை சிதைத்த ஞான்றை; மோகூர்
பணியா மையின், பகைதலை வந்த
மாகெழு தானை வம்ப மோரியர்
புனைதேர் நேமி உருளிய குறைத்த
இலங்குவெள் அருவிய அறைவாய் உம்பர்,
மாசில் வெண்கோட்டு அண்ணல் யானை
வாயுள் தப்பிய அருங்கேழ், வயப்புலி
மாநிலம் நெளியக் குத்திப், புகலொடு
காப்புஇல வைகும் தேக்கமல் சோலை
நிரம்பா நீளிடைப் போகி-
அரம்போழ் அவ்வளை நிலைநெகிழ்த் தோரே.

தோழி! வாழ்வாயாக! நம் தலைவரிடத்தே தூதர்களும் சென்று உள்ளனர். முன்னர்ச் செறிவுடன் விளங்கிய நின் அணிகள் எல்லாம் இப்போது நெகிழ்ந்து கழல, வருத்தத்துடன் நாம் கலங்கியிருக்கின்ற மிகுந்த பொறுத்தற்கரிய துயரினை, அவர்கள் அவரிடத்தே எடுத்துச் செல்வார்கள். அதனைக் கேட்பின்-

வெற்றிச் சிறப்பு மிகுந்த கொடியினையும், விரைவு மிக்க காற்றைப் போன்று செல்லும் ஒப்பனை செய்யப்பெற்ற தேரினையும் உடையவர் கோசர்கள். அவர்கள் பகைத்து எழுந்தனர். அதனால் மிகப் பெரிய பழைமையை உடைய ஆலமரத்தின், அரிய கிளைகள் நிறைந் துள்ள ஊர் மன்றங்களிலே, போர் முரசங்கள் குறுந்தடியினால் அடிக்கப் பெற்றனவாக, அவற்றின் முழக்கமும் எங்கணும் எழுந்தன.

அப்படி அந்தக் கோசர்கள் எதிர்த்த போர் முனைகளையெல் லாம் அழித்து வெற்றி சூடிவந்த காலத்திலே, மோகூர்ப் பழையன் என்பவன், அவருக்குப் பணியாது, வன்மையுடன் அவர்களை எதிர்த்து நின்றான்.

அப்போது, அவன்மீது பகைமை மேற்கொண்டு, மிகப் பெரிய சேனையுடன் வந்தவரான புதிய மோரியர்கள், புனையப் பெற்ற தம் தேரின் சக்கரங்கள் உருண்டு செல்லுமாறு, மலையிடங்களை உடைத்துப் பாதையினை அமைத்தனர். விளங்கும் வெண்மையான அருவிகளையுடைய அத்தகைய மலைவழிகளுக்கும் அப்பாலுள்ள,

மாசற்ற வெண்மையான கொம்புகளையும், தலைமைச் செருக்கையும் உடைய யானையானது, தன்னைக் கடித்துக் கொல்லுதலின்றும் தப்பிய அரிய நிறத்தையுடைய வலிமையான புலியினைப் பெரிய நிலம் பள்ளமாகுமாறு தன்கொம்புகளால் வீழ்த்திக் குத்திக் கொன்றது; அந்த வெற்றிச் செருக்குடன், காவலேதும் இல்லாது அது தங்கியிருக்கும் தேக்கு மரச் சோலைகளையுடைய தொலையாத நெடு வழியினையும், கடந்து சென்றுள்ளனர் நம் தலைவர்.

அப்படிச் சென்று, அரத்தல் போழ்ந்து செய்யப்பெற்ற நம் அழகிய வளைகதைத் தம் பழைய நியைனின்று நெகிழுமாறு செய்தவர் அவர். மகா பத்மநந்தன் என்னும் பாடலிபுரத்து மன்னனுடைய செல்வத்தையே அவர் பெற்றாரென்றாலும், அதற்கு மகிழ்ந்து, அவ்விடத்தேயே தங்கி விடுபவர் அல்லர். விரைவிலேயே திரும்பி வந்து விடுவா. நின் தோள் வளைகளும் மீண்டும் செறிவுறும். கூந்தல் சூழ்ந்த ஒளியுடைய நின் நெற்றியின் பசலையும் இனி மறைந்து நீங்கும்! (அதனால். வருந்தாது இருப்பாயாக.);

என்று, பிரிவிடை வேறுபட்ட தலைமகளது வேறுபாடு கண்டு தோழி சொன்னாள் என்க.

சொற்பொருள்: 1. தூது-தூதர்கள் செற்றும்-செறிவுறும். 3. வீங்கிழை-செறிவுடன் விளங்கிய அணிகள். செல்லல்- வருத்தம். 5. வெறுக்கை- செல்வம். துனைகால் அன்ன- விரைந்த காற்றைப் போன்ற. துனைவு- விரைவு. 8. தொன்மூதாலத்து-மிக்க முதுமை வாய்ந்த ஆலமரத்து. 9. கடிப்பு. இகுத்து இரங்கா-குறுந்தடியினால் அடிப்புண்டு முழங்க. 10. தெம்முனை- கொடிய போர்முனை. 12. மோரியர்கள். 17. புகலொடு-செருக்கொடு.

விளக்கம்: 'நந்தன் வெறுக்கை எய்தினும்' என்றதனால், தலைவன் மன்னன் எனவும், வடநாட்டிலே போர் வெற்றிக் கருதிச் சென்றவன் எனவும் கொள்ளலாம். பழையன் கோசர்க்குப் பணியாததனால், அவருக்கு உதவியாக வந்த வம்பர்களாகிய மோரியர் எனக் கொள்க.

பாடபேதங்கள்: 5. நந்தர் வெறுக்கை. 14. வரைவாயும்பர். 17. குத்திய புகழொடு.

252. அஞ்சான்! ஆற்றான்!

பாடியவர்: நக்கண்ணையார்; திண்பொற் கோழிக் காவிதி மகன் கண்ணனார் எனவும், நக்கண்ணன் எனவும் பாடங்கள். **திணை:** குறிஞ்சி. **துறை:** தலைமகன் சிறைப்புறத்தானாகத், தோழிக்குச் சொல்லுவாளாய்த் தலைமகள் சொல்லியது.

(இரவுக்குறியிடத்தே, தலைமகளைத் தலைமகன் சந்தித்துக் கூடி வருகின்ற காலம். வழியின் ஏதமும் பிறவும் தலைவியின் உள்ளத்தைப்

பெரிதும் வாட்டி வருத்துகின்றன. தன் தோழியிடம், தங்கள் களவு உறவின் நிலைமையை அவள் இவ்வாறு கூறி வருந்துகின்றாள்.)

இடம்படுபு அறியா வலம்படு வேட்டத்து
வாள்வரி நடுங்கப் புகல்வந்து, ஆளி
உயர்நுதல் யானைப் புகர்முகத்து ஒற்றி,
வெண்கோடு புய்க்கும் தண்கமழ் சோலைப்
பெருவரை அடுக்கத்து ஒருவேல் ஏந்தித்
தனியன் வருதல் அவனும் அஞ்சான்;
பனிவார் கண்ணேன் ஆகி, நோய்அட,
எமியேன் இருத்தலை யானும் ஆற்றேன்;
பாங்குச் செய்வாம்கொல் -தோழி! ஈங்கைத்
துய்அவிழ் பனிமலர் உதிர வீசித்
தொழில்மழை பொழிந்த பானாட் கங்குல்
எறிதிரைத் திவலை தூஉம் சிறுகோட்டுப்
பெருங்குளம் காவலன் போல,
அருங்கடி அன்னையும் துயில்மறந் தனளே!

தோழி! தான் வீழ்ந்தும் விலங்கினம் தனக்கு இடப்புறத்தே வீழ்ந்ததென்று ஒருபோதும் நிகழ்ந்ததை அறியாத, வெற்றி பொருந்திய வேட்டைத் திறனையுடையதும், ஒளியுடைய கோடுகளையுடையது மான புலியும் கண்டு நடுங்குமாறு, அது குறித்த யானையின் மீது ஆளியானது விருப்பங்கொண்டு பாய்ந்துவரும்; உயர்ந்த நெற்றியை யுடைய யானையின் புள்ளிகளையுடைய முகத்திலே அறைத்து அதனைக் கொன்று, அதன் வெண்கோடுகளையும் புயத்துத் தள்ளும். அத்தகைய இடமாகிய, தண்ணென்ற மணம் கமழ்ந்து கொண்டிருக் கின்ற பெரிய மலைகளின் சாரலினிடத்தே, ஒப்பற்றவேல் ஒன்றினை மட்டுமே ஏந்தியவனாகத் தனியாக வருதலை அவனும் அஞ்சுகின் றான் இலன். நீர் ஒழுகும் கண்ணினளாகிக், காமநோயானது வருத்தத், தனியாக அவனைப் பிரிந்திருத்தலை என்னாலும் பொறுக்க இயல வில்லை.

அரிய காவலை மேற்கொண்ட நம் அன்னையும், ஈங்கையின் ஆர்க்குக் கழன்ற குளிர்ந்த மலர்கள் உதிருமாறு பெய்த பெய்யுந் தொழி லினைக் கொண்ட மேகம் பொழிந்து கொண்டிருக்கும் இரவின் நடுச் சாமத்திலே, மோதும் அலைகளின் துளிகள் பரக்கும் சிறிய கரையினை யுடைய பெரிய குளத்தைக் காத்திருக்கும் காவற்காரனைப் போலத், தன் துயிலையும் மறந்து என்னைக் காவல் காத்துவருகின்றனள். இனி யாம் எவ்விடத்தே எங்ஙனம் அவருடன் கூடி மகிழ்வோம்?

என்று, தலைமகன் சிறைப்புறத்தானாகத் தோழிக்குச் சொல்லு வாளாய்த் தலைமகள் சொன்னாள் என்க.

சொற்பொருள்: 2. ஆளி-யாளிஎன்னும் விலங்கு. 3. ஒற்றி - அறைந்துக் கொண்று. 5. ஒரு வேல்-ஒப்பற்ற வேல். 10. துய் - ஆர்க்கு. 11. தொழின் மழை- பெய்தற்றொழிலின் சிறப்பினையுடைய மழை. 12. கோடு-கரை.

விளக்கம்: தவறாது வேட்டையாடும் ஆற்றலுடைய புலியும் நடுங்குமாறு வந்து, அது குறித்த யானையைத் தான் கொன்று வீழ்த்தும் யாளியை உடைய காடு என்பது, அக்காட்டின்கண் அவன் தனியனாக வருவதற்குத் தான் அஞ்சியதை உணர்த்தியதாகும். அவன் வரும் வழியில் துயருறுவானோ எனவும் அஞ்சுகின்றோம்; அன்னையின் காவலோ கடுமையாகிவிட்டது; அவனைப் பிரிந்து நம்மால் இருக்கவும் முடியவில்லை என்றெல்லாம் தலைவி சொல்வ தனால், அவள் உள்ளம் விரைவிலே திருமணம் நிகழ வேண்டும் என்ற நினைவு உடையதாயிற்று என்க. சிறு கோடு - சிறிய கரை. பெரிய குளத்து நீரின் அலைகள் கரைகளிலே மோதிக் கொண்டிருக்கும் மழைக் காலத்திலே, கரை உடைந்து போய்விடாது விழிப்பாகக் காவலன் போலத் தாயும் காத்திருப்பாள் என்க. இது குடும்பச் செவ்வி. தலைமகளின் களவு உறவால் ஊரலர்க்கு இடமாகிக் கட்டு அழிந்து போய்விடக் கூடாதே என்ற கவலையால், தாய் காத்திருந்தனள் என்பதையும் உண்ர்த்தும்.

பாடபேதங்கள்: 11. தெழி மழை.

253. பொட்டிட்ட திங்கள்!

பாடியவர்: நக்கீரர். **திணை:** பாலை. **துறை:** தலைமகன் பிரிவின்கண் வேறுபட்ட தலைமகற்குத் தோழி சொல்லியது. **சிறப்பு:** கொங்கர்களை வெருட்டி, அவர்களின் பல நாடுகளையும் கைப்பற்றிய பசும்பூண் பாண்டியன்; வடுகர் பெருமகன் எருமை பற்றிய செய்திகள்.

(தலைமகனின் பிரிவினிடத்தே, வாடி மெலிந்து துயருற்றனள் தலைவி, அதுகண்டு தானும் வருந்திய தோழி, அவளைத் தேற்றுவா ளாக, ''அவன் நின்னை மறந்துவிடுவான் அல்லன்; விரைவிலே வந்து விடுவான்'' என்று உரைக்கின்றாள்.)

'வைகல் தோறும் பசலை பாய, என்
மெய்யும் பெரும்பிறிது ஆகின்று, ஒய்யென,
அன்னையும் அமரா முகத்தினள்; அலரே,
வாடாப் பூவிற் கொங்கர் ஓட்டி,
நாடுபல தந்த பசும்பூண் பாண்டியன்
பொன்மலி நெடுநகர்க் கூடல் ஆடிய
இன்இசை ஆர்ப்பினும் பெரிதே; ஈங்குயான்
சிலநாள் உய்யலென் போன்ம்' எனப் பலிநினைந்து

ஆழல்-வாழி, தோழி! -வடாஅது,
ஆர்இருள் நடுநாள் ஏர்ஆ ஒய்யப்
பகைமுனை அறுத்துப் பல்இனம் சாஅய்
கணம்சால் கோவலர் நெடு விளிப் பயிர் அறிந்து,
இனம்தலைத் தரூஉம் துளங்குஇமில் நல்ஏற்றுத்
தழூஉப்பிணர் எருத்தம் தாழப் பூட்டிய
அம்தூம்பு அகல்அமைக் கமஞ்செலப் பெய்த
துறுகாழ் வல்சியர் தொழுஅறை வௌவி,
கன்றுடைப் பெருநிரை மன்றுநிறை தரூஉம்
நேரா வன்தோள் வடுகர் பெருமகன்,
பேர்இசை எருமை நல்நாட்டு உள்ளதை
அயிரியாறு இறந்தனர் ஆயினும், மயர்இறந்து
உள்ளப தில்ல தாமே-பணைத்தோள்,
குரும்பை மென்முலை, அரும்பிய சுணங்கின்,
நுசுப்புஅழித்து ஓலிவரும் தாழ்இருங் கூந்தல்,
மாசு விசும்பின் திலகமொடு பதித்த
திங்கள் அன்னநின் திருமுகத்து,
ஒண்சூட்டு அவிர்குழை மலைந்த நோக்கே.

தோழி! நீ வாழ்க! நாள்தோறும் பசலையானது மென்மேலும் படர்ந்துக்கொண்டிருக்க, என் உடலும் மெலிந்து விரைவிலே இறக்கும் நிலையினைப் பெற்று வருகின்றது; அன்னையும் நம்மேல் விருப்ப முற்ற முகத்தினள் ஆயினள்; ஊர்க்கண் எழுந்த அலரோ, பொற் பூவினை அணிந்த கொங்கர்களை ஓட்டி, அவர் தம் நாடுகள் பலவற் றையும் அகப்படுத்திய பசும்பூண் பாண்டியனின் பொன்வளம் மிகுந்த பெருநகரமாகிய கூடலிலே, அவ் வெற்றி காரணமாகக் கொண்டாடிய இனிய இசையோடு கூடிய கொண்டாட்டங்களின் ஆரவாரத்தினுங் காட்டில் பெரிதாயிருக்கின்றது; இவ்விடத்தே, யான் இனிச் சில நாட்கள் கூட உயிரோடு இரேன் போலும்?'' எனவெல்லாம், பலவும் நினைந்து துயரத்தில் ஆழாதே.

செல்வதற்கு அரியதான நள்ளிரவுவேளையிலே, வடநாட்டின் கண்ணதாகிய அழகிய பசுக்களைக் கவர்ந்து வருவதற்கு எண்ணிச் சென்ற, பகைவரின் போர்முனைகளை எல்லாம் அழித்து, பல மந்தை களையும் தன் நாட்டிற்கு ஓட்டி வந்தவன் எருமை என்பவன்.

தம்முடைய நெடிய கூப்பீட்டொலியினை அறிந்து, பசுவினம் எல்லாம் ஒன்றாகத் தம்மிடத்தே கூடிவருமாறு செய்யும் சிறப்புடை யவர் கோவலர். அசையும் திமிலினையுடைய நல்ல ஏறுகளின் சருச்சரை கொண்ட கழுத்திலே, தொங்கலாகப் பூட்டியுள்ள அழகிய

துளையினையுடைய மூங்கிற் குழாயிலே, நிறைந்திருக்குமாறு செய்த செறிவுமிக்க உணவினைக் கொள்பவர் அவர்கள். கூட்டம் மிக்கவரான அக் கோவலர்களின் தொழுவாகிய அறையினைக் கவர்ந்தும் கன்றுகளையுடைய பெரிய ஆனிரைகளை மன்றுகள் நிரையுமாறு ஓட்டிக் கைப்பற்றிக் கொண்டும் வருபவன் அவன். ஒப்பற்ற வன்மையுடைய தோளினனான, வடுகரின் பெருமானாகிய, பெரும் புகழினையுடைய அந்த எருமை என்பவனின் நல்ல நாட்டினிடத்தே உள்ளதாகிய, அயிரியாற்றினைக் கடந்தும் சென்றவர் நம் தலைவர். என்றாலும்,

மூங்கில் போன்ற தோளினையும், குரும்பை போன்ற மென்மையான முலைகளையும், அரும்பியிருக்கும் தேமல்களையும் இடையின் அழகையும் மறைத்ததாகத் தாழ்ந்து தொங்கும் தழைத்த கரிய கூந்தலினையும் உடையவள் நீ. நின்னுடைய, மாகமாகிய விசும்பிலே பொட்டிட்ட திங்களைப் போல விளங்கும் அழகிய முகத்திலே தோன்றிய, ஒள்ளிய மத்தகமணி அமைந்த, விளங்குகின்ற குழையோடு பொருதுகின்ற கலங்கிய நோக்கினை, அவர் மறந்துவிடாது என்றும் நினைவிற் கொண்டிருப்பவரே யாவர்; (ஆகவே, விரைந்து வருவர்; நீயும் கலங்காதே என்றனள்)

என்று, தலைமகன் பிரிவின்கண் வேறுபட்ட தலைமகட்கு தோழி சொன்னாள் என்க.

சொற்பொருள்: 2. பெரும் பிறிதாகின்று -பெரிதும் வேறுபாடு உடையதாயிற்று. 3. அமரா முகம்-விருப்பமற்ற முகம்; வெறுப்புக் காட்டும் முகம். 4. வாடாப்பூ-பொற் பூ. 8. உய்யல்-வாழாதிருத்தல். 10. ஆர் இருள்-மிக்க இருள். ஒய்ய-ஓட்டி வர. 12. கணஞ்சால் கோவலர் - பெருங்கூட்டமாகிய கோவலர். நெடுவிளி - நெடிதான கூப்பீடு. 15. தூம்பு -உட்டுளை; நீர் வடிதற்கு இட்டுள்ள புழைகளைத் தூம்பு என்று இன்றும் தென்னாட்டார். வழங்குகின்றனர். 16. வல்சி - உணவு. 18. நேரா-ஒப்பில்லாத. 20. அயிரியாறு - ஓர் ஆறு. 23. ஒலிவரு - தழைத்து வருகின்ற. 26. மலைந்த -பொருந்திய.

விளக்கம்: கூந்தலை இருண்ட வானமாகவும், அதனிடையே விளங்கும் முகத்தை, அவ்வானிலே பொட்டிட்ட திங்கள் எனவும் உவமித்த நயம் காண்க.

பாடபேதங்கள்: 6. நெடுமதிற் கூடல். 10. ஏரா உய்ய.

254. ஊரருகே வந்தாய்!

பாடியவர்: மதுரை அறுவை வாணிகன் இளவேட்டனார்; கபிலர் பாடியதெனவும் பாடம். **திணை:** முல்லை. **துறை:** வினை முற்றி வந்து எய்திய தலைமகன் தேர்ப்பாகற்குச் சொல்லியது.

(வேந்தனின் காரியமாகத் தலைவியைப் பிரிந்து சென்றிருந் தனன் தலைவன். அந்த வினை முடிவுற்றதும், ''தேரினை விரைவிற் செலுத்துக'' எனத், தன் பாகனை ஏவினன். அவ்வாறே அவனும் செலுத்திவரத், தேர் ஊரின் அருகே அணுகியதும், தலைவன், தன் பாகனை இவ்வாறு வாழ்த்துகின்றான்.)

'நரைவிரா வுற்ற நறுமென் கூந்தற்
செம்முது செவிலியர் பலபா ராட்டப்
பொலன்செய் கிண்கினி நலம்பெறு சேவடி
மணன்மலி முற்றத்து, நிலம்வடுக் கொளாஅ,
மனைஉறை புறவின் செங்காற் சேவல்
துணையொடு குறும்பறை பயிற்றி மேல்செல,
விளையாடு ஆயத்து இளையோர்க் காண்தொறும்
நம்வயின் நினையும் நல்நுதல் அரிவை
புலம்பொடு வதியும் கலங்குஅஞர் அகல,
வேந்துஉறு தொழிலொடு வேறுபுலத்து அல்கி,
வந்துவினை முடித்தனம் ஆயின், நீயும்,
பணைநிலை முனைஇய, வினைநவில் புரவி
இழைஅணி நெடுந்தேர் ஆழி உறுப்ப,
நுண்கொடி மின்னின்; பைம்பயிர் துமியத்,
தளவ முல்லையோடு தலைஇத், தண்ணென
வெறிகமழ் கொண்ட வீததை புறவின்
நெடிஇடை பின்படக் 'கடவுமதி' என்றுயான்
சொல்லிய அளவை, நீடாது, வல்லெனத்,
தார்மணி மாஅறி வுறாஅ,
ஊர்நணித் தந்தனை, உவகையாம் பெறவே!

இடையிடையே நரைமயிர் விராவித் தோன்றும் நறிய மெல்லிய கூந்தலையுடையவர்; செவ்விய முதுமை எய்தப் பெற்றவர்; செவிலித் தாயர்கள். அவர்கள், பலப்பல வகையாகப் பணிப் புனைந்து நின்னைப் பாராட்டியும் வருபவர். பொன்னாற் செய்யப்பெற்ற கிண்கிணிச் சதங்கையின் நலத்தைப் பெற்றுள்ள சிவந்த பாதங்கள், வீட்டின் முற்றத் திலே மணல் மலிந்த நிலத்திலே, தடம் பதியுமாறு ஓடியாடி விளை யாடுபவர் ஆய மகளிர்கள். வீட்டிலே தங்கி வாழும் புறாவினது சிவந்த கால்களையுடைய சேவலானது, தன்னுடைய பெடையோடும் குறுகக் குறுகப் பறந்துபறந்து மேலே செல்லுமாறு அவற்றைப் பறக்கவிட்டு, அவர்கள் விளையாடிக் கொண்டிருப்பார்கள். அப்படி விளையாடும் தன் தோழியராகிய அவர்களைக் காணும்போதெல்லாம், நம் மீது நினைவு கொள்ளுகின்றவள் அழகிய நெற்றியினை உடையவளான

நம் தலைவி, அவள், தனித்திருக்கும் துயரோடுள்ள மிகுந்த துன்பம் அனைத்தும் நீங்குமாறு-

வேந்தற்கு உறுவதாகிய தொழிலோடு வேற்றுநாட்டிலே வந்து தங்கி, அந்தச் செயலையும் நாம் செய்து முடித்தனம்; ஆதலினாலே,

நீயும் பந்தியிலே கட்டுண்டு நிற்றலை வெறுத்த, செல்லும் செலவிலே பயின்ற, குதிரைகள் பூட்டிய, அணிகள் அணியப் பெற்ற நெடுந்தேரின் சக்கரங்கள் நுண்மையான மின்னுக் கொடிபோல நிலத்திலே ஊடறுத்துச் செல்ல, அதனால் வழியிடையேயுள்ள பசுமையான பயிர்கள் அறுபட்டுப் போகவும், செம்முல்லை வெண் முல்லையோடு கூடிக்கொண்டு 'தண்' என்ற வெறி மணத்தை வீசிக் கொண்டிருக்கும் மலர்கள் செறிந்த காட்டினது நெடுவழியும் பிற்பட்டுப் போகவுமாக விரையச் செலுத்துவாயாக'' என்று, யான் சொல்லிய அளவிலேயே,

சற்றும் காலம் தாழ்க்காது, யாம் மகிழ்ச்சி அடையுமாறு, மாலையாகிய மணிகள் அணிந்த குதிரைகளின் உள்ளத்தை அறிந்தவனாக, விரைவாகத் தேரினைச் செலுத்தி,ஊருக்கு அருகாமையிலும் வந்து விட்டனை (பாகனே! நீ வாழ்க!)

என்று, வினைமுற்றி,வந்து எய்திய தலைமகன் தேர்ப்பாகற்குச் சொன்னான் என்க.

சொற்பொருள்: 1.நரை-நரைமயிர். 2. செம்-செவ்விய. பாராட்ட - பேணிக்காக்க. 3. கிண்கிணி - ஒலிக்கும் சதங்கை. சேவடி-சிவந்த பாதங்கள். குறும்பறை பயிற்றி-குறுகப் பறக்குமாறு செய்து விளையாடி. 9. புலம்பு-தனிமையால் வரும் வருத்தம். 10. வேறு புலம்-வேற்று நாடு. 11. பணை-பந்தி. முனை இய-வெறுத்த. வினை ஓடலாகிய வினை. 15. தளவம் -செம்முல்லை. 16. வீததை புறவு-பூக்கள் மலிந்த காடு. 19. மா-குதிரை. அறிவுறா அ-உள்ளப் பாங்கினை அறிந்த தன்மையுடன்.

விளக்கம்: புறாக்களை இணைஇணையாகப் பறக்கவிட்டு ஆடும் மகளிர்களின் விளையாட்டினைக் கண்டு மகிழ்வதற்கு மாறாகத், தானும் என்னுடன் அங்ஙனம் கூடிக் களித்திருக்க முடியாமற் போய்த் தனித்திருப்பதனை நினைந்து வருந்துவாள் என்றனன், 'காண்டொறும் நம் வயின் நினையும்' என்றனன். அதனால், இவனும் அவளுடைய நினைவு மிகுதியுடையனவாக இருந்த தன்மையும் அறியப்படும். 'முல்லை மணம் நிறைந்த காடென்றது' கார்ப்பருவ வரவினைக் குறித்தது.

பாடபேதங்கள்: 2. பலர்-பாராட்ட 15. முல்லையோடு தோன்றி தோன்ற. 18. அளவையின் நீடாது.

255. தூது சொல்லும் அன்பர்!

பாடியவர்: மதுரை மருதனிள நாகனார். **திணை:** பாலை. **துறை:** பிரிவிடை வேறுபட்ட தலைமகள், ஆற்றாமை மீதூரத் தோழிக்குச் சொல்லியது. **சிறப்பு:** கடலிடைப் பிரிவுப் பற்றிய செய்திகள்.

(தலைவன், பிரிந்திருந்த காலத்து, அதனால் உடல்நலம் வேறுபட்ட தலைமகள், தன்னுடைய ஆற்றாமை மிகுதியாகத் தன்னுடைய தோழிக்கு, அதன் தன்மையை இப்படிச் சொல்லுகின்றாள்.)

உலகுகிளர்ந் தன்ன உருகெழு வங்கம்
புலவுத்திரைப் பெருங்கடல் நீர்இடைப் போழ,
இரவும் எல்லையும் அசைவின்று ஆகி,
விரைசெலல் இயற்கை வங்கூழ் ஆட்டக்,
கோடுஉயர் திணிமணல் அகன்துறை, நீகான்
மாடஒள்எரி மருங்கு அறிந்து ஒய்ய,
ஆள்வினைப் பிரிந்த காதலர் நாள்பல
கழியா மையே, அழிபடர் அகல,
வருவர் மன்னால்- தோழி! -தண்பணைப்
பொருபுனல் வைப்பின் நம்ஊர் ஆங்கண்,
கருவிளை முரணிய தண்புதல் பகன்றைப்
பெருவளம் மலர அல்லி தீண்டிப்,
பலவுக்காய்ப் புறத்த பசும்பழுப் பாகல்
கூதள மூதிலைக் கொடிநிரைத் தூங்க,
அறன்இன்று அலைக்கும் ஆனா வாடை
கடிமனை மாடத்துக் கங்குல் வீசத்,
'திருந்திழை நெகிழ்ந்து பெருங்கவின் சாய,
நிரைவளை ஊருந் தோள்' என,
உரையோடு செல்லும் அன்பினர்ப் பெறினே.

தோழி! உலகம் புடைப்பெயர்ந்தது போன்று அச்சம் விளைவிக்கும் நாவாய்கள், புலால் மணமுடைய அலைகள் கொண்ட பெரிய கடலின் நீரிடையிலே, நீரைப் பிளந்து கொண்டு செல்லும். இரவும் பகலும் தங்கியிருத்தல் ஏதும் இல்லாதபடியாக விரைந்து செல்லும் இயற்கையினதாகிய காற்றானது, அவற்றை அசைத்துச் செல்லுமாறு செய்ய, நாவாய் ஓட்டுவான், கரை உயர்ந்த மணல் செறிந்த துறையினிடத்தே இருக்கும், மாடத்து மீதுள்ள ஒளிவிளக்கால், திசையறிந்து அவற்றைச் செலுத்தப்,பொருளீட்டும் முயற்சி காரணமாக நம்மைப் பிரிந்து, கடல்மேற் சென்றவர் நம் தலைவர்.

நீர்வளமிக்க மருத நிலமாகிய நீர் மோதும் நாட்டிலேயுள்ள நம்முடைய ஊரினிடத்தே வாடையும் எழுந்தது. அது, கருவிளையிள்

பூவோடு மாறுபட்ட குளிர்ந்த பகன்றைச் செடியின், மிக்க செழுமை யுடைய பூக்களின் மீது மோதி, அவற்றின் அகவிதழ்களை அசைத்து, மகரந்தங்களை உதிர்க்கும்; பலாக்காய் போலும் புறத்தினையுடைய பசுமையான பழங்களைக் கொண்ட பாகற்கொடிகள், கூதாளியின் முதிய இலைகளையுடைய கொடிகளின் கூட்டத்திலே கிடந்து அசைந் தாடுமாறு செய்யும்; அறமற்ற வகையிலே இப்படி அனைத்தையும் வருத்தும் வாடையானது, கவலையுடைய நம் மனையின் மாடத்திலே யும் இரவெல்லாம் புகுந்து வீசும். திருந்திய அணிகள் நெகிழ்ந்து வீழவும், பெரிய அழகெல்லாம் அழியவும், தோள்களின் நிறையான வளைகள் சோர்ந்து கழியவுமாக, யானும் அதற்கு ஆற்றாது அதனால் வருந்துவேன். இதனை இப்படி என்று சொல்வதான தன்மையோடு, அவரிடம் தூதாகச் செல்லும் அன்புடையாரை நாம் பெற்றோமானால்,

நம்மை அழிக்கும் இந்தத் துன்பம் நீங்குமாறு இன்னமும் நாட்கள் பலவற்றையும் அவ்விடத்திலேயே கழியாமல், நம் காதலரும் விரைந்து வந்துவிடுவார்; (அங்ஙனம் சென்று உரைப்பாரும் இலரே?)

என்று, பிரிவிடை வேறுபட்ட தலைமகள், ஆற்றாமை மீதூரத் தோழிக்குச் சொன்னாள் என்க.

சொற்பொருள்: 1. கிளர்தல்-புடைபெயர்தல். உருகெழு- அச்சம் நிறைந்த. வங்கம்-மரக்கலம்; அதனுடைய அசைவு உலகே புடைய பெயர்வது போன்ற அச்சத்தைத் தருவதாகும் எனக் கொள்க. 4. வங்கூழ்-காற்று. 6. நீகான்-செலுத்துவோன். 6. மாடவொள் எரி - கலங்கரை விளக்கம். மருங்கு -பக்கம்: செலுத்தும் பக்கமாகிய திசை கள். 7. ஆள்வினை தொழில் முயற்சி. பகன்றை - சிவதைக் கொடி என்பர். 12. அல்லி அகவிதழ்-அல்லியரிசி எனவும் கூறுவர். 15. அறனின் றிலைக்கும் வாடை - வருந்துவோரை மேலும் அலைக்கழித்தல் அறமன்று; அதனையே செய்தலால், வாடையை இப்படிக் கூறினார். 19. உரையோடு செல்லும்-தூதோடு செல்லும்.

மேற்கோள்: காலத்திற்பிரிவு தலைமகள் ஒழியப் பிரிந்தமைக்கு உதாரணமாக, 'முநீர் வழக்கம் மகடூவோடு இல்லை' என்னுஞ் சூத்திர உரையிலே நச்சினார்க்கினியர் இதனைக் காட்டினார்.

''இப்பாட்டுள் வணிகன் தலைவனாகவும் கொள்ளக் கிடத்த லின், தலைவியும் அவ் வருணத் தலைவியாம் என்று உணர்க,'' என இதனை, 'ஏவன் மரபின்' என்னும் சூத்திர உரையினும் நச்சினார்க் கினியர் காட்டுவர்.

விளக்கம்: இதனால், அந்நாளில் பொருளீட்டும் முயற்சியுடை யோர் தரை வாணிகத்துடன் மட்டுமல்லாது, கடல் வாணிகத்தும் ஈடுபட்டிருந்தனர் என்ற உண்மையும், கலங்களுக்குத் திசை காட்டு வதற்குத் கலங்கரை விளக்கங்கள் அங்கங்கே இருந்த தன்மையும் பெறப்படும்.

256. கனவு பொய்த்தவனின் சதி!

பாடியவர்: மதுரைத் தமிழ்க் கூத்தனார் கடுவன் மள்ளனார். திணை: மருதம். துறை: தோழி தலைமகற்கு வாயின் மறுத்தது. சிறப்பு: கள்ளூரின் வனம் பற்றிய செய்தி.

(தலைமகன் பரத்தையின் உறவுகொண்டு வீட்டை மறந்து அலைய, அதனால் தலைவி அவன்மீது ஊடல் கொண்டவளாயிருந் தனள். ஊரிலோ அவளுடைய ஒழுக்கத்தைக் குறித்து எழுந்த பழிச் சொல்லும் மிகுதியாயிற்று. அதற்கு அஞ்சிய அவன், மீளவும் தன் வீட்டுக்கு வரத், தலைவியின் தோழி இவ்வாறு கூறி, அவனுறவை மறுத்து உரைக்கின்றாள்.)

பிணங்குஅரில் வள்ளை நீடுஇலைப் பொதும்பின்
மடிதுயில் முனைஇய வள்உகிர் யாமை
கொடிவிடு கல்லிற் போகி, அகன்துறைப்
புகுவாய் நிறைய, நுங்கின் கள்ளின்
நுகர்வோர் அருந்து மகிழ்புஇயங்கு நடையொடு
தீம்பெரும் பழனம் உழக்கி, அயலது
ஆம்பல் மெல்அடை ஒடுங்கும் ஊர!
பொய்யால்; அறிவென்; நின் மாயம் அதுவே
கையகப் பட்டவும் அறியாய்: நெருநை
மைஎழில் உன்கண் மடந்தையோடு வையை
ஏர்தரு புதுப்புனல் உரிதினின் நுகர்ந்து,
பரத்தை ஆயம் கரப்பவும், ஒல்லாது
கவ்வை ஆகின்றால், பெரிதே; காண்தகத்
தொல்புகழ் நிறைந்த பல்பூங் கழனிக்,
கரும்பமல் படப்பைப், பெரும்பெயர்க் கள்ளூர்த்
திருநுதற் குறுமகள் அணிநலம் வவ்விய
அறனி வாளன், 'அறியேன்' என்ற
திறன்இல் வெஞ்சூள் அறிகரி கடாஅய்,
முறிஆர் பெருங்கிளை செறியப் பற்றி
நீறுதலைப் பெய்த ஞான்றை;
வீறுசால் அவையத்து ஆர்ப்பினும் பெரிதே.

வலிய நகத்தினையுடைய மாமையானது, வள்ளக் கொடிகள் பின்னிக் கிடக்கும் தூரிலே, நீண்ட இலைச்செறிவுள்ள இடத்திலே, அயர்ந்து கிடக்கும் உறங்குவதற்கு வெறுத்தது. ஒலிசெய்யும் பரற் கற்களின் வழியாகச் சென்றது. அகன்ற நீர்த்துறைக் கண்ணே திறந்த வாய் நிறையுமாறு பனங்கள்ளினை உண்பவர் சிந்திய ஒழுக்கினை உண்டது. அந்த மயக்கத்துடன் செல்லும் தள்ளாடிய நடையினையும்

உடையதாயிற்று. இனிய பெரிய வயல்களை உழைப்பிக் கொண்டு, அதன் அயலதாகிய ஆம்பலின் மெல்லிய இலைகளுக்குள்ளே சென்று, முடிவிலே ஒடுங்கிக் கிடந்தது. அத்தகைய தன்மையுடைய ஊருக்கு உரியவனே!

ஏதும் பொய்யாகக் கூறாதே! நின்னுடைய மாயம் எல்லாம் யான் அறிவேன். அது, தெளிவாக வெளிப்பட்ட செய்தியினை நீதான் அறியமாட்டாய்.

நேற்று, மையுண்ட எழில் விளங்கம் கண்களையுடைய பரத்தை யுடன், வையையின் அழகுபொருந்திய புதுப் புனலிலே, உரிமையுடன் நீ கூடி விளையாடி இன்புற்றினை. அதனைப் பரத்தையின் தோழிமார் மறைக்கவும் முயன்றனர். எனினும், அது அவரால் மறைக்கவும் முடியாமற்போய், ஊரிலே மிகவும் பழியாகவும் ஆகிவிட்டது.

தொன்மையான புகழ் நிறைந்த, அழகு விளங்கும் பலவகைப் பூக்கள் நிரம்பிய வயல்களையும், கரும்பு நிறைந்த தோட்டங்களையும் உடையது, சிறப்பு வாய்ந்த கள்ளூர். அதன்கண்,

அழகிய நெற்றியினையுடைய இளையவள் ஒருத்தியின் அழகிய நலத்தினைக் களவிலே உண்டனன் ஒருவன். பின் அவளைக் கைவிட் டனன். அத்துடன், அந்த அறனில்லாத தன்மையன், ''இவளை யான் பார்த்தும் அறியேன்'' என்று நீதியில்லாத கொடிய சூளினையும் சான்றோர்பால் உரைத்தனன். அவையத்தார், அதன் உண்மையை அறிந்த சான்றினர்களை வினவி, அவனுடைய பொய்த்தன்மையை நன்கு உணர்ந்தனர்.

தளிர்கள் அடர்ந்த பெரிய மரத்தின் முக்கவரான கிளையிலே அவனை இறுகக் கட்டிவைத்து, நீற்றினையும் அவன் தலையிலே பெய்து, அவனை ஒறுத்தனர், அப்போது, சிறப்பு மிகுந்த அந்த அவை யின் கண்ணே, அவனைக் குறித்து எழுந்த இகழ்ச்சி ஆரவாரத்தினும், நின்னைப் பற்றி எழுந்த அலரின் ஆரவாரம் பெரிதாயிற்றே!

என்று, தோழி தலைமகற்கு வாயின் மறுத்துக் கூறினாள் என்க.

சொற்பொருள்: 1. பிணங்கர் -பின்னிக் கிடத்தல். அரில் - தூறு. பொதும்பு - செறிவுள்ள இடம். 3. மடிதுயில் - அயர்ந்த உறக்கம். 3. நொடிவிடு - நொடித்து விடுதல்; ஒலிசெய்தல். 4. நுங்கிற்கள் - புளித்துப் பொங்கிய பானங்கள். 5. உகுவார் - ஒழுக விடுவார். மகிழ்வு இயங்கும் நடை- களிவெறியாலே நடக்கும் தள்ளாடிய நடை. 8. பொய்யால் - பொய்யாதே மாயம்-வஞ்சனை. 15. அம்ல-செறிந் துள்ள. படப்பை - தோட்டக் கால்கள். 18. அறிகரி-அறிந்த சான்றினர். கடாஅய் - வினவி அறிந்த 20. நீறு - சாம்ப ர்.

விளக்கம்: ஒரு பெண்ணைக் கெடுத்துவிட்டவன், அவளைக் கைவிட்டால், முக்கவரான கிளைகளின் நடுவே கட்டிவைத்து,

நீற்றினைத் தலையிலே பெய்து தண்டனை விதிக்கும் வழக்கம் இப்பாட்டிலே சொல்லப்பட்டது. அதனால், அவன் குற்றம் ஊரறிந்த பழியுடையதாக, வேறு எவரும் அவனோடு உறவு கொள்ளாதவராகிப் போக, அவனும் மானம் கெட்டுப் பழியுடையவனாவான். பலருக்கும் அது எச்சரிக்கையாகவும் இருக்கும். இதனைக் கூறினாள், தலைவ னின் செயலையும் பழியுடைத்தென்று எச்சரிக்கும் கருத்தால் என்க.

உள்ளுறை: 'யாமை வள்ளை நீடிலைப் பொதும்பில் துயில் தலை வெறுத்து, நெடிவிடு கல்லிற் போகி, கள்ளின் ஒழுக்கை உண்டு மயங்கிய நடையாகி, வயலையும் உழக்கிச் சென்று, அதன் ஆம்பல் மெல்லடை ஒடுங்கும் ஊர' என்றனள். இது, தலைவன் தன் காதலி யிடத்து உறவை வெறுத்து, ஆரவாரத்துடன் பரத்தையர் சேரியிலே சென்று அவர் இன்பத்தை நுகர்ந்து, அந்த மயக்கத்தோடும், இற் பரத்தைபாற் சென்று தங்குபவனாயினான் என்று பழித்ததாகும்.

பாடபேதங்கள்: 6. நுகர்வோர் உந்து. 8. பொய்யான் அறிவன்.

257. நடக்கும் வல்லமை

பாடியவர்: உறையூர் மருத்துவன் தாமோதரனார். **திணை:** பாலை. **துறை:** உடன் போகா நின்ற தலைமகட்குத் தலைமகன் சொல்லியது.

(தலைமகள், தலைமகனின் மீது கொண்டிருந்த காதல் மிகுதி யாயிருந்தது. ஆனால், அதனை அவளுடைய வீட்டினர் எவரும் ஆதரிக்கவில்லை. எனவே, அவள் அவர்களுடைய காவலையும் கட்டுப்பாடுகளையும் கடந்து, தன் தலைவனுடன் உடன்போக்கிலே சென்றுவிடுகின்றாள். இடைவழியிலே, அவளுடைய மென்மையை யும், தன்பாற் கொண்ட காதலன் பின் காரணமாக அவள் பாலைவழி நடத்தலாகிய துயரைப் பொறுத்து வழிநடத்தலையும் எண்ணி வியந்த காதலன், இவ்வாறு அவளைப் புகழ்கின்றான்.)

வேனிற் பாதிரிக் கூனி மாமலர்
நறைவாய் வாடல் நாறும் நாள், சுரம்,
அரிஆர் சிலம்பின் சீறடி சிவப்ப,
எம்மொடு ஓர்ஆறு படீஇயர், யாழநின்
பொம்மல் ஓதி பொதுள வாரி,

அரும்புஅற மலர்ந்த ஆய்பூ மராஅத்துச்
சுரும்புசூழ் அவரி தைஇ, வேய்ந்த நின்
தேம்பாய் கூந்தல் குறும்பல மொசிக்கும்
வண்டுகடிந்து ஓம்பல் தேற்றாய்; அணிகொள
நுண்கோல் எவ்வளை தெளிர்க்கும் முன்கை

மெல்இறைப் பணைத்தோள் விளங்க வீசி,
வல்லுவை மன்னால் நடையே-கள்வர்
பகைமிகு கவலைச் செல்நெறி காண்மார்,
மிசைமரம் சேர்த்திய கவைமுறி யாஅத்து
நார்அரை மருங்கின் நீர்வரப் பொளித்துக்,
களிறுசுவைத் திட்ட கோதுடைத் ததரல்
கல்லா உமணர்க்குத் தீமூட்டு ஆகும்,
துன்புறு தகுவன ஆங்கண், புன்கோட்டு
அரிலிவர் புற்றத்து அல்குஇரை நசைஇ,
வெள்அரா மிளிர வாங்கும்
பிள்ளை எண்கின் மலைவயி னானே.

கள்வர்களின் பகைமிகுந்த கவர்த்த வழிகள் பலவற்றுள்களும், செல்வதற்கு ஓரளவு பாதுகாப்பான வழியைப் பின்வருபவர் கண்டு உணரும் பொருட்டாக, முன் செல்வோர் மரங்களின் மேலாகக் கவர்த்த சிறு கொம்புகளைச் சேர்த்து வைத்துச் செல்வர். அப்படிச் சேர்த்துள்ள ஒரு யாமரத்தினது, நாரினையுடைய அடிமரப் பக்களிலே, நீர் வருமாறு உரித்துக் களிறு சுவைத்துக் கழித்துப் போட்ட சக்கை யாகிய சுள்ளிகள், கல்லாமையினையுடைய உப்பு வாணிகர்கட்குத் தீமூட்டும் சுள்ளிகளாகப் பயன்படும்.

துன்பம் உறத் தகுவனவாகி அவ்விடங்களில், சிறு சிறு புழை களையுடைய சிறு தூறுகள் படர்ந்திருக்கும். புற்றினிடத்தே, இராப் பொழுதிலே உண்ணும் புற்றாஞ்சோறாகிய இரையினை விரும்பிய கரடிக்குட்டிகள், அவ்விடத்தே இருக்கும் வெண்மையான பாம்புகள் பிறழும்படியாகப் புற்றினைப் பெயர்த்துக் கொண்டிருக்கும். அத்தகைய மலைப் பக்கங்களிலே,

பாதிரியின், தேன்பொருந்திய கூனலான பெரிய பூக்களின் வாடல்கள் நாறிக்கொண்டிருக்கும் வேனிற்காலத்தின் பகற்பொழு திலே, சுரநெறியின் கண்ணே, அரிகளைப் பொருந்திய சிலம்புகளை யுடைய நின் சிறிய அடிகள் சிவக்குமாறு, எம்முடன் ஒரு வழியே பொருந்தி வருபவளாயினை.

பொலிவுற்ற கூந்தலை நெருங்க வாரி, அரும்பு இல்லையாக மலர்ந்த அழகான பூக்களையுடைய வெண்கடம்பினது, வண்டுகள் மொய்த்துக் கொண்டிருக்கின்ற மலர்களைத் தொடுத்துச் சூடியுள்ள, நின்னுடைய தேன் ஒழுகும் கூந்தலிலே, குறியனவாகப் பலவாக வந்து மொய்க்கும் வண்டுகளைக் கடிந்து ஓட்டி, நின்னைப் பாதுகாத் தலைக் கூட அறியாதவள் நீ.

இப்பொழுதோ, அழகு கொள்ளுமாறு, நுண்ணிய கோற்றொழினை யுடைய, ஒளி பொருந்திய வளையல்கள் ஒலி முழங்கும் முன்

கையினையுடைய மெல்லிய சந்தினையுடைய பணைத்த நின் தோள்கள் விளக்குமுற, வீசி வீசி வழி நடப்பதற்கும் நீ வல்லமை உடையவளாயினையே!

என்று, உடன் போகா நின்ற தலைமகட்குத் தலைமகன் சொன்னான் என்க.

சொற்பொருள்: 1. வேனிற் பாதிரி-வேனிலுக்கு உரிய பாதிரியும் ஆம். கூனி மாமலர்-கூனலாக பெரிய மலர். 2. நறைவாய்-தேன் பொருந்திய. வாடல் -உதிர்ந்து வாடிய இதழ்கள். 3. அரியார் சிலம்பு -அரிகள் பொருந்திய சிலம்பு; அரிகள் இடப்பட்ட ஒலிக்கும் சிலம்பும் ஆம். 4. அரிகள் இடப்பட்ட ஒலிக்கும் சிலம்பும் ஆம். 4. ஓராறு-ஒரு தன்மைத்தான நிலை; ஒன்றுபட்ட நிலை; அது கலந்த கேண்மையைக் குறித்தது. 5. பொம்மல்-பொலிவு. பொதுள நெருங்க. 7. அலரி-மலர்ந்த பூக்கள். 8. குறும்பல-குறியதான பல வண்டினம். மொசிக்கும்- மொய்க்கும். 9. ஓம்பல்-கூந்தலின் அழகுப் புனைவினை ஓம்புதலும், தன்னுடைய நலனை ஓம்புதலும். 10. எல் வளை - ஒளியுடைய வளைகள். தெளிர்க்கும்-ஒலிக்கும். 11. இறை-சந்து. பணைத் தோள்-மூங்கில் போன்ற தோளும் ஆம். விளங்க-விளக்கமுற; வெளிப்பட்டுத் தோன்ற. 14. கவை-கவட்டைக் கொம்பு. 15. பொளித்து-உரித்து. 16. தகரல்-காய்ந்த துரும்புகள். 17. தீமூட்டு- தீ மூட்டுவதற்கான எரி துரும்பு. 19. அல்கிரை-இரவு வேளைக்கான இரை. 20. வெள் அரா-வெண்மையான பாம்பு; மிளிர-பிறழ்ந்து கிடந்து ஒளிரவும் ஆம். 21. பிள்ளை எண்கு- கரடியின் குட்டிகள். மலைவயின்-மலையிடத்து.

உள்ளுறை: செல்வதற்கு தக்க வழியெனக் காட்டிய நெறியும் களிறுகளை உடையதான அச்சமுடைய வழியானலும், கல்லா உமணர் களிறு சுவைத்த சக்கைகளை எரிதுரும்பாகப் பயன்படுத்திச் சோறட்டு உண்பர். அதுபோலவே, உடன் போக்கின் நெறி அறத்தோடு பட்டதென்றாலும், அது இடையிடையே இன்னல்கள் பலவும் உடையது; அதனைப் பாராட்டாது செல்லல் வேண்டும் என்றான்.

கரடியின் குட்டியே யானாலும், அதற்கும் பாம்பைப் புரட்டித் தான் விரும்பிய இரையை எடுத்துத் தின்னும் துணிவும் வல்லமையும் இயல்பாகவே உண்டாயிற்று. அது போலவே, வழியின் ஏதங்களைக் கடக்கும் ஆற்றலும் துணிவும், மெல்லியளாகிய அவளுக்கும், பெண்மையின் இயல்பான காதற்கிழமையால் வந்தது என்று கொள்க.

விளக்கம்: காட்டிலே செல்பவர், இன்றும், வழியறிய அடையாளம் இட்டுச் செல்வர். அது, பிறகு வருவார்க்கும் பயனுடையதாயிருக்கும். இந்த மரபு முன்னரும் இருந்தது என்பதைச், 'சென்னெறி காண்மார் மிசைமரஞ் சேர்த்திய கவை' என்பது காட்டுவதாகும்.

மேற்கோள்: இச் செய்யுள், 'கொண்டு தலைக்கழிதறிகண், தலைவன், தலைமகளின் நடையை வியந்தது' எனக், 'கொண்டு தலைக் கழியினும்' என்னுஞ் சூத்திர உரையிலே நச்சினார்க்கினியர் காட்டுவர்.

258. ஒலியற்ற மணி!

பாடியவர்: பரணர். **திணை**: குறிஞ்சி. **துறை**: அல்ல குறிப் பட்டுப் பதிப்பெயர்ந்த தலைமகன் தன் நெஞ்சிற்குச் சொல்லியது. **சிறப்பு**: நன்னன் உதியனின் அருங்கடிப்பாழியிலே வேளிர் காவலாக வைத்த பொன் முதலியன பற்றிய செய்திகள்.

(தன் காதலியைப் பெற்று நுகரலாம் என்ற ஆர்வத்துடனே, இரவுக்குறியிடத்தே பெரிதும் முயன்று சென்று காத்திருந்தும், பல நாட்களும் சென்று, அவளைக் காணாதவனாகிய தலைவன், தன் நெஞ்சிற்குச் சொல்லி இப்படி வருந்துகின்றான்.)

நன்னன் உதியன் அருங்கடிப் பாழித்,
தொண்முதிர் வேளிர் ஓம்பினர் வைத்த
பொன்னினும் அருமைநற்கு அறிந்தும், அன்னோள்
துன்னலம் மாதோ எனினும், அஃது ஒல்லாய்-
தண்மழை தவழும் தாழ்நீர் நனந்தலைக்

கடுங்காற்று எடுக்கும் நெடும்பெருங் குன்றத்து
மாய இருள் அளை மாய்கல் போல,
மாய்கதில்-வாழிய, நெஞ்சே!-நாளும்,
மெல்இயர் குறுமகள் நல்அகம் நசைஇ,
அரவுஇயல் தேரும் அஞ்சுவரு சிறுநெறி,

இரவின் எய்தியும் பெறாஅய், அருள்வரப்
புல்லென் கண்ணே புலம்புகொண்டு, உலகத்து
உள்ளோர்க்கு எல்லாம் பெருநகை யாக;
காமம் கைம்மிக உறுதர,
ஆனா அரும்படர் தலைத்தந் தோயே!

நெஞ்சமே! நீ வாழ்க!

அரிய காவற் சிறப்பை உடையது, நன்னன் உதியன் என்பானுக்கு உரிய பாழிச்சிலம்பு. தொன்மைமிக்க வேளிர்கள் தம்முடைய பொன்னை எல்லாம் அவ்விடத்தே பாதுகாவலுடன் வைத்தனர். அதனைச் சென்று முயன்று அடைவதைக் காட்டினும் அடைவதற்கு அருமையானவள் அவள் என்பதை நன்றாக நீ அறிவாய். அறிந்தும், அவளை யாம் நெருங்கவே மாட்டோம் என நான் கூறிய பின்னும், நீ அவற்றிற்கு இணங்காதாய் ஆயினை.

மென்மையான தன்மையுடைய இளைய தலைவியின் நல்ல மார்பகத்தைத் தழுவுதலையே பெரிதும் விரும்பினாய். பாம்புகள் இரைதேடிக் கொண்டிருக்கின்ற அச்சந் தோன்றும் ஒடுங்கிய வழியினை, நாள்தோறும் இராப்பொழுதிலே கடந்தும் சென்றாய். சென்றும்

அவளைப் பெறாதாய் ஆகிக் காண்பார்க்கு அருள் தோன்றுமாறு புல் என்ற கண்களையும் உடையையாய்த் தனிமை கொண்டும் வருந்து கிறாய். உலகத்திலே உள்ளவர்களுக்கு எல்லாம் பெரிதும் நகையாடு வதற்கு உரியையும் ஆயினை. காமம் அளவு கடந்து வருத்துதலால், அமையாத அரிய துன்பத்தினையும் எனக்குத் தந்துவிட்டனை.

குளிர்ச்சியான மேகங்கள் தவழ்ந்து கொண்டிருக்கும், வீழும் அருவி நீரினையுடைய அகன்ற இடத்திலேயுள்ள, கடுமையான காற்றுச் சுழன்று வீசும், நெடிய பெரிய குன்றத்திலே, மயக்கத்தை விளைவிக் கும் குகையிலே, ஒளியற்றுக் கிடக்கும் மணியைப் போல, நீயும் ஒளி கெட்டு அழிந்து ஒழிவாயாக.

என்று, அல்லகுறிப்பட்டுப் பெயர்ந்த தலைமகன் தன் நெஞ்சிற் குச் சொன்னான் என்க.

சொற்பொருள்: அருங்கடி-அரிய காவலையுடைய. பாழி-பாழிமலை. வடாற்காட்டுச் சவ்வாது மலைத்தொடர்களுள் ஒன்று. 4. துன்னலம்- அடையோம். 5. நனந்தலை அகன்ற இடம். 7. அளை-குகை. கல் -மணி; மாணிக்கக் கல்; அது மாய்தலாவது இருளின் காரணமாக எவ்வகை ஒளியுமின்றிக் கிடத்தல். 8. தில்-அசை. 9. குறுமகள்- இளமைப் பருவத்தாள். நல்லகம்-நல்ல மார்பகம். 14. கைம்மிக - அளவு கடந்து வெளிப்பட்டுப் பெருக.

விளக்கம்: தலைவியைத் தான் அடையவியலாத நிலைக்கு, அருங்கடிப் பாழியிலே ஓம்பினர் வைத்த பொன்னை அடையவியலாத நிலையைக் கூறியது. தலைவியும் இற்செறிக்கப்பட்டுப் பெரிதும் காவல் உடையவளாயினள் என்பதை உணர்த்துதற்கு.

மேற்கோள்: இப்பாட்டு, நெஞ்சினை இரவு விலக்கியது என, 'மெய்த்தொட்டுப் பயிறல்' என்னும் சூத்திர உரையிலே நச்சினார்க் கினியர் காட்டினர்.

பாடபேதங்கள்: துறை: அல்லகுறிப்பட்ட தலைமகன் தன் நெஞ்சிற்குக் கூறியது. 8. வாழிய என் நெஞ்சே.

259. தோய்க நின் முலையே!

பாடியவர்: கயமனார். **திணை:** பாலை. **துறை:** உடன்போக் கிற்கு நேர்ந்த தோழி தலைமகட்குச் சொல்லியது.

(தலைவி இற்செறிக்கப்பட்டாள். அவள் காதலனை அவளால் சந்திக்க முடியவில்லை. காவலும் மிகுதியாயிற்று. அவள் வாடி நலிந் தாள். அவன் நிலையும் அஃதாயிற்று. இருவர் உறவுக்கும் உதவி நின்ற தோழிக்கு நெஞ்சம் உருகிற்று. காதலனுடன் உடன்போக்கிலே சென்றுவிடத் தலைவியைத் துணிவு கொள்ளச் சொல்லுகின்றாள்.)

வேலும் விளங்கின; இளையரும் இயன்றனர்;
தாரும் தையின; தழையும் தொடுத்தன;
நிலம்நீர் அற்ற வெம்மை நீங்கப்
பெயல்நீர் தலைஇ, உலவைஇலை நீத்துக்
குறுமுறி ஈன்றன, மரனே; நறுமலர்
வேய்ந்தன போலத் தோன்றிப், பலஉடன்
தேம்படப் பொதுளின பொழிலே; கானமும்,
நனிநன்று ஆகிய பனிநீங்கு வழிநாள்,
பால்எனப் பரத்தரும் நிலவின் மாலைப்
போதுவந் தன்று, தூதே; நீயும்
கலங்கா மனத்தை ஆகி, என்சொல்
நயந்தனை கொண்மோ-நெஞ்சு அமர் தகுவி!
தெற்றி உலறினும், வயலை வாடினும்,
நொச்சி மென்சினை வணர்குரல் சாயினும்,
நின்னினும் மடவள் நனிநின் நயந்த
அன்னை அல்லல் தாங்கி, நின் ஐயர்
புலிமருள் செம்மல் நோக்கி,
வலிபாய் இன்னும் தோய்க, நின் முலையே!

என்னுடைய நெஞ்சம் விரும்புகின்ற, சிறந்த தகுதியினை உடையவளே!

வேல்களும், நெய்பூசப் பெற்றும் புதுக்கியும் விளக்கம் பெற்றன. ஏவலாளர் பலரும் புறப்பட்டனர். மாலைகளும் கட்டப்படுகின்றன. தழையுடைகளும் தொடுக்கப் பெறுகின்றன.

நிலமும் நீரற்ற தன் வெம்மை நீங்கியதாயிற்று. மழைநீர் தலைப் படுதலினால், மரங்கள் தம் வாடிய இலைகளை உதிர்த்துக் குறுகிய தளிர்களை ஈன்றுள்ளன. பொழிலின்கண், நறுமலர்கள் வேய்ந்திருப் பன போலத் தோன்றுவனவாக, பலவும் ஒரு சமயத்தே தேன் பொருந்த மலர்ந்து செறிந்துள்ளன. காடும், மிகவும் நல்லதாக ஆகிய பனிக் காலம் நீங்கி, அடுத்துவரும் இளவேனிற் காலத்தினை உடையதா யிற்று. பால்போல் ஒளிபரவிய நிலவினைக் கொண்ட மாலைப் பொழுதும் தூதாக வந்துள்ளது.

மேடையிலுள்ள பூஞ்செடிகள் வாடிப்போனாலும் வயலைக் கொடிகள் வாடினாலும், நொச்சியின் மென்மையான கிளைகள் வளைந்த கதிர்க் கொத்துக்கள் மீது வாடிச் சாய்ந்தாலும், நின்னைக் காட்டிலும் மடமை உடையவளான நின்னை மிகவும் விரும்புகின்ற அன்னை யானவள், துன்பமுற்று வருந்துபவளாவாள். நின்னுடைய தமையன்மார், புலியும் மயங்கும் தலைமையுடன் காவல் காத்திருப்பர். அதனையும் கருதுவாயாக.

இதனால், நீயும் கலங்காத மனத்தை உடையவளாகி, என் சொற்களை விருப்பமுடன் கேட்டு, அதன்படியே நடந்து கொள்வாயாக. உடன் போக்கினையே துணிவாயாக. இன்னும் நின் முலைகள் அவன் மார்பிடத்தேயே பொருந்துவதாக. (தலைவியைத் தழுவித் தோழி விடைபெறுகிறாள்.)

என்று, உடன்போக்கிற்கு. நேர்ந்த தோழி தலைமகட்குச் சொன்னாள் என்க.

சொற்பொருள்: 1. விளங்கின-விளக்கம் பெற்றன; அது தீட்டியும் நெய்பூசியும் போருக்குத் தகுதிபடுத்துவதனால் அமையும், வினைஞர்-போர் வினைஞர்; ஏவலாளர்களும் ஆம். 4. உலவை இலை-வாடிய இலைகள். 5. குறுமுறி-சிறியதுளிர்கள். 7. பொதுளின-செறிந்தன. 8. பனிநீங்கு வழிநாள். பனிக்காலம் கழிந்த இளவேனிற் காலம். 10. போதுவந்தன்று தூதே-போது தூதாக வந்தது; அல்லது பாதிலே நின் காதலனிடமிருந்து தூதாக வந்தது; அல்லது போதிலே நின் காதலனிடமிருந்து தூதுச் செய்தியும் வந்தது. எனவும் கொள்க. 12. தகுவி- தன்மை உடையவளே - 13. தெற்றி-மேடையிலுள்ள பூச்செடிகள். 15. மடவள்! மடமையுடையவள். 18. தோய்க-பொருந்துக.

விளக்கம்: 'காலம் கூடியிருக்கத் தூதுரைத்து வருகின்றது. நீ அன்னையின் அல்லலையும், தமையன்மாரின் சீற்றத்தையும் எண்ணி, இங்கே கிடந்து நலியாதே; விரைந்து உடன் போக்கிலே சென்றுவிடுக' என்கிறாள் தோழி.

மேற்கோள்: 'இவ்வகப்பாட்டுப் போக்குதற்கண் முயங்கிக் கூறியது எனத், 'தலைவரும் விழும நிலையெடுத்து உரைப்பினும்' என்னுஞ் சூத்திர உரையில் நச்சினார்க்கினியர், காட்டுவர்.

260. அன்பிலாளன் அறிவு!

பாடியவர்: 'மோசிக் கரையனார். **திணை:** நெய்தல். **துறை:** இரவுக்குறிக்கண் தலைமகன் சிறைப்புறமாகத் தோழியாற் சொல்லெடுக்கப்பட்டுத் தலைமகன் சொல்லியது.

(இரவிலே காதலர் கூடுவதற்காகக் குறிப்பிட்டிருக்கும் இடம்; தலைமகளும் தோழியும் பேசிக்கொண்டிருக்கின்றனர். தலைமகன் ஒருபுறமாக மறைந்திருக்கிறான்; தோழியினால் சொல்லெடுக்கப்பட்ட தலைமகள் அப்போது அவளுக்கு இப்படிச் சொல்லுகின்றாள்.)

மண்டிலம் மழுக, மலைநிறம் கிளர,
வண்டினம் மலர்பாய்ந்து ஊத, மீமிசைக்
கண்டற் கானல் குருகினம் ஒலிப்பக்,
கரைஆடு அலவன் அளைவயின் செறியத்,
திரைபாடு அவியத், திமில் தொழில் மறப்பச்,

செக்கர் தோன்றத், துணைபுணர் அன்றில்
எக்கர்ப் பெண்ணை அகமடல் சேரக்,
கழிமலர் கமழ்முகம் கரப்பப், பொழில்மனைப்
புன்னை நறுவீ பொன்நிறம் கொளாஅ,
எல்லை பைப்பயக் கழிப்பி எல்உற,
யாங்குஆ குவள்கொல்? யானே நீங்காது
முதுமரத்து உறையும், முரவுவாய் முதுபுள்
கதுமெனக் குழறும், கழுதுவழுங்கு, அரைநாள்,
நெஞ்சுநெகிழ் பருவரல் செய்த
அன்பி லாளன் அறிவுநயந் தேனே.

மலைகள் நிறம் பெற்றன. வண்டினம் மலர்களிலே பாய்ந்து ஊதிக் கொண்டிருக்கின்றன. சோலையிலுள்ள தாழைகளின் மேலே யிருந்து நாரையினங்கள் ஒலிக்கின்றன. கரையோரத்தில் விளையாடும் நண்டு வளையினுள்ளே செல்கின்றது. கடல் அலைகள் தம்முடைய முழக்கத்தைக் கைவிட்டன. மீன்பிடி படகுகள் தம் தொழிலை மறந்து கரையிலேயே கிடந்தன. துணையைப் பிரியாது சேர்ந்திருக்கின்ற அன்றிற் பறவையானது, மணல் மேட்டிலேயுள்ள பனையினது உள்மட லிலே சென்று அடைந்தது. கழியிலேயுள்ள பூக்கள் மணங்கமழும் இதழ்கள் குவியப் பெற்றனவாக விளங்கின. பொழிலிலேயுள்ள வீட்டுப் புன்னையின் நறுமலர்கள், பொன்னிறத்தைக் கொண்டனவாகத் தம் இதழ்கள் விரிந்தன. பகல் நேரத்தைப் பையப்பையக் கழியச்செய்து, ஞாயிற்று மண்டிலமும், தன் ஒளி மழுங்கி, மேற்றிசையிலே சென்று சேர்ந்தது. இனி, இரவும் வந்தவிடத்து, இவள் எந்த நிலையினை அடைவாளோ?(இவ்வாறு தோழி தலைவியிடத்திலே சொல்லு கிறாள்; அதற்கு அவள் பின்வருமாறு மறுமொழி சொல்லுகிறாள்.);

முதுமரப் பொந்தினை விட்டு நீங்காது இருந்து வருகின்ற, முழங்கும் வாயினையுடைய முதுமையற்ற பேராந்தையானது கதுமெனத் தன் குரலெடுத்துக் குழறும். பேய்கள் நடமாடும் அத்தகைய நள்ளிரவு வேளையிலே, நெஞ்சத்தை நெகிழ்விக்கின்ற துன்பத்தை நமக்குச் செய்த அந்த அன்பில்லாதவனுடைய அறிவுடைமையை உண்மையென எண்ணி, யானும் அன்று விரும்பினேனே! (அதுதான் இன்று துயருற்றேன்; தவறு என்மீது தான் என்கிறாள் தலைவி.)

என்று, இரவுக்குறிக் கண் தலைமகன் சிறைப்புறத்தானாகத் தோழியாற் சொல்லெடுக்கப் பட்டுத் தலைமகள் சொன்னாள் என்க,

சொற்பொருள்: 1. மண்டிலம்- ஞாயிற்று மண்டிலம். 2. மலர் பாய்ந்து- மலர்களில் விரைந்து சென்று. 3. கண்டல்- தாழை. 5. பாடு - ஒலித்தல். திமில் - மீன்பிடி படகு. 6. செக்கர்-செல்வானம். 7. எக்கர்- மணல்மேடு. 8. முகம் கரப்ப-இதழ்குவிய. 12. முரவுவாய் - முழங்கும் வாய். 13. கதுமென விரைய. 15. அறிவு - அறிவமைந்த உறுதிமொழிகள்.

விளக்கம்: தலைவன், இரவுக்குறியிடத்தே நெடுநேரமாகியும் வாராமை காரணமாகத், தலைவி மனநொந்து வாடுதலைக் கண்டு தோழி, தன் உள்ளம் வருந்திக் கூறுகின்றனள். இதற்கு, 'அன்பிலாளன் அறிவு நயந்தேன்' எனத் தன் அறியாமையால் அவன் மீது தானும் காதல் கொண்டதைத் தலைவி சொல்லுகின்றாள். இனி, அவனை வருந்தியும் பழித்தும் பயனில்லை; அவனுறவே எனக்கு இப்போது வேண்டுவது என்பது குறிப்பு.

மேற்கோள்: 'எழுத்து முதலா ஈண்டிய அடியில் குறித்த பொருளை முடியக் காட்டுதல்' என்பதற்கு உதாரணமாக, 'மண்டிலம் மழுக.... குருகினம் ஒலிப்ப' என்ற பகுதியை, 'எழுத்து முதலா ஈண்டிய' என்னும் சூத்திர உரையிலே பேராசிரியர் காட்டுவர்.

'கண்டல்... ஒலிப்ப, கரையாடலவன்... செறிய' என்பது, ''அடி தோறும் முதலெழுத்து ஒன்றி, மோனைத் தொடை வந்தவாறு'' என, 'அடிதோறும் தலையெழுத்து ஒப்பது என்னுஞ் சூத்திர உரையிலே பேராசிரியர் காட்டுவர்.

இவ்வடிகளை, அச் சூத்திர உரையிலேயே காட்டி, 'இது சீர்வகை அடிதொடுத்தது' என்பார் நச்சினார்க்கினியர்.

பாடபேதங்கள்: நான்கு ஐந்தாவது அடிகள் இடம் மாறிக் கொள்வதும் காணப்படும். 2. மலர் பரந்து ஊதமிசைய. 11. யாங்காகு வல் கொல்யானே.

261. தலை தாழ்ந்தனள்!

பாடியவர்: பாலைபாடிய பெருங்கடுங்கோ. **திணை:** பாலை. **துறை:** புணர்ந்து உடன்போயின காலை, இடைச்சுரத்துப் பட்டதனை, மீண்டு வந்த காலத்துத் தோழிக்குத் தலைமகன் சொல்லியது.

(உடன்போக்கிலே தலைவியுடன் சென்று, தன் ஊரிலே அவளை மணந்தும் கொண்டான் ஒரு தலைவன். பின்னர்த் தலைவியின் வீட்டாரும் மனமாற்றம் பெற்றுவிட, அந்த மணமக்கள் அங்கு மீண்டும் வருகின்றனர்; அவ்வேளையிலே, தனக்கு உதவிய தோழியிடம், தலைவன் தானும் தலைவியுங் காட்டுவழிச் சென்றதனைக் குறித்து இப்படிக் கூறுகின்றான்.)

கானப் பாதிரிக் கருந்தகட்டு ஒள்வீ
வேனில் அதிரலொடு விரைஇக், காண்வர,
சில்ஐங் கூந்தல் அழுத்தி, மெல்லிணர்த்
தேம்பாய்த் மராஅம் அடைச்சி, வான்கோல்
இலங்குவளை தெளிர்ப்ப வீசிச், சிலம்புநகச்
சிலமெல் ஒதுக்கமொடு மென்மெல இயலி, 'நின்
அணிமான் சிறுபுறம் காண்கம் சிறுநனி

ஏகு' என, ஏகல் நாணி, ஒய்யென
மாகொல் நோக்கமொடு மடம்கொளச் சாஅய்,
நின்றுதலை இறைஞ்சி யோளே; அதுகண்டு,
யாமுந் துறுதல் செல்லேம், ஆயிடை
அருஞ்சுரத்து அல்கி யேமே-இரும்புலி
களிறுஅட்டுக் குழுமும் ஓசையும், களிபட்டு
வில்லோர் குறும்பில் ததும்பும்,
வல்வாய்க் கடுந்துடிப் பாணியும் கேட்டே

காட்டிடத்தேயுள்ள பாதிரியின் கரிய இதழ்களயையுடைய ஒளியமைந்த பூக்களை, வேனிற்காலத்து அதிரற்பூவோடும் சேரக்கலந்து, காட்சிக்கு இனிதாக அமையும்படி, சிலவாகிய ஐவகையாக முடித்தலையுடைய தன் கூந்தலிலே செருகிக் கொண்டனள்; தேன்பிலிற்றும் மெல்லிய பூங்கொத்துக்களான வெண்கடம்பின் பூக்களையும் சூடிக் கொண்டனள்; பெரிய கோற்றொழிலையுடைய விளக்கமான கைவளைகள் ஒலி முழங்குமாறு கைகளை வீசிக்கொண்டும், காற்சிலம்புகள் ஒலிமுழங்கவும், சிலவாகிய மெல்லிய ஒதுக்கத்துடனே மெல்ல மெல்ல அடிவைத்து நடந்து வந்தனள். அவ்வேளையிலே,

பெரிய புலியானது ஒரு களிற்றைக் கொன்று முழக்கமிடும் ஒலியும், வில்லவர்களாகிய கானவரது சிற்றூரிலே அவர்கள் களியாடி மகிழ்தலால் எழந்த வலிய முகத்தினையுடைய துடியின் பண்ணொலியும் கேட்டனம். அவற்றைக் கேட்டு, அவள் அஞ்சுவாளோ என எண்ணினேமாக, ''நின்னுடைய அழகால் மாட்சி பெற்ற சிறிதான முதுகின் அழகினையும் யாம் கண்டு களிப்போம்; சிறிது எமக்கு முன்னாக நடக்க'' என்றோம்.

அங்ஙனம் யாம் சொல்லவும், அவள் மேலும் நடதற்கே வெட்கம் கொண்டவளாயினள். ஒய்யென, மான்போன்ற நோக்கத்தோடு, மடமை கொண்டவளாக ஒதுங்கி நின்று, தன் தலையினையும் கவிழ்த்தனள்.

தோழி! அதனைக் கண்டுயாமும் மேற்செல்லுதலைக் கைவிட்டோமாக, அருஞ்சுரமாகிய அவ்விடத்தேயே தங்கியிருப்போமும் ஆயினேம்.

என்று, புணர்ந்துடன் போயின காலை, இடைச்சுரத்துப்பட்டதனை, மீண்டுவந்த காலத்துத் தோழிக்குத் தலைமகன் சொன்னான் என்க.

சொற்பொருள்: 1. தகடு- இதழ். 9. அதிரல்- காட்டு மல்லிகை; புனலி எனவும் சொல்வர். 3. அழுத்தி-செருகி வைத்து. 4. மராஅம்-வெண்கடப்ப மரம். வான் -பெரிதான. கோல்-கோற்றொழிலினையுடைய. 5. இலங்கு வளை-விளங்கும் வளைகள். தெளிர்ப்ப - ஒலி

செய்ய. 6. இயலி-நடந்து. 7. சிறுபுறம்-முதுகுப்புறம். 8. ஒய்யென - விரைவாக. 9. மாகொல் நோக்கம்-மானின் பார்வையும் வெல்லும் மடம்பட்ட நோக்கம். 10. இறைஞ்சியோள் - வணங்கியோள். 12. அல்கியேம்-தங்கினேம். இரும்புலி -பெரிய புலி. 13. களிபட்டு- களி வெறிக்கு உட்பட்டு. 14. வில்லோர்- வில்லால் வாழ்வு நடத்துபவராகிய கானவர். 15. வல்வாய்-வலிய முகப்பு.

விளக்கம்: 'புலிமுழக்கமும், கானவர் களியாட்டயர்தலும் கேட்டு' என்பதனால், பொழுது இரவுவேளை என்பதை உணர்த்தினான். அவ்வொலிகட்கு அவள் அஞ்சுவாள் என, அவன், நின் முதுகின் அழகைக் காண்பேம்' என, அவள் நினைவெல்லாம் அவன் மீதே நிலைபெற்றிருந்தமையால், நாணித் தலை கவிழ்ந்தாள் என்க.

மேற்கோள்: 'மீண்டு வந்தோன் தோழிக்கு உரைத்தது' என இச்செய்யுளை, 'மரபுநிலை திரியா மாட்சியவாகி' என்னுஞ் சூத்திர உரையிலே நச்சினார்க்கினியர் காட்டுவர்.

262. ஆனா உவகையேம்!

பாடியவர்: பரணர்; **திணை:** குறிஞ்சி. **துறை:** இரவுக் குறிக்கண் தலைமகனைப் புணர்ந்து நீங்கும் தலமகன், தன் நெஞ்சிற்குச் சொல்லியது. **சிறப்பு:** அன்னி மிஞிலிக்காகத் திதியன் கோசரை அழித்தமை; அவள் வெற்றிக் களிப்பு; பேகனின் மலைவளத்து மாண்பு முதலிய செய்திகள்.

(இரவிலே, குறித்த இடத்திலே தன் தலைவியுடனே கூடி இன்புற்று வருகின்ற தலைவனின் நெஞ்சம், அந்த மகிழ்வினாலே பூரித்துக் களிதுள்ளுகிறது. தன்னுடைய மகிழ்வின் சிறப்பை, அவன், தன் நெஞ்சிற்கு இப்படிச் சொல்லுகிறான்.)

முதைபடு பசுங்காட்டு அரில்பவர் மயக்கிப்,
பகடுபல பூண்ட உழவுறு செஞ்சேய்,
இடுமுறை நிரம்பி, ஆகுவினைக் கலித்துப்,
பாசிலை அமன்ற பயறுஆ புக்கென,
வாய்மொழித் தந்தையைக் கண்களைந்து, அருளாது,
ஊர்முது கோசர் நவைத்த சிறுமையின்,
கலத்தும் உண்ணாள், வாலிதும் உடாஅள்,
சினத்தின் கொண்ட படிவம் மாறாள்.
மறம்கெழு தானைக் கொற்றக் குறும்பியன்,
செருஇயல் நல்மான் திதியற்கு உரைத்து, அவர்
இன்உயிர் செகுப்பக் கண்டு, சினம் மாறிய
அன்னி மிஞிலி போல, மெய்ம்மலிந்து,

ஆனா உவகையேம் ஆயினெம்-பூ மலிந்து
அருவி ஆர்க்கும் அயம்திகழ் சிலம்பின்
நுண்பல் துவலை புதல்மிசை நனைக்கும்
வண்டுபடு நறவின் வண்மகிழ்ப் பேகன்
கொண்டல் மாமலை நாறி,
அம்தீம் கிளவி வந்த மாறே.

பழைமை மேவியிருந்த பசுமையான காட்டிலேயுள்ள, பின்னிப் படர்ந்து கிடக்கும் கொடிகளை எல்லாம் அழித்துப் பகடுகள் பலவற்றைப் பூட்டிய ஏர்களால் உழுதலைப்பெற்ற செந்நிலங்கள், வித்துக்கள் விதைப்பதற்குரிய பக்குவங்கள் முறையே நிரம்ப இடம்பெற்றவாயின. பொருந்திய வினையின் தகுதியினால் வித்துக்களும் முளைத்து, பசுமையான இலைகளோடும் அடர்ந்து பயற்றம் பயிராகவும் விளங்கின. அதன்பால் பசு புகுந்து மேய்ந்ததென்று, தன் ஊரிலுள்ள முதிய கோசர்களாகிய ஊர்மன்றத்தார், தன்னுடைய சொற்பிறழாத பண்புடைய தந்தையின் கண்களைக் களைந்து, இரக்கங் காட்டாது கொடுமை செய்த சிறுமையுடைய செயலினாலே, அன்னி மிஞிலி என்பாள் ஆராத் துயருற்றாள்.

உண்கலத்திலே உண்பதையும் வெறுத்தாள். தூயனவாக உடுப்பதனையும் கைவிட்டாள். தன் சினத்தாலே கொண்ட நோன்பினின்றும் சிறிதளவும் மாறுபட்டிலள். மறம் கெழுமிய படைவீரரையும், வெற்றிச் சிறப்பையுமுடைய, குறும்பிற்கு உரியவனாகிய, போர் செய்தலிலே நல்ல ஆற்றலுடைய குதிரைப்படைகளையும் கொண்ட திதியன் என்பவனுக்குத், தன்னுடைய நோன்பை அவள் சென்று கூறினாள். அவனும் படையுடன் சென்று வென்று, அந்த ஊர்முது கோசரின் இனிய உயிரைப் போக்கினான். அதுகண்டு, தன் சினம் தணித்திருந்தவளாயினாள் அந்த அன்னி மிஞிலி. அப்பொழுது, அவள் அடைந்த உடற்பூரிப்பைப் போலப்,

பூக்கள் மலிந்து, அருவிகள் முழங்கிக்கொண்டிருக்கவும், சுனைகள் விளங்கவுமாகத் தோன்றும் மலைச்சாரலிலே, நுண்ணிய தேன் துளிகள் புதர்களின் மேலிடத்தை எல்லாம் நனைத்துக் கொண்டிருக்கும்; வண்டினம் மொய்க்கின்ற தேன் வளத்தையும், வண்மையினாலே மகிழ்கின்ற தன்மையினையும் உடைய பேகன் என்பவனின் கார் மேகஞ் சூழ்ந்த அத்தகைய பெருமலை மணம் கமழுமாறு போலத் தன் கூந்தலும் நறுமணம் கமழ, அழகிய இனிய சொல்லையுடையவளாகிய நம் தலைவியும் வந்தனள்; நம்மைக் கூடி இன்பம் தந்தனள். அதனால், நாமும் மெய்பூரித்து அடங்காத உவகை உடையேமும் ஆயினேம்.

என்று, இரவுக்குறிக்கண் தலைமகளை புணர்ந்து நீங்கும் தலைமகன், தன் நெஞ்சிற்குச் சொன்னான் என்க.

சொற்பொருள்: முதைபடு பசுங்காடு - பழமைப்பட்ட பசுமை யுடைய காடு. அரில்பவர்-பின்னிக்கிடக்கும் கொடிகள். 2. உழவுறு -உழுதலைப் பெற்ற. 3. ஆகு வினை-பயறு வித்துதற்குச் செய்தற் குரிய பக்குவங்கள். 4. அமன்ற-செறிந்த. 5. வாய்மொழி-சொற் பிறழாத தன்மை. 6. ஊர்முது கோசர்- ஊர் மன்றத்தாராகிய முதுமை யாளரான கோசர். 6. நவைத்த-கொடுமை செய்த. சிறுமை - சிறுமை யொடு பட்ட செயல். 7. வாலிது-தூயதான உடை. 8. படிவம் - உடல் தன்மை. 9. குறும்பியன் -காட்டு நாட்டுத் தலைவன். 10. செருவியல் நன்மான்-போர்திறனுடைய நல்ல குதிரைகள். 12. மெய்ம்மலிதல் - உடல் புளகித்தல்; பூரித்தல். 13. ஆனா-அமையாத. 14. அயம் -சுனை கள். 17. கொண்டன் மாமலை-கார்மேகம் தவழும் பெரிய மலை.

விளக்கம்: 'இடுமுறை'-பயறு விதைப்பதற்கான முறைகள். ஆகுவினை - வித்திய பின் செய்ய வேண்டிய களை கொட்டுதல், வேலியிடுதல், நீர்பாய்ச்சுதல் போன்றவை. இவ்வாறு அன்னி மிஞிலி செய்த செயல், அறத்தை நிலைநிறுத்திய சிறந்ததொரு செயலாகும். பெண்மையின் உள்ள உறுதியும் பிறந்த குடியின் பழிதுடைக்கச் செயலாற்றிய பெருமிதமும் இதனாற் புலப்படும்.

பாடபேதங்கள்: 3. யாடு விளைக் கலித்து. 4. பயரூழ் புக்கென. 18. வந்த வாறே.

263. யானே சேர்ப்பேனே!

பாடியவர்: கருவூர்க் கண்ணம்பாளனார். **திணை:** பாலை. **துறை:** மகட்போக்கிய தாய் சொல்லியது. **சிறப்பு:** கோதை என்பான் வஞ்சியைக் காத்து வந்த சீர்மை பற்றிய செய்திகள்.

(ஒரு தலைமகன், தன் உளங்கொண்ட காதலுடன், அன்னை யின் காவலையும் இற்செறிப்பையும் கடந்து உடன்போக்கிலே சென்று விட, அதனால் வருந்தியவளாயினாள் அவள் தாய். 'இப்படி அவள் அவன்மீது அளவற்ற அன்புடையவள் என்பது முன்பே தெரிந்திருந் தால், என் வீட்டிலேயே அவர்களுக்கு மணவினையாற்றி, அவர்களை ஒன்றுபடுத்தி இருப்பேனே' என்றும் அவள் புலம்புகின்றாள்.)

தயங்குதிரைப் பெருங்கடல், உலகுதொழத் தோன்றி,
வயங்குகதிர் விரிந்த, உருகெழு மண்டிலம்
கயம்கண் வறப்பப் பாஅய், நல்நிலம்
பயம்கெடத் திருகிய பைதுஅறு காலை,
வேறுபல் கவலைய வெருவரு வியன்காட்டு,
ஆறுசெல் வம்பவர் வருதிறம் காண்மார்,
வில்வல் ஆடவர் மேலான் ஒற்றி,
நீடுநிலை யாஅத்துக் கோடுகொள் அருஞ்சுரம்

கொண்டனன் கழிந்த வன்கண் காளைக்கு,
அவள் துணிவு அறிந்தனென் ஆயின், அன்னோ! 10
ஒளிறுவேல் கோதை ஓம்பிக் காக்கும்
வஞ்சி அன்னஎன் வளநகர் விளங்க,
இனிதினிற் புணர்க்குவென் மன்னோ- துனிஇன்று
திருநுதல் பொலிந்தவென் பேதை
வருமுலை முற்றத்து ஏமுறு துயிலே! 15

அசையும் அலைகளையுடைய பெருங் கடலினிடையே, உலக மெல்லாம் தொழுது போற்றுமாறு தோன்றி வந்து விளங்குவது, கதிர்கள் விரிந்துள்ள உட்குப் பொருந்தி ஞாயிற்று மண்டிலம் குளங்கள் எல்லாம் வறுமையுற்றுப் போகுமாறு அதுவும் காய்ந்தது; நல்ல விளைநிலங்கள் எல்லாம் தம் வளம் கெடுமாறு அது பகை கொண்டது; பசுமை அற்றுப் போயுள்ள அத்தகைய வேனிற்காலத்திலே,

வேறுபட்டவனவாக விளங்கும் பல்வேறு கவர்த்த நெறிகளையுடைய, அச்சம் வருகின்ற பெரிய காட்டினிடத்தே, வழியோடே செல்லும் புதியவர்கள் வருகின்ற தன்மையினைக் காணும் பொருட்டாக, வில்லாற்றலிலே வல்லமையுடைய ஆறலை கள்வர்கள் மேல் இடத்திலே அவர்களுக்குத் தோன்றாது மறைப்பவர்களாக, நீண்ட நிலையினையுடைய யாமரத்தின் கோட்டினைத் தாமிருக்கும் இடமாகக் கொள்வார்கள். அத்தகைய அரிய சுரத்திலே,

என் மகளைத் தன்னுடன்கொண்டவனாகச் சென்ற வன்கண்மை உடையவனாகிய இளைஞனுக்கு, அவள் கொண்டிருந்த காதல் உறுதியினை, யான் முன்னமே அறிந்திருந்தேனாயினண்,

ஒளிவீசும் வேலினைக் கொண்டவன் கோதை என்பவன். அவன் பேணிக் காத்து நிற்கும் வஞ்சி நகரைப் போன்ற காவலும் வளமும் உடையது என்னுடைய வளமனை. அது விளக்கமுறுமாறு, எவ்வித வெறுப்புமின்றி, அழகிய நெற்றி பொலிவுற்ற பேதைமையினையுடைய என்னுடைய மகளினது வளரும் முலைப் பரப்பிலே இனிதாகத் துயிலும் வண்ணம், அவனையே இனிமையுற அவளுக்கு மணஞ்செய்தும் வைத்திருப்பேன்! ஐயகோ! இப்போது அதுவும் முடியாமற் கழிந்ததே! (அவள் என்ன ஆவாளோ?)

என்று மகட்போக்கிய தாய் சொன்னாள் என்க.

சொற்பொருள்: 1. தயங்குதல்-எழுந்தும் மடிந்தும் அசைதல். 2. வயங்குதல்-விளங்குதல்; உருகெழு-உட்குதல் பொருந்திய. 3. கயம் கண் வறப்ப-குளங்கள் நீர்வளம் அற்று இடமெல்லாம் வறண்டு போக. 4. திருகிய-முரணிய; பகைத்து வருந்திய. பைதறு-பசுமை அற்ற. 5. கவலைய - கவறுபட்ட நெறிகளையுடைய. 6. வம்பலர்

- புதிதாக வழி வருவார். 7. மேலான் ஒற்றி- மேலிடத்தே மறைந் திருப்பாராக. 9. வன்கண்- வன்கண்மை; கொடுமை; கலங்காத தன்மை. 14. கோதை-சேரமானின் பெயர்களுள் ஒன்று; அன்றிப் படைத் தலைவனை வில்லவன் கோதை என்றும் கொள்ளலாம். 13. துனி-வருத்தம். 15. வருமுலை- வளரும் இளமுலை. முலை முற்றம்- மார்பகம்.

விளக்கம்: தன் மகள், தன் களவு உறவினைத் தன்னையும் மறைத்துக், கோடையிலே அச்சம் தரும் கொடிய பாலையூடே சென்ற கொடிய தன்மையை நினைந்து, தாய் வருந்துகிறாள். 'அவனுக்கே அவளை மணமுடித்து வைத்திருப்பேனே' எனவும் கூறுகின்றாள்.

பாடபேதங்கள்: 7. மேலாள் ஒற்றி. 8. நீடுநிலை மராஅத்து. 15. தெளிதுறு துயிலே.

264. தம் நிலை அறிந்தாரோ?

பாடியவர்: உம்பற்காட்டு இளங்கண்ணனார். **திணை:** முல்லை. **துறை:** பருவம் கண்டு வன்புறை எதிரழிந்து தலைமகள் தோழிக்குச் சொல்லியது; தோழி தலைமகட்குச் சொல்லியதுமாம்.

(தலைவன் வேந்துவினை முடித்தற்பொருட்டுச் சென்றவன் திரும்புவதாகக் குறித்துச் சென்ற கார்காலத்தும் வராதவனாயினான். தலைவியின் வாட்டமும் கூதிர்காலத்திலே மிகவும் அதிகமாயிற்று. தலைவியின் வருத்தத்தைத் தீர்க்க முயன்ற தோழி, 'அவன் வருவான்; நீ ஆற்றியிரு' வென வற்புறுத்த, அவளுக்குத்தோழி இவ்வாறு தன் நிலையை விளக்கி எதிருரை கூறுகின்றாள்.)

மழையில் வானம் மின்அணிந் தன்ன,
குழையமல் முசுண்டை வாலிய மலர.
வரிவெண் கோடல் வாங்குகுலை வான்பூப்
பெரிய துடிய கவர்கோற் கோவலர்,
எல்லுப்பெயல் உழந்த பல்வான் நிரையேயொடு,
நீர்திகழ் கண்ணியர், ஊர்வயின் பெயர்தர;
நனிசேண் பட்ட மாரி தளிசிறந்து,
ஏர்தரு கடுநீர் தெருவுதொறு ஒழுகப்,
பேரிசை முழக்கமொடு சிறந்துதனி மயங்கிக்,
கூதிர்நின் றன்றால், பொழுதே! காதலா
நம்நிலை அறியார் ஆயினும், தம்நிலை
அறிந்தனர் கொல்லோ தாமே-ஓங்குநடைக்
காய்சின யானை கங்குல் சூழ,
அஞ்சுவர இறுத்த தானை
வெஞ்சின வேந்தன் பாசறை யோரே?

மழையற்ற வானமானது, விண்மீன்களை அணிபெறத் தன்னிடத்தே கொண்டு விளங்கினாற் போலக், குழை நிறைந்த முசுண்டைச் செடியானது, வெண்பூக்கள் தன் மேற்புற மெல்லாம் மலர்ந்தனவாகத் தோன்றுகின்றது. வரிகளையுடைய வெண்காந்தளின் வளைந்த குலையிலேயுள்ள பெரிய பூக்களைக் கோவலர்கள் மிகுதியாகச் சூடிக் கொண்டுள்ளனர். கவர்த்த கோலினைக் கொண்டிருக்கும் அவர்கள் பகற்பெழுதிலே மழையிலே நனைந்து வருந்தி பலவாகிய ஆன்நிரைகளோடும், நீர் விளங்கும் கண்ணிகளை உடையவர்களாக, ஊரை நோக்கி வந்து கொண்டிருக்கின்றனர். மிக்க தொலைவிடத்திற்குச் சென்ற மேகங்கள், பெரிதான இடி முழக்கத்துடனே சிறப்புற்றுப் பெரிதும் கலங்கியவையாக, மிக்க துளிகளையும் பெய்தன. அதனால், அழகுதருகின்ற மழை வெள்ளம். தெரு வெல்லாம் வேகமாக எழுந்து ஓடிக்கொண்டுமிருக்கின்றது. இப்படியாகக் கூதிர்ப்பொழுதும் வந்து நம் ஊரிடத்தே நிலைபெற்றது.

உயர்ந்த நடையினையும், காயும் சினத்தினையுமுடையன போர் யானைகள். இரவிலே, அவை சூழ்ந்து நிற்கப், பகைவர்க்கும் அச்சம் பிறக்குமாறு தங்கச்செய்துள்ள தானைப் பெருக்கத்தை உடைய, வெஞ்சினம் உடையவனுமாகிய வேந்தனின் பாசறையிலே உள்ளவர் நம் தலைவர். அவர், நம் நிலைமையை அறிந்து அருளுதற்கு எண்ணாதார் ஆயினும், (இப்படிக் காலந் தாழ்த்தலால் யாம் இறந்துபட, அதனால்) தமக்குப் பின்னர் ஏற்படும் துயரத்தின் நிலைமையினை யாவது அறிந்துள்ளனரோ? (அதனையும் அறிந்திலரே? என்பது குறிப்பு.)

என்று, பருவம் கண்டு வன்புறை எதிரழிந்து தலைமகன் தோழிக்குச் சொன்னாள் என்க.

சொற்பொருள்: 1. மழை-மேகமும் ஆம். மழையில் வானம் நிர்மலமான தெளிந்த வானம். மீன்-விண்மீன். அணிந்தன்ன அணிந்தாற்போல, 3. கோடல்-காந்தள். வாங்கு குலை-வளைந்த கொத்து. வான்பூ-பெரிய பூ. 5. எல்லுப் பெயல்-பகலிலே பெய்த மழை. 6. ஊர் வயின் -ஊரினிடத்தே. 12. ஓங்கு நடை- நிமிர்ந்த நடை. 14. இறுத்த-பாசறையிடத்தே தங்குமாறு செய்துள்ள.

விளக்கம்: 'தம் நிலை' என்பது தமது தகுதியெனவும் பொருள் படும். அப்போது, தாம் கூறிய சூளும் பொய்த்திருக்கும் பொய்மையான தன்மை எனக் கொள்க. 'என் வருத்தம் அறியாமலிருக்கலாம்; தம் சொல் தவறாகாது வருதல் வேண்டும் என்பது கூடவோ அறியாதிருக்கின்றனர்?' எனப் பொருள் உரைக்க.

மேற்கோள்: 'இச் செய்யுள் தோழிக்குத் தலைவி கூறியது; இதன் கண் முல்லையுள் கூதிர் வந்தது' எனத், 'திணை மயக்குறுதலும்' என்னுஞ் சூத்திரத்தும்; 'இது தலைவன் பாசறைப் புலம்பினமை

கூறக்கேட்ட தலைவி, நந்நிலை அறியாராயினும் எனக் கூறினள்' என, 'நிகழ்ந்தது கூறி நிலையலும் திணையே' என்னும் சூத்திர உரையினும் நச்சினார்க்கினியர் காட்டுவர்.

பாடபேதங்கள்: 3. விரிவெண் கோடல். 6. கண்ணியர் காவயிற்.

265. எவ்வளவு பெரிதோ?

பாடியவர்: மாமூலனார். **திணை:** பாலை. **துறை:** பிரிவிடை வேறுபட்டதலைமகள் ஆற்றாமை மீதூரத் தோழிக்குச் சொல்லியது. **சிறப்பு:** பாடலிபுரத்து நந்தர்களின் பெருஞ்செல்வமெல்லாம் கங்கையின் நீரடியிலே சென்று மறைந்த செய்தி.

(தலைவன் பிரிந்து சென்றனனாக, அதனால் தன் உள்ளம் பெரிதும் கவலையுற, உடலும் வாடித் தன் வனப்பெல்லாம் அழியத், தனிமையுற்று நலிந்தனள் தலைவி. தன் தோழியினிடம் தன்னுடைய ஆற்றாமையின் மிகுதியை அவள் இவ்வாறு எடுத்துக் கூறுகின்றாள்.)

புகையின் பொங்கி, வியல்விசும்பு உகந்து,
பனிஊர் அழற்கொடி கடுப்பத் தோன்றும்
இமயச் செவ்வரை மானும் கொல்லோ?
பல்புகழ் நிறைந்த வெல்போர் நந்தர்
சீர்மிகு பாடலிக் குழீஇக், கங்கை
நீர்முதற் கரந்த நிதியம் கொல்லோ?
எவன்கொல்? வாழி, தோழி! வயங்கொளி
நிழற்பால் அறலின் நெறித்த கூந்தல்,
குழற்குரல், பாவை இரங்க, நத்துறந்து.
ஒண்தொடி நெகிழச் சாஅய்ச், செல்லவொடு
கண்பனி கலுழ்ந்துயாம் ஒழியப், பொறை அடைந்து,
இன்சிலை எழில்வேறு கெண்டிப், புரைய
நிணம்பொதி விழுத்தடி நெருப்பின் வைத்துஎடுத்து,
அணங்கரு மரபின் பேஎய் போல
விளரூன் தின்ற வேட்கை நீங்கத்,
துகளற விளைந்த தோப்பி பருகித்,
குலாஅ வல்வில் கொடுநோக்கு ஆடவர்
புலாஅல் கையர், பூசா வாயர்,
ஒராஅ உருட்டுங் குடுமிக் குரலொடு
மராஅஞ் சீறூர் மருங்கில் தூங்கும்
செந்நுதல் யானை வேங்கடம் தழீஇ,
வெம்முனை அருஞ்சுரம் இறந்தோர்
நம்மினும் வலிதாத் தூக்கிய பொருளே!

தோழி, நீ வாழ்வாயாக! நிழலினிடத்தே விளங்கும் அறல்பட்ட தன்மைப்போலக் குழன்ற கூந்தலினையும், குழலினைப் போன்ற இனிதான குரலினையும் உடைய, பாவையினைப் போன்ற வனப் புடையவளான நீயும் வருந்துகின்றாய், நின் ஒள்ளிய தொடிகளும் நெகிழ்ந்து சரிகின்றன. நின் உடலும மெலிவுற்ற துயரத்துடனே, ஓயாத கண்ணீரினையும் சொரிந்து கொண்டிருக்கின்றது. இவ்வாறு நாம் தனித்து வருந்த, நம்மைக் கைவிட்டுச் சென்றவர் நம் காதலர் அவர் -

தோளிலே இட்ட வலிமையான வில்லையும், கொடிதான நோக்கத்தினையும் உடையவர்கள், ஆறலை கள்வர்கள் குன்றத்தினை அடைந்து, இனிய முழக்கஞ் செய்யும் எழுச்சிப்பெற்றுள்ள எருத் தினைக் கொன்று, உயர்வான நிணம் பொதிந்துள்ள வளமான அதன் தசையினை நெருப்பிலே வைத்துச் சுட்டு எடுத்துக், கண்டவரை வருத்தும் இயல்புடைய பேய்களைப் போல, அவர்கள் வெளுத்த அவ்வூரினைத் தின்பார்கள். பின்னர்த் தம்முடைய நீர்வேட்கை தீருமாறு, குற்றமற முதிர்ந்த தோப்புகளையும் குடிப்பார்கள். புலால் நீங்காத கையினராகவும், கழுவாத வாயினராகவும், இடைவிடாது விட்டுவிட்டு ஒலிக்கும் குடுமியினையுடை கோட்டானின் குரலோடுங் கூடிக் வெண்கடப்ப மரங்களையுடைய சிற்றூர்ப் பக்கத்தே, அவர்கள் களிப்புடன் கூத்தாடுவர். சிவந்த நெற்றிகளைக் கொண்ட யானை களையுடைய, அத்தகைய வேங்கட மலையைச் சார்ந்துள்ள, செவ்விய முனை இருப்புக்களை உடைய, கடத்தற்கரிய சுரத்தினையும் கடந்து சென்றுள்ளவர் அவர்.

நம்மைக் காட்டினும் உறுதியுடையதாக, அவர் சென்று ஆராய்ந்து தேடுவதற்கு மேற்கொண்ட பொருள்தான்,

அகன்ற வானிடத்தே உயர்ந்து விளங்குவதாய்,புகைபோலப் பொலிவுற்றுப் பனி தவழ்வதாய், தீச்சுடரை ஒப்பதாகத் தோன்றும் இமயமாகிய செவ்விய மலையின் உயரிய அளவினைத்தான் ஒப்பா வதோ? அன்றிப்,

பல்வகையான புகழும் நிறைந்தவரும், வெல்லும் பேராற்றலை யுடையவருமான நந்தர்களின் சிறப்புமிகுந்த பாடலிபுரத்திலே திரண் டிருந்தது. ஒரு காலத்தே கங்கை நீரின் அடியிலே போடப்பட்டு மறைந்து போன பெருங் செல்வத்திற்குத்தான் ஒப்பாகுமோ?

அன்றி, வேறு என்னையோ? (அதனைச் சொல்லுவாயாக.)

என்று, பிரிவிடை வேறுபட்ட தலைமகள் ஆற்றாமை மீதூரத் தோழிக்குச் சொன்னாள் என்க.

சொற்பொருள்: பொங்கி-பொலிவுற்று. 2. ஊர்தல் - தவழுதல். அழற்கொடி-நெருப்புச் சுடர். 3. செவ்வரை-செவ்விய மலை. 5. குழீஇ-

குழுமி இருந்து. 6. நீர்முதல் -நீரின் அடியில். நிதியம்-செவ்வம். 7. வயங்குதல்-விளங்குதல். 8. நெறித்த -தழைத்த; குழைந்த 9. குழல்குரல்- குழலினது இசைபோன்று இனிதாக எழும் குரல் பாவை பொற்பாவை. 10. செல்லல்-வருத்தம். 11. கண்பனி-கண்ணீர். பொறை-பொற்றை எனவும் வழங்கும். 2. இன் சிலை-இனிதாகச் சிலைத்தலையுடைய; சிலைத்தல்-ஒலித்தல். கெண்டி-கொன்று. புரைய-உயர்ந்த. 13. நிணம்-கொழுப்பு. விழு-கொழுமை யான. 15. விளர் ஊன் -வெள்ளையான ஊன். தின்ற வேட்கை. தின்றதனாலாயின நீர் வேட்கையுமாம். 16. தோப்பி-தோப்பிகள். துகள்-குற்றம். 17. குலாஅ-தழுவிய;வளைந்த எனலும் ஆம். கொடு நோக்கு-கொடிய பார்வை. 18. பூசா-கழுவாத. 19. ஒராஅ-இடை விடாமல்; ஒருவாது உருட்டும்-விட்டுவிட்டு ஒலிமுழங்கும். குரலொடு-கோட்டானொடு. 20. தூங்கும்-ஆடி இன்புறும். 23. தூக்கிய-துணிந்த.

விளக்கம்: 'அன்புறு காதலியை அழியவிட்டுச் சென்று தேடி வரும் பொருள்தான் ஒரு பொருளாகுமோ?' என்று பழிப்பவள், ''அது இமையத்தளவோ? அன்றிக் கங்கையிற் புதையுண்ட நந்தரின் பெருஞ் செல்வத்து அளவோ?'' என்கின்றாள்.

பாடபேதங்கள்: 1. விசும்புகுந்து. 5. பாடலிற்குழீஇ. 12. கெண்டிப் பரைய. 16. துகளற விரைந்த. 18. புலராக் கையர். 20. பராஅஞ் சிறூர்.

266. செய்த சூளுறவு!

பாடியவர்: பரணர். **திணை:** மருதம். **துறை:** பரத்தையிற் பிரிந்துவந்து கூடிய தலைமகள் சொல்லியது. **சிறப்பு:** நீடூர்த் தலைவ னாகிய எவ்வி என்பவனின் போர்மறம்; உறத்தூரிலே எழுந்த வெற்றி விழா பற்றிய செய்திகள்.

(தன் காதல் மனைவியைப் பிரிந்து, பரத்தை ஒருத்தியுடன் கூடியின்புற்று வந்த ஒரு தலைவன், மறுநாள் தன் தலைவியையும் வந்து அணுக, அவள் அவனுக்கு இணங்காது மறுத்து, இப்படிக் கூறு கின்றாள்.)

கோடுற நிவந்த நீடுஇரும் பரப்பின்
அந்திப் பராஅய புதுப்புனல், நெருநை,
மைந்துமலி களிற்றின் தலைப்புணை தழீஇ,
நரந்தம் நாறும் குவைஇருங் கூந்தல்
இளந்துணை மகளிரொடு ஈர்அணிக் கவைஇ,

நீர்பெயர்ந்து ஆடிய ஏந்துஎழில் மழைக்கண்
நோக்குதொறும் நோக்குதொறும் தவிர்விலை யாகிக்,
காமம் கைம்மிகச் சிறத்தலின், நாண்இழந்து,
ஆடினை என்ப மகிழ்ந! அதுவே
யாழ்இசை மறுகின் நீடூர் கிழவோன்

வாய்வாள் எவ்வி ஏவன் மேவார்
நெடுமிடல் சாய்த்த பசும்பூணல் பொருந்தலர்
அரிமண வாயில் உறத்தூர் ஆங்கண்,
கள்ளுடைப் பெருஞ்சோற்று எல்இமிழ் அன்ன,
கவ்வை ஆகின்றால் பெரிதே; இனிஅஃது
அவலம் அன்றுமன், எமக்கே; அயல
கழனி உழவர் கலிசிறந்து எடுத்த
கறங்கு இசை வெரீஇப் பறந்த தோகை
அணங்குடை வரைப்பகம் பொலியவந்து இறுக்கும்
திருமணி விளக்கின் அலைவாய்ச்
செருமிகு சேஎயொடு உற்ற சூளே!

''மகிழ்நனே! புதுப்புனல், கரையின் உச்சியைப் பொருந்துமாறு உயர்ந்ததாகவும், நீண்ட பெரும்பரப்பினை உடைய தாகவும், அழகிய தாகவும், காண்பார்க்கு விருப்பந்தருவதாகவும், விளங்குகின்றது. அதன்கண், நேற்று ஆற்றல் மிகுந்த களிற்றினைப்போலப், புணையின் தலைப்புறத்தினைத் தழுவியவனாக நீயும் ஈபுனலாடினாய்.

நரந்தத்தின் மணம்கமழும் அடர்த்தியான கருங்கூந்தலை யுடைய இளம்பெண்களின் துணையோடு, நீராடலுக்குரிய அணி களை, உடுத்துக்கொண்டு, நீரின்கண் பெயர்ந்து நீர்விளையாடினாய்! மிகுதியான அழகினையுடைய குளிர்ச்சியான அவர்களுடைய கண்கள் நின்னைப் பார்க்குந்தோறும், நீயும் விருப்பத்தைக் கைவிடுதல் இல்லை யாயினாய்! காமம் அளவு கடந்து நின்பாலும் பெருகுதலினாலே, வெட்கமும் இழந்தவனாக, அவர்களோடு நீயும் கலந்து ஆடினாய்!'' இங்ஙனம் பலரும் நின்செயலைக் குறிப்பிட்டுக் கூறவார்கள்.

வாள் வாய்த்தலை உடையவன் எவ்வி என்பவன். அவன், யாழ் இசை முழங்கும் தெருக்களையுடைய நீடூருக்குத் தலைவன். அவன், தன்னுடைய ஏவலை ஏற்றுக்கொள்ளாதாராகிய, பசுமையான பூண் களை உடையவரான தனக்கு மாறுபட்டவர்களை எல்லாம், அவர்க ளுடைய பெரிய வலிமையைக் கெடுத்து முற்றவும் அழித்தான். அரிமணவாயில், உறத்தூர் ஆகிய அவ்விடங்களிலே, அந்த வெற்றிக் கொண்டாட்டத்திலே, அவன் அளித்த கள்ளோடு கூடிய பெருஞ் சோற்று விழாவிலே, பகற்பொழுதிலே எழுந்த ஆரவாரத்தைப் போல, நின் செயலால் ஊர் முழுவதும் எழுந்த அலரும், பெரிதும் ஆரவாரத்தை உடையதாக இருக்கின்றது.

இனி, அதுவும் எமக்குத் துன்பம் தருவது அன்று. அயலேயுள்ள வயல்களிலே, உழுபவர் செருக்குமிகுந்தவராக எழுப்பிய, ஒலிக்கும் இசையினுக்கு அஞ்சிப் பறந்து போயின மயிலானது, தெய்வத்தை யுடைய மலையகத்திடத்தே, அவ்விடம் அதனால் அழகுபெறுமாறு வந்து தங்கும்.

அத்தகைய, அழகிய மணிவிளக்குக்களை உடையதான அலை வாய் என்னும் இடத்தே வீற்றிருந்தருளும், போர் வலிமை மிகுந்த முருகனோடும் பொருந்தி, என்னை மணந்த போது செய்த நின்னுடைய சூளுறவே எனக்குத் துன்பம் தருவதாகும்;

என்று, பரத்தையிற் பிரிந்து வந்து கூடிய தலைமகற்குத் தலைமகள் சொன்னாள் என்க.

சொற்பொருள்: 1. கோடு-கரை. நிவந்த-உயர்ந்த. 2. பாஅய-விருப்பத்தையுடைய. 3. மைந்து-வலிமை; ஆற்றல். 4. நரந்தம் - நரந்தம் புல். 7. தவிர்விலை- தவிர்தல் இல்லாதவனாயினை. 12. பொருந் தலர் -பகைவர். 14. எல்இமிழ்- பகலில் எழுந்த. இசை-முழக்கம். 17. கலி-செருக்கு. 29. செருமிகு சேய்-முருகன்.

விளக்கம்: தலைவியின் உள்ளத்திலே, தலைவன் பரத்தை யரோடு புதுப்புனல் ஆடினான் என்ற வருத்தமே மிகுதியாக இருப் பினும், அதனை அவள் கூறவில்லை. 'நின் செயலால் எழுந்த ஊரலர் பெரிது எனப் பழிச்சொற்களுக்கு வருந்தியும், 'நின்னைப் பிரியேன்' என முருகன் முன் செய்த சூளுறவு 'பொய்த்தாய்' என, அதனால் அவனுக்கு வரும் ஏதங்களுக்கு வருந்தியும் சொல்லும் கற்புத்திறம் காண்க.

உள்ளுறை: உழவர்களின் இசைக்கு அஞ்சிப் பறந்த மயி லானது, அணங்கினையுடைய மலையகத்தே அழகிதாகச் சென்று தங்கும் என்பது, தலைவனும் ஊரிலே எழுந்த பழிச் சொற்களுக்கு அஞ்சியவனாகக், கட்டுப்பாடுடைய மனைக்குத் தங்குவதற்காக வந்தனன் என்பதை உணர்த்தும்.

மேற்கோள்: 'சூள்நயத் திறத்தாற் சோர்வு கண்டு அழியினும்' என்னும் பகுதிக்கு இப்பாட்டினை உதாரணமாகக் கொண்டு, இதனைத் தோழி கூற்றாகக் காட்டுவாரும் உளர் என, நச்சினார்க்கினியர் காட்டுவர்; (தொல். பொருள். 150.)

குறிப்பு: நீராடலில் ஈடுபடுவார், அந்நாளிலே ஈரணி என்ற ஒருவகையான உடை உடுத்த செய்தியை, 'ஈரணி கலைஇ' என்ற சொற் களால் உணர்கின்றோம். இது, அந்நாளைய நாகரிகச் செவ்விக்குச் சிறந்தவொரு சான்றாகும்.

பாடபேதங்கள்: 1. பரப்பின் நந்தி. 2. பராஅய புதுப்புனல். 3. மைந்துமலை களிற்றின். 13. பெரும்பூட் பொருந்திலர்; பசும்பூட் பொருந்திலர். 16. வயலர். 19. வந்திருக்கும்.

267. தோள்தாம் தவறின!

பாடியவர்: பாலை பாடிய பெருங்கடுங்கோ. **திணை:** பாலை. **துறை:** பிரிவிடை வேறுபட்ட தலைமகளது ஆற்றாமை கண்டு ஆற்றா ளாய தோழிக்குத், தலைமகள் சொல்லியது.

(தலைவன் பிரிந்ததனால் நொந்து மெலிந்திருக்கும் தலைவியின் நிலைமையைக் கண்டு, தோழி வருந்தினாள். 'அன்று அவன் பேசிய பேச்சும், செய்த சூளுறவும் மறந்தானே?' என நொந்து கொள்ளவும் தொடங்கினள். அதற்குத் தலைவி சொல்லும் விடை இது.)

'நெஞ்சு நெகிழ்தகுந கூறி, அன்புகலந்து,
அறாஅ வஞ்சினம் செய்தோர், வினைபுரிந்து
திறம்வேறு ஆகல் ஏற்று?' என்று ஒற்றி,
இனைதல் ஆன்றிசின், நீயே; சினைபாய்ந்து.
உதிர்த்த கோடை, உட்குவரு கடத்திடை,
வெருக்குஅடி அன்ன குவிமுகிழ் இருப்பை,
மருப்புக் கடைந்தன்ன, கொள்ளை வான்பூ
மயிர்க்கால் எண்கின் ஈர்இனம் கவர,
மைபட் டன்ன மாமுக முசுவினம்
பைதுஅறு நெடுங்கழை பாய்தலின் ஒய்யென
வெதிர்படு வெண்ணெல் வெவ்அறைத் தாஅய்,
உகிர்நெறி ஓசையிற் பொங்குவன பொரியும்
ஓங்கல் வெற்பின் சுரம்பல இறந்தோர்
தாம்பழி உடையர் அல்லர்; நாளும்
நயந்தோர்ப் பிணித்தல் தேற்றா, வயங்குவினை
வால்ஏர் எல்வளை நெகிழ்த்த,
தோளே! -தோழி- தவறுஉடை யவ்வே!

தோழி! நீயும் ''நெஞ்சம் நெகிழ்ச்சியுறத் தகுந்தனவற்றைச் சொல்லி, அன்பினாலே நம் உள்ளத்திலே கலந்து, என்றும் பிரியாமையாகிய சூளுறவினையும் செய்தவராகிய நம் காதலர், பொருளீட்டி வருதலாகிய தொழிலினை மேற்கொண்ட, தம்முடைய தன்மையிலே இந்நாளில் வேறுபட்டவராக ஆகுதல் என்னையோ?'' என்று, அதனையே ஆராய்ந்து வருந்துதலை விட்டுவிடுவாயாக.

அச்சம் வருகின்ற காட்டிடத்திலே, மேல்காற்றானது கிளையினை மோதி உதிர்த்த, பூனைப்பாதத்தைப் போன்ற குவிந்த அரும்புகளையுடைய இருப்பையினது தந்தத்தைக் கடைந்தது போல விளங்கும் மிகுதியான பூக்களை, மயிரடர்ந்த கால்களையுடைய கரடியின் பெருங்கூட்டம் கவர்ந்து உண்டு கொண்டிருக்கும். மைபட்டிருப்பது போல, விளங்கும் கருமையான முகத்தையுடைய முசுக்கலையானது, பசுமையற்ற நீண்ட மூங்கிலிலே பாய்தலால், ஒய்யென, மூங்கிலிலே விளைந்தள்ள வெண்மையான நெற்கள், வெப்பம் மிகுந்துள்ள பாறைகளிலே உதிர்ந்து, விரல் நெரிப்பது போன்ற ஒலியுடனே பொங்கிப் பொரிந்து கொண்டிருக்கும். அத்தகைய, உயர்ந்த மலைகளையடுத்த

சுரநெறிகள் பலவற்றையும் கடந்து சென்றவரான அவர், ஏதும் பழி யுடையவரே அல்லர்.

எந்நாளும், தம்மை விரும்பியவர் யாவர் என்பதை ஆராய்ந்து தெளியமாட்டாதுபோன, விளங்கும் தொழில் திறம் உடைய, வாள் போன்ற அழகிய ஒளிமிகுந்த வளைகளை நெகிழவிட்ட, எம் தோள் களே தாம் தவறு உடையன;

என்று, பிரிவிடை வேறுபட்ட தலைமகளது ஆற்றாமை கண்டு, ஆற்றாளாய தோழிக்குத் தலைமகள் சொன்னாள் என்க.

சொற்பொருள்: 1. நெகிழ் தகுந-நெகிழ்தற்குத் தக்கதான. அன்பு கலந்து-அன்புடைமை காட்டிக் கலந்து. 3. திறம்- தன்மை. எற்று-என்னவோ? 4. இனைதல் -வருந்துதல். 5. கோடை - கோடைக் காற்று; மேல்காற்று. 6. வெருக்கு அடி-வெருகின்பாதம். 7. மருப்பு - தந்தம். கொள்ளை- மிகுதி. 8. ஈரினம்- மிகுதியான கூட்டம். 9. முசுக் கலை - முசுவினத்து ஆண்குரங்கு. 10. பைது-பசுமை. 11. வெதிர்- மூங்கில். 11. பொங்குவன பொரியும் - பொங்குவனவாகப் பொரியும். 12. உகிர்-நகம்; இங்கு விரலைக் குறித்தது. 15. நயந்தோர்- விரும் பினவர்.

விளக்கம்: ‘தோளே தவறுடையன’ என்றதனால், தானும் அவன்பாற் காமுற்று நெஞ்சம் நெகிழ்ந்ததான தன்னுடைய நிலை யையும் கூறினாள். அவன் சொன்னாலும், அதனைத் தெளியாது யானும் இசைந்து கூடினேனே அதுதான் தவறு என்கிறாள். அன்றி, நம்மீது அன்புடைய அவரை விடாது பிணித்துக் கொள்ள அறியாத தோள்களே தவறுடையன எனலும் ஆம்.

பாடபேதம்: 1.நெஞ்சு நெகிழ்குந. 4. உளைதல் ஆன்றிசின். 7. கொள்ளை வறட்பூ. 9. முசுவினம். 12. உதிர்வன ஓசை. 16. நெகிழ்ந்த.

268. பழி எய்தினேனே!

பாடியவர்: வடம வண்ணக்கன் பேரி சாத்தனார். **திணை:** குறிஞ்சி. **துறை:** குறை வேண்டிப் பின்னின்ற தலைமகனுக்குக் குறை நேர்ந்த தோழி தலைமகட்குக் குறைநயப்பக் கூறியது.

(தலைவன், தான் விரும்பிய தலைவியை அடைந்து கூடும் முயற்சியிலே தோல்வி கண்டான். ஆனால், அவன் உள்ளத்திலே எழுந்த காதல் மிகுதியாதலால், அது கட்டுக் கடங்காது கைம்மிகவே, அவளுடைய தோழியின் உதவியை நாடினான். அவளும் அவன் மீது இரக்கங்கொண்டாள். தலைவியை அணுகித் தலைவனுக்கு அருள் செய்யுமாறு இப்படிக் கூறுகின்றாள்.

அறியாய்-வாழி, தோழி! -பொறியரிப்
பூநுதல் யானையொடு புலிபொரக் குழைந்த

குருதிச் செங்களம் புலவுஅற, வேங்கை
உருகெழு நாற்றம் குளவியொடு விலங்கும்
மாமலை நாடனொடு மறுஇன்று ஆகிய
காமம் கலந்த காதல் உண்டெனின்,
நன்றுமன்; அதுநீ நாடாய் கூறுதி;
நாணும் நட்பும் இல்லோர்த் தேரின்;
யான் அலது இல்லை, இவ் உலகத் தானே-
இன்னுயிர் அன்ன நின்னொடுஞ் சூழாது,
முளைஅணி மூங்கிலின் கிளையொடு பொலிந்த
பெரும்பெயர் எந்தை அருங்கடி நீவிச்,
செய்துபின் இரங்கா வினையொடு
மெய்அல பெரும்பழி எய்தினென் யானே!

தோழி, நீ வாழ்வாயாக! யான் சொல்வதனையும் கேட்டு அறிந்து தெளிவுகொள்வாயாக. புள்ளினங்களையும் கோடுகளையும் கொண்ட, அழகிய நெற்றியை உடையது யானை. அதனுடன் புலியொன்று போரிட்டது. அதனால், குழைவுற்ற புழுதிபட்டுக்கிடந்த இடமும், தன் புலால் நாற்றத்தினின்றும் நீங்குமாறு, நிறம்பொருந்திய வேங்கை மலர்களின் மிகுதியான நறுமணமானது, மல்லிகைமலரின் நாற்றத் தோடு கலந்து கமழ்ந்து கொண்டிருக்கும். அத்தகைய, சிறந்த மலைக்கு உரியவனான தலைவனோடு, குற்றம் ஏதும் இல்லாததாகிய காமம் கலந்த காதல் நினைவு நினக்கும் உளதென்றால், அது மிகவும் நன்மை தருவதேயாகும். அதனை, நீ நாடிச் செல்லாதிருக்கின்றனையே அது ஏனெனக் கூறுவாயாக.

இனிய உயிர் போன்றவளான நின்னோடும் கலந்து ஆராயாது, முளைகள் அழகுசெய்யும் மூங்கிலைப்போலப் பெரிதான சுற்றத் தாருடன், பொலிவுற்ற பெரும்புகழ் மேவிய நம் தந்தையின் அரிய காவலைக்கடந்து சென்று, செய்துபின் அதற்காக வருத்தப்படாத நல்ல செயலைச் செய்தமையால், உண்மையல்லாத பொய்ம்மை சூழ்ந்த ஊரவர் கூறும் பெரும் பழிச் சொற்களையும் யானே பெற்றுள்ளேன்.

இந்த உலகத்திலே, நாணமும் நட்பும் இல்லாத ஒருவரை ஆராய்ந்து காணத் தொடங்கினால், அதற்குப் பொருந்துபவர் என்னை யன்றி வேறு யாருமே இலர்;

என்று, குறைவேண்டிப் பின்னின்ற தலைமகனுக்குக் குறை நேர்ந்த தோழி, தலைமகட்குக் குறைநயப்பக் கூறினாள் என்க.

சொற்பொருள்: 1. அறியாய்-அறிந்து பாராயோ? 2. பூநுதல்-அழகிய நுதல். குழைந்த- புழுதிபட்ட. 3. செங்களம் சிவப்பான இடம். புலவு நாற்றம். 4. குளவி-மல்லிகை. விலங்கும்-அகற்றும். 6. காமல்

கலந்த காதல்-உள்ளம் ஒன்று கலந்து உடல் ஒன்று சேரத் துடிக்கும் வேட்கை. 7. நாடாய்- நாடினாயல்லை. 12. இரங்கா-வருந்தாத.

விளக்கம்: நாணமும்விட்டுச், சுற்றத்தாரின் காவலையும் கடந்து சென்று, தலைவனைச் சந்தித்து, அவனுக்கத் தலைவியை இயைவிப் பதாகக் கொடுத்த உறுதியை நினைந்தே, நாணும் நட்பும் இழந்த வளாகவும், பெரும்பழி எய்தினவளாகவும் தோழி கூறுகின்றாள். எனினும், தான் செய்தது முறையான செயல் என்பதனால் வருந்தி யிருப்பதையும் புலப்படுத்தச், 'செய்துபின் இரங்கா வினையொடு' என்கின்றாள் தலைவியும், தோழியுடைய இந்தப் பேச்சைக் கேட்டுத் தலைவனுடன் தானும் இயல்பாகவே உள்ளத்தைச் செலுத்தியவளா தலால், தானும் இரவுக்குறிக்கு இசைவாள் என்பது கருத்தாகும்.

உள்ளுறை: குருதி படிந்த செங்களத்தினின்றும் எழந்த புலால் நாற்றம் நீங்க, வேங்கை மல்லிகையொடு கலந்து நறுமணம் கமழும் என்றனள்; அது தலைவனும் களவினால் வரும் ஊரலர் முதியவற்றை விரைவிலே மணம்பூண்டு இல்லறம் தொடங்குவதன்மூலம் போக்கு வான் எனக் கூறினாளாம்.

மேற்கோள்: செய்யாய் என்னும் முன்னிலை வினைச்சொல் முன்னிலை ஏவல் உடன்பாடாய் நின்றதற்கு, இப்பாடற்பகுதியைச், 'செய்யென் கிளவி யாகிடன் உடைத்தே' என்னும் சூத்திர உரையிலே நச்சினார்க்கினியர் காட்டுவர் (தொல். சொல். 450)

269. விரைந்து வந்தனர்!

பாடியவர்: மதுரை மருதனிளநாகனார். திணை:பாலை. துறை: பிரிவிடை வேறுபட்ட தலைமகளைத் தோழி வற்புறுத்தியது. சிறப்பு: வாணனின் சிறுகுடியினது வளம்; நடுகல் வழிபாடு முதலிய செய்திகள்.

(தலைவன் பிரிந்து சென்றனவாக, அதனால் தலைவி பெரிதும் வாடித் தன் நலன் அழிய, அது கண்டு மனம் வருந்தியதோழி அவளிடம் சென்று, 'அவன் விரைந்து வந்து கொண்டிருக்கிறான்' என்று உறுதி கூறி, அவளைத் தேற்றுகின்றாள்.)

தொடிதோள் இவர்க! எவ்வமுந் தீர்க!
நெறிஇருங் கதுப்பின் கோதையும் புனைக!
ஏறுடை இனநிரை பெயரப்; பெயராது,
செறிசுரை வெள்வேல் மழவர்த் தாங்கிய
தறுக ணாளர் நல்லிசை நிறுமார்,
பிடிமடிந் தன்ன குறும்பொறை மறுங்கின்,
நட்ட போலும் நடாஅ நெடுங்கல்
அகலிடம் குயின்ற பல்பெயர் மண்ணி,

நறுவிரை மஞ்சள் ஈர்ம்புறம் பொலிய
அம்புகொண்டு அறுத்த ஆர்நார் உரிவையின்
செம்பூங் கரந்தை புனைந்த கண்ணி
வரிவண்டு ஆர்ப்பச் சூட்டிக் கழற்கால்
இளையர்பதிப் பெயரும் அருஞ்சுரம் இறந்தோர்,
தைஇ நின்ற தண்பெயல் கடைநாள்,
பொலங்காசு நிறைந்த கோடுஏந்து அல்குல்
நலம்கேழ் மாக்குரல் குழையொடு துயல்வரப்,
பாடுஊர்பு எழுதரும் பகுவாய் மண்டிலத்து
வயிர்இடைப் பட்ட தெள்விளி இயம்ப
வண்டற் பாவை உண்துறைத் தரீஇத்,
திருநுதல் மகளிர் குரவை அயரும்
பெருநீர்க் கானல் தழீஇய இருக்கை,
வாணன் சிறுகுடி, வணங்குகதிர் நெல்லின்
யாணர்த் தண்பணைப் போதுவாய் அவிழ்ந்த
ஒண்செங் கழுநீர் அன்ன நின்
கண்பனி துடைமலர் வந்தனர் விரைந்தே.

தோழி! ஏறுகளைஉடைய ஆனினத்து நிரைகள் மீண்டு வந்தன; தாமும் அவற்றுடன் திரும்பாது, செறிவான சுரைகளையுடைய வெள்ளிய வேலினரான மழவர்களை, அஞ்சாமையையுடைய வீரர்கள் சிலர், தடுத்து நின்றனர். அவர்களது நல்ல புகழினை நிலை நிறுத்து மாறு, பெண்யானைகள் கிடந்தாற்போல விளங்கும் குறியவான பொற்றைகளின் பக்கத்தே, நட்டுவைத்தவைப் போலப் பல கற்கள் இயல்பாகவே விளங்கின. நீண்ட அக்கற்களிலே, அவற்றின் அகன்ற இடத்திலே செதுக்கப்பெற்றிருந்த பல பெயர்களையும் கழுவிச் சுத்தம் செய்தனர். கழுவிய ஈரமான புறத்திலே, நறுமணமுள்ள மஞ்சளைப் பொலிவுடன் பூசினர். அம்பினைக் கொண்டு அறுத்தெடுத்த ஆத்திப் பட்டையாகிய நாரிலே, சிவந்த கரந்தைப் பூவைத்தொடுத்து இயற்றிய கண்ணியை வரிகளையுடைய வண்டினம் மொய்க்குமாறு அதன் மேற் சூட்டினர். இப்படிப் புனைந்து வழிபட்டு விட்டுக், கழல் விளங்கும் காலினரான வீரர்கள், தம் ஊருக்குத் திரும்பினர். அத்தகைய கடத்தற் கரிய சுரநெறியினையும் கடந்து சென்றோர் நம் தலைவர்.

தைத் திங்களிலே எஞ்சி நிற்கும் குளிர்ந்த பெயலின் கடைப் பட்ட நாட்களிலே-

பொற்காசுகளைத் தொடுத்து அணிந்த பக்கம் உயர்ந்த அல்குலி னிடத்தே, நலம் வாய்ந்த பெரிய பூங்கொத்துக்கள் குழையோடுஞ் சேர்ந்து அசைந்து கொண்டிருக்கும்; ஒலி பரந்து எழுகின்றதான பெரிய

வாயினையுடைய மண்டிலத்து ஊதுகொம்பினிடத்திலிருந்து, தெளிந்த இசையானது எழுந்து பரவும்;வண்டல் விளையாட்டிற்கு உரிய பாவையை நீர் உண்ணும் துறையிலே கொண்டுவந்து வைப்பர்; அழகிய நெற்றியினை உடையவரான மகளிர்கள், அதனைப் புனைந்து போற்றிக் குரவையாடிக் கொண்டும் இருப்பார்கள்.

அத்தகைய சிறப்புடைய கடற்கரையிலே, கானற்சோலை சூழ்ந்த ஊராகிய வாணனது சிறுகுடி விளங்கும் அவ்விடத்துள்ள, வளைந்த கதிர்களையுடைய நெற்பயிராகிய புதுவருவாயினைக் கொண்ட தண்மையான வயலிலே விளங்கும் அரும்பு வாயவிழ்ந்து மலர்ந்திருக்கும் ஒளியுடைய செங்கழுநீர்ப் பூப்போன்ற நின் கண்களி னின்றும் சோரும் கண்ணீரைத் துடைப்பதற்காக, நின் காதலரும், அதோ விரைந்து வந்துள்ளனர். ஆதலால்,

நெகிழ்ந்து கழன்ற தொடிகள் நின் தோள்களிலே ஏறுவதாக! நின் துயரமும் தீர்வதாக! நெளிந்த கருமையான நின் கூந்தலிலே மாலையினையும் இப்போதே புனைவாயாக!

என்று, பிரிவிடை வேறுபட்ட தலைமகளைத் தோழி வற்புறுத் தினாள் என்க.

சொற்பொருள்: 1. இவர்க-ஏறுக; தோள் பூரிப்பதாக என்பது கருத்து. 2. நெறி-நெளிவு. கோதை-தலைமாலை. 4.சுரை-என்பது வேலின் முனையினைக் கம்புடன் செருகும் உலோகப் பகுதியினைக் குறிக்கும்; செறிசுரை-செறிவான சுரையினைக் கொண்ட. 'மழவர்' - ஓர் இனத்தார்; பெரும்பாலும் ஆறலை கள்வராக இருந்தவர். 5. தறுகணாளர்-அஞ்சாமையுடையோர் கரந்தையார் என்க. 6. குறும் பொறை-குட்டையான பொற்றை. 7,8 நட்டபோலும்... மண்ணி- இது இயல்பாக விளங்கிய நீண்ட கற்களிலேயே வீரர்களின் பீடும் பெயரும் செதுக்கிவைத்ததான செயலைக் குறிக்கும்; பாசறைகளைச் செதுக்கியும் குடைந்தும் செய்யும் கற்றளிவேலைகள் இவை என்க. 9. ஈரம்புறம்-ஈரமானபக்கம். 10. ஆர்நார் உரிவை-ஆத்திப் பட்டை யிலே கிழித்தநார்; ஆர்-ஆத்தி. 11. கரந்தை -கரந்தை மலர். 13. இளையர் - வீரர். 15.கோடேந்து-பக்கம் உயர்ந்த. 16. மாக்குரல் குழை - பெரிய கொத்தான தழை. தழையுடை இப்படி அமைக்கப்படுவதை இன்றும் பழம்பொருட் சாலைகளிற் சென்று காண்க., 19. வண்டற் பாவை- இள மகளிர் வண்டல் வழிபாட்டிற்குக் குறித்த பாவை. 24,25. கழுநீர் அன்ன கண் - அழுது கலங்கியதால் செங்கழுநீர்போலச் சிவந்து நிறம் மாறுபட்டுப் போன கண்கள்.

விளக்கம்: தைத் திங்களில், கன்னியர் நீர்த்துறையிலே பாவை யைப் புனைந்து வைத்து நீர்த்தெய்வத்தை வழிபடும் மரபுடையவர்; இதுவே பின்னாளில் 'பாவை நோன்பாயிற்று' எனலாம், இப்பாட்டு

எதிர்காலம் நோக்கிற்று எனக்கொண்டு, 'வந்தனர்' என்பது, 'வருவார் விரைந்து' என்ற பொருளினையே தருவது எனவும் உரைப்பர்.

பாடபேதங்கள்: 9. மஞ்சள் நீர்ப்புறம் பொடிய. 22. பெருநிழற் கானத் தழீஇய.

270. நும் ஊர் நினைப்பீர்!

பாடியவர்: சாகலாசனார். திணை: நெய்தல். துறை: பகற்குறிக் கண் வந்து நீங்கும் தலைமகனைத் தோழி வரைவு கடாயது. சிறப்பு: குட்டுவனுக்கு உரிய கழுமலம் என்னும் ஊரைப் பற்றிய செய்தி.

(பகற்குறியிடத்தே தன்னுடைய உளங்கலந்த காதலியைத் தழுவி இன்புற்றுச் செல்லுகின்றான் ஒரு தலைவன். அவனிடம் இரவிலே நின் துணை பெறாததனால் தலைவி துயிலாது துன்புறு கின்றாள் எனச் சொல்லுகின்றாள் தோழி. இதனால் எஞ்ஞான்றும் கூறி யிருப்பதற்குத் தகுதியான வரைந்து கொள்ளலிலே மனஞ்செலுத்துக என்றனளாகும்.)

இருங்கழி மலர்ந்த வள்ளிதழ் நீலம்,
புலாஅல் மறுகின் சிறுகுடிப் பாக்கத்து
இனமீன் வேட்டுவர், ஞாழலொடு மிலையும்
மெல்லம் புலம்ப! நெகிழ்ந்தன, தோளே;
சேயிறாத் துழந்த நுரைபிதிர்ப் படுதிரை 5

பராஅரைப் புன்னை வாங்குசினைத் தோயும்
கானல் பெருந்துறை நோக்கி, இவளே,
கொய்சுவற் புரவிக் கைவண் கோமான்
நல்தேர்க் குட்டுவன் கழுமலத்து அன்ன,
அம்மா மேனி தொல்நலம் தொலைய, 10

துஞ்சாக் கண்ணள் அலமரும், நீயே,
கடவுள் மரத்த முள்மிடை குடம்பைச்
சேவலொடு புணராச் சிறுகரும் பேடை
இன்னாது உயங்கும் கங்குலும்,
நம் ஊர் உள்ளுவை; நோகோ, யானே. 15

சிறிய குடியிருப்புக்களை உடையது பாக்கம். அங்குப் புலால் நாற்றம் நிறைந்திருக்கும். அங்குள்ள மீனினத்தை வேட்டையாடுவோ ரான பரதவர்கள், பெரிய உப்பங்கழியிலே மலர்ந்திருக்கும் வளம் வாய்ந்த இதழ்களையுடைய நீலப் பூக்களைப், புலிநகக் கொன்றை யின் பூக்களுடனே கலந்து சூட்டிக் கொண்டிருப்பார்கள். அத்தகைய மென்னிலத்திற்கு உரியவனான தலைவனே!

இவளுடைய தோள்களோ மெலிந்தன! சிவந்தன இறாமீன் கலக்கிய பிதிர்பட்டு மோதும் அலைகளின் நுரைகள், பெரிய அடி

மரத்தினையுடைய புன்னையின் வளைந்த கிளைகளிலே தங்கி யிருக்கும். கானற்சோலையை அடுத்துள்ள அழகிய பெரிய துறை யினையே இவள் நோக்குவாளாயினள். கொய்யப் பெற்ற பிடரி மயிரினையுடைய குதிரைகளை உடையவனும், கைவன்மை உடை யவனும், பெரிய தலைவனுமாகிய, நல்ல தேரினையுடைய குட்டு வனது கழுமலத்தைப் போன்ற, தன் மேனியின் சிறந்த நலம் எல்லாம் அழிந்து போகுமாறு, உறக்கமற்ற கண்ணிளாகவும், கலங்கியிருப் பாளாயினள்.

நீயோவென்றால், கடவுள் மரத்தினையுடைய முள்ளால் மிடையப் பெற்றிருக்கின்ற கூட்டிலே, தன் சேவலோடுங் கூடற்கு வாயாத சிறிய கரிய அன்றிற் பேடையானது, துன்பமுற்றுக் கிடந்து வருந்துகின்ற இரவுவேளையும், நின்னுடைய ஊருக்குப் போய்விடவே எண்ணுகின்றனை. யான் தான் இங்கே நோகின்றேன்!

என்று, பகற்குறிக்கண் வந்து நிற்கும் தலைமகனைத் தோழி வரைவு கடாயினாள் என்க.

சொற்பொருள்: 1. வள்ளிதழ் நீலம் - வளவிய இதழ்களை யுடையவான நீலமலர். 2. பாக்கம்-கடற்கரையூர். 3. ஞாழல்- புலிநகக் கொன்றை. 5. சேயிறா-சிவப்பான இறாமீன்கள். துழந்த-கலக்கிய. 9. குட்டுவன் சேரன். கழுமலம்-நென்மலி என வழங்கும் கொங்கு நாட்டு இடத்ததாகிய பழைய பேரூர். சோழன் செங்கணானுக்கும் சேரமான் கணைக்காலிரும் பொறைக்கும் நடந்த கழுமலப் போரினை நினைக்க; கரிகாலன் இவ்வூரிலிருந்தான் எனவும், களிறு இங்கு வந்து இவனைத் தூக்கிச் சென்றது எனவும் உரைப்பர். 12. கடவுள் மரத்த- கடவுள் வீற்றிருப்பதாகத் தொழப்படும் மரத்தையுடைய; கடவுள் மரங்களில் வீற்றிருந்து அருள் புரிவதாகத்தொழுவது தமிழரின் பழங் கொள்கை. இதன் விளக்கமாக, இன்றும் தென்னாட்டுக் கோயில்களில் தலவிருட்சங்களைக் காணலாம்.

உள்ளுறை: பாக்கத்துப் பரதவர் புலால் நாற்றம் போக, நீலமும் கொன்றையும் சேர்த்துக் கட்டிச் சூடுவது போல, நீயும் ஊரலர் ஒழிய மணம் சேர்தல் வேண்டும் என்றனள். கடற்றுரையிலே மோதுகின்ற அலைகளின் நுரைப் பிதிர்கள் புன்னைக் கிளைகளில் தங்கித் தோன் றுவது போல, உங்கள் களவு உறவும் இவள் மேனியின் புதுப்பொலி வால் ஊர் அறிந்ததாயிற்று என்றாள். சேவலோடு கூடப்பெறாத பேடை அன்றில் இரவெல்லாங் கூட்டிலே கிடந்து வருந்துமாறு போல, இவளும் நின்னுடன் கூடுதலற்று, இரவெல்லாம் இல்லிற்கிடந்து உறக்கமின்றிப் புலம்பிக் கிடப்பாள் என்றாள். இவற்றால் எல்லாம், பிரியாத உறவான மணம் பெறுதலையே வற்புறுத்தினாள் எனலாம்.

பாடபேதங்கள்: 5. சேயிறா முகந்த. 6. சினைத்தொடுத்த 10. தொன்னலம் சிதைய. 14. இன்னாது உயவும். 15. நும்மூர் உள்ளுவை.

271. மருந்தும் உண்டோ?

பாடியவர்: காவிரிப்பூம்பட்டினத்துச் செங்கண்ணனார். **திணை:** பாலை. **துறை:** செலவுணர்த்திய தோழி தலைமகளது குறிப்பறிந்து தலைமகனைச் செலவழுங்கச் சொல்லியது. **சிறப்பு:** களிமலி கள்ளில் நற்றோர் அவியனை பற்றிய செய்திகள்.

(தலைமகனது பிரிவைப்பற்றிய செய்தியைத் தலைமகனிடம் வந்து சொல்லிய தோழி அதனைக் கேட்டு 'அவனின்றி அவள் வாழாள்' எனத் தெளிந்தாள். தலைமகனிடம் வந்து, தான் கண்ட நிலையைக் கூறி, அவன் போவதைத்தடுத்து நிறுத்த இப்படிச் சொல்லுகின்றாள்.)

பொறிவரிப் புறவின் செங்காற் சேவல்
சிறுபுன் பெடையோடு சேண்புலம் போகி,
அரிமணல் இயவில் பரல்தேர்ந்து உண்டு,
வரிமரல் வாடிய வறன்நீங்கு நனந்தலைக்
குறும்பொறை மருங்கின் கோட்சுரம் நீந்தி,
நெடுஞ்சேண் வந்த நீர்நசை வம்பலர்
செல்லுயிர் நிறுத்த சுவைக்காய் நெல்லிப்
பல்நாய் அஞ்சினை அகவும் அத்தம்
சென்று, நீர் அவணிர் ஆகி, நின்றுதரும்
நிலைஅரும் பொருட்பிணி நினைந்தனிர் எனினே,
வல்வதாக, நும் செய்வினை! இவட்கே,
களிமலி கள்ளின் நல்தேர் அவியன்
ஆடியல் இளமழை சூடித் தோன்றும்
பழம்தூங்கு விடரகத்து எழுந்த காம்பின்
கண்ணிடை புரையும் நெடுமன் பணைத்தோள்,
திருந்துகோல் ஆய்தொடி ஞெகிழின்,
மருந்தும் உண்டோ, பிரிந்துறை நாட்டே?

தலைவனை! புள்ளிகளையும் வரைகளையும் கொண்ட சிவந்த கால்களையுடைய புறவுச்சேவலானது, தன்னுடைய சிறிய புல்லிய பேடையுடன் கூடியதாகத், தொலை தூரத்திலுள்ள இடத்திற்கும் பறந்து செல்லும். அவ்விடத்து விளங்கும் மணற்பாங்கான இடத்திலே, தனக் கேற்ற சிறுசிறு பரகற்களையும் ஆராய்ந்து பொறுக்கி உண்ணும். பின்னர், வரிகளையுடைய மரற்செடியும் வாடிப்போயிருக்கின்ற, மழையற்றுக் கிடக்கும் அகன்று இடத்ததான குன்றுகளின் பக்கங்களை யுடைய, ஊறு பொருந்திய பாலை நிலத்தினைக் கடந்து, நெடுந்தூரம் நடந்துவந்த நீர்வேட்கை யுடைவராகிய புதியவர்களின், போகின்ற உயிர்களைப் போகாது நிறுத்திய சுவையுடைய காய்களைக் கொண்ட

நெல்லி மரத்தினது, பல காய்களைக் கொண்ட அழகிய கிளையிலே வந்திருந்து அகவிக் கொண்டுமிருக்கும். அத்தகைய காட்டு வழியிலே, நீரும் சென்று, அவ்விடத்தவர் ஆகியும் நின்று, கொணர்ந்து தருகின்ற குலைத்தற்கு அரியதான பொருளாகிய பிணியினை, இப்போது நினைந் துள்ளீர். அங்ஙனமாயின், நும் செயல் வன்மை உறுவதாகுக!

களிப்புமிகுந்த என்ற ஊரினையும், நல்ல தேரினையும் உடை யவன் 'அவியன்' என்பவன். அவனுக்கு உரியதான, அசைதல் பொருந் திய இளமேகங்களைத் தன்பால் சூடித்தோன்றுகின்ற, பழங்கள் தொங்கிக் கொண்டிருக்கின்ற, மலைப்பிளப்பு இடங்களிலே வளர்ந் திருக்கும் மூங்கில்களின் கணுக்களுக்கு இடைப்பட்ட பகுதியைப் போல்வன, இவளுடைய நீண்ட மென்மையான பணைத்த தோள்கள். அவற்றிலுள்ள, திருத்தமான கோற்றொழிலையுடைய அழகிய தொடி கள் நெகிழ்ந்து வீழுமானால். நீ பிரிந்து சென்றுதங்குகின்ற நாட்டிலே, அதனை வீழாது அவ்விடத்திருந்தே மாற்றுதற்குரிய மருந்தும் யாதானும் நின்னிடத்தே உளதோ?(உளதன்றாதலின் செல்லுதலும் வேண்டாவென்பது முடிவு.);

என்று செலவுணர்த்திய தோழி, தலைமகளது குறிப்பறிந்து தலைமகனைச் சொன்னாள் என்க.

சொற்பொருள்: 3. மணல் இயவு-மணற்பாங்கான நெறியும் ஆம். 5. கோட்சுரம்- துன்பம் மிகுந்த சுரம்; உயிரைக் கொள்ளுத லான தன்மையுடைய சுரமும் ஆம். 9. அவணிராகி- அவ்விடத்து உறைபவராகி. 10. பொருட் பிணி-பொருளின் மேற்கொண்ட பற்று. 11. வல்வது-வன்மையுடையது; வன்கண்மையோடு பட்டதாக எனப் பொருள்படுத்தலும் கூடும். 12. களிமவி கள்ளில்- கள்வளம் நிறைந்த கள்ளினும் ஆகும். 14. காம்பு-மூங்கில்.

விளக்கம்: நெல்லி,வறண்ட நிலப்பாங்கிலும் வளர்கின்ற தன்மையுடையது; அதன் காயோ நீர் வேட்கை தீர்ப்பது. ஆதலின், பாலைவழியிலே நெல்லிமரங்களை வைத்து வளர்ப்பது. அந்நாளில் அறச்செயல் கருதுவோர் மரபுகளிலே ஒன்றாயிற்று. 'இவ்விடத்து, இவளின்பால் நேர்கின்ற தோள்மெலிவை, அவ்விடத்தே இருந்து கொண்டே போக்கும் சக்தி படைத்தவோர் மருந்தும் உண்டோ?' என்றனள். அது என்றும் இலதாதல் பற்றியும், மருந்து அவன் அவளுடன் கூடியிருத்தலான ஒன்றோயாவது பற்றியும் என்க.

பாடபேதங்கள்: துறை: பிரிவு உணர்த்திய தோழி. 9. நீர் வணிகராகி. 11. வாய்வதாக. 12. அவையன்.

272. நெடுவேள் பரவும்!

பாடியவர்: மதுரை அறுவை வாணிகன் இளவேட்டனார். **திணை:** குறிஞ்சி. **துறை:** இரவுக்குறி வந்த தலைமகன் சிறைப்புறத் தானாகத் தலைமகட்குச் சொல்லுவாளாய்த் தோழி சொல்லியது.

(இரவுக்குறியிடத்தே தன் காதலியைக் கூடி மகிழும் எண்ண முடையவனாக, வந்துள்ள தலைமகன் ஒரு பக்கமாயிருப்ப, அவன் கேட்குமாறு, தலைமகளுக்குத் தம் உறவினால் அன்னை கொண்ட ஐயத்தையும், அதன் பயனாகச் செய்யும் செயல்களையும் சொல்லு பவள் போலத், தோழி சொல்லுகிறாள்.)

இரும்புலி தொலைத்த பெருங்கை வேழத்துப்
புலவுநாறு புகர்நுதல் கழுவ, கங்குல்
அருவி தந்த அணங்குடை நெடுங்கோட்டு
அஞ்சுவரு விடர்முகை ஆர்இருள் அகற்றிய,
மின்ஒளிர் எஃகம் செல்நெறி விளக்கத்,   5
தனியன் வந்து, பனிஅலை முனியான்,
நீர்இழி மருங்கின் ஆர்இடத்து அமன்ற
குளவியொடு மிடைந்த கூதளங் கண்ணி
அசையா நாற்றம் அசைவளி பகரத்
துறுகல் நண்ணிய கறிஇவர் படப்பைக்   10
குறிஇறைக் குரம்பைநம் மனைவயின் புகுதரும்,
மெய்ம்மலி உவகையான்; அந்நிலை கண்டு,
'முருகு' என உணர்ந்து, முகமன் கூறி,
உருவச் செந்தினை நீரொடு தூஉய்,
நெடுவேள் பரவும் அன்னை, அன்னோ!   15
என்ஆ வதுகொல் தானே-பொன்னென
மலர்ந்த வேங்கை அலங்குசினை பொலிய
மணிநிற மஞ்ஞை அகவும்
அணிமலை நாடனொடு அமைந்தநம் தொடர்பே?

பெரிய கையினையுடைய வேழம் ஒன்று, பெரிய புலியுடனே போரிட்டு அதனை வென்றது; புண்பட்ட, புள்ளிகளைக் கொண்ட அதன் நெற்றியினின்றும், புலால் நாற்றம் எழுந்தது. அந்தப் புண்களைக் கழுவுவதற்கு அருவியைத் தந்து உதவுவது தெய்வத்தையுடைய உயரமான மாலை.

அத்தகைய மலையினது, அச்சம் வருகின்ற பிளப்புக்களாகிய குகைகளிலே செறிந்திருக்கும் இருளினை, மின்னலின் ஒளிபுகுந்து போக்கிக் கொண்டிருக்கும். அவ்வாறு இருள் போக்கும் மின்னலைப் போல ஒளியுடன் விளங்கும் வேலானது தான் செல்லும் நெறியினை விளக்கமுறச் செய்யத், தன்னந்தனியாக வந்தவன், நம் தலைவன்.

அவன், பெய்யும் பனியையும் வெறுக்கமாட்டான். நீர் ஒழுகும் பக்கத்திலேயுள்ள அரிய இடத்திலே அடர்ந்திருக்கும் காட்டு மல்லிகை யின் மலர்களுடனே, கூதாளத்தின் மலர்களையும் ஒருங்கு தொடுத்த

கண்ணியைச் சூடியிருப்பான். அந்தக் கண்ணியினின்று எழும் நீங்காத மணத்தினை அசைந்துவரும் காற்று எங்கும் எடுத்துச் சொல்லிக் கொண்டிருக்கும். வட்டக் கல் பொருந்திய மிளகுக் கொடிகள் படர்ந் துள்ள தோட்டத்திலேயிருக்கும் குறுகிய இறைப்பினையுடைய நம் முடைய வீட்டினிடத்தே, உள்ளத்தே பெருகிய உவகை உடையவ னாக அவன் வந்து புகுவான். அந்த நிலையிலே, நம் அன்னையும் கண்டாள் எனில், நல்ல நிறம் வாய்ந்த செந்தினையை நீரோடும் தூவி, அவனை நெடு வேளெவனை நினைந்து பரவவும் தொடங்கிவிடுவாள்.

பொன் என்று சொல்லுமாறு மலர்ந்துள்ள வேங்கையின் அசை யும் கிளைகள் பொலிவுறுமாறு. நீலமணியின் நிறத்தினைக் கொண்ட மயிலானது இருந்து. அகவிக் கொண்டிருக்கும் அழகிய மலைநாட னோடு நமக்கு அமைந்து தொடர்பானது, ஐயோ! அப்போது என்ன தான் ஆகிவிடுமோ!

என்று, இரவுக்குறி வந்த தலைமகன் சிறைப்புறத்தானாகத் தலைமகட்குச் சொல்லுவாளாய்த் தோழி சொன்னாள் என்க.

சொற்பொருள்: 1. இரும்புலி -பெரியபுலி. 4. விடர்முகை - மலைப்பிளப்பாகிய குகை. ஆர் இருள்-மிகுதியான இருள். 5. விளக்க - விளக்கஞ் செய்ய; மின்னொளி குகையின் இருளை அகற்றுவதுபோல, வேலின் ஒளி வழியின் இருளினை அகற்றி ஒளிதர என்க. 6. பனி யலை -பனி அலைத்தலை; அலைத்தல்-துன்புறுத்தல். 7. அமன்ற - செறிந்துள்ள. 10. துறுகல்-வட்டக்கல். கறி-மிளகுக் கொடி. 11. குறி இறை-குறுகிய இறைப்பு. 13. முருகு-முருகன். 15. நெடுவேள்-முருகன்.

விளக்கம்: 'முருகென நினைந்து அன்னை பரவும்' என்றத னால், தமக்குத் தீமை வருவதும் கூடுமெனக் குறிப்பால் உணர்த்தி, இரவுக்குறியின் இசையாமையினைச் சொல்லினாள். 'பொன்னென வேங்கை மலர்ந்து' என்றது, மணம் புணர்க்கும் காலத்தின் வரவையும் உரைத்து, அவனை வரைந்து கொள்ளுஞ் செயலிலே ஈடுபடத் தூண்டி யதாகும்.

மேற்கோள்: தலைவனைச் செவிலிகண்டு முருகெனப் பரவிய செயலினைத் தோழிகொண்டு கூறினாள். என, இதனைக் 'களவல ராயினும், என்னுஞ் சூத்திர உரையிலே நச்சினார்க்கினியர் காட்டினர்.

273. பெண்கள் உலகம்!

பாடியவர்: ஔவையார். **திணை:** பாலை. **துறை:** பிரிவின்கண் தலைமகள் அறிவு மயங்கிச் சொல்லியது.

(தலைவன் பிரிந்து வேற்றூர் சென்றுள்ளான். தலைவியின் உள்ளத்தே தனிமைத் துயரம் மிகுதியாயிற்று. அதனால், அவளுடைய அறிவும் மயக்கமுற்றது. அவள்,தன் தோழியினிடம் இப்படித் தன் நிலைமையை எடுத்துச் சொல்லுகிறாள்.)

விசும்பு விசைத்து எறிந்த கூதளங் கோதையிற்.
பசுங்கால் வெண்குருகு வாப்பறை வளைஇ,
ஆர்கலி வளவயின் போதொடு பரப்பப்,
புலம்புனிறு தீர்ந்த புதுவரல் அற்சிரம்,
நலம்கவர் பசலை நலியவும், நந்துயர்
அறியார் கொல்லோ தாமே? அறியினும்,
நம்மனத்து அன்ன மென்மை இன்மையின்,
நம்முடை உலகம் உள்ளார் கொல்லோ?
யாங்கென உணர்கோ; யானே?-வீங்குபு
தலைவரம்பு அறியாத் தகைவரல் வாடையொடு
முலையிடைத் தோன்றிய நோய்வளர் இளமுளை
அசைவுடை நெஞ்சத்து உயவுத்திரள் நீடி,
ஊரோர் எடுத்த அம்பல் அம்சினை,
ஆராக் காதல் அவிர்தளிர் பரப்பிப்
புலவர் புகழ்ந்த நாணில் பெருமரம்
நிலவரை எல்லாம் நிழற்றி,
அலர்அரும்பு ஊழ்ப்பவும், வாரா தோரே.

மிகவும் மிகுதியாகி, முடிவின் எல்லை இதுதான் என்று அறியவும் இயலாத தன்மையுடனேயே வாடைக் காற்றும் வந்தது. அந்தக் காற்றுடனே கூடி, முலையிடைத் தோன்றிய நோயும் இளமுளை வளர்வதுபோல நாளுக்குநாள் வளரலாயிற்று. தளர்வுள்ள நெஞ்சிடத்தே தோன்றிய வருத்தத்தின் காரணமாக, அந்த முளை. திரண்ட அடிமரத்தையுடைய மரமாகவும் வளர்ந்தது. ஊரோர் எடுத்த அம்பல் அழகிய கிளைகளாகப் பரந்து விளங்கிற்று. அமையாத காதல் என்னும் ஒளியினையுடைய தளிர்களை பரப்பிக் கொண்டதாகப், புலவர்கள் புகழ்ந்துரைத்த நாணமும் இல்லாது போன ஒரு பெருமரமாகவும் அது ஆகிவிட்டது. நிலத்தின் எல்லை எங்கணுமே கவிழ்ந்து நிழல் செய்து, அலராகிய அரும்புகளைத் தோன்றச் செய்தும் விட்டது. இந்நிலையினும் கூட, அவர் நம்மிடத்தே வாராதவராயினார்.

ஆகாயத்தை நோக்கி வேகமாக எறிந்த கூதாளி மாலையினைப் போல, பசிய காலினையுடைய வெள்ளாங் குருகுகள் வரிசையிட்டு வளைவுடனே பறந்துவருகின்றன. அவை வளமிகுந்த நீர்நிலைக் கண்ணே மிகுதியான ஆர்வத்துடனே வந்து, அங்குள்ள மலர்களுடன் கலந்து பரவி அமர்ந்தன. விளைநிலங்கள், கதிர்களை ஈன்ற தம்முடைய புனிற்று வேளை கழிந்தவையாகத் தோன்றும். புதிதாக வருதலையுடைய பனிக்காலமும் வந்தது. அதனாலே, நம் நலத்தினைக் கவர்ந்து கொள்ளும் பசலைநோயும் படர்ந்து நம்மை வருத்துகின்றது. இருந்தும், நம் துயரத்தை அவர் அறியமாட்டாரோ?

அவர் அறிந்திருந்தாலும், நம்முடைய உள்ளத்தைப் போன்ற மென்மையான தன்மை அவரிடத்தேயும் இல்லாததனால், நம்முடைய இந்த உலகத்தையே நினையாதிருக்கின்றனரோ? யான் என்னவென்று உணர்ந்து ஆற்றியிருப்பேன்?

என்று, பிரிவின்கண் தலைமகள் அறிவு மயங்கிச் சொன்னாள் என்க.

சொற்பொருள்: 1. விசைத்து- விரைவுடன். 2. வாப்பறை வளைஇ - தாவிப் பறந்து வளையமிட்டு. 4. புனிறு-ஈன்றதன் அணிமை; இங்கே வயல்கள் அறுவடை முடிந்தபின் சிறிது காலத்திற்குள் என்பதைக் குறித்தது. 9. வீங்குபு- மிகுதிப் பட்டதாக. 10. தகைவரல் - தன்மையுடன் வருதலையுடைய. 12. திரள் நீடி- திரட்சியுற்று வளர்ந்து.

விளக்கம்: வாடையினால் வருத்தம் அளவு கடந்து போக, 'தலைவரம்பறியா வாடை' என அதனைப் பழித்தனள். அவனைத் தழுவப் பெறாததனால், எழுந்த காமநோய் நாளுக்கு நாள் வளர்ந்து, தன் தனிமைத்துயர் ஊரும் அறிந்த அலருடையதான நிலையை, முளைத்துப் பெருநகரமான தன்மையுடன் உருவகித்தனள்.

பாடபேதங்கள்: 1.விசைத்தெழுந்த. 7.தன்மை அன்மையின். 10.நிலை வரம்பு. 11.தோய்வரல் இளமுலை. 12.உயவுத்திறன் நீடி. 15. நாரில் பெருமரம்.

274. ஊர் புறவினதுவே!

பாடியவர்: இடைக்காடனார்; கல்லாடனார் எனவும் பாடம். **திணை:** முல்லை. **துறை:** தலைமகன் தேர்ப்பாகற்குச் சொல்லியது.

(தன்னுடைய வினைமுடிந்த தலைவன், தான் வீடு திரும்புதற்கான காலமும் வந்ததாகத், தன்னுடைய தேர்ப்பாகனுக்குத் தன் வீட்டின் இருப்பிடத்தைத் தெரிவித்துத் தேரின் விரையச் செலுத்தத் தூண்டுகின்றான்.)

இருவிசும்பு அதிர முழங்கி, அரநலிந்து,
இகுபெயல் அழிதுளி தலைஇ, வானம்
பருவஞ் செய்த பானாட் கங்குல்,
ஆடுதலைத் துருவின் தோடு ஏமார்ப்ப,
கடைகோல் சிறுதீ அடைய மாட்டித்,

திண்கால் உறியன், பானையன், அதளன்,
நுண்பல் துவலை ஒருதிறம் நனைப்பத்,
தண்டுகால் ஊன்றிய தனிநிலை இடையன்,
மடிவிடு விளை. கடிதுசென்று இசைப்பத்,
தெறிமறி பார்க்கும் குறுநரி வெரீஇ

முள்ளுடைக் குறுந்தூறு இரியப் போகும்
தண்ணறும் புறவி னதுவே- நறுமலர்
முல்லை சான்ற கற்பின்
மெல்லியற் குறுமகள் உறைவின் ஊரே.

பெரிய வானமும் அதிருமாறு முழக்கமிட்டு, அரவுகளின் தலைகள் துணிபட்டுப் போகுமாறு அவற்றை வருந்தி, சொரியும் பெயலாகி மிகுந்த மழைத்துளியினையும் பெய்யத் தலைப்பட்டதாக, மேகங்கள் வந்து, காராகிய பருவத்தையும் செய்தன. அத்தகைய பருவத்தின் பாதிநாளாகிய இரவிலே,

அசைகின்ற தலைகளையுடைய ஆட்டுக்குட்டிகளின் தொகுதிகளைப் பாதுகாவலினைப் பெறுமாறு, கடைகோலினால் கடைந்த சிறு தீயை மிக்கு எரியுமாறு விறகுகளை மாட்டி வைத்து, திண்மையான தாம்பினைக் கொண்ட உறியினையும், பானையினையும், தோற்படுக்கையினையும் உடையவனாக விளங்குபவன், நுண்ணிய பலவான மழைத்துளிகள் தன்னுடைய ஒருபக்கத்தை நனைக்கவும், தண்டாகிய காலினை ஊன்றித் தனித்து நிற்றலையே மேற்கொண்டவனாயிருக்கும் இடையன். அவன், வாய்மடிந்து எழுப்பும் சீழ்க்கை யொலியானது விரைந்துசென்று ஒலித்தலினால், துள்ளும் ஆட்டுக்குட்டியினைக் கவர்வதற்கு நோட்டம் பார்க்கும் குள்ள நரியானது அச்சங்கொண்டு, முட்களையுடைய குறுந்தூறுகள் கெடுமாறு அவற்றிடையே புகுந்து ஓடிப்போகும். அத்தகைய தண்மையான நறிய காட்டினிடத்தே இருப்பது.

நறுமலராகிய முல்லையை அணிந்த கற்பினையுடைய, மெல்லியலான இளமையையும் உடைய, நம் தலைவியின் உறைவிடமாகிய நமக்கு இனிதான ஊர். (அவ்விடம் நோக்கி நின் தேரினை விரையச் செலுத்துவாயாக என்றனன்.)

என்று, தலைமகன் தேர்ப்பாகற்குச் சொன்னான் எனக.

சொற்பொருள்: 1. அரநலிந்து-அரவினை வருந்தி. அழிதுனி-மிக்க துளி; பெருமழை அழிவையும் தருதலினால் அழி துளியாயிற்று. 4. ஆடுதலைத் துரு - ஆடும் தலையையுடைய ஆட்டுக்குட்டி. 5. கடைகோல்- தீக்கடைக்கோல். 9. வீளை-சீழ்க்கையொலி. 10. தெறிமறி - துள்ளும் ஆட்டுக்குட்டி. குறுநரி - குள்ளநரி. 11. தூறு - புதர். 12. புறவு- காடு. 13. முல்லை சான்ற கற்பு- காத்திருத்தலாகிய பண்பமைந்த கற்பும் ஆம்.

உள்ளுறை: குட்டியைக் கவரப் பார்த்திருக்கும் குறுநரியானது, இடையனின் சீழ்க்கையொலி கேட்டதும் அஞ்சி ஓடுவது போலத் தலைவியின் மிகுதியான வருத்தமும், தன் தேரோசை கேட்டதுமே நீங்கும் என்றனன்.

பாடபேதங்கள்: 1. வானவின்று. 3. பெருவளஞ்செய்த. 8. தன் கோலூன்றிய. 11. இரியப் பெரும்.

275. கண்ணுள்ளவரே பாருங்கள்!

பாடியவர்: கயமனார். **திணை:** பாலை. **துறை:** மகட்போக்கிய தாய் சொல்லியது; மகட்போக்கிய செவிலி சொல்லியது எனவும் பாடம்.

(தன்மகள், தன்னுடைய உளம் நிறைந்தானாகிய காதலனுடனே உடன்போக்கிலே சென்றுவிட, அதனால் உள்ளம் வருந்தியவளான தாய், தன் மகள் விளையாடிய இடத்தையும் பிறவற்றையும் காட்டி நொந்து காட்டிப் புலம்புகின்றாள்.)

ஓங்குநிலைத் தாழி மல்கச் சார்த்திக்,
குடைஅடை நீரின் மடையினள் எடுத்த
பந்தர், வயலைப், பந்து எறிந்து ஆடி,
இளமைத் தகைமையை வளமனைக் கிழத்தி!
'பிதர்வை நீரை வெண்நீறு ஆக; என,
யாம்தற் கழறுங் காலைத், தான்தன்
மழலை இன்சொல், கழறல் இன்றி,
இன்உயிர் கலப்பப் கூறி, நன்னுதல்
பெருஞ்சோற்று இல்லத்து ஒருங்குஇவண் இராஅள்,
ஏதி லாளன் காதல் நம்பித்,
திரளரை இருப்பைத் தொள்ளை வான்பூக்
குருளை எண்கின் இருங்கிளை கவரும்
வெம்மலை அருஞ்சுரம், நம்இவண் ஒழிய,
இருநிலன் உயிர்க்கும் இன்னாக் கானம்,
நெருநைப் போகிய பெருமடத் தகுவி
ஐதுஅகல் அல்குல் தழையணிக் கூட்டும்
கூழை நொச்சிக் கீழது, என்மகள்
செம்புடைச் சிறுவிரல் வரித்த
வண்டலும் காண்டிரோ, கண்உடை யீரே?

''வளமுடைய இல்லத்திற்கு உரியவளே! உயர்ந்த நிலையின தாகிய தாழியிலே நிறையக் கொணர்ந்து நிரப்பிப்,பின் பனங்குடை யால் முகந்த நீரினைச் சொரிந்தவளாக, நீயே பேணி வளர்த்த, பந்தரிட்டுப் படர்ந்துள்ள வயலைக்கொடிப் பந்தரினை உடைய இடத்திலே, பந்து எறிந்து விளையாடுவாய். 'இளமைத் தகைமை உடையவளே! இப்படித் திரியும் தன்மையாக இருக்கின்றாயே? நின் பெண்மை நலன் அழிந்து போக!'' என்று, யாம் அவளைக் கடிந்து கொண்டோம். அப்போது,

நல்ல நெற்றியினளான அவள், தான் ஏதும் அதற்குக் கடுமை யாக மறுமொழி சொல்லுதலின்றித், தன்னுடைய மழலைத் தன்மைக் கொண்ட இனிய சொல்லினாலே, எம் இனிய உயிரினுடன் கலப்பது போல விடை கூறினள்.

பெருஞ்சோற்று வளமுடைய எம்வீட்டிலே, எம்முடனே கூடி அவள் இப்போது இவ்விடத்தே இராதவளாயினள். எவனோ அயல வனது காதலையே சிறப்புடையது என நம்பினள். நாம் இவ்விடத்தே ஒழிந்துபோக, அவனுடன் சென்றும் விட்டனள்.

திரண்ட அறையினையுடையது இருப்பை. அதன் தொளை யுடைய வெண்பூக்களைக் குட்டிக் கரடிகளின் பெருங்கூட்டம் கவர்ந்து உண்டுக்கொண்டிருக்கும். அத்தகைய வெம்மையான மலைப்பகுதி யான, அரிய சுரத்தினையுடைய, பெரிய உலகமெல்லாம் அஞ்சி உயிர்க்கின்ற கொடுமையினையுடைய, காட்டினூடே, நேற்றுப் போயும் விட்டனள்.

பெரிதான மடப்பத்தை உடையவள் என் மகள்; அழகியதாக அகன்ற அவளுடைய அல்குல் தடத்தினிடத்திலே உடுத்தும் தழை யுடைக்காகக், கொய்து சேர்க்கும் குறுகிய நொச்சி மரத்தின் கீழ்தாகச் சிவந்த பக்கத்தையுடைய அவளது சிறு விரல்களால் வரித்துள்ள வண்டலையும், கண் பெற்றவர்களே! இதோ நீங்களே தான் காணீர் களோ?

என்று மகட்போக்கிய தாய் சொன்னாள் என்க.

சொற்பொருள்: 1. தாழி-உயரமும் பெரிதுமான வாயகன்ற மண்பாத்திரம். மல்க-நிறைய. 2. குடை-பனங்குடை. 3. வயலை-வயலைக்கொடி. 5. பிதிர்வை நீரை-சுற்றிச் சுழலும் தன்மை உடையை. 9. பெறுஞ்சோறு வட்டிக்கின்ற வளமனை என்க. 14. நிலம் உயிர்த்தல் -வெண்மையான அனல் எழுதல். 18. செம்புடை- சிவந்த பக்கம்.

விளக்கம்: ''மணந்து குடும்பப் பொறுப்பு வகிக்க வேண்டிய நீ, இப்படிப் பந்தெறிந்தாடிச் சுற்றித் திரிகின்றனையே! நின் பெண்மை நீறாக!'' எனத் தாய் கடிந்தனள் என்க. அப்படிப் பொறுப்பின்றிச் சிறுபெண்போலக் கவலையற்று ஆடித் திரிந்தவள், நேற்றுக் கொடிய வெங்காட்டினூடே, அயலவனின் காதலை நம்பிப் போய்விட்டனளே! என வருந்துகின்றனள். அதுபற்றியே, 'பெருமடத் தகுவி' என்றனள்.

மேற்கோள்: ''வண்டலைக் காணார் தேஎத்து நின்று, காணல் ஆற்றீர' எனக் கூறினதனால், ஆயத்திற்கு அன்றிப் புறஞ்சென்று சேரி யோர்க்கு உரைத்ததாயிற்று'' என, ஏமப் பேரூர்' என்னுஞ் சூத்திர உரையிலே, இச்செய்யுளின், 'வெம்மலை... கண்ணுடையீரே' என்ற பகுதியை நச்சினார்க்கினியர் காட்டுவர்.

பாடபேதங்கள்: 4. வளமனை கழிப்பி. 7. கழறலையின்றி. 12. எண்கின் இருங்கிளை. 12. வெம்முனை அருஞ்சுரம்.

276. ஈயாதான் பொருள்!

பாடியவர்: பரணர்; **திணை**:மருதம். **துறை**: தலைமகட்குப் பாங்காயினார் கேட்டப் பரத்தை சொல்லியது. **சிறப்பு**: ஆரியர், பழக்கிய பிடியானைகளைக் கொண்டு காட்டின் புதிய களிறுகளை அகப்படுத்துதல் முதலிய செய்திகள்.

(தலைமகனிடம் தான் உறவு கொண்டிருப்பதாகத் தலைமகள் பழித்தாள் எனக் கேட்டதும், பரத்தையின் உள்ளம் துடிக்கிறது. இனி, நமக்கு நாணமும் உண்டோ எனக் குமுறுகிறாள். தலைமகளின் தோழி யர் கேட்குமாறு இப்படித் தன் தோழியரிடம் சொல்பவள் போலச் சொல்லுகின்றாள்.)

நீளிரும் பொய்கை இரைவேட்டு எழுந்த
வாளை வெண்போத்து உணீஇய, நாரைதன்
அடிஅறி வுறுதல் அஞ்சிப், பைப்பயக்
கடிஇலம் புகூஉம் கள்வன் போலச்,
சாஅய் ஒதுங்குந் துறைகேழ் ஊரனொடு.

ஆவதுஆக! இனிநாண் உண்டோ?
வருகதில் அம்ம, எம் சேரி சேர!
அரிவேய் உண்கண் அவன்பெண்டிர் காணத்,
தாரும் தானையும் பற்றி, ஆரியர்
பிடிபயின்று தரூஉம் பெருங்களிறு போலத்

தோள்கந் தாகக் கூந்தலின் பிணித்து, அவன்
மார்புகடி கொள்ளேன் ஆயின், ஆர்வுற்று
இரந்தோர்க்கு ஈயாது ஈட்டியோன் பொருள்போல்,
பரந்து வெளிப்படாது ஆகி,
வருந்துக தில்ல, யாய் ஓம்பிய நலனே!

நெடிதான பெரிய பொய்கையிலே இரையை விரும்பியதாக எழுந்த வாளைமீனின் வெண்மையான ஆணினை உண்ணும் பொருட்டு, நாரையானது, தன் அடியின் நடக்கும் ஒலியை அது அறிந்து கொள்ளுதலுக்கு அஞ்சிக், கள்வனைப் போல மெல்ல மெல்லப் பதித்ததாக நடந்து ஒதுங்கும். அத்தகைய நீர்த்துறை உரியவனாகிய ஊரனோடு நமக்கு இனித் தொடர்பும் ஆவது ஆகுக! இனி, நாணம் என்பதும் ஒன்று நமக்கு உளதோ?

அவ்வூரன் எம்முடைய சேரியிடத்தேயே தங்குதற்கு வருவா னாக. செவ்வரி பொருந்திய மையுண்ட கண்களையுடைய அவன்

மனைவியே பார்த்துக் கொண்டிருக்க, அவனுடைய மாலையினையும் ஆடையையும் பற்றிக் கொள்வேனாக. ஆரியர்களின் பிடியானது தான் பழக்கம் செய்துக்கொண்டு தருகின்ற பெரியகளிற்றியானைப் போல, என் தோளே கட்டுத்தறியாகக் கொண்டு, என் கூந்தலாகிய கயிற்றினாலே கட்டி, அவனுடைய மார்பினைச் சிறைப்படுத்துவேனாக! அங்ஙனம் யான் செய்யாது போனால்,

என் தாய் பேணி வளர்த்த என் அழகெல்லாம், பொருளார்வம் கொண்டு இரந்தவர்களுக்கு ஈயாமல் சேர்த்துவைத்த கருமியின் பொருளைப் போல, வெளிப்பட்டுப் புகழுடன் எங்கும் பரவாததாகி, வருந்திக் கிடந்தே அழிவதாக!

என்று தலைமகட்குப் பாங்காயினார் கேட்பப் பரத்தை சொன்னாள் என்க.

சொற்பொருள்: 1. நீள் இரும் பொய்கை- நெடிதான பெரிய பொய்கை. 4. கடியிலம் -காவல் உடையஇல்லம். 5. சாஅய் ஒதுங்கும் -அக்கம் பக்கம் பார்த்துத் தளர்து நடக்கும். 9. தார்-விசேடமாக அணிவது; போகத்திற்கு உரிய மாலை என்பர். தானை - ஆடை; மேலாடையுமாம். 10. பயின்று-பழகி. தரூஉம்- கொண்டு தரும். 15. கடி கொள்ளல் - சிறைப்படுத்துதல்.

விளக்கம்: 'நலன் கருமியின் பொருள் போலப் பரந்து வெளிப் படாதாகி வருந்துக' என்றது. அவன் கொடுத்தலிலனாதலால் எவரும் மதித்துப் போற்றாதவாறு போலத், தன் நலனும் போற்றுவாரற்றுப் பயனின்றி அழிக என்றனளாகும்.

உள்ளுறை: நாரை வாளைப் போத்தினைத், தான் வருவதை அது அறியாதவாறு மெல்ல அடியிட்டு நடந்து கவர்ந்து உண்ணும் ஊரன் என்றது, தானும் அவனுணராதேயே அவனைத் திடுமெனத் தோன்றி மயங்கி அடிமைக்கொள்ளும் வல்லமை உடையவள் எனச் செருக்குடன் கூறியதாகும்.

மேற்கோள்: ''பரந்து வெளிப்படாதாகி வருந்துக என்னலம்' என்றதனால், சேரிப் பரத்தையைப் புலந்து கூறுதல் முதலியனவும் கொள்க'' எனச் இச்செய்யுளைப், 'புல்லுதல் மயக்கும் புலவிக் கண்ணும்' என்னும் சூத்திர உரையினும்,

'தில்' ஒழியிசைப் பொருளிலே வந்ததற்கு, 'வருகதில் அம்ம' என்ற பகுதியைக் காட்டி, 'வந்தக்கால் இன்னது செய்வேன் என்பது பொருள்' என, விழைவே காலம்' என்னுஞ் சூத்திர உரையினும் நச்சினார்க்கினியர் கூறுவர்.

பாடபேதங்கள்: 3. பையெனக். 4. கடியில் புகூஉம்; கடியிலன் புகூஉம்.

277. செவ்வி வேனல் !

பாடியவர்: கருவூர் நன் மார்பகனார். **திணை:** பாலை. **துறை:** தலைமகன் பிரிவின்கண், தலைமகள் தோழிக்குப் பருவங்கண்டு அழிந்து சொல்லியது.

('கார்காலத்து வருவேன்' என்று உறுதிக் கூறிப் பிரிந்து சென்ற வளான தலைவன், 'சொன்னபடி வராமற் போயினான். இளவேனில் வந்தும், அவன் வராமற் போகவே, அந்தப் பருவத்தைக் கண்டு, தன் நெஞ்சம் நிலையழிந்த தலைவி, தன் தோழியினிடம் இப்படிக் கூறு கின்றாள்.)

தண்கதிர் மண்டிலம் அவிர்அறச் சாஅய்ப்
பகலழி தோற்றம் போலப், பையென
நுதல்ஒளி கரப்பவும், ஆள்வினை தருமார்,
தவலில் உள்ளமொடு எஃகுதுணை ஆகக்,
கடையல குரலம் வாள்வரி உழுவை
பேழ்வாய்ப் பிணவின் விழுப்பசி நோனாது,
இரும்பனஞ் செறும்பின் அன்ன பரூஉமயிர்ச்,
சிறுகண், பன்றி வருதிறம் பார்க்கும்
அத்தம்ஆர் அழுவத்து ஆங்கண் நனந்தலை,
பொத்துடை மரத்த புகர்படு நீழல்,
ஆறுசெல் வம்பலர் அசையுநர் இருக்கும்,
ஈரம்இல், வெஞ்சுரம் இறந்தோர் நம்வயின்
வாரா அளவை-ஆயிழை! -கூர்வாய்
அழல்அகைந் தன்ன காமர் துதைமயிர்
மனைஉறை கோழி மறனுடைச் சேவல்
போர்எரி எருத்தம் போலக் கஞலிய
பொங்கழல் முருக்கின் எண்குரல் மாந்தி,
சிதர்சிதர்ந்து உகுத்த செவ்வி வேனில்
வந்தன்று அம்ம, தானே;
வாரார் தோழி! நம் காத லோரே.

குளிர்ந்த கதிர்களையுடைய திங்கள் மண்டிலமானது, தன் னுடைய ஒளி முழுவதும் விளக்கம் அறுமாறு கெட்டுப் பகல் வேளை யிலே அழிந்து தோன்றுவதுபோல, மெல்ல மெல்ல நம் நெற்றியின் ஒளியும் போய் ஒளிந்துக் கொண்டது. முயற்சியால் பொருள் ஈட்டித் தருவதற்கான நீக்கமற்ற நெஞ்சத்துடனே, தமது வேல் ஒன்றே துணை யாகக் கொண்டு அவரும் நம்மைப் பிரிந்து சென்றனர்.

தயிர் கடைவது போன்ற குரலினையுடையதான, ஒளியுள்ள கோடு களைக் கொண்ட வேங்கையானது பிளந்தவாயினதாகக் கிடக்கும்

தன்னுடைய பெண்புலியின் மிகுதியான பசித்தன்மையைக் காணப் பொறாததாகிக், கடுமையான பனஞ்சிறாய்களைப் போன்ற பருத்த மயிர்களையும் சிறுத்த கண்களையுமுடைய காட்டுப் பன்றியானது வருகின்ற தன்மையை எதிர்பார்த்துக் கொண்டிருக்கும் இயல்புடையது காடு.

அதன் பரப்பாகிய அகன்ற இடத்திலே, பொந்துள்ள மரத்தின் புள்ளிப்பட்ட நீழலிலே, வழிச் செல்வாராகிய புதியவர்கள், வழிநடந்து தளர்ந்தவர்களாகக் களைப்பாறி இருப்பார்கள். அத்தகைய ஈரமற்ற வெம்மையான சுரத்தினையும் கடந்து சென்றவர் நம் காதலர். அவர், நம்மிடத்தே வராதுபோன காத்திலே,

தோழி! கூர்மையான வாயினையும், நெருப்புக் கொழுந்துவிட்டு எரிந்தாற் போல விளங்கும் அழகான மயிர்ச்சிறகினையும் உடையது, மனையிலே வாழும் கோழியினது, ஆற்றலுடைய சேவல். போரிடும் காலத்திலே கிளர்ந்து எழுகின்ற அதன் கழுத்தினைப்போல அடர்த்தி யாகப் பூத்துள்ள, பொங்கும் அழலைப் போன்ற முருக்க மரத்தினது ஒள்ளிய கொத்திலேயுள்ள மதுவினை வயிறார உண்ட வண்டினம், அத் தேன் நிலத்தினும் சிதறுமாறு உகுத்த, செவ்வியையுடைய இளவேனிற் காலமும் வந்துவிட்டது. ஆயினும், நம் காதலுடைய வரோ இன்னும் வாராதிருக்கின்றனரோ? (என் செய்வோம்?)

என்று, தலைமகன் பிரிவின்கண் தலைமகள் தோழிக்குப் பருவங்கண்டு அழிந்து சொன்னாள் என்க.

சொற்பொருள்: 1. அவிர் அற-ஒளியற. 2. பகலழி தோற்றம் - பகற் காலத்திலே மழுங்கித் தோன்றுகின்ற தோற்றம். தவலில் உள்ளம் - நீங்காத நெஞ்சம். 6. நோனாது - பொறுக்காது. 8. வருதிறம் - வரும்வழி; வரும் தன்மையுமாம். 10. பொத்து-பொந்து. 14. காமர்-அழகிய. 16. எருத்தம்-கழுத்து.

விளக்கம்: பிரிவினால் முகம் ஒளியிழந்து தோன்றுவதனைப் பகற்காலத்தே தோன்றும் நிலைக்கு ஒப்பிட்டனர் கொடிய குணம் உடையதான வேங்கையும் தன் பிணவின்' மீது அன்புடையதாக விளங்கும்போது நம் காதலர் நம்மீது அருளின்றி இருப்பது ஏனோ எனவும் கவலையுற்றாள். சேவற்கழுத்துப் போலச் சிவந்த முருக்கம் பூவினை வண்டு ஊதித் தேனுண்ணும் இளவேனிலே, அவர் மட்டும் என்பால் விரும்பி வரக் காணனே எனவும் கலங்கினேன்.

பாடபேதங்கள்: 7. செறும்பின் அனைய. 11. அசைவினர் இருக் கும், 17. புன்காய் முருக்கின்.

278. யாம் குளிப்போமோ!

பாடியவர்: கபிலர். **திணை:** குறிஞ்சி. **துறை:** இரவுக்குறிக் கண் தலைமகன் சிறைப்புறமாகத் தலைமகட்குத் தோழி சொல்லியது.

(வானத்திலே மேகம் இருண்டு இடித்து மின்னலிட்டு விளங்கும் நள்ளிரவு வேளை; தலைவனின் வருகையை இரவுக் குறியிடத்தி லிருந்து எதிர்பார்த்திருக்கின்றாள் தலைவி. அவளுடனிருக்கும் தோழி, தலைமகன் கேட்குமாறு, தன்னுடைய துயரத்தினை இப்படிக் கூறு கின்றாள்.)

குணகடல் முகந்த கொள்ளை வானம்
பணைகெழு வேந்தர் பல்படைத் தானைத்
தோல்நிரைத் தனைய ஆகி, வலன்ஏர்பு
கோல்நிமிர் கொடியின் வசிபட மின்னி,
உரும்உரறு அதிர்குரல் தலைஇப், பானாள்,
பெருமலை மீமிசை முற்றின ஆயின்,
வாள்இலங்கு அருவி தாஅய், நாளை,
இருவெதிர் அம்கழை ஓசியத் தீண்டி
வருவது மாதோ, வண்பரி உந்தி,
நனிபெரும் பரப்பின் நம்ஊர் முன்துறைப்,
பனிபொரு மழைக்கண் சிவந்த, பானாள்
முனிபடர் அகல மூழ்குவம் கொல்லோ!
மணிமருள் மேனி ஆய்நலம் தொலைய,
தணிவுஅருந் துயரம் செய்தோன்
அணிகிளர் நெடுவரை ஆடிய நீரே?

கீழ்க்கடலிலே நீரினை முகந்து, அந்தக் கொள்ளையை உடைய வனாக வானிலே எழுந்த மேகங்கள், முரசுகெழுமிய வேந்தர்களின் பல்வேறு படைகளையுடைய படைஞர்களும் கேடகங்களை வரிசை யாகக் கொண்டிப்பது போல் விளங்கும்; வலமாக மேலெழுந்து கோலி னிடத்தே தழுவிப் படரும் கொடியினைப் போல வானம் பிளக்கும் படியாக மின்னலிடும்; அச்சந்தரும் இடியினது அதிர்கின்ற முழக்கத் தையும் பொருந்தியிருக்கும்: இந்த நள்ளிரவிலே, அவை பெரிய மலையின் முகட்டிலே சூழ்ந்து கொண்டனவாகவும் விளங்குகின்றன. ஆதலின்.

நாளைப்பொழுதிலே, ஒளிவிளங்கும் அருவியானது பரந்து, பெரிய மூங்கிலின் அழகிய தண்டுகள் ஓடியும்படியாக அவற்றைத் தாக்கி, அழகிய குதிரை மரங்களை எல்லாம் சாய்த்துத் தள்ளிக் கொண்டு, மிக்க பரப்பினைக்கொண்டு, மிக்க பரப்பினையுடைய நம் ஊரின் நீர்த்துறையிலேயே வருவதும் நிகழும். வந்தால்.

செம்மணியைப் போன்ற நம் மேனியின் அழகிய நலமெல்லாம் கெட்டொழியும் படியாகத், தணித்தற்கு அரிய துயரத்தை நமக்குச் செய்தவனுடைய, அழகு கிளர்ந்திருக்கும் நெடிய வரையிலே தோய்ந்து

வரும் அந்த நீரிலே, பனி பொருந்திக் குளிர்ந்துள்ள நம் கண்கள் சிவக்குமாறு, நள்ளிரவிலே நாம் வெறுத்து அநுபவித்திருக்கும் இத் துன்பமும் நீங்க, நாம் மூழ்கிக் குளிக்கவும் செய்வோமோ?

என்று, இரவுக்குறிக்கண் தலைமகன் சிறைப்புறமாகத் தலைமகட்குச் சொன்னான் என்க.

சொற்பொருள்: 1. குணகடல்- கீழ்க்கடல். கொள்ளைவானம் - கொள்ளையினைத் தன்பாற் கொண்டிருக்கின்ற மேகம். 4. வசிபட- பிளக்கும்படியாக. 6. மீமிசை- உயரமான முகடுகளிலே. 9. ஒசிய- ஒடியுமாறு. 13. மணி -செம்மணி.

விளக்கம்: அவன் வராத ஏக்கத்தினாலே துன்புற்றிருக்கும் தன் நிலைமை தோன்ற, அவன் வந்து அதனைத் தீராவாதவனாயினான்; இனி நாளைக் காலையிலே வரும் புது நீர்ப்பெருக்கிலே மூழ்கி இத் துயரை நாம் தீர்ப்போமோ என்றனள் தோழி. 'தோல் நிரைத்தன' என்பதனை யானைகளை வரிசையாக நிறுத்தி வைத்தாற்போல எனவும் உரைப்பர். யானைகளை முன் காலத்துப் போரிலே முன்னணியிலே நிறுத்தப் பெற்றிருப்பன என்பதனையும் நினைக்கவும் 'பரி' என்பது ஆற்றிலே அணை கட்டுவார் நிறுத்துகின்ற மரங்கள்; அவை, நீர்ப் போக்கைத் தடுக்க உதவுவன; வெள்ளம் அவற்றையும் இழுத்துக் கொண்டு செல்லும்; பரி என்பது சிறு படகுகள் எனச் சில பகுதிகளில் இந்நாளும் வழங்குவது கொண்டு அவ்வாறும் கொள்ளலாம். இப்படிச் சொல்வதன் கருத்து, விரைவிலே வரைந்துவந்து மணந்து கோடலைக் குறித்தது என்க.

பாடபேதங்கள்: 6. பெருவரை. 11. சிவப்பப் பன்னாள்.

279. நம்முடைய மதுகையன்!

பாடியவர்: இருங்கோயன் ஒல்லையாயன் செங்கண்ணனார்; இருங்கோக் கண்ணனார் எனவும் பாடம். **திணை:** பொருள்வயிற் பிரிந்து போகாநின்ற தலைமகன் தன் நெஞ்சிற்கு இவ்வாறு உரைக்கின்றான்.)

'நட்டோர் இன்மையும், கேளிர் துன்பமும்,
ஒட்டாது உறையுநர் பெருக்கமும், காணூஉ
ஒருபதி வாழ்தல் ஆற்றுப தில்ல
பொன்னவிர் சுணங்கொடு செறிய வீங்கிய
மென்முலை முற்றம் கடவா தோர்' என,
நள்ளென் கங்குலும் பகலும் இயைந்து இயைந்து
உள்ளம் பொத்திய உரம்சுடு கூர்எரி
ஆள்வினை மாரியின் அவியா, நாளும்
கடறுஉழந்து இவணம் ஆகப் , படர்உழந்து
யாங்குஆ குவள்கொல் தானே - தீம்தொடை

விளரி நரம்பின் நயவரு சீறியாழ்
மலிபூம் பொங்கர் மகிழ்குரற் குயிலொடு
புணர்துயில் எடுப்பும் புனல்தெளி காலையும்,
நம்முடை மதுக்கையள் ஆகி, அணிநடை
அன்னமாண் பெடையின் மென்மெல இயலிக்,
கையறு நெஞ்சினள், அடைதரும்
மைஈர் ஓதி மாஅ யோளே?

நெஞ்சமே! 'பொன்னைப் போன்ற, நிறமும் ஒளியும் கொண்ட சுணங்கினோடு, செறியுமாறு பணைத்து விளங்கும் மென்முலைகளை யுடைய பரப்பாகிய நம் மார்பினை, விட்டு நீங்காதவர் நம் காதலர்' என்று கூறியவளாக, நள்ளென்னும் ஒலியினையுடைய இரவுப் பொழு திலும், அதனையடுத்த பகற்பொழுதிலும், நம்மையே நினைந்து நினைந்து,நெஞ்சினைக் சுடுகின்ற காமமாகிய உள்ளத்திலே கவிந்த பெருந்தீயினை, முயற்சியுடைய மாரிபோல வீழ்கின்ற கண்ணீரினாலே அவிக்க முயன்றவளாக, யாம் காட்டிலே வருத்தங் கொண்டு அவள் நினைவினாலே இவ்வண்ணமாக நலிய, அவள் அவ்விடத்தே யிருந்து துன்பமுற்றவளாகி, என்ன நிலையினள் ஆவாளோ?

தன்னை நட்டராகிய நாம் இல்லாததனால் ஏற்பட்ட துன்பமும், அதனால் உறவினர்கள் கொண்ட துன்பமும், மனம் பொருந்தி மீட்டும் வந்து சேர்ந்திராத நம் செயலிலே எழும் நினைவின் பெருவருத்தமும் நாளும் கண்டவளாக, அவள் ஓர் ஊரினிடத்தே நம்மைப் பிரிந்து தனித்து வாழ்ந்திருத்தலையும் பொறுத்திருப்பவள் ஆவாளோ!

இனிதாகத் தொடுத்தலையுடைய விளரி என்னும் நரம்பினது இனிமை பொருந்திய சிறிய யாழிசையானது, பூக்கள் மலிந்த கொம்பு களிலே இருந்து மகிழ்வுடன் கூவும் குயிலின் குரலோடுங் கூடிப் பொருந்திய துயிலினை எழுப்பிக் கொண்டிருக்கின்ற, முற்றத்திலே பெண்கள் நீர் தெளிக்கின்ற காலை வேளையிலும், நம்மையே தன் வலிமையாகக் கொண்டவளாகி, அழகிய நடையினையுடைய அன்னப் பேட்டின் மாண்போடு மெல்ல மெல்ல நடந்து வந்து, செயலற்ற நெஞ்சினளாகி, நம்மை அணைத்துக் கொள்வாளே! அத்தகைய, கரிய தழைத்த கூந்தலையுடைய மாமை நிறத்தினையுடையவள், இனித் துன்பத்தினாலே வருந்தி வருந்தி, எத்தன்மையினள் ஆவாளோ!

(என்று பொருள்வயிற் பிரிந்து போகா நின்ற தலைமகன் தன் நெஞ்சிற்குச் சொன்னான் என்க.

சொற்பொருள்: 1. நட்டார்-நட்புச் செய்தோர்; காதலர். இன்மை - வறுமை; இல்லாத தன்மை. கேளிர்-உறவினர். 2. ஒட்டாது - பொருந்தி யிராது. பெருக்கம்- நினைவினால் எழுந்த துயரின் பெருக்கம். 4. செறிய வீங்கிய-புடைபரந்த பணைத்த; ஈர்க்கிடை போகா இளமுலை என்க.

5. முலைமுற்றம்-மார்பகம். இயைந்து இயைந்து-பொருந்திப் பொருந்திப். 7. பொத்திய-கவிழ்ந்து மூடிய. உரம்-நெஞ்சு. ஆள்வினை-முயற்சி. 9. கடறு-காடு. 10. தொடை -தொடுத்தலையுடைய 11. விளரி -இசைப்பகுப்புள் ஒன்று. நயவரு- விருப்பந்தரும். 13. எடுப்பும்-எழுப்பும். 14. மதுகை-வலிமை. 16. கையறுநெஞ்சம் - செயலற்ற நெஞ்சம். அடைதரும்- அணைத்துக் கொள்ளும்.

விளக்கம்: 'நண்புடையாளர்கள் இல்லாத ஒரு நிலைமை யையும், உறவினர்கள் துன்புறுத்தலையும், தன்னுடன் ஒட்டாது வாழ் பவரே பெருமளவினராயிருக்கும் நிலைமையையும் கண்ட பின்னரும், ஒரு பகுதியிலே, அவருடன் தங்கி வாழ்ந்திருத்தல் பொறுக்கக்கூடிய தாகுமோ?' எனவும், முதல் மூன்றடிகளின் பொருள் கொள்ளப்படுவதும் பொருந்தும்.

'பிற பெண்கள் எழுந்து முற்றத்தே புனல் தெளிக்கும் பொழுதி லும், இளவேனிலின் தன்மையாற் செயலற்று, என்னை வந்து தழுவிக் கொள்பவள்!' என, அவள் தன்பாற் கொண்ட ஆராத பெருங்காதலை உரைத்தனன். புனல் தெளிகாலை-இளவேனிற் காலம் எனவே கொள் வாரும் கொள்க.

பாடபேதம்: 12. நறை மலி பொங்கர்.

280. தந்தை வருவானோ?

பாடியவர்: அம்மூவனார். **திணை**: நெய்தல். **துறை**: (1) தலை மகளைக் கண்ணுற்று நீங்கும் தலைமகன், தன் நெஞ்சிற்குச் சொல் லியது. (2) அல்லகுறிப்பட்டுப் போகாநின்றவன் சொல்லியதூஉமாம்.

(1) தலைமகன் இரவுக்குறியிலே கூடி மகிழ்ந்து, தன்ஊர் நோக்கிச் செல்லுகின்றான் ஒரு காதலன் அவளுடைய சிறந்த நலன் கள் ஒவ்வொன்றும் அவனுடைய உள்ளத்திலே நீங்காது நிலைப் பெற்று இருக்கின்றன. அவன், அந்தக் களிப்பினாலே தன் நெஞ்சிற்கு இப்படிச் சொல்லுகின்றான். (2) சந்திக்கச் சென்றவன், அவளைச் சந்திக்க முடியாமற் போனதால், அவள் நலனை நினைந்து இப்படிச் சொல்லுகின்றான்.)

பொன் அடர்ந் தண்ண ஒள்ளிணர்ச் செருத்திப்
பன்மலர் வேய்ந்த நலம்பெறு கோதையள்
திணிமணல் அடைகரை அலவன் ஆட்டி
அசையினள் இருந்த ஆய்தொடிக் குறுமகள்,
நலம்சால் விழுப்பொருள் கலம்நிறை கொடுப்பினும்
பெறல்அருங் குரையள் ஆயின், அறம்தெரிந்து,
நாம்உறை தேஎம் மரூஉப்பெயர்ந்து, அவனொடு
இருநீர்ச் சேர்ப்பின் உப்புடன் உழுதும்,

பெருநீர்க் குட்டம் புணையொடு புக்கும்,
படுத்தனம், பணிந்தனம், அடுத்தனம், இருப்பின்,
தருகுவன் கொல்லோ தானே-விரிதிரைக்
கண்திரள் முத்தம் கொண்டு ஞாங்கர்த்
தேனிமிர் அகன்கரைப் பகுக்கும்
கானலம் பெருந்துறைப் பரதவன் எமக்கே?

நெஞ்சமே! பொன் அடர்ந்திருப்பது போன்ற ஒளியுடைய கொத்துக்களாக விளங்கும் செருத்தியின் பலவான பூக்களைச் சூடியுள்ள, அழகு பொருந்திய கூந்தலை உடையவள்; மணல் செறிந்துள்ள கடற்கரையிலேயுள்ள நண்டினை ஓட்டி விளையாடி அதனால் களைத்தவளாக இளைப்பாறி இருப்பவள்; ஆய்ந்த தொடியினை அணிந்துள்ள இளையவள். நலம் மிகுந்த சிறந்த பொருள்களை எல்லாம் மரக்கலம் நிறையக் கொணர்ந்து முலைவிலையாக நாம் கொடுத்தாலுங்கூட, நம்மால் அடையப் பெறுவதற்கு அவள் அறியவளே!

விரிந்த கடலின் கண்ணே இருந்து, திரண்ட முத்துக்களை எடுத்துக்கொண்டு வந்து, தேனுண்ணும் வண்டினம் ஒலித்துக் கொண்டிருக்கும் அகன்ற கரையினிடத்தே அவற்றைப் பகுத்துக் கொண்டிருக்கும், அழகிய கானற்சோலைகளையுடைய பெருந்துறைக்கு உரியவனாகிய தலைவன் அவளுடைய தந்தை.

நாம் வாழ்ந்திருக்கும் நாட்டினை விட்டு நீங்கி இவ்விடத்தே வந்து, அவனோடும் கூடி, பெரிய கடற்கரையின் இடத்தேயுள்ள உப்புப் பாத்திகளிலே அவனுக்காகப் பணி செய்து வருந்தியும், பெருங்கடலினிடத்தே ஆழத்தில் புணையோடு புகுந்தும், அவன் வயமாகியும், அவனைப் பணிந்தனமாகியும் அவனைச் சார்ந்தனமாகியும் இருப்போமானால், ஒருவேளை, அவன் அறத்தின் கூறுபாடுகளைத் தெரிந்தவனாக, அவனாகவே அவளை எமக்கு மணஞ்செய்து தருவானோ? (நெஞ்சமே! என் செய்வோம்?)

என்று, தலைமகளைக் கண்ணுற்று நீங்கும் தலைமகன் தன் நெஞ்சிற்கு சொன்னான் என்க.

சொற்பொருள்: 1. அடர்ந்தன்ன-செறிந்திருந்தாற்போன்ற. 2. மலர் வேய்ந்த - கூந்தல் மறையுமாறு மலர் சூடிய. 3. திணி மணல்-செறிந்த மணல். அடைகரை-கடற்கரை. 4. அசையினள்- தளர்ந்தவளாக. 7. மரூஉப் பெயர்ந்து-தங்குதலினின்றும் நீங்கி வந்து. 9. பெருநீர்க் குட்டம் - கடலின் கண்ணுள்ள ஆழமிகுந்த இடம். 12. கண்கிரள் முத்தம்-கண்கள் திரட்சியுள்ள முத்துக்கள்; நன்கு விளைந்த நீரோட்டம் உடைய முத்துக்கள். 14. பரதவன் -நெய்தல் நிலத்தின் தலைவன்.

விளக்கம்: கடற்கரைப் பகுதியிலேயுள்ள பரதவர் மகளிர்கள், நண்டினை வெருட்டி அவைகள் அளையினுள் பதுங்கவும் வெளி வரவுமாயிருக்கக் கண்டு விளையாடுதலை வழக்கமாக உடையவர். இந்நாளினும், இப்படி விளையாடுவோரை நாம் கடற்கரைப் பகுதி யிலே காணலாம். தலைவியும் அத்தகைய விளையாட்டுத் தன்மை மாறாத இளமைப் பருவத்தினள் என்றனள்.

மேற்கோள்: 'பொருள் எத்துணை அளவுக்குக் கொடுத்தாலும் பெறல் அரியளாயின், தன்னை வழிப்பட்டால் தந்தை தருவானோ? அது நமக்கு அரிதாகலின், இன்னும் மிகப் பொருள் தேடி வந்து வரைவோம்' எனத், தலைவன் பொருள் வயிற் கருதியவாறு காண்க' என, இச்செய்யுளை, 'வெளிப்படை தானே' என்னுஞ் சூத்திர உரை யிலே நச்சினார்க்கினியர் காட்டிக் கூறுவர்.

பாடபேதங்கள்: 6. ஆயின் அந்தில். 8. உப்புடன் உழுதும். 10. மடுத்தனம் விரும்பில். 14. பரதவன் மகளே.

281. இனிச் செய்வது என்ன?

பாடியவர்: மாமூலனார். **திணை:** பாலை. **துறை:** தலைமகன் பிரிவின்கண் வேறுபட்ட தலைமகளது வேறுபாடு கண்டு ஆற்றாளாகிய தோழிக்குத் தலைமகள் சொல்லியது. **சிறப்பு:** வடுகரின் துணை யோடு தமிழகத்தில் மோரியர் படையெடுத்து வந்த செய்தி.

(தலைமகன் பிரிந்து போயிருந்த காலத்திலே, பிரிவுத் துயரத் தினைப் பொறுக்கலாற்றாது தன்னுடலின் எழிலும் வேறுபட்டவ ளாயினள் தலைவி. அவளுடைய அத்தகைய வேறுபாட்டினைக் கண்டு மனம் பொறாதவளாயினாள் தோழி. அது கண்ட தலைவி, அந்தத் தோழிக்கு இப்படிச் சொல்லுகின்றாள்.)

செய்வது தெரிந்திசின் -தோழி! -அல்கலும்,
அகலுள் ஆண்மை அச்சறக் கூறிய
சொல்பழுது ஆகும் என்றும் அஞ்சாது,
ஒல்குஇயல் மடமயில் ஒழித்த பீலி
வான்போழ் வல்வில் சுற்றி, நோன்சிலை
அவ்வார் விளிம்பிற்கு அமைந்த நொவ்வியல்
கனைக்குரல் இசைக்கும் விரைசெல் கடுங்கணை
முரண்மிகு வடுகர் முன்னுற, மோரியர்
தென்திசை மாதிரம் முன்னிய வரவிற்கு
விண்ணுற ஓங்கிய பனிஇருங் குன்றத்து,
எண்கதிர்த் திகிரி உருளிய குறைத்த
அறைஇறந்து, அவரோ சென்றனர்
பறையறைந் தன்ன அலர்நமக்கு ஒழித்தே.

தோழி! நம்மைத் தலையளி செய்து நம் தலைவர் கூடிய அந்தக் களவுக் காலத்திலே, அக் குறியிடங்களிலே, நம்முடைய அச்சம் நீங்குமாறு, நாள்தோறும் அவர் கூறிய சூளுறவுச் சொற்களை எல்லாம், அவை பழுதுப்பட்டுப் போகுமே எனக் கருதியும் அவர் அஞ்சாதவராயினர்.

அசைந்தசைந்து செல்லுகின்ற தன்மையுடைய இளமயில்கள் கழித்த தோகையினை, மூங்கிலிலே பிளந்து செய்து கொண்டுள்ள வலிமையான தம் வில்லிலே சுற்றிக் கொள்பவர்கள்; வலியுள்ள அந்த சிலையின் அழகிய நாணிற்கும் விளிம்பிற்கும் பொருந்த மிகுந்த ஒலி எழப்பி விரைந்து செல்லும் விரைவுத் தன்மையுடைய கடுமையான அம்பினை பூட்டிக் கொண்டிருப்பவர்கள்; மாறுபாடு மிகுந்தவரான வடுகர் அவர்கள் முன்னே செல்ல, மோரியர் தென்திசை நாடுகளை எல்லாம் வெற்றிக் கொள்ள எண்ணிப் படையுடன் வந்தனர். அவர்கள், தம் தேர்கள் செல்லுவதற்கு வசதியாக, வானளாவ உயர்ந்த பனியுடைய பெரிய குன்றங்களிலேயும், தமது தேர்களின் ஒள்ளிய கதிர்களையுடைய சக்கரங்கள் தடையில்லாமல் உருண்ட செல்லுமாறு, கற்களை உடைத்து வழிஅமைத்தனர். அத்தகைய வழியுடைய பாறைகளையும் கடந்து, பறை அறைந்தாற் போல ஊரிலே ஆரவாரத்துடன் எழுந்துள்ள அலரினையும் நமக்காக வென்றே ஒதுக்கி வைத்து விட்டு, அவரோ நம்மை பிரிந்து வேற்றூர் சென்று விட்டனர். எனவே, இனி, மேற்கொண்டு நாம் செய்வதனை மட்டுமே ஆராய்ந்து தெரிவாயாக.

என்று, தலைமகன் பிரிவின்கண் வேறுபட்ட தலைமகளது வேறுபாடு கண்டு ஆற்றாளாகிய தோழிக்குத் தலைமகள் சொன்னாள் என்க.

சொற்பொருள்: தெரிந்திசின்-ஆராய்ந்து தெரிவாயாக. 2. அகலுள்-அகன்ற இடத்தினுள்: அவை களவுக்குறி நேர்ந்த இடங்கள். அச்சற-அச்சம் நீங்கும் படியாக. 3. ஒல்கியல்-தளர்ந்து அசையும் நடை. மடமயில்-இளமயில். 5. வான் மூங்கில். 6. அவ்வார் - அழகிய நாணாகியவார். 7. கடுங்கணை-கொடிய அம்பு; கடிதாகச் செல்லுகின்ற அம்பும் ஆம். 8. முரண்-மாறுபாடு. முன்னுற-முற்பட்டுச் செல்ல. 9. தென்திசை மாதிரம்-தென்திசை நாடுகள். 10. பனி இருங் குன்றம்-பனி மூடிய பெரிய குன்றம். 12. அறை-பாறை. 13. பறை-நெய்தற் பறை.

விளக்கம்: 'முன், அச்சம் நீங்குமாறு நம்மைத் தெளிவித்தவர் அவர். ஆனால், இன்றோ, நாம் உயிர் நீங்கும் நிலையினராக வாடி நலிந்தும், நம் உயிர் நீங்கிய காலத்து எழும் நெய்தற் பறையொலியைப் போல ஊரலர் பெரிதாக எழுந்தும், நம்மேல் அருள் கொண்டவராக வந்தாரில்லையே?' என வருந்துகின்றாள்.

பாடபேதங்கள்: 1. செல்வது. 2. அகலுள் ஆண்மை அகலும் நாண்கை. 5. வல்வில் கட்டி. 6. அவ் வரா விளிம்பில்.

282. பலிக்கடன் செலுத்துவோம்!

பாடியவர்: தொல் கபிலர். **திணை:** குறிஞ்சி. **துறை:** (1) இரவுக் குறிக்கண் தலைமகன் சிறைப்புறமாகத், தோழி தலைமகட்குச் சொல்லுவாளாய்ச் சொல்லியது. (2) தலைமகன் பிரிவின்கண் தோழிக்குத் தலைமகள் சொல்லியதூஉமாம். **சிறப்பு:** குறிஞ்சியின் வளத்தைப் பற்றிய செய்தி.

(தலைவன் விரைந்து வந்து தலைவியை மணந்து கொள்ள வேண்டும் என விரும்பிய தோழி, தலைமகட்குச் சொல்லுவது போலத் தலைமகன் கேட்குமாறு கூறுகிறாள். (1). அல்லது, தலைமகன் வரை விடைப் பிரிந்த காலத்தே, தம்மவர் அவனுக்குத் தலைவியைத் தர இசைந்த செய்தியைக் கூறித் தலைமகளின் பிரிவுத் துயரைத் தோழி நீக்குகிறாள் (2).)

பெருமலைச் சிலம்பின் வேட்டம் போகிய,
செறிமடை அம்பின், வல்வில், கானவன்
பொருதுதொலை யானை வெண்கோடு கொண்டு,
நீர்திகழ் சிலம்பின் நன்பொன் அகழ்வோன்,
கண்பொருது இமைக்கும் திண்மணி கிளர்ப்ப,

வைந்நுதி வால்மருப்பு ஒடிய உக்க
தெண்நீர் ஆலி கடுக்கும் முத்தமொடு
மூவேறு தாரமும் ஒருங்குடன் கொண்டு
சாந்தம் பொறைமரம் ஆக, நறைநார்
வேங்கைக் கண்ணியன் இழிதரு நாடற்கு

இன்தீம் பலவின் ஏர்கெழு செல்வத்து
எந்தையும் எதிர்ந்தனன், கொடையே; அலர்வாய்
அம்பல் ஊரும் அவனொடு மொழியும்;
சாயிரைத் திரண்ட தோள்பா ராட்டி,
யாயும், 'அவனே என்னும்; யாமும,

'வல்லே வருக, வரைந்த நாள்; என,
நல்இறை மெல்விரல் கூப்பி,
இல்லுறை கடவுட்கு ஒக்குதும், பலியே!

தோழி! பெரிய மலைச்சாரல்களிலே வேட்டையாடுவதற்கு மூட்டுவாய் செறிந்த அம்பினைத் தொடுத்த வலிய வில்லினை ஏந்தியவனாக, ஒரு வேட்டுவன் ஒரு நாட் சென்றான். அந்த அம்பினாலே பொருது கொன்ற யானையின் வெண்மையான கொம்புகளை எடுத்துக்

கொண்டு சென்று, நீர் விளங்கும் அந்த மலைச்சாரலிலே, கிடைக்கும் சிறந்த பொன்னை அகழ்ந்து எடுப்பவனானான். அப்பொழுது, கண் களைப் பொருதுவதுபோல ஒளிவீசுந் திரண்ட மணிகள் கிளைக்கப் பட்ட பொன்னுடனே சேர்ந்து மேலே வந்து தோன்றின. அதே சமயத் திலே கூரிய முனையையுடைய அவ் வெண்மையான யானைக் கொம்பும் ஒடியவே, தெளிந்த நீர்மையையுடைய ஆலங்கட்டி போன்ற முத்துக்கள் அதனின்றும் உதிர்ந்தன. வெவ்வேறாகிய, பொன், முத்து, மணி ஆகிய அந்தப் பொருள்களை ஒருங்கே சேரக்கட்டிச் சந்தன மரக்கொம்பினைக் காவு மரமாகக் கொண்டவனாகத் தோளிலே தூக்கிச் சுமந்து வருபவன், நறைக்கொடியாகிய நாரினிலே, வேங்கையின் மலரைத் தொடுத்து அணிந்து கொண்ட கண்ணியினை உடையவ னாகவும் இறங்கி வருவான். அத்தகைய வளமுடைய மலைநாட்டை உடையவன் நம் காதலன்.

இனிய சுவையுள்ள பலாவினது, அழகுமிக்க செல்வச் செழுமை யினை உடைய, நம் தந்தையும் அவனுக்கு நின்னைக் கொடுப்பதற்கு இசைநதனன். அலர் கூறும் வாயினரான, பழி கூறும் ஊர்ப் பெண் டிரும், நின்னை அவனொடு சேர்த்தே இணைத்துச் சொல்வாராயினர் நம் தாயும், வளைந்த சந்தினையுடைய நின் தோள்களைப் பாராட்டி, அவனே நினக்கு உரிய மணவாளன் என்றனள். நாமும், ''அவர்கள் மணத்திற்கு வரைந்த நாள் விரைவாக வருவதாக'' என்று, நல்ல இறையினையுடைய நம் மெல்லிய விரல்களைக் குவித்து, நம் மனை யுறையும் தெய்வத்திற்குப் பலிகடன் செலுத்துவோமாக.

என்று, இரவுக்குறிக்கண் தலைமகன் சிறைப்புறமாகத் தோழி தலைமகட்குச் சொல்லுவாளாய்ச் சொன்னாள் என்க.

சொற்பொருள்: 1. வேட்டம்-வேட்டை. 2. செறிமடை அம்பு - மூட்டுவாய் செறிவுடையதான அம்பு. 3. தொலை-கொன்ற. 4. நீர்-நீர்வளம். 5. திண் மணி-திரண்ட மணிகள். 8. தாரம்-பொருள். 9. பொறை மரம்-காவு மரம்; சுமை பொறுத்தலால் பொறை மர மாயிற்று. நறை-நறைக்கொடி, 11. ஏர்கெழு -அழகு கெழுமிய; செல்வம் அழகு கெழுமியதாவது, செல்வப்பயனான அறச்செயல்களைச் செய்து புகழ் பெறுதலால். 13. ஊர்-ஊர்ப் பெண்டிர்; அலர் கூறுவோர். 14. சாய் இறை -வளைந்த சந்து: அக்குள்.

உள்ளுறை: வேட்டைக்குப் போன கானவன் வேட்டைப் பொருளான தந்தத்துடன், முத்தும் பொன்னும் மணியும் பெற்று, சந்தனக் காவுமரத்திலே கட்டித் தூக்கிவரும் எதிர்பாராத நிகழ்ச்சிப் போலக், கண்டு காதலித்த தலைவனும் தலைவியைக் களவிலே கூடப்பெற்றதுடன், பெற்றோர் ஒப்புதலும், ஊரவர் வாழ்த்தும், வரைந்து வந்து மணம் நேர்ந்ததனால் வரும் இல்லற வாழ்வும் ஒருங்கே பெற்றனன் என்க.

விளக்கம்: இல்லுறை தெய்வத்துக்குப் பலியிட்டு வழிபடுவது என்பது பண்டை நாள் மரபு. இந்நாளினும் கிராமத்து மக்கள், திருமண நாளுக்கு முன்பாகத் தம் வீட்டிலேயுள்ள தெய்வங்களுக்குப் படைப்புப் படைத்து வழிபாடு செய்து வருகின்றனர். மணப் பெண்ணுக்குத் தம் குடும்பத்து முன்னோரின் வாழ்த்தும் கிடைக்க வேண்டும் என்பது இம்மரபின் பொருளாயிருக்கலாம். தமிழகத்து மாலைகளுள் பொன்னும் மணியும் உளவென்பதும், முற்றிய யானைத் தந்தம் முத்துடைத்து என்பதும் அறிக.

மேற்கோள்: 'தெய்வம் வாழ்த்தலும்' என்ற பகுதியில், 'களவல ராயினும்' என்னுஞ் சூத்திர உரையினுள் இச் செய்யுளைக் காட்டி, 'யாய் தெய்வம் பராயினாள்' என்பதுபடக் கூறியது' என்று கூறுவர் நச்சினார்க்கினியர். அவர் கருத்துப்படி, 'யாய் தெய்வத்தை வணங்கிப் பலிக்கடன் செலுத்துவாளாயினாள்' என்க.

283. காடும் இனியது ஆகுக!

பாடியவர்: மதுரை மருதனிள நாகனார். **திணை:** பாலை. **துறை:** உடன்போக்கு வலித்த தோழி தலைமகற்குச் சொல்லியது.

(தலைமகள், தலைமகனுடன் இல்லத்துக் காவலையும் கடந்து உடன்போக்கிலே சென்றுவிட முடிவு செய்தனள். அதனைத் தலைவனிடம் சென்று தோழி உரைக்கிறாள். 'வெம்மையான காடும் இனிதாக விளங்குக!' என்றும் வாழ்த்துகிறாள்.)

நன்னெடுங் கதுப்பொடு பெருந்தோள் நீவிய!
நின்னிவண் ஒழிதல் அஞ்சிய என்னினும்,
செலவுதலைக் கொண்ட பெருவிதுப்பு உறுவி
பல்கவர் மருப்பின் முதுமான் போக்கிச்,
சில்உணாத் தந்த சீறூர்ப் பெண்டிர்
திரிவயின், தெவிட்டும் சேண்புலக் குடிஞைப்
பைதன் மென்குரல் ஐதுவந்து இசைத்தொறும்,
போகுநர் புலம்பே ஆறே ஏகுதற்கு
அரிய ஆகும்என் னாமைக், கரிமரம்
கண்அகை இளங்குழை கால்முதற் காவினி,
விசும்புடன் இருண்டு, வெம்மை நீங்கப்,
பசுங்கண் வானம் பாய்தளி பொழிந்தெனப்,
புல்நுகும்பு எடுத்த நல்நெடுங் கானத்து,
ஊட்டுறு பஞ்சிப் பிசிர்பரந் தன்ன,
வண்ண மூதாய் தண்நிலம் வரிப்ப,
இனிய ஆகுக தணிந்தே
இன்னா நீப்பின் நின்னொடு செலற்கே.

தலைவனே! தலைவியின் நலம் பொருந்திய நீண்ட கூந்தலுடனே, பெருந்தோளினையும் தழுவிய நின்னை விட்டுத் தனியாக இவ்விடத்தே தலைவி இருத்தலுக்கு யான் அஞ்சினேன். அவளோ, அத்தகையவளான என்னினும், உடன்போக்கினை மேற்கொண்ட பெரிதானவோர் விரைவினை உற்றிருப்பவள் ஆயினாள். துன்பத்தைத் தருவதான பிரிவினைக் காட்டினும், நின்னோடு செல்வதற்கே உள்ளங் கருதினாள். அதனால்,

பல கவறுகள் பொருந்திய கொம்பினையுடைய முதிய மான்களைத் துரத்திவிட்டு, அங்குக் கிடைக்கும் சிறிய உணவுப் பொருள்களைக் கொணர்பவர், காட்டகத்துச் சிற்றூர்ப் பெண்டிர்கள். அவர்கள் திரியும் இடத்திலே, சேய்மையான இடத்திலேயுள்ள பேராந்தையின் வருத்தம் தருகின்ற குரலானது மெல்லென வந்து ஒலிக்குந்தோறும், வழிச் செல்வார். அதனைக் கேட்டு அச்சமுற்றவராக வருந்துவர். அத்தகைய சுரநெறிகள், அவளாற் செல்வதற்கு அரியனவாகும் என்பதனைக் கருதாதவளும் ஆயினாள். அதனால்,

கோடையிலே கரிந்துபோன மரங்களின் கணுக்களிலேயிருந்தும், இளைய துளிர்கள் அடிமுதல் நுனிவரை கிளைத்தனவாக அழகுடன் தோன்றுமாக! காட்டின் வெம்மை முற்றும் நீங்கிப் போகுமாக! வானமெல்லாம் ஒருங்கே இருள் கொண்டு தோன்றுமாக! பசுமையைத் தன்னிடத்தே கொண்ட மேகமானது பரந்த துளியினைச் சொரியத் தொடங்குமாக' அதனால், புற்கள் குருத்துவிட்டு எழுக! அத்தகைய தண்மை விளங்கும் நெடிய காட்டினிடத்தே, செந்நிறம் ஊட்டிய பஞ்சின் பிசிரானது எங்கும் பரவலாகக் கிடப்பதுபோலச், செந்நிறமுள்ள தம்பலப் பூச்சிகள், மழையாற் குளிர்ந்த நிலத்திலே பரவி அழகுபடுத்திக் கொண்டிருக்குமாக! இப்படியாக, நீங்கள் செல்லும் காடும் தன் வெப்பந்தணிந்து செல்வதற்கு இனிமையுடையதாக ஆகுமாக!

என்று உடன்போக்கு வலித்த தோழி தலைமகற்குச் சொன்னாள் என்க.

சொற்பொருள்: 1. நீவிய-தடவிய;தழுவிய எனக் கொள்க. 3. பெருவிதுப்பு-பெரிதான விரைவுகுறித்த விருப்பம். 5. சில்லுணா-சிறிதான உணவுப் பொருள்கள்; புல்லரிசி முதலியன. சீறூர்-காட்டகத்துச் சீறூர். 6. தெவிட்டும்-ஒலிக்கும். குடிஞை -பேராந்தை. 7. ஐதுவந்து -மெல்லென வந்து. 10. கண் அகை- கணுக்களிலே கிளைத்த. 12. பாய் தளி -பரவும் துளிகள். 4.ஊட்டு பஞ்சி-வண்ணம் ஊட்டும் பஞ்சு.

விளக்கம்: 'தனித்திருத்தலுக்கு அஞ்சிய யானே உடன்போக்கிற்கு அவளைத் தூண்டுதற்கு நினைக்க, அவளே எனக்கும் முற்பட்டுப் போதலாகியவிரைந்த நினைவு உடையவளாயினாள் என்க.

தோழி, அவர்கள் உடன்போக்கிற் செல்வதை விரும்பினாலுங்கூட, காடும் வெம்மை மாறி இனியதாகுக எனவும் வாழ்த்துகின்றாள். இது, காட்டின் வெம்மையை மனம் நினைந்து கூறியதாகும்.

பாடபேதங்கள்: 1.பெருந்தோள் நீவி. 9. ஏகுநர்க்கு 25. தண் ணிலம் பரிப்ப.

284. அவள் இருக்கும் ஊர்!

பாடியவர்: இடைக்காடனார். **திணை:** முல்லை. **துறை:** வினைமுற்றிய தலைமகன் தேர்ப்பாகற்குச் சொல்லியது: தன் நெஞ்சிற் குச் சொல்லியதுமாம்.

(தன் தலைவியைப் பிரிந்து வேந்துவினை முடிக்கச் சென்று இருந்த தலைவன், அவ் வினையும் முடிந்து தன் காதலின் நினைவும் மேலெழ இப்படித்தன் நெஞ்சிற்குச் சொல்லிக் கொள்ளுகிறான். அல்லது, வினைமுடித்தபின், தன் தேர்ப்பாகனுக்குத் தேரினை விரை வில் செலுத்துமாறு கூறியதுமாகும்.)

சிறியிலை நெல்லிக் காய்கண் டன்ன
குறுவிழிக் கண்ண கூரல்அம் குறுமுயல்
முடந்தை வரகின் வீங்குபீள் அருந்துபு,
குடந்தைஅம் செவிய கோட்பவர் ஒடுங்கி,
இன்துயில் எழுந்து, துணையொடு போகி,
முன்றில் சிறுநிறை நீர்கண்டு உண்ணும்
புன்புலம் தழீஇய பொறைமுதற் சிறுகுடித்,
தினைக்கள் உண்ட தெறிகோல் மறவர்,
விதைத்த வில்லர்,வேட்டம் போகி,
முல்லைப் படப்பைப் புல்வாய் கொண்டும்
காமர் புறவி னதுவே- காமம்
நம்மினும் தான்தலை மயங்கிய
அம்மா அரிவை உறைவின் ஊரே.

காமத்தினாலே நம்மினும் பெரிதும் மயக்கமுற்றிருக்கும், அழகிய மாமைநிறமுடைய நம் தலைவியானவள் வாழ்ந்திருக்கின்ற இனிய ஊரானது,

சிறிய இலைகளையுடைய நெல்லியின் காயைக் கண்டாற் போலக் குறுகிய விழிபொருந்திய கண்களையும், கூரிய மயிரினையும் உடைய குறுமுயல்கள், வளைந்து கிடக்கும் வரகினது பருத்த பொதி கதிரினைத் தின்று, அழகிய குவிந்த செவியினவாகிய காய்களைக் கொண்ட கொடிகளுள்ளே புகுந்துகிடந்து உறங்கிப், பின்னர், தம் இனிய துயிலினின்றும் எழுந்து, தம் துணையினோடும் கூடிச் சென்று,

முல்லை நிலங்கள் சூழ்ந்த குன்றின் அடிவாரத்திலேயுள்ள சிறிய குடியிருப்புக்களிலேயுள்ள, வீட்டு முற்றங்களின் சிறிய சால் களிலே யுள்ள நீரைக் கண்டு பருகும். அத்தகைய தன்மையினையுடையதும்,

தினையிலேயிருந்து வடித்த கள்ளினையுண்ட, நாண் தெறித்து அம்பு எய்யும் மறவர்கள், வேகமாக இழுத்துக் கட்டிய வில்லினராகச் சென்று வேட்டையாடி வந்து, முல்லை நிலத்துத் தோட்டத்திலே தாம் கொணர்ந்த மானினை அறுத்துத் தின்று கொண்டிருப்பதுமான, அழகிய காட்டினிடத்தது ஆகும். (அவ்விடத்தினை நோக்கி நின் தேரினை விரையச் செலுத்துக என்பது கருத்து.)

என்று, வினைமுற்றிய தலைமகன் தேர்ப்பாகற்குச் சொன்னான் என்க.

சொற்பொருள்: 2. கூரலம் குறுமுயல்- கூர்மையான மயிரினை யுடைய குறுமுயல்கள். 3. முடந்தை -வளைந்த. வீங்குபீள்-பருத்த பொதி கதிர். வீங்குதல்-பருத்தல். 4. குடந்தையம் செவி - குவிந்த அழகிய காதுகள். 6. சிறு நிறை-சிறிய சால். 9. விசைத்த வில் - நாண் பூட்டிய வில். 10. படப்பை- தோட்டம். புல்வாய் -மான். 11. காமர்-அழகிய. 12. தலை மயங்கிய- பெரிதும் மயக்கமுற்ற.

உள்ளுறை: வீட்டவர் வளர்க்கும் குறுமுயலானது, முல்லை நிலத்துள்ளளே புகுந்து வரகுக் கதிர்களை மேய்ந்து, புதரிலே கிடந்து உறங்கிவிட்டு, வீட்டு முற்றத்தே இருக்கும் சிறியநீர்ச் சாலிலே சென்று, தன் துணையோடும் நீருண்ணும் என்றனன். அதுபோலவே, தானும் வினை முடிவுற்றதாகலின் வீடு செல்லும் பெருவிருப்பம் உடையவ னாயினன் என்று சொல்வது கருதி என்க.

285. பன்முறை தழுவுவோம்!

பாடியவர்: காவிரிப்பூம் பட்டினத்துக் காரிக்கண்ணனார். **திணை:** பாலை. **துறை:** உடன்போக்கு உடன்படுவித்த தோழி, தலைமகட்குச் சொல்லியது.

(தலைமகனுடன் உடன்போக்கிலே தலைவியும் சென்று விடுவ தற்கான ஏற்பாடுகள் பலவற்றையும் செய்துவந்த தோழி, தலைவி யிடம் இவ்வாறு கூறி, அவளைத் தழுவிக் கொண்டு, வழியனுப்பி வைக்கின்றனள்.)

'ஒழியச் சென்மார், செல்ப' என்று, நாம்
அழிபடர் உழக்கும் அவல நெஞ்சத்து
எவ்வம் இகந்துசேண் அகல, வைஎயிற்று
ஊன்நகைப் பிணவின் உறுபசி களைஇயர்,
காடுதேர் மடப்பிணை அலறக் கலையின்

ஓடுகுறங்கு அறுத்த செந்நாய் ஏற்றை
வெயில்புலந்து இளைக்கும் வெம்மைய, பயில்வரி
இரும்புலி வேங்கைக் கருந்தோல் அன்ன
கல்எடுத்து எறிந்த பல்கிழி உடுக்கை
உலறுகுடை வம்பலர் உயர்மரம் ஏறி,
ஏறுவேட்டு எழுந்த இனம்தீர் எருவை
ஆடுசெவி நோக்கும் அத்தம், பணைத்தோள்
குவளை உண்கண் இவளும் நம்மோடு
வருஉம் என்றனரே, காதலர்
வாராய், தோழி! முயங்குகம் பலவே.

''நாம் இவ்விடத்தே தனித்திருக்கவும், வரைந்து கொள்ளு வதற்கான பொருளினை ஈட்டி வருவதற்கு நம் காதலர் செல்லார்'' என்று, நாம் மிகுதியான துன்பத்தினாலே இதுவரையும் வருந்தினேம். தோழி! ஆற்றாமை கொண்ட நம் நெஞ்சத்தின் துன்பமெல்லாம் முற்றவும் நீங்கத், தொலைவிற்கு நாமும் அவருடன் செல்லுமாறும், இப்போது சமயம் வந்து வாய்த்தது.

கூர்மையான பற்களையுடையதான, ஊனை விரும்புகின்ற தன்னுடைய பெண் நாய் கொண்டிருந்த பசியினைப் போக்குமாறு, தன்கலையினைக் காடெல்லாம் தேடிக் கொண்டிருக்கின்ற இளைய பெண்மான் அலறும்படியாக, அக் கலைமானின் ஓடிச் செல்லுவதற் குரிய தொடையினைக் கடித்து அதனை வீழ்த்தியது அச்செந்நாயின் ஆண். அப்படி வீழ்த்திய பின், வெயிலினாற களைப்புற்று, பெரிதும் இளைத்துக் கொண்டே அது நின்றிருக்கும்.

வரிகள் பொருந்திய உடலுடைய பெரிய புலியினது கருமை யான தோலினைப் போல விளங்கும் கல் உறாய்ந்து கிழித்தலினால், பரவலாகக் கிழித்த உடையினராயும் உலறிய குடையினராயும் வழிச் செல்லும் புதியர்வர்கள், அந்தச் செயலால் எழுந்த ஆரவாரத்திற்கு அஞ்சியவர்களாயிருந்தனர். உயர்ந்த மரத்தின் மேலே ஏறி இருந்துக் கொண்டு. தன்னுடைய உணவினை விரும்பி இனந்தினின்றும் பிரிந்து வந்த எருவைச் சேவலானது, வானிலே வட்டமிட்டுப் பறக்கும் தன்மை யினை நோக்குபவர்களாக இருப்பாராயினர்.

''அத்தகைய காட்டின்பாற் செல்லும் வழிகளிலே, பணைத்த தோளினையும், குவலை மலர் மையுண்டது போன்ற கண்களை யும் உடைய இவளும் நம்மோடுங்கூட வருவாளாக'' என்றனர். நம் தலைவர். ஆகையால், நீயும் என்னருகே வருவாயாக, நாமும் பன்முறை தழுவிக் கொள்வோமாக. (தழுவுதல் அன்புடையார் விடைபெற்றுச் செல்லுங் காலத்தே மேற்கொள்வது);

என்று, உடன்போக்கு உடன்படுவித்த தோழி தலைமகட்குச் சொன்னாள் என்க.

சொற்பொருள்: 2. அழி படர்-மிகுதியான வருத்தம்; அழி விற்கு ஆட்படுத்தும் பெருந்துன்பம். 6. ஓடு குறங்கு- ஓட்டத்திற் குரிய தொடை. 7. இளைக்கும்-வாய்நீர் வடியப் பெருமூச்சு விட்டு இளைத்திருக்கும். 9. கல் எடுத்து எறிந்ததனால் எனவும் கொள்ள லாம். 10. சோற்றுக் குடைகள் கிழிந்து சோறு சிந்திப் போக, அவை எல்லாம் உலறிய குடைகளாயின என்க.

விளக்கம்: செந்நாய் மானின் தொடையைக் கடிக்கவும் அதனால் எழுந்த ஆரவாரத்தினாலே ஓடித் தப்ப முயன்ற வழிச் செல்வார், கற்களிலே மோதி வீழ்ந்து, கிழிந்த உடையினராயும் உலறிய குடையினராயும் ஓடினவர், மரத்தின் மேலேறி இருந்து கொண்டனராகப், பிணந் தின்னும் எருவைச் சேவல் வானிலே வட்டமிட்டுப் பறந்து மேலெழ, அது போகும் திசையை நோக்கியவாறு, பிணம் வீழ்ந்த இடத்தை அறிந்து ஆறலை கள்வர் கொடுமை நிகழ்த்தும் இடத்தை அறியவும் முயன்றனர் என்று கொள்க. காட்டின் வெம்மையும் கடுமையும் செல்வ தற்கு அரிதென்ற போதும், அதனையும் பொருட்டாக்காது அவள் செல்லத் துணிந்தனள் என்க,

286. உண்மை எங்கே?

பாடியவர்: ஓரம்போகியார். **திணை:** மருதம். **துறை:** 'வரைந்து எய்துவல்' என்று நீங்கும் தலைமகன், 'தலைமகளை ஆற்றுவித்துக் கொண்டு இருத்தல் வேண்டும்' என்று, தோழிகையைக் கைப்பற் றியது; தன்னைத் தொட்டுச் சூள் உறுவானாகக் கருதித் தோழி சொல் லியதும் ஆம்.

(தலைமகன், வரைவிற்கான பொருள் தேடி வருதலைக் குறித்துத், தலைவியைப் பிரிந்து செல்வதற்கு நினைவுற்றுத் தோழி யுடன் இப்படிச் சொல்லினான். அது கேட்ட அவள், 'என்றும் பிரியேன்' எனச் சொல்லிய சூளுறவை நினைவூட்டி இப்படிக் கூறுகின்றாள்.)

வெள்ளி விழுத்தொடி மென்கரும்பு உலக்கை,
வள்ளி நுண்இடை வயின்வயின் நுடங்க.
மீன்சினை அன்ன வெண்மணல் குவைஇக்,
காஞ்சி நீழல், தமர்வளம் பாடி,
ஊர்க்குறு மகளிர் குறுவழி, விறந்த
வராஅல் அருந்திய சிறுசிரல் மருதின்
தாழ்சினை உறங்கும் தண்துறை ஊர!
விழையா உள்ளம் விழையும் ஆயினும்,
என்றும், கேட்டவை தோட்டி ஆக மீட்டு ஆங்கு,
அறனும் பொருளும் வழாமை நாடி

தற்றகவு உடைமை நோக்கி, மற்றதன்
பின்ஆ கும்மே, முன்னியது முடித்தல்;
அனைய, பெரியோர் ஒழுக்கம்; அதனால்,
அரிய பேரியோர்த் தெரியுங் காலை
நும்மோர் அன்னோர் மாட்டும், இன்ன
பொய்யொடு மிடைந்தவை தோன்றின்,
மெய்யாண்டு உளதோ, இவ்வுலகத் தானே?

வெள்ளியினாலே சிறந்த முறையிற் பூண்கட்டிய, மெல்லிய கரும்பினால் இயன்ற உலக்கையினாலே, கொடி போன்ற நுண்மையான இடையானது அப்படியும் இப்படியுமாகப் பக்கங்களிலே அசைந்தாட, மீனின் முட்டை போன்ற வெண்மையான நுண் மணலைக் குவித்துக், காஞ்சி மரத்தின் நீழலிலே, தம் குடியின் பெருமைகளைப் பாடிய வாறே, ஊரிலுள்ள இளைய பெண்கள் உலக்கை இட்டு விளையாடு வார்கள். அந்த உலக்கைப் பாடலின் இனிய இசையிலே மெய்ம் மறந்து, மிகுதியான இறால் மீன்களைத் தின்ற சிறிய சிரற் பறவை யானது, மருத மரத்தின் தாழ்வான கிளையிலேயிருந்து உறங்கிக் கொண் டிருக்கும். அத்தகைய தண்மையான நீர்த்துறையினை உடைய ஊரனே!

என்றும் விரும்பாத உள்ளமானது ஒரு சமயத்தே ஒன்றை விரும்பு மாயினும், தாம் கேட்டறிந்த அறங்களைத் தோட்டியாகக் கொண்டு அந்த ஆசையாகிய மதயானையை அதன் போக்கிலே கட்டுமீறிச் செல்லாது அடக்கி மீட்டு, அறனும் பொருளும் ஆகிய இருவகைப்பட்ட அறங்களினின்றும் வழுவாத ஒரு முறைமையையே ஆராய்ந்து, தன்னுடைய தகுதி உடைமையையும் உணர்ந்து, செய்யக் கருதியதைச் செய்து முடித்தலே, செயலிலே சிறப்பு உடையதாகும். பெரியோரின் ஒழுக்கம் அப்படிப்பட்டதாகவே என்றும் இருக்கும்.

அதனால், அரியனவே செய்யும் பெரியவர்கள் என ஆராய்ந்து அறியுங்காலத்திலே, நும்மை ஒத்தவர்களிடத்தும் இத் தன்மையான பொய்யோடுங்கூடிய நடத்தைகள் தோன்றுமானால், இவ் உலகத்தி னிடத்திலே, உண்மை என்பது எவ்விடத்தே உளதாகுமோ? (அதனை எனக்கு உரைப்பாயாக.)

என்று, 'வரைந்து எய்துவல்' என்று நீங்கும் தலைமகன், தலை மகளை ஆற்றுவித்துக்கொண்டு இருத்தல் வேண்டுமென்று தோழி யைக் கைப்பற்றியது, தன்னைத் தொட்டுச் சூழ்உறுவானாகக் கருதித் தோழி சொல்லியதும் ஆம்.

சொற்பொருள்: 1. விழுந்தொடி-சிறந்த பூண். கருப்ப -கரும்பு. 2. வள்ளி-கொடி. வயின் வயின்-பக்கம் பக்கம்; இரு பக்கமும். 4. தமர்

வளம் பாடி-தம் குடியின் வளத்தைப் போற்றிப் பாடி. 5. குறுமகளிர்- இளைய பெண்கள்; குறுமை பருவம் குறித்தது. விறந்த-செறிந்த. 9. தோட்டி-அங்குசம்; துறட்டி. 16. மிடைந்தவை-கலந்தவை.

விளக்கம்: மகளிர் கடற்கரையில் இவ்வாறு விளையாடும் செய்தியினைச் சிலப்பதிகார வாழ்த்துக் காதையிலேவரும் 'தீங்கரும்பு நல்லுலக்கையாக' என்னும் பகுதியும் விளங்கும்.

உள்ளுறை: பெண்களின் ஆரவாரத்திற்கு அஞ்சி ஓட வேண்டிய சிரல், அமைதியாக மருதின் தாழ்ந்த கிளையிலேயிருந்து உறங்குவது போல, அவனும் எழுந்த ஊரலரின் ஆரவாரங்களைக் கேட்டும் பொருட்படுத்தாது, தான் அநுபவித்த களவுறவின் இன்ப மயக் கத்தாலே, வரைந்து வராது வாளா விருந்தனன் என்று சொன்னதாகக் கொள்க.

குறிப்பு: வரைந்து கொள்ளுதற்கான பொருள் தேடி வரப் பிரிந்து செல்பவன் தலைவன் எனக் கொள்க. தலையளி செய்து கூடிய காலத்தே ''அவன் வாய்மையாளன், என்றும் பிரியேன் என்றதைப் பொய்யான்'' எனத் தாம் கருதித் தெளிந்த நிலையினைப் பொய் யாக்கி, அவன் 'போவேன்' என்றதனால், தோழி இங்ஙனம் கூறினாள் என்பதும் ஆம்.

மேற்கோள்: 'குறியெனப் படுவது.... மொழி' என்னும் இறை யனார் களவியல் சூத்திர உரைக்கண், இந்தச் செய்யுளை உதாரணமாக நக்கீரர் காட்டுவர்.

'கூதிர்வேனில் என்றிரு பாசறை' என்னும் தொல்காப்பியப் புறத்திணையியற் சூத்திர உரையினும், பெறற் கரும் பொருள் முடிந்த பின் வந்த' என்னும் தொல்காப்பியக் கற்பியல் சூத்திர உரையினும், நச்சினார்க்கினியரும் இச் செய்யுளை உதாரணமாகக் கொண்டுள்ளனர்.

287. அலைக்கும் மாலை!

பாடியவர்: குடவாயிற் கீரத்தனார். **திணை:** பாலை. **துறை:** பிரிந்து போகாநின்ற தலைமகன் இடைச்சுரத்திலே, அவளுடைய நினைவு மிகுதியாகித் தன்னை வருத்தத் தன் நெஞ்சிற்குப் இப்படி உரைத்துக் கொள்ளுகின்றான்.

(தலைவியைப் பிரிந்து சென்ற தலைமகன், இடைச்சுரத்திலே, அவளுடைய நினைவு மிகுதியாகித் தன்னை வருத்தத் தன் நெஞ்சிற்கு இப்படி உரைத்துக் கொள்ளுகின்றான்.)

தொடிஅணி முன்கைத் தொகுவிரல் குவைஇப்,
படிவ நெஞ்சமோடு பகல்துணை ஆக,
நோம்கொல்? அளியன் தானே! -தூங்குநிலை,

மரைஏறு சொறிந்த மாத்தாட் கந்தின்
சுரைஇவர் பொதியில் அம்குடிச் சீறூர்
நாட்பலி மறந்த நரைக்கண் இட்டிகை,
புரிசை முழ்கிய பொரி அரை ஆலத்து
ஒருதனி நெடுவீழ் உதைத்த கோடை
துணைப் புறா இரிக்கும் தூய்மழை நனந்தலைக்
கணைக்கால் அம்பிணை ஏறுபுறம் நக்க,
ஒல்குநிலை யாஅத்து ஓங்குசினை பயந்த
அல்குறு வரிநிழல் அசையினம் நோக்க,
அரம்புவந்து அலைக்கும் மாலை,
நிரம்பா நீள்இடை வருதுதும் யாமே.

வளைகள் அணிந்த தன் முன்கைகளின் தொகுதியான விரல்களைக் குவித்து, நோன்பு மேற்கொண்ட நெஞ்சத்தூடனே. ஞாயிறே தனக்குத் துணையாகக் கருதி வருந்தியவளாகவே அவள் இருப்பாளோ? நெஞ்சமே! அவள் இரங்கத்தக்கவளே !

ஆண் மரை உராய்ந்தமையால் அசைந்து கொண்டிருக்கும் நிலையினதாகிய, கரிய அடிபொருந்திய கந்தினையுடைய, சுரைக்கொடி படர்ந்திருக்கும் ஊர் அம்பலத்தின கண்ணே, அழகிய குடியிருப்பினையுடைய சிற்றூரிலே உள்ளவர்கள். நாள்தோறும் இடுகின்ற பலியினையும் இடாது மறந்தமையால், அவ்விடத்துப் பலிபீடமும் வெளிதாகிக் கிடக்கும். அதனைக்கண்ட கோடைக் காற்றானது, அந்த மன்றத்தைக் கவிந்திருக்கும் பொரித்த அடிமரத்தினையுடைய ஆலமரத்தின் ஒன்றாய்த் தனித்த விழுதினை அசைந்து மோதி, அம் மரத்தின்கண் துணையுடன் மேவியிருந்த புறாவினை அப் பலிபீடத்திலே அடித்து வீழ்த்தும். அத்தகைய இடமாகிய மழையற்ற அகன்ற காட்டகத்தின் இடத்திலே,

அசையும் நிலையினைக் கொண்ட யாமரத்தின் உயர்ந்த கிளைகள் உதவிய சுருங்கிய வரிப்பட்ட நிழலிலே தங்கித் திரண்ட கால்களையுடைய அழகிய பிணையானது தன் ஏற்றின் முதுகை நக்கிக் கொண்டிருக்க, அதனைப் பார்க்கவும், குறும்பாக வந்து நம்மை வருந்தும் மாலைப் பொழுதிலே, இந்தத் தொலையாத நெடுவழியிலே, அவனைப் பிரிந்துவந்த வருத்தம் மிகுதியாக யாம் தனித்திருந்து வருந்துகின்றோம். (இனி, என் செய்வோம்?);

என்று, பிரிந்து போகாநின்ற தலைமகன் இடைச்சுரத்து நின்று, தன் நெஞ்சிற்குச் சொன்னான் என்க.

சொற்பொருள்: 1. தொடி-வளையல். தொகு விரல்-தொகுதியான விரல்கள். குவைஇ-குவித்து. 2. படிவ நெஞ்சம்-நோன்பு கொண்ட

நெஞ்சம். பகல்-ஞாயிறு. 3. தூங்கு நிலை-அசையும் நிலை. 4. கந்து-தெய்வம் வீற்றிருக்கும் கல் அல்லது குற்றி. 6. நரைக்கண் இட்டிகை-வெளியாகத் தோன்றுவதாகிய பலிபீடம். 7. பொரி அரை- பொரிந்த அடிமரம். 8. வீழ்-விழுது. 9. இரிக்கும்-ஒட்டும். 11. ஒல்குதல்-அசைதல். 14. நிரம்பா -தொலையாத.

விளக்கம்: கலையின் வருத்தந்தீரப் பிணைஅதன் முதுகினை நக்கிவிடக் காண்பவன், தன் துயரைத் தீர்க்கத் தன் அருமைக் காதலியும் அவ்விடத்திலேயே என்ற ஏக்கம் பெரிதாயினான் என்க. குற்றி நட்டுத் தெய்வம் அதனிடத்தே வந்து நின்று அனைவருக்கும் அருள்வதாகப் பாவித்துப் பலியிட்டு வழிபட்ட வழக்கமே பிற்காலத்து இலிங்க வழிபாடாக வளர்ந்தது என்பர் ஆராய்வோர்.

அவளும், ஞாயிற்றைக் கைகுவித்தவளாக வாடியிருப்பாள்; அவள் நினைவால் யானும் இங்கிருந்து வாடுவேன்; ஏனோ இதற்குத் துணிந்தேன்? என அவள் வருந்தினன் என்க.

288. எளிமை செய்தனை!

பாடியவர்: விற்றூற்று மூதெயினனார்; முத்தூற்று மூதெயினனார் என்பதும் பாடம். **திணை:** குறிஞ்சி. **துறை:** பகற்குறிக்கண் தோழி செறிப்பறிவுறீஇ வரைவுகடாயது.

(தலைமகனும் தலைமகளும் பகற்குறிக்கண் கூடிஇன்புற்று வந்து கொண்டிருந்த காலம்; தலைவியின் ஒழுக்கத்தால் ஊரலர் எழ, அவளை இற்செறிப்பில் வைத்துக் காக்கத் தொடங்கினர் வீட்டவர். அந்தச் செய்தியைக் குறியிடத்தே வந்திருக்கும் தலைவனிடம் அறிவித்து, அவனை, விரைவிலே வரைவுடன் வந்துதலைவியை மணந்துக் கொள்ளுமாறு, தோழி வேண்டுகின்றாள்.)

சென்மதி: சிறக்க; நின்உள்ளம்! நின்மலை
ஆரம் நீவிய அம்பகட்டு மார்பினை,
சாரல் வேங்கைப் படுசினைப் புதுப் பூ
முருகுமுரண் கொள்ளும் உருவக் கண்ணியை,
எரிதின் கொல்லை இறைஞ்சிய ஏனல்,
எவ்வம் கூரிய, வைகலும் வருவோய்!
கனிமுதிர் அடுக்கத்துஎம் தனிமை காண்டலின்
எண்மை செய்தனை ஆகுவை; நண்ணிக்
கொடியோர் குறுகும் நெடிஇருங் குன்றத்து,
இட்டுஆறு இரங்கும் விட்டுஒளிர் அருவி
அருவரை இழிதரும் வெருவெரு படாஅர்க்
கயந்தலை மந்தி உயங்குபசி களைஇயர்,

பார்பின் தந்தை பழச்சுளை தொடினும்,
நனிநோய் ஏய்க்கும் பனிகூர் அடுக்கத்து,
மகளிர் மாங்காட்டு அற்றே துகள் அறக்
கொங்தோடு உதிர்த்த கதுப்பின்,
அம்தீம் கிளவித் தந்தை காப்பே!

தலைவனே! நின் மலையகத்துச் சந்தனம் பூசப்பெற்ற அழகிய விளக்கம் பொருந்திய மார்பினையாக நீயும் உள்ளனை; மலைச்சாரலி லுள்ள வேங்கை மரத்தின் மிகுதியான கிளைகளிலேயுள்ள பூக்களால் தொடுத்த, முருகனும் விரும்புமாறு கொள்ளும் அழகிய கண்ணி யினை உடையவனாகவும் இருக்கின்றனை; எரியானது தின்றழித்த கொல்லையினிடத்தே, முற்றிக் கதிர்வளைந்த தினைகளையுடைய புனத்திலே, துன்ப மிகுதி உடையவனாக நாடோறும் தவறாது வரு தலையும் செய்கின்றனை!

ஆறலைப்போராகிய கொடியவர்கள் நெருங்கித் தங்கியிருக் கும் நெடிதான பெரிய குன்றத்திலேயுள்ள குறுகிய வழியிலே, விளங் கும் அருவியின் ஒலிமுழக்கம் இடையிட்டுக் கேட்கும். அந்த அருவி அரிய மலையினின்றும் வீழ்ந்துக் கொண்டிருக்கும் இடமோ மிகவும் அச்சந்தோன்றும் இடம் ஆகும். அவ்விடத்தே சிறு தூறுகளுள் ஒன்றிலே இருக்கும் மெல்லிய தலையினையுடைய மந்தி பசியினால் வருந்தியிருக்க, அதன் குட்டிக்குத் தந்தையான கடுவன் பலாச்சுளை யினைச் சென்று தோண்டும். தோண்டினவிடத்திலே அதற்கு மிகுந்த துன்பம் வந்து சேருமாறு நேர்கின்ற, நடுக்கம் மிகுந்த அத்தகைய மலை யடுக்கத்திலே, தேவகன்னியர்கள் வாழ்கின்றனர் என்பர். அத்தகைய மலையிடத்தேயுள்ள 'மாங்காடு' என்னும் காவல் மிகுந்த ஊரைப் போன்றது.

குற்றம் ஏதும் இல்லாமல், கொத்தோடு பூக்களை உதிர்த்து அணிந்த கூந்தலையும், அழகிய இனிதான பேச்சினையும் உடைய இவளுடைய தந்தையின் காவல் மிகுந்த பெருமனை.

அங்ஙனம் இருப்பவும், கனிகள் முதிர்ந்துள்ள பக்கமலைச் சாரல்களிலே, எம்முடைய னிமையைக் காண்பதனால், நீ எங்களின் அருமையினை உணராது எமக்கு எளிமை செய்தனையும் ஆயினாய். நின் அத்தகைய உள்ளம் சிறப்பதாக! நீயும் சென்றுவருவாயாக! (தம் குடிப்பெருமை உரைத்து இரவுக் குறிவாய்த்தல் அரிதாகலின், மணம் வேட்டலே இனிச் செய்தற்குரியது என்றனள்);

என்று பகற்குறிக்கண் தோழி செறிப்பறிவுறீஇ வரைவு கடாயி னாள் என்க.

சொற்பொருள்: 2. அம் பகட்டு மார்பு-அழகிய விளக்கத் தினையுடைய மார்பு. 3. படுசினை-மிகுந்த கிளைகள். 4. முருகு - அழகு;

முருகனும் ஆம். எதிரின்கொல்லை-எரியுண்ட கொல்லை இறைஞ்சிய ஏனல்-கதிர் முற்றித் தலை தாழ்ந்து வளைந்திருக்கும் தினைப்புனம். 8. எண்மை-எளிமை. 9. கொடியோர்- ஆறலை கள்வர்; கொடிய தன்மை உடையவர் ஆகலின் கொடியோர் எனப்பட்டனர். 11. படாஅர்-தூறு. 12. கயந்தலை- மென்தலை. 15. மகளிர்-தேவ மகளிர்; சூரர மகளிர் என்றும் கொள்வர். 17. காப்பு-காவல் உள்ள இடம்;இல்லம்.

விளக்கம்: தலைவியின் குடும்பத்தின் தகுதி கூறி. நீ அவளை அடைதல் எளிதென எண்ணாதே எனக் கூறுவதன் மூலமும், இல்லம் காப்புடையது எனக் கூறுவதன் மூலமும் இரவுக்குறி மறுத்து, இற்செறிப் பும் அறிவுறுத்தித் தோழி வரைவு கடாயினாள் என்க.

பாடபேதங்கள்: 6. எவ்வம் கூறிய. 16. கொங்கோடு. உதிர்த்த; கொங்கு-பூந்தாது.

289. முத்துச் சொரியும் கண்கள்!

பாடியவர்: எயினந்தை மகன் இளங்கீரனா. **திணை:**பாலை. **துறை:** பிரிந்துபோகா நின்ற தலைமகன் தன் நெஞ்சிற்குச் சொல் லியது.

தன்னுடைய உயிர்த் துணைவியைப் பிரிந்து தன் வினைமேற் செல்லலுற்ற தலைமகன் ஒருவன், இடைவழியிலே, அவளைப் பிரிந்த பெருவருத்தம் நெஞ்சிலே சூழ்ந்து வருத்தத் தன் நெஞ்சிற்கு இவ்வாறு கூறுகின்றான்.)

சிலைஏ றட்ட கணைவீழ் வம்பலர்
உயர்பதுக்கு இவர்ந்த ததர்கொடி அதிரல்
நெடுநிலை நடுகல் நாட்பலிக் கூட்டும்,
சுரனிடை விலங்கிய மரன்ஓங்கு இயவின்,
வந்து, வினை வலித்த நம்வயின், என்றும்

தெருமரல் உள்ளமொடு வருந்தல் ஆனாது,
நெகிழா மென்பிணி வீங்கிய கைசிறிது
அவிழினும், உயவும் ஆய்மடத் தகுவி;
சேண்உறை புலம்பின் நாள்முறை இழைத்த
திண்சுவர் நோக்கி, நினைந்து கண்பனி,

நெகிழ்நூல் முத்தின், முகிழ்முலைத் தெறிப்ப,
மைஅற விரிந்த படைஅமை சேக்கை
ஐமென் தூவி அணைசேர்பு அசைஇ
மையல் கொண்ட மதன்அழி இருக்கையள்
பகுவாய்ப் பல்லி படுதொறும் பரவி;

'நல்ல கூறு என நடுங்கிப்
புல்லென் மாலையொடு பொரும்கொல் தானே?

ஆறலை கள்வர் வில்லிலே கோத்து எய்த கணையால் வழிப் போக்கராகிய புதியவர்கள் வீழ்ந்துபட, அவர்கள் உடல்மேல் எழுப்பிய கற்குவியல்களிலே ஏறிப் படர்ந்த நெருங்கிய கொடிகளையுடைய அதிரலானது, உயர்ந்த நிலையினையுடைய நடுகல்லின் நாட்பலிக் குப் பூச்சூட்டப் பெற்றதாக விளங்கும். அத்தகைய சுர நெறியிலே, குறுக்கிட்ட மரங்கள் ஓங்கிவளர்ந்துள்ள வழியிலே வந்து, வினையின் பால் உறுதிக் கொண்ட நம்மிடத்தே, என்றும் நினைந்து சுழலும் உள்ளத்துடன் வருந்துதல் ஒன்று மட்டுமே அமையாது, மென்மை யான பிணிப்பு மிகுந்த கை நெகிழ்ந்து சிறிதளவே விலகினாலும் வருத்தங் கொள்பவளான நம் தலைவியானவள்.

நாம் தொலைவிடத்தே வாழ்தலான தனிமையால், நாள்தோறும் முறையாக இழைத்த கோடுகளையுடை திண்மையான சுவரினை நோக்கி, நம்மையே நினைந்து நூலறுந்து வீழ்கின்ற முத்துக்களைப் போல, முலை முகங்களிலே கண்ணீர் பட்டுத் தெரித்துவீழக், குற்ற மற விரிந்து கிடக்கும் படுக்கையமைந்த பள்ளியிலே, மெண்மையான அன்னச் சிறகால் ஆகிய அணையினைச் சேர்ந்து தங்கியவளாக, மயக்கங் கொண்டவளாகத் தன் வலியழிந்த இருக்கையளாக ஆவாளோ?

பிளந்த வாயினையுடைய பல்லி ஒலிக்குந்தோறும் தெய்வத் தைத் தொழுது, 'நன்மையே கூறு' எனச் சொல்லி மனம் நடுங்கிய வளாகப், பொலிவுற்ற மாலைக்காலத்தினோடு போராடிக் கிடந்தும் தவிப்பாளோ?(நெஞ்சமே! அவள் நிலைதான் யாதோ? யான் ஏது செய் வேன்?)

என்று, பிரிந்து போகாநின்ற தலைமகன் தன் நெஞ்சிற்குச் சொன்னான் என்க.

சொற்பொருள்: 1. சிலையேறு அட்ட-வில்லிலே கோத்து எய்த அம்புகளால் கொன்ற. 2. பதுக்கு- பதுக்கைகள். ததர்கொடி - நெருக்கமாகத் தழைத்த கொடி-நெருக்கமாகத் தழைத்த கொடி. 3. நெடுநிலை-நீண்ட நிலை; உயரமான என்பது பொருள். 4. விலங் கிய- குறுகிட்ட இயவு-வழி. 5. வினை வலித்த -வினையிலே உறுதி கொண்ட. 7. பிணி- பிணிப்பு. 8. மடத் தகுவி-மடமையான தகுதி யினை உடையவள். 13. அசைஇ- தங்கி. 15. படுதொறும் - ஒலிக்குந் தோறும். பரவி-தெய்வத்தைப் போற்றி.

விளக்கம்: ''மனமே! அச்சமுடைய வழியிடையிலே என்னை இப்படி உறுதி இழக்கச் செய்கின்றாயே! அவள் என்ன ஆவாளோ? அணைத்த கைகளின் பிணிப்பு நெகிழினும் வருந்தும் அத்தகைய இயல்பினளாயிற்றே!'' என, அவளை நினைந்து வருந்துகின்றான் அவன்.

பாடபேதம்: 3. நிரை நிலை நடுகல்.

290. நீலம் பொன்னாயிற்றே!

பாடியவர்: நக்கீரர். **திணை:** நெய்தல். **துறை:** இரவுக்குறிக்கண் தலைமகன் சிறைப்புறத்தானாகத் தோழிக்குச் சொல்லுவாளாய்த் தலைமகள் சொல்லியது. **சிறப்பு:** விறற்போர்க்குட்டுவனின் தொண்டி நகரின் வளம் பற்றிய செய்தி.

(தன்னுடைய காதலனைச் சிறிது பிரிந்திருக்கவும் இயலாத காதற்பெருக்குடையவள் தலைவி, இரவுக்குறியிடத்தே, அவன் வரக் காலந்தாழ்க்கவும் அவள் மனம் வருந்தினாள். பின், அவன் வந்து சிறைப் புறமாக இருப்பவும், அவள் தன் தோழிக்குச் சொல்லுவபவளே போல, அவன் கேட்குமாறு தன் நிலையினைக் கூறுகின்றாள்.)

குடுமிக் கொக்கின் பைங்காற் பேடை
இருஞ்சேற்று அள்ளல் நாட்புலம் போகிய
கொழுமீன் வல்சிப் புன்தலைச் சிறாஅர்,
நுண்ஞாண் அவலைச் சேவல் பட்டென,
அல்குகு பொழுதன் மெல்குஇரை மிசையாது,
பைதல் பிள்ளை தழீஇ, ஒய்யென,
அம்கண் பெண்ணை அன்புற நரலும்
சிறுபல் தொல்குடிப் பெருநீர்ச் சேர்ப்பன்.
கழிசேர் புன்னை அழிபூங் கானல்,
தணவா நெஞ்சமொடு தமியன் வந்து நம்
மணவா முன்னும் எவனோ, தோழி?
வெண்கோட்டு யானை விறற்போர்க் குட்டுவன்
தென்திரைப் பரப்பின் தொண்டி முன்துறைச்,
கரும்புஉண மலர்ந்த பெருந்தண் நெய்தல்
மணிஏர் மாண்நலம் ஓரீஇப்,
பொன்நேர் வண்ணம் கொண்டஎன் கண்ணே?

தோழி! கருமையான சேற்றுக் குழம்பினைக் கொண்ட வயலி னிடத்தே. நாட் காலையிலே சென்ற, கொழுமீன் உணவைக் கொண்ட வராகிய புற்கென்ற தலைமயிரையுடைய சிறுவர்களின் நுண்ணிய கயற்றினாலாகிய அழகிய வலையிலே தன் சேவல் அகப்பட்டதாகத், தலையில் கொண்டையினையுடைய அக் கொக்கின் பசுமையான கால்களையுடைய பேடையானது, தனித்துத் தான் மிகவும் வருந்தும். அப்படி அது வருந்தும் பொழுதிலே, மெல்லும் இரையினையும் தின்னாது துன்புறும் தன் குஞ்சினைத் தழுவியவாறே, 'ஓய் என்று, அழகிய இடத்தையுடைவய பனை மரத்திண்கண் சென்று அமர்ந்து, தன் அன்பு தோன்ற ஒலித்துக் கொண்டே இருக்கும். அத்தகைய, சிறிய பலவாகிய பழங்குடியினர்களைக் கொண்ட, கடற்கரை நாட்டின் தலைவன் நம் காதலன். அவன்,

கழியினைச் சேர்ந்துள்ள புன்னையின் உதிர்ந்த பூக்களை யுடைய கானற்சோலையிலே, அன்பு நீங்காத நெஞ்சத்துடனே, தனிமை யாளனாக வந்து நம்மைக் கூடி இன்புறுத்தாதற்கு முன்பாகவும், என் கண்கள்,

வெண்மையான கொம்புகளையுடைய யானையினைப் போன்ற போர் வெற்றியையுடைய குட்டுவனது, தெளிந்த அலைகள் பொருந் திய பரப்பினிடத்தேயுள்ள தொண்டியின் முன்துறையிலே, வண்டு உண்ணலால் மலர்ந்த பெரிய குளிர்ச்சியான நெய்தற்பூவின் நீலமணி போன்ற அழகு மாட்சிமையினை உடைய நலத்தினைக் கைவிட்டுப், போன்போலும் நிறத்தினைக் கொண்டனவே! இஃது என்னவோ?

என்று, இரவுக் குறிக்கண் தலைமகன் சிறைப்புறத்தானாகத் தோழிக்குச் சொல்லுவாளாய்த் தலைமகள் சொன்னாள் என்க.

சொற்பொருள்: 1. குடுமி-கொண்டை; ஆண் கொக்கின் தலை யுச்சியிலேயுள்ள இறகுகள். 2. அள்ளல் -குழம்பு போன்ற தன்மை; அளல் எனவும் வழங்குபவர். 3. வல்சி-உணவு. 5. அல்குறு பொழுது -தனித்த பொழுது. 6. பைதல் -வருத்தம். 9. அழிபூ- உதிர்ந்த பூ; மிகுந்த பூக்களும் ஆம். 10. தணவா-அன்பு நீங்காத. 16. பொன்னேர் வண்ணம் கொளல்- பசலை பாய்தல்.

உள்ளுறை: தன் சேவல் வலையிற்பட்ட, உணவும் மறந்து பனைமேற் சென்றிருந்து, பைதற் பிள்ளையை அணைத்துக் கொண்டு அலறும் கொக்குப் பேட்டினையுடைய ஊரினன்; அவனைப் பிரிந்து யாம் வருந்தும் நிலையினை உணராமற் போனானே என்று கொள்க; பயன், வரைவு வேட்டல் என்க.

291. நினைத்தனையே நெஞ்சமே!

பாடியவர்: பாலை பாடிய பெருங்கடுங்கோ. **திணை:** பாலை. **துறை:** பொருள் வயிற் போகாநின்ற தலைமகன் இடைச்சுரத்துத் தன் நெஞ்சிற்குச் சொல்லியது.

(தலைமகன் ஒருவன், தன் உள்ளத்திலே பொருளார்வம் மிகுந்த வனாகத், தன் அன்புடைக் காதலியையும் பிரிந்து தொலை நாடு நோக்கிச் சென்றான். இடைச்சுரத்திலே தன் காதலியின் நினைவி னாலே வருந்திய அவன், தன் நெஞ்சிற்குச் சொல்லி வருந்தியது இது.)

வானம் யெல்வளம் கரப்பக், கானம்
உலறி இலைஇல வாகப், பல உடன்
ஏறுடை ஆயத்து இனம்பசி தெறுப்பக்
கயன்அற வறந்த கோடையொடு நயன் அறப்
பெருவரை நிவந்த மருங்கில், கொடுவரிப்

புலியொடு பொருது சினஞ்சிவந்து, வலியோடு
உரவுக்களிறு ஒதுங்கிய மருங்கில் பருஉப்பரல்
சிறுபல் மின்மினி கடுப்ப எவ்வாயும்
நிறைவன இமைக்கும் நிரம்பா நீள்இடை,
எருவை இருஞ்சிறை இரீஇய, விரிஇணர்த்
தாதுஉண் தும்பி முரல்இசை கடுப்பப்,
பரியினது உயிர்க்கும் அம்பினர், வெருவர
உவலை சூடிய தலைவர், கவலை
ஆர்த்து, உடன் அரும்பொருள் வவ்வலின், யாவதும்
சாத்துஇடை வழங்காச் சேண்சிமை அதரச்
சிறியிலை நெல்லித் தீம்சுவைத் திரள்காய்
உதிர்வன தாஅம் அத்தம் தவிர்வுஇன்று,
புள்ளிஅம் பிணை உணீஇய உள்ளி,
அறுமருப்பு இளங்கோடு அதிரக் கூஉம்
சுடர்தெற வருந்திய அருஞ்சுரம் இறந்து, ஆங்கு
உள்ளினை வாழிய, நெஞ்சே! போதுஎனப்
புலம்கமழ் நாற்றத்து இரும்பல் கூந்தல்,
நல்வெழில், மழைக்கண், நம் காதலி
மெல்லிறைப் பணைத்தோள் விளங்கும்மாண் கவினே.
நெஞ்சமே! நீ வாழ்வாயாக!

புலமெங்கும் நறுமணம் பரப்பிக் கொண்டிருக்கின்ற மலரினைப் போலக் கரிய பலவாகிய கூந்தலை உடையவள்; நல்ல அழகினை உடையவள்; குளிர்ச்சியான கண்களை உடையவள். நம்முடைய காதலி. மெல்லிய சந்தினையுடைய அவளுடைய பணைத்த தோள்களின் அழகோ, விளக்கம் அமைந்த மாண்பு உடையது ஆகும்.

மேகமானது பெயலாகிய வளத்தினைத் தராது ஒழிந்தது; காடுகள் எல்லாம் காய்ந்துப்போய், மரங்களும், இலையற்றன; ஏறுகளை உடைய ஆயமாகிய ஆனிரைகள் பலவற்றையும் பசியானது ஒருங்கே பற்றி வருந்தியது; குளங்களும் நீரற்றுப் போகுமாறு வறட்சியுற்றன; இவ்வாறு அமைந்த கோடையுடனே,

நன்மையெல்லாம் அற்றுப் போயின. பெரிய மலை உயர்ந்துள்ள பக்கங்களிலே, வளைந்த கோடுகளை கொண்ட புலியுடனே சினத்தால் மிகுதிகொண்டு போர் செய்தது, செருக்கு மிகுந்த வலிய களிறு ஒன்று. அதனை வென்ற செருக்குடனே அது சென்று ஒதுங்கியிருக்கும் பக்கங்களிலே,

பெரியவான பரற்கற்கள், சிறிய பலவான மின்மினிப் பூச்சிகளைப் போல எல்லாப் பக்கங்களிலும் நிறைந்துள்ளனவாக ஒளிபரப்பிக் கொண்டிருக்கும், செல்லத் தொலையாத நெடிதான காட்டிடத்தே,

பெரிய சிறகினையுடைய எருவைச் சேவலானது அஞ்சியோடு மாறு, விரிந்த பூங்கொத்துக்களிலே தாதினை ஊதி உண்ணும் வண்டினம் முரல்கின்ற ஒலியைப் போல, விரைவுடனே ஒலிசெய்து செல்லுகின்ற அம்பினை உடையவர்கள் ஆறலைப்போர். காண்பார்க்கு அச்சம் வருமாறு தழைக்கண்ணியினைச் சூடிய தலையினராகக் கவர்த்த நெறிகளிலே ஆர்பரித்துக் கொண்டு, வழிச்செல்வாரின் அரிய பொருள்களையெல்லாம் பறித்துக் கொள்பவர் அவர். ஆதலின், வாணிகச் சாத்து எனவும் செல்லுதலும் அற்றதான அத்தகைய கொடிய நெறியிலே,

உயர்ந்த உச்சிகளை அடுத்ததாக, சிறிய இலையினையுடைய நெல்லியின் இனிய சுவையுடைய திரண்ட காய்கள் உதிர்ந்து கிடக்கும் காட்டிலே, புள்ளிமானின் அழகிய பிணைகள் தவிர்தல் இன்றி அந் நெல்லிக்காய்களை உண்ணலை நினைந்து, அற்று வீழுகின்ற கொம்பு களை ஒழித்த தலையினவும் தோலாற் பொதிய பெற்ற மறு மருப்பு ஆகியனவுமாகிய தம் இளைய கொம்புகள் அதிருமாறு, ஆண் மான்கள் அவற்றைக் கூவி அசைந்துக்கொண்டிருக்கும். ஞாயிறு காய்தலால் வருத்தமுற்ற அத்தகைய அறிய சுரநெறிகளை எல்லாம் கடந்து வந்தும், நீ இப்போது அவளை நினைத்தனையே? (யான் இனி என் செய்வேன்?)

என்று, பொருள்வயிற் போகா நின்ற தலைமகன் இடைச்சுரத்துத் தன் நெஞ்சிற்குச் சொன்னான் என்க.

சொற்பொருள்: 4. கயம்-குளம். 7. ஒதுங்கிய-நடந்து சென்ற. 9. நிரம்பா-செல்லத் தொலையாத. 10. இருஞ்சிறை- பெரிய சிறகு. 13. உவலை -தழை. 17. தாஅம்- பரவிக் கிடக்கும். 23. இரும்பல் - கரிய பலவாகிய.

விளக்கம்: கூந்தலின் இயல்பான மணம், புலத்திடமெங்கும் மலர்மணம்போல் எழுந்து பரவிற்று என்க. மான்கொம்புகள் முதலில் கழன்று வீழ்ந்து மீண்டும் முளைக்கும் இயல்பின; அதனையே மறு கொம்பு என்பர்.

292. செய்வது யாது தோழி!

பாடியவர்: கபிலர். **திணை:** குறிஞ்சி. **துறை:** வெறிஅச்சுறீஇத், தலைமகள் தோழிக்குச் சொல்லியது.

(தலைமகள் தலைமகனுடனே களவிலே உறவாடி வர, அதனால், அவள் மேனியின் கண் புதுமாற்றங்கள் தோன்றின. அவ னுடன் கூடும் உறவு தடைபடவும் அவள் பொலிவிழந்தாள். உடல் நலிந்து வாடியும் சோர்ந்தாள். மகளின் நிலை கண்டு வருந்திய தாய், முருகனுக்கு வெறியாட்டயர்தலிலே ஈடுபட, அவள் தன் தோழியினிடம் இப்படிக் கூறுகின்றாள்.)

கூறாய், செய்வது தோழி! வேறுஉணர்ந்து,
அன்னையும் பொருள்உகுத்து அலமரும்; மென்முறிச்
சிறுகுளகு அருந்து, தாய்முலை பெறாஅ,
மறிக்கொலைப் படுத்தல் வேண்டி, வெறிபுரி
ஏதில் வேலன் கோதை துயல்வரத்
தூங்கும் ஆயின், அதூஉம் நாணுவல்;
இலங்குவளை நெகிழ்ந்த செல்லல்; புலம்படர்ந்து
இரவின் மேயல் மரூஉம் யானைக்
கால்வல் இயக்கம் ஒற்ற, நடுநாள்,
வரையிடைக் கழுதின் வன்கைக் கானவன்
கடுவிசைக் கணையின் எறிந்த சிறுகல்
உடுஉறு கணையின் போகிச் சாரல்
வேங்கை விரிஇணர் சிதறித் தேன் சிதையூஉ,
பலவின் பழத்துள் தங்கும்
மலைகெழு நாடன் மணவாக் காலே!

தோழி! விளங்கும் நம்முடைய வளைகள் நெகிழ்தற்கு ஏதுவான வருத்தத்தினை அன்னையும் கண்டனள். அது, வேறொன்றால் வந்த தெனவும் நினைந்தனள். பொருளைச் சொரிந்து மனம் சுழன்று வருந் தவும் செய்கின்றனள்.

மென்மையான தளிராகிய சிறிய தழையுணவினையே அருந்தும், தாய் முலையினைப் பெறாதுபோன ஆட்டுக்குட்டியினைக் கொலைப் படுத்துதலையும் அவள் விரும்பினள். வெறியாடலைச் செய்யும், யாதும் தொடர்பற்ற வேலன் தன் மார்பிலே மாலை கிடந்து அசைந் திட வெறியாடலையும் செய்வான் ஆயின், அது குறித்தும் யான் நாணங் கொள்வேன்.

காட்டிடத்தேயிருந்து தினைப்புனங்களில் மேய்தலை விரும்பி வருகின்ற யானையின் கால்களின் வலிய இயக்கத்தை உற்று அறிந்து, நள்ளிரவிலே, மலையிடத்தேயுள்ள பரண் மீதிலிருந்து காவல் காத்து இருக்கும் கானவனானவன், மிகுந்த விசையோடு கவணினைச் சுழற்றி எறிந்த சிறு கல்லானது, இறகு பொருந்திய அம்பினைப் போல வேகமாகச் சென்று, மலைச்சாரலிலேயுள்ள, வேங்கையின் விரிந்த பூங்கொத்துக்களைச் சிதறச் செய்து, தேனிறால்களை அழித்துப் பலாப்பழத்தினுள்ளே போய்த் தங்கும்.

அத்தகைய மலைநாட்டை உடையவன் வந்து நம்மை மணந்துக் கொள்ளாவிட்டால், நாம் செய்வதுதான் யாதோ? அதனைச் சொல்வா யாக-

என்று, வெறி அச்சுறீஇத் தலைமகள் தோழிக்குச் சொன்னாள் என்க.

சொற்பொருள்: 2. பொருள் உகுத்து - பொருளைச் சொரிந்து. மென்முறி-மென்மையான துளிர்கள். 5. ஏதில்-தொடர்பு இல்லாத. 6. தூங்கும்-ஆடும். 7. செல்லல்-வருத்தம். புலம் படர்ந்து -புலத்தின் கண். மேய்தலை விரும்பி. 8. கால்வல்-இயக்கம் கால்களின் வன்மை யான செலவு. 13. தேன்-தேனிறால்.

விளக்கம்: இற்செறிப்பு உடையவளாதலால் பகற்குறி வாய்த் தல் அரிதாயிற்று; காவல் திறமுடைய கானவர் காத்திருத்தலால் இரவுக் குறியும் நேர்தற்கு வழியில்லை; அன்னையோ முருகு அணங் கியதென வெறியாடவும், வேலனை வேண்டவும், வேலனுக்கு மறி யைப் பலியிடவும் தொடங்கி துன்பங்களுக்கு ஒரு முடிவேயில்லை என்றனள்.

உள்ளுறை: கானவன் யானையின் வருகையை உய்த்தறிந்து எறியும் கவண்கல், யானையைத் தாக்காது போனாலும், வேங்கைப் பூக்களை உதிர்த்தும், தேனிறாலைச் சிதைத்தும், பலாப்பழத்துள் சென்றும் தங்கினாற் போலத், தலைவன் இரவுக்குறி வருதலால் நேர்ந்த ஊரலர் அவனுக்கு எட்டாது போனாலும், நம்முடைய எழிலை எல்லாம் சிதைத்தும், நம் இன்பத்தை வாயாது தடுத்தும், நம் தாயின் மனத்திற் சென்று தங்குவதாயிற்று எனக் கொள்க.

பாடபேதங்கள்: 10. வன்கட் கானவன்.

293. மயக்கம் எதனாலே?

பாடியவர்: காவன் முல்லைப் பூதனார். **திணை:** பாலை. **துறை:** (1) பொருள்வயிற் பிரியக் கருதிய தலைமகனின் குறிப்பறிந்து, தலைமகள் தோழிக்குச் சொல்லியது. (2) தலைமகனாற் பிரிவுணர்த்தப் பட்ட தோழி தலைமகளுக்குச் சொல்லியதூஉமாம்.

((1) பொருள்தேடி வருதலிலே தலைவன் மனஞ் செலுத்து பவன் ஆயினான் என்பதைச் சில குறிப்புக்களால் தலைவியும் உணர் கின்றாள். தன் உள்ளத்துக் கவலை மிகுதியாகத் தோழிக்குத் தன் னுடைய வருத்தத்தை எடுத்துச் சொல்லுகின்றாள். (2) தலைமகன் தான் பிரியப்போகுஞ் செய்தியைத் தோழிக்குச் சொல்லுகின்றாள். அதனைக் கேட்ட அவள் தலை மகளிடத்தே சென்று செய்தியை இவ்வாறு கூறுகின்றாள்.)

இலைஒழித்து உலறிய புன்தலை உலவை
வலைவலந் தனைய ஆகப், பலஉடன்
சிலம்பி சூழ்ந்த புலம்கெடு வைப்பின்,
துகில்ஆய் செய்கைப் பாவிரிந் தன்ன
வெயில் அவிர்பு நுடங்கும் வெவ்வெங் களரி,

குயிற்கண் அன்ன குரூஉக்காய் முற்றி
மணிக்காசு அன்ன மால்நிற இருங்கனி
உகாஅ மென்சினை உதிர்வன கழியும்
வேனில் வெஞ்சுரம் தமியர் தாமே
செல்ப என்ப தோழி! யாமே,

பண்பில் கோவலர் தாய்பிரிந்து யாத்த
நெஞ்சமர் குழவிபோல, நொந்து நொந்து,
இன்னா மொழிதும் என்ப;
என்மயங் கினர்கொல், நம் காத லோரே?

வேலமரங்கள் இலைகளை ஒழித்துப் பொலிவிழந்த உச்சியை உடையவையாகத் தோன்றும். அவற்றின்கண் வலையினைக் கட்டி வைத்திருப்பது போலச் சிலம்பி நூல்கள் பலவும் ஒருங்கே படர்ந்து விளங்கும். காடெல்லாம் தன் வளம் கெட்டுக் கிடக்கும்.

துகிலினை ஆராய்ந்து நெய்கின்ற காலத்திலே பாவானது விரிந் திருப்பது போலக், கானல் விளக்கமாக படர்ந்து அசைந்துக் கொண் டிருப்பதாகவும் மிகுந்த வெப்பத்தையுடைய அக் காடு தோன்றும்.

குயிற்கண் போன்ற சிறுகாய்கள் முதிர்ந்து, அழகிய பொற்காசு போன்ற நிறமுடைய பெருங்கனிகளாக உகா மரத்தின் மெல்லிய கிளைகளினின்றும் உதிர்ந்து வீழ்ந்துக் கொண்டிருக்கும். வேனிலால், வெம்மையுற்றுக் கிடக்கின்ற அத்தகைய சுரநெறிகளிலே தமியராகத் தாம் செல்வதாக நம் காதலர் எண்ணினர் என்பார்கள்.

தோழி! பண்பு இல்லாத கோவலர்கள் தாயினைப் பிரிந்துக் கட்டி வைத்த, நெஞ்சம் தாயையே விரும்பித் தவித்துக் கொண்டிருக்கும் ஆன்கன்றைப் போல, யாமும் உள்ளம் நொந்து நொந்து இன்னாத வற்றையே சொல்லுகின்றோம் என்கின்றனர் அவர். அவர் இவ்வாறு மயங்கினதுதான் எதனாலோ?

என்று, பொருள்வயிற் பிரியக் கருதிய தலைமகனின் குறிப் பறிந்து, தலைமகள் தோழிக்குச் சொன்னாள் என்க.

சொற்பொருள்: 2. வலை வந்தனைய - வலை பின்னி வைத்தாற் போல. 4. துகிலாய் செய்கை- துகிலினை ஆய்ந்து நெய் கின்ற காலத்திலே. 6. குரூஉக்காய்-மிகச் சிறிதான காய்கள். 7. மணிக் காசு-பொற்காசு. மாநிறம்-சிறந்த நிறம். 11. பண்பில் கோவலர்- கன்றினைத் தாயினின்றும் பிரித்துக் கட்டியதனால் அவர் பண்பற்ற கோவலராயினார்.

விளக்கம்: 'இன்னா மொழிதும் என்ப' என்பதனை ஊரவர் அலர் உரைத்தாகவும் கொள்க. அன்றித், தலைவன் தன் செயலை மறைத்து அப்படிக் கூறினான், அவள் புலம்புதல் கேட்டு எனவும் கொள்ளலாம்.

உகா-கோடைப்பட்ட பகுதிகளிலே வளரும் ஒருவகை முள்மரம்; உடை கருவை போன்றது.

பாடபேதங்கள்: 5. வேல் வெங்களரி. 10. செல்ப என்னுநர். 14. என் மயங்கினர்நம்.

294. வாடையொடு வருந்துவேன்!

பாடியவர்: கழார்க்கீரன். **திணை:** முல்லை. **துறை:** பருவ வரவின்கண் வற்புறுக்கும் தோழிக்குத் தலைமகள் சொல்லியது.

தலைவன் பிரிந்து வினைமேற் சென்றிருந்தனன். குறித்த பருவம் வரவும் தலைவியின் பிரிவுத் துன்பமும் மிகவும் அதிக மாயிற்று. அவள் உள்ளங் கலங்கிப் பெரிதும் உடல் மெந்தவளாயி னாள். அதுகண்டு தோழி, பருவத்தின் வரவைக் காட்டி, சொல் தவறாது அவன் வருவான் என வற்புறுத்த, அவளுக்குத் தலைவி இப்படிக் கூறுகின்றாள்.)

மல்குல் மாமழை விண்அதிர்பு முழங்கித்,
துள்ளுப்பெயல் கழிந்த பின்றை, புகையுறப்
புள்ளிநுண் துவலைப் பூவகம் நிறையக்,
காதலர்ப் பிரிந்த கையறு மகளிர்
நீர்வார் கண்ணின் கருவிளை மலரத்,
துய்த்தலைப் பூவின் புதலிவர் ஈங்கை
நெய்தோய்த் தன்ன நீர்நனை அம்தளிர்
இருவகிர் ஈருளிய ஈரிய துயல்வர,
அவரைப் பைம்பூப் பயில, அகல்வயல்
கதிர்வார் காய்நெல் கட்டுஇனிது இறைஞ்சச்
சிதர்சினை தூங்கும் அற்சிர அரைநாள்,
'காய்சின வேந்தன் பாசறை நீடி,
நம்நோய் அறியா அறனி லாளர்
இந்நிலை களைய வருகுவர், கொல்உ?' என
ஆனாது எறிதரும் வாடையொடு
நோனேன், தோழி! என் தனிமை யானே!

தோழி! மிகவும் இருண்ட மேகங்கள், விண்ணதிர முழங்கியவை யாகத் துள்ளும் பெரும்பெயலையும் பெய்தன. அது கழிந்த பின்னர், புகைப்போல நுண்மையான துவலைகள் பூக்களின் உள்ளே நிறையு மாறு பனியாகப் பெய்து கொண்டிருக்கும் பனிக்காலமும் வந்தது.

தம் காதலனைப் பிரிந்துள்ள, செயலற்று வாடியிருக்கும் மகளிர் களின் நீர் வழியும் கண்களைப் போலக், காக்கணச் செடியிலே நீலப் பூக்களும் மலர்ந்தன.

பஞ்சு போன்ற தலையினையுடைய பூவினைக் கொண்டதும், புதர்களிலே படர்வதுமான ஈங்கையின், நெய்யிலே தோய்த்து எடுத் தாற் போல விளங்கும் நீர் நனைந்த தளிர்கள்; இரு பிரிவாகப் பிரிந்த ஈரலைப் போலப் பனித்துளியின் ஈரமுடனே விளங்கி அசைந்துக் கொண்டிருக்கின்றன.

அவரையும் பசுமையான பூக்களைப் பூத்துச் செறிவுடன் விளங்கு கின்றது. அகன்ற வயல்களிலே கதிர்கள் நீண்ட நெற்பயிர்கள் காண்ப தற்கு இனிதாகச் சாய்ந்துக் கிடக்கின்றன. வண்டுகள் மரக் கிளை களிலே அசைந்துக்கொண்டிருக்கின்றன. அத்தகைய முன்பனிக் காலத்து நள்ளிரவிலே,

'காயும் சினமுடைய வேந்தனின் பாசறைக்கண்ணே நெடுங் காலம் இருப்பவராயினார். நம் நோயின் தன்மையினை அறியாதவரான அறனற்றவரான நம் தலைவர். இந்த நம் நிலைமையினைப் போக்கு வதற்கு அவர் வருவாரோ?' என்று, அமையாது வருந்துகின்ற வாடை காற்றோடு, என் தனிமைத் துயரினைப் யானும் பொறாதவளாயிருக் கின்றேனே? (என்ன சொல்லியும் என் மனம் தெளிவுற்றிலதே, யாது செய்வேன்? என்றனள்.)

என்று, பருவ வரவின்கண் வற்புறுக்கும் தோழிக்குத் தலைமகள் சொன்னாள் என்க.

சொற்பொருள்: மங்குல்-மாமழை-மிகவும் கடுமையான கார் காலத்து மேகங்கள். 2. துள்ளுப் பெயல்-கடுமையான பெருமழை. 3. துவலை-மென்துளிகள். 4. கையறு மகளிர்- செயலற்று வருந்தி யிருக்கும் மகளிர். 6. துய்த்தலை-பஞ்சினைப் போன்ற மென்மை யான. 7. அந்தளிர்-அழகிய தளிர். 8. ஈருள்-ஈரல் 10. கதிர்வார்- கதிர் நீண்ட. 15. ஆனாது எறிதரும்-அமையாது வந்து வருந்தும். 16. நோனேன் - வருந்துவேன்.

விளக்கம்: நின்னைப் பிரிந்து வாழார்;வினை முடிந்ததுமே விரைய வருவார்' எனத் தேறுதல் உரைக்கும் தோழிக்குக் 'குறித்த காலமும் பொய்த்தார்; அடுத்த கூதிரும் முன்பனியும் வந்து கழிந்தது; இன்னமும் வருதற்கு அருள்அற்ற அவர் என்று தான் வரப்போகி றாரோ?' எனத் தலைவி, தன் ஆற்றாமை மிகுதியைச் சொல்லி வருந்து கின்றாள்.

மேற்கோள்: 'முல்லையுள் முன்பனி வந்தது; நிலமும் கருவும் மயங்கிற்று' என, செய்யுளைத், 'திணை மயங்குறுதலும்' என்னும் சூத்திர உரையுள் நச்சினார்க்கினியர் காட்டுவர்.

பாடபேதங்கள்: 2. பொழிந்த பின்றை. 8.இருவகிர் இருளின். 16. தனிமையினானே.

295. வந்து நலம் தருவார்!

பாடியவர்: மாமூலனார். **திணை**: பாலை. **துறை**: பிரிவிடை வேறுபட்ட தலைமகற்குத்தோழி சொல்லியது. **சிறப்பு**: புல்லியின் வேங்கட மலைத் தொடரைப் பற்றிய செய்தி.

(தலைமகன் தலைமகளைப் பிரிந்து வினைமேற் சென்றவன். வருவதாகக் குறித்துச் சென்ற கார்காலத்தினும் வராதவனாக, மனம் உலைவுற்று வாடி நலிந்தனள் தலைவி. அதுகண்டு ஆற்றாளாகிய தோழி, அவளுடைய நிலைக்கு வருந்தியவளாக, அவளுக்கு இவ்வாறு ஆறுதல் கூறுகின்றாள்.)

நிலம்நீர் அற்று நீள்சுனை வறப்பக்
குன்றுகோடு அகையக், கடுங்கதிர் தெறுதலின்,
என்றூழ் நீடிய வேய்படு நனந்தலை,
நிலவுகிற மருப்பின் பெருங்கை சேர்த்தி,
வேங்கை வென்ற வெருவெரு பணைத்தோள்.
ஓங்கல் யானை உயங்கி, மதம் தேம்பிப்
பல்மர ஒருசிறைப் பிடியொடு வதியும்
கல்லுடை அதர கானம் நீந்திக்
கடல்நீர் உப்பின் கணஞ்சால் உமணர்
உயங்குபகடு உயிர்ப்ப அசைஇ, முரம்பு இடித்து
அகல்இடம் குறித்த அகல்வாய்க் கூவல்
ஆறுசெல் வம்பலர் அசைவிட ஊறும்,
புடையலம் கழற்கால் புல்லி குன்றத்து,
நடைஅருங் கானம் விலங்கி, நோன்சிலைத்
தொடைஅமை பகழித் துதன்றுநிலை வடுகர்,
பிரிஆர மகிழ்நர், கலிசிறந்து ஆர்க்கும்
மொழிபெயர் தேஎம் இறந்தனர் ஆயினும்,
பழிதீர் மாண்நலம் தருகுவர் மாதோ;
மாரிப் பித்திகத்து ஈர்இதழ் புரையும்
அங்கலுழ் கொண்ட செங்கடை மழைக்கண்,
மணங்கமழ் ஐம்பால், மடந்தை! நின்
அணங்குநிலை பெற்ற தடமென் தோளே!

நிலமெங்கும் நீர்வளம் அற்றதாக, ஆழ்ந்த சுனைகளும் வறண்டு போயின. மலைக்கண், மரக்கிளைகளும் பற்றி எரிவனவாயின. கடுமையான ஞாயிற்றுக் கதிர்கள் வருந்துதலால், எங்கும் வெப்பம் மிகுதியாக, அதனால் மூங்கில்களும் வெடித்துக் கிடக்கும் நிலையினவாயின. அகன்ற அவ்விடங்களிலே,

வேங்கைப் புலியின் வென்ற, அச்சம் வரும் பணைத்த கையினையுடைய உயரமான குன்றுபோல விளங்கும் யானையும் வருந்தி மதமழிந்து, நிலவு நிறத்தினையுடைய தன் கொம்பினோடு தன் பெருங்கையினையும் ஒருசேர வைத்துக் கொண்டதாக பல மரங் களையுடையதான ஒரு பக்கத்திலே, தன்னுடைய பிடியோடுங் கூடி வருத்தத்துடன் தங்கியிருக்கும். கற்கள் பொருந்திய பாதைகளை யுடைய அத்தகைய காடுகளையுங் கடந்து,

உப்புச் சுமையினை ஏற்றிய வண்டிகளை இழுத்துவரும் பகடுகள் வருத்தமுற்றனவாக, அவற்றின் களைப்பு நீங்குமாறு ஓரிடத்தே தங்கி, வன்னிலத்தை இடித்து, அகன்ற இடத்திலே உமணர் கள் தோண்டிய அகன்ற வாயினையுடைய கிணறு, அவ்வழியே செல்லும் புதியவர்களின் தளர்ச்சி நீங்குவதற்கு உதவியாகவும் ஊறிக் கிடக்கும். அத்தகைய,

ஒலிசெய்யும் வீரக்கழல் அணிந்த காலினனான புள்ள என்பானது குன்றத்தைச் சார்ந்த, கடத்தற்கும் அருமையான காட்டினைக் கடந்து, வலிய வில்லிலே தொடுத்தல் அமைந்த அம்புகள் செறிவு கொண் டவையாகக் கொண்டிருக்கும் வடுகர்கள், கள்ளுண்ட மகிழ்வின ராய்ச் செருக்குமிகுந்து ஆரவாரித்துக் கொண்டிருக்கும், வேற்று மொழி வழங்கும் தேயத்தையும் கடந்து சென்றுள்ளனர் நம் தலைவர். ஆயினும்,

மாரிக்காலத்தே மலர்தலையுடைய பிச்சியின் குளிர்ந்த இதழைப் போன்ற அழகொழுகும் சிவந்த கடையினையுடைய தண்மையான கண்களையும், மணம் கமழுகின்ற ஐம்பகுப்பாயாக முடிக்கும் கூந்த லினையும் உடைய மடந்தையே!

நின்னுடைய அழகு நிலைப்பெற்ற,பரந்த வெண்மையான தோள்களின், குற்றமற்ற மாட்சியினையுடைய நலத்தினை மறவாது வந்து, நின் காதலர் தந்தருள்வார்; (அதனால், நீயும் தேறியிருப்பா யாக என்றனள்.);

என்று, பிரிவிடை வேறுபட்ட தலைமகட்குத் தோழி சொன்னாள் என்க.

சொற்பொருள்: 2. கோடு அகைய-மரக்கிளைகள் வெப்பத் தால் கருகிப் போக. 3. என்றூழ் -வெம்மை. 4. நிலவு நிற மருப்பு- நிலவினைப் போன்ற நிறமுடைய கொம்பு. 6. ஓங்கல் யானை- மாலை யிடத்து யானையுமாம். 7. கடனீர் உப்பு- கடல்நீரினின்றும் எடுத்த உப்பு; இதனால், உப்பினை நிலத்தினின்றும் சிலவிடங்களில் வெட்டி எடுத்து வந்தனராகலாம். 10. அசை விட- களைப்பாற. 11. புடையல் அம் கழல்-ஒலி முழங்கும் அழகிய கழல்கள்.12. விலங்கி-நடந்து. 17. பித்திகம்-பிச்சிமலர். 18. செங்கடை மழைக்கண்-கடைசிவந்த குளிர்ச்சியான கண்கள்.

விளக்கம்: வேங்கையை வெல்லும் களிறும், வெப்பந் தாளாமல் வாடிச் சோர்ந்து பிடியோடு வருந்திக் கிடக்கும் என்பது காட்டின் கடுமையைக் கூறியதாகும். அவர் விரைந்து வருவார் என்னும் குறிப்புத் தோன்ற, 'நின் தோள் மாணலம் தருகுவர்' என்றனள்.

பாடபேதம்: நீடிய வெய்படு.

296. ஊரலரோ பெரிதாயிற்று!

பாடியவர்: மதுரைப் பேராலவாயார். **திணை:** மருதம். **துறை:** மருதம். துறை: வாயில் வேண்டிச் சென்ற தலைமகற்கு வாயின் மறுக்கும் தோழி சொல்லியது. **சிறப்பு:** பெரும் புகழுடையவனும், கொற்றைப் பொருநனுமான, நெடுந்தேர்ச் செழியனைப் பற்றிய செய்தி.

(தலைமகன் வையைப் புதுப்புனலிலே பரத்தையோடுங் கூடிப் புதுப்புனலாடிக் களித்துத் திரிந்தான் எனக் கேட்டு ஊடல் கொண்டனள் தலைவி. அவன், அவளுடைய உறவை விரும்பியவனாக மறுநாள் வீட்டிற்கு வர, அதனை மறுத்து அவள் சொல்லுகின்றாள்.)

கோதை இணர, குறுங்கால், காஞ்சிப்
போதுஅவிழ் நறுந்தாது அணிந்த கூந்தல்
அரிமதர் மழைக்கண், மாஅ யோளொடு
நெருநையும் கமழ்பொழில் துஞ்சி, இன்றும்,
பெருநீர் வையை அவளோடு ஆடிப்,

புலரா மார்பினை வந்துநின்று, எம்வயின்
தரத்தல் கூடுமோ மற்றே பரப்பில்
பன்மீன் கொள்பவர் முகந்த இப்பி
நார்அரி நறவின் மகிழ்நொடைக் கூட்டும்
பேர்இசைச் கொற்கைப் பொருநன், வென்வேல்

கடும்பகட்டு யானை நெடுந்தேர்ச் செழியன்,
மலைபுரை நெடுநகர்க் கூடல் நீடிய
மலிதரு கம்பலை போல,
அலர்ஆ கின்று, அது பலர்வாய்ப் பட்டே,

தலைவனே! தலைமாலைப் போன்ற பூங்கொத்துக்களைக் கொண்டிருக்கும் குறிய அடியினையுடைய காஞ்சி மரத்தின் இதழ் விரிந்த நறுமணப் பூந்தாதுக்களைப் பொருந்தியிருக்கும் கூந்தலை உடையவள்; செவ்வரி படர்ந்த குளிர்ச்சியான கண்களை உடையவள்; மாமை நிறத்தினையும் கொண்டவள் ஆகிய பரத்தையுடனே, நேற்று, மணம் கமழுகின்ற பொழிலிலே கிடந்து உறங்கினாய்.

இன்றும், அவளுடனே பெருநீர்ப் பெருக்கினையுடைய வையை யிலே புதுப்புனலாடி மகிழ்ந்துவிட்டு, அந்த ஈரம் புலராத மார்பினை

உடையவனாக எம்மிடத்தே வந்து நின்றனை! நின் செயலை எமக்கு மறைத்தல் நின்னால் இயலுமோ? இயலாதல்லவோ?

கடற்பரப்பிலே, பவகையான மீன்களையும் சென்று கொணர் பவர்கள் பரதவர்கள். அவற்றுடன் வாரிக் கொணர்ந்த சிப்பிகளைப், பன்னாடையால் அரிக்கப்பெற்ற களிப்புத்தரும் கள்ளிற்கு விலையாக அவர்கள் சேர்த்து வைப்பார்கள் அத்தகைய பெரும்புகழினையுடைய கொற்கைத் துறைக்குத் தலைவனாகிய,

வெற்றிச் சிறப்புடைய வேலினையும், பெரிய கடுமையான யானைகளையும், நெடிய தேரினையும் உடைய பாண்டியன் நெடுஞ் செழியனது, மலையைப் போன்ற நீண்ட உயர்ந்த அரண்மனையினை யுடைய மதுரையினிடத்தே,

வெற்றிக் களிப்பால் ஆடிய, மிகுதியாக நிறைந்த ஆரவாரத்தைப் போலப், பலர் வாய்ப்பட்டு நின் செயலும் ஊர் அலர் ஆகின்றதே?

என்று, வாயில் வேண்டிச் சென்ற தலைமகற்கு வாயின் மறுக்கும் தோழி சொன்னாள் என்க.

சொற்பொருள்: 1. கோதை- தலைமாலை. இணர-பூங்கொத் துக்களை உடைய. 2. 'போதவிழ் நறுந்தாது அணிந்த கூந்தல்' என்பது, அவள் காஞ்சிமரச் சோலையினூடே ஆடி மகிழ, அங்கு உதிர்ந்த பூந்துகள் அவள் கூந்தலிலே படிந்து அழகு செய்து கொண் டிருந்தன என்று காட்டுதற்காகும். 7. பரப்பில்- கடற் பரப்பில். 10-11 'வென்வேல், கடும்பகட்டு யானை நெடுந்தேர்ச் செழியன்' என, அவன் படைச் சிறப்பைக் கூறுதலால், கூடலில் ஆடிய ஆரவாரம் வெற்றி யாரவாரம் எனலாம். இதே ஆரவாரம், அகம் 253 இல், நக்கீரனாராலும் கூறப்பட்டது.

பாடபேதம்: 4. துஞ்சினை இன்றும்.

297. தீங்கும் என்ன நிகழுமோ?

பாடியவர்: மதுரை மருதனிள நாகனார். **திணை:** பாலை. **துறை:** பொருள்வயிற் போகநின்ற தலைமகன் தன் நெஞ்சிற்குச் சொல்லியது.

(பொருளார்வம் தன்னிடத்தே மிகுதியாக, வேற்று நாடு சென்று பொருளீட்டி வருதற்கும் துணிந்தான் ஒரு தலைவன், அவன் விடை பெற்றுப் புறப்பட்ட காலத்திலே, அவள், நீர் வார்ந்த கண்ணினளாக, 'நின்னுடன் யானும் வருவேன்' எனக் கதறியழுத காட்சி அவன் நெஞ்சிலே நிலைபெற்றும், அவன் பிரிந்து சென்றான். வழியிடை யிலே, அவன், தன் நெஞ்சுக்கு இவ்வாறு சொல்லுகின்றான்.)

பானாட் கங்குலும், பெரும்புன் மாலையும்,
ஆனா நோயொடு அழிபடர்க் கலங்கி,

நம்வயின் இனையும் இடும்பை கைம்மிக,
என்னை ஆகுமோ, நெஞ்சே! நம் வயின்;
இருங்கவின் இல்லாப் பெரும்புன் தாடிக்,
கடுங்கண் மறவர் பகழி மாய்த்தென,
மருங்குல் நுணுகிய பேஎம் முதிர் நடுகல்
பெயர்பயம் படரத் தோன்றுகுயில் எழுத்து
இயைபுடன் நோக்கல் செல்லாது, அசைவுடன்
ஆறுசெல் வம்பலர் விட்டனர் கழியும்
சூர்முதல் இருந்த ஓமையம் புறவின்,
நீர்முள் வேலிப் புலவுநாறு முன்றில்,
எழுதி யன்ன கொடிபடு வெருகின்
பூளை அன்ன பொங்குமயிர்ப் பிள்ளை,
மதிசூழ் மீனின், தாய்வழிப் படூஉம்
சிறுகுடி மறவர் சேக்கோள் தண்ணுமைக்கு
எருவைச் சேவல் இருஞ்சிறை பெயர்க்கும்
வெருவரு கானம் நம்மொடு,
'வருவல்' என்றோள் மகிழ்மட நோக்கே?

பெரிதான அழகு என்பது அற்ற பெரிதான பொலிவில்லாத தாடியினையும், வன்கண்மையினையும், உடையவர் மறவர்கள். அவர்களது அம்புகள் தேய்த்துச் சென்றதாக, அதனால் பக்கம் தேய்ந்துள்ள அச்சமிக்க நடுக்கல்லிலே பெயரும் பீடும் விரிவாகத் தோன்றுமாறு பொறித்த எழுத்துக்களை, மனம் பொருந்த நோக்குதலும் மாட்டாதவர்களாய், மிகுந்த தளர்ச்சியுடன் வழியே செல்பவரான புதியவர்கள் அதனைக் கடந்து செல்லும், அடி மரத்திலே தெய்வம் இருப்பதான ஓமை மரக் காட்டிலே,

ஈர்கின்ற முள்வேலியையுடைய புலால் நாற்றமுடைய முற்றத்திலே, ஓவியமாக எழுதியதுபோன்று சோர்ந்து அசையாது கிடக்கும் பூனையின் பூளைப்பூப்போன்று விளங்கும் மயிரினையுடைய குட்டிகள், திங்களைச் சூழ்ந்துள்ள விண்மீன்களைப் போலத் தம் தாயைச் சூழ்ந்து கிடக்கும்.

அத்தகைய சிறு குடியிருப்புக்களிலேயுள்ள மறவர்கள், ஏறு கொள்ளக் கருதி எழுதற்பொருட்டு எழுந்த பறையொலிக்கு, எருவைச் சேவலானது அஞ்சிச் சிறகு பெயர்த்தும் பறந்து போகும்.

அத்தகைய அச்சம் வரும் கானத்திற்கும் நம்மோடும் வருவேன் என்றவள் நம் தலைவி. அவளுடைய மகிழ்வு தரும் மடப்பமான நோக்கம்,

பாதி நாளாகிய இரவுவேளைகளிலும், மிகப் பொலிவற்றதான மாலை நேரங்களிலும், அமைதியான காம நோயோடு நெஞ்சழித்த பெருந்துயராற் கலங்கியவளாக, நம்மை நினைதலாகிய துன்பம் அவள்

பால் அளவு கடத்தலான், நம்மிடத்தேயும், இனி என்ன தீங்கு நிகழ்த்துமோ? (நெஞ்சமோ யான் ஏது செய்வேன்?);

என்று, பொருள்வயிற் போகாநின்ற தலைமகன் தன் நெஞ்சிற்குச் சொன்னான் என்க.

சொற்பொருள்: 1. பானாட் கங்குல்-நாளின் பாதியாகிய இரவு; கங்குலின் பாதியாகிய நடுச்சாமமும் ஆகும். பெரும்புன் மாலை-பெரிதும் பொலிவிழந்ததான மாலைக்காலம்; மாலை பொலிவிழந்து தோன்றுவது தலைவனைப் பிரிந்து உறைதலான். 2. ஆனாநோய்-அமையாத பெருநோய்; பிரிவுத் துயர். 5. இருங்கவின்-பெரிய அழகு; கருமையான ஓர் அழகு எனலும் பொருந்தும்; பாலை நிலத்தவராய் அவர் தாடியைப் பேணுதற்கான வசதியற்றவராயினதால், கருமைப் பொலிவற்றுத் தோன்றுதல் உண்மையாதலை நினைக்க. 6. பகழி மாய்த்தென- பகழிகள் உராய்ந்து சென்றுதோய்த்ததாக. நடுகல் மறைவிலே இருந்து அவர் எய்த அம்புகளால் அவை பக்கம் தேய்ந்து விளங்கின என்க. 11. சூர் முதலிருந்த ஓமை-தெய்வத்தை அடி மரத்தே உடையதான ஓமை மரம். 13. எழுதியன்ன -எழுதி வைத்தாற் போன்ற. 14. பொங்கு மயிர்- அடர்ந்த மயிர்.

விளக்கம்: 'எருவைச் சேவல் தண்ணுமை ஒலி எழத்தானும் சிறை பெயர்த்து எழும்' என்றது, மறவர் ஆநிரை கவரச் செல்லுதலால், அங்குப் போர் நிகழத், தான் உண்ணுதற்கான பிணங்கள் கிடைக்கும் என்ற ஆர்வத்தால் என்க. அத்தகைய காட்டின் கடுமையினையும் கருதாது. தானும் உடன் வருவேன் என நின்ற தலைவியின் மடமை அவன் உள்ளத்தை வாட்டுவதாயிற்று என்க.

பாடபேதங்கள்: 6. கடுங்கணை மறவர். 7. மருங்கில் நுணுகிய. 8. தொன்று குயிலெழுத்து 11. சுரமுதலிருந்த நுணுகிய. 8. தொன்று குயிலெழுத்து. 11. சுரமுதலிருந்த.

298. உவப்பே இனிது!

பாடியவர்: மதுரைப் பண்டவாணிகன் இளந்தேவனார். **திணை:** குறிஞ்சி. **துறை:** இரவுக் குறிக்கண் தலைமகற்குத் தலைமகள் சொல்லியது.

(இரவுக்குறியிடத்தே கூடிய காதலர் இருவரும் தம்முள் பேசுகின்ற சுவையான பேச்சு இது. தலைவி, 'தன் தோழியும் தானும் அவன் வரவை எதிர்பார்த்திருந்த செய்தியை, அவன் வந்ததும், அவனிடம் இப்படிக் கூறுகின்றாள்.)

பயங்கெழு திருவின் பல்கதிர் ஞாயிறு
வயங்குதொழில் தரீஇயர், வலன்ஏர்பு விளங்கி,
மல்குகடல் தோன்றி யாங்கு, மல்குடை,
மணிமருள் மாலை, மலர்ந்த வேங்கை
ஒண்தளிர் அவிர்வரும் ஒலிகெழு பெருஞ்சினைத்

தண்துளி அசைவளி தைவரும் நாட!
கொன்றுசினம் தணியாது வென்றுமுரண் சாம்பாது,
இரும்பிடித் தொழுதியின் இனந்தலை மயங்காது,
பெரும்பெயற் கடாஅம் செருக்கி, வளமலை
இருங்களிறு இயல்வரும் பெருங்காட்டு இயவின்,
ஆர்இருள் துமிய வெள்வேல் ஏந்தி,
தாம்பூங் கோதை ஊதுவண்டு இரீஇ,
மென்பிணி அவிழ்ந்த அரைநாள் இரவு, இவண்
நீவந் ததனினும், இனிதுஆ கின்றே;
தூவல் கள்ளின் துணைதேர், எந்தை
கடியுடை வியல்நகர் ஓம்பினள் உறையும்
யாய்அறி வுறுதல் அஞ்சிப் பானாள்,
காவல் நெஞ்சமொடு காமம் செப்பேன்,
யான்நின் கொடுமை கூற, நினைபுஆங்கு,
இனையல்; வாழி, தோழி! நந் துறந்தவர்
நீடலர் ஆகி வருவார், வல்லென;
கங்குல் உயவுத்துணை ஆகிய
துஞ்சாது உறைவி இவளுவந் ததுவே!

உலகத்திற்குப், பலவகையான பயன்களும் பொருந்தியதாக விளங்கும் செல்வத்தின் தன்மை வாய்ந்த பல கதிர்களை உடையதாக விளங்குவது ஞாயிறு. விளக்கமுறும் தொழில்கள் பலவற்றையும் உலகத்தவர்க்குத் தருமாறு, வானிலே வலமாக எழுந்து விளக்க முற்றுப், பெரிய கடலிடையிலே அது தோன்றும். அந்தக் கருங்கடலின் நீலநிறத்தை ஒப்ப நீலமணி போன்று வானம் இருண்டதாகத் தோன்றும் மயக்கந்தரும் மாலைக் காலத்திலே, செறிவுபட மலர்ந்துள்ள வேங்கை யின் ஒளியுடைய தளிர்கள் விளங்கும் தழைதல் பொருந்திய பெரிய கிளையிலே, தண்மையான துளிகளை அசையும் காற்றுத் தடவிக் கொண்டே வந்து கொண்டிருக்கும். அத்தகைய வளநாடனே !

தன்னுடைய பகையைக் கொன்ற பின்னும், தன் சினம் தணியாத தாகி, அதனை வெற்றிக் கொண்டும் தன்னுடைய மாறுபாடு குறை யாமல், பெரிய பெண்யானைக் கூட்டங்களையுடைய தன் இனத் துடனேயும் கலந்து கொள்ளாமல், பெரு மழை போலும் மதநீராற் செருக்குடையதாகி, வளமலையிலேயுள்ள பெரிய களிறானது இயங்கிக் கொண்டிருக்கும் பெரிய காட்டு நெறியிலே,-

மிகுதியான இருள் துண்டுபடுமாறு வெள்ளிய வேலினைக் கையேந்தியவனாக, மெல்லிய கட்டவிழ்ந்த பூமாலைக்கண் ஊதும் வண்டினை ஓட்டியவாறே, நடு நாளாகிய இரவுக் காலத்தே நீயும் வந்தனை. அந்த வருகையிலும்,

மழை போன்ற கள்வளத்தையும், விரைந்த தேரினையுமுடைய எம் தந்தையின், காவலையுடைய பெரிய மனையிலே எம்மைப்

பாதுகாத்தவளாகத் தங்கியிருக்கும் எம் தாய் அறிந்து கொள்ளுதலை அஞ்சி, நள்ளிரவிலேயும் மறைத்தலையுடைய உள்ளத்துடனே, என் காமத்தினைச் சொல்லாது, நீ என்னை மறந்தனை என்ற நின் கொடுமையினையே யான் கூறினேன்; அவ்விடத்தே,

நினைவு மேற்கொண்டு, 'தோழி, வாழ்க! வருந்தாதே நம்மை விட்டுச் சென்றிருப்பவர் இனியும் காலந் தாழ்த்தாதவராகி, விரைவிலே வந்து சேருவர்' என்று எனக்குத் தேறுதல் உரைந்து, 'இரவெல்லாம் என் வருத்தத்திற்குத் துணையாகியிருந்தவள் என் தோழியாகிய இவளே. இவள் உவப்பு அடைந்தது தான் எனக்கும் இனிதாக இருக்கின்றது.

என்று, இரவுக் குறிக்கண் தலைமகற்குத் தலைமகள் சொன்னாள் என்க.

சொற்பொருள்: 1. பயம்-நன்மை. திரு-செல்வம். 2. வயங்கு தொழில்-விளக்கமான நல்ல தொழில்கள். 1-5. நீலக்கடலினிடையே செங்கதிர் பொன்னொளியுடன் எழுவது போல, மலையில், நீர் வானத்தே வேங்கையின் பெருங் கிளையிலே, ஒண்மையான தளிர் விளங்கிற்று என்க. 6. அசைவளி- அசைந்து வரும் காற்று. தைவரும்- தடவிச் செல்லும். 10. இயவு-வழி. 12. தாழ் பூங்கோதை - தாழ்ந்து தொங்கும் பூவிளங்கும் கூந்தலுமாம். 13. மென்பிணி - மென்மையான கட்டு; அரும்பின் பிணிப்பு. 15. தூவல் -மழை. துனை விரைவு 16. கடி-காவல். 18. கரவல்- நெஞ்சம்-கரத்தலை உடையதான நெஞ்சம்; கரத்தல்-மறைத்தல். 22. உயவுத் துணை- வருத்தத்திற்கு உரிய துணையும் ஆம்.

விளக்கம்: என்னளவிலே, நீ வருதலால் நான் கொண்ட மகிழ்வினும், நின் வருகையால் என் துயர் தீர்ந்ததென உவக்கும் என் தோழியின் உவப்பினால் நான் கொள்ளும் இன்பமே மிகுதியாகும் என்றனள்; தோழியின் உதவியின் சிறப்பைக் கூறினாள்.

பாடபேதம்: 11-14, 'ஏந்தி மென்பிணி யவிழ்ந்த தாழ் பூங் கோதை, ஊது வண்டிரிய வழிப்பணை முயங்கிய. நீ வந்த தனினும்.

299. மறத்தலும் அரிதே!

பாடியவர்: எயினந்தை மகனார் இளங்கீரனார். **திணை:** பாலை. **துறை:** இடைச்சுரத்துப் போகாநின்ற தலைமகன் தன் நெஞ்சிற்குச் சொல்லியது.

(தன் அன்புறு காதலியைப் பிரிந்து வினைமேற்கொண்டவனாகச் சுரத்துவழியே சென்று கொண்டிருக்கிறேன், ஒரு தலைவன். இடைவழியிலே, தன் தலைவியின் நினைவு உள்ளத்தே மிக்கெழுந்து வருந்தத் தொடங்க, அவன், தன் நெஞ்சிற்கு இவ்வாறு கூறுகின்றான்.)

எல்லையும் இரவும், வினைவயின் பிரிந்த
முன்னம், முன்உறுபு அடைய உள்ளிய

பதிமறந்து உறைதல் வல்லுநம் ஆயினும்
அதுமறந்து உறைதல் அரிது ஆகின்றே
கடுவளி எடுத்த கால்வழி தேக்கிலை
நெடுவிளிப் பருந்தின் வெறிஎழுந் தாங்கு,
விசும்புகண் புதையப் பாஅய்ப், பலஉடன்
அகல்இடம் செல்லுநர் அறிவுகெடத் தாஅய்க்,
கவலை சுரக்கும் காடுஅகல் அத்தம்,
செய்பொருள் மருங்கின் செலவுதனக்கு உரைத்தென,
வைகுநிலை மதியம் போலப், பையெனப்,
புலம்புகொள் அவலமொடு, புதுக்கவின் இழந்த
நலம்கெழு திருமுகம் இறைஞ்சி, நிலம் கிளையா.
நீரொடு பொருத ஈர்இதழ் மழைக்கண்
இகுதரு தெண்பனி ஆகத்து உறைப்பக்,
கால்நிலை செல்லாது, கழிபடர்க் கலங்கி,
நாநடுக் குற்ற நவிலாக் கிளவியொடு,
அறல்மருள் கூந்தலின் மறையினள், 'திறல் மாண்டு
திருந்துக மாதோ, நும்செலவு' என வெய்து உயிராப்,
பருவரல் எவ்வமொடு அழிந்த
பெருவிதுப் புறுவி பேதுறு நிலையே.

தேக்கு மரத்தின் இலையானது, நெடிதாகக் கூப்பீட்டினைச் செய்யும் இயல்புடை பருந்துகள் வானிலே வட்டமிட்டு, நாற்றம் பிடித்து எழுந்தாற் போன்று வானத்திடமெல்லாம் மறையுமாறு பரவும்; பின், அப்படிப் பறந்தவை பலவும், ஒன்றாக அகன்ற காட்டுவழிச் செல்வோரின் அறிவு மயக்கமடையுமாறு சுவடறியாது உதிர்ந்து பரவிக் கவர்த்த நெறிகளையெல்லாம் மறைத்து விடும்; அத்தகைய அகன்ற காட்டு வழியிலே கடந்து சென்று ஈட்டும் பொருள் பற்றிய செலவினை அவளுக்கு உரைத்தேன். அதனைக் கேட்ட அவள்,

வைகறைப் போதிலே வானத்து விளங்கும் நிலவினைப் போலத் தனிமைக்கொண்ட துன்பத்தோடு, மெல்ல மெல்லத் தன் புத்தழகினை எல்லாம் இழந்துபோன நலம் பொருந்திய திருமுகத்தினைக் கவிழ்ந்துக் கொண்டனள். கால்விரல்களாலே நிலத்தைக் கிளைத்தவளாகப் பொங்கி வரும் கண்ணீரோடும் மாறுபட்ட குளிர்ந்த இதழினையுடைய தண்மையான கண் களினின்றும், வீழ்கின்ற தெளிந்த கண்ணீரானது மார்பிலே துளித்து வீழ்ந்துக் கொண்டிருக்கக், கால்கள் ஓரிடத்தே நிலை பரவாது மிகுதியான துன்பத்தால் கலக்கமுற்றுக் கருமணலைப் போன்ற தன் கூந்தலினிடையே தன் முகத்தை மறைத்துக் கொண் டனள்.

நா நடுக்கமுற்றுப் பேச்சும் எழமாட்டாத சொற்களோடு, 'நும் முடைய செலவு அதன் திறனிலே மாட்சிமையுற்றுச் செப்பம் பெறுக!'

என்றும் கூறினள். வெம்மையாக நெடுமூச்சு விட்டவளாகத், துன்பத் தைத் தருகின்ற வருத்தத்தினாலே அழிவுற்ற, பெரிதான விரைவு கொண்டவளாக, மயக்கமுற்றும் நின்றனள்.

அவள் அங்ஙனமாகவும், வினைமேற் பிரிந்த உள்ளமானது பகலும் இரவும் அவள் என்முன் நின்ற அந்த நிலையினையே முற்ற வும் நினைத்திருக்க, ஊரை மறந்து வாழ்தலையும் சகித்திருப்போ மானாலும், அவளுடைய அந்த நிலையினை மறந்து தங்குதல் என்பது நமக்கு அரிதாக இருக்கின்றதே? (இனி என்ன செய்வோமோ?);

என்று இடைச்சுரத்துப் போகாநின்ற தலைமகன் தன் நெஞ்சிற் குச் சொன்னான் என்க.

சொற்பொருள்: 1. எல்லை-பகல். 2. முன்உருபு - முன்னர் உற்றிருந்த அந்த நிலை. அடைய-முற்றிலும். 3. பதிமறந்து உறை தல்- ஊரினை மறந்து; தங்குதல்; பிறந்து வளர்ந்த ஊரினையும் மறக்கும் வன்மையுடையோம்; கூடிய அவளுடைய காதலை மறக்கல் ஆற்றோம் என்பது கருத்து. 5. கால்கழி தேக்கிலை- காம்பு அகன்ற தேக்கிலைகள்; அது, காற்று கோடைக்காற்று எனவும், இலைகள் கோடையால் வாடிய இலைகள் எனவும் காட்டும். 6. பருந்தின் வெறி- பருந்தின் கூட்டம். 8. தாஅய்-தாவிப் பரந்து. 11. வைகு நிலை மதியம்- வைகறை காலத்தே விளங்கும் மதியம்; அது மெல்லமெல்ல ஒளி குறைதல் போல முகமும் ஒளியற்றதாயிற்று என்க. 12. புதுக்கவின்- புதுமையான அழகு; நாளும் புதுமை தோன்றும் முகவசீகரம். 13. திரு முகம் இறைஞ்சுதல் -முகம் கவிழ்தல். 16. கால்நிலை செல்லாது- கால்கள் நிற்பதற்கும் வலியற்றவனவாக. 17. நவிலாக் கிளவி - எழாத பேச்சு; பேச்சும் எழாத சோகநிலை. 18. அறல்- அறல்பட்ட கருமணல். 18. கூந்தலில் மறையினள்- கூந்தல் அவிழ்ந்து தாழ, அது தலை கவிழலால் முகத்தை மறைக்க விளங்கினள். 20. பருவரல்-படரும் துன்பம். 21. விதுப்புறுதல்- விரைந்து சோர்தல். பேதுறல்-மயக்க மடைதல்.

விளக்கம்: 'பருந்தினம் வெறி எழுந்து' என்றது காட்டினிடத்தே ஆறலைப்போரால் பட்டு வீழ்ந்தவரான மக்களின் பிணநாற்றத்தை அறிந்து, அவர் தசையை உண்ணுதற்கு வேட்டு, வட்டமிட்டுப் பறந்து எழுதல். இது காட்டின் கடுமையை உணர்த்தும்.

300. விருந்தும் செய்வோம்!

பாடியவர்: உலோச்சனார். **திணை:** நெய்தல். **துறை:** பகற்குறி வந்து நீங்கும் தலைமகற்குச் சொல்லியது.

(பகற்குறியிடத்தே வந்து தன் காதலியைக் கூடி இன்புற்றுச் செல்லுகின்றனன் தலைமகன். அவனைக் கண்டு, தோழி, தலைமகள் அவனுடன் பிரியாதிருக்கும் நிலையினை வேண்டியவளாயினள் எனக் கூறுவதன் மூலம், விரைந்து இருவரும் மணநெறி புகுதலை வலியுறுத்துகின்றாள்.)

நாள்வலை முகந்த கோள்வல் பரதவர்
நுணங்குமணல் ஆங்கண் உணங்கப் பெய்ம்மார்
பறிகொள் கொள்ளையர், மறுக உக்க
மீன்ஆர் குருகின் கானலம் பெருந்துறை,
எல்லை தண்பொழில் சென்றெனச் செலீஇயர்,   5
தேர்பூட்டு அயர ஏஎய், வார்கோல்
செறிதொடி திருத்திப் பாறுமயிர் நீவிச்,
'செல்இனி, மடந்தை! நின் தோழியொடு, மனை' எனச்
சொல்லிய அளவை, தாண்பெரிது கலுழ்ந்து,
தீங்குஆயினள்இவள் ஆயின் தாங்காது,   10
நொதுமலர் போலப் பிரியின் கதுமெனப்
பிறிதுஒன்று ஆகலும் அஞ்சுவல்; அதனால்,
சேணின் வருநர் போலப் பேணா,
இருங்கலி யாணர்எம் சிறுகுடித் தோன்றின்,
வல்லெதிர் கொண்டு, மெல்லிதின் வினைஇத்,   15
துறையும் மான்றன்று பொழுதே; சுறவும்
ஓதம் மல்கலின், மறு ஆயினவே;
எல்லின்று; தோன்றல்! செல்லாதீம்' என,
எமர்குறை கூறத் தங்கி, ஏமுற,
இளையரும் புரவியும் இன்புற, நீயும்   20
இல்லுறை நல்விருந்து அயர்தல்
ஒல்லுதும், பெரும! நீ நல்குதல் பெறினே.

பெருமானே!

நாட்காலையிலேயே வலையால் மீனை முகந்து கொணர்ந்த, கொள்ளுந் தொழிலிலே வல்லவரான பரதவர்கள், பின், பறியினாலே கொண்ட கொள்ளையினையும் உடையவராகி, நுண்ணிய மணல் செறிந்துள்ள இடத்திலே அந்த மீன்கொள்ளை காயுமாறு அவற்றைப் பொய்த்திருப்பார்கள். அவர்கள் வருந்துமாறு மீன்களைத் தின்னும் பறவையினம் வந்து வீழும். அத்தகைய கானற் சோலையினை யுடையது கடற்றுறை. அதன்கண், குளிர்ச்சியான சோலையிடத் திலே, பகற்பொழுதும் கழிந்ததாக, நின் ஊருக்குச் செல்வாயாகத் தேரினைப் பூட்டுமாறு ஏவியவனாயினை! நின் தலைவியின் மிகுந்த கோற்றொழிலினையுடைய வளைகளைத் திருத்தியவனாகவும், சிதறிக் கலைந்த கூந்தலினைத் தடவி ஒழுங்கு செய்தவனாகவும், 'மடந்தையே! நின் தோழியோடும் இனி நின் மனைக்குச் செல்வா யாக!' என்றனை. அப்படி நீ சொல்லிய அளவானே,

இவள் பெரிதும் கலங்கியவளாகத் தீங்குற்றனள் என்றால், அதனைத் தாங்கி அவளைப் பேணி நிற்காது, ஏதிலர் போல நீயும் பிரிந்து செல்வாயானால், அதனால் திடுமெனப் பிரிதொன்று நிகழ்

வதனைக் (அவள் பிரிவாற்றாது இரந்துபடுதலைக்) கருதியும் யான் அச்சம் கொள்வேன். அதனால்,)

நீயும் என் பேச்சைக் கேட்டு அருளுதலாகிய எண்ணம் கொண்டனையானால், தொலைவினின்றும் வரும் ஏதிலார் போல, 'எம்மொடு உறவில்லாதவனாகக் காட்டிக்கொண்டு எதனையும் கருதாயாக, மிக்க ஆரவாரத்தையுடைய அழகிய எம்முடைய சிற்றூரிடத்தே, நீயாக வருவதுபோல வந்து சேர்வாயாக. வந்தால்,

எங்கள் சுற்றத்தார், விரைவிலே நின்னை எதிர்கொள்வார். நின் வருகைப் பற்றியும் மெல்லென வினவுவர். ''பொழுதும் மயங்கி விட்டது. நீர்த்துறையும் அலை மிகுதியாகி ஏறுதலால் செல்வதற்கு ஏற்றதன்று. அவ்விடத்தே கிடக்கும் சுறாமீன்களும் செல்வார்க்கு மிகவும் பகையாயிருப்பன. இரவும் வந்தது. இளைஞனே! நீ இவ் வேளையிற் செல்லுதல் வேண்டா'' எனக் குறையிரந்து, நின்னைத் தங்கிச் செல்லுமாறும் வேண்டுவர். அப்போது,

நின் ஏவலரும் குதிரைகளும் நீயும் அங்கே தங்கி, மிகுதியான இன்பத்தினை அடையுமாறு, எம் இல்லத்திலே நின்னை நல்ல விருந்தாக ஏற்றுப் பேணுதலையும் யாங்கள் செய்வோம்.

என்று, பகற்குறி வந்து நீங்கும் தலைமகற்குத் தோழி சொன்னாள் என்க.

மேற்கோள்: ''இதனுள், தான் பெரிது கலுழ்ந்து தீங்காயினள் எனவே, அக்குறிப்புத் தலைவன் போகாமல் தடுக்கவே கூறியதென உணர்ந்து தோழி கூறினாள்'' என, 'இருவகைக் குறிப் பிழைப்பாகிய விடத்தும்' என்னும் சூத்திர உரையினும்,

'வேளாண் பெருநெறி வேண்டியது' என, நாற்றமும் தோற்றமும்' என்னுஞ் சூத்திர உரையினும் நச்சினார்க்கினியர் காட்டுவர்.

அகநானூறு மணிமிடை பவளமும், புலியூர்க் கேசிகன் தெளிவுரையும் முற்றுப்பெற்றன.

✸ ✸ ✸

பிற்சேர்க்கை - 1

பாடினோர் வரலாறுகள்

(நகவளைவிற்குள் காணப்படும் எண்கள் மணிமிடை பவளத்தின் பாட்டு எண்கள்.)

அண்டர் மகன் குறுவழுதியார் (150, 228)

இவர் பெயர் அண்டர்முன் குறுவழுதியார் எனவும், குறுவழுதியார் எனவும் காணப்படும். 'வழுதி என்ற சொல் இவர் பாண்டியர் குடிப்பிறந்த ஒருவர் என்பதை உணர்த்துவதும் ஆகலாம். புறநானூற்று 345 ஆவது செய்யுளும் இவரியாற்றியனவாகக் காணப்படும் வேறு

சங்கப் பாடல்களாகும். ‘அண்டர்’ என்ற பெயர் ஒருவரது இயற்பெயராகத் தோன்றாமல், யாதோ ஒரு பொறுப்பினைக் குறிப்பதாக உள்ள தும் கருதத்தக்கதாகும். இந்நூலின் 150 ஆவது பாடல் நெய்தல் திணை யும், 228 ஆவது பாடல் குறிஞ்சித் திணையினையும் சார்ந்ததாகும். முன்னது குறுவழுதியார் பாடியது எனவும், பின்னர் அண்டர்மகன் குறு வழுதியார் பாடியது எனவும் வருவதுகொண்டு இருவரும் வேறானவர் என்பாரும் உளர்.

‘களைத்த நெய்தற் கண்போன் மாமலர்’ என, இதழ் செறிந்த நெய்தலது கரிய பெரிய மலரைப் பாராட்டிய இவரது 150 ஆவது செய்யுளையும், இங்ஙனமே ‘கண்ணென மலர்ந்த மாயிதழ்க் குவளை’ எனக் கரிய இதழையுடைய குவளை மலரைப் பாராட்டிய 288 ஆவது செய்யுளையும் ஒப்பு நோக்கினால், இருவரும் ஒருவராதலே உறுதிப்படும்.

அம்மூவனார்:

‘அம்மு’ எனச் சேரநாட்டினர் இக்காலத்தும் பெயரிடுவது கொண்டு இவரை அந்த பகுதியாளர் எனக் கருதுவர். இவரை ஆதரித் தோர் சேரன், பாண்டியன், திருக்கோவலூர் மலையமான் திருமுடிக்காரி முதலியோர். இவராற் பாடப்பெற்ற பட்டினங்கள் தொண்டி, மாந்தை, கொற்கை, கோவலூர் ஆகியவை. ஐங்குறுநூற்று நெய்தற் பாடல்கள் நூறும் (01-200) இவர் பாடியவையே, அகநானூறு, குறுந்தொகை, நற்றிணை முதலிய நூல்களுள்ளும் இவர் பாடிய செய்யுட்கள் காணப்பெறும். பெரும்பாலும் நெய்தல் திணைச் செய்யுட்களையே இவர் பாடியுள்ளார். இந்நூலினுள் 140 -ஆவது பாடலுள், பரதவர் மகளிர் ‘நெல்லின் நேரே உப்பு’ என உப்பு விற்றலையும், காமநோய் படுசேற்றுள் அகப்பட்ட வண்டியை இழுக்கமாட்டாது வருந்தி வெய்ய உயிர்க்கும் பகட்டின் தன்மைபோல வருந்தும் எனவும் இவர் கூறியுள் ளார். 280 ஆவது பாடலுள், ‘சிறுமியர் கடற்கரையிலே நண்டுகளை வெருட்டி விளையாடும் திறமும், எப்பொருள் கொடுத்தும் பெற முடியாத பரதவர் மகளை அவள் தந்தைக்குத் தொண்டு செய்தாவது பெறு வோமா என நினைக்கும் காதலனின் உள்ளமும்’ சிறப்பாக விளங்கு வனவாகும்.

ஆமூர்க் கவுதமன் சாதேவனார் (159)

ஊர்ப்பெயர் ‘ஆவூர்’’ எனவும் சில பிரதிகளில் காணப்பெறும். நற்றிணை 264-ஆவது செய்யுளைச் செய்தவரான ஆவூர்க் காவிதிகள் சாதேவனாரும் இவரும் ஒருவரே எனவும் கொள்வர். ‘காவிதி’ என்பது வேளாளருள் உழுவித்து உண்ணும் நிலையினருள் சிலருக்கு அரசரால் தரப்படுவதோர் பட்டமாதலின், இவரை வேளாளர் என்பர் சிலர். ‘ஆமூர்’ சேரநாட்டுக் குறும்பொறை மலைக்குக் கீழ்ப்பாலுள்ளது. ஆதலின், இவர் ஆமூரைச் சேர்ந்த கவுதம கோத்திரத்து அந்தணர் எனவும் கொள்வர். சாதேவனார் என்ற வட சொற்பெயரும், கவுதமன் என்ற அடையும் இதனையே வலியுறுத்தும் என்பர் வேறு சிலர். இந்

நூலுள் இவர் பாடிய பாடல் பாலைத்திணையைச் சார்ந்தது. 'சேண் விளங்கு சிறப்பின் ஆமூர் எய்தினும் ஆண்டமைந்து உறையுநர் அல்லர்' எனத், தோழி தலைமகளைத் தேறுதல் கூறுவதாக வரும் இவர் சொற்கள், ஆமூரின் வளமையைக் காட்டுவனவாகும். பாரதத்துட் பயின்றுவரும் சகாதேவன் என்ற பெயருடன் இவர் பெயரையும் நோக்க, இதுவும் வழக்காற்றிலிருந்த பழம்பெயராதலைக் காணலாம்.

ஆலம்பேரிச் சாத்தனார் (143, 175)

மதுரையைச் சார்ந்த ஆலருவிய நாட்டு ஆலம்பேரி என்னும் ஊரினர். நெய்தலையும் பாலையையும் சிறந்த முறையிலே பாடியவர். கடலானது 'விளங்கில்' என்னும் ஊரும், வானவன் மறவன் பிட்டனது 'குதிரைமலை' யும், நெடுஞ்செழியன் வென்ற தலையாலங் கானத்துப் போரும், 'நேமியன்' என்பானும் இவராற் பாடப் பெற்றிருப்பக் காண லாம். இந் நூலினுள், 143-ஆவது பாடலிலே சேரர் படைத்தலைவ னாகிய பிட்டனின் குதிரைமலைச் சிறப்பும், 175 -ஆவது பாடலுள் 'ஆலங்கானத்து அமர் கடந்து உயர்த்த வேலின் பெருக்கினையுடைய செழியனின் சிறப்பும் கூறப்பட்டுள்ளன. இரண்டும் பாலைத்திணை யைச் சார்ந்தவை. நற்றிணையுள் நான்கு செய்யுட்கள் இவர் பாடியன வாகக் காணப்படும்.

ஆவூர்க்கிழார் மகனார் கண்ணனார் (202)

ஆவூர் கிழார் மள்ளனாகனார் எனவும் பாடம் உரைக்கப்படும். ஆவூர்க்கிழார் இவர் தந்தை என்பதும், இவர் அவர் மகன் என்பதும் பெயரால் தெரிய வருகின்றது. ஆவூர்கிழார் மகனார் பெருந்தலைச் சாத்தனார் என மறறொருவர் கூறப்படுகின்றனர். அவர் பெயர் சில விடத்து ஆவூர் மூலங்கிழார் மகனார் எனவும் குறிப்பிடப் படுகின்றது. குராப்பள்ளியைத் துஞ்சிய பெருந் திருமாவளவன் காலத்தவர் அவர். அதுகொண்டு இவரையும் அவர் உடன் பிறந்தாரெனவும், அக் காலத் தவர் எனவும் கொள்ளலாம். இந் நூலுள் வரும் பாடல் குறிஞ்சித் திணையை சார்ந்தது. 'வேங்கைப் பூ சிதறுவதைக் கொல்லன் குருகூது மிதியுலை பிதிர்விற் பொங்கியதாக' இவர் கூறுவது சுவை யும் நுட்பமும் உடையதாகும்.

ஆவூர் மூலங்கிழார் (156)

'ஆமூர்' என்பதே 'ஆவூர்' என்றாயிற்று எனவும், 'அது சோழ நாட்டது எனவும் சிலர் உரைப்பர். ஆனால், குறும்பொறை என்னும் சேரநாட்டுக் குன்றத்துக்குக் கீழ்ப்பால் உள்ளது ஆமூர் என இந்நூலின் 159-ஆவது பாடலுள் ஆமூர்க் கவுதமன் சாதேவனார் உரைப்பதனால், அவ்வூர் அந்நாட்டத்தே எனவும் கருதுவர். வேளாண் மரபினராகவும் மூல ஓரையிலே பிறந்தவராகவும் இவர் விளங்கினமையால் 'மூலங் கிழார்' எனப்பட்டனர். இவராற் பாடப்பெற்றோர், சோழன் குளமுற் றத்துத் துஞ்சிய கிள்ளிவளவன், பாண்டியன் இலவந்திகைப் பள்ளித் துஞ்சிய நன்மாறன், பாண்டியன் கீரஞ் சாத்தன், மல்லிக்கிழான்

கௌணியன் விண்ணந்தாயன் ஆகியோராவர். இவர் மகனே பெருந் தலைச் சாத்தனார் எனவும் கூறுவர். இவர் பாடல்களாக, அகம் புறம் ஆகிய நூல்களுள் மொத்தம் 19 செய்யுட்கள் காணப்படும். இந் நூலுள் வரும் பாடலிலே, 'மருதநில மகளிர் நீர்த்துறைக்கண் தெய்வத் திற்குப் பலியிட்டு வழிபடும் வழக்கம்' இவராற் கூறப்பட்டிருக்கின்றது.

ஆவூர் மூலங்கிழார் மகனார் பெருந்தலைச் சாத்தனார் (224)

ஆவூர்க்கிழார் மகனார் எனவும் சொல்லப்படுவர். இவர் பாடியனவாக அகத்துள் இரண்டு செய்யுட்களும், புறத்துள் ஆறு செய்யுட்களும் நற்றிணையுள் ஒன்றும் வழங்கும். குராப்பள்ளித் துஞ்சிய பெருந் திருமாவளவன் காலத்தவனான குமணனை அடைந்து, அவன், 'தலையைக் கொள்க' என, அவன் தம்பியிடஞ் சென்று, 'வாள் தந்தனனே தலை எனக்கு ஈய' எனச் சொல்லி, அவன் உள்ளத்தை மாற்றி, இருவரையும் சமாதானம் செய்தவர் இவர். தென்னவன் மறவனான கோடைப் பொருநன் பண்ணி, இளங் கண்டீரக்கோ, குமணன், கடிய நெடு வேட்டுவன், மூவன் ஆகியோரைப் பாடியவர். கபிலர், பரணர், கல்லாடர், மாமூலர் ஆகியோர் காலத்தவர். இந்நூலின் செய்யுள், காட்டுவழியே தேர் செல்வதனை மிகவும் நயமுடன் வருணிப்பதாகும். 'திரிமரக் குரல்' என வரும் சொற்கள், மரத்திரிகையினை அன்று பயன் படுத்தியனைக் காட்டுவதாகும்.

இடைக் காடனார் (139, 174, 194, 284)

இடைக்காடு என்னும் குமரி மாவட்டத்து ஊரினைச் சேர்ந்தவர் இவர் என்பர். தஞ்சை மாவட்டத்துப் பட்டுக் கோட்டைத் தாலுக்கா இடைக்காட்டு ஊரினர் என்பதும் பொருந்தும். நற்றிணையுள்ளும், புறம், குறுந்தொகை, அகநானூறு, ஆகியவற்றுள்ளுமாகப் பதினொரு பாடல்கள் இவர் பாடியனவாகக் காணப்படுகின்றன. பெரும்பாலும் இடையர்களைச் சிறப்பித்துப் பாடியவர். இவர் வேறு; இடைக்காட்டுச் சித்தர் என்பார் வேறு. மற்றும் பல நூல்கள் இவரால் இயற்றப்பட் டனவாக வழங்கக் காணலாம். அவை ஊசிமுறி, அறுபது வருட வெண்பா, மூவடி முப்பது ஆகியவை. குளமுற்றத்துத் துஞ்சிய கிள்ளிவளவனைப் பாடியவர் இவர். அவனை ஆலத்தூர் கிழார், வெள்ளைக்குடி நாகனார் மாறோக்கத்து நப்பசலையார், ஆவூர் மூலங் கிழார், கோவூர் கிழார், ஆடுதுறை மாசாத்தனார், ஐயூர் முடவனார், நல்லிழையனார், எருக்காட்டூர்த் தாயங்கண்ணனார் ஆகியோரும் பாடியுள்ளனர். அதனால், இவர் அவர்கள் காலத்தவர் ஆகலாம், இந்நூற் பாடல்களுள் 139-ஆவது பாலைத் திணையையும், பிற முல்லைத் திணையையும சார்ந்தவை. ஆடு மேய்க்கும் இடையனை இவர் 274-ஆவது பாடலுள் உருவகித்திருக்கும் காட்சி மிகவும் நயமுடையதாகும்.

இடையன் நெடுங்கீரனார் (166)

இவருடைய பெயரடை இவர் இடையர் மரபினர் எனவும், கீரனர் என்னும் சொல் சங்கறுப்போர் எனவும் நம்மை மயக்குவதாகும்.

இடையன் என்பதைக் குலமாகக் கோண்டால் கீரனரோடு பொருந்தாமை யின், இவரையும் இடைக்காட்டு ஊரினராகவே கொள்ளலாம். இவர் பாடியதாகக் காணப்படுவது இந்த ஒரே செய்யுளாகும். இதன்கண், காவிரிப் புதுப்புனலாடும் சிறப்பினையும், மனைவியின் ஊடலை மாற்றுவதற்கு வேளூர் வாயில் தெய்வத்தைக் குறித்து, 'அது என்னை அணங்குக' எனத் தலைவன் குறையிரந்து வேண்டும் நிலையினை யும், அது கேட்டு அவனது பரத்தை கொள்ளும் ஊடலையும் நயமுடன் கூறுகின்றனர்.

இருங்கோன் ஒல்லையாயன் செங்கண்ணனார் (279)

'ஒல்லை' என்ற சொல் இவர் ஒல்லையூரினர் எனவும், 'ஆயன்' என்ற சொல் இவர் ஆயர் மரபினராயிருத்தல் கூடும் எனவும், 'இருங் கோன்' என்ற சொல் இவர் ஒரு குறுநிலத் தலைவராயிருத்தல் கூடும் எனவும் எண்ண இடந்தருகின்றது. ஒல்லையூர் தந்த பூதப் பாண்டியன் என்பாரும், ஒல்லையூர் கிழார் மகன் பெருஞ்சாத்தன் என்பாரும் ஒல்லையூரினரே என்பது, இவ்வூர் புலவர் பலருடைய ஊராயிருந்த சிறப்புடையதாதலை உணர்த்தும். 'ஆயன்' என்பதனை நாடு காவலை யுடையான் எனப் பொருள் கொள்ளுமிடத்து, இருங்கோன் என்பது இருங்கோவேள் என்றாற்போன்று குறுநில மன்னர் பரம்பரையைக் குறிப்பதுமாகலாம். இவர் பாடலாக விளங்குவது மணிமிடை பவளத்து இப் பாடல் ஒன்றேயாகும். இப்பாட்டினுள், இருங்கோக் கண்ணனார் என்ற பாடபேதமும் உரைக்கப்படும். 'புனல் தெளி காலையும் மதுகை யளாகி அடைதரும் மனைவியின் காதற் பாசம்' இப் பாடலுள் சிறப் பாகச் சொல்லப்பட்டிருக்கின்றது.

இறங்குடிக் குன்ற நாடன் (215)

இவர் செய்ததாகக் காணப்படுவது இச்செய்யுள் ஒன்றேயாகும். குன்ற நாடன் என்ற சொல்லினாலே மலைநாட்டவர் என்று கருதலாம். இறங்குடி என்றது குடிப்பெயராதலும் பொருந்தும். பாலைத்திணைச் செய்யுளாக இவர் செய்யுள் விளங்குவதும், இவர் பாலைப்பட்ட மலைப்பகுதியினராதலை வலியுறுத்தும். 'கடுத்தது பிழைக்குவதாயின் கொடுத்த கைவிரல் கவ்வும் கல்லாக்காட்சிக் கொடுமரம் பிடித்த கோடாவன்கண் வடிநவில் அம்பின் ஏவல் ஆடவர்' என்று பாலை நிலத்து ஆடவரை இவர் குறிக்கும் பகுதி, மிகவும் நுட்பமானதாகும். 'வேறு பன்மொழிய தேஎம் முன்னி என்பது, தமிழ் இளைஞர்கள் வட விந்தியாவின் கண்ணுள்ள பிற மொழி வழங்கும் நாடுகள் பலவற் றினுஞ் சென்று வாணிகம் செய்து வந்தனர் என்பதைக் காட்டுவதாகும்.

ஈழத்துப் பூதன் தேவனார் (231)

மதுரை ஈழத்துப் பூதன் தேவனார் எனவும் இவர் பெயர் வழங்கப் படும். ஈழ நாட்டினரான இவர் மதுரைக்கண் தங்கிச் சங்கப் புலவருள் ஒருவராக விளங்கினர் எனலாம். இவராற் பாடப்பெற்றோன் பசும்பூண் பாண்டியன் என்பவன். 'பூதன் தேவனார்' என்னும் பெயர். இவர்

தெய்வப் பெயர் பெற்றவர் என்பதைக் காட்டும். இவர் செய்யுளாக நாம் காண்பவை, அகத்துள் மூன்றும், குறுந்தொகையுள் மூன்றும், நற்றிணையுள் ஒன்றும் ஆகும். பொருள்வயிற் பிரியும் இளைஞர் களின் நிலைமையினை இவர், 'நல்லிசை வலித்த நாணுடை மனத்தர்' என்று விளங்குவதும், பாண்டியன் காலத்துக் கூடல் நகரின் சிறப்பான ஆரவாரக் களிப்பினைக் கூறுவதும் இப்பாடலுள் காணப்படும் சிறப்பாகும்.

உம்பற்காட்டு இளங்கண்ணனார் (264)

'உம்பற்காடு' என்பது சேரருக்குச் சொந்தமானதொரு நாட்டுப் பகுதியாகும். கண்ணனார் என்ற பெயர் அக்காலத்துப் பெருவழக்கா யிருந்த பெயர் என்பதனைக் குமட்டூர்க்கண்ணனார் போன்ற சங்கப் புலவர்களாக முப்பது புலவர்களுக்குமேல் வருவது கொண்டு துணிய லாம். இந்தப் பாடலுள் 'காதலர் நந்நிலை அறியார் ஆயினும், தந்நிலை அறிந்தனர், கொல்லோதாமே?' என்று, குறித்த காலத்துக் காதலன் வாரானாகத் தலைவி வருந்துவதாக வரும் பகுதி மிகவும் நயமுடைய தாகும். 'மழையில் வானம் மீன் அணிந்தன்ன குழையமல் முசுண்டை வாலிய மலர' என்ற உவமையும் மிக்க சுவையுடையதாகும்.

உலோச்சனார் (190, 200, 210, 300)

பெரும்பாலும் நெய்தற்பகுதிப் பாடல்கள் பாடுவதிலே சிறப் புடையவராயிருந்தவர் இவர், சொல்லும், இவர் கடற்பகுதி ஊரினர் எனவும், உமண் வகுப்பார் எனவும் காட்டும். 'பொறையாற்றுப் பெயரினும், சோழன் இராசசூயம் வேட்ட பெருநற் கிள்ளியும் இவரால் பாடப்பெற்றோராவர். இவர் பாடியவையாக விளங்கும் செய்யுள்கள், குறுந்தொகை நற்றிணை, அகநானூறு, புறநானூறு ஆகிய அனைத் தினுமாக 35 செய்யுட்களாகும். இந்தப் பாடல்களும் 200 ஆவது பாடலை நக்கீரர் பாடியதெனப் பாடபேதமும் உரைப்பர். நெய்தலுள், (300-வது பாடல்) மகளிர் தலைமகனை இரவிலே தங்கிச் செல்க எனச் சொல்லி வற்புறுத்தும் திட்டம் மிகவும் நயமுடையதாகும். அத்துடன் அது மகளிரின் காதலுள்ளத்தின் பாங்கினையும் களவுறவின் ஆர்வத்தையும் நன்கு காட்டுவதாகும்.

உவர்க் கண்ணூர்ப் புல்லங் கீரனார் (146)

புல்லங் கீரனார் என்ற பெயரால் இவர் கீரர் குலத்தவர் எனலாம். 'உவர்க் கண்ணூர்' என்றதனால், இவர் கண்ணூரினர் எனவும், நெய்தற் பகுதியினைச் சார்ந்தது. அவ்வூர் எனவும் கருதலாம். இவர் பாடலாகக் காணப்படுவது இஃது ஒன்றேயாகும். மருதத்திணைச் செய்யுளாக இவராற் செய்யப்பட்ட இச்செய்யுளில், 'மாயப் பரத்தன் வாய்மொழி நம்பிவளிபொரத் துயல்வருந் தளிபொழி மலரிற், கண்பனி அகத்து உறைப்ப' எனத் தலைவி, தலைவன் பரத்தமை கொண்டு பிரியத் தான் வருந்தியிருக்கும் நிலையைக் கூறுவதாக வரும் பகுதி மிகவும் சிறப்பு உடையதாகும்.

உறையூர் மருத்துவன் தாமோதரனார் (133, 257)

இவர், சோழன் குராப்பள்ளித் துஞ்சிய பெருந்திருமா வளவனையும், பிட்டங் கொற்றனையும் புறநானூற்றுள் பாடியுள்ளார். (60, 170, 321). உறையூரினர் என்பதும், மருத்துவத்தொழிலோர் என்பதும், திருமால் வழிப்பாட்டினர் என்பதும் பெயரால் புலனாவனவாம். அதே சோழனைக் கோவூர்க்கிழார், மாடலன் மதுரைக் குமரனார், காவிரிப்பூம் பட்டினத்துக் காரிக்கண்ணனார். ஆகியோரும் பாடியுள்ளமையால், இவரும் அவர்கள் காலத்து இருந்தவராகலாம். இந்நூலுள் வரும் பாடல்கள் இரண்டும் பாலைத்திணையைச் சார்ந்தன. 'வில்லெறி பஞ்சியின் வெண்மழை தவழும்' என்ற உவமையால் பஞ்சு கொட்டும் தொழிலையும், 'தலையிலுள்ள பூவின் கண் மொய்க்கும் வண்டினை ஓட்டுதற்கும் ஆற்றாயான நீ காட்டூடே எங்ஙனம் வருகின்றனையோ?'' எனத் தலைவன் தன்னுடன் வரும் தலைவியை வியந்த்தனையம் காட்டுகின்றனர் இவர்.

உறையூர் முது கூத்தனார் (137)

உறையூர் முதுகூற்றனார், உறையூர் முதுகொற்றனார் என்றும் இவர் பெயர் காணப்படும். அகத்துள் இரண்டும், குறந்தொகையுள் மூன்றும், நற்றிணையுள் இரண்டம், புறத்துள் ஒன்றும் இவுர் பாடியவாகப் காணப்படும் செய்யுட்கள், சோழன் போர்வைகோப் பெருநற்கிள்ளியின் தந்தையாகிய வீரரை வேள்மான் வெளியன் தித்தனைப் (நற்-58) பாடியிருத்தலினால் அவர் காலத்தவர் என்பர். தித்தனைச் சாத்தந்தையார், ஏணிச்சேரி முடமோசியார் ஆகியோரும் பாடியதால், இவரும் அவர்கள் காலத்தவராகலாம். இப்பாடலுள், உறையூரின்கண் நடைபெற்ற 'பங்குனிமுயக்கம்' ஆகிய திருநாளையும், திண்தேர்ச் செழியனின் பொதியத்து மூங்கிலையும் பாராட்டி கூறியுள்ளனர்.

எயினந்தை மகனார் இளங்கீரனார் (225, 239, 289, 299)

இவர் வேட்டுவக் குடியினர். இவர் எயினந்தையாரின் மகனார் ஆவர். அகம், குறுந்தொகை, நற்றிணை முதலியவற்றுள் இவர் பாடியனவாகப் பதினாறு செய்யுட்கள் காணப்படும் இவர் பால்கள் பெரும்பகதியும் பாலைத்தியைச் சார்ந்தவையே. இது அவரது குடியினர் வாழ்ந்த மலையகத்துப் பாலைப்பகுதியை ஒட்டியமைந்தது மாகலாம். அன்பும் மடனும் சாயலும் இயல்பும் என்பு நெகிழ்க்குங் கிளவியும்' உடையவளே சிறந்த பெண்; மகளிர் பிறைதொழூஉம் இயல்பினர்; நெகிழா மென்பிணி வீங்கியகை, சிறிது அவிழினும் உயவும் ஆய்மடத் தகுவியாக விளங்கும் மனைவி; பகுவாய்ப் பல்லி படுதொறும் பரவி 'நல்ல கூறு' என நடுங்கும் மனைவி; வைகுநிலை மதியம் போலப் புதுக்கவின் இழந்த திருமுகம்; என்றெல்லாம் மிகவும் அருமையான கருத்துக்களை இவர் பாடல்களுள் கண்டு இன்புறலாம்.

எழூஉப் பன்றி நாகன் குமரனார் (138, 240)

இவர் பாடியவாகக் கிடைத்தவை இவ்விரண்டு செய்யுட்கள்தாம். வேட்டுவர் குலத்தினரான எழூஉப்பன்றி நாகன் என்பவரின் குமரனார்

இவர் என்பது பெயராற் புலனாகும். 188 ஆவது பாட்டினுள், 'இருமணி உமிழ்ந்த நாகம் காந்தள் கொழுமடற் புதுப்பூ ஊதும் தும்பியின் நன் னிறங் கண்டு மருள்வதுபோலத்,தாயும் களவினாலே பெற்ற மகளின் புதுப்பொலிவு கண்டு மருண்டு, முருகனை வேட்டலிலே மனஞ்செலுத் தினாள் எனவும், இவர் குறிஞ்சியைச் சிறப்பாகப் பாடியுள்ளனர். 240 ஆவது செய்யுள் நெய்தல்.அதன்கண், நுளையர்மகளிர் கிளையுடன் கூடி, சுறவுக்கோடு நட்டு வருணனுக்குப் பரவுக் கடன் கொடுப்பதைக் குறித்துள்ளார். இதனால் மலைநாடும் கடல்நாடும் நன்கறிந்தவர் இவர் என்பது புலனாகலாம். எழூஉப் பன்றி என்பது ஊராகவோ அன்றிக் குன்றாகவோ கொள்க.

ஐயூர் முடவனார் (216)

அகத்துள் இச்செய்யுள் அன்றியும், குறுந்தொகையுள் மூன்றும், நற்றிணையுள் இரண்டும், புறத்துள் நான்கும் இவர் பாடியவாகக் காணப் படுவன. 'ஐயூர்' பாண்டிய நாட்டின் கண் உள்ளதோர் ஊர். முடவனார் என்பது இவரது உடற்குறை பற்றி வந்த பெயராகலாம். பாண்டியன் கூடகாரத்துத் துஞ்சிய வழுதி, குளமுற்றத்துத் துஞ்சிய கிள்ளிவளவன், தாமான் தோன்றிக்கோன், ஆதன் எழினி ஆகியோரைப் பாடியவர். ஆவூர் மூலங்கிழார், இடைக்காடனார், கோவூர் கிழார், தாயங்கண்ண னார், மாறோக்கத்து நப்பசலையார் ஆகியோர் காலத்தவர் இவர். இந்நூற் செய்யுளுள் செல்லிக் கோமானான ஆதன் எழினி என்பானைச் சிறப்பித்துள்ளனர்; செல்லி என்பது கோசர்க்குரிய செல்லூர் ஆகும்.

ஒரோடகத்துக் கந்தரத்தனார் (191)

உரோடகத்துக் கந்தரத்தனார் எனவும் வழங்கப் பெறுவர். அகத்துள் மூன்றும், குறுந்தொகையுள் ஒன்றும், நற்றிணையுள் நான்கு மாக எட்டுச் செய்யுட்கள் இவர் பெயரோடு சங்க நூல்களுள் காணப் படுவன. செங்கற்பட்டு மாவட்டத்து ஓரகடமே இவரது ஊர் என்பர். காவிரிப்பூம்பட்டினத்துக் கந்தரத்தனார், வண்ணப்புறக் கந்தரத்தனார் என வருவது கொண்டு, கந்தரத்தனார் என்னும் பெயர் அந்நாளிலே பரவலாக விளங்கியிருக்கலாம் எனக் கருதலாம். இந்நூலினுள் வருவது பாலைப் பாடலாகும். இதனை உரோடகக் கவுணியன் சேந்தன் பாடியது எனப் பாடபேதங் கொள்வாரும் உளர்.

ஓரம் போகியார் (286)

ஐங்குறு நூற்றினுள் மருதத்திணை பற்றிய 100-பாடல்களைப் பாடியவர் இவர். அகத்துள் 286, 316, ஆகிய செய்யுட்களும் குறுந் தொகையுள் ஐந்தும், நற்றிணையுள் இரண்டும் புறத்துள் 284ஆவது செய்யுளும் இவர் பாடியனவாகக் கிடைத்துள்ளன. இவராற் பாடப் பெற்றோர் ஆதன் அவினி, இருப்பையூர் விரா அன், பாண்டியன், சோழர், மத்தி முதலாயினோர் ஆவர். இந்நூலுள் இவர் பாடிய இச் செய்யுள் ஆசிரியர் நக்கீரனாரால் களவியல் உரையுள் காட்டப் பெற்ற சிறப்பு வாய்ந்தது. இதன்கண் கூறப்படும் 'பெரியோர் ஒழுக்கம் பெரிது' என்ற செய்தியின் செபத்தினை உணர்க.

ஔவையார் (147, 273)

பாணர் மரபினரான இவர், அதியமான் நெடுமான் அஞ்சிக்கு நெருங்கிய நட்பினராக விளங்கியவர். மன்னர்கள் போற்றும் அறிவுத் திறனும், அஞ்சாமையும் உடையவர். நாஞ்சில் வள்ளுவன், தொண்டைமான், சேரமான் மாரி வெண்கோ, பாண்டியன் கானப் பேரெயில் கடந்த உக்கிரபெருவழுதி, சோழன் இராசசூயம் வேட்ட பெருநற்கிள்ளி ஆகியோரைப் பாடியவர் சங்கத்தொகை நூற்களுள் அகம், குறுந்தொகை, நற்றிணை, புறநானூறு ஆகியவற்றுள்ளும் இவர் பாடல்கள் காணப்படும். அரசியல் தூதராகவும், ஆலோசகராகவும், அரசரும் போற்றும் சிறப்புடன் திகழ்ந்தவர் இவர். இந்நூலுள், வெள்ளிவீதியின் துயரத்தையும், காமநோய் படிப்படியாக வளரும் தன்மையினையும் சிறப்பாக எடுத்துக் கூறியுள்ளனர். இவரும் ஆத்திச்சூடி முதலியன பாடிய ஔவையாரும், தனிப்பாடல்கள் பாடியவரும் வேறு வேறானவர் ஆவார்கள்.

கடியலூர் உருத்திரங் கண்ணனார் (167)

இவர், சோழன் கரிகாற் பெருவளத்தான்மீது பட்டினப் பாலை என்னும் ஒப்பற்ற நூலை இயற்றியவர். சங்கத் தொகையுள், பத்துப் பாட்டின் ஒன்பதாவது பாட்டு அதுவாகும். பதினாறு நூறாயிரம் பொன் அதற்காக பரிசில் பெற்றனர் இவர் எனக், கலிங்கத்துப் பரணி கூறும் கழாஅத் தலையார், முடத்தாமக் கண்ணியார் காலத்தவராகலாம். மேலும், தொண்டைமான் இளந்திரையன் மீது பத்துப் பாட்டுள் நான்காவதான பெரும்பாணாற்றுப் படையைச் செய்தவரும் இவரோயாவர். கடியலூர் என்பது இன்றைய திருநெல்வேலி மாவட்டத்துள் அந்நாள் விளங்கிய ஓர் ஊர். உருத்திரன் என்ற சொல்லால் இவர் அந்தணர் மரபினர் என்பர். குறுந்தொகையின் 352 ஆவது பாடலைப் பாடியவரும் இவரேயாவார். இந்நூற் செய்யுளுள்(167) பாலை நிலத்துள் கோடைக் காலத்துப் பாழ்பட்ட ஊரின் நிலையினை மிகவும் உருக்கமாக இவர் வருணித் துள்ளனர்.

கபிலர் (128, 158, 182, 203, 218, 238, 248, 278, 392)

இவர் வேள்பாரியின் மிகச் சிறந்த நண்பராக விளங்கியவர். பதிற்றுப்பத்துள் ஏழாம்பத்தைப் பாடிச் சேரமான் செல்வக் கடுங்கோ வாழியாதனிடம் பெரும்பரிசில் பெற்றவர். பத்துப் பாட்டிற் குறிஞ்சிப் பாட்டும். கலித்தொகையும் குறிஞ்சிக் கலியும், ஐங்குறு நூற்றுள் குறிஞ்சி பற்றிய நூறும் இவர் இயற்றியவை. பரணர், இடைக்காடர் ஆகியோர் இவரது உற்ற நண்பர்கள், அகுதை, இருங்கோவேள், ஓரி, சேரமான் மாந்தரஞ் சேரல் இரும்பொறை, நள்ளி, காரி, விச்சிக்கோன், பாரி, பேகன் ஆகிய பலர் இவராற் பாடப்பெற்றவர். இவர் வேறு, தொல் கபிலர் என்பார் வேறு, இவர், பாரி மகளிரின் மணத்திற்காகப் பெரிதும் முயற்சி எடுத்துக் கொண்டு, அது முடிந்ததும், வடக்கிருந்து உயிர் நீத்த பெருஞ் சிறப்பினரும் ஆவர். இவர் பாடல்களை எல்லாம் பெரிதும் கருத்துச் செறிவும் பொருள் நயமும் உடையன.

கயமனார் (145, 189, 195, 219, 221, 259, 275)

இவர் பாடியன அகத்துள் 12- ஆம் குறுந்தொகையும் 4-நற்றிணையுள் 6-ஆம், புறத்துள் 1-ஆம் ஆக, 23 பாடல்களாகும். குறுந்தொகை ஒன்பதாவது செய்யுளிலே,

''பாசடை நிவந்த கணைக்கால் நெய்தல்
இனமீன் இருங்காழி ஓதம் மல்குதொறும்
கயமூழ்கு மகளிர் கண்ணின் மானும்,''

என நயமாக உரைத்தது பற்றியே இப்பெயர் பெற்றனர் என்பர். பெரும் பாலும் புலம்பலே இவர் பாடலின்கண் மிகுதியாகப் பயின்று வருவதாகும். அன்னி என்பவன் குறுக்கைப் பறந்தலையிலே வெற்றிக் கொண்டு, திதியனின் காவன் மரமாகிய புன்னையை வெட்டினான் என்ற செய்தியினை (அகம் 145) யும், முது குயவர்கள் அம்மன் கோயில் பூசாரிகளாக விளங்குவதை நற்றிணைச் செய்யுளிலும் (283) இவர் சொல்லியிருக்கின்றார்.

கருவூர்க் கள்ளம் பாளனார் (180, 263)

இவர் பெயர் கண்ணம் பாணனார் எனவும் காணப்படுவதுண்டு. இவ்விரு பாடல்கள் அன்றியும், நற்றிணை 148 ஆவது செய்யுளும் இவர் செய்ததாகக் காணப்படும். இக் கருவூர் சேர நாட்டுத் தலை நகராக விளங்கிய கருவூர் ஆகும். இந்நூலினுள், தலைமகளைக் குறை நயப்பத் தோழி கூறியதாக வரும் நெய்தல் திணைச் செய்யுள் (180) மிகவும் நயம் உடையதாகும். 263 ஆவது செய்யுளிற் சேரமான் கோக்கோதையினையும், அவனுடைய வஞ்சிமூதூரின் வளத்தையும் இவர் பாடியுள்ளனர். இச் சேரமானைப் பொய்கையாரும் பாடியுள்ளனர். ஆகவே அவர் காலத்து இருந்தவர் இருவரும் ஆகலாம்.

கருவூர்க் கலிங்கத்தார் (183)

இந்த ஒரு செய்யுளே இவர் பெயராற் சங்க நூல்களுள் காணப் படுவது. 'கருவூர்' இவர் ஊர் எனவும், கலிங்கத்தார் என்ற சொல்லல் இவர் ஆடை நெய்யும் தொழிலினராயிருத்தல் கூடுமெனவும் நாம் கருதலாம். இச் செய்யுளில், மழை மேகங்கள் சூல்கொண்ட பிடியானை கள் போல உலவும், என இவர் உவமிக்கும் திறம் மிகவும் இன்புறற் பாலதாகும்.

கருவூர் நன்மார்பன் (277)

இவர் பாடியதாகக் காணப்படுவது இச் செய்யுள் ஒன்றேயாகும். நன் மார்பன் என்ற பெயர் இவருடைய சிறந்த மார்பின் ஆற்றல் பற்றியோ வனப்புப் பற்றியோ அமைந்ததாகலாம். மேலும், இவர் அரச மரபினராயிருத்தல் கூடுமெனவும் கருதலாம். இந்நூற் செய்யுளுள், தயிர் கடையும் ஒலியினைப் புலியின் முழக்கத்திற்கும், பன்றி மயிரினைப் பனையின் செறும்புக்கும், முருக்கின் பூங்கொத்தினைக் கோழியின் எருத்துச் சிவந்த தசைக்கும் உவமித்துள்ளனர். காதலனைப்

பிரிந்த காதலியின் நெற்றியின் ஒளி குறைந்ததற்குப் பகலிலே ஒளி குன்றித் தோன்றும் நிலவினைக் கூறியதும் இவரது சிறந்த உவமை யாகும்.

கல்லாடனார் (171, 199, 209)

அகத்துள் ஏழும், குறுந்தொகையுள் இரண்டும், புறநானூற்றுள் ஐந்தும் ஆக இவர் பாடியவை 14 பாடல்கள். இவராற் பாடப்பெற்றோர் அம்பர் கிழான் அருவந்தை, முள்ளூர் மன்னர் காரி, ஓரி, அஃதை, பாண்டியன் தலையானங்கானத்துச் செருவென்ற நெடுஞ்செழியன், கள்வர் கோமான் புல்லி, களங்காய்க் கண்ணி நார்முடிச் சேரல் ஆகியோ ராவர். தொல்காப்பியத்துக்கு உரை செய்தவருள் இவரும் ஒருவர் என்பர். கல்லாட நூலை இயற்றியவரும், பதினோராம் திருமுறைப் பாடல் களைச் செய்தவரும், இவரினும் வேறான கல்லாடர்கள். 'கல்லாடம்' என்பது பாண்டி நாட்டில் ஓரூர். அவ்வூர்ப் புலவர்கள் பலரும் கல்லாடர் எனப்பட்டிருத்தலும் கூடும். இந்நூலுள் வரும் மூன்று பாடல்களுள், 199 ஆவது பாடலிற் களங்காய்க்கண்ணி நார்முடிச் சேரல் நன்னனை வென்ற செய்தியையும், 209 ஆவது செய்யுளுள் தலையானங் கானத்துப் போர்வென்ற நெடுஞ்செழியனின் வெற்றியையும், ஓரியைக் கொன்று கொல்லியைச் சேரலர்க்குத் தந்த காரியின் செயலையும் இவர் கூறியுள்ளார்.

கழார்க்கீரன் எயிற்றியார் (163, 217, 235, 298)

சோணாட்டுத் தஞ்சை மாவட்டத்துள், 'கழாஅர்' என்னும் ஊரைச் சேர்ந்தவர் இவர் (அது இப்பொழுது திருக்களார் என வழங்கும்.) பெண்பாற் புலவர்; வேட்டுவக் குடியினர். கீரன் என்பானின் மனைவி யார் எனக் கொள்ளலாம். இவர் பாடியனவாக நற்றிணையுள் இரண்டும், குறுந்தொகையுள் மூன்றும் அகத்துள் ஐந்தும் காணப்படுவன. இவ ருடைய கணவர் படைத் தலைவர் என்பதும், அவர் சோழனின் துணை யாகச் செல்ல, அவர் பிரிவினாலே இவர் உள்ளங் கலங்கிப் பாடிய பாடல்கள் பல என்பதும், அவற்றுள் சிலவே சங்க நூல்களுள் இடம் பெற்றன எனவும் கருதலாம். 'வாடையே! இங்கு வந்தனையே! அங்கு அவர்பாலும் செல்லாயோ?' எனக் குமுறும் (163) நுட்பமான உள வியல் கூறுபாடுகளைக் காட்டுவன இவர் செய்யுட்கள்.

காவன் முல்லைப் பூதனார் (151, 241, 293)

காவல் முல்லைப் பூதரத்தனார் எனவும் குறிப்பிடப் பெற்றிருக் கின்றனர் இவர். இவர் இயற்பெயர் பூதனார் எனவும், காவன் முல்லை என்னும் துறைப்பற்றிய செய்யுட்களை இயற்றும் திறனுடைமை பற்றி இப்பெயர் உடையவராயின் எனவும் கொள்ளலாம். இவர்பாடியன வாகப் குறந்தொகையுள் இரண்டும், நற்றிணையுள் ஒன்றும், அக நானூற்றுள் ஐந்தும் ஆக எட்டுச் செய்யுட்கள் காணப்படுவன. இந் நூலுள், 'கணிவாய்ப் பல்லி' எனப் பல்லி நன்னிமித்தம் சொல்வத னால் அதனையும், உழிஞ்சிலின் நெற்று ஆடுமகள் அரிகோல் பறை

போல ஒலிக்கும் எனவும், நெல்லியின் திரண்ட காய்கள் வட்டக் கழங்குக் காய்கள் போலத் தோன்றுமெனவும் சுவைபடக் கூறியிருக் கின்றனர். 'பண்பில் கோவலர் தாய் பிரிந்து யாத்த நெங்சமர் குழவி போல, நொந்து' எனப் பிரிவால் வரும் வருத்தத்தையும் நுட்பமாகக் கூறி யுள்ளனர்.

காவிரிப்பூம்பட்டினத்துக் காரிக்கண்ணனார் (123, 285)

இவர் காவிரிப்பூம் பட்டினத்தவர்; வணிக மரபினர். பாண்டியன் இலவந்திகைப் பள்ளித் துஞ்சிய நன்மாறன், வெள்ளியம்பலத்துத் துஞ்சிய பெருவழுதி, சோழன் குராப் பள்ளித் துஞ்சிய பெருந்திருமா வளவன் (காவிரிக் கிழவன்), ஆய் ஆண்டிரன், பிட்டங் கொற்றன் ஆகியோரைப் பாடியுள்ளவர். உறையூர் மருத்துவன் தாமோதரனார், கோவூர் கிழார், மாடலன் மதுரைக் குமரனார், ஆவூர் மூலங்கிழார், நக்கீரர், மருதனிள நாகனார் போன்ற பெரும்புலவர்களின் காலத்தை யொட்டி வாழ்ந்தவர். இவர் செய்யுட்களாகக் காணப்படுபவை அகத்துள் மூன்றும், புறத்துள் ஐந்தும், குறுந்தொகையுள் ஒன்றும் ஆகும். இந் நூலுள், 'ஆடாப் படிவத்து ஆன்றோர்' என ஆன்றோர் யோகஞ் செய்தலையும், காவிரித் துறையின் சிறப்பினையும், வழி யனுப்பும் போது தழுவி விடைபெறுதல் மரபென, 'வாராய் தோழி முயங்குகம் பலவே' என்ற காட்சியினையும் நயமாகக் கூறியுள்ளனர்.

காவிரிப்பூம் பட்டினத்துச் செங்கண்ணனார் (217)

இவரும் காவிரிப்பூம்பட்டினத்து வணிகர் மரபினரேயாவர். இவர் பாடியனவாக, அகத்துள் இரண்டும், குறுந்தொகையில் ஒன்றும், நற்றிணையில் ஒன்றும் ஆக நான்கு செய்யுட்களே காணப்படுகின்றன. டாக்டர் உ.வே. சா. அவர்கள் இவர் பெயரினைச் சேந்தங் கண்ணனார் எனக் குறுந்தொகை உரையுட் கூறுவார்கள். இந்நூற் செய்யுளில், இவர் கள்ளில் என்னும் ஊருக்கு உரியவனாகிய அவியன் என்னும் தலைவ னின் மலைவளத்தினைச் சிறப்பித்திருக்கின்றனர். 'கள்ளில்' என்பது தொண்டைநாட்டுச் சிவதலங்களுள் ஒன்றாகப் பொன்னேரிக்குத் தென்மேற்கே 12 மைல் தொலைவில், 'திருக்கள்ளம்' என வழங்கும் ஊர் ஆகலாம். 'பிரிந்துறை நாட்டு மருந்தும் உண்டோ?' எனத் தோழி தலைமகனைச் செலவழுங்கச் சொல்லியது நுட்பமான கருத்தாகும்.

குடவாயிற் கீரத்தனார் (129, 287)

குடவாயில் சோணாட்டுப் பேரூர்களுள் ஒன்று. தஞ்சை மாவட்டத்துக் கொரடாச்சேரிக்கு வடக்கே ஏழாவது கல்லில், இந்நாட் 'கொடைவாசல்' என வழங்குவதே இவ்வூர் என்பர். இப் புலவர் பல குறுநிலத் தலைவர்களைப் பாடியுள்ளனர். கழுமலப் பெரும் போரும், சோழர் குடந்தைக்கண் வைத்த பெருநிதியமும் இவராற் குறிக்கப் படும். பெரும்பூட்சென்னி, பொறையன், நன்னன், எவ்வி அத்தி, பழையன், புன்றுறை, வழுதி, கணையன், கட்டி முதலியோர் பற்றி இவர் பாடியுள்ளனர். ஆகவே, அவர்களைப் பாடிய பிற புலர்வர்

களான நக்கீரர், பரணர், கபிலர், மாமூலனர் போன்றோர் காலத்தவர் இவர் எனக் கொள்ளுதல் பொருந்தும். இந்நூலுள், சுரத்திடையே பாழ் மன்றில் தங்கிஇருக்கும் பிரிந்து செல்வோனான காதலன், 'கணைக் கால் அம்பிணை சிறுபுறம் நக்க; 'நோக்க, வரம்பு வந்து அலைக்கும் மாலை' என நுட்பமான கருத்தினை அமைத்துள்ளனர். (287)

குமுழி ஞாழலார் நப்பசலையார் (150)

மாற்றோக்கத்து நப்பசலையார் என்னும் புலவரினும் வேறுபடுத்த இப் புலவர்க்குப் குமுழி ஞாழலார் நப்பசலையார் என அடைமொழி யிட்டுக் குறித்தனர் எனலாம். பெயரை நோக்கும்போது இவரை யும் பெண்பாற் புலவர்களுள் ஒருவராகவே கொள்ளலாம். குமுழி-உருண்டை; ஞாழல்-கொன்றை; எனவே, பிரிவால் பெரிதாகக் கொன்றைப் பூப்போற் பொன்னிறமாகப் படர்ந்த பசலைநோயினை உடையவர் இவர் எனவும் கூறலாம். இச்செய்யுளில், 'யாமை மறத் தீன்று முட்டையைப் பார்ப்பிடனாகும் அளவைக் கணவன் ஓம்பும்' என்ற செய்தியைக் கூறியுள்ளனர். 'வல்வாய் அரவச் சீறூர் காணப் பகல் வந்தன்றாற் பாய்பரி சிறந்தே' என்று தலைவன் வரைவுக் குறித்துத் தேர் ஊர்ந்து வந்த செய்தியைச் சொல்லும் நுட்பமும் இனிமை யுடையதாகும்.

கொடியூர் கிழார் மகனார் நெய்தற்றத்தனார் (253)

இவருடைய பெயர் தத்தனார் என்பதாகும். நெய்தல் திணைச் செய்யுட்களைச் சிறந்த முறையிலே பாடுதல் பற்றி இப்பெயர் பெற்ற னர் எனலாம். வேளாண் மரபினர். கொடியூர் கிழார் என்பவர் இவருடைய தந்தையார் ஆவர். குடிக்கிழார் மகனார் எனவும் பாடம் கொள்வதுண்டு. இவர் பாடியவையாகக் காணப்படுபவை அகம் 243, நற்றிணை 49, 130 ஆகிய செய்யுட்களாகும், பிரிவு நோய், 'விரிநீர் வையக வரை யளவு இறந்த எவ்வநோய்' என இவரால் நற்றிணை 130 ஆவது செய்யுளுள் கூறப்பட்டது காண்க. இந்நூற் செய்யுளுள், 'கண்ணில் வாடை என வாடைக் காற்றையும், 'அனைத்தால் தோழி நம் தொல் வினைப் பயனே' என ஊழ்வினைப் பயன் உறுத்துவந்து ஊட்டுதல் பற்றிய கொள்ளையினையும் கூறியுள்ளனர். இவருடைய 'கொடியூர்' என்பது மதுரை மாவட்டத்து 'கொடி மங்கலமே' என்பார்கள்.

கோட்டம்பலத்துத் துஞ்சிய சேரமான் (168)

இவன் சேரமன்னர்களுள் ஒருவன். சேரமான் கோட்டம்பலத்துத் துஞ்சிய மாக்கோதை எனவும் வழங்குவர். கோட்டம்பலம் என்னும் இடத்தே நடந்த போரில் உயிர் துறந்தவன். 'கோட்டம் பலம்' என்பது இந்நாளைய கோட்டாறு என்றும் குமரி மாவட்டத்துப் பேரூர் எனவும், இவன் சேரநாட்டின் அப்பகுதியை ஆண்டிருந்தவன் எனவும் கருத லாம். தொண்டிக்கு இறைவனாயிருந்து பொய்கையாரால் பாடப் பெற்ற சேரமான் கோக்கோதைமார்பன் வேறொருவன். இவன், தன் தலைவியின்பாற் பெரிதும் காதல் உடையவனாயிருந்தவன். புற

நானூற்று 245 ஆவது பாடலுள் இவன் அவள் இறந்தபோது பாடியுள்ள செய்யுள் மிகவும் உருக்கம் உடையதாகும், 'ஞாங்கர் மாய்ந்தனள் மடந்தை, இன்னும் வாழ்வல் என்னிதன் பண்பே?' என, அவன் கதறி யழுகிறான். இந்நூலினுள் வரும் செய்யுள், பல்லான் குன்றிற்படுநிழல் சேர்ந்த நல்லான் பரப்பிற் குழுமூர் ஆங்கண், உதியன் கொடைக்கடன் ஏன்ற' செய்தியைக் கூறுவதனால், இவன் உதியன் சேரலாதனின் காலத்தவனாகலாம். 'கோதை' என்பானின் தகப்பனாதலின், 'மாக் கோதை' எனப் பெயர் பெற்றனர் போலும்.

கோடிமங்கலத்து வாதுளி நற்சேந்தனார் (179, 282)

கொடி மங்கலத்து நற்சேந்தனார் எனவும் கூறப் பெறுவார். காப்பியஞ்சேந்தனார். நற்சேந்தனார் ஆகியோரினும் வேறுபடுத்த இவ்வாறு அடைமொழியிட்டு வழங்கப் பெற்றனர். இவராற் பாடப் பெற்றன இவ்விரண்டு செய்யுட்களுமேயாகும். இந்தக் கொடிமங்கலம் மதுரை மாவட்டத்தது ஆகும். குறவர் மகளிர் குரவையாடுதலும், இளம் பெண்களை முருகு அணங்கியதென வேலனை அழைத்து வெளியாட் டயர்ந்து வேண்டுதலும் இவராற் கூறப்பெற்றுள்ளன.

சாகலாசனார் (270)

அகநானூற்றின் இதனையும், 16 ஆவது செய்யுளையும் இயற் றியவர் இவர். சேரநாட்டு ஊராகிய கழுமலத்தினைப் பற்றி இவர் குறிப்பிட்டுள்ளனர். அதிற் குறிப்பிட்டுள்ள நற்றேர்க் குட்டுவன் என்பான் யாவன் என்று அறிதிற்கில்லை. இவர்பெயர், இவரோர் வட நாட்டவர் என்பதனையும் தமிழகத்துக்கு வந்து சேர நாட்டுப் பகுதியில் தங்கித் தமிழ்ப்புலமை பெற்றவர் என்பதையும் காட்டும் என்பர். இது ஆய்தற்கு உரியதாகும்.

செயலூர் இளம்பொன் சாத்தன் கொற்றனார் (177)

இவர் பொன் வாணிகர் எனவும், செயலூர் என்னும் ஊரினர் எனவும், கொற்றனார் இவருடைய இயற்பெயர் எனவும், சாத்தனாரின் மகன் எனவும், இவருடைய பெயரால் அறியலாம். 'செயலூர்'' என்பது கோசர்க்குரியதாயிருந்த செல்லூர் எனவும், வேறு எனவும் கூறுவர். இப்பாடல் ஒன்றே இவர் பெயராற் காணப்படுவது.செல்லூர் இளம் பொன் சாத்தன் கொற்றன், உறையூர் இளம்பொன் வாணிகன் சாத்தன் கொற்றன், எனவும் இப்பாடலைப் பாடியவர் பெயர் குறிக்கப்பட்டுள் ளது. இப்பாடலுள் 'அயிரியாயிற்று அடைகரை' என்பதும், பண்ணன் என்பானின் காவிரி வடகரையூரும் குறிப்பிட்டிருப்பக் காண்கின் றோம். ஆகவே, சோழன் குளமுற்றத்துத் துஞ்சிய கிள்ளிவளவன் காலத்தவர் இவர் எனலாம்.

செல்லூர்கிழார் மகனார் பெரும்பூதங் கொற்றனார் (250)

செல்லூர் தமிழகத்துக் கீழைக்கடற்கரை ஊர்களுள் ஒன்று. கோசர்களுக்கு உரியது. கொற்றனார் எனவும் இவர் பெயர் வழங்கும்.

பெரும்பூதனார் இவரின் தந்தையார். இச் செய்யுளில் ''இறைவளை நெகிழ்த்த நம்மோடு துறையுந் துஞ்சாது கங்குலானே'' எனக் காதலற் காணாது வருந்தும் மகளிர் உரைத்ததாகக் கூறும் பகுதி மிகுதியான சுவையுடையதாகும். நற்றிணையின் 30 ஆவது செய்யுளும், குறுந் தொகையுள் 218, 858 ஆவது செய்யுட்களும் இவர் செய்தன என்பர்.

சேரமான் இளங்குட்டுவன் (153)

இவன் பாடியதாகக் காணப்படுவது இச்செய்யுள் ஒன்றேயாகும். 'குட்டுவன்' என்ற சிறப்புப் பெயரால் இவன் குட்ட நாடு என்னுஞ் சேர நாட்டின் பகுதிக்குரிய அரச மரபினரைச் சார்ந்தவன் எனலாம். 'குட்டு வன் தொண்டி அன்ன' என வருவது கொண்டு, இவன் தொண்டியில் இருந்தவன் ஆகலாம் எனக் கருத இடம் உண்டு. இச்செய்யுளுள் கோங்கின் புதுமலர் உதிர்ந்து விழுவது கைவிடு சுடர்போலத் தோன்றும் என்று நயமாகக் கூறியுள்ளார், பிற செய்திகள் ஏதும் அறிதற்கு இல்லை.

தாயங் கண்ணனார் (132, 159, 213, 237)

இவர் பெயர் எருக்காட்டூர்த் தாயங் கண்ணனார் எனவும் வழங்கப் பெறும். எருக்காட்டூர் என்பது தஞ்சை மாவட்டத்து நன்னிலத்துப் பகுதியிலுள்ள ஓர் ஊர். தாயன் தந்தை பெயர் எனவும், கண்ணன் இயற் பெயர் எனவும் உரைப்பர். அரசு தந்த தாய உரிமை பெற்ற சிறப்பின ரும் ஆகலாம். இவர் பாடியவையாக அகத்துள் நான்கும், குறுந் தொகையுள்ளும், நற்றிணையுள்ளும் புறநானூற்றுள்ளும், ஒவ்வொன் றுமாக ஏழு செய்யுட்கள் காணப்படுகின்றன. இவர் பாடலுள் சோழன் குளமுற்றத்துத் துஞ்சிய கிள்ளிவளவன், எழினி, யவனர், வடுகர் ஆகியோர் பற்றிய செய்திகள் காணப்படும். கிள்ளி வளவனைப் பாடி யமையால் அவனைப் பாடிய ஆலத்தூர் கிழார், கோவூர் கிழார், நல் லிறையனார், ஆடுதுறை மாசத்தனார், மாற்றோக்கத்துப் நப்பசலையார் போன்றோர் காலத்தவர் இவர் எனலாம். 'சேரலர் சுள்ளியம் பேரியாற்று வெண்ணுரை கலங்க யவனர் தந்த வினைமாண், நன்கலம் பொன் னோடு வந்து கறியொடு பெயரும், வளங்கெழு, முசிறி' என இந்நூலின் 149 ஆவது பாடலுள் தமிழரின் மேலைநாட்டு வாணிகத்தைப் பற்றி இவர் கூறியுள்ளனர். 'ஆன்றோர் அரும்பெறல் உலகம் அமிழ்தொடு பெறினும்' எனத், தேவருலகையும் அமுதையும் குறிப்பிடுகின்றார்.

தொண்டி ஆமூர் சாத்தனார் (169)

இவர் குறும்பொறை மலைக்குக் கீழ்ப்பாலுள்ள ஆமூர் என்னும் ஊரினர். சாத்தனார் இயற்பெயர். தொண்டியின் கண்ணுள்ள சேர மரபினரால் ஆதரிக்கப்பெற்று, அதனால் தொண்டியில் தங்கிய வராதல் பற்றித் தொண்டி ஆமூர்ச் சாத்தனார் எனப் பெற்றனர்.

'செல் கதிர் மழுகிய புலம்புகொண் மாலை
மெல்விரல் சேர்த்திய நுதலள் மல்கிக்
கயலுமிழ் நீரில் கண்பனி வாரப்

பெருந்தோள் நெகிழ்த்த செல்லலோடு
வருந்துமால் அளியள்'

எனப் பிரிந்துறை தலைவியைத் தலைவன் நினைந்து வருவதாக இவர் காட்டும் சொல்லோவியம், நிழலோவியமாகவே. நிலைபெறக் காணலாம். இவர் பாடியதாகக் காணப்படுவது இந்த ஒரே செய்யுள்தான்.

தொல்கபிலர் (282)

கபிலரினும் தொன்மை உடையவராதலால் இப்பெயரடை பெற்றனர் போலும். இவர் செய்யுட்களாகக் காணப் பெறுபவை நற்றிணையுள் நான்கும், அகத்துள் இந்த ஒன்றும், குறுந்தொகைப் பதினான்காவது செய்யுளும் ஆகும். இவர் பாடிய நற் 114 இல் கரையைப் 'புள்ளித்தொல் கரை' என்று கூறிய சிறப்பால் இந்த அடைமொழி பெற்றனர் எனலும் பொருந்தும். இந்நூற் செய்யுளுள் (282) குறிஞ்சியின் வளமும், அக்காலத்து மகளிர் 'வல்லே வருக வரைந்த நாள்' என, நல்லிறை மெல்விரல் கூப்பி, இல்லுறை கடவுட்குப் பலிக் கடன் செலுத்தும் வழக்கமும காணப்படும்.

நக்கண்ணையார் (25)

இவர் பெண் பாலார். பெருங்கோழி நாய்கன் மகள் நக்கண்ணையார் எனவும், திண்பொற் கோழிக் காவிதிமகன் கண்ணனார், நக்கணன் எனவும் இதனைப் பாடியோர் பெயர் காணப்படும். உறையூர் வீரை வேண்மான் வெளியன் தித்தனது மகனான போர்வைக் கோப் பெருநற் கிள்ளியைக்காதலித்து, அவன் தந்தையோடு மனவேறுபாடு கொண்டு வேற்று நாடு செல்ல, அதனால் துயருற்று அழுது புலம்பியவர் (புறம். 83, 84).அழிசி என்பானது ஆர்க்காட்டையும் இவர் நற்றிணைப் பாடலுள் சிறப்பித்துப் பாடியுள்ளார். இவர் பாடியவையாகக் காணப்படுவை நற்றிணையுள் இரண்டும், அகத்தில் ஒவ்வொன்றும், புறத்துள் மூன்றும் ஆக ஆறு செய்யுட்கள். இப்பாடலுள், 'மழை பெரிது பெய்த காலத்துச் சிறுகோட்டுப் பெருங்குளத்தைக் காக்கும் காவலனைப்' போல, அன்னையின் காவலும் கடுமையாயிருக்கின்றதென இவர் சொல்லுவது மிக்க நயம் உடையதாகும்.

நக்கீரர் (126, 141, 205, 227, 249, 253, 290)

நக்கீரனார், கணக்காயனார் மகனார் நக்கீரனார், மதுரை நக்கீரனார் எனவெல்லாம் இவர் பெயர் காணப்படும். பத்துப் பாட்டுள், திருமுருகாற்றுப் படை, நெடுநல்வாடை என்னும் இரு நூல்களும், அகத்துள் 17, புறத்துள் 3, ஆக 35 செய்யுள்களும் இவர் பாடியவையாகக் கிடைத்தவை. இறையனார் களவியலுக்குச் சிறந்த உரைவகுத்து, அதன் மூலம் சங்ககால உரை நடைச் சிறப்பை நாம் காணச் செய்தவரும் இவரே. இவர் கபிலர் பரணர் ஆகியோர் காலத்தவர். தலையாலங் கானத்துச் செரு வென்ற நெடுஞ்செழியன், கரிகாற்சோழன், இருங்கோ வேண்மான் மற்றும் பலர் இவராற் பாடப்பெற்றோராவர். இவர் வேறு. காதலரை ஊழ்வினை கூட்டும் என்பதைத், தொன்றுபடு நட்பிற்

செயிர்தீர் நெஞ்சமொடு, செறிந்தோர் போல' எனக் (205) கூறியவர் இவர். இவர் பாடல்களுள் வரலாற்றுச் செய்திகள் மிகுதியாக விளங்கும்.

பரணர் (122, 125, 135, 142, 148, 152, 162, 178, 181, 186, 196, 198, 208, 212, 222, 226, 246, 258, 262, 266, 276)

மணிமிடை பவளத்துள் ஒருவர் பாடியனவாகக் காணப்படும் பாடல்களுள் இவரதே மிகுதியாகும். இவர் வரலாறு மிகவும் விரி வானது. கபிலரின் நண்பர் இவர்.செங்குட்டுவன் மீது பகிற்றுப் பத்துள் ஐந்நாம் பத்தினைப் பாடிப் பெரும் பரிசிலும், அவர் மகன் குட்டுவன் சேரலையும் பெற்றவர் இவர் செய்யுட்களுள் அரசர், அவர் நாடு, அவர் சிறப்பு முதலிய பல செய்திகள் காணப்படும் நற்றிணையுள் 12, குறுந் தொகையுள் 15, ஐந்தாம் பத்து, அகத்துள் 33, புறத்துள் 12, ஆகியவை இவர் பாடியன.

பாலை பாடிய பெருங் கடுங்கோ (155, 185, 223, 251, 267, 291)

சேரவரசர் குடியிலே தோன்றியவன். பாலை திணைச் செய்யுட் கள் பாடுவதில் சிறந்தவனாயிருந்தமை பற்றிப், பாலை பாடிய என்னும் அடை மொழியோடு குறிப்பிடப்படுவான் ஆயினன். பேய் மகள் இளவெயினி என்னும் புலவர் இவனைப் புறநானூற்று 11-ஆவது செய்யுளிலே பாடியுள்ளனர். அதன்கண், 'விண்பொரு புகழ் விறல் வஞ்சி, பாடல் சான்ற விறல் வேந்தனுமே,' என இவன் குறிப்பிடப் பெற்றதுடன், இவனுடைய வள்ளன்மையும் சிறந்ததாகப் பேசப்பட் டிருப்பதனைக் காணலாம். அதனால், இவனை அரசனாயிருந்தவன் என்றே கருதுதல் பொருந்தும். இவன் பாடியவையாக சங்கத் தமிழ் நூல்களுள்ளே காணப்பெறுபவை அகம், நற்றிணை ஆகியவற்றுள் 23 செய்யுட்களும், கலித்தொகையுள் பாலைக்கலியும் ஆகும். இவன் பாடிய புறநானூற்று 282 ஆவது செய்யுள் இவனது உயரிய உள்ளப் பண்பினைக் காட்டுவதாகும். தனக்காகப் போரிலே உடல் சிதைத்து காட்டுவதாகும். தனக்காகப் போரிலே உடல் சிதைத்து வீழ்ந்த ஒரு வீரனின் தியாகத்தைச், 'சேண் விளங்கு நல்லிசை நறீஇ, நாநவில் புலவர் வாயுளானே' என இவன் போற்றியுள்ளான். பாலைக் கலியி னுள்ளும், இவன் 'கிழவர் இன்னோர் என்னாது, பொருள்தான் பழவினை மருங்கிற் பெயர்பு பெயர்பு உறையும் ('கலி', 21)' எனப் பொருளின் நிலையாத தன்மையினையும், 'ஆள்பவர் கலக்குறு அலை பெற்ற நாடு போல்' என, ஆள்பவர் நாடாள வேண்டிய மரபு பற்றியும் பலவாறு கூறியுள்ளான். இவற்றால், தகடூர் எறிந்த பெருஞ்சேரல் இரும்பொறை என வழங்கும். சேரமான் செல்வங்கடுங்கோ வாழியாதனின் மூத்த மகனே இவன் எனவும் கருதுவர். அரிசில் கிழாருக்கு அரசு கட்டிலை அளித்தத் தகுதியையும், மோசி கீரனாருக்கு முரசு கட்டிலே அவர் உறங்க விசிறி வீசிய பண்பினையும் நினைத்தால், இவனே பெரும் புலமையுடன் திகழ்ந்த பாலை பாடிய பெருங்கடுங்கோ என நாமும் கூறலாம். இந்நூலுள், இவன் பாடியவை ஆறு செய்யுட்கள். அவை அனைத்தும் சுவையுடையனவாகும்,

அறன் கடைப் படாஅ வாழ்க்கையும்; என்றும்
பிறன் கடைச் செலாஅச் செல்வமும்; இரண்டும்
பொருளின் ஆகும்... (155)

எனப் பொருளினால் அமைவதே வாழ்வு என்ற உண்மையினை இவன் தெளிவுறக் காட்டிச் சொல்லுகின்றான்.

261 ஆவது செய்யுளுள், காதலன் தன் காதலியுடன் வழி நடந்த செய்தியைத் தோழிக்குச் சுவைபடச் சொல்லும் நயமோ நினைந்து நினைந்து இன்புறற் பாலது.

இலங்குவளை தெளிர்ப்ப வீசிச், சிலம்பு நகச்
சின்மெல் ஒதுக்கமொடு மென்மேல இயலி, 'நின்
அணிமான் சிறுபுறம் காண்கம், சிறு நனி
ஏகு என, ஏகல் நாணி, ஒய்யென
மாகொ ணோக்கமொடு மடங்கொளச் சாஅய்
நின்றுதலை இறைஞ்சி யோளே!...

பெண்மையின் சிறந்த பண்பின் விளக்கம் இது எனலாம்.

பேயனார் (234)

முல்லைத் திணையினை மிகவும் வியந்து சிறப்புறப் பாடிய பெருமையுடையவர் இவர். ஐங்குறு நூற்றின் ஐந்தாவது நூறாகிய முல்லைப்பற்றிய செய்யுட்களைச் செய்தவரும் இவரே. அஃதன்றியும் குறுந்தொகையுள் 233, 339, 359, 400 ஆவது செய்யுட்களையும், அகநானூற்றின் இந்தச் செய்யுளையும் இவர் பாடியுள்ளார். குறுந் தொகை 339 ஆவது செய்யுளுட் பேயார் எனக் காண்பதுகொண்டு, இவரும் அவரும் வேறானவர் எனக் கொள்வர் டாக்டர் உ.வே.சா. பேய்மகள் இளவெயினி என்பவர் இவருடைய மகளார் போலும்! அவர், சேரமான் பாலை பாடிய பெருங் கடுங்கோவைப் பாடியவர். இச் செய்யுளுள், தலைமகன் தேரினை விரையச் செலுத்துமாறு பாகனை ஏவியதை நயமுடன் கூறியுள்ளனர்.

பொதும்பில் கிழான் வெண்கண்ணனார் (130, 192)

இவர் வேளாண் மரபினர். பொதும்பில் என்னும் ஊரினர். இவ்வூர் பாண்டிநாட்டில், மதுரைத் தாலுக்காவில் உள்ளது.இவர் பாடியவை இந்த இரண்டு செய்யுட்களேயாகும். இவற்றுள் 130 ஆவது பாடல் வெண்கண்ணனார் பாடியது என மட்டுமே காணப்படுகிறது. அது நெய்தல்திணைச் செய்யுள், 'நற்றேர் வழுதி கொற்கை முன்றுறை' எனக் கொற்கையின் சிறப்பினை அதன்கண் நயமாக் கூறியுள்ளனர். 192 ஆவதுகுறிஞ்சிச் செய்யுள், 'மதியிருப் பன்ன மாசறு சுடர்நுதல் பொன்னேர் வண்ணம் கொண்டன்று' என இவர் கூறும் உவமை நய முடையதாகும்.

பொதும்பில் புல்லாளங் கண்ணியர் (154)

இவரும் பொதும்பில் என்னும் ஊரினரே யாவர். இவர் பாடியது இந்த ஒரு பாடலே யாகும். இவர் ஒரு பெண்பாற் புலவர். 'புல்லாளம்

கண்ணி' என்றதனால், இவர் பிரிவாற்றாமை வருத்தத்தால் கலங்கிப் புல்லென்ற கண்ணினராக விளங்கினர் போலும். இச் செய்யுள் முல்லைத் திணை பற்றியதாகும். 'மழைக்காலத்துத் தேரை சிறுபல்லியத்தின் கறங்கும்' எனவும், 'கோடல், அரவின் பையணந்தன்ன மலர்ந்திருக் கும்' எனவும் கூறும் உவமைத்திறம் இன்புறப்பாலதாகும்.

மதுரை அளக்கர்ஞாழார் மகனார் மள்ளனார் (144, 174, 244)

மதுரையிலிருந்த அளக்கர் ஞாழார் என்பவரின் மகனார் எனவும், மள்ளன் என்னுவும் பெயரினர் எனவும் அறியலாம். அளக்கர் ஞாழார் மகனார் அம்மள்ளனார் எனவும். அளக்கர் ஞாழலார் மகனார் எனவும் பாடபேதங்கள் காணப்படும். அளக்கர் என்பது பாண்டிநாட்டுள் ஓர் ஊர். இவர் சோழன் குளமுற்றத்துத் துஞ்சிய கிள்ளிவளவன், கோவூர் கிழார், ஆகியோர் காலத்தவர். புறநானூற்று 368-ஆவது செய்யுளுள் இவர் சிறுகுடிக்கிழான் பண்ணனைப் பாடியுள்ளனர். இந்நூலுள் வரும் மூன்று பாடல்களுமே முல்லைத்திணையைச் சார்ந்தவை,'வருதும் என்ற நாளும் பொய்த்தன; வரியோர் உன்கண் நீரும் நில்லா' எனக் காதலி வருந்தம் நிலையினை நன்முறையிலே எடுத்துக் கூறியுள் ளனர். 'அமரோர்த்து அட்ட செல்வம் தம் விரைந்து உரைப்பக் கேட்கும் ஞான்று, பனிபடு நறுந்தார் குறைய நம்மொடு, துனீதீர் முயக்கம் பெற்றோர்போல உவக்குவள்' என்று (174) உரைத்தலால், இவர் பாண்டியர் படைத்தலைவருள் ஒருவர் எனவும் கருதலாம்.

மதுரை அறுவை வாணிகன் இளவேட்டனார் (124, 230, 254, 272)

மதுரையின்கண் அறுவை வாணிகத்திலே ஈடுபட்டிருந்தவர் இவர். அகத்துள் ஆறும், குறுந்தொகையுள் ஒன்றும், நற்றிணையுள் நான்கும், புறத்துள் ஒன்றுமாக இவர் பாடியவை 12 செய்யுட்கள். 'சிறுகரு நெய்தற் கண்போல் மாமலர்' என உவமையைக் கையாண் டுள்ளனர். பெண் மகளிர் புறவுச் சேவலைக் குறும்பறை பயிற்றி விளை யாடுவதையும்; நெய்தற்கண் அன்னை முருகனென மயங்கி வழிபட் டதும் போன்ற பல சுவையான செய்திகளை இப் பாடல்களுள் காணலாம்.

மதுரை எழுத்தாளன் சேந்தம் பூதனார் (207)

சேந்தன் தந்தை பெயர்; பூதன் இவருடைய இயற் பெயர். மதுரைப் பாண்டிய மன்னர்களிடத்தே அவர்கள் ஆணைகளை எழுதும் தொழிலைச்செய்து வந்தவர் இவர். சேகம் பூதனார் எனவும் சில ஏடு களில் காணப்படும். இவர் பாடியனவாக நற்றிணையுள் இரண்டு பாடல் களும், குறுந்தொகையுள் மூன்றும், அகத்துள் இரண்டுமாக ஏழு பாடல்கள் காணப்படும். இச் செய்யுளில் மகள் உடன்போக்கிற் செல்ல, அதனால் கவலையுற்ற தாயின் மனநிலையினை மிகவும் உருக்கமாக எடுத்துக் காட்டியுள்ளனர்.

மதுரைக் கள்ளிற் கடையத்தன் வெண்ணகனார் (170)

மதுரைப் புலவர்களுள் இவரும் ஒருவர். கள்ளில் என்பது ஓர் ஊர்; பொன்னேரிக்குத் தென்மேற்கே 12 மைல் கடையத்தன் என்பது

இவர் மேற்கொண்டதொரு தொழிலாகலாம். இவர் பாடியவாகக் கிடைத்தவை இச் செய்யுளும், புறநானூற்று 316 ஆவது செய்யுளும் ஆகும். 'அவன் எம் இறைவன்; யாம் அவன் பாணர்' எனக் கூறுவத னால் இவர் பாணர் மரபினர் எனக் கருதுவதும் கூடும். இச் செய்யுளுள், தலைவி அலவனிடம் தன் காமநோயை உரைத்துத் தலைவனிடம் சொல்லல்வேண்டும் எனக் கேட்பதாக அமைந்த கருத்து நயமுடைய தாகும்.

மதுரைக் காமக்கனி நப்பாலத்தனார் (204)

கொல்லியாண்ட வல்விலோரியைச் சிறப்பித்து நற்றிணையுள் (52) பாடியவர் நப்பாலத்தனார் என்பவர்; அவர் வேறு; இவர் வேறு. அந்த வேறுபாட்டினைக் குறிக்கவே, காமக்கணி என்ற அடைகொடுத்து இவர் பெயர் அமைவதாயிற்று எனலாம். இப்பாடலுள் வாணனுடைய சிறுகுடியின் வளத்தைக் கூறியள்ளனர். 'காமக்கணி' என்பது இவர் வானநூல் பயிற்சி உடையவராயிருந்தனர் என்பதனையும் காட்டும்.

மதுரைக் கூலவாணிகன் சீத்தலைச் சாத்தனார் (134, 229)

மதுரைப் பெரும் புலவர்களுள் இவரும் ஒருவர். தானிய வணிக ராக விளங்கியமையால் கூலவாணிகன் எனப் பெற்றனர். சீத்தலைச் சாத்தனார் என்பதில் சீத்தலை என்பது ஊரைக் குறித்தது எனவும், உறுப்புப் பற்றியது எனவும் இருவேறாக ஆய்வாளர் கருதுவர். நற்றிணையுள் மூன்றும், அகத்துள் ஐந்தும், புறநானூற்றுள் ஒன்றும், குறுந்தொகையுள் ஒன்றுமாக இவர் பாடியவையாகக் காணப்படுவன பத்துச்செய்யுட்கள். இவையன்றியும் மணிமேகலைக் காப்பியத்தின் இயற்றியவர் இவரே எனவும் சான்றோர் கூறுவர். அங்ஙனமாயின், இவரது சமயம் பௌத்தம் எனக் கொள்ளலாம். இந்நூற் பாடல்களுள், 'குவிமுகை வாழை வான்பூ ஊழுறுபு உதிர்ந்த ஒழிகுலை யன்ன திரி மருப்பு' என மானோற்றின் கொம்பினையும், 'பகல்செய் பல்கதிர்ப் பருதியஞ் செல்வன் அகல்வாய் வானத்து ஆழி போழ்ந்தென, நீரற வறந்த நிரம்பா நீளிடை' எனக் , கோடையின் வெம்மையினால் நிலம் வெடித்துக் கிடப்பதனையும் நயமுடன் கூறியுள்ளனர்.

மதுரைத் தமிழ்க் கூத்தன் கடுவன் மள்ளனார் (256)

இவரும் மதுரையிலிருந்த புலவர்களுள் ஒருவரேயாவர். ஆரியக் கூத்து தமிழக் கூத்து என்ற இருவகையான கூத்துக்களுள், இவர் தமிழ்க் கூத்தில் வல்லவராக விளங்கியவர்.மள்ளனார் இயற்பெயர் எனவும் கடுவன் என்பது சிறப்புப் பெயராகவும் கொள்வர். அகநானூற்றுள் மூன்றும், குறுந்தொகையுள் ஒன்றுமாக இவர் பாடியவாகக் கிடைத் தவை நான்கு பாடல்களாகும். இந்நூலின் இப்பாடலுள் ஓர் இளம் பெண்ணைக் காதலித்துப், பின் கைவிட்ட பொய்மையாளன் ஒருவனை, ஊர் மன்றத்தார் நீறு தலைப்பெய்து தண்டித்த செய்தியை இவர் கூறியுள்ளார். மேலும், இராமாயண சம்பவம் ஒன்றும் இவரால் அகநானூற்று எழுபதாவது பாடலுள் கூறப்பட்டிருக்கிறது.

மதுரைக் தமிழ்க் கூத்தன் நாகன் தேவனார் (164)

மதுரைப் புலவருள் ஒருவராகவும், தமிழ்க் கூத்திலே வல்லவ ராகவும் விளங்கியவர் இவர். இயற்பெயர் தேவனார் எனவும், நாகன் என்பது தந்தையார் பெயராகலாம் எனவும் கொள்ளலாம். சங்கத் தொகை நூற்களுள், இவர் பாடியது இவ் ஒரே பாடலேயாகும். பாசறைக் கண் இருந்த தலைமகன் ஒருவன் தன் காதலியை நினைந்து தன் நெஞ்சிற்குக் கூறிய துறையமையச் சுவையுடன் பாடல் விளங்குகிறது.

மதுரைப் பண்ட வாணிகன் இளந்தேவனார் (298)

மதுரையிலே பலசரக்கு வாணிகம் செய்து வந்தவர் இவர். இளந் தேவனார் என்பது பெருந்தவேனாரினும் வேறுபடுத்தக் கூறியதாகும். இவர் பாடியவை அகம் 58, 298, 328, நற்றிணை 41, ஆகிய செய்யுட் களாகும். ‘உன்னைத் தழுவுவதிலும் உன்னை நினைந்திருக்கும் அதுவே இனிது’ என, இவர் (48) கூறுவது நயனுடையதாகும். இப் பாடலுள்ளும், நீ வந்த தனினும் என் தோழி உவந்து எனக்கு இனிது’ என்று, தலைமகனிடம் தலைமகள் கூறுவதாக சொல்லியுள்ளனர்.

மதுரைப் பாலாசிரியன் நப்பாலனார் (172)

பாலனார் இவர் பெயர். ‘நல்’ என்பது அடைமொழியாயிருக் கலாம். பாலாசிரியன் என்பது இவர் மதுரையின் ஒரு பகுதிக்கண் ஆசிரியத் தொழில் பூண்டிருந்ததனால் அமைந்ததாகும் என்பர். பேராசிரியர், பாலாசிரியர், இளம் பாலாசிரியர் பகுப்பினைச் சார்ந்தவர். சேந்தன் கொற்றனார். நற்றமனார் ஆகியோரும் பாலாசிரியன் என்ற அடைமொழியுடன் வழங்கி வந்தனர். இச்செய்யுள் ஒன்றே இவர் செய்ததாகக் கிடைத்தது. இதன்கண், ‘இரும்பு வடித்தன்ன கருங்கைக் கானவன்’ என, வேட்டுவனின் ஆற்றலையும் உடற்கட்டையும் இவர் போற்றியுள்ளது சிறப்புடையதாகும்.

மதுரைப் புல்லங் கண்ணனார் (161)

இவர் பாடியவையாகக் கிடைத்ததும் இந்த ஒரே செய்யுள்தான். கண்ணனார் இயற்பெயர் எனவும், புல்லன் தந்தையார் பெயர் எனவும் கூறுவர். இப்பாடலுள், ‘நல்வரல் இளமுலை நனையப் பல்லிதழ் உண்கண் பரந்தன பனியே’ என்றதனால், ஒளியற்ற கண்ணுடையார் என்ற கருத்துடன், கண்ணனார் என்பார் பலரிடையும் வேறுபடுத்துக் காட்டுவதற்குப் ‘புல்லங் கண்ணனார்’ எனப் பெற்றனர் எனவும் கருதலாம்.

மதுரைப் பேராலவாயார் (296)

இவர் பாடியவை நற்றிணை, புறநானூறு, அகநானூறு ஆகிய வற்றுள் இரண்டிரண்டு பாடல்களாக ஆறு செய்யுட்களாகும், ஒல்லை யூர் தத்த பூதப்பாண்யனின் தேவியான பெருங்கோப்பெண்டு தீப் பாய்ந்த காலத்திலே, இவர் பாடியதாகக் காணப்படும் புறநானூற்றுப் பாடல் மிகவும் உருக்கந் தருவதாகும். மற்றும், வெற்றி பெற்று வரும் அரசனையும் படை வீரரையும் வரவேற்குமாறு மக்களைத் தூண்டும்

இவரது மற்றொரு புறப்பாட்டும் சுவை மிகுந்ததாகும். இந்தப் பாடலுள் இவர், பேரிசைக் கொற்கைப் பொருநன் வென்வேற் கடும்பகட்டுப் யானை நெடுந்தேர்ச் செழியன், எனப் பாண்டியனைக் குறித்துள்ளதும் காணலாம்.

மதுரை மருதங்கிழார் மகனார் பெருங் கண்ணனார் (247)

அகநானூற்று 247, 374 செய்யுட்களையும், நற்றிணை 338 ஆவது செய்யுளையும் செய்தவர் இவர். பெருங் கண்ணனார் என்ற மற்றொருவரின் வேறுபடுத்த இவர் மதுரை மருதங்கிழார் மகனார் எனக் குறிக்கப் பெற்றனர். இவருடைய உடன் பிறந்தாராக இளம் போத்தன் என்ற ஒருவரும் இருந்திருக்கின்றனர். அவர் குறுந்தொகை 332 ஆவது செய்யுளைப் பாடியவர்; மற்றொருவர் சோகுத்தனார் என்பவர். இவர் வேளாளர் மரபினர். இப்பாடலுள், 'மண்ணாமுத்தம் ஒழுகிய வனமுலை நன்மா ணாகம்' எனப் பிரிவுத் துயரினாலே வாடி யிருக்கும் தலைவியை இவர் நமமுறக் கூறுகின்றார்.

மதுரை மருதன் இளநாகனார் (121, 131, 184, 193, 206, 220, 245, 255, 269, 283, 297)

இவர், பாடியனவாகச் சங்கத் தொகை நூற்களுள் காணப்பெறும் செய்யுட்கள் 37 ஆகும். இவரும் மருதக்கலியினைச் செய்தவரும் வேறானவர் என டாக்டர் உ.வே. சா. அவர்கள் கூறுவர். ஒருவரே எனக் கொள்வாரும் உளர். இறையனார் அகப்பொருளுக்கு உரைகண்ட நாற்பத்தொன் பதின்மருள் இவரும் ஒருவர் என்பதனாலும், நக்கீரர் உரைக்கு அடுத்தபடி சிறப்புடையதாக அது திகழ்ந்தது என்பதனாலும், இவா அவர் காலத்திலிருந்தவர் எனலாம். பிட்டன், கழுவுள், பாண்டியன் இலவந்திகைப் பள்ளித்துஞ்சிய நன்மாறன், பாண்டியன், கூட காரத்துத் துஞ்சிய மாறன் வழுதி முதலியோரைப் பாடியவர் இவர்.

'பெயரும் பீடும் எழுதி அதர்தொறும்
பீலிசூட்டிய பிறங்குநிலை நடுகல்
வேலூன்று பலகை வேற்றுமுனை கடுக்கும்' (131)

என நடுகற்கள் நின்ற நிலையினையும்

'கடவுட் கற்பொடு குடிக்கு விளக்காகிய
புதல்வற் பயந்த புகழ்மிகு சிறப்பின்
நன்னராட்டி' (184)

என, இல்லத் தலைவியின் சிறப்பினையும்,

'வானம் வேண்டா வில்லேர் உழவர் (193)

என, ஆறலை கள்வர் இயல்பினையும்,

'மயிர்க்கவின் கொண்ட மாத்தோல் இரும்புறம்
சிறுதொழில் மகாஅர் ஏறிச் சேணோர்க்குத்
துறுகல் மந்தியிற் றோன்றும்' (206)

எனச் சிறுவர்களது தன்மையினையும், செல்லூரிலே பரசுராமன் யாகம்

செய்த சிறப்பினையும், வேளவரின் வீரை முன்றுறை, கோசரின் செல்லூர், ஊணூர், வாணனின் சிறுகுடி என்ற ஊர்களையும், நடுகற்களில் எழுதுவதைக் 'குயிலெழுத்து' என்று சொல்லும் வழக்கினையும் இந்நூற் பாடல்களுள் காணலாம்.

மருதம் பாடிய இளங்கடுங்கோ (176)

இவர் சேரர் மரபினர். பாலை பாடிய இளங்கடுங்கோவின் தம்பியாயிருக்கலாம் எனக் கருதுவர். மருதத்தைச் சிறப்பித்துப் பாடியவர். நற்றிணையுள் ஒன்றும், அகத்துள் இரண்டுமாக மூன்று பாடல்கள் இவர் பாடியவாகக் கிடைத்தவை. அகுதையின் தந்தையரான சோழர்கள் பருவூர்ப் போர்க்களத்திலே செய்த போர் இவரால் குறிக்கப் பெற்றிருக்கின்றது. இவரே இளஞ்சேரல் இரும்பொறை எனக் கூறுபவரும் உள். 'கழுநிவந்தன்ன கொழுமுகை, என்றலால் உவமைநயம் பெறப்படும். பரத்தை உறவிலே தலைவன் ஈடுபட்டான் என வாடிய தலைவியானவள்,

'... நின் காதலி, எம்போல்
புல்லுளைக் குடுமிப் புதல்வற் பயந்து
நெல்லுடை நெடுநகர் நின்னின் றுறைய
என்ன கடத்தளோ?'

என்று சொல்வதாக இவர் கூறுவது, சொல்லாட்சியின் நுண்மையைக் காட்டுவதாகும்.

மாமூலனார் (127, 187, 197, 201, 211, 233, 251, 265, 281, 295)

இவர் அந்தணர் மரபினர் எனவும், முக்காலமும் அறியும் திறன் பெற்ற யோகசித்தியை உடையவர் எனவும் கூறப் பெறுபவர். இவராற் பாடப்பெற்றோர் பலராவர். அகநானூற்றுள் 27 பாடல்களும், குறுந்தொகை 11 ஆவது பாடலும், நற்றிணையுள் இரண்டும் இவர் பாடியவையாகக் காணப்படுபவை. இவர் இமயவரம்பன் நெடுஞ்சேரலாதன், உதியஞ் சேரலாதன் ஆகியோர் காலத்தவர். இவர் பாடல்களுள் அரசியற் செய்திகள் பலவும் அமைந்துவரக் காணலாம். திருமந்திரம் பாடியவர், வேறு திருமூலர் ஆவர்.

முள்ளியூர்ப் பூதியார் (173)

இவர் பாடியதாகக் கிடைத்தது இந்த ஒரே செய்யுளேயாகும். இது பாலைத்தினைப் பாடல் மலையமானுக்கு உரியதான முள்ளூர்க் கானத்தை இலக்கியங்களிலே காண்கிறோம். இம் முள்ளியூர் அந்தப் பகுதியில் உள்ளது போலும்! பூதியார் என்ற பெயரமைப்பினால் இவரோற் பெண்பாற் புலவர் என்வும் கருதலாம். 'அறத்தலைப் பிரியாது ஒழுகலும், சிறந்த கேளிர் கேடுபல ஊன்றலும், நாளும் வருந்தா உள்ளமொடு இருந்தோர்க்கு இல்லெனச் செய்வினை புரிந்த நெஞ்சினர்' எனப் பொருள்வயிற் பிரியும் காதலரைப் பற்றிக் கூறும் இல்வாழ்

வின் நெறிகுறித்த தன்மையும், 'நன்னன்' என்பவனின் சிறப்பைக் கூறுவதும் இனிமையுடையதாகும.

மோசிக் கரையனார் (260)

'மோசி' என்ற அடையுடன் மோசிக் கண்ணத்தனார் மோசிகீர னார், மோசி கொற்றன், மோசிக் கரையனார், மோசி சாத்தனார் என்ற புலவர் பெயர்கள் காணப்படுகின்றன. ஆகவே, இவர்கள் அனைவரும் 'மோசி' என்ற பெயருடன் தொடர்பு உடையவர்கள் எனலாம். உறை யூர் ஏணிச்சேரி முடமோசியார் என்பார் புகழ்பெற்ற புலவர்களுள் ஒருவர். அவருடைய மக்களாக இவர்கள் அனைவரையும் கருதுவர். இது நெய்தல் திணைச் செய்யுள். 'கழுது வழங்கு அரைநாள்' என நள்ளிரவிலே பேய்கள் நடமாவது உண்டு என்ற ஒரு பழஞ் செய்தியை இவர் பாடலில் குறிப்பிடுகிறார்.

வடம வண்ணக்கண் பேரிசாத்தனார் (214, 242, 268)

இவர் பெயர் பேரிசாத்தனார் எனவும் வழங்கும். கடலலை யின் ஒலிமுழக்கினை நற்றிணை 377 ஆவது பாடலுள் பேரிகையின் ஒலிக்கு உவமித்த காரணத்தால் இப்பெயர் பெற்றனர் என்பர். பாண்டி யன் இலவந்திகைப் பள்ளித்துஞ்சிய நன்மாறன் என்பவனை இவர் வாழ்த்தும் பகுதி, அந்தக் காலத்து வாழ்த்தியல் மரபினை விளக்குவ தாகும். 'நீயும் நின் புதல்வரும் அவர் பெறும் புதல்வரும் நீடு வாழ்க!' என்பதே அது. 'காமம் வந்த காதல் உண்டெனின்?' எனக், காதலின் ஒரு சிறந்து கவர்ச்சி நிலையினையும் (அகம் 268) காணலாம்.

விற்றூற்று மூதெயினனார் (136, 288)

இவர் வேடர் மரபினர். விற்றூற்று என்னும் ஊரினர். 'மூதெயி னன்' என்ற சொல்லால் இவரை வேடர் மரபினர் என்று சொல்வதே பொருந்தும். அகம் 136 ஆவது பாடலுள் பண்டைய திருமண வைப வத்தை இவர் சுவைபடச் சொல்லிச் செல்வது மிகவும் சிறப்பு உடைய தாகும். மாங்காட்டு மலை தெய்வம் உடையது என்ற செய்தியினையும் இவரது (அகம் 288) பாடலுள் காணலாம்.

வீரை வெளியன் தித்தனார் (188)

தித்தன் என்பவனைப் பரணர் புறம் 351-இல் பாடியுள்ளனர். அவன் உறந்தைக்கு உரியவன். இவர் வீரை வெண்மான் வெளியன் தித்தன் எனவும் இவர் பெயர் வழங்கப்படுவது உண்டு. அதனை, முதுகூத்தனார் பாடிய நற்றிணை 58 ஆவது பாடலுள் காணலாம். இவர் குறுநிலத்தலைவர் என்பதை, 'அறநெறி பிழையாத் திறனறி மன்னர்' என்பதால் அறியலாம்.

வெண் கண்ணனார் (130)

பொதும்பில் கிழான் வெண்கண்ணனார் பார்க்கவும். இப்பாட லுள் கொற்கை முன்றுறையிலேயுள்ள நெய்தற்போதினை இவர் உவமைக்கு எடுத்தாண்டு உள்ளனர்.

வேம்பற்றூர்க் குமரனார் (157)

வேம்பற்றூர் பாண்டி நாட்டுள் ஓர் ஊர். இவரது இயற்பெயர் குமரனார். வேம்பற்றூர்க் கண்ணன் கூத்தன் என்பார் ஒருவரும் இவ் வூரவராக உள்ளனர். இத்துடன் புறநானூற்று 317 ஆவது பாடலும் இவர் பாடியதாகும். 'முனைபுலம் பெயர்த்த புல்லென் மன்றத்துப் பெயலுற நெகிழ்ந்து வெயிலுறச் சாஅய் வினையழி பாவை' எனப் பிரிந்துறை மகளிர்க்கு இவர் கூறும் உவமை மிகவும் நயமுடையதாம்.

ஆசிரியர் பெயர் காணாப் பாடல் (165)

பிற்சேர்க்கை: 2

மணிமிடை பவளத்தால் அறியப்படும் பல்வேறு ஊர்கள்

அரிமணவாயில்	266	செல்லூர்	129, 216
அலைவாய்	266	தகடூர்	212
அழுந்தை	196	தொண்டி	290
ஆமூர்	159	நீடூர்	266
ஆலங்கானம்	175	பாரம்	152
இடையாறு	141	பாழி	142
உறத்தூர்	266	புகாஅர்	181
உறந்தை	137, 226, 237	போஓர்	186
ஊணூர்	220, 227	மருங்கூர்ப் பட்டினம்	227
கழா அர்	222	மாந்தை	127
கழுமலம்	270	முசிறி	149
காமூர்	135	மோகூர்	251
காவிரிப் படப்பை	205	வஞ்சி	216, 226
குழுமூர்	168	வாகைப் பறதலை	129
குறக்கைப் பறந்தலை	145	வாகைப் பெருந்துறை	219
கூடல்	149, 253	வெண்ணிவாயில்	564
கொற்கை	130,201, 296	வெண்மணிவாயில்	246
சாய்க்சானம்	220	வேம்பி	249
சிறுகுடி	269, 300	வேளூர்	166

பிற்சேர்க்கை : 3

மணிமிடை பவளத்துள் பாடப்பெற்றோர் வரலாறுகள்

(மணிமிடை பவளத்துச் செய்யுட்களுள் வரும் பல தலைவர்கள் அரசர்களைப் பற்றிய குறிப்புக்கள்- அகர வரிசையில் எண் - செய்யுள் எண்)

அகுதை (208)

இவன் கூடல் நகரிலே இருந்து அரசோச்சியவொரு குறுநிலத் தலைவன். கபிலர், கல்லாடனார், பரணர், போன்ற புலவர் பெரு

மக்களின் பாராட்டுக்களைப் பெற்றவன். வெளியன் வேண்மான் ஆஅய் எயினன் பாழிப்பரந்தலையிலே மிஞிலியோடு போரிட்டுப் புண்பட்டு வீழவும், நன்னன் படுகளஞ்சென்று அருளாது ஒளிந்து கொள்ளவும், வேள் மகளிர் பூசலைக் களைந்து உதவியவன் இவன் என்பது இந்தப் பாட்டிலே வரும் செய்தியாகும். பின்னர் இவனுக்கு ஆபத்து நேர்ந்த காலத்திலே, இவனை அரண்மிகுந்த இடத்திலே வைத்துக் காத்து நின்றவர்கள் கோசர்களாவர். இவனது கூடல் நகரம் மேற்காநாட்டுக் கூடல் எனப்படும் 'கூடலூர்' நகரம்.

அதிகன் (142, 162)

வெளியன் வேண்மான் ஆய் எயினன் என்பவனே இந்த அதிகன் எனபடுபவனுமாவன். இந்த இரண்டு பாடல்களையும் பாடியவர் பரணர். 'வாய் மொழி மிஞிலி புள்ளிற்கு ஏமமாகிய பெரும் பெயர் அதிகற் கொன்று வந்து ஒள்வாள் அமலை ஆடியதாகவும்' (142); நல்லிசை தரூஉம் இரவலர்க்கு உள்ளிய நகை பிழைப்பு அறியாக் கழல் தொடி அதிகண் எனவும் (162) கூறியிருப்பதனை இந் நூலுட் காண் கின்றோம். மிஞிலியோடு போரிட்டு வீழந்தவன் வெளியன் வேண் மான் ஆய் எயினன் எனவும், அவன் வீழந்தபோது ஒண் கதிர்தெறா அமைப்புள்ளொருங்கு சிறகரின் கோலி நிழல் செய்தன எனவும், பரணரே (208) உரைப்பதனால், இவனே அவன் எனலாம். தகடூரை ஆண்டிருந்தவனாகிய அதியமான் நெடுமான் அஞ்சியும், பாண்டியர் படைத்தலைவனாகப் பணியாற்றியவனாகக் கொங்கரோடு நடந்த வாகைப் பறந்தலைப் போரிலே பட்ட அதியமானும் வேறாவர். அகம் 162 இல் குறிப்பிடப்படும் அதியன் என்பான் பாண்டியன் படைத் தலைவனாயிருந்தவனே எனக் கொள்வாரும் உளர்.

அவியன் (271)

இவன், 'கள்ளில்' என்னும் ஊர்க்குத் தலைவனாக விளங்கி யவன் எனவும், இவனுடைய மலைச்சாரல் மழைவளம் சிறந்தது எனவும் இப்பாடலுள் காவிரிப்பூம்பட்டினத்துச் செங்கண்ணனார் என்பார் கூறுகின்றார். 'களிமலி கள்ளில்' என்றதனால், அவ்வூர் கள்வளமுடைய தாயிருந்த தன்மையும் புலப்படும். இவன் நாடு திருமுனைப்பாடி நாட்டுப் பகுதியிலிருந்தது எனவும் கூறுவர். இவன் மனைவி கற்பிற் சிறந்தவராயிருந்தவள். மாறோகத்துப் நப்பசலையார் என்னும் புலவர் புறம் 383 இல் 'கற்புடை மடந்தை தற்புறம் புல்ல மெல்லணைக் கிடந் தோன்' என, இவனைக் கூறுவதனால் அதனை நாம் அறியலாம்.

அன்னி (126, 145)

இவன், அழுந்தூர்த் திதியனின் காவன் மரமாகிய புன்னையை வெட்டிவீழ்த்தும் விருப்பங்கொண்டு சென்றவன் என்பதும், எவ்வி என்பவன் நல்ல வார்த்தைகள் பலவும் சொல்லி இவன் முயற்சியைத் தடுப்பதற்கு முயன்றும். தன் விருப்பம் அடங்காதவனாக இவன் படை யெடுத்துச் சென்றான் எனவும், முடிவிலே திதியனால் அழிக்கப்பட்டான்

எனவும் நக்கீரர் 126 ஆவது பாடலுள் கூறுகின்றார். கயமனார் என்பவர், இந்த அன்னி என்பவன் குறுக்கைப் பறந்தலை என்னுமிடத்துப் போரிலே திதியனின் பழமையாக நிலைப்பெற்று வந்த புன்னையை அடியோடும் வெட்டி வீழத்தினான் என்கின்றனர். ஆகவே, புன்னையை வெட்டி வீழ்த்திய பின்னரே திதியன் அன்னியை அழித்தான் எனலாம். இந்தத் திதியனே அன்னி மிஞிலி என்பாளின் பொருட்டாக, ஒன்று மொழிக்கோசரைக் கொன்று அவளுடைய நோன்பை நிறைவேற்றி யவன் என்பர் 196 ஆவது பாடலுள் பரணர். இந்தச் செய்தியை மீண்டும் 262 ஆவது செய்யுளிலும் பரணர் உரைப்பர்.

அன்னி மிஞிலி (196, 262)

இவளுடைய தந்தையின் கண்களைப் பயற்றங் காட்டிலே ஆ புகுந்ததென ஊர்முது கோசர்கள் அழித்துவிட, இவள் கலத்து உண்ணா தவளாகவும், தூய ஆடை உடாதவளாகவும் சினந்து, கொண்ட தன் விரதம் மாறாதவளாகவும் விளங்கினாள் என்று பரணர் மேற்கண்ட பாடல்களுள் கூறுவர். முடிவிலே, அழுந்தூர்த் திதியனிடம் முறை யிட்டு, அவன் அம் முதுகோசர்களைக் கொன்று அழிக்கக் கண்டு, தன் சினந்தணிந்தவள். அன்னிக்கும் இவளுக்குமோ, மிஞிலிக்கும் இவ ளுக்குமோ எத்தகைய தொடர்பும் இல்லை என்பதைத் தெளிவாக அறிதல் வேண்டும்.

ஆய் அண்டிரன் (152, 198)

இரவலர்க்குச் சோறளித்துப் பேணியவன் இவன் எனப் பரணர் கூறுகின்றனர். (152). ஆயின் நாடு நல்ல வளநாடு என்றும், அது தென்பகுதியது எனவும், அவன் நாட்டிலே 'கவிரம்' என்ற பெயருடன் ஒரு பக்கமலை இருந்ததாகவும் (198) பரணரே கூறுவர் இவன் பொதியமலைப் பகுதிக்கண் இருந்ததாகவும்,சிறந்த பெருவள்ளன்மை உடையவனாக விளங்கியதாகவும் அறிகின்றோம். வேளிர் குலத்துத் தலைவர்களுள் இவனும் ஒருவனாவான். 'வடதிசையதுவே வான் தோய் இமயம்; தென்திசை ஆஅய்குடி இன்றாயின் பிறழ்வது மன்னோ இம் மலர்தலை உலகே' (புறம் 132) என்பது இந்த ஆய்குடியினரின் பெருமையை விளக்கும். இவனைப் பாடியவர்கள், இடைக்கழிநாட்டு நல்லூர் நத்தத்தனார், உமட்டூர் கிழார் மகனார். பரங்கொற்றனார், உறை யூர் ஏணிச்சேரி முட மோசியார், காரிக் கண்ணனார், குட்டுவன் கீரனார், துறையூர் ஓடை கிழார், பரணர், பெருஞ்சித்திரனார் முதலியோராவார். இவனுடைய வள்ளன்மை மிகவும் புகழுடன் விளங்கிற்று. 'நாகம் நல்கிய கலிங்கத்தை ஆலமர் செல்வனுக்கு அளித்தவன் பாடி வந்தார் களுக்குக் குதிரையும். களிறும், தேரும், வளநாடும், ஊரும் அளித்த உயர்ந்தோன் இவன். புறம் 158 இல் 'திருந்து மொழி மோசி பாடிய ஆய்' என்று வருவதால், அம்மோசியாரே இவன் அவைப்புலவராக இருந்திருக்கலாம். 'இம்மைச் செய்தது மறுமைக்கு ஆம் எனும் அறவிலை வாணிகன் ஆய் அலன்' (புறம் 134); கழல்தொடி ஆஅய் அண்டிரன்

போல வண்மையும் உடையையோஞாயிறு' (புறம் 374) எனவெல்லாம் இவனைப் புலவரா போற்றுவர். 'ஆய் இறந்த காலத்து உளம் நைந்து புலவர் பாடிய பாடல் (புறம் 240) உள்ளத்தை உருக்குவதாக அமைந்த தாகும்.

ஆய்எயினன் (148, 181, 208)

இவன் அதிகன் எனவும் கூறப்படுபவன் என்பதனைக் கூறி அந்தப் பகுதியிலே விளக்கினோம். இவனைப் பற்றி இந்நூலுள் வருகின்ற இந்த மூன்று பாடல்களையும் பாடியவர் பரணர். கடிது செல்லுங் குதிரைகளையுடையவன் இவன் எனவும், நெடிதான தேரினையுடைய மிஞிலியோடு பொருது இவன் களத்திலே பட்டு வீழப் பறவையின மெல்லாம் சென்று இவனுடலுக்கு நிழல் செய்து நின்றதாகவும், செல்லாத கூகையானது நாணங் கொண்டதனால்தான் பகலில் வெளிவராதிருக்கின்றது எனவும் 148 ஆவது செய்யுளிலே கூறப்பட்டிருக்கின்றது. 181 ஆவது செய்யுளும், இவன் முருகனைப் போன்ற வன்மையுடன் சென்று மிஞிலியோடு குருதியால் களஞ் சிவப்பப் பொருது வீழ்ந்ததையும், இவனுடலினை வெயில்படாது. பறவையினம் காத்ததனையும் கூறுகின்றது. 208 ஆவது செய்யுள் இவனுடைய வள்ளன்மைச் சிறப்பையும், இவன் மிஞிலியோடு போரிட்டு வீழப்பறவைகள் நிழல் செய்து காத்த சிறப்பையும், நன்னன் வேளிர் மகளிர் பூசலுக்கு அருளாதுபோக, அவர்களது பெரும்பூசலை அகுதை என்பவன் களைந்து, அவர்களைப் பேணியதனையும் கூறு கின்றது. இவற்றால், இரவலர்க்கு வழங்கும் வள்ளன்மை உடையவ னானது மட்டுமின்றிப் புள்ளினங்களைப் பேணிய புரவலனாகவும் இவன் விளங்கினான் எனலாம். இவனுடைய குடிப்பிறந்த நல்லினி என்பாரே சேரமான் பெருஞ்சோற்று உதியஞ் சேரலாதனின் மனைவி யாகத் திகழ்ந்தவராவர் இவன் 'வாகை' என்னும் நகரிலிருந்து அரசியற் றியவன்.

ஆட்டன் அத்தி (222, 236)

இவன் நேரநாட்டவன். இவன் மனைவி ஆதிமந்தி என்பவள். ஆடல் வல்லவனாகிய இவனைக் காதலித்து மணந்தவள் அவள். இந்த இரண்டு செய்யுட்களும். பரணராற் செய்யப் பெற்றவை. கழா அர்ப் பெருந்துறையின் கண் புதுப்புனல் விழாவிலே புனலாடிய ஆட்டனத்தி யின் அழகினை விரும்பியவளாகக் காவிரி அன்னை ஆதிமந்தியிடம் இருந்து கவர்ந்து சென்றதாகவும், ஆதிமந்தியானவள் கதறிப் புலம்பித் தேடிச் செல்ல, மருதி என்ற கடல் தெய்வம் அவளை அவளுக்குக் காட்டித் தந்தது என்பதாகவும், 222 ஆவது செய்யுளில் உரைக்கப்பட் டிருக்கின்றது. 'ஆட்டன் அத்தியை காணீரோ?' என ஆதிமந்தி, நாட்டின் நாட்டின் ஊரின் ஊரின் எல்லாம் கலங்கி கண்ணளாகத் தேடிச் சென்ற செய்தி 236 ஆவது செய்யுளிற் கூறப்பட்டிருக்கின்றது. இனிச் சிலப்பதி காரமோ, இவனைச் சேரமன்னன் எனவும், ஆதி மந்தியைக் கரிகால் வளவன் மகள் எனவும் கூறும்.

ஆதன் எழினி (216)

இவன் கோசர் குடியினரும் ஒருவனாவான் சிறந்த புதுவருவா யினையுதைும் கீழைக் கடற்கரையோரத்து அந்நாளிலே இருந்தது மான செல்லூர் கோசர்களுக்கு உரியதாயிருந்தது. அவர்களுடைய மன்னனாகத் திகழ்ந்தவன் இவன். இவன் வேலெறிவதிலே வல்லவன் என்பதும், யானைகளையும் வேலெறிந்து கொல்லும் திறன் உடை யவன் என்பதும் ஐயூர் முடவனாரால் இப் பாடலுள் சொல்லப்பட்டது. மேலும் இவன் நாட்டு வளத்தைக், 'கடலாடு மகளிர் கொய்த ஞாழ லும், கழனி உழவர் குற்ற குவளையும், கடிமிளைப் புறவிற் பூத்த முல்லையொடு, பல்லிளங் கோசர் கண்ணி அயரும் மல்லல் யாணர்ச் செல்லிக் கோமான்' என வருணிப்பார் ஐயூர் முடவனார்.

ஆதி மந்தியார் (135, 222, 226)

சோழ நாட்டவரான இவ்வம்மை, ஆடல் வல்லோனான ஆட்டனத் தியின் காதல் மனைவியார் ஆவர். அவன் கழாஅர்ப் பெருந்துறை யிலே, காவிரி புதுப்புனலோடு செல்ல, நாடெங்கும் கதறிக்கதறி அவளைத் தேடிசசென்று, இறுதியிற் காவிரிமுன்துறையிலே மருதி என்னும் கடல் தெய்வம் கணவனைக் காட்ட அடைந்து இன்புற்றவர். 135 -ஆவது செய்யுளில் ஆதிமந்திகொண்ட பெருவருத்தம் பரண ரால் உரைக்கப்பட்டுள்ளது. 222, 236, ஆம் செய்யுட்களுள்ளும் அந்தத் துயரமான சம்பவத்தைப் பரணர் வாய்மொழியாக நமக்கு எடுத்துக் காட்டுகின்றன. காதலனைப் பிரிந்து வருந்திய வெள்ளி வீதியார் என்னும் புலவரும், 'ஆதி மந்திப்போலப், பேதுற்று அலந்தனென் உழல் வென் கொல்லோ' என இவர் வருத்தத்தைத் தன் துயருக்கு ஒப்பிட் டுக் கூறுவர் (அகம் 55) இவரை, 'மன்னன் கரிகால் வளவன் மகள்' எனச் சிலப்பதிகாரம் கூறும்.

உதியஞ் சேரல் (468, 233)

இவனே சேரமான் பெருஞ்சோற்று உதியன் சேரலாதன் எனப் போற்றி உரைக்கப் பெறுபவன். பாரதப் போரிலே பெருஞ்சோறு அளித்தமைப் பற்றி இப்புகழ்பெயர் அமைந்தது எனவும், தன் முன்னோர் களுக்காகப் பெருஞ்சோற்றுப் அமலை அளித்தமைப்பற்றி அமைந் தது எனவும் ஆன்றோர் கூறுவார்கள் இவன் மக்கள் இருவர். ஒருவன் செங்குட்டுவனின் தந்தையான இமயவரம்பன்; மற்றவன் பல்யானைச் செல்கெழு குட்டுவன். இவன் மனைவியின் பெயர் நல்லினியார். அவர் வெளியத்து வேளிர் குலத்து நங்கையாவர். இவன் தன் நாட்டு எல்லையை விரிவுபடுத்திய செய்தியை மாமூலனார் அகம் 65இல் கூறுவர். கோட்டம்பலத்துத் துஞ்சிய சேரமான், இவன் தன் முன்னோர்க்குச் செய்த கொடைக்கடனைப் பற்றிக் கூறுவான். மகமூல னார், இவனுடைய இந்த சிறந்த செயலைத்,

'துறக்கம் எய்திய தொய்யா நல்லிசை
முதியர்ப் பேணிய உதியஞ் சேரல்

பெருஞ்சோறு கொடுத்த ஞான்றை'

எனத் தமது 233 ஆவது செய்யுளிற் கூறுவர்.

எருமை (243)

இந்நாள் மைசூர்ப் பகுதிகளை அக்காலத்தே எருமை நாடெனவும், அதன் தலைவன் எருமையூரன் எனவும் வழங்கி வந்ததாகக் காண்கின்றோம். 'நேரா வன்தோள் வடுகர் பெருமகன்' என இவன் போற்றப் பெற்றவன் பாண்டியன் நெடுங்செழியனைத் தலையாலங் கானப் பெரும்போரிலே எதிர்த்து நின்று தோற்றோடியவருள் இவனும் ஒருவனாவான். இப்பாடலுள், நக்கீரர் பெருமான், இவன் 'கன்றுடைப் பெருநிறை மன்றுநிறை தரூஉம் நேரா வன்தோளினன்' எனவும், வடுகர் பெருமகன் எனவும், வடுகர் பெருமகன் எனவும், இவள் நாட்டுள் அயிரியாறு என ஒன்று இருந்தது எனவும் குறித்துள்ளனர்.

எவ்வி (126, 226)

சோணாட்டுத் திருவீழிமிழலையும், திருநீடூரும் உள்ளடங்கிய பகுதிக்குத் தலைவனாயிருந்தவன் இவன். பல்வேல் எவ்வி, வாய் வாள் எவ்வி என இவனுடைய போர்வன்மை போற்றப் பெறும். குட வாயிற் கீரத்தனார், வெள்ளெருக்கிலையார் ஆகியோர் இவனைப் பாடியவர். அன்னி என்பவன் அழுந்தூர்த் திதியனுடனே போரிடத் துணிந்தபோது, நன்மொழி கூறித் தடுக்க முயன்றவன் இவன். தலையாலங்கானத்துச் செருவென்ற நெடுஞ்செழியனால் அழிக்கப் பெற்றவர்களுள் இவனும் ஒருவன். இவன் நாட்டு வளத்தினை 126-ஆவது செய்யுளில் நக்கீரனாரும், இவன் நீடூர்க்கு உரியோன் எனவும், தன் ஏவல் கேளாது பகைத்த அரிமணவாயில் உறத்தூர் ஆகிய ஊர் களின் தலைவர்களை அழித்தவன் எனவும், இவன் ஊர் யாழிசைக்குப் பேர் பெற்றது எனவும் 266 ஆவது செய்யுளுள் பரணரும் கூறுகின் றனர். இவன் நாட்டு வளத்தினை புறம் 24 மிகவும் தெளிவாக விளக்கிக் கூறும் இவன் தலையாலங்கானத்துப் போரிலே வீழ்ந்துப் பட்ட போது வருந்திப் பாடியதாகவரும் புறநானூற்றுப் பாடல்கள் (233, 244) உள்ளத்தை உருக்குவனவாகும். இவன் காதலி, இவன் இறந்த பின்னர் கைம்மை நோன்பு பூண்டிருந்தனள் என்பதனைப் புறம் 234 உருக்கமுடன் எடுத்துக் கூறும்.

எழினி (அஞ்சி) (211)

இவன் சோழன் ஏவலின் படி யானைபிடிக்கும் முயற்சிக்கு உதவாதவனாகச் சோழன் இவனை அழிக்குமாறு மத்தி என்பவனை ஏவினான். அவன் இவனைக் கொன்று இவன் பற்களைப் பறித்து வந்து வெண்மணிவாயதிற் கதவிலே பதித்து வைத்தான். இந்தச் செய்தியை இந்தப் பாட்டுள் மாமூலனார் கூறிகின்றனர். 'எழினி' என்ற பெயருடையவர் பலருள் இவன் திருமுதுகுன்றப் பகுதியின்கண் இருந்தவன். கண்ணன் எழினிஎனக் கூறப்படுபவனும் (அகம் 197)

இவனே என்பர். இவனும், தலையாலங்கானப் பெரும்போரிலே நெடுஞ்செழியனோடு போரிட்டு உயிர் துறந்தவருள் ஒருவன் என்பதனை அகநானூற்று 36 ஆவது செய்யுள் கூறும்.

ஓரி (203, 209)

இவன் கொல்லிமலைக்கு உரியவன். வல்வில் ஓரி' என இவனுடைய வில்லாற்றல் பெரிதும் போற்றப் பெற்றதாயிருந்தது. அதன் சிறப்பைப் புறம் 152 நன்கு கூறும். ஓரிக் குதிரையினை ஊர்ந்தே இவர் போர்மேற் செல்பவனாதலின் ஓரி எனப் பெற்றனன் என்பர். இவன் மலை பலாப்பழங்களை மிகுதியாக உடையது என 208 -ஆவது செய்யுளில் பரணரும் முள்ளூர் மன்னனாகிய மலையமான் திருமுடிக் காரி என்பவன் இவனைக் கொன்று இவன் நாட்டைச் சேரர்களுக்குக் கொடுத்தான் என 200-ஆவது செய்யுளிற் கல்லாடரும் இவனைப் பற்றிக் கூறுகின்றனர். இவன் மழவர் கோமான் அதியமான் நெடுமான் அஞ்சிக்கும் சோழனுக்கும் நண்பனாக இருந்தவன் என்பதும் அறியப் படுவதாகும். இவனைக் பாடியோர் கபிலர், பரணர், கல்லாடனார், பெருஞ்சித்திரனார் போன்ற எண்மராவர்.

கட்டி (226)

இவன், இன்றைய சேலம் மாவட்டத்துப் பவானியாற்றுப் பகுதியினை ஆண்டு வந்தவன். உறையூர்த் தித்தனை ஆரியப் பொருனனான பாணனின் துணையுடன் வெல்லமுயன்று பின்னிட்டவன். சேரர்க்குத் துணையாகக் கழுமலப் போரிலே ஈடுபட்டு அதன்கண் தோற்றவன். இப் பாடலுள் பரணர் பெருமான் இவன் தித்தன்பாற் சென்று திரும்பியதை, 'வலமிகு முன்பிற் பாணனோடு மலிதார்த்தித்தன் வெளியன் உறந்தை நாளவைப் பாடின் தெண்கினை பாடு கேட்டு அஞ்சிப், போரடுதானைக் கட்டி, பொராஅது ஓடினான்' எனக் குறிப்பிடுகின்றனர். இவன், கழுமலப் போரிலே சோழர் படைத் தலைவனாகிய பழையனால் வீழந்தான் என, அகம் 44 ஆவது செய்யுள் கூறும்.

கண்ணன் எழினி (197)

இவன் ஒரு குறுநிலத் தலைவன் போலும். இப்பாடலுள் மாமூலனார் இவனை,

..... *'முளையெழ*
முன்னுவர் ஓட்டிய முரண்மிகு திருவின்
மறமிகு தானைக் கண்ணன் எழினி'

எனக் குறிப்பிடுகின்றனர்.

கரிகால் வளவன் (125, 141, 246)

சோழன் கரிகாற் பெருவளத்தான் என்ற பெரும்புகழ் பெற்றவன் இவனேயாவான். இவன் உருவப்பஃறேர் இளஞ்சேட்சென்னியின் மகன். பொருநராற்றுப் படைக்கும், பட்டினப்பாலைக்கும் பாட்டுடைத்

தலைவன். இரும்பிடர்த் தலையாரை அம்மானாகப் பெற்று அவரால் சிறுவயதிலேயே பேணி வளர்க்கப் பெற்றவன். சேரமான் பெருஞ் சேரலாதனோடு போரிட்டு வென்றவன். இவனைப் பாடியோர் கருங் குழலாதனார், வெண்ணிக்குயத்தியார், கடியலூர் உருத்திரங்கண்ண னார் ஆகியோர், ‘பெருவளக் கரிகால் முன்னிலைச் செல்லார், சூடா வாகைப் பறந்தலை ஆடுபெற ஒன்பது குடையும் நன்பகல் ஒழித்த பீடில் மன்னர்’ என, இவனோடு போரிட்டுத் தோற்ற ஒன்பது மன்னர் களைப் பற்றிப் பரணர் 125 ஆவது செய்யுளிலே கூறுகின்றனர். ‘செல்குடி நிறுத்த பெரும் பெயர்க் கரிகால்’ என 141 -ஆவது செய்யு ளுள் நக்கீரர் இவனைப் போற்றுகின்றனர். வெண்ணிவாயில் என்னு மிடத்தில் பதினொரு வேளிரோடு இருபெரு வேந்தரும் தோற்று அழிய இவன் வென்ற சிறப்பைப் பரணர் 249 ஆவது செய்யுளில் குறிப்பிடுகின்றனர். காவிரிக்குக் கரை கட்டியவன் என்ற பெரும் புகழும் இவனுக்கு உண்டு.

கழுவுள் (135)

இவன் ஒரு குறுநிலத்தலைவன். இவனுடைய ஊர் காமூர் என்பது தாகும். இவனைப் பதினான்கு வேளிர்களும் ஒன்றுகூடி முற்றுகை யிட்டு அழித்த செய்தியை இந்நூற் செய்யுளுள் பரணர் பெருமான் கூறகின்றனர். அதனால் இவனைப் பரணரோடு ஒட்டிய காலத் தவன் எனலாம். இவனைத் தகடூர் எறிந்த பெருங்சேரல் இரும்பொறை அடக்கிய செய்தியைப் பதிற்றுப்பத்துக் கூறும். எனினும், இவன் மீண்டும் தலைதூக்கவும் பதினான்கு வேளிர்களும் ஒன்று கூடி முற்றுகையிட்டு இவனை அழித்தனர் என்று கருதலாம், இவனை ஆயர்குடித் தலைவன் எனவும் சிலர் கருதுவர்.

களங்காய்க் கண்ணி நார்முடிச்சேரல் (199)

இமயவரம்பன் நெடுஞ்சேரலாதனுக்கு வேளாவிக் கோமான் மகள் ஈன்ற மக்கள் இருவருள் இவனும் ஒருவன். மற்றையோன் சேரமான் ஆடுகோட்பாட்டுச் சேரலாதன் ஆவன். இவன் யாதோவொரு கொள்ளை பற்றிக் களங்காய்க் கண்ணியும் நார்முடியும் அணிவ தாகச் சூளுற்று இருந்த சிறப்புப் பற்றி, இப்பெயர் பெற்றனன் ஆகலாம். இச்செய்யுளுள், இவன் பெற்ற வெற்றிச் சிறப்பையும், சேரர்களின் இழந்த நாட்டை இவன் இப்போரினாலே மீட்டுத் தந்த பெருமிதத்தையும் கல்லாடனார் குறிப்பிடுகின்றனர்.

காரி (209)

மலையமான் திருமுடிக்காரி என்பவன் இவனே. இவன் திருக் கோவலூரிலிருந்து அரசியற்றியவன். சேரர்க்குத் துணையாகக் கொல்லி மலைக்கு உரியவனாகிய வல்வில் ஓரியைக் கொன்று அந்த நாட்டை அவர்களுக்கு அளித்தவன். புலவோர் போற்றும் பெருவள்ளலாகத் திகழ்ந்த இவன் மழவர் கோமான் அதியமான நெடுமான் அஞ்சியுட னும், சோழனுடனும் பகை கொண்டிருந்தான். குளமுற்றத்துத் துஞ்சிய

கிள்ளிவளவன் என்னும் சோழன் இவனைக் கொன்றதுடன், இவன் மக்களை யானைக் காலிலிட்டுக் கொல்ல முயன்றபோது, கோவூர் கிழார் தலையிட்டுக் காத்த செய்தியைப் புறநானூற்றுள் காணலாம். இப்பாடலுள் இவன் முள்ளூர் மன்னன் எனவும், ஓரியைக் கொன்று அவன் நாட்டைச் சேரர்களுக்குத் தந்தவன் எனவும், கல்லாடனார் கூறுகின்றனர். இவனைக் கபிலர் மிகவும் சிறப்புறப் பாடியுள்ளனர். பாரிமகளிரை மணந்த மலையமானின் மக்களான,தேர்வண் மலையனும், மலையமான் சோழிய ஏனாதி திருக்கண்ணனும் இவனுடைய மக்களே என்பர்.

குட்டுவன் (212, 288, 290)

'குட்டுவன்' என்ற சொல் சேரநாட்டுப் பகுதிகளுள் குட்ட நாட்டிற்குரிய சேரர் மரபினன் என வலியுறுத்தும், பரணர், 212 ஆவது செய்யுளிலே இக்குட்டுவன் கடலினை முற்றிப் பகைவரை யழித்த செய்தியைக் குறிப்பதனால் இது கடற்பிறக் கோட்டியவனும் இமய வரம்பன் நெடுஞ்சேரலாதனின் மகனுமாகிய சேரன் செங்குட்டு வனையே குறிப்பதுமாகலாம். சாகலாசனார் என்பவர் 270 ஆவது செய்யுளில், 'கொய்சுவல் புரவிக் கைவண் கோமான் நல்தேர்க் குட்டு வன் ' எனப் போற்றுவதுடன் இவனுடைய கழுமலத்தையும் போற்றி உரைக்கின்றனர். வெண்கோட்டியானை விறற்போர்க் குட்டுவன்! என இவனையும், 'தெண்டிரைப் பரப்பின் தொண்டி முன்றுறை'' என இவனுக்கு உரிய தொண்டி நகரையும் நக்கீரர் 290 ஆவது செய்யுளில் குறிப்பிடுகின்றனர்.

குறும்பியன் (262)

இவனே அழுந்தூர்த் திதியன் என்பவன். அன்னி மிஞிலியின் தந்தைக்குச் செய்த கொடுமையின் காரணமாகக் கோசர்களோடு போரிட்டு அவரை அழித்தவன். இந்த வெற்றியைப் பரணர் இந்தப் பாடலுள் குறிப்பிட்டுப் போற்றுகின்றனர். 'குறும்பு' என்பது மலைப் பகுதியிலே குறுங்காடு சூழ்ந்த பகுதி. இவன் நாட்டின் கண் அது மிகுதியாக இருந்தமையின் இப்படியும் அழைத்தனர் போலும். குறும்பு - சிற்றரண்.

கொடுமுடி (259)

குறும்பொறை என்னும் மலைக்குக் கீழ்பால் விளங்கிய ஆமூர் என்னும் நகரினைக் காத்துப் பேணிய குறுநிலத்தலைவன் இவனா வான். ஆமூர்க்கவுதமன் சாதேவனார் என்பவர் இவனுடைய ஆமூரின் வளத்தினைப் பற்றிக், 'கொடுமுடி காக்கும் குரூஉக்கண் நெடுமதில் சேண்விளங்கு சிறப்பின் ஆமூர் என இப்பாடலுட் கூறுகின்றனர். கொங்கு நாட்டிலே 'கொடு முடி' என்றிருக்கும் ஊர்ப்பெயர் இவன் நினைவாக ஏற்பட்டது போலும். வானவனோடு (சேரன்) இவன் போரிட்ட செய்தி இப்பாடலுள் கூறப்படுவதனால் அது பொருந்துவது மாகலாம்.

கோதை (263)

கருவூர்க் கண்ணம்பாளனார் என்னும் புலவர் இப்பாடலுள், 'ஒளிறுவேல் கோதை ஓம்பிக் காக்கும் வஞ்சி' என உரைக்கின்றனர். இவன், 'சேரர் படைத்தலைவனான வில்லவன் கோதையோ அன்றிச் சேரமான் கோக்கோதை மார்பன் என்பவனோ' என்றெல்லாம் தெளிவாக அறிதற்கு இயலவில்லை. ஆனால், சேரமான் கோக்கோதை மார்பன் தொண்டி நகர்க்கு இறைவனாக விளங்கினவன் என்பதையும், அவ்வூரவ ராகிய பொய்கையார் என்னும் பெரும்புலவர் அவனைப் புகழ்ந்து பாடினமையும் புறம் 48, 49-ஆம் செய்யுட்களாற் காணலாம். குறுநிலத் தலைவர்கள் முடியுடைய வேந்தர்களின் படைத்தளபதிகளாப் பணி யாற்றி இருத்தலும் கூடுமாதலின், அவ்வாறே தொண்டிக்கு இறைவ னாகிய இவன், சேரர் படைத்தலைவனாகவும் திகழ்ந்தனன் எனவும் கருதலாம்.

செழியன் (137, 149, 175, 209, 296)

உறையூர் முதுகூத்தனார் என்பவர் 'தொளா முத்தின் தெண்கடல் பொருநன் திண்தேர்ச் செழியன்' என, 137ஆவது செய்யுளில் குறிப் பிடுகின்றார். எருக்காட்டூர்த் தாயங் கண்ணனார், 'நெடுநல் யானை அடுபோர்ச் செழியன், வளங்கெழு முசிறிஆர்ப்பெழ வளைஇ, அருஞ் சமம் கடந்து படிமம் வவ்விய' செய்தியை 149 ஆவது செய்யுளிற் கூறுகின்றனர். இதுவே, சேரர் அமைத்த கொல்லிப்பாவை என்னும் பொற்பாவை போலும். 'கால் இயல் நெடுந்தேர்க் கைவண் செழியன் ஆலங்கானத்து அமர்கடந்து' என, ஆலங்கானத்து வெற்றிக்குரிய தலையாலங்கானத்துச் செருவென்ற நெடுஞ்செழியன் என்றே ஆலம் பேரிச் சாத்தனார் என்பவர் இந்நூலின் 165 ஆவது செய்யுளில் கூறுவர். 209-ஆவது செய்யுளிற் கல்லாடனாரும், 'எழுவுறழ் திணிதோள் இயல்தேர்ச் செழியன் சேரா எழுவர் அடிப்படக் கடந்த ஆலங்கானத்து' என, நெடுஞ்செழியனின் வெற்றியையே குறக்கின்றனர். 'பேரிசைக் கொற்கையம் பொருநன் வென்வேல் கடும்பகட்டு யானை நெடுந் தேர்ச் செழியன்' எனக் கூறுகிறார் மதுரை பேராலவாயார், தம் 296-ஆவது செய்யுளுள். ஆகவே, இவையனைத்துமே, பெரும்புகழின னாகிய தலையாலங் கானத்துச் செருவென்ற நெடுஞ்செழியனையே குறிப்பன ஆகலாம்.

சேரலாதன் (127)

கடலிடையே இருந்த பகைவரை முற்றி அவருடைய கடம்பினை அறுத்த செய்தியையும், இமயத்து முன்னோர் மருள அங்கே விற் பொறித் ததும், இவனே. நன்னகர் மாந்தை முற்றத்துப் பகைவர் கொணர்ந்து நிறை குவிக்கவும் வாழ்ந்தவன் இவன் என மாமூலனார் குறிப்பிடுகின் றனர். இவனுடைய சிறப்புக்களை எல்லாம் நோக்க, இமயவரம்பன் நெடுஞ்சேரலாதனே எனலாம்.

ஞிமிலி (142, 148, 182, 208)

நன்னனுடைய பாழிப்பறம்பிலே வேளிர்கள் ஓம்பினராக வைத்த

பெருஞ்செல்வத்தைப் பேய்க்கூடு முதலிய கருவிகளுடன் காத்து வந்தவன். கோசர் குலத்தவனான இவன், புள்ளிற்கு ஏமமாகிய அதிகனைக் கொன்றவன் எனப் பரணர் 142-ஆவது செய்யுளுட் கூறுவது. 'கடும் பரிக் குதிரை ஆஅய் எயினன் இவனொடு பொருது களம்பட்டனன் என 148, 181, 208-ஆம் செய்யுட்களிலும் பரணர் குறிப்பிடுகின்றனர். வல்லோனாகிய அதிகனைக் கொன்ற இவனது வெற்றிச்செயல் பலகாற் சொல்லிப் போற்றுஞ் சிறப்பினதாயிற்று எனலாம்.

தலையாலங்கானத்துச் செருவென்ற நெடுஞ்செழியன் (175, 209)

செழியன் என்னும் பகுதியிற் காணப்பெற்ற செய்திகளும் இவனைப் பற்றியனவே யாதலால், அதனையும், காணவும். இவன் மிகவும் புகழோடு விளங்கியவன். இவனுடைய தலையாலங்கானத் துப் பெருவெற்றியினை 175-ஆவது செய்யுளில் கல்லாடனாரும் புகழ்ந்துள்ளனர். மதுரைக்காஞ்சி, நெடுநல் வாடை ஆகிய பத்துப் பாட்டு நூல்களுக்குப் பாட்டுடைத் தலைவன் இவன். மாங்குடி மருதனார் இவனாற் பெரிதும் மதிக்கப் பெற்றவர். இடைக்குன்றூர்க் கிழார், கல்லாடனார், குறுங்கோழியூர்க் கிழார், குடபுலவியனார் முதலாய பலராற் பாராட்டப் பெற்றவன் இவன்.

தித்தன் (122, 152, 226)

உறந்தை பதியிருந்து அரசியற்றிய சோழருள் இவனும் ஒருவ னாவன். தித்தன் எனவும், தித்தன் வெளியன் எனவும், இவன் பெயர் வழங்கும். 'நொச்சிவேலித் தித்தன் உறந்தை' என இவனூரையும் (122), இவனோடு பொருதுதற்கு வலிமிகு முன்பிற் பாணனோடும் வந்த கட்டி யென்பான் அஞ்சி ஓடிய செய்தியையும் (226), இவனுக்குரிய கானலம் பெருந்துறையின் வளத்தினையும் (152) பரணர் பாடியுள்ளனர்.

திதியன் (126, 145, 196, 262)

அன்னி மிஞிலியின் துயர் தீர்த்தான் ஒரு திதியன். அவன் அழுந் தூர் வேளிர்குலத் தலைவன். 126-ஆவது செய்யுள் இவனோடு அன்னி என்பான் பொருதுபட்ட நிகழ்ச்சியைக் கூறுகிறது. இதனைப் பாடியவர் நக்கீரர். 145-ஆவது செய்யுளில் கயமனாரும் இந்தப் போரினையே குறிக்கின்றனர். 196- ஆவது செய்யுளில்,பரணர், அழுந்தூர்த் திதியன் என்பான் அன்னி ஞிமிலிக்காகக் கோசர்களைக் கொன்ற செய்தியைக் கூறுகின்றனர். 362 ஆவது செய்யுளினும் பரணர் இதே செய்தியைக் கூறுகின்றனர். இவன் வேறு; பொதியிற் செல்வனாகிய திதியன் என்பான் வேறு.

நந்தன் (251,265)

மஹா பத்மநந்தன் அக்காலத்தில் வடநாட்டுள் பேரரசனாகத் திகழ்ந்தவன். இவனுடைய செல்வச் செழுமை பற்றியே பேரெண் ணான 'மஹாபத்ம' என்ற அடைமொழியுடன் இவன் வழங்கப் படுவா

னாயினான். இவனுடைய செல்வச் செழுமையை இப்பாடலுள் (251) மாமூலனார் குறிப்பிடுகின்றனர். 265-ஆவது பாடலுள்ளும் நந்தர்கள் பாடலியிற் சேர்த்து வைத்த பெருஞ் செல்வமெல்லாம் கங்கையிடியிலே சென்று மறைந்த செய்தியை அவரே கூறுகின்றனர்.

நள்ளி (152, 238)

இவனே கண்டீரக்கோப் பெருநள்ளி என்று போற்றப் பெறும் வள்ளலாவான். 'வல்லில் இளையர் பெருமகன் நள்ளி' எனப் பரணர் இவனை 152-ஆவது செய்யுளில் குறிப்பிடுகிறார். கபிலர், ''இழையணி நெடுந்தேர் களிறோடு என்றும், மழை சுரந்தன்ன ஈகை வண்மகிழ்க், கழல் தொடித் தடக்கைக் கலிவான் நள்ளி'' என இவனை 258-ஆவது செய்யுளிற் போற்றுகின்றனர்.

நன்னன்-1 (142, 152, 173, 199, 208, 258)

நன்னன் என்ற பெயருடையார் மூவர் என்பர் ஆய்வாளர்கள். அவர்கள், கடம்பின் பெருவாயில் நன்னன், பல்குன்றக் கோட்டத்துச் செங்கண் மாத்து வேள் நன்னன், நன்னன் உதியன் என்னும் சேரர் படைத்தலைவன் ஆகியோராவர். அவருள் இந்தப் பாடல்களுக்கு உரியவன் பல்குன்றக் கோட்டத்து நன்னானவான். ஞிமிலியோடு பகை கொண்டு அவன் படையொடும் வரத் துணைக்கு வந்த ஆய் எயினனைத் தனியே அழியவிட்டு ஒளிந்திருந்தவன் இவனே. பெண் கொலை புரிந்த நன்னன் என்ற பழிக்கும் உரியவன்; வேளிர் குலத்தவன்; பாழி, பாரம், பிரம்பு என்ற மலைகளுக்கு உரியவன்.

பசும்பூட்பாண்டியன் (162, 231, 153)

இப்பெயருடன் ஒருவனைப் பரணர்,(162) மதுரை ஈழத்துப் பூதன் தேவனார் (231), நக்கீரர் (258) ஆகியோர் கூறுகின்றனர். நக்கீரரின் பாடலுள் மட்டும். இவன் கொங்கர்களை வெருட்டி, அவர்களது நாட்டைப் பாண்டிய நாட்டுடன் சேர்த்த செய்தி கூறப்பெற்றிருக்கின்றது.

பண்ணன் (177, 204)

காவிரிக்கு வடபாலிருந்த இவனுடைய நாட்டின் வளத்தினைச் செயலூர் இளம்பொன் சாத்தன் கொற்றனார் இப்பாடலுட் கூறுகின்றனர். சிறுகுடிக்கிழான் பண்ணன் என்பவனும் இவனே யாவன். அளக்கர் ஞாழார் மகனார் மள்ளனார், மாற்றுக்கிழார் மகனார் கொற்றங் கொற்றனார் ஆகியோர் இவனைப் பாடியுள்ளனர்.

பழையன்-1

இவனே மோகூர்ப் பழையன் என்று போற்றப்பட்டவன். பாண்டியர் தளபதி; பழையன் மாறன் எனவும் பெயர்; கோசர்கள் வடுகர் துணையோடு வந்த தாக்க, அவருக்கு அஞ்சாது எதிர்த்து அவரை அழித்து வெற்றிபெற்றவன் இவன். இப்பாடல் இவனுடைய மோகூர் மோரியர்க்குப் பணியாது நின்ற நிலையினை விளக்குவது. இதனைப் பாடியவர் மாமூலனார்.

பழையன்-2

இவன் சோழர் படைத் தலைவருள் ஒருவன். காவிரிக் கரை யிலேயுள்ள 'போஓர்' இவனது ஊர் ஆகும். கழுமலப் போரிலே சோழர் படைத்தளபதிகளுள் இவனும் ஒருவனாயிருந்தவன். இவனைப் பாடி யவர் பரணர். நன்னன், ஏற்றை, அத்தி, கங்கன், கட்டி, புன்றுறை, ஆகிய சேரர் படைத்தலைவரை அழித்து இறுதியிற்களத்திலே வீழ்ந்தவன் இவன்.

பாணன் (226)

இவன் கட்டியோடுங்கூடி உறந்தைத் தித்தன் வெளியனோடு போரிடச் சென்று, அங்கே அவனுடைய நாளவையின் தெண்கிணை யின் ஒலியினைக் கேட்டு அஞ்சி ஓடிப் போனவன் இந்தச் செய்தி யைப் பரணர் இந்தப் பாடலுள் குறித்துள்ளனர்.

பிட்டன் (143)

சேரர்களின் படைத்தலைவருள் ஒருவன். குதிரை மலைக்கு உரியவன். அகம் 77-ல் மதுரை மருதன் இளநாகனார் இவனைப் பற்றிக் கூறியுள்ளனர். ஆலம்பேரிச் சாத்தனார் பாடிய இச் செய்யுள், 'வசையில் வெம்போர் வானவன் மறவன்' எனவும், 'நசையின் வாழ்நர்க்கு நன் கலஞ் சுரக்கும், பொய்யா வாய்வாள் புனைகழல் பிட்டன்' எனவும் இவனைப் போற்றுகின்றது.

பிண்டன் (152)

இவனும் சேரர் தளபதிகளுள் ஒருவன்; குறுநிலத் தலைவன் பாரத்துத் தலைவனான நன்னனோடு பெரும்படையுடன் சென்று இவன் முதற்கண் போரிட, இவன் படை நன்னனால் அழிக்கப் பெற்ற தென்ற செயியைப் பரணரின் இந்தப் பாடல் கூறுகிறது. நன்னனை முடிவில் அழித்தவன் சேரமான் களங்காய்க்கண்ணி நார்முடிச் சேரல் ஆவான்.

புல்லி (209, 294)

இவனே கள்வர் கோமான் புல்லி எனவும், வேங்கடத்துப் புல்லி எனவும் குறிக்கப் பெறுபவன். வேங்கடமலைப் பகுதிக்குத் தலைவ னாக இருந்தவன்; பாண்டியரின் நட்பினன். அவர் படைக்கு யானை களை வழங்கியவள். கல்லாடனார், மாமூலனார் ஆகியோராற் பாடப் பெற்றவன். 'மாஅல் யானை மறப்போர்ப் புல்லி' (அகம் 209) எனக் கல்லாடனாரும், 'புடையல் அம்கழற்கால் புல்லி' (295) என மாமூல னாரும் இவனைப் போற்றுகின்றனர்.

பேகன் (262)

வையாவிக் கோப்பெரும் பேகன் எனப்படும். மயிலுக்குப் போர்வை நல்கிய புகழுடையோன் இவனேயாவன். இவனைப் பாடி யோர் பலர். இவன், மனைவியாம் கண்ணகியை மறந்து முல்லைவேலி நல்லூர்க்கண் காதலியோடு வாழப், பெரும் புலவர் பலர் இவனுக்கு

அறவுரை கூறிய செய்திகளைப் புறநானூற்றுள் காணலாம். இச் செய்யுளின் கண், 'வண்டுபடு நறவின் வண்மகிழ்ப் பேகன்' எனப் பரணர் இவனைப் பற்றிக் கூறுகின்றனர்.

பொலம்பூண் கிள்ளி (205)

சோழ மன்னர்களுள் ஒருவனான இவன் கோசர்களுடைய ஆற்றல் மிகுந்த பெரும்படையினை அழித்து, அவர்களுடைய நாட்டைக் கவர்ந்து கொண்டவன். இவனுடைய கோநகர் காவிரிப்பூம் பட்டின மாகும். இந்தப்பாடலுள் இவனைக் குறிப்பிடுவோர் நக்கீரனாதலி னால், இவன் நலங்கிள்ளியாதல் பொருந்தும் என்பாரும் உளர்.

மத்தி (211, 226)

இவன், சோழனின் ஏவலின்படி சென்று, எழினியின் பற்களைப் பெயர்த்து வந்து வெண்மணிவாயில் கோட்டைக் கதவுகளிலே பதித்த செய்தியும், அங்கே இறந்த வீரர்களுக்குக் கல்நாட்டிய சிறப்பும் மாமூலனாரால் 211-ஆவது செய்யுளிற் கூறப்பட்டிருப்பக் காணலாம். பரணர், 226- ஆவது செய்யுட்கண் இந்த மத்தி ன்பான் வலிய வில்லைத்தாங்கியவன் எனவும், பரதவர்களின் கோமான் எனவும், கழாஅர் என்னும் காவிரித்துறைக்கு உரியவன் எனவும் கூறுகின்றனர்.

மருதி (222)

இவளோர் கடல் தெய்வம். ஆதிமந்தியின் காதலனான ஆட்ட னத்தியைக் காவிரியினின்று காத்து, அவளிடம் சேர்பித்தவள். இச் செய்தி இப்பாடலுள் பரணராற் குறிப்பிடப்பெற்றிருக்கின்றது.

மழுவான் நெடியோன் (202)

திருமாலின் அவதாரம் எனப்படும் பரசுராமனைக் குறிப்பது இப்பெயர். மன்னர் குடியை அறுத்த பரசுராமன் செல்லூரிடத்தே பெரி தான யாகம் ஒன்றும் செய்தனன் என இப்பாடல் கூறுகின்றது.

மாந்தரன் பொறையன் கடுங்கோ (182)

இவன் சேரர் மரபிலே வந்தவன். மாந்தரன் என்ற சொல் இவனைத் தலையாலங்கானத்து நெடுஞ்செழியனோடு போரிட்டுச் சிறைப்பட்ட, கோச்சேரமான் யானைகட்சேய் மாந்தரன் சேரல் இரும் பொறை என எண்ணுவதற்கும் இடந்தரும்.

முசுண்டை (229)

இவன் பலவாகிய வேல்வீரர்களின் பெருக்கத்தை உடைய வன். இவனுடைய ஊர் வேம்பி. அது மிகவும் வளமுடையது.

வெள்ளிவீதியார் (147)

கணவரைப் பிரிந்து, அந்தத் துயர் தாளாது புலம்பியவர் என இவர் பாடல்களை உணர்த்தும். இந்தப் பாடலுள் ஔவையார், அவர் தம் கணவனைத் தேடிச் சென்ற செய்தியை, 'வெள்ளி வீதியைப் போல நன்றும் செலவயர்ந்திசினால்' என்று குறிக்கின்றார்.

செய்யுள் முதற் குறிப்பு

அகலிரு விசும்பு
அணங்குடை முந்நீர்
அத்தப் பாதிரி
அம்ம வாழி கேளிர்
அம்ம.... கைம்மிக
அம்ம.... பல்நாள்
அம்ம.... பொருள்
அம்ம.... பொன்னின்
அரம்போழ் அவ்வளை
அரியற் பெண்டிர்
அருஞ்சுரம் இறந்த
அரும்புமுதிர்
அலவமரல் மழைக்கண்
அவரை ஆய்மலர்
அளிதோ தானே
அறம்தலைப் பிரியாது
அறன்கடைப் படாஅ
அறியாய் வாழி
அன்பும் மடனும்
ஆறுசெல் வம்பலர்
இகுளை கேட்டிசின்
இடம்படு
இருங்கழி மலர்ந்த
இரும்பெரு வேந்தர்
இரும்பிழி மாரி
இரும்புலி தொலைத்த
இருவிசும்பு அதிர
இலங்குவளை நெகிழ
இருமலர் அன்ன
இலைஒழித்து உலறிய
உண்ணாமையின்
உணர்குவென்
உயிர்கலந்து
உயிரினும் சிறந்த
உரும் உரறு
உலகுடன் நிழற்றிய
உலகு கிளர்ந்தன்ன
உவக்குநள் ஆயினும்
உள்ளல் வேண்டும்
உறுகழி மருங்கின்
ஊருஞ் சேரியும்
எல்லையும் இரவும்
எல்வளை ஞெகிழ
எவன்கொல் வாழி
என்னெனப் படுங்கொல்
ஏனலும் இறங்கு குரல்
ஒடுங்கீர் ஓதி
ஒழியச் சென்மார்
ஓங்குநிலைத்தாழி
ஓங்குமலைச் சிலம்பில்
கடல்கண் டன்ன
கடவுட் கற்பொடு
கதிர்கை யாக
கயந்தலை மடப்பிடி
கரைபாய் வெண்திரை
காணினிவாழி
கார் பயம் பொழிந்த
கான் உயர் மருங்கில்
கானப் பாதிரி
கானலும் கழறாது
கிளைபா ராட்டும்
குடுமிக் கொக்கின்
குணகடல் முகந்த
குவளை உண்கண்
குறியிறைக் குரம்பை
குன்றியன்ன கண்
கூறாய் செய்வது
கூறுவம் கொல்லோ
கேளாய் எல்ல
கொளக் குறைபடா அக்
கோடுற நிவந்த
கோதை இணர
சிலைஏறட்ட
சிறியிலை நெல்லி
சிறுபுன் சிதலை
சீர்கெழு வியனகர்ச்
செய்வது தெரிந்திசின்
செய்வினைப் பிரிதல்
செல்க பாக
செவ்வீ ஞாழல்
செறுவோர் செம்மல்
சென்மதி சிறக்க
தண்கதிர் மண்டிலம்
தம்நயந்து உறைவோர்
தயங்கு திரைப்பெருங்
தாவில் நன்பொருள்
திதலை மாமை
திரை உழந்து அசைஇய
துஞ்சுவது போல
துன்னருங் கானமும்

★ ★ ★

அகநானூறு

நித்திலக் கோவை

அகநானூறு - நித்திலக் கோவை

அகத்தினின்று எழுகின்ற இன்பியல் வாழ்வின் ஆர்வத் துடிதுடிப் புக்களையும் அளவற்ற எண்ணச் சுழல்களையும் அணிபெறக் காட்டு வனவே தமிழரின் அக நூல்கள். அவற்றுள், கடைச் சங்க காலத்துத் தொகுக்கப் பெற்றது. அகநானூறு. 'நெடுந்தொகை' எனவும் அது பெயர் பெறும். அதனுள், மூன்றாம் பகுதி இந்நூலாகிய நித்திலக் கோவை.

அகநானூற்றை அழகுற முதற்கண் ஆய்ந்து பதிப்பித்த சான்றோர் கம்பர் விலாசம் இராஜகோபால அய்யங்கார் அவர்களாவர்; பரிசோதித் தோர் மகாவித்துவான் ரா. ராகவய்யங்கார் அவர்களாவர். அடுத்து, உரையொன்றினை நூல் முழுமைக்குமே வகுத்த பெரியார் கரந்தைக் கவியரசு ரா. வேங்கடாசலம் பிள்ளையவர்கள். அது நாவலர் ந.மு. வேங்கடசாமி நாட்டாரவர்கள் துணையுடன் வெளிவந்தது. சைவ சித்தாந்த மகா சமரசத்தார் பேராசிரியர் வையாபுரிப் பிள்ளையவர்கள் துணையுடன் சங்க இலக்கியங்கள் அனைத்தையுமே புலவர் வரிசை யிலே வெளியிட்டனர். அண்மையில் மர்ரே கம்பெனியார் அகநானூற்று மூலத்தை மட்டும் நன்கு ஆராய்ந்து வெளியிட்டனர். இவர்களைவரும் செய்த பெரும்பணியினாலேயே அகநானூற்றை அறிந்தறிந்து அனுபவிக் கும் பெருவாய்ப்புத் தமிழ் அன்பர்களுக்கு நெடுகிலும் வாய்த்தது.

எனினும், பலரும் எளிதிலே கற்று இன்புற வேண்டுமானால் எளிய தெளிவுரை ஒன்றும் இன்றியமையாதது எனக் கருதி, அந்தத் தேவையை நிறைவு செய்ய முயல்வதே இந்நூலின் நோக்கமாகும். பல்லாயிரவரும் பயனடைவ வேண்டும் என்ற காரணம் பற்றி, மக்கள் பதிப்பு வரிசையிலே இதனை முதற்கண் அருணா பப்ளிகேஷன்ஸ் வெளியிட்டனர். இரண்டாம் பதிப்பினைப் பைந்தமிழ் வளத்தைப் பல்லாற்றனும் பெருக்கிவரும் பாரி நிலையத்தினர் வெளியிட்டனர். மூன்றாம் பதிப்பும் பாரி நிலையத்து வெளியீடாகவே வெளிவரு கின்றது.

நூலினை அனுபவிக்க உதவும் வகையிலே, பாடினோர் வரலாறுகளும், பாடப்பட்டோர் வரலாறுகளும் பின்னிணைப்புக் களாக மிளிர்வது இந்நூலின் தனித்த சிறப்பாகும். தெளிவான உரை யும், மற்றும் தேவையான குறிப்புக்களும், விளக்கங்களும் ஆங்காங்கே தரப்பட்டிருக்கின்றன. அவை செய்யுளைக் கற்பவர்க்குப் பெரிதும் உதவுவன.

பொதுவாக, எந்த நூலுக்குமே அதற்குரிய உரையின் துணை மட்டுமே அந்த நூலின் முழு இனிமையினையும் வளமையினையும் அனுபவிக்கப் போதுமானதாகாது. ஒவ்வொரு பாடலையும் உள்ளத் துள்ளே எண்ணி எண்ணி, அவற்றின் அமைவுடன் ஒன்றிக் கலந்து அனுபவிப்பதே உண்மையாக அவற்றை அறிந்து உணர்ந்து அனுபவிப்பதாகும். அப்படித் தமிழ் அன்பர்கள் அநுபவித்து மகிழ்வதற்கு இந்நூல் ஓரளவுக்கு உதவியாயிருக்கும் என்று நம்புகின்றேன்.

வாழ்க தமிழ்! வாழ்க தமிழ்ப்பண்பு!

- புலியூர்க் கேசவன்

நூல் வரலாறு

பாயிரம்

நிலை பெற்ற அறநெறியினைப் பேணி வந்தவர்கள்: எப்புறத்தும் வெற்றியுடன் சிறப்புற்ற ஆட்சிச் சக்கரத்தினை நடாத்தியவர்கள்: யாதும் பழுது அற்ற சீரிய கொள்கையினை உடையயவர்கள் வழுதியராகிய பாண்டியர்கள். அவர்களுடைய அவைக்கண்ணே அறிவு குடிகொண் டிருக்கும் செறிவுடைய மனத்தவரும், வானளாவிய நற்புகழ் உடைய வருமாகிய சான்ரோர்கள் குழுமியிருந்து, அருமையுடைய முத்தமிழினை யும் ஆய்ந்து வந்தனர். அந்தக் காலத்தே.

ஆராய்ந்து, சாலச் சிறந்தவையெனத் தெரிந்த சிறப்பினை யுடைய இனிய தமிழ்ப் பாடல்களுள், நெடியவாகி அடிகள் அதிகமாக விளங்கிய இன்பப் பகுதியினைச் சார்ந்த இனிய பொருள் அமைந்த பாடல்கள் நானூற்றை எடுத்து, நூல்களை ஆராய்ந்து சொல்லும் புலவர் பெருமக்கள் தொகுத்தனர்.

மும்மதங்களால் களித்தலையுடைய களிற்றியானை நிரை, மணியோடும் சேர்த்துக் கோர்த்த அழகுஒளிரும் **மணிமிடை** பவளம், சிறப்பான **நித்திலக் கோவை** என்றவிதமாக, அத்தகைய பண்பி னோடு முத்திறம் உடையனவாகத் தொடுத்தற்கு நினைந்து தொகுத்தது நல்ல நெடுந்தொகையாகும்.

அத் நெடுந்தொகைக்குக் கருத்து எனப் பண்பினையுடைய சான்றோர் முற்காலத்தே சொன்னவைகளை நாம் ஆராய்வோமானால் அருமையுடையவாகிய பொருளுடைமையினைக் கருத்தாகக் கொண்டு, எவ்விதக் கோணுதலும் இல்லாமல், பாட்டமைதியோடு பொருந்துமாறு, செய்யுள் தகைமையிற் சிறந்த அகவல் நடையிஞல் கருத்து இனிதாக இயற்றியோன், பரிகள் பூட்டிய தேரினையுடைய வளவர்கள் காத்துப் பேணும் வளமையான சோழ நாட்டினுள்ளேயும், நாடு எனச் சிறப்பித்துக் கூறப்படும் மிக்க பெருமையுடைய சிறப்பினையும் என்றும் வளங் கெடுதலில்லாத உயர்வினையும் உடைய இடையளநாட்டுத், தீதற்ற கொள்கையினர் வாழுகின்ற பழமையான ஊர்கள் பலவற்றுள்ளும் சிறந்த ஊர் என்னும் ஊரினனான. செம்மை நிரம்பிய தேவன் என்பவ னாவன். அவன், தொன்மையாகவே சிறப்புடைய நன்மையாளர் மலிந்த குடியினனுமாவன்.

நின் ற நீதி வென்ற நேமிப்
பழுதில் கொள்கை வழுதியர் அவைக்கண்
அறிவுவீற் றிருந்த செறிவுடை மனத்து

வான்றேய் நல்லிசைச் சான்றோர் குழீஇ
அருந்தமிழ் மூன்றுந் தெரிந்த காலை

ஆய்ந்த கொள்கைத் தீந்தமிழ்ப் பாட்டுள்
நெடிய வாகி அடிநிமிர்ந் தொழுகிய
இன்பப் பகுதி யின் பொருட் பாடல்
நானூ றெடுத்து நூல்நவில் புலவர்
களித்த மும்மதக் களிற்றியா னைநிரை

மணியொடு மிடைந்த அணிகிளர் பவளம்
மேவிய நித்திலக் கோவை என்றாங்கு
அத்தகு பண்பின் முத்திற மாக
முன்னினர் தொகுத்த நன்னெடுந் தொகைக்குக்
கருத்தெனப் பண்பினோர் உரைத்தவை நாடின்

அவ்வகைக்கு அவைதாஞ் செவ்விய அன்றி
அரியவை யாகிய பொருண்மை நோக்கிக்
கோட்ட மின்றிப் பாட்டொடு பொருந்தத்
தகவொடு சிறந்த அகவல் நடையால்
கருத்தினிது இயற்றி யோனே- பரித்தேர்

வளவர் காக்கும் வளநாட் டுள்ளும்
நாடெனச் சிறந்த பீடுகெழு சிறப்பிற்
கெடலருஞ் செல்வத்து இடையள நாட்டுத்
தீதில் கொள்கை மூதூ ருள்ளும்
ஊரெனச் சிறந்த சீர்கெழு மணக்குடிச்

செம்மை சான்ற தேவன்
தொன்மை சான்ற நன்மை யோனே!

இத்தொகைக்கு கருத்து அகவாற் பாடினான், இடையள நாட்டு மணக்குடியான், பால்வண்ண தேவனான வில்வதரையன்.

இத் தொகைப்பாட்டிற்கு அடியளவு சிறுமை பதின்மூன்று: பெருமை முப்பத்தொன்று. தொகுப்பித்தான் பாண்டியன் உக்கிரப் பெருவழுதி; தொகுத்தான் மதுரை உப்பூரிகுடிகிழான் மகனாவான் உருத்திர சன்மன் என்பான்.

''வண்டு படத் ததைந்த'' என்பது முதலாக, ''நெடுவேள் மார்பின்'' என்பதீருகக் கிடந்த நூற்றிருபது பாட்டும்''களிற்றியானை நிரை;'' இப்பெயர் காரணப் பெயர்: செய்யுட் காரணமோ பொருட் காரணமோ எனிற் பொருட் காரணம் என உணர்க.

''நாணகையுடைய நெஞ்சே'' என்பது முதலாக, ''நாள் வலை'' என்பதீருகக் கிடந்த நூற்றெண்பது பாட்டும் ''மணிமிடை பவளம்''; இப்பெயர் உவமையாற் பெற்ற பெயர்; செய்யுளும் பொருளுந் தம்முள் ஒவ்வாமையால்.

''வறனுறு'' என்பது முதலாக ''நகை நன்று'' என்பதீறாகக் கிடந்த பாட்டு நூறும் ''நித்திலக் கோவை''; இவை செய்யுளும் பொருளும் ஒக்குமாகலின்.

வியமெல்லாம் வெண்டேர் இயக்கங் கயமலர்ந்த
தாமரையா ருகத் தகைபெறீஇக் காமர்
நறுமுல்லை நான் காக நாட்டி வெறிமாண்ட
எட்டும் இரண்டுங் குறிஞ்சியாக் குட்டத்து
இவர் திரை பத்தா இயர்பட யாத்தான்
தொகையின் நெடிதனைத் தோலாச் செவியான்
வகையின் நெடிதனை வைப்பு. 1

ஒன்றுமூன் றைந்தே ழொன் பான்பாலை; யோதாது
நின்றவற்றி னுன்கு நெறிமுல்லை-அன்றியே
யாறு மருதம்; அணி நெய்த லையிரண்டு
கூறா தவை குறிஞ்சிக் கூற்று. 2

பாலை வியமெல்லாம் பத்தாம்: பனிநெய்த
லுலு நனி முல்லை, நாடுங்கான்- மேலையோர்
தேறு மிரண்டெட் டிவைகுறிஞ்சி; செந்தமிழின்
ஆறு மருதம் அகம். 3

301. மன்றமும் மகளிர் நிலையும்

பாடியவர்: அதியன் விண்ணத்தனார், திணை: பாலை, துறை: பிரிவிடை வேறுபட்ட தலைமகள், வற்புறுத்தும் தோழிக்குச் சொல்லியது.

(தலைவன் தலைவியைப் பிரிந்து வேற்று நாடு சென்றிருந்த காலம். அவளை நினைந்து நினைந்து அவள் ஏக்கங்கொண்டிருக்கிறாள். அதனால் ஏற்பட்ட அவளுடைய மெலிவைக் கண்டு, உள்ளம் வாடினாள். அவளுடைய தோழி, 'அந்த நினைவைச் சற்று மறந்திருப்போம்' என்று ஆறுதல் கூறவும் முற்பட்டாள். அந்தத் தோழிக்குத், தலைவி, தன்னுடைய மனநிலையினை விளக்கிக் கூறுவதாக அமைந்தது. இச்செய்யுள்,)

' வறன் உறு செய்யின் வூடுபு வருந்திப
படர்மிகப் பிரிந்தோர் உள்ளபு நினைதல்
சிறுநனி ஆன்றிகம் என்றி-தோழி-
நல்குநர் ஒழித்த கூலிச் சில்பதம்
ஒடிவை இன்றி ஓம்பாது உண்டு

நீர் வாழ் முதலை ஆவித் தன்ன
ஆரைவேய்ந்த அறைவாய்ச் சகடத்து
ஊர்இஃது என்னா அர் ஊறில் வாழ்க்கை
சுரமுதல் வருத்தம் மரமுதல் வீட்டிப்
பாடுஇன் தெண்கிணை கறங்கக் காண்வரக்

குவிஇணர் எருக்கின் ததர்பூங் கண்ணி
ஆடுஉச் சென்னித் தகைப்ப மகடூஉ
முளரித் தீயின் முழங்கு அழல் விளக்கத்துக்
களரி யாவிரைக் கிளர்பூங் கோதை
வண்ணம மார்பின் வனமுலைத் துயல்வரச்

செறிநடைப் பிடியோடு களிறு புணர்ந் தென்னக்
குறுநெடுந் தூம்பொடு முழவுப்புணர்ந் திசைப்பக்
கார்வான் முழக்கின் நீர்மிசைத் தெவுட்டும்
தேரை ஒலியின் மாணச் சீர் அமைத்து
சில்லரி கறங்கும் சிறுபல் வியத்தொடு

பல்லூர் பெயர் வனர் ஆடி ஒவ்வெனத்
தலைப்புணர்த்து அசைத்த பல்தொகைக் கலப்பையர்
இரும்பேர் ஒக்கல் கோடியர் இறந்த

புன்றலை மன்றங் காணின் வழிநாள்
அழுங்கன் மூதூர்க்கு இன்னா தாகும்;
அதுவே மறுவினம் மாலை யதனால்
காதலர் செய்த காதல்
நீடின்று மறத்தல் கூடுமோ, மற்றே?

தோழி! 'வறட்சி அடைந்த வயலைப் போல வாட்டமுற்று வருந்தித், துன்பம் மேன்மேலும் மிகுமாறு, பிரிந்து சென்ற வரையே உளங்கொண்டு நினைதலை, மிகச் சிறிதாவது கைவிட்டிருப்போம்' என்கின்றனை.

கொடுப்பவர், கொடுத்துப் போகச் செய்த கூலியாகிய சிறிதளவு உணவுப் பொருளையும் பேணிக் காவாது, இடையறவின்றி உண்டு தீர்த்தவராக, மீளவும் பொருளினை விரும்பி வேற்றூர் நோக்கிச் செல்பவர்கள் கூத்தர்கள்.

நீரில் வாழ்வதான முதலை வாய் பிளந்தாற்போலத் தோற்றும், ஆசைக்கால்கள் வேயப்பெற்றதும், ஒலிக்கும் இடனுடையதுமான சக்கரங்களையுடைய வண்டிகளிலே அவர்கள் செல்வார்கள். 'எம் ஊர் இது' என்று யாதொரு ஊரையும் குறித்துச் சொல்வதன்றி, எல்லா ஊரையுமே தமதாகக் கொண்டு வாழும், துயரமற்ற வாழ்க்கையினர் அவர்கள்.

அவர்கள், சுரநெறியின் தொடக்கத்தே தம் வழிநடை வருத்தத்தை மரத்தடிகளில் தங்கிப் போக்கிக் கொள்வார்கள். இனிதாக ஒலித் தலையுடைய தெளிவான கிணைப்பறை ஒலிக்க அவர்கள் மகிழ்வோடு செல்வார்கள். குவிந்த கொத்துக்களையுடைய எருக்கம் பூக்களினாலே நெருக்கமாகத் தொடுத்துக் கட்டிய கண்ணிகள் ஆடவர்களின் தலையுச்சிகளிலே காட்சிக்கு இனிதாக விளங்கிக் கொண்டிருக்கும். ஒலியுடனே எழுகின்ற காட்டுத்தீயின் சுடர் ஒளியினைப் போல விளக்கமுற்றுத் தோன்றும். காட்டாவிரைவின் பூக்களாலே தொடுத்த கோதைகள் மகளிரது அழகிய மார்பிடத்துப் பருத்த மனைகளின் மேலே கிடந்து, அசைந்து ஆடிக் கொண்டிருக்கும்.

செறிந்த நடையுடைய பிடியானையுடனே களிற்றியானை கூடிச் செல்வது போல, பெண்களும் ஆண்களுமாக அவர்கள் இணைந்து சேர்ந்து செல்வார்கள். அப்போது -

சிறிதும் பெரிதுமான துளைக்கருவிகளின் இசையுடனே கூடிக் கலந்து முழவுகளின் ஒலியும் இசைத்து எழுந்து கொண்டிருக்கும்; கார்வானத்து இடிமுழக்கினையொப்ப நீரிடத்தேயிருந்து ஒலி செய்கின்ற தேரைகளின் ஒலியைப் போலத் தாளம் அமைந்ததாகச் சில்லரிகள் சதா ஒலித்துக் கொண்டும் இருக்கும். இப்படிச் சிறிதான பல

வாச்சிய ஒலிகளுடனே வழி நடந்து, பற்பல ஊர்களையும் நாடிச் செல்பவர்கள், அவர்கள்.

அவர்கள், ஓரூரிலே சென்று கூத்தாடி விட்டுச் சென்ற பின், பொலிவிழந்து கிடக்கும் மன்றத்தினைப் பிறறைநாளிற் காணின், முந்நாளிலே ஆரவாரம் கொண்டதாக அவ்விடத்தே விளங்கிய மூதூர் மக்கட்குப் பெரிதும் துயரம் தருவதாகவே இருக்கும்.

அத்தகைய நிலையினையே, இம்மாலைக் காலத்தில் யாமும் அடைந்திருக்கின்றோம். அதனால், நம் காதலர் நம்முடன் கூடியிருந்த காலத்துச் செய்த காதலற் செயலினை எல்லாம், நெடிதும் நினைத்து நினைத்துத் துயருறுதலன்றி, நம்மால் அவரை மறந்திருத்தலும் இயலுமோ?

சொற்பொருள்: 1. வறன்-வறட்சி; வளமிழந்து வாடிக்கிடக் கின்ற அவலநிலை, செய்யின்- விளிநிலத்தின்; செய்தியின் எனவும் பாடம். 2. படர்-துன்பம்; அது மென்மேலும் காதலரைப் பற்றிப் படர்ந்து பெருகுதலாற் 'படர்' என்றனர். உள்ளுபு நினைதல் - எண்ணி எண்ணி நினைந்திருத்தல்; இடையறாது அதே நினைவாயிருத்தலும் ஆம். 3. ஆன்றிகம்-அமைந்திருப்போம். 4.நன்குநர்-கொடுப்போர்; ஊர்மன்றிலே கூத்தியற்றியவருக்குக் கூலி கொடுத்து விடுவதற்கு உரிய பொறுப்பினர். சில்பதம் - சிறிதளவாக இருக்கும் உணவுப் பொருள்கள். 5. ஒடிவை- இடையறவு. 6. ஆவித் தன்ன - வாய்பிளந் தாற் போன்ற. 7. ஆரை- ஆரைக் கால்கள்; குடந்தையும் சக்கரத்து வளைவுகளையும் இணைக்கும் இணைப்புக்கள். 11. ததர்- நெருக்க மான. 13. முளரித்தீ-காட்டுத்தீ. 14. களரியாவிரை-காட்டாவிரை. 15.வனமுலை - பருத்த முலை. துயல்வர-அசைந்தாட 18. தெவிட்டல்-ஒலித்தல். 19. சீர்-தாளம். 24. புன்தலை - பொலிவிழந்த. 26. மருவினம்-அடைந் தனம்.

விளக்கம்: தலைவனைப் பிரிந்து வாடியிருக்கும் தலைவியின் நிலைமைக்கு, முன்னர் வளமுடனிருந்து கோடையால் வறட்சியுற்றுப் பொலிவிழந்து கிடக்கும் விளைவயலின் நிலையினைக் காட்டினர். பயன் பெறுதற்கு உரிய வயலிடம் வறட்சியால் பயனற்றுக் கிடப்பது போலப் பொலிவுடன் இன்புறுதற்கான தலைனி. தலைவனது பிரி வினா ல் அதனை இழந்து இருக்கின்றனள் என்று அவளது அவல நிலையினைக் குறித்தனர். மிகச் சிறிது பொழுதும் மறந்திருத்தல் . இயலாத நிலையினன் என்பதனைச், 'சிறுநனி' என்ற சொற்களால் உணர்த்தினர்.

நல்குநர்- கொடுப்போர்; ஊர்களிலே நடக்கும் ஊர்ப் பொது நிகழ்ச்சிகளான கூத்து முதலியவற்றிற்கு உரிய கூலியைக் கொடுத் தனுப்பும் பொறுப்பு நிலையினர்.

ஆரையினைத் 'தொத்தளிப்பாய்' எனக் கொண்டும் பொருள் உரைப்பார்கள். ஆயின், ஆரைக்கால்கள் என்று இந்நாளினும் வழங்கும் வழக்கு யாம் குறித்தவாறே இருத்தலை அறிக. கூத்தரின் கவலை யற்ற வாழ்க்கை நிலையினை நன்கு எடுத்துக் காட்டுபவர், 'நாடோடி வாழ்வினரெனினும் நலிதலற்ற நல்வாழ்வினர்' எனக் காட்டுகின்றார். 'எமது' எனச் சொல்வதற்கு ஓர் ஊரும் அற்றவர்தாம். எனினும் ஊறற்ற வாழ்வினர் என்பதன் செறிவை உணர்க, 'யாதும் ஊரே யாவரும் கேளிர்' என்ற பரந்த பொதுவியல் உள்ளப்போக்கு உடையவர் அவர் எனலாம்.

புன்றலை மன்றம். பிரிந்திருக்கும் காதலிக்கு நல்லதொரு உவமானமாகிறது. ''என்னைப் பொலிவுறச் செய்து என்னைக் கூடி யிருக்கும் அவருடனே அமைந்த எம் வாழ்வைக் கண்டு பலரும் இன்புறச் செய்யும் கூத்தர் அவர். அன்று அவருடன் கூடிருந்த போது நீயும் என்னைக் கண்டு மகிழ்ந்தனையாகப் பாராட்டினாய். இன்று அவர் செல்லக் கூத்தர் கூத்தாடிப் போன பிற்றை நாளிலே விளக்கும் மன்றத்தின் பொலிவிழந்த நிலையிலே நானும் ஆகியிருக்கின்றேன். அது மூதூர்க்கு இன்னாதாயிருப்பதுபோல நீயும் என் நிலைக்குத் துன்புறு கின்றாய்'' என்று, தன் அவல நிலையினைத் தலைவி விளக்குகின் றாள். தன்னால் அவனை மறக்க முடியாது என்பவள், மறத்தல் கூடுமோ? என்றனள், தூம்பு- துளைக் கருவிகள். சில்வரி - சிலவாகிய அரித்தெழும் ஓசையினையுடைய வாச்சியம்.

302. அறன் இல்லாத தாய்!

பாடியவர்: மதுரை அறுவை வாணககன் இளவேட்டனார். **திணை:** குறிஞ்சி. **துறை:** பகலே சிறைப்புறமாகத் தோழி தலை மகட்குச் சொல்லுவாளாய்ச் சொல்லியது.

(தலைவனும் தலைவியும் களவு ஒழுக்கத்திலே தம்முட் கலந்து கூடித் திளைத்து வந்த காலம். ஒருநாள் பகல்வேளையிலே, குறித்த இடத்திற் சென்று, தலைவியும் தோழியும் தலைவனுக்காகக் காத்திருக் கின்றனர். அவன் வந்து பக்கலில் ஒதுங்கி நிற்பதை அறிந்த தோழி, அவன் உள்ளத்தை விரைவிலே தலைவியை மணந்து கொள்வதிற் செலுத்துதற்கு விரும்பியவளாகத், தலைவிக்குச் சொல்வாளைப் போன்று, அவனும் கேட்டு உணருமாறு சொல்லுகின்ற முறையில் அமைந்தது இச்செய்யுள்.)

சிலம்பிற் போகிய செம்முக வாழை
அலங்கல் அம்தோடு அசைவளி யுறுதொறும்
பள்ளி யானைப் பரூஉப்புறம் தைவரும்
நல்வரை நாடனொடு அருவி ஆடியும்
பல்லிதழ் நீலம் படுசுனைக் குற்றும்

நறுவீ வேங்கை இனவண்டினை யாடனும்
அரிய போலும்- காதல் அம் தோழி-
இருங்கல் அடுக்கத்து என்னையர் உழுத
கரும்பெனக் கவினிய பெருங்குரல் ஏனல்
கிளிபட விளைந்தமை யறிந்தும் 'செல்க' என
நம்மவண் விடுநள் போலாள் கைம்மிகச்
சில்சுணங் கணிந்த செறிந்துவீங் கிளமுலை
மெல்லியல் ஓலிவரும் கதுப்பொடு
பல்கால் நோக்கும் - அறனில் யாயே.

அன்பிற்குரிய தோழியே!

மலையிலே நீண்டு வளர்ந்திருக்கும் செவ்வாளையினது அசைந்து கொண்டிருக்கின்ற இலைகள், அசைக்கும் காற்று மோதும் பொழுதுதெல்லாம், தன் அடி நிழலிலே துயில் கொண்டிருக்கும் யானையின் பெரிய முதுகினைத் தடவி விட்டுக் கொண்டிருக்கும், நன்மை பொருந்திய மலைநாட்டிற்கு உரியவன், தம் தலைவன்!

அவனுடனே அருவியாடியும், சுனையிடத்தே பொருத்திப் பலவாகிய இதழ்களையுடைய நீலப்பூக்களைப் பறித்தும், வண்டுகள் கூட்டமாக மொய்த்து ஆரவாரிக்கும்படியாக மணங்கமழும் நறிய பூக்களையுடைய வேங்கைமரச் சோலையிடத்தே விருப்பமுடனே கூடி விளையாடியும், இன்புற்றனவெல்லாம், இனி நமக்கு அரிதாகி விடுவனவாகும் போலும்!

பெரிய கற்களையுடைய மலைச்சாரலிடத்தே, நம் தமை யன்மார் உழுது விளைந்திருக்கும் இடத்திலே, கரும்பினைப் போலத் திரண்டு வளர்ந்து அழகுற்றுப், பெரிதான கதிர்களையும் உடைய தான தினைப் பயிரினிடத்தே கிளிகள் வந்து படியும். அந்த அள விற்குத் தினைப்பயிர் விளைந்துள்ளமையினை அறிந்தும், 'செல்க' என ஏவி நம்மை அவ்விடத்திற்குப் போகச் செய்பவளாகவும் நம் அன்னையானவள் தோன்றவில்லை. அவ்வாறு அறவுணர்ச்சி சற்றும் இல்லாதவளாயினாள் அவள்.

சிலவாகிய தேமற்புள்ளிகளை அழகுடையனவாக அணிந்து விளங்குவதும் நெருக்கமுற்றுப் புடைத்து விளங்குவதுமான நம் இளைய முலைகளை, மென்மைத் தன்மையுடனே தழைத்திருக்கும் நம் கூந்தலுடனேயும், பன்முறை குறிப்பாகக் கூர்ந்து நோக்குபவளும் அவள் ஆயினளே!

சொற்பொருள்: 1. செம்முக வாழை- செவ்வாளை. 2. அலங்கல் - அசையும். 3. பருஉப்புறம் - பருத்திருக்கும் மேற்புறம் : முதுகு. 5. குற்றம் - கொய்தும். 10. பவினிய- அழகுற்றுத் தோன்றிய. 14. ஒலிவரல்-

புலியூர்க் கேசிகன் 679

தழைத்தல். கதுப்பு - கூந்தல். 15. அறனில் யாய் - அறனில்லாத தாய்: கன்னியர், தாம் கண்டு காதலித்த இளைஞருடனே கனவிற்கூடி இன்புறுவது அறத்தொடுபட்டதே என்று கருதுகின்ற தன்மை இல்லாத தாய்.

விளக்கம் : 'பல கால் நோக்கும்' என்றது ஐயுற்றனளாதலின், அவ்வாறு குறிப்பிட்டு நோக்கியவளாயினள் என்க. கனவு உறவினால் கூந்தல் கலைந்தும் முலைகள் புளகித்தும் மாறுபாடடையும் இயல்பின: இதனைப் பற்றியே தாய் அவற்றைக் குறித்து நோக்கினள் என்றனளாம்.

'செவ்வாழையின் இலைகள் காற்றலைக்குந்தோறும் தூங்கும் யானையின் முதுகைத் தடவும்' என்றது. அவன் மலையிடத்தே விளங் கினங்கள் கூடத் தாம் நினையாத இன்பத்தைப் பெறுகின்றன என்ப தாம். ஆகவே, 'அவன் நினைத்த இன்பமாகிய, தலைவியை மணந்து கூடுதலை உறுதியாகப் பெறுபவனாவான். என்பதைக் குறிப்பினாலே உணர்த்தியதுமாம். ' நறுவீ வேங்கை இனவண்டார்க்கும் வெறிகமழ் சோலை' என்றது, வேங்கையின் மலர்ச்சியே மணங்கொள்ளும் கால மாதலினால் அதுவும் தோன்றி வந்ததைக் குறித்ததாம். தினை விளைந்தும், அவன் கிளிகடிய அனுப்புகிறவளாகத் தோன்றவில்லை என்பது. இனித் தலைவி இற்செறிக்கப்படுவாள் என்பதை உணர்த்தி யதாம். இதனால், தோழி, தலைவனை தலைமகளை விரைந்து வேட்டு வந்து, மணந்து, உடன்கொண்டு சென்று இல்லறம் நடாத்தலை விரும்பு கின்றாள் என்பதனைத் தலைவன் உணர்பவனாகிறான் என்பது தெளிவாகும்.

303. சேர்வேன் அவரிடம்!

பாடியவர்: ஔவையார், **திணை**: பாலை. **துறை**: தலைமகன் பிரிவின்கண் வேட்கை மீதூர்ந்த தலைமகள் தன் நெஞ்சிற்குச் சொல் லியது. **சிறப்பு**: பசும்பூண் பொறையனின் கொல்லிமலையிலே வீழ் கின்ற அருவி; பாரியின் பறம்பிலே கதிர் கொணர்ந்து பசி தீர்த்த குருவியினத்துப் பெருஞ் செயல்.

(தலைவியைப் பிரிந்து தலைமகன் வேற்றூர் சென்றிருந்த காலம், வருவதாக அவன் குறித்துச் சொல்லிச் சென்ற தவணை நாளும் கடந்துவிட்டது. அவளுடைய ஏக்கம் நாளுக்கு நாள் வளர்ந்து பெருகுகிறது. உடல் மெலிவும் அதிகமாகின்றது. அந்த நிலையிலே, 'தானும் அவன் சென்ற வழியூடே சென்று அவனை அடையப் போவ தாகத்' தன் நெஞ்சிற்குச் சொல்லி அவலம் கொண்டு புலம்புவதாக அமைந்த செய்யுள்.)

இடைபிறர் அறிதல் அஞ்சி மறைகரந்து
பேஎய் கண்ட கனவிற் பன்மாண்
நுண்ணிதின் இயைந்த காமம் வென்வேல்

மறமிகு தானைப் பசும்பூண் பொறையன்
கார் புகன் றெடுத்த சூர்புகல் நனந்தலை

மா இருங் கொல்லி யுச்சித் தா அய்த்
ததைந்துசெல் அருவியின் அலாஎழப் பிரிந்தோர்
புலங்கந் தாக இரவலர் செலினே
வரைபுரை களிற்றொடு நன் கலன் ஈயும்
உரைசால் வண்புகழ்ப் பாரி பறம்பின்

நிரைபறைக் குரீஇயினம் காலைப் போகி
முடங்குபுறச் செந் நெல் தரீஇயர் ஓராங்கு
இரைதேர் கொட்பின வாகிப் பொழுதுபடப்
படர்கொள் மாலைப் படர்தந் தாங்கு
வருவா என்று உணர்ந்த மடங்கெழு நெஞ்சம்!

ஐயந் தெளியரோ நீயே பலவுடன்
வறன்மரம் பொருந்திய சிள்வீ டுமணர்
கணநிரை மணியின் ஆர்க்கும்சுரனிறந்து
அழிநீர் மீன்பெயர்ந் தாங்கவர்
வழிநடைச் சேறல் வலித்திசின் யானே.

நெஞ்சமே!

இடைப்பட்டாரான பிறர் அறிந்து கொள்வாரோ என அஞ்சினேம்; மறைவான செய்திகளை எல்லாம் எமக்குள்ளேயே ஒளித்துக் கொண்டோம். பேய் கண்ட கனவினைப் போலப், பல்வகைப்பட்ட மாண்புகளுடனே நுட்பமாகப் பொருந்திய காமம் இதுவாகும்.

வெற்றி வேலினையும் மிகுந்த மறத் தன்மையினையும் கொண்ட தானையினை உடையவன் பசும்பூட் பொறையன் ஆவான். மேகங்கள் ஆரவாரித்து எழுந்த, அச்சத்தை அறிவிக்கும் அகன்ற இடத்தை யுடைய, மிகப் பெரிய கொல்லிமலை அவனுக்கு உரியது. அதனுச்சியினின்றும் வீழ்ந்து மிக்குப் பெருகிச் செல்லுகின்ற அருவிநீர் ஒலியினைப் போல, ஊரிலே அலரொலி எழுமாறு பிரிந்தவர் நம் காதலர்.

அறிவு ஒன்றையே பற்றுக்கோடாகக் கொண்டு இரவன்மாக்கள் சென்றனராயின், குன்றொத்த களிறுகளுடனே,நல்ல ஆபரணங்களையும் அவர்கட்குக் கொடுத்துவிடும்,மிகுதியாகப் பேசப்பட்ட வளவிய புகழினை உடையவன் பாரிவள்ளல். அவனுடைய பறம்பு மலையிடத்தே, வரிசையிட்டுப் பறத்தலையுடைய குருவியினம், வளைந்த புறத்தையுடைய செந்நெற் கதிர்களைக் கொண்டுதரும் பொருட்டாகவும், ஒவ்வோர் அமயத்துத் தாமே இரைதேடும் தன்மையினவாகியும் செல்வனவாகி, காலையிலே வெளியேறிப் போய்ப் பொழுது சாயும் மாலை வேளையிலே மீண்டும் திரும்பி வரும்.

அவரை நினைந்து துயரங் கொள்ளுகின்ற மாலைக் காலத்திலே, அவை மீண்டு வருவது போலவே அவரும் வருவார் என்று உணர்ந்த என் மடமை நிரம்பிய நெஞ்சமே! இனியேனும் நீ நின் சந்தேகத்தைப் பல்லாற்ருனும் தெளிந்து கொள்வாயாக.

வற்றலாகிப் பட்டுப்போன மரங்கள் பலவற்றைப் பொருந்தியிருக்கும் ‘சிள்வீடு’ என்னும் மரவண்டுகள், உப்புவாணிகருடைய வண்டிமாடுகளின் கூட்டத்து மணியோசையைப் போல ஆர்ப்பரித்துக் கொண்டிருக்கும் பாலைவழியைக் கடந்து, அழிகுளத்து நீரினின்றும் மீன்கள் நீருள்ள இடத்தை நாடியவாய் வெளியேறிச் சென்றாற் போல, அவ்விடத்தே அவர் வழிநடந்த இடத்தூடாக நாமும் அவரை நோக்கி நடந்து, அவரைச் சென்றடைவதற்கு நீயும் துணிவு கொள்வாயாக.

சொற்பொருள் : 1. இடை - இடையிலே நிகழ்ந்தன வென்றேனும், இடைப்பட்டார் பலர் என்றேனும் கொள்க. மறை - மறைத்தலான காமத்துயரம். 2. பேஎய் கண்ட கனவு - பேய் கண்ட கனவு என்றேனும், பேயைக் கண்ட கனவு என்றேனும் உரைக்க. கொடுந்தன்மையுடைய பேய் காணும் கனவும், மிக்க கொடுமைத் தன்மையுடையதாக இருக்கும்; அதுபோல நுட்பமாகப் பொருந்திய காமத்தின் கொடுமையும் இருத்தலாயிற்று. காமத்தால் இவள் இறந்தே போவாள்; அவ்வுடல் நமக்கு நல்ல உணவு என்று அதனை உண்பது போலப் ‘பேய் காணும் கனவு’ என்று கொள்வதாயின் உரைக்க, நனவிலே உறக்கமின்றிப் படும் துயரம் போதாதென,. அயர்ந்து உறங்க முயன்ற காலத்தும் பேயைக் கனவில் கண்டு மீளவும் உறக்கமின்றி நடுங்கியிருக்கும் நிலைபோலத் துன்பஞ் சூழ்ந்த காமநிலை என்று, ‘பேயைக் கண்ட கனவில்’ எனக் கொள்ளும்போது உரைத்துக் கொள்ளுக. 4. பசும் பூண் பொறையன்-பசிய பூண்களை உடையோனாகிய பொறையன். 5. புகன்று - முழங்கி. 7. ததைந்து - மிக்குப்பெருகி. 12. முடங்குபுறம் - வளைந்த மேற்புறம். 13. கொட்பின் - குறிக்கோளை உடையன. 17. வறன்மரம் - வற்றி உலர்ந்தமரம்; இது பாலையின் கொடிய வெப்பத்தைக் காட்டுமாறு கூறியது. 19. ‘அமிநீர் மீன் பெயர்தல்’ - அழிகுளத்து மீன்கள் புதிய நீர்வரத்தினைக் கண்டால், அதன்வழி மேலேறிச்செல்லல்.

அழிகுளத்து மீன் அவளாகவும், புதுவெள்ளம் அவனாகவும், வெள்ளத்தைச் சாருகின்ற பாய்கால் சுரனுகவும் கொள்க. அவன் பிரிவினால் எழுந்த அலர் கொல்லிமலையிலே அருவிநீர் ஆரவாரித்து விழும் ஒலி மிகுதிக்கு சமமாயிருந்தது என்கின்றனள். பறம்பினின்றும் குருவியினம் காலை போய் மாலை வருவது போலத், தன் காதலனும் காலைச் சென்றவன் மாலையே வருவான் என, அவன் பிரிந்தஞான்று தான் எதிர்பார்த்த பேதைமை தோன்ற, ‘மடங்கெழு

நெஞ்சம்' என்றனள். அத்தகைய நெஞ்சமே! இன்றுவரை அவர் வராத கொடுமையினை நீ பொறுப்பது என்னை? வருவார் என்று நீ கொள்ளும் ஐயத்தைத் தெளிவாயாக' என்கின்றாளுமாம்.

304. நொந்து கொள்வாளோ ?

பாடியவர் : இடைக்காடனார். **திணை** : பாலை. **துறை** : பாசறைக்கண், தலைமகன், தன் நெஞ்சிற்குச் சொல்லியது.

(அரசனுக்காகச் செய்யும் போர்ப்பணியினை மேற்கொண்டவனாகச் சென்று, பாசறையிலே தங்கியிருக்கிறான் ஒரு தலைவன். அத் தலைவனின் மனம் இப்படி இரவுப்போதில், தன் காதலுக்குரியாளை நினைந்து வேதனைப்படுகிறது. திரும்புவதாகத் தான் குறித்து வந்த காலத்தும் குறித்த வாக்குத் தவருமல் தன்ஞல் திரும்ப முடியவில்லையே என நினைந்து, அவன் வருந்துகின்ருன்.)

இருவிசும்பு இவர்ந்த கருவி மாமழை
நீர்செறி நுங்கின் கண்சிதர்ந் தவைபோல்
சூர்ப்பனி பன்ன தண்வரல் ஆலயொடு
பருஉப்பெயல் அழிதுளி தலைஇ வான்ந வின்று
குரூஉத்துளி பொழிந்த பெரும்புலர் வைகறை

செய்துவிட் டன்ன செந்நில மருங்கிற்
செறித்துநிறுத் தன்ன தெள்ளறல் பருகிச்
சிறுமறி தழீஇய தெறிநடை மடப்பிணை
வலந்திரி மருப்பின் அண்ணல் இரலையொடு
அலங்கு சினைக் குருந்தின் அல்குநிழல் வதியச்

சுரும்பிமிர்பு ஊதப் பிடவுத்தளை அவிழ
அரும்பொறி மஞ்ஞை ஆல வாமணல்
மணிமிடை பவளம் போல அணிமிகக்
காயாஞ் செம்மல் தாஅய்ப பலவும்
ஈயல் மூதாய் ஈர்ம்புறம் வரிப்பப்

புலனணி கொண்ட காரெதிர் காலை
'ஏந்துகோட்டு யானை வேந்தன் பாசறை
வினையொடு வேறுபுலத்து அல்கி நன்றும்
அறவா அல்லர்நம் அருளா தோரென
நந்நோய் தன்வயின் அறியாள்
எந்நொந்து புலக்குங்கொல் மாஅ யோளே ?

நெஞ்சமே !

பெரிதான வானத்திலே கார்மேகங்கள் தொகுதியாக எழுந்தன. நீர் செறிந்த நுங்கின் கண்கள் சிதறிக் கிடப்பதைப் போலத், தெய்வ

நடுக்கத்தைப் போன்று உடலை நடுங்கச் செய்யும் குளிராக வருதலை யுடைய, பனிக்கட்டியுடன் கூடியதான பருத்த பெயலாகிய மழை யினையும் அம்மேகங்கள் பெய்யத் தொடங்கின. வானம் முழக்க மிட்டு, நிறம்வாய்ந்த மழைத்துளிகளைப் பொழிந்த இம் மழைக் காலத்திலே, பெரிதும் இருள் புலர்ந்ததாகிய வைகறை வேளையிலே-

செய்துவிட்டது போலத் தோன்றும் செம்மண் நிலப் பரப்பிலே, தேக்கித் தடுத்து வைத்தாற் போன்று விளங்கும் அறல்பட்ட தெளி வான நீரினைக் குடித்துவிட்டுத், தன் சிறிய குட்டியை அணைத்த வாறே, துள்ளு நடையினுடைய இளைய பெண் மானானது, வலந் திரிந்த கொம்புகளையுடைய தலைமையான தன் ஆண் மானினோடும் கூடியதாகி, அசையும் கிளைகளையுடைய குருந்தமரத்தின் புள்ளிபட்ட நீழலிலே மகிழ்ச்சியோடு தங்கியிருக்கும்.

ஆரவாரத்துடன் வண்டினம் ஊதுதலினாலே, பிடவத்தின் முகைகள், தம் பிணிப்பவிழ்ந்தனவாகி மலரும். அரிய புள்ளிகளை யுடைய மயில்கள் தோகைகளை விரித்து ஆடிநிற்கும். வரிப்பட்ட மணலிடத்தே, நீலமணியோடு வைத்திழைத்த செம்பவளத்தினைப் போல், அழகுமிக்க காயாவின் வாடிய பூக்களும், தம்பலப் பூச்சி களும், பலவாக ஒன்றுபட்டுக்கிடந்து. ஈரம்பட்ட அச் செம்மண் நிலத் தினை அழகு செய்தனவாகக் கிடக்கும்.

காடெல்லாம் இப்படியாகப் புத்தழகினைக் கொண்ட இம்மழைப் பருவம் வந்துறுகின்ற காலத்திலே-

ஏந்திய கொம்புகளைக்கொண்ட போர் யானைகளையுடைய வேந்தனின் பாசறையிடத்தே ஆற்றுவதற்குக் குறித்த தொழிலினுலே, வேற்று நாட்டிடத்தே சென்று தங்கியிருப்பவராகி, நமக்கு அருள் செய்யாதவராயினர் நம் காதலர். 'அவர் சற்றும் அறவுணர்வு உடைய வரே அல்லர்' என்று, நம்மை நினைந்து மனம் நொந்து, நாம் அவளைக் கருதிக் கொண்ட பிரிவு நோயின் தன்மையினையும் அறியாதவளாகி, அவள்தான் நம்மை வெறுத்தலையும் செய்வாளோ ?

சொற்பொருள் : 1. கருவி மாமழை - தொகுதிப்பட்ட கார்மேகங் கள். 3. சூர் - கண்டாரை அச்சமுறச் செய்யும் தெய்வம் : சூர்ப்பனிப்பு - அங்ஙனம் அஞ்சியவரின் மேனி நடுங்குதல் போன்றதான நடுக்கம் . ஆலி - பனிக்கட்டி. 8. தெறிதடை - துள்ளுநடை. 9. இரலை - ஆண் மான். 10. குருந்து - ஒருவகை மரம். 14. செம்மல் - வாடியுலர்ந்த மலர். 15. ஈயல் மூதாய் - தம்பலப்பூச்சி. 18. நன்றும் - பெரிதும்.

விளக்கம் : மழைத் தொடக்கத்தினாலே காடு அணி கொண்ட தன்மையினைக் காண்பவள் , தான் அவளருகே இல்லாமையினாலே,

தன் மேனி அணிகொள்ளாதிருத்தலை நினைவாள்; அதனுல் தன்னைப் பழித்து ஊடியிருப்பாளோ என நினைந்து, காதலன் வருந்துகின்ருன். குறித்த காலம் பிழைபடுதற்கு நேர்ந்தது; தன் வரவிற்கு ஏங்கியிருக் கும் அவள் வாக்குப் பொய்ப்பட்டுப்போனதை நினைவாள்; அது நியாயமும் ஆகும் எனக் கருதுபவஞக, 'நன்றும் அறவர் அல்லர் நம் அருளாதோர்.... எனப் புலக்குங்கொல்?' என்று வேதனைப்படு கின்ருன்.

'பெரும்புலர் வைகறை' என்றமையினுலே, இரவு முழுதும் உறக்கம் வாராதாஞகி அவளையே நினைத்திருந்தவன் எனலாம். அவளும் தன்போலவே உறக்கமின்றிக் கலங்கியிருப்பாள் என்பதனை அவன் உணர்வதனையும் இது உணர்த்தும்.

மழையின் வரவினுலே நிலம் களிகொள்ளுகின்ற இயற்கைச் செல்வி நயமுறக் கூறப்பட்டிருக்கின்ற சிறந்த செய்யுள் இது. மழை யைப் பெற்ற நிலம் சமனாகி அழகுற விளங்குவதனைச், 'செய்து விட்டன்ன செந்நிலம்' என்கிருர் . 'சிறுமறிதழீஇய தெறிநடை மடப் பிணை, வலந்திரி மருப்பின் அண்ணல் இரலையொடு, அலங்கு சினைக் குருந்தின் அல்கு நிழல் வதியக்' காண்பவள், தானும் தன் காதலனுடன் கூடியிருக்கப் பெருத நிலைக்கு வருந்திக் கலங்குவாள் என்றறிக, 'நம் நோய் தன்வயின் அறியாள்' என்ற வாசகத்திலே ஒலிக்கும் அவனுடைய ஏக்க மிகுதியையும் உய்த்து உணர்க. 'அவள் அறியாள்' என்றது, அறிய மாட்டாத பேதைத் தன்மையுடையவள் என்று அவளை நினைந்து வருந்தியதுமாம். மாயோள் - மாமை நிறத்தை யுடையவள்; திருமகள் எனினும் பொருந்தும்; அவளும் எப்போதும் மாயவனின் மார்பிடத்தவளாகவே பிரியாதவளாக நிலவுதலால்.

305. கனலும் உள்ளம்!

பாடியவர்: வடம வண்ணக்கன் பேரிசாத்தனார்; வடம வண்ணக் கண் பேரிசாத்தஞர் எனவும், வடம வண்ணக்கண் பெருஞ்சாத்தன் எனவும் உரைக்கப்படும். **திணை**: பாலை. **துறை**: பிரிவு உணர்த்தப் பட்ட தோழிக்குத் தலைவி சொல்லியது; தலைமகன் பிரிவின்கண் தோழி தலைமகட்குச் சொல்லியதூஉம் ஆம்.

(தலைமகன், தலைவியைப்பிரிந்து போவதற்கான ஏற்பாடு களிலே இருக்கின்ருன்' என்பதை அறிந்துபோது, எழுகிறகுமுறல் இது. தலைவி, அப்போது, 'தான் ஆற்றியிருக்க மாட்டாத நிலையினை' இவ்வாறு அவள் தோழிக்குக் கூறுகின்றனள். அன்றித், தலைமகனின் பிரிவுக்காலத்திலே, தோழி அதனைக் குறிப்பிட்டுத் தலைவிக்கு அவளைத் தேற்றுவாளாகச் சொல்லியதுமாம்.)

பகலினும் அகலா தாகி யாமம்
தவலில் நீத்தமொடு ஐயெனக் கழியத்

தளிமழை பொழிந்த தண்வால் வாடையொடு
பனிமீக் கூரும் பைதற் பானாள்
பருகு வன்ன காதலொடு திருகி

மெய்புகு வன்ன கைகவர் முயக்கத்து
ஓருயிர் மாக்களும் புலம்புவர் மாதோ
அருளி லாளர் பொருள்வயின் அகல
எவ்வம் தாங்கிய இடும்பை நெஞ்சத்து
யானெவன் உளனோ- தோழி! - தானே

பாரைப் பெண்ணைச் சேர்க்குங் கூர்வாய்
ஒரு தனி அன்றில் உயவுக்குரல் கடைஇய
உள்ளே கனலும் உள்ளம் மெல்லெனக்
கனைஎரி பிறப்ப ஊதும்
நினையா மாக்கள் தீங்குழல் கேட்டே?

தோழீ !

பகலெல்லாம் நீங்காததாகிப் பொழிந்தது; இரவின் யாமங்களும் நீங்காத வெள்ளப்பெருக்குடனே மெல்லெனக் கழிந்தன; மேகம் மழை பொழிந்ததனால் எழுந்த குளிர்ச்சியாக வருதலையுடைய வாடையும் வந்தது; இவற்றுடனே மிகுதியான வருத்தத்தை அடைக்கின்றதான துயர்மிகுந்த நள்ளிரவு வேளையிலே-

பல அடுக்குகளாலே உயர்ந்திருக்கும் வறுமையற்ற படுக்கையினிடத்தே, பருகுதலைப் போன்ற காதலுடனே பிணைந்து கிடந்து, ஒருவரின் உடல் மற்றவரின் உடலிற் புகுந்து ஒன்ருகியது போன்ற விருப்பமுடன், கைகளாலே தழுவிக் கிடக்கும். அணைப்பிலே ஒன்று பட்டிருக்கும் மாக்களும், குளிருக்கு ஆற்ருராகிப் புலம்புவார்கள் அன்றோ? இங்ஙனமாகவும்,

அருள் இல்லாதவரான நம் காதலர், பொருள் கருதியவராகிப் பிரிந்துபோக, அதனுல் வந்துற்ற துன்பத்தைத் தாங்கிய இடும்பை நெஞ்சத்தவளான யான், எங்ஙனம் தனித்திருந்து உயிர் வாழ்வேனோ?

பருத்த அடியினையுடைய பனைமரத்திலே தன்னந்தனியே தன் துணியைப் பிரிந்து போக, அதனுல் வந்துற்ற துன்பத்தைத் தாங்கிய இடும்பை நெஞ்சத்தவளான யான், எங்ஙனம் தனித்திருந்து உயிர் வாழ்வேனோ?

பருத்த அடியினையுடைய பனைமரத்திலே, தன்னந்தனியே தன் துணியைப் பிரிந்து தங்கியிருக்கும், கூர்மையான வாயினையுடைய அன்றிற் பறவையின் வருத்தக்குரல் மூட்டி விடுதலினுலே, உள்ளே கனலுகின்ற உள்ளமானது மேலும் கொழுந்துவிட்டு எரியுமாறு,

மெல்லெனத் தம் இனிதான குழலை ஊதி எழுப்புவர் எண்ணமற்ற மக்களான ஆயர்கள்! அவர்களின் குழலொலியாகிய அதனைக் கேட்டும்யான் எவ்வாறு ஆற்றியிருப்பேனோடீ!

சொற்பொருள்: 1. யாமம் - இரவின் ஒருகூறு; இரவும் எனவும் பாடம். 2. தவலில்- நீக்கமற. நீத்தம்- வெள்ளம். ஐனை- மெல்லென. 3. தளி-மேகம். 4. பனி- துன்பம். பனிமீக்கூரும் பைதற் பானுள் - பனியும் மிகுதியாகப் பெய்கின்ற வருத்தத்தையுடைய நள்ளிரவும் ஆம். 5 பல்படை- பலவாகப் படைக்கப்பட்ட; அடுக்கடுக்காக மெத்தைகள் அமைந்த. நிவந்த- உயர்ந்த, 6. பருகுவன்ன- பருகுதலைப் போன்ற: காதல். பருகுவன்ன காதல் என்று கூறப்பெற்றது, இஃது இருவரும் தம்முட் காதலால் மிகுந்தவராகியப் படுக்கையிற் சேர்ந்திருந்த தன்மை யைக் குறிப்பதாம். 7. கைகவர் முயக்கம் - இருவரும் ஒருவரை யொருவர் தம் கைகளாலே வளைத்துத் தழுவியிருக்கும் நிலை. 8. ஓருயிர்மாக்கள் - உடலால் இருவரேனும், உயிரால் ஒன்றுயின கலந்த காதற்பெருக்குடையவர். 10. இடும்பை - துன்பம்; நைந்து நைந்து படும் வேதனை. 11. எவன் உளனோ? எங்ஙனம் இருப்பேனோ? 12. சேக்கும் - தங்கியிருக்கும். 13. உயவுக்குரல் - வருத்தக்க குரல். 15.கனைஎரி - சுடர்விட்டு எரிக்கின்ற நெருப்பு. 16. நினையா மாக்கள் - நம் துயரைப் பற்றி எண்ணாத பேதை மாக்கள்.

விளக்கம்: ‘‘கைகவர் முயக்கத்து ஓருயிர் மாக்களும் புலம் புலர்.... யானெவன் உளனே?’’ என்று கூறுதலிலே புலப்படுகின்ற ஆற்ருமையின் மிகுதியை எண்ணிக் காண்க. ‘அருளிலாளர்’ என்றது, தன் நிலையறிந்தவராயிருந்தும் பிரிய நினைந்த கொடுமையினுல். ‘பொருள் வயின் அகல’ என்று சொல்வதும், ‘யான் எவன் உளனே ?’ என்பதும், தன்னினும் காட்டில் பொருளினிடத்தே அவர் கொண்ட காதன்மிகுதியைப் புலப்படுத்தி நொந்து கொள்கின்றதனை உணர்த்து வனவாம். அன்றிலின் உயவுக்குரல் கேட்டு உள்ளே கனலும் உள்ளம், கோவலரின் தீங்குழல் ஒலிகேட்டுக் கனையெரியாகிப் பிறக்கும் தன்மைபோல, அவரது வரப்போகும் பிரிவை நினைந்தே கலங்கும் உள்ளம், பிரிவும் வந்துறின், கொதிப்புற்றுத் தன்னையே அழித்து விடும் என்பதுமாம்.

தோழிக்குத் தலைமகள் சொல்வதாயின், இவ்வாறு பொருள் கொள்ளுதல் பொருந்தும். தோழி தலைகட்குச் சொல்வதாகக் கொள் ளின், தலைவியின் நிலைக்கு இரங்கி வேதனைப்பட்டு, அவள் கொள்ளும் துயரமாக, ‘யானெவன் உளனோ தோழி?’என்று தக்கவாறு பொருளுரைத்து முடித்துக் கொள்ளுக. ‘உடனுறைபவரும் வாடைக் காற்றாது துயருறுகின்ற போதிலே, பிரிவின் எவ்வத்தோடு வாடை யினாலும் இடும்பையுற்ற நெஞ்சத்தை நீ அடையின், அன்றிலின்

உயவுக்குரல் கேட்டு உள்ளே கனலும் உள்ளம் போலப் பிரிவினல் வெதும்பியிருக்கும் நின்னுள்ளம், கோவலரின் தீங்குழல் ஒலிபோல வாடையின் நடுக்கமும் சேர்ந்து வருத்தக் கனை எரி பிறக்கும் நிலை யுற்றதாகுல் அதனைக்கண்டுயான் எவ்வாறு வாழ்வேனோ?' எனத், தோழி தலைவியை நினைந்து இரங்குவாளாய்க் கூறுகின்றனள் என்க.

''தீங்குழல் கேட்டு'' என்பதனல், இப்பேச்சு, தோழியருக்குள் மயங்கும் மாலைப்பொழுதில் நிகழ்ந்தாததல் வேண்டும்.

மேற்கோள்: ''இப்பாட்டினுள்ளே பெருமணல் உலகத்துப் பாலை வந்தது'' எனக் குறிப்பிட்டு, 'உரிப்பொருள் அல்லனமயங் கவும் பெறுமே' என்னும் சூத்திரத்துக் காட்டி உரைப்பர் நச்சினார்க் கினியர்.

306. நின் செம்மல் இதுவோ?

பாடியவர்: மதுரைக் கூலவாணிகன் சீத்தலைச் சாத்தனார். **திணை:** மருதம். **துறை:** தோழி தலைமகற்கு வாயின் மறுத்தது.

(தலைவியை மறந்து சில காலம் பரத்தையரின் உறவிலே ஈடுபட்டிருந்த ஒருவன், அவளில்லத்தை நாடி வருகிருன். அவ் விடத்தே, தோழிபால் தன் விருப்பத்தைக் கூறித் தலைவியை ஊடல் நீக்கித் தன்னுடனே இசைவிக்க வேண்டுகின்றான். தோழி, அவ னுடைய ஏவலை மறுப்பாளாகக் கூறுகிற தன்டையிலே அமைந்தது இச் செய்யுள்.)

பெரும்பெயர் மகிழ்ந! பேணு தகன்மோ!
பரந்த பொய்கைப் பிரம்பொடு நீடிய
முட்கொம் பீங்கைத் துய்த்தலைப் புதுவீ
ஈன்ற மாத்தின் இளநதளிர் வருட
ஆர்குருகு உறங்கும நீர் சூழ் வளவயற்

கழனிக் கரும்பின் சாய்ப்புறம் ஊர்ந்து
பழன யாமை பசுவெயிற் கொள்ளும்
நெல்லுடை மறுகின் நன்னர் ஊர!
இதுவோ மற்றுநின் செம்மல்? மாண்ட
மதியேர் ஒள்நுதல் வயங்கிழை ஒருத்தி-

இகழ்ந்நத சொல்லுஞ் சொல்லிச் சிவந்த
ஆயிதழ் மழைக்கண் நோயுற நோக்கித்
தண்ணுறுங் கமழ்தார் பரீஇயினள் நும்மொடு
ஊடினள் - சிறுதுனி செய்தெம்
மணன்மலி மறுகின் இறந்திசி னோரே.

பெரிதும் பெயர் பெற்றேனுகிய தலைவனே!

பரந்து கிடக்கும் பொய்கையினிடத்தான பிரப்பங் கொடியோடு ஈங்கையும் சேர்ந்து நீண்டு வளர்ந்து கிடக்கும்; அந்த ஈங்கையிடத்துப் பஞ்சுபோன்ற உச்சியினையுடைய புதுப்பூக்கள் விளங்கும், அப் பூக்களும், மாமரத்தின் ஈனப்பட்ட இளந்துளிரும் தன்னை வருடிக் கொண்டிருக்க நாரையானது மீனுண்டு விட்டதாகிப் பின் உறங்கிய படியிருக்கும். இத்தகைய நீர்வளம் சூழ்ந்துள்ள வளமான வயல்க ளிடத்தே நன்செய்க் கரும்புகளும் விளங்கும். அக்கரும்புகள் சாய்ந்து கிடக்கும் பக்கமாக, வயலாமைகள் ஊர்ந்து சென்று இளவெளில் காய்ந்துகொண்டிருக்கும். இத்தகைய நெல்வளம் கொண்ட, தெருக்கள் அமைந்த, நன்மை பொருந்திய ஊருக்கு உரியோனுகிய தலைவனே!

மாட்சியுடைய நிலவினைப் போன்று அழகு விளங்கும் ஒளி கொண்ட நெற்றியனையும், விளங்கும் அணிகளையும் கொண்ட வளான பரத்தை ஒருத்தி, இகழ்களையுடைய குளிர்ச்சியான தன் கண்கள் சிவப்புற, நின்பால் நோய் வந்தடையும் படியான மணம் விளங்குகின்ற நின் மாலையினையும் பறித்து எறிந்தாள். இவ்வாருக, அவள் நும்முடன் ஊடியதுடன். எம்முடைய மணல் மிகுந்த தெரு வழியாகச், சிறிதளவு எமக்குத் துயரமும் செய்தவளாகிச் சென்றனளும் அல்லளோ?

நின் தலைமைப் பண்பு என்பதெல்லாம் இத்துணைதானே? எனவே, நீ இவ்விடம் விட்டு அகல்க. (நின்னை யாம் மதித்து ஏற்ப தற்கு இசையோம் என்பது குறிப்பாகும்.)

சொற்பொருள்: 1. பெயர் - புகழ். மகிழ்ந - தலைவ. 2. பிரம்பு - பிரப்பங்கொடி. துய்த்தலைப் புதுவீ - பஞ்சு போன்ற உச்சினையுடைய புதுப்பூக்கள். 4. மாத்தின் - மாமரத்தின். ஆர் குருகு - மீனுண்ட நாரை. 2. சாய்ப்புறம் - சாய்ந்து கிடக்கின்ற பக்கம்; இன்றும் 'சாய்ப்பு' என்ற சொல் தென்தமிழ்நாட்டிலே வழங்குவதனை அறிக. 6. கழனிக் கரும்பு - நன்செய்க் கரும்பு; நீர் மிகுதியால் நன்கு வளர்வது இது. புன்செய்க் கரும்பு நீரின் மிகுதியினுலே அழுகிப்போலதாம். 7. பசு வெயில் - பசுமையான வெயில்; இளவெயில்; மாலைக் காலத்து வெயில். 8. மறுகு - தெரு. நன்னர் ஊர் - நன்மை பொருந்திய ஊர். 13. பரீஇனள் - அறுத்தனளாக. 14. துனி - கலகம்.

உள்ளுறை உவமப்பொருள்: ' ஆர்குருகு ஈங்கைப் புதுப்பூவும் மாவின் இளந்தளிரும் வருடக் கிடந்து நாரை உறங்கும் நீர்சூழ் வள வயல்' என்றது. தலைவனும் அவ்வாறே குறியாத இன்பத்தினை எளிதிலே எய்துதற்கு உரியவன் என்பதனுலாம். இதனுல், தோழி வாயில் மறுத்தனளேனும், அவனுக்குத் தலைவியை இசைவிக் கவே உள்ளத்தில் விருப்பம் உடையவள் என்பதும் புலப்படும். 'கழனிக் கரும்பின் சாய்ப்புறம் ஊர்ந்து பழன யாமை பசுவெளில் கொள்ளும்'

என்றது கரும்பின் இனிமையை அறிய மாட்டாத அது, அதனைவிட்டு ஒதுங்கிச் சிறிது போதிலே இல்லாது போகின்ற பசுவெயிலின் இனியை யினை நுகர்ந்தபடி கிடப்பதுபோலத், தலைவனும் தலைவியையும் இல்லத்தையும் மறந்து, புல்லிய பரத்தையின்பத்தை நாடிச் செல்லும் பேதமையாளனாயினுன் என்று பழித்ததாம்.

விளக்கம்: ''மதியேர் ஒண்ணுதல்'' என்றது முதல் 'இறந்திசி னோளே'' என்றதுவரை சொல்லியது, அவனுடைய பரத்தை யாவ ளென்பதும், அவள் அவனுடன் ஊடிச் சினந்து ஒதுக்கிவிட்ட நிலை தாங்கள் அறிந்ததே என்பதும் காட்டுவதற்காம். 'எம் மணல்மலி மறுகின் இறந்திசினேள்'என்றது, பரத்தை தம்மேற் பகையுடையாளாய் வந்து கலகம் செய்தனள் என்பதை உரைத்ததாம். 'கமழ்தார் பரீஇயனள்' என்பதற்கு, அவள் அவன் தனக்களித்த மலர் மாலையினை அறுத் தெறிந்தனள் என்றலும் பொருந்தும்.

'இதுவோ மற்று நின் செம்மல்?' என்றது. அவனுடைய குடி யுயர்வைச் சுட்டி, அவனுடைய ஒழுக்கத் தாழ்ச்சியை இழித்துப், பழிந்துரை கூறியதாம்.

307. பிரிதல் பொருந்துமோ?

பாடியவர் : மதுரை ஈழத்துப் பூதன் தேவனுர். **திணை**: பாலை. **துறை**: பிரிவு உணர்த்தப்பட்ட தோழி தலைமகனைச் செலவு விலக் கியது.

(தான் பிரிந்து போகவிருக்கின்ற செய்தியைத் தோழிக்கு அறிவிக்கிறான் ஒரு தலைவன். அத் தலைவனுக்கு, அவள் அதனுல் தலைவிக்கு வந்துருகின்ற ஏதத்தின் மிகுதியினைச் சொல்லிப் பிரிந்து போகும் எண்ணத்தைக் கைவிடச் செய்வதாக அமைந்த செய்யுள் இது.)

'சிறுநுதல் பசந்து பெருந்தோள் சா அய்
அகலெழில் அல்குல் அவ்வரி வாடப்
பகலுங் கலங்குலும் மயங்கிப் பையெனப்
பெயல்உறு மலரின் கண்பனி வார
ஈங்கிவள் உழக்கும்' என்னுது வினைநயந்து
நீங்கல் ஒல்லுமோ-ஐய!-வேங்கை
அடுமுரண் தொலைத்த நெடுநல் யானை
மையலம் கடாஅஞ் செருக்கி மதஞ்சிறந்து
இயங்குநர்ச் செருக்கும் எய்படு நனந்தலைப்
பெருங்கை எண்கினம் குரும்பி தேரும்
புற்றுடைச் சுவர புதலிவர் பொதியிற்
கடவுள் போகிய கருந்தாட் கந்தத்து
உடனுறை பழமையின் துறத்தல் செல்லாது

இரும்புறப் பெடையொடு பயிரும்
பெருங்கல் வைப்பின் மலைமுதல் ஆறே?

ஐயனே!

தன் சிறுத்த நெற்றி பசந்துபோகவும், பெருத்த தன் தோள்கள் தளரவும் அகன்ற அழகிதான் தன் அல்குல் பகுதியினிடத்து இரேகைகள் அழகிழந்து வாடவும், பகலும் இரவும் மயங்கிக் கிடந்து, மெல்லெனப் பெய்தலைப் பொருந்திய மழை போல, மலரனைய கண்களின்றும் நீர்த்துளிகள் வீழ்ந்துகொண்டிருக்க, இவ்விடத்தே, நின் தலைவியாகிய இவளும் வருத்தம் அடைவாள். இதனைக் கருதாது, செய்கின்ற தொழிலிலேயே விருப்புற்று,இவளைப் பிரிந்து செல்லுதல், நினக்குப் பொருத்தம் உடையதாகுமோ?

வேங்கைப்புலி தாக்குவதாகிய தனக்குற்ற மாறுபாட்டினை, அதனோடு பொருதிப் போக்கிக்கொண்ட நெடிய நல்ல களிற்றி யானையானது, மயக்கஞ்செய்கின்ற மதத்தினாலே செருக்குற்றதாகி, மதவெறியாலே மிகுந்ததுமாகி, வழிச் செல்பவரைக் கொல்லுகின்ற தன்மையைக் கொண்டது, முள்ளம் பன்றிகளை உடையதான அகன்ற காட்டிடம்.

பெருத்த கைகளையுடையவான கரடியினங்கள் புற்றாஞ்சோற்றினைத் தேடியபடியிருக்கும் புற்றுக்களைக் கொண்ட சுவர்களையுடையதாயும் புதர்கள் மண்டிக்கிடக்கும் இயல்பினதாயும் உள்ள பொதியிலிடத்தே, கடவுள் வழிபாடு இல்லாது போய்க் கிடக்கும் கருத்த அடியினையுடைய தூண்களமைந்த தேவகோட்டத்தினிடத்தே, உடன் வாழ்ந்த பழைமையினாலே கைவிட்டுப் போதலைக் கருதாது, பெரிய காட்டுப்புறாக்கள் தம் பெடையோடும் கூடி இன்புற்றிருக்கும். பெருங்கற்களைக் கொண்ட ஊர்களையுடைய, அத்தகைய மலையடிவாரத்தே செல்வது நுமது வழியுமாகும். (அதனாலும், நீர் போதல் பொருந்துமோ? என்றனளாம்.)

சொற்பொருள்: 1. சிறுத்த நுதலும் பெருத்த தோள்களும் பெண்மைக்குப் பொலிவு தருவன; அவை பசந்தும்சாஅயும் பொலிவிழக்கும் என்றனள். 3. கங்குல் தான் மயங்குவள்; பகலெனில் பலரோடும் கலந்து உரையாடலால் மறந்திருப்பள் எனலாமோ எனில், அதுவும் இல்லை; அவள் இரவைப் போன்று பகலிலும் மயங்கிய இருப்பள் என்பார். 'பகலும் கங்குலும் மயங்கி' என்றனர். 4. பெயலுறு மலர் - பெயலைப் பெற்ற குவளை மலரும் ஆம் கண் பனி வார - கண்துளிகளைச் சொரிய. 7. தொலைந்த - போக்கி வென்ற. 9. எய் - முள்ளம் பன்றி. 10. எண்கு - கரடி. குரும்பி - புற்றுஞ் சோறு. 13. கந்தம் - தெய்வ வழிபாட்டிடம். 15. மலைமுதல் ஆறு - மலையடிவாரத்தேயாகச் செல்லும் வழி.

விளக்கம்: 'ஈங்கிவள் உழக்கும் என்னுது வினைநயந்து நீங்குதல் ஒல்லுமோ?' என்ற கேள்வியினை நன்கு கவனிக்க. 'இவள் வாடி அழிவதனைக் கருதாயாய்ப், பொருட்குப் பிரிவதனை நினைக்கின்றனையே? இவள் நலத்தினும் மேலானதாக விளங்குவதோ அப்பொருள்?' என்று, பொருளார்வத்தினும் உடனுறை வாழ்வினையே மேற்கொள்ளத் தூண்டும் சொல்லாற்றலை நினைந்து இன்புறுக. இவள்தான் அழிந்தனள் எனினும், நின் வினை சிறந்து, நீயாயினும் அந்த இன்பத்தை உறுதியாக அடைதல் கூடுமோ? எனில், அதுவும் சொல்லுவதற்கில்லையே? யானை மதஞ்சிறந்து இயங்குநரைச் செருக்கும் நனந்தலைப் பட்டதும், பாழ்பட்ட ஊர்களையுடையதுமான வழியூடன்றோ நீ செல்லுதல் வேண்டும்?' என்று, தோழி கூற்றாக வருவனவற்றின் வாதத்திறனைக் காண்க. 'யானையை வெல்வேன்' என்றனையாயின், அதுவும் நின்னால் இயலாது என்பவள் போன்று, 'வேங்கை அடுமுறண் தொலைத்த மையலங் கடாஅம் செருக்கி மதம் சிறந்து இயக்குநர்ச் செருக்கும் யானை' என்றனள். பாழ்பட்ட பொதியிலாயினும், அதனை விட்டகலாது 'இரும்புறாப் பெடையொடு பயிர்தலைக் காணும் நீ , நின் உள்ளத்தே இவள் நினைவு எழுந்துவிடத் திரும்புதலன்றி, மேலும் செல்வாயோ?' எனவும் உரைத்தனள். புறவின் பயிர்தலைக் கூறியது, பிரிந்து வினை செயலால் வரும் இன்பமிக்க வாழ்வினும், வறுமைக் காலத்தும் பிரிந்தகலாது உடனிருந்து வாழும் வாழ்வே தலைவிக்கு இன்பம் தருவதாகும் என்றதாம்.

308. பகலில் வருக!

பாடியவர்: பிசிராந்தையார். **திணை:** குறிஞ்சி. **துறை:** இரவு வருவானைப் பகல் வருகென்றது

(களவிற்கூடி மகிழ்ந்துவந்த காதலர்கள், தினையறு வடைக்குப் பின், தலைவி இச்செறிக்கப்பட்டனளாக, இரவுக் குறியிலே இன்புற்று வருகின்றனர். இரவுக் குறியினல் வரும் ஏதங்கள் பலவற்றையும் கருதிய தோழி, விரைவிலே மணஞ்செய்து கொள்வதற்குத் தலைவனைத் தூண்டி, அதனை நிகழ்வித்து விடவும் விரும்புகின்ருள். அதனால், 'அவனைப் பகலில் வருக' என்று கூறி, அதுவும் இயலாதாதலை உணர்த்தித், தன் கருத்தைப் புலப்படச் செய்கின்ருள்.)

உழுவையொ டுழந்த உயங்குநடை ஒருத்தல்
நெடுவகிர் விழுப்புண் கழாஅக கங்குல்
ஆலி அழிதுளி பொழிந்த வைகறை
வால்வெள் அருவிப் புனல்மலிந் தொழுகலின்
இலங்குமலை புதைய வெண்மழை கவைஇக்
கலஞ்சுடு புகையிற் ரேன்றும் நாட!

இரவின் வருதல் எவனே? பகல்வரின்
தொலையா வேலின் வண்மகிழ் எந்தை
களிறணந் தெய்தாக் கன்முகை இதணத்துச்
சிறுதினைப் படுகிளி எம்மொடு ஓப்பி
மல்ல வறைழ மலிர்சுனைக் குவளை
தேம்பாய் ஒண்பூ நறும்பல பொழுதுபடக்
காவலர்க் கரந்து கடிபுனம் துழைஇய
பெருங்களிற்று ஒருத்தலின் பெயர்குவை
கருங்கோற் குறிஞ்சிநும் உறைவி னூர்க்கே.

புலியோடு போரிட்டு புண்பட்டுத் தளர்ந்த நடையுடையதாகிச் செல்லும் களிற்றினது, நீண்ட பிளப்பாகிய விழுப்புண்ணினைக் கழுவுவதாக, இரவிலே, பனிக்கட்டியோடுங் கூடியதான மிக்க துளி களையுடைய மழையினையும் வானம் பொழிந்தது. அதனாலே, வைகறைப் போதிலே, மிக்க வெண்மையினையுடைய அருவிகள் புனல் மிகுந்தவையாக வீழ்வனவாய் விளங்கும் மலையும் புதைப் பட்டுத் தோன்றுமாறு வெண்மேகங்கள் சூழ்ந்துகொண்டன. அக் காட்சி மட்கலன் சுடுகின்ற சூளையினிடத்தே இருந்து எழுகின்ற புகையினைப்போலத் தோன்றுகின்ற, மலைநாட்டானே! இப்படிப் பட்ட மழைக்காலத்து இரவில் நீ வருவதுதான் ஏனோ?

தொலைதவில்லாத வேற்போரிலே, வளவிய மகிழ்ச்சியினை அடைகின்ற தன்மையுடையவன் எம்முடைய தகப்பனாவான். அவன், களிறு கையுயர்த்தும் அடைதற்கியலாத, குன்றுகளின் உச்சியிடத் ததான பரணிடத்தே, சிறுதிலைப் பயிரிற் படுகின்ற கிளிகளை ஓட்டு மாறு, எம்மையும் அமைத்திருப்பான்.

அவ்விடத்தே, பகலில் வந்து, அக் கிளிகளை எம்முடனிருந்த ஓட்டியும், வளமான பாறையிடத்தாகிய நிறைந்த சுனையிடத்துக் குவளையினது தேன் சொரிகின்ற ஒள்ளிய பூக்களை மிகுதியாகச் செறித்திருக்கின்ற எம் கூந்தலாகிய மெல்லணையிலே எம்முடன் கூடித் துயின்றும், பொழுது சாயக், காவலர்க்கு மறைந்து, காவலுடைய தினைப்புனத்தே நுழைந்து மேய்ந்துசெல்லும் பெரிய களிற்றியானை யினைப் போல, நீயும்,கருமையான கொம்புகளையுடைய குறிஞ்சிச் செடிகளைக் கொண்டதான, நீ வாழும் ஊரினை நோக்கிச் செல்வாயாக!.

சொற்பொருள் : 1. உழுவை - புலி உழந்த - போரிட்டு நொந்த. உயங்கு நடை - வருத்தத்தால் தளர்ந்த நடை. ஒருத்தல் - தலைமைச் செவ்வியுடைய பெரிய களிற்றியானை. 5. வெண் மழை - வெண் மேகம்; மஞ்சு கவைஇ - கவிந்து. 6. கலம் - மட்கலம். 8. தொலையா வேல் - வெற்றி நீங்காத வேற்போர். வண்மை - மேலெறிந்து உவக் கின்ற ஆண்மைச் செவ்வியைக் குறித்தது. 9. அணந்து எய்தா - நிமிர்ந்து

அடையாத. கன்முகை - குன்றின் உச்சி; அது மலர்முகை போன்று செங்குத்தான பாறையாக இருத்தல்பற்றிக் கன்முகை என்றனர்; முகை - மொட்டு. இதணம் - பரண். 10. சிறுதினை - சிறுதினைப் பயிர். 14. அறைய - பாறையிடத்ததான. மல்லில் - நீர்ப்பெருக்குடன் விளங்கிய. மலிர் - நிறைந்த. 13. பொழுது பட - பொழுது சாய.

விளக்கம்: ‘ உழுவையொடு உழந்த உயங்குநடை ஒருத்தல்’ எனக் காட்டுயானை திரிதலையும், ‘வடுவகிர் விழுப்புண்கழாஅக் கங்குல் ஆலி யழிதுளி பொழிந்த’ என, மழைக்காலத்துத் தன்மை யினையும் கூறி, வழியின் ஏதத்துக்குத்தாம் அஞ்சுவதனை உணர்த்தி, இரவில் வரவேண்டாம் என்றனள். பகலில் வந்து இன்புற்றுச் செல்ல லாம் என்றவள் தந்தையின் வேலாண்மையைக் கூறியும்,‘காவலர்க் கரந்து’ என எச்சரித்தும். அதுவும் கைகூடாததே என்பதனையும் உணர வைத்தனள். இதனுல் , விரைவிலே மணம்வேட்டு வருதலைத் துணியு மாறு அறிவுறுத்தினள் எனலாம்.

‘புலியொடு உழந்து புண்பட்ட உயங்கு நடை ஒருத்தலின் நெடுவகிர் விழுப்புண்ணினை, மழைநீர் பெய்து கழுவுநின்ற நாடன்’ என்றது, அவனும் காமத்தால் வருந்தி நொந்திருக்கும் தலைவியின் துயரைப் போக்கும் அருள் உள்ளம் உடையவனுகுதல் வேண்டும் என உணர்த்துவதற்காம்.

‘கடிபுனந் துழைஇய ஒருத்தலிற் பெயர்குவை’ என்றது, புனத் தழிவு கண்ட காவலர், தம்மைக் கரந்து சென்றுவிட்ட யானையினைத் தொடர்ந்து சென்று அழிக்கும் ஆற்றலும் சினமும் உடையவராவர் என அறிவித்ததாம்.

‘கூந்தல் மெல்லிணைத் துஞ்சி’ என்ற தொடரின் நயத்தினை அறிந்து இன்புறுக. இதனுல், அவன்பால் ஆராக் காதலுடையவள் தலைவி என்பதனை நயமுடன் உரைக்கின்ற செவ்வியினையும் காண்க.

309. நாமே சென்ருல் என்ன ?

பாடியவர்: கருவூர்க் கந்தப்பிள்ளைச் சாத்தனுர்; கருவூர்க் கதப்பிள்ளைச் சாத்தனுர் எனவும் இவர் பெயர் வழங்கும். **திணை:** பாலை. **துறை** : பிரிவிடை வேறுபட்ட தலைமகனது வேறுபாடு கண்டு வேறுபட்ட தோழிக்குத் தலைமகள் சொல்லியது. **சிறப்பு:** கூந்தர்கள் நற்போர் வானவனின் சேவடியினை நாடிச் செல்லுகின்ற தான அவனது வள்ளன்மையும், அவ் வானவனின் குதிரைப் பெரும் படையின் சிறப்பும்.

(தலைவியைப் பிரிந்து தலைவன் வினைமேற் சென்றிருந்த காலத்திலே, தலைவி துயரத்தால் அடைந்த வேறுபாட்டினைக் கண்டு,

அவளுடைய தோழி தானும் வருந்திச் சோர்ந்து விடுகின்றாள். அப்போது, தோழியின் வேறுபாட்டைப் போக்கும் வகையாகத் தலைவி சொல்வதாக அமைந்தது இச்செய்யுள்.)

வயலாள் எறிந்து வில்லின் நீக்கி
பயநிரை தழீஇய கடுங்கண் மறவர்
அம்புசேண் படுத்து பன்புலத்து உய்த்தெனத்
தெய்வஞ் சேர்ந்த பராரை வேம்பிற்
கொழுப்பா எறிந்து குருதி தூஉய்ப்

புலவுப் புழுக்குண்ட வாள்கண் அகலறைக்
களிறுபுறம் உரிஞ்சிய கருங்கால் இலவத்து
அரலை வெண்காழ் ஆலியின் தாஅம்
பெரும்படைக் குதிரை நற்போர் வானவன்

திருந்துகழற் சேவடி நசைஇப் படர்ந்தாங்கு
நாஞ்செலின் எவனே - தோழி! - காம்பின்
விளைகழை உடைந்த கவண்விசைக் கடிஇடிக்
கனைசுடர் அமையத்து வழங்கல் செல்லாது
இரவுப்புனம் மேய்ந்த உரவுச்சின வேழம்

தண்பெரும் படாஅர் வெரூஉம்
குன்றுவிலங் கியவினவர் சென்ற நாட்டே?

வெற்றி வாளினாலே வெட்டிக் கொன்றும், வில்வினைத் தொழிலினாலே அடித்து வெருட்டியும், பசுமந்தைகளைக் கைகொண்ட அஞ்சாமையாளரான மறவர்கள், அம்புகளைத் தொலைவுக்குச் செல்லுமாறு செலுத்தி நிரைகாவலரை ஓட்டியபின், வன்மையான காட்டு நிலத்தை அடைந்தனர். அடைந்தாராக-

தெய்வம் குடிகொண்டிருக்கும் பருத்த அடியினையுடைய வேம்பிற்குக் கொழுத்த ஒரு பசுவினைக் கொன்று பலியிட்டனர். அதன் குருதியைத் தூவித் தெய்வத்தைப் போற்றி வழிபட்டனர். பின், அப்பசுவின் புலாலினைப் புழுக்கி உண்டு விட்டுச் சென்றனர். அவ்வாறு அவர் உண்டுவிட்டுச் சென்றிருந்த அகன்ற பாறையிடத்தே, களிறு தன் முதுகிளை உராய்ந்த கருத்த அடிமரத்தையுடைய இலவ மரத்தின் வெண்பஞ்சுடன் கூடிய விதைகள், பனி பெய்வது போல வீழ்ந்துகொண்டிருக்கும்.

அத்ததைய காட்டுவழி மிகவும் நெடியதெனவும் அவர் அஞ்சார். பெரிதான குதிரைப் படையினையுடைய, நல்ல போராற்றல் மிக்க, வானவனின் சுழல் விளங்கும் திருத்தமான செவ்விய பாதங்களை அடையும் விருப்பத்தினாலே செல்லுகின்ற இயல்புடையவர்கள் கூத்தர்கள். அவர்களைப் போலவே -

கதிரவன் எரிக்கும் பகற்பொழுதிலே,மூங்கிலின் விளைந்த கழைகளும் உடைந்து போகின்ற வேகத்துடனே வந்து தாக்கும் கவண்கல்லின் இடிக்கு அஞ்சிச் செல்லுதலன்றி, இரவு வேளையிலே சென்று, தினைப்புனத்தினை மேய்ந்து வலிய சினமிக்க வேழமானது. குளிர்ந்த பெரிதான தூற்றினுக்கு அஞ்சிக் கலக்கும் தன்மையினை யுடையதும், குன்றுகள் குறுக்கிடும் நெறிகளையுடையதுமான, நம் தலைவரான அவர் சென்ற நாட்டினுக்கு, நாமும் இனிச் சென்ருல் என்னவோ?

சொற்பொருள்: 1. வயவாள் - வெற்றிவாள்; வாளை ஏந்திய வனின் ஆற்றல் அவன் ஏந்திய வாளின்மேல் ஏற்றிக் கூறப்பெற்றது நீக்கி - போக்கி; கொன்று. 2. பயநிரை - பசுமந்தை; பயம் - பால். தழீஇய - கைப்பற்றிய . கடுங்கண் - அஞ்சாமை. மறவர் - பாலை நிலத்து மக்கள்; மழவர் எனவும் பாடம். 5. கொழுப்பா - கொழுத்த ஆ 6. புலவுப் புழுக்கு - புழுக்கிய புலால். அறை - பாறை. 9. கோடியர் - கூந்தர். 10. வானவர் - சேரன். 12. காம்பு - மூங்கில். 13. விளை கழை - முற்றிய மூங்கில் தண்டு; வனை சுழை எனவும் பாடம்; வனை - அழகிய. 14. வழங்கல் - இயங்கல்; நடமாடல். 1 5. உரவு - வலிமை.

விளக்கம்: ''வானவனின் திருவடிகளை நாடிச்செல்லும் கூத்தர் தாம்பெறுகின்ற பேரின்பத்தை உளங்கொண்டு, வழியிடைப் படுந் துயரை எல்லாம் பாராட்டாது செல்வது போன்று, நாமும் நம் காதலரை நாடிச் செல்வோமோ?'' என்றனள்,கூத்தரின் வறுமைநிலை போன்றது தன் ஏக்கநிலை எனவும், அஃது அவர் அருள்பெறின் அன்றிப் பிற யாதானும் மாருது எனவும், உரைத்தனன்.

காவலரின் கவண் கல்லால் அடிபடற்கு அஞ்சி, இரவிலே புனத்தை மேயச்சென்ற வேழம், படாஅரைக் கண்டு காவலரோ என அஞ்சுவது, அது செய்யமுனைந்த களவுத் தொழிலினுலே உண்டாகும் அச்சம் என்க.

310. கூப்பிடு தூரமே!

பாடியவர் : நக்கீரனார். **திணை:** நெய்தல். **துறை** : தலைமகற்குக் குறை நேர்ந்த தோழி சொல்லியது.

(தலைவன் ஒருவன் தலைவி ஒருத்தியைக் கண்டு காதலுற் றான். பலநாளும் அவள் நினைவாகிய ஏக்கத்தினுலே, அவளையே சுற்றிக் கொண்டும் இருந்தான். அவளும் அவனை விரும்பத் தொடங் கினாள். ஆயினும் மடம் குறுக்கிட்டுத் தடுத்துவிடுகிறது. இந்நிலை யிலே அவன் குறையினைத் தீர்க்க இசைந்த தலைவியின் தோழி, அவனிடத்துக் கூறும் தன்மையினை உடையது இச்செய்யுள்.)

கடுந்தேர் இளையரொடு நீக்கி நின்ற
நெடுந்தகை நீர்மையை அன்றி நீயும்

தொழுதகு மெய்யை அழிவுமுந் துறுத்துப்
பன்னாள் வந்து பணிமொழி பயிற்றலின்
குவளை யுண்கண் கலுழ நின்மாட்டு
இவளும் பெரும்பே துற்றனள் ஓரும்
தாயுடை நெடுநகர்த் தமர்பா ராட்டக்
காதலின் வளர்ந்த மாதர் ஆகலின்
பெருமடம் உடையரோ சிறிதே;அதனால்
குன்றில் தோன்றும் குவவுமணற் சேர்ப்ப!
இன்றிவண் விரும்பத தீமோ! சென்றப்
பூவிரி புன்னை மீதுதோன்று பெண்ணைக்
கூஉம்கண் ணஃதே தெய்ய - ஆங்கண்
உப்பொய் உமணர் ஒழுகையொடு வந்த
இளைப்படு பேடை இரியக் குரைத்தெழுந்து
உருமிசைப் புணரி யுடைதரும்
பெருநீர் வேலிஎம் சிறுநல் ஊரே.

விரையச் செல்லுகின்ற நின் தேரினை நின் ஏவலாளருடனே விட்டுவிட்டுத் தனியனாக இவண் வந்துநின்ற பெருந்தகையாளனே! நீ நல்ல ஒழுக்கத்தினை உடையை! அன்றியும், கண்டவர் தொழுது போற்றக் கருதும் உடலழகு பெற்றவனும் நீ ஆவாய்! நீ, மனச் சிதைவை முற்படப் பெற்றவனாகப் பலநாளும் வந்து பணிவான சொற்களையும் பேசுகின்றனை! அதனாற் குவளை மலர்போலும் மையுண்ட தன்கண்கள் கலங்க, இவளும் நின்னிடத்தே பெரிதும் மயக்கங் கொண்டவளானாள்.

மனமறிந்து பேணும் தாயினைக் கொண்டிருக்கும் பெரிய மனையிலே, சுற்றத்தவர் அனைவரும் பாராட்டுமாறு, அன்பின் பெருக்கிலே வளர்த்த அழகியாள் இவள். அதனாலே, சிறிதளவு பெரிதான மடத்தினையும் இவள் கொண்டிருப்பவள் ஆவாள்!

அதனால், குன்று போலத் தோன்றும் திரண்ட மணல் மேட்டினையுடைய கடற்கரை நாடனே!

இன்று, இவளை, இவ்விடத்தேயே அடைய விரும்பாது நீயும் சென்று வருவாயாக. பூக்கள் விரிந்துகிடக்கத்தோன்றும் புன்னைக்கு மேலாகக் காணப்படும் அப் பனைமரத்தருகே சென்றால், அதனின்றும் கூப்பிடு தூரத்தில் உள்ளதே எங்கள் ஊராகும்.

உப்பு விலைகூறி விற்கும் உமணரது வண்டியோடுவந்த, ஈன்று காவற்பட்ட பேடையானது அஞ்சும்படியாக எழுந்த இடிமுழக்கம் போல, ஒலிசெய்து வரும் அலைகள் உடைந்து சிதறுகின்ற கடற்கரையின் எல்லையிலே உள்ளதே எம்முடைய நல்ல சிற்றூராகும்!

சொற்பொருள் : 1. கடுந்தேர் - கடிதாகச் செல்லுதலையுடைய தேர். 2. இளையர் - பணியாளர். 3. அழிவு - நெஞ்சழிவு. 4. பணிமொழி - பணிவான பேச்சு. 6. பேது - மயக்கம் . 7. நகர் - மனை. 8. மாதர் - பெண். 9. மடம் - மடமை; கொளுத்தக் கொண்டு கொண்டது விடாத தன்மை. 10. குலவு மணல் - திரண்ட மணல். 13.தெய்ய: அசை. உப்புஒய் - உப்பு விலைகூறும் ஒழுகை - வண்டி. 15. இளைப்படல் - ஈன்று காவற்படல். குரைத்து - ஒலித்து 17. பெருநீர் - கடல்.

விளக்கம் : 'நெடுந்தகை ! நீர்மையை ! தொழுதகு மெய்யை!' என விளித்ததெல்லாம். அவனை அறிந்தமை காட்டிக் கூறுதலாம். 'அத்தகையவன் தன் கறைகூறி இரந்து நிற்றல் வேண்டா' என்பவள், 'பணிமொழி பயிற்றலின்' என்றனள்.

'ஈன்று இளைப்படு பேடை இரியக் கடல் அலை உடைவது' போன்ற, இவளை ஈன்றதாயும் தன் இல்லிலிருந்து இவளைக் காணாது அஞ்சியிருப்பாள் என்றனளாமாம்.

தலைவியிடம் இவன்பாற் காதல் தோன்றியதனை அறிவுறுத் துவாள்; 'குவளை யுண்கண் கலுழ நின் மாட்டு இவளும் பெரும்பேது உற்றனள்' என்கின்றாள்.

311. நீடலர் அவர் !

பாடியவர்: மாமூவனார். **திணை**: பாலை. **துறை**: பிரிவின் கண் வேறுபட்ட தலைமகட்குத் தோழி சொல்லியது. **சிறப்பு**: புல்லியின் நாட்டைப் பற்றிய குறிப்பு.

(தலைவின் பொருளீட்டி வருதலின் பொருட்டாக வேற்று நாட்டிற்குச் சென்றனன். தலைவி அவன் பிரிவினைத் தாங்கவிய லாதவளாய் நோயுற்றனள். அவன் மீள்வதாகக் குறித்த அந்தக் காலம் வரையினும் ஒருவாறு அடங்கியிருந்ததேனும், அவன் குறித்துச் சென்ற காலத்தும் வாராது போகவே, தலைவியின் துயரமும் அளவிற் கடங்காப் பேரளவினதாயிற்று. அவ்வேளை, அவளுடைய ஆருயிர்த் தோழியானவள், அவளைத் தேற்றுவாளாக, இவ்வாறு சில கூறுகின் றனள்.)

இரும்பிடிப் பரிசிலர் போலக் கடைநின்று
அருங்கடிக் காப்பின் அகனகர் ஒருசிறை
எழுதி யன்ன திண்ணிலைக் கதவம்
கழுதுவழங்கு அரைநாள் காவலர் மடிந்தெனத்
திறந்துநப் புணர்ந்து 'நும்மிற் சிறந்தோர்
இம்மை உலகத்து இல்'லெனப் பன்னாள்
பொம்மல் ஓதி நீவிய காதலொடு
பயந்தலை பெயர்ந்து மாதிரம் வெம்ப

வருவழி வம்பலர்ப் பேணிக் கோவலர்
மழவிடைப் பூட்டிய குழாஅய்த் தீம்புளி
செவியடை தீரத தேக்கிலைப் பகுக்கும்
புல்லி நன்னாட்டு உம்பர் செலலருஞ்
சுரமிறந்து ஏகினும் நீடலர்
அருண்மொழி தேற்றநம் அகன்றிசி னோரே!

தோழி! பேய்கள் நடமாடிக் கொண்டிருக்கின்ற நள்ளிரவு வேளையிலே, அரிதான காவலைக்கொண்ட மதில்சூழ்ந்த நம் அகன்ற மனையிடத்தின் ஒருபக்கத்தே, பெரிய பெண் யானையைப் பரிசில் பெற விரும்பிவந்து, மனைக்கடையிற் செவ்விபார்த்துக் காத்து நிற்கின்ற பரிசிலரைப் போன்ற ஆர்வமுடனே, அவரும் காத்து நின்றனர். காவலர்கள் சோர்ந்து அயர்ந்தனராக, எழுதினாற் போன்று அழகினதாக விளங்குவதும், திண்ணிய நிலையினை யுடையது மாகிய கதவினைத் திறந்துகொண்டு, நம் மனையுள்ளும் அவர் வந்தனர். நம்மைக் கூடி, 'நம்மினும் சிறந்த காதலர் இவ்வுலகத்து எவருமில்லை' என்றும் கூறினர். பொலிவுபெற்ற நம் கூந்தலை நீவிய படியே, காதலோடு இவ்வாறு நம்மைக்கூடி அவர் சென்றது பல நாட்களாகும்.

மழையாகிய பயன்கெட்டுத் திசைகளெல்லாம் கொதிப்படையவும், புதியரான வழிப்போக்கர் வருங்கால் அவர்களைப் பேணுபவராக, இளைய எருதுகளின் கழுத்திற் கட்டியிருக்கும் மூங்கிற் குழாயினிடத்தேயுள்ள இனிதான புளிச்சோற்றினை, அப் புதியரின் பசியினாலேயுண்டான காதடைப் புத் தீரும்படியாகத் தேக்கிலையிலே வைத்துப் பகிர்ந்து அளிக்கின்ற கோவலர்களையுடைய வேங்கட நன்னாடு. அதற்கும் அப்பாலுள்ள, செல்லுதற்கும் அரிதான சுரநெறியைக் கடந்து அவர் சென்றிருப்பினும், நம்மீது அருள் கொண்ட சொற்களினாலே நம்மைத் தெளிவித்து. அந்நாளிலே நம்மைப் பிரிந்து சென்றவரான அவர், பிரிந்துறையுங் காலத்தினை நீட்டிக்க மாட்டார் என்று அறிவாயாக.

சொற்பொருள்: 1. இரும்பிடி - பெரிய பெண்யானை; கரிய பெண்யானையும் ஆம். 2. கடை - வாயிற்கடை. காப்பின் - மதிற் சுவரினையுடைய. அகனகர் - அகற்சியினையுடைய பெரிய மனை 3. எழுதியன்ன - எழுதிப் புனைந்தாற் போன்று அழகிய. திண்மை - செறிவுடைமை. 4. கழுது - பேய் அரை நாள். நள்ளிரவு வேளை. 7. பொம்மல் ஓதி - பொலிவினையுடைய மகளிரின் கூந்தல் நீவி - தடவிவிட்டு . 8. பயம் - மழைப்பயன். தலைப் பெயர்தல் - நிலைமாறிப் போதல். 9.வம்பலர் - புதியரான வழிச்செல்வார். 10. மழவிடை - இளைய எருது. 11. செவியடை - காதடைப்பு; இது பசியினாலே

வந்துறுவது. 12. புல்லி நன்னாடு - கள்வர் கோமான் புல்லிக்கு உரிய தான வேங்கட நன்னாடு. 14. தேற்றி - தெளிவித்து.

விளக்கம்: தலைவன் தலைவியை அடைவதற்கான செவ்வியை எதிர்நோக்கி அவளுடைய மனையின் கடைவாயிலிலே காத்து நின்ற நிலையினைப், பிடியானையினைப் பரிசிலாக அடையவிரும்பிக் காத்தநிற்கும் பரிசிலரின் நிலைக்கு ஒப்பிட்டுக் கூறினர் காவலர்க்கும் அஞ்சாது, அவளை இரவுக் குறியிற் கூடிய அவனது துணிவும். 'நம்மிற் சிறந்தோர் இம்மையுலகத்து இல்' என, அவன் சொல்லிய சொற்களும், கூந்தலை நீவித் தலையளிசெய்த செயலும், பிறவும், அவனுடைய காதலின் மிகுதியை உணர்த்துவனவாம். அந்தக் காதலும் நிலையானது என்பார். இந்நிகழ்ச்சிகள் பன்னாள் நிகழ்ந்தவை என உரைக்கின்றனர்.

'இரும்பிடிப் பரிசிலர்க்கும் கோடையின் வழிநடை வருத்தம் தீர உபசரிக்கும் புல்லிநாட்டுக் கோவலரின் செயலைக் கூறினார்; அவருடைய அருளுடைமையைக் காணுகின்ற தலைவன், பன்னாட் பழகிய தன் காதலியைத் தான் துறந்து வருந்தவிட்டு வந்ததனை நினைந்து, தானும் அருளுள்ளம் கொள்வான் என்பதனால்.

இதனால், தலைவன் வரைவிடை வைத்துத் தலைவிப் பிரிந்து சென்றவன் என்பதும் பெறப்படும். அவன், காலம் தாழ்க்காது திரும்பு வான் என்ற உறுதியும் உணரப்படும்.

கோடையின் வெம்மையாலும், வழிநடைத் துயராலும், பசியினாலும் வருந்தும் வம்பலர்க்குப் புளியஞ் சோற்றினைத் தேக்கிலையிற் பகுத்தளிக்கும் கோவலர் போலத், தலைவியின் காமநோயும், அதனாலற்ற துயரமும், உணவு வேண்டாமையும் அகலத், தலைவனும் வந்து தலையளி செய்வான்' என்பது கருத்தாகும்.

312. ஆடலாம் வருக!

பாடியவர்: மதுரை மருதன் இளநாகனார். **திணை:** குறிஞ்சி. **துறை:** தலைமகன் சிறைப்புறமாகத் தோழி சொல்லியது; தலைமகள் சொல்லுயதுமாம். **சிறப்பு:** வழுதியின் போராற்றல் பற்றிய செய்தி.

(கார்காலத்தின் தொடக்கத்தினைக் கண்ட தோழி, தலைவனின் இரவுக்குறி வருதலை நீக்கி, அவன் உள்ளத்தினை வரைந்துகோடலிற் செலுத்துபவளாக, இங்ஙனம் தலைவியிடத்தே கூறுகின்றனள். இரவுக் குறியிடத்தே அவன் வந்து ஒரு சிறை நிற்பதறிந்து, அவன் கேட்கு மாறு கூறியதும் இது. தலையே தோழிபாற் கூறியதாகவும் கொள்ளலாம்.)

நெஞ்சுடன் படுதலின் ஒன்றுபுரீந் தடங்கி
இரவின் வரூஉம் இடும்பை நீங்க

வரையக் கருதும் ஆயின் பெரிதுவந்து
ஓங்குவரை இழிதரும் வீங்குபெயல் நீத்தம்
காந்தளஞ் சிறுகுடிக் கௌவை பேணாது
அரிமதர் மழைக்கண் சிவப்ப நாளைப்
பெருமலை நாடன் மார்புபுணை யாக
ஆடுகம் வம்மோ - காதலம் தோழி!
வேய்பயில் அடுக்கம் புதையக் கால்வீழ்த்து
இன்னிசை முரசின் இரங்கி ஒன்னார்
ஓடுபுறம் கண்ட தாள்தோய் தடக்கை
வெல்போர் வழுதி செல்சமத் துயர்த்த
அடுபுகழ் எஃகம போலக்
கொடிபட மின்னிப் பாயின்றால் மழையே!

அன்பு மிகுந்தவளான தோழியே!

மூங்கில்கள் செறிந்திருக்கும் மலைச்சாரல்கள் அனைத்தும் மறையும் படியாகக் காலிரங்கியும், இனிதாக இசைத்தலைக் கொண்ட முரசத்தினைப் போல இடிமுழக்கியும், பகையாயினோர் களத்தினின்றும் புறமுதுகிட்டு ஓடிப்போகின்ற புறக்கொடையினைக் கொண்டவனும். முழந்தாளினைப் பொருந்துமாறு நீண்ட பெரிய கையினை உடைய வனும், போரில் வெற்றிகொள்வோனும் ஆகிய பாண்டிய மன்னன். நிகழ்ந்து கொண்டிருக்கின்ற போரினிடத்தே உயர்த்த, பகைவரைக் கொல்லும் புகழினையுடைய வேலினைப்போல ஒழுங்குபட மின்னிக் கொண்டும், அதோ மேகங்கள் பரவியிருக்கின்றன.

பெரிய மலைநாட்டினாகிய நம் தலைவன், நம்முடனே தன் நெஞ்சம் ஒன்றுபட்டிருத்தலினாலே, நம்மை வரைந்து கொள்ளுத லாகிய அந்த ஒன்றினையே விரும்பி அமைந்தவனாகி, இரவு நேரத் திலே இங்ஙனள் வருகின்றதான வருத்தமெல்லாம நீங்கிப்போமாறு, நம்மை வரைந்து கொள்ளுதலையும் எண்ணுபவன் ஆவான். ஆதலி னாலே,

காந்தட்பூக்கள் , உடையதான நம் சிற்றூரினிடத்தே, நம்மைப் பற்றி எழுந்த அலரினைப் பாராட்டாது, உயரமான மலைமுகட்டினின்று வீழுகின்ற பெருமழையினாலாகிய வெள்ளத்தினையுடைய அருவி யிலே, நம் தலைவனாகிய அவனுடைய மார்பே தெப்பமாதக் கொண்டு, செவ்வரி பரந்த குளிர்ச்சியான நம் கண்கள் சிவக்குமாறு, நாளைப் பொழுதிலே, மிகவும் மகிழ்ச்சியுடனே நாம் நீராடி மகிழ்வோம், வருவா யாக!

சொற்பொருள்: 1. உடம்படுதல் - ஒன்றுபடுதல்; இருவர் நெஞ்சமும் காதலால் ஒருநிலையினை அடைந்திருத்தல்; ஒன்று -

ஒப்பற்றதாகிய வரைதல்,புரிந்து அடங்கி - விருப்புற்று அமைந்து. 2. இடும்பை - துயரம். 4. வீங்கு பெயல் - மிகுதியான மழை. நீத்தம் - வெள்ளம். 5. கௌவை - பழிச்சொற்கள். 9. அடுக்கம் - மலையடுக்குகள். 12. வெல்போர் வழுதி - போரிலே வெற்றிகாணும் ஆற்றலையுடைய பாண்டியன்.

விளக்கம்: 'நீத்தம், வரையக் கருதும் ஆயின் ஆடுகம் வம்மோ' எனவும், நீத்தம் அரிமதர் மழைக்கண் சிவப்ப அவன் மார்பு புணையாக ஆடுகம் வம்மோ' எனவும், கூட்டிப் பொருள் கண்டு இன்புறுக இடித்து முழக்கி மின்னலிட்டுக் கால் வீழ்த்துப் பெய்யும் மழைக்கும், வெல்போர் வல்லபாண்டியன் மாற்றாரை எதிர்த்துச் சென்ற வெற்றி கொள்ளும் போருக்கும் ஒப்புக் கூறுகிற நயம் சிறப்புடையது.

'கார்காலத் தொடக்கம் வந்தது' என்பதனால், அது வரைந்து கோடற்கு உரிய காலம் என்பதனை உளங்கொண்டு அவனை அம் முயற்சியிற் செலுத்துவாளாகக் கூறினள் என்க. 'நாளை அவன் மார்பு புணையாக நீத்தத்து அரிமதர் மழைக்கண் சிவப்ப ஆடுவோம்' என்ற துணிவுரை, இரவுக் குறியிடத்துக்கு வருவதற்கு நேரிடுகிற இடையூறுகளையும், வீட்டவர் அறிந்தமையினையும், ஊரலர் எழுந்தமையினையும் இனி யாம் பொருட்படுத்தோம்! அவனுடன் பகற்போதிலே துணிந்து சென்ற நீர்விளையாடலும் செய்வோம் என்னும் கவலை நீங்கிய உள்ளத்தினோடு கூடிச் சொன்னதாகும்.

313. அருள் புரிந்து வருவர்!

பாடியவர்: பாலை பாடிய பெருங்கடுங்கோ. **திணை:** பாலை. **துறை:** பிரிவிடை வேறுபட்ட தலைமகளைத் தோழி வற்புறுத்தியது.

(தலைமகள் பொருள்தேடி வரும்பொருட்டாக வேற்று நாடு சென்றிருந்தனன். அவன் காதலியோ பிரிவின் கொடுமையினால் உடலும் உள்ளமும் நலிந்தவளாயினாள். அப்போது, அவளின் நிலையினைக் கண்ட தோழி, அவளைத் தேற்றுவாளாகக் கூறுகிற பான்மையில் அமைந்தது இச்செய்யுள்.)

'இனிப்பிறி துண்டோ? அஞ்சல் ஓம்பென!'
அணிக்கவின் வளர முயங்கி நெஞ்சம்
பிணித்தோர் சென்ற ஆறுநினைந்து அல்கலும்
குளித்துப்பொரு கயலிற் கண்பனி மல்க
ஐய வாக வெய்ய வுயிரா

இரவும் எல்லியும் படரட வருந்தி
அரவுநுங்கு மதியின் நுதலொளி கரப்பத்
தம்மல தில்லா நம்மிவண் ஒழியப்
பொருள்புரிந்து அகன்றன ராயினும் அருள்புரிந்து
வருவர்-வாழி, தோழி! - பெரிய

நிதியஞ் சொரிந்த நீவி போலப்
பாம்பூன் தேம்பும் வறங்கூர் கடத்திடை
நீங்கா வம்பலர் கணையிடத் தொலைந்தோர்
வசிபடு புண்ணின் குருதி மாந்தி
ஒற்றுச்செல் மாக்களின் ஒடுங்கிய குரல
குல்வழிப் படூஉங் காக்கைக்
கல்லுயர் பிறங்கல் மலைஇறந் தோரே.

‘தோழி! நீ வாழ்வாயாக!

‘இனிப் பிறிதொரு இன்பமும் யாதாயினும் உளதோ? இதுவும் பிரிவினால் தடைப்படுமோ? என அஞ்சுதலை விட்டு விடுவாயாக’ என்று கூறினார். உடலுக்கு அழகாயமைந்த நம் கவின் வளர்ந்து பெருகுமாறு நம்மைத் தழுவினார். நம் நெஞ்சத்தினை அவரிடத்தே யாகப் பிணித்துக் கொண்டவரும் ஆயினார். அத்தகையராய நம் தலைவர்-

நம்மைப் பிரிந்து சென்றிருக்கும் நெறியினை நாடோறும் நினைந்து, நீரிடத்தே மூழ்கிப்பொருதும் கெண்டை மீன்களைப் போலக், கண்களிடத்தே துன்பம் பெருகிக் கலக்கமுற, மென்மையாகச் சுடுமூச்சு உயிர்த்து, இரவும் பகலும் துன்பம் தாக்குதலால் வருந்திப் பாம்பு விழுங்கிய மதியினைப்போல நெற்றியும் ஒளியிழந்து போகத், தம்மையன்றி வேறு புகலில்லாத நாம் இவ்விடத்தே தனித்திருந்து நலியுமாறு விட்டு விட்டுப், பொருளை விரும்பியவராகப் பிரிந்து சென்றனர். ஆயினும்-

மிகுதியான நிதியத்தினைச் சொரிந்தபின் கிடக்கும் துணிப்பை யினைப்போலப், பாம்புகளும் ஊன்வற்றி உலர்ந்து கிடக்கும் வறட்சி மிகுந்த பாலைவழியிடையே, ஆறலைகள்வர்கள் அம்பினை எய்ய, அதனால் செந்துவீழ்ந்தோரான ஒழியாத புதிய வழிப்போக்கரது பிளவு பட்ட புண்ணினின்றும் வழியும் மாக்களின் ஒடுக்கமான குரலின் உடையவாய், தம் மனையிடத்தை நோக்கிச் சென்று கொண்டிருக்கும் இடமாகிய, கற்கள் உயர்ந்த பக்கமலைகளையுடைய வழியினைக் கடந்து சென்றவரான அவர், நம்பால் அருள்புரிந்தவராக மீண்டும் வந்துவிடுவார், காண்பாயாக!

சொற்பொருள்: 1. பிறிது - இணைந்த இன்பத்தினும் பிறிதான பிற ஓரின்பம்: அன்றி இனிப் பிரிவாகிய பிறவும் ஒன்று உண்டோ எனலும் ஆம்.2. அணிக்கவின் - அணியாக விளங்கும் கவின்; கவின் - மேனியின் ஒளி. 4. பனி - துன்பம் ; கண்ணீரும் ஆம் 5. ஐயவாக - மெல்ல மெல்ல; இது பெருமூச்சு விடுவதற்கும் வலுவிழந்து போன நினையினைக் குறிப்பதாம். 6.எல்லை - பகல். 7. படர் - துன்பம்.

அட - வருத்து. 7.நுங்குதல் - விழுங்குதல். 9. புரிந்து - விரும்பி. 11. நிதியஞ் சொரிந்த நீவி - நிதியத்தைச் சொரிந்து போட்டிருக்கும் துணிப்பை: இது நீண்டதாக அரையிற் கட்டிக்கொண்டு செல்லம் பணப்பை ஆகும். 12. ஊன் தேம்பும் - உடல் வாடிக்கிடக்கும். 14. வசிபடு புண் - அம்பினாற் பிளக்கப்பட்ட புண். 17. பிறங்கல - பக்க மலை.

விளக்கம் : பாலையின் வெம்மை மிகுதியைப், ''பாம்பூன் தேம்பும் 'வறங்கூர் கடம்' என்பதனால் பெறவைத்தனர். 'வம்பலர் அம்பினாற் றுளைப்பட்டு வீழவும், அவருக்கும் இரக்கங்காட்டாது, அவருடற் புண்ணினின்றும் வழியும் குருதியை மாந்திக் குரலும் குறைந்துபோன கொடிய காக்கையும் இல்வழிப் படூஉம் மலை' என்றது , அதுவும் தன் துணையை நாடிச் சென்றது என்றதாம். 'அதற்கே மாலையில் வீடு திரும்பும் எண்ணமுள்ளபோது, அருளுள்ள அவர் , அன்பராய அவர், திரும்பி வாராரோ? எனக் குறிப்பினால் தேற்றியதும் ஆம் . 'ஒற்றுச் செல்பவர் ஒடுங்கிய குரலினராயிருப்பர்' என்று கூறு கின்ற தன்மை விளக்கத்தைக் கண்டு இன்புறுக. 'ஒற்றர், தம்மைப் பிறரறியாவாறு செய்து சேகரிக்க வேண்டியவராதலின், உரத்துப் பேசுத லின்றி, ஒடுங்கிய குரலிலேயே பேசுவர் என்பது தெளிவு. இதனையே மிகவும் உண்டு குரலும் குறைந்த காக்கையின் கரைதலுக்கு ஒப்பிட் டனர்.

நீங்கா வம்பலர் - இடையறாது வழிச்செல்வோராகிய புதியவர். புதியவர், அந்த வழியிடத்திற்கு என்க.

மேற்கோள் : தொல்காப்பிய உவம இயலில், 'அவை தாம், அன்ன ஏய்ப்ப' என்னும் சூத்திரத்து உரையில், 'குளித்துப் பொரு கயலிற் கண்பனி மல்க' என்பது, உவம உருபின்றி இன்னுருபு தன் பொருட்கண்ணும் வந்தாகும்' என்று காட்டி உரைப்பர் நச்சினார்க் கினியர்.

314. மன்னுக பெரும!

பாடியவர் : மதுரை அளக்கர் ஞாழார் மகனார் அம்மள்ளனார். **திணை**: முல்லை. **துறை**: வினைமுற்றிப் புகுந்த தலைமகற்குத் தோழி சொல்லியது.

(பிரிந்து சென்ற தன் தலைவனை நனைந்து வாடி நலிந்த தலைவி, அவனுடைய பாணனிடம், 'இந்நிலை வாராராயின் தன் னிலை எவன் கொல்?' என்று கேட்டுத் துடிக்கின்றனள். அவ்வமயம், தலைமகன் தேரூர்ந்து வந்து சேரக் கண்ட தலைவியின் தோழி, அவனை வாழ்த்திக் கூறுவது இது. தலைவியின் இல்லிருந்து இரங்கிய நிலையினைக் குறித்தலால் முல்லையாயிற்று.)

நீலத் தன்ன நீர்பொதி கருவின்
மாவிசும் பதிர முழங்கி ஆலியின்
நிலம்தண் ணென்று கானங் குழைப்ப
இனந்தேர் உழவர் இன்குரல் இயம்ப
மறியுடை மடப்பிணை தழீஇப் புறவின்
திரிமருப் பிரலை பைம்பயிர் உகள
ஆர்பெயல் உதவிய கார்செய் காலை
நூலெறி நுணங்கிய கானவில் புரவிக்
கல்லெனக் கறங்குமணி இயம்ப வல்லோன்
வாய்ச்செல வணங்கிய தாப்பரி நெடுந்தேர்
ஈர்ம்புறவு இயங்குவழி அறுப்பத் தீந்தொடைப்
பையுள் நல்யாழ் செவ்வழி பிறப்ப
இந்நிலை வாரார் ஆயின் தந்நிலை
எவன் கொல்? பாண! உரைத்திசிற் சிறிதெனக்
கடவுட் கற்பின் மடவோள் கூறச்
செய்வினை அழிந்த மையல் நெஞ்சில்
துனிகொள் பருவரல் தீர வந்தோய்!
இனிதுசெய் தனையால் வாழ்கநின் கண்ணி!
வேலி சுற்றிய வால்வீ முல்லைப்
பெருந்தார் கமழும் விருந்தொலி கதுப்பின்
இன்னகை இளையோன் கவல
மன்னுக பெரும! நின் மலர்ந்த மார்பே!

நீலமணியினைப் போன்றதாக நீராற் பொதிவுற்றுச் சூலுடையது ஆகியும், பெரிதான வானமும் அதிருபடியாக இடிமுழக்கத்தினைச் செய்தும் பெய்த நீரினால் மண்ணெல்லாம் குளிரவும், காட்டகமெல் லாம் தழைத்திடவும், தம்முடன் உழவுக்கு வருகிற இனத்தவரை ஆராய்வரான உழவர்கள் இனிய பிணையினைத் தழுவியபடியாக, முறுக்குண்ட கொம்புகளையுடைய கலைமானானது காட்டில் மெல் லெனப் பயிர்தலுடனே துள்ளித் திரியவுமாக, மேகங்கள் மிகுதியான மழையினைப்பெய்து உதவிக் கார்ப்பருவத்தினைச் செய்யும் காலத் திலே -

''பாணனே! அசுவசாத்திர முறைப்படி நுட்பமான இலக்கணக் கூறுபாடுகள் எல்லாம் அமைந்ததும், வேகத்தாற் காற்றெனக் கூறத் தகுவதுமான குதிரைகள், கல்லென்று ஒலிக்கும் தம் மணிகள் முழக்க மிடத் தாவிச் செல்லுமாறு, தேர் செலுத்ததலில் வல்லோனாகிய பாகன், தாவும் செலவினையுடைய நெடிய தேரானது ஈரம் பொருந்திய

செல்லும் வழியிடங்களை அறுத்துக் கொண்டு செல்லுமாறு செலுத்த. இனிதான நரம்புத் தொகுதியினையுடைய நல்ல யாழினிடத்தே வருத்தத்தைத் தரும் செல்வழிப்பண் தோன்றுகின்ற இந்த மாலைப் பொழுதிலே, நம் தலைவரும் வந்து சேராராயின், அவரது, காதலின் தன்மைதான் யாதாகுமோ? சிறிதே உரைப்பாயாக'' என்று, கடவுட் கற்பினையுடைய இளையோளாகிய நின் தலைவி சொல்லவும்-

பெருமானே! செய்யத்தகும் செயல்களின் நினைவும் அழிந்து போக, மயக்கமுற்றுவிட்ட எம் நெஞ்சிடத்துத் துன்பங் கொள்ளுத லாகிய வருத்தமெல்லாம் தீர்ந்துபோகும் படியாக, நீயும் வந்து அடைந் தனை.

அதனால், எமக்கு இனிதான செயவினைச் செய்தனையாவாய். நின் கண்ணி வாழ்வதாக! நின்னுடைய அகன்ற மார்பு, மனைக்கு வேலியாகச் சூழ்ந்து கிடக்கும் முல்லையின் வெண்மையான மலர் களினாலேயாகிய பெரிதான மாலையானது மணந்துகொண்டிருக் கும், புதுமையுறத் தழைத்த கூந்தலையுடைய, இனிதான மகிழ்ச்சி யினை உடையோளாகிய இளையவளான நின் காதலியானவள் தழுவிக்கொள்ள, இனி நிலைபெறுவதாகுக!''

சொற்பொருள்: 1. நீலம் - நீலமணி; நீலத்தன்ன - நீலமணி யின் ஒளியுடைய கருநிறத்தைப் போன்றதாக. கருவின் - சூலின். 2. மாவிசும்பு - பெரிதான வானம்; அமர்விசும்பு எனவும் பாடம். 3. குழைப்ப - தழைப்புற. 4. இனம் - உழவரினம். 5. புறவில் - காட்டில். 6. பயிர்தல் - அழைத்தல்: இரலை - ஆண்மான். 7. ஆர்பெயல் -மிக்க மழை: கார்ப்பெயல் எனவும் பாடம். 8. கானவில் புரவி - வேகத் திற்குக் காற்றினை ஒப்பாகச் சொல்லக்கூடிய குதிரைகள். நூல நெறி - அசுவசாத்திர முறைமை. 9. வல்லோன் - தேர் செலுத்தலில் வல்ல பாகன். 10. வாய்ச் செல - தாவிச் செல்ல; வழிகொண்டு செல்லவும் ஆம். 12. பையுள் - வருத்தம். பிறப்ப - ஏழ; மறப்ப எனவும் பாடம்; யாழ், செவ்வழிப் பண்ணையும் மறப்ப என்று பொருள் கொள்க. 15. கடவுட் கற்பு - தெய்வக் கற்பு, மடவோள் - இளையோள். 16. செய்வினை - செயத்தகு வினை; அவை விருந்து புறந்தருதல் முதலியவான இல்லறக் கடமைகள். 18. கண்ணி - தலைமாலை. 20. பெருந்தார் - பெரிதான தார்; பொருந்திதழ் எனவும் பாடம். ஒலி கதுப்பு - தழைத்த கூந்தல். 21. நகை - ஒறியுமாம்; அது கணவன் வந்துறக் கண்ட பூரிப்பினாலே வந்தடைந்தது. கவவ - இறுகத் தழுவ.

விளக்கம்: 'மறியுடை மடப்பிணை தழீஇய புறவில் திரிமருப்பு இரலை பைபயிர் உகழ' என்றது, தலைவியும் அக்காலத்தில் அங்ஙனந் தானும் தன் காதலனுடனே கூடித் தழுவி இன்புற மாட்டோமாவென ஏங்கிய தன்மையினைப் புலப்படுத்துவதாம். 'தம்நிலை அவன் கொல்'

என்றது, 'அவர் வாராராயின் தான் அழிந்துபடக் காண நேரும் அவர் நிலைதான் யாதாகுமோ?' என்றதாம்.

மேற்கோள்: தொல்காப்பியக் - கற்பியலின், 'பெறற்கரும் பெரும் பொருள் முடிந்தபின் வந்த' என்னும் சூத்திர உரையுள், இச்செய்யுளைக் காட்டி, இது, 'தோழி முன்பு தலைவிக்கு நிகழ்ந்த ஆற்றாமையும் அது கண்டு தான் கலங்கியவாறும் தலைவற்குக் கூறியது' என்பர் நச்சினார்க்கினியர்.

315. சேக்குவள் கொல்லோ?

பாடியவர்: குடவாயிற் கீரத்தனார். **திணை:** பாலை, **துறை:** மகட்போக்கிய தாய் சொல்லியது. **சிறப்பு:** பெரும்பெயர் வழுதியின் கூடற் பெருநகரத்துக் காவற்சிறப்பு.

(தலைவி ஒருத்தி, இற்செறிப்பின் காரணமாகத் தன் தலைவனைக் காணாது வருந்தியவள், முடிவில், தான் காதலித்த அவனுடனேயே உடன்போக்கில் தன்னில்லத்தைவிட்டு அகன்று போய்விட்டனள். அதுகாலைத் தன் மகள் போகியதனால் வருத்தமுற்றுப் புலம்புவாளான தாய், இவ்வாறு தன் நெஞ்சுக்குச் சொல்லுகின்றனள்.)

'கூழையுங் குறுநெறிக் கொண்டன முலையும்
சூழி மென்முகஞ் செப்புடன் எதிரின
பெண்துணை சான்றனள் இவளெனப் பனமாண்
கண்துணை ஆக நோக்கி எநருநையும்
அயிர்த்தன்ற மன்னே நெஞ்சம்! பெயர்த்தும்
அறியா மையிற் செறியேன் யானே
பெரும்பெயர் வழுதி கூடல் அன்னதன்
அருங்கடி வியனகர்ச் சிலம்புங் கழியாள்
சேணுறச் சென்று வறுஞ்சுனைக்கு ஒல்கி
புறவுக்குயின்று உண்ட புன்காய் நெல்லிக்
கோடை யுதிர்த்த குவிகண் பசுங்காய்
அறுநூற் பளிங்கின் துளைக்காசு கடுப்ப
வறுநிலத் துதிரும் அத்தம் கதுமெனக்
கூர்வேல் விடலை பொய்ப்பப் போகிச்
சேக்குவள் கொல்லோ தானே - தேக்கின்
அகலிலை குவித்த புதல்போல் குரம்பை
ஊன்புழுக்கு அயரும் முன்றில்
கான்கெழு வாழ்நர் சிறுகுடி யானே.

''இவளது தலைமயிரும் குறுகியதான நெறிப்பினைத் தம்மிடத்தே கொண்டன. இவளது முலைகளும் தம் உச்சியிலுள்ள

மெல்லிய முகத்தின் புடைப்பினாலே சிமிழுடன் மாறுபட்டவாயின. இவள், அதனாற் 'பெண்மை' எனும் தன்மையினைக் கொண்டு விட்டனள். இங்ஙனமெல்லாம் என் கண்களே துணையாகக் கொண்டு பலமுறை பார்த்துப் பார்த்து என் நெஞ்சம் நேற்றுங்கூட ஐயுற்றதே! அங்ஙனம் ஐயுற்றதன் பின்னரும், என் அறியாமையின் காரணமாக, இவளை இற்செறித்துக்காவாது போயினனே?

''பெரிதான புகழினையுடைய பாண்டியனது கூடல் நகரினைப் போன்ற, தன்னுடைய அரிய காவலைப் பொருந்திய பெரிய மனை யிடத்தே, சிலம்புகழி நோன்பும் செய்யப் பெற்றனளில்லையே? நெடுந் தொலைவும் அடையச் சென்றனளே? நீர் வறட்சியுற்றுக் கிடக்கும் சுனைகளைக் கண்டு தளர்ச்சியுற்று, புறவானது துளைத்து உண்ட புல்லிய நெல்லியினது, கோடைக்காற்று உதிர்த்த குவித்த இடத்தை யுடைய பசிய காய்கள், நூலற்று உதிர்ந்து கிடக்கும் துளைகளை யுடைய பளிங்குக் கற்களைப் போன்று வறிய நிலத்தே உதிர்ந் திருக்கும் காட்டுவழியில் கூர்மையான வேலினையுடைய அவ்விளை யோன் பொய்மை கூறி அழைக்கக், கதுமென அவனுடன் போகவும் செய்தனளே?

''புதரினைப் போன்றதான குடிசையின் முற்றத்திலே, தேக்கின் அகன்ற இலையிலே குவிக்கப் பெற்ற, புழுக்கிய ஊனினை உண்ணாம் காட்டிற் பொருந்திய வாழ்வினை உடைய வரது சிற்றூர்க்கண்ணே, அவள், இப்போது தங்கியும் இருப்பாளோ?''

சொற்பொருள்: 1. கூழை - தலைமயிர். குறுநெறிக் கொண் டன - குறுகிய நெறிப்பினை அடைந்தன; நெறிப்பு - சுருள்தல். 2. சூழி மென்முகம் - உச்சியிடத்து மெல்லிய முகம்; படாம் அணிந்த மென்முகமும் ஆம். 3. துணை சான்றனள் - தன்மையைப் பொருந் தினள். 4. நெருநை - நேற்றை. 8. சிலம்பும் கழியாள் - சிலம்பும் கழித்திலனே: இது மணமாவதற்கு முற்படக் கன்னியர் மேற்கொள்ளு கின்ற சிலம்புகழி நோன்பினைத் தன் மகள் செய்யப் பெற்றிலளே என வருத்தமுற்றதாம். 9. ஒல்கி - தளர்ந்து. 10. குயின்று - தொளைத்து. 12. பளிங்கு - பளிங்குக் கற்கள். 13. வறுநிலத்து - வறட்சியுற்ற நிலத்து; வறனிலத்து எனவும் பாடம். 15. சேக்குவள் - தங்குவள். 18. சிறுகுடி - சிற்றூர்.

விளக்கம்: 'வறுசுனைக்க ஒல்கிப் புறவுக் குயின்ற உண்ட புன்காய், நெல்லி கோடை உதிர்த்த குவிகண் பசுங்காய், அறுநூற் பளிங்கின் துளை காசு கடுப்ப' விளங்கும் என்ற, சிறந்த உவமை நயம் அறிந்து இன்புறற்பாலதாகும். புறவினால் துளைத்து உண்ணப்பட்ட நெல்லிக்காய்கள் சிதறி வீழ்ந்து கிடக்கும் காட்சி, நூலறுந்து சிதறிக் கிடக்கும் மணிகளைப் போன்று விளங்கின வென்க, புறக் குயின்றுண்ட

காண்கள் அவ்வாறு கிடப்பதபோல, எம் பெருமனைச் செல்வியும், அவன் பொய்யுரைக்கு மயங்கி யாருமற்றவளாய்த் தவிக்கின்றனளே? எக்குறித்து வருந்தியதாகவும் கொள்க.

316. அறிந்தும் அறியார்!

பாடியவர்: ஓரம்போகியார், **திணை**: மருதம், **துறை**: தலைமகற்கு வாயில் நேர்ந்த தோழி தலைமகளை நெருங்கிச் சொல்லியது.

(தலைமகன், பரத்தை ஒருத்திபால் உறவுபூண்டு தன்னை மறந்து திரிதலால், வருத்தமுற்று வாடி இருந்தனள் மகளைப் பெற்று எடுத்திருக்கும் ஒரு தலைவி. பின்னர்த் தலைவன் மீண்டு தன் வீடு வரவும், அவளுடைய ஊடல் தணிந்தபாடில்லை. அப்போது, அவன் தலைவியின் தோழியினுடைய உதவியை நாடுகின்றான். அவளும் தலைவிபாற் சென்று ஊடல் தணிந்து கூடுதலைக் கைக்கொள்ளுமாறு அவளுக்கு எடுத்து உரைக்கின்றாள். இந்த முறையிலே அமைந்த செய்யுள் இது.)

துறைமீன் வழங்கும் பெருநீர்ப் பொய்கை
அரிமலர் ஆம்பல் மேய்ந்த நெறிமருப்பு
ஈர்ந்தண் எருமைச் சுவல்படு முதுபோத்துத்
தூங்குசேற்று அள்ளல் துஞ்சிப் பொழுதுபடப்
பைந்திண வராஅல் குறையப் பெயர்தந்து

குரூஉக்கொடிப் பகன்றை சூடி மூதூர்ப்
போர்ச்செறி மள்ளரிற் புகுதரும் ஊரன்
தேர்தர வந்த தெரிஇழை நெகிழ்தோள்
ஊர்கொள் கல்லா மகளிர் தரத்தரப்ங
பரத்தைமை தாங்கவோ இலனென வறிதுநீ

புலத்தல் ஒல்லுமோ? - மனைகெழு மடந்தை
அதுபுலந்து உறைதல் வல்லி யோரே
செய்யோள் நீங்கச் சில்பதங் கொழித்துத்
தாமட்டு உண்டு தமியர் ஆகித்
தேமொழிப் புதல்வர் திரங்குமுலை சுவைப்ப

வைகுநர் ஆகுதல் அறிந்தும்
அறியார் அம்மவஃது உடலு மோரே!

துறையிடத்தே மீன்கள் உலவிக் கொண்டிருக்கும் மிக்க நீரினை உடைய பொய்கை ஒன்று; அதன்கண் விளங்கும் ஆம்பல் மலரை மேய்ந்தது, நெறித்த கொம்புகளையும் மிக்க குளிர்ச்சியுற்ற முதுகினையுமுடைய முதுமையுற்ற எருமைக்கடா ஒன்று; உண்டபின், மிகுதியாகச் சேறுபட்டுக் கிடந்த இடத்திலே இரவெல்லாம் கிடந்து அது

உறங்கியது. காலையில், பசிய நிணத்தினைக் கொண்ட வரால் மீன்கள் தன் கால்களுக்கிடையே மிதிபட்டு அழியுமாறு அது அச்சேற்றினின் றும் வெளிப்பட்டது. வெள்ளிய பூக்களையுடைய பகன்றைக் கொடி யினைத் தன் தலையிற் சூடிக்கொண்டதாக, அது பழைமையினை யுடைய ஊரின்கண்ணும் புகுந்தது. அந்தக் காட்சி, போரிலே வெற்றி பெற்று வாகைசூடி வருகின்ற வீரர்கள் வருவது போன்று செருக்குடன் இருந்தது. அத்தகைய ஊரினையுடையவன் நம் தலைவன்.

'தன் தேரிற் பாகன் ஏற்றிக்கொண்டு தருதலால் வந்தடைந்த, விளங்கும் அணிகள் நெகிழ்ந்த தோள்களையுடைய, ஊர் ஏற்றுக் கொள்ளும் முறைமையினைக் கல்லாத மகளிரான பரத்தையர்கள் பரத்தமையினை மென்மேலும் தந்து கொண்டிருக்கத் தாங்கலாற் றாதவனாக உள்ளனனே?' என்று, மனைக்குப் பொருந்திய கற்புடைய மடந்தையான நீ, பயனின்றி இவனோடு ஊடியிருத்தல் நினக்குப் பொருந்துவதாகுமோ?

அங்ஙனம் தலைவனின் பரத்தமைக்காக அவனுடனே ஊடிக் கொண்டு வாழ்தற்கு வன்மையுடைய மகளிர், தம்மிடத்து நின்றும் திருமகள் நீங்கிப்போகச், சிறிதளவான அரிசியைப் புடைத்துத் தாமே சமைத்து உண்டு தனித்திருப்போர் ஆகித், தேன் போன்று இனிக்குஞ் சொல்லினரான புதல்வர் பாலற்றுச் சுருங்கிப்போன தம் முலை யினைச் சுவைத்து வருந்த வாழ்ந்திருத்தலை அறிந்திருந்தும், அதனை மேற்கொள்பவர் அறிவற்றவரே யாவரன்றோ!

சொற்பொருள்: 1. துறை- நீர்த்துளை. வழங்கும் - இயங்கும். 2. அரிமலர் - விளங்கும் மலர்; செவ்வரிபெற்ற மலரும் ஆம். நெறி மருப்பு - நெறித்தலைக்கொண்ட கொம்பு 3. சுவல் - முதுகு. போத்து - கடா. 4. அள்ளல் - அளல் என வழங்கும் சேற்றுப்பள்ளம் 5. குறைய - அழிந்துபட. 6. குரூ உக்கொடி-நிறமமைந்த கொடி; பரூஉக்கொடி எனவும் பாடம். 8. தேர் தர-தேர்ப்பாகன் தேரேற்றிக் கொண்டு தர. தெரியிழை நெகிழ்தோள் - ஆய்ந்தணிந்த அணிகள் நெகிழ்ந்து போக விளங்கும் தோள்க்ள். 9. ஊர்கொள் - ஊர் கொள்ளலான ஒழுக்கமரபு. 10. தாங்கலோ இலன் - பொறுத்தலோ இலன்; கைவிடுதல் அற்ற வனாக உள்ளவன். 13. சில்பதம்-சிறிதளவான உணவு. 14. தாமட் டுண்டு தமியராகி-தாமே சமைத்து உண்டு தனித்தோராகி; இது அவனால் அவர் ஒதுக்கிவைக்கப் பெறும் வாழாவெட்டியராகிய வாழ்வைக் குறிப்பது. 17. உடலுதல்-மாறுபாடு கொள்ளுதல்.

விளக்கம்: 'ஊர் கொள் கல்லா' என்பது, 'ஊரே இடமில்லை யாகும்படி ஆரவாரித்து வருகின்ற அறியாமை செறிந்த பரத்தையர் எனவும் சுட்டும். 'தாங்கலோ விலன்? என்றது, பரத்தையர் மிகுதியாக வந்துவந்து போதலினால், அவன் அவரைத் திருப்தி செய்விக்க

ஆற்றானாகிய நிலையில் தளர்வுற்றுத், தானே, அதனைத் தாங்க மாட்டாத தன்மையனாயினான் என்றும் பொருள் தருவதாம்.

உள்ளுறை: ''முது எருமைப் போத்து, பொய்கை ஆம்பல் மேய்ந்து, அள்ளல் துஞ்சிப் பொழுதுபட, வரால் குறையப் பகன்றை சூடி மூதூர்க்கண் போர்ச்செறி மள்ளரிற் புகுதரும் ஊரன்' என்றனர். இது, தலைவன் பரத்தையர் சேரியிடத்தே பரத்தையரை நுகர்ந்து, இரவெல்லாம் அங்கேயே மயங்கிக் கிடந்து, காலையில் அவ்விடத்தே பெற்ற அடையாளங்களுடன் வீடுநோக்கி வெட்கமின்றி வருவதைக் குறித்தப் பழித்ததாம். ஆம்பல் பரத்தையர்க்கும், மிகுசேற்று அள்ளல் அங்குப்பெற்ற இழிந்த இன்பத்திற்கும், பகனறை சூடிவரல் அவன் மேனியில் விளங்கும் பரத்தைமையால் விளங்கிய குறிகட்கும், முதுபோத்து அவனுக்குமாகப் பொருத்திக் காண்க. 'துறைமீன் வழங்கும் பெருநீர்ப் பொய்கையிடத்து அரிமலர் ஆம்பல் மேய்ந்த கடாப்போல, அவனும் பலர் உலவும் பரத்தையர் சேரிக்கண் அழகுடையாளாகிய ஒருத்தியின் இன்பத்தை நயந்து பெற்று உண டனன்' என்க. 'பைந்நிண வரால் குறைய' என்றது, 'அவ்விடத்து அவனுடைய கூட்டம் பெறாத இளம்பரத்தையர் வருத்தமுற' என்றதாம்.

மேற்கோள்: தொல்காப்பியக் கற்பியலின், 'பெறற்கரும் பெரும் பொருள் முடிந்தபின்' என்னுஞ் சூத்திரத்து, உணர்ப்பு வயின் வாரா ஊடலுற் றேன்வயின், உணர்த்தல் வேண்டிய கிழவோன் பானின்று, தான் வெகுண்டாக்கிய தகுதிக் கண்ணும்' என்னும் பகுதியில். இச் செய்யுளை எடுத்துக் காட்டி, 'இது தோழி தலைவியை வெகுண்ட ஆக்கியவாறு காண்க' என்று உரைப்பர் நச்சினார்க்கினியர்.

தொல்காப்பியப் பொருளியலின், 'வருத்தமிகுதி சுட்டுங்காலை' என்னுஞ் சூத்திர உரையுள், இச் செய்யுளுள் வரும் 'அது புலந்துறை தல் வல்லியோரே' என்ற பகுதியைக் காட்டிப், 'புலவியால் நின் இல்வாழ்க்கை குறைபடுமெனத் தோழி கூறியவாறு காண்க' எனவும் நச்சினார்க்கினியர் உரைத்துள்ளனர்.

317. வந்து நின்றனர்!

பாடியவர்: வடமோதங்கிழார். **திணை:** பாலை. **துறை:** தலைமகன் வரவுணர்ந்த தோழி தலைமகட்குச் சொல்லியது.

(வரைவிடை வைத்துப் பொருள்வயிற் பிரிந்து சென்றிருக்கிறான் தலைவன். பிரிவுத் துயரினாலே மெலிவுற்றனள் தலைவி. எனினும் தன் யாயும் பிறரும் அறியாவாறு மறைத்தும் ஒழுகி வந்தனள். அவ ளுடைய வேதனை அவளுடைய தோழிக்குக் கலக்கத்தைத் தந்தது. அவன் குறித்துச் சென்ற பருவத்தும் வராதுபோகவே அவர்கள் துயரம் நனிமிகுந்தது. அவ்வேளை, தலைவனும் வந்து நிற்கத் தோழி கவலை நீங்கிய களிப்பினளாகச் சொல்லிய முறையில் அமைந்தது இச்செய்யுள்.)

''மாக விசும்பின் மழைதொழில் உலந்தெனப்
பாஅய் அன்ன பகலிருள் பரப்பிப்
புகைநிற உருவின் அற்சிரம் நீங்கக்
குவிமுகை முருக்கின் கூர்நுனை வைஎயிற்று
நகைமுக மகளிர் ஊட்டுகிர் கடுக்கும்

முதிராப் பல்லிதழ் உதிரப் பாய்ந்துடன்
மலருண் வேட்கையின் சிதர்சிதர்ந் துகுப்பப்
பொன்செய் கன்னம் பொலிய வெள்ளி
நுண்கோல் அறைகறைந்து உதிர்வன போல
அரவ வண்டினம் ஊதுதொறுங் குரவத்து

ஓங்குசினை நறுவீ கோங்கலர் உறைப்பத்
துவைத்துஎழு தும்பி தவிர்இசை விளரி
உதைத்துவிடு நரம்பின் இம்மென இமிரும்
மரனே முற்ற காமர் வேனில்
வெயிலவிர் புரையும் வீததை மாஅத்துக்

குயிலிடு பூசல் எம்மொடு கேட்ப
வருவேம்'' என்ற பருவம் ஆண்டை
இல்லை கொல்லென மெல்ல நோக்கி
நினைந்தனம் இருந்தன மாகநயந் தாங்கு
உள்ளிய மருங்கின் உள்ளம் போல

வந்துநின் றனரே காதலர் நத்துறந்து
என்னுழி யதுகொல் தானே பன்னாள்
அன்னையும் அறிவுற அணங்கி
நன்றுதற் பாஅய பசலை நோயே?

பெரிதான வானத்தினிடத்தே மேகங்கள் பெய்தலாகிய தம் தொழிலினை நிறுத்திய வாயின. பரப்பி வைத்தாற் போன்ற இருளினைப் பகலினும் பரப்பியதாக வானமும் விளங்கியது. புகையின் நிறத்தைப்போன்ற உருவினைக் கொண்டு அங்ஙனம் மேகங்கள் விளங்கும் பனிக்காலமும் நீங்கியது.

கூர்மையான பற்களையும் ஒளியுடைய முகத்தினையும் உடைய இளம் பெண்களது. செம்பஞ்சி ஊட்டிய நகத்தினைப் போன்று விளங்கும், குவிந்த முகைகளையுடைய முருக்க மரத்தினது கூரிய முனையையுடைய முதிர்ச்சிபெறாத பல இதழ்களும் உதிரும்படியாக, மலரிடத்துத் தேனுண்ணும் வேட்கையினவாகிய வண்டினம், கூட்டமாகப் பாய்ந்து கிண்டி அவற்றை உதிர்த்துக் கொண்டிருக்கும்.

பொன்னாற் செய்த சிறு தராசுத் தட்டு அழகு பெற, வெள்ளியின் நுண்ணிய கம்பி அறுத்தலால் குறைப்பட்டு உதிர்வனபோல, ஒலி

யுடைய வண்டினம் ஊதுந்தோறும், கோங்கமரத்தின் பூவிடத்தே, குரவமரத்தின் உயர்ந்த கிளையிடத்து நறும்பூக்கள் குறைந்து உதிர்வன வாயிருக்கும்.

ஆரவாரித்து எழுகின்ற வண்டின் விட்டு விட்டிசைக்கும் ஒலி யானது தெறித்துவிடுகின்ற விளரி நரம்பினிடத்து நின்று எழுகின்ற ஒலிபோல இம்மென ஒலித்துக் கொண்டிருக்கும்; மரங்களும் இன்ப முற்றனவாக விளங்கும். அத்தகைய அழகிய வேனிற்காலத்திலே -

''வெயிலொளியைப் போன்ற வெண்பூக்கள் செறிந்திருக்கும் மாமரத்திலிருந்து குயில்கள் செய்கின்ற ஆரவாரத்தினை நம்முட னிருந்து கேட்க வருவேம்' என்று, அவர் குறித்துச் சென்ற இத்தகைய இளவேனிற் பருவம் அவர் சென்றுள்ள அவ்விடத்தே இல்லை போலும்'' என, மெல்லென அக்காலத்துச் செவ்வியைக் கண்டு அவனை நினைந்தவராக இருந்தனம். அவ் வேளையிலே,

ஒன்றை விரும்பி நினைந்துவிடத்து அங்ஙனமே அது வந்து சேரக் களிகொள்ளும் உள்ளக்களிப்பினைப் போல, இனியவராகிய காதலரும் வந்து நம் எதிரே நின்றனர். அக்கணமே-

அன்னையும் அறிவுறும் வண்ணமாகப் பல நாட்கள் நம்மை வருத்தியவாறே, நம் நல்ல நெற்றியிற் படர்ந்த பசலை நோயும் நம்மைப் பிரிந்து எவ்விடத்துச் சென்றதோ?

சொற்பொருள்: 1. மாக விசும்பின்- வானினிடத்தே. தொழில் உலந்தென - தொழில் செய்து முடிந்ததாக. 3. அற்சிறம் - பனிக்காலம். 5. நகைமுகம் - ஒளியுடைய முகம். 7. சிதர் - வண்டு. கன்னம் - பொற்கொல்லரின் சிறு தராசுத் தட்டு 12. தவிரிசை - விட்டிசைக் கும் இசை. 13. உதைத்து விடல் - தெறித்துவிடல். 14. மரன் ஏமுற்ற - மரங்கள் பூத்துக் குலுங்கி இன்புற்றுத் தோன்றிய; மானே முற்ற எனவும் பாடம்; 22. என்னுழியது கொல் - எங்குச் சென்றதோ? 23. அணங்கி - வருத்தி.

விளக்கம்: தலைமகனின் வரவினை உணர்ந்த தோழி, அவனை நினைந்து தாம் கொண்டிருந்த துயர மிகுதியினை எடுத்துக் கூறுவதனால், இது பாலைத்திணையாகக் கொள்ளப் பெற்றது.

பொன்னாற் செய்த சிறுதட்டிலே வெள்ளிக் கம்பித் துண்டுகள் விழுவது போலக் கோங்கம் பூவிடத்தே குரவ மலர்கள் விழுவதெனக் கூறுகின்ற நயத்தினை அறிந்து இன்புறுக.

''உன்னிய மருங்கின் உள்ளம் போல்'' என்பதற்கு உள்ளிய விடத்தே அந்த உள்ளத்து எழுந்த ஒன்றே வந்து எதிருறுமாறுபோல என்று பொருள் கொள்ளுக.

318. ஊதல் வேண்டும்!

பாடியவர்: கபிலர். **திணை**: குறிஞ்சி. **துறை**: இரவுக்குறி வந்த தலைமகனை வரவு விலக்கி வரைவு கடாவியது.

(இரவுக் குறியிடத்தே காதலர் சந்தித்து வருகின்ற காலம். தலைவன் வரும் வழியின் ஏதமும் பிறவும் அவளுள்ளத்தை வருத்து கின்றன. திருமண நாட்டமும் எழுகின்றது. அதனால், அவனிடத்தே இங்ஙனம் கூறுகினறனள். இவ்வாறு அமைந்தது இச்செய்யுள்ள.)

கான மானதர் யானையும் வழங்கும்
வான மீமிசை உருமுநனி உரறும்
அரவும் புலியும் அஞ்சுதக வுடைய
இரவழங்கு சிறுநெறி தமியை வருதி -
வரையிழி யருவிப் பாட்டொடு பிரசம
முழவுச்சேர் நரம்பின் இம்மென இமிரும்
பழவிறல் நனந்தலைப் பயமலை நாட! -
மன்றல் வேண்டினும் பெறுகுவை ஒன்றோ
இன்றுதலை யாக வாரல் வரினே
ஏமுறு துயரமொடு யாமிவண் ஒழிய
எற்கண்டு பெயருங் காலை யாழநின்
கற்கெழு சிறுகுடி எய்திய பின்றை
ஊதல் வேண்டுமாற் சிறிதே - வேட்டொடு
வேய்பயில் அழுவத்துப் பிரிந்தநின்
நாய்பயிர் குறிநிலை கொண்ட கோடே!

விலங்கினம் இயங்குகின்ற காட்டிடத்து நெறியின் கண்ணே, காட்டியானைகளும் இயங்குவனவாகும். வானத்து உயர்ந்த உச்சிக் கண்ணே இடிமுழக்கமும் பெரிதாக எழும். பாம்பும் புலியும் வழங்கும் அக்காடு அச்சந்தரும் தன்மையினையும் தன்பாற் கொண்டது. இரவு நேரத்தில், அத்தகைய சிறுநெறி வழியே தன்னந்தனியனாக நீயும் வருகின்றனை!

மலையினின்று இழியும் அருவியின் இன்னொலியோடு வண்டினங்களும் இணைந்தனவாக, முழவொலியுடன் இணைந்து எழுகின்ற யாழ்நரம்பின் ஒலிபோல ஒலியெழுப்பிக் கொண்டிருக்கும், பழைதான ஆற்றல்கொண்ட, அகன்ற இடத்தினையுடைய பயன் நிறைந்த மலைநாட்டின் தலைவனே! நீ திருமணத்தை விரும்பி னாலும் அதனைப் பெறுபவன் ஆவாய். ஆயின் -

இன்று முதலாக நீ இரவுநேரத்தில் வாராதே. வருவாயானால், எம்மை மயக்கமுறச்செய்து அடைகின்ற துயரத்தினை யாம் இவவிடத் தேயே நீக்கிக் கொள்ளுமாறு, என்னைக் கண்டு விட்டு நீங்குகின்ற

பொழுதிலே, கற்கள் பொருந்திய நின்னுடைய சிற்றூரினை நீ சென்றடைந்ததன் பின்னர், மூங்கில் செறிந்த காட்டிடத்தே வழிதப்பிப் பிரிந்த நின் வேட்டுவரோடு நாய்களையும் அழைக்கின்ற குறிப்பாகிய தன்மையினைக் கொண்ட, நின் ஊதுகொம்பினை எடுத்துச் சிறிதே ஊதுதலும் வேண்டுகின்றேன்.

சொற்பொருள்: 1. மானதர் - விலங்கினம் வழங்குகிற சிறு பாதை. 4. சிறு நெறி - சிறு வழி; குறுகலான நெறி. இரவுச் சிறு நெறி என்பது, இர வழங்கு சிறுநெறி எனவும் பாடபேதத்துடன் வழங்கும். 7.விறல் - வெற்றி, மலையின் வெற்றி என்றது அம் மலைவாழ்நரின் வெற்றிச் செவ்வியை உரைத்ததாம். 8. மன்றல் - மணம். 9. இன்று தலையாக - இன்று முதலாக. 10. ஏம் உறு - மயக்கமுறுவித்தலான; அதாவது மிகுதியான துயரம் என்க. 13. வேட்டு - வேட்டுவர். 14. அழுவம் - அடர்ந்த காடு. 15. கோடு - ஊதுகொம்பு.

விளக்கம்: ''வரையிழி யருவிப் பாட்டொடு பிரசம் முழுவுச்சோ நரம்பின் இம்மென இமிரும், பழவிறல் நனந்தலைப் பயமலை நாட'' என்றது, அத்தகையோனாகிய சிறப்புடைய அவன் வரைந்து வரின்,. தம்மவரும் மறாது இசைவர் எனக் குறித்ததாம். அதனை மேலும் விளக்கமுறக்கூறுபவள், 'மன்றல் வேண்டினும் பெறுகுவை' என்றனள்.

'இன்று தலையாக வாரல்' என்றவள், வந்தால், 'நின் கோடே ஊதல் வேண்டமால்' என வேண்டுகின்றனள். 'ஏமுறு துயரம் யாமிவண் ஒழிய' என அவளுரைத்தாலும், அதனால் இவர்களின் களவு ஊதரறிந்ததாகி அலர் பெருகக் காரணமாகுமாதலால் அதனை அவன் செய்யான் என்பதும் தெளிவாகும். எனவே, அவன் மனம் வரைந்துகோடலிலேயே முற்றவும் செல்லும் என்பதும் பெற்றனள்.

மேற்கோள்: தொல்காப்பியக் களவியலுள், 'நாற்றமும் தோற்றமும்' என்ற சூத்திரத்து, ஆற்றது தீமை அறிவுறு கலக்கமும்' என்னும் பகுதிக்கண், இச் செய்யுளைக் காட்டி, இதனுள், 'வரினே ஏமுறு துயரம் நாமிவண ஒழிய நின் நாய் பயிர் குறிநிலை கொண்ட கோட்டை ஊதல் வேண்டுமாற் சிறிது' என வருவது, ஆற்றிடை ஏதமின்றிச் சென்றமை தோன்ற ஆண்டோர் குறிசெய்' எனக் கூறுவனவும் கொள்க' என்பர் நச்சினார்க்கினியர்.

319. எய்துக உமக்கே!

பாடியவர்: எருக்காட்டூர்த் தாயங் கண்ணனார். **திணை:** பாலை. **துறை:** செலவுணர்த்திய தலைமகற்குத் தோழி செலவழுங்கச் சொல்லியது.

(தலைமகன் பொருள் கருதியவனாகத் தலைவியைப் பிரிந்து வேற்றுநாடு செல்லுதற்கு முற்படுகின்றவன், தோழியிடத்து அச்

செய்தியைக் கூற, அவள் தலைவியின் ஆற்றாமை மிகுதியை எடுத்துக் காட்டி, அவன் போக்கினைத் தடை செய்பவளாக இவ்வாறு உரைக்கின்றனள்:)

மணிவாய்க் காக்கை மாநிறப் பெருங்கிளை
பிணிவீழ் ஆலத் தலங்குசினை ஏறிக்
கொடுவில் எயினர் குறும்பிற் கூக்கும்
கடுவினை மறவர் வில்லிடத் தொலைந்தோர்
படுபிணங் கவரும் பாழ்படு நனந்தலை   5
அணங்கென உருத்த நோக்கின் ஐயென
நுணங்கிய நுசுப்பின் நுண்கேழ் மாமைப்
பொன்வீ வேங்கைப் புதுமலர் புரைய
நன்னிறத் தெழுந்த சுணங்கணி வனமுலைச்
சுரும்பார் கூந்தற் பெருந்தோள் இவள்வயிற்   10
பிரிந்தனிர் அகறல் சூழின் அரும்பொருள்
எய்துக மாதோ நுமக்கே கொய்குழைத்
தளிரேர் அன்ன தாங்கரு மதுகையள்
மெல்லியள் இளையவள் நனிபேர் அன்பினள்
'செல்வேம்' என்னும் நும்மெதிர்   15
'ஒழிவேம்' என்னும் ஒண்மையோ இலளே!

கருமணியினைப் போன்ற வாயினவான காக்கையின் கருநிறப் பெருஞ்சுற்றமானது, பிணிப்புண்டு வீழ்ந்திருக்கும் விழுதுகளையுடைய ஆலமரத்தின் அசைகின்ற கிளைகளிலே ஏறியிருந்து,

வளைந்த வில்வினையுடைய எயினரது குறும்பிற்கு, ஊக்கத்துடன் படைகொண்டு எழுகின்ற கொடுந்தொழிலினையுடைய மறவர்கள், வில்லிட்டு எய்தலால் இறந்து வீழ்ந்தோருடைய பிணங்களைக் கவர்ந்து உண்ணுகின்ற தன்மையினையுடைய, பாழ்பட்டுக் கிடக்கின்ற அகன்ற பாலையினிடத்திலே -

தெய்வத்தைப் போன்ற உருத்த நோக்கினையும், அழகிதென நுணுகிய இடையினையும், நுண்மையாகப் பொருந்திய மாமைப் புள்ளிகளையும், பொன்போன்ற பூக்களைக் கொண்ட வேங்கை மரத்தின் புதுமலரைப் போன்ற தேமலை அணிந்திருக்கும் நல்ல மார்பிடத்து எழுந்துள்ள அழகிய முலைகளையும், வண்டினம் மொய்த்து ஆரவாரிக்கும் கூந்தலினையும், பெருத்த தோள்களையும் உடைய, நும் காதலியான இவளிடத்திருந்து பிரிந்தவராக நீங்கிப்போதலைக் கருதினீரானால் -

நுமக்கு, நீர் நாடிச் செல்லும் அரிதான பொருளும் வந்தடைவதாக! கொய்த குழையாகிய தளிரின் அழகினைப் போன்ற

தாங்குதற்கற்ற வலியினையுடையவளும், மென்மைத் தன்மை யினளும், இளமைப் பருவத்தினளும், நும்மிடத்து 'மிக்க பேரன்பினளு மாகிய இவள், 'யாம் பிரிந்து போவோம்' என்று கூறும் நுமக்கு எதிரே. 'பிரிந்திருப்போம்' என்று கூறுகின்ற அறிவுடைமையினை இல்லாத வளாயிற்றே! யான்றான் என் செய்வேனோ?

சொற்பொருள்: 1. கிளை -இனம்; கூட்டம். 3. குறும்பு சிற்றரண். 11. சூழின் - கருதின். 13. மதுகை - வலிமை. 16. 'ஒழிவேம் - ஒழியோம் எனவும் பாடம்.

விளக்கம்: காட்டின் கடத்தற்கரிய கொடுமையினையும், தலைவி யின் மிகுந்து அழகினையும், அவளின் பேரன்பினையும், பிரிந்தால் அவள் படும் வாட்ட மிகுதியையும் கூறி, அவளது பேதைமையினை யும் உணர்த்திச், செலவு அழுங்குவிக்கும் நயத்தினை அறிந்து இன்புறுக.

320. சூளும் பொய்யோ?

பாடியவர்: மதுரைக் கூலவாணிகன் சீத்தலைச்சாத்தனார், **திணை:** நெய்தல். **துறை:** பகற்குறிக்கண் வந்த தலைமகனைத் தோழி வரைவுகடாயது.

(கடற்றுறைப் பகுதித் தலைவன் ஒருவன், நங்கையொருத்தி யைக் கண்டு காதலித்துக் களவிற் கூடியும் வருகின்றான். பகற்போதில் வருதலையுடைய அவனைத் தோழி கண்டு, தலைவியை வரைந்து வந்து மணந்து கொள்ளுமாறு கூறிய முறையிலே அமைந்தது இச் செய்யுள்.)

ஓங்குதிரைப் பரப்பின் வாங்குவிசைக் கொளீஇத்
திமிலோன் தந்த கடுங்கண் வயமீன்
தழைஅணி அல்குல் செல்வத் தங்கையர்
விழவுஅயர் மறுகின் விலைஎனப் பகரும்
கானல்அம் சிறுகுடிப் பெருநீர்ச் சேர்ப்ப!

மலர்ஏர் உண்கண்எம் தோழி எவ்வம்
அலர்வாய் நீங்கநீ அருளாய் பொய்ப்பினும்
நெடுங்கழி துழைஇய குறுங்கால் அன்னம்
அடும்புஅமர் எக்கர் அம்சிறை உளரும்
தடவுநிலைப் புன்னைத் தாதுஅணி பெருந்துறை

நடுங்குஅயிர் போழ்ந்த கொடுஞ்சி நெடுந்தேர்
வண்டற் பாவை சிதைய வந்துநீ
தோள்புதிது உண்ட ஞான்றைச்
சூளும் பொய்யோ கடல்அறி கரியே?

உயர்ந்த அலைகளையுடைய கடற்பரப்பிலே சென்று, மீன் பிடிக்கும் படகினையுடையவரான தமையன்மார், விசைத்து வலையினை இழுத்துப் பிடித்துக்கொணர்ந்த ஆற்றலுடைய வலிய மீன்களைத், தழையணிந்த அல்குலை உடையவரான அவர்தம் செல்வ மிக்க நங்கைமார், விழாக்கள் நிகழுகின்ற ஊர்த்தெருக்களிலே கொண்டு, 'இன்ன விலை' எனக் கூறிவிற்கின்ற, கானற்சோலையிடத் தவான சிற்றூர்களையுடைய, கடற்கரை நாட்டுத் தலைவனே!

நீலமலரினை ஒத்த அழகிய மையுண்ட கண்களையுடையவள் என் தோழி. அவள் துயரமும், அலருரைக்கும் வாயினரின் பேச்சும் நீங்குமாறு, நீ வரைந்துவந்து எமக்கு அருள் செய்க. அருள் செய்யாது பொய்த்தனையானாலும்,

நெடிதான உப்பங்கழியினிடத்தே துழாவி மீன்பிடித்து உண்ணுந் தன்மையுடைய குறுகிய கால்களையுடைய அன்னப் பறவையானது, அடும்பங்கொடிகள் செறிந்துள்ள மணல் மேட்டினிடத்தே அமர்ந்து, தம் அழகிய சிறகினை உலர்த்திக் கொண்டிருக்கும்! வளைந்த நிலையினையுடைய புன்னையின் தாதுகள் வீழ்ந்து அழகுசெய்திருக்கும்; அப்பெரிய துறையினிடத்தே, நெகிழும் நுண்மணலைப் பிறந்து வரும் தேர்மொட்டினையுடைய நின் நெடிய தேரிலே, யாங்கள் புனைந்தாடிய வண்டற்பாவை சிதையுமாறு ஊர்ந்துவந்து, இவள் தோள் நலத்தினைப் புதுவதாக உண்ட அந்தச் சமயத்தில், கடல் தெய்வமே அறிகின்ற சான்றாக வைத்த உரைத்தனையே, அந்தச் சூளுரையும் பொய்தானோ? (அதனையேனும் கூறுவாயாக.)

சொற்பொருள்: 2. திமில் - மீன்பிடி படகு. 3. தழை - தழையாடை. 4. விழவு அயர்தல் - விழாக்கொண்டாடல், 8. துழைஇய-துழாவியுண்ட. 9. அடும்பு-அடும்பங்கொடி. 10.தடவு நிலை - வளைந்த நிலை; கிளைகள் தரையைத் தடவியிருக்கும் தன்மையுமாம். 11. அயிர் - நுண்மணல், கொடுஞ்சி - தேர்மொட்டு. 12. வண்டற்பாவை - புனைந்து விளையாடுதற்கு அமைந்த பாவை. 13. தோள் - தோள்நலம். 14. கடல் அறிகர் - கடல் தெய்வமே அறிகின்ற சான்று எனச் சான்றிடல். சூள் - உறுதிமொழி; நின்னைப் பிரியேன்; விரைவில் மணப்பேன் எனவெல்லாம் கூறுவன.

விளக்கம்: 'திமிலோன் தந்த வயமீன், செல்வத் தங்கையர் விழவயர் மறுகின் விலையெனப் பகரும், கானலஞ் சிறு குடிப் பெருநீர்ச் சேர்ப்ப' என்றது, 'அதனை உண்டு மகிழும் அம் மறுகினர்போல, நீயும் முயற்சி ஏதுமின்றி நல்லூழால் இவளை அடைந்து இன்புற்றனை' என்றதாம்.

'மலரேர் உண்கண் எந்தோழி எவ்வம், அலர்வாய் நீங்க நீ அருளாய் பொய்ப்பினும், வண்டற்பாவை சிதைய வந்து தோள் புதிது

உண்ட ஞான்றைக் கடலறி கரியாக உரைத்த சூளும் பொய்யோ?' என்றது, 'எமக்கு அருள்தலும், எம் எவ்வம் துடைத்தலும் நின் கடமையாயிருக்க, அதனை மறந்தனையேனும், கடல் தெய்வம் சான்றாகச் சூளுரைத்தனையே அதையேனும் பேண வேண்டாமோ?' என்று 'தெய்வக் குற்றம் நேரும்' எனக் கூறி எச்சரித்ததாம். இதனால், அவன் விரையவந்து தலைவியை மணப்பான் என்பதும் அறியப்படும்.

321. என்ன செய்வாளோ?

பாடியவர்: கயமனார். **திணை**: பாலை. **துறை**: மகட் போக்கிய செவிலி சொல்லியது.

(இளையோள் ஒருத்தி தன் களவுக்காதலனுடனே கூடியவளாக உடன்போக்கிலே சென்றுவிடுகின்றனள். அவளைப் பேணி வளர்த்த செவிலித்தாய், கோடைக் காலத்திலே, கொடுவழியூடே செல்லத் துணிந்த மகளது பிரிவினை எண்ணி ஏங்கித் துயருறுகின்றனள். பொழுது சாயவும், அவள் நினைவோட்டம் இப்படிச் செல்ல, அவள் தன் உள்ளத்துடன் இவ்வாறு கூறிக் கொள்ளுகின்றாள்.)

பசித்த யானைப் பழங்கண் அன்ன
வறுஞ்சுனை முகந்த கோடைத் தெள்விளி
விசித்துவாங்கு பறையின் விடரகத்து இயம்பக்
கதிர்க்கால் அம்பிணை உணீஇய புகல்ஏறு
குதிர்க்கால் இருப்பை வெண்பூ உண்ணாது
ஆண்குரல் விளிக்கும் சேண்பால் வியன்சுரைப்
படுமணி இனநிரை உணீஇய கோவலர்
விடுநிலம் உடைத்த கலுழ்கண் கூவல்
கன்றுடை மடப்பிடி களிறொடு தடவரும்
புன்றலை மன்றத்து அம்குடிச் சீறூர்
துணையொடு துச்சில் இருக்கும் கொல்லோ?
கணையோர் அஞ்சாக் கடுங்கண் காளையொடு
எல்லி முன்னுறச் செல்லும் கொல்லோ?
எவ்வினை செயுங்கொல்? நோகோ யானே! -
அரிபெய்து பொதிந்த தெரிசிலம்பு கழீஇ
யாயறி வுறுதல் அஞ்சி
வேய்உயர் பிறங்கல் மலையிறந் தோளே!

பரற்கற்களை உள்ளீடாகப் பெய்து மூட்டுவாயினைப் பொதிந்து அழகிதாக ஆராய்ந்து அணிந்திருந்த தன் காற் சிலம்புகளையும் நீக்கிவிட்டாள்; தன் தாய் தன்னுடைய ஒழுக்கத்தை அறிவாளோ என அஞ்சிய அவள், தன் தலைவனுடன் கூடியவளாக, மூங்கில் உயரமாக வளர்ந்திருக்கும் சாரலையுடைய மலைவழியூடுங் கடந்து செல்பவளாயினாள். அத்தகைய என் மகள்-

பசியினை உடைய யானையின் அழகிழந்த கண்ணினைப் போன்ற நீர் வறண்டதாகிக் காய்ந்து கிடக்கும் சுனையுள், புருந்துவரும் மேல்காற்றின் தெளிவான ஒலியானது, தோலினை இழுத்துக்கட்டிய பறையொலியினைப்போல மலைப் பிளப்புக்களிடத்தே ஒலிக்கவும்-

மெலிந்து நீண்ட கால்களையுடைய தன் அழகிய பிணை யானது உண்பதற்காக, அதன்பால் விருப்பமுடைய அதனுடைய ஆண்மானானது, குதிர் போன்ற அடிமரத்தையுடைய இருப்பை மரத்தின் வெண்மையான பூக்களைத் தான் உண்ணாததாக, தன் ஆண்மைக்குரல் தோன்ற, தன் பெண்மானைச் கூப்பிட்டுக் கொண் டிருக்கவும் -

விளங்குகின்ற தொலைவிடத்ததாகிய-

பெரிதான பால்மடியினையும், ஒலிமுழங்கும் கழுத்துமணி யினையும் உடையவான ஆனிரைகள் உண்ணும் பொருட்டாக, அவற்றை மேய்ப்போரான ஆயர்கள் பிளப்புண்டு கிடந்த நிலத்தினை உடைத்து ஆக்கிய, கண்ணீர் கசிவது போல் நீர் கசிந்து வந்து கொண்டிருக்கும் கூவலைக், கன்றினையுடைய இளைய பெண் யானையானது தன் களிற்றுடனும் கூடியதாகத் தடவிப் பார்க்கும், அழகிழந்த இடமாகிய மன்றத்தையும் அழகிய குடியிருப்பினையும் உடைய சிற்றூதினிடத்தே -

இரவில், தன் துணைவனுடனே, ஒதுக்கிடத்தே அச்சமின்றித் தங்கியிரப்பாளோ? அன்றி, அம்பேவி ஆறலைக்கும் கொடியர்க்கு அஞ்சாத தறுகண்மையினைக் கொண்ட காளையாகிய தன் காதல னுடனே, அவனுக்கு முன்னராகத் தான் நடந்து சென்று கொண்டிருப் பாளோ? அதனை நினைந்து யான் நோகின்றேனே!

சொற்பொருள்: 1. பழங்கண்-பசியால் அழகற்ற கண். 2. வறுஞ் சுனை-வறட்சியுற்றுக் கிடக்கும் சுனை. கோடை-மேல்காற்று. விளி - ஒலி. 3. விசித்து வாங்கல் - இழுத்துக் கட்டுதல் விடரகம் - மலைப் பிளப்புக்கள். 4. கதிர்க்கால் - நீண்ட மென்கால். புகல் - விருப்பம். 5. குதிர்க்கால் - குதிர் போற் பருத்த அடிமரம். 6. ஆண்குரல் - ஆண்மைக் குரல். 8. கூவல் - சிறுகிணறு. விடுநிலம் - தரிசுபட்ட நிலம்; பிளந்து கிடக்கும் நிலமுமாம். 11. துச்சில் - உதுக்கிடம்: சிறு குடிலுமாம். 12. கணையோர் - வில்லேந்திக் கணைதொடுப் போரான ஆறலைகள்வர். கடுங்கண் - தறுகண்மை. 13. எல்லி இரவு. 15. பொதிந்த - மூட்டு வாய் மூடியுள்ள.

விளக்கம்: மணப்பதற்கு முன், அந்நாளைய கன்னியர், தம் சிலம்புகளை நீக்கிக்கொள்வது மரபு. இதனைச் 'சிலம்பு கழி நோன்பு' என்பர். சிலம்பினைக் கழித்து, அவள் சென்றனள் என்பதும் புலப்படும். அவள் அங்ஙனம் சென்றது, தன் தாய் தன்னுடைய களவு உறவினை

அறிந்ததற்கு அஞ்சி எனவும் கூறினர். இனி, இரவில் வெளியேறி வீட்டைவிட்டு அகலுங்கால், அரிபெய்த சிலம்பின் ஒலிமுழக்கங் கேட்பத், தாய் தன் போக்கினைத் தடுத்து விடுதலை அஞ்சியவளாக, அவற்றைக் கழற்றி வைத்தச் சென்றனள் எனவும் கூறலாம்.

'பசித்த யானைப் பழங்கண் அன்ன வறுஞ்சுனை முகந்த கோடைத் தெள்விளி, விசித்து வாங்கு பறையின் விடரகத் தியம்ப' என்றது, கோடையின் கொடுமையைக் கூறியதாம். சுனை வறட்சி யினாற் காற்றுப் புகுந்து ஒலியோடு எழ, அந்த ஒலி விடரகத்தேயும் எதிரொலித்தது என்க.

'இருப்பை வெண்பூவைத் தான் உண்ணுதல் இன்றித் தன் பெண்மானை விரும்பி அழைக்கும் ஆண்மாணின் செயலைக் கருதி னாள், அங்ஙனமே அவள் காதலனும் அவளைப் பேணியவனாகத் தன் துயரையும் மறந்து செல்லும் அன்புடையவன் ஆக இருத்தலை நினைந்து; அன்றி, அத்தகைய அன்புடையானாதலை விரும்பியுமாம்.

'விடுநிலம் உடைத்த கலுழ்கட் கூவல் கன்றடை மடப்பிடி களிறொடு தடவும்' என்றனள், வறுமைக் கண்ணும் பிரிதலின்றி, அவன் தன் காதலனுடனும், காதற்பேறான மகனுடனும் பிரியாது வாழ்தலை விரும்பினாளாக என்க.

இப்படிப் பகற்போதை நினைற்தவட்கு, இரவுவேளையின் நினைவு கவலையைத் தருகிறது. அதனால் 'துச்சில் இருக்குங் கொல்லோ? காளையொடு முன்னுறச் செல்லுங் கொல்லோ?' என நோகின்றாள். இதனால், தன் மகளின் நலனிலே செவிலிக்கு உண்டா யிருந்த பொறுப்பும், அவள் பாசச் சிறப்பும் நன்கு புலனாகும்.

322. தேம்புதியோ நெஞ்சே?

பாடியவர்: பரணர். திணை: குறிஞ்சி. துறை: அல்ல குறிப் பட்டப் போகின்ற தலைமகன் தன் நெஞ்சிற்குச் சொல்லியது. சிறப்பு: பொதியிலுக்கு உரியவனாக விளங்கிய போர்வல்ல திதியனின் மலை வளம்.

(இரவுக்குறியிலே அன்பிற்கு உரியவளைச் சந்தித்து இன்புறப் பெரிதும் முயன்ற வந்த தலைவன், அவளைக் காத்திருந்து சோர்ந்து போய்த் தன்னூர் திரும்புகிறான். அப்போது, அவன் நெஞ்சிலே எழுந்த துயரம், இங்ஙனம் தானே பேசும் பேச்சாக எழுகிறது.)

வயங்குவெயில் ஞெமியப் பாஅய் மின்னுவசிபு
மயங்குதுளி பொழிந்த பானாட் கங்குல்
ஆராக் காமம் அடூஉநின்று அலைப்ப
இறுவரை வீழ்நரின் நடுங்கித் தெறுவரப்
பாம்புஎறி கோலிற் றமியை வைகி

தேம்புதி கொல்லோ? - நெஞ்சே! உருமிசைக்
களிறுகண் கூடிய வாள்மயங்கு ஞாட்பின்
ஒளிறுவேல் தானைக் கடுந்தேர்த் திதியன்
வருபுனல் இழிதரு மரம்பயில் இறும்பிற்
பிறையுறழ் மருப்பின் கடுங்கண் பன்றிக்
குறைஆர் கொடுவரி குழுமுஞ் சாரல்
அறையுறு தீந்தேன் குறவர் அறுப்ப
முயலுநர் முற்றா ஏற்றுஅரு நெடுஞ்சிமைப்
புகலரும் பொதியில் போலப்
பெறலருங் குரையள்எம் அணங்கி யோளே!

நெஞ்சமே! நம்மைத் தம் அழகினாலே தாக்கி இங்ஙனம் வருத்தியோள் அவள்.

இடிமுழக்கம் போன்று முழங்கியவையாகப் போர்க் களிறுகள் தம்முள் திரண்ட வாட்கள் ஒன்றுடன் ஒன்று மோதிக்கொண்டிருக்கிற போர்க்களத்தின் கண்ணே, ஒளியெறிக்கும் வேலினனாகத் தன் தேரிலே விரைந்து சென்று கலந்து வெற்றி கொள்பவன். படைவீரர் பெருக்கினைக் கொண்ட திதியன் என்பவன். மலையுச்சியினின்று வருகின்ற அருவிப் புனல் வீழ்ந்து ஓடிக் கொண்டிருக்கும், மரங் களடர்ந்த காட்டிலே, பிறை போன்ற வெள்ளிய வளைந்த கொம்பினை யுடைய அச்சமற்ற பன்றியினது இறைச்சித் துண்டுகளைத் தின்ற, வளைந்த கோடுகளையுடைய புலியானது முழங்கிக் கொண்டிருக் கும் மலைச்சாரலை உடையது அவனது பொதியில் மலை. உச்சிப் பாறைகளிடத்தே பொருந்திய இனிதான தேனடைகளை அறுத் தெடுக்க முயலுகின்ற குறவர்களும் ஏறிச்சென்று அறியாத, ஏறுதற் கரிய உயர்ந்த மலை முடிகளையும் உடையது அம்மலை. புகுதற்கு அரியதும், திதியனுக்கு உரியதுமான அப்பொதியில் மலையினைப் போலப் பெறுதற்கு அருமையானவள் நம் காதலியாகிய அவள், அதனை அறியாதே-

விளங்கும் கதிரவனும் மறையும்படியாகப் பகலிற் பரந்தனவாய மேகங்கள், இரவில் மின்னலிட்டப் பிறந்தவையாக, மிகுதியான மழையினைப் பொழிந்த நள்ளிரவு வேளையிலே, ஆராத காம நோயானது வருத்தா நின்று அலைக்கழிப்ப, மலை முகட்டினின்றும் வீழ்ந்திறக்கும் மனத்துயரினைக் கொண்டவரே போலவும், அச்சமுண் டாக நடுக்கமற்றுப் பாம்பினை அடித்த கோலினைப் போலவும், தனித்துக் கிடந்து நீயும் வாடுவையோ?

சொற்பொருள்: 1. வயங்கு வெயில் - ஒளிவிளங்கும் கதிரவன். ஞெமிய - மறைய. பாஅய் - பரவி. வசிபு என்றனர் 2. மயங்குதுளி - மிக்கமழை; அடைமழை. பானாட்கங்குல் - இரவின் பாதிநாளாகிய

நள்ளிருள் பொழுது. 3. அடூஉ - வருத்துவதாய். 4. தெறுவர - அச்ச முண்டாக. தேம்புதல் - வாடிக்கலுழ்தல், 7. கண்கூடிய - திரண்டு நிறைந்த. ஞாட்பு -போர். 9. இறும்பு -காடு. 10. கடுங்கண் - தறு கண்மை. 11. குறை - இறைச்சித் துண்டு. கொடுவரி - வளைவான கோடுகளையுடைய புலிகள். 12. அறை - பாறை. 13. ஏற்றரு - ஏறுதற்கு அரிய.

விளக்கம்: நெஞ்சத்தின் தேம்புதலுக்கு, 'வயங்குவெயில் ஞெமியப் பாஅய், மின்னு வசிபு மயங்குதுளி பொழிந்த பானாட்கங் குல், ஆராக் காமம் அடூஉநின் றலைப்ப, இறுவரை வீழ்நரின் நடுங்கித், தெறுவரப் பாம்பெறி கோலின் தமியை வைகி' என்று கூறி, அதன் மிகுதியை விளக்கினர். பல நாட்கைக்குத் துணையாயிருந்த கோலினைப் பாம்பின் அடித்ததும் வீசி எறிந்து கழித்துவிட, அது அவர் உறவினை விட்டுத் தனித்துக் கிடப்பதுபோல, நீயும் அவளைக் கண்டு உறவாடிய வகையெல்லாம் இழந்தனையாய், இன்று தனித்தத் தனிமை பொறாமல் வருந்துகின்றனையோ? என்பான், 'பாம்பெறி கோலில் தமியை வைகி' என்றனள். பாம்படித்த கோலினை அதன் பால் நஞ்சுபடிதலும் கூடுமென நினைந்து இன்றும் எறிந்துவிடுவது மரபு.

காமமிகுதியால் பெற்ற துயரத்தின் மிகுதியினை, 'இறு வரை வீழ்நரின் நடுங்கி' எனக் கூறுவதன் மூலம் உயிரையே மாய்த்துக் கொள்ள நினைக்கம் பேரளவினது அத்துயரம் என்றனர்.

பகைவராற் புகுதற்குரிய திதியனின் பொதியில் மலைச் சிறப் பினைக் கூறுபவர், அவனுடைய பேராண்மையினையும், அந்த மலைச்சாரலின் அஞ்சத்தக்க தன்மையினையும், அந்த மலைமுடி களின் உயர்ச்சியினையும் கூறினார். அது எளிதிற் சென்றடைய இயலா தாக விளங்கும் தன்மையினைப் போலவே, அவளும் எளிதில் அடை தற்கு உரியள் அல்லள் என, அவளுடைய குடிப்பெருமையினையும் இதனால் அறிவித்தனராம்.

'குறவர் முற்றா ஏற்றரும் நெடுஞ்சிமை' என்பதனால்' மலை வாழ்நரான அவர்க்கும் அடைதற்க அரிதாய அவை, பிறரால் எளிதிற் சென்றடைதற்கு இயலாவாகும் என, அவற்றின் அடையவியலாத் தகைமையினை நன்றாகக் காட்டியதும் அறிந்து இன்புறுக.

'பாம்பெறி கோலில்' என்பதனைக், 'கோலெறி பாம்பின்' என மாற்றிக்கொண்டு, 'கோலினாலே அடியுண்ட பாம்பினைப் போலச் செயலற்ற' என்றும் பொருள் கொள்வர்.

323. கூந்தல் போன்ற மேகம்!

பாடியவர்: புறநாட்டுப் பெருங்கொற்றனார். **திணை:** பாலை. **துறை:** பிரிவின்கண் வேறுபட்ட தலைமகளைத் தோழி வற்புறுத்தியது.

(தன்னுடைய தலைவனைப் பிரிந்தவளாக வாடியிருக்கின்ற தலைவியொருத்தியின் அளவற்ற பெருந்துயரினைக் கண்டு மனம் கலங்குகின்றாள் தோழி. அப்போது, கார்காலத் தோற்றமும் தோன் றவே. அதனைத் தலைவிக்குக் காட்டி, அவன் குறித்துச் சென்ற காலமும் அதுவாதலை உணர்த்தி, அவன் விரைவில் வருவானெனத் தேற்றித் தெளிவிக்கின்றாள் அவள். இந்தா இனிமையுடன் அமைந்தது இச்செய்யுள்.)

இம்மென் பேர் அலர் இவ்வூர் நம்வயின்
செய்வோர் ஏச்சொல் வாடக் காதலர்
வருவர் என்பது வாய்வ தாக
ஐய செய்ய மதனில சிறியநின்
அடிநிலன் உறுதல் அஞ்சிப் பையத்
தடவரல் ஓதுக்கம் தகைகொள இயலிக்
காணிய வம்மோ?- கற்புமேம் படுவி! -
பலவுப்பல தடைஇய வேய்பயில் அடுக்கத்து
யானைச் செல்லினம் கடுப்ப வானத்து
வயங்குகதிர் மழுங்கப் பாஅய்ப் பாம்பின்
பைபட இடிக்கும் கடுங்குரல் ஏற்றோடு
ஆலி அழிதுளி தலைஇக்
கால்வீழ்த் தன்றுநின் கதுப்புறழ் புயலே!
கற்பின் மேம்பாட்டினை உடையவளே!

பலா மரங்கள் பலவாகத் திரண்டுள்ளதும், மூங்கில்கள் நெருக்க முற வளர்ந்திருப்பதுமான பக்கமலைகளிலே சென்று கொண்டிருக் கின்ற யானைக் கூட்டங்களைப் போல, வானத்தின் கண்ணே ஒளி விளங்கும் கதிரும் மழுங்கிப் போமாற எங்கணும் பரவிப் பாம்பின் படமும் அற்றுவீழுமாற இடிக்கின்ற கடுமையான குரலினையுடைய இடியேற்றுடனே பனிக்கட்டியுடன் கூடிய மிக்க துளிகளைப் பெய்து கொண்டு, நின்னுடைய கூந்தலைப்போன்று இருண்டதான மேகங்கள் காலிரங்கியுள்ளன.

இம்மென்னும் ஒலியுடனே எழுகின்ற பெரிதான ஊரலரினை இவ்வூரிடத்தே நம்பாற் செய்கின்றவர்களுடைய செருக்குடைய சொற்கள் அற்றுப்போகுமாறு, நம் காதற்கு உரியவர் வருவார் என்பதும் இனி வாய்ப்பதாகும். அதனை,

நின் அழகிய சிவந்த வலியிழந்த சிறிய அடிகள் நிலத்திற் பதிதலை அஞ்சி, உடல் வளைந்து வரதலான நின் தளர்நடையின் தகைமை யனைத்தும் பொருந்துமாறு, மெல்லென நடந்து காணுதற்கு நீயும் வருவாயாக!

சொற்பொருள்: 1. இம் என் பேரலர் - இம்மென எழுகின்ற பெரிதான அலர்; அன்றி, இடைவிடாது எழுகின்ற பேரலரும் ஆம். 2. ஏச் சொல் - செருக்குடைய சொல். 4. மதனில - செருக்கற்ற; வலியற்ற; மென்மையான. 6. தடவரல் ஒதுக்கம் - உடல் வளைந்து நடக்கும் நடை. 11. ஏறு - இடியேறு.

324. விருந்தும் பெறுகுநள் போலும்!

பாடியவர்: ஒக்கூர் மாசாத்தியர். **திணை:** முல்லை. **துறை:** வினைமுற்றிய தலைமகன் கருத்துணர்ந்து உழையர் சொல்லியது.

(தலைவன் தன் தலைவியைப் பிரிந்து வினைமேற் சென்று இருந்தான். சென்ற வினையும் நன்கு நிறைவுற்றது. அவனும் தேரேறி விரைய ஊர்செல்லும் கருத்துடையவனாக இரந்தான். தேரும் செல்லு தலைத் தொடங்கிற்று. ஒரே பகற் பொழுதுப் பயணந்தான எஞ்சியிருந்தது. அப்போது, அவனுடனிருந்தோர் தமக்குள் சொல்லிக் கொள்வதாக அமைந்தது இச்செய்யுள்.)

விருந்தும் பெறுகுநள் போலும் திருந்திழைத்
தடமென் பணைத்தோள் மடமொழி அரிவை-
தளிரியல் கிள்ளை இனிதின் எடுத்த
வளராப் பிள்ளைத் தூவி அன்ன
வார்பெயல் வளர்த்த பைம்பயிர்ப் புறவில்
பறைக்கண் அன்ன நிறைச்சுனை தோறும்
துளிபடு மொக்குள் தள்ளுவன சாலத்
தொளிபொரு பொகுட்டுத் தோன்றுவன மாய
வளிசினை உதிர்த்தலின் வெறிகொள்பு தாஅய்ச்
சிரற்சிறகு ஏய்ப்ப அறற்கண் வரித்த
வண்டுண் நறுவீ துமித்த நேமி
தண்ணில மருங்கிற் போழ்ந்த வழியுள்
நிறைசெல் பாம்பின் விரைபுநீர் முடுகச்
செல்லும் நெடுந்தகை தேரே-
முல்லை மாலை நகர்புகல் ஆய்ந்தே!

தளிரினது பசுமை அழகினைப் பெற்றுள்ள கிளியினது, இனிதாக வளர்ந்துவருகிற அதன் வளர்ச்சிபெறாத பார்ப்பினது சிறகினையொத்துப் பெய்யும் மழையானது காட்டிலே பசுமையான பயிரினை வளர்த்திருக்கும். பாறையின் கண்ணைப் போல விளங்கும் நீர் நிறைந்து விளங்குகின்ற சுனைகள் தோறும் மழைத்துளி படுதலாற் பூமொட்டுக்கள் துள்ளுவன போல, சேற்றுடன் பொருதும் நீர்க்குமிழ்கள் தோன்றுவனவும் அழிவனவுமாய் விளங்கும். காற்றுக் கிளைகளினின்றும் உதிர்த்தலால் மணம் பரப்பியபடி கீழே வீழ்ந்து, சிச்சிலிப்

பறவையின் சிறகுகளைப் போல அறல்பட்ட நிலத்திடத்தே கோலஞ் செய்த, வண்டினம் தேனுண்ணும் நறுமலர்களை ஊடறுத்துச் சென்ற தேரின் உருளைகள், குளிர்ந்த நிலத்திடத்தே பிளந்து சென்ற தடத்தில், மழைநீரானது, வரிசைப் படச் சென்று கொண்டிருக்கம் பாம்புகளைப் போலத் தோற்றியபடி, விரைய முடுகிச் செல்லும். இத்தகைய, முல்லை மலருகின்ற மாலைக் காலத்திலே, நகரின்கண் புகுதலை ஆராய்ந்தபடியே நம் பெருந்தகையாகிய தலைவனின் தேரும் செல்வதாகும்.

திருந்திய அணியினையும், பெரிதான மென்மை வாய்ந்த மூங்கிலையொத்த தோள்களையும், மடப்பமான பேச்சினையும் உடைய நம் தலைவியானவள், இன்று விருந்தயர்தலையும் பெறுகின் றவள் ஆவாள் போலும்!

சொற்பொருள்: 1. விருந்து - பசிக்கான உணவென்றில்லாது சிறப்பான உணவு; பிரிவால் நலிவுற்றவள் பெற்றுக் களிக்கப் போகும் பேரின்பச் செவ்வியைக் குறித்தது 4. வளராப் பிள்ளை - வளர்தற்குரிய பார்ப்பு. 5. புறவு - காடு. 6. வார் பெயல் - பெருமழை. 11. நேமி - தேருருள்.

விளக்கம்: மழையினாலே தோன்றிய புதிய காட்சிகளைக் கூறியது, அங்ஙனம் அவன் சென்றடையத் தலைவியும் புது நலம் பெற்றுப் பொலிவுறுவாள் என்று காட்டுதற்காம்.

மேற்கோள்: தலைவன் மீளுங்கால் தலைவி விருந்து பெறுகு வள் கொல்லென இளையோர் தலைவியின் நிலையினை உரைத் தற்கு, இச்செய்யுளை, 'ஆற்றது பண்பும்' என்னும் சூத்திர உரையிலே காட்டிக் கூறுவர் நச்சினார்க்கினியர்.

325. பழி யாது ஆகுமோ?

பாடியவர்: மாமூலனார். **திணை:** பாலை. **துறை:** கொண்டு நீங்கக் கருதி யொழிந்த தலைமகன் பிரிவின்கண் தலைமகள் தோழிக்குச் சொல்லியது. **சிறப்பு:** அள்ளனை நாடுகோள் பணித்த அதியன்; வடக்கின்கண் உள்ள நல்வேற் பாணனின் நல்ல நாடு.

(களவிலே உறவாடிக் களித்த காதலியை முறையாக மணந்து கொண்டு வாழக் கருதிய தலைவன் ஒருவன், அதற்கான பொருளீட்டி வரலின் பொருட்டாக, அவளைத் தேற்றிப் பிரிந்து வேற்று நாடு சென்றனன். அங்ஙனம் பிரிந்து சென்றிருந்த காலத்துத், தலைவி தோழிபாற் சொல்லியதாக அமைந்தது இச் செய்யுள், தலைமகனின் குறிப்பினை அறிந்த தோழி, தலைமகட்குச் சொல்லியதாகவும் இதனைக் கொள்வர்.)

அம்ம! வாழி தோழி! காதலர்
'வெண்மணல் நிவந்த பொலங்கடை நெடுநகர்,
நளிஇருங் கங்குல் புணர்குறி வாய்த்த
களவும் கைம்மிக அலர்ந்தன்று அன்னையும்
உட்கொண் டோவாள் காக்கும் பிற்பெரிது
இவண்உறைபு எவனோ? அளியள்!' என்று அருவி
'ஆடுநடைப் பொலிந்த புகற்சிணயின், நாடுகோள்
அள்ளனைப் பணித்த அதியன் பின்றை
வள்ளுயிர் மாக்கிணை கண்ணவிந் தாங்கு
மலைகவின் அழிந்த கனைகடற்று அருங்சுரம்
வெய்ய மன்றநின் வைஎயிறு உணீஇய
தண்மழை ஒருநாள் தலைஇய ஒண்ணுதல்
ஒல்கியல் அரிவை நின்னொடு செல்கம்!
சில்நாள் ஆன்றனை யாகஎனப் பன்னாள்
உலைவில் உள்ளமொடு வினைவலி உறீஇ
எல்லாம் பெரும்பிறி தாக வடாஅது
நல்வேற் பாணன் நல்நாட்டு உள்ளதை
வாட்கண் வானத்து என்றூழ் நீள்இடை
ஆட்கொல் யானை அதர்பார்த்து அல்கும்
சோலை அத்தம் மாலைப் போகி
ஒழியச் சென்றோர் மன்ற
பழியெவன் ஆங்கொல் நோய்தரு பாலே.

தோழி! நீ வாழ்வாயாக! யான் கூறுவதனைக் கேட்பாயாக:

''வெண்மையான மணல் உணரமாக விளங்கிக் கொண்டிருக்கும் அழகிய வாயிலையுடைய நம் பெரிய மனையினிடத்தே, இருள் செறிந்த இரவு நேரத்திலே, கூடுதற்கான குறியானது வாய்த்த களவொழுக்கமும் வரம்பு கடந்து வளர்ந்ததாயிற்று. நம் அன்னையும் அதனைத் தன் உள்ளத்தே கருதிக்கொண்டவளாக, நம்மை நீங்காது காத்திருப்பாளாயினள். அதன் பின்னரும் இவ்விடத்தே மிகுதியாகத் தங்கியிருப்பது யாங்ஙனம்? அதனால், இவள் இரங்கத்தக்கவள்!'' என்று நினைந்து நம்பால் அருள் கொண்டனர்.

''வெற்றி நடக்கையினாற் பொலிவுற்ற விருப்பத்தினாலே அள்ளனை நாட்டினைக் கொள்ளும்படியாகப் பணித்த அதியன் என்பானுக்குப் பின்னால், சிறந்த ஒலியினையுடைய பெரிய கிணைப் பறையின் ஒலியும் அடங்கிற்று. அதனைப் போல மலையும் அழகிழந்து போகிய, வெம்மை மிகுந்த காடாகிய பாலை நிலத்து வழிகள், ஒருதலையாக மிகவும் கொடுமை உடையவாயின. நின்னுடைய கூரிய

பற்களிடையே உண்ணப் படுவதற்கேற்றவாறு குளிர்ச்சியான மழையும் அவ்வழிகளில் ஒரு நாள் பெய்வதாகுக. ஒளி பொருந்திய நுதலினையும் தளரும் இயவினையும் உடையவளான அரிவையே! அப்போது, யாம் நின்னோடும் அவ்வழியாக எம்மூர் செல்வேம். அதுவரைச் சில நாட்கள் அமைந்திருப்பாயாக'' என்றனர்.

பலகாலமும் உலைவில்லாத உள்ளத்துடனே, வினையின் வலிமையினை வற்புறுத்து உரைத்தவராக, அவர் சொன்ன அவையெல்லாம் பெரிதும் மாறுபட்டதாக இப்போது நம்மைப் பிரிந்தும் சென்றனர்.

வடபகுதியிலே நல்ல வேலினைக் கைக்கொண்ட பாணன் என்பானின் நன்மை விளங்கும் நாட்டினிடத்தே உள்ளதான, ஒளியமைந்த வானத்தின் கண்ணதாகிய ஞாயிற்றினது வெம்மை மிக்கதான நீண்ட சுரத்தினிடையே, வழிச் செல்வோரைக் கொல்லும் தன்மையுடைய யானையானது, வழியினை நோக்கியபடியே ஒதுங்கியிருக்கும் சோலைகளையுடைய காட்டகத்தே, மாலைவேளையிற் செல்பவராக, நாம் இவ்விடத்தே தனித்திருப்ப, அவர் விட்டுச் சென்றனர்.

ஆதலின், நோயினைத் தருகின்ற பகுதியாகவுள்ள பழிதான் ஒருதலையாக எவ்வாறு அவர்பால் ஆகும்?

சொற்பொருள்: 2. நிவந்த - உயர்ந்த. கடை - வாயில். நகர் - மனை. 3. நளியிரும் கங்குல் - செறிந்த இருளுடைய இரவு; இருள் அடர்ந்த இரவு. 7. புகற்சி - விருப்பம். 8. பின்றை - பின்னால்; அதியனின் மறைவுக்குப் பின்னரும் ஆம். 9. வள்ளுயிர் மாக்கிணை - சிறந்த ஒலியுடைய பெரியதான கிணைப்பறை. 13. ஒல்கு இயல் - தளர்நடை கொள்ளும் அழகு. 14. ஆன்றல் - அமைந்திருத்தல். 15. வினைவலியுறீஇ - வினையை வலியுறுத்தியும் ஆம். 18. வாட்கண் வானம் - ஒளிகொண்ட இடத்ததான வானம். 19. அதர் - வழி. 20. அத்தம் - காடு.

விளக்கம்: ''இருள்செறிந்த இரவிலே நம் பெருமனையிடத்தே வாய்த்த புணர்குறிக் களவு கைம்மிக வளர்ந்ததும், அன்னையின் காவலும் நினைந்து, அதன்பின் இங்குத் தங்குவது ஏனோ என்று நம் நிலைக்கு இரங்கியவர் அவர். அந்நாள், உடன்செலற்கு விரும்பாத நம்மைக் காட்டின் வெம்மையைக் காட்டி, மழை தொடங்கியதும் வந்து அழைத்தேகுவதாகவும் அதுவரை பொறுத்திருக்கவும் கூறினர். அந்தக் காலமும் வந்தது. ஆனால், அவரையோ வாக்காணேன்? ஆட்கொல் யானை அதர்பார்த்து அல்கும் சோலை அத்தம் மாலைப் போகி ஒழியச் சென்றோர் அவர். அங்ஙனமாக, நமக்கு நோய்தரும் பகுதியாகப் பழி அவர்பால் எங்ஙனம் ஆகும்?'' இங்ஙனம் கூறியதாக

உரைத்துக்கொள்க. இதனால், தலைவன்பாற் பழியில்லை என்று உரைத்த அவள் கற்புச்செவ்வி புலனாகும். வழியின் ஏதத்தைக் கூறியது. அவர் சொற்பேணாத பழியால் அங்குத் துன்புற நேர்தல் கூடாது என்றதனாலாம்.

மலை கவின் அழிந்த நிலைக்கு, அதியனுக்குப் பின், கிணை யொலி அடங்க, அதனால் உணவற்றுப் பொலிவற்று வாடி நலிந்த இரவலரின் நிலையினைக் கூறியுள்ளது அதியனின் கொடை மேம் பாட்டை விளக்குவதாகும்.

இதனால், தோழியும் தலைவனைப் பழிப்பதனை நிறத்திக் கொள்வாள் எனலாம்.

326. கண் பிழைப்பதில்லை!

பாடியவர்: பரணர். **திணை:** மருதம். **துறை:** தோழி தலை மகனை வாயில் மறுத்தது. சிறப்பு: போஓர் கிழவன் பழையனின் படையாண்மை.

(பரத்தையுறவு கொண்டிருந்தானாகிப் பின் தன் இல்லத் துணைவியை நாடிவந்த தலைவனுக்கு, 'அவன் ஆணைப்படி சென்று தலைவியிடம் கூறி அவளை இசைவிக்கச் செய்வதற்குத் தன்னால் இயலாது' எனத் தோழி சொல்வதாக அமைந்தது இச்செய்யுள்.)

ஊரல் அவ்வாய் உருத்த தித்திப்
பேரமர் மழைக்கண் பெருந்தோட் சிறுநுதல்
நல்லள் அம்ம குறுமகள் - செல்வர்
கடுந்தேர் குழித்த ஞெள்ளல் ஆங்கண்
நெடுங்கொடி நுடங்கும் அட்ட வாயில்
இருங்கதிர்க் கழனிப் பெருங்கவின் அன்ன
நலம்பா ராட்டி நடையெழில பொலிந்து
விழவிற் செலீஇயர் வேண்டும் வென்வேல்
இழையணி யானைச் சோழர் மறவன்
கழை யளந்து அறியாக் காவிரிப் படப்பைப்
புனன்மலி புதவிற் போஓர் கிழவோன்
பழையன் ஒக்கிய வேல்போற்
பிழையல கண்ணவள் நோக்கியோர் திறத்தே!

மேனியிலே ஊர்ந்து படர்தலாகிய அழகு வாய்க்கப் பெற்ற, உருப்பெற்ற தேமலை உடையவள்; பெரிதான அமரினைச் செய்யும் குளிர்ச்சிகொண்ட கண்களை உடையவள்: பெருத்த தோள்களை உடையவள்; சிறந்த நெற்றியினையுடையவள்: இங்ஙனமாகிய நல மெல்லாம் பெற்றவள், இளமைச் செவ்வியினையுடைய நின் பரத்தை யாவாள். அதனால்-

வெற்றிச் சிறப்புடைய வேலினையும், அணிபல அணிந்து ஒப்பனை செய்தததாகி விளங்கும் பட்டத்து யானையினையும் உடையவன் சோழமன்னன்; அவனுடைய படைத்தலைவன் பழையன் என்பவன்; அவன், ஓடக்கோலும் அளந்து ஆழங் கண்டறியாத வெள்ளப் பெருக்கையுடைய காவிரிக்கதையின் தோட்டங்களையும், நீர் வழிந்தோடும் மருகுகளையும் உடைய 'போர்' என்னும் ஊருக்குரிய தலைவன்; அவன், களத்திலே தனக்கு எதிர்வருவார் மேல் எறிந்த வேலினைப்போல, அவள் நோக்கியவரிடத்தும், அவள் கண்கள் சென்று தைத்தலில் என்றும் தவறுவதேயில்லை.

செல்வம் உடையாரது விரைந்து செல்லும் தேர்கள் குழித்த தெருக்களடத்தே, நெடிதாகக் கொடிகள் பரந்து கொண்டிருக்கின்ற அட்டவாயில் என்னும் ஊரிடத்தேயுள்ள, பெரிய கதிர்களையுடைய வயல்களின் பெரிதான அழகினைப் போன்ற அவளுடைய நலத்தினைப் பாராட்டி, நின் நடையிலே அழகு தோன்றும்படியாக, புதுநீர் விழாவில் அவளுடன் செல்லுதலையே நீயும் விரும்புபவன் ஆவாய்! (அதனால், எம் தலைவியின் கூட்டம் நினக்க இனி வேண்டாதது என்றனளாம்.)

சொற்பொருள்: 1. ஊரல் - ஊர்ந்து படர்தல். அவ்வாய் - அழகு வாய்ந்த. உருத்த - உருப்பெற்ற; நிறமுடைய எனினும் ஆம். 3. குறுமகள் - இளையோள்; பருவத்தால் கவர்ச்சி கொண்டவள். 4. ஞெள்ளல் - தெரு. 5. அட்டவாயில் - ஓர் ஊர். 8. விழவில் - நீர் விழவில். 10. படப்பை - தோட்டம். 11. புதுவு - மதகு.

விளக்கம்: பரத்தையிடமிருந்து வருபவன் தலைவன். அவனைக் குறைகூறாமல், அந்தப் பரத்தையின் அழகு நலத்தையும், அவள் கண்நோக்கத்தின் கொடுமையையும் கூறி, அதனால் தளர்வுற்றுத் தோற்ற நீ, இனியும் அவள் உறவினை மறந்துவிடுவாயல்லை; அவளுடன் புதுநீர் விழவிற் காவிரியாடலையே விரும்புவாய்: அவளுடன் புதுநீர்விழவிற் காவிரியாடலையே விரும்புவாய்; ஆதலின் அவள்பாலே செல்க எனக் கூறுகின்ற திறத்தினை அறிந்து இன்புறுக. மேனி வண்ணத்தின் சிறப்பினைப் 'பொன்வண்ணம்' என்பவர், 'பெரிதான கதிர்களையுடைய கழனியின் பேரழகினைப் போன்றது' என்றனர்.

இதனால், அத்தகைய அழகும், நின்னை எம்பால் அடிமை கொள்ளும் கண்நோக்கின் வலிமையும் இல்லாதவர் யாம்; எம்முடன் உறவுகூடுதல் நினக்குப் பொருந்தாது என, இடித்துக் கூறியதுமாம்.

'பிழையல கண்' என்றது, பழையனால் வேலினைச் செலுத்தப் பெற்ற மாற்றாரின் உயிர் மீள்தலில்லை என்றாற் போல, நின் உள்ளமும் அவளுக்கு இரையாகிப் போனதன்றி எம்பால் மீளுவதாகாது என்றதாம்.

327. அடைதலும் தகுமோ?

பாடியவர்: மருங்கூர்ப்பாகைச் சாத்தன் பூதனார். **திணை:** பாலை. **துறை:** பொருள் கடைக்கூட்டிய நெஞ்சினைக் கழறியது; பொருள் கடைக்கூட்டிய நெஞ்சிற்குத் தலைமகன் சொல்லியது எனவும் பாடம்.

(தான் காதலித்த நல்லாளை மணந்து, அவளுடனே கூடி யிருந்து, இன்பத்திலே திளைத்துவருகின்றான் தலைவன் ஒருவன். நெடிது அந்த இன்பம் நிலைபெறுதற்குப் பொருள்தேடி வருதலும் வேண்டும் என்ற கடமையினை அவன் உணருகின்றான். அவன் உள்ளம் பொருளார்வத்தைத் தூண்டிச் செலுத்துகிறது. காதலியைப் பிரிவதான தயரச்சுமை ஒருபால் வருத்த, அவன் வெதும்புகின்றான். வழிநடையின் கொடுமையும் அவன் மனத்தே எழுகின்றது. இத் தன்மைகளை விளக்கும் செய்யுள் இதுவாகும்.)

'இன்பமும் இடும்பையும் புணர்வும் பிரிவும்
நன்பகல் அமையமும் இரவும்போல
வேறுவேறு இயல ஆகி மாறெதிர்ந்து
உளவென உணர்ந்தனை ஆயின் ஒரூஉம்
இன்னா வெஞ்சுரம் நன்னசை துரப்பத்
துன்னலும் தகுமோ? - துணிவில் நெஞ்சே! -
நீசெல வலித்தனை ஆயின், யாவதும்
நினைதலும் செய்தியோ எம்மே - கனைகதிர்
ஆவி அவ்வரி நீரென நசைஇ
மாதவப் பரிக்கும் மரல்திரங்கு நனந்தலைக்
களர்கால் யாத்த கண்ணகன் பரப்பிற்
செவ்வரைக் கொழிநீர் கடுப்ப அரவின்
அவ்வரி உரிவை அணவரும் மருங்கிற்
புற்றரை யாத்த புலர்சினை மரத்த
மைந்நிற உருவின் மணிக்கட் காக்கை
பைந்நிணங் கவரும் படுபிணக் கவலைச்
சென்றோர் செல்புறத்து இரங்கார் கொன்றோர்
கோல் கழிபு இரங்கும் அதர
பேய்பயில் அழுவம் இறந்த பின்னே.

துணிவு என்பதொன்று இல்லாத நெஞ்சமே!

இன்பமும் துன்பமும், புணர்தலும் பிரிதலும், நம்மையுடைத் தான பகற் காலத்தையும் இரவுக் காலத்தையும் போல வேறுவேறான தன்மையுடையன. அங்ஙனமாகி, அவை இல்வாழ்விற்கு மாறாக

எதிர்ப்பட்டு விளங்குவன என்பதனை நீதான் உணர்ந்தனையோ? உணர்ந்தனையாவின், இவளைப் பிரிந்து, இன்னாமையினை உடைய வெம்மை கொண்ட சுரநெறியிற் செல்லுதலிலே நல்ல பொருள் வேட்கை செலுத்த, நீ அவ்வாறே சென்று அடைதலும் நினக்குப் பொருந்துவதாகுமோ? அங்ஙனம், நீ செல்வதற்கே துணிந்துவிட்டனையாயின்-

மிக்க வெம்மையுடைய ஞாயிற்றின் கிரணங்களாலே எழுகின்ற ஆவியாய அவற்றின் அலைகளை, நீர் என்று கருதி விருப்புற்று, விலங்கினம் மிகுதியும் ஓடியலைந்து கொண்டிருக்கும், மரற்செடியும் வாடிகிடக்கும், அகன்ற இடத்தினையுடையதும், களர் பரந்துகிடக்கும் இடமகன்ற பரப்பினையும், செங்குத்தான மலை முகட்டினின்றும் கொழித்துவரும் அருவி நீரினைப் போலப் பாம்பின் அழகிய வரிகளையுடைய தோல்கள் கிடந்து அசைந்துகொண்டிருக்கம் பாறைகளை உடையதும், அடிமரத்தே புற்றுக்கள் கட்டியிருக்கப் பெற்றிருத்தலைக் கொண்டதும் காய்ந்த கிளைகளை உடையதுமான மரத்தினிடத்தே, இருட்டின் நிறத்தைப் போன்ற உருவத்தினையும் நீலமணி போன்ற கண்களையும் உடைய காக்கையானது, பசிய நிணத்தினைக் கவர்ந்து உண்ணுகின்ற, பிணங்கள் மிகுதியாக வீழ்ந்துகிடக்கும் கவர்த்த நெறிகளை உடையதும், அவ்வழிச் சென்றோரின் பின்புறத்திலிருந்து இரக்கமிலராய் அவரைக் கொன்ற ஆறலை கள்வர்கள் தம் அம்புகள் வீணே கழிந்ததற்கு வருந்திக்கொண்டிருக்கும் நெறிகளை உடையதும், மூங்கில் அடர்ந்திருப்பதுமான காட்டினைக் கடந்தபின், எங்களைப் பற்றி எவ்வகையானும் நினைதலையும் செய்வாயோ?

சொற்பொருள்: 4. ஒரூஉம் - பிரியும். 5. நன்னசை - நன்மை விளைப்பதாகிய பொருள் வேட்கை. 6. துன்னல் - சென்று சேர்தல். 7. வலித்தல் - துணிதல். 8. கனைகதிர் ஆவி அவ்வரி - கோடையிலே தோன்றும் கானல்; பேய்த்தேர் எனவும் கூறப்படும். 10. மா-விலங்கு. தவப்பரிக்கும்-மிக்கு அலைந்து வருந்தும். மரல்-மரற்செடி; ஒரு வகைக் கள்ளி என்பர். 12. செவ்வரை-செங்குத்தான பாறை. 13. உரிவை - உரித்துப் போட்ட தோல். 14. புற்று அரை யாத்த - அரை புற்றுயாத்த - அடிமரத்தே புற்றுக்கள் கட்டியிருத்தலை உடைய. 15. மைநிறம் - இருள்நிறம் - கருநிறமற். 16. படுபிணம் - மிகவான பிணம். கவலை - கவர்த்த வழிகள். 18. கோல்-அம்பு.

விளக்கம்: 'இன்பம் புணர்வு; அது நண்பகல் போன்றது; இடும்பை பிரிவு; அது இரவு போன்றது' என்க. இவை ஒன்றற்கொன்று எதிராக அமைந்து விளங்குவன். இவற்றுள் இன்பத்தே இருக்கும் நீ, துன்பத்தை நாடிச் சென்று பொருளார்வத்தால் அடைதலையும் நினைவாயோ என்பவன், 'துன்னலும் தகுமோ' என்றனன். சென்றபின்

'நினைதலும் செய்தியோ? என்றது, தான் செல்ல விரும்பாததனை உணர்த்தியதாம். ஆறலைப்போர். அம்பெய்து வழிச் செல்வாரைக் கொன்று பறித்துவிட்டு, அவருக்காக இரக்கமின்றிக் கழிந்த அம்புக் காக இரங்குவர் என்று, அவர்தம் ஆறலைக்குங் கொடுந்தன்மையின் நன்கு கூறியவாறு காண்க.

328. அடக்கி இருப்போமோ!

பாடியவர்: மதுரைப் பண்டவாணிகன் இளந்தேவனார்; ஈழன் தேவனார் எனவும் பாடம். **திணை**: குறிஞ்சி. **துறை**: இரவுக்குறிச் சிறைப்புறமாகத் தோழி சொல்லெடுப்பத் தலைமகள் சொல்லியது.

(ஒரு தலைவனும் தலைவியும் தம்முட் கண்டு காதலித்துக் களவிலே உறவாடி வருகின்றனர். அவர்கள் இரவுக்குறியிடத்தே கூடி வந்த காலத்தே, ஒரு நாளிரவு தலைவியும் தோழியும் தலைவனுக் காக வந்து குறித்த இடத்தே காத்திருக்கின்றனர். குறித்த நேரம் கழிந்தும் அவனை வரக்காணாத தோழி, அதனைப் பற்றிக் கேட்க, அப்போது, அவளுக்குத் தலைவி தன் உள்ளத்து நிலையினைச் சொல்லுந்தன்மையிலே அமைந்தது இச்செய்யுள்.)

வழையமல் அடுக்கத்து வலனேர்பு வயிரியர்
முழவதிர்ந் தன்ன முழக்கத்து ஏறோடு
உரவுப்பெயல் பொழிந்து நள்ளென் யாமத்து
அரவின் பைந்தலை இடறிப் பானாள்
இரவின் வந்தெம் இடைமுலை முயங்கித்

துணிகண் அகல வளைஇக் கங்குலின்
இனிதின் இயைந்த நண்பவர் முனிதல்
தெற்றுஆ குதல்நற்கு அறிந்தனம் ஆயின்
இலங்குவளை நெகிழப் பரந்துபடர் அலைப்பயாம்
முயங்குதொறும் முயங்குதொறும் உயங்க முகந்துகொண்டு

அடக்குவம் மன்னோ - தோழி! - மடப்பிடி
மழைதவழ் சிலம்பிற் கடுஞ்சூல் ஈன்று
கழைதின் யாக்கை விழைகளிறு தைவர
வாழையஞ் சிலம்பிற் றுஞ்சும்
சாரல் நாடன் சாயல் மார்பே!

தோழீ!

சுரபுன்னை மரங்கள் அடர்ந்திருக்கும் மலைச்சாரலிலே, மேகங் கள் வலமாக எழுந்து கூத்தரின் முழவுகள் அதிர்ந்தாற் போலும் முழக்கத்தையுடைய இடியேறுகளுடன் பொருந்தியவாய், மிக்க மழை யினைப் பொழிந்த, நள்ளென்னும் ஒலியினைக் கொண்ட இரவின் நடுயாமத்தே-

புலியூர்க் கேசிகன் 733

பாம்பினது பசிய தலையிலே இடறிக்கொண்டும், அப்பாதி இரவிலே தவறாமல் வந்து எம் முலைகளிடையே தழுவிக் கிடந்தும், தம் வருத்தமெல்லாம் நீங்குமாறு நம்மை அணைத்தவராய், இரவெல் லாம் இனிதாகப் பொருந்தியிருந்த தம் உறவினை, விளங்கும் நம் வளைகள் நெகிழ்ந்து போகவும், துன்பம் பரவி நம்மை வருத்தவுமாக, அவர் வெறுத்தல் தெளிவுடையதாதலை நாம் நன்கு அறிந்திருந்தோ மானால்-

இளைய பிடியானையானது, மேகங்கள் தவழுகின்ற மலை யிடத்தே, தன் முதற்கன்றினை ஈன்றதாகி, மூங்கிலைத் தின்ற கொண் டிருக்கும் உடலினைக் கொண்டதும், தன்னிடத்தே விருப்பத்தை உடையதுமான களிறானது தடவிக் கொண்டிருக்க, வாழைகளை யுடைய அப் பக்கமலையினிடத்தே கிடந்து உறங்கிக் கொண்டிருக் கும், அத்தகைய சாரல்களையுடைய நாட்டிற்குரிய நம் தலைவனின் அழகிதான மார்பினை-

அன்று, அவர் நம்மைத் தழுவுந்தோறும் தழுவுந்தோறும், வருந்த முகந்து கொண்டவராய், அவரை எம் மார்பிடத்தேயே அடக்கிக் கொண்டிருப்போமே? அதுவும் இதுகாலை இயலாமற் கழிந்ததே!

சொற்பொருள்: 1. வாழை - சுரபுன்னை. அமல் - நிறைதலை யுடைய,. வயிரியர் - கூந்தர். 2. ஏறு-இடியேறு. 3. உரவுப் பெயல் - மிக்க பெயல்: அடைமழை. பைந்தலை - பசியதலை: படத்தை யுடைய தலையும் ஆம். 5. இடைமுலை முயங்கி-முலையிடை முயங்கி எனக் கூட்டிப் பொருள் கொள்க. 6. துனி-வருத்தம். 7. நண்பு - உறவு. முனிதல் - வெறுத்தல். 8. தெற்று - தெளிவு. 9. படர் - துன்பம். 10. உயங்க- வருந்த. 12. மழை-மேகம். கடுஞ்சூல்-முதற்சூல். 13.கழை-மூங்கில்.15.சாயல் மார்பு-அழகிய மார்பு; மென்மையுடைய மார்பும் ஆம்.

விளக்கம்: 'அவரது துனிகண் அகல அளைஇ, எம் முலை யிடை முயங்கிக்கூடிய அவர். இந்நாள் வளைநெகிழப் படர் அலைப்ப யாம் வாடுதலை நீக்க வாராராயினரே' என்றுரைக்கும் ஆற்றாமை யினை அறிக. 'முகந்துகொண்டு அடக்குவோம்' என்பதனால், பிரியாத இன்பச் செவ்வியான மணந்து மனையறம் கொள்ளுதலை விரும்பிய அவள் உள்ளக் கிடக்கையினையும் உணர்க.

உள்ளுறை: 'மடப்பிடி மழைதவழ் சிலம்பில் கடுஞ்சூல் ஈன்று, கழைதின் யாக்கை விழைகளிறு ரைவர, வாழையம் சிலம்பில் துஞ்சம்' என்று சொல்லியதனை நினைக்க. அவ்வாறே, தானும் அவனை மணந்து கூடியிருத்தலையும், தங்கட்கு ஒரு மகனைப் பெறுதலை யும், அப்போது தலைவன் தன் அருகிருந்து அன்பு பாராட்டுதலையும், அவள் உள்ளம் எதிர் நோக்கியதனை அது உணர்த்துவதனையும் அறிந்து இன்புறுக.

மேற்கோள்: 'முகந்து கொண்டு அடக்குவம்' என, 'இடைவிடாது இன்பம் நுகர விரும்பியவாறும், உள்ளூறையான் இல்லறம் இன்பம் நுகர விரும்பியவாறும், உள்ளூறையான் இல்லறம் நிகழ்த்த விரும்பிய வாறும் காண்க' என, 'ஒருதலை உரிமை வேண்டியும்' என்னுஞ் சூத்திர உரையில், நச்சினார்க்கினியர் காட்டிச் கூறுவர்.

329. வாழ்தல் வல்லரோ?

பாடியவர்: உறையூர். **முதுகூத்தனார்**: முதுகூற்றனார் எனவும் பாடம். **திணை**: பாலை. **துறை**: பிரிவிடை வேறுபட்ட தலைமகள் தோழிக்குச் சொல்லியது; பிரிவு உணர்த்திய தோழிக்குத் தலைமகள் சொல்லிய தூஉம் ஆம்.

(தன்னைப் பிரிந்து சென்ற தலைவனின் செயலை நினைந்து, அந்தப் பிரிவுத் துயரினாலே வாடியிருக்கும் தலைவியானவள், தன் தோழியிடத்தே, இவ்வாறு தன் ஆற்றாமையினை உரைக்கின்றாள். அல்லது-

தலைவன் பிரிந்து செல்ல எண்ணிய செய்தியைத் தோழி தலைவியிடத்தே சொல்ல, அப் பிரிவைப் பொறுக்கவியலாத தன் நிலைமை தோன்றத், தலைவி தோழியிடத்திற் கூறியதும் ஆம்.)

பூங்கணும் நுதலும் பசப்ப நோய்கூர்ந்து
ஈங்கியான் வருந்தவும் நீங்குதல் துணிந்து
வாழ்தல் வல்லுநர் ஆயின் காதலர்
குவிந்த குரம்பை அங்குடிச் சீறூர்ப்
படுமணி இயம்பப் பகரியைந்து உமணர்
கொடுநுகம் பிணித்த செங்கயிற்று ஒழுகைப்
பகடுஅயாக் கொள்ளும் வெம்முனைத் துகள்தொகுத்து
எறிவளி சுழற்றும் அத்தம் சிறிதசைந்து
ஏகுவர் கொல்லோ தாமே..... பாய்கொள்பு
உறுவெரிந் ஓடிக்கும் சிறுவரிக் குருளை
நெடுநல் யானை நீர்நசைக் கிட்ட
கைகறித்து உரறும் மைதூங்கு இறம்பில்
புலிபுக்கு ஈனும் வறுஞ்சுனைப்
பனிபடு சிமையப் பன்மலை இறந்தே.

தோழீ!

அழகிய என் கண்களும் நெற்றியும் பசலையுறுமாறு துன்பத்தை அடைந்து, யான் இவ்விடத்தே தனித்திருந்து வருந்தவும், என்னைப் பிரிந்து செல்லுதலைத் துணிந்து, அவர் வாழ்ந்திருத்தற்கு வல்லவர் ஆயினும் என்றால் -

தலைகுவிந்த குடிசைகளாகிய அழகிய குடியிருப்பினை உடைய சிற்றூரினிடத்தே, பொருந்திய, மணிகள் ஒலி செய்யப் பகற்காலத்தே செல்லதலைப் பொரந்தி, உப்பு வாணிகர் வளைந்த நுகத்தடிகளிலே செவ்வவையான கயிற்றினாலே பூட்டிய பகடுகள், வண்டிகளை வருத்தத்துடனே இழுத்துச் செல்லும், வெப்பமான இடங்களிலே எழுகின்ற புழுதியைத் தொகுத்து வீசுகின்ற காற்றானது, சுழித்தடிக்கும் காட்டு நெறியிலே சிறிது தங்கியிருந்து-

பாய்தலை மேற்கொண்டதாகப் பொருந்திய முதுகினை நெளிக்கும் சிறிய புலிக்குட்டியானது, நீண்ட உயர்ந்த நல்ல யானையானது நீர் வேட்கையினாலே சுனையிடத்தே இட்ட துதிக்கையினைக் கடித்து முழக்கமிடும் இருள்செறிந்த காட்டிடத்தே, புலி புகுந்து குட்டியை ஈனுமாறு வறண்டு கிடந்த சுனையினையுடைய, பனிபடியும் உச்சியையுடைய பல மலைகளையும் கடந்து, தாம் செல்பவரும் ஆவாரோ? (ஆகமாட்டார் என்பது குறிப்பு.)

சொற்பொருள்: 1. பூங்கண் - அழகிய கண். பூப்போலும் கண்ணும் ஆம்; அப்போது, குவளைமலர் போன்றது என்க. நோய் - துன்பம்: பிரிவான் வந்தடைவது. 4. குரம்பை-குடிசை, 5. படுமணி - பொருந்திய மணி: பொருந்துதல், பகடுகளின் கழுத்திடத்தே. 6. ஒழுகை-வரிகையாகச் செல்லும் வண்டிகள். 10. வெரிந் - முதுகு. வரி-வரிகளையுடைய புலியைக் குறித்தது. 12. உரறும் - முழக்கமிடும். மைதூங்கும் - இருள் கவிந்திருக்கும். இறும்பு-காடு.

விளக்கம்: பூங்கணும் நுதலும் பசப்ப நோய் கூர்ந்து தான் வருந்தும் நிலைக்கு ஒப்பவே, சிறுவரிக் குருளை யானை நீர்நசைக்கு இட்ட கை கறித்து உரலும் மைதூங்கு இறும்பில் சுனை, புலி புக்கு ஈனும் வறுஞ்சுனையாயின தன்மையினையும் கூறினாள்.

புலி புக்கு ஈனும் வறுஞ்சுனையும், ஒழுகைப்பகடு அயாக் கொள்ளும் வெம்முனைத் துகள் தொகுத்து எறிவளி சுழற்றும் என்பதும் கூறினார். காடு கடத்தற்கு அரிதான கொடுமையினையுடையது என்பதனைக் காட்டுதற்கு.

புலியின் கொடுந்தன்மையை அதன் சிறு குட்டிகூட நெடுநல் யானை நீர் நசைக்கு இட்ட கையினைக் கடித்து முழங்குமென்பதனால் தெளியவைத்தனர்.

இதனால், 'எனக்குத் துன்பமாயது, அவர்க்கும் துயரமானது, இத்தகைய பிரிவினை அவரேன் மேற்கொண்டனர்?' என வருந்தினள் என்க.

330. நிறையில் நெஞ்சம்!

பாடியவர்: உலோச்சனார். **திணை:** நெய்தல். **துறை:** தலைமகற்குக் குறை நேர்ந்த தோழி தலைமகட்குக் குறைநயப்பக் கூறியது.

(நெய்தல் நிலப்பகுதியிலே ஒரு தலைவனும் தலைவியும் நாள் தவறாமல் சந்தித்து வருகின்றனர். அப்போது, யாது காரணத்தாலோ தலைவிக்கு அவனுக்கு இசைவதற்கு விருப்பம் இல்லை. தலைவன் தவறாது வரினும், தன் காதலியின் அணைப்பினைப் பெறத் துடிப்பினும், பயன் யாதுமின்று. அந்நிலையில் அவன் தலைவியின் தோழியும், தங்கள் உறவுக்குத் துணை நின்றவளுமான நங்கையின் உதவியினை நாடுகின்றான். அவனுக்காக இரக்கப்பட்ட அவளும், தலைவிபாற் சென்று அவனுடைய கவலையினைத் தீர்க்கும் எண்ணத்துடனே இங்ஙனம் கூறுகின்றாள். இதனால், தலைவியின் உள்ளத்தே நிலவும் காதலை எழுப்பி, அவளை, அவனுடைய குறையைத் தீர்க்கத் தூண்டினாளும் ஆம்.)

கழிப்பூக் குற்றுங் கானல் அல்கியும்
வண்டற் பாவை வரிமணல் அயர்ந்தும்
இன்புறப் புணர்ந்தும் இளிவரப் பணிந்தும்
தன்றுயர் வெளிப்படத் தவறில் நம்துயர்
அறியா மையின அயர்ந்த நெஞ்சமொடு
செல்லும் அன்னோ மெல்லம் புலம்பன்!
செல்வோன் பெயர்புறத்து இரங்கி முன்னின்று
தகைஇய சென்றவென் நிறையில் நெஞ்சம்
எய்தின்று கொல்லோ தானே? எய்தியும்
காமஞ் செப்ப நாணின்றுற கொல்லோ
உதுவ காணவர் ஊர்ந்த தேரே
குப்பை வெண்மணற் குவவுமிசை யானும்
எக்கர்த் தாழை மடல்வயி னானும்
ஆய்தொடிப் பாசடும்பு அரிய ஊர்பிழிபு
சிறுகுடிப் பரதவர் பெருங்கடன் மடுத்த
கடுஞ்செலற் கொடுந்திமில் போல
நிவந்துபடு தோற்றமொடு இகந்துமா யும்மே!

தோழீ! மென்னிலமாகிய நெய்தலை உடையவன் நம் தலைவன். அவன்-

கழியிலுள்ள பூக்களைப் பறித்துத் தந்தும், கானற்சோலையிலே சேர்ந்திருந்தும், வரிப்பட்ட மணலிடத்தே வண்டற்பாவை சமைத்து விளையாடியும், நாம் இன்புறப் பலகாலும் நம்முடன் கூடியிருந்தும், சிறுமை தோன்ற நம்மைப்பணிந்து நின்றும், குற்றமற்ற நம் துயரினை

அறியாமையினாலே, தான் தளர்வுற்ற நெஞ்சமுடையவனாகித், தன் துயரம் வெளிப்பட்டுத் தோன்றுமாறு காட்டி, மீண்டும் செல்லுகின் றான். அந்தோ!

அங்ஙனம் செல்பவன் செல்லும் திசையிலேயே, அவன் பால் இரக்கம் உடையதாகி, அவனுக்கு முற்படச்சென்று நின்று, அவனைப் போகாது தடைசெய்யச் சென்ற என் நிறையற்ற நெஞ்சமானது, அவனிடத்தே சென்றடையவில்லையோ? அன்றி, அடைந்தும் நம் காமத்தினை அவன்பால் எடுத்துச் சொல்லுதற்கு நாணி நின்று விட்டதோ?

அவன் ஏறிச் சென்ற தேரும் அங்கே தோன்றுதலைக் காண்பா யாக. திரண்ட வெண்மணற் குவியல்களில் மேலும், மணல் மேட் டிடைத் தோன்றும் தாழை மடல்களிடத்தும், படர்ந்துள்ள அழகிய கொடிகளையுடைய பசுமையான அடுப்பங் கொடிகள் அரிபடுமாறு. ஏறியும் இறங்கியும் அது செல்லுகின்றது. சிறுகுடி வாழ்வினரான பரதவர் மாக்கள், பெரிதான கடலிலே செலுத்திய கடிதாகச் செல்லு தலையுடைய வளைவான மீன்பிடி படகினைப்போல, உயர்ந்து மறை யும் தோற்றத்துடனே, அது தொலைவிற் சென்று மறைவதனையும் காண்காயாக.

சொற்பொருள்: 1. கழி-உப்பங்கழி. குற்றுதல் - பறித்தல். கானல் - கடற்கரைச் சோலை. அல்குதல்-தங்கியிருத்தல். 3.இளிவர - எளிமை தோன்ற. 7. பெயர் புறத்து-செல்லும் திசைக்கண் 13. எக்கர்-மணல்மேடு. 16. திமில்-மீன்பிடி படகு. 17. நிவந்து படுதல் - உயர்ந்தும் தாழ்ந்தும் தோன்றுதல்.

விளக்கம்: அவனைப் போலவே தலைவியும் அவன்பாற் காதல் கொண்டிருத்தலை, அவன் அறியாதானாகிப் போன தன்மை யினைத் தலைவிக்கு இப்படித் தோழி எடுத்து உரைக்கின்றாள். தான் அதனை அறிந்த நிலையினையும் புலப்படுத்துகின்றாள். அவன் கொண்ட துயரம் அவனுடைய அறியாமையின் காரணத்தாலே வந்து அமைந்ததே என்று கூறும் நயத்தினை அறிந்து இன்புறுக. தேர் படிப்படியே சென்று மறைதலையும், அது மணற்குவியல்கள் மீதும் அடுமுப்பங் கொடிகள் மீதும் தாழை மடல்கள்மீதும் ஏறியும் இறங்கியும் செல்வதனையும், கடலிடையே அலைகளிடத்தே செல்லும் படகு உயர்ந்தும் தாழ்ந்தும் சென்று கண்ணுக்குச் சிறிது சிறிதாகி மறைதலை யும் சிறப்புடன் உவமித்துக் கூறினள். தலைவியின் மனம் அவன் பின்னே செல்வதனையும், ஆயின் நாணத்தால் அவள் தன் விருப்பத் தைத் தோன்றக் கூறாத நிலையினையும், ‘நெஞ்சம் எய்தின்று கொல்லோ தானே, எய்தியும் காமஞ்செப்ப நாணின்று கொல்லோ?’ என உரைக்கும் நயத்தினை அறிந்து இன்புறுக. இங்ஙனமாகத்

தலைவனுக்கு இசையுமாறு தலைவியைத் தோழி வயப்படுத்துவா ளாகக் கூறினாளும் ஆகும்.

மேற்கோள்: 'அறியாமையின் அயர்ந்த நெஞ்சமொடு' என்பது, தன்வயின் உரிமை; 'இகந்து மாயும்' என்பது, அவன்வயிற் பரத்தைமை என, இச் செய்யுட் பகுதிகளை, 'மறைந்தவற் காண்டல்'என்னும் தொல்காப்பியக் களவியற் சூத்திர உரையிற் காட்டிக் கூறுவர் நச்சினார்க் கினியர். இவர் கருத்தின்படி இச்செய்யுள் தலைவி கூற்றாக அமையும்.

331. சென்றவர் அன்பிலாதவர்!

பாடியவர்: மாமூலனார். **திணை:** பாலை. **துறை:** தலைமகன் பிரிவின்கண் தோழிக்குத் தலைமகள் சொல்லியது. **சிறப்பு:** திதியன் என்பானின் வாளாற்றல்.

('என்றும் பிரியேன்' என்று, தன்பாற்கூறித் தன்னைத் தெளி வித்துக் கூடிய காதலன் பிரிந்துபோயின காலத்திலே, அவனுடைய பிரிவினால் வந்துற்ற துயரத்தினைப் பொறுக்க மாட்டாது போயின தலைவி, 'தலைவன் தன்மீது அன்பற்றவனாயினான்' எனக் கூறி வருந்துகின்றதாக அமைந்தது இச்செய்யுள்.)

நீடுநிலை அரைய செங்குழை இருப்பைக்
கோடுகடைந் தன்ன கொள்ளை வான்பூ
ஆடுபரந் தன்ன ஈனல் எண்கின்
சேடுசினை உரீஇ உண்ட மிச்சில்
பைங்குழைத் தழையர் பழையர் மகளிர்
கண்திரள் நீள் அமைக் கடிப்பிற் றொகுத்து
குன்றகச் சிறுகுடி மறுகுதொறும் மறுகும்
சீறூர் நாடு பலபிறக் கொழியச்
சென்றோர் அன்பிலர் - தோழி! - என்றும்
அருந்துறை முற்றிய கருங்கோட்டுச் சீறியாழ்ப்
பாணர் ஆர்ப்பப் பல்கலம் உதவி
நாளவை இருந்த நனைமகிழ் திதியன்
வேளிரோடு பொரீஇய கழித்த
வாள்வாய் அன்ன வறுஞ்சுரம் இறந்தே!

தோழி!

நீண்ட நிலையாகிய அடிமரத்தினையும் சிவந்த தளிர்களையும் கொண்டன இருப்பை மரங்கள். அவற்றிலே யானைத் தந்தங்களிற் கடைந்து அமைத்தாற் போன்ற வெள்ளிய பூக்கள் விளங்கும். ஆடுகள் பரவியிருந்தாற் போலப் பரவி நின்ற குட்டிகளையீன்ற பெண் கரடி களின் கூட்டமானது, கிளைகளினின்றும் உதிர்த்து அப்பூக்களை

உண்ணும். அவை உண்டது போக எஞ்சிக் கிடப்பவற்றைப் பசுமை யான தழையுடையினை அணிந்தவரான எயினரின் மகளிர், கணுக்கள் திரட்சியுற்று நீண்ட மூங்கிற் குழல்களிலே தொகுப்பார்கள். தொகுத்த வற்றைக் குன்றிடத்தவாய சிற்றூர்த் தெருக்கள் தோறும் சுற்றி விற்றுத் திரிவர். அத்தகைய அழகிய குடியிருப்பினை யுடையவான சிற்றூர் களைக் கொண்டிருக்கும் மலைநாடு பலவும் பிற்பட்டுக் கழிய, அவர் சென்றனர்.

அரிதான இசைத் துறைகளிலே முதிர்ச்சியும், கரிய தண்டினைக் கொண்ட சிறிய யாழினியுமுடையவர் பாணர். அவர்கள் என்றும் ஆரவாரித்துக் கொண்டிருக்குமாறு அவர்கட்குப் பல அணிகலன்களை யும் அளித்தவனாக, நாளோலக்கத்தே வீற்றிருப்பவன், கள்ளின் மகிழ்வினை உடையவனாயிருக்கும் திதியன். அவன் வேளிரோடு போரிடுதலின் பொருட்டாகத் தன் உறையினின்றும் கழித்த வாளின் வாயினைப்போன்ற கொடுமையுடையதான வறண்ட சுரநெறியினைக் கடந்து சென்றனர் அவர்.

அங்ஙனம் சென்ற அவர், நம்பால் அன்பற்றவரேயாவர். (ஆதலின்) இனி யாது செய்வோமோ.

சொற்பொருள்: 1. அரைய - அடிமரத்தை உடைய. 2. கோடு-கொம்பு; இங்கே யானைத் தந்தத்தைக் குறித்தது. கொள்ளை-மிகுதியான. வான்பூ - வெண்மையான பூக்கள். 4. சேடு - கூட்டம். 5. பழையர்-குன்றவர். 6. அமை-மூங்கில். கடிப்பு-குழாய். 7. மறுகும் - சுற்றித் திரியும். 12. நனை - கள். 13.பொரீஇய-போரிடற் பொருட் டாக. 14. வறுஞ்சுரம்-வறண்டசுரம்; அருஞ்சுரம் எனவும் பாடம்.

விளக்கம்: ''ஈன்ற கரடிக்கூட்டங்கள் தின்று மிஞ்சிய இருப்பைப் பூக்களைக் குன்றவர் மகளிர் தெருவிற் சுழன்று திரிந்து விலைகூறும் நாடு பல பிறக்கொழிய' என்றது, அது கண்டும் தன்பால் அன்புஎழப் பெற்றானில்லையே என வருந்தியதாம். 'நாளவை இருந்த திதியன் கழித்த வாள்வாய்' என்றது, அவ்வாறே அன்பு காட்டிய தலைவன் இன்று கொடிய தன்மையினைக் கொண்டனன் என்றதாம்.

332. தலைநாள் போலும்!

பாடியவர்: கபிலர். **திணை:** குறிஞ்சி. **துறை:** இரவுக்குறிக் கண் சிறைப்புறமாகத் தோழிக்குத் தலைமகள் இயற்பட மொழிந்தது.

(இரவுக் குறியிடத்தே தலைவனுடன் தலைவி சந்தித்துக் களவாகக் கூடி மகிழந்து வருகின்ற காலத்தே ஒருநாள் அவன் வந்து ஒருபக்கமாக ஒதுங்கியிருக்கவும், அவள் தன் தோழியிடத்தே தான் அவனிடத்துக் கொண்ட காதலை உரைப்பாள் போலச் சொல்லுகின் றாள். இதனைக் கேட்கும் அவன். 'விரைவிலேயே தலைவியைய

மணந்து அவளுடன் பிரிவற்ற இன்பவாழ்விலே திளைப்பதனை நாடு வான்' என்பது அவளுடைய நோக்கமாகும். இது துறைப்பட அமைந் தது இச்செய்யுள்.)

முளைவளர் முதல மூங்கில் முருக்கிக்
கிளையொடு மேய்ந்த கேழ்கிளர் யானை
நீர்நசை மருங்கின் நிறம்பார்த்து ஒடுங்கிய
பொருமுரண் உழுவை தொலைச்சிக் கூர்நுனைக்
குருதிச் செங்கோட்டு அழிதுளி கழாஅக்
கன்முகை அடுக்கத்து மென்மெல இயலிச்
செறுபகை வாட்டிய செம்மலொடு அறுகால்
யாழிசைப் பறவை இமிரப் பிடிபுணர்ந்து
வாழையம் சிலம்பில் துஞ்சும் நாடன்
நின்புரைத் தக்க சாயலன் எனநீ
அன்புரைத் தடங்கக் கூறிய இன்சொல்
வாய்த்தன- வாழி, தோழி! -வேட்டோர்க்கு
அமிழ்தத்து அன்ன கமழதார் மார்பின்
வண்டிடைப் படாஅ முயக்கமும்
தண்டாக் காதலும் தலைநாள் போன்மே!

நிறம் விளங்கிய களிறானது, தன் இனத்துடன் கூடியதாக, முளைகள் வளர்ந்திருக்கும் தூறுகளிலேயுள்ள மூங்கில்களை ஒடித்துத் தின்றபின், நீர் வேட்கையுடையதாய்த் துறையிடத்தே செல்லும் அவ் விடத்தே, தன் உரவினைப் பார்த்துத் தன்னைத் தாக்குவதன் பொருட்டாகப் பதுங்கிய, போரிடும் மாறுபாட்டைக் கொண்ட புலி யினைப் பொருது, அது கொல்லும். கொன்றபின், கூர்மையான முனையிலே குருதிதோய்ந்து செந்நிறமாயுள்ள தன் கொம்பினை, மிக்க மழையிலே கழுவிக் கொண்டதாகக், கல்முனைகளையுடைய மலைச்சாரலிடத்தே மெல்லமெல்லச் செல்லும். கொற்றங்கொண்ட தன் பகையினைக் கொன்றழித்த ஆண்மையுடனே மதங்கொண்டதாகி, அம்மத நீரிடத்தே யாழொலிபோல இசைக்கும் அறுகாற் பறவையான வண்டினம் மொய்த்து ஆரவாரிக்கச் சென்று, அது, தன் பிடியுடனே கூடி இன்புறும். அங்ஙனம் இன்புற்றதாக, அது வாழை மரங்களையுடைய மலையிடத்தே உறங்கியிருக்கும். அத்தகைய நாட்டிற்கு உரியவன் நம் தலைவனாவான்.

'அவன்' நின்னுடைய உயர்விற்குத் தகுதியான தன்மையன்' என, நீ அன்பினாலே உரைத்து; என் உள்ளம் அமைதி கொள்ளும்படி யாகக் கூறிய இனிதான சொற்கள் எல்லாம், இந்நாள் வாய்மையே ஆயின. விரும்பியவருக்கு அமுதத்தைப் போன்றதாக விளங்கும்

இனிய மணங்கமழுகின்ற தாரியையுடைய அவன் மார்பிடத்தே, வண்டும் இடையிலே பொருந்தாத செறிவுற்ற முயக்கமும், அவன் பேரிற் கொண்ட நீங்காத காதலும், முதலில் அவனோடு கூடிய அத்தலை நாளினைப் போன்றே என்றும் சிறவா நின்றன. தோழி! நீ வாழ்வாயாக!

சொற்பொருள்: 1. முளை - மூங்கில் முளைகள். முருக்கி - ஒடித்து. 2. கேழ் - நிறம். கிளர்-ஒளிரும். 3. நிறம் - உருவத்தோற்றம்; மார்பும் ஆம். ஒடுங்கிய-பதுங்கிய. 4. உழுவை-புலி.5. அழிதுளி-மிக்க பெயல். 6. கன்முகை-முனை கொண்ட கற்கள். 7. வாட்டிய - தொலைத்த. செம்மல்-செருக்கு. அறுகால் பறவை-வண்டு. 30. புரை-உயர்வு. சாயல்-மென்மைத் தன்மை. 11. அடங்க-உள்ளம் நிறைவற்று அமைதி கொள்ள. 15. தண்டாக் காதல் -நீங்காத காதல்.

விளக்கம்: 'களிறு, அறுகால் யாழிசைப் பறவை இமிரச் செம்ம லுடன் சென்றது' என்றது, அது மதநீர் சொரியச் செருக்குடன் சென்ற தனைக் குறித்ததாம். 'அன்புரைத் தடங்கக் கூறிய இன்சொல்' என்றது, 'தலைநாள், தோழிபாற் குறையிரந்து, அவளால் இசைவிக்கப் பெற்றுத் தலைவியின் கூட்டத்தைப் பெற்றவன் தலைவன்' என்பதாம். அத்தகையன கூறித் தனக்கு உதவிய தோழிக்குத் தலைவி நன்றி பாராட்டுவாளாகக் கூறுகின்றனள் என்க. 'அமிழ்தத்தன்ன கமழ்தார் மார்பின்' என்றதற்கு ஏற்ப, அத் தாரின்கண் வண்டு மொய்தலும் உள என்று குறிப்பவர், தழுவுங்கால் 'வணடரைமபட படாஅ முயக்கம்' வாய்ந்தது என்றனர். அத்தகைய இறுக்கமான முயக்கமும் ஆம். 'தண்டாக் காதல்' என்றனர், துய்க்கத் துய்க்கப் பின்னரும் புதிது புதிது துய்த்தற்கே அவாவும் விருப்பத்தினைக் குறித்தனர். இதனால், அவளை விரைந்து மணந்து கொள்ளுதலில் அவனுடைய நாட்டம் செல்லுமென் பதனையும் உணரவைத்தனர்.

உள்ளுறை பொருள்: 'களிறு உழுவை தொலைத்துக் குருதிச் செங்கோடு அழிதுளி கழா அச்சென்று, பகைவாட்டிய செம்மலொடு, யாழிசைப் பறவை இமிரச் சென்று, பிடி புணர்ந்து, வாழையஞ் சிலம்பில் துஞ்சும்' என்றனர் இது, தலைவன் அலர் கூறுவாரின் வாயினை அடக்கிக் களவினாலே வந்துற்ற மாசினைப் போக்கித் தலைவியை மணந்து சுற்றமும் நம்பும் கொண்டாட வளமிக்க இல்வாழ் விலே தலைவியுடன் கூடியிருந்து இன்புறுவன் என்றதாம்.

யாழிசைப் பறவை இமிரப் பிடிபுணரும் களிற்றினையும், கமழதார் மார்பின் வண்டிடைப் படாஅ முயக்கம்பெறும் தலைவனை யும் ஒப்பிட்டுக் கண்டு இன்புறுக.

333. நின்வாய் இன்மொழி!

பாடியவர்: கல்லாடனார். **திணை:** பாலை. **துறை:** பிரிவிடை வற்புறுத்தும் தோழிக்குத் தலைமகள் சொல்லியது.

(தலைவனைப் பிரிந்திருக்கிறாள் தலைவி ஒருத்தி. குறித்த காலம் வந்தும், அவனை வரக்காணாத அவளுடைய வாட்டம் மிகுதி யாகிறது. அவளுடைய துயரினைத் தீர்ப்பாளாக, அவளுடைய தோழி, அவன் விரைவில் வருவான்' எனக் கூறி அவளைத் தெளிவிக்க முயலுகின்றனள். அப்போது, தலைவி கூறுவதாக அமைந்த செய்யுள் இது.)

யாஅ ஒண்தளிர் அரக்குவிரிந் தன்னநின்
ஆக மேனி அம்பசப்பு ஊர
அழிவுபெரிது உடையை யாகி அவர்வயின்
பழிதலைத் தருதல் வேண்டுதி மொழிகொண்டு
தாங்கல் ஒல்லுமோ மற்றே ஆங்குநின்
எவ்வம் பெருமை உரைப்பின் செய்பொருள்
வயங்காது ஆயினும் பயம்கெடத் தூக்கி
நீடலர் - வாழி, தோழி! - கோடையிற்
குருத்திறுபு உக்க வருத்தம் சொலாது
தூம்புடைத் துய்த்தலைக் கூம்புபு திரங்கிய
வேனில் வெளிற்றுப்பனை போலக் கையெடுத்து
யானைப் பெருநிரை வானம் பயிரும்
மலைச்சேண் இகந்தனர் ஆயினும் நிலைபெயர்ந்து
நாள்இடைப் படாமை வருவர் நமர்எனப்
பயம்பரு கொள்கையின் நயம்தலை திரியாது
நின்வாய் இன்மொழி நன்வா யாக
வருவர் ஆயினோ நன்றே வாராது
அவணவர் காதலர் ஆயினும் இவண்நம்
பசலை மாய்தல் எளிதுமன் தில்ல
சென்ற தேஎத்துச் செய்வினை முற்றி
மறுதரல் உள்ளத்தர் எனினும்
குறுகுபெரு நசையொடு தூதுவரப் பெறினே.

தோழீ! நீ வாழ்க!

'யா மரத்தினது ஒளியுடைய தளிரிலே அரக்குப்பொடியினைத் தூவினாற்போல, நின் மேனியிடத்தே அழகிய பசலை பரக்க, வருத்தம் பெரிதாக உடையவளாகி, நின் காதலரான அவர்மாட்டுப் பழிச்சொற் களைக் கொண்டு தருதலையும் நீ விரும்புகின்றனை! அவ்விடத்தே

நின்னுடைய துன்பத்தின் மிகுதியைச் சென்று எவரேனும் அவருக்கு உரைப்பின், அச் சொற்களைக் கேட்டு அவரால் தாங்கியிருத்தலும், இயலுமோ? செய்யப்படும் பொருள் முற்றுப் பெறாதேயாயினும் இன்பப் பயன் அழியுமாறு, அப்பொருளையே மேலாகக் கொண்டு, அவர் அங்கே தாழ்த்துவிடுபவரும் அல்லர் காண்!

வேனிற் காலத்திலே, கோடைக் காற்றினாலே குருத்து இற்றுற உதிர்ந்துபோயின வருத்தத்தினைச் சொல்ல மாட்டாதாய்த், துளை யினையுடைய வெண்மையான தலைப்பக்கம் கூம்புதலுற்ற வற்றிப் போயிருக்கும் இளம் பனியினைப் போலத், தம் கைகளை உயர்த்து எடுத்தனவாக, யானைகளின் பெருங்கூட்டம் மேகத்தை நோக்கிக் கதறிக்கொண்டிருக்கின்ற மலைப்பகுதியினையும் கடந்து, தொலை வாகச் சென்றவர் நம் காதலர். எனினும், தாம் சொல்லிச் சென்ற நாளின் எல்லை கடந்து நாட்கள் இடைப்பட்டுப் போகாமல், நம்மவ ரான அவர் வந்து சேர் பவரும் ஆவர்.

இவ்வாறெல்லாம் பயனை விளக்கும் கொள்கையுடையை யாகி, இனிமை திரியாது சொல்லுகின்ற நின்றுடையவாயின் இனிதான மொழிகள், நல்ல உண்மையாகவே ஆகுக. நீ கூறியபடிறே அவர் வருவாராயின் அதுவும் நல்லதேயாகும் அல்லாமல் -

வாராதவராக, எம் காதலர், அவர் சென்றிருக்கும் அவ்விடத்தவரே யாயினும், அவர் சென்றுள்ள நாட்டிடத்தே செய்தற்கு மேற்கொண்ட செயலினை முடித்துக் கொண்டவராகி, மீண்ட வருவதற்கான உள்ளத் தையும் உடையவர் என்றாலும், அங்ஙனம் வந்தடைதல் விரைவில் வந்தடையும் என்னும் பெரிதான விருப்பத்துடனே, அவரிடமிருந்து தூதாவது வரப்பெற்றனமாயின், இவ்விடத்து நம் பசலை மறைந் தொழிதலும் எளிதாகுமே!

சொற்பொருள்: 1. யாஅ-யாமரம். விதிர்த்தன்ன சிதறினாற் போன்ற, 4. தலைத்தருதல்-கொண்டுவிடல். 6. எவ்வம்-துன்பம். 7. வயங்குதல் - முற்றுதல். பயன் - இன்பப் பயன். 8. கோடை - கோடைக்காற்று; மேல்காற்று. 10. தூம்பு-தொளை. திரங்கிய-வற்றிய. 12. வானம்-மேகம். 16. நன்வாய்ஆக-நல்ல உண்மையே ஆகுக. 21. மறுதரல்-மீண்டுவரல். 22.குறுகுதல்-மீண்டு வந்து சேர்தல்.

விளக்கம்: தலைவியின் ஆகத்துப் படர்ந்த பசலையும், அவள் மேனியின் வாட்டமும் கண்ட ஊரவர், அவளை அந்நிலைக்கு உள்ளாக்கிய கொடுமைக்குக் காரணமாயினது குறித்துப் பிரிந்து சென்ற அவளின் காதலனைப் பழிக்கத் தொடங்குவர். இதுபற்றியே, 'பழி தலைத்தருதல் வேண்டுதி' என்றனளாம். 'தாங்கல் ஒல்லுமோ? பயம் கெடத் தூக்கி நீடலர், நின் எவ்வம் பெருமை உரைப்பின்' என்றது, அவன் தலைவி மாட்டுக் கொண்டுள்ள காதன் மிகுதியை

உரைத்து, அது மேலும் செவ்விதமாக இயல்வே, அவன் பொருள் தேடிச் சென்றுள்ளனன் எனக் கூறியதாம். மேகத்தை அழைப்பன போல வானத்தே கையுயர்த்து நிற்கும் யானைக் கூட்டங்களின் நிலைக்குக், கோடைக்காற்றால் குருத்தொடிந்து சருச்சரையுடன் துளை பட்ட நிற்கும் மொட்டையான வெளிற்றுப் பனைமரங்களை உவமை கூறிய நயத்தினை அறிந்து நுகர்க.

தோழியின் ஆறுறதலுரைகள் தன்னைத் தேற்றும் வகையின ஆகாவென்பவள், 'தூது வரப்பெறின் பசலை மாய்தல் எளிது' என்றனள்.

334. இப்பொழுதே செலுத்துக!

பாடியவர்: மதுரைக் கூத்தனார்; மதுரைக் கந்தரத்தனார் எனவும், மதுரைக் கோடரத்தனார் எனவும் பாடங்கள். **திணை:** முல்லை. **துறை:** வினைமுற்றிய தலைமகன் தேர்ப்பாகற்குச் சொல் லியது.

(வேந்தனுக்குப் படைத்துணையாகச் சென்ற பாசறையிடத்தே தங்கியிருக்கிறான் தலைவன். அவன் மேற்கொண்ட வினையும் முடிந்தது. பகைவரும் பணிந்து திறை செலுத்த முன்வந்தனர். அவன் திரும்புவதாகக் குறிப்பிட்டிருந்த கார்காலமும் தொடங்கிவிட்டது. எனவே, தன் காதலியைக் காண்பதற்கான ஆர்வம் மிகுதியாக எழ, அவன், தன் பாகனிடத்தே சொல்லுவதாக அமைந்த செய்யுள் இது.)

ஓடா நல்லேற்று உரிவை தைஇய
ஆடுகொள் முரசம் இழுமென முழங்க
நாடுதிறை கொண்டனம் ஆயின் பாக!
பாடுஇமிழ் கடலின் எழுந்த சும்மையொடு
பெருங்களிற்றுத் தடக்கை புரையக் கால்வீழ்த்து
இரும்பிடித் தொழுதியின் ஈண்டுவன குழீஇ
வணங்கிறை மகளிர் அயர்ந்தனர் ஆடும்
கழங்குறழ் ஆலியொடு கதழுறை சிதறிப்
பெயல்தொடங் கின்றால் வானம் வானின்
வயங்குசிறை அன்னத்து நிரைபறை கடுப்ப
நால்னுடன் பூண்ட கால்நவில் புரவிக்
கொடிஞ்சி நெடுந்தேர் கடும்பரி தவிராது
இனமயில் அகவும் கார்கொள் வியன்புனத்து
நோன்சூட்டு ஆழி ஈர்நிலம் துமிப்ப
ஈண்டே காணக் கடவுமதி பூங்கேழ்ப்
பொலிவன அமர்த்த உண்கண்
ஒலிபலி கூந்தல ஆய்சிறு நுதலே!

பாகனே! மேகங்கள், ஒலிமுழங்கும் கடலிடத்தே நீரினை முகந்து எழுந்ததான ஆரவாரத்துடனே, கருமையான பிடி யானை களின் கூட்டத்தைப் போன்று சேர்ந்து, வானில் திரண்டுள்ளன. பெரிய களிற்றின் பருத்த கையினைப் போலப் பெயலும் காலூன்றிவிட்டது. வளைந்த முன்னங்கையினை உடைய மகளிர் விருப்பமுடன் விளை யாடுகின்ற கழங்கினைப் போன்ற விளங்கும் பனிக்கட்டிகளோடு, விரையத் துளிகளைச் சிதறி, மழை பெய்வதனையும் தொடங்கி விட்டது.

புறங்கொடுத்து ஓடாது, எதிரேற்று வெற்றிகொள்ளும் நல்ல வீரமிக்க கொல்லேற்றினது தோலினாலே போர்க்கப் பெற்ற, வெற்றி கொள்ளும் முரசமானது, 'இழும்' என்னும் ஒலியுடன் முழக்கம் செய்யப், பகைவர் நாட்டின் திறைப் பொருளையும் நாம் கைக்கொண்டனமன். ஆயின்-

வானத்தினிடத்தே விளங்கும் சிறகினையுடைய அன்னங்கள் வரிசையாகப் பறந்து செல்லுதலைப் போலக் காற்றைப்போற் செல்வது எனக் கூறப்பெறும் வேகத்தையுடைய நெடிய நம் தேரானது, செல்லும் விரைவு மிகுதியைக் கைவிடாது, கூட்டமான மயில்கள் அகவிக்கொண்டிருக்கும் கார்காலத்துக் கவினைக் கொண்ட பரந்த முல்லை நிலத்தே, வலிமையான வட்டையினையுடைய உருள்கள் ஈரமான நிலத்தினைக் கிழித்துச் செல்லுமாறு, -

அழகிய நிறத்தாற் பொலிவுற்றனவாய் அமர்த்த மையுண்ட கண்களையும், தழைத்த பலவாகிய கூந்தலையும், அழகிய சிறுத்த நெற்றியினையும் உடைய தம் தலைவியைச் சென்ற காணும் பொருட் டாக-

இப்போதே நின் தேரினைச் செலுத்துவாயாக!

சொற்பொருள்: 1. ஒடா-புறமுதுகிட்டு ஓடாத வெற்றியினை யுடைய. நல்லேறு-நல்ல வன்மையுடைய கொல்லேறு, உரிவை-தோல். தைஇய-போர்த்த 2. ஆடுகொள்-வெற்றி கொண்ட. 3. நாடு - பகைவர் நாடு. திறைகொண்டனமாயின் - திறைப்பொருளைக் கைக்கொண்டனமாயின், 4. சும்மை-பேரொலி. 6. தொழுதி-கூட்டம். 7. வணங்குஇறை-வளைவான முன்னங்கை. அயர்ந்தனர் - விருப்பம் உடையவராக: அமர்ந்தனர் எனவும் பாடம். 8. கதழ் உறை - விரைவான நீர்த்துளிகள். 9. பெயல்-மழை பொழிதல். 10. வயங்கு-விளங்கும். நிறை பறை-வரிசையாகப் பறத்தலையுடைய- 11. நால்கு - நான்கு; பெயர்த் திரிசொல். கால் நவில்-வேகத்தால் காற்றினைப் போன்றது எனச் சொல்லப்படும். தவிராது-தளராது. 14. நோன் சூட்டு ஆழி - வலிமையான வட்டையினையுடைய தேர்ச் சக்கரங்கள், 15. கடவுமதி - செலுத்துவாயாக. பூங்கேழ்-அழகிய நிறத்தினைக்கொண்ட. 16. அமர்த்த மாறுபட்ட, 17. ஒலித்தல்-தழைத்தல்.

விளக்கம்: 'நாடு திறை கொண்டனமாயின்' என்றதனால் தலைவன் அரசர் குடியினன் ஆகவோ, படைத்தலைவனாகவோ விளங்கியவன் என்க. 'அன்னத்து நிரைபறை' என்றமையால், நான்கும் வெண்ணிறப் புரவிகளாதலும் பெறப்படும். இதனாற் பண்டை நாளில் தேர்கள் நான்கு குதிரைகள் பூட்டியும் செலுத்தப்பெற்றன என்பதனையும் அறியலாம். 'நாடு திறைகொண்டனமாயின்' எனில், பகைவர் நாட்டையே திறையாகக் கைப்பற்றிக் கொண்டனமாயின்' எனவும், 'பகைவர் நாட்டிடத்துத் திறையினைப் பெற்றனமாயின்' எனவும் பொருள் கொள்ளலாம்.

விரைந்து செல்லலே விரும்புகின்ற தலைவனின் உள்ளம், குதிரைகளைப் பற்றிய குறிப்பானும், தேருருள் நிலத்தைக் கிழித்துச் செல்லச் செலுத்தக என்பதனாலும் பெறப்படும். சிறுநுதல் - சிறுத்த நுதலினளான தலைவியைக் குறித்ததாம்.

335. உடன்கொண்டு சென்றால்!

பாடியவர்: மதுரைத் தத்தங் கண்ணனார். **திணை:** பாலை. **துறை:** தலைமகன் பொருள் கடைக்கூட்டிய நெஞ்சினைக் கழறிச் செலவு அழுங்கியது. **சிறப்பு:** ஆடுகொள் முரசின் அடுபோர்ச் செழியனின் மாடமூதூராகிய மதுரைப் பேரூர்.

(தலைமகன் தன்னுடைய தலைவியினிடத்தே மிகுதியான காதலன்பு கொண்டவன். எனினும், 'பொருளிலார்க்க இவ்வுலகமில்லை' என்ற நியதியை உணர்ந்த அவனுடைய ஆண்மை, அவனை வேற்றுநாடு சென்று பொருள் தேடி வருதலிற் செலுத்துகின்றது. உள்ளம் பொருளார்வத்தாலும் பெருங்காதலாலும் அலமற, அவன் முடிவிற் காதலையே பெரிதாகக் கொண்டு, தன் செலவினை நிறுத்தி விடுகின்றான். அவன் தன் உள்ளத்திற்குச் சொல்லுவதாக அமைந்த செய்யுள் இது.)

இருள்படு நெஞ்சத்து இடும்பை தீர்க்கும்
அருள்நன்கு உடையர் ஆயினும், ஈதல்
பொருள் இல்லோர்க்கு அஃது இயையாது ஆகுதல்
யானும் அறிவென் மன்னே யானைதன்
கொன்மருப்பு ஒடியக் குத்திச் சினஞ்சிறந்து
இன்னா வேனில் இன்துணை ஆர
முளிசினை மராஅத்துப் பொளிபிளந்து ஊட்ட
புலம்புவீற் றிருந்த நிலம்பகு வெஞ்சுரம்
அரிய அல்லமன் நமக்கே - விரிதார்
ஆடுகொள் முரசின் அடுபோர்ச் செழியன்
மாட மூதூர் மதிற்புறம் தழீஇ

நீடுவெயில் உழந்த குறியிறைக் கணைக்கால்
தொடைஅமை பன்மலர்த் தோடு பொதிந்து யாத்த
குடைஓ ரன்ன கோள்அமை எருத்திற்
பாளை பற்றிழிந்து ஒழியப் புறம்சேர்பு
வாள்வடித் தன்ன வயிறுடைப் பொதிய
நாளுறத் தோன்றிய நயவரு வனப்பின்
ஆரத்து அன்ன அணிகிளர் புதுப்பூ
வாருறு கவரியின் வண்டுண விரிய
முத்தின் அன்ன வெள்வீ தாஅய்
அலகின் அன்ன அரிநிறத்து ஆலி
நகைநனி வளர்க்குஞ் சிறப்பின் தகைமிகப்
பூவொடு வளர்ந்த மூவாப் பசுங்காய்
நீரினும் இனிய ஆகிக் கூர்எயிற்று
அமிழ்தம் ஊறும் செவ்வாய்
ஒண்தொடிக் குறுமகட் கொண்டனம் செலினே!

வறுமையினாலே உள்ளமும் இருண்டு போன இரவலரின் துயரினைப்போக்கும் அருளினை மிகுதியும் உடையவரே என்றாலும், கைப்பொருள் இல்லாதவர்களுக்கு, ஈதலாகிய அந்த அருளின் தன்மையும் இயலாததாகும். இதனை யானும் அறிவேன். ஆயினும், என்னை?

இதழ் விரிந்த மலர்களாலே தொடுக்கப்பெற்ற தாரினையும், வெற்றி பொருந்திய முரசத்தினையும் உடையவன், வெல்லும் போராற்றலையுடைய செழியன். அவனுக்கு உரியது மாடங்கள் பொருந்திய மூதூரான மதுரைப் பேரூர். அப்பேரூரின் மதிற்புறத்தினைத் தழுவியவாக, நெடிதான வெயிரினிடத்தே வாட்டமுற்றவையாக, குறுகலான இறைகளையும் திரண்ட அடியினையும் உடையவான கமுக மரங்கள் விளங்கும். தொடுத்தல் அமைந்த பல மலர்களின் இதழ்களைப் பொதிந்து கட்டியமைத்த கடையினைப்போன்று விளங்கும், காய்த்தலைப் பொருந்திய அம்மரங்களின் எருத்துக்கள். அவ்வெருத்துக்களிடத்தப் பாளையும் தம் பிடிப்பு நீங்கிக் கழிந்துபோக, வாளை வடித்துவைத்தாற் போலத் தோன்றும் வயிற்றினையுடைய பொதிகள் தோன்றும், அப்பொதிகளிடத்தே, பருவம் அடைந்தவிடத்துத் தோன்றிய விருப்பம் வருதலையுடைய அழகினைக் கொண்ட, ஆரத்தைப் போன்று அழகுடன் விளங்கும் புதுப்பூக்கள் காணப்படும். நீட்சி பொருந்திய கவரி யினைப்போல, வண்டுகள் தேனுண்ணும் படியாக, அப்பூக்கள் இதழ் விரிதலையும்பெறும், முத்துக்களைப் போலும் வெண்மையுடைய அப்பூக்கள் பரந்து, பல கறையினைப் போன்ற ஒள்ளிய நிறத்தையுடைய ஆலங்கட்டியைப் போல,

மகிழ்ச்சியை மிகுதியும் உண்டாக்குகின்ற சிறப்புடன் அழகு மிகுந்து தோன்றும். அப்பூவொடு வளர்ந்த முதிராத இளங்காயினது நீரினுங் காட்டில் இனிமை உடையதாகிக், கூரிய பற்களிடையயே அமுதம் ஊறுகின்ற சிவந்த வாயினை உடையவள் நம் தலைவி. ஒளி பொருந்திய வளைகளை உடைய, அந்த இளமை உடையவளையும் நம்முடன் அழைத்துக்கொண்டு நாம் சென்றோ மானால்-?

களிற்றியானையானது சினம் மிகுதியுடையதாகித், தன்னுடைய கொல்லும் வன்மையுடைய கொம்பும் ஒடியுமாறு, பட்ட கிளைகளை யுடைய யாமரத்தினைக் குத்தி, அதன் பட்டையைக் கிழித்து, கொடுமையான வேனிற்காலத்தே தன் இனிய துணையான பிடி யானது உண்ணும்படியாக ஊட்டிக் கொண்டிருக்கும். அங்ஙனம் வருத்தம் குடிகொண்டிருக்கும், நிலமும் பிளந்து போய்க் கிடக்கும், வெம்மையினையுடைய சுரநெறியும் நமக்குக் கடத்தற்கு அரிதானது அல்லாததாகும்.

சொற்பொருள்: 1. இருள்படு நெஞ்சம்-மயக்கத்தால் இருண்டு போயுள்ள நெஞ்சம்; இது வறுமைத் துயரத்தால் நேர்ந்தது. 5. கொன் மருப்பு - கொலைசெய்யும் வலிமையுடைய கொம்பு. 6. இன்னா வேனில்-வருத்தத்தையுடைய வேனில். இன்துணை - இனிதான துணை; அது அதன் பிடியானையாகும். 7. மராஅத்து - மராமரமத்து. 'யாஅத்து' எனவும் பாடம். பொளி-பட்டை. 8. புலம்பு - வருத்தம். வீற்றிருந்த - குடி கொண்டிருந்த. நிலம்பகு - நிலம் வெடிப்புண்டு போன. 10. ஆடுகொள் முரசு - வெற்றிகொள்ளும் முரசம். செழியன் - பாண்டியன்; 'செழியன்' எனப் பெயருடைய ஒரு பாண்டியனுமாம். 11. மாடமூதூர் என்றனர். 12. நீடுவெயில்-நெடிதாகிய வெயில். குறிஇறை-குறுகலான இறைகளட; பாக்கு மரத்தில் இவை விளங்கு தலைக் காணலாம் 13. கணைக்கால் - திரட்சி கொண்ட அடிமரம். 14. கோள் அமை எருத்து - காய்த்தல் அமைந்த கழுத்துப்புறம். 21. அரிநிறம் - செவ்வரி பொருந்திய நிறமும் ஆம். அலகு - பலகறை. 23. மூவாப் பசுங்காய்-முற்றாத இளங்காய். 25. அமிழ்தம் - வாயூறல் 26. குறுமகள் - இளமை உடையவள்; தலைவியைக் குறித்தது.

விளக்கம்: வறுமை காரணமாக உள்ளமும் ஒளிகுன்றி இருண்டு போகும் என்று கூறுகின்ற சிறப்பினை, 'இருள்படு நெஞ்சத்து இடும்பை' என்பதனால் அறிக. அத்தகையவரின் இடும்பையினைத் தீர்க்கும் அருளினை உடையவராதலே சிறப்பாகும். அதனை நன்கு அறிந்தும், இளையோளான தன் காதலியைப் பிரிதற்கு அவனுடைய காதல் நெஞ்சம் இசைய மறுக்கிறது. அவளும் உடன் வந்தால், அவன் எத்தகைய கொடுமையினையும் தாங்குதற்கு இசைகின்றனள். கமுகின்

இளங்காயினுள்ளே இருக்கின்ற நீர் மிக்க சுவையுடையதாகும். அதனினும் இனிது அவள் வாயின் ஊறல்' எனக் கூறுவது, அவனுடைய காதல் மிகுதியை உணர்த்தும். கமுகின் வருணனை மிகவும் நயமாக அமைந்துள்ளதனையும் அறிந்து இன்புறுக.

யானை, பிடிக்க மராமரத்துப் பட்டையைப் பிளந்து ஊட்டும், வருத்தம் மிகுந்த, நிலமும் வெடிப்புண்டபோன சுரநெறியென்றது, அதன்கண அவள் செல்லுதற்கு ஆகா மென்மைமயுடையவள் எனக் காட்டி, அவன் தன் செலவினைக் கைவிட்டதனையும் உணர்த்துவதாம்.

336. உடைக என் வளையே!

பாடியவர்: பாவைக் கொட்டிலார். **திணை**: மருதம். **துறை**: நயப்புப் பரத்தை இற்பரத்தைக்குப் பாங்காயினார் கேட்பச் சொல்லியது. **சிறப்பு**: வல்லத்து, ஆரியரைச் சோழர் வென்றது.

(பழந்தமிழகத்துத் தலைவர்கள் தம்முடைய இல்லத் தலைவியருடன் மட்டுமே கூடி வாழ்ந்தவர் அன்று. பரத்தைமை உடையவராகவும் அவர்களுட் சிலர் வாழ்ந்தனர். ஒருவனுக்கு இற்பரத்தையாக ஒருத்தியும், காதற் பரத்தையாக ஒருத்தியும், ஆக இருவர் இருந்தனர். அவ்விருவருள் ஒரு சமயம் இற்பரத்தையானவள் காதற்பரத்தையின் அழகினைக் குறைகூறியவளாகிப் பழித்தனளாம். அதனைக் கேட்டுச் சினங்கொண்ட அந்தக் காதற்பரத்தை, அந்த இற்பரத்தைக்குத் தோழியராயினோர் கேட்கும்படியாக இவ்வாறு கூறுகின்றனளாம். இத்துறை அமைய விளங்குவது இச்செய்யுள்.)

குழற்காற் சேம்பின் கொழுமடல் அகலிலைப்
பாசிப் பரப்பிற் பறழொடு வதிந்த
உண்ணாப் பிணவின் உயக்கஞ் சொலிய
நாளிரை தரீஇய எழுந்த நீர்நாய்
வாளையொடு உழப்பத் துறைகலுழ்ந் தமையின்
தெண்கட் டேறல் மாந்தி மகளிர்
நுண்செயல் அம்குடம் இரீஇப் பண்பின்
மகிழ்நன் பரத்தைமை பாடி அவிழிணர்க்
காஞ்சி நீழற் குரவை அயரும்
தீம்பெரும் பொய்கைத் துறைகேழ் ஊரன்
தேர்தர வந்த நேரிழை மகளிர்
ஏசுப என்பவென் நலனே அதுவே
பாகன் நெடிதுயிர் வாழ்தல் காய்சினக்
கொல்களிற்று யானை நல்கல் மாறே
தாமும் பிறரும் உளர்போற் சேறல்

முழவிமிழ் துணங்கை தூங்கும் விழவின்
யாவைண் வாராமாறே வரினே வானிடைச்
சுடரொடு திரிதரும் நெருஞ்சி போல
என்னொடு திரியான் ஆயின், வென்வேல்
மாரி யம்பின் மழைத்தோற் சோழர்
வில்லீண்டு குறும்பின் வல்லத்துப் புறமிளை
ஆரியர் படையின் உடைகவென்
நேரிறை முன்கை வீங்கிய வளையே!

குழல் பொருந்திய தண்டினையுடைய சேம்பினது, கொழுமை யான மடலிடத்தேயுள்ள அகன்ற இலைகளுடன் கூடிய, பாசிபடர்ந் திருக்கும் நீர்ப்பரப்பிலே, தன் குட்டியுடன் தங்கியிருந்தது, பசியால் வருத்தமுற்ற பெட்டை நீர்நாய் ஒன்று. அதன் வருத்தத்தைப் போக்கு வதற்குத், தன்னுடைய அந்நாளைக்கான இரையினைத் தேடுவதற்காக எழுந்த அதன் ஆணான நீர்நாயானது, வாளை மீனைப் பற்றிக் கொண்டு போரிட்டது. அதனால், நீர்த்துறை கலங்கல் உற்றது. அதனால், துறைக்கு நீர் மொண்டு போவதற்கு வந்த மகளிர்கள், நுண்ணிய தொழில்நலம் பொருந்திய அழகிய தம் குடங்களை நீர் மொள்ளாது கீழே வைத்தனர். தெளிந்த கள்ளினைக் குடித்தவராகத், தம் கணவன்மாரின் பண்பற்ற பரத்தைமை உறவுகளைக் குறித்துப் பழித்துப் பாடியவராக, விரிந்த பூங்கொத்துக்களையுடைய காஞ்சி மரத்து நீழலிலே, குரவைக் கூத்து ஆடிக்கொண்டும் இருந்தனர். அத்தகைய இனிதான பெரிய பொய்கைத் துறையினைப் பொருந்திய ஊரையுடையவன் நம் தலைவன். தேர் கொண்டு வர வந்து சேர்ந்த, நேரிய அணிகளையுடைய அவனுடைய மகளிர் என்னுடைய நலனைச் சுட்டி ஏசுகின்றனர் என்பார்கள்!

'மிக்க சினத்தினையுடையதும், கொல்லும் தன்மையினை உடையதுமான, களிற்றியானையானது, கொல்லாது அருள் செய்தலினாலேயே, அதனைச் செலுத்தும் பாகன் நெடுங்காலம் உயிர் வாழ்கின்றான்' என்பது போன்றதே, அவருடைய செயலும் ஆகும்.

அப் பெண்களும், அவர்களுடன் சேர்ந்த பிறரும், தாம் அழகு உடையவர்போலச் சொல்லுதல், முழவுகள் ஒலிக்கும் துணங்கைக் கூத்து ஆடிக் களிக்கின்ற விழ விழவினிடத்தே, யானும் அவ்விடத்து வாராதிருந்தமையினால் ஆகியதேயாகும்.

அவ்விடத்து யானும் வந்தால் ஞாயிற்றின் போக்கோடு சுழன்று திரியும் நெருஞ்சிப் பூவினைப்போல, அவனை என்னைச் சுற்றியே திரியுமாறு செய்வேன். அங்ஙனம் செய்யேன் என்றால் -

வெற்றி பொருந்திய வேலினையும், மழை போல மிகுந்த அம்பினையும், மேகத்தைப் போன்ற தோற்கிடுகினையும் உடைய

சோழர்களது, வில்வீரர்கள் திரண்டுள்ள அரணினையுடைய வல்லத்தின் புறத்தேயுள்ள காவற்காட்டினிடத்தே வந்தடைந்த ஆரியர்களின் படையினைப் போல, என்னுடைய நேரிய சந்தினைக் கொண்ட முன்கையிலே செறிந்துள்ள இவ்வளைகள், சிதைந்து ஒழிந்துபோவன ஆகுக.

சொற்பொருள்: 1. குழற்கால் சேம்பு - உட்டுளை கொண்ட தண்டினையுடைய நீர்ச்சேம்பு, 2. பாசிப்பரப்பு - பாசி படர்ந்திருக்கும் நீரிப்பரப்பு. 3. பிணவு - பெட்டை நாய். உயக்கம் சொலிய - வருத்தத்தைப் போக்க. 5. சுலுழ்தல்-கலங்குதல். 6. தெண்கள் தேறல் - தெளிந்த கள்ளாகிய தேறல். 7. நுண்செயல்- நுண்ணிய வேலைப்பாடு; குடங்களின் மேற்புறத்தே அமைந்துள்ள வண்ணக் கைவேலைகள். 10. துறை கேழ் ஊரன் - துறையினைப் பொருந்திய ஊருக்க உரிய தலைவன். 12. நலன்-அழகு நலன். 14. நல்கல்-அருளுதல். 15. உளர் போல்- நலனுள்ளவர் போல். 16. துணங்கை தூங்கும் - துணங்கைக் கூத்து அயரும். 17. சுடர்-ஞாயிறு. நெருஞ்சி - நெருஞ்சிப்பூ 19. திரியேன்- திரியச் செய்வேன். 20. மழைத்தோல் - மேக நிறத்தையுடைய தோற்கிடுகு. 21. குறும்பு-அரண். மிளை - காவற்காடு. 23. இறை-சந்து. வீங்கிய- செறிவுற்றுள்ள.

விளக்கம்: நீர்த் துறையிலே பெண்கள் தம் கணவன்மாரைப் பற்றிப் பேசுதல் அன்றும் உளதான வழக்கமே என்பதனை, 'மகிழ்நன் பரத்தைமை பாடிக் காஞ்சி நீழற் குரவை அயரும் மகளிர்' என வருவதனால் அறிக. மகளிரும் மதுவருந்தும் வழக்கமக் உடையவராக இருந்தமை, 'மகளிர் தெண்கள் தேறல் மாந்தி'என்பதனால் பெறப்படும்.

'தேர்தர வந்த நேரிழை மகளிர்' என்றதனால், பாகனால் கொண்டு தரப்பட்ட இறபரத்தையர் என்பதும், தானோ தலைவனாற் கண்டு காதலித்துக் கூடுதலைப் பெற்றவள் என்பதும் கூறி, அவளினும் தானே தலைவனிடத்து உரிமை மிகுதி உடைமையினையும் வலியுறுத்துகின்றனள்.

தன்னைப் பழித்த அவர்களைத் தான் வாளாவிட்டிருத்தல், காய்சினக் களிற்றியானை அருளுதலால் பாகன் நெடிது வாழ்தல் போலத், தான் கொண்ட இரக்கத்தினாலேயே என்று கூறுவாள், அதுவே, 'பாகன் நெடிதுயிர் வாழ்தல் காய்சினக் கொல்களிற்றியானை நல்கல் மாறே' என்றனள். இதனால், அவரினும் தான் உயர்வுடைமையும் கூறினளாம்.

'யான் துணங்கை தூங்கும் விழிவின்கண் வரின், சுடரொடு திரிதரு 'நெருஞ்சிபோல என்னோடு திரியேன்' என்றது, அப்பரத்தையர் போலத் துணங்கைக் கூத்திற்குத் தான் செல்லாதிருந்தது. தான்

தலைவனின்பாற் கொண்ட கற்புத் திண்மையினாலேயே என்பதனைக் கூறியதாம்.

'வல்லத்துப் புறமிளை ஆரியர் படையின் உடைக' என்ற செய்தி, ஆரியர் படையினர் வல்லத்துக் களத்திலே சோழர்க்கு ஆற்றாது சிதறுண்டு தோற்றோடியதனை உரைப்பதாகும். வல்லம் சோழநாட்டு ஊர்; தஞ்சை மாவட்டத்தே இருப்பது; வடாற்காட்டிலும் வல்லம் உளது.

'மகளிர் மகிழ்நன் பரத்தைமை பாடிக் காஞ்சி நீழற் குரவை யரும் தீம்பெரும் பொய்கைத் துறைகேழ் ஊரன்' எனத் தலைவனைக் குறித்தது, அவன் காதல்கொண்ட தலைவி ஒருத்தியுடன் மட்டுமே கூடிவாழாததும், தன்னுடன் தொடர்பு கொண்டும் பிறரையும் நாடித் திரிதலான செயலையுடைய பரத்தமை ஒழுக்கத்தினன் எனவும் உணர்த்தியதாம்.

மேற்கோள்: 'மனையோள் ஒத்தலில் தன்னோ ரன்னோர் மிகை படக் குறித்த கொள்கைக் கண்ணும்' என்ற 'புல்லுதல் மயக்கும் புலவிக் கண்ணும்' என்னுஞ் சூத்திரப் பகுதிக்கு இச்செய்யுளைக் காட்டி, 'இதனுள் யானவண் வாரா மாறே' எனத் தான் மனையோளைப் போல் இல்லுறைதல் கூறி, ஆண்டுச் செல்லிற் சுடரொடு திரியும் நெருஞ்சிபோல, ஏனை மகளிரை யான் செல்வுழிச் செல்லும் சேடியர் போலத் திரியும்படி பண்ணிக் கொள்வல்' எனக் கூறியவாறு காண்க என்பர் நச்சினார்க்கினியர்.

இதனுள், 'மாரி யம்பின் மழைத்தோற் சோழர்' என்பதனைக் காட்டி, 'உவமை யுயர்ச்சியானே உவமிக்கப்படும் பொருட்குச் சிறப்பு எய்துவித்தவாறு கண்டுகொள்க' என, 'உயர்ந்ததன் மேற்றேயுள்ளுங் காலை' என்னும் உவமவியற் சூத்திரத்து, உவமம் உயர்ந்ததாக வேண்டும் என்றற்குக் காட்டிக் கூறுவர் பேராசிரியர்.

337. முன்னர் மீண்டனையே!

பாடியவர்: பாலை பாடிய 'பெருங்கடுங்கோ. திணை: பாலை.
துறை: முன்னொரு காலத்துப் பொருள்வயிற் பிரிந்து வந்த தலை மகன், பின்னும் பொருள் கடைக்கூட்டிய நெஞ்சிற்குச் சொல்லியது.)

(ஒரு தலைமகன், முன் ஒரு காலத்தே, தன் தலைவியைப் பிரிந்து, பொருள் தேடிவருதலின் பொருட்டுச் சென்று, அது காலை அவளைப் பிரிந்திருக்கமாட்டாது பெரிதும் வருத்தமுற்றவன், மீண்டும், அவன் உள்ளத்தே பொருள் வேட்டிக எழ, அவன், தன் நெஞ்சுடன் கூறிக்கொள்வதாக அமைந்த செய்யுள் இது.)

'சாரல் யாஅத்து உயர்சினை குழைத்த
மாரி ஈர்ந்தளிர் அன்ன மேனிப்

பேர் அமர் மழைக்கண் புலம்புகொண்டு ஒழிய
ஈங்குப்பிரிந்து உறைதல் இனிதன்று ஆகலின்
அவணதாகப் பொருள் என்ற உமணர்
கணநிரை அன்ன பல்காற் குறும்பொறைத்
தூரதொய் பார்ப்பான் மடிவெள் ளோலைப்
படையுடைக் கையர் வருதிறம் நோக்கி
'உண்ணா மருங்குல் இன்னோன் கையது
பொன்னு குதலும் உண்டு' எனக் கொன்னே
தடிந்துஉடன் வீழ்த்த கடுங்கண் மழவர்
திறன்இல் சிதாஅர் வறறமை நோக்கிச்
செங்கோல் அம்பினர் கைந்நொடியாப் பெயரக்
கொடிவிடு குருதித் தூங்குகுடர் கறீஇ
வரிமரல் இயவின் ஒருநரி ஏற்றை
வெண்பால் இமைக்கும் கண்பறி கவலைக்
கள்ளி நீழற் கதறுபு வதிய
மழைகண் மாறிய வெங்காட்டு ஆர்இடை
எமியம் கழிதந் தோயே - பனிஇருள்
பெருங்கலி வானம் தலைஇய
இருங்குளிர் வாடையொடு வருந்துவள் எனவே.

நெஞ்சமே!

மலைச்சாரலிடத்தே விளங்கும் யாமரத்தின் கண்ணே, அதன் உச்சிக் கிளைகளிலே, மாரிக்காலத்திலே துளிர்த்த தண்மையான தளிரையொத்த மேனியினை உடையவள் நம் தலைவி. அவளின் பெரிதாக அமர்த்த குளிர்ச்சியான கண்கள் வருத்தங்கொண்டு, தம் அழகு கெடுமாறு, இவ்விடத்தேயேயாய், நம்மைப் பிரிந்து அவள் தனித்து இருக்கும்படியாக, யாம் செல்லுதல் இனியதன்று, ஆதலால், நீ கருதும் பொருள் அவ்விடத்தே யாகுக! (அதனை அடைதலை யாம் விரும்போம் என்பது கருத்து) எனவும்,

உப்புவாணிகரின் பொதிகளைச் சுமந்துசெல்லும் கழுதைகளைப் போன்று, குறும்பாறைகள் வரிசைப்படக் கிடக்கும் இடத்தினூடே, பலகாலும் தூது மேற்கொண்டு செல்லுதலையுடைய பார்ப்பானான வன். தன் மடியிலே வெள்ளிய ஓலைச்சுருளுடன் வருகின்றனன். அவன் வருகின்றதனை மழவர்கள் நோக்குவர். 'உண்ணாமையினாலே வாடிய விலா வினையுடைய இவன் கையிலேயுள்ளது பொன்னாக இருத்தலும் உளதாம்' என்று அவர்கள் கருதுவர்; கருதி, வீணாக அவனை அப்போதே கொன்றும் வீழ்த்துவர். கையில் படையினை யுடைய கையினரான, கொடுமையினையுடைய அம் மழவர்கள், உடுப் பதற்கான தகுதியற்ற அப் பார்ப்பானுடைய சிதைந்த ஆடையின்

வறுமையினைக் கண்டதும், சிவந்த கோலாகிய அம்பினையுடைய வராகத், தம் கைவிரல்களை நொடித்தபடியே, பெயர்ந்தும் செல்வர்.

நீள ஒழுகிய குருதியுடன் தொங்கிக்கிடந்த அப் பார்ப்பானின் குடரினைக் கடித்துத் தின்றபடியே, வரிகளைக் கொண்ட மரலினை யுடைய நெறியிடத்ததான ஓர் ஆண் நரியானது, வெண்மையான பரற்கற்கள், மின்னிக் கொண்டிருக்கும், கண்களைப் பறிக்கும் கவர்த்த நெறியின்கண்ணே, கள்ளி மரத்து நிழலின் கீழே, கூக்குரலிட்டதாகத் தங்கியிருக்கும்.

மழை பெய்யாது ஒழிந்த, வெம்மை மிகுந்ததான, அத்தகைய காட்டுவழியாகிய, கடத்தற்கு அரிதான இடத்திலே, முன்பொருகால்-

'நடுக்கத்தை விளைக்கும் இரவுப்பொழுதிலே, பெருத்த ஆரவாரத்தைக் கொண்ட மேகங்கள் திரண்டு மழை பொழிய, அதனால் மிக்க குறிரோடு கூடிய வாடையும் வந்து வீசுதலால் நம் காதலி நம்மை நினைந்து வருந்துவாள்ள அல்லளோ?' என்று கூறினாயாக, எம்மைத் தனியேவிட்டு நீ திரும்பிவிட்டனை அல்லையோ? (நின் உறுதியை நம்பி, இனியும் யாம் அவளைப் பிரிதற்குத் துணியோம் என்பது கருத்து.)

சொற்பொருள்: 1. சாரல்- மலைச்சாரல். யா அத்து - யாமரத்து. குழைத்த - துளிர்த்த. 2. மாரி ஈர்ந்தளிர்-மாரிக்காலத்திலே தழைக்கின்ற தண்ணிய தளிர். 3. புலம்பு-வருத்தம். 3. ஒழிய-அழகு கெட; இது, கண்கள் நீர் சொரிதலால் வந்துறுவதாம். 5. உமணர்-உப்பு வாணிகர். 6. கண நிரை-பொதிசுமக்குகம் கழுதை நிரைகள். குறும்பொறை - குறும்பாறைகள். 7. தூது ஒய் பார்ப்பான்- தூது செல்லும் இயல்புடைய பார்ப்பான். 8. படை-ஆயுதம்; கொலைக் கருவி; வில்லும் அம்புமாம். வருதிறம்-வரும் தகைமை. 11. தடிந்து-கொன்று, கடுங்கண்-கொடுமை. 12. திறனில் சிதாஅர்-உடுக்கும் தகுதியற்ற சிதைந்த கந்தலுடை. 16. இமைக்கும்-மின்னும். கவலை-கவர்த்த நெறி. 18. கண்மாறிய-பெய்யாது போகிய. 20. பெருங்கலி வானம் - பெருத்த ஆரவாரத்தையுடைய மேகம்; 'திரண்ட மேகங்கள் இடி முழக்கம் உடையவாய்' என்பது பொருள்.

விளக்கம்: இதனால், 'தலைவியைப் பிரிந்து செல்வதற்கு மனமின்றி, அவன் தான் செல்லுதலைக் கைவிட்டனன்' என்று கொள்ளுக. 'பொருள் அவணதாக' எனவும், 'வாடையொடு வருந்து வள்' எனவும் கூறி, 'என்னைத் தனியே கைவிட்டு நீ அன்றைக்கு மீண்டாயல்லவோ' என்றனன், தன் உள்ளத்து உறுதியற்ற தன்மை யினையும் கூறினான். கைப்பொருள் அற்ற பார்ப்பானையும் கொன்ற மழவர், பொருளுடன் வரும் தன்னைத் தவறாது கொல்லுவர் என்ற கருத்தினைப் புலப்படுத்திக், காட்டுவழியின் கடுமையினையும்

கொடுமையினையும் கூறுபவன், அதனை நினையாது தன் காதலியை நினைந்த, தன் மனத்தின் காதல் பெருக்கினையும் உரைத்தனன்.

'பார்ப்பனர் தூது செல்லும் தொழிலுடையவர்' என்ற செய்தி இதன்கண் உரைக்கப் பெற்றமை காண்க. 'வெள்ளோலை' தூதுக்குரிய செய்தி எழுதப்பெற்ற ஒலைச் சுருள் ஆகும்.

338. தூது இடையின்றிச் செல்க!

பாடியவர்: மதுஐரக் கணக்காயனார். **திணை:** குறிஞ்சி. **துறை:** அல்லகுறிப்பட்ட தலைமகன் தன் நெஞ்சிற்குச் சொல்லியது. சிறப்பு: மூவேந்தரும் சிறப்பிக்கப் பெற்ற தன்மை.

(தன்னுடைய காதலியைச் 'சந்திப்பதற்றகாகக் குறிக்கப்பட்ட இடத்திலே, சந்தித்துக் கூடி மகிழ்கின்ற பெருவிருப்பத்துடன் வந்தனன் தலைவன் ஒருவன். அவனுடைய ஆர்வம் அன்று நிறைவேறவில்லை. அவளைக் காணாமல், அவன்வறிதே திரும்ப வேண்டியதுமாயிற்று. அப்படித் திரும்புகின்றவன், அவளை அடைதற்கு இயலாத தன் நிலைக்கு நொந்து கூறுகின்ற தன்மையில் அமைந்தது இச்செய்யுள்.)

குன்றேங்கு வைப்பின் நாடுமீக் கூறும்
மறம்கெழு தானே அரச ருள்ளும்
அறம்கடைப் பிடித்த செங்கோ லுடன்அமர்
மறம்சாய்த்து எழுந்த வலன்உயர் திணிதோள்
பலர்புகழ் திருவின் பசும்பூட் பாண்டியன்

அணங்குடை உயர்நிலைப் பொறுப்பின் கவாஅன்
சினையொண் காந்தள் நாறும் நறுநுதல்
துணைஈர் ஓதி மாஅ யோள்வயின்
நுண்கோல் அவிர்தொடி வண்புறஞ் சுற்ற
முயங்கல் இயையாது ஆயினும் என்றும்

வயவுஉறு நெஞ்சத்து உயவுத்துணை யாக
ஒன்னுார் தேஎம் பாழ்பட நூறும்
துன்னருந் துப்பின் வென்வேற் பொறையன்
அகலிருங் கானத்துக் கொல்லி போலத்
தவாஅ லியரோ நட்பே அருள்வயின்

அறாஅ லியரோ தூதே - பொறாஅர்
விண்பொரக் கழித்த திண்பிடி ஒள்வாள்
புனிற்றான் தரவின் இளையர் பெருமகன்
தொகுபோர்ச் சோழன் பொருள்மலி பாக்கத்து
வழங்கல் ஆனாப் பெருந்துறை

முழங்குஇரு முந்நீர்த் திரையினும் பலவே!

நெஞ்சமே! மலைகளை உடையதாக விளங்குவது இவ்வுலகம். இதன்கண், நாடெல்லாம் மிகுதியாகப் புகழ்ந்து கூறுகின்ற, வீரஞ் செறிந்த தானையினையுடைய அரசர்கள் சிலராவர். அவருள்ளும், அறத்தினையே வழுவாது மேற் கொண்ட செங்கோன்மையினை உடையவர் பாண்டியர். அவருள், பகைவருடன் நிகழ்த்திய போரின் கண்ணே, அவரது தறுகண்மையை அழித்து, அதனால் பூரித்த திண்மையான தோள்களை உடையவன், பலரும் புகழ்ந்து போற்றம் திருவினையுடையோனாகிய பசும்பூட் பாண்டியன் ஆவன். அவனுக்கு உரியது, தெய்வத்தையுடைய உயர்ந்த நிலைபேற்றினையுடையதான பொதிய மலையாகும்.

அப் பொதியிலின் பக்கமலைக் கண்ணே விளங்கும், கிளைத்த ஒளியுடைய காந்தட் பூக்களைப்போல மணம் கமழும் நல்ல நெற்றி யினையும், அதனோடொத்து நீண்ட கூந்தலையும், மாமை நிறத் தினையும், உடையவள் நம் தலைவி. அவளது, நுண்மையான கோற்றொழிலினையுடைய விளங்கும் வளைகள், நம்முடைய வளமை பொருந்திய முதுகினைச் சுற்றிக் கொள்ளுமாற அவளை அணைத்து இன்புறல் என்பது நமக்குக் கிட்டா தாயினும் -

பகைவரது நாடுகள் பாழ்பட்டுப் போகுமாறு அழித்து வெற்றி கொள்ளுபவனும், பகைவரால் நெருங்குதற்கும் அரிதான வலிமை யினையுடையவனும், வெற்றிவேலினை உடையோனுமான, சேர னுக்கு உரிய, அகன்ற இருள்கொண்ட காட்டினையுடைய கொல்லி மலையினைப்போல, எஞ்ஞான்றும் அவள்பால் வேட்கை கொண் டிருக்கும் எம் நெஞ்சத்திற்கு ஓர் உசாத்துணையாக, அவளது நட்பேனும் இனி நிலைபெறுவதாக!

பகைவர் விண்ணுலகினைப் பெறுமாறு போக்கிய, திண்மை யான பிடியினைக் கொண்ட ஒளிபொருந்திய வாளினை உடை யவன்; ஈன்ற அணிமையினையுடைய பசுக்களைக் கவர்ந்து வரும் வீரர்களுக்குத் தலைவனாக விளங்குபவன்; திரண்ட போரின் மேற் கொண்டு அதன்கண் வெற்றியும் பெறுபவனான சோழன். அவனுக் குரிய, பொருள்கள் நிறைந்த பாக்கத்தின் கண்ணே வழங்குதலி னின்றும் அமையாதிருக்கின்ற, முழங்கும் பெருங்கடலின் பெருந்துறை யிடத்து அலைகளினும் பலவாக, அவள்மாட்டு யாம் விடுக்கும் தூதும் இனி ஒழிவின்றிச் சென்று கொண்டிருப்பதாக!

சொற்பொருள்: 1. குன்று - மலை. ஓங்குதல் - உயரமுடை யவாய் அமைந்திருத்தல். வைப்பு-உலகம். மீக்கூறும்-மிகுதியாகப் போற்றிப் பேசும். 3. கடைப்பிடித்த-மேற்கொண்ட. செங்கோல்- செங்கோன்மை வழுவாத ஆட்சி. 4. சாய்த்து-அழித்து. எழுந்த- பூரித்து எழுந்த. வலன் உயர்-வெற்றியாற் சிறப்புற்ற. திணிதோள்-

புலியூர்க் கேசிகன் 757

திண்மையான தோள்கள். 5. திரு-செல்வம். 6. அணங்கு - தெய்வம். உயர்நிலை - உயர்வுடன் நிலைபெற்ற தன்மை. பொருப்பு-மலை; இங்கே பொதியிலைக் குறித்தது. 7. சினை-கிளை. 8. மாஅயோள் - மழை நிறத்தினள்; திருமகள் போல்வாளும் ஆம். ஓதி-கூந்தல். 9. வண்புறம்-வளவிய முதுகுப் புறம். 10. முயங்கல்-தழுவுதல். 11. வயவுறு-வேட்கை உறுதலையுடைய. உயவுத்துணை- உசாத் துணை. 12. நூறல் - அழித்து வெற்றி கொள்ளுதல். 13. துன்னரும் துப்பு - நெருங்கற்கும் அரிதான வலிமை. 14. அகல் இரும் கானம்- அகற்சியினையுடைய மரச்செறிவினாலே இருள்கொண்ட காடு, 15. தவா அலியர்-கெடாது நிலைபெறுமாக! 18. புனிற்றஆ - ஈன்ற தன் அணிமையினையுடைய பசுக்கள். தரவின் - கவர்ந்து தருதலை யுடைய. இளையர்-வீரர்: ஏவலரும் ஆம். 19. தொகுபோர் - தொகை யான போர்: அடுத்தடுத்து விளையும் போர். பாக்கம்-கடற்கரை யூர்; புகாரின் பட்டினப்பாக்கம் எனலும் ஆம். 21. முந்நீர்-கடல்.

விளக்கம்: 'அணங்குடை உயர்நிலைப் பொறுப்பின் கவாஅன் சினையொண் காந்தள்' எளிதிற்பெற இயலாவாறு போன்று, 'அவள் கரங்களால் தழுவப்பெற்று உயர்தலும் எமக்கு இன்ற வாயாவாயிற்று' என்றனன். இதனால் தலைவன் அல்லகுறிப்பட்டவன் என்பதும், தலைவியின் குடிச்சிறப்பும், அவளை அடைதற்கான அருமையும் அறியப் பெற்றனம்.

அவள், இவன் நெஞ்சத்துக்கு உயவுத் துணையாவது, அவளைத் தன் மனத்துள் இடையறாது நினைத்தலை உடையவனாகி, அவ்வளவிலே அவளைத் தன் நெஞ்சத்து நிறைந்தவளாகக் கொண்டு அவன் அமைதல். 'கொல்லிபோல' என்றது அதுவும் அடைவதற்கு எளிதாயதன்றி, நெஞ்சினால் நினைந்து போற்றும் உயர்நிலையுள்ள தாகவே விளங்குதலினால்.

இடையறாத தூதுக்குப் பாக்கத்துறையிடத்து வழங்கும் இடை யறாத அலைகளைக் கூறியது, தூதும் சென்று சென்று வறிதே மீளு கின்ற செயலினை உடைமையினாலே யாகும்.

இச்செய்யுளின்கண் மூவேந்தரது சிறப்பும் ஒருசேரக் கூறப்பட் டமை அறிந்து இன்புறுக. பாண்டியர் சேரர் மலைகளும், சோழரின் பொருள்மலி பாக்கமும் கூறப்பெற்றனவென்பதும் காண்க.

339. உறவி போன்றனம்!

பாடியவர்: நரைமுடி நெட்டையார்; நிறைமுடி நெட்டை யார் எனவும் பாடம். **திணை:** பாலை. **துறை:** போகாநின்ற தலைமகன் தன் நெஞ்சிற்குச் சொல்லியது.

(அற்சிறக் காலத்தே, வேந்துவினை முடித்தலின் பொருட்டாகத் தலைவியைப் பிரிந்து செல்ல வேண்டிய நிலையிலே இருந்தனன்

ஒரு தலைவன். அவன், தன் தலைவியிடத்து மிகுதியான காதலன்பு கொண்டவன். ஆண்மையும் காதலும் அலைமோத அவன் உள்ளம் படுகின்ற துயரத்தினைக் கூறுவதாக அமைந்த செய்யுள் இதுவாகும்.)

வீங்குவிசைப் பிணித்த விரைபரி நெடுந்தேர்
நோனகதிர் சுமந்த ஆழி ஆழ் மருங்கிற்
பாம்புஎன முடுகுநீர் ஓடக் கூம்பிப்
பற்றுவிடு விரலின் பயறுகாய ஊழ்ப்ப
அற்சிரம் நின்றன்றாற் பொழுதே முற்பட

ஆள்வினைக்கு எழுந்த அசைவில் உள்ளத்து
ஆண்மை வாங்கக் காமம் தட்பக்
கவைபடு நெஞ்சம் கட்கண் அகைய
இருதலைக் கொள்ளி இடைநின்று வருந்தி
ஒருதலைப் படாஅ உறவி போன்றனம்

நோம்கொல்? அளியள் தானே - யாக்கைக்கு
உயிர்இயைந் தன்ன நட்பின் அவ்வுயிர்
வாழ்தல் அன்ன காதல்
சாதல் அன்ன பிரிவுஅரி யோளே.

மிக்க விரைவுடனே விரைந்து செல்லும் குதிரைகள் பூட்டப் பெற்ற நெடிய தேரின், வலிய ஆர்க்கால்களைக் கொண்ட உருள்கள் அகழ்ந்து செல்லும் இடங்களிலே, பாம்பு செல்வதுபோல வேகமாக நீர் ஓடிக் கொண்டிருக்கவும், குவிந்து பற்று நீங்கின விரல்களைப் போன்றவாகப் பயற்றுச் செடிகளிற் காய்கள் முற்றியவையாக விளங் கவும் அமைந்த, பனிப்பருவமாகப் பொழுதும் அமைந்துள்ளது.

ஆள்வினை குறித்து எழுந்த தளர்வற்ற உள்ளத்தின் ஆண்மை யானது, முற்படச் செல்லுமாறு நம்மை இழுக்கின்றது. காமமானது செல்லவிடாது தடுக்கின்றது. இவ்வாறு, இரண்டுக்குமாகக் கவரபட் டுள்ள எம் நெஞ்சமே! இருபுறக் கணுக்களினும் நெருப்புப் பற்றி எரிய, இருதலைக் கொள்ளியினையுடைய அதன் இடைப்பகுதிக்கண் நின்று வருத்தமுற்றதாகி, ஒருபக்கமும் செல்லுதற்கும் இயலாது தடுமாற்றம் அடைந்திருக்கும் ஓர் எறும்பினைப் போன்ற நிலை யிலேயே, யாமும் இருக்கின்றோம்.

உடலுக்கு உயிர் பொருந்தியிருப்பது போன்றதாக அமைந்துள்ள நட்பினையும், அதனால் அவ்வுயிர் வாழ்வு பெறுதலைப் போன்றதாக அமைந்த காதலையும், அவ்வுயிர் சாதலைப் போன்றதாக விளங்கும் பிரிவினையும் உடைய அருமையினை உடையவள் அவள். அவள், நம் செயலுக்கு நொந்தவளாகி வருந்துவாளோ? அவள் மிகவும் இரங்கத்தக்கவள்தாம்!

சொற்பொருள்: 1. வீங்குவிசை-மிகுதியான விரைவு. பிணித்த - பூட்டிய. விரைபரி - விரையச் செல்லும் குதிரைகள். 2. நோன்கதிர்-

வலிமையான ஆரைக் கால்கள். ஆழி-உருள்; சக்கரம். ஆழ்மருங்கு- அகழ்ந்து செல்லும் சுவடு. இதனால், நிலம் ஈரமான தன்மையும், மழை யுடைமையும் உணர்த்தினர். 4. ஊழ்ப்ப - முற்ற; கைவிரல்களைக் குவித்துப் பின் விரல்களின் பற்றினைச் சற்றே நீக்கினாற் போலப் பயற்றின் முற்றிய காய்க்குலைகள் விளங்குவதனைக் 'கூம்பிப் பற்றுவிடு விரலிற் பயறுகாய் ஊழ்ப்ப' என்றனர். 7. தட்ப-தடை செய்ய. 8. கவைபடல்-பிளவுபடல். கட்கண்-கணுக்களிடத்து; கட்கண் அகைய என்றதனால், 'இருதலைக் கொள்ளி' உட்டுளையுடைய மூங்கில் என்பதும், இடைநின்று என்றது, 'உள்ளே இருந்து' என்பதும் உணர்தல் வேண்டும். 10. உறவி-எறும்பு.

விளக்கம்: 'வீங்குவிசைப் பிணித்த விரைபரி நெடுந்தேர்' எனத் தலைவன் ஊர்ந்து செல்லும் தேரினைக் குறித்தமையால், அவனுடைய குடியுயர்வும், அவன் செல்லும் வினை வேந்துவினை என்பதும், ஆள்வினை என்பதும் பெற்றனம். 'அசைவில் உள்ளம்' எனலே, அவன் தன் வினையிடத்தே தளர்தலற்ற உள்ளவுறுதி உடையவனாதலும், அவன் பிரிந்து செல்லற்கே இறுதியில் துணிந் தனன் என்றலும் உணரப்படும்.

அவனது உள்ளத்து நிலைக்கு, 'கட்கண் அகைய இருதலைக் கொள்ளி யிடைநின்று வருந்தி ஒருதலைப்படாஅ உறவியின்' நிலைமை, மிகவும் சிறந்த உவமையாதலைக் கருதி இன்புறுக.

காதல், உயிர் வாழ்தல் அன்னது; பிரிதல், உயிர் காதல் அன்னது. யாக்கைக்கு உயிரியைந்தன்ன நட்பு இப்படி அமைந்தது. இதன் செறிவினை நன்கு சிந்தித்துக் காதற் செவ்வியின் சிறந்த இயல்பினை அறிக.

உயிர் வாழ்தலே உடலுக்கு உயிர்ப்பும் இயக்கமும் நிலைப்பும் தருவதாம்; அது சாதலோடு அவ்வுடல் அனைத்தையும் இழந்து அழிந்து போய்விடும். இங்ஙனமே, காதலியருடன் கூடியிருத்தலும், காதலித்தாரைப் பிரிதலும் ஆம். 'உடம்பொடு உயிரிடை என்ன, மற்றன்ன மடந்தையொடு எம்மிடை நட்பு' என்ற குறளும், 'வாழ்தல் உயிர்க்கன்னள் ஆயிழை; சாதல் அதற்கன்னள் நீங்குமிடத்து' என்ற குறளும் இக்கருத்துக்களையே வலியுறுத்திக் கூறுவதனை அறிந்து இன்புறுக.

340. சாந்து அணிகுவம்!

பாடியவர்: நக்கீரனார். **திணை:** நெய்தல், **துறை:** பகற்குறிக் கண் தோழி தலைமகற்குச் சொல்லியது, **சிறப்பு:** திரையன் என்பவ னுக்கு உரியதான பவத்திரி என்னும் ஊரின் சிறப்பு.

(நெய்தல் நிலத்துத் தலைவன் ஒருவன், தன் உளங்கவர்ந்த தலைவி ஒருத்தியுடன், பகற்குறியிடத்தே கூடியவனாக நாளும்

இன்புற்று வருகின்றான். அவனுடைய உறவுக்குத் தலைவியின் ஆருயிர்த் தோழியும் துணையாக விளங்குகின்றனள். பகலிற் கானற் சோலையில் கூடியிருந்து, இரவு நெருங்கவும், அவன் தன்னூருக்குச் செல்லுதலையும் வழக்கமாகக் கொண்டிருந்தான். இந்நிலையில், அவர்களைப் 'பிரிதலற்ற மண உறவில் பிணைத்தலை' விரும்புகின் றாள் அத் தோழி. அவனைப் பிரிந்து தலைவி இரவிலே கொள்ளு கின்ற துன்பத்தினைக் கூறி, அன்று அவர்கள் பாக்கத்திலேயே தங்கிச் செல்லுமாறு அவனிடத்துக் கூறுகின்றாள். அவன் தங்குவதற்கு இசை யாது, விரைவில் வேட்டுவந்து மணந்து கொள்வான் என்பதே இக் கூற்றின் உட்குறிப்பு ஆகும்.)

பன்னாள் எவ்வம் தீரப் பகல்வந்து
புன்னைஅம் பொதும்பின் இன்னிழற் கழிப்பி
மாலை மால்கொள நோக்கிப் பண்ஆய்ந்து
வலவன் வண்தேர் இயக்க நீயும்
செலவுவிருப் புறுதல் ஒழிகதில் அம்ம-
'செல்லா நல்லிசைப் பொலம்பூண் திரையன்
பல்பூங் கானற் பவத்திரி அனஇவள்
நல்லெழில் இளநலம் தொலைய ஒல்லெனக்
கழியே ஓதம் மல்கின்று வழியே
வள்ளெயிற்ற அரவொடு வயமீன் கொட்கும்
சென்றோர் மன்ற மான்றன்று பொழுது' என
நின்திறத்து அவலம் வீட இன்றிவண்
சேப்பின் எவனோ - பூக்கேழ் புலம்ப-
பசுமீன் நொடுத்த வெந்நெல் மாஅத்
தயிர்மிதி மிதவை ஆர்த்துவம் நினக்கே
வடவர் தந்த வான்கேழ் வட்டம்
குடபுல உறுப்பின் கூட்டுபு நிகழ்த்திய
வண்டிமிர் நறுஞ்சாந்து அணிகுவம் - திண்திமில்
எல்லுத்தொழின் மடுத்த வல்வினைப் பரதவர்
கூர்உளிக் கடுவிசை மாட்டலின் பாய்புடன்
கோட்சுறாக் கிழித்த கொடுமுடி நெடுவலை
தண்கடல் அசைவளி எறிதொறும் வினைவிட்டு
முன்றில் தாழைத் தூங்கும்
தெண்கடற் பரப்பினெம் உறைவின் ஊர்க்கே.

நெய்தற்பூக்கள் பொருந்தியிருக்கும் கடற்கரைக்கு உரிய தலை வனே!

பொன்னாற் செய்த பூண்களை உடையோனாகிய திரையன் என்பவன், என்றும் கெடாத நல்ல புகழினை உடையவன். பல்வேறு

பூக்களையும் கொண்ட கானற்சோலையினிடத்தது அவனுக்கு உரிய பவத்திரி என்னும் ஊராகும். அவ்வூரைப் போன்று நலன் நிரம்பியவள் எம் தலைவியாகிய இவள்.

'வழியிடையேயுள்ள கழிகள் ஒல்லென்னும் ஒலியுடனே நீர் பெருகப் பெற்றுள்ளன; கூரிய பற்களையுடைய பாம்பினோடு சுறா மீன்களும் திரியப்பெறுகின்றனவாயின; பொழுதும் ஒருதலையாக மயங்கிவிட்டது; இங்ஙனமாகவும் நம் தலைவர் சென்றனரே?' என்று கூறியவளாக, நின் திறத்துத் துயரங் கொள்வாள் இவள். அதனால், இவளுடைய நல்லழகு வாய்ந்த இளமைச்செவ்வியும் நீங்கிப் போவ தாகும். அது நேராது, இவள் துயர் நீங்கும்படியாக-

திண்மையான படகுகளுடன் பகலிற் கடற்மேற் சென்ற மீன் பிடிக்கும் தொழிலினை உடைய சுறாமீன்கள் ஒருங்கே பாய்ந்து கிழித்ததினாலும், வளைந்த முடிகளைக் கொண்ட நெடிதான சிதை வுற்ற வலைகள், குளிர்ந்த கடற் காற்று வீசுந்தோறும், மனைமுற்றங் களிலேயே தாழை மரங்களிற் கிடந்து அசைந்து கொண்டிருக்கும். தெளிந்த கடற்பரப்பினை உடைய, அத்தகையதான, தங்குதற்கு இனிய, எம்முடைய ஊர்க்கு, இன்று இங்கேயே தங்கிச் செல்லுமாறு, நீ வந்தால் என்னவோ?

பசுமையான மீனுக்கு விலை மாறிய வெண்ணெல்லின் மாவினைத் தயிரிட்டுப் பிசைந்து ஆக்கிய கூழினை, நினக்க உண்ணு தற்கு உரியதாக யாம் தருவோம். வடநாட்டவர் கொண்டு தந்த வெண்ணிறம் அமைந்த வட்டக்கல்லிலே. குடமலையாகிய பொதி யிலின் சந்தனக் கட்டையினைத் தேய்த்துப் பிற மணப்பொருள்களை யும் கூட்டி உண்டாக்கிய வண்டுகள் ஆரவாரிக்கும் மணச்சாந்தினை யும் நினக்கு அணிவிப்போம்.

பல நாளும், நின் வருத்தம் நீங்கப் பகற்பொழுதிலே வந்து, புன்னை மரங்களையுடைய அழகிய சோலையின் இனிதான நிழலில் பொழுதைக் கழித்துக் கொண்டு, மாலைப்பொழுது வந்து சேர, அதனை நோக்கியதும், நின் பாகன் குதிரைகளைப் பூட்டுதலை ஆராய்ந்தவனாக வளவிய நின் தேரினைச் செலுத்த, நீயும் மீண்டு நின்னூர்க்குச் செல்லுதலை விரும்புதலை இனியேனும் கைவிடுவா யாக!

சொற்பொருள்: 1. எவ்வம்-காமநோயால் வந்துற்ற துன்பம். 2. பொதும்பு-சோலை. கழிப்பி-கழித்து. 3. மாலை மால்கொள-மாலைப்பொழுதும் மயக்கங்கொண்டு வந்ததாக. பண் ஆய்ந்து-பூட்டுதலை ஆராய்ந்து; பண்ணல்-பூட்டல். 4. வண்டேர் - வளவிய தேர்; வளப்பம்-பொலிவும் உறுதிப்பாடும். 6. செல்லா நல்லிசை-கெடாத நல்ல புகழ். திரையன் - குறுநில வேந்தருள் ஒருவன்.

8. இளநலம்-இளமைச் செவ்வி; இளமையின் புதுப்பொலிவால் அமைந்த அழகு. 10. வள் எயிறு - கூரிய பற்கள். வயமீன் - வலிமை யுடைய மீன்; சுறாமீன். கொட்குதல்-திரிதல். 11. மான்றின்று - மயக்கம் கொண்டது 12. வீட - கழிய; நீங்க. 14. பசுமீன் - பசியமீன்; புதிதாகப் பிடித்துவந்த மீன். 15. மிதவை-கூழ். ஆர்த்துவம் நினக்கே - நினக்கு யாம் உண்பிப்போம்; 'மாவார்குநவே' எனவும் பாடம். அதற்கு நின் குதிரைகள் உண்பதாக என்று பொருள். 17. குடபுல உறுப்பில் - மேற்கு மலையாகிய பொதியிலினின்றும் பெற்ற சந்தனத் தில். 19. எல்-பகற்பொழுது. 20. கூர்வளி - கடுங்காற்று; புயற்காற்று. 21. கோட்சுறா-கொல்லும் தன்மையுடைய கொடிய சுறாமீன். 24. உறைவின் ஊர்-தங்குதற்கு இனிதாயிருக்கம் ஊர்.

விளக்கம்: 'செலவு விருப்புறுதல் ஒழிகதில்' என்றது, அவனை இரவுக்குத் தங்கிபோமாற விரும்பியதாம். அது அவனால் ஏலாதாகவே, அதனால் தன் காதலி உறுகின்ற துயருக்கு இரங்கி, அவன், அவளை மணந்து பிரியாது வாழ்தலைத் தன்னுள் நாடுவான் என்ற அறிதல் வேண்டும்.

'பசுமீன் நொடுத்த வெண்ணெல்மாத் தயிர்மிதி மிதவை ஆர்த்துவம்' என்றது, கடலிற் சென்றார் திரும்பியதும், புதுமீனை நெல்லுக்கு மாற்றி வந்துள்ளதும் உணர்த்தினதாம். இதனால், தலைவி யின் தகப்பனும் தமையன்மாரும் இல்லிலே உள்ள குறிப்பும் பெற லால், அவன் இரவில் தங்கிச் செல்லல் முற்றவும் இயலாதென்பதனை மேலும் வலியுறுத்தியதுமாம்.

'வடா் தந்த வான்கேழ் வட்டம்' - வடபுலத்தார் கொணர்ந்த வெண்ணிற வட்டக்கல்: இது சந்தனம் அறைப்பதற்க உகந்தது. 'வடமலைப் பிறந்த வான்கேழ்வட்டத்தைத் தென்மலைப் பிறந்த சந்தனம் மறுக' எனச் சிலப்பதிகாரம் உரைப்பதும் காண்க.

மேற்கோள்: 'இதனுள், தனக்கும் புரவிக்கும் கொடுப்பன கூறித் தடுத்தவாறு காண்க' என, இச் செய்யுளை, 'நாற்றமும் தோற்றமும்' என்னும் தொல்காப்பியக் களவியற் சூத்திர உரைக்கண், 'வேளாண் பெருநெறி வேண்டிய விடத்து'என்னும் பகுதிக்குக் காட்டி உரைப்பர், நச்சினார்க்கினியர்.

341. உய்யும் தன்மை இல்லை!

பாடியவர்: ஆவூர் மூலங்கிழார். **திணை:** பாலை. **துறை:** பிரிவின்கண் தோழிக்குத் தலைமகன் சொல்லியது.

(தலைமகனைப் பிரிந்து, அந்தப் பிரிவின் வேதனைக்கு ஆற்றாதவளாகப் பெரிதும் வாட்டமுற்று மெலிந்து, துயருற்றிருக் கின்றனள் ஒரு தலைமகள். அவள்பால் அன்புடைய தோழிக்கு

அவளுடைய வருத்தமும் வாட்டமும் பெரிதும் கவலையைத் தருகின்றன. 'அவன் குறித்தபடியே வருவான்; அதுவரை ஆற்றியிருப்பாயாக' என்று கூறித், தலைமகளுக்குத் தேறுதல் கூறுகின்றனள் அவள். அப்போது, தலைமகள், தன்னுடைய நிலையினைத் தெளிவு படுத்துவாளாகத் தன் தோழிக்குக் கூறுகின்ற முறையிலே அமைந்தது இச்செய்யுள்.)

உய்தகை இன்றால் -தோழி - பைபயக்
கோங்கும் கொய்குழை உற்றன குயிலும்
தேம்பாய் மாஅத்து ஓங்குசினை விளிக்கும்
நாடுஆர் காவிரிக் கோடுதோய் மலிர்நிறைக்
கழைஅழி நீத்தம் சாஅய வழிநாள்
மழைகழிந் தன்ன மாக்கால் மயங்குஅறல்
பதவுமேயல் அருந்து துளங்குஇமில் நல்லேறு
மதவுடை நாகொடு அசைவீடப் பருகி
குறுங்காற் காஞ்சிக் கோதை மெல்லிணர்ப்
பொன்தகை நுண்தாது உறைப்பத் தொக்குஉடன்
குப்பை வார்மணல் எக்கர்த் துஞ்சும்
யாணர் வேனில்மன் இது-
மாண்நலம் நுகரும் துணையுடை யோர்க்கே.

தோழி!

கோங்க மரங்களும் மெல்ல மெல்லக் கொய்யப்படும் இளந் தளிர்களைப் பெற்றுள்ளன. தேன் வழிகின்ற மாமரத்தின் உயரமான கிளையிலே இருந்தபடியாகக் குயிலும் கூவுகின்றது.

நாடெல்லாம் நீர்வளத்தினை நிறைக்கும் காவிரியின் கரையினைத் தொட்டுக்கொண்டு சென்ற பெருவெள்ளத்தின் ஓடக்கோலும் மறையும் அளவுக்கு விளங்கிய நீர்ப்பெருக்கம் வற்றிப் போகிய பிற்றை நாளிலே-

மழை பெய்து கழிந்தாற் போலப் பெரிய வாய்க்கால்களிலே தங்கிய கலங்கலான நீரினை, அறுகம் புல்லாகிய உணவினை அருந்தி வரும் அசையும் திமிலினைக் கொண்டநல்ல எருதும், வலியுடைய தன் நாவினாலே தன் நாவினாலே தன் தளர்ச்சி போகும்படியாகக் குடித்துவிட்டுக், குறுகிய அடியினையுடைய காஞ்சி மரத்தின் மாலை போன்ற மெல்லிய பூங்கொத்துக்களினின்றும் பொன்னின் தன்மையுடைய பூந்தாதுகள் தன்மீது உதிர்ந்து கொண்டிருக்கும்படியாக, ஒருங்கு தொகுதிப்பட்டுக் கூடிய நெடிதாக மணல் மேட்டினிடத்தே கிடந்து உறங்கிக் கொண்டிருக்கும்.

இத்தகைய இந்தக் காலமானது, மாட்சியுடைய இன்ப நலத்தினை நுகருகின்ற துணையாயினோரைப் பக்கலிலே கொண்டிருப்போர்க்குப்

புதுமகிழ்வு தருகின்ற வேனிற் பருவம் ஆகும். அதனால், நாம் அடைந்தது என்னவோ? (யாதும் இல்லையே? அதனால்) இனி, நாம் உய்ந்து இருப்பதற்கான ஒரு வகையே நமக்கு இல்லையாகும்!

சொற்பொருள்: 1. உய்தகை-உய்ந்திருக்கும் தன்மை; பிழைத்திருக்கும் நிலை. 2. கொய்குழை-கொய்யப்படும் தளிர்; இளந்தளிர். 3. தேம்பாய் மா-தேன் சொரியும் மாமரம்; மா பூத்துக் குலுங்கி அப் பூக்களினின்றும் தேன் வழிகின்றது என்பது கருத்து. விளிக்கும் - கூப்பிடும்; கூவும். 4. நாடார் காவிரி-நாடுகளை உண்பிக்கும் காவிரியும் ஆம். கோடு-கரை. மலிர்நிறை-மிக்க நிறைவு; இது மிக்க வெள்ளப் பெருக்கினை உணர்த்துவதாம். 5. கழை - ஓடக்கோல். மாக்கால்-பெரிய வாய்க்கால். 6. மயங்கு அறல்-கலங்கிய அறல்பட்ட நீர். 7. பதவு-அறுகம் புல். இமில்-திமில். 8. அசை வீட - தளர்ச்சி நீங்க. 9. கோதை-மாலைபோன்ற. 10. பொற்றகை-பொன்னைப் போன்ற 11. எக்கர்-மணல்மேடு. 12. யாணர் வேனில்-புது வருவாயினை உடைய இளவேனில்; புதுவருவாய் - காதலர்க்குக் கிடைக்கும் புதுப் புதுத் தகையவான இன்பநலம்.

விளக்கம்: இளவேனிலின் வருகையின்கண் மாமரம் பூத்தலும், அதன்கண் குயிலிருந்து விளித்தலும் இயல்பாம். அதனைக் 'குயிலும் தேம்பாய் மாஅத் தோங்குசினை விளிக்கும்' என நயமுடன் கூறினர்.

'பதவு மேயல் அருந்து துளங்கிமில் நல்லேறும் மதவு நடை நாகொடு அசை வீடப் பருகி' எனவும் 8, 9-வது அடிகள் வழங்கும். அப்போது, 'நல்ல ஏறும், வலிமையான நடையுடைய தன் இளம்பசுவுடன் கூடித் தம் தளர்வு நீங்க இரண்டும் நீர் பருகி' என்று பொருள் கொள்க. 'நல்லேறு தழீஇ நாகு பெயர் காலை' என்ற ஐங்குறுநூற்றுத் தொடரும், இக் கருத்தினை வலியுறுத்தும். அதனைக் காண்பவள் தன் நிலைக்கு ஏங்கி வருத்தமுற்றவளாகி நொந்தனள் என்க.

யாணர் வேனில்-இன்பத்தைக் காதலர்க்கு அளிக்கும் வேனிற் பருவம். 'குப்பை வார்மணல் எக்கர்த் துஞ்சம்' என்றதனால், இது நெய்தற்கண் பாலை என்று உணர்க.

342. போற்றுவாய் நெஞ்சமே!

பாடியவர்: மதுரைக் கணக்காயனார். **திணை:** குறிஞ்சி. **துறை:** அல்லகுறிப்பட்ட தலைமகன் தன் நெஞ்சிற்குச் சொல்லியது. **சிறப்பு:** பாண்டியரின் ஆண்மை.

(தன் மனங்கவர்ந்த காதலியைக் கண்டு கூடி மகிழும் விருப்பத்துடன் வந்து, ஆனாற் குறித்த இடத்திலே அவளை அடையப் பெறாதவனாகிச் சோர்வுற்றுத் திரும்புகின்றான் ஒரு தலைவன். அப்படித் திரும்புங்கால் அவன், தன் நெஞ்சோடு சொல்லி வருந்துகின்ற முறையிலே அமைந்தது இச் செய்யுள்.)

ஒறுப்ப ஓவலை நிறுப்ப நில்லலை
புணர்ந்தோர் போலப் போற்றுமதி நினக்குயான்
கிளைஞன் அல்லனோ-நெஞ்சே-தெனாஅது
வெல்போர்க் கவுரியர் நல்நாட்டு உள்ளதை
மண்கொள் புற்றத்து அருப்புஉழை திறப்பின்
ஆகொள் மூதூர்க் கள்வர் பெருமகன்
ஏவல் இளையர் தலைவன் மேவார்
அறுங்குறும்பு எறிந்த ஆற்றலொடு பருந்துபடப்
பல்செருக் கடந்த செல்லுறழ் தடக்கை
கெடாஅ நல்இசைத் தென்னன் தொடாஅ
நீர் இழி மருங்கில் கல்லளைக் கரந்த அவ்
வரையர மகளிரின் அரியள்
அவ்வரி அல்குல் அணையாக் காலே!

நெஞ்சமே!

மண்ணினால் ஆகிய புற்றினை உடையதான காட்டரணின் இடத்தினை உடைத்துத் திறத்தலோடு, அவற்றுள் விளங்கும் பகைவரது பசுமந்தைகளைக் கவர்ந்து கொண்டும் செல்லுகின்ற, கள்வர்களின் முதல்வனாக மூதூரினிடத்தே விளங்குபவனும், ஏவலாளரான இளையர்கள் பலருக்கும் தலைவனாகவும், தன்னொடும் ஒத்துப் போகாதவரின் அரிய சிற்றரண்களை இழித்த வலிமை உடையவனாகவும், பருந்துக் கூட்டங்கள் வட்டமிட்டு வருமாறு பல போர்களிலே பகைவரைக் கொன்ற வெற்றி பெற்றவனாகவும், இடியுடனும் மாறுபாடு கொள்ளும் பெரிதான கையினை உடையவனாகவும், என்றும் கெடாத நல்ல புகழினை உடையவனாகவும் விளங்குபவன் தென்னவனாகிய பாண்டியன் ஆவான்.

தென்திசைக் கண்ணதாகிய, வெல்லும் போராற்றலுடைய அத்தகைய பாண்டியனது நல்ல நாட்டினிடத்தே உள்ளதாகிய, தோண்டப்படாத நீரான அருவிகள் வீழுகின்ற மலைப்பகுதியில், அதனைச் சார்ந்துள்ள மலைக்குகையிலே மறைந்துள்ள வரையர மகளிரைப் போல, அடைதற்கு அரியவளாக இருப்பவள், அழகிய வரிகளையுடைய அல்குலினைக் கொண்டவளான நம் தலைவியும் ஆவள்'

அவளை யாம் அணையப் பெறாதவிடத்து, நின்னை யாம் ஒறுத்தேமாயினும், நீ அவளை நினைதலைக் கைவிடுவாய் அல்லை! 'அவள்பாற் செல்லேல்' என நின்னை நிறுத்தினேமாயினும், நீ எம்மிடத்துக் கூடிநிற்பாயும் அல்லை! நினக்குயான் உறவுடையேன் அல்லனோ? (அதனைக் கருதியாயினும்) ஒன்றிக்கலந்த நட்பினனரைப் போலவேனும் எனக்குத் துணை நின்று நீ இதுகாலை உதவுவாயாக!

சொற்பொருள்: 1. ஒறுத்தல்- வன்சொற் கூறித் தடுத்தல். நிறுத்தல் - தடுத்து நிறுத்த முயலுதல். 2. புணர்ந்தோர் - கலந்த நட்பினர் 3. கிளைஞன் - உறவினன். 4. கவுரியர் - பாண்டியர். 5. அருப்பு - காட்டரண். உழை - இடத்து. 7. மேவார் - பெருந்தாதோர். பகைவர். 8. குறும்பு - சிற்றரண். எறிதல் - அழித்தல். 9. செரு - போர். செல் உறழ் தடக்கை - இடியுடன் மாறுபடும் பெரிய கை; அடிபட்டவர் மீளார் என்பது கருத்து. செல் - மேகம் ஆம்; அப்போது மேகத்தோடு மாறுபடும் பெரிய கை என்க; இது வள்ளன்மை மிகவுடைமையைக் குறிப்ப தாகும். அடுத்துவரும், 'கெடாஅ நல்லிசை' என்றதற்கு, இப்படிப் பெருங்கொடையாண்மை கொண்டவன் என்றலே சிறப்பாக அமை யும். 10. தொடாஅ நீர் - தோண்டப் பெறாத நீர்: மழை நீர் என்பது கருத்து. 11. நீரிழி மருங்கிற் கல்லளை- அருவிக்கண்ணதாகிய மலைக் குகை என்க. வரையர மகளிர் - மலையுறு தெய்வங்கள்.

விளக்கம்: 'தலைவி அடைதற்கு அரியவள்' என்று கூறுவான், 'பாண்டியரின் பல்வேறு பேராற்றல்களையும் கூறி, அவருக்கு உரிய தான மலையிடத்து அருவிக்கரை மலைக்குகையுள் மறைந்திருக்கும் வரையர மகளிரைப் போல அடைதற்கு அரியவள்' என்றனன். 'நிரை யிதழ் குவளைக் கடிவீ தொடினும் வரையர மகளிர் இருக்கை காணி னும், உயிர்செல வெம்பிப் பனித்தலும் உரியிர்' என்று உரைக்கும் மலைபடுகடாம் (189-191), இவர் காட்சியே காண்பார்க்கு உயிர்க் கிறுதி விளைக்கும் தன்மையுடைத்து என்ற கூறும். இதனால், அவரை அடைய இயலாத தன்மை நன்குபுலனாகும்.

குறும்பு - அரண். 'கொடுவில் எயினர் குறும்பில்' (பெரும்பாண். 129) என உரைத்தலும் காண்க.

நெஞ்சத்தை, 'அவளை நினையாதிருக்குமாறு கூறிக் கடிந்து கொண்டும் பயனில்லை; தன் வயமாக நிறுத்தற்று முயன்றும் இயலுமாறில்லை' என்பான், 'ஒறுப்ப ஓவலை; நிறுப்ப நில்லலை' என்றனன். இது அவனுடைய வேட்கையின் மிகுதியினை உரைப்ப தாகும். அதனைத் தடுக்க மாட்டாது அவன் கொண்ட பெரிதான கலக்கத்தினையும் காட்டுவதாகும்.

மேலும், தலைவி இற்செறிக்கப்பட்டதனையும், அவள் மனை யின் கடிகாவல் உடைமையும், இதனால் உய்த்து உணரவும் படும். இதனால் அவளை மணம்வேட்டு வருதலைப்பற்றிய நினைவிலே அவனுள்ளம் செல்லும் என்பதும் அறிதல் வேண்டும்.

343. நினைந்தனை தகுமோ?

பாடியவர்: மதுரை மருதன் இளநாகனார். **திணை:** பாலை. **துறை:** தலைமகன் இடைச்சுரத்து மீளக்கருதிய நெஞ்சினைக் கழறிப் போயது.

(ஒரு தலைவன் தன் காதல் மனைவியோடு கழிபேரின்பத்தே திளைத்திருந்தவன், பொருளார்வம் முனைந்து எழுதலினாலே, பிரிதற்கு இயலாத அவளையும் பிரியத் துணிவு கொண்டான். அவளைப் பிரிந்து, கொடிய பாலைவழியினும் நெடுந்தொலைவு சென்றுவிட்டவன், இடையே தன் நெஞ்சத்துக் காதலியின் நினைவு மிகுதியாக எழ, அப்போது தன் நெஞ்சுடன் கூறி, அதனைத் தகைந்து மேற்செல்லுவதாக அமைந்தது இந்தச் செய்யுள் ஆகும்.)

வாங்குஅமை புரையும் வீங்குஇறைப் பணைத்தோள்
சில்சுணங்கு அணிந்த பல்பூண் மென்முலை
நல்லெழில் ஆகம் புல்லுதல் நயந்து
மரம்கோள் உமண்மகன் பெயரும் பருதிப்
புன்தலை சிதைத்த வன்தலை நடுகல்
கண்ணி வாடிய மண்ணா மருங்குல்
கூர்உளி குயின்ற கோடுமாய் எழுத்துஅவ்
ஆறுசெல் வம்பலர் வேறுபயம் படுக்கும்
கண்பொரி கவலைய கானத்து ஆங்கண்
நனந்தலை யாஅத்து அம்தளிர்ப் பெருஞ்சினை
இல்போல் நீழல் செல்வெயில் ஒழிமார்
நெடுஞ்செவிக் கழுதைக் குறுங்கால் ஏற்றைப்
புறம்நிறை பண்டத்துப் பொறை அசாஅக் களைந்த
பெயர்படை கொள்ளார்க்கு உயவுத்துணை ஆகி
உயர்ந்த ஆள்வினை புரிந்தோய் பெயர்ந்துநின்று
உள்ளினை - வாழிஎன் நெஞ்சே - கள்ளின்
மகிழின் மகிழ்ந்த அரிமதர் மழைக்கண்
சின்மொழிப் பொலிந்த துவர்வாய்ப்
பன்மாண் பேதையின் பிரிந்த நீயே.

என்னுடைய நெஞ்சமே! நீ வாழ்வாயாக.

கள்ளுண்ணலினாலே கொள்ளுகின்ற மகிழ்வினுங் காட்டில் மகிழ்ச்சி கொள்ளுவதற்கு ஏதுவாக விளங்கியவள்.

செவ்வரி படர்ந்த மதர்த்த குளிர்ச்சியான கண்களை உடையவள்; சிலவாகிய மொழிகளால் பொலிவுற்ற பவளம் போன்ற வாயினை உடையவள்; மற்றும் பலவித மாண்புகளையும் உடையவள்; பேதைமை கொண்டோளான எம் தலைவி. அவளைப் பிரிந்தும் நீ வந்தனை! (அந்த அளவிற்குத் துணிவு உடையையாக இருந்தனை என்பது கருத்து)

உப்பு வாணிகம் செய்வோன் கொண்டு செல்லுகின்ற வண்டியின், மரத்தினைக் கொண்ட உருள்களிடத்தே விளங்கும் பொலிவற்ற

பூணானது சிதைத்தலினாலே, வன்னிலத்தேயுள்ள நடுகல்லின் வாடிப் போன கண்ணியும் நீராட்டப் பெறாத இடமும் கொண்ட பகுதியிலே, கூர்மையான உளியினாலே செதுக்கப்பெற்ற எழுத்துக்கள் மறைந்து போயிருக்கும். அவ் வழியிடைச் செல்லுகின்ற புதியரான வழிப்போக்கர் களுக்கு, அப்படிச் சிதைந்துபோன எழுத்துக்கள் வேறாகப் பொருள் தந்து விளங்கும் இடங்கள் பொரிந்து கிடக்கும் கவர்த்த நெறிகளை யுடைய காட்டுப பகுதியாகிய அவ்விடத்தே-

பரந்த தலைப்புறத்தையுடைய யாமரத்தின் அழகிய தளிர் களைக் கொண்ட பெரிய கிளைகளின் நீழல் இல்லின்கண் இருப்பது போல இருக்கும். தாம் வெயிலிடத்தே வந்த வெம்மை நீங்குவதற்கு, நீண்ட செவிகளையும் குறுகிய கால்களையும் உடைய ஆண் கழுதை களின் முதுகிடத்தே நிறைந்துள்ள பண்டத்துச் சுமையினாலாகிய தளர்வினைப் போக்கியவராகி, அந் நிழவினின்றும் மீண்டும் புறப்படா திருக்கும் வணிகர்க்குப், பேச்சுத் துணையாக அமைந்து, உயர்ந்த ஆள்வினையினைச் செய்தாயும் நீயே! (ஆயினும், இப்போது),

வளைந்த மூங்கிலைப்போன்றிருக்கும் பூரித்த இறையினை யுடைய பெருத்த தோள்களையும், சிலவாகிய தேமல்களை அணிந்த பல பூண்களையுடைய மென்மையான முலைகளையும் உடைய, தலைவியின் நல்லழகுமிக்க மார்பினைத் தழுவுதலே விரும்பி, நின் உறுதியினின்றும் பிறழ்ந்தாயாக, நின்று நினைந்தனையே இது நினக்குத் தகுதியுடையதாகமோ? (ஆகாது காண் என்பது, கருத்து)

சொற்பொருள்: 1. வாங்கு அமை - வளைவான மூங்கில். இறை - சந்து. பணைத்தோள் - பூரிப்பான தோள்கள். 2. பூண் - ஆபரணம்: பூணுதற்கு உரிய அணிகள். 3. அகம்-மார்பு. 4. பருதி - உருள். 6. புன்றலை - பொலிவற்ற பக்கம்; பூண். 6. மண்ணா - கழுவாத. 7. குயின்ற - தொளைத்த; செதுக்கிய. 8. பயம் படுக்கும் - பொருளினவாக விளங்கும். 9. கண் பொரி-இடங்கள் பொரிந்து போன. 10. நனந்தலை - பரந்த தலைப்புறத்தையுடைய; பரந்த இடத் தின்கண் உள்ள எனலும் ஆம். 13. புறநிறைப் பண்டம் - கழுதை முதுகின் இருபுறமுமாகத் தூக்கியுள்ள நிறைவான பொருட்பொதி கள். அசாஅக் களைந்த-தளர்வினைப் போக்கிய. 15. ஆள்வினை-முயற்சி. 18. துவர்வாய்- பவளம் போன்ற வாய்: செவ்வாய் எனவும் பாடம். 19. பிரிந்த - பிரிந்து வந்த; பெயர்ந்த எனவும் பாடம்.

விளக்கம்: 'வீழ்ந்தாரின பெயரும் பீடும் பொறிதத நடு கல் லிலே, வண்டிச் சக்கரத்துப் பூண் உராய்தலால், அதன் கண் செதுக்கிய எழுத்தக்கள் சிதைந்து போக, அது வழிச் செல்வார்க்கு வேறுபொருள் பட விளங்கும் காடு' என்றனர். இதனால் காட்டு வழியின் கொடுமை புலப்படும். 'வேறு பயம் படுக்கும்' என்பதற்கு, 'அந் நடுகல்லிற் கண்ட

எழுத்தக்கள், வீழ்ந்தாரின் பெயரையும் பீட்டையும் உணர்த்துதலின்றி, வழியிடை நேரக்கூடும் கொடுமையினை உணர்த்துவதாக விளங்கும்' எனலும் பொருத்தமானதாகும்.

வணிகர்க்கு உயவுத்துணையாயிருந்த ஆள்வினையினைப் பற்றிக் கூறினான், அத்தகைய நிலையில் தொடர்பற்றோர்க்குத் துணையாக அமைந்த தான், தன் காதன் மனையாளுக்குத் துணையின்றித் தனித்து வாடவிட்டு வந்த நிலையினை நினைந்தவனாக என்க.

'கள்ளின் மகிழின் மகிழ்ந்த அரிமதர் மழைக்கண், சின் மொழிப் பொலிந்த துவர்வாய்ப் பன்மாண் பேதை' என்றதனை நன்கு சிந்திக்க வேண்டும். இது, அவளை அவன் தேற்றித் தெளிவித்துப் பிரியும் காலத்தே, அவள் நின்றிருந்த நிலையினை நினைந்ததும் ஆம். கள்ளுண்டு மகிழ்ந்தாரின் கண்கள் சிவப்புற்றுக் கலங்குதல் போலத், தன் காதலனின் பிரிவினுக்கு ஆற்றது அவள் கண்கலங்க நின்றதனையும், பேச்சும் எழாதாளாகிச் சின்மொழி பயிற்றியதனையும் எண்ணியவனாக அவன் வருந்தினான் என்க.

344. நகைமுகம் பெறுவேம்!

பாடியவர்: மதுரை அளக்கர் ஞாழார் மகனார் மள்ளனர்; அம்மள்ளனார் எனவும் பாடம். **திணை:** முல்லை. **துறை:** வினை முற்றிய தலைமகன் தேர்ப்பாகர்க்குச் சொல்லியது.

(அன்புறு தலைவியைப் பிரிந்தவனாக வேற்று நாட்டிற்குப் பணிமேற்கொண்டு சென்றிருந்தான் தலைவன் ஒருவன். அவன் சென்ற வினை முடியும்வரையும் அவனுள்ளம் அதன் மேற்செல்லுதலால், அவள் பிரிவு அவனைப் பெரிதும் வாட்டவில்லை. ஆனால், வினை நிறைவுற்றதும், அவன் நினைவெல்லாம் அவளிடத்தேயே சென்றது. அவளுடைய வாட்டமும் துயரமும் அவன் கண்ணெதிலே தோன்றுகின்றன. தன் தேர்ப்பாகனை விளித்துத் தேரினை விரைவாகச் செலுத்துவதற்கு அவன் கூறுவது என்னும், துறையமைந்த செய்யுள் இதுவாகும்.)

வளமழை பொழிந்த வால்நிறக் களரி
உளர்தரு தண்வளி உறுதொறும் நிலவெனத்
தொகுமுகை விரிந்த முடக்காற் பிடவின்
வைஏர் வால்எயிற்று ஒன்றுதல் மகளிர்
கைமாண் தோளி கடுப்பப் பையென
மயிலினம் பயிலும் மரம்பயில் கானம்
எல்லிடை உறாஅ அளவை வல்லே
கழல்ஒளி நாவின் தெண்மணி கறங்க
நிழல்ஒலிப் பன்ன நிமிர்பரிப் புரவி
வயக்குஉறு கொடிஞ்சி பொலிய வள்பு ஆய்ந்து

இயக்குமதி-வாழியோ கையுடை வலவ!
பயப்புறு படர்அட வருந்திய
நயப்புஇன் காதலி நகைமுகம் பெறவே.

தேரை நடாத்துதலிலே கைவன்மையுடைய பாகனே! வெண் ணிறம் பொருந்திய களர்நிலத்தையுடைய காட்டிலே வளமான மழை யும் பொழிந்தது. வளைந்த அடிப்புறத்தினையுடைய பிடாமரத்தின், தொகுதிப்பட்டு விளங்கிய அரும்புகள், வீசும் குளிர்ந்தகாற்று தம்பால் மோதுந்தோறும், இதழ் விரிந்து, நிலவொளி என்னுமாறு போல ஒளி யுடன் விளங்கிக் கொண்டுமிருக்கும். கூரிய அழகான வெண்மையான பற்களையும், ஒளிதங்கிய நெற்றியினையும் உடைய மகளிர்களின், ஒழுங்கு மாட்சிமைப்பட்டு விளங்கும் 'தோளி' என்னும் ஆடலைப் போல, மெல்லென, மயிலினங்கள் தோள்பெயர்த்து ஆடலுமாயின. மரங்கள் செறிந்த காட்டின் இயல்பும் இங்ஙனம் ஆகியது.

அதனால், பசலை படர்தலால் உற்ற துன்பம் வருத்த வருந்தி யிருக்கும், விரும்புதற்கு இனியவளான நம் காதலியின், நகையோடும் கூடிய முகத்தினை, யாம் பெறுதல் வேண்டும்.

ஆகவே, இருள் இடைப்படா முன்பாகவே, கழல் ஒலி போல முழக்கும் நாவினையுடைய தெளிந்த மணிகள் ஒலி முழங்க, நிழலின் தழைத்தலையொத்த நிமிர்ந்து செல்லும் குதிரைகளைக் கடிவாளத்தை ஆய்ந்து செலுத்தினாயாக, விளக்கமுறும் தேர்மொட்டு அழகுடன் விளங்குமாறு, தேரினை நீயும் விரைந்து செலுத்துவாயாக.

சொற்பொருள்: 1. வால்நிறக் களரி-வெண்ணிறம் உடைய தான களர்பட்டு விளங்கிய நிலப்பகுதி; இது கோடையின் வெம்மை யினாலே ஆயது என்க. 2. உளர்தரு-வீசுதலைக் கொண்ட. தண்வளி - குளிர்ந்த காற்று; மழை பெய்தலாற் காற்றும் குளிர்ந்தது என்க. 3. தொகுமுகை - தொகுதிப் பட்டு விளங்கும் அரும்புகள். 5. தோளி - தோள்களை இயக்கி மகளிர் ஆடுகின்ற ஆட்டவகையினைக் குறிப்பது. 6. மரம் பயில்-மரங்கள் செறிந்துள்ள. 8. கழல் ஒலி நா - கழலின் ஒலி போல ஒலி எழுப்புகின்ற மணியின் நாக்கு; 'சுழல் ஒலி நா' எனவும் பாடம், சுழற்சிகொண்டு ஒலிமுழக்கம் நா என்பது பொருள். 10. வள்பு - கடிவாளம். 11. கையுடை வலவன் - தேர்செலுத்தும் தொழில் வல்ல பாகன். 13. நயப்பின் - விரும்புதற்கினிய எனலும் ஆம்.

விளக்கம்: 'வளமழை பொழிந்த வானிறக் களரி, உளர்தரு தண்வளி உறுதொறும் நிலவெனத்' தோன்றிற்று எனவும், 'தொகுமுகை விரிந்த முடக்காற் பிடவின் வையேர் வாலெயிற்று ஒண்ணுதல் மகளிர்' எனவும் கூட்டிப் பொருள் கொள்ளலும் ஆம். பிடவு முகை அவிழக் கார்காலத் தொடக்கம் வந்தது என அறிந்து, தலைவனின் வரவைத் தலைவி விரும்பி நலிவாள் என்பதனை, 'வான்பிசிர்க்

கருவியிற் பிடவுமுகை தகைய.... நிற்றுறந் தமைகுவரல்லர்' எனத் தோழி வற்புறுத்தும் ஐங்குறுநூற்றுச் செய்யுளானும் அறியலாம்.

தோள் நோக்கி ஆடும் ஆட்டம் 'தோளி' எனப்பட்டது. திருவாகத் துள் வரும் 'திருத்தோணாக்கம்' என்பதும், இத்தகையவொரு ஆடன் மரபினைக் கூறும். மயிலின் ஆடலுக்கு இவ்வாடலை உவமை கூறிய நயத்தினை அறிந்து இன்புறுக.

'நிழல் ஒலிப்பன்ன நிமிர்பரிப் புரவி' - நிழல் தழைத்தலை யொத்த நிமிர்ந்து செல்லும் குதிரை; நிழல் தழைத்தலையொத்த என்பது, குதிரையின் நிறத்தினைக் குறித்தது என்றும் கூறுவர்.

'நகை முகம் பெறவே என்றதனால், பிரிவுத்துயரினால், அவள் நகையிழந்து வாட்டமுற்றவளாயிருப்பாள் எனப் பசப்புறு படர வருந்திய அவளுடைய தன்மையைக் கூறியதும் அறிக.

345. காடு கவின் பெறுக!

பாடியவர்: குடவாயிற் கீரத்தனார். **திணை**: பாலை. **துறை**: தோழிக்குத் தலைமகன் சொல்லியது.

(தலைமகன் ஒருவனும், அவனுடைய உளங்கலந்த காதலி யொருத்தியும் இன்புற வாழ்ந்த வருகின்றனர். அந்நாளிலே தலைமகன் வினைமேற்கொண்டு தலைவியைப் பிரிந்து வேற்றுநாடு செல்ல வேண்டியதாகின்றது. அதனை உணர்ந்த அவள், தானும் உடன் வருவதாகப் பிடிவாதம் செய்கின்றாள். அவளுடைய மனநிலையினை அறிந்த அவனும், 'சில நாட்கள் சென்றபின் யாம் செல்வோம்' எனக் கூறி, அவளையும் உடனழைத்துப் போவது போலக் காட்டித் தேற்று கின்றான். ஆனால், வினையின் முதன்மை காரணமாக, அவன் அவளைத் தனித்திருக்கவிட்டுப் பிரிந்து சென்று விடுகின்றான். அப்போது, அவன் செயலைக் குறித்துத் தலைவி தன் தோழிக்குச் சொல்லுகின்ற தன்மையிலே அமைந்தது இச்செய்யுள்.)

'விசும்புதளி பொழிந்து வெம்மை நீங்கித்
தண்பதம் படுதல் செல்கெனப் பன்மாண்
நாம்செல விழைந்தன மாக 'ஓங்குபுகழ்க்
கான் அமர் செல்வி அரளவின் வெண்கால்
பல்படைப் புரவி எய்திய தொல்லிசை
நுணங்குநுண் பனுவற் புலவன் பாடிய
இனமழை தவழும் ஏழிற் குன்றத்துக்
கருங்கால வேங்கைச் செம்பூம் பிணையல்
ஐதுஏந்து அல்குல் யாம் அணிந்து உவக்கும்
சின்னாள் கழிக! என்று முன்னாள்

நம்மொடு பொய்த்தனர் ஆயினும் தம்மொடு
திருந்துவேல் இளையர் சுரும்புண மலைமார்
மாமுறி ஈன்று மரக்கொம்பு அகைப்ப
உறைகழிந்து உலந்த பின்றைப் பொறைய
சிறுவெள் அருவித் துவலையின் மலர்ந்த
கருங்கால் நுணவின் பெருஞ்சினை வான்பூச்
செம்மணற் சிறுநெறி கம்மென வரிப்பக்
காடுகவின் பெறுக- தோழி -ஆடுவளிக்கு
ஒல்குநிலை இற்றி ஒருதனி நெடுவீழ்
கல்கண் சீக்கும் அத்தம்
அல்குவெயில் நீழல் அசைந்தனர் செலவே.

தோழி!

வானம் மழையினைப் பொழிந்து, அதனால் காட்டின் வெம்மையும் நீங்கிப் போய்க், குளிர்ச்சியான நிலைமையினையும் அது அடைந்துள்ளமையினால், செல்வீராக எனக் கூறியவராக நாம் பலவாறான மாட்சியுடனும், அவனுடன் செல்வதற்கு விரும்பியிருந்தோம். அவனையும் வேண்டினோம். அது காலை -

'உயரிய புகழ் வாய்ந்தவள் கானமர் செல்வியாகிய கொற்றவை; அவள் அருள் செய்தலினாலே, வெண்மையான கால்களையும், பலவான படைகளையும் உடைய குதிரைகளை அடைந்தனன், பழையதான புகழினை உடையோனாகிய, மிக நுண்மையான செறிவுடன் கூடிய செய்யுட்களைச் செய்வோனாகிய புலவன் ஒருவன்; அப் புலவனால் பாடப்பெற்ற சிறப்பினைக் கொண்டது ஏழிற்குன்றம்; மேகக் கூட்டங்கள் படிகின்ற அந்த ஏழிற்குன்றத்துள்ள கரிய அடியினைக்கொண்ட வேங்கைமரத்தினது சிவந்த பூக்களாலே தொடுத்த பிணையலை, அழகிதாக உயர்ந்த நின் அல்குலிடத்தே அணிந்து மகிழ்வோம். சில நாட்கள் செல்வதாக, என்றுகூறி முன் காலத்து நம்முடன் பொய்ம்மை கூறி, இப்போது பிரிந்து சென்றவர் நம் தலைவர். ஆயினும்-

அசையும் காற்றிற்குத் தளர்கின்ற தன்மையுடைய இற்றி மரத்தின் ஒன்றாகத் தனித்த நெடிய விழுதானது, பாறையிடத்தைத் துடைத்திருக்கும் காட்டு வழியிலே பொருந்திய வெயிலினாலே, நிழலிடத்துத் தங்கியவராக நம் காதலர் செல்லுவதற்கு உதவியாகவும்,

தம்முடனே, வரும் திருந்திய வேலினை ஏந்தியோரான வீரரும், வண்டுகள் உண்ணுமாறு அணிந்து கொள்ளுதற்குத் தக்கதாகவும்,

சிறந்த தளிர்களை ஈன்றவாக மரக்கொம்புகள் தளைத்திருக்கும் படி மழையும் பெய்து நீங்கி, வானமும் வறண்ட பின்பு, குன்றிடத்த

வாகிய சிறிதான வெள்ளிய அருவிகளின் நீர்த்துவலையினாலே மலர்ச்சி பெற்ற, கருத்த அடியினையுடைய நுணா மரத்தின் பெருத்த கிளைகளிற் பூத்த வெண்மையான பூக்கள், சிவப்பான மணலை யுடைய சிறிதான வழியிடங்களில் எல்லாம், 'கம்'மென மணம் நிறைத்து அழகு செய்யக், காடும் அழகு பெற்று விளங்குமாக!

சொற்பொருள்: 1. தளி - மழை. 2. தண்பதம் - நிலம் குளிர்ந்த தன்மை. 4. கானமர் செல்வி - காடுகிழாள்-கொற்றவை. 5. படை- சேணம். இசை-புகழ். 6. நுணங்கு நுண் பனுவல் - மிக நுண்ணிய கருத்துக்களைக் கொண்ட திட்பமான நூல். 7. இனமழை - மேகத்திரள். 9. ஐது ஏந்து - அழகியதாக உயர்ந்த. 12. மலைமார் - அணிதலின் பொருட்டாக. 13.முறி-தளிர் 14. உறை-மழை. 15. துவலை- அருவி யின் மென்துளிகள்.16. நுணவு-நுணாமரம். வரிப்ப - அழகு செய்ய. 19. ஒல்குநிலை - தளரும் தன்மை. 20. சீக்கும் - துடைக்கும்.

விளக்கம்: 'கானமர் செல்வி அருளலின்........புரவி எய்திய..... பனுவற் புலவன்' என்றதனால், காளியின் அருள் பெற்றபுலவர் ஒருவரைப் பற்றிய செய்தி அறியப்படுகின்றது. 'நாம் செல விழைந் தனமாக.... சின்னாள் கழிக என்று முன்னாள் பொய்த்தனர்; ஆயினும் காடு கவின் பெறுக' என அவன் அருளற்றவனாகத் தன்னைப் பிரிந்து செல்லினும், தான் அவன்பால் அன்புடையவள் என்பது தோன்றத் தலைவி உரைப்பதனை அறிந்து இன்புறுக.

346. நகையும் நன்றே!

பாடியவர்: நக்கீரர். **திணை:** மருதம். **துறை:** தோழி தலை மகற்கு வாயின்மறுத்தது. சிறப்பு: பழையன் மாறனுடனே கிள்ளி வளவன் நடத்திய போரின் செய்தி; அதனாற் கோதைமார்பன் கொண்ட மகிழ்ச்சி.

(தலைமகன் பரத்தைமை கொண்டோனாக இருந்தான். ஒரு சமயம், அவன் தன் வீட்டுக்கு வந்து, அங்கே தலைவியின் உறவினை யும் விழைகின்றான். அப்போது, நேராகத் தலைவியிடம் செல்வ தற்கு நாணிய அவன், தன் தலைவியின் தோழியின் உதவியினை நாடுகின்றான். அவள், அவனுக்கு உதவ மறுத்து, அவனுடைய ஒழுக் கத்தைப் பழித்து உரைப்பது இச் செய்யுளின் துறையாகும்.)

நகைநன்று அம்ம தானே - இறைமிசை
மாரிச் சுதையின் ஈர்ம்புறத்து அன்ன
கூரல் கொக்கின் குறுமபறைச் சேவல்
வெள்ளி வெண்தோடு அன்ன கயல்குறித்துக்
கள்ளார் உவகைக் கலிமகிழ் உழவர்
காஞ்சிஅம் குறுந்தறி குத்தித் தீஞ்சுவை
மென்கழைக் கரும்பின் நன்பல மிடைந்து

பெருஞ்செய் நெல்லின் பாசவல் பொத்தி
வருந்திக் கொண்ட வல்வாய்க் கொடுஞ்சிறை
மீதுஅழி கடுநீர் நோக்கிப் பைப்பயப்
பார்வல் இருக்கும் பயம்கேழ் ஊர-
யாம்அது பேணின்றோ இலமே - நீ நின்
பண்ணமை நல்யாழப் பாணனொடு விசிபிணி
மண்ணார் முழவின் கண்ணதிர்ந்து இயம்ப
மகிழ்துணைச் சுற்றமொடு மட்டு மாந்தி
எம்மனை வாரா யாகி முன்னாள்
நும்மனைச் சேர்ந்த ஞான்றை அம்மனைக்
குறுந்தொடி மடந்தை உவந்தனள் - நெடுந்தேர்
இழையணி யானைப் பழையன் மாறன்
மாடமலி மறுகின் கூடல் ஆங்கண்
வெள்ளத் தானையொடு வேறுபுலத்து இறுத்த
கிள்ளி வளவன் நல்அமர் சாஅய்க்
கடும்பரிப் புரவியொடு களிறுபல வவ்வி
ஏதின் மன்னர் ஊர்கொளக்
கோதை மார்பன் உவகையிற் பெரிதே.

குறுகப் பறக்கும் இயல்பினையுடைய கொக்குச் சேவலானது, மாரிக் காலத்திலே, இறைப்பின் மேலிடத்துச் சதை பூசியுள்ள குளிர்ந்த இடத்தைப் போலத் தோன்றும், இறகினை உடையது. அது, வெள்ளியாலே ஆகிய வெண்மையான இதழினைப் போல விளங்கும் கயல் மீனைப் பெற நினைக்கும்.

கள்ளினை உண்ட உவகையினாலே ஆரவாரித்து மகிழ்பவர் உழவர்கள். காஞ்சிமரத்தின் குறிய கட்டைகளைக் குத்தி, இனிய சுவையினை உடைய மெல்லிய தண்டினைக் கொண்ட சிறந்த கரும்புக்கழிகளைப் பலவாக வைத்து அடைத்து, நெற் பயிரினையுடைய பெரிய வயலின் பசிய பள்ளங்களிலே நீரைத் தேக்கி, வலிய இடத்தினையுடைய வளைந்த அணையினை வருத்தமுற்று உழவர்கள் அமைப்பர். அதன் மேலிருந்தபடியாக,

வழியும் விரைந்த நீரினை நோக்கியபடியே, மெல்ல மெல்ல நடந்தபடியாகக், கொக்குச்சேவல் கயலை எதிர்நோக்கி இருக்கும். அத்தகைய பயன் பொருந்திய ஊருக்கு உரியவனே!

நீ, நின் பாணனோடும் கூடியவனாக, இழுத்துக் கட்டுதலையுடைய மார்ச்சனையமைந்த முழவின் கண்கள் அதிர்ந்து முழங்கிக் கொண்டிருக்க, நினக்கு மகிழ்ச்சி கொள்ளுதற்குரிய உரிமைச் சுற்றத்துடனே கள்ளுண்டு களித்தனை. எம் மனையிடத்து வாராயும் ஆயினை.

இங்ஙனமாகி, நின் மனையாகிய பரத்தையின் இல்லினையும் சேர்ந் தனை. அப்போது-

அம் மனையிடத்தேயுள்ள குறிய வளையணிந்த இளையோளான நின் பரத்தையானவள், நெடிய தேரினையும் இழையணிந்த யானை யினையும் உடைய பழையன் மாறன் என்பானை, மாடங்கள் மலிந்த தெருக்களைக் கொண்ட கூடலாகிய அவ்விடத்தே, வெள்ளம் போன்ற பெரும்படையுடன் வேற்றுப் புலுத்தே போரிடக் கருதி வந்து தங்கி யிருந்த கிள்ளிவளவன் என்பான், நல்ல போரினிடத்தே அழித்துக், கடிய செலவினையுடைய குதிரைகளுடன் யானைகளும் பலவாகப் பற்றிக் கொண்டு, பகைமன்னரின் ஊரினையும் தன்வசப்படுத்திக் கொள்ள, அதனையறிந்த கோதை மார்பன் கொண்ட மகிழ்வினும் பெரிதாக உவப்படைந்தனள் அல்லளோ?

யாமோ, அந்த உவகையினைக் கருதியவரும் அல்லேம். அங்ஙனமாகவும், நீ வந்து, தலைவியை விழைவது நன்கு நகைப் பதற்கே உரிய நிலையாகும்.

சொற்பொருள்: 1. நகை நன்று - நகையும் நன்றாக உள்ளது. இறை-இறைப்பு. 2. சுதையின்-சுண்ணாம்பு பூசப் பெற்ற 3. கூரல்-இறையினையுடைய. குறும்பறை-குறுகப் பறத்தலையுடைய. 4. வெண்தோடு-வெள்ளிய இதழ். குறித்து- கருதி; கயலைப் பற்றி உண்ணுதலைக் குறித்ததாக. 5. கலிமகிழ் - மிக்க மகிழ்வு. 6. குறுந் தறி - குறுகிய கட்டைகள். குத்தி-அடித்து ஊன்றி. 7. நன்பல மிடைந்து - மிகப் பலவற்றை வைத்து அடைத்து 8. பெருஞ்செய் நெல்லின்-நெல்லின் பெருஞ்செய் எனக் கூட்டிப் பொருள்கொள்ளுக. பாசவல் பொத்தி-பசிய பள்ளங்களை அடைத்துக் கொண்ட. கொடுஞ்சிறை-வளைவான அணை. 11 பார்வல் இருக்கும் - பதுங்கிப் பார்த்தபடியே இருக்கம். 13. விசிபிணி- இழித்துக் கட்டிய. 15. மகிழ்துணைச் சுற்றம்-உரிமைச் சுற்றம். 14. மண்ணார் முழவு-மார்ச்சனை கொண்ட முழவு. மட்டு-கள். 18. குறுந்தொடி மடந்தை - குறுகிய தொடியுடைய வளாகிய பரத்தை. 22. சாஅய் -அழித்து. 24. ஏதின் மன்னர்-பகை மன்னர்.

விளக்கம்: 'கொக்குச் சேவல் கயம் குறித்துக் கொடுஞ்சிறை மீது அழி கடுநீர் நோக்கிப் பார்வலிருக்கும்' என்றது, தலைவன் தன் உளங்கொண்ட இளையாளாய பரத்தையை அடைதலை விரும்பித் தக்க பொழுதினைப் பார்த்தவனாக இருந்தான் என்றதாம்.

தலைவனின் செயலினாலே தலைவி அழிவுற்று வருந்துதலை யும், அதற்கு இரங்காது அவனைப் பெற்றமைக்கு மகிழ்தலையும் மேற்கொண்ட பரத்தையின் நிலைக்குக், கிள்ளி வளவனாலே அழி வுற்ற பழையன் மாறனின் நிலைக்கு மகிழ்ந்த கோதை மார்பனின்

தன்மையைக் கூறினார். இதனால்.அப்பரத்தைமீது தனக்குள்ள பகைமையினையும் உரைத்தனளாம்.

தலைவனை இவ்வாறு தோழி பழித்துக் கழிப்பக், கற்புடையா ளாகிய தலைவி தலைவன்மீது அன்பு உடையவளாதலால், அவனுக் குப் பரிந்தவளாகித் தன் ஊடலும் நீங்கியவளாவாள் என்று கொள்ளுக.

மேற்கோள்: இச்செய்யுளை மேற்கோளாகக் காட்டி, 'பரத்தையர் மனைக்கண் தங்கிவந்து அகநகர் புகுதாது புறத்திருந்த தலைவனை, மிகக் கழறிச் சில மொழிகளைக் கூறி, இதனானே தலைவி மனத்தின் கண் ஊடல் நீங்கும் தன்மை உளதாக்கிக் கூட்டும்' என்று உரைத்துப், 'பெறற்கரும் பெரும்பொருள் முடிந்தபின் வந்த' எனும் கற்பியற் சூத்திரத்துப், 'பிழைத்து வந்திருந்த கிழவனை நோக்கி, இழைத்தாங் காக்கிக் கொடுத்தற் கண்ணும்' என்னும் பகுதிக்கண் நச்சினார்க்கினியர் எடுத்துக்காட்டுவர்.

347. செய்வினை வாய்ப்பதாக!

பாடியவர்: மாமூலனார். **திணை**: பாலை. **துறை**: தலைமகன் பிரிவின்கண் தலைமகள தோழிக்குச் சொல்லியது. **சிறப்பு**: சேரலாதன் மேற்கடலிடத்தே பகைவரை வென்று அவரது காவன் மரமாகிய கடம்பினை அறுத்து முரசு இயற்றினான் என்பது.

(தலைமகன் தலைவியைப் பிரிந்து வேற்று நாட்டிற்குச் சென்றிருந்தனன். தலைவியின் அழகு கெடப் பசலையும் படர்ந்து வருத்தலாயிற்று. அதனால், ஊரிலும் அம்பலும் அலரும் மிகுதி யாயிற்று. அப்போது, தோழி அவளைத் தேற்றுவாளாகத் தலை மகனைப்பற்றிப் பழியுரை சில கூற, அதனைப் பொறுக்க மாட்டாத தலைவி, இங்ஙனம் தோழிக்குக் கூறுகின்றனள். கற்பின் தகைமை யின் நன்கு புலப்படுத்துவது இச்செய்யுள் ஆகும்.)

தோளும் தொல்கவின் தொலைய நாளும்
நலங்கவர் பசலை நல்கின்று நலியச்
சால்பெருந் தானைச் சேர லாதன்
மால்கடல் ஓட்டிக் கடம்பு அறுத்து இயற்றிய
பண்ணமை முரசின் கண் அதிர்ந்தன்ன
கவ்வை தூற்றும் வெவ்வாய்ச் சேரி
அம்பல் மூதூர் அலர்நமக்க ஒழியச்
சென்றனர் ஆயினும் செய்வினை அவர்க்கே
வாய்க்கதில் - வாழி தோழி - வாயாது
மழைகரந்து ஒளித்த கழைதிரங்க அடுக்கத்து
ஒண்கேழ் வயப்புலி பாய்ந்தெனக் குவவுஅடி
வெண்கோட்டு யானை முழக்கிசை வெரீஇக்

கன்றொழித்து ஓடிய புன்தலை மடப்பிடி
கைதலை வைத்த மையல் விதுப்பொடு
கெடுமகப் பெண்டிரின் தேரும்

தோழியே! நீ வாழ்க!

என் தோள்களும் தம் பழைய அழகனைத்தும் கெட்டவாயின. அழகினைக் கவர்ந்துகொள்ளும் பசலையும் நாளுக்கு நாள், நம்பால் அருளில்லாததாகி நம்மைப் படர்ந்து நலியச் செய்கின்றது. நாம் இங்ஙனமாக -

நிறைந்த பெரும் படையினை உடையவன் சேரலாதன். அவன், பெரிதான கடலிடத்துப் பகைவரை ஒட்டினான். அவரது காவன் மரமாகிய கடம்பினை வெட்டி. அதனால் பண்ணுதல் அமைந்த வெற்றி முரசினையும் செய்வித்துக் கொண்டான். அந்த முரசின் கண் அதிர் வதைப் போன்ற தன்மையுடனே, நம் மூதூரினிடத்தே கொடிய வாயினை உடையவரான பெண்டிரது அம்பலும் அலரும் எழுந்து பழி தூற்றுவதாயிற்று. இவையெல்லாம் நமக்காக வைத்தவராக அவரும் நம்மைப் பிரிந்து சென்றனர். ஆயினும்-

மழை பெய்தலற்று மறைந்து ஒளித்துக் கொண்டமையினாலே, மூங்கில்களும் வாடிப் போயுள்ள பக்கமலையிடத்தே, ஒளியை யுடைய நிறத்தைக் கொண்ட வலிமையுள்ள புலியானது பாய்ந்ததாக, திரண்ட அடியினையும் வெள்ளிய கோட்டினையும் உடைய யானை யானது முழக்கமிடும். அந்த முழக்கத்தைக் கேட்டுத் தன் கன்றினை யும் கைவிட்டு ஓடியது புல்லென்ற தலையினையுடைய அதன் பிடி யானை. தலைமீது கையினை வைத்துக்கொண்ட மயக்கமுற்ற விரை வுடனே, தம் மகவினைக் காணாது வருந்திய மகளிர் தேடித் திரிவது போல, அந்தப் பிடியும் தன் கன்றினைப் பின்னர்த் தேடித் திரிந்து கொண்டிருக்கும், நீண்ட மரங்களைக் கொண்ட சாரலையுடைய அத்தகைய மலைவழியினையும் கடந்து சென்றுள்ளனர் அவர். அதனால்-

அவருக்கு, அவர் செய்யக் கருதிச் சென்ற வினையானது நன்கு கைகூடுவதாக.

சொற்பொருள்: 2. நன்கு இன்று நலிய - அருள்தலற்றுப் படர்ந்து வரத்த. 8. சால் பெருந்தானை - நிறைந்த பெரும்படை; நிறைவு, படையுறுப்புக்கள் அனைத்தும் பொருந்திய தன்மை. 4. மால்கடல்-பெருங்கடல். 5. பண்ணமைமுரசு- பண்ணுதல் அமைந்த வெற்றி முரசம். 6. கவ்வை தூற்றல் பழிதூற்றல். 9. வாய்க்கதில் - வாய்க்குமாக; தில், விழைவுப் பொருளில் வந்தது, 11. ஒண்கேழ் வயப் புலி - ஒள்ளிய நிறத்தையுடைய வலியுள்ள புலி. குவவடி - திரண்ட

அடி. 12. முழக்கிசை-முழங்கும் ஒலி. 13. புன்றலை - புல்லென்ற தலையினையுடைய. 15. கெடுமகப் பெண்டிர் - மகவைக் கெட்டுப் போக்கிய தாய்மார்.

விளக்கம்: தோளும் தொல்கவின் தொலையவும். நாளும் பசலையும் நலியவும், கவ்வை தூற்றம் வெவ்வாய்ச் சேரி அம்பல் மூதூர் அலர் நமக்கு ஒழியச் சென்றனர் அவர்: ஆயினும் செய்வினை அவர்க்கே வாய்க்கதில்' என்று கூறும் தலைவியின் கற்புச் செவ்வியினை அறிந்து இன்புறுக. பழியாலும், தனித்து வாழச் செய்த கொடுமையாலும், அவர்க்கு ஏதம் எதுவும் நேருதல் கூடுமோ என்று அஞ்சுபவள், அங்ஙனமன்றி அவர் செய்வினை வாய்க்குமாக எனவும் வாழ்த்துகின்றாள். அவன் கடந்து சென்ற வழியின் கொடுமையினைக் கூறுவாள், 'வயப்புலி பாயக் களிறு முழங்கக் கன்ற ஒழித்து ஓடிய பிடி, பின் அதனைத் தேரும்' என்றனள்.

348. நிலையா நன்மொழி!

பாடியவர்: மதுரை இளம்பாலாசிரியன் சேந்தன் கூத்தனார். **திணை:** குறிஞ்சி. **துறை:** தலைமகன் சிறைப்புறத்தானாகத் தோழி சொல்லெடுப்பத் தலைமகன் சொல்லியது; தலைமகன் சிறைப்புறத் தானாகத் தலைமகள் தோழிக்குச் சொல்லியது எனவும் பாடம்.

(பகற்போதில் தன் களவுக் காதலனைச் சந்திக்கும் விருப்பத்துடன் குறியிடத்தில் தன் தோழியுடனே கூடியவாளாக வந்திருக்கின்றனள் தலைவி ஒருத்தி. அவ்வேளை தலைமகனும் வந்து சிறைப் புறத்தானாகத், தோழி அவனைக் குறித்துப் பழிகூறத் தலைவிக்கு அதனைக் கேட்கப் பொறுக்கவில்லை. அவள் சொல்வதாக அமைந்த செய்யுள் இது.)

என்ஆ வதுகொல் தானே -முன்றில்
தேன்தேர் சுவைய திரள்அரை மாஅத்துக்
கோடைக்க ஊழ்த்த கமழ்நறுந் தீங்கனிப்
பயிர்ப்புறப் பலவின் எதிர்ச்சுளை அளைஇ
இறாலொடு கலந்த வண்டுமூசு அரியல்
நெடுங்கண் ஆடுஅமைப் பழுநிக் கடுந்திறல்
பாப்புக்கடுப்பு அன்ன தோப்பி வான்கோட்டுக்
கடவுள்ஓங்கு வரைக்க ஓக்கிக் குறவர்
முறித்தழை மகளிர் மடுப்ப மாந்தி
அடுக்கல் ஏனல் இரும்புனம் மறந்துழி
யானை வவ்வின தினைஎன நோனாது
இளையரும் முதியரும் கிளையுடன் குழீஇச்
சிலைஆய்ந்து திரிதரும் நாடன்
நிலையா நல்மொழி தேறிய நெஞ்சே?

வீட்டு முற்றத்திலேயுள்ள, திரண்ட அடியினையுடைய மாமரத்தின், தேனென்று சொல்லத்தக்க சுவையுடைய கோடைக்காலத்தே முதிர்ந்த, மணங்கமழும் இனிய கனிகளுடனே, பிசினைக் கொண்ட பலாமரத்தினது ஒளி பொருந்திய சுளைகளை விரவித் தேனோடும் கூட்டிக் கலந்தது, வண்டு மொய்க்கும் அரியல் என்பது. நீண்ட கணுவிடையுள்ள அசையும் மூங்கிலினின்றும் வெட்டிக் கொணர்ந்த குழாயில், அந்த அரியல் நெடுங்காலம் இருந்து முதிர்ச்சியும் அடைந்தது. கடுமையான வேகத்தையுடைய கடவுள் உறையும் மலைக்குப் படைத்துப், பின்னர்த் தளிரினாலான தழையுடையணிந்த மகளிர் உண்பிக்கக், குறவர்கள் உண்டனராயினர். அதனாற் பக்கமலையிடத்துப் பெரிய தினைப்புனங்களைக் காவல் செய்வதனையும் மறந்தவராயினர்.

காவலர் காவல் மறந்தனராகவே, யானைகள் தினைப்புனத்தைக் கவர்ந்து உண்டன. அதனைப் பொறாது இளையரும் முதியருமாகிய சுற்றமெல்லாம் ஒன்று கூடினர். வில்லை ஆராய்ந்து கைக்கொண்டவராக, அந்த யானைகளைத் தேடி மலைப்புறமெல்லாம் திரிவாராயினர். அத்தகைய நாட்டையுடையவன் தலைவன். அவனுடைய, உறுதியற்ற, நன்மை தருவது போன்று சொல்லப்பெற்ற சொற்களை மெய்யானவை என்று தெளிந்து மேற்கொண்ட நெஞ்சமே! இனி என்னென் நமக்கு நிகழுமோ? (அறியாது யானும் கலங்குகின்றேனே!)

சொற்பொருள்: 1. முன்றில்- வீட்டின் முற்றம். 3. கோடைக்கு ஊழ்த்த- கோடைக்காலத்தே தோன்றிமுதிர்ந்த: இதனைக் கோடை மாங்காய் என்பர்; காலத்துக் காய்ப்பதிலும் சுவைமிகுதி கொண்டிருப்பது இது 4. பயிர்ப்பு உறு - பிசினைப் பொருந்திய. எதிர்ச்சுளை- ஒளியுடைய சுளை; பலாச் சுளைகளின் பொன்னிறச் செவ்வியைக் குறித்ததாம். 5. இறால்-தேன். அரியல்-மாங்கனியும் பலாக்கனியும் தேனும் கூட்டிக் கலந்த கலவை. 6. ஆடமை-அசையும் மூங்கில். நெடுங்கண்- கணுக்களுக்கு இடையே நெடிதாக விளங்கும் தன்மை. 7. கடுப்பு - வெருட்சி: சீற்றத்து வேகம். தோப்பி - தோப்பிக்கள். வான் கோடு - உயர்ந்த மலைமுடி. 9. முறித்தழை மகளிர்- தளிராலான தழையுடை அணிந்த குறக்குடிப் பெண்கள். 11. நோனாது-பொறாது. 14. நிலையா நன் மொழி-நன்மொழி நிலையாது போய்ப் பொய்ப்படுதல்; வார்த்தை பிறழ்தல். தேறிய - தெறிந்த.

விளக்கம்: 'தேன் தேர் சுவை' என்றது, தேனின் சுவையோ எனச் சுவையின் இனிமையைக் கருதச் செய்யும் இனிதான சுவை. அந்நாளைய தோப்பிக்கள் எப்படிச் செய்யப்பட்டதென்ற செய்முறையினை அறிக. மாங்கனியும் பலாச்சுளையும் தேனும் ஒன்றுகூட்டிப் பிசைந்து, மூங்கிற் குழாய்களிலே நெடுநாள் அடைத்துவைத்து

முதிர்ந்தபின், அது புளித்த தோப்பிக்கள் ஆகின்றது. அதனை உண்டவர் கொள்ளும் வெறிக்கப் பாம்பின் சீற்றத்தை ஒப்பாகக் கூறினர்.

'காக்கும் கடமைபூண்ட குன்றவர். அத்தகைய கள்ளினை மாந்திவிட்டுக் கடமையினின்றம் நழுவிப்போகப், புனத்தை யானை மேய்ந்த அழித்துவிட, அதன்பின், அதனைத் தேடி வில்லுடன் காடெல் லாம் திரியும் நாடன்' என்று தலைவனைக் குறித்தனள். இது, 'அவனும் தன்னை முறையாக மணத்தலை மறந்து, காமத்தால் கட்டழிந்து, தன் உறுதிமொழிகளையும் பொய்த்துத், தனக்கு அலராலும்ட பசலை யாலும் அழிவினை நேரச் செய்கின்றனள்; தன் நலனழிவிற்குப் பின்னர்த்தான் அவன் தன் கடமையை உணர்வான் போலும்' என்று குறிப்பாக அறிவுறுத்தியதாம். இதனால், விரைவில் தலைவியை மணந்து கூடுதலில் அவன் மனம் செல்லும் எனத் தெளிதல் வேண்டும்.

'வான்கோட்டுக் கடவுள்' என்றது, குன்றவர் கடவுளான முருகனைக் குறித்ததும் ஆம். 'காவலர் மயங்கியவழி யானை புனத்தை மேய்ந்தாற் போலத், தலைவன் வரைந்து கொள்ளாது காலம் கடக்கும் போது, பசலையால் அழகு கெட்டும், அலரால் வேதனையுற்றும் அழிவள்' என்பதனையும் புலப்படுத்தினாள் ஆம்.

349. எதற்கோ நினைந்தனர்?

பாடியவர்: மாமூலனார். **திணை**: பாலை. **துறை**: தலைமகன் பிரிவின்கண் தோழிக்குத் தலைமகள் சொல்லியது. **சிறப்பு**: நன்ன னுக்கு உரித்தாயிருந்த ஏழிற் குன்றத்தின் தன்மை.

(தன்னுடைய அன்புற தலைவியைப் பொருள் தேடிவருகின்ற விருப்பினனாகக், காடுபலவும் கடந்து, வேற்று நாடு சென்றுள்ளனன் தலைவன். அவனுடைய பிரிவினாலே வாட்டமுற்றுத், தன் அழகும் குன்றியவளாக நலிந்திருக்கும் தலைவி, அவனுடைய பிரிவினை நினைந்து மனம் மாழ்கியவளாக இப்படிக் கூறுகின்றனள். இந்தத் துறையமைய விளங்குவது செய்யுள்.)

அரம்போழ் அவ்வளை செறிந்த முன்கை
வரைந்துதாம் பிணித்த தொல்கவின் தொலைய
எவன்ஆய்ந் தனர்கொல் - தோழி! ஞெமன்ன
தெரிகோல் அன்ன செயிர்தீர் செம்மொழி
உலைந்த ஒக்கல் பாடுநர் செலினே

உரன்மலி உள்ளமொடு முனைபா ழாக
அருங்குறும்பு எறிந்த பெருங்கல வெறுக்கை
சூழாது சுரக்கம் நன்னன் நல்நாட்டு
ஏழிற் குன்றத்துக் கவாஅன் கேழ்கொளத்
திருந்துஅரை நிவந்த கருங்கால் வேங்கை

எரிமருள் கவளம் மாந்திக் களிறுதன்
வருநுதல் வைத்த வலிதேம்பு தடக்கை
கல்லூர் பாம்பின் தோன்றும்
சொல்பெயர் தேஎத்த சுரன்இறந் தோரே.

தோழி! பொருள்களின் நிறையினைத் தெரிதற்கு உதவும் துலாக்கோலை ஒத்தன குற்றமற்ற செம்மையான சொற்கள், அவற்றை உடையவன் நன்னன் என்பவன். வறுமையினால் அழிந்த சுற்றத் துடனே கூடியவராகப், பாடுந் தொழிலுடையோர் சென்றனராயின், ஊக்கமிகுந்த உள்ளத்தோடு பகைவரின் போர்முனை பாழாகும்படி வெற்றிகொண்டு, அவருடைய அரிதான அரணையும் அழித்துக் கொண்டுவந்த, பெரிதான அணிகள் முதலான செல்வங்களை, எதனை யும் ஆராயாது வாரி வழங்கி உதவுபவன் அவன். அவனுடைய நன்மை பொருந்திய நாட்டிடத்தேயுள்ள, ஏழிற்குன்றத்தின் மலைச்சாரலில்-

நிறம் பொருந்தச் செவ்விதான அடிமரம் உயர்ந்துள்ள கரிய அடியினை உடைய வேங்கை மரத்தின், தீயைப் போலச் செந்நிறத் தைக் கொண்டு விளங்கும் பூக்களை உண்டு, களிறானது, தன் வரிகள் பொருந்திய நெற்றியிடத்தேயாக வைத்துள்ள வலிமை குன்றிய பெரிய கையானது, குன்றிடத்தே ஊர்கின்ற பாம்பினைப் போலத் தோற்றம் அளிக்கும். அத்தகைய மொழி வேறுபட்ட நாட்டிடத்ததான, சுரநெறியினையும் கடந்து சென்றவர் நம் காதலர்.

அங்ஙனம் சென்ற அவர்-

அரத்தால் பிளந்து ஆக்கப்பெற்ற அழகிய வளைகள் செறிந்த எம் முன்கையினைத், தாம் எம்மை வரைந்து கொண்டவராகப் பற்றிக்கொண்டு தலையளிசெய்த, அந்தப் பழைய எம் அழகெல்லாம் தொலைந்துபோகுமாறு, எதனைத் தான் அமைவது குறித்துக் கருதி னாரோ? (அதனை யான் அறியேனே?)

சொற்பொருள்: 2. வரைந்து - தன் தலைவி அவளே எனக் குறித்து. 3. ஆய்ந்தனர்-கருதினர். ஞெமன்ன் தெரிகோல்-துலாக் கோல். 5. உலைந்த-அழிவடைந்த. 6. உரன்-ஊக்கம். முனை-பகைவரின் போர் முனை. 7. பெருங்கல வெறுக்கை - பெரிதும் மதிப் புடைய அணிகள் முதலான செல்வம். 8. சூழாது - ஆராயாது; பாடுவார் தகுதியையோ, அல்லது பொருளை அடைதற்குத் தான் மேற்கொண்ட முயற்சிகளையோ கருதாது. 11. எரி மருள் கவளம்-தீயையொத்த உணவு; வேங்கையின் செந்நிறப் பூக்களாகிய கவளம் என்க. 14. சொல் பெயர் தேயம்-மொழி வேறுபட்ட நாடு; பிறமொழி வழங்கும் நாடு.

விளக்கம்: 'சொல் பெயர் தேஎம்' என்றது, நன்னனின் ஏழிற் குன்றத்துக்கும் அப்பாலுள்ள நாடு என்க. 'வளைசெறிந்த முன்கை வரைந்து தாம் பிணித்த தொல்கவின் தொலைய' என்றனள், புரிவின்

மெலிவினாலே முன்கை வளைகள் தம் செறிவு நீங்கித் தளர்ந்து சோர்கின்ற தன்மையை நினைந்தனளாக. நன்னன் வாய்மையுடை யான் என்பதனைக் கூறுவார். ‘ஞெமன்ன தெரிகோல் அன்ன செயிர்தீர் செம்மொழி’ என்றனர். இது, தலைவன் தன் வாய்மொழீ பிழைத்தத் தன்னைப் பிரிந்ததை நினைந்து நொந்தவளாகிக் கூறியதாம். நன்னனின் வள்ளன்மையைக் கூறினாள், ஏதிலாரான பிறர்க்கு வழங்கி மகிழும் அவனைப் போலாது, உரிமையுடைய எமக்கம் அருளாது தலைவர் சென்றனரே என்ற குறிப்பினாலாம். ‘வேங்கைப் பூக்களை மாந்திக்களிறு தன் நெற்றியின் மீது கைவைத்து இருத்தலைக் கூறியது, அது மதச் செருக்குற்று அலையும் தன்மையுடைய காடு என்றதாம். களிற்றின் நுதல் கல்லுக்கம், தடவும் அதன் கை பாம்புக் கும் உவமைத்தோன்றக் ‘கல்லூர் பாம்பின் தோன்றம் என்றனள்’ ‘வேங்கையைத் தன் பகையான புலியென அஞ்சி ஒதுங்கும் இயல் புடைய களிறு, அதன் பூக்களை உண்டதென்றது, வேறு உணவு கிடைக்காமையால் என்று அறிக. மேலும், வேங்கை பூத்தல் வரைந்து கோடற்கு உரிய காலமாதலால், அதனை நினைந்ததும் ஆம். இதனால், இந்தப் பிரிவு வரைவிடைவைத்துப் பொருள்வயிற் பிரிந்தது எனவும் உணர்க.

350. எம் சிறிய ஊர்!

பாடியவர்: சேந்தன் கண்ணனார். **திணை:** நெய்தல். **துறை:** பகற்குறி வந்து நீங்கும் தலைமகற்கத் தோழி சொல்லியது. **சிறப்பு:** கொற்கைப் பேரூர்.

(நெய்தல் நிலத்துத் தலைவன் ஒருவன், அந்நிலத்துத் தலை மகள் ஒருத்தியைக் கண்டு காதலித்துக் களவிற்கூடி இன்புற்ற வருகின் றான். அவர்கள் கூட்டம், பகற்போதிலே கானற்சோலையிடத்தே நிகழ் கின்றது. தலைவியின் ஆருயிர்த் தோழியும் தலைவியின் காதலுக்குத் துணை நிற்கின்றாள். நெடிது இந்தக் கள்ள உறவினைச் செல்ல விடாது, மணவினையினை விரைய நிகழ்விக்க விரும்புகின்றாள் அவள். அந்த எண்ணந் தோன்றப், பகற்குறி வந்து நீங்கும் தலைமக னிடத்தே, இங்ஙனம் கூறுகின்றனள்.)

கழியே, சிறுகுரல் நெய்தலொடு காவிகூம்ப
எறிதிரை ஓதம் தரல்ஆ னாதே
துறையே, மருங்கின் போகிய மாக்கவை மருப்பின்
இருஞ்சேற்ற ஈர்அளை அலவன் நிவப்ப
வழங்குநர் இன்மையின் பாடுஆன் றன்றே;
கொடுநுகம் நுழைந்த கணைக்கால் அத்திரி
வடிமணி நெடுந்தேர் பூண ஏவாது
ஏந்துஎழில் மழைக் கண் இவள்குறை யாகச்

சேர்ந்தனை சென்மோ - பெருநீர்ச் சேர்ப்ப! -
இலங்குஇரும் பரப்பின் எறிசுறா நீக்கி
வலம்புரி மூழ்கிய வான்திமிற் பரதவர்
ஒலிதலைப் பணிலம் ஆர்ப்பக் கல்லெனக்
கலிகெழு கொற்கை எதிர்கொள இழிதரும்
குவவுமணல் நெடுங்கோட்டு ஆங்கண்
உவக்காண் தோன்றும்எம் சிறுநல் ஊரே!
கடற்கரை நாட்டிற்கு உரிய தலைவனே!

கழியிடத்தே விளங்கும் சிறத்த பூங்கொத்துக்களையுடைய நெய்தலுடனே, செங்கழுநீர்ப்பூவும் தம்முடைய இதழ்கள் குவியப் பெற்றுள்ளன. வந்து மோதுகின்ற அலைகள் அமைதலற்ற நிலையிலே, கடலோதமும் நிலையாக விளங்குகின்றது. துறையிடத்தே, பக்கத்தே நீண்ட பெரிய கவர்த்த கோட்டினையுடைய கருஞ்சேற்றிலுள்ள ஈரமான வளையிலிருக்கும் நண்டும் மேலே வந்துவிட்டது. இப்படியாகக் கடற்றுறையும் செல்வோர் இல்லாமையினாலே ஒலியடங்கியதாயிற்று.

விளங்கும் பெரிதான கடற்பரப்பிலே, கொல்லுந் தகையினையுடைய சுறாமீன்களை ஒதுக்கியவராக, வலம்புரியின் முத்தினை எடுப்பதற்காகக் கடலுள் மூழ்கிய, பெரிய படகினை உடையோரான பரதவர்கள், ஒலியினைத் தம்பால் உடைய சங்குகள் கல்லென ஆரவாரிக்க, ஆரவாரத்தையுடைய கொற்கைப்பட்டினத்தோர் தம்மை எதிர்கொண்டு வரவேற்குமாறு, படகுகளிலே வந்து கரையிறங்குவர். மணல் திரண்டு கிடக்கும் நெடிய கரையான அவ்விடத்தே, எம்முடைய சிறிய நல்ல ஊரானது, அதோ தோன்றுவதனைப் பாராய்!

வளைந்த நுகத்திலே பூட்டியிருக்கப் பெற்றிருக்கின்ற திரண்ட மணியினையுடைய குதிரைகளை, நெடிய தேரிலே பூட்டும்படியாகப் பாகளை ஏவுதல்வேண்டா. உயரிய எழில்கொண்ட குளிர்ச்சியான கண்களையுடைய இவளின் பொருட்டாக, இன்றிரவு எம் ஊரிலே தங்கியிருந்து செல்வாயாக!

சொற்பொருள்: 1. குரல்-கொத்த, தினைக் கதிரைப் போல விளங்குவது எனலாம் குரல் என்றனர் போலும்! காவி-செங்கழுநீர்ப்பூ; செங்குவளை எனவும் கூறுவர். 2. எறிதிரை - கரையிடத்தே மோதுகின்ற அலைகள். ஓதம்-கடற்கரையிடத்ததான நீர்க்கசிவு. 4. இருஞ்சேறு - கரிய சேறு. அளை-வளை. நிவப்ப-வளையினின்றும் மேலே எழ. 5. பாடு ஆன்றின்று-ஒலி அடங்கியதாய் உள்ளது. 6. கொடு நுகம் - வளைந்த நுகம். கணைக்கால் - திரட்சியுள்ள கால். அத்திரி-கோவேறு கழுதை. 7. வடிமணி-வடித்தலையுடைய மணி. 8. இவள் குறையாக-இவள் பொருட்டாக. 10. எறி சுறா-கொல்லுந் தன்மையுடைய

சுறாமீன். 12. ஒலிதலைப் பணிலம் - ஒலிமுழக்கும் தன்மையுடைய சங்கினம். 14. கோடு - கரை.

விளக்கம்: நெய்தலும் காவியும் கூம்புதலும், துறை ஓதம் தரலானாத தன்மையுடைமையும், அலவன் நிவப்ப வென்றலும், துறை பாடான்றமைந்த தன்மையும், பகற்போது கழிந்து, மாலையும் மயங்குவதை உணர்த்துவனவாம். அத்திரி தேர் பூண ஏவாது என்றமை, அந்நாளிலே கோவேறு கழுதைகளையும் தேர்களிற் பூட்டிச் செலுத்தும் மரபு நிலவிற்று என்பதனைக் காட்டுவதாம்.

தம்முடைய குடிப்பெருமையினைக் கூறுவாள், 'இலங்கிரும் பரப்பின்...... கொற்கை எதிர் கொள இழிதரும்' என்ற கூறினள். 'வலம்புரி மூழ்கிய வான்திமில் பரதவர்' என்றது, அந்நாளிலே கொற்கைத்துறையில் பரதவர் முத்தும் சங்கும் கடலுள் மூழ்கி எடுத்த செயலாற்றலையும், 'ஒலிதலைப் பணிலம் ஆர்ப்பக் கல்லெனக் கலிகெழு கொற்கை எதிர்கொள இழிதரும்' என்றது, அவருடைய அரிய தொழிற்பாட்டைக் கொற்கைப் பேரூர் ஆர்வமுடன் வரவேற்றுப் போற்றிய சிறப்பினையும் குறிப்பதாம்.

351. எழுது சுவர் நினைந்தாள்!

பாடியவர்: பொருந்தில் இளங்கீருனார். **திணை:** பாலை. **துறை:** பொருணமுற்றி மறுத்தரா நின்ற தலைமகன் தன் நெஞ்சிற்குச் சொல்லியது.

(தலைவன் ஒருவன் பொருள்தேடி வருதலின் பொருட்டாகத் தன்னுடைய ஆருயிர்க் காதலியைப் பிரிந்து வேற்று நாட்டிற் சென்றிருந் தனன். செய்வதற்குக் கருதிய வினை முற்றுப்பெற்று, அவன் மீண்டும் தன்னுடைய ஊரினை நோக்கியவனாக வந்து கொண்டும் இருக்கின் றான். அப்போது, அவன் மனம், தன் பிரிவினை நினைந்து ஏங்கி யிருக்கும் தன் தலைவியின் நினைவிலே செல்ல, அவன், தன் நெஞ்சுடன் கூறிக் கொள்வதாக அமைந்த செய்யுள் இது.)

வேற்றுநாட்டு உறையுள் விருப்புறப் பேணி
பெறல்அருங் கேளிர் பின்வந்து விடுப்ப
பொருள்அகப் படுத்த புகல்மலி நெஞ்சமொடு
குறைவினை முடித்த நிறைவின் இயக்கம்
அறிவுறூஉம் கொல்லோ தானே - கதிர்தெற
கழலிலை உகுத்த கால்பொரு தாழ்சினை
அழல் அகைந் தன்ன அம்குழைப் பொதும்பில்
புழல்வீ இருப்பைப் புன்காட்டு அத்தம்
மறுதரல் உள்ளமொடு குறுகத் தோற்றிய
செய்குறி ஆழி வைகர்தோறு எண்ணி

எழுதுசுவர் நினைந்த அழுதுவார் மழைக்கண்
விலங்குவீழ் அரிப்பனி பொலங்குழைத் தெறிப்ப
திருந்திழை முன்கை அணல் அசைத்து ஊன்றி
இருந்துஅணை மீது பொருந்துவிக் கிடக்கை
வருந்துதோள் பூசல் களையும் மருந்தென
உள்ளுதொறு படூஉம் பல்லி
புள்ளத்தொழுது உறைவி செவிமுத லானே?

நெஞ்சமே! வேற்று நாட்டிலே தங்குதலை விருப்பமுடன் மேற்கொண்டனை. பெறுதற்கரிய சுற்றத்தினர் பின்வந்து விடைதந்து அனுப்ப வந்தனை! பொருளினை ஈட்டிக்கொண்ட விருப்பம் மிகுந்த நெஞ்சத்துடனே. குறைப்பட்ட செயலினை முடித்த நிறைவினாலே உண்டாகிய இயக்கத்தினையும் பெற்றுள்ளனை!

ஞாயிற்றுக் கதிர்கள் வெதுப்புதலால், கழன்ற இலைகளை உதிர்த்த, காற்றுப் பொருந்திய தாழ்ந்த கினைகளிலே, நெருப்புக் கொபந்துவிட்டு எரிந்தாற்போல விளங்கிய அழகிய தளிர்களை யுடைய மரச்செறிவிலே, உட்டுளை கொண்ட பூக்களையுடைய பொலி வற்ற இருப்பைமரக் காட்டின் வழியூடே, மீண்டும் நம்மூர் செல்லும் நினைவுடன் அடைந்திருக்கின்றனை.

தோற்றிய செய்குறியாகிய வட்டத்தினை நாள்தோறும் எண் ணியவளாக, அவற்றை எழுதிய சுவரினை நினைந்தாளாக, அழுது சொரியும் அவளின் குளிர்ந்த கண்களிலிருந்து விலகி விழுகின்ற நீர்த்துளிகள், அவளுடைய பொற்குழைகளின் மீதே தெறித்து விழுந்து கொண்டிருக்கும். திருந்திய அணியினையுடைய முன்கையினைத் தன் கவுளின் பொருந்தவைத்து, மலரணைமீது இருந்தவளாக, வருத்த முறும் தன் தோள்களின் வருத்தத்தைப் போக்கும் மருந்து என எம்மையே நினைவாள். அங்ஙனம் அவள் நினையுந்தோறும், ஒலிக் கின்ற பல்லியானது, புள் நிமித்தத்தினைப் பரவியிருக்கும் அவ ளுடைய காதினிடத்தே, எம் வரவினையும் அறிவுறுத்துமோ?

சொற்பொருள்: 1. உறையுள் - தங்கியிருத்தல். பேணி - மேற்கொண்டு. 2. பெறலருங் கேளிர் - பெறுதற்கரிய சுற்றத்தினர். விடுப்ப - வழியனுப்ப. 3. அகப்படுத்த - தேடிக் கைக்கொள்ள. புகல் - விருப்பம். 4. குறைவினை-குறையாகிய செய்வினை. 6. கழல் இலை - கழன்று வீழும் இலைகள். 7. அகைந்தன்ன- கொழுந்துவிட்டு எரிந்தாற்போன்ற, 9. மறுதரல்-மீண்டு வரல். 10. செய்குறி ஆழி- செய்யுங்குறியாகிய ஆழி என்க. 11. சுவர் நினைத்த - சுவரினை நினைந்த; சுவரில்விளங்கும் வட்டங்களின் மிகுதியை நினைந்த; நனைந்த எனவும் பாடம். 12.விலங்கி-குறுக்காக விடுபட்டு. அரிப்பனி - மெல்லிய கண்ணீர்த் துளிகள். 13. அணல்-கவுள்; கன்னம். 15. தோட்பூசல் - தோளின் நலிதலாகிய காமநோய்.

விளக்கம்: 'தோள் நலிவுக்கு மருந்தாகத் தலைவனின் அணைப்பினை என்று பெறுவோம்?' எனக் கவலையுற்றுப் புள் நிமித்தத்தை வேண்டியிருக்கும் தலைவிக்குக் கேட்குமாறு, ஒலிக்கும் பல்லியின் செயல், தான் திரும்பி வந்து கொண்டிருப்பதான செய்தியினை அவளுக்கு அறிவுறுத்துமோ?' என எண்ணுகின்றான் அவன். 'கழலிலை புகுத்த கால்பொரு தாழ்சினை அழல் அகைந்தன்ன அங்குழைப் பொதும்பில், புழல்வீ இருப்பைப் புன்கான் அத்தம், மறுதரல் உள்ளமொடு குறுக' என்றது, கோடை நீங்கிக் கார்காலத் தொடக்கமும் வந்துற்றதனைக் கூறியதாம். அதனால், தான் திரும்புங் காலம் வந்ததெனத் தலைவி தன்னை எதிர்நோக்கியவளாக ஏக்க முற்றிருப்பாள் எனக் கருதுகின்றான் அவன்.

'செய்குறி ஆழி வைகல்தோறும் எண்ணி' என்றது, தன் கணவன் பிரிந்த நாளினை, நாளுக்கு ஒரு பொட்டாகச் சுவரிலிட்டு, அதனை எண்ணி எண்ணி ஏக்கமுறும் தன்மையினைக் கூறியதாம். 'நாளொற்றித் தேய்ந்த விரல்' என்ற குறளின் கருத்தையும் நினைக்கவும்.

'உள்ளுதொறு படூஉம் பல்லி, புள்ளுத்தொழு துறைவிசெவி முதலானே...... அறிவுறுங் கொல்லோ' என்றதனைக் கவனிக்க, அந்நாளிலும், புள்நிமித்தம் நோக்கலும், பல்லி சொல்லுதலை நன்மை என்று கருதுதலும் ஆகிய பழக்கங்கள் இருந்தன என, இவை காட்டும்.

352. வதுவை நாளினும் இனியன்!

பாடியவர்: அஞ்சியத்தை மகள் நாகையார்; அஞ்சிலாந்தை மகள் நாகையார் எனவும், அஞ்சிலாந்தை மகனார் எனவும் பாடம். திணை: குறிஞ்சி. துறை: வரைந்து எய்திய பின்றை, மணமனைக்கட் சென்ற தோழிக்குத் தலைமகள் சொல்லியது. வரைவு மலிந்து சொல்லிய தோழிக்குத் தலைமகள் சொல்லிய தூஉம் ஆம். சிறப்பு: அதியமான் நெடுமான் அஞ்சியின் புகழினைப் பாடுகின்ற பாணரின் தன்மை.

(களவிலே முதற்கண் உறவாடிவந்த காதலன், தன்னை வரைந்து வந்தானாகத், தன் பெற்றோரும் சுற்றமும் தன்னை அவனுக் குத் தருதற்க இசைந்ததனால், மணவினையும் நிகழப் போகும் சமயத் தில், அந்த மகிழ்விலே திளைத்துக் கொண்டிருக்கிறாள் தலைவி. அப்போது, அம் மனைக்கண் வந்த தன் தோழியிடம் அவள் தனக்குக் களவுக் காலத்தே உதவிய தகைமையினை நினைந்தாளாக, இங்ஙனம் கூறுகின்றனள் தலைவி. அல்லது-

வரைவுக்குத் தமரும் உடன்பட்ட செய்தியைத் தன்னிடத்தே வந்து கூறிய தன் தோழிக்குத் தலைவி கூறியதாகவும் கொள்ளலாம்.)

'முடவுமுதிர் பலவின் குடம்மருள் பெரும்பழம்
பல்கிளைத் தலைவன் கல்லாக் கடுவன்
பாடிமிழ் அருவிப் பாறை மருங்கின்
ஆடுமயில் முன்னது ஆகக் கோடியர்
விழவிகொள் மூதூர் விறலி பின்றை
முழவன் போல அகப்படத் தழீஇ
இன்துணைப் பயிரும் குன்ற நாடன்
குடிநன்கு உடையன் கூடுநர்ப் பிரியலன்
கெடுநா மொழியலன் அன்பினன்' என நீ
வல்ல கூறி வாய்வதின் புணர்த்தோய்
நல்லை காண் இனிக்-காதல் அம்தோழீஇ! -
கடும்பரிப் புரவி நெடுந்தேர் அஞ்சி
நல்லிசை நிறுத்த நயம்வரு பனுவல்
தொல்லிசை நிறீஇய உரைசால் பாண்மகன்
எண்ணுமுறை நிறுத்த பண்ணி னுள்ளம்
புதுவது புனைந்த திறத்தினும்
வதுவை நாளினும் இனியனால் எமக்கே.

அன்புமிக்க அழகிய தோழியே! ஆராய்ந்தால், நீதான் எத்துணை நல்லவள்!

பல சுற்றங்கட்குத் தலைவனாகிய அறியாமை கொண்ட ஆண் குரங்கு ஒன்று, வளைதல் மிகுந்த பலாமரத்தின் குடத்தினைப் போல விளங்கிய பெரிய பழத்தினைத் தன்பால் பொருந்தத் தழுவிக் கொண்டதாகித், தன் இனிய துணையான பெண் குரங்கினை அழைக் கும். அந்தக் காட்சி, மிகவும் ஒலி முழங்கும் அருவியினையுடைய கற்பாறைப் பக்கத்தே, ஆடுகினற மயிலொன்று தனக்கு முன்னே நிற்பதாகவும் நிகழ்ந்தது. அது, கூத்தர் விழாக்கொண்டாடும் பழமை யான ஊரினிடத்தே, விறலியின் பிறகே நிற்கின்ற முழவு இயம்பு வோனைப்போலத் தோற்றும். அத்தகைய நாட்டையுடையவன் நம் தலைவன்.

''அவன் நற்குடிப் பிறந்த பண்பினையும் உடையவன். தன் னுடன் கூடினாரைப் பிரியாத அன்பினையும் உடையவன். நாவால் கெடுதலான சொற்களைக் கூறுபவன் அல்லன். நம்பால் அன்பு கொண்டவன்.'' எனவெல்லாம் நீ வலிமையுடன் அவனைப் பற்றி என்பாற்கூறிப், பொருத்தமுற என்னையும் கூட்டிவைத்தனை.

கடிய வேகத்தையுடைய குதிரைகள் பூண்ட நெடிய தேரினை உடையவன் அஞ்சி. அவனுடைய தொன்மையான புகழை நிலை நிறுத்தியவனான, புகழ்சான்ற பாண்மகனானவன், வல்லிசைகளை

வரையறுத்த இனிமைமிக்க இசைநூலின்கண். எண்ணு முறையெல்லாம் வழுவாது நிலைபெறுத்தி இயற்றிய பண்களினுள்ளும், புதுப் புதுத் திறன்களைக் காட்டியவனாகப் புனைந்த அத்திறத்தினைக் காட்டினும், எம் காதலன், இவ்வதுவை நாளினும், எமக்கு இனியனாகவே உள்ளனன்!

சொற்பொருள்: 1. முடவுமுதிர்- வளைவு மிகுந்த: முடவு முதல் எனவும் பாடம்; பொருள், வளைந்த அடிமரத்தையுடையது என்பதாம். 2. பல்கிளைத் தலைவன் - பல சுற்றங்களுக்கும் தலைவனாக உள்ள; கல்லாக் கடுவன்-இளமையுள்ள கடுவனும் ஆம். 4. கோடிடியர் - கூத்தர்.5. விறலி-ஆடுமகள். 6. முழவன்-முழவு இயம்புவோன். அகப்படத் தழீஇ-பொருந்தத் தழுவிக்கொண்டு, இன்றுணைப் பயிரும் - இனிதான தன் துணையினை அழைக்கும். 9. கெடு நாமொழி யலன்- நாவாற் கேடானவற்றைக் கூறுவானல்லன். 10. வல்லகூறி- வலியுறுத்திக் கூறி; சிறப்பித்துக் கூறியும் ஆம். 11. காணில்-ஆராய்ந் தால். 13. நயவரு பனுவல்-இனிமை வருதலையுடைய நூல்; இசை நூல். 14. உரை சால் -புகழ்மிக்க. 15. எண்ணுமுறை நிறுத்த - அலகிடு தலின் முறைக்குப் பொருந்த நிலைபெறுத்திய எனலும் ஆம். 16. புதுவது புனைந்த திறம் - புதுமைதோன்ற அவன் கைவண்ணங் காட்டிய திறமை. 17. வதுவை நாளினும் - தலைநாட் களவிற் புணர்ச்சி பெற்ற அந்நாளினும் காட்டில், மணநாளினும்.

விளக்கம்: கடுவன் பலாப்பழத்தைத் தழுவிக்கொண்டதாக, அருவியொலி இசைக்க ஆடும் மயிலினைக் கொண்ட பாறை மருங்கிலே, விறலி பின்றை விளங்கும் முழவனைப் போலத் தோற்றியது என்க. அது, அதனைத் தான் உண்ண முனையாது இன்துணைப் பயிர்தல், அதன் காதற்பெருக்கினை உணர்த்துவதாம். பல்கிளைத் தலைவனாகிய அது, அக்கிளைகளை எல்லாம் அழையாது, தன் இன்துணையினை அழைத்தது, அவற்றினும் துணையின்பாற்கொண்ட அன்பின் மிகுதிபற்றியாம். அத்தகைய தன்மையினையுடைய நாடன் எனவே, தலைவனும் தலைவிபாற் பேரண்பும் பெருங்காதலும் உடையவன் என்பதும் கூறினர்.

'குடி நன்கு உரையவன்' என்றது, நற்குடிப் பிறத்தலினாலே ஒருவன்பால் படிக்கினற் நல்லியல்புகள் பலவற்றையும் அவனும் உடையன் என்றதாம். இதனால், குடிச்சிறப்பு அக்காலத்துப் பெரிதும் போற்றிக் கொள்ளப்பட்ட தென்பதும் புலனாகும்.

கெடுநா மொழியலன்-நாவாற் கேடாயின கூறுதல் இல்லாதவன். என்க. சொற்கள் பொய்ப்பட்டு அழியுமாறு பொய்ம்மை புகல்வான் அல்லன் எனவும் கூறலாம்.

'நல்லிசை நிறுத்த நயவரு பனுவல் தொல்லிசை நிறீஇய உரைசால் பாண்மகன்' என வருவன, அந் நாளில் இசைத்துறை

நுட்பங்களை வகுத்துக்கூறும் தமிழ் நூல்கள் தமிழகத்து நிரம் நிலவியதனை வலியுறுத்தும்.

உள்ளுறை: பல்கிளைத் தலைவனாகிய கடுவன் பலாப் பழத்தினை அகப்படுத்துத் தன் இனிய துணையைப் பயிரும் நாடன் என்றது, அங்ஙனமே தலைவனும் தன் காதலிபாற் பேரன்பு கொண்டவன் என்பதனை உணர்த்துவதாம்.

மேற்கோள்: ''தலைவனது பண்பினைத் தோழீ கூறியவாற்றால், தான் நிறுத்திக் கூறுதற்கண்ணும்'' என்று உரைத்தவராக, இச் செய்யுளை, 'அவனறிவாற்ற வறியுமாகலின்' என்னும் தலைவிகூற்றில், நிறுத்தற்கண்ணும் என்னும் பகுதியிற் காட்டுவர், இளம்பூரணனார்.

353. நினைவாய் அல்லையோ!

பாடியவர்: மதுரை அளக்கர் ஞாழலார் மகனார் மள்ளனார்; அம்மள்ளனார் எனவும் பாடம். **திணை:** பாலை. **துறை:** முன்னொரு காலத்துப் பொருள்வயிற் பிரிந்த தலைமகன் பொருண்முற்றி வந்திருந்த காலத்து, மீண்டும் பொருள் கடாவின் நெஞ்சிற்குச் சொல்லியது.

(தன் அன்புறு மனைவியுடனே கூடியவனாக வாழ்ந்தனன் தலைவன் ஒருவன். அவன், பொருள் வேட்கையினனாக, முன்பொரு சமயத்துத் தன் மனைவியைப் பிரிந்துசென்று, பொருள் தேடிவந்து, பின்னர் அவளோடு இன்புற்றிருப்பவன். மீளவும், அவனுள்ளத்தே பொருளார்வம் எழ, அவன், முன்னர்ப் பிரிவினாலே தான் அடைந்த துயரினை எண்ணியவனாக, இவ்வாறு தனக்குள் கூறிக் கொள்ளுகின்றான்.)

ஆள்வினைப் பிரிதலும் உண்டோ? பிரியினும்
கேளினி- வாழிய நெஞ்சே! - நாளும்
கனவுக்கழிந் தனைய வாகி நனவின்
நாளது செலவும் மூப்பினது வரவும்
அரிதுபெறு சிறப்பின் காமத்து இயற்கையும்
இந்நிலை அறியாய் ஆயினும் செந்நிலை
அமைஆடு அங்கழை தீண்டிக் கல்லென
ஞெமைஇலை உதிர்த்த எரிவாய்க் கோடை
நெடுவெண் களரி நீறுமுகந்து சுழலக்
கடுவெயில் திருகிய வேனில்வெங் காட்டு
உயங்குநடை மடப்பிணை தழீஇய வயங்குபொறி
அறுகோட்டு எழிற்கலை அறுகயம் நோக்கித்
தெண்நீர் வேட்ட சிறுமையின் தழைமறந்த
உண்நீர் இன்மையின் ஒல்குவன தளர
மரம்நிழல் அற்ற இயவின் சுரனிறந்து

உள்ளுவை அல்லையோ மற்றே- உள்ளிய
விருந்துஒழிவு அறியாப் பெருந்தண் பந்தர்
வருந்தி வருநர் ஓம்பித் தண்ணெனத்
தாதுதுகள் உதிர்த்த தாழைஅம் கூந்தல்
வீழ்இதழ் அலரி மெல்லகம் சேர்த்தி
மகிழ்அணி முறுவல் மாண்ட சேக்கை
நம்மொடு நன்மொழி நவிலும்
பொம்மல் ஓதிப் புனையிழை குணனே?

நெஞ்சமே! நீ வாழ்வாயாக!

பொருள் ஈட்டி வருவதற்காக மேற்கொள்ளுகின்ற முயற்சிப் பொருட்டாக, இனி நம் தலைவியைப் பிரிந்து போதல் என்பதும் உளதாமோ? அங்ஙனம் உளதாகிப் பிரிவாயாயினும் இனி யான் கூறுவதனைக் கேட்பாயாக.

நாளும் பொருளீட்டிவரல் என்கிற கனவுகளிலேயே ஈடுபட்டுள்ள அத்தன்மையே உடையை ஆயினாய். நனவிலே, நாட்கள் சென்று கொண்டிருப்பதனையும், மூப்பு நாளுக்கு நாள் வந்து கொண்டிருப் பதனையும், அரிதாகப் பெறுதற்குரிய சிறப்பினையுடையதான காமத்தினது இயல்பினையும், இந்நிலையிலே நீ அறிய மாட்டாய். ஆயினும், இதனைக்கேள்:

செவ்விதான நிலையிலேயுள்ள மூங்கிலின் அசைகின்ற தண்டினைத் தாக்கிக், கல்லெனும் ஒலியுடனே ஞெமை மரத்தின் இலைகளை வெப்பமிக்க கோடைக்காற்று உதிர்க்கும். நீண்ட வெண்மையான களர்நிலத்தின் புழுதியையும் முகந்து கொண்டதாக அது சுழன்றடிக்கும். கடுமையான வெயிலும் முறுகிய அவ் வேனிற் காலத்திலே, வெப்பம் மிகவுடையதான காட்டிலே, வருத்தமுற்ற நடையினையுடையதான தன் புள்ளிகளையும் அறல்பட்ட கொம்பினை யும் உடைய அழகிய கலைமானானது. தெளிந்த நீரினை உண்ணற்கு விரும்பிய விருப்பத்தினாலே, தழை தின்னலையும் மறந்ததாகி, நீரற்றுக் கிடக்கின்ற கயத்தினை நோக்கியதாக, அங்க உண்ணுதற் கான நீர் இல்லாததனைக் கண்டதும் மெலிந்து தளர்ச்சி கொள்ளும். மரங்களும் நிழலற்றுப் போய் விளங்கும், அத்தகைய வழியினை யுடைய சுரத்தினைக் கடந்து-

எண்ணிய விருந்தினர் ஒழிதலைக்கண்டறியாத பெரிதான குளிர்ந்த பந்தரின் கண்ணே வழியிடையே வருத்தமுற்றவராக வருவாரைப் பேணுபவளும், குளிர்ச்சியாகத் தாழையின் தாதாகிய துகளை அப்பிய கூந்தலின் மெல்லிய பின்னலிலே விரும்பப்படும் பூவிதழ்களை வைத்துப் பின்னியவளாக, மகிழ்ச்சியின் அணியாகத் தோன்றுகின்ற முறுவலுடனே, மாண்புற்ற பள்ளியினிடத்தே, நம்முட

னிருந்து, நம்முடன் நன்மை விளைக்கும் காதன்மொழிகளைப் பேசு கின்ற பொலிவு பெற்ற கூந்தலையுடையவளும் புனையும் அணி களை உடையவளுமான நம் தலைவியின் குணங்களை நினைவு கொண்டு மயங்குவாய் அல்லையோ? (மயங்காதிருக்கும் துணிவுண் டாயின் செல்க என்பது கருத்து.)

சொற்பொருள்: 1. ஆள்வினை-முயற்சி. 6. செந்நிலை- செவ்விய நிலை; மூங்கில் நேராக உயர்ந்து நின்ற தன்மையைக் குறித்தது. 8. எரிவாய்க் கோடை-வெப்பமிக்க கோடை. 9.களர்-களர்நிலம். நீறு-துகள்; புழுதி. சுழல-சுழன்று வீச; காற்றுச் சுழித்தடித்தது என்றது இது. 10. திருகிய-முறுகிய. 11. உயங்குநடை-வருந்தித் தளர்ந்த நடை. வயங்கு பொறி-விளங்கும் புள்ளிகள். 15. இயவு - காட்டுவழி. இறந்து-கடந்து.

விளக்கம்: 'நாளும் கனவுக் கழிந்தனைய வாகி' என்றது, நனவிலே பிரிதலால் உளதாம் பெருந்துயரத்தினைக் கருதாது, பொருள் தேடி வருதலையும், அதனாற் செய்யலாம் வாழ்வு நலன்களையும் பற்றிய கனவுகளிலே ஈடுபட்டிருக்கின்ற தன் உள்ளத்து நிலையினைக் குறித்ததாம். அதனைக் கைவிட்டு கனவின் நிகழ்ச்சிகளைக் கருதக் கூறுபவன் 'நாளது செலவும் மூப்பினது வரவும், அரிது பெறு சிறப்பின் காமத்து இயற்கையும், இந்நிலை அறியாய்' என்றனள். பொருளார் வத்தைக் கனவுக்கு ஒப்பிட்டு, வாழ்வின் மெய்ம்மையை நனவுக்கு இணையாகக் கூறுகின்ற நயத்தினை உணர்க. 'துய்த்தற்கு உரித்தான இளமைப் பருவத்தே, அரிதாகப் பெறுகின்ற சிறப்பினையுடைய காமத்தின் இயற்கையினைக் கருதாமலும், நாட்கள் அதனைப் பெறாது கழிதலை எண்ணாமலும், மூப்பின் வருகையால் அதனைத் துய்த் தற்கு உரித்தான இளமைப் பருவத்தே, அரிதாகப் பெறுகின்ற சிறப் பினையுடைய காமத்தின் இயற்கையினைக் கருதாமலும், நாட்கள் அதனைப் பெறாது கழிதலை எண்ணாமலும், மூப்பின் வருகையால் அதனைத் துய்த்தற்கு ஏலாதென்பதை உணராமலும் மயங்குகின் றனை' என்பவன், பொருளார்வக் கனவிலே மூழ்கியிருக்கும் நீ இவற்றை அறியமாட்டாய் என்பானாக, 'இந்நிலை அறியாய்' என்கின் றனன். பிரிவினாலே வந்துறும் கொடுமையைக் குறிப்பதுபோலச், 'செந்நிலை அமையோடு அம்கழை தீண்டிக் கல்லென ஞெமை யிலை உதிர்த்த எரிவாய்க் கோடை' எனக், கோடையால் அவை கழன்ற அழிதலைக் கூறினன். தன்னைப் பொருளார்வம் அலைக்கத் தன்பிரிவுச் செயலால் தன் தலைவியன் அழகுநலன் அழிய நேரும் என்பது கருத்தாகும்.

'பிணை தழீஇய எழிற்கலை' அறுகயம் நோக்கித் தழை மறந்து, உண்ணீர் இன்மையின் ஒல்குவன தளர' என்றது, காட்டின் கடுமையைக்

கூறியதுடன், அவ்விடத்து துன்பத்தின் கண்ணும் பிரியாது துணையைப் பேணும் கலையின் காதற் செவ்வியினையும் கூறியதாம். அது, தானும் அவ்வாறே தலைவியைப் பேணும் காதலன்பு கொண்டவன் என்றற்கு.

துன்பமிக்க காட்டைக் கடந்து செல்வுழி, 'உள்ளிய விருந்து ஒழிவறியா...... புனையிழை குணனே..... உள்ளுவை அல்லையோ?' என்றது, 'அதுகாலை, நீ அவ்வின்பத்தை நினைந்து மீளக் கருதுவாய் அல்லையோ?' என, முன்னர்த் தன் உள்ளம் கொண்ட நினைவினைச் சுட்டிக் கூறினதாம்.

இதனால், அவன் தன் போக்கினை நிறுத்திக் கொண்டனன் என்பதும் அறியப்படும். 'உள்ளிய விருந்தொழிவு அறியாப் பெருந்தண் பந்தர் வருந்தி வருநர் ஓம்பி' என்பது, அவன் பொருள்முற்றி வந்த வளமான வாழ்வினையுடையவன் என்பதனைக் காட்டுவதாம்.

354. பசப்பு எங்கே தங்கும்?

பாடியவர்: மதுரைத் தமிழ்க் கூத்தன் கடுவன் மள்ளனார். **திணை**: முல்லை. **துறை**: வினைமுற்றிய தலைமகற்க உழையர் சொல்லியது.

(வேந்து வினைமுடித்து வெற்றிச் செருக்குடன் தன் வீடு நோக்கி வந்து கொண்டிருக்கின்ற தலைமகனிடத்தே, அவனுடன் தாமும் திரும்பி வந்து கொண்டிருப்போரான அவன் தோழர்கள், அவன் மீளவும் வீடு செல்வதனால் அவன் தலைவியின் துயரம் நீங்குவதைக் குறிப்பாராகச் சொல்லுகின்ற தன்மை அமைந்தது இச் செய்யுள்.)

மதவலி யானை மறலிய பாசறை
இடிஉமிழ் முரசம் பொருகளத்து இயம்ப
வென்றுகொடி எடுத்தனன் வேந்தனும் கன்றொடு
கறவைப் பல்லினம் புறவுதொறு உகளக்
குழல்வாய் வைத்தனர் கோவலர் வல்விரைந்து

இளையர் ஏகுவனர் பரிய விரியுளைக்
கடுநடைப் புரவி வழிவாய் ஓட
வலவன் வள்புவலி உறுப்பப் புலவர்
புகழ்குறி கொண்ட பொலந்தார் அகலத்துத்
தண்கமழ் சாந்தம் நுண்துகள் அணிய

வென்றிகொள் உவகையொடு புகுதல் வேண்டின்
யாண்டஉறை வதுகொல் தானே..... மாண்ட
போதுஉறழ் கொண்ட உண்கண்
தீதிலாட்டி திருநுதற் பசப்பே?

தலைவனே! வலிமையுள்ள யானைகள் மதமுடையவாய்ப் போரினை விரும்பி மாறுபட்டுக் கொண்டிருப்பது நம் அரசனின் பாசறை. இடிபோன்று முழங்கும் வெற்றிமுரசம் போர்க்களத்தே ஒலிக்கும்படியாக. நம் வேந்தனும் பகைவரை வென்று வெற்றிக் கொடியினையும் உயர்த்ததனன்.

பலவாகிய கறவை மாடுகள் தத்தம் கன்றுகளோடும் கூடியவை யாகக் காடெல்லாம் தாவிக்கொண்டு வருகின்றன. அவற்றை முறைப் படுத்துவாராகக் கோவலர்களும் தம் வாய்க்கண்ணே குழலினை வைத்து ஊதுவாராயினர். நின் ஏவலர்கள் மிக விரைந்து செல்வாராக முற்படச் செல்லுகின்றனர். விரிந்த பிடரி மயிரினையும் கடுமையான செலவினையும் உடைய குதிரைகள் வழியினை மேற்கொண்டு ஓடிக் கொண்டிருக்க, நின் தேர்ப்பாகனும் அவற்றைக் கடிவாளத்தினை வலிந்து பிடித்துச் செலுத்துகின்றனன். புலவர்களின் புகழ்ச்சிக்கு உரிய விழுப்புண்களைக் கொண்ட நின்னுடைய அழகிய தாரணிந்த மார்பிடத்தே, குளிர்ந்த மணம் கமழும் சாந்தினோடு, நுண்மையான மணப்பொடிகளும் அழகு செய்கின்றன. வெற்றிகொண்ட மகிழ்ச்சி யுடனே நீ நின் மனைக்கண் புகுதலையும் விரும்பினாய். ஆயின்,

மாட்சிகொண்ட நீலமலரின் இதழோடு மாறுபட்டமையுண்ட கண்ணினளான தீதற்றவளாகிய நின் தலைவியின் அழகிய நெற்றி யிடத்தைக் கைக்கொண்டிருந்த பசலையானது, இனி எங்குச் சென்று தங்கி வாழுமோ? (அதனை உரைப்பாயாக.)

சொற்பொருள்: 1. மதவலியானை - மதமும் வலிமையும் கொண்ட போர்க்களிறுகள். மறலிய - மாறுபாடு கொண்டுள்ள. 2. இடி யுமிழ் - இடியின் குரலொத்து முழங்கும். 4. கறவை-பாற்பசு புறவு-காடு. 5. வல் விரைந்து-மிக விரைந்து. 6. உளை-பிடரி மயிர். 8. வள்பு-வார். வலியுறுப்ப-வலிந்து பற்றிச் செலுத்த; குதிரைகள் கடிதாக ஓடுதலால் வாரை வலிந்துபற்றி அவற்றைச் செலுத்த வேண்டியதாயிற்று. புகழ் குறிக்கொண்ட - புகழ்தலைக் குறியாகக் கொண்ட; புகழ்தற்கான விழுப்புண் பெற்று விளங்கம் எனலும் ஆம். 9. பொலம்-பொன்; அழகைக் குறித்தது. அகலம்-மார்பு. 13. போது - நீலமலரின் இதழ். 14. தீதிலாட்டி-குற்றமற்ற கற்பினள்; இதன் எதிர்ச் சொல், 'தீவினையாட்டி' என வழங்கும்.

விளக்கம்: 'மதவலி யானை மறலிய பாசறை' எனவே, வேந்தனின் படையாண்மை மிகுதியும் உரைத்ததாயிற்று. 'இடி உமிழ் முரசம் பொருளகத்து இயம்ப, வென்றுகொடி எடுத்தனன்.' எனவே, மேற்கொண்ட வேந்துவினை நிறைவு எய்தியதும் உரைத்ததாயிற்று.

'கறவைப் பல்லினம் புறவுதொற உகள' என்றலின், நிறையாகப் பகைவரது பசுநிரை கைக்கொண்டமை உணர்த்தப் பெற்றது. இதனால்,

தலைவனம் திரும்புவானாயினன் என்பதனைப் பின்வரும் அடிகள் உணர்த்துகின்றன.

'புலவர் புகழ் குறிகொண்ட பொலந்தார் அகலம்' எனப், புலவர் போற்றும் புகழ்க்கு உரியதான விழுப்புண் பெற்ற சிறப்பினையும் உரைத்தனர். இதனால், தலைவனின் பேராண்மையும் உணர்த்தப் பெற்றது.

வெற்றி வீரனாக இவன் தன் மனையிடத்துப் புகுதலை விரும்பியபோது, இவனில்லாத பிரிவால் இவன் தலைவியின் நெற்றி யிடத்தைக் கவர்ந்துகொண்டு தங்கியிருந்த பசலை இனி எங்குச் சென்று வாழுமோ?' என்று உரைக்கின்ற நயத்தினை அறிந்து இன்புறுக. அவள் பசலை நீங்கும்; அவள் இன்பத்திலே திளைப்பாள் என்பதும் இதனால் கூறப்பெற்றது.

355. புலந்தேமாய் வருவோம்!

பாடியவர்: தங்கால் பொற்கொல்லனார். தங்கால் முடக் கொற் றனார் எனவும், தங்கால் முடக்கோவனார் எனவும் வழங்கப்படும். **திணை:** பாலை. **துறை:** பிரிவுணர்த்திய தோழிக்குத் தலைமகள் சொல்லியது.

(தலைவன் ஒருவன், வாழ்க்கைக்குப் பொருள் வேண்டுமென் கின்ற நியதியை உணர்ந்து, அதனைச் சென்ற தேடிவரும் உள்ளத் தினன் ஆகி, அதற்கான ஏற்பாடுகளிலேயும் முனைகின்றான். 'நின்னைப் பிரியேன்' என்று பலகாலும் கூறித் தெளிவித்த தலைவி யிடம், 'பிரிகின்றேன்' என்று சொல்லுவதற்க இயலாதவனாகத் தலைவி யின் தோழியிடத்தே செய்தியை அறிவிக்கின்றான். அவள், அதனைத் தலைவிக்க அறிவிக்க, அவள் உள்ளம் குமுறுகின்றவளாக இங்ஙகம் உரைக்கின்றனள்.)

மாவும் வண்தளிர் ஈன்றன குயிலும்
இன்தீம் பல்குரல் கொம்பர் நுவலும்
மூதிலை ஒழித்த போதுஅவிழ் பெருஞ்சினை
வல்லோன் தைவரும் வள்ளுயிர்ப் பாலை
நரம்புஆர்த் தன்ன வண்டினம் முரலும்
துணிகயம் துன்னிய தூமணல் எக்கர்த்
தாதுஉகு தண்பொழில் அல்கிக் காதலர்
செழுமனை மறக்கும் செவ்விவேனில்
தானே வந்தன்ற ஆயின் ஆனாது
இலங்குவளை நெகிழ்ந்த எவ்வம் காட்டிப்
புலந்தனம் வருகம் சென்மோ- தோழி!
'யாமே எமியம் ஆக நீயே

பொன்நயந்து அருள்இலை யாகி
இன்னை ஆகுதல் ஒத்தன்றால்' எனவே.

தோழி! மாமரங்களும் வளமையான தளிர்களை ஈன்றுள்ளன. குயில்களும் அவற்றின் கொம்புகளிலிருந்து மிக இனிதான குரலிற் பலகாற் கூவுகின்றன. முதிர்ந்த இலைகளைக் கழித்து, மலர்கள் இதழ் விரிந்து நிறைந்திருக்கம் பெருங்கிளைகளில், யாழிசைத்தலிலே வல்லான் ஒருவன் தடவி இசைக்கும் நரம்பினின்றும் இனிய இசை கொண்ட பாலைப்பண் எழுந்து ஒலித்தலைப்போல, வண்டினங்கள் முரலுகின்றன. தெறிந்த நீர்நிலையைச் சார்ந்த, பூந்தாதுகள் உதிர்ந்து கொண்டிருக்கும் குளிர்ச்சியான சோலையிலேயுள்ள, தூய்மையான மணல்மேட்டினிடத்துத் தங்கியிருந்து, காதலர்களாயினோர் தம்முடைய செழுமையான வீட்டினையும் மறந்திருக்கின்ற செவ்வியினை உடைய தான, இளவேனிற் காலமும் வந்துள்ளது. ஆயின் -

விளங்கும் வளைகள் இடையறாது கழன்றுவீழும் நம் துன்பத்தை அவனுக்கு விளங்கக் காட்டி, 'யாமே எமக்குத் துணையாக, நீயோ பொருளினை விரும்பி அருளற்றனையாயினை. இத் தலைமையினை உடையையாதல் நின் தகுதிக்கு ஒத்ததன்று'' எனக் கூறி, அவனை வெறுத்தேமாக வருவோம். போவோம்; எழுவாயாக!

சொற்பொருள்: 1. வண்டளிர்-வளவிய தளிர். 3. மூதிலை-முதிர்ந்த இலை. 4. வள்ளுயிர்ப் பாலை - இனிதாக இசைத்தலை யுடைய பாலைப்பண். 11. புலத்தல் - வெறுத்தல்.

விளக்கம்: ''இளவேனில் வந்தது என்பதனைக் கூறி, அதன் செவ்வி காதலரைத் தாதுகு தண்பொழில் அல்கிச் செழுமனை மறப் பிக்கும் தன்மையது என்பதனையும் காட்டி, அத்தகைய வேளையில், வளை நெகிழ்ந்த தன் துயரமும் புலப்படுத்தியவளாக, 'யாமே எமியும் ஆக; நீயே பொன் நயந்து அருளிலையாகிய இன்னையாகுதல் ஒத்தன்று' எனப் புலந்து வருவோம்'' என்று உரைக்கின்றனள். அவ ளுடைய மனக்குமுறல் இதனாற் புலனாகும். 'நீயே பொன் நயந்து' என்றதனால், அவர்களிடத்து இயல்பாக அமைந்திருந்த வளமும் உணரப்படும்.

356. நின் குறிப்பு யாதோ?

பாடியவர்: பரணர். **திணை:** மருதம். **துறை:** பின்னின்ற தலைமகற்குக் குறைநேர்ந்த தோழி தலைமகளைக் குறை நயப்பக் கூறியது. **சிறப்பு:** நன்னன் பறம்பின்; **சிறப்பு:** சோழர் மருகனான வல்லம் கிழவோனைப் பற்றிய செய்தி.

(தலைமகன் ஒருவன் தன் தலைவியை விட்டுப் பரத்தை யொருத்திபால் காமுற்றுத் திரிந்தனன். பின்னர்த் திரும்பி வந்து தன்

தலைவியின் உறவை நாட, அவளோ ஊடி ஒதுங்குகின்றனள். அப்போது, தோழி அவனுக்கு அருளும்படியாகத் தலைவியின் உள்ளத்திலே பழைய நிகழ்ச்சிகளை நினைவுபடுத்தியவளாக, இவ்வாறு கூறுகின்றனள்.

மேல்துறைக் கொளீஇய கழாலின் கீழ்த்துறை
உகுவார் அருந்தப் பகுவாய் யாமை
கம்புள் இயவன் ஆக விசிபிணித்
தெண்கண் கிணையின் பிறழும் ஊரன்
இடைநெடுந் தெருவிற் கதுமெனக கண்டென்
பொற்றொடி முன்கை பற்றினனாக
'அன்னாய்!' என்றனென் அவன்கைவிட டனனே
தொன்னசை சாலாமை நன்னன் பறம்பில்
சிறுகா ரோடன் பயினொடு சேர்த்திய
கற்போல் நாவினே னாகி மற்றது
செப்பலென் மன்னால் யாய்க்கே நல்தேர்க்
கடும்பகட்டு யானைச் சோழர் மருகன்
நெடுங்கதிர் நெல்லின் வல்லம் கிழவோன்
நல்லடி உள்ளா னாகவும் ஒல்லார்
கதுவ முயறலும் முயல்ப அதாஅன்று
ஒலிபல் கூந்தல் நம்வயின் அருளாது
கொன்றனன் ஆயினும் கொலைபழுது அன்றே
அருவி ஆம்பல் கலித்த முன்துறை
நன்னன் ஆஅய் பிரம்பு அன்ன
மின்னீர் ஓதி! - என்னைநின் குறிப்பே?

அருவிநீர் வீழ்ந்து கொண்டிருக்கும் நீர்த்துறையின் முன் பக்கத்தே, ஆம்பற்பூக்கள் தழைத்திருக்கும் நன்னனது அழகிய பிரம்பு மலையினைப் போன்று, ஒளி மின்னுகின்ற கருமையான கூந்தலை உடையவளே!

மேற்றுறையிடத்தே, கள்ளினைக் கொண்ட கலங்களைக் கழுவுதலினால், கீழ்த்துறையிலே ஒழுகிவரும் நீரினை அருந்தப் பிளந்த வாயினையுடைய யாமையானது. சம்பங்கோழி இயக்கும் வாச்சியக் காரனாக விளங்க, இறுகப் பிணித்த தெளிந்த கண்ணினையுடைய கிணைப்பறையினைப் போலப் பிறழ்ந்து கொண்டிருக்கும் ஊரினையுடையவன் நம் தலைவன்.

நெடுந்தெருவின் இடையே கதுமென என்னைக் கண்டு, என்னுடைய பொன்வளை விளங்கும் முன்னங்கையினையும் பற்றினனாக, 'அன்னாய்!'என்று யானும் கூவினேன். அந் நிலையே பழமையாக

வருகின்ற தன் விருப்பத்தினைக் காத்தலற்றவனாக, அவன் என் கையினை விட்டும் விட்டனன்.

நன்னன் பிரம்பிலே, சிறிய பணையினைச் செய்வோன் அரக்கோடுஞ் சேர்த்து அமைத்த சாணைக் கல்லினைப்போல, மீண்டும் எழுதலற்ற நாவினையுடையவள் ஆகினேன். என் குரல் கேட்டு வந்த யாய்க்கு, அதனை யான் கூறினேனம் அல்லேன்!

நல்ல தேரினையும் கடுமையான களிறுகளையும் உடையவர் சோழர்கள். அவர்களது வழியினனாகிய, நீண்ட கதிர்களைக் கொண்ட நெற்பயிர் விளங்கும் வல்லத்தின் உரிமையுடையவன் நம் தலைவன். அவன் நல்ல அடியினையே நினையான் எனினும், பகைவரைக் கைப்பற்றுதற்க முயற்சி கொள்ளுகின்றவன் ஆவான்! அங்ஙனமன்றி யும், தழைத்த பலவாகிய கூந்தலை உடையாய்! அருள் செய்தலின்றி. நம்மை வருத்தி, அவன் சாகும்படியே செய்தனனாயினும், அந்தக் கொலையும் நம்மளவில் பழுதுபட்டது அல்லவே! ஆகலின், நின் குறிப்பு என்னையோ? அதனை உரைப்பாயாக!

சொற்பொருள்: 1. கொளீஇய கழாலில் - கொண்டிருந்த கலங் களைக் கழுவுதலால். 2. உகுவார் - சிந்தும் கலங்களின் ஒழுக்க. 3. கம்புள்- சம்பங்கோழி. இயவன்-இயக்குபவன்; வாத்தியக்காரன். 5. கதுமென-விரைய. 8.தொன்னசை-பழையதான விருப்பம்; பல நாளும் தொடர்ந்து கொண்டிருந்த ஆராவிருப்பமும் ஆம். 9. காரோடன் - பணைசெய்வோன். பயின்-அரக்கு. 12. சோழர் மருகன் - சோழர் வழிவந்தோன். 14. நல்லடி-நல்ல அடிகள்; 'நல்லளி' எனவும் பாடம்; நல்ல அருளிச் செய்தலை உடையன் என்பது அப்போது பொரு ளாகும். 15. கதுவ-பற்ற. 16. ஒலிபல் கூந்தல்-தழைத்த பலவாகிய கூந்தல். 17. பழுது-குற்றம். 19. பிரம்பு - பிரம்பு என்னும் பெயரை யுடைய மலை; பறம்பு எனவும் பாடம்.

விளக்கம்: நீரோடையின் மேற்புறத்தே மதுக்கலங்களைக் கழுவக், கீழ்த்துளைக்கண் மதுக்கலங்களோடு வருகின்ற நீரைக் குடித்த ஆமையானது பிறழ்தலும், சம்பங்கோழி அதனைத் தள்ளு தலும், கிணைப்பறை பிறழ்தலையும் இயக்குவானையும் போலத் தோற்றியதென்க. இது, புதுநீர் விழாவிற் கண்ட பரத்தையுடனே காமுற்று மயங்கிக்கிடந்த தலைவன், பாணன் இயக்கியபடியெல்லாம் அங்கே துய்த்துக் கிடந்தவனாக, அந்த நலந்தோற்ற வந்தனன் என்பது உள்ளுறையாக உரைத்ததாம்.

காரோடன் அரக்கோடு சேர்த்த கல்லானது, பின்னர் அதனின்றும் பெயராததுபோலவே, தலைவியும் வன்மையமைந்த நாவினளாகி நிகழ்ந்ததனைத் தாய்க்க உரையாளாய், அவன்பால் தானும் காதலுற் றாளாக, அதனை மறைத்தனள் என்பதனால், அவள் உள்ளத்தே

நிலவும் காதலைத் தான் அறிந்ததனைக் கூறி, அவளைத் தெளிவிக்க முயலுகின்றாள் தோழி.

'நல்லடி உள்ளானாகவும் ஒன்னார் கதுவ முயலலும் முயல்வ' என்றது, தலைவியின் தாளினைப் பற்றி வேண்டிக் கொள்ளுதற்கு அவன் நினையானாயினும், பகைவரைக் கைப்பற்ற வல்லவன் என, அவனது ஆண்மையினையும் அவனுடைய ஆற்றலினையும் உரைத் ததுமாம். 'அருளாது கொன்றனன்' என்றது, அருள் செய்தலில்லாது, நம் ஆர்வத்தையும் எழிலையும் அழித்தனன் எனினும் ஆம். அது பழுது அன்று ஆயது, அவன் வந்து அப்போது இரந்து நிற்றலால் என்க. நல்லடி-நன்மையும் ஆம்.

357. நினையாது இருப்பார் அல்லர்!

பாடியவர்: எருக்காட்டூர்த் தாயங் கண்ணனார். **திணை:** பாலை. **துறை:** பிரிவிடை வேறுபட்ட தலைமகளைத் தோழி வற்புறுத் தியது. **சிறப்பு:** உம்பற்காடு பற்றிய செய்தி.

(தலைவன் ஒருவன், தன்னுடைய தலைவியைப் பிரிந்த வனாகப் பொருள்தேடி வருகின்றதன் பொருட்டாக, வேற்று நாட்டிற் குச் சென்றுள்ளனன். அவனைப் பிரிந்து வாபம் தனிமை வாழ்வி னாலே, அவள் கொண்ட வேதனை நாளுக்கு நாளள் மிகுதியாயிற்று. உள்ளத்தின் இடையறாத நலிவினாலே உடல் நலமும் சிதையத் தொடங்கிற்று. அவளுளடைய நிலைக்கு இரங்கிய அவளுடைய தோழி, தலைவனின் தளராத அன்புடைமையைக் கூறித், தலை விக்கு ஆறுதல்கூற முற்படுகின்றனள். இத் துறையிலே அமைந்த செய்யுள் இது.)

கொடுமுள் ஈங்கைச் சூரலொடு மிடைந்த
வான்முகை இறும்பின் வயவொடு வதிந்த
உண்ணாப் பிணவின் உயக்கம் தீரிய
தடமருப்பு யானை வலம்படத் தொலைச்சி
வியலறை சிவப்ப வாங்கி முணங்கு நிமிர்ந்து

புலவுப்புலி புரண்ட புல்சாய் சிறுநெறி
பயில்இருங் கானத்து வழங்கல் செல்லாது
பெருங்களிற்று இனநிரை கைதொடூஉப் பெயரும்
தீஞ்சுளைப் பலவின் தொழுதி உம்பற்
பெருங்காடு இறந்தனர் ஆயினும் யாழநின்

திருந்திழைப் பணைத்தோள் வருந்த நீடி
உள்ளாது அமைதலோ இலரே நல்குவர்
மிகுபெயல் நிலைஇய தீநீர்ப் பொய்கை

அடைஇறந்து அவிழ்ந்த தண்கமழ் நீலம்
காலொடு துயல்வந் தன்னநின்
ஆய்இதழ் மழைக்கண் அமர்த்த நோக்கே.

தோழி! வளைவான முட்களையுடையது ஈங்கைச் செடி. அது விரப்பங்கொடியுடன் பின்னிக் கிடக்கும். வெண்மையான அரும்புகள் விளங்கும் குறுங்காடு அத் தன்மைத்து. அதனிடத்துச் சூல் முதிர்ச்சி யுள்ள பெண்புலி ஒன்று தளர்ந்து உணவற்றுக் கிடக்க, அதன் துயரினைத் தீர்ப்பதற்க எழுந்தது அதனுடைய ஆண். பெரிதான கோட்டினையுடைய யானையொன்றை வலப்புறம் வீழுமாற அது கொன்றது. அகன்ற பாறைகள் எம்மருங்கும் செந்நிறங் கொள்ளும்படி யாக, அந்த யானையின் ஊனைக் கவ்வி இழுத்தவாறு கொணர்ந்து, தன் துணையை உண்பித்தது. அதன் பின்னர்ப் புலால் நாற்றமுடைய அது, மூரித்து நிமிர்ந்ததாகப் புற்களிடையே கிடந்து புரள, அதனாற் புற்கள் சாய்ந்து கிடக்கும் சிறுநெறிகள் மிகுதியுள்ளது காடு. பெரிய களிற்றின் கூட்டமாகிய நிரையும் அவ்விடத்தே இயங்குதலைப் பொருந் தாதாய் ஒன்றன் கையால் மற்றொன்றைத் தொட்டவாறு விழிப்புடன் செல்லும். இனிய சுளைகளையுடைய பலாமரத்தின் கூட்டத்தை யுடைய, அத்தகைய, பெரிதான உம்பற்காட்டினை நம் தலைவர் கடந்து சென்றவராயினும்-

நின்னுடைய திருத்தமுற அணிந்த அணிகளையுடைய பெருத்த தோள்கள் வருந்தி அழகிழந்த போமாறு காலத்தை நீட்டிப்பவர் அல்லர்.

மிகுதியான மழையினாலே நிலைபெற்ற பெருக்கத்தினை யுடைய பொய்கையினிடத்தே, இலைகளைவிட்டு மேலாக எழுந்து மலர்ந்துள்ள தண்மையான மணம் வீசும் நீலப்பூவானது காற்றினாலே அசைந்தாற் போன்ற, நின்னடைய அழகிய இதழ் பொருந்திய குளிர்ச்சி யான கண்களின் அமர்த்த நோக்கினை, அருளுண்டாக நினையாது அமைந்திருத்தலும் அவர் இலராவர்.

சொற்பொருள்: 1. கொடுமுள் - வளைந்தமுள். ஈங்கை - ஈங்கைச் செடி; இசங்கு என்பர் நெல்லை வட்டத்தினர். சூரல்-பிரம்பு. 2. வான் முகை-வெண்மையான பூவரும்புகள். 3. பிணவு-புலியின் பெண். உயக்கம்-வருத்தம். 4. தொலைச்சி-கொன்று, 5. வியல் அறை-அகன்ற பாறையிடங்கள். முணங்கு நிமிர்தல்-மூரி நிமிர்தல்; உழைத்துக் களைத்தபின் உடலை உதவிக் களைப்பாற்றும் தன்மை. 6. புலவுப் புலி - புலால் நாற்றத்தைக் கொண்ட புலி. 8. கை தொடூஉப் பெயரும் - ஒன்றையொன்று கைகோர்த்தவாறு செல்லும்; 9. பலவின் தொழுதி - பலாமரத்தின் செறிவு. உம்பற் பெருங்காடு - ஒரு காட்டின் பெயர். 12. நல்கு வர-அருள் உண்டாகுதலைப் பொருந்த; நல்குவர்

எனவும் பாடம்; அருள் செய்வர் என்பது பொருள். 13. தீ நீர்-இனிய நீர். 14. அடை இறந்து அவிழ்ந்த தண் கமழ் நீலம் - பூக்கள் இலையினைக் கடந்தவையாக நீர் மட்டத்திற்கு மேலே உயர்ந்து எழுந்து குளிர் மணத்துடன் மலர்ந்துள்ள தன்மையைக் குறித்தது. 15. கால்-காற்று. துயல்வருதல் - அசைந்தாடுதல். 16. அமர்த்த நோக்கு-அமரிய பார்வை.

விளக்கம்: உம்பற் பெருங்காட்டின் தன்மையினைக் கூறுவ தனை நன்கு சிந்திக்கவும். பெண்புலியின் பசிபோக்க விரும்பிய ஆண்புலி, யானையைக் கொன்று, அதன் ஊனைப் பாறையிடமெல் லாம் சிவக்க இழுத்துச் சென்று, தன் துணைக்க ஊட்டியபின் மூரித்து நிமிர்ந்து புரண்டதால் புற்கள் சாய்ந்து கிடக்கின்ற நெறி என்றனர். கொடுமைக் குணம் உடையதாயினும், அந்த ஆண்புலிக்கும் தன் துணையின்பால் அமைந்துள்ள அன்பின் மிகுதி இதனாற் கூறப் பெற்றது. அங்ஙனமாக, அருளாளராகிய நம் காதலர் நம்மை வருந்தி வாடவிட்டு அமைவாரோ என்பதும் உணர்த்தினள் என்க. 'பெருங் களிற்று இன நிரையும் அச்சத்தால் கைதொடூஉப் பெயரும்'. எனவே, வழியிடையின் ஏதத்து மிகுதியும் கூறப்பட்டது. அதனைக் கடந்து சென்றவர். எனவே, அவனுடைய ஆண்மை மிகுதியும் உரைத்தனள்.

கண்ணிற்கு, 'மிகுபெயல் நிலைகிய தீ நீர்ப் பொய்கை. அடை யிறந் தவிழ்ந்த நீலம் காலொடு துயல்வந்த நிலை' உவமை கூறப் பெற்றது. இது, தலைவியின் கண்கலங்கி நின்ற வருத்தத்தின் மிகுதியை உணர்த்துவதாகும்.

358. எதனால் என்பேன்?

பாடியவர்: மதுரை மருதனிள நாகனார்; மதுரை மருதுங்கண்ண னார் பாடியது எனவும் பாடம். **திணை:** குறிஞ்சி. **துறை:** பகலே சிறைப்புறமாகத் தோழி தலைமகட்குச் சொல்லியது.

(தலைவன் ஒருவனும், தலைவி ஒருத்தியும், தம்முள் கண்டு காதலித்துப், பகற்போதிலே சந்தித்து உறவாடி இன்புற்று வருகின்ற காலத்தில், ஒருநாள், தலைவி தன் தோழியுடன் குறித்த இடத்திலே தலைவனின் வருகைக்காகக் காத்திருக்கின்றாள். அப்போது, தலைவன் வந்து ஒருபுறமாக நிற்பதை அறிந்த தோழி. அவர்களின் களவினை அன்னையும் அறிந்தனள் எனச் சொல்வாளாக இப்படிக் கூறுகின்றாள். இதன் நோக்கம், தலைவனைக் களவொழுக்கத்தை நீடித்து மேற் கொள்ளக் கருதுவதனின்றம் மாற்றி, வரைந்து மணந்து கொள்ளுதலிற் செலுத்துவதாகும்.)

நீலத்து அன்ன நிறம்கிளர் எருத்தின்
காமர் பீலி ஆய்மயில் தோகை
இன்தீம் குரல துவன்றி மென்சீர்

ஆடுதகை எழில்நலம் கடுப்பக் கூடி
கண்ணேர் இதழ தண்நறுங் குவளைக் 5
குறுந்தொடர் அடைச்சிய நறும்பல் கூழை
நீடுநீர் நெடுஞ்சுனை ஆயமொடு ஆடாய்
உயங்கிய மனத்தையாகிப் புலம்புகொண்டு
இன்னை ஆகிய நின்நிறம் நோக்கி
அன்னை வினவினள் ஆயின், அன்னோ! 10
என்னென உரைக்கோ யானே -துன்னிய
பெருவரை இழிதரும் நெடுவெள் அருவி
ஓடை யானை உயிர்மிசை எடுத்த
ஆடுகொடி கடுப்பத் தோன்றும்
கோடுயர் வெற்பன் உறீஇய நோயே? 15
தோழி!

நீலமணியினைப் போன்ற நிறம் ஒளிர்கின்ற கழுத்தினையும், அழகிய பீலியாகிய சிறந்த தோகையினையும், உடையன மயில்கள். அவை, இனிமைமிக்க குரலினவாகத் தம்முள் நெருங்கின. மெல்லிய தாள அறுதியுடனே ஆடல்பயிலும் ஆடல் மகளிரின் தன்மையைக் கொண்டவாய், அழகுச் சிறப்புடன் அவை ஆடலும் பயில்வ வாயின.

கண்ணையொத்த இதழ்களையுடைய குவளை மலரின், குறுகிய மாலையினைச் செருகியிருக்கும் நறுமணத்தையுடைய பலவாகிய கூந்தல் பரந்து ஆடுமாறு, ஆழ்ந்த நீரினையுடைய நெடிய சுனை யிடத்தே, நின் ஆயமகளிருடன் கூடியவளாக, அம்மயில்களைப் போல நீயும் ஆடாய் ஆயினை! வருத்தமுற்ற மனத்தையும் கொண்டவள் ஆயினை! வருத்தமுற்ற மனத்தையும் கொண்டவள் ஆயினை! தனிமை யினைக் கொண்டவளாகி, இத்தன்மையாக வெளிறிப் போயிருக்கும் நின்னுடைய உடல் வேறுபாட்டைப் பார்த்து, அன்னையும். அதன் காரணத்தைக் கேட்டனளாயின், என்ன சொல்வேன்?

பெரிய மலையிலே பொருந்தி வழிந்தொழுகும் நீண்ட வெள்ளிய அருவியானது, நெற்றிப் பட்டத்தையுடைய யானையின் மேலாக அமர்ந்து மிக உயரத்தே எடுக்கப் பெற்றுள்ள, அசையும் வெண்துகிற் கொடியினைப் போலத் தோன்றும், சிகரம் உயர்ந்த மலை நாட்டிற்கு உரியவன் நம் தலைவன். அவன் நம்மை அடையு மாறு செய்வித்த இந்நோயினை, அந்தோ, யான் என்னவென்று அன்னைக்கு எடுத்து இயம்புவேன்?

சொற்பொருள்: 1. நீலம்-நீலமணி. எருத்து-கழுத்து. 2. காமர்-அழகிய. 2. இன் தீங்குரல்-இனிமை மிக்க குரல். துவன்றி-நெருங்கி. சீர்-தாள அறுதி. 6. குறுந்தொடர்-குறுகக்கட்டிய மாலைகள். அடைச்சிய-

செருகிய. கூழை-கூந்தல். 8. உயக்கம்-வருத்தம். புலம்பு-தனிமை. 13. ஓடை யானை- ஓடையினையுடைய யானை; ஓடை-நெற்றிப் பட்டம். 15. கோடு உயர் வெற்பு-முடிகள் உயரமாக அமைந்திருப் பதான மலை.

விளக்கம்: 'மகளிர் ஆய்த்தாருடன் கூடிச் சுனையிடத்தே ஆடி மகிழுகின்ற' எழிலுக்கு ஒப்பாக, மயிலினம் தோகை விரித்து ஆடு தலைக் கூறினர். 'தோகை இன்றீங்குரல' எனக் கூறியது, ''சுனையாடி மகிழும் மகளிரும் தம்முட் பேசியவராக ஆரவாரத்துடன் நீராடுவர் என்பதாம். 'நின்னிறம் நோக்கி அன்னை வினவினளாயின் என்னென உரைக்கோ? யானே?' எனத் தோழி கூறுவதைக் கவனிக்கவும்! 'நின் உருவத்தோற்றம் மாறுபடுவதை அன்னை அறிந்து கேட்டால் யான் அவளுக்கு யாது கூறுவேன்? ஆதலின், என் பொருட்டாவது நீ வருந்தாதிரு' எனக் கூறுவாள் போலத் தலைவியின் பிரிவுத் துயரினைத் தலைவனுக்குப் புலப்படுத்துகின்றனள் அவள், மலைவீழ் அருவி, யானை மேலாக உயர்த்துள்ள அசையும் வெண்கொடிக்கு உவமையாக உரைக்கப்படுவதனையும் அறிந்து இன்புறுக.

359. ஏன் செயலிழந்தனை?

பாடியவர்: மாமூலனார். **திணை:** பாலை. **துறை:** பிரிவிடை வேறுபட்ட தலைமகட்குத் தோழி சொல்லியது. **சிறப்பு:** வானவரம் பனுக்கு உரித்தான வெளியத்தின் வளமை; கள்வர் கோமான் புல் லிக்கு உரியதான வேங்கடமலையின் தன்மை.

(தலைவன் ஒருவன் தன் அன்புற தலைவியைப் பிரிந்தவனாகப் பொருளீட்டி வருதலைக் குறித்து வேற்று நாட்டிற்குச் சென்றுள்ளனன். அவள், அவனை நினைந்து நினைந்து நாளும் வருத்தமுற்று வாடி நலிகின்றாள். அவளுடைய வாட்டத்தினைக் கண்டனள் அவளுடைய ஆருயிர்த் தோழி, தலைவியின் வருத்தத்தை மாற்றுவாளாக இவ்வாறு கூறுகின்றனள்.)

'பனிவார் உண்கணும் பசந்த தோளும்
நனிபிறர் அறியச் சாஅய நாளும்
கரந்தனம் உறையும் நம்பண்பு அறியார்
நீடினர் மன்னே காதலர்' எனநீ
எவன்கை யற்றனை? -இகுளை! அவரே
வான வரம்பன் வெளியத்து அன்னநம்
மாணலம் தம்மொடு கொண்டனர்-முனாஅது
அருஞ்சுரக் கவலை அசைஇய கோடியர்
பெருங்கல் மீமிசை இயம்எழுந் தாங்கு
வீழ்பிடி கெடுத்த நெடுந்தாள் யானை

சூர்புகல் அடுக்கத்து மழைமாறு முழங்கும்
பொய்யா நல்லிசை மாவண் புல்லி
கவைக்கதிர் வரகின் யாணர்ப் பைந்தாள்
முதைச்சுவல் மூழ்கிய கான்சுடு குரூஉப்புகை
அருவித் துவலையொடு மயங்கும்
பெருவரை அத்தம் இயங்கி யோரே!

தோழி! ''கண்ணீர் ஒழுகும் கையுண்ட கண்களும், பசலை படர்ந்த தோள்களும், நாளுக்கு நாள் வாடுதலுற்றுப், பிறர் நின் நோயை அறியும்படியாக மிகினும், நாடோறும் அவற்றை மறைத்து வாழும் நம் பண்பின் நம் காதலர் அறியாராயினர்! மீண்டு வருதலில் காலமும் தாழ்த்தனர் என்று, நீ ஏனோ செயலிழந்தவள் ஆயினை''

முன்பக்கத்தேயுள்ள அரிய சுரத்தின் கவர்த்த நெறிகளில் தங்கிய கூத்தரது வாத்திய ஒலியானது, பெருமலையின் மேலிடத்தே எதிரொலித்து எழும். அதுபோலவே, தன்னால் விரும்பப்படும் பிடியினைக் கெட்டுப்போக்கிய நெடிய கால்களையுடைய களிற்றி யானை யானது, தெய்வங்கள் விரும்பித் தங்கும் மலையடுக்கத்தே இடியோடு மாறுபட்டதாக முழங்கிக் கொண்டிருக்கும். அத்தகைய மலைநாட்டை யுடையவன், பெருவண்மையும், பொய்த்தல் அற்ற நல்ல புகழும் உடையோனாகிய புல்லி என்பவன். அவனது, சுவைத்த கதிர்களையுடைய வரகின் புதிய பசுந்தாள்களையுடைய பழங் கொல்லையாகிய மேட்டு நிலத்தை சுற்றியுள்ள காட்டைச், சுடுவதனால் விளங்கும் புகை எழும். அப் புகை அவனுடைய மலையிடத்தே வீழும் அருவியின் துவலையோடு விரவித் தோன்றும். பெருமலை பொருந்திய அத்தகைய காட்டு வழியே சென்றோர் நம் தலைவர்.

அவர், வானவரம்பனது 'வெளியம்' என்னும் ஊரினைப் போன்றதான நம்முடைய மாண்புற்ற நலத்தையெல்லாம் தம்முடனே கொண்டு சென்றுவிட்டனரே! ''(இனி, அவர் மீண்டும்வராதபோது அந்நலம் எங்ஙனம் என்னை வந்து அடையும்? என்பது கருத்து.)

சொற்பொருள்: 1. பனிவார் உண்கண் - துளிகள் வழியும் மையுண்ட கண்கள். 2. சாஅய-வாட்டமுற்ற. 3. கரந்தனம் உறையும் - மறைத்தேமாக வாழும். 5. கையறுதல் - செயலற்றுச் சோர்தல். இகுளை- தோழி. 6. வானவரம்பன்-நேரன்; புகழின் உயர்ச்சிக்கு வானத்தையே எல்லையாக உடையவன் என்பது பொருள். 7. முனாஅது - முற்பக்கத்து. 8. அசைஇய-தயங்கிய. கோடியர்-கூத்தர் 9. இயம்-வாச்சியம்; அதன் ஒலியைக் குறித்தது. 10. வீழ்ங பிடி-விரும்பப் படும் பிடி 11. சூர் புகல்- அச்சமுடைத்தாகச் சொல்லத்தக்க; சூரரமகளிர் வாழ்தலையுடைய, 14. முதைச்சுவல-பழைய கொல்லை. குரூஉப்புகை- நிறம் விளங்கும் புகை. 15. துவலை-சிறுதுளி; தூவானம் என்பர்.

விளக்கம்: துயரத்தின் மிகுதியால் நீர்வடியும் கண்ணினளாக வும், பசந்த தோளினளாகவும் நாளுக்குநாள் வாட்டமுற்றும், அதனைப் பிறர் அறியின் தலைவனைப் பழிப்பார்களே என்ற எண்ணத்தால் பிறர் அறியாதபடி மறைத்தவளாக வாழ்கின்ற தலைவியின் கற்புச் செவ்வியை அறிக. காதலன் உடன் இல்லாது போயினும். இப்படி அவனுக்குப் பழி ஏற்படாதவாறு கரந்தொழுகும் பண்பினைக்கூட அவன் அறிந்தானில்லையே என நோகின்றவள், கரந்தனம் உறையும் நம் பண்பு அறியார் நீடினர்' என்கின்றனள். இதனால், தம் வாட்டத்தின் எல்லைக்கண்ணும், தம் தலைவனுக்குப் பழி நேராது காக்கும் தமிழ்ப் பெண்மையின் செவ்வியை அறிந்து போற்றுக.

பிரிவினால் நலன் அழிந்தவளை, 'மாணலம் தம்மொடு கொண் டனர்' எனத், தலைவன் பிரிவினால் தான் ஆற்றியிருக்க நினையினும், இயலாத தன் உள்ளத்தைச் சொல்லிய தகைமையினை அறிந்து உணர்க.

கூத்தரின் வாச்சிய முழக்கத்து எதிரொலி பெருமலையுச்சி களினும் எதிரொலிப்பதுபோல, வானத்து இடிமுழக்கமும், பிடிகெடுத்த களிற்றின் பிளிற்றொலியும் மாறுமாறு எழுந்தன என்க. களிற்றின் அந்தத் தேட்டம் தலைவனின் உள்ளத்தும் தலைவியின் நினைவை எழுப்பும் என்றனள்.

வரகுப் பயிரினை அறுத்த பின்னர், அதன் தாள்களைத் தீயிட்டுக் கொளுத்துவது இன்றும் நம் நாட்டின் மரபாகும். இந்த மரபு பழையதாகவே வருகின்ற பயிர்முறை என்பதனைக், 'கான்சுடு குரூஉப் புகை' என்ற வாசகம் நன்கு உணர்த்தும்.

'கான்சுடு குரூ குரூ உப்புகை அருவித் துவலையொடு மயங் கும்' என்றதனாலும், 'யானை மழைமாறு முழங்கும்' என்றதனாலும், தலைவன் திரும்பி வருவதற்கான கார்காலமும் தொடங்கிற்று என்பதனை உணர்த்தினள்.

'பிரிவிடை வேறுபட்ட தலைமகட்குத் தோழி சொல்லியது' என்பதினும், 'பிரிவிடை ஆற்றுவாளாய தோழிக்குத் தன் ஆற்றாமை யைத் தலைவி சொல்லுவதாகக் கொள்ளுதல், இச் செய்யுளின் அமைதிக்கு மிகவும் பொருத்தமாக விளங்கும். இதனை நன்கு ஆராய்ந்து கொள்ளுக.

360. பெயரின் வருந்துவள்!

பாடியவர்: மதுரைக் கண்ணத்தனார். **திணை:** நெய்தல். **துறை:** பகற்குறிவந்த தலைமகற்குத் தோழி பகற்குறி மறுத்து, இரவுக்குறி நேர்ந்தது. **சிறப்பு:** கடற்கரைக்கண் அந்திவானக் காட்சி இருபெருந் தெய்வத்து உருவுடன் இயைந்த தோற்றம் போல இருந்ததென்பது.

(கடற்கரைப் பகுதித் தலைமகன் ஒருவன், அப்பகுதித் தலைவி ஒருத்தியைக் கண்டு காதலித்துப், பகற்குறியிடத்தே அவளுடன் கூடிக், களவு வாழ்வினனாக இன்புற்று வருகின்றான். மாலையில், அவன் தேரேறித் தன்னூர்க்குச் செல்லுவதும் வழக்கமாக அமைந் திருந்தது. அந்தக் களவு உறவினை நீட்டிக்க விரும்பாது, அவன் உள்ளத்தைத் தலைவியை வரைந்து மணந்து கொள்வதிலே செலுத்த விரும்புகின்றாள், அந்தத் தலைவியின் தோழி. ஒருநாள் மாலை, அவன் ஊருக்குச் செல்லுவதற்குப் புறப்படும்போது, அவனிடம், இரவில் வருமாறு சொல்பவளாக, அதன் இயலாமையையும் அவனுக்கு நுட்பமாகப் புலப்படுத்துகின்றாள் அவள்.)

பல்பூந் தண்பொழில் பகல்உடன் கழிப்பி
ஒருகால் ஊர்திப் பருதிஅம் செல்வன்
குடவயின் மாமலை மறையக் கொடுங்கழித்
தண்சேற்று அடைஇய கணைக்கால் நெய்தல்
நுண்தாது உண்டு வண்டினம் துறப்ப

வெருவரு கடுந்திறல் இருபெருந் தெய்வத்து
உருவுடன் இயைந்த தோற்றம் போல
அந்தி வானமொடு கடலணி கொளாஅ
வந்த மாலை பெயரின் மற்றிவள்
பெரும்புலம் பினளே தெய்ய அதனால்

பாணி பிழையா மாண்வினைக் கலிமா
துஞ்சு ஊர் யாமத்துத் தெவிட்டல் ஓம்பி
நெடுந்தேர் அகல நீக்கிப் பையெனக்
குன்றுஇழி களிற்றின் குவவுமணல் நந்தி
இரவின் வம்மோ-உரவுநீர்ச் சேர்ப்ப!-

இனமீன் அருந்து நாரையொடு பனைமிசை
அன்றில் சேக்கும் முன்றிற் பொன்னென
நன்மலர் நறுவீ தாஅம்
புன்னை நறும்பொழில் செய்தநம் குறியே

வலிய கடற்கரைக்கு உரியவனான, சேர்ப்பனே!

பலவாகிய பூக்களையுடைய குளிர்ச்சியான பொழிலினிடத்தே பகற்போதெல்லாம் தலைவியுடனே கூடியிருந்து கழித்தனை. ஒற்றைச் சக்கரத்தினைக் கொண்ட தேரினையுடையவன் ஞாயிறாகிய அழகிய செல்வன். அவன் மேற்றிசைக் கண்ணதாகிய பெரிய மலையிற் சென்று மறைந்தனன். வளைந்த கழியிலேயுள்ள தண்ணிய சேற்றிலே செறிந்துள்ள திரண்ட தண்டினையுடைய நெய்தற்பூவின் நுண்ணிய தாதினை உண்ட வண்டினங்களும் அதனைவிட்டு நீங்கின. அஞ்சத் தகும் மிக்க வலிமையினையுடைய இரண்டு பெருந் தெய்வங்களான

சிவமும் சக்தியும், ஓர் உருவத்தே உடன் பொருந்திச் சிவசக்தியாக விளங்குகின்ற தோற்றத்தைப் போல, அந்திச் செவ்வானத்துடன் நீலக்கடலும் இணைந்து அழகு கொண்டது. இங்ஙனமாக வந்த மாலைக் காலத்திலே, நீயும் நீங்கிச் சென்றனையானால், இவள் பெரிதும் தனிமை கொண்டவளாகி வருந்துவாள்.

அதனால், தாளத்தையொத்து நடத்தலினின்றும் பிழை படாத மாண்புற்ற, செல்லுந் தொழிலிலே வல்ல செருக்குடைய குதிரை யானது. ஊர் துயிலும் யாமத்தினும் கனைத்தலைப் பாதுகாத்து, நெடிய நின் தேரினைச் சேய்மையிடத்தேயே நீக்கி நிறுத்தி, மெல் லெனக் குன்றிடத்திருந்து இறங்கிச் செல்லும் களிற்றியானையினைப் போலத் திரண்ட மணல்மேட்டினைக் கடந்து வருக.

மீனினங்களை அருந்தும் நாரையொடு பனைமரத்தின் மேல் அன்றில்களும் தங்கியிருக்கும் மனையின் முற்றத்திலே, பொன்னென் னும்படியாக நல்ல மரமாகிய நறும்பூக்கள் உதிர்ந்து பரவும் புன்னை மரங்களுள்ள நறிய பொழிலிடத்தே, செய்த நம்முடைய குறியிடத் திற்கு, இரவின்கண், நீயும் வருவாயாக.

சொற்பொருள்: 1. கழிப்பி-கழித்து. 2. ஒருகால் ஊர்தி - ஒற்றைச் சக்கரத்தையுடைய தோ். 3. குடவயின் மாமலை-மேற்றிசைக்கண் உள்ள பெருமலை. 4. அடைஇய-அடைந்திருந்த. கணைக்கால் நெய்தல் - திரண்ட தண்டினையுடைய நெய்தல். 6. வெருவரு கடுந்திறல்- அச்சம் வரத்தக்க கடிய திறல். இருபெருந்தெய்வம்-சிவமும் சக்தி யுமாகிய தெய்வம்; சிவனும் திருமாலும் எனவும் கூறுவர். 10. புலம் பினள்- தனிமை கொள்வாள். தெய்ய-அசை. 11. பாணி-தாளத்துடன் ஒத்துச் செல்லல்; குதிரையின் ஒட்டத்தில் இந்தத் தாள அமைதியைக் காணலாம். 12. தெவிட்டல்-ஒலித்தல்; குதிரையின் கனைப்பு ஒலி யைக் குறித்தது. கலிமா-செருக்கிய குதிரை. 15. உரவு நீர்-வலிமை யுள்ள நீர்; கடல் நீரைக் குறித்தது. 17. சேக்கும்-தங்கும்.

விளக்கம்: மாலைக் காலத்துச் செக்கர் வானமும் நீலக்கடலும் அடிவானத்து ஒருங்கே இணைந்திருக்கும் காட்சியைச் செம்மேனி யனான சிவபிரானும், நீலமேனியினளான அம்மையும் உருவால் ஒன்றாகிப் பொருந்தியிருக்கும் தன்மை போலிருந்தது என்கின்ற நயத்தினை அறிந்து இன்புறுக.

''துஞ்சுவூர் யாமத்துத் தெவிட்டல் ஓம்பி' என்றது, இரவிற் குதிரை கனைப்பதனால், துஞ்சும் ஊர் துயிலெழ, அதனால் இவர் களவும் வெளிப்பட்டு விடுவதாகும் என்பதனாலாம். அது இயலா தாகவே, இரவுக்குறி நேர்வதும் இயலாதாகும் என்பதனை உணர்த் தினாள்.

'அன்றில் பனைமிசைச் சேக்கும் முன்றில்' எனவே, அது இரவிற் குரலெடுத்து வீட்டவரை எழுப்பிவிடலும் நேரலாம் என்றனளாம்.

இதனால், தலைவன் இரவுக் குறியினை நாடாது, தலைவியின் துயரைத் தீர்ப்பதனைக் கருதியவனாக, அவளை விரைந்து மணந்து கொள்வதிலேயே முனைவான் என்க.

361. மருளி நெஞ்சே!

பாடியவர்: எயினந்தை மகனார் இளங்கிரனார். **திணை**: பாலை. **துறை**: பொருள்வயிற் பிரிந்து போகாநின்ற தலைமகன் தன் நெஞ்சிற் குச் சொல்லியது.

(தன் காதல் மனைவியைப் பிரிந்து, பொருள் வேட்கையுற்ற நெஞ்சமானது தூண்டிச் செலுத்த, சுரம்பல கடந்து பொருள் தேடி வருதலின் பொருட்டாகச் சென்றுகொண்டிருக்கின்றான் தலைவன் ஒருவன். இடையே, அவளுடைய நினைவு தலைதூக்குகின்றது. அவன் உள்ளத்தே அந்த நினைவும் அவளைப் பிரிந்த வருத்தமும் ஆகிய இரண்டும் நிறைந்துவிடுகின்றன. அப்போது அவன், தன் நெஞ்சிற்குச் சொல்லியது இது.)

'தூமலர்த் தாமரைப் பூவின் அங்கண்
மாஇதழுக் குவளை மலர்பிணைத் தன்ன
திருமுகத்து அலமரும் பெருமதர் மழைக்கண்
அணிவளை முன்கை ஆயிதழ் மடந்தை
வார்முலை முற்றத்து நூரலிடை விலங்கினும்
கவவுப்புலந்து உரையும் கழிபெருங் காமத்து
இன்புறு நுகர்ச்சியிற் சிறந்ததொன்று இல்லென
அன்பால் மொழிந்த என்மொழி கொள்ளாய்
பொருள்புரி வுண்ட மருளி நெஞ்சே! -
கரியாப் பூவின் பெரியோர் ஆர
அழலெழு தித்தியம் மடுத்த யாமை
நிழலுடை நெடுங்கயம் புகல்வேட் டாஅங்கு
உள்ளுதல் ஓம்புமதி இனிநீ முள்ளெயிற்றுச்
சின்மொழி அரிவை தோளே - பன்மலை
வெவ்வறை மருங்கின் வியன்சுரம்
எவ்வம் கூர இறந்தனம் யாமே!

தூய மலராகிய தாமரைப் பூவின் இடத்தே, கரிய இதழ்களைக் கொண்ட குவளை மலர்கள் இரண்டினைப் பிணைத்து வைத்தாற் போலத், தன் அழகிய முகத்திடத்தே, சுழலும் பெரிதான மதர்த்த குளிர்ந்த கண்களை உடையவள நம் காதலி. அழகான வளையல்கள்

அவளுடைய முன் கையினைடத்தே விளங்கும். அழகான இதழ்களை உடைய மடந்தை அவள். 'அவளுடைய வாரணிந்த முலைமுற்றத்தே கொள்ளும் அணைப்பிலே, ஒரு நூலிடை வெளியேற்படினும், ஊடல் கொண்டு ஒதுங்கும் மிகப் பெரிய காமத்தினோடுங்கூடிய இன்பந் துய்க்கம் நுகர்ச்சியினுங் காட்டில் சிறந்தது பிறிதொன்றும் இல்லை!' என்று, அன்புடனே யான் அன்று கூறிய என்னுடைய சொல்லினை ஏற்றுக் கொள்ளாயாயினை! பொருளினை விரும்பி இங்ஙனம் வந்த மயக்கத்தினையுடைய நெஞ்சமே!

பல மலைகளையும் வெம்மையான பாறைகளையும் கொண்ட அகன்ற சுரத்தினைத் துன்பம்கொண்டு கடந்தும் யாம் வந்துள்ளனம். இப்போது -

கரிந்து போகாத பூக்களைச் சூடியிருக்கும் பெரியோரான தேவர்கள் உண்ணுதற் பொருட்டாகச், செந்தீ ஓங்கிய வேள்விக் குண்டத்தின் கண்ணே இடப்பெற்ற யாமையானது, தான் முன்பிரந்த நிழலுடைய நெடிய பொய்கைக்கண் சென்றுவிடலை விரும்பினாற் போல-

முள் போன்ற பற்களையும், சிலவாய சொற்களையும் உடைய நம் தலைவியின் தோள்களைத் தழுவுதலைப் பற்றி, இனி, நீயும் நினைத்தலைச் செய்யாதிருப்பாயாக.

சொற்பொருள்: 1. அம்கண் - அழகிய இடத்தே. 2. மாஇதழ்க் குவளை - கரிய இதழ்களையுடைய குவளை. 3. அலமரும் - சுழலும்; கருவிழிகளின் சுழற்சியைக் குறித்தது. பெருமதர் - பெரிய மதர்த்த; பெரிதும் மதர்த்த எனலும் ஆம். 6. விலங்கினும் - போழினும்; ஊடறுத்துச் செல்வதாயினும்: அந்த இடைவெளி நேரினும். 6. கவவு - தழுவுதல். புலந்து - ஊடி; வெறுத்து. 7. இன்புறு நுகர்ச்சி - இன்பத்தை அடைதலாகிய நுகர்ச்சி. 7. இன்புறு நுகர்ச்சி - இன்பத்தை அடைதலாகிய நுகரச்சி. 9. புரிவு - விருப்பம், மருளி நெஞ்சு - மயங்கிய நெஞ்சு. 10. கரியா- வாடுதலற்ற. பெரியோர் - யாகத்து அவிர்ப்பாகம் பெறும் தேவர்கள். 11. தித்தியம் - யாக குண்டம். மடுத்த- இடப்பெற்ற. 15. வெவ்வறை - வெப்பமிக்க பாறையிடங்கள். வியன்சுரம் -அகன்ற நெடிய சுரம்.

விளக்கம்: முகம் தாமரைப் பூவிற்கும், கண்கள் குவளை மலருக்கும் உவமையாகக் கொள்ளப்பட்டுத், 'தூமலர்த் தாமரைப் பூவின் அங்கண் மாயிதழ்க் குவளை மலர் பிணைந்தன்ன' எனக் கூறப்படும் நயத்தினை அறிந்து இன்புறுக. நூலிடை ஊடே வெளியேற்படினும், அந்தத் தழுவலிலே மனம் பொருந்தாது ஊடி ஒதுங்கும் கழிபெருங் காமத்தின் தன்மையினை மிகவும் சுவைபடக்கூறுவார், 'இன்புறு நுகர்ச்சியிற் சிறந்தது ஒன்று இல்லை' எனவும் கூறினர். கரியாப் பூவின்

பெரியோர் - தேவர்கள்; இவர்களிட்டுள்ள மாலைகள் வாடுதலற்று விளங்குவன என்பது வழக்கு. தேவர்க்கு யாமையும் வேள்வியுண வாகக் கொடுக்கப்பெற்ற செய்தி, 'அழலெழு தித்தியம் அடுத்த யாமை' என்பதனாற் புலனாவது அறிக.

362. நிலங்கொண்ட நிலாக்கதிர்

பாடியவர்: வெள்ளி வீரியார். **திணை:** குறிஞ்சி. **துறை:** இரவுக்குறிச் சிறைப்புறமாகத் தோழி சொல்லியது.

(களவிற்கூடித் தம்முள் இன்றுவரும் காதலர் இருவர் தம் முடைய காதற்பெருக்கினால் முற்றவும் தம் பயமிழந்தவராக இருக் கின்றனர். ஒருநாள் இரவு, தலைவனைக் குறித்த இடத்திற் சந்திப்பது கருதிச் சென்றுள்ள தலைவியுடனே, அவளுடைய தோழியும் இருக் கின்றாள். நிலவு எழுந்தும் அவனை வரக் காணோமே என்பவளாக, அவன் வந்து ஒருசார் நிற்பதறிந்த தோழி, தலைவிக்குச் சொல்லுவது போலத் தலைவனுடைய உள்ளத்திலே மணமுயற்சியில் ஈடுபடற்கு முயலுவதற்கான கருத்தினை விரைக்கின்றாள்.)

பாம்புடை விடர பனிநீர் இட்டுத்துறைத்
தேம்கலந்து ஒழுக யாறுநிறைந் தனவே
வெண்கோட்டு யானை பொருத புண்கூர்ந்து
பைங்கண் வல்லியம் கல்லளைச் செறிய
முருக்கரும்பு அன்ன வள்ளுகிர் வயப்பிணவு

கடிகொள வழங்கார் ஆறே ஆயிடை
எல்லிற்று என்னான் வென்வேல் ஏந்தி
நசைதர வந்த நன்ன ராளன்
நெஞ்சுபழு தாக வறுவியன் பெயரின்
இன்றிப் பொழுதும் யான்வா ழலனே

எவன்கொல்? வாழி தோழி! - நம் இடைமுலைச்
சுணங்கணி முற்றத்து ஆரம் போலவும்
சிலம்புநீடு சோலைச் சிதர்தூங்கு நளிர்ப்பின்
இலங்குவெள் அருவி போலவும்
நிழல்கொண் டனவால், திங்கள்அம் கதிரே!

பாம்புகளையுடைய மலைப் பிளப்புகளினின்றும் பாய்ந்து வருகின்ற குளிர்ந்த நீரானது, ஒடுக்கமான துறைகளின் வழியாகத் தேனுடன் கலந்ததாகி ஒழுகிக்கொண்டிருக்க, அதனால், யாறுகளும் நிறைவுற்றன.

வெண்மையான கொம்புகளையுடைய களிற்றியானை கத்தியத னால், புண்மிகுந்த பசிய கண்களையுடைய புலியானது கற்குகையிற் சென்று பதுங்கியிருக்கும். செம்முருக்கம் பூவினது அரும்புகளைப்

போன்ற கூர்மையான நகத்தினையுடைய, வலிமையுள்ள அதன் பெண் புலியானது, அக்குகை வாயிலைக் காத்ததாக இருக்கும். இதனால், அவ்வழியே செல்வார் ஒருவரும் இலராவர்.

அந்நிலைப்பட்ட மலைப்பகுதியிலே, இரவு வந்துற்ற தெனவும் அவன் கருத மாட்டான். வெற்றி வேலை ஏந்தியவனாக, நம்பாற் கொண்ட ஆசையானது மிகுதலால், வந்த நன்மையாளன் நம் தலைவன். அவன், தன் எண்ணம் பழுதுபட்டுப் போக வறிதே மீண்டும் செல்வானாயின், இன்று, இந்த இரவுப்பொழுதும் யான் வாழ்ந்திருக்க ஆற்றேன்.

சுணங்கினால் அணிபெற்ற நம்முடைய முலைகளிடையே, அவற்றின் பரப்பிலே கிடக்கின்ற முத்தாரத்தைப் போலவும், மலை யிடத்தேயுள்ள நெடிதான சோலைக்கண்ணே. துளிகள் தூங்கும் குளிர்ச்சியினையுடைய, விளங்கும் வெள்ளிய அருவியினைப் போல வும், திங்களின் அழகிய கதிர்களும் பூமியிற் பரவினவே! யாம் இனிச் செய்வதுதான் என்னையோ?

சொற்பொருள்: 1. விடர் - மலைப்பிளப்பு. இட்டுத் துறை - ஒடுக்கமான நீரத்துறை. ஒடுக்கம் இருபுறமாக அடர்ந்துள்ள மரச் செறிவினால். 3. புண்கூர்ந்து - புண்மிகுந்து. 4. வல்லியம்- புலி. 5. வயப் பிணவு - வலிய பெண் புலி. 6. கடிகொள - காவலை மேற் கொள்ள. 7. எல்லின்று - இரவு வந்துற்றது. 9. வறுவியன் பெயரின்- எண்ணியது கைகூடாதானாகிப் போவானானால். 13. சிதர்- துளி. தூங்குதல் - வீழ்தல்; சோலையிற் சிதர் தூங்குதல் மழையினால் என்க; அன்றி மலர்த் தேன்களாலும் ஆம்.

விளக்கம்: 'யாறு நிறைந்தன' என்றதும், 'வயப்பிணவு கடிகொள வழங்கார் ஆறே' என்றதும், 'எல்லிற்று' என்றதும், வழியிடையின் ஏதத்தினை உணர்த்துவன. 'ஆணிடை நசைதர வென்வேல் ஏந்தி வந்த நன்னராளன்' என, அவனுடைய ஆண்மைச் செவ்வியினை உரைத்தனள். 'இன்றிப் பொழுதும் வாழலனே' என்றது, 'அதனால் தலைவியும் வாழ்தலற்றவளாகத், தானும் அவள்மீதுள்ள அன்பினால் உயிர் துறப்பள்' என்றதாம். மலைப்பகுதியிலே நிலவுக் கதிர்கள் பரவு கின்றதனை, முலை முற்றத்திடை முத்தாரங் கிடந்து ஒளிர்வது போலவும், மலையிடத்து இலங்கம் வெள்ளிய அருவி போலவும் என்ற உரைத்தனள். நிலவு வெளிப்படின், இரவுக்குறிச் சேர்க்கை தடைப்படும் என்ற மரபினையும் உணர்த்தினள். இதனால், தலை வனை விரையவந்து மணந்து கொள்ளத் தூண்டினள் என்க. 'கோடு குத்திய புண்மிகுந்து ஆண்புலி குகையிற் சென்று ஒடுங்கப், பெண் புலி காவலிருக்கும் என்றதும், அதற்கு அஞ்சிய வழிப்போக்கர் அவ் வழிச் செல்லார் என்றதும் நினைக்க வேண்டும். இதனால் தலைவிக்குத்

தலைவனிடத்து அத்தகைய உழுவலன்பு உள்ளதும் உணர்த்தப் பெற்றது.

363. நயந்து வந்தனர்!

பாடியவர்: மதுரைப் பொன்செய்கொல்லன் வெண்ணாகனார். **திணை:** பாலை. **துறை:** பிரிவிடை வேறுபட்ட தலைமகட்குத் தோழி சொல்லியது.

(தலைவன் வினைமேற்கொண்டு பிரிந்து சென்றனனாக, அவ் வருத்தந் தாளாதவளாகித் தலைவி மிகவும் வாட்டமுற்று நலிவுற் றிருக்கின்றனள். அவன் வருவதாகக் குறித்துச் சென்ற காலத்தின் வரவு, அந்த வருத்தத்தையும் வாட்டத்தையும் மிகுதியாக்குகின்றது அவ்வேளை, அவளுக்குத் தேறுதல் கூறி வருகின்றனள் தோழி. அப்போது தலைவனும் வினைமுடித்தவனாக வீடு வந்து சேர்கின் றனன். இந்தக் கருத்தமைய அமைந்த செய்யுள் இது.)

நிறைசெலல் இவுளி விரைவுடன் கடைஇ
அகலிரு விசும்பிற் பகல்செலச் சென்ற
மழுகுசுடர் மண்டிலம் மாமலை மறைய
பொழுதுகழி மலரிற் புனையிழை! சாஅய்!
அணை அணைந்து இனையை ஆகல் - சுணையரைப்
புல்லிலை நெல்லிப் புகரில் பசுங்காய்
கல்லதர் மருங்கில் கடுவளி உதிர்ப்ப
பொலஞ்செய் காசிற் பொற்பத் தாஅம்
அத்தம் நண்ணி அதர்பார்த் திருந்த
கொலைவெங் கொள்கைக் கொடுந்தொழின் மறவர்
ஆறுசெல் மாக்கள் அருநிறத்து எறிந்த
எஃகுஉறு விழுப்புண் கூர்ந்தோர் எய்திய
வளைவாய்ப் பருந்தின் வள்ளுகிர்ச் சேவல்
கிளைதரு தெள்விளி கெழுமுடைப் பயிரும்
இன்னா வெஞ்சுரம் இறந்தோர் முன்னிய
செய்வினை வலத்தர் ஆகி இவணயந்து
எய்தவந் தனரே! - தோழி! - மையெழில்
துணையேர் எதிர்மலர் உண்கண்
பிணையேர் நோக்கம் பெருங்கவின் கொளவே.
தோழி!

திரண்ட அரையினையும் சிறிய இலையினையும் உடையது நெல்லிமரம். அதன் வடுவற்ற பசிய காய்களைக் கடுங்காற்ற உதிர்ப்ப, அவை, கற்களையுடைய நெறிகளிடத்தே, பொன்னாற் செய்யப்பெற்ற காசுகளைப் போல அழகுறப் பரந்து கிடக்கும். கொலையாகிய

வெம்மையான கோட்பாட்டினை உடையவர் கொடுந்தொழிலோரான மறவர்கள். அவர்கள், காட்டுப்புறத்தை அடைந்து, ஆறலைப்பதனைக் கருதியவராக, வழிவருவாரைப் பார்த்தவாறு இருப்பர். அவ்வழியே செல்லும் வணிக மாக்களின் அரிய மார்பிலே வேலினால் எறிந்த அவர்களைக் கொல்வர். அவ் வேல்பாய்ந்த பெரும் புண்களை உடையோரை, வளைந்த வாயினையும் கூர்மையான நகத்தினையும் உடைய பருந்தின் சேவல் அடைந்து, அவ்விடத்துச் செறிந்த ஊனை உண்ணுதற் பொருட்டாகத், தன் கிளையினைத் தருகிற்கும் தெளிந்த கூப்பீட்டொலியினைச் செய்யும். இன்னாமையினை உடைய, இத்தகைய கொடிய சுரத்தினைக் கடந்து சென்றவர் நம் தலைவர்.

தாம் செய்யக் கருதிச் சென்ற, செய்தற்குரிய வினையிடத்தே வெற்றியுடையவர் ஆகி, கரிய அழகிய இணையொத்த நீலமலர் மையுண்டாற் போன்ற நின் கண்களின், மான்பிணையினையொத்த அழகிய பார்வையானது பெரிதும் கவின் கொள்ளுமாறு, இவ்விடத்தே விருப்பமுடன் வந்து சேர்ந்தனர்.

ஆதலின்,

வரிசையாகச் செல்லுதலையுடைய குதிரைகளை விரைவுடனே செலுத்தி, அகன்ற பெரிய வானிடத்தே பகலும் கழியுமாறு சென்று, மழுங்கிய ஞாயிற்று மண்டிலமானது பெரிய மலையிடத்தே சென்றுற மறைந்திடப், புனைந்த அணியினை உடையவளான நீயும், பொழுது போகிய காலத்து மலரினைப்போல வாட்டமுற்று, நின் பள்ளியினை அணைந்தவளாக, இத்தன்மையினை உடையை ஆகாதே இருப்பாயாக.

சொற்பொருள்: 1. நிறைசெலல்-வரிசையுறச் செல்லுதல். ஏழு குதிரைகள் பூட்டிய தேராதலின், அவை அனைத்தும் ஒரு சீரான வேத்துடனே செல்லும் தன்மையினை இது குறிக்கும். இவுளி - குதிரை. கடைஇ - செலுத்தி. 3. சுடர் மண்டிலம் - ஞாயிற்று மண்டிலம். 4. பொழுது கழி மலரின்- பொழுது கழிந்த மலரினைப்போல. 6. அணை -பள்ளி. அணைந்து - பொருந்தியிருந்து. கனை- திரட்சியுற்ற. 6. புகரில் - வடுவற்ற 10. கொலை வெம் கொள்கை- கொலை செய்தலாகிய வெவ்விய கோட்பாடு. 11. நிறம்-மார்பு. 12. எஃகு- வேல். விழுப்புண் என்றனர். 14. கெழுமுடை - பொருந்திய ஊன். 16. வினை வலத்தர் ஆகி - வினையின்கண் வென்றியுடையவர் ஆகி.

விளக்கம்: காலையில் மலர்ந்து மாலையிற் பொழுது சாயவும் வாடிச் சோர்ந்து போகும் மலரினைப் போலப், பிரிந்தவர்க்குக் கொடியதான மாலையின் வரவினால், தலைவியும் வாட்டமுற்றவளாயினள் என்க. ஆசிரியர், பொன் செய் கொல்லர்' என்பதற்கேற்ப, உதிர்ந்து கிடக்கும் நெல்லிக் காய்களின் தோற்றத்தினை, 'பொலம்செய் காசின் பொற்ப' என்று கூறுதலைக் காண்க. 'கண்நோக்கம் கவின் கொள்ள

அவர் எய்த வந்தனர்' என்றதால், தலைவி கண்கலங்கி வாடியிருந்ததும் பெறப்படும்.

364. நீந்தல் அரிது!

பாடியவர்: மதுரை மருதங்கிழார் மகனார் பெருங்கண்ணனார். **திணை:** முல்லை. **துறை:** பருவம் கண்டு அழிந்த தலைமகள் தோழிக்குச் சொல்லியது.

(தலைவன் ஒருவன் வேந்தனின் படைத்துணையாகத் தன் தலைவியைப் பிரிந்து வேற்று நாடு சென்றுள்ளனன். மீள்வதாகக் குறித்துச் சென்ற கார்காலம் வந்தும், அவனை வரக் காணாது தலைவி புலம்புகின்றனள். அவள், தன் வருத்தத்தைத் தோழியிடத்தே கூறுவதாக அமைந்தது , இச் செய்யுள்.)

மாதிரம் புதையப் பாஅய்க் கால்வீழ்த்து
ஏறுடைப் பெருமழை பொழிந்தென அவல்தோறு
ஆடுகளப் பறையின் வரிநுணல் கறங்க
ஆய்பொன் அவிர்இழை தூக்கி யன்ன
நீடிணர்க் கொன்றை- கவின்பெறக் காடுடன்[1]
சுடர்புரை தோன்றிப் புதல்தலைக் கொளாஅ
முல்லை இல்லமொடு மலரக் கல்ல
பகுவாய்ப் பைஞ்சுனை மாவுண மலிரக்
கார்தொடங் கின்றே காலை காதலர்
வெஞ்சின வேந்தன் வியன்பெரும் பாசறை
வென்றி வேட்கையொடு நம்மும் உள்ளார்
[2]*யாதுசெய் வாங் கொல்? - தோழி! - நோதகக்*
கொலைகுறித் தன்ன மாலை
துனைதரு போழ்தின் நீந்தலோ அரிதே!

தோழி!

திசையனைத்தும் மறையப் பரவி மழையும் காலிறங்கிற்று. இடியேற்றினை உடைய பெருமழையும் சொரிந்தது. இதனாற் பள்ளங்கள்தோறும் ஆடுங்களத்தே ஒலிக்கின்ற பறையினைப் போல வரிகளையுடைய தேரையும் ஒலிக்கத் தொடங்கிற்று. சிவந்த பொன்னினாலே ஆகிய விளங்கும் அணிகளைத் தொங்கவிட்டாற் போன்ற, நெடிதான பூங்கொத்துக்களை உடைய கொன்றையும் அழகு பெற்றது. தோன்றிச் செடிகள் சுடர்விளக்குப் போன்ற பூக்களைத் தம்மிடத்தே கொண்டனவாகக் காடெங்கும் புதர்கள்தோறும் விளங்குகின்றன. முல்லையும்

1. கவின் பெறக் காட்ட எனவும் பாடம்:
2. யாது செய்வர் கொல்? எனவும் பாடம்.

இல்லமும் மலர்ந்தள்ளன. மலையிடத்தவாகிய அகன்ற வாயினை யுடைய சுனையானது விலங்கினம் உண்ணுமாறு நீரால் நிறைந்தது. இங்ஙனம் காலமும் கார்காலமாகத் தொடக்கம் பெற்றுள்ளது.

வேந்தன் கொடிய சினத்தை உடையவன். அகன்ற பெரிய பாசறை அவனுடையது. வெற்றிகொள்ளும் விருப்பமுடன் நம்மையும் நினையாராக அதனிடத்தே நம் காதலர் இருக்கின்றனர். நாம் வருத்த முற, நம்மைக் கொல்வதைக் குறிக்கொண்டது போன்ற மாலைக் காலமானது விரைந்து வந்துறுகின்ற காலத்திலே, அதன்ன கொடுமை யைக் கடத்தலோ நமக்கு அரிதாகும்! நாம் யாது செய்வோம்? (எங்ஙனம் ஆற்றியிருப்போம்? என்பது கருத்து.)

சொற்பொருள்: 1. மாதிரம் - திசைகள். புதைய - மறைய; மேகச் செறிவால் நாற்றிசையும் இருள் கொள்ள என்பது கருத்து. 2. ஏறு - இடியேறு. அவல் - பள்ளம். 3. நுணல்- தேரை. 7. இல்லம்- தேற்றா. 8. மலிர-நிறைய. 12. நோநக- வருத்தமுற.

விளக்கம்: 'ஏறுடைப் பெருமழை, மாதிரம் புதையப் பாஅய்க் கால்வீழ்த்துப் பொழிந்தது' என்க. 'ஆய்பொன் அவிரிழை தூக்கியன்ன நீடிணர்க் கொன்றை கவின் பெற' என்றதனால், இது சரக்கொன்றை என்க. 'வென்றி வேட்கையொடு நம்மும் உள்ளார்' என்றதனைச் சிந்திக்கவும். 'வென்றி வேட்கை அவருக்கு இருக்கலாம்; எனினும் அத்துடன் நம்மையும நினைத்துக்கொள்ளல் வேண்டாமோ? நம்மை நினையாராய் வென்றி வேட்கை மட்டுமே உளங் கொண்டவரா யினரே?' என்ற ஏக்கம் புலப்படுதலைக் காண்க. 'பகைவரை வென்று வாகை சூடுவதனைக் கருதும் அவர், நம்மை, நோதகக் கொலை குறித்தன்ன மாலை துனைதரு போழ்தின், அதனின்றும் காத்தற்கு நினைத்திலரே' என வருந்துவாள், அவரால் கைவிடப்படுதலின், தான் அதனை 'நீந்தல் அரிது' என்கின்றனள்.

365. நினைந்தனை நெஞ்சமே!

பாடியவர்: மதுரை மருதன் இளநாகனார். **திணை:** பாலை. **துறை:** தலைமகன் இடைச்சுரத்து நின்ற சொல்லியது. **சிறப்பு:** கழுவுற் என்பானுக்குச் சொந்தமான காமூரைப் பற்றிய செய்தி.

(தலைமகன், தன் அன்புறு தலைவியைப் பிரிந்தவனாகப் பொருள் வேட்கையுற்றுக் காட்டுவழியே செல்லுகின்றனன். இடை வழியிலே, அவனுடைய நெஞ்சத்தில் அவளுடைய நினைவு மிகுதி யாக எழுந்து அவனை வருத்தத் தொடங்குகின்றது. அப்போது, அவன், தன் நெஞ்சிற்குச் சொல்லுகின்ற முறையிலே அமைந்தது இந்தச் செய்யுள்.)

அகல்வாய் வானம் ஆலிருள் பரப்ப
பகல்ஆற்றுப் படுத்த பையென் தோற்றமொடு
சினவல் போகிய புன்கண் மாலை

அத்தம் நடுகல் ஆள்என உதைத்த
கான யானைக் கதுவாய் வள்ளுகிர்
இரும்பனை இதக்கையின் ஒடியும் ஆங்கண்
கடுங்கண் ஆடவர் ஏமுயல் கிடக்கை
வருநர் இன்மையின் களையுநர்க் காணா
என்றூழ் வெஞ்சுரம் தந்த நீயே
துயர்செய்து ஆற்றா யாகிப் பெயர்பாங்கு
உள்ளினை- வாழிய - நெஞ்சே! - வென்வேல்
மாவண் கழுவுள் காமூர் ஆங்கண்
பூதம் தந்த பொரியரை வேங்கைத்
தண் கமழ் புதுமலர் நாறும்
அஞ்சில் ஓதி ஆய்மடத் தகையே.

நெஞ்சமே வாழ்வாயாக!

அகற்சிவாய்ந்த வானத்தே இருள் மிகுதியாகப் பரவுமாறு, ஞாயிற்றினை ஆற்றுப்படுத்தி வைத்த பசுமையான தோற்றத்துடனே. சினத்தினால் மிகுதிபெற்ற துன்பத்தைச் செய்யும் மாலைக்காலத்திலே,

காட்டுவழியிலேயுள்ள நடுகல்லினை ஆளென்னு கருதி உதைத்த காட்டுயானையின் சிதைவுற்ற வளமான நகமானது, பெரிய பனையினது நுங்கின் தோட்டினைப் போல ஒடியும், அத்தகைய இடத்திலே, வன்கண்மையினையுடைய ஆறலை கள்வரான ஆடவர் அம்பு எய்யும் முயற்சியோடு பதுங்கியிருப்பர். வழி வருவார் இல்லாமை யினாலே, தம் வறுமையினைக் களைபவரைக் காணாது வருத்த முற்று வாடுவர். அத்தகைய வெப்பமிக்க கொடிய சுரநெறியிலே என்னை அழைத்து வந்தனை.

எனக்குத் துயரினைச் செய்து, அதனாலும் நீ ஆற்ற மாட்டாதாய் ஆயினை, வெற்றிவேலினையும் சிறந்த வன்மையினையும் உடைய கழுவுள் என்பானது காமூர் என்னுமிடத்திலே, பூதமானது தந்ததாய பொரிந்த அடிமரத்தினையுடைய வேங்கை மரத்தின், குளிர்ந்த மணத் துடன் கூடிய புதுமலர் போல நாறுகின்ற, அழகிய சிலவாகிய கூந்தலை யுடைய நம் தலைவியின், அழகிய மடப்பமாகிய குணத்தினை, மீளவும் நீ நினைப்பாய் ஆயினையே!

சொற்பொருள்: 1. அகல்வாய் வானம் - அகற்சிவாய்ந்த வானம். ஆல்இருள் - மிக்க இருள். 2. பையென் தோற்றமொடு- பசிய தோற்றத் துடன். 3. சினவல்- சினம். 5. கதுவாய்-சிதைவுற்ற. 6. இதக்கை- நுங்கின் தோடு. 9. என்றூழ்-வெப்பம். 13. பூதம் தந்த - பூதமானது வழங்கிய.

விளக்கம்: ‘நடுகல்லினை ஆளெனக் கருதி உதைத்துக் கால் நகம் பெயர்ந்த யானை வழங்கும் நெறி’யென்றது, காட்டின்

கடுமையைக் குறித்ததாம். 'கடுங்கண் ஆடவர் களையுநர் காணா என்றூழ் வெஞ்சுரம்' என்றது, காட்டின் வெப்பத்தையும், அதன்கண் செல்வார்க்கு நேர்கின்ற துயரத்தினையும் குறிப்பதாம். 'பூதம் தந்த வேங்கை' எனவே, பூதங்களை வேட்டு வழிபடும் வழக்கமும், அவை உதவுமென்ற கருத்தும் அந்நாளிற் கொள்ளப்பெற்றிருந்த தன்மை யினை அறியலாம். காட்டின் வெம்மையைக் கருதாத நெஞ்சம், காதலி யின் பிரிவினைக் கருதி வழியிடை வருத்த, இங்ஙனம் உரைத்து, அவன், மீண்டும் தன் வினைமேற் செல்லலாயினன் என்று கொள்ளு தல் வேண்டும்.

366. கலுழ்ந்த கண்ணள்!

பாடியவர்: குடவாயிற் கீருத்தனார். **திணை**: மருதம். **துறை**: பரத்தையிற் பிரிந்துவந்த தலைமகன் வாயில் வேண்டியவிடத்துத் தோழி சொல்லியது.

(தலைமகன் ஒருவன், தன் தலைவியைப் பிரிநது பரத்தை ஒருத்தியுடன் தொடர்பு கொண்டிருந்தனன். அவன், மீண்டும் தன் தலைவியின் உறவை நாடுகின்றான். அவளிடம் நேரடியாகச் செல்லு வதற்கு நாணிய அவன், தோழியின் உதவியை நாட, அவள் இவ்வாறு கூறி அவனுக்குத் தலைவியை இசைவிக்க மறுக்கின்றாள்.)

தாழ்சினை மருதம தகைபெறக் கவினிய
நீர்சூழ் வியன்களம் பொலியப் போர்ப்பழித்து
கள்ளார் களமர் பகடுதளை மாற்றி
கடுங்காற்று எறியப் போகிய துரும்புடன்
காயற் சிறுதடிக் கண்கெடப் பாய்தலின்

இருநீர்ப் பரப்பின் பனித்துறைப் பரதவர்
தீம்பொழி வெள்ளுப்புச் சிதைதலின் சினைஇக்
கழனி உழவரொடு மாறுஎதிர்ந்து மயங்கி
இருஞ்சேற்று அள்ளல் எறிசெருக் கண்டு
நரைமூ தாளர் கைபிணி விடுத்து

நனைமுதிர் தேறல் நுளையர்க்கு ஈயும்
பொலம்பூண் எவ்வி நீழல் அன்ன
நலம்பெறு பணைத்தோள் நன்னுதல் அரிவையொடு
மணங்கமழ் தண்பொழில் அல்கி நெருநை
நீதுற் பிழைத்தமை அறிந்து

கலுழ்ந்த கண்ணளெம் அணங்கன் னாளே.

தலைவனே!

தாழ்ந்த கிளைகளையுடைய மருத மரங்கள் தகைமை பெற

அழகு செய்திருக்கும், நீராற் சூழ்ந்திருக்கப்பெற்ற அகன்ற களமானது பொலிவுறப், போரினைப் பிரித்துக் கடாவிட்டுப் பின் கள்ளுண்டு வருபவர் களமர்கள். வந்தவர்கள், பகடுகளைப் பூட்டவிழ்த்து விட்டவ ராகக் கடிய காற்றிலே நெல்லினைத் தூற்றுவர். காற்றுடன் போகிய துரும்பு முழுவதும் சென்று, உப்பளத்திலேயுள்ள சிறிய பாத்திகளில் இடமில்லையாம்படி நிறைக்கும். அதனால், இனிமை மிகுந்த வெண்மையான உப்புங் கெடும். அதனால் பெரிய கடற்பரப்பின் குளிர்ந்த துறையிடத்து உள்ளவரான பரதவர்கள் சினங்கொள்வர். இருசாராரும் தம்முட் கலந்து சேற்றுக் குழம்பினை வாரியிறைத்துப் போரிடுவர். அதனைக் கண்ட நரைத்த முதியோர்கள், அவர்களின் கைபித்ணித்துச் செய்யும் போரினை விலக்குவர். முற்றிய தேனாகிய கள்ளின் தெளிவினைப் பரதவர்க்கு அளித்து, அவரை அனுப்பி வைப்பர்.

அத்தகைய இடமாகிய,

பொற்பூண் அணிந்த எவ்வி என்பானுக்க உரிய நீழல் என்னும் ஊரினைப் போன்ற, நன்மை பொருந்திய பணைத்த தோள்களையுடை யவளும், நறிய நெற்றியினை யுடையவளுமான பரத்தையொடு, மணம்கமழும் தண்ணிய பொழிலிலே நேற்றுத் தங்கியிருந்தனை. அங்ஙனம், நீ தனக்குத் தீங்க செய்தமையினை, அணங்கு போல்வா ளாகிய எம் தலைவியும் அறிந்தனள். அதனால், கலங்கியழுத கண் களை உடையவளும் ஆயினள். (அவள் எங்ஙனம் நினக்கு இசை வாள்? என்பது முடிபு.)

சொற்பொருள்: 1. தாழ் சினை - தாழ்ந்து கிடக்கும் கிளைகள். 2. போர் அழித்து - போரினை அவிழ்த்துச் சூடடித்து. 3. கள் ஆர் களமர் - கள் உண்ணும் உழவர். 5. சிறு தடி - சிறிய உப்புப் பாத்திகள். 7. தீம்பொழி- இனிமை மிக்க. 9. இருஞ் சேறு - கரிய சேறு.

விளக்கம்: உப்புப் பாத்திகளில் நெல்லைத் தூற்றுவாரின் தூசு சென்று படிதல் என்றதனால், எவ்வியின் நீழல்நகர் நெல்வளமும் கடல்வளமும் உடைத்தாயிருந்தது என்க. நரைமூதாளர் களமரும் நுளையரும் இட்ட செருவினை விலக்கி, நுளையருக்குக் கள்ளருத்தி, அவர் சினத்தை தணிவித்தனர் என்க. 'நீழல்' என்பது, 'நீடூர்' எனவும் வழங்கும்.

367. மாலையும் இனிது!

பாடியவர்: பரணர். **திணை:** பாலை. **துறை:** பிரிவிடை வேறு பட்ட தலைமகள், வற்புறுக்கும் தோழிக்குச் சொல்லியது.

(தலைவன் பிரிந்து சென்றிருந்தனனாக, அவனுடைய மனைவி அந்தப் பிரிவின் வேதனையினைத் தாங்க மாட்டாதவளாக வாடி நலிவுற்றிருக்கின்றனள். அவளுடைய கவலையும் வாட்டமும் அவ ளுடைய தோழிக்கு மிகந்த மனவேதனையைத் தருகின்றது; அவள்

தலைவிக்கு ஆறுதல் கூறி அவளுடைய வாட்டத்தைப் போக்குவதற்கு முயலுகின்றாள். அப்போது, தலைவி. தோழிக்குத் தன்னுடைய நிலைமையினைக் கூறுகிற முறையிலே அமைந்தது இந்தச் செய்யுள்.)

இலங்குசுடர் மண்டிலம் புலந்தலைப் பெயர்ந்து
பல்கதிர் மழுகிய கல்சேர் அமையத்து
அலந்தலை மூதேறு ஆண்குரல் விளிப்ப
மனைவளர் நொச்சி மாசேர்பு வதிய
முனையுழை இருந்த அம்குடிச் சீறூர்க்

கருங்கால் வேங்கைச் செஞ்சுவல் வரகின்
மிகுபதம் நிறைந்த தொகுகூட்டு ஒருசிறைக்
குவியடி வெருகின் பைங்கண் ஏற்றை
ஊன்நசைப் பிணவின் உயங்குபசி களைஇயர்
தளிர்புரை கொடிற்றின் செறிமயிர் எருத்திற்

கதிர்த்த சென்னிக் கவிர்ப்பூ அன்ன
நெற்றிச் சேவல் அற்றம் பார்க்கும்
புல்லென் மாலையும் இனிது மன்றம்ம-
நல்லக வனமுலை அடையப் புல்லுதொறும்
உயிர்குழைப் பன்ன சாயற்

செயிர்தீர் இன்துணைப் புணர்ந்திசி னோர்க்கே.

தோழி!

விளங்கும் ஒளியினையுடைய ஞாயிற்று மண்டிலமானது வானிடத்தினின்றும் பெயர்ந்து, தன் பலவாகிய கதிர்களும் மழுங்குதலுற்று, மலையினைச் சேருகின்றதான பொழுதிலே,

கலக்கமுற்ற கிழட்டு எருதானது, தன் ஆண் குரல் தோன்றக் கூப்பிட, மனையைச் சூழ வளர்ந்திருக்குகம் நொச்சியிடத்தே மான்கள் சேர்ந்து தங்கியிருக்கக், காட்டரணின் அருகாமையிலே இருந்த அழகிய கடியிருப்பினையுடைய சிற்றூரினிடத்தே, கருத்த அடியினைக் கொண்ட வேங்கை விளங்கும் சிவந்த மேட்டுநிலத்தே விளைந்த வரகினது, மிக்க தானியம் நிறைந்துள்ள தொகுகூட்டின் ஒரு பக்கத்தே, குவிந்த அடியினையும் பசிய கண்களையுமுடைய காட்டுப்பூனையின் ஆணானது, ஊனை விரும்பிய தன் பெட்டையின் வருத்தும் பசியினைப் போக்கும்படியாகத், தளிர் போன்ற கன்னத்தினையும் மயிர்செறிந்த கழுத்தினையும், நிமிர்த்த தலையிடத்தே முருக்கம் பூவினையொத்த சூட்டினையும் உடைய, கோழிச் சேவலைப் பற்றும் சமயத்தினை எதிர்பார்த்திருக்கும். பொலிவற்ற அத்தகைய மாலைப் பொழுதும்.

நல்ல மார்பிடத்தேயுள்ள, அழகிய தம்முலைகள் அழுங்கத் தழுவுந்தோறும், உயிர் குழைவதுபோலும் சாயலைக் கொண்ட இனிதான

துணைவருடன் கூடியிருப்பவர்கட்கு இனிதாகவே இருக்கும் (ஆணின், நமக்கு இனிதாகாது என்பது கருத்து.)

சொற்பொருள்: 1. புலம் தலைபெயர்ந்து- வானிடத்தை விட்டு நீங்கியதாகி. 2. மழுகிய - மழுங்கிப் போகிய. 3. அலந்தலை மூதேறு - கலக்கமுற்ற கிழட்டு எருது. ஆண்குரல்- ஆண்மைக் குரல்- 4. மாசேர்பு - மான்கள் சேர்ந்து. 5. முனையுழை - காட்டரணின் அருகே; முழையுழை எனவும் பாடம். 7. தொகுகூடு தொகை பெற்று விளங்கும் தானியக் கூடுகள்; குதிர் என்பர்; சேர் எனவும் கூறுவர். 10. கொடிற்றின் - கன்னத்தினையும். எருத்து- கழுத்து. 11. கவிர்ப்பூ - முருக்கம்பூ. 12. அற்றம் பார்த்தல் - செயலை முடிப்பதற்கான சமயத்தை எதிர்நோக்கி யிருத்தல். 14. நல்லகம்- நல்ல மார்பகம்; நன்மை, மார்பத்தின் வனப் பினைக் குறித்தது. அடைய - பொருந்த 16. செயிர்- குற்றம்.

விளக்கம்: மாலைக் காலத்திலே அலந்தலை மூதேறும் ஆண் குரல் விளிக்கம் என்றதனைச் சிந்திக்கவும். 'அலந்தலை' என்றது, அதுவும் மாலையின் வரவினாலே துணையினை நாடிக் கலக்க முற்றுத், தன் ஆண்குரல் தோன்றக் கூப்பிடும் என்றனர். 'மனைவளர் நொச்சி மாசேர்பு வதிய' என்றது, மாலையின் வரவினாலே காட்டு விலங்குகட்கு அஞ்சிய மானினம், பெண்கள் தம்பால் அன்பு காட்டுவர் என்ற உறுதியுடன், மனையை அடுத்த நொச்சி வளர்ந்த இடங்களிலே பதுங்கியிருக்கும் என்க. 'தொகுகூடு' என்றது, தானியங்களைச் சேமித்து வைக்கும் கூடு போன்ற சேமிப்பு வசதியினை. இவ்வாறு, தானியங்களைச் சேமித்து வைப்பது இந்நாளினம் வழக்கமாகும். 'வெருகு' காட்டுப்பூனை; இன்றும் தென்னகத்தார் இந்தப் பெயரா லேயே இதனை வழங்குவர், 'உயிர் குழைப்பன்ன சாயல் செயிரிதீர் இன்றுணை' என்றது, கலந்த காதற்கேண்மையினர் தம்முள் இன்புறத் தழுவுதலால் அடைகின்ற சிறந்த இன்பச் செவ்வியினைக் குறிப்ப தாகும். அதனை அடையப்பெறாத தான், வருந்துதலன்றி எங்ஙனம் தேறியிருக்க இயலும் என்பதனையும், இதனால் தோழிக்குத் தலைவி புலப்படுத்தினள் என்க.

368. வழிவழி பெருகியது!

பாடியவர்: மதுரை மருதனிளநாகனர். **திணை:** குறிஞ்சி, **துறை:** பகலே சிறைப்புறமாகத் தலைமகட்குச் சொல்லுவாளாய்த் தோழி சொல்லியது. **சிறப்பு:** கொங்கரின் உள்ளி விழா.

(தலைவனும் தலைவியும் பகற்போதிலே தங்களுக்குள் சந்தித்து உறவாடி வருகின்ற காலம். தலைவனின் உள்ளம் தன் தலைவியின் கூட்டத்தை மட்டுமேதான் நாடித் திரிந்ததேயன்றி, அவளை முறையே மணந்துகூடி வாழ்வதில் செல்லவில்லை. அவனுள்ளத்திலே அந்த எண்ணத்தை ஏற்படுத்துவாளாகத், தோழி தலைவியிடஞ் சொல்வது போன்று, தலைவனும் கேட்குமாறு சொல்லிய முறையிலே அமைந்தது இச் செய்யுள்.)

தொடுதோற் கானவன் சூடுறு வியன்புனம்
கரிபுறம் கழீஇய பெரும்பாட்டு ஈரத்துத்
தொடுவளர் பைந்தினை நீடுகுரல் காக்கும்
ஒண்தொடி மகளிர்க்கு ஊசல் ஆக
ஆடுசினை ஒழித்த கோடுஇணர் கஞலிய
குறும்பொறை அயலது நெடுந்தாள் வேங்கை
மடமயிற் குடுமியின் தோன்றும் நாடன்
உயர்வரை மருங்கின் காந்தளம் சோலைக்
குரங்குஅறி வாரா மரம்பயில் இறும்பிற்
கடிசுனைத் தெளிந்த மணிமருள் தீநீர்
பிடிபிணர் களிற்றின் எம்மொடு ஆடிப்
பல்நாள் உம்பர்ப் பெயர்ந்து சில்நாள்
கழியா மையே வழிவழிப் பெருகி
அம்பணை விளைந்த தேக்கட் டேறல்
வண்டுபடு கண்ணியர் மகிழும் சீறூர்
எவன்கொல் - வாழி, தோழி! - கொங்கர்
மணியரை யாத்து மறுகின் ஆடும்
உள்ளி விழவின் அன்ன
அலர்ஆ கின்றது பலர்வாய்ப் பட்டே?

தோழி! வாழ்க!!

தன் காலிற் செருப்பணிகின்றவன் கானவன். அவன் சுட்டெரித்த அகன்ற தினைக்கொல்லையிலே, கரிந்துபோன இடங்களை மிக்க பெயலாகிய மழை கழுவிச் செல்லும். அப்படிக் கழுவிச்சென்ற ஈரத்திலே, இதழ்கள் வளர்ந்த பசிய தினைப்பயிர் விளங்கும். அதன் நீண்ட கதிர்களை ஒள்ளிய தொடியணிந்த மகளிர்கள் காத்திருப்பர். அவர்கட்கு ஊசல் ஆடுவதற்கு உதவியாக அசையும் கிளைகளை ஒழித்துவிட்ட கொம்பிலே பூங்கொத்துக்கள் செறிவுற்று விளங்கும். அத்தகைய, குறுகிய பொற்றையின் அயலிடத்ததான, நெடிய அடியினையுடைய வேங்கை மரமானது, இளைய மயிலின் கொண்டையினைப் போலத் தோன்றும் நாட்டிற்கு உரியவன் நம் தலைவன்.

உயரிய மலையின் பக்கங்களிலேயுள்ள, காந்தள் மலர்கள் செறிந்த அழகிய சோலைக்கண்ணே, குரங்குகளும் அறிந்திருத்தல் அற்ற நீண்ட மரங்கள் செறிந்த மணியினைப் போன்ற இனிதான நீரிலே, பிடியுடன் கூடிய களிற்றினைப் போல, எம்மோடும் பலநாள் ஆடியவன் அவன். அவன், நம்மைப் பிரிந்து வேற்று நாடு சென்று சில நாட்கள் கூடக் கழியாததன் முன்பாகவே, அந்தப் பிரிவுச் செய்தி முறையே பெருகலாயிற்று.

அழகிய மூங்கிற் குழாயிடத்தே விளைந்த இனிய தேனாகிய கள்ளின் தேறலை, வண்டுபடியும் கண்ணியினராக உண்டு மகிழ் பவரான நம் சிற்றூராரினிடத்தே, பலர் வாயாலும் அது பேசப்படலு மாயிற்று. கொங்கக் கூத்தர் அரையிலே மணிகளைக் கட்டிக்கொண்டு தெருக்களிலே கூத்தாடும் உள்ளிவிழாவினைப் போன்ற ஆரவாரத் துடன், அலரும் எங்கும் எழுகின்றது. இஃது என்னையோ?

சொற்பொருள்: 1. தொடுதோல்- செருப்பு. கானவன்- குறவன்; கானத்து வாழ்வினை உடையவன். சூடுறுவியன் புனம் - சுடுதலைப் பெற்ற அகன்ற தினைப்புனம். 2. பெரும்பாடு-பெருமழை. 3. தோடு- இதழ்; தினையின் இலைக்கத் 'தோடு' என்று பெயர். 5. கஞலிய - செறிந்த. 6. குறும்பொறை-குறுகிய பொற்றை; குன்று. 9. மரம்பயில் இறும்பு- மரஞ்செறிந்த காடு. 10. கடிசுனை-விளக்கம் பொருந்திய சுனை; காவலையுடைய சுனை எனினும், மண நிரம்பிய சுனை எனினும் ஆம்.

விளக்கம்: 'ஒண்டொடி மகளிர்க்கு ஊசல் ஆக ஆடுசினை யொழித்த கோடுஇணர் கஞலிய' என்றது, பெண்கள் ஊசலாடுமாறு விளங்கிய மரக்கிளைகள் மழைவரவினாலே பூத்துக் குலுங்கின என்க. இதனாற் புனம்கதிர் கொய்யப் பெற்றமையும், தலைவி இனி இற்செறிக் கப்படுவாள் என்பதனையும் உணர்த்தினளாம். 'கோடு இணர் கஞலிய வேங்கை மடமயிற் குடுமியின்' தோன்றும் என்றது, வேங்கை மலருங் காலம் என்பதனைக் குறித்ததாம். 'உம்பற் பெயர்ந்து சின்னாள் கழியாமையே...... வழிவழிப் பெருகி அலராகின்றது என்றது, தலைவன் வரைவிடை வைத்துப் பொருள்வயிற் பிரிந்ததனைக் குறித்ததும் ஆகலாம். அன்றி, இடையிற் சிறிது காலம் வராதிருந்தமையும் ஆக லாம். 'கொங்கர்' என்றது கொங்கு நாட்டினரான மக்களை. உள்ளி விழாவில் அரையிலே மணியினைக் கட்டியவராக ஆரவாரத்துடன் தெருக்களில் அவர் ஆடி மகிழ்வர் என்பதும் கூறப்பெற்றது. 'அம்பணை விளைந்த தேக்கட்டேறல்.... மகிழும் சீறூர்' எனவே, அவர் வாய் அலரைக் கட்டுப் படுத்த முடியாமையும் கூறினள்.

369. காண்பாய் மகளே!

பாடியவர்: நக்கீரர். **திணை:** பாலை. **துறை:** மகட்போக்கிய செவிலி சொல்லியது. சிறப்பு: சோழரின் படைப் பெருக்கமும் பேரூர்ச் செழுமையும்.

(தலைவியொருத்தி ஒருவனைக் கண்ட காதலித்து அவனுடன் களவிலே உறவாடியும் வந்தனள். அவளின் உறவினையறிந்த இல்லத் தினர் அவளை இல்லிலே செறித்துக் காவலும் இட்டனர். அவளுக்கு வேறொருவனை மணவாளனாக்கவும் திட்டமிட்டனர். அவள் உள்ளம் புயலாக மாறிற்று. ஒரு நாள், அவள் தன் உளங்கவர்ந்த காதலனுடனே

கூடியவளாக, யாருமறியாமல், வெளியேறிச் சென்றுவிட்டாள். அவள் பால் அன்புடைய செவிலித்தாய், அவளுடைய அந்த உடன்போக்கினை நினைந்து இவ்வாறு புலம்புகின்றனள். இந்தத் துறையிலே அமைந்தது இச் செய்யுள்.)

கண்டிசின் - மகளே! - கெழீஇ இயைவெனை
ஒண்தொடி செறித்த முன்கை ஊழ்கொள்பு
மங்கையர் பலபா ராட்டச் செந்தார்க்
கிள்ளையும் தீம்பால் உண்ணா மயிலியற்
சேயிழை மகளிர் ஆயமும் அயரா
தாழியும் மலர்பல அணியா கேழ்கொளக்
காழ்புனைந்து இயற்றிய வனப்பமை நோன்சுவர்ப்
பாவையும் பலிஎனப் பெறாஅ நோய்பொர
இவை கண்டு இனைவதன் தலையும் நினைவிலேன்
கொடியோள் முன்னியது உணரேன் 'தொடியோய்!
இன்றுநின் ஒலிகுரல் மண்ணல்' என்றதற்கு,
எற்புலந்து அழிந்தன ளாகித் தற்றகக்
கடல்அம் தானைக் கைவண் சோழர்
கெடல்அரு நல்லிசை உறந்தை அன்ன
நிதியுடை நல்கர்ப் புதுவது புனைந்து
தமர்மணன் அயரவும் ஒல்லாள் கவர்முதல்
ஓமை நீடிய உலவை நீளிடை
மணியணி பலகை மாக்காழ் நெடுவேல்
துணிவுடை உள்ளமொடு துதைந்த முன்பின்
அறியாத் தேஎத்து அருஞ்சுரம் மடுத்த
சிறியோற்கு ஒத்தஎன் பெருமடத் தகுவி
'சிறப்பும் சீரும் இன்றிச் சீறூர்
நல்கூர் பெண்டின் புல்வேய் குரப்பை
ஓர்ஆ யாத்த ஒருதூண் முன்றில்
ஏதில் வறுமனைச் சிலம்புடன் கழீஇ
மேயினள் கொல்?' என நோவல் யானே.

கண்டாயோ. மகளே! அவளுடனே பொருந்தி ஒன்றுபட்டிருந்த என்னுடைய நிலைமையினையும் கண்டாயோ?

ஒள்ளிய வளையல்களைச் செறித்த முன்கையினை உடைய மகளிர்கள், முறையாகக் கொண்டு பலவாறாகப் பாராட்டச், சிவந்த இரேகையினையுடைய கிளியும் இனிய பாலினை உண்ணாதாயிற்று. மயில் போன்ற சாயலையுடைய சிவந்த அணிகளணிந்த தோழியரின் கூட்டமும் விளையாடாவாயின. பூச்செடிகளைக் கொண்டிருக்கும் தாழிகளும் மலர்கள் பலவற்றால் அழகு பெற்றில. நிறம் பொருந்த

முத்துவடம் முதலியன புனைந்து இயற்றிய அழகமைந்த வலிய சுவரின்கண் விளங்கும் பாவைகளும், பலி என ஏதும் பெறாவாயின. இவற்றைக்கண்டு, நோய் மென்மேலும் வருத்த, யானும் கலங்குவேன். அதன்மேலும்,

எண்ணமற்றவளாகிய யான், கொடிபோன்றவளாகிய என் மகள் எண்ணியதனை உணராதவளானேன். 'தொடியணிந்தவளே! இன்று நின் தழைத்த கூந்தலைப் புனைவேன்' என்றதற்கு, என்னை வெறுத்து நெஞ்சம் அழிந்தவள் ஆயினள் அவள்!

தன்னுடைய தகுதிக்கு ஏற்பக் கடல்போன்றதானையினையும் கைவண்மையினையும் உடைய சோழர்களது, அழிதலற்ற நல்ல புகழினையுடைய உறையூரைப்போன்ற செல்வ வளமுடைய தன் நல்ல வளமனையிற், புத்துடையும் புத்தணியும் ஆகிய பலவும் புனைந்து, தமராவர் மணம் செய்விக்கவும் அவள் மனம் விரும்பா ளாயினள்.

கவர்த்த அடியினையுடைய ஓமை மரங்கள் உயரமாக வளர்ந் துள்ள காடாகிய நீண்ட இடத்திலே, மணிகள் பதித்த பரிசையினையும், சிறந்த தண்டினைப் பெற்ற நெடிய வேலினையும், துணிந்த உள்ளத் துடனே மிகதியான உடல்வலியினையும் உடையவனும், அறியாத தேயத்து அரிய சுரநெறியிலே கொண்டு போகியவனுமான இளையோ னுக்கு மனம் பொருந்தியவள் ஆயினளே, என்னுடைய பெரிதான மடப்பமும் தகுதியும் உடைய மகள்!

சீரும் சிறப்பும் இல்லாமல், சிற்றூரிடத்தே, வறுமையுற்றிருக்கும் பெண்டினது புலவேயப் பெற்றுள்ள குடிலாகிய, ஒரு பசுவினையும் கட்டியிருக்கும் ஒற்றைத் தூணினையுடைய முன்றிலைக் கொண்ட, பொருத்தமற்ற வறிய மனையிடத்தே, தன் சிலம்பினைக் கழித்து, அவனுடன் மணம் பொருந்தினளோ என்று கருதி, யான் நோகின்றேனே!

சொற்பொருள்: 1. கெழீஇ இயைவெனை - ஒன்றுபட்டு அன்பு பொருந்தியிருந்த என்னை. 2. ஊழ்கொள்பு-முறையாகக் கொண்டு. 3. செந்தார்க் கிள்ளை சிவந்த ஆரத்தையுடைய கிளி; கிளிகளின் கழுத்தில் விளங்கும் சிவந்த இரேகைகளைக் குறிப்பது இது. 5. அயரா-விளையாட்டு அயாமாட்டா. 6. தாழி-பூச்செடிகள் கொண்ட தாழி. கேழ கொள்ள-நிறம்கொள்ள. 7. காழ் புனைந்து- முத்தாரத்தால ஒப்பனை செய்து; காழ்புணர்ந்து எனவும் பாடம். 8. சுவர்ப் பாலை- சுவரிடத்தே எழுதியுள்ள பாவை; கந்திடத்தே நிலைபெற்ற பாவை யினைக் கந்திற்பாவை என்றாற்போலச் சுவரிடத்தே கொண்ட பாவை யினைச் - 'சுவர்ப்பாவை' என்றனர். 10. கொடியோள் - கொடிபோன் றவள். முன்னியது-எண்ணியது. 11. ஒலிகுரல்-தழைத்த கூந்தல். மண்ணல்-கழுவி ஒப்பனை செய்தல். 15. நிதியுடை-செல்வவளம் உடைய, நகர்-பெருமனை. 16. கவர் முதல் ஓமை-கவர்த்த அடி மரத்தையுடைய ஓமை மரம். உலவை-காடு; வெம்மையுடைய

காடு என்க, 21. சிறியோன் - இளையோன்; அவளுடைய காதலனைக் குறித்தது. 21. பெருமடத் தகுவி - பெரிதான மடப்பத்தையுடைய வளும், தகுதியின் உடையவளுமான மகள்: தலைவியைக் குறித்தது. 22. சிறப்பு-நல்ல மதிப்பு. சீர்-உயர்வான தன்மை. 23. நல்கூர் பெண்டு - வறுமையில் வாட்டமுற்றிருக்கும் பெண்; தலைவனின் தாயைக் குறித்தது.

விளக்கம்: தன் மகள் தன் காதலனுடன் உடன்போக்கிற் சென்று விட்டதற்கு வருந்துபவள், 'கிள்ளையும் தீம்பால் உண்ணா; மகளிர் ஆயமும் அயரா; தாழியும் மலர் அணிய சுவர்ப்பாவையும் பலியெனப் பெறாஅ' என, அவள் பிரிவினால் அவையும் துயருற்று வாடிய நிலை யினைக் கூறுகின்றனள். இது, 'தலைமகள், தான் பெரிதும் மனம் விரும்பிப் பேணிய அவற்றையும் மறந்து சென்றனள்' என, அவளது காதல் மிகுதியை நினைந்து வருந்தியதாம். ''நின் ஒலிகுரல் மண்ணல் என்றதற்கு, எற்புலந்து அழிந்தனளாகிக் கொடியோள் முன்னியது உணரேன்' என்றது, கூந்தலின் ஒப்பனையை என்றம் விரும்பும் தலைவி, அன்று அதற்காக என்னைப் புலந்து அழிந்த அந்தச் செயலை யும், யான் அவள் பிரிந்து போவதற்கான நினைவினாற் செய்தது என உணரமறந்தேனே எனத், தன்னை நொந்து கொண்டதாம்.

'நிதியுடைய நன்னகர்ப் புதுவது புனைந்து தமர்மணன் அயரவும் ஒல்லாள்' என்றது, தமர் தரவிசைந்த இனைஞனை மணப்பதற்கு அவள் இசையாது, அறத்தொடு நின்ற செவ்வியைக் குறித்ததாம். திருமணத்தன்று, புதுவது புனைந்திடுகின்ற வழக்கம் அன்றும் உடைமையும் இதனாற் பெறப்படும்.

மணி அணி பலகை - கேடயம்; தோலாற் செய்துகொள்வதைக் கிடுகு என உரைப்பா. தலைவனிடம் உள்ளவை, 'மணியணி பலகை, மாக்காழ் நெடுவேல். துணிவுடை உள்ளம், துதைந்த முன்பு' ஆகி யவையே என்க. அவளுடைய செல்வத் தகுதிபற்றிக் 'கடலந்தானைக் கைவண் சோழர் கெடலரு நல்லிசை உறந்தை அன்ன நிதியுடை நன்னகர்' என்றனள், அவளைக் காதலித்தவனின் தகுதியைக் கருது வாள், 'நல்கூர் பெண்டின் புல்வேய் குரம்பை, ஓர் ஆ யாத்த ஒரு தூண் முன்றில்' என்றனள். மேலும், அவன் தலைவியைத் தன் மனைவிக்குக் கொண்டுசென்று மணந்துகொள்வானாதலால், அவ னுடைய தாயைக் கருதி, இவ்வாறு கூறியதும் ஆகும்.

370. ஆடுமகள் போலப் பெயர்தல்!

பாடியவர்: அம்மூவனார். **திணை:** நெய்தல். **துறை:** பகலே சிறைப்புறமாகத் தலைமகட்குச் சொல்லுவாளாய்த் தோழி சொல்லியது.

(நெய்தல் நிலத்தைச் சார்ந்த தலைவன் ஒருவனும், தலைவி ஒருத்தியும், தம்முட் கலந்த காதல் அன்பினர் ஆயினர். பகற்போதிற்

கானற் சோலைக்கண் களவிலே கூடி இன்புற்றும் வந்தனர். தலைவியின் தோழி, அவர்களை விரைந்து மணவாழ்விலே பிணைத்தலை விரும்புகின்றாள். தலைமகன் வந்து ஒருபுறம் இருப்பதனை அறிந்த அவள், தலைவியிடத்தே சொல்லுமாறு போல இவற்றைக் கூறித், தலைவனுக்குத் தம்முடைய இக்கட்டான நிலையினையும், விரைவிலே தலைவியை அவன் முறையோடு மணந்து கொள்ள வேண்டியதன் இன்றியமையாமையினையும் அறிவுறுத்துகின்றாள். இந்த அமைதியுடன் எழுந்தது இச் செய்யுள்.)

'வளைவாய்க் கோதையர் வண்டல் தைஇ
இளையோர் செல்ப எல்லும் எல்லின்று
அகலிலைப் புன்னைப் புகர்இல் நீழல்
பகலே எம்மொடு ஆடி இரவே
காயல் வேய்ந்த தேயா நல்லில்
நோயொடு வைகுதி ஆயின் நுந்தை
அருங்கடிப் படுவலும்' என்றி; மற்று 'நீ
செல்லல்' என்றலும் ஆற்றாய் 'செலினே
வாழலென்' என்றி ஆயின் ஞாழல்
வண்டுபடத் தழைத்த கண்ணி நெய்தல்
தண்ணரும் பைந்தார் துயல்வர அந்திக்
கடல்கெழு செல்வி கரைநின் றாங்கு
நீயே கானல் ஒழிய யானே
வெறிகொள் பாவையிற் பொலிந்தஎன் அணிதுறந்து
ஆடுமகள் போலப் பெயர்தல்
ஆற்றேன் தெய்ய அலர்கவிவ் வூரே!

தோழி! வளைவான கோதையினை உடைய இளமகளிர்கள், வண்டல் விளையாட்டினை ஆடியபின், வீடு திரும்புதற்கான பகற்போது ஒளி மழுங்கிய மாலைப்போதும் வந்துள்ளது.

அகன்ற இலைகளையுடைய புன்னை மரத்தின், புள்ளியற்ற நீழலினிடத்தே, பகல்வேளையில் எம்முடன் விளையாடிவிட்டு, இரவுப்போதில், காய்ந்த புல்லினாலே வேய்ந்துள்ள வளமை குறையாத நல்ல நம் வீட்டின்கண், இவனைப் பிரிந்த காம நோயுடன் தோன்றினையாயின், நின் தந்தையின் அரிய காவலுக்கு உட்படுவதாகவும் சொல்லுகின்றாய்.

அன்றியும், 'நீ போகாதே' என்று அவன்பாற் சொல்லுதற்கும் ஆற்றாதவளாக உள்ளனை. அவன் சென்றாலோ, 'உயிர் வாழ்ந்திரேன்' என்கின்றனை. அங்ஙனமாயின் -

ஞாழலின் வண்டு மொய்க்கும் புதுமலர்களாற் கட்டிய கண்ணியினைச் சூடியவனாக, நெய்தலின் குளிர்ச்சியான அரிய பசுமையுள்ள

மாலை மார்பிடத்திலே கிடந்து அசைந்தாட, அந்திப்போதிலே, கடற்கன்னியானவள் கரையிடத்தே வந்து நின்றாற்போல, நீ இக் கானற் சோலையிடத்தேயே தனித்து நிற்க, யான், வெறியாட்டத்தை மேற்கொண்ட பாலையினைப் போல்வதாகிய என் அழகினைத் துறந்து, ஆடுமகளைப் போல மீண்டு செல்லுதற்கும் இயலாதவளாக உள்ளேன். அதனால், இவ்வூர் அலர் கூறினும் கூறுக!

சொற்பொருள்: 1. வளைவாய்-வளைவான. 2. எல்லும் எல்லின்று - பகற்போதும் ஒளிகுறைந்தது. 3. புகரில் நீழல்- புள்ளி யற்ற நிழல். 5. காயல்- காய்ந்த புல். தேயா-வளமை குன்றாத. 6. நோய்-காமநோய். 7. கடிப்படுவல்-காவற்படுவேன். 9. ஞாழல்-கொன்றைப்பூ. 10. நெய்தல்-நெய்தற்பூ. 11. துயல்வர-அசைந்தாட. 12. கடல்கெழு செல்வி-கடற்கன்னி. 14. வெறிகொள் பாவை-வெறியாடலை மேற் கொண்ட பெண் அணி-அழகு.

விளக்கம்: 'கோதையர் ஆகிய இளையோர்' என்று கூட்டுக; இது, தலைவியுடன் வந்துள்ள ஆயத்தாரைக் குறித்தது. அவரெல்லாம் வீடு திரும்பினர்; ஆகவே, அவளும் திரும்புதல் வேண்டும் என்றனள், 'நல்லில் நோயொடு வைகுதி யாயின் நுந்தை அருங்கடிப்படுவலும் என்றி'என்றது, தலைவி இரவிலும் தலைவனைப் பிரிந்திருக்க அற்றா ளாகப் படகின்ற துயரினையும், அதனையறிந்தால் அவளைக் காவ லுக்கு உட்படுத்தும் அவளுடைய தந்தையின் கடுமையினையும் கூறியதாம். தலைவியின் அணங்கனைய பேரெழிலைக் குறிப்பாள், 'கடல்கெழு செல்வி கரைநின்றாங்கு' என்றனள். இதனாற், கடற் கன்னியை வேட்டு, நெய்தல் மகளிர் வெறியயர்கின்ற வழக்கம் உடையவர் என்பதும் அறிக. 'பெயர்தல் ஆற்றேன்' என்றது, தலைவி யின் நலத்திற்கு உறுதுணையாகிய தோழி, அவளது துயரின்கண் ணும் அவளை விட்டு அகலாது உடனிருக்கம் நட்புச் செவ்வியைப் புலப்படுத்துவதாகும். 'அலர்க இவ்வூர்' எனவே, ஊரலர் எழுவதனை யும் குறிப்பிட்டதாம். இதனால், தலைவியை நேசிக்கும் தலைவன் அவளை வரைந்து கொள்ளுதலில் விரைவதற்கு நாட்டங் கொள்பவன் ஆவான் என்க.

371. பறவை விழையும் கூந்தல்!

பாடியவர்: எயினந்தை மகனார் இளங்கீரனார். **திணை**: பாலை. **துறை**: பொருள்வயிற் பிரிந்து போகாநின்ற தலைமகன், தன் நெஞ்சிற்குச் சொல்லியது.

(பொருள் வேட்கையின் மிகுதியினாலே, தன்னுடைய அன்புறு காதலியைப் பிரிந்து, வினைமேற் கொண்டானாகத் தலைவன் வேற்று நாடு நோக்கிச் செல்லுகின்றவன், இடைச்சுரத்தே தன் காதலியின் நினைவு மிகுதியாக எழத், தன் நெஞ்சிற்குக் கூறியவனாக அமைந்த அரிய செய்யுள் இதுவாகும்.)

அவ்விளிம்பு உரீஇய விசையமை நோன்சிலை
செவ்வாய்ப் பகழிச் செயிர்நோக்கு ஆடவர்
கணையிடக் கழிந்தன் வீழ்துணை உள்ளிக்
குறுநெடுந் துணைய மறிபுடை ஆடப்
புன்கண் கொண்ட திரிமருப்பு இரலை
மேய்பதம் மறுத்த சிறுமையொடு நோய்கூர்ந்து
நெய்தலம் படுவில் சில்நீருஉண்ணாது
எஃகுஉறு மாந்தரின் இனைந்துகண் படுக்கும்
பைதற வெம்பிய பாழ்சேர் அத்தம்
எமியம் நீந்தும் எம்மினும் பனிவார்ந்து
என்ன ஆம்கொல் தாமே 'தெண்நீர்
ஆய்சுனை நிகர்மலர் போன்ம்' என நசைஇ
வீதேர் பறவை விழையும்
போதார் கூந்தல்நம் காதலி கண்ணே?

நெஞ்சமே! அழகிய விளிம்பினை உருவி நாணேற்றிக் கொண்ட விசையமைந்த வலிய வில்லையும், அதனிடத்தே குருதியாற் சிவப் புற்ற முனையினையுடைய அம்பினையும் கொண்டவராகச், சினம் தங்கிய பார்வையினராக விளங்குபவர் மறவர்கள். தன் விருப்பமிக்க துணை, அவர்கள் கணையிடலான் இறந்ததனை நினைந்ததாகக், குறுமையும் நெடுமையுங்கொண்ட குட்டிகள் பக்கலில் துள்ளி விளை யாடிக் கொண்டிருக்கத், துன்பத்தினைக் கொண்ட, முறுக்கமைந்த கொம்பினையுடைய ஆண் மானானது, மேயும் உணவினையும் வெறுத்த துயரத்துடனே, உளநோய் மிகுந்ததாகக், களர் நிலத்தே யுள்ள சிறுகுழியிலே கண்ட சிறிதளவான நீரையும் உண்ணாது, அம்பு தைக்கப்பெற்ற மாந்தரைப் போல வருந்திச் சோர்ந்து கண்படுக்கும், பசுமையறக் கொதிப்புற்ற பாழ்பட்ட காட்டவழியும் இதுவாகும்.

இதன்கண், தமியேமாகக் கடந்து செல்லுகின்ற எம்மைக் காட்டினும் -

'தெளிந்த நீரினையுடைய அழகிய சுனையிடத்து ஒளி பொருந்த விளங்கும் மலரைப் போலும்' என்னும் படியாகக் கருதித், தேனை உண்ணாதலை விரும்பிப் பூக்களை நாடித்திரியும் வண்டுகள் விரும்பி வந்து மொய்க்கும், மலர் நிறைந்த கூந்தலையுடைய நம் காதலியின் கண்கள், நீர் ஒழுக்குற்றதாகி, எத்தகைய பெருந்துன்பத்தை அடைந் திடுமோ?

சொற்பொருள்: 1. விளிம்பு - வில்லின் இரு முனைகள். விசை-விரைவு. நோன்மை-வலிமை. 2. செவ்வாய்ப் பகழி- குருதிபடி தலாற் சிவந்த முனையையுடைய அம்பு. செயிர் நோக்கு-சினந்தங்கிய

நோக்கு. 4. புடையாட-பக்கலில் விளையாடிக் கொண்டிருக்க. 5. இரலை-ஆண்மான். 6. மேய்பதம்-உண்ணும் உணவு. சிறுமை-வருத்தம். நோய் - துன்பம். 7. நெய்தலம் படுவில் - களர்நிலத்துச் சிறுகுழியில். 8. இனைந்து - மிகத் துயருற்று. 9. பைதற-பசுமை அற்றுப்போக. 10. பனி வார்ந்து - கண்ணீரை ஒழுகவிட்டு.

விளக்கம்: பாலையிடத்துள்ள மறவர்கள் ஆறலைத்து உண்ணு தலையே வழக்கமாக உடையவர் என்பார், 'செவ்வாய்ப் பகழி' என, முன்னமும் அவரால் எய்யப் பெற்றுச் செத்தவரின் குருதியாற் சிவப் புற்றிருக்கும் அம்பு என்றனர். வேட்டையாடுவோர் ஆண் விலங்கு களை வேட்டையாடுதலையே பெரும்பாலும் கைக்கொள்வர். இங்கே பெண் மானைக் கொன்ற கொடுமையினைக் கூறி, அதன் இறப்பால் உணவும் நீரும் வெறுத்துத் துயருற்ற ஆண்மானையும் கூறினர். இதனால், தலைவனின் உள்ளத்தும், தன்னுடைய பிரிவினாலே உயிர் வெதும்பித் துடிக்கும் தலைவியின் நினைவு எழுதலும், அவளுக்குத் தான் உதவுதல் வேண்டும் என்ற அருள் தோன்றுதலும் இயல்பாகும். 'வீதேர் பறவை' என்றது வண்டினை.

'கண் என்ன ஆகுமோ?' எனக் கருதியது, அவன் பிரிந்து வருங் காலத்தே, அவள் கலங்கிய கண்ணினளாக நின்ற நிலையினை நினைந்தும், துயருற்ற நீர் சொரிதலுறுவாள் எனக் கருதியும் ஆம். 'எஃகுறு மாந்தரின் இனைந்து கண் படுக்கும்' என்றது, அம்பு தைக்கப் பெற்ற வழிச்செல்வார், துடிதுடித்துச் செத்து வீழ்ந்து கண்மூடிக் கொள் வதனைப்போல, அந்த இரலையும் கண்மூடி உயிர்விடும் என்றதுமாம்.

372. அருமை உடையவள்!

பாடியவர்: பரணர். **திணை:** குறிஞ்சி. **துறை:** அல்ல குறிப் பட்டு போகா நின்ற தலைமகன் தன் நெஞ்சிற்குச் சொல்லியது. **சிறப்பு:** நன்னனின் பாழிப்பேரூர்; அஞ்சியின் ஆற்றல்.

(தன்னுடைய உள்ளத்தே கலந்து நோய்செய்த நங்கை நல் லாளைக் கண்டு, கூடி இன்புற்று மகிழுகின்ற ஆர்வத் துடிதுடிப்புடனே நாடி வந்தான் காதலன் ஒருவன். அன்று, அவள் அவ்விடத்துக்கு யாது காரணத்தாலோ குறித்தபடி வராமற் போகவே, தன்னூர்க்கு மீண்டும் செல்கின்றனன் அவன். அவனுள்ளத்தே எழுந்த குமுறலைக் கூறு கின்ற முறையிலே அமைந்தது இந்தச் செய்யுள் ஆகும்.)

அருந்தெறன் மரபின் கடவுள் காப்பப்
பெருந்தேன் தூங்கும் நாடுகாண் நனந்தலை
அணங்குடை வரைப்பிற் பாழி ஆங்கண்
வேண்முது மாக்கள் வியனகர்க் கரந்த
அருங்கல வெறுக்கையின் அரியோள் பண்புநினைந்து

வருந்தினம் மாதோ எனினும் அஃது ஒல்லாய்
இரும்பணைத் தொடுத்த பலராடு ஊசல்
ஊர்ந்திழி கயிற்றின் செலவர வருந்தி
நெடுநெறிக் குதிரைக் கூர்வேல் அஞ்சி
கடுமுனை அலைத்த கொடுவில் ஆடவர்
ஆடுகொள் பூசலின் பாடுசிறந்து எறியும்
பெருந்துடி வள்பின் வீங்குபு நெகிழா
மேய்மணி இழந்த பாம்பின் நீநனி
தேம்பினை-வாழிஎன் நெஞ்சே! - வேந்தர்
கோண்தணி எயிலிற் காப்புச் சிறந்து
ஈண்டுஅருங் குரையள்நம் அணங்கி யோளே.

என் நெஞ்சமே! நீ வாழ்வாயாக.

பிறரால் தெறுதற்று அரிய முறைமையினை உடைய கடவுளால் காத்துவரப்படுவது, பெரிய தேன் கூடுகள் தொங்கிக் கொண்டிருக்க விளங்குவது, நாடு முழுமையும் காண்டற்கு உரிய உயர்ச்சியும் அகற்சியும் உடையதாக அமைந்து இருப்பது, அச்சம் பொருந்திய பக்கமலைகளின் இடத்ததான பாழிப் பேரூர். அவ்விடத்தே-

வேளிர் குடியினரெனப் பழையதாக வருகின்ற குடியினராகிய மக்கள் தம் நகரினின்றும் கொணர்ந்து மறைத்து வைத்த அரிய அணிகலன்களாகிய செலவத்தினுங் காட்டில், பெறுதற்கு அருமை உடையவள் நம் காதலியாகிய அவள். அவளுடைய பண்பினை நினைந்து யாம் வருந்தினேம். எனினும், நீயோ அவளை மறத்தற்குப் பொருந்தாய் ஆயினை!

பெரிதான மூங்கிற் கொம்பிலே தொடுத்த, பலரிருந்து ஆடுகின்ற ஊசலின், ஏறியும் இறங்கியும் ஆடிக்கொண்டிருக்கும் கயிற்றினைப் போன்று, செல்கையினும் திரும்புகையினுமாக உழன்று வருத்தம் உற்றனை!

நீண்ட வழியினைக் கடந்து போதற்கு உரியதான குதிரை மலைக்குத் தலைவன், கூர்மையான வேலினைக் கைக்கொண்டோனான அஞ்சி என்பவன், கடிய பகைப்புலத்தினையும் வருத்துகின்ற கொடிய வில்லினைக் கைக்கொள்பவர் அவனுடைய படைஞர். அவர்கள், தம் பகைவரின் ஆநிரைகளைக் கைப்பற்றுகின்ற போரினிடத்தே மிக்கொலியுடன் அடிக்கப் படுகின்ற பெரிதான உடுக்கையின் கைவாரைப் போன்று, செறிவதும் நெகிழ்வதும் ஆகியும் வருந்தினை! மேய்தலின் பொருட்டாகத் தன் மணியினை உமிழ்ந்து வைத்துப் பின் அதனை இழந்துவிட்டுத் துடிக்கம் நாகப்பாம்பினைப் போல, நீ மிகவும் தேம்புதலுறவும் செய்தனை!

நம்மை வருத்திய காதலியானவள், வேந்தர்களது கைக்கொள்ளுதற்கான முயற்சியினையும் தணித்தற்குரிய வலி பொருந்திய அரணினைப்போலக், காவல் மிகுந்தவளாயினள்! அதனால், ஈண்டு எய்துதற்கு அருமை உடையவள் அல்லவோ?

சொற்பொருள்: 1. தெறுதல்- தாக்கி வெல்லுதல்; வெல்லுதற்கு அரிய முறைமையினையுடைய கடவுள் என்றலால். பிற தெய்வங்களை ஏவியும், அதனைப் போக்கி அச்செல்வத்தைக் கொள்ளல் யார்க்கும் அரிது என்று கருதுக. 2. நனந்தலை-அகன்ற இடம். 4. வேண்முதுமாக்கள்-வேளிராகிய தொன்மைக் குடியினர். 7. இரும்பணை-பெரிய மூங்கிற்றண்டு; பெரிய கிளையெனினும் ஆம். 9. நெடு நெறிக் குதிரை-நெடுவழி நடந்து அடைதற்குரிய குதிரை மலை; இது அஞ்சிக்கு உரியது. 10. கடுமுனை-போரின் முன்னணி. 12.துடி-துடிப்பறை; உடுக்குப் போல்வது. வீங்குதல்-செறிதல். நெகிழ்தல்-தளர்தல். 14. தேம்புதல்-வருத்தமுற்றுத் தளர்தல். 15. கோண்டணி எயில்-பிறர் கொள்ள நினைக்கும் நினைப்பினைத் தணிவிக்கும் வலிமையுடைய எயில்.

விளக்கம்: தலைவி இற்செறிக்கப்பட்டுக் காவல் உடையவள் ஆயினதனாற்றான், குறித்த இடத்திற்குப் பலநாளும் வரவில்லை என்று கருதும் காதலன், 'பாழியில் காவலுடன் வேளிர் வைத்த செல்வத்தினும் காட்டில் அடைதற்கு அரியவள்' எனவும், 'கோண்தணி எயிலிற் காப்புச் சிறந்து ஈண்டருங் குரையள்' எனவும் கூறுகின்றனன். இதனால், 'தான் அல்லகுறிப்பட நேர்ந்தமைக்கு அவள் காரணமன்று' என்று கூறுகின்ற அவனுடைய காதற்செவ்வியை அறிந்து இன்புறலாம்.

'நாடுகாண் நனந்தலை' என்றது, பாழி உயரிய மலையிடத்து, அகன்ற பக்கலிலே இருந்தமையின், அதனிடத்து நின்றார்க்கு நன்னனின் நாடு முழுமையும் காண்பதற்கு உரியதாக விளங்கும் என்றதாம். அன்றி, நாடனைத்தும் கண்டு போற்றுதற்கான சிறப்புடைய, அகற்சி வாய்ந்த இடமும் ஆம். பாழிப் பேரூர்க்கண்ணே தொன்முது வேளிர் ஓம்பிவைத்த பெருஞ் செல்வத்தைப் பற்றியும், அதற்கு அமைத்திருந்த காவலின் மிகுதியைப் பற்றியும் பிற செய்யுட்களும் கூறும்.

'வேண்முது மாக்கள் வியனகர்க் கரந்த அருங்கல வெருக்கையின் அரியோள்' எனவே, அத்துணைச் செல்வக்குடியினள்; முதுகுடியினள்; காவல் உடைய பெருமனையினள் தலைவி என்பதும் உணரப் படுவதாம்.

அடிக்கடி அவளை நாடி வந்துவந்து காணாதே திரும்புகின்ற அவனுடைய தன்மைக்கு, ஊசலின் ஊர்ந்திழி கயிற்றின் தன்மையினையும், துடியின் வாரானது செறிந்தும் நெகிழ்ந்தும் இயங்கும் இயல்பினையும் கூறிய சிறப்பினை அறிந்து இன்புறுக.

'மேய்மணி யிழந்த பாம்பின் நிலை'யும் தலைவியை அடையப் பெறாது உயிர்சோரத் துடிக்கும் தலைவனின் நிலையும் ஒப்பிட்டுக் காண்க அவளைக் காணாத அவனுடைய ஏக்க மிகுதி, சீவமணியினை இழந்தபின் உயிர் சோரத் துடிக்கும் பாம்பின் வருத்த மிகுதிக்கு ஒப்பா யிருந்தது என்க.

'கடுமுனை' என்றது, போரின் முன்னணியினை; முன்னணியிற் சிறந்த வீரலே நிற்பராதலின், அதனை ஊடறுத்துச் செல்வது பெரிதும் முயற்சியுடைய செயலாயிருக்கும். 'அதனை அலைத்த கொடுவில் ஆடவர்' எனவே, அவருடைய ஆண்மைச் சிறப்பும் புலனாகும்.

373. துயிலும் துறந்தாளோ!

பாடியவர்: பாண்டியன் ஏனாதி நெடுங்கண்ணனார். **திணை:** பாலை, **துறை:** பிரிந்து போகாநின்ற தலைமகன் இடைச்சுரத்துத் தன் நெஞ்சிற்குச் சொல்லியது. **சிறப்பு:** ஓரெயில் மன்னனின் நிலைமை.

(தலைவியைப் பிரிந்தவனாகப், பொருளீட்டி வருதல் குறித்த எண்ணம் மேலெழக், காட்டு வழியூடு வேற்றுநாடு நோக்கிச் சென்று கொண்டிருக்கின்றான் ஒரு தலைமகன். இடைச்சுரத்தில், அவனுடைய காதல் நெஞ்சத்தில், தலைவியின் நினைவு மிகுதியாகின்றது. அப்போது, இங்ஙனம் கூறி, அவன் தன் செயலுக்கு வருந்துகின்றனன்.)

முனைகவர்ந்து கொண்டெனக் கலங்கிப் பீர்எழுந்து
மனைபாழ் பட்ட மரைசேர் மன்றத்துப்
பணைத்தாள் யானை பரூஉப்புறம் உரிஞ்சச்
செதுகாழ் சாய்ந்த முதுகாற்ற பொதியில்
அருஞ்சுரம் நீந்திய வருத்தமொடு கையற்றுப்

பெரும்புன் மாலை புலம்புவந்து உறுதர
மீளி உள்ளம் செலவுவலி யுறுப்பத்
தாள்கை பூட்டிய தனிநிலை இருக்கையொடு
தன்னிலே உள்ளும் நந்நிலை உணராள்
இரும்பல் கூந்தல் சேயிழை மடந்தை

கனையிருள் நடுநாள் அணையொடு பொருந்தி
வெய்துற்றுப் புலக்கம் நெஞ்சமொடு ஐதுஉயிரா
ஆயிதழ் மழைக்கண் மல்கநோய் கூர்ந்து
பெருந்தோள் நனைக்கும் கலுழ்ந்துவார் அரிப்பனி
மெல்விரல் உகிரின் தெறியினள் வென்வேல்

அண்ணல் யானை அடுபோர் வேந்தர்
ஒருங்குஅகப் படுத்த முரவுவாய் ஞாயில்

ஓர்எயில் மன்னன் போலத்
துயில்துறந் தனள்கொல்? அளியன் தானே!

நெஞ்சமே!

போர்முனை கவர்ந்ததாகக் கலக்கமுற்றுப், பீர்க்குப் படர்ந்து, வீடுகளும் பாழ்பட்டுப்போய், மரைமாக்கள் வந்து அமைந்திருக்கின்ற மன்றம் இது. பருத்த தாளினையுடைய யானையானது, தன் பெருத்த முதுகினை உராய்தலினாலே, செதுக்கியமைத்த விட்டமும் சாய்ந்து போயிருக்கும், முதிய தூண்களையுடையதாயிருப்பது, இந்த மன்றத்தின் அம்பலம். அதனிடத்தே-

அரிய சுரநெறியினைக் கடந்து வந்த வருத்தத்தினாலே செயலிழந்தவராக, பெரிய புற்கென்ற மாலைக்காலத்திலே, தனிமைத் துயரமும் வந்து அடையத், திண்மையான உள்ளமானது மேற்கொண்டு செல்லுதலை வற்புறுத்தவும் அதற்க இசையாது, முழந்தாட்களைக் கைகளாற் பூட்டிய தனித்த நிலையிலே இருப்பவர் நாம். தன்னுடைய நிலையினையே நினைந்திருக்கின்ற நம் காதலி, நம்முடைய இந்த நிலையினை உணரவே மாட்டாள்.

கரிய பலவாகிய கூந்தலையும் சிவந்த அணிகளையும் உடையவள் அவள்; செறிந்த இருளினையுடைய நள்ளிரவிலே அணையோடு பொருந்தியவளாகக் கொதிப்புற்று நம்மை வெறுக்கும் நெஞ்சத்துடனே மெல்லெனப் பெருமூச்செறிவாள். அழகிய பூவிதழ் போன்ற குளிர்ந்த அவள் கண்களில் நீர்மல்கத் தனிமை நோய் மிகுந்தவளாகத், தன் பெருத்த தோளினை நனைக்கின்ற, கண் கலங்கி வீழும் நீரினைத் தன் மெல்விரல் நகத்தால் வழித்துத் தெறித்தபடியுமிருப்பாள்.

வெற்றி வேலினையும் தலைமைகொண்ட யானையினையும் கொண்ட, அடும் போரினையுடைய வேந்தர்கள் பலரும் ஒருங்கே கூடி வளைத்துக் கொண்டதனாலே, முறிதல் பொருந்திய வாயிலையுடைய ஓர் அரணினுள்ளே அகப்பட்டக் கலங்கியிருக்கும் மன்னன் ஒருவனைப்போல, அவள், தன் துயிலையும் அறவேகைவிட்டனளோ? அவள் இரங்கத்தக்கவளே!

சொற்பொருள்: 1. முனை - போர்முனை. கவர்ந்து கொள்ளல் - அகப்படுத்துக் கொள்ளுதல். பீர்-பீர்க்கு 2. மரை-மரை என்னும் விலங்கு; மானினத்தைச் சார்ந்தது. 3. பணைத்தாள் - பருத்த கால் அடி. பரூஉப்புறம் - பெரிய முதுகுப்புறம். 4. காழ்-விட்டம். 6. புலம்பு - தனிமைத் துயரம். 8. மீளி உள்ளம் - திண்மையுடைய உள்ளம். 11. கனைஇருள்-மிக்க இருள்; அதன் நடுநாள்-நள்ளிரவுவேளை. அணை - மெல்லணை. 12. வெய்துற்று-கொதிப்புற்று. புலக்கும்-வெறுக்கும், 15. தெறியினன்-தெறித்தாளாக. 16. அண்ணல்யானை-தலைமையுடைய யானை. 17. முரவு வாய் ஞாயில்-முறிந்த வாயிலையுடைய அரண்.

விளக்கம்: 'தாள் கைபூட்டிய தனிநிலை இருக்கை- முழங்கால்களைக் கைகளாற் கட்டிக்கொண்டபடி இருக்கும் நிலை இது. நடந்து வந்த களைப்பின் மிகுதியினையும் உணர்த்துவதாம். பிரிவினாலே தான் வருந்தும் வருத்தத்தை நினைப்பாளே அல்லாமல். நாம் இங்ஙனம் வழியின் கொடுமையினாலே வாடியிருக்கும் தளர்ந்த நிலையினை அவள் நினைக்க மாட்டாள் என்கின்றனன்.

'பெருந்தோள் நனைக்கும் கலுழ்ந்து வார் அரிப்பனி மெல்விரல் உகிரில் தெறியினள்' என்பதனை நினைத்தால், அவளுடைய வருத்தத்தின் மிகுதி நன்கு புலனாகும்.

374. விருந்து எதிர் கொள்ள!

பாடியவர்: இடைக்காடனார். **திணை:** முல்லை. **துறை:** பாசறை முற்றிய தலைமகன் தேர்ப்பாகற்குச் சொல்லியது.

(வேந்துவினை மேற்கொண்டோனாகித், தன்னுடைய அன்புறு காதலியைப் பிரிந்து, வேற்று நாட்டிலே பாசறைக் கண் தங்கியிருக்கின்றான் தலைவன். அவன் சென்ற முயற்சியிலே வெற்றி பெற்றதும், தன் மனைவியை நினைத்துக் கொண்டவன், தன் வீட்டிற்குச் செல்லும் விருப்பம் மேலெழ இவ்வாறு கூறுகின்றனன். இந்த முறையிலே அமைந்தது இச்செய்யுள்.)

மாக்கடல் முகந்து மாதிரத்து இருளி
மலர்தலை உலகம் புதைய வலன்ஏர்பு
பழங்கண் கொண்ட கொழும்பல் கொண்மு
போழ்ந்த போலப் பலவுடன் மின்னி
தாழ்ந்த போல நனியணி வந்து
சோர்ந்த போலச் சொரிவன பயிற்றி
இடியும் முழக்கும் இன்றிப் பாணர்
வடியுறு நல்யாழ் நரம்புஇசைத் தன்ன
இன்குரல் அழிதுளி தலைஇ நன்பல
பெயல்பெய்து கழிந்த பூநாறு வைகறைச்
செறிமணல் நிவந்த களர்தோன்ற இயவில்
குறுமோட்டு மூதாய் குறுகுறு ஓடி
மணிமண்டு பவளம் போலக் காயா
அணிமிகு செம்மல் ஒளிப்பன மறையக்
கார்கவின் கொண்ட காமர் காலைச்
செல்க தேரே-நல்வலம் பெறுந!
பெருந்தோள் நுணுகிய நுசுப்பின்
திருந்திழை அரிவை விருந்தெதிர் கொளவே!

தேரினைச் செலுத்துதலிலே நல்ல திறன் வாய்ந்த பாகனே!

பெருங்கடலிலே முகந்து கொண்டு, திசைகள் எங்கணும் இருண்டு, அகன்ற இடத்தையுடைய உலகம் மறையும்படியாக வலமாக எழுந்து, பொறையால் வருத்தத்தைக் கொண்டன வளவிய பலவான மேகங்கள். வானைப் பளந்தன போலப் பலவும் ஒருங்கே தோன்ற மின்னலையும் அவை செய்தன. தாழ்ந்து விடுவன போல ஒன்றுடன் ஒன்று மிக நெருக்க முற்றவையாகவும் வந்தன. சோர்வுற்றன போலச் சொரிவனவும் ஆயின. இடித்தலும் குமுறலுலும் இல்லாமற் போய்ப், பாணரின் வடித்தலுற்ற நல்ல யாழின் நரம்பினை இசைத்தாற் போன்ற ஒலியுடனே, இனிய குரலோடுங்கூடி, மிக்க துளிகளைப் பொருந்தி யவையும் ஆயின. இங்ஙனமாக நல்ல பல பெயல்களைப் பெய்து கழிந்த, பூக்கள் மணங்கமழுகின்ற வைகறைப் போதிலே, நம் தேரும் செல்வதாக!

மணல் செறிவுற்று உயர்ந்த களர்பட்டுத் தோன்றுகின்ற காட்டு வழியிலே, குறுகிய வயிற்றினைக்கொண்ட தம்பலப் பூச்சிகள், குறுகக் குறுக ஒடியவையாக, மணியுடனே கூடிய பவளத்தைப் போலக், காயாவின் அழகு மிகுந்த வாடற்பூவிடையே புகுந்து ஒளிந்து மறை வனவாயின. இத்தகைய கார்ப்பருவம் அழகு பெற்று விளங்கும், விருப்பம் பொருந்திய காலைப்பொழுதிலே, நம் தேரும் செல்வதாக!

பெரிய தோள்களையும் நுணுகிய இடையினையும் திருத்தமான அணிகளையும் உடையவள் நம் தலைவி. அவள் விருந்தினை எதிர் கொள்ளுமாறு நம் தேரும் விரைந்து செல்லுமாக!

சொற்பொருள்: 1. மாக்கடல்-பெருங்கடல். மாதிரம் - திசை. 2. மலர்தலை உலகம்-அகன்ற இடத்தையுடைய உலகம். 3. பழங் கண் - வருத்தம்; அது பொறையினாலே வந்தது. கொழும் பல் கொண்மூ -வளவிய பலவாகிய மேகங்கள். 5. தாழ்ந்தபோல-மேனின் றம் நிலம் நோக்கி இறங்கி வருதலைப் போல. 7. இடியும் முழக்கமும் - இடித்தலும் குமுறலும். 10. பூநாறு வைகறை - பூக்கள் கமழ்கின்ற வைகறை; மண்வாடை கமழும் வைகறையும் ஆம். 12. குறுமோட்டு மூதாய் -குறுகிய வயிற்றினையுடைய தம்பலப் பூச்சி. 14. காயா அணி மிகு செம்மல்-அழகு மிகுந்த காயாவின் வாடற்பூ. 15. காமர் காலை-விருப்பம் பொருந்திய காலை வேளை; காமர் மாலை எனவும் பாடம்.

விளக்கம்: நிலம் மழைவரவால் மணம் பெற்றுக் கவினுற்றது போலத், தலைவியும் தன்வரவினால் கவினுறுவாள் என்பதனைக் குறிப்பாகப் புலப்படுத்தும் தலைவன், கார் வரவைக் கூறி நாமும் செல்வோம் என்கின்றனன்.

மழை மாரியாகச் சோவென்ற ஒலியுடனே பெய்யும் பெயலினை, 'வடியுறு நல்யாழ் நரம்பிசைத்தன்ன' எனக் கூறும் நயத்தினையும், வாடிய காயாவின் பூக்களாகிய நீலச் செறிவினுள் குறுகுறு ஓடி

மறையும் தம்பலப் பூச்சிகளின் தன்மையை, நீலமணியுடன் கூடிய பவளம் எனக் கூறும் நயத்தினையும் அறிந்து இன்புறுக.

மேற்கோள்: 'தலைவன் தான் பெற்ற இன்பத்தைப் பாங்கற்குக் கூறியது' என்பதற்குச், 'செல்க தேரே நல்வலம் பெறுந' என்பதனை எடுத்துக்காட்டிக், 'கரணத்தின் அமைந்து' என்னுஞ் சூத்திரத்தின், 'பேரிசை ஊர்திப் பாகர் பாங்கினும்' என்னும் பகுதிக்கண் உரைப்பர் நச்சினார்க்கினியர்.

375. கண்கள் ஆழல!

பாடியவர்: இடையன் சேந்தங்கொற்றனார்; இடையன் செங் கொற்றனார் எனவும் பாடம். **திணை:** பாலை. **துறை:** பிரிவிடை வேறுபட்ட தலைமகள் தோழிக்குச் சொல்லியது. **சிறப்பு:** இளம்பெருஞ் சென்னியின் வீரம்.

(தலைமகனின் பிரிவுக் காலத்திலே, அந்தப் பெருந்துயரி னாலே, உடல் நலமும் உள்ளத்து நினைவும் வேறுபட்டவளாயினாள் தலைமகள். அப்பொழுது, அவளின் துயரத்தைக் கண்ட தோழி, அவளுக்கு ஆறுதல் உரைக்க முற்படுகின்றனள். தோழியின் ஆறுதல் மொழிகளைக் கேட்கும் தலைவி, தன் நிலையினைக் கூறுவதாக அமைந்தது இச்செய்யுள்.)

'சென்று நீடுநர் அல்லர்: அவர்வயின்
இனைதல் ஆனாய்' என்றிசின் இகுளை!
அம்புதொடை அமைதி காண்மார் வம்பலர்
கலனிலர் ஆயினும் கொன்றுபுள் ஊட்டும்
கல்லா இளையர் கலித்த கவலைக்
கணநரி இனனொடு குழீஇ நிணயருந்தும்
நெய்த்தோர் ஆடிய மல்லல் மொசிவிரல்
அத்த எருவைச் சேவல் சேர்ந்த
அரைசேர் யாத்த வெண்திரள் வினைவிறல்
எழாஅத் திணிதோள் சோழர் பெருமகன்
விளங்குபுகழ் நிறுத்த இளம்பெருஞ் சென்னி
குடிக்கடன் ஆகலின் குறைவினை முடிமார்
செம்புஉறழ் புரிசைப் பாழி நூறி
வம்ப வடுகர் பைந்தலை சவட்டிக்
கொன்ற யானைக் கோட்டின் தோன்றும்
அஞ்சுவரு மரபின் வெஞ்சுரம் இறந்தோர்
நோயிலர் பெயர்தல் அறியின்
ஆழல மன்னோ தோழி! என் கண்ணே.

தோழீ! 'நம்மைப் பிரிந்து சென்று, காலத்தை நீட்டிப்பவர் நம் தலைவர் அல்லர். அதனால், அவர் திறத்து வருந்துதலை நீ ஆற்றி யிருப்பாயாக' என்கின்றனை.

ஆறலைத்தலை அல்லாது, பிறிதொரு வாழ்வு வகையினையும் கற்றறியாத இளைஞரை உடையது காடு. அவர்கள், அம்புதொடுத் தலின் அமைதியினைக் காணும்பொருட்டாக, புதியராக அவ்வழி யூடே வருபவர், தம்பால் அணிகலன் இல்லாதவராயினுங்கூட. அவர் களைக் கொன்று பறவைகளுக்கு உண்பிக்கும் கொடுமையினர். அத்தகையவராக, அவர் செருக்கித் திரிகின்ற கவர்த்த நெறிகளிலே, கூட்டமான நரிகள் தம் இனத்தோடும் கூடியவையாக, நிணத்தினை உண்டு கொண்டிருக்கும்.

போர்வினையிலே வெற்றிநீங்காத திண்ணிய தோள்களை உடையவனும், சோழர் பெருமானுமான விளங்கும் புகழினை உலகிலே நிலைபெறுத்தியவன், இளம்பெருஞ் சென்னி என்பவன் ஆவான். அவன், தன் குடிமக்கட்குத் தான் செய்ய வேண்டிய கடமையாதலின், செம்பினை ஒத்த வலிய மதிலையுடைய பாழிப்பேரூரினை அழித் தான்; வம்பராய வடுகரது பசிய தலைகளைத் தறித்தான்: அவ்வமயம், அவனாற் கொல்லப் பெற்ற பகைவருடைய யானைகளின் கொம் பினைப்போல.

குருதிக்கறை படிந்த வளமான நெருங்கிய விரல்களையுடைய காட்டுப் பருந்துச் சேவல் தங்கியிருப்பதான, அடி திரண்ட யாமரத்தின் வெண்மையான கொம்புகள் தோன்றும்.

அச்சம் வருகின்ற தன்மையினையுடைய, வெப்ப மிகுந்த அச்சுரநெறியினைக் கடந்து சென்ற நம் தலைவர் நோயிலராகி மீண்டும் வந்து சேர்தலை அறிவோனாயின், என் கண்களும் அழமாட்டாவே, தோழி!

சொற்பொருள்: 5. கலித்த-செருக்கித் திரிகின்ற. 6. கணநரி இன்னொடு-கூட்டமான நரிகள் தம் இனத்தோடும்; இனமாவது, நரி களின் கூட்டத்தை. 7. நெய்த்தோர் ஆடிய-குருதி படிந்த. மல்லல்-நெருங்கிய. 9. வெண்திரள்- வெள்ளிய திரண்ட கொம்பு. 10. திணிதோள்-திண்மையான தோள்கள். 12. குடிக்கடன்-குடிகட்குச் செய்வதான கடன்; அல்லது தான் பிறந்த சோழர்குடிக்கு உரிய கடன் எனினும் ஆம். 13. செம்பு உறழ் புரிசை-செம்பினைப் போன்ற மதில்; மதிலின் உறுதியைக் குறித்தது. பாழி-பாழிப் பேரூர்; நன்னனுக்கு உரியதாயிருந் தது. 14. சவட்டி-தறித்து. 18. ஆழல-அழமாட்டா; ஆழமாட்டா எனினும் ஆமு; துயரத்தால் கண்கள் நீர் சொரிய விழிகள் உள்ளே போனது போலத் தோற்றும்; இதனை ஆழ்தல் எனக் கொண்டு அங்ஙனம் 'ஆழல' என்றனள் எனவும் கொள்ளலாம்.

விளக்கம்: 'அம்பு தொடை அமைதி காண்மார் வம்பலர் கலனிலர் ஆயினும் கொன்று புள்ளூட்டும் கல்லா இளைஞர் கலித்த கவலை' என்பதும், கண நரி இனனொடு குழீஇ நிணன் அருந்தும்' என்றதும். 'நெய்த்தோர் ஆடிய மல்லல் மொசிவிரல் அத்த எருவைச் சேவல்' என்றதும், காட்டு வழியிலே உளவான ஏதங்களைக் குறித்தன. அவ் வழிச் செல்பவர் தலைவராதலின், அவர் ஏதமின்றிச் செல்ல வேண்டுமே என்ற கவலையினால், தான் கண் கலங்கியதாகத் தலைவி கூறினாள் என்க.

'வினைவிறல் எழாஅத் திணிதோள் சோழர் பெருமகன்' என்பது, 'விளைவிறல் எழூஉத் திணிதோள் சோழர் பெருமகன்' எனப் பாட பேதத்துடனும் விளங்கும். இந்தப்பாடத்திற்கு, 'வெற்றி விளைக்கும் கணையமரம் போன்ற திண்மையான தோள்களையுடைய சோழர் பெருமான்' என்ற பொருள் கொள்க.

376. நலம் தந்து செல்வாய்!

பாடியவர்: பரணர். **திணை:** மருதம். **துறை:** காதற் பரத்தை புலந்து சொல்லியது. **சிறப்பு:** அத்தியைக் காவிரி கொண்டுசென்ற செய்தியும்; குட்டுவனின் மாந்தை நகரத்து எழிலும்; கரிகாலனைப் பற்றிய குறிப்பும்.

(ஒரு தலைவன் தன்னுடைய காதற் பரத்தையோடு இன புற்றுச் சிலகாலம் இருந்தபின்னர், அவளைப் பிரிந்து, சேரிப்பரத்தை ஒருத்தி பாற் செல்வதற்கு நினைக்கின்றான். அப்பொழுது, அவள் வருத்த முற்று அவன்பாற் கூறுகின்ற பாங்கிலே அமைந்தது இச்செய்யுள்.)

செல்வல் மகிழ்ந! நிற் செய்கடன் உடையென்மன்–
கல்லா யானை கடிபுனல் கற்றென
மலிபுனல் பொருத மருதோங்கு படப்பை
ஒலிகதிர்க் கழனிக் கழாஅர் முன்துறைக்
கலிகொள் சுற்றமொடு கரிகால் காணத்

தண்பதம் கொண்டு தவிர்த்த இன்னிசை
ஒண்பொறிப் புனைகழல் சேவடி புரளக்
கருங்கச்சு யாத்த காண்பின் அவ்வயிற்று
இரும்பொலப் பாண்டில் மணியொடு தெளிப்பப்
புனல்நயந்து ஆடும் அத்தி அணிநயந்து

காவிரி கொண்டுஒளித் தாங்கு மன்னோ!
நும்வயிற் புலத்தல் செல்லேம்; எம்வயின்
பசந்தன்ற காண்டிசின் நுதலே; அசும்பின்
அம்தூம்பு வள்ளை அழற்கொடி மயக்கி
வண்தோட்டு நெல்லின் வாங்குபீள் விரியத்

துய்த்தலை முடங்குஇறாத் தெறிக்கும் பொற்புடைக்
குரங்குஉளைப் புரவிக் குட்டுவன்
மாந்தை அன்னஎன் நலந்தந்து சென்மே!
மகிழ்நனே! செல்லல் வேண்டா!

பாகனால் பயிற்றப்பெற்று அவன் ஏவலுக்கு அடங்கி நடப்பதனைக் கல்லாத யானையானது, வெள்ளத்திலே நீர் விளையாடலைத் தானே கற்கத் தொடங்கியதாக, அதனால், மிக்கெழுந்த நீரானது மோதிக் கொண்டிருக்கும், மருதமரங்கள் செறிந்த தோட்டத்தினையும், தழைத்த கதிர்களைக் கொண்ட வயல்களையும் உடையது கழாஅர் முன்துறை. அவ்விடத்தே. ஆரவாரம் பொருந்திய தன் சுற்றத்தினருடனே கூடியவனாகக் கரிகால் வளவன் புனல்விழாவினைக் கண்டிருந்தான்.

அத்தி என்பான் புனல் விழாக் கோலம் கொண்டனன். இனிய இசை தங்கிய ஒள்ளிய பொறிகளையுடைய புனைதற் சிறப்புடைய வீரக்கழல்கள் சிவந்த திருவடிகளிலே கிடந்து புரண்டன. கரிய கச்சினைக் கட்டிய, காண்பதற்கு இனிதான வயிற்றுமணியுடன், பெரிய பொன்னாலான பாண்டில் என்னும் கருவியும் ஒலிசெய்து கொண்டிருந்தன. புனல் விளையாட்டிலே விருப்புடன் ஆடிக் கொண்டிருந்த அத்தியின் அழகினைக் காவிரியும் விரும்பினாள்; அவனைக் கவர்ந்து கொண்டு, தன்னுள் ஒளித்துக் கொண்டாள்.

அங்ஙனமே நும்மையும் கவர்ந்து கொண்டனள் பரத்தை ஒருத்தி, அதற்காக, நும்மிடத்தே யாம் வெறுத்தலைச் செய்யோம். ஆயின், எம்மிடத்துப் பசலைநோய் படர்ந்தது. அதனை எம் நுதலிடத்தே காண்பீராக!

சேற்றிடத்தேயுள்ள, அழகிய துளையினையுடைய வள்ளைக் கொடியின் ஒள்ளிய கொடியினைப் பின்னுவித்து, வளவிய தோட்டினையுடைய நெல்லின் வளைந்த கதிர்கள் விரியும்படி துய்யினைத் தலையிலேயுடைய இறால்மீன்கள் பாய்கின்ற இடமாக விளங்குவது, அழகு பொருந்திய வளைந்த பிடரி மயிரினையுடைய குதிரைகளை உடையவனான குட்டுவனுக்கு உரிய மாந்தை என்னும் பேரூர். அதனைப் போன்ற என் நலத்தினை என்பால் மீளவும் தந்து, அதன்பின் செல்வீராக, நுமக்குச் செய்யும் கடமைகளை யான் மிகவும் உடையேன். (அதனால், மறாது தந்து செல்க.)

சொற்பொருள்: 1. மகிழ்நன்- தலைவன். செய்கடன்-செய்தற்கு உரிய கடமைகள். 2. கடிபுனல்-மிக்க புனல்; புதுப்புனல்; காவலையுடைய புனலும் ஆம். கற்றென-நீர்விளையாடப் பயின்று கொண்டிருந்ததாக. 3. மலி புனல்-மிக்கெழுந்த புனல். படப்பை-தோட்டம் 4. ஒலி கதிர்-தழைத்த கதிர். முன்துறை - ஆற்றின் கரையிடத்துள்ள நீராடுதுறை. 5. கரிகால்-கரிகால் வளவன். 6. தண் பதம் கொண்டு-

புனல் விழாவிற்கான ஒப்பனைகளை மேற்கொண்டு. 9. பாண்டில் - கஞ்ச தாளம். 10. அணி நயந்து-அழகிலே விருப்புற்று. 12. புலத்தல்-வருந்துதல். 13. அசும்பு-சேறு. 14. அழற்கொடி-ஒள்ளிய கொடி. 15. தோடு-இதழ். வாங்கு பீள்-வளைந்த கதிர். 16. துய்த்தலை-துய்யினையுடைய தலை. 17. குரங்குளைப் புரவி-வளைந்த பிடரி மயிரினையுடைய குதிரை.

விளக்கம்: 'கல்லா யானை கடிபுனல் கற்றெனப்....... புனல் நயந்து ஆடும் அத்தி' என்று கொள்ளலும் பொருந்தும். இதனால், அத்தியும் கட்டற்ற நீர் வினையாட்டிலே ஈடுபட்டிருந்தனன் என்க. அவன் ஆற்று வெள்ளத்தோடு அடித்துச் செல்லப்பட்டதற்கம், இந்தக் கட்டு மீறிய துணிச்சற் போக்கே காரணமென்பதும் இதனால் உய்த்து உணர்தற்கு உரியதாகும்.

'கவிகொள் சுற்றம்' என்றது, புனல் விளையாட்டுக் களிப்பின் ஆரவாரத்துடன் திகழ்ந்த அரசச்சுற்றம் என்க. 'சுற்றமொடு கரிகால் காணக் காவிரி அணிநயந்து கொண்டொளித்தனள்' என்றாற் போலத், தன்னுடைய சுற்றமும் பிறரும் காணப், புதியளான பரத்தை ஒருத்தி தலைவனை நயந்து, தன்பால் அகப்படுததிச் சென்றனள் என்று கொள்க.

'அந்தூம்பு வள்ளை அழற்கொடி மயங்கி வண்தோட்டு நெல் லின் வாங்குபீள் விரியத் துய்த்தலை முடங்கிறாத் தெறித்தலைப்' போலச், சேரிப் பரத்தையான அவளும், தாழ்விலிருந்து துள்ளித் தலைவனின் உள்ளத்தினைத் தன் இளமைச் செருக்கினாலே கவர்ந் தனள் என்க.

'நும் வயிற் புலத்தல் செல்லேம்' என்றது, தான் அவன்பாற் கொண்ட காதலின் உறுதியினை விளங்கக் கூறியதாம். மேலும் தலைவியைப்போலப் புலத்தற்கான உரிமை தன் போற காதற் பரத்தையர்க்கு இல்லையென்றதும் ஆம்.

377. ஏதிலராகியும் செல்வாரே!

பாடியவர்: மாறோக்கத்துக் காமக்கணி நப்பாலத்தனார். **திணை:** பாலை. **துறை:** பொருள் கடைக்கூட்டிய நெஞ்சிற்குத் தலைமகன் சொல்லியது.

(தலைமகன் ஒருவன், முன்பொரு சமயம் பொருளீட்டுதலின் பொருட்டாகத தலைவியைப் பிரிந்து சென்று, அந்த வேதனையை உணர்ந்தவனாக, அவளுடன் பிரிய நினையாத அன்புடன் கூடி வாழ்ந் தனன். அவன் உள்ளத்திலே மீண்டும் பொருள் வேட்கை எழ, அவன், தன் தலைவியைப் பிரிந்து செல்லுதலைத் துணியாது. தன் நெஞ்சுக்கு இவ்வாறு கூறியவனாக, அந்த எண்ணத்தைக் கைவிடுகின்றான். இந்தப் பாங்கிலே அமைந்த செய்யுள் இதுவாகும்.)

கோடை நீடலின் வாடுபுலத்து உக்க
சிறுபுல் உணவு நெறிபட மறுகி
நுண்பல் எறும்பி கொண்டளைச் செறித்த
வித்தா வல்சி வீங்குசிலை மறவர்
பல்லூழ் புக்குப் பயன்நிரை கவரக்
கொழங்குடி போகிய பெரும்பாழ் மன்றத்து
நரைமூ தாளர் அதிர்தலை இறக்கிக்
கவைமனத்து இருத்தும் வல்லுவனப்பு அழிய
வரிநிறச் சிதலை அரித்தலின் புல்லென்று
பெருநலம் சிதைந்த பேஎம்முதிர் பொதியில்
இன்னா ஒருசிறைத் தங்கி இன்னகைச்
சிறுமென் சாயல் பெருநலம் உள்ளி
வம்பலர் ஆகியும் கழிப மன்ற-
நசைதர வந்தோர் இரந்தவை
இசைபடப் பெய்தல் ஆற்று வோரே!

கோடைக்காலமானது நெடிதாயினமையினாலே வறண்டு போய்க் கிடந்த நிலத்திலே, உதிர்ந்த சிறிய புல்லரிசியான உணவினை, நுண்ணிய பலவாகிய எறும்புகள் ஒழுங்குபெறச் சென்று எடுத்துக் கொண்ர்ந்து, தம் புற்றிலே தொகுத்து வைக்கும். தாம் விதைத்துப் பயிரிட்டு வளர்த்துப் பெறாத அப் புல்லரிசியினைத் தம் உணவாகக் கொள்பவர், பெருத்த வில்லினைக் கைக்கொள்வோரான மறவர்கள்.

அவர்கள், பன்முறை புகுந்து பாற்பசுக் கூட்டங்களைக் கவர்ந்து கொண்டு செல்ல, வளமுடன் அவ்வூரிலிருந்த குடியினரும் அதனை விட்டுப் போய்விடுவாராயினர். அப்படிக் குடிகள் போகிய, பெரிதும் பாழ்பட்டுக் கிடக்கும் ஊரின் மன்றத்தின் கண்ணே-

நரைத்த முடியினையுடைய முதியவர்கள், நடுங்கிக் கொண்டிருக்கும் தம் தலைகளைக் கவிழ்த்தவராகத், தம்முடைய கவர்த்த மனத்தே இருத்துகின்ற வல்லுத்தரையின் அழகு கெடுமாறு, வரிகள் பொருந்திய கரையான அரித்திருக்கும். அதனால், தன்னுடைய பழைய அழகுகெட்டுப், பெரிதான நலமனைத்தும் சிதைந்ததாகி, அச்சமிகுந்ததாகப் பொதியிலும் விளங்கும். அதனிடத்து ஒரு பக்கத்தே தங்கியிருந்து,

இனிதாக முறுவலையும் சிறிய மென்சாயலினையும் உடைய தலைவியினது பெருநலத்தினை நினைந்து, அவட்கு எதிலர்போல ஆகியும் -

பொருள் வேட்கை கொண்டதனாலே வந்தடைந்தோர் இருந்த செல்வத்தைப் புகழுண்டாகப், பெய்து உவக்கம் செயலைச் செய்கின்ற

அருளுடையவர், மேலும் செல்வதற்குத் துணிவார்களோ? (துணியார் ஆதலின், அருள் உள்ளம் உடைய யாமும் பொருள்வயிற் பிரிதலை மேற்கொள்ளோம் என்பது முடிபு.)

சொற்பொருள்: 2. சிறு புல் உணவு - சிறிய புல்லரிசியாகிய உணவு. 3. அளைச்செறித்த - புற்றிலே தொகுத்து வைத்த. 4. வித்தா வல்சி-விதையாது பெற்ற உணவு. 5. பயன் நிரை-பாற்பசுக்கள். 6 . கொழுங்குடி - வளமான குடியினர். 7. அதிர்தலை - நடுங்கும் தலை. 8. கவைமனத்து-கவறுபட்ட மனத்து; வல்லாடுதலில் இப்படி மனம் கவறுபட்டுச் செல்லல் இயல்பாகும். வல்லு-சூது. 9. சிதலை-கரையான். 10. பேஎம் முதிர் பொதியில் - அச்ச மிகுந்த பொதியிலில்.

விளக்கம்: மறவருடைய கொடிய இயல்பினைக் கூறுபவர், எறும்பு, புற்றிற் சேகரித்து வைத்த விதையாது பெறும் உணவினாலே வாழ்ந்து வருபவர் என்றனர். ஆறலை கள்வராகிய அவர், மக்களை மட்டும் வழிப்பறித்து உண்பவர் அன்று; நுண்பல் எறும்பி கொண்டளைச் செறித்த உணவையும் தோண்டிப் பறித்துண்ணும் தன்மையினர் என்றனர்.

கொழுங் குடியினராக வாழ்ந்த ஊரவர், ஆறலை கள்வராகிய அவர் பல்லூழ் புக்குப் பயன் நிரை கவரவே, அவ்வூரை விட்டே போவார் ஆயினர்; அதனால், அவ்வூரும் பாழுற்றது என்றனர்.

'வல்லு வனப்பு அழியச் சிதலை அரித்தலின்' என்றதனால், வல்லு ஆடும் இடம் மரத்தால் அமைந்தது என்பது புலனாகும்.

நரை மூதாளர் மன்றத்துப் பொதியிலில் அமர்ந்து சூதாடும் வழக்கம் உடையவராக இருந்தனர். அந்நாளில் இந்த வழக்கம் இருந்தது போலவே, இந்நாளிலும் இருப்பதனை ஊர்ப் பொதுமண்டபங்களிற் காணலாம்.

378. தோன்றலான் உள்ளேன்!

பாடியவர்: காவட்டனார். **திணை:** குறிஞ்சி. **துறை:** இரவுக் குறிச் சிறைப்புறமாகத் தோழி சொல்லெடுப்பத் தலைமகள் சொல்லியது.

(தலைவனும் தலைவியும் களவிலே உறவாடி இன்புற்று வருகின்ற காலம். அவர்களின் உறவிலே ஐயுற்ற தாய், தலைவியை இற்செறிக்கவும் கருதி, அவளைக் கவனிக்கத் தொடங்கியிருக்கிறாள். இந்த நிலையிலே, இரவு வேளையில் யாரும் அறியாமற் சென்று தன் மனைக்கு அண்மையிலுள்ள குறித்த ஓர் இடத்தில், தலைவி முன்னேற் பாட்டின்படி தன் தோழியுடன் சென்ற காத்திருக்கின்றாள். அப்போது, தலைவியின் துயருக்கு வருந்திய தோழியானவள், தலைவனைக் குறித்துப் பழி கூறுவாளாகப் பேச்செடுக்கத், தலைவி, தன் தோழிக்குக் கூறுகின்ற முறையிலே அமைந்தது இச்செய்யுள்.)

*'நிதியம் துஞ்சும் நிவந்தோங்கு வரைப்பின்
வதுவை மகளிர் கூந்தல் கமழ்கொள
வங்கூழ் ஆட்டிய அம்குழை வேங்கை
நன்பொன் அன்ன நறுந்தாது உதிரக்
காமர் பீலி ஆய்மயில் தோகை*

*வேறுவேறு இனத்த வரைவாழ் வருடைக்
கோடுமுற்ற இளந்தகர் பாடுவிறந்து இயல
ஆடுகள வயிரின் இனிய ஆலிப்
பசும்புற மென்சீர் ஒசிய விசும்புஉகந்து
இருங்கண் ஆடுஅமைத் தயங்க இருக்கம்*

*பெருங்கல் நாடன் பிரிந்த புலம்பும்
உடன்ற அன்னை அமரா நோக்கமும்
வடந்தை தூக்கும் வருபனி அற்சிரச்
சுடர்கெழு மண்டிலம் அழுங்க ஞாயிறு
குடகடல் சேரும் படர்கூர் மாலையும்*

*அனைத்தும் அடூஉநன்று நலிய உஞற்றி
யாங்ஙனம் வாழ்தி?' என்றி - தோழி! -
நீங்கா வஞ்சினம் செய்தநத் துறந்தோர்
உள்ளார் ஆயினும் உளெனே - அவர் நாட்டு
அள்ளிலைப் பலவின் கனிகவர் கைய*

*கல்லா மந்தி கடுவனோடு உகளும்
கடுந்திறல் அணங்கின் நெடும்பெருங் குன்றத்துப்
பாடின் அருவி சூடி
வான்தோய் சிமையம் தோன்ற லானே.*

தோழி!

பெரு நிதியம் நிலைத்திருக்கும் உயர்ந்தோங்கிய மனையகத்தேயுள்ள, மணவாழ்வினரான மகளிரின் கூந்தல் மணம் பொருந்துமாறு, அழகிய தளிர்களையுடைய வேங்கைமரத்தின் நல்ல பொன்னையொத்த நறிய தாது, காற்று அசைத்ததால் உதிரும். விருப்பந்தருகின்ற நிறத்தினையுடைய அழகிய தோகையினையுடைய மயிலானது, வேறுவேறு இனத்தவாக வரையிடத்தே வாழ்கின்ற வருடைகளின் இளைய கடாக்களின் கொம்புகள் மோதிச்செய்த ஒலியைக் கேட்டு அச்சங்கொண்டு ஓடும். ஆடுங் களத்தே முழங்கும் கொம்பினைப் போல இனிதாக ஒலித்துக் கொண்டு, வானத்தே எழுந்து பறந்து சென்று, பசுமையான புறத்தினையுடைய மென்மையான அழகிய இடமானது வளையுமாறு, நீண்ட கணுக்களையுடைய அசையும் மூங்கிலினிடத்தே, அது தயக்கமுற்றதாகி அமர்ந்திருக்கும். அத்தகைய

பெருமலை நாட்டிற்கு உரியவன் தலைவன். அவன், நம்மைப் பிரிந்ததனாலே கொண்ட தனிமையும்-

அன்னையின் மாறுபட்ட பொருந்தாத பார்வையும்-

வாடைக் காற்றால் அசைக்கப்பெறும் பனிவருதலையுடைய அற்சிரக் காரத்தே, கதிர்நிறைந்த கதிரவன் மணடிலமும் ஒளிமழுங்க, ஞாயிறு குடகடல் சேருகின்ற துன்பமிக்க மாலைப் பொழுதும் -

ஆகிய இவையனைத்தும், தாக்கி நின்ற எம்மை வருத்தவும், நீ எங்ஙனம் உயிர் வாழ்கின்றனை?' என, எம்மிடத்தே வினவுகின்றனை.

நீங்காமைக்கு உரிய வஞ்சினம் உரைத்த நமக்கு அருள் செய்து, பின், அதனை மறந்து, நம்மைப் பிரிந்தோரான அவர் நம்மை நினையா ராயினும் -

அவர் நாட்டு -

நெருங்கிய இலைகளைக் கொண்ட பலாவின் கனியினைக் கவர்ந்த கையுடையதாக, அறியாத மந்தியானது தன் கடுபனோடு துள்ளித் திரிகின்ற, மிக்க வலியமைந்த தெய்வத்தையுடைய நெடிய பெரிய குன்றத்திடத்து, இனிதாகப் பாடி வீழும் அருவியினை அணிந்துகொண்டதாக, வானளாவிய உச்சிமலை காணப்பெறுதலினாலே-

யானும் உயிர் வாழ்ந்திருக்கின்றேன் என்பதனை அறிவாயாக.

சொற்பொருள்: 1. நிதியம்-வளமான செல்வம். வரைப்பின்-மனையகத்து. 2. வதுவை மகளிர் -மணங்கொண்ட மங்கல மகளிர். 3. வங்கூழ்-காற்று. 6. வரைவாழ் வருடை-வரையிடத்தே வாழ் கின்ற வருடை; ஒருவகை விலங்கு; 'எண் கால் வருடை' என்பர் பேராசியர். 7. தகர்-கடா. 8. வயிர்-கொம்பு. 12. உடன்ற-மாறுபட்ட. அமரா நோக்கம்-பொருந்தாத பார்வை. 13. வடந்தை-வடகாற்றுஇ 15. படர் கூர்மாலை-துன்பம் மிகுந்த மாலை. 16. அடூஉ நின்று - தாக்கி நிலைபெற்று. 20. அள்ளிலைப் பலா-நெருங்கிய இலைகளை யுடைய பலாமரம்.

விளக்கம்: வருடைகள் தம்முள் மோதுகின்ற கொம்பொலிக்கு, மயில் அஞ்சிச்சென்று மூங்கிலின்கண் இருக்கம் நாடன்ங என்றன ளாகவே, அங்ஙனமே, தலைவனின் பிரிதலாகிய கொடுமையால் தானும் நடுங்கித் தன் இல்லிலிருந்து வாடியதனைக் கூறினள் என்க.

பிரிவின் துயரம், அன்னை ஐயுற்று நோக்குங்கால் மறைத்து வாழ வேண்டிய துயரம், மாலையின் வரவினாலே கொள்ளும் காம வேட்கை மிகுதியினால் ஆகிய துயரம் ஆகிய அனைத்தும், அவ னுடைய, 'வான்தோய் சிமையம் தோன்றலான்' ஆற்றியிருக்க இயல்வ தாயிற்று என்கின்றாள் தலைவி.

'கல்லா மந்தி கடுவனொடு உகளும்' எனவே, அதனைக் காணும் அவனும் தன் நினைவு தோன்ற வாராதிரான் என்பதும், 'கடுந்திரல் அணங்கின் நெடும்பெருங் குன்றத்து' எனவே, 'அவன் சூழினைப் பொய்க்கமாட்டான்' என்பதும் உணரற்பாலதாம்.

379. இரங்குவை அல்லையோ!

பாடியவர்: பாலை பாடிய பெருங்கடுங்கோ. **திணை**: பாலை. **துறை**: முன்னொரு காலத்துப் பொருண்முற்றி வந்த தலைமகன், பின்னும் பொருள் கடைக்கூட்டிய நெஞ்சிற்குச் சொல்லியது.

(பொருள் தேடிவருதலின் பொருட்டாக, முன்பொருமுறை தன் தலைவியைப் பிரிந்து வேற்றுநாடு சென்று பொருளீட்டிவந்து, அவளுடன் இன்புற்றிருக்கும் தலைவன் தனக்குள் தன் பழைய அனுபவங்களைக் கூறியவனாக, அந்த எண்ணத்தை மாற்றிக் கொண் டனன். இந்தத் துறையில் அமைந்த செய்யுள் இது.)

நந்நயந்து உறைவி தொன்னலம் அழியத்
தெருளா மையின் தீதொடு கெழீஇ
அருளற நிமிர்ந்த முன்பொடு பொருள்புரிந்து
ஆள்வினைக்கு எதிரிய மீளி நெஞ்சே!
நினையினை ஆயின் எனவ கேண்மதி! -
விரிதிரை முந்நீர் மண்திணி கிடக்கைப்
பரிதிஅம் செல்வம் பொதுமை இன்றி
நனவின் இயன்றது ஆயினும் கங்குற்
கனவின் அற்று அதன் கழிவே அதனால்
விரவுறு பன்மலர் வண்டுசூழ்பு அடைச்சிச்
சுவல்மிசை அரைஇய நிலைதயங்கு உறுமுடி
ஊண்டுபல் நாற்றம் வேண்டுவயின் உவப்பச்
செய்வுறு விளங்கிழைப் பொலிந்த தோள்சேர்பு
எய்திய கனைதுயில் ஏற்றொதும் திருகி
மெய்புகு வன்ன கைகவர் முயக்கின்
மிகுதிகண் டன்றோ இலெனே நீ நின்
பல்பொருள் வேட்கையின் சொல்வரை நீவிச்
செலவுவலி யுறுத்தனை ஆயிற் காலொடு
கனைஎரி நிகழ்ந்த இலையில் அம் காட்டு
உழைப்புறத்து அன்ன புள்ளி நீழல்
அசைஇய பொழுதில் பசைஇய வந்துஇவள்
மறப்புஅரும் பல்குணம் நிறத்துவந்து உறுதர
ஒருதிறம் நினைத்தல் செல்லாய் திரிபுநின்று
உறுபுலி உழந்த வடுமருப்பு ஒருத்தற்குப்
பிடியிடு பூசலின் அடிபடக் குழிந்த

நிரம்பா நீளிடைத் தூங்கி
இரங்குவை அல்லையோ உரங்கெட மெலிந்தே?

நம்மை விரும்பி வாழ்பவள் தலைவி, அவளுடைய பழைய அழகு கெடுமாறு, அறிவு தெளியப்பெறாததன் காரணமாகத், தீமை யுடன் பொருந்தினாய். அதனைத் தேடும் முயற்சியினும் முற்பட்டாய், வலிய நெஞ்சமே! சற்றுச் சிந்திப்பாய் ஆயின், யான் கூறும் இவற்றை யும் கேட்பாயாக:

விரிந்த அலைகளையுடைய கடவினால் சூழப்பட்டிருப்பது மண்செறிந்த இவ்வுலகம் இதன்கண், முற்றவும் பொதுமை என்ப தின்றி ஆட்சிச் சக்கரத்தைச் செலுத்தும் சிறந்த செல்வமானது, நனவின் கண்ணேயே வாய்த்தது என்றாலும். அது மறைதல், இரவிற் கனவிற் காண்பன மறைவதுபோன்ற அத்தன்மையதே யாகும்.

அதனால், விரவுதல் பொருந்திய பலவகை மலர்களை வண்டினம் மொய்க்கும்படியாகச் சூடிப், பிடரின்மேல் அசைந்து கொண்டிருக்க விளங்கும் நிலையானது தயங்கும் பெரிய கொண்டை யின், செறிந்த பலவாகிய நறுமணத்தினை வேண்டுமிடத்துப் பெற்று மகிழும்படியாகச் செய்யப்பெற்ற, விளங்கும் அணிகளால் அழகுற்ற, நம் தலைவியின் தோள்களை அணைந்து, பொருந்திய மிக்க துயிலினை அடையுந்தோறும், திருகி உடலோடு உடல்புகுவது போன்ற கைகளால் கவர்ந்து தழுவிக்கிடக்கின்ற அந்த இன்பத்தினும், மேலான் ஒரு பொருளினை யான் கண்டறியேனே.

நீ, நின்னுடைய, பலவகையான பொருள்கள்பாற் கொள்ளும் விருப்பினாலே, என் சொல்லின் எல்லையைக் கடந்து செல்லுதலையும் வலியுறுத்தினை என்றால் -

காற்றினாலே மிக்கெழுந்த தீ பரவியதனால் இலையற்றுப் போயின காட்டிலே, மானுடலில் காணப்பெறும் புள்ளிகளைப் போலப் புள்ளிபட்டுத் தோன்றும் மர நிழலில் தங்கியிருக்கும் காலத்திலே, இவளது மறத்தற்கரிய பல்வகைத் தன்மைகளும் நின் நெஞ்சத்தே வந்து பொருந்த, இவளை விரும்பி, ஒரு தன்மைத்தாக நினைத் தலையும் மாட்டாயாய். வேறுபட்டு நின்று நின் திட்பம் கெட மெலி வுற்று, பெரிய புலியுடனே போரிட்டு வடுப்பட்டு வருந்திய கொம்பினை யுடைய களிற்றின் பொருட்டாக, அதன் பிடியானையானது ஆர வாரித்து அடியிட்டுச் செல்லக் குழிந்து இடங்களையுடைய, செல்லத் தொலையாத நெடிய சுரத்தின் இடையே மயங்கி வருத்தமுறுவாயும் அல்லையோ? (அல்லையானால், இவளைப் பிரிந்து செல்லலை நயப்பாய் என்பது கருத்து.)

சொற்பொருள்: 1. உறைவி-வாழ்பவளாய தலைவி. 2. தெரு ளுதல்-அறிவு தெளிதல். 3. நிமிர்ந்த முன்பு-மிக்கெழுந்த வன்மை.

4. ஆள்வினை - செயன் முயற்சி. மீளி நெஞ்சு-வலிய நெஞ்சு. 6. மண் திணி கிடக்கை - மண் செறிந்த உலகம். 6. பரிதி அம் செல்வம்-ஆட்சி சக்கரத்தை நடத்தலாகிய செல்வப்பேறு. 9. கழிவு-மறைவு. 11. சுவல்- பிடரி. முடி-கொண்டை; முடித்தலைப் பெற்றி ருப்பது முடியாயிற்று. 14. கனைதுயில்-மிக்க துயில். திருகி- பின்னிப் பிணைந்து. 17. சொல்வரை நீவி -சொல்லின் எல்லையைக் கடந்து. 20 உழை-பெண்மான் 21. அசைஇய-தங்கிய. 25. பூசல்-ஆரவாரம். 26. தூங்கி-மெலிவுற்றுத் தங்கி.

விளக்கம்: 'வாழ்க்கை நிலையாமையினை உடையது' என்பதனை, 'விரிதிரை முந்நீர் மண்திணி கிடக்கைப் பரிதியம் செல்வம் பொதுமையின்றி நனவின் இயன்றதாயினும் கங்குல் கனவின் அற்று' என, மிகவும் நயமாகக் கூறியதனை அறிக. இதனாற் பொருட் செல்வத் தினுங் காட்டில் காதற் பேற்றையே பெரிதாகக் கருதும் காதலரின் பண்பும் புலனாகும்.

இடைவழியில், தலைவியின் நினைவு வந்தடைந்தகாலத்து' 'ஒரு திறம் நினைத்தல் செல்லாய், உரம்கெட மெலிந்தே, நிரம்பா நீளிடைத் தூங்கி இரங்குவை அல்லையோ?' என நெஞ்சம் உடைகின்ற தன்மையைச் சுவையுறக் கூறியதனைக் கண்டு இன்புறுக.

பாலைக் கலியினைப் பாடிய இந்த ஆசிரியர், அதன் கண்ணும், இங்ஙனம் காதலையுடையார்க்குப் பொருட் செல்வத்தினும் கூடி யிருக்கும் இன்பப்பேறே சிறப்படைத்தெனக் கூறும் பகுதிகள் பல வாகும். அவற்றையும் கற்று இன்புறுக.

ஆசிரியர், தாம் அரசராதலின், அதற்கேற்பப் 'பரிதியஞ் செல்வம் பொதுமை இன்றி நனவில் இயன்றதாயினும்' எனக் கூறிய உவமைச் சிறப்பினையும் உணர்ந்து மகிழ்க.

380. நீயே கூறுக!

பாடியவர்: மதுரை மருதனிளநாகனார். **திணை:** நெய்தல். **துறை:** பின்னின்ற தலைமகற்குக் குறைநேர்ந்த தோழி, தலைமகட்குக் குறைநயப்பக் கூறியது.

(தலைவியிடம் தலைமகனுக்கு அருள் செய்யுமாறு கூறி, அவனுக்காகப் பரிந்து வேண்டுகின்றாள் அவளுடைய தோழி, இந்த முறையில் அமைந்த செய்யுள் இது.)

தேர்சேண் நீக்கித் தமியன் வந்து, நும்
ஊர்யாது? என்ன நணிநணி ஒதுங்கி
முன்னாள் போகிய துறைவன் நெருநை
அகலிலே நாவல் உண்துறை உதிர்த்த
கனிகவின் சிதைய வாங்கிக் கொண்டுதன்

தாழை வேர்அளை வீழ்துணைக்க இடூஉம்
அலவற் காட்டி, 'நற்பாற்று இது' என
நினைந்த நெஞ்சமொடு நெடிதுபெயர்ந் தோனே
உதுக்காண் தோன்றும் தேரே இன்றும்
நாம்எதிர் கொள்ளா மாயின் தான்அது
துணிகுவன் போலாம் நாணுமிக உடையன்
வெண்மணல் நெடுங்கோட்டு மறைகோ?–
அம்ம, தோழி! – கூறுமதி நீயே!

தோழி!

தன் தேரினைத் தொலைவிலேயே நிறுத்திவிட்டுத், தனியனாக வந்து, 'நும் ஊர் யாது?' என்று நாம் கேட்பக், குறுகக் குறுக நடந்து முன்னாளிற் சென்றனன் துறைவன்.

நேற்று, அகன்ற இலைகளையுடைய நாவன் மரமானது நீருண்ணும் துறைக்கண்ணே உதிர்த்த கனியினை, அதன் அழகு கெடுமாறு இழுத்துக்கொண்டு சென்று, தாழையின் வேர்ப்பக்கத்துள்ள அளையிலேயிருக்கும் தான் விரும்பிய தன் துணைக்கு இடுகின்ற நண்டினைக் காட்டி, 'இது நல்ல பான்மையினை உடையது' என்று கூறி, நின்னை நினைந்த நெஞ்சத்தோடு நெடிது பெயர்ந்தும் சென்றனன்.

இன்றும், அதோ பார், அவனுடைய தேர் தோன்றுகின்றது. நாம் அவனை எதிர்கொண்டு ஏற்காமலிருந்தால், நாணம் மிகவும் உடையவனாதலின், அதனை ஒதுக்கித் தானே அதனைச் சொல்லத் துணிகின்றவன் போலும் உள்ளனன்!

அதனால், வெண்மையான மணலையுடைய நெடிய மணல் மேட்டிற் சென்ற மறைந்து கொள்வோமோ? என் செய்வாமெனக் கூறுவாயாக!

சொற்பொருள்: 2. நணி நணி ஒதுங்கி-குறுகக் குறுக நடந்தவனாகச் சென்று. 4. உண்டுறை - நீர் உண்ணும் துறை. 7. நற்பாற்றிது - இது நல்ல பான்மையினை யுடையது.

விளக்கம்: ''நாவற் கனியை நண்டு தன் துணிக்கு ஊட்டக் காட்டி, 'நற்பாற்று' என்றவனாக நினைந்த நெஞ்சமொடு'' என்றது. தானும் அவ்வாறே தலைவியை மணந்து அவளுடன் கூடி இனிதாக இல்லறம் நிகழ்தத விரும்பியவன் அவன் என்றதாம்.

'அது துணிகுவன்' என்றது, மடலேறுதல் போன்ற முயற்சிகளிலே ஈடுபடுவான்போலும் என்றதாம்.

'வெண்மணல் நெடுங்கோட்டு மறைகோ?' என்றது, 'அவனுடன் அவ்விடத்துக்கூடி மகிழவாயோ?' எனக் குறிப்பால் உணர்த்தியதாம்.

381. பாழ்கொண்ட மேனியள்!

பாடியவர்: மதுரை இளங்கௌசிகனார். **திணை:** பாலை. **துறை:** தலைமகன் இடைச்சுரத்துத் தன் நெஞ்சிற்குச் சொல்லியது. **சிறப்பு:** சேரனின் பேராற்றல்.

(தன் அன்புடைய மனைவியைப் பிரிந்து, பொருளார்வம் மிகுதியாக எழுதலால், வேற்றுநாடு நோக்கி வழிக்கொண்டான் ஒரு தலைவன். இடைச்சுரத்தே சென்று கொண்டிருக்கும் அவனுடைய உள்ளத்திலே, தலைவியின் நினைவு எழுகிறது. அவன், தன் நெஞ்சிற்கு அப்போது சொல்லிக் கொள்ளுகின்ற முறையிலே அமைந்தது இச்செய்யுள்.)

ஆளி நன்மான் அணங்குடை ஒருத்தல்
மீளி வேழத்து நெடுந்தகை புலம்ப
ஏந்தல் வெண்கோடு வாங்கிக் குருகருந்தும்
அஞ்சுவரத் தகுந ஆங்கண் மஞ்சுதம
அழல்கான்று திரிதரும் அலங்குகதிர் மண்டிலம்
நிழல்சூன்று உண்ட நிரம்பா நீளிடை
கற்றுரிக் குடம்பைக் கதநாய் வடுகர்
விற்சினம் தணிந்த வெருவரு கவலை
குருதி ஆடிய புலவுநாறு இருஞ்சிறை
எருவைச் சேவல் ஈண்டுகிளைத் தொழுதி
பச்சூன் கொள்ளை சாற்றிப் பறைநிவந்து
செக்கர் வானின் விசும்பணி கொள்ளும்
அருஞ்சுரம் நீந்திய நம்மினும் பொருந்தார்
முனைஅரண் கடந்த வினைவல் தானைத்
தேனிமிர் நறுந்தார் வானவன் உடற்றிய
ஒன்னாத் தெவ்வர் மன்னெயில் போலப்
பெரும்பாழ் கொண்ட மேனியள் நெடிதுயிர்த்து
வருந்தும்கொல்? அளியள் தானே! - சுரும்புண
நெடுநீர் பயந்த நிரைஇதழ்க் குவளை
எதிர்மலர் இணைப்போது அன்னதன்
அரிமதர் மழைக்கண் தெண்பனி கொளவே!

நெஞ்சமே! ஆளியாகிய நல்ல விலங்கினது வருத்துதலையுடைய ஏறானது, வலிமையுடைய வேழத்தின் தலைவனானது வருந்துமாறு அதன் நிமிர்ந்த வெண்மையான கொம்பினைப் பறித்து, அதன் குருத்தினைத் தின்னும். அச்சமுண்டாகத் தகுந்த அச் சுரநெறியினிடத்தே, மேகமும் பெய்யா தொழிந்ததாக, எரியினைக் கக்கிச் செல்லும் அசையும் கதிர்களையுடைய ஞாயிறானது, நிழலினை அகழ்ந்து

உண்ட, செல்லத் தொலையாத நெடிய இடைவழியே, கன்றின் தோலினாலாகிய கூட்டினையும், சினம் பொருந்திய நாய்களையும் உடையவடுகர் இருப்பர். அவர்களுடைய வில்லின் சினமும் தணிந்த, அச்சம் வருகின்ற கவர்த்த நெறிகளிலே, குருதியிற் படிந்த புலால் நாற்றத்தை உடைய பெரிய சிறகினையுடைய எருவைச் சேவலினது கூடிய கிளைகளின் கூட்டமானது, பசுமையான ஊனின் மிகுதியை அறிவித்துப் பறந்து எழுந்து செக்கர் வானம் போன்று வானத்தை அழகுசெய்திருக்கும். அத்தகைய அரிய சுரத்தினைக் கடந்து வந்த நம்மைக் காட்டினும்,

பகைவரது போர்முனைக்கண், அரணை வெற்றி கொண்ட, போர்த் தொழிலிலே வல்ல தானையினையும், வண்டுகள் மொய்க்கும் நறிய மலர் மாலையினையும் உடையவன் சேரன். அவன், போரிட்டு அழித்த, அவனுக்கு மாறுபட்ட பகைவரது பெரிதான கோட்டை மதிலைப் போலப், பெரிதும் பாழ்பட்டுப் போயின உடலினளாகி,

வண்டு உண்ண, ஆழ்ந்த நீரிடத்தே தோன்றிய நிரையான இதழ் களையுடைய குவளையினது, எதிர்வைத்த இரு மலர்களைப் போல விளங்கிய தன் செவ்வரிபடர்ந்த மதர்த்த குளிர்ந்த கண்கள் தெளிந்த நீரைத் தம்மிடத்தே கொள்ள, நெடுமூச் செறிந்து வருந்தியிருப்பாளே! அவள் இரங்கத்தக்கவளே!

சொற்பொருள்: 1. ஆளி - யாளி என்று கூறப்படும் விலங்கு: சிங்கத்து உருவோடு, யானைபோலத் துதிக்கையும் கொண்டதாக விளங்கியது. 2. நெடுந்தகை-தலைவன். குருகு-குருத்து, 4. மஞ்சுதப-மேகம் பெய்யாது நீங்க. 6. சூன்று-அகழ்ந்து.7. கற்றுரிக்குடம்பை-கன்றின் தோலாலான கூடு. 8. விற்சினம் தணிந்த-வில்லின் சினம் தணிவுற்ற; அதாவது வழிப் போக்கரைக் கொன்றுவிட்ட. 11. பச்சூன்-பசிய ஊன். கொள்ளை-மிகுதி. பறைநிவந்து - எழுந்து பறந்து. 15. உடற்றிய-போரிட்டு அழித்த. 21. கண்பனி கொள்ளல்-அழுது கண் கலங்கியிருத்தல்.

விளக்கம்: 'கடத்தற்கரிய நெடிய சுரத்தினை வருத்தத்துடன் கடந்துவரும் தன்னினும், தலைவி தன் பிரிவினால் வருந்தும் வருத்தம் மிகுதியானதோ' என எண்ணுபவன், மீளவும் அங்ஙனம் பிரிந்து போகான் என்க.

'எருவைச் சேவலின் ஈண்டுகிளைத் தொழுதி பச்சூன் கொள்ளை சாற்றிப் பறை நிவந்து செக்கர் வானின்ன விசும்பணி கொள்ளம்' என்றது, அப்படி அவை பறத்தலால் பலரும் பச்சூன் மிகுதி உள்ளமை யினை அறிபவராவர், அதனால் அஞ்சுவர் என்பதனாலாம்.

தலைவியின் உடலழகு கெட்ட நிலைக்கு, 'வீழ்ச்சியுற்ற கோட்டை மதிலைப்போல' என்று உரைக்கின்ற உவமை நயத்தினையும் அறிந்து இன்புறுக.

382. தம்முறு விழுமம்!

பாடியவர்: கபிலர். திணை: குறிஞ்சி. துறை: இரவுக்குறிச் சிறைப்புறமாகத் தோழி தலைமகட்குச் சொல்லியது.

(தலைவனும் தலைவியும் தம்முட் கண்டு காதலித்துக் களவு வாழ்விலே ஈடுபட்டும் வருகின்றனர். தினையறுத்த பின் தலைவி இற்செறிக்கப்பட்டதனால் பகற்குறி வாயாதுபோக இரவிக்குறியினை நாடுகின்றனர். இந்த நிலையிலே, தலைவனைத் தலைவியை வரைந்து வந்து மணந்து கொள்ளத் தூண்டுவாளாகத், தோழி, தலைவியிடம் சொல்வாள்போலச் சொல்லியது இது. இதன்கண். அன்னை ஐயுற்று நெடுவேளை வேட்டு வெறியாடலுக்கு முயல்கின்றனள் என்பதனால், இனிச் சந்திப்பு வாய்ப்பது அரிதாதலும் கூடுமென்பதனைப் புலப்படுத் தலும் காண்க.)

பிறருறு விழுமம் பிறரும் நோப
தம்முறு விழுமம் தமக்கோ தஞ்சம்
கடம்புகொடி யாத்துக் கண்ணி சூட்டி
வேறுபல் குரல ஒருதூக்கு இன்னியம்
காடுகெழு நெடுவேட் பாடுகொளைக்கு ஏற்ப
அணங்கயர் வியன்களம் பொலியப் பையத்
தூங்குதல் புரிந்தனர் நமரென ஆங்கவற்கு
அறியக் கூறல் வேண்டும்-தோழி!?
அருவி பாய்ந்த கருவிரல் மந்தி
செழுங்கோட் பலவின் பழம்புணை யாகச்
சாரற் பேரூர் முன்துறை இழிதரும்
வறனுறல் அறியாச் சோலை
விறன்மலை நாடன் சொல்நயந் தோயே!

தோழி! அருவியிடத்தே பாய்ந்த கருவிரலையுடைய மந்தி யொன்று, செழுமையாகக் காய்த்தலைக் கொண்ட பலவின் பழத் தினைத் தெப்பமாகக் கொண்டதாக, மலைச் சாரலிலுள்ள நம் பேரூரின் நீர்த்துறையின் முன்பாக வந்தும் இறங்கும். அத்தகைய, வறட்சி அடைதலை அறியாத சோலைகளையுடைய, வெற்றி பொருந்திய மலைநாட்டின் தலைவன் நின் காதலன். அவனுடைய சொல்லை விரும்பி, அவனை நீயும் ஏற்றுக் கொண்டனை!

பிறருக்கு வந்தடையும் துன்பத்தைக் காணின், தாம் ஏதில ரேனும், நல்லவராயின், அந்தப் பிறரும் நோவா நிற்பர். அங்ஙன மன்றித் தாம் அடைகின்ற துன்பத்தை அவர் பெரிதாகக் கொள்ள மாட்டார்.

கடம்பினிடத்தே கொடியினைக் கட்டி, அதற்குக் கண்ணியும் சூட்டிப், பல்வேறு குரலையுடைய ஒரு தூக்கினையுடைய தாளத்தின் இனிய இசையினை முழக்கியவராக, நம்மவர், காட்டிற் பொருந்திய நெடுவேளாகிய முருகப்பெருமானுக்குப் பாடு கொள்ளுதற்குப் பொருத்தமான வெறியாட்டுச் செய்யும் பரந்த களம் சிறப்புற, மெல்ல வெறியாடுதலை நிகழ்த்தலையும் விரும்பினர். நம் தலைவனைக் காணுமிடத்து, இங்ஙனமென்று, நம் நிலையை அவனுக்கும் அறியும் படியாக நாம் கூறுதல் வேண்டும்.

சொற்பொருள்: 1. விழுமம்- துன்பம். நோப-நோதலைக் கொள்வர்; அதாவது, உதவுவர். 2. தமக்கோ தஞ்சம் - தம்மளவில் எளிதாகவே கொள்வர். 3. கடம்பு-கடப்ப மரம். 4. தூக்கு-தாளங்களின் முறைமையினாலே வரும் செந்தூக்கு முதலாகிய தூக்குவகையைக் குறிப்பது. தூக்கு இன்னியம் - தூக்கினைப் பொருந்திய இனிய வாச்சிய ஒலி. 6. நெடுவேள்-முருகன். 5. பாடுகொளை-பாடுகொள் ளல்; வேண்டி வழி படல். 6. அணங்கு அயர்தல்-வெறியாடுதல்.

விளக்கம்: 'அருவி பாய்ந்த மந்தி, பலாப் பழத்தைப் புணையாகக் கொண்டு கரைசேரும் நாடன்' எனவே, தலைவனும் தவறாது தான் மேற்கொண்டவற்றுள் வரும் இடைப்பட்ட இடையூறுகளைக் கடந்து இன்புறுவதற்கு உரியவன் என்றனள்.

'நமர் நெடுவேளைக் குறித்த வெறியாடலை மேற்கொண்டனர்' என்றதனால், களவினைத் தம்மவர் அறிந்தனராதலையும் குறிப்பாகப் புலப்படுத்தினள்.

'பிறருறு விழுமம் பிறரும் நோப தம்முறு விழுமம் தமக்கோ தஞ்சம்' என்றதனால், தாமுற்ற பிரிவினாலும் பிறர் அறிவதனாலும் நேர்ந்த துயரினைத் தலைவனும் மாற்றுதற்கு அருளுடையனாதல் வேண்டும் என்றனள்.

நெடுவேள்-முருகனைக் குறித்தது. 'நெடிதும் விரும்பப்படு பவன்' என்பது பொருள். 'காடு' என்றது, இங்குக் குறிஞ்சி நிலத்துக் காட்டுப் பகுதியை என்று கொள்ளல் வேண்டும்.

383. யாரைப் பெறுகுவை?

பாடியவர்: கயமனார். **திணை:** பாலை. **துறை:** மகட்போக்கிய தாய் சொல்லியது.

(சீரும் சிறப்புமாகச், சுற்றமும் ஆயமும் பாராட்ட வளர்ந்த தம் மகள், தன் காதலனுடக் கூடி உடன்போக்கிலே சென்றுவிட, அதனை நினைந்து நற்றாய் வருத்தமுற்றுப் புலம்புகின்ற முறையிலே அமைந்தது இச் செய்யுள்.)

தற்புரந்து எடுத்த எற்றுறந்து உள்ளாள்
ஊருஞ் சேரியும் ஓராங்கு அலர்எழக்

காடுங் கானமும் அவனோடு துணிந்து
நாடுந் தேயமும் நனிபல இறந்த
சிறுவன் கண்ணிக்கு ஏர்தே றுவரென
வாடினை-வாழியோ, வயலை! - நாள்தொறும்
பல்கிளைக் கொடிகொம்பு அலமர மலர்ந்த
அல்குல் தலைக்கூட்டு அம்குழை உதவிய
வினையமை வரனீர் விழுத்தொடி தத்தக்
கமஞ்சூற் பெருநிறை தயங்க முகந்துகொண்டு
ஆய்மடக் கண்ணன் தாய்முகம் நோக்கிப்
பெய்சிலம்பு ஒலிப்பப் பெயர்வனள் வைகலும்
ஆரநீர் ஊட்டிப் புரப்போர்
யார்மற்றுப் பெறுகுவை அளியை நீயே!

வயலைக் கொடியே! நீ வாழ்க! தன்னைப் பெற்று வளர்த்த என்னையும் பிரிந்து நினையாளாயினள். ஊரிடத்தும் சேரியிடத்தும் ஒரு பெற்றியே அலரும் எழுந்தது. காடும்கானமும் அவனுடன் கடந்து செல்லவும் துணிந்தனள். நாடும் தேயமும் மிகப்பல கடந்தும் செல்வாள் ஆயினள். அத்தகைய சிறிய வன்கண்மையினை உடையவட்கு அழகு செய்விக்க நின்னைக் கொய்வர் எனக் கருதி நீ வாடியுள்ளாயோ?

நாள்தோறும், பல கிளையாய கொடியாகிய கொம்புகள் பாரம் தாங்காது அலமர, மலர்கள் நிறைந்த அழகிய குழையினை அவ ளுடைய அல்குலிடத்தே அமையும் தழையுடைக்காக உதவினாய். அந்த அழகிய மடப்பம் தோன்றும் கண்களை உடையவள், சிறந்த வளையல்கள் அசையவும், அரிபெய்த காற்சிலம்புகள் ஒலிக்கவும், தொழிற்பட்ட மூங்கிற்குழாயின் வழியாக வரும் நீரினை, நிறைந்த நீரினைக்கொள்ளும் பெரிய சாலிலே அசையுமாறு முகந்து கொண்டு வந்து, தாயாகிய என் முகத்தினை நோக்கியவாறே, நாடோறும் நினக்கு நிரூற்றப் பெயர்வாள் அன்றோ! (அவள், இப்போது சென்றுவிட்டனள். இனி, அவளைப்போல) நிறைய நினக்கு நீருட்டி நின்னைப் பேணுபவ ராக யாரினைப் பெறுகுவை? நீ இரங்கத் தக்காய்!

சொற்பொருள்: 2. ஓராங்கு-ஒரு பெற்றியே; ஒரு தன்மைத்தாக. 3. அவனொடு துணிந்து-அவனோடு செல்லத் துணிந்து. 5. சிறு வன்கண்ணி - இளையளாய, வன்கண்மை உடையவள். 7. அலமரல்-சுழலுதல். 9. வினை அமை வரல் நீர்-வினையமைந்த மூங்கிற் குழாய் வழியாக வந்து சொரியும் நீர். 10. கமஞ்சூல்-நிறைசூல்; நிறைசூலுற்ற வரது வயிறு போன்ற பெரிய சால் என்க. 10. தயங்க-அசைய 11. தாய் முகம் நோக்கி- தாயன்பு முகத்தில் விளங்குமாறு நோக்கி; தாயின் முகத்தை நோக்கியபடியும் ஆம். 11. மடக் கண்ணள்-மடப்பம் வெளிப்படும் கண்களையுடையவள்.

விளக்கம்: 'சேரி' என்பது, ஊரின் பகுதியைக் குறிக்கும். மகளைப் பிரிந்த தாய், தலைவியால் நீருற்றி வளர்க்கப்பெற்ற வயலைக் கொடியிடத்திலே சென்ற செய்தியைக் குறித்து, அதனிடத்துக் கூறி இவ்வாறு புலம்புகின்றனள்.

384. விருந்தோம்பும் சிறப்பு!

பாடியவர்: ஒக்கூர் மாசாத்தியார். **திணை:** முல்லை. **துறை:** வினைமுற்றிய தலைமகன் வரவு கண்டு உழையர் சொல்லியது.

(வேந்தனின் ஏவலுக்கு இசைய, அவனுக்குப் படைத்துணை யாகத் தன் அன்புத் தலைவியைப் பிரிந்து சென்றிருந்தனன் தலைவன். மேற்கொண்டு சென்ற அரிய செயலையும் வெற்றியுடன் முடித்தவனாக, அவன் வீடு திரும்புதலையும், அதனால் தலைவி கொண்ட மகிழ்வை யும், அவனுடைய உழையோர் சொல்லி இன்புறுகின்ற முறையிலே அமைந்தது இந்தச் செய்யுள்.)

இருந்த வேந்தன் அருந்தொழில் முடித்தெனப்
புரிந்த காதலொடு பெருந்தேர் யானும்
ஏறியது அறிந்தன்ற அல்லது வந்த
ஆறுநனி அறிந்தன்றோ இலெனே! ''தா அய்
முயற்பறழ் உகளும் முல்லையம் புறவிற்
கவைக்கதிர் வரகின் சீறூர் ஆங்கண்
மெல்லியல் அரிவை இல்வயின் நிறீஇ
இழிமின்'' என்றநின் மொழிமருண் டிசினே!
வான்வழங்கு இயற்கை வளிபூட் டினையோ?
மானுரு ஆகநின் மனம்பூட் டினையோ
உரைமதி-வாழியோ வலவ! -எனத்தன்
வரைமருள் மார்பின் அளிப்பனன் முயங்கி
மனைக்கொண்டு புக்கனன் நெடுந்தகை
விருந்தேர் பெற்றனள் திருந்திழை யோளே!

''பாகனே! வாழ்வாயாக!!''

''பாசறையிடத்து நம்முடன் இருந்த வேந்தன் அரிய போர்த் தொழிலை வெற்றிகொண்டு முடித்தனன். யானும் தலைவியை விரும்பிய காதலுடையவன் ஆயினேன். பெரிதான தேரிலே ஏறியதனை அறிந்தேனே அல்லாமல், இங்கு வந்தடைந்த பரிசினை நன்கு அறிந் தவன் அல்லேன். முயற்குட்டிகள் தாவிக் குதித்து மகிழும் முல்லை யாகிய அழகிய காட்டிடத்தே, கவர்த்த கதிரினையுடைய வரகினைக் கொண்ட சிறிய ஊரினிடத்தே, மெல்லிய இயலினையுடைய தலைவி யின் இல்லத்திடத்தே தேரினை நிறுத்தி, 'இறங்குக' என்று கூறிய நின்னுடைய சொல்லைக் கேட்டு மருட்சியே கொண்டேன்! வானிலே

இயங்கம் இயல்பினையுடைய காற்றினையே குதிரை வடிவாகப் பூட்டியிருந்தாயோ? அன்றி, நின் மனத்தினைத் தான் பூட்டியிருந் தாயோ? கூறுவாயாக'' என்று பாராட்டியவனாகத், தனது குன்றொத்த மார்பிடத்தே அவனைச் செறிப்போனாய் இறுகத் தழுவியவனாகப், பெருந்தகைமையுடைய நம் தலைவன், அவனையும், தன் மனைக் கண் உடன்கொண்டவனாகப் புகுந்தனன்.

திருந்திய அணிகளையுடைய தலைவியும், அன்ற ஒரு சிறந்த விருந்தினனைப் பேணும் வாய்ப்பினைப் பெற்றனள்!

சொற்பொருள்: 1. அருந்தொழில் - செய்து முடித்தற்கு அருமை உடையதாகிய போர்த் தொழில். 2. புரிந்த காதல்-விரும்பிய காதல். 4. தாஅய்-தாவி. 5. முயற்பறழ்-முயற் குட்டிகள். முல்லையம் புறவு-முல்லையாகிய அழகிய காடு. 9. வளி-காற்று. 10. மான்-குதிரை. 12. வரை மருள் மார்பு- மலையென மயங்கத் தூண்டும் பரந்த திண்ணிய மார்பு. நளிப்ப-செறிய; இறுக. 14. விருந்தேர் பெற்றனள்- விருந்தாகிய ஒரு சிறப்பினை அடைந்தனள்.

விளக்கம்: 'புரிந்த காதலொடு பெருந்தேர் யானும் ஏறிய தறிந் தன்று அல்லது வந்தவாறு அறிந்தன்றோ இலனே' என்றதன் அமைதி யைக் கருதுக. விரும்பிய காதலொடு தேரேறியவன் தேரின் இயக் கத்தை மனத்தெண்ணாது தலைவியின் நினைவிலேயே மூழ்கியிருந் தனன் என்பதும் விளங்கும். இதனை, 'இழிமின் என்ற நின் மொழி மருண்டிசினே!' என்ற பின்வரும் தொடரும் வலியுறுத்தும்.

தேர் விரையவந்த சிறப்பிற்குத் தலைவன் தன் பாகனை உவந்து பாராட்டும் சிறப்பினைக் காண்க. 'மானுருவாய் நின் மனம் பூட்டினையோ? வான் வழங்கு இயற்கை வளிபூட்டினையோ? உரை மதி' என்று பாராட்டும்போது, வலவனின் பூரிப்பு எங்ஙனமிருக்கம் என்பதனையும் நினைத்துப் பார்க்கவும்.

நெடுந்தகையாகிய தலைவன், அத்துடனும் அமையாது, வலவனை மார்பிறுகத் தழுவியவனாகத் தன்னுடன் தன் மனையினுள் ளும் அழைத்துச் சென்று, அவனுக்கு விருந்தூட்டியும் உபசரிக்கின் றான்.

இதனால், அந்நாளில் ஏவலர்க்கும், தலைவர்க்கும் இருந்த உளங்கலந்த உறவின் அமைதியும் நன்கு புலனாகும்.

மேற்கோள்: 'பெருந்தேர் யானும்......... மருண்டிசினே' என்னும் பதியை, 'மருட்கை' என்னும் மெய்ப்பாட்டிற்க மேற்கோளாகப், 'புதுமை பெருமை' என்னும் சூத்திர உரையிற் காட்டுவர் இளம்பூரண னார்.

இச்செய்யுளைக் காட்டி, 'இதனாற் பாகன் சிறப்புக் கூறியவாறு காண்க' எனக், 'கரணத்தின் அமைந்து முடிந்த காலை' என்னும் சூத்திரத்துப், 'பேரிசை ஊர்திப் பாகர் பாங்கினும்' என்னும் பகுதிக்கண் நச்சினார்க்கினியர் காட்டினர்.

இதனுள், 'புரிந்த காதலொடு...... நின்மனம் பூட்டினையோ உரைமதி வாழியோ வலவ' என்பதனைக் காட்டி, 'உள்ளம் போல் உற்றுழி உதவியற்று' எனத் தலைவன் கூறியவாறு காண்க' என, 'வினைவயிற் பிரிந்தோன்' என்னுஞ் சூத்திர உரையில் நச்சினார்க் கினியர் உரைப்பர்.

385. கொடிது! கொடிது!

பாடியவர்: குடவாயிற் கீரத்தனார். திணை: பாலை. துறை: மகட்போக்கிய செவிலித்தாய் சொல்லியது. சிறப்பு: திருமணப் புனைவுகள்.

(தன் மகள், தான் காதலித்த இளைஞனுடன் கூடி உடன்போக் கிலே சென்றுவிட்டாளாக, அவளை நினைந்து ஏக்க முற்றுப் புலம்பும் செவிலித்தாயின் கூற்றாக விளங்கும் செய்யுள் இது.)

```
தன்னோ ரன்ன ஆயமும் மயிலியல்
என்னோ ரன்ன தாயரும் காணக்
கைவல் யானைக் கடுந்தேர்ச் சோழர்
காவிரிப் படப்பை உறந்தை அன்ன
பொன்னுடை நெடுநகர் புரையோர் அயர               5
நன்மாண் விழவில் தகரம் மண்ணி
யாம்பல புணர்ப்பச் செல்லாள் காம்பொடு
நெல்லி நீடிய கல்லறைக் கவாஅன்
அத்த ஆலத்து அலந்தலை நெடுவீழ்
தித்திக் குறங்கில் திருந்த உரிஞ               10
வளையுடை முன்கை அளைஇக் கிளைய
பயிலிரும் பிணையல் பசுங்காழ்க் கோவை
அகலமை அல்குல் பற்றிக் கூந்தல்
ஆடுமயிற் பீலியின் பொங்க நன்றும்
தானமர் துணைவன் ஊக்க ஊங்கி               15
உள்ளாது கழிந்த முள்ளெயிற்றுத் துவர்வாய்ச்
சிறுவன் கண்ணி சிலம்பு கழீஇ
அறியாத் தேஎத்தள் ஆகதல் கொடிதே!
```

தன்னையொத்த ஆயமகளிரும், மயிலின் சாயலையுடை என்னையொத்த தாய்மாரும் கண்டு மகிழும்படியாக-

கைவன்மையினை உடைய போர்யானைகளையும், கடிதாகச் செல்லும் தேரினையும் உடையவர் சோழர்கள். காவிரிக் கரையிலே அமைந்த உறையூர் அவர்கட்கு உரியது. அதனை யொத்த செல்வமிக்க பெருமையிலே மேலோர் அவட்கு வதுவை நிகழ்த்துவர். நல்ல மாண்பு கொண்டதாக விளங்கும் அந்த மணவிழாவிலே, மயிர்ச் சாந்தினை அவட்குப் பூசி, மற்றும் பொருத்தமான அணிபலவும் புனைந்து மணஞ்செய்து கொடுக்க, அவள் தன் கணவனுடன் சென்றாளும் அல்லள்.

மூங்கிலுடனே நெல்லி மரங்களும் உயரமாக வளர்ந்துள்ள கற்பாறைகளையுடைய பக்க மலையிலே, வழியிடையிலேயுள்ள ஆலமரத்தின் வாடியசைகின்ற நெடிய விழுதானது, தேமல் பொருந்திய தன் தொடையிலே நன்கு உராய்ந்து வருத்தவும், ஆடும் மயிலின் தோகையினைப் போலக் கூந்தலானது பொங்கிப் பரக்கவும், தான் விருப்புற்ற துணைவன் தன்னுடைய வளை பொருந்திய முன் கையினைப் பற்றியும், பல பிரிவினவாய பெரிய மாலையாகிய அழகிய வடங்களைக் கொண்ட மேகலையினை அணிந்த அகற்சியமைந்த அல்குலைப் பற்றி அணைத்தும் பெரிதும் ஊக்கப்படுத்த, ஊசலாடிக் களித்தனள். அதனால் ஊக்கங்கொண்டு, தன் வழிநடை வருத்தத்தை யும் நினையாது சென்றனள் அவள். முட்போன்ற கூரிய பற்களையும், பவளம் போன்ற சிவந்த வாயிதழ்களையும் உடைய, இளையளான அந்த வன்கண்மை உடையவள், தன் சிலம்புகளைக் கழித்து, அறியப் படாத தேயத்தே, அவனுக்கு மனையாளாக ஆகுதல், மிகவும் கொடுமை யுடையதாகும்.

சொற்பொருள்: 1. ஆயம்-ஆய மகளிர். 3. கைவல் யானை-கைவன்மையுடைய போர்யானை; கைவன்மை - ஆற்றல். 4. காவிரிப் படப்பை உறந்தை-பூங்காக்கள் பரந்ததோட்டக் கால்களையுடைய உறையூர்; காவிரிக் கரையதான உறையூரும் ஆம். 4. பொன்-செல்வ மும் அழகும். புரையோர்-மேலோர். அயர்தல்-மணவிழாக் கொண் டாடுதல். 6. தகரம்-மயிர்ச் சாந்து. 7. காம்பு-மூங்கில். 8. கல்அறை-கற்பாறை. 9. வீழ்-விழுது. 10. தித்தி-தேமல். 11. அளைஇ-பற்றி. 14. பொங்க-பொங்கிப் பரக்க. 15. ஊங்கி-ஊக்கமுற்று. 17. சிறுவன் கண்ணி-வன்கண்மை உடையவளாகிய இளையோள்; சிறுமை, இளமையைக் குறித்தது.

விளக்கம்: தலைவனுடன் உடன்போக்கிலே சென்றுவிட்ட தலைமகளை நினைந்து, வீட்டில் ஆடம்பரமாகப் பூச்சுப் புனைவு களுடன் மணம் செய்ததற்குரிய அவள், இப்பொழுது காடும் மலை யும் வருத்தமுற்றுக் கடந்து சென்று, அறியப் படாத தேயத்தே, அவனை மணந்து கொள்வாள் எனில், அது கொடிது! கொடிது! எனப் பேசுகின்றனர்.

தித்தி குறங்கில், ஆலத்து அலந்தலை நெடுவீழ் உரிஞ, அவன் அவளுடைய முன் கை அளைஇ, அல்குல் பற்றி அவளை ஊக்க, அவளும் வழிநடந்த அந்தத் துயரை மறந்து ஊசலிற் களித்தாடினள்; அதன்பின் ஊக்கமுற்றவளாகித் தொடர்ந்து நடந்து செல்பவள் ஆயினள் என்க.

386. நாணினேன் யான்!

பாடியவர்: பரணர். **திணை:** மருதம். **துறை:** தோழிவாயின் மறுத்தது. தலைமகள் தகுதி சொல்லியதூஉம் ஆம். **சிறப்பு:** பாணனும் ஆரியப் பொருநனும் செய்த மற்போர் நிகழ்ச்சிச் செய்தியும், அங்கே கணையன் என்பான் நாணி நின்றதும்.

(தலைவன் ஒருவன் பரத்தையர் தொடர்பிலே களித்தானென்று அவனுடைய மனைவி வருந்தி, அவனுடன் ஊடியும் வாழ்ந்து வந்தனள், அவ்வமயம், அவன் மீளவும் தன் இல்லிற்கு வந்து தோழி யின் மூலமாகத் தலைவியின் உள்ளத்தை மாற்றிக் கூடுவதற்கு முயலுகின்றான். அப்போது தோழி, அவனுடைய எண்ணத்திற்குத் தான் உதவ மறுத்ததாகவோ, அன்றித் தலைமகளின் தகுதியைக் கூறி அவனுக்கு அவள் இசையாள் என்றதாகவோ, அமைந்த செய்யுள் இதுவாகும்.)

பொய்கை நீர்நாய்ப் புலவுநாறு இரும்போத்து
வாளை நாளிரை தேரும் ஊர!
நாணினென் பெரும! யானே - பாணன்
மல்லடு மார்பின் வலியுற வருந்தி
எதிர்தலைக் கொண்ட ஆரியப் பொருநன்
நிறைத்திரண் முழவுத்தோள் கையகத்து ஒழிந்த
திறன்வேறு கிடக்கை நோக்கி நற்போர்க்
கணையன் நாணி யாங்கு-மறையினள்
மெல்ல வந்து நல்ல கூறி
மையீர் ஓதி மடவோய்! யானும்நின்
சேரி யேனே அயலி லாட்டியேன்
நுங்கை ஆகுவென் நினக்கெனத் தன்கைத்
தொடுமணி மெல்விரல் தண்ணெனத் தைவர
நுதலும் கூந்தலும் நீவி
பகல்வந்து பெயர்ந்த வாணுதற் கண்டே!

பொய்கையிடத்தே வாழும் நீர்நாய்களுள், புலால் நாற்றத் தினையுடைய பெரிய ஆண் நாயானது, வாளை மீன்களைத் தன் நாள் உணவாக ஆராய்ந்து கொள்ளும் ஊரினையுடைய தலைவனே! பெருமானே!

மறைந்தவளாக மெல்ல மெல்ல வந்தாள். நல்ல சொற்கள் பலவும் கூறினாள். 'கரிய பெரிய கூந்தலையுடைய மடவோளே! யானும் நின் சேரியிடத்தே உள்ளவளே'' என்றாள். அயன் மனையிடத்து வாழ்பவள்; நினக்குத் தங்கையாக ஆகுவேன் என்றும் கூறினாள். தன் கையின் மோதிரம் அணிந்த மெல்லிய விரலினாலே, குளிர்ச்சியாக நெற்றியினையும் கூந்தலையும் தடவினாள் பகற்போதிலே இப்படி வந்து சென்ற, ஒள்ளிய நெற்றியுடைய நின் பரத்தையைக் கண்டேம்.

பாணன் என்பான் மற்போர் செய்த மார்பின் வலிமை தாக்கவே வருத்தமுற்று, அவனோடு எதிர்நின்று மற்போர் செய்தலை மேற்கொண்ட ஆரியப் பொருநன் என்பானது, ஆற்றல் நிறைந்த திரண்ட முழவனைய தோள்கள், பானின் கையகத்தே சிக்குண்டு சிதைந்தனவாய்த், தன்மை வேறுபட்டு முறிந்து கிடந்தன. அதனை நோக்கி, நல்ல போராற்றல் கொண்ட கணையன் என்பான் நாணித் தலைகவிழ்ந்தாற்போல, அப்போது, யானும் நாணமுற்று நின்றேன் அல்லனோ?

சொற்பொருள்: 2. நாளிரை-அன்றைய உணவு. தேரும் - ஆராயும். 3. பாணன்-பாணன் என்ற பெயருடைய ஒரு மல்லன். 4. வலியுற-வலிமை பொருந்தித் தாக்குதலைச் செய்ய. நிறைத்திரண் முழவுத்தோள்-ஆற்றல் நிறைந்து திரண்டு முழவுபோல விளங்கும் தோள்கள். 'நிறைத்தாள் முழவுத்தோள்' எனவும் பாடம்; அப்போது, தாள்களம் தோள்களும் சிதைவுற்றன என்று கொள்ளுக. 7. திறன் வேறு கிடக்கை-திறன் வேறுபட்டுக் கிடந்த நிலைமை. 12. நுங்கை-தங்கை. 13. தொடுமணி மெல்விரல்-மோதிர மணிந்த மெல்விரல்.

விளக்கம்: 'பாணனோடு பொருத ஆரியப் பொருநனின் திறன்வேறு' கிடக்கையினைக் கண்டு, நற்போர்க் கணையன் நாணினான் என்றதைச் சிந்திக்க வேண்டும். ஆரியப் பொருநன் மிகச் செருக்குற்றுத் 'தன்னை வெல்பவர் எவரும் இல' ரெனக் கூறினான் ஆதல் வேண்டும். அதனை நம்பிக் கணையன் அவனுக்குப் பாணனுடன் பொருத ஏற்பாடு செய்தானாதலும் வேண்டும். நற்போர் வல்ல கணையன் தான் நம்பிய ஆரியப் பொருநனின் வலியனைத்தும், பாணனாற் சிதைவுற்றுப்போய், அவன் கிடந்து கிடையினைக் கண்டதும், அவனை மல்லனெனத் தான் கொண்டிருந்த எண்ணத்தை நினைந்து, அங்கே நாணமுற்றவனாயின் என்க.

இங்ஙனமே, தலைவனின் சூளுரைகளால், அவன் தலைவியை அன்றிப் பிறரைக் கருதான் என உறுதி கொண்டிருந்த தோழியும், பகற்போதிற் பரத்தை வந்து தங்களுடன் தங்கை உறவு கொண்டாடமுற்படவே, தலைவனின் பொய்ம்மையை நினைந்தும், தாம் அன்று

அவனுரையை மெய்யெனக் கொண்ட தம் பேதைமையினை நினைந்தும் நாணினள் என்று பொருத்திக் கொள்க.

இதனால், தலைவனுக்கு உறவுடைய பரத்தையர், தலைவியரிடம் தமக்குரிய தங்கை உறவினைக் கூறி வந்துபோதலையும் உடையவராயிருந்தனர் எனக் கருதலாம்.

'புலவுநாறும் நீர்நாயின் போத்து, வாளை நாளிரை தேரும் ஊர' என்றது, 'தலைவனும் பரத்தையர் சேரியில் சுற்றியலைந்த அந்தச் செவ்வி தோன்றக் காலையில் தலைவியை நாடி வருகின்றனன்' என்று கூறிப் பழித்ததாம்.

மேற்கோள்: இச் செய்யுளை எடுத்துக் காட்டி, ''இதனுள் யான் நினக்குத் தோழீயாவேன் எனப் பரத்தை நீவிய பேணா ஒழுக்கத்திற்குத் தலைவி நாணியது கண்டு, தான் நாணினேனென்று தலைவனுக்குத் தோழி கூறியவாறு காண்க' எனப், 'பெறற்கரும் சூத்திரத்துப், பேணா ஒழுக்கம் நாணிய பொருளினும்' என்னும் பகுதிக்கண் உரைத்தனர் நச்சினார்க்கினியர்.

387. இருப்பவர்க்கு உரைமின்!

பாடியவர்: மதுரை மருதன் இளநாகனார். **திணை:** பாலை. **துறை:** தலைமகளது குறிப்பறிந்து, தோழி தலைமகனைச் செலவழுங்கச் சொல்லியது.

(தலைமகன் ஒருவன், தன் தலைவியைப் பிரிந்து வேற்று நாடு சென்று பொருள்தேடி வருதற்கு மிகவும் விரும்பிய உள்ளம் கொண்டனன். அதனைத் தானே தலைவிபாற் கூறதற்கு மனங்கொள்ளாத அவன், தலைவியின் தோழியிடத்தே சென்று, அவளுடைய உதவியினை நாடுகின்றான். அவள் 'அவனுடைய பிரிவினால் துயருற்றுத் தலைவி இறந்தே போவாள்' எனக் கூறி, அவனுடைய போக்கைத் தடுத்து விடுகின்ற முறையிலே அமைந்தது இச் செய்யுள்.)

திருந்திழை நெகிழ்ந்து பெருந்தோள் சாஅய்
அரிமதர் மழைக்கண் கலுழச் செல்வீர்!
வருவீர் ஆகுதல் உரைமின் மன்னோ
உவருணப் பறைந்த ஊன்தலைச் சிறாஅரொடு
அவ்வரி கொன்ற கறைசேர் வள்ளுகிர்ப்

பசைவிரற் புலைத்தி நெடிதுபிசைந்து ஊட்டிய
பூந்துகில் இமைக்கும் பொலன்காழ் அல்குல்
அவ்வரி சிதைய நோக்கி வெவ்வினைப்
பயிலரிற் கிடந்த வேட்டுவிளி வெரீஇ
வரிப்புற இதலின் மணிக்கட்பேடை

நுண்பொறி அணிந்த எருத்தின் கூர்முட்
செங்காற் சேவற் பயிரும் ஆங்கண்
வில்வீண்டு அருஞ்சமம் ததைய நூறி
நல்லிசை நிறுத்த நாணுடை மறவர்
நிரைநிலை நடுகற் பொருந்தி இமையாது
இரைநசைஇக் கிடந்த முதுவாய்ப் பல்லி
சிறிய தெற்றுவ தாயிற் பெரிய
ஓடை யானை உயர்ந்தோர் ஆயினும்
நின்றாங்குப் பெயரும் கானம்
சென்றோர் மன்னென இருக்கிற் போர்க்கே.

திருத்தமான இவளுடைய அணிகள் நெகிழ்ந்து போகவும், பெருத்த இவளுடைய தோள்கள் மெலிவுற்றுப் போகவும், இவளுடைய செவ்வரி பரந்து மதர்த்த குளிர்ந்த கண்கள் கலங்கி நீரொழுகவுமாகச் செல்லுதலைக் குறித்த தலைவரே!

உவர்மண் அரித்தலாலே மயிர்கழிந்து போய்த் தோன்றும் ஊன் பொருந்திய தலையினரான சிறுவர்களுடனே, ஆடையின் கறைகளைச் சிதைத்தலாற் கறை பொருந்திய கூர்மையான நகத்தினையும், கஞ்சிப் பசை விளங்கும் விரல்களையும் கொண்டவள், புலைத்தியாகிய ஆடைஒலிப்பவள். அவள், நெடுநேரம் பிசைந்து கஞ்சியூட்டிய அழகிய துகிலானது அமைந்து ஒளிசெய்யும், பொன்வடம் அணிந்த தன் அல்குல் தடத்தினிடத்தேயுள்ள அழகிய இரேகைகள் சிதைவுற்றுப் போக, அதனைப் பார்த்து-

ஆறலைத்தலாகிய கொடிய செயலைச் செய்பவரும், பிணக்கம் பொருந்திய காடுகளிலே பதுங்கிக் கிடப்பவருமாகிய வேட்டுவரது கூப்பீட்டொலியைக் கேட்டுப், புறத்தே வரிகளையுடைய காடையின் நீலமணிபோன்ற கண்களையுடைய பேடையானது அச்சமுற்று, நுண்ணிய புள்ளிகளமைந்த கழுத்தினையும், கூர்மையான முள்ளினைப் போன்ற சிவந்த கால்களையும் உடைய தன் சேவலை அழைத்துக் கூப்பிடும், அத்தகைய சுரநெறியிடத்தே-

வில் வீரர் நெருங்கிய அரிய போரிலே, அவர் படையணி அழியும்படியாக அவரைக்கொன்று நல்ல புகழினை நிலைபெறுத் தியவர், நாணத்தினை உடையவரான மறவர்கள் அவர்களது, வரிசை யாக நிற்றலையுடைய நடுகற்களிலே பொருந்தியிருந்து, கண்ணிமை யாது இரையினை விரும்பிக் கிடந்த முதுமைவாய்ந்த பல்லியானது, சிறிதளவு ஒலித்துத் தடை செய்யுமாயினும், பெரிதான நெற்றிப் பட்டத்தை அணிந்த யானைமேற் செல்லும் உயர்வினையுடைய அரசர் களேயானாலும், அவ்விடத்தினின்றும் மேற்செல்லாது திரும்பிவிடும் கொடுமையுடைய கானத்தின்கண், எம் தலைவர் சென்றுள்ளனர் என்று

கூறி, ஆற்றியிருக்கும் வன்மையுடையவர்க்கு, மீண்டு வருதலைப் பற்றிய செய்தியினை உரைப்பீராக! (அன்றி யாம் அஃதாற்றேம் ஆதலின், எமக்கு உரைத்தல் வேண்டா என்பது கருத்து.)

சொற்பொருள்: 2. கலுழல் - கலங்குதல். 4. உவர்-உவர் மண்; 'புகருண' எனவும் பாடம். ஊன்தலை-புண்ணினாலே ஊன் பொருந்தி யிருக்கும் தலை. 5. வரி-ஆடையின் கறையும் ஆம்; அதனைக் கொன்ற என்றது, அதனை மாற்றிட்டுப் போக்கியது ஆம்; அதனால், வள்ளுகிர் கறைப்பட்டது என்க. 7. பூந்துகில்-அழகிய ஆடை; பூவனைய மெல்லிய துகிலும் ஆம். பொலன்காழ்-பொன்வடம். 8. அல்குல் அவ்வரி - அல்குலிடத்தான அழகிய இரேகைகள்: திதலைப் புள்ளி களும் ஆம். 9. அரில்-பிணைந்து கிடக்கும் தூறுகளையுடைய காடு. வேட்டு விளி-வேட்டுவர் பறவைகளைப் பிடிக்கக் கருதிச் செய்யும் கூப்பீட்டு ஒலி. 10. இதல்-காடை. 14. நாணுடை மறவர்-மானம் உடைய மறவர்; களத்தில் வீழ்வதேயன்றிப் புறமுதுகிட்டு ஓடாத மற மானத்தைக் குறித்தது. 17. தெற்றுதல்-தடைப்படுத்தல். 18. ஓடை - நெற்றிப்பட்டம்.

விளக்கம்: தலைவியும் தோழியும் கலந்த நட்பினர் ஆதலின், இவ்வாறு தோழி கூறினாள் என்க 'அல்குல் அவ்வரி சிதைய நோக்கிக் கானஞ் சென்றோர்மன்' என்ன இருக்கிற்போர்க்கு, வருவீர் ஆகுதல் உரைமின்' என்றதனால், தாம் பிரிவினை ஆற்றியிருக்க மாட்டாது, ஆவி சோர்தலுறுதலையும் புலப்படுத்தினள்.

'வேட்டு விழிகேட்ட இதலின் பேடை தன் சேவலைப் பயிரும்' என்றது, தன் சேவல் வேட்டுவன் கையிற் சிக்கிவிடக் கூடாதென்று அச்சமுற்று அழைக்கம் தன்மையை உரைத்ததாம். இதனால், தலைவி யும் தலைவனுக்கும் ஊறு நேருமென அஞ்சிக் கலங்குவள் என்றனள்.

'முகுவாய்ப் பல்லி தெற்றுவதாயின் பெரிய ஓடையா உயர்ந் தோராயினும் ஆங்கு நின்றும் பெயரும் கான். எனவே, பல்லியின் சொல்லுக்கப் பலன் கண்டு மேற் கொள்ளும் வழக்கம் உடைமை யினையும் அறிக.

388. கேட்டால் என்னையோ?

பாடியவர்: ஊட்டியார். **திணை:** குறிஞ்சி. **துறை:** இரவுக்குறிச் சிறைப்புறமாகத் தலைமகள் தோழிக்குச் சொல்லியது; தோழி தலைமகட்குச் சொல்லியதும் ஆம்.

(தலைமகளும் தலைமகனும் இரவுக்குறியின்கண் தம்முட் கூடி இன்புற்று வருகின்ற காலத்தே, ஒருநாள், அன்னை தலைவிக்கு அணங்கியதென வெறியாடலுக்கு ஏற்பாடு செய்ய, அது குறித்துத் தோழி தலைமகட்குச் சொல்லுவாளாக, ஒருபுறம் வந்து நிற்கும்

தலைமகனும் கேட்டு மணவினையில் மனஞ்செலுத்துமாறு கூறுகின்றனள். இந்த முறையிலே அமைந்த செய்யுள் இது. தோழிக்குத் தலைவி உரைத்ததாகவும் கொள்ளலாம். அதற்கும், விரைவில் வரைந்து கொள்ளுமாறு தலைவனைத் தூண்டுதலே குறிப்பாகும்.)

அம்ம! - வாழி தோழி! - நம்மலை
அமையறுத்து இயற்றிய வெவ்வாய்த் தட்டையின்
நறுவிரை ஆரம் அறவெறிந்து உழுத
உளைக்குரல் சிறுதினை கவர்தலின் கிளையமல்
பெருவரை அடுக்கத்துக் குரீஇ ஒப்பி
ஓங்கிருஞ் சிலம்பின் ஒள்ளிணர் நறுவீ
வேங்கையம் கவட்டிடை நிவந்த இதணத்துப்
பொன்மருள் நறுந்தாது ஊதும் தும்பி
இன்னிசை ஓரா இருந்தன மாக
'மையீர் ஓதி மடநல் லீரே!
நொவ்வியற் பகழி பாய்ந்தெனப் புண்கூர்ந்து
எவ்வமொடு வந்த உயர்மருப்பு ஒருத்தல்நும்
புனத்துழிப் போகல் உறுமோ மற்று' என
சினவுக்கொள் ஞமலி செயிர்த்துப்புடை ஆடச்
சொல்லிக் கழிந்த வல்விற் காளை
சாந்தர் அகலமும் தகையும் மிகநயந்து
ஈங்குநாம் உழக்கும் எவ்வம் உணராள்
நன்னர் நெஞ்சமொடு மயங்கி வெறியென
அன்னை தந்த முதுவாய் வேலன்
'எம்மிறை அணங்கலின் வந்தன்று இந்நோய்
தணிமருந்து அறிவல்' என்னும் ஆயின்
வினவின் எவனோ மற்றே-கனல்சின
மையல் வேழம் மெய்யுளம் போக
ஊட்டி யன்ன ஊன்புரள் அம்பொடு
காட்டுமான் அடிவழி ஒற்றி
வேட்டம் செல்லுமோ நும்மிறை? எனவே.

தோழி! வாழ்வாயாக!

உயரமான பெரிய மலையிடத்தே, ஒளி பொருந்திய கொத்துக்களில் நறுமலர்களைக்கொண்ட வேங்கைமரத்தின் கவர்த்த கிளைகளிடையே, உயரத்திற் கட்டிய பரணிடத்தே இருந்து, நறுமணம் கொண்ட சந்தன மரங்களை வெட்டியழித்து உழுது வித்திய தினைப் பயிரின் துய்யையுடைய சிறு கதிர்களைக் கவர்ந்து போதலையுடைய, மூங்கிலடர்ந்த பெரிய மலைச்சாரலிடத்துக் குருவியினங்களை, நம்

மலையிடத்து மூங்கிலை அறுத்து இயற்றிய வெவ்விய ஒலியினை எழுப்பும் தட்டையினாலே ஒட்டியவராகப், பொன்போன்ற வேங்கையின் நறுந்தாதினை ஊதும் தும்பியின் இனிய இசையினைச் செவியுற்றவராக இருந்தனம். அவ்விடத்தே, 'கருமையான நெடிய கூந்தலையுடைய மடப்பம் வாய்ந்த பெண்களே! விரைந்து செல்லும் எம் அம்பு பாய்ந்ததாகப் புண்மிகுந்ததாகிய துன்பத்துடனே, இவ் வழிவந்த உயரிய கொம்புகளையுடைய களிறானது, நும்முடைய புனத்தினிடத்தே போகியிருத்தல் உளதாமோ?' என்று, சிளத்தைக்கொண்ட நாய்கள் கறுவுகொண்டவாய்ப் பக்கலிலே ஆடிக்கொண்டிருக்க, நம்பாற் சொல்லிச் சென்றனன் வலிய வில்லையுடைய காளை ஒருவன்.

அவனுடைய சாந்தம் பொருந்திய மார்பினையும், தகைமையினையும் மிகவும் விரும்பியவராக, இங்கே நாம் வருந்துகின்ற வருத்தத்தினை, நம் அன்னை உணராதவள் ஆயினாள்.

நமக்கு நன்மை கருதுவதாகிய உள்ளத்துடனே, உண்மையறியாது மயங்கியவளாக, வெறியாடல் வேண்டுமென, முதுமை வாய்ந்த வேலனையும் அழைத்து வந்தாள்.

அவன், ''எம் இறையாகிய முருகப்பெருமான் வருத்துதலினாலே இந்த நோய் வந்துற்றது. இதனைத் தணிக்கும் மருந்தினை அறிவேன்'' என்று சொல்வான் ஆயின், ''நும் இறையாகிய முருகப்பெருமான் சினமும் மதமும் கொண்ட வேழத்தின் உடலுள் ஊடுருவிச் செல்லும் படியாகச் செலுத்திய செந்நிறம் பூசினாற்போன்ற ஊன்புரளுகின்ற அம்பினோடு, காட்டு விலங்குகளின் அடிச்சுவடுகளை ஆராய்ந்து தொடர்பவனாக, வேட்டைக்கும் செல்வானோ? என்று, நாம் அவனை வினவினால் என்னவோ?

சொற்பொருள்: 2. அமை-மூங்கில். தட்டை - தட்டி ஒலியெழுப்பும் வகையிலே மூங்கிலை அறுத்துச் செய்த ஒரு கருவி. 3. நறுவிரை ஆரம்-நறுமணம் வாய்ந்த சந்தனமரம். அறவெறிந்து - முற்றவும் வெட்டி எறிந்து. 4. உளைக்குரல்-துய்யினையுடைய தினைக்கதிர்; 'விளைகுரல்' எனவும் பாடம். கிளை-மூங்கில். கவடு - கிளைக் கவறு பட்டுச் செல்லுகின்ற பகுதி. 11. நொவ்வு இயற் பகழி - விரையச் செல்லுதலையுடைய அம்பு. 12. ஒருத்தல் - களிற்றுத் தலைவன். 14. செயிர்த்தல்-கறுவிக்கொள்ளல். 18. வெறி முருகளை வேட்டு வெறியாடல், 23. மையல் வேழம்-மதயானை. 24. ஊட்டி யன்ன - ஊட்டினாற் போன்ற. 25. மான்-விலங்கு. அடிவழி ஒற்றி - தடத்து வழியே ஆராய்ந்து தொடர்ந்து. 26. வேட்டம்-வேட்டை.

விளக்கம்: 'அன்னை ஏற்பாடுசெய்த வெறியாடலுள், வேலன், 'இது தெய்வக்குற்றம் என்றனனாயின்' என்றமையால், தலைவி இற்செறிக்கப்படுவாள் என்பதும், தலைவன் விரைவிலே வரைந்து கோடலில் மனஞ்செலுத்த வேண்டுமென்பதும் பெற்றனம்.

389. பகலும் நீங்கார்!

பாடியவர்: நக்கீரனார். **திணை**: பாலை. **துறை**: பிரிவிடை வேறுபட்ட தலைமகள் வற்புறுக்கும் தோழிக்குச் சொல்லியது. **சிறப்பு**: வானவரம்பனின் நாடு.

(தலைமகன், தன்னை வந்து இரந்தோர்க்கு வழங்குவதற்கப் பொருள் வேண்டுமெனக் கருதினான். தலைவியைப் பிரிந்து வெளி நாட்டிற்கும் போயினான். அதனால், தலைவியின் வாட்டம் பெரிதா யிற்று. அவளை ஆற்றுவதற்குத் தோழி ஒரு சமயம் முயல, அப்போது, தலைவி தன் நிலையினைத் தோழிக்கு விளக்கிக் கூறிய முறையிலே அமைந்தது இச்செய்யுள்.)

அறியாய்-வாழி தோழி! - நெறிகுரல்
சாந்தார் கூந்தல் உளரிப் போதணிந்து
தேங்கமழ் திருநுதல் திலகம் தைஇயும்
பல்லிதழ் எதிர்மலர் கிள்ளி வேறுபட
நல்லிள வனமுலை அல்லயொடு அப்பியும்
பெருந்தோள் தொய்யில் வரித்தும் சிறுபரட்டு
அஞ்செஞ் சீறடிப் பஞ்சி ஊட்டியும்
எற்புறந் தந்து நிற்பா ராட்டிப்
பல்பூஞ் சேக்கையிற் பகலும் நீங்கார்
மனைவயின் இருப்பவர் மன்னே-துனைதந்து
இரப்போர் ஏந்துகை நிறையப் புரப்போர்
புலம்பில் உள்ளமொடு புதுவதந்து உவக்கும்
அரும்பொருள் வேட்டம் எண்ணிக் கறுத்தோர்
சிறுபுன் கிளவிச் செல்லல் பாழ்பட
நல்லிசை தம்வயின் நிறுமார் வல்வேல்
வான வரம்பன் நல்நாட்டு உம்பர்
வேனில் நீடிய வெங்கடற்று அடைமுதல்
ஆறுசெல் வம்பலர் வேறுபிரிந்து அலறக்
கொலைவெம் மையின் நிலைபெயர்ந்து உறையும்
பெருங்களிறு தொலைச்சிய இருங்கேழ் ஏற்றை
செம்புல மருங்கிற தன்கால் வாங்கி
வலம்படு வென்றியொடு சிலம்பகம் சிலம்பப்
படுமழை உருமின் முழங்கும்
நெடுமர மருங்கின் மலைஇறந் தோரே!

தோழி! என்னுடைய வேதனையை நீ அறியமாட்டாய்.

நெறிந்த கொத்தாக விளங்கும் சாந்தணிந்த எம்கூந்தலை ஆற்றி, அதனிடத்து மலலை அணிந்து விடுவார். இன்மணம் உடைய அழகிய

எம் நெற்றியிலே திலகம் இடுவார். பல இதழ்களையுடைய எதிர் வனப்புள்ள மலர்களைக் கிள்ளி எடுத்து, நிறம் வேறுபட, அவ்வவற் றின் பொடிகளையும் எம் நலம் விளங்கும் இளைய அழகிய முலை களிடத்தே அப்புவார். பெருத்த எம் தோள்களிலே தொய்யில் வரை வார். சிறுத்த பரட்டினையுடைய, எம் அழகிய சிவந்த சிறிய பாதங் களிலே செம்பஞ்சிக் குழம்பினை ஊட்டுவார். இங்ஙனமெல்லாம் என்னைப் பேணிக்காத்தும், என் தோழி யாகிய நின்னைப் பாராட்டிப் பேசியும், பலவாகிய பூக்களைப் பரப்பிய பள்ளியினின்று, பகற் போதிலும்கூட என்னைப் பிரியாதாராக வீட்டிலேயே இருப்பவர் நம் தலைவர். அவர் -

இரப்பவர்களது ஏந்திய கைகள் நிறையுமாறு தந்து புரப்பவராக, வருத்தமற்ற உள்ளத்துடனே விரைந்து புதுப் பொருள்களை ஈட்டி வந்து உவத்தற்கு உரியதான, அரிய பொருளினை ஈட்டி வருதலைக் கருதியவராகப், பகைவரது சிறுமையான புன்சொற்கள் தருகின்ற துன்பம் பாழ்படுமாறும், தம்பால் நல்ல புகழை நிலைபெறுத்துமாறும், அவர் சென்றுள்ளனர்.

வலியமைந்த வேலினையுடைய வானவரம்பனது நல்ல நாட்டிற்கும் அப்பாலுள்ள, வேனில் நீடிய வெங்காட்டினை அடைந்த விடத்தே, வழிச் செல்வோராகிய புதியவர் வேறாகப் பிரிந்து போய் அலறுமாறு, கொலைத்தன்மையாகிய வெம்மையினாலே தன் நிலை பெயர்ந்து தனித்துத் .... பெருங்களிற்றைக் கொன்ற, பெரிய நிறம் பொருந்திய ஆண் புலியானது, குருதியினாற் சிவப்புற்ற நிலத்திடத்தே தன் கால்களை வளைத்துத் தாவிக் களிற்றை வலத்தே வீழுமாறு வீழ்த்திய தன் வெற்றிச்செருக்கோடு, வெற்பிடமெல்லாம் எதிரொலி செய்ய மழைமேகத்தின் இடி முழக்கத்தைப் போல முழக்கஞ் செய்யும், நெடிய மரங்களையுடைய மலைவழிகளைக் கடந்தும் சென்றனரே! (ஆதலின், யான் வருந்தாது ஆற்றிருத்தல் கூடுமோ? என்பது குறிப்பு.)

சொற்பொருள்: 1. நெறிகுரல் - நெறித்தல் கொண்ட கொத்தான கூந்தல். 2. உளறல்-ஆற்றுதல். 3. தேம்கமழ் - இனிதாக மணம் கமழும். 4. எதிர் மலர்- வெவ்வேறு நிறத்தவாய மலர். 5. அல்ல-பூந்தாது. 7. பஞ்சி-செம்பஞ்சிக் குழம்பு. 8. புறந்தருதல்-பேணிக் காத்தல். 10. துனை தந்து-விரைந்து. 12.புதுவ-புதுவதான பொருள்கள். 13. கறுத்தோர் - பகை கொண்டோர். 14. செல்லல் - துன்பம். 17. வெம் கடம் - வெம்மைமிக்க காடு. 19. நிலை பெயர்தல்-தன்னுடைய கூட்டத்தை அகன்று திரிதல். 21. செம்புலம் - சிவந்த புலம்; புலம் சிவந்தது களிற்றின் குருதி படிதலால் என்க. 22. சிலம்பகம் - மலை யிடம். சிலம்ப - எதிரொலிக்க. 23. படுமழை-மழை பெய்தலைப் பொருந்திய மேகம்.

விளக்கம்: ''அறியாய் தோழி'' என்றது, தலைவன் பாராட்டிய காதலன்புமிக்க நிகழ்ச்சிகளை; அவை, சாந்தார் கூந்தல் உளருதல் முதலாகப் பகலும் நீங்கார் பல்பூங்சேக்கையில் என்பது வரையும் ஆம். அத்தகைய அன்பு பாராட்டிய ஒருவரைப் பிரிந்திருப்பது எங்ஙனம்? பிரியின் அதனை நினைந்து வருந்தாதிருப்பது எங்ஙனம்? தலைவியின் இந்த நிலையினைத் தோழி உணர்வது போலவே நாமும் உணர்கின்றோம்.

'நிற் பாராட்டி' என்றது, தோழியைத் தலைவன், தங்கள் உறவுக் குத் துணைநின்ற தகைமை குறித்துப் பாராட்டியதனைச் சொல்லிய தாம்.

''இரப்போர்க்குக் கைநிறையப் புதுவ தந்து உவக்கம் வண்ணம் பொருள் தேடிவரப் போயினன் தலைவன்'' எனவே, அவன் தலைவி யுடன் வாழ்கின்ற இல்வாழ்விற்கு உரிய வசதிகளை இயல்பாகவே உடையவன் என்பதும் பெற்றனம்.

'வானவரம்பன்' - சேரன்; புகழால் வானத்தையே தனக்கு எல்லையாக உடையவன் என்பது பொருள்.

தன்னைப் பிரிந்த துயரத்துடன், தலைவன் கடக்கவிருக்கும் காட்டுவழியின் கொடுந்தன்மையும் தலைவியின் உள்ளத்தே கவலை யைத் தந்ததென்பது, 'களிற்றைக் கொன்ற புலி செருக்கித் திரியும் காடு' என்றதனாற் புலனாகும்.

390. நெஞ்சம் ஒழிந்தது!

பாடியவர்: அம்மூவனார். **திணை:** நெய்தல். **துறை:** தலை மகன் பாங்கற்குச் சொல்லியது; நெஞ்சிற்குச் சொல்லிய தூஉமாம்.

(தலைவன் ஒருவன், தான் கண்டு காதலித்த ஒருத்திபால் உள்ளத்தைப் போகவிட்டு, அதனால் வாடி நலிவுற்று ஏங்கியவனம் ஆயினான். அப்போது, அவனுடைய பாங்கன் அது குறித்துத் தலை வனை வினவ, அவன், தன் காதலி பற்றிய சந்திப்பினி தன்மையைக் கூறுகின்றனன். இம் முறையிலே அமைந்த செய்யுள்ள இது.)

உவர்விளை உப்பின் கொள்ளை சாற்றி
அதர்படு பூழிய சேட்புலம் படரும்
ததர்கோல் உமணர் பதிபோகு நெடுநெறிக்
கணநிரை வாழ்க்கைதான் நன்று கொல்லோ
வணர்சுரி முச்சி முழுதுமற் புரள
ஐதகல் அல்குல் கவின்பெறப் புனைந்த
பல்குழைத் தொடலை ஒல்குவயின் ஒல்கி
நெல்லும் உப்பும் நேரே ஊரீர்!

கொள்ளீரோ எனச் சேரிதொறும் நுவலும்
அவ்வாங்கு உந்தி அமைத்தோ ளாய்! நின்
மெய்வாழ் உப்பின் விலைஎய் யாம்எனச்
சிறிய விலங்கின மாகப் பெரியதன்
அரிவேய் உண்கண் அமர்த்தனள் நோக்கி
யாரீ ரோஎம் விலங்கி யீஇரென
முரல் முறுவலள் பேர்வனள் நின்ற
சில்நிரை வால்வளைப் பொலிந்த
பல்மாண் பேதைக்கு ஒழிந்ததென் நெஞ்சே!

பாங்கனே! உவர்நிலத்தே விளைந்த உப்பினை விலைகூறிய வராக, வழிகளிலே படுகின்ற புழுதியினையுடைய நெடுந்தொலை வுள்ள இடங்கட்குஞ் செல்லும், செறிந்த கோல்களைக் கொண்ட உமணர்கள் போகும் நெடிய நெறிகளிலே, அந்தக் கூட்டத்துடன் சேர்ந்து வாழும் வாழ்க்கை நன்மை தருவது போலும்!

வளைந்த சுருட்டை கொண்ட கூந்தலின் முடி முழுவதும் பெரிதும் புரண்டு கொண்டிருக்க, மெல்லிய அகன்ற அல்குலில் அழகுபெறப் புனைந்த பல தளிருடன் கூடிய தழையுடையயானது அவள் அசையுமிடத்துத் தானும் அசைந்தாட நடந்து, ''ஊரீரே! நெல் லும் உப்பும் நேருக்கு நேரேயாகம்; வாங்கிக் கொள்ளீரோ'' என்று, சேரிதோறும் கூறி விற்கும் ஒருத்தியைக் கண்டேம். அழகிய வளைந்த உந்தியினையும், மூங்கில் போன்ற தோள்களையும் உடையவளே! நின் மெய்யிடத்தே உளதாகும் உப்பின் விலையினை அறிந்திலமே!'' என்று கூறி, யாம் சிறிது அவளைத் தடுத்தும் நிறுத்தினேம்.

பெரிய, அரிபடர்ந்த தன் கண்களால் மாறுபட்டனள் போல எம்மை நோக்கி, 'எம்மைத் தடுப்பீர், நீர் யாவிரோ?' என்று சொல்லி, இளநகையுடையவளாகச் சிறிது பெயர்ந்து நின்றாள் அவள். சிலவாகி நிரைத்த வெண்மையான வளையல்கள் அழகு செய்த, பலவாய மாண்புடைய அப்பேதைமை உடையாளின் பொருட்டு, என் நெஞ்சம் தன் வலிமையினை இழந்துவிட்டதே!

சொற்பொருள்: 1. உவர்-உவர் நிலம். கொள்ளை சாற்றி - விலையைக் கூறி. 2. அதர்-வழி. பூழி-புழுதி 3. ததர்கோல் - செறிந்த கோல். 4. சுரி - சுருள்கொண்ட தன்மை. முச்சி-முடி. 7. தொடலை-தொடுக்கப்பெற்ற தழையுடை. ஓல்குதல்-அசைதல். 8. நேரே - நேருக்கு நேராகும்; ஒரு படி நெல்லுக்க ஒருபடி உப்பு என்றாற்போல, 10. அவ்வாங்க உந்தி-அழகிய வளைந்த உந்தி. அமை-மூங்கில். 11. மெய்வாழ் உப்பு - உடலிடத்துப் பொருந்திய இன்பம். எய்யாம்-யாதென அறிந்திலம். 12. விலங்கினம்-குறுக்கே நின்ற தடை

செய்தோம். 15. மூரல் முறுவலள்-இளநகை உடையவள். 16. நெஞ்சு ஒழிதல் - நெஞ்சம் தன் வலிமை கெட்டுத் தளர்தல்.

விளக்கம்: தலைவியிடத்துப் பெறும் இன்பச் செவ்வியினை 'மெய்வாழ் உப்பு' என்று கூறும் நயத்தினை அறிக. பாங்கற்குத் தலைமகன் சொல்லியதாயின் இவ்வாறும், நெஞ்சிற்குச் சொல்லிய தாயின், 'நெஞ்சே பேதைக்கு ஒழிந்தது என்?' எனக் கூட்டியும் பொருள் காண்க.

'கணநிரை வாழ்க்கை நன்று கொல்!' என்றதனால், அவரோடு சென்றகாலத்துத், தலைவன் தலைவியைச் சந்தித்தலும் நிகழ்ந்தது என்று கொள்ளுக.

391. கண்படா அ வாகும்!

பாடியவர்: காவன் முல்லைப்பூதனார் காவன் முல்லைப் பூதத் தனார் எனவும் பாடம். **திணை:** பாலை. **துறை:** பிரிவிடை வற்புறுத் துந் தோழிக்குத் தலைமகள் சொல்லியது.

(தலைமகனின் பிரிவுக் காலத்தே, தலைவி வாடி நலிந்தாள். அவளின் வாட்டங்கண்ட தோழி, 'அவன் வருவான்; தேறியிரு' என்று சொல்ல, அவளுக்குத் தலைவி விடை சொல்லுகின்ற முறையிலே அமைந்தது இச்செய்யுள்.)

பார்வல் வெருகின் கூர்எயிற்று அன்ன
வரிமென் முகைய நுண்கொடி அதிரல்
மல்ககல் வட்டியர் கொள்விடம் பெறாஅர்
விலைஞர் ஒழித்த தலைவேய் கான்மலர்
தேம்பாய் முல்லையொடு ஞாங்கர்ப் போக்கித்
தண்ணறுங் கதுப்பிற் புணர்ந்தோர்-புனைந்தவென்
பொதிமாண் முச்சி காண்தொறும் பண்டைப்
பழவணி உள்ளப் படுமால் - தோழி!
இன்றொடு சில்நாள் வரினுஞ் சென்றுநனி
படாஅ வாகுமெம் கண்ணே கடாஅ
வான்மருப்பு அசைத்தல் செல்லாது யானைதன்
வாய்நிறை கொண்ட வலிதேம்பு தடக்கை
குன்றுபுகு பாம்பின் தோன்றும்
என்றூழ் வைப்பின் சுரனிறந் தோரே!

தோழி!

தன் இரையினைப் பார்த்தவாறே இருக்கும் காட்டுப் பூனையின் கூர்மையான பற்களைப் போன்ற, மெல்லிய வரிகளையுடைய அரும்பு களை உடையதாகத் திகழ்வது நுண்மையான காட்டுமல்லிகைக்

கொடி. அவ்வரும்புகள் நிறைந்த அகன்ற வட்டியினை உடையவ ராகிய பூவிற்போர், அவற்றை விற்கும் வேறிடத்தைப் பெறாதவராகக் கொணர்ந்து கொட்டிய, எம் தலையின்கண் சூட்டிய காட்டு மலர் களுடனே, தேனோழுகிக் கொண்டிருக்கும் முல்லை மலர்களையும் அகற்றிவிட்டு, எம் குளிர்ந்த மணமுள்ள கூந்தலிற் கிடந்து துயின்றவர் எம் காதலர்.

மதங்கொண்ட களிறானது, தன்னுடைய வெண்மையான கொம்பினை அசைக்கவும் இயலாதாய்த், தன் வாயிடத்தே நிறையு மாறு கொண்ட வலிகுன்றிய பெரிய துதிக்கையானது. மலைக்குகை யினுள்ளே நுழையும் பாம்பினைப் போலத் தோன்றும் வெப்பம் மிகுந்த இடங்களைக் கொண்ட சுரநெறியினைக் கடந்தும் அவர் இப்போது சென்றுள்ளனர்.

அவர் கையாற் புனைந்து அழகு செய்த, பொதிதலால் மாட்சி யுற்ற எம் கூந்தல் முடியினைக் காணுந்தோறும். அந்தப் பண்டைப் பொழுதின் பழைய அணியே எம்மால் நினைக்கப் படுகின்றது. அதனால்,

சென்று, இன்றோடு சில நாட்களே கழிந்தனவாயினும், எம் கண்கள் சற்றும் துயிலாதனவாகுமே!

சொற்பொருள்: 1. பார்வல்-பார்க்கம் வன்மையுடைய பார்த் தல் இரையை நாடிக் கூர்ந்து நோக்கித் திரிதல். 5. வரிமென் முகைய - வரிகளையும் மென்மையையும் கொண்ட அரும்புகள். அதிரல் - காட்டு மல்லிகை. 3. மல்கு - நிறைந்த. வட்டியர்-வட்டக் கூடை யினர்: வாய் அகன்று அகற்சியும் வட்டமும் பொருந்த, ஓலையினால் முடையப்பெறும் கூடை இது. 4. ஒழித்த-முற்றவும் எம் வீட்டிலே கொட்டிச் சென்ற. 5. ஞாங்கர்-புறத்தே. 10. கடாஅம்-மதம். 14. என்றூழ் வைப்பு-வெப்பமிக்க காட்டிடம்.

விளக்கம்: காட்டு மல்லிகையின் மென்மையும் வரியும் கொண்ட அரும்புகளை வட்டி நிறையக் கொண்டு அவற்றைக் கொள்வார் அறியாராய், விற்பவர் தம் வீட்டில் கொட்டிச் செல்ல, அவற்றுடன் தேனொழுகும் முல்லையினையும் கூந்தலிற் பொதிந்து அழகு செய் திருப்பாள் தலைவி. மாலைக்காலத்தில், அப் பூக்களைப் புறத்தே ஒதுக்கி, அவள் கூந்தலில் துயின்றவன் தலைவன். அவன் பிரிந்து சென்றதனால், இப்போது புனைந்துள்ள தன் பொதிதல் மாட்சியுற்ற கூந்தல் முடியினைக் காணும் போதெல்லாம்: பண்டைய நாளில், தலைவன் ஒதுக்கித் துயின்ற பழவணியே அவளால் நினைக்கப்படு வதனால், அவள் கண்கள் சற்றும் மூடாவாயின என்று கொள்ளுக.

வட்டி - வாயகன்ற ஓலைக்கூடை. அசைக்க மாட்டாதாய்ப் பசி யால் வலியிழந்து, தன் கையினை வாயிற் புகுத்தி வருந்தியிருக்கும் வெம்மையுடைய காடு என்க. அதன் வாயிற் புகுத்தியிருக்கும் அதன் துதிக்கையானது குன்றிடத்தே புகும் பாம்பினைப்போலத் தோன்றும் என்க.

392. நலம் தருவேன் நான்!

பாடியவர்: மோசிகீரனார். **திணை:** குறிஞ்சி. **துறை:** பின்னின்ற தலைமகற்குக் குறைநேர்ந்த தோழி தலைமகட்குக் குறை நயப்பக் கூறியது. **சிறப்பு:** நன்னனின் பேராண்மை.

(தலைவன் ஒருவன், தகையுடையாள் ஒருத்தியைக் கண்டு மிகவும் காதல் கொண்டவனானான். பல நாள் அவன் வந்து வந்து அவளை அடைதலை விரும்பியும் இயலாது வறிதே திரும்புவதற்கு நேர்ந்ததேயன்றி, அவள் இசைவும் உறவும் அவனுக்கு வாய்க்க வில்லை. இந்த நிலையிலே, அவன் தலைவியின் தோழிபாற் சென்று தன்குறையைக் கூறி இரந்துநிற்க, அவளும் அவனைக் கண்டு உண்மையுணர்ந்து இரக்கமுற்றவளாகத், தலைவியிடம் அவனுக்கு இசையுமாறு கூறுகின்றனள். அந்த முறையோடு அமைந்த செய்யுள் இது.)

தாழ்பெருந் தடக்கை தலைஇய கானத்து
வீழ்பிடி கெடுத்த வெண்கோட்டு யானை
உண்குளகு மறுத்த உயக்கத் தன்ன
பண்புடை யாக்கைச் சிதைவுநன்கு அறீஇப்
பின்னிலை முனியா னாகி நன்றும்
தாதுசெல் பாவை அன்ன தையல்
மாதர் மெல்லியல் மடநல் லோள்வயின்
தீதின் றாக நீபுணை புகுகென
என்னும் தண்டும் ஆயின் மற்றவன்
அழிதகப் பெயர்தல் நனிஇன் னாதே
ஒல்லினி வாழி தோழி! – கல்லெனக்
கணமழை பொழிந்த கான்மடி இரவில்
தினைமேய் யானை இனனிரிந்து ஓடக்
கல்லுயர் கழுதில் சேணோன் எறிந்த
வல்வாய்க் கவணின் கடுவெடி ஒல்லென
மறப்புலி உரற வாரணம் கதற
நனவுற கட்சியின் நன்மயில் ஆல
மலையுடன் வெரூஉம் மாக்கல் வெற்பன்
பிரியுநள் ஆகலோ அரிதோ அதாஅன்று
உரிதல் பண்பிற் பிரியுநன் ஆயின்
வினைதவப் பெயர்ந்த வென்வேல் வேந்தன்
முனைகொல் தானையொடு முன்வந்து இறுப்பத்
தன் வரம்பு ஆகிய மன்னெயில் இருக்கை

ஆற்றா மையிற் பிடித்த வேல்வலித்
தோற்றம் பிழையாத் தொல்புகழ் பெற்ற
விழைத்தக ஓங்கிய கழைதுஞ்சு மருங்கிற்
கானமர் நன்னன் போல
யான்ஆ குவல்நின் நலன்தரு வேனே.

தோழி! வாழ்க! யான் சொல்வதனை மனம் பொருந்திக் கேட்பாயாக:

கல்லென்னும் ஒலியுடனே மேகக்கூட்டங்கள் மழையினைப் பொழிந்த, கானமும் ஒலியடங்கிப் போயிருக்கும் நள்ளிரவு வேளை யிலே, தினைப்பயிரை மேய்ந்த யானைக்கூட்டங்களும் நிலைகெட்ட வாய் ஓடுமாறு, மலையிடத்தே உயர்ந்த பரணின் மீதிருந்து கானவன் வீசி எறிந்த வலிய விரைவமைந்த கல்லின் கடுமையான வீசி எறிந்த வலிய விரைவமைந்த கல்லின் கடுமையான ஓசையும் ஒல்லென எழுந்தது. அது கேட்டுத் தறுகண்மையினையுடைய புலியும் முழக்க மிட்டது. யானைகள் கதறின. அகற்சிகொண்ட காட்டிடத்தேயுள்ள அழகிய மயிலும் இடியோசையென மயங்கி ஆடத் தொடங்கின. இங்ஙனம் மலையிடத்து விலங்கினம் அனைத்தும் வெருவுகின்ற பெரிய கற்களையுடைய நாட்டிற்க உரியவன் இத் தலைவன்.

காட்டினிடததே, விரும்பப்படும் தன் பிடியானையினை இழந்த, தொங்குதலையுடைய நீண்ட பெருத்த கையினைக் கொண்ட வெண்மையான கோட்டினையுடைய ஆண் யானையானது, உண்ணு தற்கான தழையினையும் உண்ணாது வெறுத்த வாட்டத்தைப் போன்ற தன்மையினையுடைய, தன்னுடைய உடலின் சிதைவினை நன்கு அறிந்தும், நம்பால் இரந்து பின்னிற்றலை வெறானாகி நின்றனன் அவன்.

மிகுதியான பொன்னினாற் செய்த பாவையினைப் போன்ற அழகினையும், விரும்பப்படுகின்ற மென்மைத் தன்மையினையும் உடைய, மடப்பம் வாய்ந்த தலைவியினிடத்தே, தீங்கு எதுவும் இல்லையாகும்படிக்கு நீ புணையாக என் பொருட்டுப் புகுவாயாக' என்று கூறி, என்னையும் வேண்டினனாயினான் அவன். அவன் அழிந்துபோகுமாறு கைவிட்டுச் செல்லல் நமக்கும் மிகவும் துன்பந் தருவதேயாகும்.

ஆயின், அவன் நம்மைவிட்டு அகல்வானோ என்றால், அவன் நம்மைப் பிரிந்தவன் ஆதலே அரிதாகும்.

அஃதன்றியும், தனக்கு உரித்தானதல்லாத பண்பினோடும் கூடிப் பிரிவானாயின்,

போர்ச்செயல் ஒழிய நீங்கிய வெற்றி வேலினையுடைய வேந்த னானவன், போர் முனையினைக் கொன்றுவிடக்கூடிய படையுடனே

முற்புறம் வந்து முற்றுகையிடத், தன் எல்லையாகிய நிலைத்த அரணையுடைய இருக்கையானது எதிர்த்து நிற்க ஆற்றாமையினாலே, விரும்பத் தக்கபடியே ஓங்கிய மூங்கில்கள் செறித்திருக்கும் மலைப் பக்கத்ததாகிய காட்டிலே தங்கியிருந்து, தான் கைக்கொண்ட வேலின் வலிமையினது தோற்றம் பிழைபடாத தொன்மையான புகழினை மீண்டும் பெற்றவன் நன்னன் ஆவான். அவனைப்போல, இழந்த நின் நலத்தினை மீளவும் தருப்வளாக அவனைக் கூட்டி வைப்பவளும் யானாக ஆவேன்!

சொற்பொருள்: 3. உயக்கம்-வருத்தம். 4. யாக்கைச் சிதைவு-உடலின் அழிவு. 5. பின்னிலை-இரந்து பின்னிற்றலாகிய தன்மை. முனியான்-வெறான் 6. தாது-பொன். தையல்-அழகியவள்; தலைவி யைக் குறித்தது. 8. புணை-பொறுப்பு. 9. தண்டுமாயின்-வற்புறுக்கம் ஆயின். 12. கண மழை-மேகக்கூட்டம். 14 கழுது-பரண். சேணோன்-குன்றவன். 15. வல்வாய்க் கவண்-விரைந்து செல்லுதலையுடைய கவணகல். 20. உரற-முழங்க. 21. வென்வேல்-வெற்றிவேல். வேந்தன்-பகையரசன்; நன்னனை வென்று அரணைக் கைப்பற்றிப், பின் நன்னனால் வெல்லப்பட்டு, அரணை அவனிடம் விட்டு வந்தவன். 22. முனைகொல் தானை-பகைவரது போர் முனையைக் கொன்றழிக்கும் வீரச்செறிவு உடைய படை. 23. வரம்பு-எல்லை; ஆற்றல். 25. வேல்வலித் தோற்றம்-வேலினது வலிமைத் தோற்றம்.

விளக்கம்: 'மலையுடன் வெரூஉம் மாகல் வெற்பன்' என்றது, அந்த வெருவுதலுக்குக் காரணமாய கவணெறிந்த கானவனைப் போல. அவனும் ஆற்றல் உடையவன் என்றதாம். சேணோன்-சேணிடத்து இருப்பவன், தினைப்புனம் காவல் பூண்ட கானவன். கவணகல்லின் கடுவெடியும், புலியின் உரறுதலும், வாரணத்தின் கதறுதலும் கேட்டு, இடிமுழக்கம் என மயங்கி, மயில் ஆடும் வெற்பன் என்க.

இதனால். அவன் தகுதிப்பாடும், பின்னிலை முனியான் என்றத னால் அவனுடைய காதற் பெருக்கும் தன்னை வேண்டிய எளிமையும் சூளும் கூறித் தோழி குறைநயந்தாள் என்க.

பகை வயப்பட்ட அரணிலுள்ளாரை, மீளவும் பழையபடி தான் வென்ற சிறப்புறச்செய்த நன்னனைப்போலத், தானும், தலைவிக்கு உதவுவதாகத் தோழி உறுதி கூறுகின்றனள்.

393. மறந்து நீடலர்!

பாடியவர்: மாமூலனார். **திணை:** பாலை. **துறை:** பிரிவிடை வேறுபட்ட தலைமகளைத் தோழி வற்புறுத்தியது. **சிறப்பு:** புல்லியின் நாட்டுச் சிறப்பு

(தலைவனின் பிரிவுத் துயரினாலே வருந்தி வாட்டமுற்றிருக்கும் தலைவிக்குத், தோழி தலைவன் குறித்தபடி தவறாது வருவான் என்று கூறி அவளைத் தேற்றுகின்ற முறையிலே அமைந்த செய்யுள் இது.)

கோடுயர் பிறங்கற் குன்றுபல நீந்தி
வேறுபுலம் படர்ந்த வினைதரல் உள்ளத்து
ஆறுசெல் வம்பவர் காய்பசி தீரிய
முதைச்சுவற் கலித்த ஈர்இலை நெடுந்தோட்டுக்
கவைக்கதிர் வரகின் கால்தொகு பொங்கழி
கவட்டடிப் பொருத பல்சினை உதிர்வை
அகன்கண் பாறைச் செவ்வயின் தெறீஇ
வரியணி பணைத்தோள் வாரசெவித் தன்னையர்
பண்ணை வெண்பழத்து அரிசி ஏய்ப்பச்
சுழல்மரம் சொலித்த சுளகுஅலை வெண்காழ்
தொடிமாண் உலக்கை ஊழின் போக்கி
உரல்முகம் காட்டிய சுரைநிறை கொள்ளை
ஆங்கண் இருஞ்சுனை நீரொடு முகவாக்
களிபடு குழிசிக் கல்லடுப் ஏற்றி
இணர்ததை கடுக்கை ஈண்டியய தாதிற்
குடவர் புழுக்கிய பொங்கவிழ்ப் புன்கம்
மதர்வை நல்லான் பாலொடு பகுக்கும்
நிரைவல குழீஇய நெடுமொழிப் புல்லி
தேன்தூங்கு உயர்வரை நல்நாட்டு உம்பர்
வேங்கடம் இறந்தனர் ஆயினும் ஆண்டவர்
நீடலர்-வாழி தோழி! -தோடுகொள்
உருகெழு மஞ்ஞை ஒலிசீர் ஏய்ப்பத்
தகரம் மண்ணிய தண்ணறு முச்சிப்
புகரில் குவளைப் போதொடு தெரிஇதழ்
வேனில் அதிரல் வேய்ந்தநினன்
ஏமுறு புணர்ச்சி இன்துயில் மறந்தே.

தோழி! வாழ்க!

முடிகள் உயர்ந்த பாறைகளையுடைய குன்றுகள் பலவற்றையும் கடந்து, வேற்று நாட்டினை அடைந்து, பொருள் தேடும் முயற்சியினை உடைய உள்ளத்தவா் நம் தலைவா்.

வழியிடைச் செல்லும் புதியராய வழிப்போக்கரது காயும் பசியினைத் தீர்க்கும் பொருட்டாகப், புதுக் கொல்லையிலே தழைத்த ஈரிய இலையின் நெடிய தோட்டினையுடைய கவா்த்த கதிரினைக் கொண்ட வரகின், தட்டையுடன் தொகுத்த பொலியிலே, மாடுகளின் கவா்த்த குளம்பால் துவைக்கப்பட்டு பல கிளைகளினின்றும் உதிர்ந்த வரகினை, அகன்ற இடமான பாறையிடத்தே செவ்வையாகத் தெறித்துக் காய

வைப்பர், வரிகள் பொருந்திய பணைத்த தோள்களையும் நீண்ட செவிகளையும் உடைய தாயர்கள். பண்ணைக் கீரையின் வெண்மை யான பழத்தினது அரிசியை ஒப்பத்திரிமரம் தேய்த்த, சுளகினால் கொழிக்கப்பெற்ற வெண்மையான அரிசியைப் பூண் மாட்சிமையுற்ற உலக்கையால் முறைப்படக் குற்றி உரலிற் பெய்து தீட்டுவர். உரற்குழி நிறைந்த அவ்வரிசியை, அங்குள்ள பெருஞ்சுனையின் நீரோடும் முகந்து, களிமண்ணாற் செய்த பானையிலிட்டுக், கல்லடுப் பின் மேல் ஏற்றிக் கொத்துக்கள் நிறைந்த கொன்றையின் நிறைந்த தாதினைப்போல, இடையர் அவிழாகிய சோற்றினை ஆக்குவர். அதனை மதர்த்த நல்லாவின் பாலோடு பகுத்து அளிக்கும் இடமாகிய, பசுநிரை பலவாகக் கூடியிருக்கும், மிக்க புகழுடைய புல்லி என்பவ னது தேனிறால் தொங்கும் உயரிய பாறைகளையுடைய நல்ல நாட்டின் அப்பாலுள்ள, வேங்கடமலையினைக் கடந்தும் சென்றுள்ளவர் அவர். ஆயினும்

அழகு பொருந்திய மயிலின், தொகுதி கொண்ட தழைத்த தோகையினைப்போல, மயிர்ச்சாந்து பூசப்பெற்று விளங்கும் தண்ணிய நறிய கூந்தலில், குற்றமில்லாத குவளையின் மலரிதழோடு, விளங்கும் இதழ்களுடன் வேனிலிற் பூக்கும் காட்டு மல்லிகைப் பூவினையும் சூடியுள்ள, நின்னுடைய கூந்தலிடத்தே துயிலும் இன்பம் வாய்ந்த புணர்ச்சியாகிய இனிதான துயலினை மறந்து, அவ்விடத்து அவர் தாழ்த்திருப்பவர் அல்லர்.

சொற்பொருள்: 1. கோடு-மலை முடிகள். பிறங்கல்-பாறைகள். 2. வேறுபுலம்-வேற்றுநாடு. 3. காய்பசி-காய் தலையுடைய மிக்க பசி. 4. இதைச் சுவல்-காடு திருத்திய மேடான, புதிதான கொல்லை. கலித்த-தழைத்த. 5. பொங்கழி-தூற்றாப் பொலி. 6. கவட்டடி-மாடு களின் கவறுபட்ட குழம்புகள். உதிர்வை-உதிர்ந்த தானியம். 7. தெறீஇ - தெறித்துவைத்து, காயவைத்து என்க 8. வரியணி பணைத்தோள் - வரியணிந்த பணைத்த தோள்கள்: வரி-இரேகைகள். 9. பண்ணை - ஒருவகைக் கீரை. 10. சுழல் மரம்-மரத்திரிகை, வரகரிசியின் மேல் தோலை நீக்குவதற்கு இதிலிட்டுச் சுழற்றுவர். 11. ஊழில் - முறை யோடு. 12. உரல் முகங் காட்டல்- உரலிலிட்டுக் குற்றுதல். சுரை - உரலின் குழிவான பாகம். 14. களிபடு குழிசி-களி மண்ணால் வனையப் பெற்ற பானை; மண்சால். 15. கடுக்கை-கொன்றை 16. குடவர்- இடையர். பொங்கு அவிழ் புன்கம்-பொங்கிய அவிழாகிய சோறு. 17. மதர்வை-மதர்த்த. 18. நிரை-ஆநிரை. 21. தோடு. கொள்- இதழ் கொண்ட; மயிலிறகினைக் குறித்தது. 22. தகரம் மயிர்ச்சாந்து. 25. அதிரல் - காட்டு மல்லிகை. 26. ஏமுறு புணர்ச்சி-இன்பம் வாய்ந்த புணர்ச்சி.

விளக்கம்: ''வேறு புலம் படர்ந்த வினைதரல் உள்ளத்து ...... வேங்கடம் இறநதனராயினும், நின் ஏமுறு புணர்ச்சி இன்துயில் மறந்து ஆண்டவர் நீடலர்'' என்க.

'அறுசெல் வம்பலர் காய்பசி தீரிய பொங்கவிழ் புன்கம் ..... பாலோடு பகுக்கம்...... புல்லி நன்னாடு' என்க. இதன்கண் வரகரிசியைச் சமைக்கும் வகை முறையாகச் சொல்லப்பட்டதும் காண்க.

மேலும், அவர் வருத்தமின்றிச் சென்று திரும்புவர் என்பதும் இதனாற் பெறலாம். புன்கம் பாலொடு பகுக்கும் நாடு, நிரைபல குழிஇய நாடு, தேன்தூங்கு உயர்வரை நன்னாடு, நெடுமொழிப் புல்லியின் நாடு, வேங்கட நன்னாடு என்க.

394. விருந்தயர வருக!

பாடியவர்: நன்பலூர்ச் சிறுமேதாவியார். **திணை:** முல்லை. **துறை:** இரவுக்குறித் தலைமகளை இடத்துய்த்து வந்து, தோழி தலைமகளை வரைவு கடாஅயது.

(தலைவி, தலைவனுடன் இரவுக்குறியிற் சென்று கூடி வருகின்ற களவுக்காலத்திலே, ஒரு நாள், அவளைக் குறித்த இடத்திலே சேர்த்து விட்டு வரும் தோழி, தலைவனைச் சந்தித்து, அவனிடம், விரைவிலே தலைவியை வரைந்துவந்து மணந்துகொள்ளுமாறு கூறுகின்றனள். இந்த முறையிலே அமைந்த செய்யுள் இது.)

களவும் புளித்தன; விளவும் பழுநின;
சிறுதலைத் துருவின் பழுப்புறு விளைதயிர்
இதைப்புன வரகின் அவைப்புமாண் அரிசியொடு
கார்வாய்த்து ஒழிந்த ஈர்வாய்ப் புற்றத்து
ஈயல்பெய்து அட்ட இன்புளி வெஞ்சோறு
சேதான் வெண்ணெய் வெம்புறத்து உருக
இளையர் அருந்தப் பின்றை, நீயும்
இடுமுள் வேலி முடக்காற் பந்தர்ப்
புதுக்கலத்து அன்ன செவ்வாய்ச் சிற்றிற்
புனையிருங் கதுப்பின்நின் மனையோள் அயரப்
பாலுடை அடிசில் தொடீஇய ஒருநாள்
மாவண் தோன்றல்! வந்தனை சென்மோ-
காடுறை இடையன் யாடுதலைப் பெயர்க்கம்
மடிவிடு வீளை வெரீஇக் குறுமுயல்
மன்ற இரும்புதல் ஒளிக்கம்
புன்புல வைப்பின்எம் சிறநல் ஊரே.
மிகவும் வள்ளன்மை உடைய தலைவனே!

களாவும் காய்த்துப் பழுத்துப் பழங்கள் புளிப்ச் சுவையினை உடையவும் ஆயின. விளா மரங்களும் பழங்களுடன் விளங்குகின்றன.

சிறிய தலையுடையவான செம்மறியாட்டினது பழுப்பு நிறம் அமைய முற்றிய தயிரிலே, கொல்லையில் விளைந்த வரகின், குத்துத லாலே மாட்சியுற்ற அரிசியோடு, கார் காலத்து மழைபெய்து நீங்கிய ஈரமான வாயிலையுடைய புறிறினிடத்திருந்து வெளிப்படுகின்ற ஈயலையும் பெய்து சமைத்த இனிதான சூடான புளியஞ்சோற்றினைச், செவலைப் பசுவின் வெண்ணெயானது அதன் வெப்பமான புறத்தே இட்டுக் கிடந்து உருகிக்கொண்டிருக்க, நின் ஏவலாளர் அருந்துவர்.

அதன் பின்னர், நீயும்

முள்ளிட்ட வேலிகொண்ட இடத்திலே, வளைந்த கால்களை யுடைய பந்தரின் கீழே புதுக்கலத்தைப்போலச் செம்மண் பூசப்பெற்று விளங்கும் சிறு வீட்டிலே, புனையப்பெற்ற கருமையான கூந்தலை யுடைய நின் மனைவியானவள் நினக்கு விருந்து ஊட்டுமாறு, பால் பெய்த சோற்றினை உண்ணுதற்காக, ஒரு நாள் வந்து போவாயாக.

காட்டு வாழ்க்கையினனான இடையன், தன் யாட்டினங்களை கிடைபெயர்க்கம், வாய்மடித்து எழுப்பும் சீழ்க்கையொலியினைக் கேட்டு அச்சமுற்ற குறுமுயலானது, மன்றத்தின் கண்ணுள்ள பெரி புதரிலே மறைந்துகொள்ளும் முல்லை நிலத்தின் கண்ணுள்ளது, எம்முடைய சிறிய நல்ல ஊராகும். (அதனிடத்து வந்து போவாயாக என்பது கருத்து.)

சொற்பொருள்: 1. களவு - களாம பழம். விளவு - விளாம்பழம். 2. சிறுதலைத் துரு-சிறுத்த தலையினையுடைய செம்மறியாடு. 3. அவைத்தல்-குற்றுதல். 4. புற்றம்-எறும்புப் புற்று. 5.வெம் சோறு-சூடான சோறு; விருப்பந்தரும் சோறுமாம். 6. சேது ஆன்-சிவந்த பசு. 8. முடக்காற் பந்தர்-வளைந்த கால்களையுடைய பந்தர். 9. செவ்வாய்-செம்மண் பூசிய இடத்தையுடைய. 11. பாலுடை அடிசில்-பாற்சோறு. தொடீஇய-உண்ணும் பொருட்டாக. 13. தலைபெயர்த்தல்- கிடை பெயர்த்தல். 14. வீளை-சீழ்க்கையொலி. 16. புன்புல வைப்பு- முல்லை நிலப் பகுதி.

விளக்கம்: 'களவும் புளித்தன. விளவும் பழுநின என்றது புளிச் சோறு ஆக்குதற்கு அவையிற்றைப் பயன்படுத்தலாம் என்றதாம். 'களவு வாழ்க்கை எமக்குப் புளித்துப் போயிற்று; மண விழாவுக்குத் தகுந்த பொழுதும் கனிந்துள்ளது' என்ற கருத்தும், 'களவும் புளித்தன; விளவும் பழுநின' என்ற சொற்களுள் நிலவுதலைக் காண்க.

ஈயல்-எறும்பின் ஆண். மழை வரவினால், உணவுச் சிக்கனத் தின் பொருட்டு, இவற்றை வெளியேற்றி விடுவது எறும்பினத்தின் இயல்பு. இதனையிட்டுப் புளிச்சோறு ஆக்கிய தன்மை, 'ஈயல் பெய் தட்ட இன்புளி வெஞ்சோறு' என்றதனாற் புலனாகம். ஏவலருக்கு இந்தப்

புளிச்சோற்றின் மேலே வெண்ணெயிட்டு, அது உருகச் சுவையுடன் அளிப்போம் என்பவள், தலைவனுக்குப் பாற்சோறு அளிப்பதாகக் கூறுவதன் மரபையும் அறிக. 'செவ்வாய்ச் சிற்றில் நின்மனையோள் அயர, ஒருநாள் வந்தனை சென்மோ' என்றதால், தலைவியை வரைந்து மணந்துகொண்டு, அவள் உண்பிக்க உண்டு வாழ்தலையும் அறிவுறுத் தினள் என்க.

395. வந்தால் நன்று!

பாடியவர்: எயினந்தை மகனார் இளங்கீரனார். **திணை:** பாலை. **துறை:** பிரிவிடைத் தோழிக்குத் தலைமகள் சொல்லியது.

(தலைமகன், பொருள்தேடி வருகின்ற ஆர்வத்தினை உடையவ னாகக், காடுபல கடந்து, வேற்று நாட்டிற்குச் சென்றிருந்தனன். அவனுடைய பிரிவினை நினைந்துநினைந்து உடலும் உள்ளமும் சோரத் துயருற்ற வாடியிருந்தாள் அவனுடைய மனைவி. அங்ஙனம் இருந்த அவள், தன்னைத் தேற்றினவளாகிய தோழிக்குத், தன்னுடைய நிலையைக் கூறுகின்ற பாங்கிலே அமைந்த செய்யுள் இது.)

தண்கயம் பயந்த வண்காற் குவளை
மாரி மாமலர் பெயற்குஏற் றன்ன
நீரொடு நிறைந்து பேரமர் மழைக்கண்
பனிவார் எவ்வம் தீர இனிவரின்
நன்றுமன்-வாழி தோழி! - தெறுகதிர்
ஈரம் நைத்த நீர்அறு நனந்தலை
அழல்மேய்ந்து உண்ட நிழன்மாய் இயவின்
வறன்மரத்து அன்ன கவைமருப்பு எழிற்கலை
இறல்அவிர்ந் தன்ன தேர்நசைஇ ஓடிப்
புறம்புவழிப் பட்ட உலமரல் உள்ளமொடு
மேய்பிணைப் பயிரும் மெலிந்தழி படர்குரல்
அருஞ்சுரம் செல்லுநர் ஆள்செத்து ஓர்க்கும்
திருந்தரை ஞெமைய பெரும்புனக் குன்றத்து
ஆடுகழை இருவெதிர் நரலும்
கோடுகாய் கடற்ற காடிறந் தோரே!

தோழி வாழ்வாயாக!

ஒறுக்கின்ற ஞாயிற்றின் வெப்பமான கதிர்கள் ஈரத்தை முற்றவும் தொலைத்தமையினாலே நீரற்றுப்போய்க் கிடக்கும் அகன்ற இடத்திலே யுள்ள, அழலானது மேய்ந்து உண்டமையினாலே நிழலொழிந்து போய்க் காணப்படுகின்ற வழியினிடத்தே, வற்றிய மரக்கொம்பைப் போன்று விளங்கும் கவறுபட்ட கொம்புகளையுடைய அழகிய கலைமானானது,

அறல் விளங்கினாற் போலத் தோன்றிய பேய்த்தேரினைக் கண்டு, நீருண்ணலை விரும்பி ஒடிஒடித் தனிமையுற்றுக் கலங்கிய உள்ளத் துடனே மேயும் தன் பெண்மானைக் கூவியழைக்கும். மெலிந்து, மிக்க துன்பத்துடனும் கூடியதாக எழுந்த அந்தக் குரலை, ஆட்களின் குரலோவென வழிச்செல்வார் ஆராய்வர். அத்தகைய இடமாகிய, திருந்திய அடியைக் கொண்ட ஞெமை மரங்களையுடைய பெரும் புனங்கள் விளங்கும் குன்றினிடத்தே, அசையும் தண்டினைக் கொண்ட பெரியமூங்கில்கள் ஒலித்துக் கொண்டுமிருக்கும். சிமையம் பெம்பிய மலையிடத்தாகிய அக்காட்டினைக் கடந்து சென்றிருப்பவர் தலைவர். அவர் - குளிர்ந்த குளத்திலே தோன்றிய வளமான கால்களையுடைய குவளையினது மாரிக் காலத்து மலர்ந்த கரிய மலரானது, மழைக்கு எதிரேற்று விளங்கினாற் போன்று நீருடையவாய், நிறைவுற்ற பெரிதும் அமர்த்த குளிர்ந்த நம் கண்களினின்றும் நீர் ஒழுகும் துன்பமானது தீரும்படியாக, இப்பொழுதே வருவாராயின் நன்றாகும். (ஆயின், அவர் வந்திலரே யாம் என் செய்வோம்? என்பது கருத்து.)

சொற்பொருள்: 1. வண்கால் குவளை-வளவிய தண்டினை யுடைய குவளைமலர். 2. மாமலர் - கருமலர். 4. பனிவார் எவ்வம்- கண்ணீர் சொரியும் துயரம். 5. தெறுகதிர்-ஒறுக்கும் கதிர். 6. நைத்த -தொலைத்த. 7. அழல் மேய்ந்து உண்ட நிழல்மாய் இயவு - வெப்பம் பரவித் தின்றலால் இலைகளற்று மரங்களின் நிழலும் ஒழிந்துபோயின நெறி. 9. தேர்-பேய்த்தேர்; கானல் நீர். 10. உலமரல் உள்ளம் - கலங்கிய உள்ளம். 11. அழிபடர் குரல்-அழியத் தக்கதாக வந்துற்ற துன்பத் தினிடத்திருந்து எழுகின்ற குரல். 12. ஆட்செத்து-ஆட்குரல் என்று கருதி. 15. கடற்ற காடு-மலைப்பகுதியாகிய காடு.

விளக்கம்: ‘தெறுகதிர்.... கோடு காய் காடு’ என்றது, காட்டின் வெம்மை மிகுதியினைக் குறிப்பிட்டதாகும். அவ் வழிச் சென்றோர் எனவே, அவருறும் துயரத்தை உளங் கொண்டு தலைவி வருந்தினள் எனலும் ஆகும். ‘இனிவரின் நன்று’ எனவே, வராத நாள் வரை தன் வருத்தம் தீராதென்பதையும் உரைத்தனள்.

396. நின்னை விடேன்!

பாடியவர்: பரணர். **திணை:** மருதம். **துறை:** காதற் பரத்தை தலைமகற்குச் சொல்லியது. சிறப்பு: காவிரி அத்தியைக் கவர்ந்த செய்தியும், வஞ்சிநகரின் எழிலும், வடவரையில் விற்பொரித்த சேரரின் செயலாண்மையும், ஆய் எயினன் என்பானின் நட்புக்கு உயிரளித்த செயலும்.

(தலைமகன் ஒருவன், தான் மணந்து இல்லறம் நிகழ்த்தி வருகின்ற தன்னுடைய மனைவி இருப்பவும் பரத்தை ஒருத்திபாற் காதலுற்ற அவளுடனும் கூடி வாழ்ந்து வருபவனும் ஆனான். அவனுடைய

காதற் பரத்தையான அவள், ஒரு சமயம், தலைவன் தன்னைக் கைவிட்டு மீளவும் மனைவியிடத்தே செல்லலுறுவானோ என அஞ்சினள். அவள், அப்போது, தலைவனிடத்தே கூறிய முறையிலே அமைந்த செய்யுள் இதுவாகும்.)

தொடுத்தேன் மகிழ்ந! செல்லல் -கொடித்தேர்ப்
பொலம்பூண் நன்னன் புன்னாடு கடிந்தென
யாழிசை மறுகின் பாழி ஆங்கண்
'அஞ்சல்' என் ஆஅய் எயினன்
இகலடு கற்பின் மிஞிலியொடு தாக்கித்
தன்னுயிர் கொடுத்தனன் சொல்லியது அமையாது
தெறலருங் கடவுள் முன்னர்த் தேற்றி
மெல்லிறை முன்கை பற்றிய சொல்லிறந்து
ஆர்வ நெஞ்சம் தலைத்தலை சிறப்பநின்
மார்புதரு கல்லாய் பிறன் ஆயினையே
இனியான் விடுக்குவென் அல்லென் மந்தி
பனிவார் கண்ணள் பலபுலந்து உறையக்
கடுந்திறல் அத்தி ஆடுஆணி நசைஇ
நெடுநீர்க் காவிரி கொண்டொளித் தாங்குநின்
மனையோள் வவ்வலும் அஞ்சுவல் சினைஇ
ஆரியர் அலறத் தாக்கிப் பேர்இசைத்
தொன்றுமுதிர் வடவரை வணங்குவில் பொறித்து
வெஞ்சின வேந்தரைப் பிணித்தோன்
வஞ்சி யன்னவென் னலம்தந்து சென்மே!

தலைவனே! நின்னைப் பற்றினேன்! செல்லல் வேண்டா!

கொடி விளங்கும் தேரினையும், பொன்னாலாகிய பூண்களையும் உடையவன் நன்னன் என்பவன். புன்னாட்டினர் வெகுண்டு அவன்பால் எழுந்தனராக, யாழிசை விளங்கும் தெருக்களையுடைய அவனது பாழி நகரிடத்தே நின்று, 'அஞ்சேல்' என்று கூறினன் ஆஅய் எயினன் என்பவன். தான், அஞ்சேல் என்று சொல்லியதுடனும் அமையாது, போரிடத்தே வெற்றியொன்றே பெறுகின்ற திண்மையினையுடைய மிஞிலி என்பவனோடு தாக்கிப்பொருது, தன்னுடைய உயிரையும் கொடுத்தான் அந்த ஆய் எயினன். ஆனால், நீயோ? -

தெறுதற்க அரிய கடவுளின் முன்பாகத் தெளிவித்து, மெல்லிய சந்தினையுடைய என் முன்கையினைப் பற்றிச் சொல்லிய சொற்களைக் கடந்தனை! ஆர்வமுடைய நெஞ்சம் மென்மேலும் சிறப்புக்கொள்ள, நின் மார்பினைத் தழுவுதற்கும் தராதவனாயினை! எனக்கு ஏதிலனும் ஆயினை! இனி, யான் நின்னை விடுப்பவள் அல்லேன்.

ஆதிமந்தி என்பவள், நீர் சொரகின்ற கண்ணினளாகப், பலவற்றையும் வெறுத்தவளாகி வாழ்ந்திருக்க, கடும் திறலுடைய அத்தி என்பவனின் ஆடும் அழகினை விரும்பி, நெடும் நீர்ப்பெருக்குடைய காவிரி என்பாள், அவளைக் கொண்டு மறைத்தாற் போல, நின் மனையோள், நின்னை என்னிடமிருந்து கவர்ந்து கொள்ளலையும் அஞ்சா நிற்பேன்.

வெகுண்டு எழுந்து ஆரியவரசர்கள் அலருமாறு சென்று அவர்களைத் தாக்கியழித்துப், பெரும் புகழுடைய, தொன்மையாகி முதிர்ந்த, வடக்கின் கண்ணுள்ள மலையினிடத்தே வளைந்த விற்பொறியினைப் பதித்துக், கொடிய சினம் பொருந்திய ஆரியவேந்தரைப் பிணித்தும் வந்தவன் சேர மன்னன் ஆவான்.அவனுக்கு உரித்தான வஞ்சி நகரத்தைப் போன்ற என் அழகினை, என்பால் தந்துவிட்டுச் செல்வாயாக!

சொற்பொருள்: 1. தொடுத்தேன்-பற்றினேன்; அன்றிச்சூள் தொடுத்தேன் எனினும் ஆம். 2. புன்னாடு-புள்ளூ நாடு எனவும் பாடம் மேலைக்கடற்கரை சார்ந்த ஒருநாடு என்பர். 3. பாழி-பாழிப் பேரூர். 5. இகல் அடு கற்பு- பகைவரை வெல்லும் திண்மை: போர் வெல்லும் பயிற்சியுமாம். 7. தெறல் அருங் கடவுள்-தெறுதற்க அரிய கடவுள். 9. தலைத்தலை சிறப்ப- மென்மேலும் சிறந்துகொண்டே போக. 10. பிறன் ஆதல்-தழுவுதற்கு உரிமையற்ற பிற ஆண்மகன்போல் ஒதுங்கியோன் ஆதல். 13. அத்தி-ஆதிமந்தியின் கணவன். 16. ஆரியர்-ஆரிய மன்னர். 18. பிணித்தோன்-பிணித்துக் கொணர்ந்தோன்; பணித்தோன் எனவும் பாடம்.

விளக்கம்: மிஞிலியோடு பொருது ஆய்எயினன் தன் உயிர் தந்த ஆண்மை, அவன் ‘அஞ்சேல்’ என்று சொன்ன வாய்மொழியினைப் பேணுதற் பொருட்டாக என்று கொள்ளுக. ‘சொல்லைப் பேணுதற்குத் தன் உயிரையும் இழந்த அவன் போலாது, சொல்லிய சூழினை மறந்து என்னைக் கைவிடவும் நினைந்தனையே?’ எனத் தலைவனைக் கேட்கின்றாள் அவள்.

‘தெறலரும் கடவுள் முன்னர்த் தேற்றி’ என்றதனால், அவன் சூழ் பொய்த்தவிடத்துக் கடவுள் அவனைத் தண்டிப்பதும் நேரும் என்பதனை நினைவுறுத்தினள். ‘ஆர்வ நெஞ்சம் தலைத்தலை சிறப்ப’ என்றது, அவளும் அவனும் இன்புறுதலாகிய ஆர்வம் இருவர் உள்ளத்தும் மென்மேலும் மிக்குப் பெருக என்பதாம். இதனால், அவளுடைய காதலுடைமையும், அவனுடைய கடமை நிலைமையும் கூறினள்.

‘காவிரி அணிநசைஇ அத்தியைக் கொண்டொளித் தாங்கு நின் மனையோள் வவ்வலும் அஞ்சுவல்’ என்றதனால், மனைவி வவ்வு தலைக் கருதினால், தான் அதனைத் தடுக்க ஏலாத நிலையினை உடமையினையும் உணர்த்தினள்.

'ஆரியர் அலறத் தாக்கிப் பேரிசைத் தொன்று முதிர் வடவரை வணங்கு விற்பொறித்து, வெஞ்சின வேந்தரைப் பிணித்தோன்' ஆகிய சேரமான், சேரன் செங்குட்டுவனோ என்பதனைத் தெளிந்து ஆராய்தல் வேண்டும்.

'நலம் தந்து சென்மே' என்றதனால், அந்தக் கவலையினால், அவள் நலன் அழிந்திருந்த தன்மையும் புலனாகும்.

397. படர்தரத் துணிந்தோன்!

பாடியவர்: கயமனார். **திணை**: பாலை. **துறை**: மகட்போக்கிய செவிலித்தாய் சொல்லியது.

(மகள் தன்னுடைய காதலுடன் சென்றுவிட்டனளாக, அந்த ஆற்றமையினாற் புலம்பும் செவிலித்தாய், இங்ஙனம் நொந்து கொள்ளுகின்றாள். அவளுடைய உள்ளத்தே, தலைவிபால் நிலவிய காதலன்பு இதனாற் செவ்வையாகப் புலனாகும்.)

என்மகள் பெருமடம் யான்பா ராட்டத்
தாய்தன் செம்மல் கண்டுகடன் இறுப்ப
முழுவுமுகம் புலரா விழவுடை வியனகர்
மணனிடை யாகக் கொள்ளான் 'கல்பகக்
கணமழை துறந்த கான்மயங்கு அழுவம்

எளிய வாக ஏந்துகொடி பரந்த
பொறிவரி அல்குல் மா அயோட்கு' எனத்
தணிந்த பருவம் செல்லான் படர்தரத்
துணிந்தோன் மன்ற துனைவெங் காளை
கடும்பகட்டு ஒருத்தல் நடுங்கக் குத்திப்

போழ்புண் படுத்த பொரியரை ஓமைப்
பெரும்பொளிச் சேயரை நோக்கி ஊன்செத்துச்
கருங்கால் யாத்துப் பருந்துவந்து இறுக்கும்
சேண்உணர்ந்து ஓங்கிய வானுயர் நெடுங்கோட்டுக்
கோடை வெவ்வளிக்கு உலமரும்

புல்லிலே வெதிர நெல்விளை காடே.

என் மகளுடைய பெரிதான மடப்பத்தினை யான் பாராட்டி மகிழவும், நற்றாய் தன்னுடைய தலைமையினை அறிந்து, தான் தன் மகளுக்குச் செய்யவேண்டிய கடமைகளைச் செய்யவுமாக, முழவின் ஒலிகுறையாத விழவினையுடைய அகன்ற மனையிடத்தே, திருமணத்தின் வாயிலாக அவளைக் கொண்டானும் அல்லன்!

கற்கள் பிளந்து போக, மேகக்கூட்டங்கள் பெய்யாது நீங்கிப் போன, உயர்ந்த கொடிகள் பரந்த காடடர்ந்த காட்டு வழி. புள்ளிகளும் இரேகைகளும் பொருந்திய அல்குல் தடத்தினையுடைய மாமை

நிறத்தினளுக்கு, நடத்தற்க எளிதாயிருக்கும்படியாக வெப்பம் தணி வுற்ற பருவத்து உடன் கொண்டு சென்றானும் அல்லன்!

கடுமையான தன்மையினையுடைய களிற்றியானைத் தலைவன், மரம் அசையுமாறு தன் கோட்டினாற் குத்திப் பிளந்து புண்ணுண்டாகச் செய்த, பொரிகள் பொருந்திய அடியினையுடைய ஓமை மரத்தின் பெரிதும் பட்டையுரிந்து விளங்கிய சிவப்பான அடிமரப் பகுதியினை ஊனென்று கருதி, நெடிதுயர்ந்து ஓங்கிய கரிய அடியினையுடைய யாமரத்தின் கண் இருந்த பருந்தானது வந்து தங்கும் வானளாவிய உயர்ந்த சிமையங்களையுடைய, வெவ்விய கோடைக்காற்றினாலே அலைந்து கலங்கும் புல்லிய இலைகளையுடைய மூங்கிலில் நெல் விளையும் காட்டினிடத்தே-

விரைதலையுடைய கடுமையான காளையினைப் போன்ற அவள் காதலன், அவளையும் உடன்கொண்டு செல்லுதற்குத் துணிந் தனனே! (அவன் செயல் பொருத்தமற்றது; பொறுக்க முடியாதது என்பது கருத்து.)

சொற்பொருள்: 2. செம்மல்-தலைமை. கடன்-மணப் பெண் ணுக்குச் செய்யவேண்டிய கடமைகள். 3. முகம் புலரா - ஒலி குன்றாத. வியனகர்-அகன்ற மனை. 4. பக-பிளக்க. 5. கணமழை - கூட்டமாய் மேகங்கள். அழுவம்-காடு. 8. படர்தர-உடன்கொண்டு செல்ல, 9. துனைதல்-விரைதல். 11. போழ்தல்-பிளத்தல். 12. பொளிதல்-பட்டையுரிதல். சேயரை-சிவப்பாகத் தோன்றிய அடிமரம். 13. இருக்கும் - தங்கம். 15. கோடை வெவ்வளி-வெம்மையுடைய கோடைக் காற்று. உலமரும்-அசைந்து வருந்தும். 16. வெதிர-மூங்கில்.

விளக்கம்: 'என் மகள் பெருமடம் யான் பாராட்ட' என்று சொல்லி சொல்வது, அவளுடைய பாதுகாப்பிலே வளர்ந்தவள் தலைவியாத லால். 'கொளுத்தக் கொண்டு கொண்டது விடாமையே' மடம் என்பது. அதனைத் தலைவி பேணினால், அது செவிலிக்கே பெருமை தருவது ஆகும். ஆகவே, இப்போது அதற்கு வாய்ப்பின்றித் தலைவனுடன் தலைவி போயினளாதலின் இப்படி நினைந்து நோகின்றாள்.

தாய் மணப்பெண்ணுக்குச் செய்யும் கடமைகள் பல மண விழாவில் உண்டென்பதனைத், 'தாய் தன் செம்மல் கண்டு கடன் இறுப்ப' என்ற தொடர் உணர்த்தும்.

'மணனிடையாகக்ங கொள்ளான்' என்ற சொற்கள். தலைவிக் குச் சிறப்பாக மணம் நிகழ்த்திக் காண அவர்கள் கொண்டிருந்த ஆசைப் பெருக்கைப் புலப்படுத்துவனவாம்.

'தணிந்த பருவஞ் செல்லான்' என்றது, தலைவி காட்டினிடத்துச் செல்லலால் அடைகின்ற துயரங்களை எண்ணி வருந்திக், 'கோடை யின் வெம்மை தணிந்த பருவத்தாவது கொண்டு சென்றானில்லையே?' என்று நொந்து கொண்டதாம்.

‘அவள் சென்றனள்’ என்னாது, ‘அவன்கொண்டு சென்றனன்’ எனக்கூறி வருந்தும் உள்ளத்துச் செல்வியிலே, தலைவிபாற் கொண்ட பெரும் பேரன்பு தோன்றுதலை அறிந்தறிந்து இன்புறுக.

398. சிதைகுவது உண்டோ?

பாடியவர்: இம்மென் கீரனால். **திணை**: குறிஞ்சி. **துறை**: காமமிக்க கழிபடர் கிளவியால். வரைவிடத்துக்கண், தலைமகள், தலைமகன் வரையினின்றும் போந்த ஆற்றொடு புலந்து சொல்லியது.

(தலைமகன், வரைவிடை வைத்துத் தலைவியைப் பிரிந்து சென்றிருந்த காலத்தில், அவள் காமவாதையால் மிக்க துயருற்றவளாகி, அவன் வரையினின்றும் வருகின்ற ஆற்றினிடத்துத், தன் மனக்குறையைக் கூறி வருந்துவதாக அமைந்த செய்யுள் இது.)

‘இழைநிலை நெகிழ்ந்த எவ்வம் கூரப்
படர்மலி வருத்தமொடு பலபுலந்து அசைஇ
மென்தோள் நெகிழச் சாஅய்க் கொன்றை
ஊழுறு மலரின் பாழ்பட முற்றிய
பசலை மேனி நோக்கி நுதல்பசந்து

இன்னேம் ஆகிய எம்மிவண் அருளான்
நும்மோன் செய்த கொடுமைக்கு இம்மென்று
அலமரல் மழைக்கண் தெண்பனி மல்க
நன்று புறமாறி அகறல் யாழநின்
குன்றுகெழு நாடற்கு என்னெனப் படுமோ?

கரைபொரு நீத்தம்! உரைஎனக் கழறி
நின்னொடு புலத்தல் அஞ்சி அவர்மலைப்
பன்மலர் போர்த்து நாணுமிக ஒடுங்கி
மறைந்தனை கழியும் நிறறந்து செலுத்தி
நயன் அறத் துறத்தல் வல்லி யோரே!

நொதும வாளர் அதுகண் ணோடாது
அழற்சினை வேங்கை நிழல்தவிர்த்து அசைஇ
மாரி புரந்தர நந்தி ஆரியர்
பொன்படு நெடுவரை புரையும் எந்தை
பல்பூங் கானத்து அல்கி இன்றிவண்

சேர்ந்தனை செலினே சிதைகுவது உண்டோ?
குயவரி இரும்போத்துப் பொருதபுண் கூர்ந்து
உயங்குபிடி தழீஇய மதனழி யானை
வாங்கமைக் கழையின் நரலும்அவர்
ஓங்குமலை நாட்டின் வருஉ வோயே!

பெரிய ஆண்புலியானது தாக்கியதனாற் புண்ணுற்றதாகி வருந்தும் தன் பிடியானது தழுவிக் கொண்டிருக்க, வலி குன்றிப் போயிருந்த களிற்றியானையானது, வளைந்த மூங்கிலினாற் செய் தமைத்த தூம்பினைப்போலி ஒலிக்கின்ற, அவருடைய உயர்ந்த மலைநாட்டினின்றும் வருவோய்!

கரையைப் பொருதியவாறே வருகின்ற வெள்ளத்தை உடை யோய்!

அணிகள் தம் நிலையினின்றும் நெகிழ்ந்து போதற்குக் காரண மாகி பிரிவுத்துன்பம் மிகுதியாக, அவர் நினைவேமிகுந்த வருத்தத் துடனே, பலவும் வெறுத்துக் கூறியவளாகத் தங்கியிருந்து, மென்மை யான தோள்களும் மெலிவுற்றுப் போக வருந்திக், கொன்றையினது முறையாக மலர்ந்த பூக்களையொப்பப் பாழ்பட முற்றிவிட்ட பசலை படர்ந்துள்ள உடலினை நோக்கி, 'நெற்றியும் பசலையுறப் பெற்ற இத் தன்மையேமாகிய எமக்க அருள் செய்யான் ஆயினான் எம் தலைவன்.

'நும்மவனாகிய அவன் செய்த கொடுமைக்குக் கலங்கும் குளிர்ந்த கண்களினின்றும் தெளிந்த நீர்பெருகவும், அறநெறியினைக் கைவிட்டு நீங்குதல், நின் குன்று பொருந்திய நாட்டினை உடையா னுக்கு யாதென்று சொல்லப்படுமோ?' சொல்வாயாக எனக் கூறி, நின்னுடன் யான் வெறுத்தக்கொள்ளுதலை நீயும் அஞ்சினாயோ?

அவர் மலையிடத்துள்ள மலர்கள் பலவற்றாலும் நின்னைப் போர்த்து மூடிக்கொண்டனையாய், நாணுற்று மிகவும் ஒடுங்கினையாய், நின்னை மறைத்துக் கொண்டு ஓடிக்கொண்டிருக்கும் நின்னைக் கொணர்ந்து போக்கி, ஏதிலாளராகிய அவர், நீதியின்றிக் கைவிடுவ தற்கு வன்மையுடையவர் ஆயினர். அதனை நீ நோக்குதல் செய்யாதி!

நெருப்பையொத்த பூக்கள் நிரம்பிய கிளைகளையுடைய வேங்கையின் நிழலில், நின் செலவினைத் தவிர்த்து தங்கி, மழை புரத்தலால் பெருக்கமுற்று, ஆரியர்களது பொன் பொருந்திய நீண்ட இமயமலையைப் போன்ற எம் தந்தையது பூக்கள் பலவற்றையுமுடைய காட்டிலே தங்கி, இற்றைப் பொழுது இவ்விடத்தே சேர்ந்தனையாகச் சென்றால், நின் சிறப்புக் கெடுவதும் உளதாகுமோ? (ஆகாதே! அதனால் தங்கிச் செல்க என்பது முடிபு.)

சொற்பொருள்: 9. நன்று புறமாறி அகறல்-அறத்தைக் கைவிட்டு நீங்குதல். 12. புலத்தல்-வெறுத்தல், 15. நயனற நேர்மை யின்றி. வல்லியோர்-வண்கண்மையினை உடையவர். 16. நொது மலாளர்-ஏதிலாளர். 16. அழல்சினை வேங்கை - அழலனைய மலர்கள் செறிந்த கிளைகளையுடைய வேங்கை. 18. புரந்தர-பேணியுதவ. நந்தி-பெருக்கமுற்று. 21. சிதைகுவது-கெடுவது. 22. குயவரி இரும் போத்து-பெரிதான ஆண்புலி. 25. உயங்கு பிடி-வருந்தும் பிடி.

விளக்கம்: 'குயவரி இரும்போத்துப் பொருத புண் கூர்ந்து உயங்க பிடி தழீஇய மதனழி யானை வாங்கமைக் கழையின் நரலும்' என அவன் நாட்டைக் கூறியது, தானும் அப்பிடியினைப் போலவே, அவனுக்குத் துன்பத்தின் கண்ணும் துணைநிற்கும் காதலன்பு உடையவள் என்பதாகும்.

'ஆரியர் பொன்படு நெடுவரை' என்றது, இமயத்தினை. அது புரையும் எந்தை கானம் எனவே, அவளுடைய குடியின் செழுமை உயர்வையுங் குறித்தனள் என்க. ''கரைபொரு நீத்தம் உரையெனக் கழறி, நின்னொடு புலத்தல் அஞ்சி, அவர் மலைப் பன்மலர் போர்த்து, நாணுமிக ஒடுங்கி மறைந்தனை கழியும்'' என்றது, நும்மோன் செய்த கொடுமைக்கு நீயும் எம் எதிர்ப்பட வருதற்கு நாணினையோ? என்றதாம்.

இதனால், அவன் மீள்வதாகக் குறித்த கார்காலம் வந்ததும் வந்து சேராமையும் உணரப்படுவதாம்.

'நிற்றந்து செலுத்தி நயனறத் துறத்தல் வல்லியோரே' என்றது, நின் வருகையொடு அவரும் வருவேமென்றது பொய்த்து, நின்னை மட்டும் தந்து செலுத்தினராக, நயனற எம்மைத் துறத்தல் செய்த வன்கண்மை உடையவர்' என்றதாம்.

'ஆயின் நின்மேற் பகையில்லை' என்பாள், 'எந்தை பல்பூங் கானத்து அல்கி இன்றிவண் சேர்ந்தனை செலினே சிதைகுவது உண்டோ?' என்றனள்.

'அழல் சினை வேங்கை' என்று குறித்தது, வரைந்து கோடற்குக் குறித்த காலத்தின் வரவினை நினைந்து கூறியதாகும்.

399. முயங்கலின்றி நீடார்!

பாடியவர்: எயினந்தை மகனார் இளங்கீரனார். **திணை:** பாலை. **துறை:** தலைமகன் பிரிவின்கண் தலைமகளைத் தோழி வற்புறுத்தியது.

(தலைமகனின் பிரிவினிடத்தே வாடியிருக்கின்ற தலைமகளைத் தோழி தேற்றுவாளாக, அவன் காலம் நீட்டித்திரான் என்று கூறும் முறையிலே அமைந்த செய்யுள் இதுவாகும்.)

சிமையக் குரல சாந்துஅருந்தி இருளி
இமையக் கானம் நாறும் கூந்தல்
நந்துதல் அரிவை! இன்னுறல் ஆகம்
பருகு வன்ன காதல் உள்ளமொடு
திருதுபு முயங்கல் இன்றியவண் நீடுரர்-
கடற்றடை மருங்கின் கணிச்சியின் குழித்த
உடைக்கண் நீடமை ஊறல் உண்ட
பாடின் தெண்மணி பயங்கெழு பெருநிரை

வாடுபுலம் புக்கெனக் கோடுதுவைத்து அகற்றி
ஒல்குநிலைக் கடுக்கை அல்குநிழல் அசைஇப்
பல்லான் கோவலர் கல்லாது ஊதும்
சிறுவெதிர்ந் தீங்குழற் புலம்புகொள் தெள்விளி
மையில் பளிங்கின் அன்ன தோற்றப்
பல்கோள் நெல்லிப் பைங்கால் அருந்தி
மெல்கிடு மடமரை ஓர்க்கும் அத்தம்
காய்கதிர் கடுகிய கவினழி பிறங்கல்
வேய்கண் உடைந்த சிமைய
வாய்படு மருங்கின் மலைஇறந் தோரே.

உச்சியிலே பூங்கொத்துக்களை உடையதாயும், மயிர்ச் சாந்து பூசப்பெற்றதாயும், இருட்சியுடையதாயும், இமயமலையிடத்துக் கானத்தைப் போலும் நறுமணத்தினைக் கமழ்வதாயும் விளங்கம் கூந்தலையும், நல்ல நெற்றியினையும் உடைய பெண்ணே!

கற்கள் விளங்கும் காட்டைச் சார்ந்தவிடத்தே, குந்தாலியினால் தோண்டிய குழியினிடத்தே, நெடிதுங் கீழேயாக ஊறிவரும் நீரினை உண்ட, இனிய தெளிந்த ஒலியினைக் கொண்ட மணிகளைப் பூண்ட பயன்மிகந்த பெரிய ஆனிரையானது, வறட்சியுற்ற பாலை நிலத்தே புகுந்ததாக-

ஊது கொம்பினாலே ஒலியெழுப்பி அவற்றை அவ்விடத்தி னின்றும் அகற்றித் தளர்ந்த தன்மையினையுடைய கொன்றையின் குறைவுற்ற நிழலிலே தங்குவிப்பவர், பல ஆனினங்களை உடையவ ரான ஆயர்கள்.

அவர்கள் அறியாது ஊதும், சிறிதான மூங்கிலாற் செய்யப் பெற்ற குழலானது, தனிமைகொண்ட தெளிவான ஒலியினை எழுப்பும். அதனைக் குற்றமற்ற பளிங்கினைப் போன்ற தோற்றத்தையுடைய பலவாகக் காய்த்திருக்கும் நெல்லியின் பசுமையான காய்களை அருந்தி அசையிட்டுக் கொண்டிருக்கின்ற இளைய மரைமான்கள், கூர்ந்து கேட்கும்.

அத்தகைய தன்மையுடைய காட்டிலே, காயும் ஞாயிறு கடுமை யுடன் எரித்தலால் அழகொழிந்த பாறைகளையும், மூங்கிலின் கணுக் கள் உடைந்த சிகரங்களையும் இடமகன்ற பக்கங்களையும் உடைய மலையினைக் கடந்து சென்றவர் நம் தலைவர். அவர்-

இனிமை அமைதலையுடைய நின் மார்பினைப், பருகுதல் போன்ற காதல் கொண்ட உள்ளத்துடனே பிணைந்து தழுவுதலை இல்லாதவராகத், தாம் சென்ற அவ்விடத்தேயே காலத்தை நீட்டித் திருப்பவர் அல்லர்.

சொற்பொருள்: 1.சிமையம்- தலையின் உச்சிக் கொண்டை. சாந்து-மயிர்ச்சாந்து. 3. இன் உறல் ஆகம்-இனிமை அமைதலையுடைய மார்பகம். 5. திருகுபு முயங்கல்-பிணைந்து தழுவுதல். 6. கடந்து அடை மருங்கு-காடு சார்ந்த பக்கம். கணிச்சி-குந்தாலி. 7. உடைக் கண்- உடைத்து ஆக்கிய குழி. 9. கோடு-ஊதுகொம்பு. துவைத்தல்-ஒலித்தல். 11. கல்லாது-இசை நெறியினைக் கற்றிராது. 12. வெதிர்ந்த தீங்குழல்-மூங்கிலாற் செய்த இனிய புல்லாங்குழல். 15. மெல்கிடல்-அசையிடல் 16. கடுகிய-கடுமையாகத் தாக்கிய, 18. வாய்படுமருங்கு - இடமகன்ற பக்கமலை.

விளக்கம்: ஒருவரை யொருவர் பின்னிப் பிணைந்து தழுவிக் கிடக்கின்ற காதலுடையவர்க்கே உரித்தான, அந்த ஒப்பற்ற இன்ப நிலையினையே, 'பருகு வன்ன காதல் உள்ளமொடு ஆகம் திருகுபு முயங்கல்' எனக் குறித்தனர். அவள் கூந்தலின் வனப்பு, 'சிமையக் குரல்' எனவும், சாந்தருந்தி எனவும், இருளி எனவும், இமையக் கானம் நாறும் எனவும் கூறப்பட்டது.

'கணிச்சியிற்ற குழித்த உடைக்கண் நீடமை ஊறல்' என்பது, குந்தாலியினாற் பாறைகளை உடைத்துத் தோண்டப் பெற்ற கிணற்றுள், நெடுந்தொலைவான ஆழத்திலே ஊறிக்கிடக்கும் நீரைக் குறித்ததாம். இது, காட்டின் வறட்சியைக் காட்டுவதுடன், மேய்ப்போர் தம் நிரைகளைப் பேணுதற்குக் காட்டுவதுடன், மேய்ப்போர் தம் நிரைகளைப் பேணுதற்குக் கொள்ளும் முயற்சிப்பெருக்கையும் காட்டுவதாகும்.

'காய்கதிர் கடுகிய கவினழி பிறங்கல் வேய்கண் உடைந்த சிமைய வாய்படு மருங்கின் மலையிறந்தோரான காதலர், பருகுவன்ன காதல் உள்ளமொடு, ஆகம் திருகுபு முயங்கல் இன்றியவண் நீடார்' என்று உரைத்து வற்புறுத்தியதாகக் கொள்ளுக.

400. நன்மை விளைப்பது!

பாடியவர்: உலோச்சனார். **திணை:** நெய்தல். **துறை:** தலைமகன் வரைந்து எய்திய பின்றைத், தோழி தலைமகளுக்குச் சொல்லியது.

(களவு உறவிலே திளைத்த தலைவியும் தலைவனும், இடையிற் பிரிவால் பட்ட துயரமெல்லாம் தீரும் நாள் வந்தது. தலைமகன் தலைவியை வரைந்து வருகின்றனன். தலைவியின் தமரும் இசைகின்றனர். அந்த மகிழ்ச்சியில், தம் கவலையும் ஊரலரும் ஒழிந்ததென்ற களிப்பில், தோழி தலைவியிடத்தே கூறுகின்ற முறையில் அமைந்த செய்யுள் இது.)

நகைநன்று அம்ம தானே 'அவனொடு
மனைஇறந்து அல்கினும் அல' ரென நயந்து
கானல் அல்கிய நம்களவு அகல

பல்புரிந்து இயறல் உற்ற நல்வினை
நூல்அமை பிறப்பின் நீல உத்திக்
கொய்ம்மயிர் எருத்தம் பிணர்படப் பெருகி
நெய்ம்மிதி முனைஇய கொழுஞ்சோற்ற ஆர்கை
நிரலியைந்து ஒன்றிய செலவின் செந்தினைக்
குரல்வார்ந் தன்ன குவவுத்தலை நந்நான்கு
வீங்குசுவல் மொசியத் தாங்குநுகம் தழீஇப்
பூம்பொறிப் பல்படை ஒலிப்பப் பூட்டி
மதியுடைய வலவன் ஏவலின் இகுதுறைப்
புனல்பாய்ந் தன்ன வாமான் திண்தேர்க்
கணைகழிந் தன்ன நோன்கால் வண்பரிப்
பால்கண்ட டன்ன ஊதை வெண்மணற்
கால்கண்ட டன்ன வழிபடப் போகி
அயிர்ச்சேற்று அள்ளல் அழுவத்து ஆங்கண்
இருள்நீர் இட்டுச்சுரம் நீந்தித் துறைகெழு
மெல்லம் புலம்பன் வந்த ஞான்றை
பூமலி இருங்கழித் துயல்வரும் அடையோடு
நேமி தந்த நெடுநீர் நெய்தல்
விளையா இளங்கள் நாறப் பலவுடன்
பொதிஅவிழ் தண்மலர் கண்டும் நன்றும்
புதுவது ஆகின்று அம்ம-பழவிறல்
பாடுஎழுந்து இரங்கும் முந்நீர்
நீடூரும் பெண்ணை நம் அழுங்கல் ஊரே!

தோழி! இல்லத்தினைக் கடந்து சென்று சற்றே தங்கினாலும் அலராகும் என்ற நிலையிலும், அவனுடனே விருப்புற்றுக் கானற் சோலையிலே தங்கிய நம் களவு ஒழுக்கம் நீங்குமாறு, பல தன்மைகளும் புரிந்து இயற்றலுற்ற நல்வினையின் பயனும் வந்து வாய்ப்பதாயிற்று.

அசுவ சாத்திரம் கூறும் இலக்கணம் அமைந்த பிறப்பினையும், நீலமணியாகிய நெற்றிச் சுட்டியினையும், கொய்யப்பெற்ற மயிர் பொருந்திய பிடரியினையும் உடையவும், நெய்பெய்து மிதித்து ஆக்கிய கவளத்தை வெறுத்துக் கொழுமையான சோற்றை உண்ணுதலையுடையவும், வரிசையாகப் பொருந்தி ஒன்றுபட்டுச் செல்லுதலையுடையவும், செவடவடிய தினைக்கதிர் நீண்டு வளைந்தாற் போன்ற வளைந்த தலையினை உடையவும் ஆகிய, நன்றான நான்கு குதிரைகளைத், தாங்கும் நுகமானது பருத்த திமிலிலே பொருந்தியதாகப் பொருந்தியிருக்க, அழகிய பொறிகளையுடைய பலவடங்கள் ஒலிக்குமாறு பூட்டி, தேர் செலுத்தும் அறிவுடைய பாகன் தேரினைச் செலுத்தலினாலே-

தாழ்வான துறையிடத்தே நீர் பாய்ந்து சென்றாலொத்த, திண்மையான தேரிற் பூட்டிய தாவிச்செல்லும் குதிரைகளின் அம்பு பாய்ந்தாற்போன்று விரையச் செல்லும் வலிய கால்களின் செலவு, பாலைக் கண்டாற்போல விளங்கும் காற்றால் திரட்டப்பெற்றுக் கிடக்கும் வெண்மணலிடத்தே, வாய்க்காலைக் கண்டாற்போல வழிபடுமாறு சென்று, நுண்ணிய சேற்றுக் குழம்பின் பரப்பினை யுடைய அவ்விடத்து, இருண்ட தன்மையினையுடைய குறுகிய சுரத் தையும் கடந்து, துறை பொருந்திய கடற்கரையினையுடைய நம் தலைவனும் வந்தனன்.

வந்த பொழுதிலே-

பூக்கள் மலர்ந்த அரிய கழியிடத்தே அசைந்து கொண்டிருக்கும் இலைகளோடு, கடல் தந்த நெடிய தன்மையினையுடைய நெய்தலின் முதிராத இளங்கள் நாறும்படியாகப் பொதியவிழ்ந்த தண்ணிய மலர் களை, ஏனைப் பூக்கள் பலவற்றுடனும் அவன் சூடிவருதலைக் கண்டு - பழைய பெருமையினையுடைய, ஆரவாரங்கொண்ட நம்முடைய ஊரானது, அலரினை விடுத்து, மிகவும் புதிய தன்மையினை உடை யதும் ஆகின்றது! இது பெரிதும் நகையினை உடையதாகும்.

சொற்பொருள்: 1. நகை நன்று-நகை பெரிது. 2. அல்கினும் - தங்கினும். நயந்து-விரும்பி 3. கானல்-கானற் சோலை. 5. நூல்-புரவி நூல். உத்தி-நெற்றிச் சுட்டி. 6. எருத்தம்-பிடரி. 7. முனைஇய-வெறுத்த. குவவுத்தலை-வளைந்த தலை. 11. பல்படை-பலவடுக் கான மணியாரங்கள். 12. மதியுடைய வலவன்-குதிரை செலுத்தும் திறன் அறிந்தோனாகிய பாகன். 15. ஊதை-காற்று. 20. அடை - இலை. 21. நேமி - கடல். 24. பழவிறற்பாடு-பழைய பெருமையுள்ள ஆரவாரம் இரங்கும் - ஒலிக்கும்.

விளக்கம்: 'மனையிறந்து அவனொடு அல்கினும் அலரெனக் கூறும் அழுங்கல் ஊரானது, மெல்லம் புலம்பன் வந்த ஞான்றை, நன்றும் புதுவதாகின்றம்ம!' எனத் தம் ஊரவரின் இருகாலத்துத் தன்மையினையும் ஒப்பிட்டு, அவரின் இயல்புக்கு, 'நகை நன்று அம்ம!' என நகையும் கொள்ளுகின்றனள் தோழி. இது, அக் காலத்துச் சமூகம் உண்மைக் காதலொடு நிகழும் களவு உறவினையும் பழிதரும் செயலாகவே கொண்டிருந்த தென்பதும், மணவினை குறித்து அவன் வரவே, அந்தப் பழியை மறந்து அவனைப் புகழ்ந்து பாராட்டியதென வும் காட்டுவதாகும்.

'தாழ்ந்த துறையிடத்து நீர் புகுவதுபோலத் தாவிச் செல்லும் குதிரைகள்' எனக் குதிரைகளின் விரைவுடைமையைக் குறித்தது காண்க.

அகநானூற்றின் நித்திலக் கோவையும்
புலியூர்க் கேசிகன் தெளிவுரையும்
முற்றுப்பெற்றன.

பாடினோர்

(நகவளைவுக்கு உட்பட்ட எண்கள் இந்நூற் செய்யுட்களின் எண்கள் ஆகும்)

அஞ்சியத்தை மகள் நாகையார் (356)

தகடூர்க்கு உரிய மழவர் கோமானாகத் திகழ்ந்தவனும், மாவீரனும், வள்ளலும், ஔவையாரின் அன்புக்குரிய நட்பினனாகத் திகழ்ந்ததனு மான அதியமான் நெடுமான் அஞ்சியின் அத்தை மகளாகத் திகழ்ந்தவர் இந்த அம்மையார். தமிழன்புமிகுந்து தமிழ்ச்சான்றோரைப் பேணிப் புரந்துவந்த அதியர் குடும்பத்திற் பிறந்த இந்த அம்மை, தமிழ்ப் புலமை உடையவராகவும் விளங்கினார். இந் நூலினுட் பயின்றுவரும் பாடலின் கண்ணும். அஞ்சியின் புகழுடைமையை இவர் போற்றிப் பாடியுள்ளதனை அறிந்து இன்புறுக. 'குடி நன்கு உடையன், கூடுநர்ப் பிரியலன், கெடுநா மொழியலன், அன்பினன்' என்று இவர் உரைக் கின்ற காதலனின் சிறப்புக்கள், ஒவ்வொரு கன்னியும் அடைய விரும்பு கின்ற லட்சியக் காதலனை நன்கு உருவகிப்பதனைக் காணலாம்.

அதியன் விண்ணத்தனார் (301)

விண்ணத்தனார் என்னும் இயற்பெயருடைய இவர், அதியர் குடியினரைச் சார்ந்தவராக, நற்றமிழ்ப் புலமை உடையவராக வாழ்ந் தவர் எனலாம். இந்நூலின்கண் வரும் செய்யுள், இவருடைய புலமைத் திறத்தையும், மக்களின் வாழ்வியலை ஊடாடிக் கண்டு நயம்படி உரைக்கும் சிறப்பையும் காட்டுவதாகும். தலைவனாற் கைவிடப் பெற்று வாடியிருக்கும் தலைவியின் பொலிவிழந்த நிலைக்கு, முதல் நாள் கூத்து நிகழ்ந்து ஆரவாரத்துடன் பொலிவுற்று விளங்கிய மன்றம், பிற்றை நாளில் பொலிவிழந்து தோன்றும் நிலைக்கு ஒப்பிட்டுக் கூறும் நயத்தினை அறிந்து இன்புறுக.

அம்மூவனார் (370, 390)

'அம்மூ' என்னும் பெயரமைதியினால், இவரைச் சேர நாட்டைச் சார்ந்தவராகக் கருதுபவர் பலர். சேரமான், பாண்டியன், மலையமான் முதலியோரால் ஆதரிக்கப்பெற்று, அவர்தம் தொண்டி, மாந்தை, கொற்கை, கோவலூர் ஆகியவற்றைச் சிறப்பித்துப் பாடியவர் இவர். சங்கத்தொகை நூற்களுள் அகநானூறு, குறுந்தொகை, நற்றிணை ஆகியவற்றைச் சிறப்பித்துப் பாடியவர் இவர். சங்கத்தொகை நூற் களுள் அகநானூறு, குறுந்தொகை, நற்றிணை ஆகியவற்றுள்ளும் இவர் செய்யுட்கள் காணப்பெறும். பெரும்பாலும் நெய்தல் திணைச் செய்யுட்களைப் பாடியவர் இவர். ஐங்குறு நூற்றின் நெய்தலைக் குறிக்கும் (102-200) நூறு செய்யுட்களையும் செய்தவர் இவரே. இந்நூலின் 370 ஆவது செய்யுளில், தோழி தலைவியை நோக்கி,

'நல்லில் நோயொடு வைகுதியாயின் நுந்தை அருங்கடிப் படுவலும் என்றி; மற்று, நீ செல்லல் என்றலும் ஆற்றாய்; செலினே, வாழலென் என்றி'எனக் கூறுவது, காதலுடைய கன்னியரின் இக்கட்டான மன நிலையை நன்றாக விளக்கிக் காட்டுவதாகும். இங்ஙனமே, இவரது 390ஆவது பாடலும் சிறப்பான நயத்துடன் விளங்குவதனைக் காண லாம். உப்பு விற்கும் இளங்கன்னியிடத்துத், தலைவன் 'மெய்வாழ் உப்பின் விலை யாதோ?'எனக் கேட்பதும், அவள் முதலிற் சினந்து, 'யாரீரோ எம் விலங்கியீ இரென?' வினவினும், அடுத்து, 'மூரல் முறுவல ளாகப்' பெயர்ந்ததும், ஒரு நல்ல சுவையமைந்த காதற் காட்சியாகும்.

ஆவூர் மூலங்கிழார் (341)

வேளாண் மரபினராகவும், மூல ஓரையிலே பிறந்தவராகவும், 'கிழார்' என்னும் சிறப்புப்பெயரினைப் பெற்றவராகவும் திகழ்ந்த தமிழ்ச் சான்றோர் இவராவர். சோழன் குளமுற்றத்துத் துஞ்சிய கிள்ளி வளவன், பாண்டியன் இலவந்திகைப்பள்ளித் துஞ்சிய நன்மாறன், பாண்டியன் கீரஞ்சாத்தன், மல்லிகிழான் காரியாதி, சோணாட்டுப் பூங்காற்றூர்ப் பார்ப்பான் கௌணியன் விண்ணந்தாயன் ஆகியோரைப் பாடியுள்ளமையினால், இவரை அவர்களது காலத்தவர் எனலாம். இவர் பாடல்களாகச் சங்கத் தொகை நூற்களுள் பத்தொன்பது செய்யுட் களைக் காணலாம். அகநானூறு 156 ஆவது செய்யுளில், மருதநில மகளிர் நீர்த்துறைக்கண் தெய்வத்திற்குப் பலியிட்டு வழிபடும் வழக்கத் தினை இவர் குறிப்பிடுகின்றனர். 'கோங்கும் கொய்குழை யுற்றன; குயிலும் விளிக்கும்; இது மாணலம் நுகரும் துணை உடையோர்க்கு யாணர் மன்; எமக்கோ உய்தகை இன்றால்' என, வேனிற் காலத்துப் புலந்துகூறும் தலைவியை இச்செய்யுளுள் காட்டுகின்றார் இவர்.

இடைக்காடனார் (304, 374)

'இடைக் காடு' என்னும் ஊரினராதலின், 'இடைக்காடனார்' எனப் பெற்றனர். குமரி மாவட்டத்தும், தஞ்சை மாவட்டத்தும் 'இடைக்காடு' என்ற பெயருடைய ஊர்கள் உள்ளன. இவற்றுள் ஒன்றினைச் சார்ந் தவர் இவர் ஆவர். குளமுற்றத்துத் துஞ்சிய கிள்ளிவளவனைப் பாடியவ ராதலால் அக்காலத்தை ஒட்டி வாழ்ந்தவர் ஆகலாம். இப்பாடல்கள் இரண்டும் முல்லைத்திணையைச் சார்ந்தவை. பாசறை முற்றிய தலை மகன் தன் நெஞ்சிற்கும், பாகற்கும் சொல்லியதாக அமைந்தவை. 374 ஆவது செய்யுளுள், கார்காலத்து வருகையினை இவர் கூறியுள்ள நயம் அறிந்து இன்புறற்பாலது ஆகும். காயாஞ் செம்மலிடையே தம்பலப் பூச்சிகள் ஓடுவது, 'மணிமிடை பவளம் போலத் தோன்றும்' என்ற வருணனை, இவ்விரு(304, 370) செய்யுட்களிலும் இவராற் கூறப் பெற்றிருத்தலையும் நாம் காணலாம்.

இடையன் சேந்தங் கொற்றனார் (375)

இடையன் செங்கொற்றனார் எனவும் இவர் பெயர் வழங்கும். இடையர் மரபினர் என்பதனைப் பெயரமைதி உணர்த்தும். 'கொற்றனார்'

என்ற சொல், இவர் போராண்மைமிக்கவர் என்பதனை உணர்த்துவதாம். இவர் செய்யுளுள் சோழன் செருப்பாழி எறிந்த இளஞ்சேட்சென்னி என்பவன் செம்புறழ் புரிசைப் பாழியை அழித்து, வம்ப வடுகர் பைந்தலை சவட்டி வென்ற செய்தி கூறப்பெறுவதனைக் காணலாம். இதனால், இவரையும் அந்தப் போரில் சோழனுக்கு உறுதுணையாக விளங்கிய சிறப்பினர் எனக் கருதலாம். இந்தச் செய்யுள் ஒன்று மட்டுமே இவராற் செய்யப்பெற்றதாகச் சங்கத்தொகை நூற்களுள் காணக் கிடைப்பதாகும். ஆறலைக்கும் கள்வருடைய இயல்பினை, 'அம்பு தொடை அமைதிகாண்பார், வம்பலர் கலனிலர் ஆயினும் கொன்று புள்ளூட்டும் கல்லா இளைஞர்' என உரைக்கும் திறத்தினை இவர் செய்யுளட் காணலாம்.

இம்மென் கீரனார் (393)

'கீரனார்' என்ற சொல் இவரைக் கீரர் குலத்தவர் எனக் காட்டும். மற்றும் இவருடைய இயற்பெயர் யாதும் அறிதற்கு இயலவில்லை. சங்கறுக்கும் தொழிலோராக விளங்கி வந்தவர் இக்குலத்தினர். இச் செய்யுள் ஒன்றே இவர் பெயராற் காணப் பெறுவது. இதன்கண், 'நும்மோன் செய்த கொடுமைக்கு இம்மென்று இலமரல் மழைக்கண் தெண்பனி மல்க' என்று தலைவி கூற்றாக இவர் கூறுவது கொண்டு, இவரை 'இம்மென் கீரனார்? என்ற குறித்தனர் போலும். தலைமகள், தலைமகனின் வரையினின்றும் போந்த ஆற்றொடு புலந்து, 'நின்னொடு புலத்தல் அஞ்சி, அவர் மலைப் பன்பலர் போர்த்து, நாணுமிக ஒடுங்கி மறைந்தனை! எந்தை பலபூங்கானத்து அல்கி இன்றியன் சேர்ந்தனை செலினே, சிதைகுவது உண்டோ?' எனக் கூறுவதாக அமைந்த நயத்தினைக் கற்று மகிழ்க.

(மதுரை) ஈழத்துப் பூதன்தேவனார் (307)

ஈழநாட்டைச் சார்ந்தவராக மதுரைக்கண் வந்திருந்து சங்கத் தமிழ்ச் சான்றோருள் ஒருவராகிச் சிறந்த புலமையாளராகத் திகழ்ந்தவர் இவர். 'பூதன் தேவனார்' என்றலால் இவர் தெய்வப்பெயர் பெற்றவர் எனக் கருதுவர் இவராற் பாடப் பெற்றவன் பசும்பூண் பாண்டியன் ஆவான். இவர் செய்யுட்களாக, அகத்துள்ளும் குறுந்தொகையுள்ளும் மும்மூன்றும், நற்றிணையுள் ஒன்றும் காணப்படும். சிலர் இவரைப் பௌத்த சமயத்தினர் எனவும் கருதுவர். 'கடவுள் போகிய கருந்தாள் கந்தத்து' என இவர் குறிக்கும் செய்தி, அந்நாளிற் கந்தத்துக் கடவுளை மேற்கொண்டு மக்கள் போற்றிவந்த தன்மையினை நமக்கு உணர்த்தும். மணிமேகலையுள் கூறப்பெறும், 'கந்திற்பாவை' ச் செய்தியினையும் இதனோடு ஒப்பிட்டுக் கண்டால், இந்தக் கந்திற் கடவுளைப் போற்றும் மரபின் பழைமை உறுதிப்படுவதாகும்.

உலோச்சனார் (330, 400)

இவருடைய பெயரமைதி இவரை நெய்தற் பகுதியைச் சார்ந்தவர் எனவும், பரதவர் குலத்துப் பைந்தமிழ்ச் சான்றோர் எனவும் காட்டும்

அதற்கேற்ப இவருடைய செய்யுட்கள் நெய்தல் திணையினைச் சார்ந் தவையாகப் பெரும்பாலும் விளங்குதலையும் நாம் காணலாம். பொறை யாற்றுப் பெரியன் என்பானும், சோழன் இராசசூயம் வேட்ட பெருநற் கிள்ளியும் இவராற் பாடப்பெற்றோர் ஆவர். சங்கத்தொகை நூற்களுள் இவர் பாடியவையாக 35 செய்யுட்கள் காணப்பெறும், 'தேரின செல வினைக் கடலிற் சென்ற படிப்படியே கண்ணுக்கு மறையும் படகினைப் போல' என்றதும், தலைவனோடு தன் நெஞ்சம் தூது சென்றதாக' உரைக்கும் தலைவியின் தன்மையும், 'அலர் உரைத்துப் பழித்த ஊர், தலைவன் வரைந்துவரக் கண்டு புதிய களிப்புடன் திகழ, அதுகண்டு நகைகொள்ளும்' கன்னியரின் தன்மையும், பிறவும், இச் செய்யுட்களுள் சுவையுற விளங்கக் காணலாம்.

உறையூர் முதுகூத்தனார் (329)

உறையூர் முதுகூற்றனார் எனவும் இவர் பெயர் வழங்கும்; முதுகொற்றனார் எனவும் காணப்பெறும். சங்கத் தொகை நூற்களுள் இவர் செய்தவாக விளங்குபவை எட்டுச் செய்யுட்கள் ஆகும். சோழன் போர்வைக்கோப் பெருநற் கிள்ளியின் தந்தையாகிய வீரை வேண மான். வெளியன் தித்தனை, நற்றிணை ஐம்பத்தெட்டாவது செய்யுளுட் பாடியிருத்தலால் அவன் காலத்தவர் எனலாம். உறையூர்ப் பங்குனி முயக்கத் திருநாட் சிறப்பினை இவர் செய்யுளுள் நன்கு விளக்கி யிருப்பக் காணலாம். இச்செய்யுளுள், 'புலிக்குட்டியானது, நீருண் ணலை விரும்பித் துதிக்கையை நீரிலே இட்ட களிற்று யானையின் கையினைக் கடித்து முழக்கமிடும் வறுஞ்சுனை' எனக் கூறும் சிறப் பினைக் காணலாம். காட்டகத்துக் குடியிருப்புக்கள், 'குவிந்த குரம்பை அங்குடிச் சீறூர்' என்ற இவர் சொற்களாற் புலனாதலைக் காண்க.

ஊட்டியார் (388)

இவர் பாடியவை இச்செய்யுளும் அகநானூற்றுக் களிற்றியானை நிரையின் 68ஆவது செய்யுளும் ஆகும். 'ஊட்டியன்ன ஒண்தளிர்ச் செயலை' என அதனிடத்தும், 'ஊட்டியன்ன ஊன்புரள் அம்பொடு' என இந்நூலின் 388 ஆவது செய்யுளிடத்தும் வருவனகொண்டு, இவரை ஊட்டியார் என்றனர் ஆகலாம். 'இரவுக்குறியிடம் நோக்கிச் செல்லும் தலைமகள், அன்னை உறங்கியதனை அறிய முயலும் தன்மையை விளக்குவது களிற்றியானை நிரைச் செய்யுள்(68). இச் செய்யுளுள், அன்னை வெறியாடலுக்கு ஏற்பாடு செய்தலைக் குறித்து, வேலன் 'எம்மிறை வணங்கலின் இந்நோய் வந்தன்று தணிமருந்து அறிவல் என்னுமாயின், நும்மிறை..... ஊட்டியன்ன ஊன்புரள் அம்பொடு காட்டு மான் அடிவழி ஒற்றி வேட்டம் செல்லுமோ என வினவின் எவனோ?' எனத் தலைமகள் கேட்பதாக வருவது மிக்க நயம் உடைய தாகும்.

எயினந்தை மகனார் இளங்கீரனார் (361, 371, 395, 399)

வேட்டுவக் குடியினரான இவர், 'எயினந்தையார் என்னும் தமிழ்ச் சான்றோரின் மகனாராவர். 'எயினந்தை' என்ற சொல் இவரை வேட்டுவ

மரபினராகக் காட்டுவது போன்று, 'கீரனார்' என்ற சொல், நக்கீரனார் போல இவரும் சங்கறுக்கும் குலத்தினர் எனக் காட்டுவது ஆகும். இவர் பாடியவையாகச் சங்கத்தொகை நூற்களுள் பதினாறு செய்யுட் களைக் கங்கத்தொகை நூற்களுள் பதினாறு செய்யுட்களைக் காண லாம். 'உதியன், பொறையன் ஆகிய சேரர்கள் இவராற் பாடப்பெற்ற சிறப்பினராவர். 'தூமலர்த் தாமரைப் பூவின் அங்கண், மாயிதழ்க் குவளை மலர் பிணைத்தன்ன, திருமுகத் தலமரும் பெருமதர் மழைக் கண்', 'வார்முலை முற்றத்து நூலிடை விலங்கினும் கவ்வுப் புலந் துறையும் கழிபெருங் காமத்து இன்புறு நுகர்ச்சியில் சிறந்த தொன்றில் லென' 'தண்கயம் பயந்தவண்காற் குவளை மாரி மாமலர் பெயற்கேற் றன்ன, நீரொடு நிறைந்த பேரமர் மழைக்கண்'; 'அழன் மேய்ந்து உண்ட நிழல்மாய் இயவு'; 'பருகுவன்ன காதல் உள்ளமொடு திருகுபு முயங் கல்' என வெல்லாம் இவர் கற்பனை நயத்துடன் கூறுவன மிகவும் சுவைவிளைப்பவாம். இயற்கை எழிலை நுண்மையாகக் கண்டு உவமித்துக் கூறும் ஆற்றாலாற் சிறந்தவர் இவரென்பதையும் இவை காட்டுவனவாம்.

ஒக்கூர் மாசாத்தியார் (324, 384)

ஒக்கூர், பாண்டி நாட்டுத் திருக்கோட்டியூருக்கு அருகாமையில் இன்றும் விளங்கும் ஊராதலைக் காணலாம். இதன்கண் பிறந்து தமிழ்ப் புலமையாளராகத் திகழ்ந்த பெண்பாலர் இவர் ஆவார். இவ்வூரினரான மற்றொருவர், ஒக்கூர் மாசாத்தனார் ஆவர். அவர் பெயரை இவர் பெயருடன் ஒப்பிட்டுக் கருதுமிடத்து இருவரும் உடன்பிறந்தவராதலும் புத்த நெறியினராதலும் புலப்படக் காணலாம். இந்நூலுள் விளங்கும் செய்யுட்கள் இரண்டும் முல்லைத்திணையைச் சார்ந்தவை. 'தளிரியற் கிள்ளை இனிதில் எடுத்த வளராப் பிள்ளைத் தூவியன்ன, வார் பெயல் வளர்த்த பைம்பயிர்; நேமி தண்ணில மருங்கிற் கிள்ளை இனிதின் எடுத்த வளராப் பிள்ளைத் தூவியன்ன, வார் பெயல் வளர்த்த பைம்பயிர்; நேமிதண்ணில மருங்கிற் போழ்ந்த வழியுள், நிரைசெல் பாம்பின் விரைபு நீர் முடுக' என வரும் சிறந்த உவமைகளும், தலைவன் பாகனைப் பாராட்டும் பாங்கும். இவற்றுள் சுவையுறக் கூறப் பெற்றிருத்தலைக் காணலாம். 384ஆவது பாடலைக் குடவாயிற் கீருத்தனார் பாடியதாகவும் கூறுவர். அவரைப் பற்றிய குறிப்பினைப் பிறிதோரிடத்துக் காண்க.

ஓரம் போகியார் (316)

ஐங்குறு நூற்றின் மருதத்தைப்பற்றிய நூறு செய்யுட்களைச் செய்தவர் இவர் பிற சங்கத் தொகை நூற்களுள் இவர் பாடியவாகக் காணப்படுவன எட்டுச் செய்யுட்கள் ஆகும். ஆதன் அவினி, இருப்பை யூர் விராஅன், பாண்டியன், சோழன். மத்தி முதலானோரைப் பாடியவர். இந்நூலில் வரும் செய்யுளும் மருதத்திணைச் செய்யுளே யாகும். இச் செய்யுளுள், தலைமகன் பரத்தைமை கண்டு ஊடியிருக்கும் தலைவிக்கு, அவனுக்கு இசைய வேண்டிய கடமையை நயமாகத் தோழி எடுத்துக்

கூறுவதனைக் காணலாம். தலைவனோடு நெடுக ஊடினவர், ‘செய் யோள் நீங்கச் சில்பதங் கொழித்துத், தாமட்டுண்டு தமியராகித், தேமொழிப் புதல்வர் திரங்குமுலை சுவைப்ப, வைகுநர் ஆவர்’ எனக் கூறும் துயர நிலையினை அறிதல் வேண்டும்.

ஔவையார் (303)

பாணர் மரபினரான இவர், அதியமான் நெடுமான அஞ்சிக்கு நெருங்கிள அன்புடைய தமிழ்ச் சான்றோராகத் திகழ்ந்தவர். அஞ்சாமை யும் அறிவுத் திறனும் கொண்ட தமிழ்ச் செல்வியராகி, அந்நாளிற் புலவரும் புரவலரும் போற்றிப் பாராட்டப் புகழுடன் விளங்கியர். நாஞ்சில் வள்ளுவன், தொண்டைமான, சேரமான் மாரி வெண்கோ, பாண்டியன் கானப்பேரெயில் கடந்த உக்கிரப் பெருவழுதி, சோழன் இராசசூயம் வேட்ட பெருநற்கிள்ளி ஆகிய பலரையும் பாடியவர். இவரும், ஆத்திச்சூடி முதலியன பாடியவரும், கம்பர் காலத்தவரும் வேறு வேறாவார்கள். இச் செய்யுளுள், பாரியின் பறம்பு முற்றுகை யின்போது, கபிலர் குருவிகளைப் பயன்படுத்திக் கதிர் கொணரச் செய்து பசிபோக்கிய செய்தினைக் குறிப்பிட்டுள்ளனர். ‘புலங்கந்தாக இரவலர் செலினே வரைபுரை களிற்றொடு நன்கலன் ஈயும் உரைசால் வண்புகழ்ப் பாரி’ எனப், பாரியும் இதன்கண் போற்றப் பெற்றுள்ளனன்.

கபிலர் (308, 332, 382)

வேள் பாரியின் கெழுமிய நட்பினராகவும், ‘பொய்யா நாவிற் கபிலன்’, ‘அந்தணாளன் கபிலன்’ என வெல்லாம் ஆன்றோர் போற்றும் உயர்ந்தோராகவும் விளங்கிய அந்தணாளர் இவராவர். பதிற்றுப்பத்தின் ஏழாம்பத்தைப் பாடிச் சேரமான் செல்வக் கடுங்கோ வாழியாதனிடம் பெரும் பரிசில் பெற்றவர் இவர். சங்கத்தொகை நூற்களுள் 235 பாடல்களைப் பாடியவராக, அதிகமான செய்யுட்கள் செய்த சான்றோ ராகத் திகழ்பவர் இவரே. பத்துப்பாட்டின் குறிஞ்சிப் பாட்டும், கலித் தொகையின் குறிஞ்சிக் கலியும், ஐங்குறு நூற்றின் குறிஞ்சி பற்றிய நூறும் இவரியற்றியவை. இவர் வேறு; தொல் கபிலர் என்பார் வேறு. பாரியின் இறப்பிற்குப் பின்னர், பாரிமகளிர்க்கு உறுதுணையாகிக் காத்துவந்து, பின் அவர்களைத் தக்கவர்பால் ஒப்பித்துவிட்டு, வடக்கிலிருந்து உயிர்துறந்த சான்றாளரும் இக் கபிலர் ஆவர் இந்நூலுள் வந்துள்ள செய்யுட்களுள், காதலனின் இரவு வருகையைத் தடை செய்ய நினைப்பவள், ‘காட்டினைக் கடந்து நீ நின்னூர் சென்று சேர்ந்த பின், நாய்பயிர் குறிநிலைகொண்டு ஊதல வேண்டுமாற் சிறிதே’ என வேண்டுவதும்(318).

‘அமிழபுதத் தன்ன கமழ்தார் மார்பின் வண்டிடைப் படாஅ முயக் கமும், தண்டாக் காதலும் தலைநாள் போன்மே’ எனத் தலைவி, தோழி யிடத்துத் தானுற்ற இன்பத்தைச் சிறப்பித்துக் கூறுதலும்(332).

‘பிறருறு விழுமம் பிறரும் நோப, தம்முறு விழுமம் தமக்கோ தஞ்சம்’ என நுவலும் சான்றோரின் இயல்பும்,(382) பிறவும், மிக்க நயம் உடையவனவாகும்.

கயமனார் (321, 383, 397)

இவர் பாடியவாகச் சங்கத்தொகை நூற்களுள் காணப் பெறுவன 23 செய்யுட்கள் ஆகும். குறுந்தொகையின் ஒன்பதாவது செய்யுளுள், 'பாசடை நிவந்த கணைக்கால் நெய்தல் இனமீன் இருங்கழி ஓதம் மல்கு தொறும், கயம் மூழ்கு மகளிர் கண்ணின் மானும்' என்றுரைத்த நயம்பற்றி, இவரைக் 'கயமனார் என்றனர் ஆன்றோர். அன்னி என்பவன் குறுக்கைப் பறந்தலையில் வெற்றிகொண்டு திதியனின் காவன் மரமான புன்னையை வெட்டிய செய்தியை இவர் (அகம்145) கூறுவத னால், அவர்கள் காலத்தவர் எனலாம். அம்மன் கோயிற் பூசாரிகளாக முதுகுயவர்கள் விளங்கினர் என்ற செய்தி இவரது நற்றிணைச் செய்யு ளாற் (293) புலனாகும். மகட்போக்கிய தாயும் செவிலியும் புலம்பு தலாக வரும் இந்நூற் செய்யுட்கள் தாய்மையின் பெரும்பிணிப்பினைக் காட்டுவனவாகும்.

கருவூர்க் கந்தப்பிள்ளைச் சாத்தனார் (309)

கொங்கு நாட்டுக் கருவூரைச் சார்ந்த புலவர்களுள் இவரும் ஒருவர். கதப்பிள்ளைச் சாத்தனார் எனவும் வழங்கப் பெறுபவர். பெயரினாலே, இவரோர் புத்த சமயத்தவராக இருக்கலாம் என்பர். இவர், பிட்டங் கொற்றன் என்பான் ஒருவனையும், வானவனாகிய சேரனை யும் பாடியவர். பிட்டங்கொற்றனைப் பாடியோர் உறையூர் மருத்துவன் தாமோதரனார், வடமவண்ணக்கன் தாமோதரனார், காவிரிப் பூம்பட் டினத்துக் காரிக்கண்ணனார் ஆகியோரும் ஆகவே, இவரும் அப்புலவர் கள் காலத்தவர் ஆகலாம். இச்செய்யுளுள், 'கூத்தர்கள் பெரும்படைக் குதிரை நற்போர் வானவனின் திருந்துகழற் சேவடி நசைஇப் படர்ந் தாங்கு' என, அவனுடைய வள்ளன்மையைக் குறித்துள்ளனர். 'வேப்ப மரத்திலே சார்ந்திருக்கும் தெய்வமும், அதற்கு மறவர் ஆப்பலி இட்டு வழிபடும் செய்தியும்' இதனிடத்து இவராற் சொல்லப்பட்டுள்ளன.

கல்லாடனார் (333)

'கல்லாடம்' என்னும் பாண்டிநாட்டு ஊரினர் இவர் என்பர். தொல்காப்பிய உரை ஆசிரியர்களுள் இவரும் ஒருவர் என்பர். சங்கத் தொகை நூற்களுள் இவர் பாடியவாகப் பதினான்கு பாடல்களைக் காணலாம். அம்பர்கிமான் அருவந்தை, முள்ளூர் மன்னன் காரி ஓரி, அஃதை, தலையா லங்கானத்துச் செருவென்ற நெடுஞ்செழியன் புல்லி, களங்காய்க்கண்ணி நார்முடிச் சேரல் ஆகியோர் இவராற் பாடப் பெற்றோராவர். 'கல்லாடம்' இயற்றிய கல்லாடர் வேறு; இவர் வேறு. பதினோராம் திருமுறைப் பாடல்களைப் பாடியவர் இவ்விருவரினும் வேறானவர் ஆவர்.

காவட்டனார் (378)

இவர் பாடியவாகக் காணப்பெறுவன சங்க நூற்களுள் இரண்டு செய்யுட்கள் ஆகும். இவராற் பாடற்பெற்றேன் அந்துவன் கீரன் என்போன் ஆவன். 'காவட்டு' என்பது தோளின் இருபுறத்தும் சம

எடையிற் சுமை தூங்க, இரண்டையும் இடையிலே மூங்கிற்கோலால் இணைத்துத் தாங்கிச் செல்லும் நிலையாகும் அங்ஙனம் இருபாலும் சமனுற்ற நிலையிலே அறநெறி பேணியமைபற்றி இப்பெயர் பெற்றார் போலும் இந்நூற் செய்யுளுள் தலைவனைப் பிரிந்து வருந்தும் தலைவி, அவன் மலைச்சிகரங் கண்டு ஆற்றியிருத்தலான செய்தி கூறப்படு கின்றது.

காவன்முல்லைப் பூதனார் (391)

பூதனார் என்னும் இயற்பெயரினையுடைய இவர். காவன் முல்லைத் துறை பற்றிய செய்யுட்களை இயற்றுவதில் சிறப்புடைய வராகத் திகழ்ந்தமை பற்றி இப்பெயர் பெற்றனர் எனலாம். சங்கத் தொகை நூற்களுள் இவர் பாடியவாக வருவன எட்டுச் செய்யுட்கள் ஆம். பிரிவிடை வற்புறுத்துந்தோழிக்குத் தலைமகள் சொல்வதாக அமைந்த இந்நூற் செய்யுளில், 'யானை தன் வாய்நின்ற கொண்ட வலிதேம்பு தடக்கை குன்றுபுகு பாம்பிற் றேன்றும்' என அழகாகக் கூறியுள்ளனர். 'காவன் முல்லை என்றதால், முல்லை நிலத்துக் காவல் பூண்டிருந்த ஒருவர் என்ற நினைவும் எழலாம்.

குடவாயிற் கீரத்தனார் (315, 345, 36, 385)

தஞ்சை மாவட்டத்துக் கொரடாச்சேர்க்கு வடதிசையில் ஏழாவது கல்லிலே 'கொடவாசல்' என்ற பெயருடன் இந்நாளில் ஓர் ஊர் வழங்கு கின்றது. இவ்வூரில் தோன்றிய புலவர் இவராவர். கழுமலப் பெரும் போரும்; சோழர் குடந்தைக் கண்ணே வைத்த பெருநிதியினைப் பற்றிய செய்தியும்; பெரும்பூட் சென்னி, பொறையன் நன்னன், எவ்வி, அத்தி, பழையன், புன்றுறை, வழுதி, கணையன், கட்டி ஆகியோர் பற்றிய செய்திகளும்; மற்றும் பலவும் இவராற் கூறப்பெற்றுள்ளன. 'பெரும் பெயர் வழுதி கூடல் அன்ன தன் அருங்கடிவியனகர்' (315), 'இளமழை தவழும் ஏழிற்குன்றம்' (345) 'கள்ளர் களமர்..... கழனி உழவரோடு மாறெதிர்ந்து மயங்கி இருஞ்சேற் றள்ளல் எறிசெரு' (366), 'கைவல் யானைக் கடுந்தேர்ச் சோழர் காவிரிப் படப்பை உறந்தையன்ன பொன்னுடை நெடுநகர்' என்றெல்லாம் சுவைபடக் கூறுவனவற்றை இந்நூலிற் காணலாம். மகட்போக்கிய செவிலித்தாய் சொல்லியது என்ற வகையிலே அமைந்த இவரது 385 ஆவது செய்யுள் மிகவும் உள்ளத்தை உருக்குவதாக அமைந்துள்ளது. 'பொன்னுடை நெடுநகர்ப் புரையோர் அயர, நன்மாண் விழவில் தகரம் மண்ணி ஆம்பல புணர்ப்பச் செல்லாள்..... தானமர் துணைவன் ஊக்க ஊங்கி, உள்ளாது கழிந்த முள்ளெயிற்றுத் துவர்வாய்ச் சிறுவன்கண்ணி சிலம்பு கழீஇ, அறியாத் கேயத்தள் ஆகுதல் கொடிதே' என்று வருந்தும்போது (385), அவளுடன் சேர்ந்து நாமும் வருந்தத் தோன்றுகின்றது.

சேந்தங் கண்ணனார் (350)

இவர் இயற்பெயர் கண்ணனார் எனவும், சேந்தன என்பவரின் மகனார் இவரெனவும் கருதலாம். 'கண்ணன்' என்ற பெயருடையார்

சங்காலத்துப் பலராவர். அவர்களுள் வேற்றுமை காட்டச் சேந்தன் என்ற அடைமொழியுடன் வழங்கினர் போலும்! இவர் பாடிய செய்யுட் களாகச் சங்க நூற்களுள் இரண்டு காணப்பெறும். இந்நூற் செய்யு ளுள், கொற்கைத் துறையிலே முத்தெடுக்கம் செய்தியைக் குறித்து, 'இலங்கிரும் பரப்பின் எறிசுறா நீக்கி, வலம்புரி மூழ்கிய வான்திமிற் பரதவர், ஒலிதலைப் பணிலம் ஆர்ப்பக் கல்லெனக் கலிகெழு கொற்கை எதிர்கொள் இழிதரும்' என்று சொல்வது, மிகவும் நயம் உடையதாகும்.

தங்கால் முடக்கொற்றனார் (355)

பாண்டி நாட்டுத் திருந்தங்கால் என்னும் ஊரினராகப், பெரும் புலமைச் செறிவுடையாராக விளங்கியவர் இவர். தங்கால் முடிக்கோவ னார் எனவும், முடக்கொல்லனார் எனவும் இவர் பெயர் வழங்கும். இவர் பாடியவையாகச் சங்க நூற்களுள் ஆறு செய்யுட்கள் காணப்பெறும். பருத்திப் பெண்டின் செய்தியைச் சுவைபடக் கூறியதும், காந்தளின் நறுமலரில் ஆடுந் தும்பியானது கையாடும் வட்டில் போலத் தோன்றும் என்பதும் இவரால் நயமுடன் சொல்லப் பெற்றன. இச் செய்யுளுள், வேனிலின் வருகையை நயமுடன் கூறியிருக்கின்றனர். 'யாமே எமியம் ஆக, நீயே பொன் நயந்து அருளிலையாகி இன்னையாகுதல் ஒத்தன் றால் எனப் புலந்தனம் வருகம்' எனத் தலைவி கூறுவதன்கண். அவளுடைய பிரிவு ஆற்றாமையின் மிகுதியினை நாம் நன்கு காண லாம்.

தாயங் கண்ணனார் (319, 357)

சோணாட்டு எருக்காட்டூர்த் தாயங்கண்ணனார் எனவும் இவர் வழங்கப்பெறுவர் எருக்காட்டூர், தஞ்சை மாவட்டத்து நன்னிலப் பகுதி யில் உள்ளதாகும். தமிழர் யவனர் வணிகத் தொடர்பையும், மற்றும் பல வரலாற்றுச் செய்திகளையும் இவர் செய்யுட்களுள் நாம் காணலாம். 'கொய்குழைத் தளிரேர் அன்ன தாங்கரும் மதுகையள்; மெல்லியள்; இளையள்; நனிபேர் அன்பினள்; செல்வேம் என்னும் நும்மெதிர் ஒழிவேம் என்னும் ஒண்மையோ இலளே' எனத் தலைவியின் நிலை யையும் (319), 'உம்பற் பெருங்காடு இறந்தனராயினும் யாழ! நின் திருந்திழைப் பணைத்தோள்வருந்த நீடி உள்ளளாது அமைதலோ இலரே' எனத் தோழி தேற்றுவதும் (357), இந்நூற் செய்யுட்களுள் நயமுற இவராற் சொல்லப்பட்டுள்ளன.

நக்கீரனார் (310, 340, 346, 369, 389)

நக்கீரனார், கணக்காயனார் மகனார் நக்கீரனார், மதுரை நக்கீரனார் என்றெல்லாம் இவர் பெயர் காணப்பெறும். திருமுருகாற்றுப்படை, நெடுநல்வாடை என்னும் இரு முழு நூற்களையும், சங்கத் தொகை நூற்களுள் மேலும் 35 செய்யுட்களையும் பாடியவர் இவர். இறையனார் களவியலுக்குத் திட்பநுட்பஞ் செறிந்த உரையினை ஆக்கி, அதனை அரங்கேற்றிய சிறப்பினை உடையவரும் இவர் ஆவர். தலையாலங்

கானத்துச செருவென்ற நெடுஞ்செழியன், கரிகாற்சோழன். இருங்கோ வேண்மான் ஆகிய பலர் இவராற் பாடப்பெற்றறவர் ஆவர். இவர் வேறு; நக்கீர தேவ நாயனார் என்ற பெயருடன் பதினோராம் திரு முறைக்கண் வரும் நூற்களைப் பாடியோர் வேறு. ‘செல்லா நல்லிசைப் பொலம்பூண் திரையன் பல்பூங் கானற் பவத்திரி: ‘வடவர் தந்த வான் கேழ் வட்டம் குடபுல உறுப்பிற் கூட்டுபு நிகழ்த்திய வண்டிமிர் நறுஞ்சாந்து’(340); ‘மாடமலி மறுகின் கூடல் ஆங்கண், வெள்ளத் தானையொடு வேறுபுலத் திறுத்த கிள்ளிவளவன் நல்லமர் சாஅய்க், கடும்பரிப் புரவியொடு களிறுபல வவ்வி, ஏதின் மன்னர் ஊர்கொள்க், கோதை மார்பன் உவகையிற் பெரிதே’(346), ‘கடலந்தானைக் கைவண் சோழர் உறந்தையன்ன நிதியுடை நன்னகர்’(369); பல்பூஞ் சேக்கையிற் பகலும் துஞ்சார் மனைவயின் இருப்பவர் வானவரம்பன் நன்னாட்டுஉம்பர்....... மலையிறந்தோரே (389)’ என்பன போன்ற பல சிறந்த செய்திகளையும் கண்டு இன்புறலாம்.

நரைமுடி நெட்டையார் (339)

நிறைமுடி நெட்டையார் எனவும் இவர் பெயர் வழங்கும். இவர் பாடியதாகக் காணப்பெறும் சங்கச் செய்யுள் இஃது ஒன்றேயாகும். உருவால் நெடியராயும், இளமையிலேயே நரைமுடி பெற்றவராயும் இருந்த காரணம் பற்றி இங்ஙனம் குறித்தனர் போலும். இந்தச் செய்யுள் காதற் செவ்வியினை மிகவும் சிறப்புற விளக்குவதாகும். ‘யாக்கைக்கு உயிர் இயைந்தன்ன நட்பின், அவ்வுயிர் வாழ்தல் அன்ன காதல்; சாதல் அன்ன பிரிவு’ என்ற சொற்களை எண்ணியெண்ணி இன்புறலாம். மற்றும் ‘ஆண்மை வாங்கக் காமந்தட்பக், கவைபடு நெஞ்சம் கட்கண் அசைய, இருதலைக் கொள்ளி யிடைநின்று வருந்தி, ஒருதலைப் படாஅ உறவி போன்றனம்’ என்னும் தலைவனின் உள்ளமும் மறவாது நினைத்தற்கு உரியதாகும்.

நன்பலூர்ச் சிறுமேதாவியார் (394)

நன்பலூர் என்னும் ஊரினராகச் சிறு வயதிலேயே அறிவுத் திட்பத்துடன் விளங்கி, அதனால் இப்பெயர் பெற்றவர் இவராவர். ‘கணி மேதாவியார்’ என்றாற்போல வரும் பெயர் வழக்குக்கள் இதனை உணர்த்துவனவாம். இச் செய்யுளின்கண், ‘ஈயல் பெய்து அட்ட இன்புளி வெஞ்சோறு’ ஆக்குவதனை இவர் முறையாகக் கூறியுள்ளனர். ‘காடுறை இடையன் யாடு தலைப்பெயர்க்கும் மடிவிடு வீளை வெருவிக் குறுமுயல் மன்ற இரும்புதல் ஒலிக்கம்’ என்ற செய்தியின் அமைதி, இவரையும் முல்லை நிலத்தவர் எனக் கருதுமாறு நம்மைத் தூண்டுகின்றது.

பரணர் (322, 326, 356, 367, 372, 376, 386, 396)

இவர், பாணர் மரபினராகக் கபிலரோடு சேர்த்துக் கபில பரணர் எனப் பாராட்டும் புகழுடையவராகத் திகழ்ந்த சான்றோர் ஆவர். கடல்

பிறக்கோட்டிய செங்குட்டுவன், சோழன் உருவப்பஃறேர் இளஞ்சேட் சென்னி, சேரமான் கடலோட்டிய வெல்கெழு குட்டுவன், குடக்கோ நெடுஞ்சேரலாதன், சோழன் வேற்பஃறடக்கைப் பெருநற்கிள்ளி ஆகியோரும், மற்றும் பலரும் இவராற் பாடப்பெற்ற சிறப்பினராவர். பதிற்றுப்பத்தின் ஐந்தாம் பத்தினைப் பாடிச் சேரமான் கடல்பிறக் கோட்டிய செங்குட்டுவனிடம் உம்பற்காட்டு வாரியையும், அவன் மகன் குட்டுவன் சேரலையும் பரிசிலாகப் பெற்றவர் இவராவர். இந்நூற் பாக்களுள், திதியன் (322), போஓர் கிழவோன் பழையன் (326), வல்லம் கிழவோன் (356), அதியமான் அஞ்சி (372), அத்தியைக் காவிரி கொண்டது (376) குட்டுவனின் மாந்தைச் சிறப்பு (376), பாணனும் ஆரியப் பொருநனும் ஆற்றிய மற்போரிடைக் கணையன் நாணியது (386), ஆஅய் எயினன் மிஞிலியொடு தாக்கித் தன்னுயிர் கொடுத்தது (396) எனப் பல்வேற வரலாற்றுக் குறிப்புக்களை காண லாம். செங்குட்டுவனின் வடபுலப் போரெழுச்சியை உரைப்பார் போன்று, 'ஆரியர் அலறத் தாக்கிப் பேரிசைத் தொன்றுமுதிர் வடவரை வணங்குவிற் பொறித்து, வெஞ்சின வேந்தரைப் பிணித்தோன் வஞ்சி என இவர் கூறுவது, சிலப்பதிகாரச் செய்தியை அரண்செய்து சான்று பகர்வதைக் காணலாம்.

புறநாட்டுப் பெருங் கொற்றனார் (323)

இவரைப் புறநாட்டுப் பெருங்கொற்றனார் எனவும் வழங்குவர். பெருங்கொற்றனார் என்பாருள் இவரைத் தனித்துக் குறிக்க இப் பெயரடை தந்தனர் போலும். பிரிவின்கண் வேறுபட்ட தலைமகளைத் தோழி காலங்காட்டி வற்புறுத்தும் முறையிலே அமைந்த இச்செய்யுள் சுவையுடையதாகும். 'கற்பு மேம்படுவி' எனத் தலைவி குறிக்கப் படுவது மிக்க நயமுடன் அமைந்துள்ளதனைக் காண்க.

பாண்டியன் ஏனாதி நெடுங்கண்ணனார் (373)

இச் செய்யுளும் குறுந்தொகையின் 156 ஆவது செய்யுளும் பாடியவர் இவர். கண்ணனார் இயற்பெயராகலாம். நெடுங்கண்ணனார் என இவரது உயர்வு போற்றப் பெற்றிருக்கலாம். 'ஏனாதி' படைத் துறைப் பொறுப்புக்களுள் ஒன்று. இதனாற் பாண்டியர் படையணி களில் ஏனாதியராகத் திகழ்ந்த நெடுங்கண்ணனார் இவரெனக் கொள்க. அண்ணல் யானை அடுபோர் வேந்தர் ஒருங்ககப்படுத்த முரவுவாய் ஞாயில் ஒரெயில் மன்னன் போலத் துயில் தறந்தனள் கொல்?' என்னும் இவர் சொற்கள். இவருடைய படைத்தொழில் அநுபவத்தினின்றும் எழுந்தனவாகலாம். 'தாழ்கை பூட்டிய தனிநிலை இருக்கை எனத், தலைவன் இருந்த நிலையினைக் கூறும் நுட்பமும் அறிந்து போற்றத் தக்கதாகும்.

பாலைபாடி பெருங்கடுங்கோ (313, 337, 379)

பாலைத்திணைச் செய்யுட்கள் இயற்றுவதில் வல்லமை உடைய வராய இவர், சேரமான் செல்வக்கடுங்கோ வாழியாதனின் மகனாகப்

பிறந்து, தகடூர் எறிந்த பெருஞ்சேரல் இரும்பொறையாகத் திகழ்ந்தவர் என்பர். பாலைக்கலியும் மற்றும் 23 செய்யுட்களும் இவராற் செய்யப் பெற்றவை. பேய் மகள் இளவெயினியார் பாடல் (புறம்11) இவரை அரசரெனவும் தன்மையினைக் 'கிழவர் இன்னோர் என்னாது பழவினை மருங்கிற் பெயர்பு பெயர்பு உறையும்' எனவும், ஆள்பவரின் முறை கேட்டால் நாடு சீர்கெடும் என்பதனை, 'ஆள்பவர் கலக்குற அலை பெற்ற நாடு' எனவும் பாடிய சான்றளர் இவர் ஆவர். 'அரவு நுங்கு மதியின் நுதலொளி கரப்ப', 'நிதயஞ் சொரிந்த நீவிபோலப் பாம்பூன் தேம்பும் வறங்கூர் கடம்', 'ஒற்றுச்செல் மாக்களின் ஒடுங்கிய குரல் (313) 'தூதொய் பார்ப்பான் மடிவெள்ளோலே' (337), 'மரிதியஞ் செல்வம் பொதுமையின்றி நனவின் இயன்ற தாயினும், கங்குற் கனவிற் கனவின் அற்றது அதன் கழிவே' (379) என இந்நூற் செய்யுட் களுள்ளும் இவர் நயம்பட உரைப்ப வற்றை அறிந்து இன்புறுக.

பாவைக் கொட்டிலார் (336)

இவர் பாடியது இச் செய்யுள் ஒன்றேயாகும். கொட்டில் என்பது ஒருவகைக் குடிலாகும். மாட்டுக் கொட்டில் என இன்றும் வழங்குதலை நினைக்க கொட்டிற்கண் வாழவாராகப் பாவைசெய்து சிறுமியர்க்கு அளித்து வந்தவராக இவர் விளங்கினர் போலும். அன்றிப் பாவை வழிபாடு மேற் கொண்டிருந்தவரும் ஆகலாம். 'மாரியம்பின் மழைத் தோற் சோழர் வில்லீண்டு குறும்பின் வல்லத்துப் புறமிளை ஆரியர் படையின் உடைக வென் வளையே' என்பதிலிருந்து, ஆரியரைச் சோழர் வெற்றிகொண்ட போர்ச் செய்தியினை நாம் இவர் செய்யுளால் அறிகின்றோம்.

பிசிராந்தையார் (308)

பாண்டி நாட்டவரான இவர், நட்புக்கு இலக்கணமாகத் திகழ்ந்த சான்றாளரும், புலமையாளருமாக விளங்கியவர் ஆவர். கோப்பெருஞ் சோழன் வடக்கிருந்தபோது, வளத்தாற் கலந்த நட்புடைய இவரும் சென்று வடக்கிருந்து உயிர் துறந்தவர். அறிவுடை நம்பிக்கு இவர் சொல்லிய அறமும்(புறம் 184), நரையிலவாதற்கு இவர் கூறும் காரண மும் (புறம் 191), மிகவும் நுட்பம் வாய்ந்தவையாகும். 'வருவன என்ற கோனது பெருமையும், அது பழுதின்றி வந்தவன் அறிவும், வியத் தொறும் வியத்தொறும் வியப்பிறந்தன்றே' என்று இவருடைய அறிவுத் திறத்தைப் பாராட்டுவர் பொத்தியார்(புறம்217). இச்செய்யுளின்கண், 'மலையருவிகலஞ்சுடு புகையின் தோன்றும்' என்று இவர் கூறுவத னால், அந்நாளில், மட்கலத்தைச் சுட்டுச் செய்யும் தொழில் நன்கு நிலவியதனை நாம் அறியலாம்.

பொருந்தில் இளங்கீரனார் (351)

சேரமான் மாந்தரஞ் சேரல் இரும்பொறையைப் பாடியவர் இவ ராவர். அகநானூற்று 19 ஆவது செய்யுளும் புறநானூற்று 53 ஆவது

செய்யுளும் இவர் பாடிய பிற செய்யுட்கள் ஆம். இவருடைய அடக்கம மிகவும் பெரிது. அதனைப் 'பொறைய! விரும்பின் அகலும், தொகுப் பின் எஞ்சும் மம்மர் நெஞ்சத்து எம்மனோர்க்கு ஒருதலை கைமுற்றல நின் புகழே; என்றுமற் ஒளியோர் பிற்நதவிம் மலர்தலை யுலகத்து வாழேம் என்றலும அரிதே' என்ற இவர் சொற்களாற் காணலாம். 'செய்குறியாழி வைகல்தோறு எண்ணி, எழுதுசுவர் நனைத்த அழுது வார் மழைக்கண்' எனத் தலைவியின் பிரவுத்துயரை இவர் இச் செய்யு ளுட் காட்டுவது மிகவும் நயம் உடையதாகும்.

மதுரை, அளக்கர்ஞாழார் மகனார் அம்மள்ளனார் (315, 345, 353)

மதுரைக்கண் இருந்தவர் இவர். அளக்கர்ஞாழார் என்பவரின் மகனார். புறநானூற்று 388 ஆவது செய்யுளிற் சிறுகுடி கிழான் பண்ணனைப் பாடியுள்ளனர். இச் செய்யுட்கள் முன்றனுள் இரண்டு முல்லைத்திணைச் செய்யுட்கள். 353 ஆவது செய்யுள் பாலைத்திணை பற்றியது. ''நாளும் கனவுக் கழிந்தனையவாகி, நனவின் நாளது செலவும், மூப்பினது வரவும், அரிதுபெறு சிறப்பின் காமத்து இயற்கை யும், இந்நிலை அறியாய் ஆயினும்..... சுரனிறந்து உள்ளுவை அல்லையோ?'' எனத் தலைவன் தன் நெஞ்சிற்கு உரைக்கும் உடனுறை வாழ்வின் செப்பம் சிந்தித்து இன்புறற்பாலதாகும்.

மதுரை, அறுவை வாணிகன் இளவேட்டனார் (302)

மதுரைக்கண் அறுவைவாணிகராக விளங்கியவர் இவர். சங்க நூற்களுள் இவருடையவாகப் பன்னிரு செய்யுட்களைக் காணலாம். இவர் பாடல்களுள் பல அரிய செய்திகளையும் காணலாம் இச் செய்யுளுள், 'சிலம்பிற் போகிய செம்முக வாழை, அலங்கல் அந்தோடு அசைவளியுறு தொறும், பள்ளி யானைப் பரூஉப்புறம் தைவரும் நல்வரைநாடன்' என, இயற்கையின் நலத்தை இனிதாக எடுத்தியம்பும் திறனைக் கண்டு போற்றுக.

மதுரை, இளம்பாலாசிரியன் சேந்தன் கூத்தனார் (348)

சேந்தன் என்பவரின் மகனாராகக் கூத்தன் என்னும் இயற்பெயர் உடையவராக இவரைக் கருதலாம். அன்றிச் சேந்தன் என்னும் இயற் பெயர் உடையவராகக், கூத்து அறிந்தவராக, அதன்கண் ஒரு பகுதிக்கு ஆசிரியத்தொழில் பூண்டவராகவும் கருதப்படுவர். இவராற் பாடப் பெற்றவை சங்க நூற்களுள் மூன்று செய்யுட்கள் ஆகும். 'கொடிச்சி பெருவரை மருங்கிற குறிஞ்சி பாடக் குரலும் கொள்ளாது, நிலையினும் பெயராது படாஅப் பைங்கண் பாடுபெற்று, ஒய்யென, மறம்புகல் மழகளிறு உறங்கும்' என இவர், குறிஞ்சிப் பண்ணின் இனிமையைக் குறிப்பர்(102 அகம்). இச்செய்யுளில் (348) குறமகளிர் உண்பதற்கான கள்ளினைத் தயாரிப்பது பற்றி விளக்கி உரைத்துள்ளனர் இவர். கள் ளுண்டு காவல் மறந்து அவர் நிலையினையும் காட்டியுள்ளனர்.

மதுரை இளங்கௌசிகனார் (381)

மதுரையைச் சார்ந்தவரான இவர், பெயரமைதியினால் பார்ப்பன ராகக் கொள்ளப்படுபவர் மதுரை இளங்கண்ணிக் கௌசிகனாரினும் வேறுபடுத்திக் காணற்கு இவரை இளங்கௌசிகனார் என்றனர் போலும்! 'எருவைச் சேவலின் ஈண்டுகிளைத் தொழுதி, பச்சூன் கொள்ளைள சாற்றிப் பறை நிவந்து, செக்கர் வானின் விசும்பணி கொள்ளும்' எனவும், வானவன் உடற்றிய ஒன்னாத் தெவ்வர் மன்னெயில் போலப் பெரும்பாழ்கொண்ட மேனியள்' எனவும், 'நிரையிதழ்க் குவளை எதிர் மலர் இணைப்போதென்ன அரிமதர் மழைக்கண்' எனவும் நயமுற இவர் உரைக்கும் திறத்தினை இச்செய்யுளிற் காணலாம்.

மதுரைக் கண்ணத்தனார் (360)

மதுரைப் புலவர்களுள் இவரும் ஒருவர் ஆவர். கண்ணத்தனார் என்னும் பெயருடையவராகலாம். அந்திவாச் சிறப்பினை, ''வெறுவரு கடுந்திறல் இருபெருந் தெய்வத்து உருவுடன் இயைந்த தோற்றம் போல' என மிகவும் செறிவுடன் கூறியுள்ளனர். இப்பாடலன்றி நற்றிணை 351ஆவது செய்யுளும் இவர் பெயரான் வழங்குவதாம்.

மதுரைக் கணக்காயனார் (338, 342)

மதுரையில் கணக்காயனாராகத் திகழ்ந்த சான்றோர் இவராவர். இவருடைய மகனாரே புலவர் தலைவராகத் திகழ்ந்த நக்கீரனார். இவர் பாடியவாகக் காணப்பெறுபவை சங்கநூற்களுள் ஐந்துசெய்யுட்கள் ஆகும். 'ஒன்னார் தேயம் பாழ்பட நூறும், துன்னரும் துப்பின் வென்வேற் பொறையன், அகலிருங் கானத்தக் கொல்லி', 'பலர்புகழ் திருவிற் பசும்பூண் பாண்டியன் அணங்குடை உயர்நிலைப் பொருப்பு', 'தொகுபோர்ச் சோழன் பொருண்மலி பாக்கம் ' என மூவேந்தரையும் இவர் சிறப்பிப்பர் (338). 'தெனாஅது வெல்போர்க்கௌரியர் நன்னாடு' (342) எனவும், 'முத்துப்படு பரப்பிற் கொற்கை' (நற் 23) எனவும் பாடுவர். இதனால், இவருடைய தமிழ்ச் செறிவோடு கெழுமி யிருந்த நாட்டுப்பற்றும் நன்கு புலனாகும்.

மதுரைக் கூத்தனார் (334)

மதுரைக்கண், கூத்தியற்றும் கலைஞராக விளங்கி வந்த புலவர் இவர். மழைபெய்தலைக் குறிக்கும் இவர். 'வணங்கிறை மகளிர் அயர்ந்தனர் ஆடும் கழங்கு உறழ் ஆலியொடு கதழுறை சிதறி' என்பார்(334). இது இவரது கூத்தராய தன்மைக்குச் சான்று பகர்வதும் ஆகும்.

மதுரைக் கூலவாணிகன் சீத்தலைச் சாத்தனார் (306, 320)

சிலப்பதிகாரக் கதையினை இளங்கோவிற்கு உரைத்தவராகவும், மணிமேகலைக் காப்பியத்தைச் செய்தவராகவும் கருதப்படுவர் இவர்.

'சீத்தலை' என்னும் சேரநாட்டு ஊரினர் என்ற கொள்வர். எனினும் 'மதுரை' என்று சொன்னமையால், சீத்தலை அங்ஙனமாகாது எனவும் உரைப்பர். இவர் இயற்றியவாகக் காணப்பெறுவன பத்துச் செய்யுட்கள் ஆகும். 'சேர்ப்ப! எந்தோழி மலரேர் உண்கண் எவ்வம் 'அலர்வாய் நீங்க அருளாய் பொய்ப்பினும் -வந்து நீ தோள் புதிது உண்ட ஞான்றைச் சூழும் பொய்யோ?'என உரைக்கும் தோழி கூற்று, அந்நாளிற் சூழ் பொய்த்தலை வெறுக்கும் தன்மை நிலவியதைக் காட்டுவதாகும்.

மதுரைத் தத்தங் கண்ணனார் (335)

இவர் செய்தது இச்செய்யுள் ஒன்றேயாகும். இதன்கண் கமுகின் பசுங்காய் ஈனுதலைக் குறித்து நயமுடன் உரைத்தவராக, 'அப்பசுங்காய் நீரினும் இனியவாகிக் கூரெயிற்று அமிழ்தம் ஊறுஞ் செவ்வாய் ஒண்தொடிக் குறுமகள்' எனக் காதலியின் வாயூறலைக் குறிக்கும் சிறப்பினைக் காணலாம். மதுரைப் புலவரும், கண்ணனாரும் ஆகிய இவரைப் பிற கண்ணனார்களினின்றும் வேறுபடுத்துக் குறிப்பிடு வதனைக் கருதி, மதுரைத் தத்தங் கண்ணானார் என்றனர் போலும்.

மதுரைத் தமிழ்க் கூத்தன் கடுவன் மள்ளனார் (354)

இவரும் மதுரைப் புலவர்கள் பலருள் ஒருவரேயாவர். ஆரியக் கூத்து தமிழ்க்கூத்து என வழங்கிய கூத்து வகைகளுள், இவர் தமிழ்க் கூத்தின்கண் சிறந்தவராக விளங்கியவர். சங்கத்தொகை நூற்களுள் இவர் பாடல்களாக நான்கு செய்யுட்கள் காணப்பெறும். இந்நூற் செய்யுளுள், வினை முற்றிய தலைமகனுக்கு உழையராவார், 'வெற்றி வீருனாகத் திரும்பும் இவனை எதிர்ந்த பின்னர், இவன் காதலியின் திருமுகத்தைக் கைப்பற்றியிருக்கும் பசப்பு எங்குச் சென்று வாழுமோ?' என வருந்துவதாகக் காதலன் வரவாற் காதலியின் பசலை நோய் அகலும் என்பதனைக் கூறியுள்ளனர் இவர்.

மதுரைப் பண்டவாணிகன் இளந்தேவனார் (328)

இவரை ஈழன் தேவனார் எனவும் வழங்குவர். மதுரைக் கண் பண்டவாணிகராக இருந்து, அதே சமயம் புலமைச் செல்வராகவும் விளங்கியவர் இவர். அகநானூறுக் களிற்றி யானை நிரையின் 58ஆவது செய்யுளுள், உன்னைத் தழுவுவதினும், உன்னை நினைத்திருக்கும் அதுவே இனிது' எனக் காதலி கூறுவதாக வருவது மிக்க இனிமை யுடையதாகும். தலைவன் பிரிவதனை முன்பே அறிந்ததால், 'தழுவுந் தொறும் தழுவுந்தொறும் உயங்க முகந்துகொண்டு அடக்குவம்' எனத் தலைவி வருந்துவதாக இச் செய்யுளுள் வருவதும் நயமுடன் அமைந்திருத்தலை அறிந்து இன்புறுக.

மதுரைப் பொன்செய் கொல்லன் வெண்ணாகனார் (363)

மதுரை நகரத்தின்கண் பொற்கொல்லராகப் பணியாற்றிய புலவர் இவராவர். பிரிந்திருக்கும் தலைவி, மாலையின் வரவினாலே கழிபடர்

காமத்தளாகி வாடிய நிலையினைப் 'பொழுதுகழி மலரிற் புனையிழை சாஅய், அணையணைந்து இனையை ஆகுதல்' என நயமுடன் கூறுபவர் இவர். நெல்லிக்காய்கள் காற்றால் உதிர்க்கப்பெற்று வீழ்ந்து கிடப்பதனைப், 'பொலஞ்செய் காசிற் பொற்பத் தாஅம்' எனவும் உரைப்பர். மதுரைக் கொல்லன் வெண்ணகனார் எனவும் இவர் பெயர் வழங்கும். நற்றிணை 285ஆவது செய்யுளும் இவர் செய்ததேயாகும்.

மதுரை மருதங்கிழார் மகனார் பெருங்கண்ணனார் (364)

மதுரை மருதங்கிழார் என்பாரின் மகனார் இவர். மற்றும் சொகுத்தனார் என்பாரும், இளம்போத்தன் என்பாரும் மதுரை மருதங்கிழார் மகனார் எனக் கூறப்பெறுபவராவர். அதனால் இவர்கள் மூவரையும் உடன்பிறந்தாராகக் கொள்ளல் பொருந்தும். இவர் பாடியன இச் செய்யுளும், அகநானூற்று 247ஆவது செய்யுளும், நற்றிணை 383 ஆவது செய்யுளும் ஆகும். இச் செய்யுளுள், மழைக்காலத்துத் தேரை ஒலிப்பதனை, 'ஆடுகளப் பறையின் வரி நுணல் கறங்க' எனவும், மாலையின் வரவினால் வருந்திய தலைவி, 'கொலை குறித்தன்ன மாலை துனைதரு போழ்தின் நீந்தலோ அரிதே' எனக் கூறுவதாகவும் இவர் நயமாக உரைத்துள்ளனர்.

மதுரை மருதன இளநாகனார் (312, 343, 358, 365, 368, 380, 387)

இவர் மருதம் பாடுவதில் வல்லவராக விளங்கியவர். நாகனார் என்னும் பெயரினர். மருதக்கலியினைப் பாடியவர் இவரே என்பர். அஃதன்றியும் சங்கத்தொகை நூற்களுள் 37 செய்யுட்கள் இவர் பாடியவாக விளங்கும். இறையனார் களவியலுக்கு உடிைர செய்தாருள் இவரும் ஒருவர். பிட்டன், கழுவுள், பாண்டியன் இலவந்திகைப் பள்ளித் துஞ்சிய நன்மாறன், கூடாகாரத்துத் துஞ்சிய மாறன்வழுதி ஆகியோரைப் பாடியவர். இல்லத தலைவியரின் சிறப்பினை, 'கடவுட் கற்பொடு குடிக்கு விளக்காகிய புதல்வற் பயந்த புகழ்மிகு சிறப்பின் நன்னராட்டி'எனப் போற்றிக் கூறியவர் இவர். இந்நூற் செய்யுட்களுள், 'ஒன்னார் ஓடபுறங் கண்ட தாடோய் தடக்கை வெல்போர் வழுதி' எனப் பாண்டியனின் சிறப்பினையும் (312), நடுகற் கண்ணி வாடிய மண்ணா மருங்குல் கூருளி குயின்ற கோடுமாய் எழுத்து' என நடுகற்களில் உளியால் செதுக்கப்பெற்ற வீரர்களின் பீடுமுபெயரும் பற்றிய செய்தியையும்(343), 'கொங்கர் மணியரை யாத்து மறுகின் ஆடும்' உள்ளிவிழாப் பற்றிய செய்தியையும் (368), மறுகின் ஆடும்' உள்ளிவிழாப் பற்றிய செய்தியையும் (368), பல்லிச் சொல் தீய பலனுடையதாயின் வழிச்செல்பவர் மேற் செல்லாது திரும் புவர் என்ற செய்தியையும் (387) நாம் காணலாம்.

மருங்கூர்ப்பாகைச் சாத்தன் பூதனார் (327)

இவர் பாடியவாகக் கிடைத்துள்ளது இச் செய்யுள் ஒன்றேயாகும். 'மருங்கூர்ப் பாகை' என்பதும், மருங்கூர்ப்பட்டினம் என்பதும் ஒன்றாகக்

கருதுபவரும் உளர். எனின், அவ்வூரினைச் சார்ந்தவர் இவர் என்க. இந்த மருங்கூர்ப் பட்டினம் தழும்பனுக்கு உரிய ஊணூருக்கு அப்பா லுள்ளதெனவும், சிறந்த செல்வங்கள் நிலைபெற்ற பெருமை கொண்ட வளநகர் எனவும், பெரிய உப்பங் கழிகளாகிய தோட்டக் கால்களை உடையதெனவும் நக்கீரனார் உரைப்பர் (அகம் 27). இச் செய்யுளுள் ஆறலைப்பாரின் கொடுந்தன்மையினைச், 'சென்றோர் செல்புறத் திரங்கார், கொன்றோர் கோல் கழிபு இரங்கும்' எனக் குறிப்பர் இவர்.

மாமூலனார் (311, 325, 31, 347, 349, 359, 393)

அந்தணர் மரபினர் எனவும், முக்காலமும் உணருகின்ற யோக சித்தி பெற்றவர் எனவும் இவரைக் கூறுவர். இமயவரம்பன் நெடுஞ்சேர லாதன், பெருஞ்சோற்று உதியன் சேரலாதன் ஆகியோர் காலத்தவர். திருமந்திரம் பாடியவர் இவரின் வேறானவர் ஆவர். இவர் பாடல் களுள் சிறந்த செய்திகள் பலவற்றை நாம் காணலாம். அகத்துள் 27-ம் குறுந்தொகையுள் ஒன்றும், நற்றிணையுள் 2-ஆம் இவர் பாடியவை. புல்லி, அள்ளன், அதியன், பாணன், திதியன், சேரலாதன், நன்னன். வானவரம்பன் ஆகிய பலரையும் பற்றிய குறிப்புக்களை இந்நூலின் கண்வரும் இவர் செய்யுட்களுள் நாம் கண்டு இன்புறலாம்.

மாறேக்கத்துக் காமக்கணி நப்பாலத்தனார் (377)

மாறேக்கத்தின்கண் காமக் கணியராக இருந்தவர் இவர். இவர் செய்ததாக விளங்குவது இச் செய்யுள் ஒன்றேயாகும். இச் செய்யுளுள், 'நரை மூதாளர் ஊர் மன்றிலே கவறாடிப் பொழுது போக்கும்' செய்தி யினையும், 'ஆறலை கள்வர் எறும்பளையின்கண் அவை தொகுத்து வைத்த புல்லரிசியினையும் கவரும் இயல்பினர்' என்பதனையும் கூறி யுள்ளனர். இவ்வூரினரான மற்றொரு புலவர் மாறோக்கத்து நப்பசலை யார் என்னும் அம்மையாராவார். அவர் சோழன் குளமற்றத்துத் துஞ்சிய கிள்ளி வளவனையும், மலையமான் திருமுடிக் காரியையும் பாடியவர்.

மோசிகீரனார் (392)

'மோசி' என்னும் அடைமொழியுடன் வழங்கும் புலவர்களுட் சிறப்பானவர் இவர். நன்னன், ஆய், சேரமான் தகடூர் எறிந்த கணைக் கால இரும்பொறை, கொண் கானங்கிழான் ஆகியோரைப் பாடியவர். முரசு கட்டிலில் அறியாது ஏறிய இவர் துயில் எழுந்துணையும், கவரி கொண்டு வீசினன் சேரமான் என்பதனைப் புறநானூற்று 50ஆவது செய்யுளுட் காணலாம். 'நெல்லும் உயிரன்றே, நீரும் உயிரன்றே, மன்னன் உயிர்த்தே மலர்தலை யுலகம்' என்ற செய்யுளைச் செய்த கான்றோர்(புறம் 186) இவரே. இச் செய்யுளுள், 'தோற்றம் பிழையாத் தொல்புகழ் பெற்ற நன்னன்' என்று நன்னனின் சிறப்பினை இவர் குறித்துள்ளனர்.

வடம வண்ணக்கண் பேரி சாத்தனார் (305)

'வண்ணக்கண்'என்னும் அரசகருமம் பூண்டிருந்தவர் இவர். பேரிசாத்தன் என்னும் பெயரினர். தேர்வண்மலையன், பாண்டியன் இலவந்திகைப் பள்ளித் துஞ்சிய நன்மாறன் ஆகியோரைப் பாடியவர் இவர். 'ஆலமர் கடவுள் அன்ன நின் செல்வம்' (புறம் 198) என இவர் குறிப்பதனால் அந்நாளில், சிவபிரான் ஆலமர் கடவுளாக அறம் உரைத்த புராண வழக்கு நிலவியதனை நாம் அறியலாம். பருகுவன்ன காதலொடு திருகி, மெய்புகுவன்ன கைகவர் முயக்கத்து ஓருயிர் மாக்கள் (அகம் 305) எனக் காதல் வாழவினரை இவர் அருமையுறக் குறிப்பர்.

வடமோதங் கிழார் (317)

வேளாண் மரபினரான இவர், இச் செய்யுளையும், புறநானூற்று 260ஆவது கையறுநிலைச் செய்யுளையும் செய்தவர் ஆவர். 'குவி முகை முருக்கின் கூர்நுனை வையெயிற்று நனைமுக மகளிர் ஊட்டுகிர் கடுக்கும்' என்று இவர் கூறுவது அந்நாளில் பெண்கள் நகத்திற்குச் சிவப்புச்சாயம் தீட்டி வந்த வழக்கத்தினைக் காட்டும். மேலும் பொன் செய் கன்னம் பொலிய வெள்ளி நுண்கோல் அறை குறைந்து உதிர்வன போல, அரவ வண்டினம் ஊதுதொறும் குரவத்து ஓங்குசினை நறுவீ கோங்கலர் உறைப்ப' என நயமுடன் உவமித்துக் காமர் வேனிலை உரைப்பவரும் இவர்.

வெள்ளி வீதியார் (362)

இவர், கணவர் பிரிந்து சென்றனராக, அதனாற் பெரிதும் வருததமுற்றுத் துயருற்றவர் என்று ஔவையாராற் கூறப் பெற்றவர் ஆவர். நிலவு எழுந்ததனை, 'இடைமுலைச சுணங்கணி முற்றத்து ஆரம் போலவும், சிலம்பு நீடு சோலைச் சிதர் தூங்கு நளிர்ப்பின் இலங்கு வெள்ளருவி போலவும் நிலங் கொண்டனவால் திங்களங் கதிரே' என இனிதாகக் கூறியவர்(அகம் 362) இவர். 'உடைமதில ஓரரண்போல அஞ்சுவரு நோயொடு துஞ்சாதனே! (அகம் 45)' என்ற ஏக்கம், இவருடைய சொந்த ஏக்கத்து எதிரொலியே எனவும் கருதுவர். 'நாட்டின் நாட்டின், ஊரின் ஊரின், குடிமுறை குடிமுறை தேரின் கெடுநரும் உளரோ?' என்றாற் போல உள்ளம் பிணிக்கும் பல பகுதி களை இவரது செய்யுட்களுள் காணலாம்.

* * *

பிற் சேர்க்கை 2

பாடப்பட்டோர்

அஞ்சி (அதியமான்) (352, 372)

சேலமாவட்டத்துத் தர்மபுரியாக இந்நாளிலே விளங்கும் பண்டைத் தகடூரின்கண் வீற்றிருந்து, மழவர்கோமானாகவும் வள்ளலாகவும்,

ஔவைக்கு அரிய நண்பனாகவும், போராண்மையும் தமிழறிவும் சான்றாண்மையும் மிக்கோனாகவும் விளங்கிய குதிரைமலைத் தலைவன் இவன். சேரமன்னர்களால் முடிவில் தகடூர்ப் பெரும்போரிலே அழிவு எய்தியவன். ஔவையார், பரணர், பெருஞ்சித்திரனார் ஆகியோர் இவனைப் பாடியவர்கள். இவன் மகன் பொகுட்டு எழினி என்பவன் இவன் அத்தை மகள் நாகையார் பெரும் புலமைச் செறிவுடன் திகழ்ந் தவர். இந்நூலின் 352ஆவது செய்யுள் இவனைப் பாடும் பாணர்கள் நாளும் புதுவது புதுவதாக நல்லிசையோடு இவனைப் போற்றிய செய்தியைக் குறிக்கின்றது. 372-ஆவது செய்யுள் இவனுடைய வீரர்கள் பகைவரது ஆநிரைகளைக் கவருகின்ற போரிலே எழுப்பும் உடுக்கை யொலினைக் குறிப்பிடுகின்றது.

அதியன் (325)

'அதியன்' எனக் குறிப்பிடப் பெறுபவர், அதியமான் நெடுமான் அஞ்சியும், வெளியன் வேண்மான் ஆஅய் எயினும், இவனும் ஆவர். இவன், அள்ளன் என்னும் படைத் தலைவனுவனுக்கு நாட்டினை நல்கியதாக மேற்குறித்த செய்யுளால் அறிகின்றோம்.

அள்ளன் (325)

ஒரு படைத்தலைவன். அதியனுக்குப் படைத்துணை உதவி யவன். அவனால் நாட்டினைக் கொள்ளப் பணிக்கப் பெற்று, நாடு பெற்று வாழ்ந்தவன்.

ஆஅய் எயினன் (301)

வெளியன் வேண்மான் ஆஅய் எயினன் என்பான் இவன். இச் செய்யுளில், பாழியிடத்தே நன்னனுக்கு 'அஞ்சேல்' என்று தான் கொடுத்த உறுதி மொழியைப் பேணுவானாக, இவன் மிஞிலியோடு போரிட்டு மாய்ந்த சிறப்பினைப் பரணரே உரைக்கின்றனர். வெளி யத்து வேளிர்கள் சேரருக்குப் பெண் கொடுக்கும் சிறந்த தகுதி பெற்றவராக விளங்கிய குடியினர். இவனுடைய அருளுள்ளமும் சொல்லைப் பேணும் உறுதியும் மிக்க சிறப்பினவாகும்.

ஆட்டன் அத்தி (376, 396)

இவன் ஆதி மந்திரியாரின் கணவன். ஆடல் வல்லவனாக 'ஆட்டன்' என்ற சிறப்புப் பெயருடன் விளங்கியவன்; சேர நாட்டைச் சார்ந்தவன். காவிரிப் புதுப்புனல் விழாவிலே பலரோடும் நீராடிய காலத்துக் காவிரியாற் கொள்ளப் பட்டான் எனவும், ஆதிமந்தியார் புலம்பியவராக இவனைத் தேடிக் காவிரிக் கரையோடு சென்றனர் எனவும், முடிவில் மருதியென்னும் கடல் தெய்வம் இவனை அவளுக் குக் காட்டித் தந்தது எனவும் உரைப்பர். இந்நூலில், இவனைக் காவிரி கொண்டு சென்றபோது, கரிகால் வளவனும் தன் சலிகொள் சுற்றத்துடன்

கண்டிருந்ததாகவும், இது நிகழ்ந்தது கழழஅர் முன்றுறைக்கண் எனவும், 376 ஆவது செய்யுள் உரைக்கின்றது. 396 ஆவது செய்யுளும், 'கருந் திறல் அத்தி ஆடணி. நசைஇ நெடுநீருக் காவிரி கொண்டொளித்த' செய்தியைத் தெரிவிக்கின்றது.

ஆதி மந்தி (376, 396)

இவர் ஆட்டனத்தியைக் காதலித்து மணந்தவர். சோணாட்டவ ரான அவரைக் கரிகாலனின் மகளாகக் கருதுவாரும் உளர்(சிலம்பு). இவர், தம் காதலனைக் காவிரி கொண்டு செல்லவும், அதற்காற்றாது புலம்பிய புலப்பம் மிகுதியானதாகும் வெள்ளி வீதியார் என்பவர், 'ஆதிமந்தி போலப் பேதுற்று அலந்தனென் வருந்துவன் கொல்லோ?' என உரைப்பதனால், அதனை நாம் அறியலாம்.

ஆரியர் (336, 386, 396, 398)

வடபுலத்தவரான ஆரியர் படையணிகள் வல்லத்துப் புறங் காட்டிலே சோழராற் சிதறுண்டு அழிந்த செய்தியும் (336), ஆரியப் பொருநன் பாணனொடு மற்போரிட்டு அழிந்த செய்தியும் (386), வஞ்சிவேந்தன் ஆரியர் அலறத் தாக்கிப் பேரிசைத் தொன்றுமுதிர் வடவரையின்கண் வணங்குவிற் பொறித்து வெஞ்சின வேந்தரைப் பிணித்த செய்தியும் (386), வஞ்சிவேந்தன் ஆரியர் அலறத் தாக்கிப் பேரிசைத் தொன்றுமுதிர் வடவரையின்கண் வணங்குவிற் பொறித்து. வெஞ்சின வேந்தரைப் பிணித்த செய்தியும்(396), ஆரியரின் இமயத்து அழகும் (398), வடபுலத்து இருந்துவந்த சந்தனக்கல்லினைப் பற்றிய குறிப்பும் காணப்பெறும்.

இளம்பெருஞ் சென்னி (375)

இவனைப்பற்றிய குறிப்புக் காணப்பெறும் செய்யுள் இஃது ஒன்றேயாகும். இதன்கண், இவன், பாழிக் கோட்டையை வெற்றி கொண்டதும், அதற்கும் வடபாற் சென்று வடுகரை அழித்ததுமாகிய செயல்கள் குறிக்கப்பெற்றுள்ளன. 'குடிக்கடன் ஆகலின் குறைவினை முடிமார்' என, இவன் செய்த செயலுக்குரிய காரணத்தையும் இச்செய்யு ளாசிரியர் காட்டுவது மிகவும் நயம் உடையதாகும்.

சோணாட்டுத் திருவீழிமிழலையும் திருநீடூரும் உள்ளடக்கிய பகுதியின் தலைவன் இவன். குடவாயிற் கீரத்தனார், வெள்ளெருக் கிலையார் ஆகியோரால் போற்றப்பெற்றவன். அன்னி யென்பவன் அழுந்தூர்த் திதியனுடன் போரிடத் துணிந்தபோது, அதனைத் தடுக்க முயன்று, அவனுக்கு நன் மொழி கூறியவன். அரிமணவாயில் உறத்தூர் ஆகிய ஊர்த் தலைவர்களை அழித்தவன். தலையாலங்கானப் பெரும் போரில் பாண்டியனை எதிர்த்து அழிந்தவர்களுள் இவனும் ஒருவன் ஆவான். இவனூர் வளமுடையது எனவும், யாழிசைக்குப் பேர்போனது எனவும் உரைப்பர். இச்செய்யுள், இவனூர்க் கண் நுளையரும் களமரும்

கைபிணித்துச் செய்த பூசலையும், அதனைத் தடுத்து நிறுத்திய நரை மூதாளரின் தன்மையினையும் உரைக்கின்றது.

கணையன் (386)

சேரர் படைத்தலைவருள் ஒருவனாகக் கழுமலப் போருள் வீழ்ந்து பட்டவன் இவன். இச்செய்யுள் 'பாணன் மல்லடு மார்பின் வலியுற வருந்தி, எதிர்தலைக் கொண்ட ஆரியப் பொருநன் நிறைத்திரண் முழவுத்தோள் கையகத் தொழிந்த திறன்வேறு கிடக்கையினை நோக்கிய இவன், நாணமுற்று நின்ற செய்தியைப் பரணர் வாய்மொழி யாகக் கூறுகின்றது.

கடல்கெழு செல்வி (370)

கடற்கரைத் தெய்வமாகக் குறிக்கப்பெறும் தெய்வம் இவள். இவளைப் போற்றி வழிபடுவது நெய்தல் நிலத்தார் இயல்பு. இச் செய்யுள் கானற்கண் தனித்து நிற்கும் தலைவியை, 'கடல்கெழு செல்வி கரைநின்றாங்கு'என உரைக்கிறது.

கரிகால் வளவன் (376)

சோழன் கரிகாற் பெருவளத்தான் என்ற சிறப்புடன் திகழ்ந்தவன் இவன் பொருநராற்றுப் படைக்கும் பட்டினப்பாலைக்கும் பாட்டுடைத் தலைவன். சேரமான் பெருஞ்சேரலாதனைக் களத்தில் வென்றவன். கருங்குழலாதனார், வெண்ணிக் குயத்தியார். கடியலூர் உருத்திரங் கண்ணனார் ஆகியோராற் பாடப்பெற்றவன். 'செல்குடி நிறுத்த பெரும் பெயர்க் கரிகால்' எனவும், 'வெண்ணிவாயில் என்னுமிடத்தே பதி னொரு வேளிரோடு இருபெரு வேந்தரையும் வென்றவன் இவன்' எனவும் உரைப்பர். இவன் வரலாறு சிறப்பு வாய்ந்தது; மிகவும் விரி வானது.

கழுவுள் (365)

இவன் ஒரு குறுநிலத் தலைவன். காமூர் இவனுக்கு உரியதாகும். இவனூரைப் பதினான்கு வேளிரும் முற்றி அழித்த செய்தியை அகநானூற்று 135-ஆவது செய்யுளிற் பரணர் குறிக்கின்றனர். இவனைத் தகடூர் எறிந்த பெருஞ்சேரல் இரும்பொறை அடக்கினான் எனப் பதிற்றுப்பத்தும் உரைக்கம். இச்செய்யுளுள், இவனுடைய பெரியதான வள்ளன்மையினையும், இவனுடைய காமூரிடத்தே பூதந்தந்த பொரியரை வேங்கை இவனுடைய காவன்மரமாகத் திகழ்ந்த சிறப்பை யும் மதுரை மருதனிளநாகனார் கூறுகின்றனர்.

கானமர் செல்வி (345)

இவள் காடுகிழாள் எனப் போற்றப்பெறும் கொற்றவை ஆவாள். இவளைப் பற்றிக் கூறுகின்ற இந்தச் செய்யுள், இவள் 'வெண்மையான கால்களையும் பல படைகளையும் உடைய குதிரையினைத் தொல் லிசை நுணங்கு நுண்பனுவற் புலவன் ஒருவனுக்கு அளித்த' செய்தி

யைக் கூறுகின்றது. உரைப்பவர் குடவாயிற் கீரத்தனார் என்னும் புலவர் ஆவார்.

கிள்ளி வளவன் (346)

இவனை, ஐயூர் முடவனாரும் நக்கீரனாரும் பாடினார். அதனுள் நக்கீரரின் செய்யுள் இது. சோழர்களுள் கிள்ளிப் பெயருடையோருள் இவனும் ஒருவனாக, இப்புலவர் பெரு மக்களின் காலத்தவனாக இருத்தல்கூடும். சோழன் குராப் பள்ளித் துஞ்சிய கிள்ளிவளவன், சோழன் குளமுற்றத்துத் துஞ்சிய கிள்ளிவளவன் ஆகிய இருவருள் பின்னையோன் இவனாகலாம் எனவும் கருதுவர். இவனைச் சோழர் படைத்தலைவருள் ஒருவராகவும் கூறுவர். இவன், கூடலையாண்ட பழையன் மாறனை வென்று, அவனுடைய குதிரைகளையும் யானை களையும் கைக்கொண்டதனையும், அதனை அறிந்து அப்பழையன் மாறனிடத்து முன்னர்த் தோல்வியுற்று, அதனாற் கொதித்திருந்த கோதை மார்பன் உவப்படைந்ததாகவும் இச்செய்யுளிற் கூறப்பெற்றுள் ளமை காண்க.

குட்டுவன் (376)

சேரநாட்டின் குட்டநாட்டிற்குத் தலைமை உடையவர்கள் குட்டுவர்கள் எனப்பெற்றனர். இந்தச் செய்யுளுள் குட்டுவர்க்கு உரித் தான மாந்தை நகரின் வளத்தினைப் பரணர் உரைக்கின்றனர். பரணரே செங்குட்டுவனைப் பாடியவரும். ஆகவே, இச்செய்தியும் அவனையே குறித்ததாகலாம்.

கொங்கர் (368)

சேரர் குடும்பத்தாருள் ஒருவர் கொங்குக் கருவூரின்கண் இருந்து இந்நாட்டைப் பலகாலம் ஆட்சி செய்தனர். இச் செய்யுளுள் மதுரை மருதன் இளநாகனார், 'இவர்கள் அரையிலே மணிகோத்தாராகத் தெருவின்கண் ஆடிக்கொண்டாடுகின்ற உள்ளி விழவினைப் பற்றிக் குறிப்பிடுகின்றனர். அந்த விழவின் ஆரவாரம் பெரிதாயிருக்கும். அது, 'உள்ளி விழவின்அன்ன அலராகின்றது' என்பதனால் விளங்கும்.

கோதை மார்பன் (346)

சேரமான் கோக்கோதை மார்பன் தொண்டிக்குத் தலைவனாக விளங்கிப் பொய்கையாராற் பாடிப் போற்றப் பெற்றவன். இச் செய்யுளுள் குறிக்கப்பெறுபவன் சேரர் தளபதிகளுள் ஒருவனாக இருந்தவன். முதலில் பழையன் மாறன் என்னும் பாண்டியர் தளபதிக்குத் தோற்ற ஓடியவன். பின்னர் அந்தப் பழையன் மாறனின் வீழ்ச்சியைக் கேட்ட போது இவன் உவப்படைந்த செய்தி இச்செய்யுளுட் கூறப் பெற்றிருக் கிறது.

செழியன் (335)

இவன் பாண்டியருள் ஒருவன். இவன், வெற்றிபொருந்திய முரசினையும் விரிந்த மலர்த்தாரினையும் உடையவன். இவனுடைய

மாடமூதூரான மதுரையின் மதிற்புறத்தினைத் தழுவி வளர்ந்த கமுகினை அழகாக இச்செய்யுளுட் குறிப்பிடுவர், இதன் ஆசிரியரான ததையங் கண்ணனார்.

சேரலாதன் (347)

கடலிடையே பகைத்து வந்தாரை அழித்து, அவருடைய கடம்பினை வெட்டி, நன்னகர் மாந்தை முற்றத்தே அப்பகைவர் திறமையாகக் கொணர்ந்து நிதிபலவும் குவித்துப் போற்றப் பெருமை யுடன் வாழ்ந்தவன் இவன். இச் செய்யுளுள், இவன் கடற்கண் பகை வரை வென்று அவர்களின் காவல் மரத்தை அறுத்து இயற்றிய வெற்றி முரசத்தின் ஒலி முழக்கத்தை மாமூலனார் குறிப்பிடுகின்றனர்.

சோழர் (326, 336, 338, 356, 369, 375, 385)

சோழர்கள் எனப் பொதுவாகக் குறித்துச் சொல்லப்பட்ட செய்யுட்கள் இவை போ ஓர் கிழவன் இவர்களின் தளபதியருள் ஒருவன் (326) என்பதும், வல்லத்துப் புறங்காட்டிற் சோழர் ஆரியரை வென்றமை யும் (336), சோழரது பொருண்மலி பாக்கமும்(338), வல்லங் கிழவோன் இவர் மருகன் என்பதும்(356), கடலந்தானைக் கைவண் சோழரது உறந்தையின் கெடலரும் சிறப்பும்(369), சோழர் பெருமகனான இளம்பெருஞ் சென்னியின் பாழிகொண்ட செய்தியும் (375), 'கைவல் யானைக் கடுந்தேர்ச் சோழரின்' பொன்னுடை நெடுநகரான உறந்தை யின் எழிலும் (385) இச்செய்யுட்களுள் கூறப்பெற்றிருப்பக் காணலாம்.

சோழர் மருகன் (356)

வல்லம் கிழவோனாக விளங்கியவன் இவன் ஆவான். இவனை, 'நற்றேர்க் கடும்பகட் டியானைச் சோழர் மருகன் நெடுங்கதிர் நெல்லின் வல்லம் கிழவோன்' என்பர் பரணர்.

சோழர் மறவன் பழையன் (326)

இவன், சோழர்களின் படைத்தலைவருள் ஒருவனாகத் திகழ்ந் தவன்; போஓர்' காவிரிக் கரைக்கண் இருந்தது. இவன் பகைவர் மேல் எறியும் வேலானது குறிபிழையாது சென்று அவரைக் கொல்லும் என்ற சிறப்பினை இச்செய்யுளுள் பரணர் குறிப்பிடுகின்றனர். நன்னன், ஏற்றை, அத்தி, கங்கன், கட்டி, புன்றுறை ஆகிய சேரர் தளபதிகளைக் களத்திற்கொன்று, முடிவில் களத்திலே வீழ்ந்துபட்ட வீர மறவன் இவன் என்று சான்றோர் போற்றுவார்கள்.

திதியன் (331)

இவன் திதியர்களுள் ஒருவன். மாமூலனாராற் பாடப் பெற்றவ னாதலின் இமயவரம்பனின் காலத்தவனகலாம். இவன் வேளிரோடு போரிடுதற் பொருட்டாகத் தன் வாளினை உருவிய செய்தி இச்செய்யு ளுட் கூறப்பட்டுள்ளது.

திதியன் (பொதியிற் செல்வன்) (322)

திதியர்களுள் பொதியில்மலைப் பகுதித் தலைவனாக விளங்கிய வேளிர் பெருமகன் இவன் என்பர். இச்செய்யுள் இத்திதியனது போராண்மையினையும், இவனுக்கு உரித்தான பொதியிலின் வனப்பையும் கூறுகின்றது.

திரையன் (340)

இவன் பவத்திரி என்னும் ஊருக்குத் தலைவனாகப் புகழுடன் விளங்கியவன் ஆவான். இவனை இச் செய்யுளுள் குறிப்பவர் நக்கீரனார் ஆவர். இவனைப்பற்றிக் குறிப்பிடும் மற்றொருவர் காட்டூர்கிழார் மகனார் கண்ணனார் ஆவார். இவனுடைய பெயரமைதி இவன் கடற்கரைப் பகுதி நாட்டின் தலைவனாக இருந்தவன் எனக் காட்டும். எனினும் அகம் 85ஆவது செய்யுள், இவளை, 'வென்வேல் திரையன் வேங்கட நெடுவரை' என்பதனால், இவன் அப் பகுதிக்கண் இருந்தவனாகலாம்.

தென்னவன் (342)

தென்னவன் என்பது பாண்டியரின் பெயர்களுள் ஒன்று. இச் செய்யுளுள், 'பல் செருக் கடந்த செல்லுறழ் தடக்கை, கெடாஅ நல்லிசைத் தென்னவன்' என்று குறிப்பிடுகின்றார். மதுஜரக் கணக்காயனார். இவராற் போற்றப் பெற்றவன் பசும்பூண் பாண்டியன் ஆதலின், இச்செய்யுளுட் குறிக்கப் பெறும் தென்னவனும் அவனே யாகலாம்.

நன்னன் (349, 356, 372, 396)

நன்னன் என்ற பெயருடையார் மூவராவர். அவர்கள் கடம்பின் பெருவாயில் நன்னன், பல்குன்றக் கோட்டத்துச் செங்கண்மாத்து வேளான நன்னன், சேரரின் படைத்தளபதிகளுள் ஒருவனான நன்னன் ஆகியோர். இவர்களுள், ஏழிற் குன்றத்துக்கு உரியவனும்(349), பிரம்பு மலைக்கு உரியவனும்(356), குறிக்கப்பெற்றனர். மோசி கீரனார், இவன் இழந்த தன் தொல்புகழை நிலை நிறுத்தியனைக் குறிப்பிடுகின்றார் (372). பரணர் ஆஅய் எயினன் இவனுக்காக மிஞிலியோடு பாழிப் பறந்தலைப் போரிலே உயிர்துறந்த செய்தியைக் குறிப்பிடுகின்றார்(396)

பசும்பூண் பாண்டியன் (338)

இப் பெயருடையன் ஒருவனைப் பரணர் (அகம் 162), மதுரை ஈழத்துப் பூதன் தேவனார் (அகம் 231), நக்கீரர் (253) ஆகியோர் கூறுகின்றனர். நக்கீரனார் இவன் கொங்கரை வெருட்டியதனையும், அவர் நாடு பலவற்றையும் பாண்டியப் பேரரசுடன் இணைத்ததனையும் குறிப்பிடுவர் (அகம் 253). இச் செய்யுளுள், கணக்காயனார், இவனை, ''அறம் கடைப்பிடித்த செங்கோலுடன், அமர் மறஞ்சாய்த்து எழுந்த வலனுயர் திணிதோள் பலர் புகழ் திருவிற் பசும்பூண் பாண்டியன் என்கின்றனர்.

பசும்பூண் பொறையன் (303)

இச்செய்யுளுள் பசும்பூண் பொறையன் என ஔவையாராலும், 338-வது செய்யுளுள் வென்வேற் பொறையன் எனக் கணக்காய னாராலும் குறிக்கப்பெற்றவன் இவன். இவன் சேரர் குலத்து இரும்பொறை மரபினன் ஆதல் கொல்லி இவனுக்கு உரியதென இருவரும் கூறலாற் பொருந்தும்.

பழையன் மாறன் (345)

மோகூர்க்கண் இருந்து குறுநிலத் தலைவன் இவன். மோகூர்ப் பழையன் எனவும் குறிக்கப் பெற்றவன். வடுகர் துணையோடு வந்த கோசர்களை வென்று சிறந்தவன். இச் செய்யுளுள் கூடற் பறந்தலைப் பெரும் போரிலே இவனைக் கிள்ளிவளவன் அழித்ததும், அதற்குக் கோதை மார்பன் என்பான் மகிழ்ந்ததும் ஆகிய செய்தி குறிக்கப் பெற்று உள்ளது.

பாணன் (325, 386)

இவன் கட்டியோடும் கூடி, உறந்தைத் தித்தன் வெளியனோடு மற்போர்க்குச் சென்று, அங்கே அவனுடைய நாளவையின் கிணை யொலி கேட்டு அஞ்சி ஓடிப்போனவன். 'வடாஅது நல்வேற் பாணன் நன்னாடு' என்று மாமூலனார் குறிப்பதனால் (325), இவன் தமிழகத் துக்கு வடதிசைப் பகுதிக்கண் இருந்த பாணர் மரபினன் எனக் கருத லாம். இவனோடு ஆரியப் பொருநன் மறபோரிட்டுத் தோற்றழிந் ததனையும், அது கண்டு கணையன் என்பான் நாணி நின்றதனையும் பரணர்(386) குறிக்கின்றனர்.

பாரி (303)

பறம்பிற் கோமானாக விளங்கிப் பாவலர் போற்றக் கொடை சிறந்து வாழ்ந்தவன் இவன். கபிலரின் நண்பன். மூவேந்தரால் முறை யின்றி முற்றுகையிடப் பெற்று வீழ்ந்தவன். அவர்களின் முற்றுகைக் காலத்திலே, குருவியினம் கதிர்கொண்டு வந்து ஊட்டிய செய்தி யினைக் கூறுகின்றனர் ஔவையார். புலங்கந்தாக இரவலர் செலினே, வரைபுடைிர களிற்றொடு நன்கலன் ஈயும் உரைசால் வண்புகழ்ப் பாரி' என்று, பாரியின் புகழை ஔவையார் உளங்கலந்து இச் செய்யுளுட் கூறுகின்றனர்.

புல்லி (311, 359, 393)

கள்வர் கோமான் எனவும், வேங்கடத்துக்க உரியவன் எனவும் கூறப்பெறும் மாவீரன் இவன். 'வருவழி வம்பலர்ப் பேணிக், கோவலர் மழவிடைப் பூட்டிய குழாஅய்த்த தீம்புளி, செவியடைதீருத் தேக்கிலைப் பகக்கும் நன்னாடு' இவனுடையது(311). 'பொய்யா நல்லிசை மாவன் புல்லி' (359) எனவும், 'குடவர் புழுக்கிய பொங்கவிழ்ப் புன்கம்,

மதர்வை நல்லான் பாலொடு பகுக்கும், நிரைபல குழீஇய நெடுமொழிப் புல்லி, எனவும், மாமூலனார் இவனை இச் செய்யுட்களுள் (359, 393) போற்றுவர்.

பொறையன் (வென்வேற்) (338)

'பசும்பூண் பொறையன்' என்ற பகுதியிற் கூறப்பெற்றன காண்க. 'ஒன்னார் தேயம் பாழ்பட நூறும் துன்னரும் துப்பின் வென்வேற் பொறையன்' எனப் போற்றி, 'அகலிருங்' கானத்துக் கொல்லி 'இவனுக்கு உரியது' எனவும் மதுஐரக் கணக்காயனார் இச் செய்யுளுட் கூறுவர்.

மழவர் (309, 337)

மழவர்கள் சேலமாவட்டத்தின் தகடூர்ப் பகுதிகளையொட்டி வாழ்ந்த மறவர் இனத்தவர் ஆவர். இவர்களுடிடைய கோமானாக அதியமான் அஞ்சி குறிக்கப்பெறுவான். இவர்கள் தெய்வஞ் சேர்ந்த பராஅறை வேம்பிற் கொழுப்பா எறிந்து குருதி தூதொய் பார்ப்பானின் மடியிடத்து வெள்ளோலையைப் பொன்னெனப் பிழைபடக் கருதி அவனை அம்பேவிக் கொன்று, அவனுடைய உண்மை நிலையை அறிந்ததும் செங்கோல் அம்பினராகக் கைநொடித்துப் பெயரும் கடுங் கண்மை உடையவர் இவர்' என்ற செய்தியும்(337) இச்செய்யுட்களால் அறியப் பெறுகின்றோம்.

மிஞிலி (396)

இவன், பாழியிடத்தே ஆய் எயினனை வெற்றி கொண்ட சிறப்பினன். நன்னனுக்கு நண்பன் எனச் சிலரும், பகைவன் எனச் சிலரும் கருதுவர். கோசர் குலத்தவன் எனவும் உரைப்பர். இச்செய்யுள் இவனுடைய இந்தப் பாழிப் பறந்தலைப் போரையே குறிக்கின்றது.

வடுகர் (375)

தமிழகத்துக்கு வடபகுதியில் வடுகு பேசுவோராக வாழ்ந்தவர் இவராவர். மோரியர்க்கும் ஆரியர்க்கும் துணையாகத் தமிழரை அழிக்கக் கருதிப் பன்முறை வந்தவர்கள். இச்செய்யுள் இளம் பெருஞ் சென்னி வடுகரை அழித்து வெற்றி கொண்டதனைக் குறிப்பிடுகின்றது.

வான வரம்பன் (309, 359, 389)

இவன் சேரமன்னன் ஆவான். இவனுக்குரியது வெளியம் என்கிறது 359 ஆவது செய்யுள். வெளியன் வேண்மான் ஆய் எயினனாதல் பிற செய்யுட்களாற் புலனாகும். இதனால், வெளியம் சேரரது மேலாட்சிக்கு உட்பட்டது என்று கருதலாம். 'வானவரம்பினின் நல்ல நாட்டிற்கு அப்பாலுள்ள காடு' என நக்கீரனார் 389 ஆவது செய்யுளில் குறிப்பிடுகின்றனர். 309 ஆவது செய்யுள் இவனை வானவன் எனக் குறிப்பிடும்.

வேளிர் (331)

வேளிர்கள் தமிழகத்துப் புகழ்மிகு குடியினருள் ஒருவர். பதினெண் குடி வேளிர்களும் அகத்தியனாருடன் தென்னாட்டிற்குத் துவாரகையினின்று வந்தனரென ஒரு செய்தி கூறப்பெறும். இச் செய்யுளுள், வேளிர் குலத்தவரோடு திதியன் போருக்கு எழுந்த செய்தியை மாமூலனார் குறிப்பிடுகின்றனர். அந்நாளைய தமிழகத்தின் கண் மூவேந்தர்களுக்குப் பெண் கொடுக்கும் சிறப்புடன் தொல்குடி யினர் இவர்கள் ஆவர்.

* * *

செய்யுள் முதற்குறிப்பு

அகல்வாய் வானம்
அம்ம வாழி காதலர்
அம்ம வாழி.......நம்மலை
அரம் போழ்.......செறிந்
அருந்தெறன் மரபின்
அவ்விளம் புரீஇய
அறியாய் வாழி நெறி குரல்
ஆள்வினைப் பிரிதலும்
ஆளி நன்மான்
இடைபிறர் அறிதல்
இம்மென் பேரலர்
இருந்த வேந்தன்
இரும்பிடிப் பரிசிலர்
இருவிசும்பு இவர்ந்த
இருள்படு நெஞ்சத்து
இலங்குசுடர் மண்டிலம்
இழைநிலை நெகிழ்ந்த
இன்பமும் இடும்பை
இனிப்பிறி துண்டோ
உய்தகை இன்றால்
உவர்விளை உப்பின்
உழுவையொ டுழந்த
ஊரல் அவ்வாய்
என்னா வதுகொல்
என்மகள் பெருமடம்
ஒறுப்ப ஓவலை
ஓங்குதிரைப் பரப்பின்
ஓடா நல்லேற்ற
கடுந்தேர் இளையரொடு
கண்டிசின் மகளே
கழிப்பூக் குற்றும்
கழியே சிறுகுரல்
களவும் புளித்தன
கான மானதர்
குழற்காற் சேம்பின்
குன்றோங்கு வைப்பின்
கூழையும் குறுநெறிக்
கொடுமுள் ஈங்கை
கோடுயர் பிறங்கல்
கோடை நீடலின்
சாரல் யாஅத்து
சிமையக் குரல்
சிலம்பிற் போகிய
சிறுநுதல் பசந்து
செல்லல் மகிழ்ந நின்
சென்று நீடுநர்

தண்கயம் பயந்த
தற்புரற் தெடுத்த
தன்னோ ரன்ன
தாழ்சினை மருதம்
தாழ்பெருந் தடக்கை
திருந்திழை நெகிழ்ந்து
துறைமீன் வழங்கும்
தூமலர்த் தாமரை
தேர்சேண் நீக்கி
தொடுத்தேன் மகிழ்ந
தொடுதோற் கானவன்
தோளும் தொல்கவின்
நகை நன்றம்ம....அவனொடு
நகை நன்றம்ம.... இறை மிசை
நந்நயந் துறைவி
நிதியம் துஞ்சும்
நிரைசெல்ல இவுளி
நீடிலை அரைய
நீலத்தன்ன நிறம்
நீலத்தன்ன நீர்
நெஞ்சுடம் படுதலின்
பகலினும் அகலாதாகி
பசித்த யானை
பன்னாள் எவ்வம்
பல்பூந் தண்பொழில்
பனிவார் உண்கணும்
பாம்புடை விடர
பார்வல் வெருகின்
பிறருறு விழுமம்
பூங்கணும் நுதலும்
பெரும்பெயர் மகிழந!
பொய்கை நீர்நாய்ப்
மணிவாய்க் காக்கை
மதவலி யானை
மாக்கடல் முகந்து
மாசு விசும்பின்
மாதிரம் புதையப்
மாவும் வண்தளிர்
முடிவுமுதிர் பலவின்
முயைவளர் முதல
முனை கவர்ந்த கொண்டென
மேல்துறைக் கொளீஇய
யாஅ ஒண்தளிர்
வயங்கு வெயில்
வயவாள் எறிந்து
வழையமல் அடுக்கத்து
வளமழை பொழிந்த
வளைவாய்க் கோதையர்
வறன்உறு செய்தியின்
வாங்கமை புரையும்
விசும்புதளி பொழிந்து
விருந்தும் பெருகுநள்
வீங்குவிசைப் பிணித்த
வேற்று நாட் டுறையுள்

★ ★ ★